पानिपत

कौरवपांडव संगरतांडव द्वापरकालीं होय अतीं;
तसे मराठे गिलचे साचे कलींत लढले पानपती ।।

—**गोविंदाग्रज**

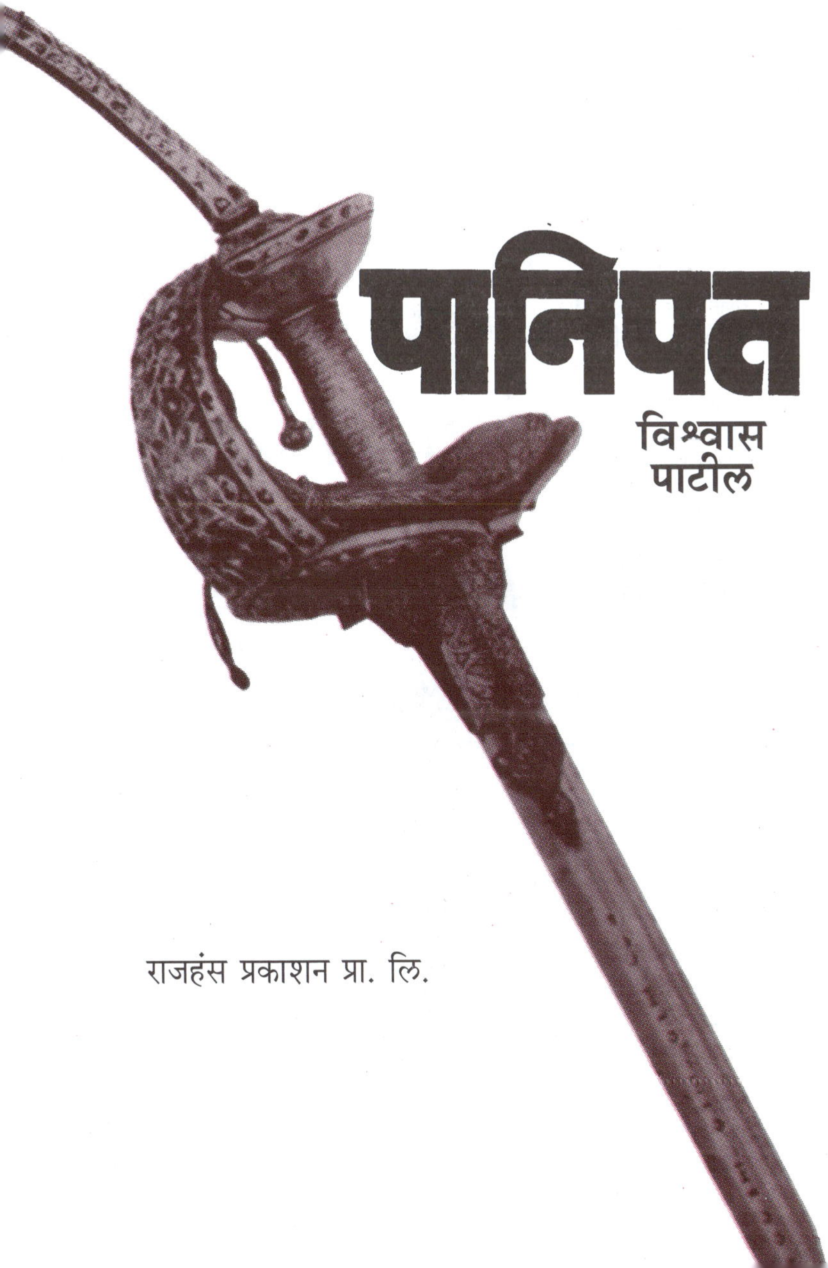

पानिपत

विश्वास
पाटील

राजहंस प्रकाशन प्रा. लि.

पानिपत
विश्वास पाटील

प्रकाशक
दिलीप माजगावकर
राजहंस प्रकाशन प्रा. लि.
१०२५, सदाशिव पेठ
पुणे - ४११ ०३०
फोन - (०२०) २४४७३४५९
E-mail : rajhansprakashan1@gmail.com
Website : www.rajhansprakashan.com

मुखपृष्ठ : रवींद्र मेस्त्री

आतील व्यक्तिचित्रे व
प्रसंगचित्रे : संजय शेलार

मांडणी : बाबू उडुपी

मुद्रितशोधन : ज्योत्स्ना बोर्डे

मुद्रक
श्रीकृष्ण आर्ट्स
५००/१ जोशी संकुल
शॉप नंबर ३, शनिवार पेठ
पुणे ४११ ०३०

Panipat
Vishwas Patil

सातवा मजला
बीच अपार्टमेंट
हॉटेल नोव्हाटेलजवळ
डॉ. ए. बी. नायर रोड
विलेपार्ले (प.)
मुंबई - ४०० ०४९
E-mail :
authorvishwaspatil@gmail.com

नकाशे : माधव फळणीकर
मनोहर दांडेकर

अक्षरजुळणी
रेखा ढोले
प्रिंट लिंक
७६९/५, शिवाजीनगर
पुणे ४११ ००४

आवृत्ती पहिली : १९८८
आवृत्ती सेहेचाळिसावी :
जून २०२५

राजहंस क्र. A-01-1988 (23)

ISBN 978-81-7434-906-4

किंमत : ₹ ५५०/-

मराठी
मातीस !

प्रमुख व्यक्तिरेखा

नानासाहेब ...	बाजीरावपुत्र, पेशवे पंतप्रधान
विश्वासराव ...	नानासाहेबांचे ज्येष्ठ चिरंजीव
सदाशिवरावभाऊ ...	पेशव्यांचे चुलत बंधू
रघुनाथराव तथा राघोबा ...	नानासाहेबांचे बंधू
समशेरबहाद्दर ...	बाजीराव-मस्तानीचा पुत्र
गोपिकाबाई ...	नानासाहेबांच्या धर्मपत्नी
पार्वतीबाई ...	सदाशिवरावभाऊंच्या धर्मपत्नी
सुभेदार मल्हारराव होळकर ...	प्रमुख मराठा सरदार
दत्ताजी शिंदे ...	सरदार राणोजी शिंद्यांचा पुत्र
भागीरथी ...	दत्ताजी शिंद्यांच्या धर्मपत्नी
जनकोजी शिंदे ...	दत्ताजींचा पुतण्या
बळवंतराव मेहेंदळे ...	मराठा सरदार, पेशव्यांचे आप्त
गोविंदपंत खेर बुंदेले ...	पेशव्यांचे उत्तरेतील मामलतदार
सखारामबापू बोकील ...	पेशव्यांचे कारभारी
बापूजी हिंगणे ...	पेशव्यांचे दिल्लीतील वकील
नारो शंकर ...	पेशव्यांचे उत्तरेतील दरकदार
नाना फडणीस ...	पेशव्यांचे तरुण फडणीस
अंताजी माणकेश्वर गंधे ...	मराठा सरदार
पाराशर दादाजी वाघ ...	होळकरांचा सरदार
विठ्ठल शिवदेव विंचूरकर ...	पेशव्यांचे सरदार

जानू भिंताडा ... पेशव्यांचा खिदमतगार
गंगोबातात्या चंद्रचूड ... होळकरांचे कारभारी
रामजी दाभोळकर ... शिंद्यांचा कारभारी
यशवंतराव पवार ... मराठा सरदार
सूरजमल जाट ... भरतपूरचा जाट राजा
इब्राहिमखान गारदी ... मराठा तोफखान्याचा प्रमुख
सुजाउद्दौला ... अयोध्येचा नवाब
इमाद उल्मुल्क गाजुद्दीन ... दिल्लीचा पदच्युत वजीर
अहमदशहा अब्दाली ... अफगाणिस्तानचा बादशहा
शहावलीखान ... अब्दालीचा सेनापती
शहापसंदखान ... अब्दालीचा उपसेनापती
जहानखान ... अफगाण सेनापती
बरकुरदारखान ... अफगाण सरदार
रेहमानखान बारकझाई ... अब्दालीचा तोफदलप्रमुख
नजीबखान ... रोहिला सरदार
हफीज रहमतखान ... रोहिला सरदार
अताईखान ... शहावली वजिराचा पुतण्या
अलासिंग जाट ... पतियाळा राज्याचा संस्थापक
कुतुबशहा ... नजिबाचा गुरू, रोहिला सरदार
काशीराज पंडित ... सुजाचा वकील आणि सहकारी

वसा पानिपताचा

'पानिपत' या चार अक्षरी शब्दांशी माझ्या श्वासाचं आणि माझ्या धमन्यांतून वाहणाऱ्या रक्ताचं असं कोणतं विलक्षण नातं आहे कोणास ठाऊक? वयाच्या ऐन पंचविसाव्या वर्षी या विषयावर कादंबरी लिहिण्याच्या इराद्यानं मी साधनसामग्री गोळा करू लागलो अन् वयाच्या अठ्ठाविसाव्या वर्षी कादंबरीचं प्रत्यक्ष लेखन मी हातावेगळं केलं.

याच विषयाच्या निमित्तानं एक ऐतिहासिक किस्सा आठवतो. यशवंतराव चव्हाण तेव्हा भारताचे संरक्षणमंत्री होते. त्यांच्या मोटारींचा ताफा पंजाबमधून दिल्लीकडे येत होता. रस्त्यात एका मोठ्या गावात 'पानिपत' नावाचा नामफलक दिसला. आपला प्रवास खंडित करून संरक्षणमंत्री जेथे पानिपताचा समरप्रसंग घडला, त्या 'काला आम' नावाच्या ठिकाणी गेले. तेथे मराठी वीरांच्या काळ्या ओबडधोबड दगडी समाधीच्या समोरच त्यांनी शेतात अचानक बसकण मारली. त्या रानची पांढुरकी माती आपल्या दोन्ही मुठींमध्ये धरून कविहृदयाचे यशवंतराव हमसून हमसून रडू लागले. संरक्षणमंत्र्यांची ती अवस्था पाहून सोबतचा स्टाफ आणि लष्करी अधिकारी यांची तारांबळ उडाली. भावनेचा पहिला पूर ओसरल्यावर आपल्या ओघळत्या अश्रूंना कसाबसा बांध घालत यशवंतराव उपस्थितांना सांगू लागले, "दोस्तहो, हीच ती पवित्र माती. राष्ट्रसंकट उद्भवल्यावर त्या विरोधात लढावं कसं, शत्रूला भिडावं कसं, याचा धडाच लाख मराठा वीरांनी पानिपतच्या या परिसरात गिरवला आहे. आमच्या महाराष्ट्रभूमीतल्या प्रत्येक घराघरामधला वीर इथे कोसळला आहे. त्यांच्या रक्तमांसानंच या मातीचं पवित्र भस्मात रूपांतर झालं आहे!"

त्या काळी अगदी अलेक्झांडरपासून बाबर ते अब्दालीपर्यंत हिंदुस्थानवर आक्रमणं व्हायची, ती याच रस्त्यानं. अफगाणिस्तानातून, पंजाबातील

सरहिंदकडून दिल्लीकडे सरकणारा हा रस्ताच जणू अनादिकाळापासून रक्तासाठी चटावलेला आहे. पानिपतापासून अवघ्या काही कोसांच्या अंतरावर कुरुक्षेत्राची रणभूमी आहे. पानिपतचं तिसरं युद्ध अफगाण घुसखोर अहमदशहा अब्दाली आणि मराठ्यांच्या दरम्यान बुधवार तारीख १४ जानेवारी १७६१ या दिवशी घडलं. मध्ययुगीन कालखंडात सकाळी नऊ वाजल्यापासून संध्याकाळी साडेपाचपर्यंतच्या एका दिवसाच्या अल्पावधीत असं भयंकर, घनघोर, जीवघेणं युद्ध घडल्याचं आणि त्यामध्ये दोन्ही बाजूंची दीड लाख माणसं आणि ऐंशी हजार जनावरं मेल्याचं दुसरं उदाहरण नाही. अलीकडे हिरोशिमा आणि नागासाकीवर दोन अमेरिकन अणुबाँब पडले. त्यांच्या किरणोत्साराचा परिणाम होऊन एक-दीड लाख जीव मरायलाही दोन-तीन दिवस लागले होते. दिल्लीच्या बादशहाच्या म्हणजेच हिंदुस्तानच्या रक्षणाच्या उद्देशानं १७५२ च्या 'अहमदिया करारा'नुसार मराठे एका ध्येयानं प्रेरित होऊनच पानिपतावर गेले होते. इथेच आमच्या लक्षावधी माताभगिनींच्या बांगड्यांचा चुराडा झाला. तेव्हा महाराष्ट्रातल्या प्रत्येक माजघरातला कुंकवाचा करंडा पानिपतावर लवंडला. तेव्हा महाराष्ट्रात एकही देवघर असं शिल्लक उरलं नसेल, जिथल्या देवीदेवतांनी पानिपतावर खर्ची पडलेल्या वीरांसाठी आपले चांदीचे डोळे पुशीत अश्रूंचा अभिषेक केला नसेल!

माझ्या कादंबरीलेखनाच्या दरम्यान "तू पुणेकरांना मोठं करण्यासाठी 'पानिपत' लिहिलंस काय?" अशा शब्दांत मला दटावण्याचा प्रयत्न केला गेला. मी त्यांना म्हणालो, "माझ्या डोळ्यांसमोर ना कोणी पुणेकर होते, ना कोणी सातारकर. पंढरीच्या वेशीमध्ये आषाढी-कार्तिकीला मराठी मातीतल्या साऱ्या दिंड्यापताका एक व्हाव्यात, तशा पानिपतावर शत्रूच्या बीमोडासाठी अवघा एक झालेला मराठी मुलूख उभा होता!" जेव्हा पुण्याची लोकसंख्या वीस-बावीस हजारांच्या वर नव्हती, तेव्हा लाखभर मराठे कंबर कसून इथे उभे ठाकले होते. त्यामध्ये भाऊसाहेब, विश्वासरावांसह सात-आठ ब्राह्मण सरदार आणि फक्त मराठा समाजातीलच नव्हेत, तर बहुजन समाजातील अठरा पगड जातीचे, मातीचे साठ ते सत्तर बिन्नीचे सरदार त्या समरांगणात जिवापाड लढले होते. त्यावेळच्या शाहिरांच्या पोवाड्यातील फक्त आडनावांच्या यादीवरून नजर

फिरवा, त्याचा जरूर पडताळा येईल.

शिवाजी आणि शिवाजीनंतरच्या काळातील सामान्य घरातील सामान्य माणसं असामान्य पदाला पोहोचल्याची अनेक उदाहरणं पानिपतप्रसंगी आढळतात. पुणे जिल्ह्यातील नीरेकाठच्या होळच्या धनगराचा पोर मल्हारी सरदार मल्हारराव होळकर बनला. साताऱ्याकडच्या कण्हेरखेडचा राणोजी शिंदे, त्याचा भाऊ दत्ताजी, पुणे जिल्ह्यातील दमाजी गायकवाड याच मंडळींनी इंदौर, ग्वाल्हेर आणि बडोद्याकडे आपल्या पराक्रमानं राज्यं उभारली. एक प्रकारे आधी पानिपतच्या मातीला रक्ताचा नैवेद्य अर्पण केल्यावरच उत्तर हिंदुस्थानच्या राजकारणाच्या गुरुकिल्ल्या त्यांच्या हाती लागल्या.

पानिपत हा ऐन यौवनातल्या, मस्तवाल, फाकड्या वीरांनी छेडलेला जीवघेणा जंग होता. आमचा शत्रू अहमदशहा अब्दाली हा तेव्हा जगातल्या बलाढ्य योद्ध्यांपैकी एक प्रबळ सेनानी आणि राजकारणी होता. या युद्धावेळी त्याची उमर अवघी बत्तीस, तर भाऊसाहेब पेशव्यांचं वय अठ्ठावीस, दत्ताजी शिंदे बाविशीचा, विश्वासराव आणि जनकोजी शिंदे तर सतरा वर्षांची मिसरुडं फुटलेल्या वयाची पोरं होती. जेव्हा देशातील कोणत्याही नद्यांवर आजच्यासारखे पूल, रस्ते वा वाहतुकीची साधनं नव्हती, तेव्हा सुमारे साठ हजार घोड्यांसह लाखाचा सेनासागर घेऊन बाहेर पडणं या खायच्या गोष्टी नव्हत्या.

आम्ही झुंजलो दिल्लीच्या पातशहासाठी, हिंदुस्तानच्या अभिमानासाठी. मात्र दुर्दैवानं उत्तरेतल्या राजांनी मराठ्यांना मदत केली नाही. रजपूत राणे राजस्थानच्या वाळूत लपून बसले. दुर्दैवानं या महायुद्धाच्या आधी काही दिवस आम्हांला वाट्टेल ते करून धनधान्याची रसद गंगा-यमुनेच्या अंतर्वेदीतून पुरवणारा गोविंदपंत बुंदेले ठार झाला अन् तेथूनच अवकळा सुरू झाली. तरीही भाऊसाहेब पानिपताच्या मातीत गाडून उभे होते. मात्र श्रीमंत नानासाहेब पेशवे कर्तव्याला जागले नाहीत. पुण्याहून कुमक आली नाही. पतियाळाचा अलासिंग जाट पंजाबातून कुमक पाठवत होता, ती पुढे कमी पडली. स्त्रियापोरांचं, यात्रेकरूंचं लटांबर सोबत असणं हे काळरूढीनंच भाऊंच्या पाठीवर लादलेलं ओझं होतं. पण त्यामुळे हातातल्या सपासप चालणाऱ्या तलवारीच्या पात्यानं

तिळभर विश्रांती घेतली नाही.

शेवटी अन्नान्न दशा झालेली मराठी सेना झाडाची पानं आणि नदीकाठची शाडूची माती खाऊन तरली, कळिकाळाला भिडली. पानिपतावर मराठे कसे लढले, यासाठी दुसऱ्या कोण्या ऐऱ्यागैऱ्याची साक्ष काढण्याचं कारण नाही. ज्याच्या विरुद्ध आम्ही जंग केला, त्या आमच्या महाशत्रूनंच, पाच-सात देशांच्या सरहद्दी मोडणाऱ्या अहमदशहा अब्दालीनंच लिहून ठेवलं आहे, 'दक्षिण्यांनी (मराठ्यांनी) पानिपतावर मजबूत छावणी कायम केली होती. युद्धाच्या दिवशी त्यांनी अत्यंत निकरानं आमच्या लष्करावर पुन:पुन्हा हल्ले चढवले. मराठ्यांचं हे असामान्य शौर्य पाहण्यासाठी त्या दिवशी आमचे रुस्तुम आणि इस्फिंदार (अफगाणांच्या महाकाव्यातील कृष्णार्जुन) सारखे वीर मौजूद असते, तर त्यांनी मराठ्यांचा महापराक्रम पाहून आश्चर्यानं तोंडात बोटं घालून चावली असती! मराठ्यांसारखी युद्धाची अशी लालसा, अशी खुमखुमी आणि इतकं शौर्य इतरांकडून होणं वा दिसणं अशक्य!'

'पानिपत' कादंबरीसाठी प्रचंड पूर्वतयारीचं जोखड उचलताना आणि प्रत्यक्ष लेखन करतानाही जणू मी स्वत:च पानिपतावर अडकून पडलेला एक लढवय्या, चिवट मराठी सैनिक आहे, अशा तडफेनं लढत होतो. तेव्हा सरकारी अधिकारी या नात्यानं पुण्यात वास्तव्य होतं. महाराष्ट्र शासनानं नुकताच पाच दिवसांचा आठवडा सुरू केला होता. मी दर शुक्रवारी सायंकाळी आय.बी. तथा इन्स्पेक्शन बंगला नामक सरकारी विश्रामगृहातील एका खोलीत जाऊन स्वत:ला बंद करत असे. सोमवारी सकाळी तेथून किमान साठ ते सत्तर पानांचा सलग मजकूर घेऊनच मी उल्हसित मनानं बाहेर पडत असे.

इतर दिवशी सायंकाळी जिल्हाधिकारी कार्यालयातून मी सरळ भारत इतिहास संशोधक मंडळाच्या ग्रंथालयात जाई. नित्यनेमानं तिथे तीन तास बसे. रात्री हलकं जेवण करून मी झपाटल्यासारखा बेडरूममध्ये येरझाऱ्या घालत राही. समरप्रसंगी भाऊसाहेब काय म्हणाले असतील, त्यावर अब्दालीचं उत्तर, नजिबाच्या कागाळ्या – नाट्यप्रवेशच सादर केल्यासारखा मी खोलीत फिरत संवाद बोलत राही. रात्री अकराला झोपायचं, की लगेच पहाटे चारला उठून

प्रत्यक्ष लेखन सुरू. या अतिश्रमानं अधेमधे माझ्या प्रकृतीवर परिणाम होई. एकदा छातीत दुखू लागल्यानं ससूनमध्ये दाखल झालो होतो. माझं लग्न होऊन दीड वर्ष लोटलेलं. तेव्हा अबोल दिसणाऱ्या माझ्या पत्नीनं – चंद्रसेनानं – हॉस्पिटलमध्ये माझा हात पकडला. आपल्या डोळ्यांत पाणी आणून ऐतिहासिक थाटात, घोगऱ्या आवाजात ती हळूच मला म्हणाली, "इकडून पानिपतावर चुरडल्या गेलेल्या बांगड्यांचा हिशोब जरूर मांडावा – परंतु पानिपत लिहीत असताना माझं 'पानिपत' होऊ देऊ नये!"

कादंबरीचं आताचं लेखन सुरू करण्यापूर्वी सहा-सात महिने आधीही मी एकदा लेखनप्रपंच मांडला होता. चांगली साठ-सत्तर पानं लिहिली होती. पण माझं मन आतून खाऊ लागलं. पानिपताचा कडवा जंग ज्या तडफेनं मांडायला हवा, तसा तो साधत नव्हता. त्यामुळे ती आरंभीची साठ-सत्तर पानं मी बाजूला भिरकावली. पुन्हा चिंतन, मनन, संशोधन सुरू केलं. साधारण नोव्हेंबर १९८७ च्या दरम्यान आतून शब्दवेणा खूप ढुसण्या देऊ लागल्या. या प्रसूतीशिवाय मी जगूच शकत नाही, याची खात्री झाली. मग सलग सहा-सात महिन्यांत, नोकरीत रजा न घेताही रात्री-बेरात्री जागून मी कादंबरीचं एकटाकी लेखन पार पाडलं.

या लेखनावेळी माझं जागृत मन प्रचलित मराठी ऐतिहासिक कादंबऱ्यांचंही निरीक्षण करत होतं. ऐतिहासिक कादंबरी म्हणजे मोठी अलंकारिक भाषा, वस्त्रांची रसाळ वर्णनं, युद्धभूमी सोडून माजघरात आपल्या स्त्रियांशी अखंड चर्चा करत बसणारे वीर असं होता कामा नये. पानिपत हा रणदेवतेचा विषय होता. त्यामुळेच मी जाणीवपूर्वक माजघरातल्या झोपाळ्यावरच्या गप्पाटप्पांत अडकलेली ऐतिहासिक कादंबरी रणावरच्या उन्हामध्ये घेऊन जायचं ठरवलं. शिवाय या विषयाच्या पोटातच तीन महान वाङ्मयप्रकार सामावल्याची जाणीवही एकीकडे मला होत होती. उदगिरीपासून ते पानिपतापर्यंतची निबिड अरण्यातून मराठा लष्करानं केलेली वाटचाल हा एक उत्तम प्रवासवर्णनाचा भाग होता. अब्दाली आणि भाऊसाहेबांच्या एकमेकांसमोर उभ्या ठाकलेल्या फौजा, त्यांच्या छावण्यांतले बदल, डाव-प्रतिडाव अशा संघर्षाचं एक अप्रतिम नाटक आणि युद्धोत्तरही भारलेलं पानिपताचं धगधगतं रणांगण हा एक

महाकादंबरीचा विषय होताच.

'बचेंगे तो और भी लढेंगे' असं म्हणत काळाला सामोऱ्या जाणाऱ्या दत्ताजी शिंदेच्या बुऱ्हाडी घाटच्या लढाईची मी जोरकस तयारी केली होती. संदर्भ, संवाद आणि व्यक्तिरेखांचे ढग मेंदूमध्ये गच्च भरून आले होते. मात्र अचानक वाढलेल्या सरकारी कामामुळे प्रत्यक्ष लेखनासाठी वेळ मिळेना, रजाही मंजूर होईना. त्या दरम्यान पुण्याहून मंत्रालयात अनेकदा मीटिंगला यावं लागे. मात्र मानगुटीवर बसलेल्या दत्ताजीची नशा खाली उतरत नव्हती. दरम्यान एक दिवस डेक्कन क्वीननं मुंबईच्या दिशेनं प्रवास करत होतो. फर्स्ट क्लासमध्ये भोजनासाठी समोरच्या खुर्चीपाठी जो लाकडी पाट असतो, त्यावरच मी कागदांची चवड ठेवली अन् पुण्यापासून मुंबईपर्यंतच्या प्रवासात बुऱ्हाडी घाटचं ते अख्खं प्रकरण एकटाकी लिहून पूर्ण केलं. घाईगर्दीत उतरलेलं ते प्रकरण वाचकांना खूप भावलं आहे.

दिलीप माजगावकरांआधी चार-पाच प्रकाशकांनी हस्तलिखित पाहिलं होतं. म्हणजे फक्त पाहिलंच होतं! एक नवखा लेखक, मोठाल्या पाच फायली भरून लिहिलं तरी काय दिवे लावणार आहे, अशा हिशोबानं कोणी गांभीर्यानं हस्तलिखितच उघडलं नव्हतं, हे नंतर समजलं. 'चलो दिल्ली'च्या निमित्तानं आनंद यादवांनी दिलीपरावांची ओळख करून दिलेली. त्यांच्या ऑफिसमध्ये मी बळेबळे अनेकदा घुसायचो. दरम्यान माजगावकरांनी कष्टानं उभारलेल्या 'नेहरू डायरी'ची कल्पना केंद्र शासनानंच मदत करण्याऐवजी ढापल. त्यांच्या त्या मन:स्थितीत मी दबक्या आवाजात 'पानिपता'वर काही लिहिल्याचं हळूच सांगितलं. त्यांनी हस्तलिखित मुद्दाम मागून घेतलं, वाचलं आणि चष्म्यांच्या काड्यांतून माझ्याकडे पाहात "ते (मराठे) हरले, तुम्ही जिंकलात," असं खुषीनं सांगितलं. कादंबरीची तडाखेबंद जाहिरात केली. मला आठवतं त्याप्रमाणे त्यांनी ग्रंथनिर्मितीसाठी बँकेतून कर्ज उचललं होतं. "कशासाठी एका नवख्या घोड्यावर एवढे पैसे लावता?" अनेकजण त्यांना विचारायचे. मात्र "बघू, इस पार या उस पार," असं उत्तर ते द्यायचे.

प्रसिद्ध चित्रकार रवींद्र मेस्त्रींनी मधुमलाईच्या जंगल-मोहिमेवर असताना त्या

वास्तव्यातच ‘पानिपत’चं सुंदर मुखपृष्ठ चितारलं. ते चित्र घेऊन १९८८ च्या पर्जन्यमासात तेव्हाचे पुण्याचे जिल्हाधिकारी श्रीनिवास पाटील आणि मी दगडूशेठ हलवाईच्या गणपती मंदिरात गेलो. गणेशाचे आशीर्वाद घेऊन आम्ही त्या चित्राचं पूजन केलं. नंतर श्रीनिवास आणि मी राजहंस प्रकाशनामध्ये गेलो. तेथे आम्ही दिलीप माजगावकरांबरोबर मुद्रणाचा मुहूर्त केला. त्या दिवसांमध्ये माझ्या आणि माजगावकरांच्या जवळजवळ रोज सकाळी भेटी व्हायच्या. आम्ही शनिपाराच्या आसपासच्या रेस्टॉरंटमध्ये कुठेतरी मिसळ खायचो. यशाबद्दल एकीकडे शंकाही वाटायची. पण सुगरणीनं फोडणी दिली, की तिच्या स्वयंपाकाचा सुगंध गल्लीत लपून राहात नाही, तसं झालं. स्वस्तिक मुद्रणालयातील रायरीकर पिता-पुत्रांपासून जुळाऱ्यांपर्यंत सारे बोलू लागले, ‘‘कादंबरी भन्नाट आहे. उड्या पडतील.’’

‘पानिपत’चं तमाम मराठी वाचकांनी भरभरून स्वागत केलं. कादंबरीवर अक्षरश: उड्या पडल्या. ग्रंथालयातील प्रती पुरेशा पडायच्या नाहीत. त्यामुळे अधीर वाचकांनी अनेक ठिकाणी बाइंडिंग उसवून फॉर्म्स वेगवेगळे केले. एकावेळी एक प्रत तिघं-चौघंजण वाचताहेत, अशीही दृश्यं पाहावयास मिळाली. दिलीपरावांच्या धाकट्या भगिनी अलका गोडे तेव्हा कौतुकानं बोलायच्या, ‘‘काय कादंबरी लिहिलीत हो! पाच-सात आवृत्त्या झाल्या, तरी ‘पानिपत’च्या प्रतींनी अजून गोडाऊन पाहिलेलं नाही. अशा आल्या की अशा पटकन दुकानात जातात.’’ पुढे काही नतद्रष्टांनी या लठ्ठ कादंबरीचीसुद्धा पायरसी करून आपलं पोट जाळायचा निंद्य प्रकारही केला.

लोकमान्यतेबरोबरच ‘पानिपत’नं विद्वानांच्या पगड्याही हलवल्या. शांता शेळके, शिवाजी सावंत, ग. वा. बेहरे, म. द. हातकणंगलेकर आदींनी भरभरून परीक्षणं लिहिली. पैकी बेहरे पायाच्या व्याधीनं इस्पितळात होते; तरी त्यांनी तिथे मला मुद्दाम पाचारण करून शाबासकी दिली, ‘‘तुम्ही चितारलेला इब्राहिमखान गारद्याच्या मृत्यूचा प्रसंग वाचताना अंगावर सरसरून काटा उभा राहतो. श्रेष्ठ कादंबरीकारासाठी आवश्यक असे सारे गुण तुमच्या लेखणीत आहेत. जपा त्यांना.’’ तिकडून नाशकाहून वि. वा. शिरवाडकर आणि वसंत कानेटकर यांनी खास प्रशंसा केली. तात्यासाहेब शिरवाडकरांनी लिहिलं, ‘पानिपताचा आवाका

गगनाला गवसणी घालण्यासारखा आहे. कलम तुमच्यावर प्रसन्न आहे. खूप लिहा.' या विषयावर शिरवाडकरांनाच एक कादंबरी लिहायची होती, असं त्यांनी प्रत्यक्ष भेटीत मला सांगितलं. १९५८ च्या दरम्यान वि. स. खांडेकरांनी एक लेख लिहिला होता. त्यात त्यांनी म्हटलं होतं, येत्या काही वर्षांत 'पानिपत' या विषयावर एखादी दमदार कादंबरी लिहून नव्या पिढीचा एखादा कादंबरीकार जोमानं साहित्यक्षितिजावर पुढे येईल. आता बावीस वर्षांनंतर खांडेकरांचं भाकीत माझ्या बाबतीत खरं घडलं, असं म्हणायला हरकत नाही. माझ्यासारख्या खेड्यापाड्यातून पुढे आलेल्या नवागतावर शिरवाडकर आणि कानेटकर अशी स्तुतिसुमनं उधळत होते. या कादंबरीच्या यशाची कमान चढती राहिली.

या कादंबरीच्या निमित्तानं सदाशिवरावभाऊ यांची एक लेचापेचा, नवशिका सेनापती अशी जनामनात रुजवली गेलेली प्रतिमा पार पुसून गेली. पानिपत म्हणजे केवळ एक अशुभ घटना, बाजारगर्दी अशा रूढ कल्पनांनाही धक्का बसला. पानिपत हे त्या अर्थी पानिपत नसून तो एक पुण्यपथ असल्याचा साक्षात्कार लोकांना हळूहळू का होईना होऊ लागला आहे.

गतवर्षी माझ्या पित्याच्या अस्थिविसर्जनाच्या निमित्तानं हरिद्वारला गेलो होतो. तेव्हा शेजारच्याच पानिपत परिसरातून नव्यानं हिंडून आलो. युद्धावेळची शुक्रताल, बडौत, नजिबाबाद, कुंजपुरा ही ठाणी आणि जुन्या खाणाखुणा अजूनही तशाच आहेत. पानिपत जिल्ह्यातील एका गावाचंच नाव भाऊपूर असं आहे. मराठ्यांचा दारुण पराभव होऊन काही हजार कुटुंबं पळापळी नंतर उत्तरेतच स्थायिक झाली, कर्तृत्ववान बनली. त्यांपैकी काहीजणांनी उत्तर प्रदेशसारख्या बलाढ्य राज्याच्या मुख्यमंत्रिपदापर्यंत मजल मारली. पानिपतच्या युद्धावेळी आपले बापजादे यमुनाकाठी घिसाडघाईनं कपाळमोक्ष करून घेण्यासाठी आले नव्हते, तर राष्ट्राच्या उत्थानासाठी इकडे आले होते, याच नवजाणिवेनं आता तिकडे स्थलांतरित मराठ्यांमध्ये नवजागृतीची लाट आली आहे. युद्धवेळी मराठी लष्करानं पानिपतच्या किल्ल्यात रोजच्या पूजेसाठी भवानीचं छोटंसं मंदिर बांधलं होतं. त्याचा गेल्या वर्षी जीर्णोद्धार झाला. अगदी शेवटच्या क्षणी केवळ अल्लातालाच्या कृपेनं अब्दालीला तेव्हा जो विजय मिळालेला होता, त्याचं निशाण कवटाळताना त्याला धाप लागली होती.

खणाणत्या, जिगरबाज मराठी तलवारींची त्यानं एवढी दहशत खाल्ली होती की, विजयी होऊनसुद्धा पुन्हा हिंदुस्तानावर आक्रमण करायचं त्याला धाडस राहिलं नाही. आज अडीचशे वर्षांच्या दीर्घ पल्ल्यानंतरही या परिसरातले जोगी जमातीचे शाहीर आम्ही केव्हाच वेड्या ठरवलेल्या भाऊसाहेब पेशव्यांचेच पोवाडे गातात, अब्दालीचे नव्हेत! पराजयाचा कलंक लागूनही कळिकाळानंच जणू भाऊसाहेबांना अमरत्वाच्या सिंहासनावर आरूढ केलं आहे. आज 'रोड मराठा' या नावानं आपले बांधव त्या दूरदेशी लाखालाखांच्या संख्येनं एकत्र येऊ लागले आहेत. हरियाणात मेळावे भरवू लागले आहेत. मराठी आणि हिंदीसह गेल्या बावीस वर्षांत 'पानिपत' कादंबरीची पताकाही फडकतच राहिली आहे.

आता तिसाव्या आवृत्तीच्या निमित्तानं माजी पंतप्रधान नरसिंहराव आणि नाट्यनिर्माते मोहन वाघ या दोघांची प्रकर्षानं आठवण होते. नरसिंहराव पंतप्रधान व्हायच्या आधी भारतीय ज्ञानपीठाचे अध्यक्ष होते. तेव्हा काही कामानिमित्त ते मुंबईत आले होते. मराठीचा व्यासंग असलेल्या रावांनी 'महाराष्ट्र टाइम्स'मध्ये श्री. हेरवाडकरांनी लिहिलेलं 'पनिपत'चं परीक्षण वाचलं, मुद्दाम बाजारातून प्रत मागवून ती झपाटून वाचली अन् लगेचच ही कादंबरी 'भारतीय ज्ञानपीठा'तर्फे हिंदीमध्ये प्रकाशित करावयाची व्यवस्था केली. त्यांच्यासारख्या जागरूक साहित्यप्रेमीमुळेच माझ्यासाठी हिंदी वाचकांचा महादरवाजा उघडला गेला. मोहन वाघांनी या कादंबरीवर माझ्या खनपटीला बसून 'रणांगण' नावाचं नाटक लिहून घेतलं, गाजवलं. आज मराठी पडद्यावर आणि अनेक चॅनेल्सवर चमकणारे अनेक तारे 'रणांगण'चीच देन आहेत. नावाप्रमाणेच वाघ असणारे मोहन वाघ आज हयात असते, तर पानिपतच्या महासंग्रामाला अडीच शतकं पार पडल्याच्या पुण्यस्मरणाच्या निमित्तानं त्यांनी पुन्हा एकदा रंगभूमीवर 'रणांगणा'ची शहादणं आणि तुताऱ्या नक्कीच निनादून सोडल्या असत्या.

तिसाव्या खास स्मृतिविशेष आवृत्तीच्या निमित्तानं प्रकाशक दिलीप माजगावकर, सौ. रेखा माजगावकर आणि या कादंबरीच्या हस्तलिखिताची पहिली शंभर पानं वाचल्यापासून कादंबरीची कणखरपणे पाठराखण करणारे शंकर सारडा या सर्वांचं ऋण मानावं तेवढं थोडंच आहे.

'पानिपत' ला प्रियदर्शिनी पुरस्कार, गोव्याचा नाथमाधव पुरस्कार, कलकत्त्याच्या भाषा परिषदेच्या पुरस्कारासह पस्तीसहून अधिक पुरस्कार लाभले. लक्ष लक्ष वाचकांचा आशीर्वाद मिळाला. या निमित्तानं रेसाईड नावाच्या आंग्ल विद्वानाची आठवण होते. 'पानिपत' वाचून त्यांनी मला सांगितलं, ''दुसऱ्या महायुद्धात आम्ही लंडनवासीयांनी लढवलेली 'बॅटल ऑफ ब्रिटन' अशीच होती. तेव्हा आमचा खात्मा करण्यासाठी चोहीबाजूंनी अग्निवर्षाव करत जर्मनीची विमानं आमच्या लंडन नगरीवर पुन:पुन्हा चाल करून येत असत. तुमच्या पानिपतावरच्या चिवट योद्ध्यांप्रमाणेच आम्ही थेम्स नदीकाठी आणि लंडनमध्ये घराघरांत भुयारं खोदून जंग खेळलो. आगीच्या लोळात अनेकदा भाजून निघालो. मात्र पानिपताच्या धुरा-धगीच्या कल्लोळात झुंजल्या गेलेल्या महासंघर्षाला योग्य तो न्याय देणारी समर्थ लेखणी तुमच्या निमित्तानं मराठी भाषेला मिळाली. त्या तोडीचं कलम अद्याप आम्हांला मिळालेलं नाही.'' रेसाईडसाहेबांचे ते शब्द ऐकून मी खूप भारावून गेलो होतो. एखाद्या लेखकाला यापेक्षा अधिक कोणतं पारितोषिक मिळू शकतं बरं?

विश्वास पाटील

स्मृतिविशेष आवृत्तीच्या निमित्तानं...

पानिपतचं युद्ध ही महाराष्ट्राच्या काळजात गेली अडीचशे वर्षं रुतणारी ऐतिहासिक घटना. आणि या घटनेवरची 'पानिपत' ही विश्वास पाटील यांची गेली अडीचशे महिने लाखो वाचकांच्या हृदयांत घर केलेली ऐतिहासिक कादंबरी.

ही कादंबरी 'राजहंस प्रकाशना'नं प्रकाशित केली १९८८ मध्ये.

नवख्या लेखकाची सुरुवातीची उतारी. जवळजवळ पाचशे पानांचा ऐवज वागवणारी ऐतिहासिक कादंबरी. अशा सर्व आशंकांवर या साहित्यकृतीच्या अंगभूत सामर्थ्यस्थळांनी मात केली. कुसुमाग्रज-वसंत कानेटकरांसारख्या दिग्गज साहित्यिकांपासून सामान्य वाचकांपर्यंत साऱ्यांनी या कादंबरीला प्रचंड प्रतिसाद दिला. अनेक पुरस्कार अन् सन्मानांनी 'पानिपत' गौरवली गेली. अन्य भाषांमध्ये अनुवादित झाली. नाट्यरूपांतराद्वारे रंगमंचावर आली. प्रतिभाशाली कादंबरीकार म्हणून विश्वास पाटील यांचं मानाचं पान शारदेच्या दरबारात मांडलं गेलं.

पानिपतचं युद्ध लढलं गेलं १४ जानेवारी १७६१ रोजी.

१४ जानेवारी २०११ या दिवशी त्या युद्धाचा अडीचशेवा स्मृतिदिन.

'राजहंस प्रकाशना'नं हा स्मृतिदिन जागवण्यासाठी एक विशेष योजना आखली–

'पानिपत'ची स्मृतिविशेष आवृत्ती.

गेली वीस वर्षं वाचकांच्या मनावर अधिराज्य गाजवणाऱ्या या कादंबरीमध्ये या युद्धाशी संबंधित प्रमुख व्यक्तिरेखा आणि प्रसंगांची चित्ररूपानं जोड द्यावी, अशी सूचना चोखंदळ वाचकांकडून वारंवार येत होती. पण 'पानिपत'ला प्रतिसाद

इतका उदंड होता की, अशी जोड देण्याची योग्य वेळ सापडत नव्हती. तो अवसर या अडीचशेव्या स्मृतिदिनानं दिला. 'पानिपत'ची तिसावी आवृत्ती ही सारी नवी जोड देऊन, नव्या रूपात 'स्मृतिविशेष आवृत्ती' म्हणून प्रकाशित करण्याचा निर्णय घेण्यात आला.

पानिपतच्या समरप्रसंगाशी संबंधित वेगवेगळ्या व्यक्तिरेखांची ऐतिहासिक चित्रं शोधण्यामध्ये पुण्याच्या 'भारत इतिहास संशोधक मंडळा'नं मोलाची मदत केली. सुप्रसिद्ध इतिहासतज्ज्ञ श्री. पांडुरंग बलकवडे म्हणजे पानिपत युद्धाचा चालता- बोलता इतिहास. या युद्धाचं आणि या युद्धात लढलेल्या मराठी वीरांचं प्रत्यक्ष पानिपतस्थळी यथोचित स्मारक करण्याची योजनाही पांडुरंग बलकवडे राबवत आहेत. या आवृत्तीमध्ये समाविष्ट असलेल्या व्यक्तिचित्रांची मूळ चित्रं उपलब्ध करून देण्यात पांडुरंग बलकवडे यांची मोलाची मदत झाली. 'भारत इतिहास संशोधक मंडळा'मध्ये मिळालेल्या या चित्रांचा संदर्भासाठी वापर करण्यास मंडळाचे सचिव प्रा. श्री. मा. भावे यांनी अनुमती दिली. 'राजहंस प्रकाशन' भारत इतिहास संशोधक मंडळ, पांडुरंग बलकवडे आणि प्रा. श्री. मा. भावे यांचे मन:पूर्वक आभारी आहे.

'पानिपत'चं मुखपृष्ठ साकारलं होतं कोल्हापूरचे सुप्रसिद्ध चित्रकार रवींद्र मेस्त्री यांनी. अनेक वाचकांनी या देखण्या, जिवंत मुखपृष्ठाची प्रशंसा करून रवींद्र मेस्त्रींच्या कुंचल्याला भरभरून दाद दिली. आजवरच्या सर्व आवृत्त्या याच मुखपृष्ठानं सजलेल्या होत्या. १९९५ साली रवींद्र मेस्त्री यांचं निधन झालं. या थोर कलाकाराचं पुस्तकाशी जडलेलं नातं कायम ठेवण्यासाठी या स्मृतिविशेष आवृत्तीवरही हेच मुखपृष्ठ ठेवण्याचा निर्णय घेण्यात आला.

आता शोध होता या मुखपृष्ठाला साजेशी चित्रं रेखाटणाऱ्या कलाकाराचा. आणि योगायोगानं या चित्रांसाठी मिळाले रवींद्र मेस्त्री आणि त्यांचे भाऊ अरविंद मेस्त्री यांचे शिष्य – कोल्हापूरचे प्रसिद्ध चित्रकार श्री. संजय शेलार. 'भारत इतिहास संशोधक मंडळा'तून उपलब्ध झालेल्या मूळ ऐतिहासिक चित्रांची श्री. भरत केतकर यांनी अगदी हुबेहूब छायाचित्रं घेतली आणि ती संजय शेलार यांच्याकडे पाठवली. या संदर्भचित्रांच्या साहाय्यानं. कोल्हापूरचे प्रसिद्ध दुर्गअभ्यासक श्री.

भगवान चिली यांच्याकडून अनेक माहिती, संदर्भ तपासून घेत कादंबरीतील वर्णनांच्या आधारे संजय शेलार यांनी या आवृत्तीतील व्यक्तिचित्रं आणि प्रसंगचित्रं रेखाटली. मुखपृष्ठाला साजेशा या रेखाटनांमधून जिवंत चित्रपट उलगडणाऱ्या संजय शेलारांनी जणू रवींद्र मेस्त्रींना ही आदरांजलीच वाहिली आहे. 'राजहंस प्रकाशन' संजय शेलार, भगवान चिली आणि भरत केतकर यांचे आभारी आहे.

'पानिपत'च्या यशामध्ये सिंहाचा वाटा विश्वास पाटील यांचा. आपल्या या उतारीच्या साहित्यकृतीनं 'राजहंस' परिवारात सामील झालेल्या विश्वासरावांच्या बाबतीत औपचारिकतेचे बंध कधीच गळून पडले आहेत. त्यांच्या नंतरच्या कादंबऱ्यांमधून सतत वर्धिष्णू होत राहिलेली त्यांची यशाची कमान अशीच चढती राहो, ही शुभेच्छा.

'पानिपत' ही कादंबरी गेल्या वीस वर्षांत सुमारे दहा लाख वाचकांनी वाचली. वाचनसंस्कृतीचा आणि ग्रंथचळवळीचा प्रसार करण्याचं 'राजहंस प्रकाशना'चं ध्येय. त्या उद्दिष्टाकडे वाटचाल या साऱ्या रसिक, चोखंदळ वाचकांच्या अलोट, उत्साही प्रेमामुळेच शक्य होते. त्या साऱ्यांना मन:पूर्वक धन्यवाद!

'पानिपत'च्या या नव्या रूपालाही वाचकांचा स्वागतशील प्रतिसाद लाभेल, ही आशा.

प्रकाशक

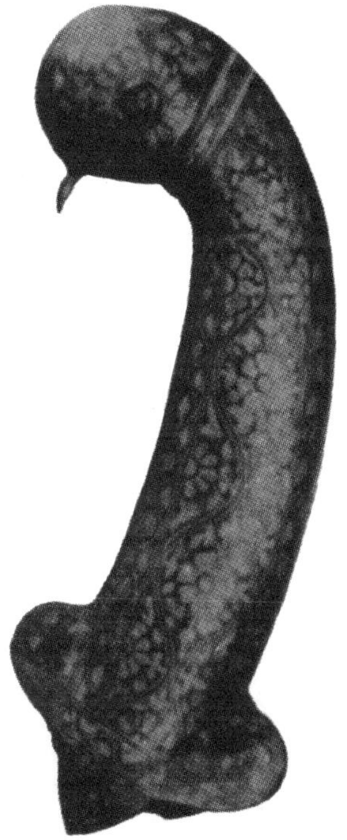

अनुक्रम

श्रीमंत सदाशिवरावभाऊ पेशवे

पालखीचा गोंडा

तिन्हीसांज झाली. यमुनाकाठचा गार वारा मराठ्यांच्या छावणीत घुसला. खाशा छावणीपुढचं जरीपटक्याचं निशाण वाऱ्याच्या झोतासरसं फडफडू लागलं. रघुनाथरावदादांच्या शेजारीच होळकरांचा गोट उभा होता. वाऱ्याच्या झटक्यानं होळकरांचा बांडा झेंडाही डोलू लागला. विठ्ठल शिवदेवांच्या हुकमतीखाली मुख्य फौज दिल्लीवर चालून गेली होती. पाठीमागं राहिलेली लंगडी, कुचकामी घोडी छावणीच्या आजूबाजूला हिंडत होती. छावणीत ठिकठिकाणी शेकोट्या पेटवून सेवक-चाकर धग अंगावर घेत होते. जखमी सैनिक अंगावर झाडपाला फासून राहुट्यांतून, तंबूंतून भाळा मारून बसले होते. खाशा गोटापुढे पसरलेला बाजार सुन्न होता. वाणी-उदमी वह्या-चोपड्या काढून हिसाब-किताब बघत होते. आज-उद्या दिल्लीच्या लाल किल्ल्यावर जरीपटका फडकेल याची सर्वांना खात्री होतीच. दिल्लीच्या रस्त्यारस्त्यांत मराठा वीरांचा आणि नजिबाच्या सैन्याचा फाट्याचा खेळ चालला होता. मर्द विठ्ठल शिवदेव नजिबाला ताणून मारणारच असं छावणीत बोललं जात होतं. एकदा दिल्ली पडली की लागलीच पंजाबमध्ये मुसंडी मारायची, हा दादासाहेबांचा मनसुबा होता. त्या दृष्टीनं छावणीची तयारीही चालली होती. वाण्या-उदम्याला जाता जाता बाजार भरून घ्यायचा होता. स्वार-राउतांना शिकलगारांकडून हत्यारं पाजळून घ्यायची होती. पेंढाऱ्यांना आणि बंजाऱ्यांना वाटेत धनधान्य गोळा करून, लागलीच तर लूटमार करून छावणीच्या पोटाचा जामानिमा बघायचा होता. पंजाबच्या वाटेवर कुरुक्षेत्र लागणार या हिशोबानं पुण्याहून काही गोसावी, बैरागी, भट-भिक्षुक छावणीसंगे आले होते. कोणाला रामगंगेचं पवित्र दर्शन घ्यायचं होतं, तर कोणाला भीष्मकुंडात सचैल स्नान करायचं होतं. दादासाहेबांच्या खाजगीकडच्या डेऱ्यात तर कुरुक्षेत्राची फार ओढ लागली होती. बाईसाहेबांच्या बरोबर पुण्यातल्या आणि आसपासच्या आयाबायांचा तांडा तीर्थदर्शनाच्या आशेनं आला होता. या आधी होळकरणी तीन-तीन वेळा कुरुक्षेत्री जाऊन आल्या आणि

अजून पेशव्यांच्या स्त्रिया गेल्या नाहीत म्हणजे काय?

अब्दालीनं उत्तर हिंदुस्थानची सफाचाट लूट नुकतीच केली होती. तो रूमशामकडं भरल्या लुटीनं चालता झाला होता. त्यानं आपल्या पाठीमागे नेमलेल्या यत्किंचित कमावीसदारांना आणि फुटकळ अमीर-उमरावांना आपण सहज चोपून काढू, असा दादासाहेबांना विश्वास होता. त्याप्रमाणे त्यांनी भरारीही मारली. गंगा आणि यमुनेच्या मधला चाळीस कोसांचा उभा सुपीक पट्टा म्हणजे अंतर्वेद. याच अंतर्वेदीत गेल्या दहा सालांत मराठ्यांचा राबता होता. पण अब्दाली आला आणि अंतर्वेदीसह दिल्ली, आग्रा, मथुरा साफ धुऊन गेला. त्याचा सारंगा घोडा अडवायला कोणीही मायेचा पूत आडवा आला नाही. दिल्ली दिवसाढवळ्या लुटून, दिल्लीकर छाटून त्यानं हिंदुस्थानच्या बादशाहीचं साफ कंबरडं मोडलं. मथुरेत गोसाव्यांची शेंडीही सोडली नाही. 'शेंडी दे नाही तर मुंडी दे' अशी गत केली. गोसाव्यांची आणि गायींची मुंडकी एकाला एक बांधून झाडांना टांगली. विलासपूरच्या सूरजमल जाटाचीही पळता भुई थोडी झाली. अब्दाली माघारी निघाला तेव्हा लुटीच्या गोणी पाठीवर घेतलेले उंट चराचरा वाकले. घोडेस्वार पायउतार झाले. त्यांनी जिनावर लूट-बारदान लादलं आणि मोकळा लगाम हाती धरून ते रूमशामकडे चालते झाले. अब्दालीला एवढी भयंकर लूट मिळाली की, त्यानं ओझ्यासाठी दिल्लीत उकिरडे फुंकणारी मोकाट, मरतुकडी घोडी आणि गाढवेसुद्धा सोडली नाहीत. दिल्लीकरांच्या पागा ओस केल्या. कुंभारांची आणि परटांची गाढवेसुद्धा पाठीवरचा बोजा सांभाळीत घाबरीघुबरी होऊन रूमशामकडं चालू लागली. अब्दालीनं जाता जाता नजीबखानची हिंदुस्थानच्या मीरबक्षीपदी नेमणूक केली. चोराच्या हाती जामदारखान्याच्या किल्ल्या मिळाल्या. जशी जळू अंगाला चिकटते आणि रक्त ओढते तसा नजीबचा स्वभाव. उत्तर हिंदुस्थानात संधी गवसली की तो असा चिकटायचा. जमीनजुमला, द्रव्य, जे घावेल ते शोषायचा आणि आपली सहराणपूरची धनदौलत वाढवायचा.

पंधरा वर्षांमागे अफगाणिस्तानातून पोट जाळण्याकरता आलेला कुठला कोण प्यादा– नजीब. त्याच्या यूं ऽऽऽ म्हणताच मुसक्या बांधू ही दादासाहेबांची उमेद होती. पण पायतळात वर वर दिसणाऱ्या कुजक्या काट्याने आत घर करावे तसा नजीब रुतून बसलेला होता. दिल्लीच्या तटबंदीवर मोर्चे लावून तो बराच काळ आत आबदारी होता. लाहोर आणि दिल्ली दरवाजा, काबूल दरवाजा, काश्मीरद्वार, तुर्की, शिंदीद्वार आणि अजमेरी ह्या साती दरवाजांवर नजिबाच्या सैन्याचा खडा पहारा होता. प्यादा सहसा बाहेर येणार नाही हे दादासाहेबांनी ताडले. त्यांनी प्रतिडाव टाकला. वीस हजार घोडी अंतर्वेदीत उधळली. अंताजी माणकेश्वर, सखारामबापू आणि विठ्ठल शिवदेव हे सरदार गंगा-यमुनाकाठानं भगवा झेंडा नाचवू लागले. आज काय तर मराठा सैन्यानं फाणंद, कोरा लुटलं. उद्या मीरत, सिकंदराबादेत धुडगूस घातला. इकडे भीमथडी तट्टांनी सिकोहाबादची तटबंदी फोडली तर तिकडे इटाव्याच्या

नाकात दम कोंडला. नजिबाच्या मीरतच्या अफगाणांनी भीमथडी तट्टांचा लगाम धरण्याचा प्रयत्न केला तोच विठ्ठल शिवदेवानं अफगाणांची डोसकी सपासप उडवली आणि अंतर्वेद लालेलाल केली.

अंतर्वेद गारद होताच नजिबानं फणा काढला. दिल्लीची कडक मोर्चेबंदी केली. पहाऱ्याच्या टोळ्या वाढल्या. रात्री-बेरात्री मशाली-दिवट्या जाळीत रोहिले भुतासारखे दिल्लीभोवती चकरा मारू लागले. नजिबापासून अंतर्वेद तोडली म्हणजे प्यादा बिन-हातापायाचा झाला हे दादासाहेबांनी ताडलं. तरीही नजीब सहसा हार मानणारा नव्हता. मराठ्यांच्या, काफरांच्या हातून पराभूत होणं म्हणजे कलंक लागणं अशी त्याची धारणा होती. मराठ्यांनी जोर खाल्ला. जोराची मुसंडी देऊन मराठा वीर जुन्या दिल्लीत घुसले. घोड्यांच्या टापांनी चांदणी चौक दणाणून गेला. 'हरऽ हर महादेवऽऽ', 'दीनऽ दीनऽऽ', 'हाणाऽऽ माराऽऽ छाटाऽ लुटाऽऽ' घोषणा-आरोळ्यांनी आसमंत घाबरून गेला. लागलीच दख्खनची घोडी पुराना किल्ल्याला भिडली. किल्लेदार बख्तारखान हा नजीबचा जानी दोस्त होता. त्यानं कडवा प्रतिकार केला. केंजळच्या आबा जगतापानं आपली घोडी बख्तारखानच्या अंगावर घातली. बख्तार रक्ताच्या थारोळ्यात आडवा झाला. तोच मराठा वीरांनी त्याची गर्दन छाटली. विठ्ठल शिवदेवाच्या धुमाकुळीनं दिल्ली हादरली. त्यातच वजीर गाजुद्दीन मराठ्यांना येऊन मिळाला. डोईजड नजिबाचा काटा परस्पर निघावा, ही बादशहाचीही इच्छा होती. बदलत्या परिस्थितीत मराठ्यांना चेव चढला. नजिबाने लाल किल्ल्याचा आश्रय घेतला. नजीब दिसावयास देखणा आणि गाजरासारखा लालेलाल. त्याला आखूड दाढीस मेंदी लावायची सवय होती. त्याचे डोळे बारीक पण तीक्ष्ण. एखाद्यावर नजर रोखली तर समोरच्या माणसाला काळजात सुरामारीच होतेय असं भासायचं. त्यात गाजुद्दीनची गद्दारी लक्षात येताच बिळाबाहेर फणा काढणाऱ्या नागाला भाल्याच्या टोकानं डिवचून धरावं आणि त्याने उगा भाल्याच्या काठीवर सपासप फणा आपटावा तसा नजीब बेहोष झाला होता. दिल्लीच्या रस्त्यारस्त्यांत मराठा-रोहिला संघर्ष जारी होती. रोहिल्यांचा ठिकठिकाणचा अटकाव छेदून मराठे लाल किल्ल्याकडं झेपावत होते. मोहल्यामोहल्यांत शस्त्रास्त्रांची टिपीरघाई सुरू होती. आग ओकणाऱ्या तोफा, बुरूज आणि भिंती गिळत सुटल्या होत्या. धूर आणि धुळीनं साऱ्या दिल्लीत गिल्ला केला होता.

आपल्या बिचव्यात अंगावर शाल पांघरून रघुनाथदादा लोडाला टेकून बसले होते. रघुनाथरावांच्या अंगात थोडी कणकणी असली तरी त्यांच्या तरुण चेहऱ्यावर उत्साह ओसंडत होता. तटबंदीला ढुसण्या देऊन मराठे दिल्लीत घुसले तेव्हाच दादांना फत्ते झाल्याची खात्री झाली. चांदणी चौकात शत्रूला माती चारून मराठ्यांनी बख्तारखानची मुंडी छाटल्याचं ऐकताच त्यांनी मांडीवर आनंदानं थाप मारली. मुहूर्त काढावा आणि नाममात्र अक्षता उराव्या अशीच आता विजयाची अवस्था होती. नजिबाच्या गळ्याचा फास कालत्रयी सुटणार नव्हता. कदाचित आजच लाल

किल्ल्यावर जरीपटका फडकेल या कल्पनेनं त्यांच्या चेहऱ्यावर सारख्या स्मितरेषा डोकावत होत्या. त्यांचा बदलता चेहरा, हावभाव त्यांचे कारभारी सखारामबापू बारकाईनं न्याहाळत होते. अंधार पडू लागताच सेवकानं आजूबाजूच्या साऱ्या समया पेटवल्या. मंद प्रकाशात दादासाहेबांचा चेहरा अधिक खुलून दिसू लागला. आपल्या मांडीवर थाप मारीत दादा उद्गारले,

"बापूऽऽ, विठ्ठल शिवदेव आधीच दिसायला काळेकुट्ट. आज ते नजिबावर काळासारखे झडप घालणार."

"खरं आहे दादासाहेब ऽ! विंचूरकर, होळकर, अंताजी माणकेश्वर, गंधे ही सारी जुनी-जाणती माणसं. दौलतीची सेवा करता करता साठीला आली पण जवानीतील ती तडफ, ती बेहोषी यत्किंचितही कमी झाली नाही."

"बापू, ही सारी मराठी मातीतली माणसं. जातीची चिवट, रगेल आणि मस्त. हे विंचूरकर सरदार होते कोण? सासवडच्या दाण्यांचा मुलगा. घरात काम करेना, पोळासारखा हिंडतो म्हणून दिला हाकलून घरच्यांनी. हा बहाद्दूर गेला साताऱ्याला. कोणाच्या तरी पागेत घोड्यांना खरारा करायचा. एकदा शाहू महाराज शिकारीला गेले. महाराजांच्या हातचं डुक्कर निसटलं म्हणून यांनी सरळ डुकरावर झेप घेतली. दोन्ही मांड्यांत कुत्र्याच्या पिलासारखं डुक्कर दाबून धरलं. महाराजांनी लगेच विठ्ठलरावांना शाबासकी म्हणून पागेतला घोडा दिला. बारगिरी दिली. तेव्हापासून यांची सेवा सुरू झाली. जंजिऱ्याच्या सिद्दीची स्वारी असू दे, दया बहादुराला ठार करायचं असू दे, अगर आप्पांच्या बरोबरचा वसईचा वेढा असू दे. जिथं तिथं या बहादुराच्या तलवारीचं पातं चमकलं. आज हा पठ्ठ्या नजिबाच्या मुसक्या बांधणार आणि माझ्यापुढं त्याला पेश करणार आणि बापू, मी त्या नजिबाला तोफेच्या तोंडी देणारऽऽ."

"ते शक्य नाही दादासाहेबऽऽ," बापू हसले.

"का?" भुवया ताठ करून, एक डोळा मिचकावीत दादासाहेब विचारू लागले, "का? बापू, का शक्य नाही ते? त्याची चामडी आम्ही सोलली तर जाबसाल करायला तो अब्दुल्ल्या रूमशामहून येईल की काय म्हणता?"

"अब्दालीच कशाला, आपल्या जवळची अवती-भोवतीची माणसंसुद्धा नजिबाच्या केसालाही धक्का लावू देणार नाहीत, दादासाहेब."

"कोण, कोण आडवा येतो बापू?" दादांचा चेहरा लालबुंद झाला. "प्रत्यक्ष तीर्थरूप पेशव्यांचे आदेश आहेत– त्या सापाला दूध पाजू नका. त्याला ठेचून, चेचून मारा. तो प्यादा किती मात्रागमनी आहे, हे उभ्या दौलतीला ठाऊक आहे. ह्या खाशा हुकमाच्या तामिलीआड कोण येणार आहे, बापू?"

बापू जोरजोरानं हसू लागले. तसे दादाही बावरले. हसू आवरता आवरता बापू म्हणाले,

"श्रीमंतऽ! काल रात्री दस्तुरखुद्द नजीबउद्दौल्ला रोहिला साक्षात मराठ्यांच्या

छावणीत येऊन, तासभर बसून गेला, असं तुम्हांला कोणी सांगितलं तर खरं वाटेल का?''

''काय बोलता आहात काय बापू?'' दादासाहेब एकाएकी भडकले. त्यांचा हात तलवारीच्या मुठीकडे धावला. डोळ्यांत ठिणग्या फुलल्या. ते ओरडले, ''बापूऽऽ, कुणी बोलावला होता त्या बाटग्याला? तो आलाच कसा? त्याची गर्दन कुणी कशी छाटली नाही? त्याचा यजमान कोण? नाव सांगा फक्त बापूऽऽ त्याच्या खांडोळ्याऽऽ''

''दादासाहेब, दादासाहेब, एवढे अधीर होऊ नका. प्रत्यक्ष सुभेदार मल्हारजीबाबा होळकर यांच्या गोटात येऊन नजीब मध्यान्‌रातीचा तांबूल प्राशुनी गेला असं कुणी सांगितलं तर तुम्ही काय कराल?''

दादांचा चेहरा खर्रकन् उतरला. तोंडातले शब्द ओठांबाहेर येईनात. क्षणभर विश्वास बसेना. बापू हसू लागले आणि दादांची विचित्र अवस्था झाली. थोडे शांत होऊन दादासाहेब म्हणाले,

''नजिबाचा वकील मेघराज सुलुखाच्या निमित्तानं अधेमधे सुभेदारांकडं येतो हे मला माहीत आहे. पण प्रत्यक्ष नजीब? आणि तोही मल्हारबाबांच्या गोटात?''

''तेच सांगतोय दादासाहेब. गोष्टी एवढ्यावरच थांबणार नाहीत. तुम्ही सुभेदारांच्या भिडेला बळी पडणार आणि नजिबाशी सुलूख करणार ही सूर्यप्रकाशाइतकी स्वच्छ गोष्ट आहे दादासाहेब.''

''छेऽऽ छेऽऽ, बापू, असं होणं त्रिवार शक्य नाही. सापाच्या तोंडावरून मायेनं हात फिरवला म्हणून तो थोडाच डसायचा राहणार आहे? तो चावणारच बापूऽऽ.''

''हे माहीत असूनही दादा तुम्ही सुलूख करणारच. विनाअट. नजिबाला दया दाखवून.''

''छेऽ छेऽऽ सुलूखच करायचा झाला तर पन्नास लाखाला मी एक दमडीही कमी घेणार नाही बापू.''

''याच मुद्द्यावर या आधी सुलुखाची बोलणी झाली होती तेव्हा नजिबाचा जबाब काय होता आहे माहीत दादासाहेब– मरगठ्ठ्यांना पन्नास लाखच काय पण यमुनाकाठचे पन्नास गोटेही मिळणार नाहीत आम्हांकडून.''

''पण बापूऽ, नजिबाच्या ताब्यातली अंतर्वेदीतली हरिद्वार आणि ज्वालापूर ही तीर्थक्षेत्रं तरी आम्ही कशी सोडू? तीर्थरूपांचे आदेश–''

''फार जुने झालेत दादासाहेब. आपण समजतो एवढे नजीब अगर सुजाउद्दौला दूधखुळे नाहीत. आज मराठे तीर्थयात्रेच्या निमित्तानं भगव्या पताका घेऊन रामनाम करीत हरिद्वारला, काशी-बनारसला जातील आणि उद्या पताकांच्या काठीला भाल्याची पाती जोडून सारी उत्तर जिंकतील, हे न कळण्याइतके ते मूर्ख निश्चितच नाहीत. तेव्हा दादासाहेब तीर्थ आणि तीर्थांचा जीर्णोद्धार या गोष्टी मनातून काढलेल्या बऱ्या. एक वेळ नजीब स्वहातानं आपली मुंडी छाटून हाती देईल पण तीर्थक्षेत्रं नाही मिळायची!''

रघुनाथराव आणि बापूंची चर्चा चालू असतानाच चोपदारांची ललकारी ऐकू आली–

"आस्ते कदमऽ निगा रखोऽऽ वजीरे हिंदुस्थानऽऽ"

या ललकारीसरसे बापू आणि दादासाहेबांना हसू फुटले. गाजुद्दीन वजीर नुसत्या नावाचा वजीर उरला होता. नजिबाच्या कारवायांनी आणि दिल्लीच्या पडत्या-चढत्या राजकारणानं त्याचे हाल हाल केले होते. त्याचा सदा कावरून-बावरून गेलेला चेहरा, मळकट मंदील आणि धुळीनं भरलेला मांडचोळणा बघून हा वजीरच आहे की शिमग्यातलं सोंग आहे, असा प्रश्न कोणालाही पडावा. त्याचा हत्ती-घोड्यांचा राबरुबाब केव्हाच गेला होता. एक-दोन स्वार घेऊन चाललेला वजीर कोणाला सामान्य बारगिरापेक्षा मोठा वाटायचा नाही. अशीच अवकळा दिल्लीवर आली होती. नादिरशहानं आणि अब्दालीनं दोन वेळा दिल्ली धुऊन नेली. अन्नधान्याविना जनानखान्यातल्या सौंदर्यवती वरचेवर उपासपोटी राहू लागल्या. शाही घोडी मरतुकड्या कुत्र्याचं जिणं जगू लागली. अमीर-उमराव माजले. जाटानं आपली हद्द दिल्लीच्या तटबंदीपर्यंत लोटली. उत्तरेकडून रोहिले निम्म्या दिल्लीत घुसले. यमुनापल्याडचा काठ अयोध्येकर सुजाच्या मांडीखाली गेला. पूर्व काठावर धुणी धुणाऱ्या परटिणीही आम्ही अयोध्येच्या म्हणून दिमाखात बोलू लागल्या. हिंदुस्थानवर एकेकाळी राज्य करणारी दिल्ली आपलं अंग चोरू लागली. तिच्या अंगाचा थरकाप उडू लागला. जुनाट हवेली बुरुजाचे दगड कोसळू लागले.

"या खानसाहेब," दादासाहेबांनी समोरच्या तक्क्याकडं बोट दाखवीत गाजुद्दीनला खुणेनंच बसायला सांगितलं.

रोजच्यापेक्षा वजिराचा चेहरा अधिकच घाबरा दिसत होता. दादासाहेबांच्या चलाख नजरेनं हे हेरलं. ते म्हणाले,

"बोलाऽऽ, काय म्हणते तुमची राजधानी?"

"तिचं नाक आपल्याच मुठीत आहे हुजूर."

"मतलब?"

"सरळच आहे. सहा वर्षांमागं आपले सरदार राणोजी शिंदे आणि मल्हारराव होळकर यांनी दिल्लीच्या बादशहाशी अहमदिया करार केला. त्या करारानं आम्ही मराठ्यांना सहा सुभ्यांची चौथाई दिली. त्याबदली परशत्रूकडून तुम्हीच आमचं रक्षण करायचं. दिल्लीच्या रक्षणाची जोखीम जरीपटक्याची आहे रावसाहेब!"

"तेच कर्तव्य बजावण्यासाठी आम्ही दस्तुरखुद्द पाचारण झालो आहोत."

"पण आज वजिराचंही रक्षण होत नाही बहादूर. आमच्या बेगमेलासुद्धा आज दिल्लीच्या रस्त्यात पायी चालावं लागलं. थोडक्यात अंगावरची वस्त्रं वाचली नाही, तर तोबाऽ तोबाऽऽ" वजिराच्या डोळ्यांतील टिपं त्याच्या सोनेरी दाढीत पाझरली.

"काय बोलता आहात वजीरबहादूर?" रघुनाथराव दादासाहेब गंभीर होऊन विचारू लागले, "शाही जनान्याची बेअदबी करायला कुणाची माय व्याली?"

“दुसरा कोण? तोच तुमच्या सुभेदारकाकांचा धर्मपुत्र. मात्रागमनी नजीब! मी मराठ्यांना मिळालो म्हणून काल गुंड सैनिक घेऊन रात्रीच्या अंधारात माझ्या हवेलीवर कूच करून गेला, माझ्या सेवकांची नाकं छाटली. जनान्यातील बेगमांना रस्त्यावर ओढलं. त्यांची भरजरी वस्त्रं फेडली. अंगावरचे दागिने ओरबाडून घेतले. गनीमसुद्धा असं वर्तन करणार नाहीत.

“घोड्याची लीद एकेकाळी गोळा करणारा हा प्यादा हिंदुस्थानचा मीरबक्षी झाला तरी त्याचे हात शेणातच राहिले, दादासाहेब.

“रावसाहेब, हा प्यादा सहराणपूरकडे एका फुटकळ गावचा जमीनदार झाला तेव्हा त्यालाच मी दिल्लीला बोलावलं होतं. तेव्हा तो रात्री दुसऱ्यांची घोडी, बैलं पळवायचा. बाजारात विकायचा. त्याला दिल्लीत घुसण्याची संधी मी दिली. जामा मशिदीच्या साक्षीनं त्यानं कुराणावर हात मारून शपथ खाल्ली होती– आजन्म मी तुमची संगत-सोबत सोडणार नाही. त्याची आज माझ्या बेगमेच्या वस्त्राला हात घालण्याची तमन्ना व्हावी? असा बगलेत सुरा खुपसणारा नजिबासारखा माणूस आम दुनियेत मिळणार नाही. मी हात जोडून सांगतो रावसाहेब, काहीही करा, पण या पाताळयंत्री माणसावर विश्वास ठेवू नका. त्याच्याशी सुलूख करू नका. दयामाया दाखवू नका. एक दिवस तुमच्या पायातला तो सराटा होईल. तुमच्या मराठी दौलतीला ग्रहण लावील. दिवसा चांदण्या मोजण्याची वेळ आणील!”

“खानसाहेब, हा दादासाहेब म्हणजे कुणी भोटमामा नाही. माझी हिंदुस्थानची ही दुसरी मोहीम आहे. उडत्या पाखराची पिसं, मग ती लाल कोणती, निळी कोणती हे सारं या रघुनाथरावाला माहिती आहे!” रघुनाथकाका कढईसारखे उकळू लागले. लालेलाल होऊन म्हणाले, “बापूऽऽ, तुम्हीही ऐका, त्या नजिब्याशी सुलूख नाही. दया नाही. माया नाही. ओंकारेश्वराची शपथ घेऊन सांगतोऽ त्या नजिब्याची तंगडी फासटून एक यमुनेच्या डाव्या काठाला आणि दुसरी उजव्या काठाला टाकीन, तरच हा राघोबा तापी-नर्मदा ओलांडून दक्षिणेत जाईल!”

□

क्षितिजाआडून सूर्यदेवानं आपले डोळे किलकिले करीत वसुंधरेकडे पाहिले. त्याची सुवर्णप्रभा सगळीकडे फाकली. सोनेरी किरणांत बुरुजांची, मंदिर-मशिदींची शिखरं उठून दिसू लागली. तिरपी सुवर्णकिरणं शांत, धीरगंभीर यमुनेच्या पात्रात आगळी भासू लागली. नेसूच्या धोतरावर उघड्याबंब अंगाने रघुनाथदादा पात्रात उभे होते. त्यांच्या बाजूला रेणको अनाजी, जनार्दन राम हे सरदारसुद्धा सूर्यदेवाला अर्घ्य देण्यासाठी उभे होते. कोण वाईकर, कोण शिंगणापूरकर तर कोणी नाशिककर असे पाचपन्नास भटजी, उपाध्याय, भिक्षुक मंडळीही पवित्र स्नानात दंग होती. रघुनाथरावांनी भक्तिभावानं यमुनेला नमस्कार केला. ओंजळीत पाणी घेऊन ते उगवत्या भास्कराला अर्घ्यदान देत देत पुटपुटू लागले–

"ॐ भूर् भुवस्व:... ॐ भर्गोदेवस्य धीमही धियोयोन: प्रचोदयात्..."

दादासाहेब स्नान उरकून यमुनाकाठाकडं निघाले. तोच "होऽ होऽऽ अधर्मऽऽ अधर्मऽऽ" करून भिक्षुक ओरडले. पात्रातून वाहत येणारी कुठली तरी वस्तू पाहून त्यांनी अंग चोरलं. सारे भयभीत नजरेनं बघू लागले. एवढ्यात ती वस्तू आली आणि दादांच्या समोरूनच जाऊ लागली. ते गायीचं हाडूक पाहताच दादांचा शांत चेहरा लालबुंद झाला. त्यांनी तिखट नजरेनं सरदार पायगुड्यांकडं पाहिलं. तेही खजील झाले. आजूबाजूची ब्राह्मणमंडळी म्हणू लागली–

"किती दिवस हा अधर्म चालायचा? फार झालं. या पवित्र स्थळी हा अत्याचार-"

दादासाहेबांनी काहीच प्रतिक्रिया व्यक्त केली नाही. गर्रकन् परत फिरून पाण्यात पुन्हा एक डुबकी मारली. बाकीच्या मंडळींचेही दुहेरी स्नान झाले.

दमदार पावलं टाकीत, मंत्र पुटपुटत दादासाहेब छावणीजवळ आले. खाशा डेऱ्याशेजारीच एका तंबूत दादासाहेबांचा एक खास देव्हाऱ्याचा बिचवा असायचा. ते कोठेही स्वारी-शिकारीला निघोत, हा देव्हारा ठरलेलाच. ओंकारेश्वर, पर्वती, कसब्याचा गणपती ते ज्योतिर्लिंग आणि खंडेरायापर्यंत साऱ्या देवदेवता दादांच्या बरोबर असायच्याच. देवपूजा झाल्याशिवाय दादा पाण्याचा घोटही घेत नसत. अगदी कुचाचा, प्रत्यक्ष युद्धाचा दिवस असू दे, दादासाहेब बिनदेवदर्शनाचे बाहेर पडणार नाहीत. दादांनी आज गडबडीत देवदर्शन संपवलं. उपाध्यायांनी दिलेलं तीर्थ प्राशन केलं. बिचव्याबाहेर आलेले दादासाहेब समोरच्या सेवकावर डाफरलेच– "जा रेऽऽ, सुभेदारकाकांना आत्ताच्या आत्ता बोलावून आणऽऽ." झटक्यानं दादासाहेब बैठकीच्या डेऱ्यात आले आणि उग्र चेहऱ्यानं, तशाच उघड्या अंगानं लोडाला टेकून बसले. दबकत्या पावलानं सखारामबापू, रेणको अनाजी, पायगुडे ही मंडळी दादासाहेबांच्या शेजारी येऊन बसली. आता काही तरी घडणार, हे छावणीभर व्हायला वेळ लागला नाही. खाशा डेऱ्यांपुढे मराठा शिपाई, त्यांची बायकापोरे, एवढेच नव्हे तर कामाठी, कुणबी, व्यापारी, शिकलगार आणि पेंढारीसुद्धा जमले. शिपायांची आपापसात बोलणी सुरू झाली, "हे रग्गड झालं", "जेव्हा सापडला तेव्हाच कोंबडीसारखा फासटायला पाहिजे होता,", "शत्रू तो मित्र आणि म्हणे माझाच धर्मपुत्र."

सर्व जण शांतच होते. थोडा अंदाज घेऊन रेणको अनाजींनी विषयाला तोंड फोडलं, "आम्ही प्रथमपासून सांगतो आहोत दादासाहेब, हा नजिब्या साधा नाही. काळराहू आहे. मराठी दौलतीला लागलेलं ग्रहण आहे. गेल्या साली अब्दालीची स्वारी मथुरेवर गेली. ज्या ठिकाणी भगवान कृष्णाच्या दैवी लीला घडल्या, तिथं ह्यानं अत्याचाराचा कळस केला. या नजिब्यानं सोन्याच्या देव-देवता पळवल्याच पण सुंदर दिसणाऱ्या माताभगिनी लांबवल्या. घरंदाज स्त्रियांना बटीक केलं. म्हणूनच जेव्हा विंचूरकरांनी त्याला आणि त्याच्या सोबत्यांना जेरबंद केलं, तेव्हाच आम्ही सांगत होतो, ह्याला मोकळा सोडू नका. छाटा. असाच यमसदनाला धाडा."

"पंत, तुम्हीच का असे बोलत होतात?" मध्येच सरदार पायगुडे म्हणाले,

''नजिब्याशी सुलुखाची बोलणी चालली तेव्हा छावणीतली न कळती बायकापोरंसुद्धा डेऱ्यापुढं गिल्ला करीत होती– त्या सैतानाला सोडू नका. बाटग्याला सोडू नका.''

''सुलूखऽ, कसला तो सुलूख?'' सखारामबापू हसत म्हणाले, ''पहिली पन्नास लाख दंडाची भाषा चालली होती. अवघ्या पाच लाखांत सारं संपलं. तीही रक्कम कमी पडतेय म्हणे. अंताजी माणकेश्वरांना दिल्लीची सुभेदारी मिळाली तेवढाच मराठ्यांचा फायदा.''

''दिल्ली सोडली आणि म्हणे सहराणपूरला निघाला. आता यमुनाकाठी मुक्काम आहे. तिकडे जाईल तेव्हा खरा. तोवर रोज दिवसाढवळ्या अधर्म चालला आहे. गाई कापतो. गाईची हड्डी, बरगड्या नदीत फेकतो. परवा तर काठावर मी एका वेळी वीस-पंचवीस गाईंची मुंडकी पाहिली. पेशव्यांपुढं याला उभा केला असता तर याचा चारदा कडेलोट झाला असता. अहो, कालची गंमत न्यारीच. मी गायत्री मंत्र पुटपुटला. सारं उरकलं. मिटल्या डोळ्यानं चूळ भरायला गेलो आणि तोंडात प्रत्यक्ष गोमातेची आतडीऽ. छी: छी:'' रेणको अनाजींनी कसनुसा चेहरा केला.

सारे हसले. सखारामबापूंनी सेवकाला खूण केली. सेवकानं गोमूत्राचं पात्र आणलं. गोमूत्र साऱ्यांच्या अंगावर शिंपडलं. सरदार मंडळींना पवित्र वाटलं. रेणको अनाजींना बरंच काही बोलावंसं वाटत होतं. पण खाशांच्या तोंडासमोर साऱ्याच चुका एका वेळी कशा पढायच्या? दादासाहेबांनी नजिबाची तंगडी फासटण्याची घोर प्रतिज्ञा करून पाच-दहा दिवससुद्धा लोटले नव्हते. रघुनाथदादा म्हणजे सांबाचा अवतार, हे पुन्हा एकदा सिद्ध झालं होतं. जेव्हा मराठ्यांनी दिल्ली जिंकली आणि एकापेक्षा वरचढ एक असे शाही सरदार, अमीर-उमराव दादासाहेबांच्या डेऱ्यात आले, त्यांनी माना लववून कुर्निसात केला तेव्हा विजयाचा आनंद दादासाहेबांच्या तोंडावर मावेना. त्यात माणकेश्वर गंध्यांना दिल्लीची सुभेदारी आणि मराठी राज्याला माळवा, गुजरात, अजमेर आणि आग्रा हे प्रांत लिहून मिळाले, तेव्हा दादांना स्वर्ग दोन बोटे उरला. तरीही त्यांचा नजिबावर दात होता. कोणत्याही स्थितीत त्याचं पारिपत्य करा, हा पेशव्यांचा आदेश ते विसरले नव्हते. पण त्यांच्यापेक्षा दुप्पट उमर असलेले मल्हारजी होळकर जागेवर आले. त्यांनी ''मेलेल्याला काय मारायचं?'' म्हणून गळ घातली. नजीब यापुढे दिल्लीच्या राजकारणात लक्ष घालणार नाही हे परोपरीनं पटवून सांगितलं. त्यांचा सल्ला डोळ्याआड करण्याइतके मल्हारराव किरकोळ नव्हते. उत्तर हिंदुस्थान पायाखाली घालता घालता त्यांच्या अंगाखाली किती तरी घोडी बाद झाली होती. मिश्या आणि कल्ले पिकले होते. अजूनही सुभेदार आपल्या सैन्यानिशी कुठे गेले तर ''मल्हार आयाऽ'' म्हणून कापरं भरलेलं शत्रुसैन्य दाही दिशा पाठीला पाय लावून पळत होतं. सुभेदारांच्या बरोबर विंचूरकरांसारखे वृद्ध सरदारही मराठा सैन्यात होते. त्यांचा मान ठेवायलाच हवा होता. तरीही नजिब्याला ठेचायला पाहिजे होता. विजयाच्या कैफात दादासाहेबांनी दुसरा विचार जरा बाजूला ठेवला. काय करून करील नजीब? नजीब म्हणजे कोण वस्तू? पण अवघ्या चारच

दिवसांत नजिबाने आपली नजीबगिरी दाखवायला सुरुवात केली होती.

सेवक आत आला. सुभेदार आल्याची वार्ता सांगून गेला. मसलतीच्या डेऱ्यात केव्हाही मल्हारजी होळकर आले की, दादासाहेब सावरून बसायचे. त्यांच्या हालचालीत आदब जाणवायची; पण आता समोरच्या लोडाला टेकून सुभेदार बसले तरी दादासाहेब तसूभरही हलले नव्हते. त्यांच्या डोळ्यांत साकारलेला तिखट तांबूसपणाही कमी झाला नव्हता. उलट त्याला झळाळी आली होती. आपल्या राठ मिश्या आणि कल्ल्यांवरून हात फिरवून उग्र चेहऱ्याने सुभेदार दादासाहेबांकडे बघू लागले. सुभेदारांचा चेहरा कोणीही पाहिला तरी अनेक उन्हाळे-पावसाळे, चढाया-लढाया, मुलूखमाणसं पाहिल्याचा भाव त्यांच्या मुखावर दिसायचा. धीरगंभीर आवाजात सुभेदार म्हणाले,

"बोला दादासाहेब, सकाळी सकाळी काय हुकूम?"

"हुकूम कसला? आम्हांला तुमची आज्ञा हवी आहे."

"आज्ञा? आणि आम्ही?"

"होय," दादासाहेब छद्मी हसत म्हणाले, "तुम्ही दौलतीचे जुने-जाणते सरदार, तेव्हा तुमचीच आज्ञा हवी आम्हांला. रोज सकाळी यमुनेत उभं राहून आम्ही सूर्यनारायणाला कोणतं अर्घ्य द्यायचं? ओंजळभर उदकाचं की गोमातेच्या कातड्याचं-आतड्याचं?"

सुभेदारांना चटकन काही बोलायचं सुधरेना. दादासाहेबांची चर्या लालेलाल झाली.

"काकासाहेब, तुमच्या धर्मपुत्राचे प्रताप पाहिलेत का? सारी छावणी आम्हांला छी:थूऽ करायला लागली आहे. जेव्हा तो साप आमच्या हाताला लागला होता तेव्हा त्याला पिळून-फासटून त्याचं रक्त-विष काढा म्हणून साऱ्या मराठ्यांनी आकांत मांडला होता, पण तुम्ही त्याला धर्मपुत्र मानून टोपलीत सुरक्षित ठेवला. आता तो फूत्कारू लागला आहे. आमच्या धर्मावरही गंडांतर आणलं आहे त्यानं. बोला काय करता आहात त्याचं?"

"मी बोलतो, समजावतो त्यालाऽऽ."

"पोटचा पोर असल्यासारखे त्याचे लाड करू नका, सुभेदारकाका," दादासाहेब झटकन उभे राहिले आणि त्वेषानं मल्हारबाबांकडं बोट करीत म्हणाले, "केवळ तुमच्या वयाला आणि मराठी राज्याच्या सेवेला मान द्यायचा म्हणून मी ओंकारेश्वराची भरल्या तोंडानं घेतलेली आण केवळ तुमच्यासाठी मोडली. आता याउपर तुम्हांला सांगून ठेवतो, आमच्या स्नानसंध्येच्या जागी त्या नजिबानं गोवधाचा असा तमाशा पुन्हा केला तर त्याला जागच्या जागी ठेचून मारीन. त्याचं मांस घारी-गिधाडांना पेश करीन. जा आणि आपल्या धर्मपुत्राला आवरा."

ताड ताड पावलं टाकीत दादासाहेब खाजगीकडे निघून गेले. सुभेदारही उठले आणि आपल्या डेऱ्याकडे शांतपणे चालते झाले. दादासाहेबांच्या उग्र अवताराची

चर्चा दिवसभर छावणीत सुरू होती.

रात्र झाली. अंधाराचा आश्रय घेऊन यमुनाकाठचा बोचरा वारा वाहू लागला. राहुट्याराहुट्यांपुढे शेकोट्या पेटल्या. छावणीभर ज्वालांचे पुंजके दिसू लागले. गारठलेली छावणी धग घेऊ लागली. जेवणं लवकर आटोपली. शेकोटीत शेणीची खांडं टाकून मराठा वीर शेजारीच उबेसाठी कलंडले. घोरू लागले. बोचऱ्या थंडीची सवय नसलेली भीमथडी तट्टं एकमेकांच्या अंगाला अंग घासू लागली. तोफांची खिल्लार बैलं एकमेकांच्या गळ्यात गळा घालून उबदार पडली. उंट आपली वेडीवाकडी मान अधिक वाकडी करायला लागले. कुत्र्यांनी गाड्यांच्या साठ्यांखाली आसरा शोधला. सारी छावणी पेंगता पेंगता झोपेच्या अधीन होऊ लागली.

रात्रीच्या अंधारात होळकरांच्या गोटातून बाहेर पडलेले सहा-सात स्वार यमुनेच्या काठाकाठाने वर सरकू लागले. चावऱ्या वाऱ्याचा प्रतिकार म्हणून त्यांनी जाड खानदेशी घोंगड्यांची खोळ करून त्यावर टापर बांधली होती. थंडीत कुडकुडणारी घोडी यमुनाकाठानं हिंदकळत चालली होती. सर्वांच्या तोंडाला स्वत: सुभेदार होळकर होते. कोसाची वाट सरली आणि समोर ठिकठिकाणच्या टेंभ्यांच्या उजेडात शत्रूची छावणी दिसू लागली. घोड्यांच्या टापांचा दूरवरून अस्पष्ट आवाज येताच यवनी कुत्री भ्वांऽऽ भ्वांऽऽ करून पुढे झेपावली. तसे गस्तीचे शिपाई पुढे धावले. नजिबाचे सारे सैनिक मल्हारबाबांना ओळखत होते.

मोठ्या तांबड्या डेऱ्यापुढे सुभेदारांचा घोडा थांबला. सुभेदार पायउतार होऊन आत जाऊ लागले. डेऱ्यातून चिरागदानांचा मंद प्रकाश कनातीच्या बाहेरही डोकावत होता. अजून नजीब जागाच दिसत होता. समोर सुभेदार उभे दिसताच तो उठून उभा राहिला आणि दोन्ही हातांचा कवळा लांब करीत ओरडला,

"आवोऽऽ मेहरबान, बाबाजानऽऽ एवढ्या रात्री आपल्या बछड्याची याद कशी आली?"

सुभेदारांनी नजिबाकडं पाहिलं. मंद उजेडात त्याचा तांबूस चेहरा खुलून दिसत होता. घारे डोळे दिवसापेक्षा रात्रीतच जास्त चमकत होते. हालहवाल, वास्तपुस्त झाली आणि सुभेदार एकाएकी गंभीर होऊन म्हणाले,

"नजीबऽ, हा वेडेपणा सोड. कशासाठी रोज गायींची हत्या करून, जिथं आमची ब्राह्मणमंडळी आंघोळी करतात तिथंच तू घाण टाकतोस? आपल्या दोस्तीत कशासाठी बिब्बा कालवतोस?"

"दोस्ती नव्हे बाबाजान. आपले पिता पुत्रांचे संबंध आहेत, पण संबंध राजकारणातले आहेत. धर्मकारणातले नव्हेत! मी गाय मारेन नाहीतर वाघ मारेन, त्यात नाक खुपसण्याचा तुमच्या रघुनाथाला काय अधिकार? हा पुरा आमचा खाजगी, धार्मिक मामला आहे."

"पण नजीब, तुम्हां दोघांत मी सुलूख घडवून आणला आहे. सारा दोष माझ्या

माथी लागेल. नजीब, रघुनाथराव फारच संतापलेत. त्यांच्या हुकमाची तामिली करणारे माझ्यासारखे अनेक सरदार त्यांच्याकडे आहेत. तुला तोफेच्या तोंडी देण्याची त्यांची भाषा आहे. सांभाळून, बेटा नजीब.''

''तुमचा दादासाहेब किती पराक्रमी आहे हे सर्वांना माहीत आहे!'' हसून नजीब म्हणाला, ''अब्दाली बादशहाचा बंदोबस्त करण्यासाठीच तुमच्या दादाला धाडला नं पेशव्यानं? मग अब्दाली असेपर्यंत राजपुतान्यात बळे बळे खेकटी काढून तो वेळ का दवडत होता? बादशहा अफगाणिस्तानकडे जाताच उसनं अवसान धारण करून आला तुमचा दादासाहेब! अरे, एवढा गाझी होता तर का आला नाही समोरासमोर?''

''नजीब, जे ताटात वाढलं आहे त्याचा आधी विचार कर. दोस्त म्हणून पुन्हा सांगतो, रघुनाथ जितका चांगला तितका जहरी आहे. गोहत्या थांबवली नाहीस तर तो तुला उद्या जित्ता ठेवणार नाही.''

संतापून जिभल्या चाटणाऱ्या नागाप्रमाणे नजिबाचा मुखडा लालेलाल झाला. तोंडावरचे घामाचे थेंब उजेडात चित्रविचित्र दिसू लागले. आपल्या दाढीला जोराचा हिसडा देत नजीब म्हणाला,

''जा आणि सांगा तुमच्या पेशव्यालाऽऽ, गाईवरची सुरी हा नजीब कदापिही थांबवणार नाही. हा नजीब धर्मासाठी प्राण द्यायला तयार आहे. धर्मयुद्धासाठी, जिहादसाठी जे लढतात त्यांना आमच्या धर्मात गाझी म्हणतात. आज आमचं सैन्यबळ थोडं आहे म्हणून तुमचा पेशवा ऐट करतो. जा सांगा त्याला, नजिबाचा एकेक माणूस गाझी होण्यासाठी एका पायावर तयार आहे.''

''नजीब, तू एवढा धर्म मानतोस आणि गाजुद्दीनला साथ देईन म्हणून तू पवित्र कुराणाची शपथ खाल्ली होतीस. त्याच्याच बेगमेला तू–''

''बाबाजान, ह्या फजूल बाता सोडा. सांगा तुमच्या पेशव्याला, आम्ही मरणाकरता तयार आहोत.''

तिसऱ्या दिवशी सूर्योदयापूर्वी नेहमीप्रमाणे रघुनाथदादा ब्राह्मण-उपाध्यायांसमवेत पवित्र स्नानाकरिता गेले. सारा यमुनाकाठ त्यांना रक्ताळलेला दिसला. आंघोळीच्या जागी गाईचे भले दांडगे सांगाडे मुद्दाम टाकलेले होते. पंधरा-वीस मुंडकी काठावर दिसत होती. गाईंचे अर्धमिटले डोळे निर्जीव नजरेनं दादांकडे पाहत होते. दादासाहेबांनी पुनः पुन्हा काठाकडे दृष्टिक्षेप टाकला. मुंडक्यांची शिंगं त्यांच्या काळजाला ढुसण्या देऊ लागली. दादासाहेब क्षणमात्र थांबले आणि बिन-आंघोळीचे परत फिरले. त्यांच्या बरोबरीची मंडळीही माघारी वळली. सारे छावणीत परतले.

साहेबी नौबत वाजू लागली. त्यासरसे डंकेही वाजू लागले. तुताऱ्या आभाळभेदी आवाज काढू लागल्या. साऱ्या छावणीत हलकल्लोळ माजला. ''चला उठाऽऽ युद्धाची तयारी करा.'' आरोळ्यांनी छावणी भरून गेली. शिपाईगडी उत्साहानं नाचू लागले. खुंट्यांना अनेक दिवस बांधलेली घोडी सुटली. त्यांच्या पाठीवर जीन

चढताच ती हुशार होऊन अंग झाडू लागली. उंट आळोखेपिळोखे देत उभे राहिले. डोईला पगड्या बांधून, भरदार झगा घातलेले शिलेदार कमरेला दाब बांधू लागले. तलवारी म्यानाबाहेर पडल्या. कोवळ्या सूर्यकिरणांत चमकू लागल्या. भाले डोकी वर काढून नाचू लागले. नौबती, डंके आणि तुताऱ्यांनी सारा आसमंत दणाणून गेला. ''हर हर महादेवऽऽ'' गर्जना आभाळाला भिडली. जरीपटक्याचं निशाण कुचासाठी तयार झालं. साऱ्या सैनिकांची तोंडं उजळली. नजिबाशी झालेला सुलूख कोणालाच नको होता. उलट बाटग्याला चिरा, त्याचा कडेलोट करा अशीच साऱ्यांची भावना होती. आता ती संधी अचानक चालून आल्यानं सारे मराठे वीर चेकाळून गेले.

एकेक सरदार आपला जामानिमा करून तयार होऊ लागला. ''चलाऽऽ लवकर,'' काही उत्साही वीर ओरडू लागले. इतक्यात पुऱ्या तयारीनिशी दादासाहेब डेऱ्याबाहेर आले. तसा ''हरऽ हरऽऽ महादेव''चा प्रचंड जयघोष झाला. दादांचा निश्चयी चेहरा रुबाबदार दिसत होता. त्यांनी भरजरी मंदील शिरी धारण केला होता. गळ्यातल्या पाचूच्या माळा कोवळ्या किरणांत उठून दिसत होत्या. रत्नजडित कमरदाब आज जास्तच आवळून बसला होता. डेऱ्यापुढे पांचाळी अश्व खाशांची वाट पाहत उभा होता. दमदार पवित्रा घेऊन दादासाहेब अश्वारूढ झाले. सारे सैनिक थक्क झाले. दादांच्या कमरेला म्यान नव्हते. त्यांची रत्नजडित नंगी तलवार हातात चमकत होती. महाभारतातल्या आयुधाप्रमाणे प्रकाशकिरणांत चमचमत होती. तिच्या पात्यातून आगीच्या ठिणग्या पडत असल्याचा भास होत होता. दादासाहेबांनी घोड्याला टाच मारली आणि ते ओरडले,

''चलाऽऽ''

''हरऽ हर महादेव,'' नाऱ्यावर नारा झडू लागला. नौबतीच्या, डंक्याच्या ठेक्यावर मराठा वीर पुढे झेपावू लागले. घोडी खिंकाळू लागली. सैनिक रणमदाने बेभान झाले.

सैन्य पाच-सहा कासरे पुढे सरकलं असेल-नसेल तोच होळकरांचा घोडा दौडत समोरून आला. बघता बघता त्यांचा घोडा दादासाहेबांच्या घोड्याला समोरून भिडला. थांबला. सुभेदार होळकर पायउतार झाले. या अनपेक्षित प्रसंगानं सारं सैन्य जागच्या जागी थबकलं. साऱ्यांच्या काळजात कालवाकालव झाली. आता काय होणार? श्वास रोखले. तिखट करड्या नजरेनं दादासाहेबांनी होळकरांकडे पाहिलं. होळकरांनी दादासाहेबांच्या घोड्याचा गचकन लगाम धरला आणि विचारलं,

''कुठं निघालात?''

''तुमच्या धर्मपुत्राची, आमच्या बंधूंची भेट घ्यायला.''

''मी जाऊ देणार नाही.''

''का?''

''तो आता एकटा आहे. माझा आश्रित आहे. आश्रिताला मारणं पाप आहे.

त्याचं सैन्य कमी आहे, आश्रित–''

''आश्रितच घर पेटवू लागला तर काय करायचं?'' दादासाहेबांनी सवाल केला.

''ते काही असलं तरी मी तुम्हांला त्याच्यावर जाऊ देणार नाही.''

''आम्ही कुणाच्याही बापाचं ऐकणार नाही,'' दादासाहेब कडाडले.

दादासाहेबांनी टाच मारताच घोडा दोन पावलं पुढं झाला. त्याबरोबर किंचित पुढं ढकललेल्या सुभेदारांनी घोड्याचा लगाम दोन्ही हातांनी जाम ओढून धरला आणि ते त्वेषानं ओरडले,

''तुम्ही कालची पोरंऽ आम्हांला राजकारण शिकवता? अरे तुमचा बाप– प्रत्यक्ष बाजीराव पेशवाही आमचा शब्द कधी मोडायचा नाही. आमच्यावर त्याचा एवढा विश्वास आणि श्रद्धा– निजाम्यांच्या बेगमेनं त्याला बघण्यासाठी खाजगीत बोलावलं तेव्हासुद्धा तो आम्हांलाच संगत घेऊन गेला–''

''साऱ्या गोष्टी माहीत आहेत आम्हांला,'' दादासाहेब म्हणाले, ''काका, बाजीरावाला प्रत्यक्ष ढेकूळ मारणारा आणि प्रसंगी त्याच्या छातीला तलवारीचं पात लावणारा खंदा वीर तुमच्याशिवाय मराठी दौलतीत दुसरा कोण होता?''

''म्हणूनच सांगतो, तुम्हांला आज माझं ऐकावं लागेल.''

''जन्मदाता बाप जरी इथं अवतरला तरी मी कुणाचं ऐकणार नाही!'' दादांच्या डोळ्यांत ठिणग्या फुलल्या.

सुभेदारांनी घोड्याच्या लगामावर जोराची पकड दिली. ते त्वेषानं गरजले,

''रघुनाथराव, नजिबावर तलवार चालवण्यापूर्वी त्या तलवारीनं आधी माझी खांडुळी करा आणि मगच पुढे व्हा. तोवर प्राण गेला तरी मी लगाम सोडणार नाही. तुम्हांला पुढं जाऊ देणार नाही.''

दादासाहेबांनी दणकन घोड्यावरून खाली उडी ठोकली. ते जळत्या नजरेनं सुभेदारांकडं पाहू लागले. तसे सुभेदार गरजले,

''अरे बघतोस काय? घे तलवार आणि घाल डोक्यात. कर भकलं. तुमची आयुष्यभर सेवा केली. केस पिकले. आता फेडा पांग. करा खांडुळी.''

सुभेदारांनी त्रागा सुरू केला. सारं सैन्य हतबल झालं. सरदार विंचूरकर कोपरापासून हात जोडून रघुनाथरावांच्या पुढे उभे राहिले. त्यांनाही काही बोलायचं सुधरेना. सुभेदार हटेनात. एकाएकी दादासाहेबांच्या मनाचा बांध फुटला. डोळ्यांत झरझर आसवं उभी राहिली. ते कळवळले, ''काका, काय करता आहात हे? कसं समजावू? कसं बोलू?'' दादासाहेबांना हुंदका अनावर झाला. त्यांनी पाठीमागे हात टाकले. हातात नंगी तलवार घेऊन खाली मान घातलेले रघुनाथराव छावणीकडे एकटे माघारा चालू लागले. मनाचा कढ हातातल्या तलवारीवर काढू लागले. हात चिरू लागला. तलवारीच्या पात्यावर तांबडंभडक रक्त दिसू लागलं. सारी छावणी हेलावून गेली.

□

श्रीमंत रघुनाथराव पेशवे

उज्जैन ओलांडून शिंद्यांची पथकं उत्तरेकडे निघाली होती. घोड्यांच्या खुरांनी धूळ उडून धुळीचे ढग आभाळात जात होते. हत्तीच्या गळ्यातला घंटानाद वातावरणात एक लय निर्माण करीत होता. तोफांचे गाडे ओढीत, गळ्यातल्या घुंगरांचा खुळूम् खुळूम् आवाज काढीत बैलं दुडक्या चालीनं चालत होती. भरजरी पाखरा घातलेल्या जव्हेरगंज हत्तीवर अंबारीत जनकोजीबाबा शिंदे बसलेले होते. दोन सेवक चामरं ढाळीत होते. तेवढाच गारवा वाटत होता.

जनकोजीची उमर अवघी सोळा-सतराची होती. ओठ पिळले तरी दूध निघावं

असा मुखचंद्रमा. कोवळा लुसलुशीत. नानासाहेब पेशव्यांनी उत्तरेचा, विशेषत: लाहोर मुलतानकडचा बंदोबस्त शिंद्यांवर सोपवला होता. अहमदिया करार होऊन सात-आठ वर्षं लोटली होती. या करारानं दिल्लीच्या बादशाहीच्या रक्षणाची जोखीम मराठ्यांच्या स्कंधावर आली होती. बादशहाशी हा करार करणाऱ्या मल्हारजी होळकरांबरोबर प्रत्यक्ष जनकोजीचे पिता जयाप्पा शिंदे होते. दोन सालामागं त्यांचा कपटानं वध झाला होता. दिल्ली, अजमेर प्रांतापासून प्रयाग धरून बंगालाकडं घोडदौड करणाऱ्या राणोजी शिंद्यांचा जनकोजी नातू होता. जनकोजीच्या रूपानं मराठी दौलतीच्या सेवेसाठी शिंद्यांची तिसरी पिढीही खपत होती. जनकोजींचे चुलते दत्तोजी शिंदे आणि नानासाहेब पेशव्यांची जनकोजीवर भिस्त होती. उत्तरेतल्या मराठ्यांच्या गाड्याची शिंदे-होळकर ही दोन चाकं होती. बाजीरावानंतर चाकांना थोडं वंगण कमी पडलं. चाकं कुरकुरू लागली. पण तरीही अजून गाडा दोन चाकांवरच मार्गक्रमण करीत होता.

नुकताच रघुनाथरावांनी अटकेवर जरीपटका फडकवला होता. घरच्या कारभारासाठी पेशव्यांनी रघुनाथदादाला मायदेशी बोलावला होता. पंजाबच्या बंदोबस्ताची जागा शिंद्यांनी भरून काढावी असा पेशव्यांचा मनसुबा होता. रघुनाथदादा आणि मल्हारराव पंजाबमध्ये तलवार गाजवून दक्षिणेच्या वाटेवर असल्याच्या वार्ता जनकोजीला हरकाऱ्यांकडून अधेमधे मिळत होत्या. दत्ताजीकाका स्वत:च्या लग्नासाठी चांभारगोंद्याला गेले होते. दत्ताजीच्या लग्नात मिरवण्याची जनकोजीला भारी हौस होती; पण अचानक श्रीमंत पेशव्यांचा हुकूम झाला. जनकोजीची बायको काशीबाई लग्नानिमित्त चांभारगोंद्यास गेली आणि तो स्वत: उत्तरेकडे रवाना झाला.

पुण्याहून निघता निघता पेशव्यांचे चिरंजीव विश्वासराव यांचा निरोप घेणं जनकोजीच्या जिवावर आलं. एव्हाना विश्वासराव आणि जनकोजीबाबांची मैत्री हा सर्वत्र कौतुकाचा विषय झाला होता. दोघेही समवयस्क आणि चिकट, चिवट तरुण. दोघांनी सिंदखेडला नुकत्याच झालेल्या लढाईत पराक्रमाची शर्थ केली होती. आपल्या सवंगड्याला निरोप देताना विश्वासरावांच्याही जिवावर आलं होतं.

जनकोजीवर पेशव्यांचा चांगला जीव होता. पोरवय असूनही जनकोजीचा पराक्रम, सारासार विचार करण्याची कुवत आणि धीरगंभीरता बघून नानासाहेबांना त्याचं कौतुक वाटायचं. नुकतीच ओठावर मिसरुडाची लव फुटणाऱ्या तरण्याबांड जनकोजीला पेशवे म्हणायचे, "पोरा, तुझ्यात आणि तुझ्या चुलत्यात जमीन-अस्मानाचं अंतर आहे. दत्तबा म्हणजे कडवा लढवय्या. अगदी ईश्वराघरचा शिपाई! झुंजात तसूभरही कमी पडायचा नाही. त्याला अनेकदा मी सांगतो, शिपाई म्हणून लढू नको, सरदार म्हणून लढ. त्याची आपली तलवारीची टिपीरघाई आणि घे तलवार– हाण दणादण. तू तितकाच गंभीर, अगदी आज्यासारखा." पेशव्यांचा शिंद्यांवरचा विश्वासही रास्त होता. राणोजीच्या पराक्रमाने शिंद्यांना उज्जैन, धार, बडोदे, बाकनेर हे छत्तीस महाल मिळाले होते. त्याबदली शिंद्यांनीही मराठी दौलतीसाठी रक्त वेचलं होतं.

राणोजी चारचौघांसारखा घाटावर उचलून गेला नाही. मिरापूरच्या लष्करी छावणीतच त्याने अखेरचे क्षण मोजले. दहा वर्षांनंतर रजपुतांनी दगाबाजी करून जयाप्पाचा वध केला. आज दत्ताजी, तुकोजी, जोतिबा हे भाऊ मराठी दौलतीसाठी प्राण पणाला लावत होते. जनकोजीची ही लांब पल्ल्याची पहिली स्वारी होती. आता उत्तरेतून फिरायचं ते पराक्रमाची दुंदुभी वाजवत. शिंदडशिपायासारखं नुसतं तसंच माघारी फिरायचं नाही. त्यापेक्षा वीरमरण पत्करलं, असे विचार जनकोजीच्या मनात उमटत होते. धीरगंभीर चेहऱ्याने तो समोरच्या क्षितिजाकडं कटाक्ष टाकीत निघाला होता.

पंधरा कोसांची रपेट झाली. ऊन वाढलं. सैन्याला थकवटा आला. समोर एक मोठा गाव पाहून, मुबलक पाण्यानं भरलेल्या ओढ्याजवळ दळ थांबलं. जनकोजी पायउतार झाले. शेजारच्या आमराईत विश्रांती खाऊ लागले. तोच एक खिदमतगार धावत आला.

"सरकार, एक हरकाऱ्या वार्ता घेऊन आला आहे."

"काय वार्ता आहे?"

"रघुनाथराव दादासाहेबांचं दळ येथून तीनच कोसांवर आहे. दादासाहेब पुण्याकडं चालले आहेत."

जनकोजी लागलीच उठून उभे राहिले. त्यांना आनंदीआनंद झाला. अटकेपार झेंडा फडकवणाऱ्या दादासाहेबांची भेट थोड्या वेळातच होणार, या कल्पनेनं ते मोहरून गेले. गेल्या काही महिन्यांपासून दादासाहेबांच्या किती तरी पराक्रमी वार्ता त्यांच्या कानावर आदळत होत्या. त्यांनी सरहिंदहून अबुस्समदखानाला कसा पळवून लावला, मानाजी पायगुडे, गंगाधर बाजी भीवराव, गोपाळ गणेश, रेणको अनाजी या मराठी सरदारांची घोडी पंजाब, मुलतानात कशी दौडली, लाहोरचा बुरूज दादासाहेब आणि सुभेदार होळकरांनी फोडल्यावर अब्दालीचा पुत्र तैमूरशहा आणि सेनापती जहानखान हातातलं सारं सामानसुमान टाकून कसे जीव घेऊन पळाले, लाहोर फत्ते झाल्यावर लाहोरच्या शालिमार बागेत दादासाहेबांच्या स्वागतासाठी कसा शाही दीपोत्सव साजरा झाला, अटकेच्या किल्ल्यावर तुकोजी होळकर आणि साबाजी शिंद्यांनी कसा झेंडा फडकावला या गोष्टी जनकोजींना आठवत होत्या आणि त्यांची गात्रं पुलकित होत होती. त्यांनी दादासाहेबांच्या स्वागताची तयारी चालविली होती.

थोड्याच वेळात उत्तरेकडून धुळीचे लोट दिसू लागले. धूळ वाढली. धुळीचा लोट जसजसा जवळ येऊ लागला तसे शिंदेशाही वीर बावरले. धुळीच्या लाटांतून खासा हत्ती दिसू लागताच जनकोजीनं गोलंदाजांना खूण केली. बत्त्या पेटल्या आणि सात तोफांच्या सलामीनं आसमंत दणाणला. दोन्ही दळं एकत्र झाली. अंबारीतून दादासाहेब उतरले. त्यांनी सामोरा आलेल्या कोवळ्या जनकोजीला कवेत घेतलं. बऱ्याच दिवसांनी एकमेकाला भेटलेले मराठा वीर कडकडून मिठ्या मारू लागले.

आंबराईत अंथरलेल्या बिछायतीवर जनकोजी आणि दादासाहेब मसलतीसाठी

बसले. दादासाहेबांनी विचारलं,

''जनकोजीबाबा, यंदा मोहरा कुठे?''

''दादासाहेब, आपली आज्ञा शिरसावंद्य.''

एकाएकी रघुनाथदादा गंभीर झाले. धिम्या चालीनं एकेक शब्द बोलले,

''बाबासाहेब, आवंदाची मसलत बुडली तरी चालेल. अगदी क्रोड शिबंदी वाढली तरी बेपर्वा. पण त्या मात्रागमनी नजिबाचे पारिपत्य करावे. काहीही करा आणि एवढी जोड आम्हांस द्या. मीच फासटणार होतो त्या मात्रागमनीला. पण सुभेदारांचं आंधळं गाणं आड आलं. अंतर्वेद, कुरुक्षेत्र, कुंजपूर ही फुकटची चाळीस लाखांची मामलत त्या भामट्याच्या हाती गेली. सुभेदारकाका त्याला धर्मपुत्र मानतात ना. बीजेसिंग, माधवसिंग असे नाना धर्मपुत्र आहेत आमच्या काकांच्या पोटी! सारे लेकाचे चोर. माझ्या लेखी नजीब म्हणजे कोण वस्तू? एक पिटुकलं. त्याला वहाणेच्या रट्ट्यानं बदडून काढलं असतं, पण पिंडाला धक्का लागायचा. ते पातक मोठं!''

होळकरांचा विषय जनकोजींना आवडला नाही. विषय बदलत जनकोजीबाबा बोलले,

''दादासाहेब, तुम्ही लाहोर, सरहिंद, पुरा पंजाब जिंकून काबूल-कंदाहारच्या वेशीवर धडक मारलीत, आता आम्हांला मोहिमेसाठी मोकळं रान कुठं आहे?''

''नजिबाचा शिरच्छेद हेच रान महत्त्वाचं आहे. बाबासाहेब, या राघोबाने अटकेवर झेंडा फडकावला, पण हा राघोबा नजिबाचे काही वाकडे करू शकला नाही. बाबासाहेब, एवढी जोड आम्हांस द्या.''

''आणखी काही हुकूम?''

''हे महत्त्वाचं कार्य उरकलं की पंजाबचा कडेकोट बंदोबस्त ठेवा. काबूल, कंदाहार हा आपल्या हिंदुस्थानचाच भाग. तो अकबरापासून आपलाच मुलूख आहे. तिथंही भरारी मारा. परक्यांना हाकलून द्या.''

उन्हं उतरली. दोन्ही दळांना बऱ्याच मजला मारायच्या होत्या. निरोपाचे विडे देऊन दोघा खाशांनी एकमेकांचा निरोप घेतला. धूळ उडवीत दोन्ही दळं उलट दिशेला निघाली.

कोसन्‌कोस पालथा घालता घालता सहा दिवस निघून गेले होते. एका नदीकाठी शिंद्यांची पथकं उतरली होती. कोसावर होळकरांचा मुक्काम पडला आहे, होळकर पुण्याच्या वाटेवर आहेत, अशी बातमी हरकाऱ्यांनी जनकोजीबाबांना दिली. त्यांनी तिकडे दुर्लक्ष केलं. दुपारी एक पालखी शिंद्यांच्या तळाकडं येताना दिसली. पालखीच्या सजावटीवरून कोणी खासा आल्याचं दिसत होतं. भोयांनी तळाजवळ पालखी उतरली. तांबडेभडक गोंडे बाजूला करीत गंगोबातात्या चंद्रचूड खाली उतरले. चाळिशी ओलांडलेल्या गंगोबांचा हसरा मुखडा बघून शिंदेशाही सैनिक बावरले. होळकरांचा दिवाण इकडे कसा? तात्यांनी जनकोजींची भेट घेतली. मुजरा

करीत तात्या म्हणाले,

"सुभेदार बाबासाहेब सरकारांना भेटायला येऊ इच्छितात."

त्या उद्‌गाराबरोबर जनकोजी ताठ झाले. झिडकारल्या सुरात म्हणाले,

"त्यांच्या आणि आमच्या भेटी आता स्वर्गलोकी!"

जनकोजींचा नूर बघून तात्यांनी आपली पट्टी बदलली. विनवणीच्या सुरात ते भेटीचं महत्त्व पटवू लागले. गोड बोलून मिनतवाऱ्या करू लागले.

"तुमचे सुभेदारकाका आता वृद्ध झालेत. बाबासाहेब, तुम्ही सुज्ञ आहात. काका तुम्हांला स्वत: भेटायला येऊ इच्छितात. आपण अव्हेर न करावा."

तात्या खूपच गळी पडतात, हे पाहून जनकोजी निर्वाणीचे बोलले,

"आता माझ्याबरोबर दत्ताजीकाका नाहीत. त्यांच्या सल्ल्यावाचून त्यांच्या माघारी मला कुणाला भेटता येणार नाही. मी कोणाशी बोलणारही नाही. आपण जाऊ शकता."

पालखी परत गेली. घडीभराने पुन्हा दोन हरकाऱ्यांनी बातमी आणली, सुभेदार स्वत: जनकोजीबाबांना भेटायला निघाले आहेत. जनकोजी थोडे खजील झाले. आता पिकल्या केसांचा मान राखणं भागच होतं. त्यांनी लागलेच दोन स्वार धाडले. "होळकरांनी आहे त्या जागी थांबावं. मी स्वत: भेटीसाठी येतोय."

लवकरच स्वारांचं एक पथक होळकरांच्या तळाकडं निघालं.

एका टेकाडावर आंब्याखाली होळकर उभे होते. समोर चढणीला लागलेलं अश्वपथक त्यांनी बघितलं. सर्वांपुढे असलेल्या तडफदार स्वाराकडे पाहून सुभेदार तात्यांना म्हणाले,

"गंगोबाऽ, सर्वांच्या पुढे चाललेला तो राणबाचा नातूच का?"

"हां, तेच जनकोजीबाबा."

"केवढा मोठा झाला?"

मल्हारजीबाबा एकदम थबकले. डोळ्यांसमोर चार वर्षांमागचा काळ उभा राहिला. जाटांचा कुंभेरीचा किल्ला दिसू लागला. रघुनाथदादांची उत्तरेतली पहिली स्वारी होती ती. दादासाहेबांनी एक कोटी रुपये खंडणी सूरजमल जाटाकडं मागितली. जाटानं चाळीस लाख देऊ केले. पण दादा बधेनात. जाटही हटेना. तोही फौजबंद होता. त्याने पाच गोळ्या व दारू देऊन दादासाहेबांकडे स्वार पाठविला– 'चाळीस लाख देतो ते घ्या. मर्जी नसल्यास मी युद्धाला सिद्ध आहे.' या निरोपानं दादासाहेब चिडले. त्यांनी कुंभेरीच्या किल्ल्याला वेढा दिला. नित्य गोळागोळी सुरू झाली. महिना झाला तरी किल्ला पडेना. रेतीचा मुलूख असल्याने मराठ्यांना सुरुंग पेरता येईनात. बुरुजावर मारा करावा तर किल्ल्याच्या पलीकडील मराठा वीर जायबंदी होऊ लागले. एके दिवशी मल्हारबाबांचे एकुलते एक चिरंजीव खंडेराव मोर्च्यापाशी उभे होते. तोच पलीकडून जेजाल्याचा गोळा काळासारखा आला आणि खंडेरावांचा प्राण घेऊन गेला. सुभेदारांवर प्रलय ओढवला. सुभेदार भयंकर संतापले. सुडाची दारू पेटू

लागली. दातओठ चावून त्यांनी खंडेरावांच्या उत्तरक्रियेदिवशी शपथ खाल्ली– "सूरजमलला शिरच्छेद करून कुंभेरीची माती खणून यमुनेत टाकीन तरच बापापोटी जन्म घेतल्याचं सार्थक! नाही तर प्राणत्याग करीन."

चिडलेले सुभेदार कुंभेरीचा वेढा जराही ढिला पडू देईनात, हे बघून जाट घाबरून गेला. त्याची लाडकी राणी हंसिया हिने त्याला जयाप्पा शिंद्यांशी संपर्क साधण्याचा सल्ला दिला. जयाप्पा आणि जाट पगडभाई झाले. जयाप्पाने रघुनाथदादा आणि जाटात तह घडवून आणला. सुभेदारांच्या अंगाची लाही लाही झाली. पदरचा पोर ज्यानं मारला त्याच्याशी सुलूख? आणि तोही शिंद्यांनी करावा? सुभेदारांचा शिंद्यांवरचा उरलासुरला विश्वास उडाला... समोरून येणाऱ्या जनकोजीला पाहून सुभेदारांना खंडेराव आठवत होता आणि त्यांच्या सर्वांगातून कढ येत होते. सुभेदार पुटपुटले,

"जगात यवनावर विश्वास ठेवला तरी चालेल, पण शिंद्यांच्या अवलादीवर कुणी विश्वास ठेवू नये."

"असं म्हणता आणि तरीही शिंद्यांचा पदर धरू इच्छिता!" मध्येच खवचटपणे गंगोबातात्या बोलले.

"आता आमचं वय झालं गंगोबा. पिकलं पान आज ना उद्या गळणार. राणबाची पोरं, नातवंडं खंडीभर जिवंत आहेत. त्यांच्या गर्दीत माझा एकटा दत्तकपुत्र तुकोजी शाबूत राहावा हीच इच्छा. आता मला दुसरं काय मिळवायचं आहे?"

मल्हारबाबांना बघून जनकोजी पायउतार झाले. त्यांनी लवून दंडवत घातला. तोच सुभेदारांनी जनकोजीला पोटाशी धरलं. भारावून सुभेदार म्हणाले, "पोरा, केवढा मोठा झालास? आणि दिसतोस कसा अगदी आमच्या राणबासारखा. आजा मेला आणि नातू झाला, म्हणतात ते खोटं नाही."

एकत्र बैठक झाली. शिंदे-होळकरांचे तळ एकाला एक लागून पडले. जनकोजी आणि मल्हारबाबांनी रात्रीची जेवणं एकत्रच उरकली. भोजन संपलं. गप्पा सुरू झाल्या. मल्हारबांना जुन्या जमान्याची याद आली. ते आणि राणोजी शिंदे दोघेही बाजीरावाच्या वेळी एकत्र कसे मोहिमेवर जात, रानात खर्डाभाकरी खाऊन बाजीराव सैनिकांबरोबर कसे दिवस काढी, हे सारं होळकर सांगत होते. मोहिमांची माहिती देत होते.

शिंदे-होळकर एका तळावर चार दिवस मुक्काम ठोकून राहिले. कुचाच्या आदल्या दिवशी भोजनानंतरची मसलत बरीच रंगली. सुभेदारांनी आपला दत्तकपुत्र तुकोजीला दोन हजार सैन्यानिशी जनकोजीसोबत पाठवायचं ठरवलं होतं. त्यावरही बरीच चर्चा झाली. मल्हारबांनी तंबाखूची बुकणी दाढेखाली ठेवून विचारलं,

"बाबासाहेब, आता पुढच्या मोहिमा कुठं?"

"काकासाहेब, तुम्ही पार अटकेपासून मुलतान, लाहोर, सरहिंद, दिल्ली, आग्रा हा सगळा मुलूख काबीज केलात. आता आमच्यासाठी रान कुठे शिल्लक आहे?"

"आहे," मल्हारराव हळू आवाजात म्हणाले, "भरपेट रोजमुरा आणि लूट

मिळविण्यासाठी एक ठिकाण आहे. सरळ गंगा-भागीरथीवर नावांचा पूल बांधा. नदीपल्याड सैन्य नेऊन अयोध्या प्रांतात घुसा. जनावरांची आणि तुमचीही बेगमी. वाटलंच तर तसेच प्रयाग, अलाहाबादेतनं बंगाल्याकडंही जाऊ शकता.''

''काकासाहेब, गंगेवर पूल बांधायला इकडच्या नद्या दक्षिणेसारख्या आहेत काय? मारले चार सूर आणि गेला पल्याड. पावसाळ्यानंतर भागीरथीचं पात्र कोसभर रुंद असतं म्हणतात. कसा बांधणार नावांचा पूल?''

''माहीतगार माणूस सांगतो मी.''

''कोण?''

''नजीबखान.''

''नजीबखान?'' जनकोजी एकदम दचकला आणि बोलला, ''काकासाहेब, हा माणूस तर पाताळयंत्री, दगाबाज आहे, असं सारे सांगतात. त्याचा काटा काढा, असा तर पेशव्यांचा हुकूम आहे.''

''त्याचाच काटा काढा!'' मल्हारबा वेडावून म्हणाले, ''एकदा त्याचा काटा काढला की पेशवे अटकेपासून रामेश्वरापर्यंत राज्य करायला झाले मोकळे. एकटा नजीब अजून खंबीर आहे म्हणून तर पेशव्यांना तितकासा माज चढलेला नाही. एकदा तोही संपला की कशाला हवेत होळकर आणि शिंदे? बाबासाहेब, नीट ऐका. एकदा नजीब संपला की ही पुण्याची ब्राह्मणमंडळी तुम्हांआम्हांला धोतरं बडवायलासुद्धा ठेवणार नाहीत.''

त्या रात्री जनकोजींना बराच वेळ झोप लागली नाही. सुभेदारांचा सल्ला खरा की खोटा? बराच उशीर झाला. शांत डोक्यानं पुन्हा विचार करू, असं म्हणत जनकोजी बिछायतीवर कलंडले.

□

कौरव-पांडवांच्या पवित्र युद्धभूमीत शिंद्यांच्या लष्कराचा गेल्या आठ दिवसांपासून मुक्काम होता. उद्या अंतर्वेदीकडे कूच करायचं होतं. कुरुक्षेत्र यात्रा सफल झाल्यानं दत्ताजी शिंदे, जनकोजी शिंदे आणि नारो शंकर अत्यंत खूष झाले. लढाई, स्वाऱ्याशिकाऱ्यानं शिणवटलेल्या मराठा वीरांना तीर्थराज कुरुक्षेत्रातल्या मुक्कामांनी मोठी पुण्ये प्राप्त झाली.

दत्ताजी शिंदे तर अगदीच खूष दिसत होते. चुलत्या-पुतण्यांनी आपल्या बायकांसमवेत भद्रकालीच्या प्राचीन मंदिरात महाभिषेक घातला. जिथे शरांच्या शय्येवर भीष्माचार्यांनी अखेरचे क्षण मोजले, त्या भीष्मकुंडात आंघोळी झाल्या. जिथे कृष्णाने अर्जुनास गीता सांगितली, त्या जोतिसरास शिंदेमंडळींनी भेट दिली. भगवान कृष्णाच्या पादुकांचं दर्शन घेतलं. अर्जुनाने बाण मारून जिथे साक्षात गंगा अवतीर्ण केली, त्या बाणगंगा तीर्थास भेट देण्यासाठी शिंद्यांचे हत्ती झुलत गेले. रोज भल्या पहाटे उठून दत्ताजी, जनकोजी, नारो शंकर, रामचंद्रबाबा आणि बहुतांशी सर्व

मराठा गडी पवित्र कुरुक्षेत्र सरोवरात स्नान करीत. विस्तीर्ण सरोवर मराठ्यांनी भरून जायचं. त्याची लांबी-रुंदी अपुरी वाटायची. पापक्षालनाची कल्पना सर्वांना असल्यानं मराठा वीर सरोवरात पुनः पुन्हा डुबक्या मारायचे. कृष्णा-भीमेत सूर मारल्याप्रमाणे आवाज काढायचे. कुरुक्षेत्र म्हणजे देवदेवतांचं मोहोळच. मराठा वीर सरोवरातील असंख्य कमलपुष्पं घ्यायचे आणि नाना देवदेवतांना अर्पण करायचे. कुरुक्षेत्रापासून तीन कोसांवरची कर्णाची डेरी पाहताना भागीरथीचे डोळे ओले झाले होते. दत्ताजी आपल्या पत्नीची भक्ती आणि भोळा भाव टिपत होता. इथेच जवळपास कर्णाच्या रथाचं चाक ऐन महाभारत युद्धात भूमीत रुतलं होतं. देवदेवता, पुण्यकर्म, पापक्षालन आदींच्या नादात मराठा वीर आपण सैनिक आहोत हेही विसरून गेलेले. सन्यहस्त तीर्थावर तर दत्ताजी शिंदे भारावून गेले. या स्थळी श्राद्ध घातलं म्हणजे पितरांना स्वर्गप्राप्ती होते, हे दक्षिणेतूनच निघताना त्यांना कोणी तरी सांगितलं होतं. श्राद्धाचं कार्य मोठ्या थाटात उरकलं गेलं. हजारो ब्राह्मणपंक्ती उठल्या. पिता राणोजी आणि भाऊ जयाप्पाच्या स्मृतीनं दत्ताजी भारावून गेले.

एरवी सूर्यग्रहणाच्या वेळी कुरुक्षेत्रास मोठी यात्रा भरते. पण आता शिंद्यांच्या हजारो सैनिकांमुळे महायात्रा भरल्याचा भास कुरुक्षेत्रवासी जनतेला होत होता. मराठ्यांची धर्मवृत्ती, भोळा भाव बघून कुरुराजाला आपणांस याच स्थळी मोक्षप्राप्ती मिळाल्याचं स्वर्गी सार्थक वाटलं असेल. शिंद्यांची धार्मिक वृत्ती आणि दानधर्माची नियत येथील रहिवासी ऐकून होते. म्हणूनच शिंद्यांचे डेरे आणि राहुट्या कुरुक्षेत्राला लागताच रहिवाशांना आणि पंड्यांनाच स्वर्गप्राप्तीचा आनंद झाला. फुटकळ यात्रेकरू सोडून सारे पंडे मराठा छावणीभोवतीच पिंगा घालू लागले. उघड्याबंब अंगाचे, खांद्यावर चोपड्या टाकलेले ढेरपोटे पंडे बघून सैनिकांना हसू यायचं. तेवढाच पंड्यांचा प्रेमळपणा बघून दानवृत्ती जागी व्हायची. कुरुक्षेत्रास साधुसंतांचीही कमी नव्हती. हजारो जटाधारी, लांब लांब दाढीवाले संन्यासी, तितकेच हजारो भिक्षुक, या साऱ्यांची चंगळ झाली. दत्ताजींनी चार तुलादाने उरकली. अनेक सरदारांनी आणि शिलेदारांनीही भरपेट दानधर्म केला. अन्नछत्राला बरकत आली. भरल्या पोटानं साधुसंत मंडळी गांज्याची दुप्पट चिमूट घालून चिलमी फसाफस ओढू लागले.

उद्या सकाळीच छावणी कुंजपुऱ्याकडे कूच करणार होती. छावणीभर रात्रीची आवराआवर चालली होती. दक्षिणेतून येऊन दत्ताजींना सात-आठ महिने लोटले होते. चुलत्या-पुतण्याने सगळीकडे जरब बसवली होती. दिल्लीच्या खंडणीबुडव्या वजिराकडून जरबेनं खंडणी वसूल केली होती. नजिबाला पकडण्यासाठी मराठ्यांची टोळी सहराणपूरकडे धाडली होती. कमाऊच्या पहाडाचा आश्रय घेऊन नजीब लपून बसला होता. त्याने दत्ताजीची धास्ती खाल्ली होती. शिंद्यांनी लाहोर, मुलतानला जाऊन तुकोजी होळकर आणि साबाजी शिंदे यांच्याकडे त्या प्रांतीचा बंदोबस्त सोपवला. काही स्थानिक अधिकारी, जमीनदार हाताशी धरून दत्ताजीने लाहोर प्रांतीची व्यवस्था लावली. पण इथल्या सैनिकांची, दादासाहेब आणि होळकरांनी न

जाता इथेच आणखी काही वर्षं कंठावीत अशी इच्छा होती. मराठे येतात, तुटून मुलूख लुटतात आणि निघून जातात, हा हिंदुस्थानी लोकांचा अनुभव होता. मराठ्यांनी कायमचा बंदोबस्त करावा. महसूल घ्यावा. त्या लुटारू परदेशी अब्दालीपेक्षा मराठे बरे, अशीच लोकांची भावना होती. मात्र मराठ्यांच्या धरसोडीला ते कंटाळले होते.

पेशवाई कर्जाच्या गर्तेत अडकली होती. सरदारांनी आपापल्या जहागिऱ्या निर्माण करून तटबंदी केली होती. प्रत्येक सरदाराचं सैन्य वेगळं. सरंजाम वेगळा. मुलूखगिरीतून फारच थोडी रक्कम शनिवारवाड्यापर्यंत पोहोचत होती. पेशव्यांनी उत्तरेत वसुलीसाठी नेमलेल्या कमावीसदारांनी, मामलेदारांनी स्वत:च्या तुंबड्या भरल्या होत्या. वाड्या, हवेल्या बांधून जमीनदारी केली होती. पेशवे कर्जाच्या ओझ्याखाली दबले होते. त्यांनी दत्ताजीला अयोध्या-बंगाल्यात जाऊन किमान साठ-सत्तर लाखांची सोय करण्याचा आदेश पुन: पुन्हा दिला होता. दौलतीच्या कर्जाची चिंता दत्ताजीच्या मनात सारखी घोळत होती. त्यासाठी तो अंतर्वेदीकडे चालला होता.

अलीकडच्या दहा दिवसांत तर दत्ताजी भलतेच खूष दिसत होते. कुरुक्षेत्रात पाऊल टाकलं आणि भागीरथीला ओकाऱ्या सुरू झाल्या. ती गोड बातमी कळताच दत्ताजी हरखून गेले. नाचायचेच फक्त राहिले. त्यांनी साऱ्या सरदारांना खाना दिला. भिक्षुकांना मुठीनं दक्षिणा वाटल्या. पेटारे भरून खास स्वारांबरोबर मिठाई चांभारगोंद्याला आणि कण्हेरखेडला पाठविली. दत्ताजींचे वडील मूळचे साताऱ्याजवळच्या कण्हेरखेडचे. दत्ताजींचं बालपणही कृष्णाकाठी वाळूचे किल्ले बांधण्यात आणि लढाईचा लुटूपुटीचा खेळ खेळण्यात गेलं. राणोजींनी चांभारगोंदा या गावाचं वतन शाहू महाराजांकडून घेतलं. चांभारगोंद्यात चौसोपी वाडा बांधला. गावाला तटबंदी उभारली. सरदारीपेक्षाही श्रीगोंद्याचे पाटील म्हणवून घेण्यात राणोजीबाबांना मोठा आनंद वाटायचा.

गेल्या साली लग्नाच्या निमित्ताने दत्ताजी श्रीगोंद्याला आणि कण्हेरखेडला जाऊन आले होते. लग्न उरकल्यावर देवी कण्हेरीच्या दर्शनाला जोडी गेली होती. हिरव्या शालू-चुड्यातील लाजरी भागीरथी बघून दत्ताजींना उकळ्या फुटत होत्या. दोघं जोडीनं कण्हेरीच्या पाया पडू लागली. दत्ताजी मनातल्या मनात म्हणाले, "आई, पहिला पोरगाच दे." तोच गुरवानं आशीर्वाद दिला, "भलं होईल, एका सालात पाळणा हलंलऽ बाळराजा नादंल." या बोलासरशी लाजून पदराचं टोक तोंडात दाबून भागीरथी गाभाऱ्यातून बाहेर पळाली होती. नुकतीच बाळराजांची चाहूल लागली आणि दत्ताजी वेडे झाले. रात्री भागीरथीला विचारू लागले, "बाईसाहेबांना काय हवं? चिंचा की आवळे?" भागीरथी लाजून लटक्या रागाने दत्ताजींकडे बघायची. दोन दिवसांमागं दत्ताजींनी तर कमालच केली. कुरुक्षेत्रात तलावाशेजारचं चिंचेचं झाड पाहिलं. तीन-तीन बोटांएवढे वळणदार चिंचांचे आकडे त्यांच्या मनात भरले. सरळ काचा मारून दत्ताजी चिंचेवर चढले. ओटा भरून घोड्यावरून चिंचा

आणणाऱ्या दत्ताजींना पाहून सारे सैनिक खदखदा हसू लागले. ही बातमी खाजगीतही पोहोचायला वेळ लागला नाही. जनकोजींच्या काशीबाईंनी आणि दासी-कुळंबिणींनी भागीरथीला दिवसभर खूप छेडलं. रात्री लटक्या रागानं भागीरथी म्हणाली,

"कमाल करता बाई तुम्ही. सरदार असून तुम्ही शिपायासारखे वागता, असं पेशवे म्हणतात ते खोटं नाही."

"मतलब?"

"स्वारींनी स्वत:हून चिंचेवर चढण्याची काय गरज?" लाजत-रागवत भागीरथी विचारू लागली.

"त्यात काय झालं?"

"एखाद्या सेवकालासुद्धा चिंचेवर चढवता आलं असतं की."

"काही गोष्टी अशा असतात, की त्या सेवकाऐवजी आपणच करण्यात मजा असते. बाळाच्या कल्पनेनं मी वेडा व्हायचा राहिलो बघ भागीरथी."

"घंघाळ आता वाजवायचं नसतं, बाळ जन्मल्यानंतर." भागीरथी.

"बरं. बाळावेळी आपण कुठे जायचं? चांभारगोंद्यास की कण्हेरखेडला?" दत्ताजी विचारू लागले.

"भापकरांची लेक आहे मी! अजून भापकरांना भीक लागली नाही म्हटलं. नातवाचे लाड पुरवण्याइतकी भापकरांची ऐपत आहे."

भागीरथीचा चिडका सूर ऐकून दत्ताजी खो खो हसले. भागीरथी गोड चिडीतच बोलली,

"सर्वांसमोर धसमुसळेपणा करत जाऊ नका बाई. तुमचा पुतण्या तुम्हांहून चार-सहा वर्षांनी लहान. तुमची बाळाबद्दलची गडबड बघून ते नवरा-बायको फिदीफिदी हसतात."

"हसू देत. पण भागीरथी पुन्हा सांगतो, माझा पोर रणगाझी होईल."

कुरुक्षेत्राच्या पवित्र मातीचा निरोप घेऊन शिंद्यांची पथके निघाली. जव्हेरगंज हा शिंद्यांचा आवडता हत्ती. जयाप्पा शिंद्यांना हा हत्ती माळव्याच्या डोंगरात मिळाला होता. काळाकभिन्न जव्हेरगंज चालला, की रस्त्यावरून कातळाचा कडाच सरकतोय की काय असं बघणाऱ्याला वाटायचं. कूच करताना राजाराम माहूत जव्हेरगंजला भल्या पहाटे उठून सजवायचा. बोहल्यावर चढणाऱ्या मुलीच्या हातापायांवर फुरसतीनं मेंदी गोंदावी, तसेच शिंदे जव्हेरगंजला सावकाशीनं सजवायचे. त्याच्या पाठीवरचा किनखापी पाखरा सर्वांत उठून दिसायचा. गळ्यातील सोन्या-रुप्याच्या घंटा दमदार पावलांबरोबर बारीक नाद धरायच्या. रुप्याच्या पत्र्यांनी सजविलेली अंबारी सूर्यप्रकाशात चमकायची. राजाराम माहूतसुद्धा सजलेला असायचा. त्याच्या शिरीची पीळदार शिंदेशाही पगडी खुलून दिसायची. अंबारीत सज्ज झालेले जनकोजी आणि दत्ताजी सर्वांना कृष्णअर्जुनासारखे भासायचे. खाजगीतल्या स्त्रिया बुरख्यांच्या गाड्यांतून,

पालखी आणि खाशा मेण्यांतून प्रवास करायच्या.

एक दिवसातच शिंद्यांचं दळ कुंजपुरात येऊन पोहोचलं. यमुनाकाठी छावणी पडली. कुंजपुऱ्यात सोंडेचे उंच उंच वेढे काढीत जव्हेरगंज चीत्कारू लागला. त्याच्या विचित्र वागण्याची दत्ताजीला धास्ती वाटली. मांत्रिक ज्योतिष्यांना गाठलं. बारा बोकड आणि चोवीस कोरड्या कोंबड्या, बुटीभर लिंबू एवढी यमुनाकाठची बेजमी झाली, तेव्हा कुठे जव्हेरगंज शांत झाला.

कुंजपुऱ्यातल्या मुक्कामात पुढील वाटाघाटी सुरू झाल्या. रात्री मसलतीच्या डेऱ्यात दत्ताजी, जनकोजी, नारो शंकर आणि दिवाण रामजीपंत दाभोळकर ही प्रमुख मंडळी बसायची. दत्ताजी पेशव्यांच्या कर्जाबाबत बोलायचे. साठ-सत्तर लाख उभे करायचे म्हणजे गंगापार होण्याशिवाय इलाज नव्हता. जून महिना सुरू होता. अधूनमधून पावसाच्या तुरळक सरी बरसत होत्या. गंगेला केव्हाही पूर येईल. ती ओलांडायची कशी? एकदा जनकोजी आणि दत्ताजी मसलतीला बसले. जनकोजीबाबा म्हणाले,

''काकासाहेब, या अनुभवाच्या गोष्टी आहेत. पेशवे सरकारांपासून सारे नजिबाचा शिरच्छेद करा म्हणतात, त्यात तथ्य असलं पाहिजे.''

''बाबा, तुमचं बोलणं आम्हांला पटते. पण नजिबाशिवाय या मोठमोठ्या नद्यांच्या उताराची माहिती कोणाला आहे? सैन्य गंगापार करायला पूल बांधायचा तर शेकडो नावा लागतील. या नवख्या मुलखात कोण पुरवणार त्या? नदी ओलांडेपर्यंत सुसरबाय सुसरबाय तुझी पाठ मऊ म्हणायचं आणि पलीकडचा तीर गाठायचा. मग सुसरीची वासलात लावायला काय वेळ लागतो? मल्हारबाबांचा सल्ला तूर्त उपयोगी पडणाराच दिसतो.'' दत्ताजी.

बैठक एवढ्यावरच थांबली.

दोन दिवसांत गोविंदपंत बुंदेले शिंद्यांना येऊन भेटले. गोविंदपंतांचे आडनाव खरे खेर. पण दौलतीची सेवा बुंदेलखंडात करता करता त्यांचे केस पांढरे झाले. बुंदेलखंडाच्या वास्तव्यानं त्यांना बुंदेले हे आडनाव चिकटलं. अंतर्वेदीच्या खालच्या भागात पंत पेशव्यांच्या प्रमुख मामलेदारांपैकी एक होते. सर्वांत जास्त आणि वेळेवर महसुलाचा भरणा सरकारात करणारा बडा मामलेदार असा पंतांचा पेशवे-दरबारात गवगवा होता. आयुष्यातले अनेक पावसाळे उत्तरेत काढल्यानं इकडच्या प्रदेशाची त्यांना चांगली माहिती होती. दिल्लीची अलीकडची अनेक राजकारणं त्यांच्या डोळ्यांसमोरच घडली होती. त्यांची अनेक राजधुरंधरांशी ओळख होती. नजिबाचे आणि त्यांचेही बोलणे-चालणे चांगले होते. दत्ताजी एक ना एक दिवस आपली गर्दन छाटणार याची नजिबाला खात्रीच होती. आपल्या पडत्या काळात जाऊ दुसऱ्याच्या ढांगेखालून. योग्य वेळ येताच पाय कसे ओढायचे, हे नजिबाला कोणी सांगायची गरज नव्हती. संकटकाळामुळे मराठ्यांशी स्नेह साधायला तो उतावीळ झाला होता. गेल्या काही महिन्यांत त्याने गोविंदपंतांची दोन-तीन वेळा भेट घेतली

होती. पंतांच्या स्त्रीला त्याने बहीण मानली होती. तो पंतांना 'गोविंददाजी' म्हणून लोणी लावीत होता. नजिबाचा लघटपणा पंतही जाणून होते. पण गंगापार होण्याकरता तेवढाच उपयोगी पडेल, असा ठोकताळा त्यांच्याही डोक्यात होता. शिंद्यांची पुलाची गरजही ते जाणून होते. दत्ताजी आणि गोविंदपंतांच्या अनेक मसलती घडू लागल्या. सुसरीचा उपयोग भल्या कामासाठी करायचा, हे दत्ताजींनी नक्कीच केलं.

शिंद्यांचा कुंजपुऱ्याचा तळ लवकरच हलला. शिंदेशाही लष्कर दक्षिणेस पानिपतापर्यंत येऊन त्याने तेथूनच पूर्वेकडे वळसा मारला. रामरा घाटातून यमुना पार करून शिंद्यांचं लष्कर शामली मुक्कामी आलं. जसे दत्ताजीचे डेरे शामलीस लागले तसा नजीब चरफडला. मराठे ऐन अंतर्वेद प्रांतात घुसले होते. ते कोणत्याही वेळी आजूबाजूला नजिबाचा शेकडो मैलांचा मुलूख उद्ध्वस्त करू शकत होते. युद्ध-लढाया जरूर व्हाव्यात, पण त्या आपल्या मुलखात नकोत, ही नजिबाची धारणा होती. अपुऱ्या सैन्यबळामुळे तो तलवार उपसू शकत नव्हता. प्राप्त परिस्थितीत पड खाण्याशिवाय गत्यंतर नव्हतं. नाना मार्गांनी मराठ्यांशी सुलूख करण्याची त्याची धडपड सुरू झाली.

गोविंदपंतांनी मध्यस्थी केली. शामलीला शिंद्यांच्या तळापासून दोन कोसांवर आंबराईत नजीब-दत्ताजींची भेट निश्चित झाली. सैतानाशी सुलूख कशाला, असाच साऱ्या छावणीचा सवाल होता. पण दत्ताजींच्या निश्चयापुढे कोणाला काही बोलण्याची हिंमत नव्हती. कारभाऱ्याच्या आगळिकीने भागीरथीसुद्धा चिडून गेली होती. जनकोजीबाबा तर कुणाशी बोलत नव्हते. नारो शंकर शेंडीची गाठ पुनः पुन्हा बांधत, सोडत विचारचक्रात अडकले होते.

जसजसा भेटीचा दिवस जवळ आला तसे सारे हवालदिल झाले. नजिबाकडून भेटीत दगाफटका होण्याची सुतराम शक्यता नव्हती. कारण मराठ्यांचं लष्कर उरावर बसलेलं. नजिबाने थोडा जरी दगाफटक्याचा यत्न केला असता तर त्याचा निम्मा मुलूख मराठे वीर जाळून रिकामे झाले असते. त्यामुळे नजीब प्राप्त परिस्थितीत अशी काही आगळीक करणार नव्हता. पण आयत्या जाळ्यात येणाऱ्या या कळीच्या नारदाला, काळराहूला जिवंत सोडायचा का, याचा विचार लष्करातली बायका-पोरंसुद्धा करीत होती. जनकोजीबाबांनी खडा टाकला,

''श्वापद आयतं जाळ्यात सापडतंय, त्याच्या मुसक्या बांधून नाकाला वेसण ओवलेली बरी.''

''बाबासाहेब, आपल्या इमानधर्माला हे शोभत नाही. शत्रू असला तरी तो मसलतीसाठी येतोय. मसलतच होईल,'' दत्ताजी.

''त्यानं इमानधर्माची क्षिती कधी बाळगली आहे का? प्रत्यक्ष पवित्र कुराणाच्या शपथासुद्धा मोडल्या आहेत!'' जनकोजी उसळले.

''एकाने गाय मारली म्हणून दुसऱ्याने वासरू मारायचं का? ठरल्याप्रमाणे फक्त मसलतच होईल. मी माझं इमान सोडणार नाही.''

निश्चयी दत्ताजीपुढं कोणी काय बोलायचं?भेटीच्या आदल्या रात्री लष्कराची झोप हैराण झाली. एवढं मोठं सावज सोडायचं कसं?

मुद्दाम बोलाविल्यासारखे रात्रीच्या अंधाराचा फायदा घेऊन जनकोजीबाबा, नारो शंकर, माणकेश्वर एका गुप्त जागी जमा झाले. जनकोजी म्हणाले,

"भागीरथीवरच्या पुलाचं एवढं काय? हजारदा पूल बांधू तो. पण मराठेशाहीचा पायाच उद्ध्वस्त करणाऱ्या नजिबाला पहिला गाडला पाहिजे. उद्या त्याला माघारा जाऊ द्यायचा नाही. त्याच्या मुसक्या बांधायच्या."

"माझी केव्हाही तयारी आहे," अंताजी बोलले.

"दत्ताजी शीघ्रकोपी आहेत. त्यांच्या कोपाची मला भीती वाटते–" नारो शंकर म्हणाले.

"कुणीच भिण्याचं कारण नाही. त्या रानबोक्याला जित्ता ठेवू नका," अंधारातून भागीरथीचा आवाज आला.

सर्वांनी नजरा फिरवल्या. दत्ताजींची धर्मपत्नी भागीरथी एका हातात भाला घेऊन उभी होती. जनकोजीबाबा लागलीच उठून म्हणाले,

"काकीसाहेब आपण? या अंधारात? इथं?"

"होय, भापकरांची लेक आहे मी. त्या काळसर्पाला सोडा असं मी कशी म्हणेन?"

स्वत: भागीरथीबाईसाहेब कटात सामील झाल्यावर सर्वांना चेव चढला. उद्या दुपारी सूर्य माथ्यावर आल्यावर भेट होणार होती. भेटीच्या वेळी द्वारपालांनी नजीब सोडून कोणालाही तंबूत सोडू नये. घटका झाली रे झाली की निवडक दहा स्वारांबरोबर जनकोजीबाबांनी तंबूत घुसायचं. जागच्या जागी नजिबाच्या देहाच्या चिरफाळ्या करायच्या. त्याची मुंडी पुण्याला धाडायची. असा बराच उशीरपर्यंत खल झाला. त्यातून दत्ताजी कोपले तर त्यांना भागीरथीबाईंनी शांत करायचं, असा बेत ठरला.

दुसऱ्या दिवशी भेटीची वेळ झाली. तंबूत दत्ताजी लोडाला टेकून बसले होते. त्यांच्यासमोर गंगापार घेऊन जाणारा नावांचा पूल उभा राहत होता. समोरच्या उतारावरून सहा घोडेस्वार द्रुतगतीनं टेकडी चढत होते. सर्वांच्या समोर नजिबाचा अस्मानी रंगाचा घोडा दुडक्या चालीनं येत होता. त्याच्या मजबूत अंगावर किनखापी खोगीरसामान होते. घोड्याच्या कपाळावर रंगीबेरंगी काचांची माळ झळकत होती. घोड्याच्या चारी पायांना रुप्याचे तोडे बांधले होते. लगामाला बांधलेले रेशमी गोंडे उठून दिसत होते. नजिबाच्या डोईवर पोलादी टोप होता. त्यावर भरजरी पीळदार तांबूस बत्ती बांधली होती. अंगात जरीचा झगा असून कमर जडावाच्या पट्ट्यानं आवळली होती. पायात लखनवी जोडा होता. रुबाबदार नजिबाचे डोळे चोहोबाजूला भिरभिरत होते. कशाचा तरी वेध घेत होते. नजिबापाठोपाठ त्याचा जानी दोस्त

अहमदखान आफ्रिदी, सादुल्लाखान, बंधू सुलतानखान आणि इतर खास विश्वासाचे स्वार दौडत होते.

तंबूपुढे नजीब पायउतार झाला. समोरची कनात बघू लागला. चटकन् त्याचे डोळे द्वारपालाच्या डोळ्यांना भिडले. नजीब चमकला. तसे द्वारावरचे शिपाईही दचकले. नजीब तंबूत निघाला तोच मराठा शिपायांनी त्याच्या भावाला आणि खान आफ्रिदी वगैरेंना हटकले. नजिबाशिवाय ते कोणाला आत सोडेनात. नजीब तंबूत भिरभिर नजर फिरवीत मोजून चार पावलं आत आला. पांढऱ्याशुभ्र पेहरावातला दत्ताजी हसून म्हणाला, ''या खानसाहेब.'' दत्ताजीचे शब्द त्याला ऐकू आले नाहीत पण दुरून कुठून तरी एक विचित्र शीळ कानी पडली. झटकन् त्याने दाराकडे दृष्टिक्षेप टाकला. मराठा शिपायांच्या जळक्या नजरा न्याहाळल्या. एवढ्यात अहमदखान आफ्रिदीनं नजिबाला खूण केली. झटक्यात नजीब डेऱ्याबाहेर झेपावला. बाहेर उभ्या असलेल्या घोड्यावर त्याने उडून मांड ठोकली आणि रिकिबीत पाय आपटून काचदिशी लगाम खेचला. सहा घोडी आल्या बाजूला वाऱ्यासारखी झेपावली. कोसभर अंतर दौडल्यावर नजीब अहमदखानाला म्हणाला, ''या मरगठ्ठ्यांच्या नजरा मला जहरी दिसल्या!''

दूर अस्पष्ट दिसणारे ठिपके जनकोजीबाबा न्याहाळत होते. मनगटे चावत होते. बिचव्याजवळ यायला क्षण-दो-क्षण उशीर झाला होता. हातात गवसलेली आयती शिकार निघून गेली होती.

□

मीरतच्या ईशान्येस शिंद्यांचा तळ पडला होता. गडमुक्तेश्वर या प्राचीन नगरीशेजारीच राहुट्या आणि डेरे लागले होते. इथेच कोणे एकेकाळी महाभारतकालीन हस्तिनापूर वसलं होतं. जवळूनच गंगा वाहत होती. प्राचीन उंच उंच मंदिरं, मंदिरांच्या दगडी कामात नाचणारे यक्षकिन्नर आणि आपल्या त्रस्त जटा जमिनीत पुरून भणंग तोंडानं ऐसपैस बसलेले अजस्त्र वटवृक्ष युगायुगांची साक्ष देत होते. इथेच श्रीकृष्णाची शिष्टाई पार पडली होती. तेहतीस कोटी देवदेवतांपैकी दोन-तीन हजार देवादिकांनी इथे हजेरी लावली होती. त्यामुळे भाविक मराठ्यांना ही पर्वणीच वाटत होती.

आज छावणीचा वेगळाच नूर दिसत होता. छावणीपासून कोसभर अंतरावर मसलतीचा डेरा उभारला होता. नजीबखान व त्याचा वकील चेतराम आणि दत्ताजी शिंदे आणि त्यांचे दिवाण रामचंद्रबाबा सुखटणकर यांच्या वाटाघाटी चालल्या होत्या. कित्येक महिने असेच बिनकामाचे गेले होते. लवकरात लवकर गंगापार होण्याची दत्ताजींना घाई होती.

जनकोजीबाबा मसलतीस गेले नव्हते. कोणत्याही स्थितीत त्यांना नजिबाचा स्नेह नको होता. असंगाशी संग कशाला करायचा? शामली मुक्कामीच त्यांनी नजिबाचे तीन तेरा आणि नऊ बारा वाजविले असते. पण क्षणा दोन क्षणाने

ब्रह्मघोटाळा झाला. कट दत्ताजींच्याही लक्षात आला. त्यांनी साऱ्यांना धारेवर धरलं. त्यानंतर नजीब मसलतीसाठी यायला तयारच होत नव्हता. बिथरून आपल्या मुलखातून तोंड बाहेर काढीत नव्हता. तेव्हा दत्ताजींनी नवी शक्कल लढविली. एका दिवसात एका क्षणी सारे खासे सरदार छावणीबाहेर उधळले. मराठा लष्कराची पथकं चोहोबाजूला झेपावली. वाटेत आढळणाऱ्या अंतर्वेदीतल्या हर एक गावात मराठे टोळधाडीप्रमाणे घुसले. गावच्या गाव उद्ध्वस्त होऊ लागली. आगीने आणि धुराच्या प्रचंड कल्लोळाने राने भरली. एका दिवसात तेराशे गावे बेचिराख झाली. मराठ्यांच्या या जहरी पवित्र्याने नजिबाची पाचावर धारण बसली. मराठ्यांशी तूर्त तरी सुलूख करण्याशिवाय त्याला इलाजच राहिला नाही.

बरेच दिवस भिजत पडलेले चर्चेचे घोंगडे मार्गी लागले होते. दत्ताजी शिंदे बोलत होते,

''खानसाहेबांनी आम्हांला तेवढा भागीरथीवर पूल त्वरेनं बांधून द्यावा. घोड्यावरून, रानाडोंगरातून रपेट मारणारी आम्ही मराठी माणसं. तुमच्याकडच्या नद्या म्हणजे महानद्याच त्या. त्या ओलांडताना आम्ही बिनपायाचे होतो.''

''रावसाहेबांनी फिकीर करू नये;'' मंद हसत नजीब म्हणाला, ''तुम्ही आमचे मेहमान असल्यानं तुमच्या पावलांची काळजी आम्ही घ्यायची. तुम्हांला इच्छित स्थळी पोहोचवायचं आमचं काम! हुजुरांनी काळजी सोडावी. महिन्याभरात गंगेवर पूल दिसेल आपल्या डोळ्यांना.''

''अयोध्या-प्रयागकडच्या मोहिमेतला चार आणे हिस्सा देऊ आम्ही खानसाहेबांना.''

''द्रव्याचं एवढं ते काय?'' नजीब बोलला, ''इथं हस्तिनापुरातच आपण महिना काढा. तुमच्या धर्माचं हे गर्वस्थान. दानधर्म, पूजाअर्चा, मंत्रतंत्र यांत आपला महिना हां हां म्हणता लोटेल.''

''एक गोष्ट विचारायची होती तुम्हांला खानसाहेब. आताच आपण मराठ्यांना तीर्थादी गोष्टी किती प्याऱ्या आहेत हे स्वत: सांगितलंत. तुमच्या ताब्यातलं आमचं हरिद्वार आणि ज्वालापूरही आमच्या हाती सुपूर्त करावं. फार पुण्याई लाभेल तुम्हांला.''

''पुण्याईचं बघूच,'' नजीब हसून बोलला, ''एकदा गंगापार व्हा तरी खरे. ही दोन तीर्थे मी चुटकीसरशी ताब्यात देईन तुमच्या. पण या मोहिमेत तुम्ही पुढे सरकाल तेव्हा प्रत्यक्ष काशी विश्वेश्वराचीही प्राप्ती होईल. काशी म्हणजे तर धर्मवेड्या हिंदूंचा मानबिंदू.''

सुलूख पार पडला. दत्ताजीने इमानाला जागू म्हणून नजिबाच्या हाती बेलभंडारा दिला. नजिबाने सानकरोटी दिली. दोघे पगडभाई झाले. नजिबाने दत्ताजीला मारलेली प्रेमळ मिठी लवकर सोडली नाही. एक मोठे काम पार पडले.

रात्री शिंदे मंडळी भोजनास बसली. जनकोजीबाबा अगदी शांत दिसत होते. समोर उभ्या असलेल्या भागीरथीकडं पाहत दत्ताजी बोलले,

"बाबांना आज काय झाले? एवढे मलूल?"

"काय बोलावं काकासाहेब?" जनकोजींच्या डोळ्यांत पाणी उभं राहिलं. "तुम्ही फार वाईट गोष्ट केली. त्या सराट्याला सोडायला नको होता. अलम दुनियेला आग लावून तो मराठ्यांविरुद्ध गारुड्यासारखं सारं रान भारून टाकील."

दत्ताजींना भातामध्ये खडा लागल्यासारखं झालं. त्यांनी हातातला घास ताटात टाकला. संतापानं थरथरत ते म्हणाले,

"बाबा, तुम्हांलाच मराठी राज्याचं हित कळतं आणि आम्ही इतक्या दूर अहितासाठी आलो का? नजीब मला तरी शुद्ध दिसतो आणि समजा बदललाच तर त्याला जित्ता फाडून शिळ्या भाकरीसंगे खाईन."

दत्ताजींचा बदलता नूर बघून भागीरथीनं जनकोजींना खूण केली. या कोपल्या स्थितीत दत्ताजींपुढे एक शब्द उच्चारणंही पाप असा सबुरीचा विचार जनकोजींनी केला. तो गप्प बसला. वादळ एवढ्यावरच थांबलं.

भागीरथीचं वय अवघं पंधरा-सोळा वर्षांचं. पण तिची समज दांडगी होती. दत्ताजी सैन्याचा हिसाब-किताब बघायला बैठकीकडे गेले. जनकोजी, काशीबाई, भागीरथीबाई गंभीर मुद्रेनं बसली. जनकोजी म्हणाले,

"काकीसाहेब, हा नजीब, तीर्थं रिकामी करीन म्हणतो, पण ज्वालापुराजवळ त्यानं मुसलमान वस्ती मुद्दाम वसविली आहे. नजीब भासतो तसा नाही. त्याने प्रत्येक तीर्थावर मोठी तयारी केली आहे. याचे कावे त्वरित थांबविले पाहिजेत. नाहीतर आपणा सर्वांचा कडेलोट ठरल्यासारखाच."

"इकडचा स्वभाव तुम्हांला माहीतच आहे. कोणी शिकवले तर यांच्या ध्याईचा वणवाच होता. एवढेसे मनाला लागले, की काळ्या ढगासारखे गदगदून जातात. आपण सारीच सबुरीनं घेऊ या."

"काकीसाहेब, माणसानं नकटं असावं पण धाकटं असू नये म्हणतात, तेच खरं."

मोठा पाऊसकाळ सुरू झाला. गंगानदी रोज काठावरची नवी नवी शेतं गिळू लागली. उन्हाळ्यात चपळ अश्वासारखी दिसणारी गंगा आता ऐरावतासारखी ऐसपैस पसरून गजगतीनं वाहू लागली. पावसात मराठा छावणीला नाना संकटांना सामोरं जावं लागलं. तंबूकनातीत जीव निघेना. आजूबाजूच्या मंदिरांचा, सरायांचा निवारा घेऊन छावणी जिणं कंठू लागली. गडमुक्तेश्वरास नव्या मोहिमेत यश मिळू दे म्हणून दत्ताजीनं सहस्र ब्राह्मणभोजनं घातली. दानधर्म तर नित्याचीच बाब झाली होती. भागीरथीची कांती पिवळी पडू लागली होती आणि दत्ताजी बाळाच्या ओढीनं हुरळून जात होते.

नजिबाच्या मनात कोणतीही अढी नाही, असे दत्ताजी छातीठोकपणे सांगायचे पण शंकेची पाल मनाच्या कोपऱ्यात चुकचुकायची. एके दिवशी दत्ताजींनी पाच घोडेस्वार शुक्रतालकडे धाडले. चार दिवसांत माहिती मिळाली. शुक्रतालाच्या

समोरच्या गंगेच्या पात्रात नावांचा पूल बांधायचं काम जारीनं सुरू आहे. नजिबानं या कामी जैता गुजराची आणि मुझफ्फरनगरच्या जमीनदाराची मदत घेतली आहे. पंधरा दिवसांनी खुद्द नजिबाचा खलिता आला. 'बरसातकाल असल्याने गंगेचे पाणी खूप फुगले आहे. तूर्त पूल सिद्ध होत नाही. बरसातीनंतर बघू.' दत्ताजी खलिता वाचून हसले. आता त्यांना नजिबाच्या हेतूबद्दल अजिबात शंका उरली नव्हती. आनंदाच्या भरात थोडी उघडीप बघून दत्ताजी आणि भागीरथी जव्हेरगंजावर बसून डामडौलात मीरतमध्ये गेले. भागीरथीसाठी दत्ताजीने खास बरेली घाटाचे सोन्याचे बाजूबंद आणि पाणीदार मोत्यांच्या कुड्या करवून घेतल्या.

एके दिवशी उजाडता उजाडता मराठ्यांचं एक पथक कर्णालहून दौड करीत आलं. घोडी आणि स्वार रात्रभरच्या जागरणानं आणि चिखलानं भरून गेले होते. त्यांनी आरडाओरडा करून जनकोजीबाबांना प्रथम जागं केलं. त्यांच्या हाती खलिता दिला. उर्दू पंडितानं खलिता वाचला आणि जनकोजीबाबांना धरणीकंप झाल्याचा भास झाला. ते तसेच दत्ताजींच्या डेऱ्याकडे धावले. पहारेकऱ्यांना मागे ढकलून, "काकाऽऽ काकाऽऽ उठा! घात झाला!" असे मोठमोठ्यानं ओरडू लागले. त्यांच्या आवाजानं निम्मी छावणी जागी झाली. काही तरी भयंकर प्रसंग आहे, हे जाणून वाटेत बांधलेल्या घोड्या-बैलांना चुकवीत शिपाई खाशा डेऱ्याकडे धावू लागले. दत्ताजी डोळे चोळीत बाहेर आले आणि विचारू लागले,

"काय बाबासाहेब? काय प्रकार?"

"काकासाहेब, त्या मात्रागमनीनं दावा साधला. जिची पाठ तुम्ही मऊ म्हणत होता त्या सुसरीनं शेपटीचा जीवघेणा तडाखा मारला. गारुड्यानं रान भारलं. घात झाला, काकासाहेब, घात झाला."

"झालं तरी काय?"

"हा खलिता पहा काकासाहेब," जनकोजी म्हणाले; "नजिबाचा हा खलिता घेऊन त्याचे सांडणीस्वार रूमशामला अब्दुला दुराणीकडे चालले होते. कर्णालला संशयावरून आपल्या स्वारांनी ह्या खलित्याचा शोध लावला. रातीचा दिवस करून त्यांनी हा ऐवज आणला आहे."

"मथितार्थ तरी सांगा;" जानव्यावरून हात फिरवत नारो शंकर विचारू लागले.

"नजीब अब्दुला दुराणीला म्हणतो– हे अफगाणाधिपती बादशहा, तू जातीकुळीनं जसा अफगाण आहेस तसंच माझंही बीज कडव्या अफगाणाचं आहे. माझ्या शब्दाच्या इशाऱ्यासरसे वीस हजार कडवे हिंदुस्थानवासी अफगाण अग्निकुंडात उडी घ्यायला एका पायावर तयार आहेत. गंगापारचे चाळीस हजार रोहिले अफगाण तुझ्या पायावर नतमस्तक व्हायला केव्हाही बंदे आहेत. दख्खनी माकडांनी आमच्या पवित्र भूमीत उच्छाद मांडला आहे, हे मी तुम्हांला अनेक वेळा कळविले आहे. दत्ताजी नावाचा बडा बंदर मी तुमच्या आगमनाची प्रतीक्षा करीत झुलवत ठेवला आहे. अयोध्येकर सुजाही आपणांस मिळेल. सरदार दुंदेखान, हाफीज रहमतखान,

अहमदखान बंगष, सादुल्लाखान हे बडे रोहिले रणगाझी तुम्ही याल तर माझ्यासाठी प्राण पणाला लावतील. या गोष्टी मी अफगाणश्रेष्ठांना कैक वेळा कळविल्या आहेत. आपल्या धर्माची आणि बांधवांची चाड असेल तर, हे रुस्तुमाहून महान वीरा, वाऱ्यासंगे धावत ये. या दख्खनी बंदराचा–''

''बस् झालं, यापुढे वाचू नका.'' दत्ताजी ओरडले.

लोहाराच्या पेटत्या भात्यातलं तलवारीचं पातं लालबुंद व्हावं तसे दत्ताजी पेटून उठले. संताप आणि पश्चात्तापाच्या छटा डोळ्यांत बिजलीसारख्या नाचू लागल्या. अंगाला दरदरून घाम फुटला. दत्ताजींची ती विचित्र अवस्था बघून मराठे घाबरले. ''रावसाहेब, तुम्ही काय केलंत हे?'' असाच प्रश्न छावणीतल्या बहुतांशी नजरा दत्ताजींस करीत होत्या. त्या नजरा भाल्याच्या तीक्ष्ण टोकासारख्या दत्ताजींच्या हृदयाला टोचत होत्या. काळजाची कालवाकालव होत होती. संतापाने थरथरणारे दत्ताजी दाण दाण पावलं टाकीत साऱ्यांच्या समोरून बाजूला झाले. अर्ध्या कोसावर गंगातीरच्या एका मंदिरात सुन्न होऊन बसून राहिले. दिवसभरात त्यांनी पाण्याचा थेंबही तोंडात घेतला नाही. रात्री कशीबशी समजूत घालून त्यांना सर्वांनी गोटात आणले. भागीरथीनेही नाना मिनत्या केल्या. पण न जेवता दत्ताजी तसेच उपासपोटी रजईवर कलंडले.

सकाळी जनकोजी, भागीरथी आणि काशीबाई दत्ताजींच्या बाजूला बसून होत्या. एकाएकी भागीरथीला ग्लानी आली. दत्ताजी घाबरले. सेविका पारू म्हणाली,

''कालपास्नं बाईंनीबी अन्नाचा घास शिवला न्हाय.''

दत्ताजी भागीरथीला आधार देत म्हणाले, ''तूही अशी वेड्यागत काय करतेस? अगं, बाळराजा सुद्धा उपाशी असेल.''

''पतीनं घास खाल्ल्याशिवाय पाण्याचा थेंब न घेण्याचा रीतधर्म आहे आमच्यात.''

दत्ताजीने घास तोंडात घेतला तसा छावणीनं सुस्कारा सोडला. आधीच त्या भयंकर वार्तेनं छावणी अर्धमेली झाली होती. प्रत्यक्ष दत्ताजींनी अन्न टाकल्यावर तर जीवच गेल्यासारखं झालं होतं. दत्ताजींनी कसेबसे चार घास खाल्ले आणि त्यांना हुंदका दाटून आला. डोळे गळू लागले. दत्ताजी गदगदून बोलले,

''भागीरथी, असा कसा वैऱ्याच्या पेचात अडकलो ग मी? छावणीतल्या तान्ह्या बाळाला जे कळत होतं ते मला भावलं नाही. भानामतीच ही. माझ्या हाताने मी माझ्यासाठी डबरा खणला.''

''काकासाहेब, तुम्हीच धीर सोडला तर कसं होईल?'' जनकोजीबाबा म्हणाले, ''काका, अजून मराठी मनाचे निखारे विझलेले नाहीत. तुम्ही नुसती एक फुंकर द्या. मानी मराठी माणसं आणि घोडी धडाधडा पेटायला लागतील. आम्ही निव्वळ दख्खनच्या मातीसाठी लढत नसून दिल्लीच्या बादशाहीसाठी, हिंदुस्थानसाठी झुंज देतोय, हे साऱ्यांना माहीत आहे. एकच फुंकर द्या. मेलेले मुडदेही उठतील, पेटतील आणि अफगाणरोहिल्यांना भस्मसात करतील.''

जनकोजीच्या उद्गारानं छावणीलाच आग लागली. दत्ताजीनं पीळदार टोकाची पगडी डोईवर चढवली. पगडीत तुरा खोवला. नंगी तलवार हातात घेतली. ‘‘हरऽ हरऽऽ महादेवऽऽ’’, ‘‘जय भवानीऽ’’, ‘‘जय जगदंबेऽऽ’’, ‘‘जय म्हाळसाकांत’’, घोषणा-आरोळ्यांनी आभाळ दणाणले. कुचाचा नगारा रोजच्यापेक्षा जोरात गर्जू लागला. गुरवांची शिंगे आपल्या धारदार आवाजाने काळजाला भोसका पाडू लागली. गडबडीत गोसाव्यांनी आपली पालं आवरावी तसे मराठे आवराआवर करू लागले. कनातींचे दोर सुटले. पडदे गाड्यांच्या साठ्यांत भरले. अंबाऱ्या आणि बुरख्यांच्या गाड्या सजवायला कोणाला फुरसत मिळाली नाही. काशीबाई घोड्यावरच स्वार झाली. भागीरथी तेवढी पालखीत बसली. तिच्या पोटात कळ सुरू होती. नजिबाच्या समाचाराला निघालेलं मराठी सैन्य बघून तिची तहानभूक हरली. एका हाताने पोट दाबीत ती कुचात सामील झाली. चिखल तुडवीत बैलगाड्या, गाडे पुढे सरकू लागले. चिखलात रबाक् रबाक् पाय वाजवीत, मान खालीवर करीत उंट चालू लागले. दोन महिने एका खुंटाला बांधलेली घोडी हलकी होऊन दौडू लागली. पाऊसवाऱ्याचा मार खात खात छावणी गंगाकाठानं पुढं सरकू लागली.

शिंद्यांचे हरकारे वरचेवर नव्या बातम्या पुरवीत होते. गंगेवर नावांचा पूल बांधला होता, ही गोष्ट खरी होती. पण नजिबानं पूल आपल्या काबूत ठेवला होता. कडवे रोहिले आग्या वेताळासारखे पुलावर रात्रंदिवस गस्त घालीत होते. गंगेकाठी शुक्रताललाच नदीचं वाकण बघून नजिबाने आसरा घेतला होता. ही जागा एवढी बळकट होती, की ती सहजासहजी प्राप्त होणं दुरापास्त होतं.

शुक्रतालपासून पश्चिमेला दोन मैल अंतरावर मिरापूर येथे शिंद्यांचा तळ पडला. त्यांनी जवळच्या सैदांचीही मदत घेतली. मराठ्यांची छावणी करड्या नजरेनं नजिबाच्या हालचालीवर ध्यान देऊन होती, तर ढोलीत आसरा घेतलेल्या पोपटाप्रमाणं नजीब टुकूटुकू डोळ्यांनी मराठ्यांकडे बघत होता.

आपले चार विश्वासू स्वार घेऊन जनकोजीबाबा दोन दिवस बाहेर पडले. त्यांनी शुक्रतालच्या आजूबाजूला फेरफटका मारला. हरकाऱ्यांकडून आणि स्थानिक रहिवाशांकडन सारी बातमी काढली. खऱ्याखुऱ्या विक्राल शुक्रतालचं चित्र त्यांच्या डोळ्यांसमोर उभं ठाकलं. शुक्रतालच्या उत्तरेस कोसाच्या अंतरातच शालिनी आणि मालिनी या दोन नद्या गंगेस मिळत होत्या. इथला गंगाकाठ सारा रेतीचा, भुसभुशीत मातीचा आणि चिखलाचा होता. गंगेच्या पश्चिमकाठी दहा पुरुष उंचीवर शुक्रताल हे प्राचीन ठिकाण होतं. गंगा इथे पालखीच्या दांड्यासारखी वाकडी वळणं घेऊन पुढे वाहत होती. आतल्या अर्धा मैल लांबी-रुंदीच्या उंच ठिकाणी अनेक खोलगट खड्डे आणि चित्रविचित्र घळ्या होत्या. उंच उंच सळसळती झाडं दहा-पंधरा मैलांतला गंगाकाठ सहज निरखू शकत होती. झाडाझाडांतून अजस्र झुडपं माजली होती. मधूनच मोठमोठ्या रानवेलींनी विळखे घातले होते. आतल्या उंचवट्याच्या जागी महादेवाचं एक जुनाट देऊळ धीरगंभीर होऊन बसलं होतं. संरक्षणाच्या दृष्टीनं

एकाएकी पेटलेल्या युद्धामुळे दत्ताजी बेभान झाले. रणमदात बेहोश होऊन त्यांनी एक बाजूने आगीत उडी घेतली.

निसर्गत:च ही जागा बळकट होती. पूर्वेला भव्य गंगा वाहत होती. शुक्रतालच्या दक्षिणेस आणि उत्तरेस दलदलीचा, भयाण चिखलाचा प्रदेश होता. राहता राहिला पश्चिमेकडचा भाग. तिथं नजिबानं मोठमोठे वृक्ष आडवे पाडून मोर्चे बांधले होते. तिन्हीकडून तोफांचा आरबा पसरला होता. त्याच्या आत दोन पुरुष उंचीचा आणि दहा हात लांबीचा खंदक खणला होता. पूर्वेला पुलापल्याड सारा मुलूख नजिबाचाच होता. तेथून तो उंटगाड्यांतून, बैलगाड्यांतून धनधान्य, तिखटमीठ, काय हवी ती रसद आणू शकत होता. वीस-पंचवीस हजार लोक शुक्रतालच्या घळ्यांत ठेवून कित्येक महिने ही बळकट जागा लढवू शकत होता. कावेबाज पण तितक्याच शूर नजिबानं मराठ्यांना हात चोळीत ठेवलं होतं.

मराठ्यांना मिरापूरच्या सैदांची चांगली मदत मिळत असली तरी लष्कराचे हाल चालले होते. पावसाळा असल्यानं मुलूखगिरीवर बाहेर पडता येत नव्हतं. छावणीत रुपयास चार शेर धान्य झालं होतं. तीच नजिबाकडे सवंगाई होती.

दत्ताजी नजिबाचा सूड घ्यायला आसुसले होते. पण शुक्रतालभोवती रेतीत तोफा लावणं, सुरुंग पेरणं हे सारं मुश्कील होतं. तेवढ्यात दिल्लीहून जिवाजी शिंदे आणि त्यांचा पुत्र हणमंतराव शिंदे यांच्याबरोबर दोन हजार नव्या दमाच्या स्वारांची कुमक आली. दत्ताजी आनंदित झाले.

एके सकाळी युद्धाच्या नव्हे तर टेहळणीच्या इराद्याने सोबत दोन-तीन हजार स्वार घेऊन मराठे गंगाकाठानं फिरू लागले. जानराव वाबळे, नारो शंकर, जिवाजी शिंदे, जिवाजी भोईटे आणि दत्ताजी शिंदे ही जाणती मंडळी सोबत होती. दुपारी सर्व जण शुक्रतालच्या आजूबाजूला आले. जवळपास वावरणारे मराठे पाहून नजिबाच्या गस्तकऱ्यांनी दंगा केला. नजिबाने लागलीच चोहोबाजूच्या तोफांना सज्ज राहण्याचा इशारा दिला. झाडीच्या बाहेर दिसणाऱ्या एका रोहिल्याला एका मराठी रावताने तोड्याच्या बंदुकीने टिपला. तसा एकाएकी चकमकीला प्रारंभ झाला. रोहिल्यांच्या झाडीत न दिसणाऱ्या तोफा आग ओकू लागल्या. मराठे भाजून निघू लागले. अचानक हल्ल्याने क्षणभर मराठे बावरले. दुसऱ्याच क्षणी त्यांनी घोड्यावरून पटापट उड्या मारल्या. घोड्यांच्या आडोशाने ते गोळीला गोळीने उत्तर देऊ लागले. रोहिल्यांची आग भारी होती. तोफांच्या तडाख्यानं घोडी चेंडूसारखी उडून भुईवर धडाधडा कोसळू लागली. आगीने निम्मी-अर्धी भाजलेली घोडी पुढच्या पायांचे दोन्ही खूर वर करून मागच्या दोन्ही पायांवर थयाथया नाचू लागली. जीवघेणी खिंकाळू लागली. सूं सूं करून झाडीतून येणारे रोहिल्यांचे बाण मराठा वीरांचे वेध घेऊ लागले.

एकाएकी पेटलेल्या युद्धामुळे दत्ताजी बेभान झाले. रणमदात बेहोश होऊन त्यांनी एक बाजूने आगीत उंडी घेतली. समोरच्या गोलंदाजांना कापून काढले. अमनधपक्या चकमक सुरू झाल्याची व दत्ताजी आगीत घुसल्याची बातमी एका सांडणीस्वाराने जनकोजींना सांगितली. जनकोजी 'हर हर महादेव'चा घोष करीत वेगाने दौडत आला.

दत्ताजींच्या बाजूला घुसला. पाच-पन्नास रोहिले दत्ताजींवर तुटून पडले होते. एकट्या दत्ताजींनी तलवारीची खणाखणी चालविली होती. त्यांच्या मदतीला आलेले जनकोजी रोहिल्यांची डोसकी सणासण उडवू लागले. तोच एका रोहिल्याने मध्येच उडी ठोकून जनकोजींच्या घोड्याचा लगाम धरला. दुसऱ्या हाताने वार केला. जनकोजींच्या हाताला निसटता वार लागून अंगरख्याचा चिरफाळा उडाला. पेटलेल्या जनकोजींनी बेभान होऊन हातातला जमदाडा पुढे फेकला, तसा एक रोहिला खांडोळी होऊन जागीच गारद झाला.

मराठ्यांनी रोहिल्यांची एक बाजू फोडून त्यांचा तोफखाना बंद पाडला. वेगानं स्वार पुढं धावले. झाडीच्या आतल्या अंगाला असलेला खंदक कुणाला दिसला नाही. मराठ्यांची घोडी स्वारासह धडाधड खंदकात कोसळू लागली. कण्हू लागली. विव्हळू लागली. वेगानं झेपावलेले साठ-सत्तर घोडेस्वार गतप्राण झाले. खंदकात खच पडला.

दुसऱ्या बाजूला घोड्यांत घोडी मिसळून दोन्हीकडचे स्वार हातघाईवर आले. एकमेकांच्या नरडीचा घोट घेण्यासाठी चवताळू लागले. जेजाला, सुतारनाळ, हस्ताळ आणि बाणांचा पाऊस पडू लागला. दत्ताजीच्या मांडीखालची अस्मानी घोडी सुतारनाळेच्या माऱ्यानं ठार होऊन कोलमडणार तोच दत्ताजींनी पुढं उडी ठोकली. एका रावताने पायउतार होऊन आपला घोडा दत्ताजींना दिला. लवकरच अंधार पडला. चकमक आपोआप थांबली. जखमी झालेले दत्ताजी आणि जनकोजी छावणीवर परतले. नजिबाचा पन्नासभर रोहिला कामास आला. मराठ्यांची दांडगी हानी झाली. शुक्रतालच्या महादेवाला पाचशे मराठ्यांनी आणि बाराशे घोड्यांनी रक्ताचं शिंपण घातलं. दोन दिवसांमागे येऊन छावणीला उत्साह आणणारे सरदार जिवाजी शिंदे आणि त्यांचा पुत्र हणमंतराव दोघेही आजच्या चकमकीत कामी आले होते. छावणीवर दुःखाची छाया पसरली होती. जिवाजीच्या पागेचे दोन हजार स्वार तर धाय मोकलून रडत होते. जखमी शिपाई वेदनेने विव्हळत होते. ठिकठिकाणी झाडपाला कुटण्याचं, वाटण्याचं काम जारीनं चाललं होतं. मराठी लष्करानं नाही म्हटलं तरी बळकट शुक्रतालची थोडी धास्ती खाल्ली होती.

□

शुक्रतालच्या झाडीत लपलेल्या नजिबाच्या तंबूला आज उदास रूप आलं होतं. दोनच नेटक्या खांबांवर तोललेला तो तंबू एरवी गर्वात उभा असायचा. मात्र आज खांब किंचित झुकले होते. कनाती ओढून बांधणारे दोरखंड किंचित ढिले पडले होते. तंबूवरची हिरवी निशाणं आणि महंमदअल्ली, झेहेरा, फातमा यांचे पंजे असलेले बावटे खाली मान घालून बसले होते. नेहमीप्रमाणे त्यांची वाऱ्याच्या झोतावरची भिरभिर जाणवत नव्हती. तंबूच्या आत मऊ लोडाला टेकून नजीबखान बसला होता. बुडाला मुंग्या लागल्यागत तो जागच्या जागी सारखा बूड इकडे-तिकडे घसटत

होता. त्याचा चेहरा काळवंडला होता. चार दिवसांत त्याला नीट झोप न लागल्याचं दिसत होतं. कधी त्याच्या तोंडावरचे भाव बावरलेले, कधी संतप्त तर कधी व्याकूळ दिसत होते. त्याच्या डाव्या बाजूला त्याचा धाकटा बंधू सुलतानखान, उजवीकडे जिगरी दोस्त अहमदखान आफ्रिदी आणि समोर तरुण मुलगा झाबेतखान बसला होता. त्याचा साडू सादुल्लाखानही कधी नव्हे तो नजिबाच्या मसलतीत सामील झाला होता. गंभीर सुरात नजीब सर्वांना उद्देशून म्हणाला,

"तुम्ही माझे जवळचे इष्टमित्र, नातलग नव्हे तर रक्ताचीच माणसं आहात. राजकारणात जवळची, रक्ताची माणसंच उपयोगी पडतात हा दुनिया निर्माण झाल्यापासूनचा अनुभव आहे. म्हणूनच आज मी तुमच्याशी काळजातली बात करतो आहे. काफरांच्या भयाण मगरमिठीत आपण सापडलो आहोत. धर्म धोक्यात आला आहे. गंगाकाठी रक्ताची रंगपंचमी झाली तरी चालेल. मुंडी छाटली तरी बिन-गर्दनीची आपली धडं ताबुतासारखी नाचतील– पण मरगठ्ठ्यांना आपण शरण जायचं नाही. काय झाबेता? आजची काय खबर आहे?"

"बाबाजान, दोन-तीन वेळा मराठ्यांची दाणादाण उडविली तरी काफर माघार घेत नाहीत. त्यांचा सेनापती दत्ता शिंदे सुडानं बेहोष झाला आहे. काही करून हा डोळ्यांसमोरचा नावांचा पूल उडवून आपली आपल्या नजिबाबादहून येणारी रसद तोडण्याचा त्यांचा इरादा आहे. नजिबाची मुंडी छाटून त्याच्या अंगात पेंढा भरीन तरच दख्खनला जाईन, अशा बाता तो महापापी दत्ता करतो आहे, बाबाजान."

"या बड्या बाता एवढ्या मुमकीन आहेत की काय?" पिसाळलेला नजीब म्हणाला, "उलट मीच त्या दत्ताची मुंडी छाटून ती दुराणी बादशहाला पेश करीन आणि बादशहाच्या मदतीनं हिंदुस्थान पराभूत करून इथली दौलत पाठीवर मारीन. नजीब संपणं शक्य नाही. कुण्या अमीर-उमरावाचा खुशालचेंडू बेटा म्हणून मी निपजलो नाही. मी मातीतून मोठा झालेला माणूस आहे. त्या मरगठ्ठ्यांची धूळधाण करायला, त्यांना मातीमोल करायला कोण वखत लागतो?"

नजिबानं मातीची भाषा केली तेव्हा त्याचं डोकं सुन्न झालं. डोळ्यांसमोर पंधरा-सतरा वर्षांपूर्वीचा पट उभा राहिला. कंदहारच्या युसुफजाई अफगाण कुळातला पस्तीस वर्षांचा एक पोक्त गृहस्थ नशीब काढण्यासाठी आपल्या बायकोला आणि मुलाला घेऊन हिंदुस्थानात आला होता. नादिरशहाच्या मोहिमेच्या आधीपासून अफगाण रोहिल्यांच्या अनेक टोळ्या हिंदुस्थानात गुजराण करण्यासाठी येत होत्या. उंच, धिप्पाड आणि कडवे लढवय्ये असलेल्या या अफगाणांच्या चमकत्या तलवारींना लगेच वाव मिळाला होता. कोणी सरदार-जमीनदारांच्या सेवेत राहिले. कोणी मनगटाच्या बळावर स्वत: सरदार झाले. गंगा-यमुनेच्या वरच्या भागात रोहिल्यांच्या अनेक जमाती बस्तान बसवू लागल्या. दिल्लीची बादशाही या आधीच खिळखिळी झाली होती. त्यामुळे ह्या भागात अफगाणांना हातपाय पसरायला तकलीफ पडली नाही. महमदखान पठाणाच्या पदरी अवघ्या दोन रुपये पगारावर नजीब एक साधा

पादचारी सैनिक म्हणून जिणं कंठू लागला. थोड्याच काळात नजिबानं अंगचं पाणी दाखवलं आणि त्याचा पगार महिन्याला पाच रुपयांवर गेला. जमादार म्हणूनही त्याला बढती मिळाली. अनेक पंख फुटू लागले आणि प्याद्याचा फर्जी व्हायला नजिबाला वेळ लागला नाही.

कूच करणारी सैन्यदळं, भव्य दरबार, सरदारांचा सरंजाम, उमरावांच्या आगमनाबरोबर चोपदार-भालदारांच्या गरजणाऱ्या आरोळ्या, जडजवाहीर, हत्तीखाने आणि श्रीमंतांचे सौंदर्याने खदखदलेले जनानखाने बघून नजीब बावचळला. त्याची महत्त्वाकांक्षा नागीण होऊन त्याला डसू लागली. मोठेपणाच्या कैफासाठी तो जंग जंग पछाडू लागला. महत्त्वाकांक्षेनं, लालसेनं आंधळ्या झालेल्या डोळ्यांना खऱ्या आणि खोट्यातला फरक कळेनासा झाला. काहीही करायचं आणि बडा आदमी व्हायचं, या ध्येयानं तो पुरता पछाडला. झाबेतची आई, नजिबाची पहिली बेगम दम्याने बीमार होती. तोळामासा झालेल्या बेगमच्या नरडीला नजिबाने नख लावल्यानेच तिचा अंत झाल्याचं लोक बोलत होते. महिन्याच्या आत नजीब शादीसाठी तयार झाला. सरदार दुंदेखान अफगाणाची शहजादी त्याच्या मनात भरली होती. पण दुंदेखान ती आपणांस देईल की नाही या भीतीनेच त्याने आपली पहिली औरत मारल्याचे, त्याचे काही सैनिक अजूनही कुजबुजत होते. दुंदेखानची बेटी सोन्याची चावी घेऊनच नजिबाच्या हवेलीत आली. दुंदेखानाने नगीना, शेरकोट, बीजनोर, चंदकूर असे गंगेच्या पूर्व काठाचे चौदा परगाणे दहेज म्हणून जावयाच्या पदरात बांधले.

जमीनदार नजिबाच्या महत्त्वाकांक्षी वारूला आता चांगलेच पंख फुटले. त्यात त्याला दुंदेखानाने चारशे स्वारांचा नायक बनविला. नजिबाच्या जमिनीला लागूनच सहराणपूर इलाख्यात बादशाही जमीन होती. त्यात त्याने घुसखोरी सुरू केली. जवालपूरच्या आणि सहराणपूरच्या बाजाराला येणाऱ्या उंट-घोड्यांवर आणि धन-धान्यावर वाटेतच तो छापे मारू लागला.

सतराशे त्रेपन्नला दिल्लीच्या दरबारात शिया-सुन्नीचा वाद माजला. दिल्लीचा वजीर आणि अयोध्येचा नवाब सफदरजंग हा शिया मुसलमान होता. त्याचा पाडाव करण्याचं सुन्नी बादशहानं ठरवलं. दिल्लीहून गाजुद्दीनचं बोलावणं आलं आणि आधीच बाशिंग बांधून तयार असलेला नजीब दिल्लीकडे चालता झाला. ज्यानं अन्नाला लावलं तो नजिबाचा सासरा दुंदेखान वजीर सफदरजंगाचा दोस्त होता. सासऱ्याची इच्छा डावलून पंधरा हजार घोडदळ भल्याबुऱ्या मार्गानं गोळा करून नजीब दिल्लीकडे धावला. दिल्लीत पोहोचण्याआधीच नजिबानं सहराणपूरच्या जहागिरीचे आणि सरदारकीचे वचन बादशहाकडून घेतले होते. हफीज रहमतखान, दुंदेखान आणि साडू सादुल्लाखान या साऱ्या अफगाणांचा विरोध डावलून नजीब दिल्लीत घुसला. दिल्लीच्या निली बुरुजावर बादशहाच्या बाजूनं नजीब उभा ठाकला. समोर सफदरजंगबरोबर खुद्द त्याच्या सासऱ्याचं सैन्य उभं होतं. नजिबानं पराक्रमाची शर्थ केली आणि वजिराला अयोध्येकडे पळवून लावलं. सरदारकी आणि सहराणपूरची

जहागिरी काबीज करूनच नजीब दिल्लीबाहेर पडला.

थोड्याच अवधीत नजिबानं सहराणपूरला बस्तान बसवलं. जवळच नजिबाबाद नावाचा मोठा गाव वसवला. गंगेच्या पूर्वकाठी नव्या सैन्याची बांधणी करून त्याने वसूलही सुधारला. पत्थरगड, गौरूगड आणि शुक्रतालची तटबंदी बांधून त्याने गंगेकाठचं आपलं स्थान भक्कम केलं. डेहराडूनच्या पायथ्यापर्यंत आपल्या जहागिरीची सीमा नेऊन भिडवली. जहागिरीत छोटे कालवे बांधले आणि विहिरी खोदल्या. स्वत: प्रबळ होऊन तो अधेमधे आपल्या अफगाण जातबांधवांनाही नाक खाजवून वेडावून दाखवू लागला.

नजीब कोणत्याही स्थितीत शुक्रतालचा तळ सोडायला तयार नव्हता. या गुहेतून आपण बाहेर पडलो की कत्तल झालीच, हे त्याला माहीत होतं. मराठ्यांच्या पाडावासाठी त्याने दाही दिशा सुरुंग पेरले होते. पण वेळेत हवे तसे बार उडत नव्हते. डोळ्यांसमोर कंदाहारी बादशहा सारखा आपल्या सहस्र सेनेसह उभा ठाकल्याचं दिसत होतं. गंगा-यमुनेतले सारे अफगाण सरदार-जमीनदार एकत्र होऊन मदतीला धावल्याचा भास होत होता. अयोध्येकर सुजाउद्दौल्यानेही मदतीचा हात पुढे केल्याचं दिसत होतं. मात्र हा सारा मेळ अजून साधला नव्हता. मराठे उरावरच ठाकल्याने त्याची पाचावर धारण बसली होती. आपल्या साडूकडे, सादुल्लाखानाकडे कटाक्ष टाकीत नजीब म्हणाला,

"नबाबसाहेब, त्या दत्ताजीला एका दिवसात मोक्षाला धाडला असता पण काय करणार? रोहिलखंडातले सारे अफगाण एकत्र कुठे येताहेत? त्यांना धर्माची, कुळाची चाड कुठे आहे? मलाच उलट ते वेडा ठरवितात."

"त्यात त्यांचं काय चुकतं?" सादुल्लाखान म्हणाला, "तुमचा स्वभाव आणि नियत साऱ्या अफगाणांना कळून चुकली आहे. तुम्ही संकटात आला की तुमच्यातला राजकारणी जागा होतो. मग तुम्ही, संकटात म्हणजे धर्मसंकटात असा त्रागा करून जिहादची भाषा करता. आम्हांला पेटवू बघता. त्या गाजुद्दीनच्या बोलण्यावरून आम्हां सर्वांना टाळून तुम्ही दिल्लीस गेलात. त्याच्यासाठी पवित्र कुराणाची शपथ खाल्लीत आणि कालांतरानं त्याच्याही कबिल्याची विटंबना केलीत. ज्या दिल्लीकर बादशहानं तुम्हांला आजचे दिवस दाखवले, त्यांची रसद मारून प्रसंगी तुम्ही बादशाही जनानाही बिना अन्नपाण्याचा ठेवलात. तुमचं वर्तन आणि जिहादचा पुकार यांत बरंच अंतर आहे, खानसाहेब."

"मी तुमचा मेहमान आहे. आपल्या माणसाची एखादी गुस्ताखी आपण माफ करायला काय हरकत? लोक गैरभावनेनं फजूल बाता करतात आणि तुम्ही त्या–"

"माझा स्वत:चाच काय अनुभव आहे, खानसाहेब?" सादुल्लाखान वरच्या पट्टीत बोलला, "मी तुमचा साडू. माझाच जमीनजुमला तुम्ही किती लाटलात? एवढ्या तेवढ्यावरून किती कुरापती काढल्यात तुम्ही?"

नजीब खजील झाला. बोललात एवढे पुरे झाले, आता या सर्वांसमोर कशाला

शोभा करता माझी, अशा दीनवाण्या नजरेनं त्यानं सादुल्लाकडे पाहिलं. तसा सादुल्लाही चूप झाला. खान आफ्रिदीनं विषय बदलला–

"नबाब बहादूर, अयोध्येकर सुजाउद्दौल्यांचा काही खलिता?"

"अजून नाही;" नजीब म्हणाला, "पण अयोध्येकरांना माझ्यासाठी कुमक घेऊन यावंच लागेल. मी त्यांना स्पष्ट कळवलं आहे, आज मराठे गंगापार झाले, की उद्या ते मुलूखगिरीसाठी, चौथाईकरता तुमच्या अयोध्या प्रांतात आलेच असं गृहीत धरा. एकदा ही पापी जात आली की कायमचा पाय पसरणार. आज हे तीर्थ द्या. उद्या ते क्षेत्र द्या. कदाचित मराठे गाजुद्दीनलाही अयोध्येचा नबाब करतील; तेव्हा सुजाला या नजिबाचं महत्त्व कळेल. अयोध्येकराला मी किती तरी कळकळीचे खलिते धाडलेत पण तो येईल तर खरा."

"खानसाहेब, तुम्ही काही वर्षांपूर्वीच सुजाच्या बापाविरोधी, सफदरजंगाविरोधी उठला होता. तो शिया म्हणून त्याच्या संगे जंग केला होतात. त्याला दिल्लीच्या वजिरीहून आपण हाकलून लावला होता, हे सुजाउद्दौल्ला विसरेल?" सादुल्लाखान विचारू लागला.

"खानबहादूर, तुम्ही राजकारणी होण्याऐवजी शायर का झाला नाही? शायरच असे जास्ती विचार करतात." नजीब सादुल्लाला हसून म्हणाला, "ही राजनीती आहे. इथे हजारदा संबंध तोडले जातात. मोडले जातात. पुन्हा जोडले जातात. कारण ही राजनीती आहे. पुढच्या संकटाची काळजी असेल तर सुजा बिनदिक्कत आपलं लष्कर धाडेल. नाहीतर आत्मघात करून मरेल."

मसलत चालू असतानाच शिरीची पगडी सांभाळत चेतराम वकील तंबूत धावत आला. त्याचा प्रफुल्लित चेहरा बघून नजिबानं त्वरेनं विचारलं,

"काय खबर आहे?"

"खूषखबर आहे."

"बोल, बोलऽ."

"अफगाणिस्तानचे सेनापती जहानखान यांचा खलिता आला आहे. दुराणी बादशहा पंधरवड्यातच हिंदुस्थानच्या सीमेला येऊन धडकत आहे."

"सुभानल्लाऽऽ! बहोत खूबऽऽ बहोत खूब!" सारा तंबू गर्जून उठला.

नजिबाला काळजाच्या देठापासून गुदगुल्या होऊन लागल्या. लगेच त्याच्या अंत:चक्षूंपुढे मेलेल्या बैलासारखा अक्राळविक्राळ धूड होऊन रक्ताच्या थारोळ्यात पडलेला दत्ताजी शिंदे दिसू लागला. आत्तापर्यंत याचना करूनही मदतीला न आलेले सरदार, मानेचा मणका मोडल्यासारखे माना ओवाळून कुर्निसात करत असल्याचे दिसू लागले. अयोध्येकर सुजा गरीब गायीसारखा तोंड करून नजिबाच्या संगतीसाठी हंबरू लागला. या साऱ्या कृमि-कीटकांकडं लक्ष द्यायला नजिबाकडे फुरसत नव्हती. तो दुराणी बादशहाबरोबर अंबारीतून झुलत चालला होता. नजिबाने सर्व आप्त-मेहमानांकरिता बडा खाना बनविण्याचा हुकूम दिला. त्याचं महत्त्वाकांक्षी मन

आभाळात पोहोचून तारकापुंजाशी गुजगोष्टी करू लागलं.

ज्या रात्री नजिबाच्या डेऱ्यात बडा खाना चालला होता त्या रात्रीच मराठा लष्करानं हरिद्वाराच्या वरच्या अंगाला गंगापार होण्याचा यत्न चालविला होता. चारच दिवसांमागं एकमेकाला शिलंगणाचं सोनं देण्यासाठी मराठ्यांच्या लष्करात सरदार, उमराव, गोरगरीब, भट-भिक्षुक, बलुतेदार, कामाठी सारे एका जागी गोळा झाले होते. दत्ताजी सोने देताना फारच उद्विग्न दिसत होते. ते लष्कराला उद्देशून म्हणाले,

"मानी मराठ्यांनो, जगदंबेच्या-खंडेरायाच्या भक्तांनो, हा पेच फार भारी पडला आहे. या आधी तुमचे-आमचे बापजादे दसऱ्याच्या मुहूर्तावर आपला घोडा सजवून मुलूखगिरीवर बाहेर पडत असत. पण आपल्या नशिबातला आजचा दसरा महाभयंकर आहे. पुरे चार महिने लोटले. अजून आम्हांला यश लाभत नाही. काल-परवा तर धनधान्य नाही म्हणून पुरा एक दिवस लष्कराला उपास घडला. मधे दोन-तीन दिवस तर घोड्यांना, उंटांना वैरण नाही म्हणून जनावरं मेढ्यांना माना घाशीत होती. माझ्या लाडक्या जव्हेरगंजालाही कधी नव्हे तो उपास घडला. तो नजिब्या तिकडे पूल बांधून त्यावरून अंतर्वेदीतून रसद आणून फुगत चालला आहे आणि आपली पोटं मात्र पाठीशी लागली आहेत. काय करावं?"

"रावसाहेब, तो पूल तोडून रसद मारू तरच नजिब्या गुडघ्यावर येईल," जिवाजी भोईटे बोलला.

"गनीम पुलाचं रक्षण आग्यावेताळासारखं रात्रंदिवस करताहेत. त्यांच्यावर सरळ जाऊन मारा करायचा तर नदीत तरफे घातले पाहिजे. पण एवढ्या अगडबंब नदीत तरफेही टिकायचे नाहीत. तोवर नजिबाच्या तोफा आम्हांला गिळतील. फुकटची मनुष्यहानी होऊन पुन्हा हसं होईल;" जनकोजीबाबा म्हणाले.

"काय सांगायचं रावसाहेबऽ, त्या नजिब्याच्या नरडीचा घोट घ्यायला हात शिवशिवत आहेत. पण इकडची दलदल, चिखल मारा करू देईना. पलीकडून पूल तोडावा तर नदीला उतार सापडेना. मराठी हत्ती-घोडे गंगेकाठी जातात आणि पल्याड उडी घेता येत नाही म्हणून आसवे गाळीत माघारी वळतात."

"ते काही झाले तरी जगायचं असेल तर उतार शोधलाच पाहिजे." दत्ताजी कडाडले.

"आपलं म्हणणं अगदी बरोबर आहे." वृद्ध गोविंदपंत बोलले.

"पंत, तुम्ही अजिबात वार्ता करू नका," दत्ताजी पंतांवर जाम खवळून म्हणाले, "तुमच्यासारख्या मराठ्यांनीच साऱ्या यशात बिब्बा घातला आहे. उत्तर हिंदुस्थानात वास करणारी तुम्ही मराठी माणसं म्हणजे मराठी मातीचे हितशत्रू. आम्ही दिल्लीच्या बादशाहीसाठी झुंजात उतरलोय आणि तुमचा नजिब्यासारख्या लफंग्यांशी स्नेह. वर तो तुमचा मेहुणा. 'गोविंददाजी' म्हणतो ना तुम्हांला तो?"

"रावसाहेब, आपले शब्द मागे घ्या," गोविंदपंत पाणावलेले डोळे पुशीत

म्हणाले, ''त्या बाटग्याला मला दाजी म्हणू दे नाहीतर काका म्हणून हाक मारू दे. पण तुम्ही असे बोलता की जणू तो माझाच खरा सोयरा आणि मी गनिमाचा माणूस; पण रावसाहेब, दौलतीची सेवा करता करता आमच्या काळ्याचे पांढरे झाले. तुमच्या मनात किंतू असेल म्हणून सांगतो, की वाईच्या महागणपतीची ही घ्या आण– काय वाट्टेल ते झाले तरी चार दिवसांत तुम्हांला नदीचा उतार शोधून देतो आणि नदीपारच्या नजिबाबादला मराठी लष्कर स्वत: नेऊन भिडवतो. नावांचा पूल उडवताना, राज्याच्या सेवेकरता तोफेच्या गोळ्यानं गिळलं तरी चालेल; पवित्र गंगेकाठी वीरमरण तरी येईलऽऽ.''

शिलंगणावेळी चार दिवसांत उतार दाखवू, ही गोविंदपंतांनी केलेली प्रतिज्ञा आता वास्तवात येत होती. पंतांनी अनेक वर्षं मामलेदार म्हणून जवळच्याच भागात काम केल्यामुळे त्यांना प्रदेशाची, माणसांची चांगली माहिती होती. जवळच मुझफ्फरनगरला रपेट मारून वृद्ध गोविंदपंत भल्या पहाटे माघारा परतले होते. त्यांनी जैत्या गुजराला सोबत आणला होता. जैत्याला या मुलखातल्या ओढ्या-ओघळींची, खाच-खळग्यांची खडान्‌खडा माहिती होती. भरपेट बिदागी मिळाली, की तो कोणासाठी काहीही करायला तयार व्हायचा. नजिबाला शुक्रतालचा पूल बांधायला त्यानेच मदत केली होती.

जैत्याला घेऊन मराठा लष्कर रात्रीचाच प्रवास करीत दोन दिवसांनी हरिद्वाराजवळ पोहोचलं. हरिद्वारच्या वरच्या अंगाला गुजराने उतार दाखविला. भोईट्यांनी सर्वप्रथम आपला हत्ती पाण्यात घातला. हत्ती भलंदांडगं पात्र पार करून पल्याड गेला. लगेच काही उत्साही मराठा वीर पाण्यात उतरले. पाणी बेंबीपर्यंत लागलं. उताराची खात्री झाली आणि मराठा लष्कर आनंदानं वेडावलं. दत्ताजींनी जैत्याला लागलीच एक हत्ती, घोडा आणि जडावाची काठी भेट दिली.

मध्यान्‌रात्र उलटून गेली होती. रात्रीचेच गंगापार व्हायचे होते. कारण गंगेपल्याडचा मुलूख नजिबाचा होता. त्याचे गस्तवाले दिवसरात्र फिरत होते. त्यांचा डोळा चुकवून गुपचूप पुढे होऊन नजिबाबादवर छापा घालायचा होता. जिवाजी भोईटे, अंताजी माणकेश्वरचा पुत्र तात्या यांच्याबरोबर आठ हजार मराठे आपल्या घोड्यांसह नदीपार झाले. काठावरच्या दत्ताजीच्या हातात हात देऊन डोईला घोंगड्याची टापर मारलेले गोविंदपंत निघाले. दत्ताजी भारावल्या शब्दांत बोलले,

''पंत, जनकोजीबाबांना तरी बरोबर येऊ द्या.''

''छेऽ छे, ही मोहीम माझ्यावर सोपवा;'' पंत.

बोचऱ्या थंडीत कुडकुडणारी दख्खनची माणसं आणि घोडी नजिबाच्या मुलखात धावू लागली. दिवस उजाडला. मराठ्यांचं लष्कर आत घुसल्याचं गुपित उघड झालं. नजिबाच्या ठिकठिकाणच्या चौक्या मराठी लष्कराला विरोध करू लागल्या. मराठ्यांनी शस्त्र उपसलं. शस्त्र आणि आग यांचा खेळ सुरू झाला. नजिबाचा मुलूख उजाड होऊ लागला. हरएक गावच्या वेशी उखळी तोफांच्या तडाख्यानं धडाधड

ढासळू लागल्या. गावोगावच्या तटबंद्यांना भगदाडं पडू लागली. धडाधड पेटणाऱ्या आगीत घरं कडाकडा वाजू लागली.

लवकरच गोविंदपंतांनी नजिबाबादला वेढा दिला. किल्ल्याची तटबंदी भक्कम होती. मराठे खणत्या खणून सुरुंग पेरू लागले. नजिबाचा किल्लेदार प्राणपणानं किल्ला लढवू लागला. दोन दिवस चाललेल्या धुमश्चक्रीत मराठ्यांनी शत्रूचा एक हत्ती, बाणांच्या पाच गाड्या, जेजाल्यांचे उंट आणि काही घोडी हस्तगत केली. नजिबाचा सारा काफिला किल्ल्यात अडकला होता. नजिबाची बेगम थरथरत्या अंगाने उभी होती. मनात आले असते तर बेगमेस ओलीस ठेवता आले असते. पण मराठ्यांना आपले ब्रीद सोडून बेगमेला धक्का लावायचा नव्हता. सलग चार दिवस मराठ्यांची किल्ल्याशी झटापट चालली होती.

आपल्या मुलखात धूर आणि धुळीचा थयथयाट सुरू होताच नजीब प्रथम गोंधळून गेला. तो निवडक सैन्यासह लागलीच पूल ओलांडून आपल्या मुलखात घुसला. मराठ्यांच्या शिरजोरीनं त्याच्या अंगाची लाही लाही झाली. अब्दाली बादशहा तर शेकडो मैल दूर होता. आता अयोध्येकर सुजाउद्दौला काय तो तारू शकत होता. अब्दाली बादशहाला त्याने जीव तोडून आधीच खलिते धाडले होते– 'अफगाणांचा बादशहा जिवंत असताना आम्ही पाप्यांच्या हातून कुत्त्याच्या मौतीनं मरणं हे बादशहा, तुलाच लांच्छनास्पद आहे. जोपर्यंत मी जित्ता आहे तोपर्यंत मी एकटा तरी या राक्षसांशी झुंजत राहणार.' अफगाणिस्तानात एका बाजूने नासिरखानने आणि दुसऱ्या बाजूने द्वारेश हिरातीने बंड केलं होतं. घरच्या खेकट्यांमुळे अब्दालीला हिंदुस्थानी यायला विलंब लागत होता.

गोविंदपंतांचं पाऊल नदीपल्याड पडताच नजीब उद्वेगानं नाचू लागला. लागलीच त्याने अयोध्येला निरोप घेऊन सांडणी धाडली, 'हे अयोध्यावासी नरश्रेष्ठा, पाप्यांच्या भुतांनी अंतर्वेदीत धुमाकूळ घातला होता. त्यांच्या वाटेतला नजीब नावाचा सराटा संपला की बारी तुझीच आहे. तुला पाप्यांच्या हातून मरायची इच्छा असेल तर खुशाल मर. पण लक्षात ठेव, अजूनही तू इस्लाम वाचवू शकतोस. शिया आणि सुन्नी तरी काय, एका इस्लाम देहाचेच दोन बाहू आहेत ना?'

दहा हजार मराठा घोडेस्वारांनी नजिबाबादेत धुमाकूळ घातला आहे, आपली बेटी किल्ल्यात अडकली आहे, ही वार्ता समजताच दुंदेखान आणि त्याच्या सोबत हाफीज रहमतखान हे अफगाण सरदार रणांगणात उतरले. नजिबाचे दोष विसरून ते अफगाणांसाठी झुंजू लागले. दिवसभर दुंदेखानाने आणि रहिमतखानाने चांगली टक्कर दिली पण मराठ्यांच्या भीमटोल्यापुढे ते ढिले पडले. हळूहळू मागे सरकू लागले. मराठे पूर्वकाठाने शुक्रतालच्या पुलाकडे झेप घेऊ लागले. नजिबाला आशा उरली नाही. तरीही शक्यतो मराठ्यांना पुलाकडे सरकू द्यायचे नाही, नदीपल्याडचे शस्त्रागार, लष्करी सामानसुमान व्यर्थ जाईल म्हणून तो जंग जंग पछाडू लागला. मात्र दुंदेखानही भयंकर झटापटीत घाईला आला, तसा नजीब गळाठून गेला. भयाने

थरथरणारे आपले दोन हजार सैन्य घेऊन तो बचावासाठी पूर्वेकडे पहाडाच्या आश्रयासाठी पळू लागला.

प्रतिकार जवळ जवळ कमी होताच मराठे पुलावर धावले. ज्या पुलाने त्यांना मेटाकुटीला आणले होते, तो पूल दृष्टीस पडताच मराठ्यांनी गिल्ला केला. कोणी पुलावरचा चगाळा, माती उकरू लागले तर कोणी खालच्या नावांचे नाडे सोडण्याचा प्रयत्न करू लागले. नजीबच समजून कोणी लाकडांवर जमदाड्यांचे घाव घालू लागले.

भयाने त्रस्त झालेला नजीब जीव वाचविण्यासाठी पहाडाकडे दौडत होता. 'आप भला तो सब भला'. नजीब कोसभर दौड करून जातो, तोच समोरून धुळीचे लोट दिसू लागले. ही आणखी कुणाची सेना, कुठली बिलामत आली? 'आता संपलोच' म्हणून नजीब बाजूच्या झाडीत उडी घेणार तोच समोरच्या सैन्यात फडकणारे हिरवे बावटे दिसले. तसा नजीब गौरीतल्या पोरींसारखा नाचू लागला. अयोध्येहून ज़मरावगिरी आणि अनुपगिरी ह्या दोघा गोसावी बंधूंची सेना नजिबाच्या मदतीस आली होती. सुजाच्या पदरी कडव्या हिंदु गोसाव्यांचं सैन्य होतं. अंगाने धिप्पाड, कडवे आणि हिम्मतबाज गोसावी सहसा कोणाला हार जाणारे नव्हते. ती दहा हजारांची ताजी कुमक बघून नजिबाचा पुरा शिणवटा गेला. तो उमरावगिरीला म्हणाला,

''सरदारसाहेब, आपण वेळेत आलात म्हणून बरे. नाही तर हा गरीब हकनाक प्राणाला मुकता.''

''फक्त आम्हीच नाही. पाठीमागून दस्तुरखुद्द सुजाउद्दौलाही येत आहेत.''

''ये बहुत हुवा;'' पाझरलेले डोळे पुशीत नजीब म्हणाला, ''बघितलंत सरदारसाहेब, तुम्ही हिंदुस्थानी हिंदू म्हणजे गंगा आणि मुस्लिम म्हणजे यमुना! इकडे गंगा-यमुना गुण्यागोविंदाने नांदत असताना ही दख्खनची माकडे आम्हांला सुखाने जगू देत नाहीत. हिंदुस्थानच्या रक्षणासाठी या दख्खन्यांचा कायमचा बंदोबस्त करू या. चला गाझींनो, त्या पापी दख्खन्यांना पाणी पाजू याऽ!''

नव्या दमाचे गोसावी, हाबशी, मुसलमान गंगेकडे वेगानं दौडू लागले. साऱ्यांच्या पुढे नजीब होता. सापानं कात टाकावी आणि नवी कांती धारण करून ठिसकार सुरू करावा तसा तो चेकाळून गेला होता. आपल्या सोबत्यांना हाताशी धरून नजिबानं मध्येच अब्दाली आल्याची हूल उठवून दिली. तसे सारे शिपाई, ''अब्दाली आयाऽऽ'', ''दुराणी आयाऽऽ'' करून ओरडू लागले, दौडू लागले.

मराठ्यांनी वरची माती बाजूला करून दोन-तीन नावांचे दोरखंड तोडले असतील-नसतील तोच काठावरची झाडी सळसळली. घोड्यांच्या टापांचा आणि घोषणा-आरोळ्यांचा गिल्ला कानी पडला. ''दुराणी आयाऽऽ'', ''अब्दाली आयाऽऽ'' मराठ्यांनी हातातली हत्यारं जिथल्या तिथं फेकली. कोणीतरी मोठ्यानं बोंब मारली, ''आता मेलोऽऽ पळाऽ पळाऽ'' पहिले दहा-पंधरा पळाले. तोच बाकीचेही पळू लागले. साक्षात दुराणी बादशहा आल्याचं ऐकून सर्वांची गाळण उडाली. धीर कोणी

धरेना. काठावरच्या घोड्यांवर उडी मारून जे झटक्यानं निघाले ते पुढे धावले. बाकीचे कोणी घोड्यावर मांड ठोकताना, कुणी रिकिबीत पाय ठेवून चढण्याच्या बेतात असतानाच त्यांच्या अंगावर सपासप तलवारी बसू लागल्या. रक्ताच्या चिळकांड्या उडू लागल्या. मोकळी घोडी रानावनातून खुळी-कावरी होऊन इकडे-तिकडे धावू लागली.

सांज पडताना आघाडीचे मराठे नजिबाबादेत पोहोचले. तिथे पाचसहा हजार मराठे तळ देऊन होते. हा लोंढा जसा घाबरून पुढे पळत सुटला तसे तेही पळू लागले. उमरावगिरीच्या आणि नजिबाच्या पाठलागात जराही खंड पडला नव्हता. अंधारातून मराठे जीव घेऊन पळत होते. त्यांचा जीव घेण्यासाठी गोसावी दैत्यासारखे पाठी लागले होते. रात्रीच्या अंधारातून ठेचकाळत मराठे कसेबसे हरिद्वारच्या वरच्या अंगाला आले. अंधारात नेमका उतार गवसेना. पाण्यात झेपावलेली कित्येक घोडी गंगार्पण झाली. चुकीच्या जागी पाण्यात घुसलेले मराठे सरळ गटांगळ्या खाऊ लागले. कित्येकांना जलसमाधी मिळाली. माणसं, जनावरं विस्तीर्ण गंगेत पालापाचोळ्यासारखी वाहून जाऊ लागली. त्यातून जे वाचून नेमक्या उताराने चालले होते, त्यांच्या अंगावर गोसाव्यांच्या बाणांचा वर्षाव सुरू झाला. तीक्ष्ण बाण अंगाला टचाटच् टोचू लागले. "मेलोऽ, गेलोऽऽ, जगदंबेऽऽ" अशा करुण किंकाळ्यांनी अंधाराचा थरकाप उडू लागला. उतारातून पुढे झेपावणारे कित्येक मराठे घिसाडघाईने, एकमेकाला ढकलून, पुढच्याला पाठीमागे ओढून निघाले. घाबरून, धांदलूनच कित्येक मेले.

अलीकडच्या काठावर उभा असलेला नजीब तिरंदाजांना वेगाने तीर मारण्यासाठी चेतावीत होता. ओरडत होता. उमरावगिरी गोसाव्याला विकटपणे हसत हसता सांगत होता– "मराठे एकदा भागूबाईसारखे पळायला लागले की अलम दुनियेत कोणाच्या बापाला पळातही ऐकणार नाहीत."

दत्ताजीने मिरापूरची छावणी सात-आठ मैल पाठीमागे घेतली होती. मराठी लष्करावर काळाचा कोप झाला होता. रोज नवं संकट दत्त म्हणून उभं राहत होतं. गोविंदपंतांनी धाडसानं भरलेला बार वाया गेला होता. उरलंसुरलं मराठी लष्कर हरिद्वाराकडून मुख्य छावणीकडे परतीच्या वाटेवर असताना एकाएकी दोन-अडीच हजार उघडीवाघडी माणसं माशा घोंघाव्यात तशी दत्ताजींच्या अवतीभोवती जमली. कुणाच्या कमरेला धोतर, तर कुणी फक्त लंगोटीवर अब्रू झाकीत आलेलं. साऱ्या अंगाला भस्म किंवा राख फासलेली. क्षणभर हे कुरुक्षेत्रावरचे की गडमुक्तेश्वरचे भिनभिकारी आलेत असा भास व्हावा. पण ते त्र्यंबक बापूजीचं पंजाबमधून जीव घेऊन पळून आलेलं पथक पाहून साऱ्या लष्कराला अचंबा वाटला. अहमदशहा अब्दालीच्या पुत्राने पंजाबवर स्वारी करून मराठ्यांची ठिकठिकाणची ठाणी साफ मोडून काढली होती. सेनापती जहानखानने गावोगावी मुडद्यांच्या राशी पाडल्या होत्या. मागोमाग स्वत: अहमदशहा दुराणी हिंदुस्थानच्या स्वारीवर निघाला होता.

नजीबखान

लाहोरात तैमूरच्या नावाची द्वाही फिरली होती. पंजाबचा नवा बादशहा म्हणून त्याचा खुत्बाही वाचला होता. उरलेसुरले मराठे जीव वाचवत दक्षिणेकडे पळू लागले होते. मराठ्यांच्या दाणादाणीची वार्ता वाटेतल्या गावकऱ्यांना लागली होती. त्यामुळे वाटेतल्या अनेक गावांतून लुटारूंनी, गावकऱ्यांनी एकत्र येऊन मराठ्यांच्या अंगावरची सारी वस्त्रे, कंठे, असतील त्या तलवारी हिसकून घेऊन त्यांना नागवले होते. गमतीचा खेळ म्हणूनही कित्येकांची डोसकी मारली होती. त्यातच त्र्यंबक बापूजींचे पथक सापडले होते. पथकातील मराठे भिकाऱ्यांची सोंगे घेऊन राखेच्या ढिगात

गडाबडा लोळले होते. छावणीवर येताच शिंद्यांनी प्रत्येकाला दोन-दोन वस्त्रे दिली.

मराठा ठाणेदार साबाजी शिंदेसुद्धा जीव वाचवीत मुलतानकडून पळत आला होता. या आधी दत्ताजी, रघुनाथराव आणि मल्हारबाने व्यवस्थेस ठेवलेल्या स्थानिक जमीनदारांनीही दाही दिशा धूम ठोकली होती. आदिनाबेगचा कारभारी लक्ष्मीनारायण, सादिकाबेगची मुलं असं फुकटचं लटांबर मराठ्यांच्या आश्रयाला आलं होतं. घरचं झालं थोडं आणि व्याह्यानं धाडलं घोडं, अशी मराठ्यांची अवस्था झाली होती.

पंजाबकडून पन्नास हजार ताजीतवानी फौज घेऊन अब्दाली, तैमूरशहा, जहानखान हिंदुस्थानात उतरत होते आणि इकडे नदीपल्याड मराठ्यांना गाडण्याच्या जिद्दीनं नजिबाने सारे अफगाण सगेसोयरे गोळा केले होते. या दुहेरी पेचात अडकित्त्यात सुपारी अडकावी तशी मराठ्यांची अवस्था झाली होती. सारी छावणी चिंतातुर दिसत होती. रोज पोटच्या गोळ्याप्रमाणं आपल्या घोड्यावर माया दाखविणारे स्वार, घोडी आहेत त्या जागेला उपाशीतापाशी ठेवून खाशा डेऱ्यात मसलत काय होतेय इकडे ध्यान देऊन होते. बनियांनी आपापली चीजवस्तू गुंडाळून छावणीतली दुकानं जवळ जवळ आटोपती घेतली होती. आता दुसऱ्या कुठल्या मुलखात जायचं, धान्य कसं गोळा करायचं याचा विचार करीत पेंढारी आणि बंजारी आपल्या धेडगुजरी भाषेत च्यावम्याव करीत टोळक्या टोळक्यानं बसले होते. खाजगीकडे तर स्त्रिया कमालीच्या घाबरल्या होत्या. जनकोजींची काशीबाई सारखी इकडेतिकडे गडबड करीत होती. दत्ताजीच्या भागीरथीचा आठवा महिना संपत आला होता. त्यामुळे साऱ्या स्त्रियांची धांदल उडाली होती. वैरी तर उरावर बसून खंजीर उपसत होता. अशा वेळी भागीरथीचं काय करायचं? अधूनमधून कळा आल्या, की छावणीच्या कानठळ्या बसतील इतकं ओरडावं असं भागीरथीला वाटायचं. पण पदराचा बोळा तोंडात कोंबून कळा दाबण्याशिवाय इलाज नव्हता. पोटात तर अन्नाचा कण जात नव्हता. चार घास आत गेले तरी ढवळून वर येत होते. त्यात तिचं लक्ष पोटातल्या गोळ्याऐवजी दत्ताजीवर होतं. तोच तिच्या नशिबाचा चंद्र-सूर्य सारं काही होता. दिवसेंदिवस वाढणाऱ्या शत्रूच्या पेचाने दत्ताजी हवालदिल होत होते आणि भागीरथी टिपं गाळीत होती. [illegible] [illegible] आसवं दिसू नयेत म्हणून काजळाचं आडवं बोट करून डोळे लिंपत होती.

मसलतीच्या डेऱ्यात जानराव वाबळे, जनकोजी, गोविंदपंत, फलटणकर, सोमाजीबाबा भोसले, त्र्यंबक बापूजी, जिवाजी भोईटे, साबाजी शिंदे, नारो शंकर ही खासे मंडळी सचिंत होऊन बसली होती. सोमाजीबाबा भोसले म्हणाले,

"नजिब्या अगदी पाताळयंत्री मनुष्य आहे. तिकडून सरहिंदकडून अब्दाली, पंजाबकडून माधोसिंग, गंगापारहून स्वत: तो आणि दुंदेखान, हफीज रहमतखान, कुतुबशहा गुरू, सुजाउद्दौला, फरुखाबादेकडून अहमदखान पठाण– नागानं भक्ष्याभोवती वेटोळं टाकावं तसा त्यानं तिडा टाकला आहे. तरीही काल त्याचा चेतराम वकील सुलुखाची गोड भाषा बोलून गेला."

''हा नुसता सुलुखाचा नाद. एकदा अब्दुल्ल्या आला की कसला सुलूख नि कसलं काय?'' त्र्यंबक बापूजी म्हणाले.

''एवढा अब्दुल्या दुराणी तरी कोण लागून गेला?'' जानराव वाबळे बोलले, ''पण त्याच्या हुलीनं कोणी दम काढीना. दिल्लीच्या ज्या बादशहानं हिंदुस्थानसाठी प्राण देऊन झुंजात उतरायचं, त्याचीच घाबरगुंडी उडाली आहे. बादशहानं आणि वजिरानं आपले कबिले आग्र्याकडे पळविले आहेत. मारवाडी, बनिया, वाणी-उदमी कोणाचा पाय दिल्लीत ठरेना. सारे आपापलं चंबूगबाळं आवरून धावू लागले आहेत. दिल्ली पार उजाड झाल्याच्या बातम्या आहेत.''

मसलत चालू असली तरी जागेजागेहून येणाऱ्या हरकाऱ्यांचे आणि जासुदांचे खलिते आत धाडले जात होते. बहुतांशी बातम्या अब्दालीच्या चढायांच्याच होत्या. बराच उशीरपर्यंत खल चालला होता. जनकोजीबाबा म्हणाले,

''आता जास्त काळ या ठिकाणी काढण्यात मतलब नाही. झटपट आवराआवर करून कूच झालं पाहिजे. नजिब्याच्या भूलथापांवर काडीचा विश्वास नको.''

''एकदा त्याची चव घेतल्यावर पुन्हा त्याला काय जवळ करायचा? आता प्रत्येक हालचाल शिस्ती-सावकाशीनं केली पाहिजे. पंजाबकडून ठिकठिकाणी ठाणी सोडून आलेल्या सैन्यासह आपली सेना चाळीस हजारांच्या घरात गेली आहे. एवढी मोठी फौज हकनाक बळी देऊन काय करायचं?'' दत्ताजी.

मध्येच राजाराम चोपदार आला आणि दिल्लीचा वजीर गाजुद्दीन आल्याची वर्दी देऊन गेला. ''शेंडाबुडखा नसणारा हा उद्योगी इसम भल्या सकाळी कशाला आला?'' दत्ताजी बोलले. गाजुद्दीनला आत बोलावण्याचा हुकूम झाला. दत्ताजींनी त्याचं उभं राहून स्वागत केलं.

''बोला खानसाहेब, रामाच्या पारी एकटे एकटे येणे केले?''

''एकटा कुठे आहे? सोबत नागरमल, सूरजमल जाटाचा वकील रूपराम कटारे आणि त्यांचं पाच हजारांचं पायदळ घेऊन आलो आहे.''

''कशी आहे दिल्लीची हवा?''

''तुम्हांला माहिती आहेच, दिल्लीच्या बादशहाला आम्ही खतम करून किल्ल्यावरून त्याचं प्रेत यमुनेच्या वाळवंटात फेकून दिलं.''

''कधी? कसं काय?'' दत्ताजींनी घाबरून विचारलं.

''तीनच दिवसांपूर्वीची ही घटना. आम्ही शहाजहान सानीला नवा बादशहा करून त्याचा खुत्बासुद्धा पढला.''

''संकटकाळी ही नवी खेकटी वाढविण्याची तुम्हांला काय गरज होती?''

काळ्यासावळ्या गाजुद्दीन वजिराकडे सारे जण बघू लागले. आधीच एक बादशहा मारल्याचं पातक केल्यानं जनरोष त्याच्यावर होताच. त्यात दुसऱ्या बादशहाची कत्तल करून या माणसानं काय आरंभलं आहे, असाच भाव साऱ्यांच्या मुद्रेवर होता. मात्र आपण केलेलं कर्मच योग्य आहे, अशा आविर्भावात गाजुद्दीन

बोलू लागला,

"पाटीलसाब, कदाचित तुम्हांला माहीत नसेल, मलाही साऱ्या गोष्टी मालूम नव्हत्या, पण जेव्हा दिल्लीकर बादशहाचे आणि नजिबाचे कंदाहारकडे जाणारे खलिते आमच्या हाती–"

"बादशहाचे कंदाहारकडे खलिते?" मध्येच जनकोजीबाबा अडखळत विचारू लागले.

"होय. दिल्लीकर बादशहाने आणि जयनगरच्या माधोसिंगाने, दुराणीला हिंदुस्थानवर हमला करण्यासाठी त्वरित कूच कर, म्हणून खलिते धाडलेत. ज्यानं दिल्लीचं रक्षण करायचं तोच बादशहा परचक्राला आवतण देऊ लागला तर आम्ही दुसरं काय करायचं?"

वजिराने आपला बटवा पुढे फेकला. त्यातील नजीब, माधोसिंग आणि बादशहाची पत्रे वाचून सारे खासे चिंतातुर झाले. दत्ताजी हळहळून म्हणाले, "काय हा दैवदुर्विलास? आम्ही बादशाहीच्या रक्षणासाठी बारा-पंधराशे कोसांवर येऊन या ऊन-वाऱ्यात हाडे उगाळीत बसलो आहोत आणि जो बादशहा हिंदुस्थानचा रक्षक, त्यानेच शत्रूसाठी दरवाजे सडे उघडून स्वागताची तयारी चालविली आहे. पण वाट्टेल ते झाले तरी आम्ही आमचं इमान बदलणार नाही. त्या नजिबाच्या लीला चालू देणार नाही. त्याला गंगेत बुडविल्याशिवाय माघारा जाणार नाही."

गाजुद्दीन विसाव्यासाठी आपल्या तंबूकडे निघून गेला. मसलत जवळ जवळ संपत आली. तोच एका हरकाऱ्याने वार्ता आणली– अब्दालीने पंजाबवर धडक मारली आहे. त्याची हरोलीची फौज अंबाल्यास पोहोचली आहे. खलित्याचे वाचन होताच दत्ताजी म्हणाले,

"आता एका जागी थांबून चालणार नाही. आपण वेगाच्या हालचाली केल्या नाहीत तर अब्दाली कुंजपुऱ्याकडून यमुना उतरेल आणि हां हां म्हणता अब्दालीच्या आणि नजिबाच्या फौजा एक होतील. तो सेनासागर आटोपणार नाही. त्या आधीच अब्दालीला वाटेत आडवा गाठू. कुंजपुऱ्याच्या आणि कुरुक्षेत्राच्या रानातच त्याचा खरपूस समाचार घेऊ. एकदा अब्दाली पडला तर नजीब म्हणजे कोण वस्तू?"

"अब्दालीही कच्चा नाही. त्याने पराक्रमाने इराण आणि अफगाण पुनीत केला आहे;" नारो शंकरांनी आठवण करून दिली.

"तो कच्चा नसला तरी कच्च्या श्वापदासारखा त्याला फाडून खाईन. कच्चं मांसच जास्त चवदार लागतं!" दत्ताजी धारदार आवाजात गरजले.

"चलाऽ दोन हात होऊन जाऊ देत. बघू तरी अब्दुल्या काय करतो ते." सोमाजीबाबा भोसले म्हणाले.

डंकेनौबती वाजल्या. कुचाचा इशारा मिळाला. दोन-तीन तासांत सारी आवराआवर झाली. जव्हेरगंजाच्या अंबारीत दत्ताजी आणि जनकोजी बसले. आठ महिन्यांचं

भरल्या पोटाचं ओझं घेऊन प्रवास करायचं भागीरथीच्या जिवावर आलं. आता हत्ती, सांडणीवरून प्रवास करणं शक्य नव्हतं. पालखीनंसुद्धा जीव अवघडल्यासारखा झाला होता. म्हणून ती मेण्यात बसली. भोई कलाकलानं मेणा वाहू लागले. तिच्या सोबतच काशीबाईंची पालखी चालली होती. वरचेवर गोंडे बाजूला सारून ती भागीरथीच्या मेण्याकडे बघत होती. हवं-नको याची वास्तपुस्त करत होती. अदिनाबेगचा कारभारी लक्ष्मीनारायण याच्या सात सांडण्या आणि चाळीस एक खिदमतगार व सेवकही बरोबर चालले होते. सादिकाबेगची मुलं, बेगमा असं पंजाबमधून आलेलं फुकटचं लटांबर बरंच होतं. सूरजमल जाटाचं वजिराने आणलेलं पाच हजार पायदळ घाबरीघुबरी तोंडं करून सैन्याबरोबर निघालं होतं. इतर मराठा वीरांच्या ठायी असलेला बाणा, तडफ, जिद्द यांपैकी यांच्यात कशाचा पत्ता नव्हता. निव्वळ जुलमाचा रामराम असा प्रकार होता. आधीच छावणीत धनधान्याची टंचाई होती. चाळीस हजार तोंडांना खायला द्यायचं, त्यांची घोडी, हत्ती, उंट सांभाळायचे म्हणजे शिंद्यांचा जीव मेटाकुटीला यायचा. त्यात बादशहाची कत्तल करून आलेल्या वजिराचा सात-आठ हजारांचा काफिला म्हणजे नुसता खायला कार आणि भुईला भार होता.

कुंजपुऱ्याच्या दक्षिणेस आंधेरा घाट ओलांडून मराठ्यांची सेना कुरुक्षेत्राच्या आसपास जाऊन पोहोचली. वाटेतच भिमाजी नाईक म्हणून मराठा हरकाऱ्या भेटला. त्याने तडक दत्ताजींना बातमी दिली,

"अब्दालीचा पुत्र तैमुऱ्या अंबाल्याच्या अल्याड छत, बनोरा व लालडूला दोन दिवसांमागे मुक्काम देऊन होता. अब्दाली आपल्या सैन्याची डावी आणि उजवी अशी फोड करतो. मधूनच आपण चालतो आणि दहा-दहा, वीस-वीस कोसांवर दोन्ही बाजूला टोळ्या ठेवून वाटेतल्या हिंदुस्थानी लोकांना हग्यामार देत म्होरं धावत येतो."

सैन्यदळ इसाव्यासाठी मध्येच थांबले. थकलेले हत्ती जागच्या जागी बसले. स्वार पायउतार झाल्यानं घोड्यांना हलकं हलकं वाटलं. रात्रंदिवस चालून चालून भोयांच्या पायांना गोळे आलेले. पालख्या-मेणे वाहून खांद्यांना कढ आलेला. त्यांनी जागच्या जागी आळोखे-पिळोखे दिले. दोन दिवस वेळेला अन्न न मिळाल्यानं लेकरंबाळं, बायाबापडे, बुणगे च्यावच्याव करू लागलेले. खासे थांबल्याचं पाहून मराठा स्वारांनी, बुणग्यांनी लगेच रस्त्याच्या बाजूलाच दगडं मांडली. जवळचे जिनात बांधलेले तवे काढले. आजूबाजूच्या काट्या-कुटक्या घेऊन चुली ढणाढणा पेटवल्या. जे जवळ पीठ होतं, त्याचे मुटके थापून भाकरी भाजल्या. कोणाला कोर तर कोणाला अर्धाकोर वाटणीला आली. कोणी ओल्या मिरचीबरोबर तर कोणी तिखटाबरोबर तर कोणी तशाच पाण्याच्या घोटाबरोबर भाकरी चावल्या. भरपूर पाणी ढोसून सारी हुशार झाली.

खाजगीकडे खाना करायला वेळ नव्हता. काही शिपायांनी खाशांच्या हाती

भाकरी दिल्या. दत्ताजी, जनकोजी, गोविंदपंत साऱ्यांनी उभ्या उभ्याच भाकरी खाल्ल्या. इतक्यात आणखी दोन मराठा जासूद छावणीत येऊन पोहोचले. मघाची बातमी खरी ठरली. दत्ताजी म्हणाले,

"जनकोजीबाबा, पंत, आता ही बायकापोरांची बुणगाईत म्हणजे गाढवाच्या पाठीवरचं ओझं झालं आहे. दुराणीची वाट रोखून त्याला ताणून मारायचा असेल तर सड्या फौजा एका बाजूला केल्या पाहिजेत. सैन्याच्या तीन तीन टोळ्या करून वैरी आम्हांवर उतरतोय, त्याला तोडीस तोड म्हणून प्रतिकार केला पाहिजे. तुम्ही सारे बुणगे, खाजगीकडची सारी माणसे, वजीरसाहेब आणि त्यांची पिलावळ बरोबर घ्या. जड तोफा सोबत घेऊन पाठीमागे फिरा. कुंजपुरा गाठा. जळत्या आगीत उड्या घेणारे सडे बहादूर फक्त माझ्याबरोबर राहू देत. तुम्ही निघा."

"काकासाहेब, तुम्हांला एकट्यादुकट्याला टाकून प्राण गेला तरी मी माघारा फिरणार नाही, जिथं तुम्ही तिथं मी." जनकोजी.

"बाबा, साऱ्यांचे प्राण वाचवून शत्रूची दाणादाण करावी म्हणूनच ही व्यवस्था मी करतोय. तुमच्या अंगात जयाप्पादादाचं रक्त सळसळतंय. रणाविना तुमचं चित्त गप्प बसायचं नाही, हे मला माहीत आहे. पण आपण निघावं. घरचा कर्ता कोणी तरी खाजगीवर हवाच."

खाशाच्या हुकमासरशी सैन्याची विभागणी झाली. तरणेबांड, सडे शिलेदार, बारगीर आणि एकांडे एका बाजूला झाले. म्हातारीकोतारी, लेकरंबाळं, वजिराचा काफिला, रूपराम कटाऱ्याचं सैन्य आणि जनकोजी दुसऱ्या बाजूला झाले. दत्ताजीने सारे हत्ती, म्हातारे उंट, खंगलेली घोडी, जखमी वीर आणि जडशीळ तोफांचे गाडे जनकोजीच्या हवाली केले. दत्ताजीने आपला लाडका जव्हेरगंज बरोबर घेतला नाही. लालमणी घोड्यावर तो स्वार झाला. गडद तांबूस रंगाचा आणि रुंदाड हाडाचा लालमणी तारुण्यानं मुसमुसला होता. सारखा सळसळत, शेपटीचा तुरा उडवीत नाचत होता. दत्ताजी लालमणीवरून सैन्याचा फेरफटका मारू लागले तेव्हा त्यांना जवान स्वारांच्या टोळक्यात सत्तर वर्षांचे सोमाजीबाबा भोसले तरण्या घोड्यावर मांड ठोकून ऐटीत बसलेले दिसले. त्यांच्या पिकल्या केसाची काही स्वार गंमत उडवीत होते. सोमाजी पुढे दत्ताजींचा लालमणी थांबला,

"बाबा, इकडे कुठे?"

"अरे दत्ताऽ, सारं संपलंय आमचं. फार तर दोन सालं उरली. तिकडे निराकाठाला जाऊन शेणकुटात जळण्यापरास इथं लढून मरण आलं तर मोक्ष तरी मिळंल!"

दत्ताजींना अधिक काही बोलवलं नाही. त्यांनी सैन्याची सारी व्यवस्था पाहिली. आता दोन दळं बाजूला निघायची वेळ झाली. तोच दत्ताजींना आपल्या भागीरथीची आठवण झाली. तसाच लालमणी उडवीत ते खाजगीकडे आले. मेण्याचा भरजरी पडदा बाजूला करून त्यांनी भागीरथीकडं पाहिलं. दत्ताजी कुठे आणि कशाकरिता

निघणार आहेत, याची सारी हकीकत एव्हाना भागीरथीला समजली होती. तिनं तोंडावर उसना आनंद आणला तरी त्या पाठीमागची व्याकूळता लपत नव्हती. दत्ताजींच्या काळजाची कालवाकालव झाली. डोळे निमओले झाले. मन भरून आलं. भागीरथीची पिवळीशार चमकती कांती त्यांनी डोळे भरून पाहिली. ते सैरभैर झाले. मनातल्या मनाशी बोलले, ''भागीरथी, काय गं काळ आला हा? या वेळी बाळंतपणाला तू भापकरांच्या वाड्यात जायची होतीस. झोपाळ्यावर झुली घेणार होतीस– आणि आता कुठल्या काळदाढेत अडकली आहेस? डोहाळजेवणाला भापकरांनी वाड्याची इंद्रपुरी केली असती... आणि आता तुझ्या डोहाळजेवणाला सख्यासोबतिणींऐवजी दुराणीसारखे यमदूत, नजिब्यासारखे पाजी, सुजासारखे गद्दार– साऱ्या निवडक अवलादी गोळा झाल्या आहेत. तुझ्या पोटात कोंबारणारा माझा अंकुर या वेळी जडावाच्या पलंगी, भरजरी गादीवर विसावा घेत पडायला हवा होता. तोच इवला इवला माझा बाळ आता कुण्या देशातून, कुठल्या कळीकाळातून वावरतोय गं भागीरथी?...'' जनकोजीबाबांनी मेणा उचलायची खूण केली. तशी भागीरथी हळू आवाजात म्हणाली,

''जिवाला जपा! जगदंबेचं स्मरण करा!''

मनात गलबललेलं आभाळ तिथंच दाबून दत्ताजींनी भागीरथीला निरोप दिला. पुढच्या तयारीनं लालमणीला टाच मारली आणि ते अंबाल्याच्या दिशेने दौडू लागले.

कूच होण्यापूर्वी दिवाण रामजीपंतांना दत्ताजींनी साऱ्या सूचना काळजीपूर्वक दिल्या होत्या. त्यांना जनकोजीबरोबर उरल्या सैन्यानिशी कुंजपुऱ्यात गस्त ठेवून राहायचं होतं. विशेषत: यमुनाकाठच्या उताराचं रक्षण डोळ्यांत तेल घालून करायचं होतं. त्यातूनच दत्ताजींना गुंगारा देऊन अब्दाली पुढे झेपावला तर जनकोजीनं त्याला अटकाव करायचा होता. शिवाय राजपुतान्यात मल्हारबांकडे दोन सांडण्या पाठविण्याची जोखीम दत्ताजींनी जनकोजीवर सोपविली होती. असाल तसे सैन्यानिशी निघा, असा सांगावा मल्हारबाबांना द्यायचा होता.

ठाणेश्वरनजीक अब्दालीच्या फौजा आल्याची बातमी दत्ताजींना लागली. प्रत्यक्ष कुरुक्षेत्राच्या भूमीत, जंगलात त्यांची आणि अब्दालीची गाठ पडणार होती. त्यामुळे दत्ताजी उल्हसित झाले. झाडांच्या गर्दीतून दुराणी छाटून काढावा, त्याची दाणादाण करून त्याला माघारा लोटावा, हा त्यांचा मनसुबा नक्की होता.

जिवाजी भोईटे, सोमाजीबाबा भोसले, तात्या माणकेश्वर, नाईकजी भोईटे हे खंदे वीर दुराणीच्या फौजेवर तुटून पडले. घनघोर संघर्ष माजला. दुराणीच्या पहिल्या पथकाचा नायक त्याचा वजीर शहापसंतखान होता. त्यानं सड्या फौजेनिशी आलेले मराठे हेरले. बाणांच्या कैच्यांचे आणि सुरतनाळांचे उंट खाली बसवले. आगीचा आणि बाणांचा भडिमार सुरू केला. मराठा वीर भाजू लागले. त्यांच्या तोफा बरोबर नव्हत्या. त्यामुळे झाडांच्या बुंध्याआड लपून त्यांनी बाणांचा वर्षाव सुरू केला.

तलवारी, जमदाडे घेऊन झुंजणारे वीर शत्रूच्या अंगावर कोसळून जाया होऊ लागले. बरीच हाणाहाणी, खणाखणी माजली. अंधार पडला, कोणी कोणास दिसेना, तेव्हाच झुंज थांबली.

सकाळी रणावर निघण्याची तयारी झाली. इतक्यात हरकाऱ्यांनी नवी बातमी दिली– रात्रीच बुढिया घाटापाशी यमुना उतरून अब्दाली अंतर्वेदीत नजिबाच्या रोखे निघून गेला. अब्दालीने गुंगारा दिला. दत्ताजींनी जाऊन रात्रीच्या झुंजाची जागा पाहिली तर प्रेतांच्या राशी दिसल्या. मुंडीविना धडे अक्राळविक्राळ भयकारी दिसत होती. एका वृद्ध धडाच्या शेजारी पडलेली तुळशीची माळ बघून दत्ताजींचं मन गलबललं. ते रुद्ध गळ्यानं म्हणाले, ''सोमाजीबाबा, तुम्ही तुमचं खरं केलंत. निरेच्या ऐवजी कुरुक्षेत्री देह ठेवला. तुम्ही पावन झाला.'' सैनिकांनी जिवाजी भोईटे आणि नाईकजी भोईटे या पितापुत्रांची प्रेते ओळखली. अधिक थांबायला सवड नव्हती. अब्दालीला गाठायचं होतं. मराठी शिपायांनी सारी धडे एका जागी केली. लाकूडफाटा गोळा करून तो प्रेतांच्या ढिगावर रचला. दत्ताजींनी आग लावली. पाच-सातशे वीरांना पोटात घेऊन धडधड जाळणारं सरण तिथंच ठेवून दत्ताजी भरल्या मनाने फौजेसह तेथून निघाले.

तात्या माणकेश्वर दत्ताजींना म्हणाला, ''पाटील, अब्दुल्या तुम्हांला घाबरून रात्री नदीपार झाला.''

''नाही तात्या,'' दत्ताजी हसून बोलले, ''पठाणांची जात महाबेरकी आहे. थोडीशी झुंज देऊन त्यांनी आपली तयारी अजमावली. आता तो नजिब्याकडे चालला आहे. सारे एक होतील आणि दिल्लीवर मारा करतील. ज्याच्या हाती दिल्ली, त्याच्या हाती हिंदुस्थानची किल्ली! आता बिन-बादशहाची दिल्ली रंडकी झाली आहे. तिचं त्वरेनं आपण रक्षण केलं पाहिजे. रक्त ओकीन पण गनिमांना दिल्लीत घुसू देणार नाही. तिचं रक्षण आपण केलं नाही तर इतकी वर्षं बापजाद्यांनी हिमतीनं रचलेल्या राजकारणाचा पायाच उखडेल.''

झपाट्यानं निघून एका दिवसातच दत्ताजीनं कुंजपुऱ्याचा तळ गाठला. जनकोजी, गोविंदपंत आणि दत्ताजी पूर्व काठाने खाली सरकणाऱ्या दुराणीचा वेध घेत घेत पश्चिम काठाने दिल्लीच्या रोखे चालू लागले.

पानिपताहून शिंद्यांच्या फौजेनं कूच केली तेव्हा अटक नावाची अजस्र तोफ दत्ताजींनी बरोबर घ्यायचं ठरवलं. या आधी पंजाबच्या मोहिमेवर निघताना जडशीळ म्हणून पानिपतच्या जमीनदाराकडे ती तोफ दत्ताजींनी तात्पुरती ठेवली होती. जेव्हा बादशहाची ही भक्कम तोफ प्रथम दत्ताजींनी दिल्लीत पाहिली तेव्हा ते वेडे झाले होते. दहा हात लांब आणि आडवी अडीच हात रुंद, अशी ती तोफ अजस्र होती. पंचरसी धातूंनी घडवलेली ही दणदणीत तोफ बघून कुणाच्याही डोळ्यांचं पारणं फिटावं. एखाद्या बुरुजाला लावली तर कच्चा बुरूज चावून चोथा करील इतकी ती

दणकेबाज होती. म्हणूनच तिच्या प्रेमात पडलेल्या दत्ताजींनी आता तिला बरोबर घ्यायचं ठरवलं होतं. तिला ओढायला दीडशे बैलांच्या जोड्या जुंपल्या. एवढं जडशीळ काम, की बैलं तोंडाला फेस येईपर्यंत नेट खाऊ लागली, पण तोफ जागची हलेना. "हाणाऽऽ" करून दत्ताजी ओरडले. तसे बैलांच्या पाठीवर चाबकांचे फटके आणि कोयंड्यांचे दणक्यावर दणके बसले. जिवाच्या जोरानं बैल नेटाला लागले. चराचरा वाकू लागले. काही जागच्या जागी हागले, मुतले. बैलांच्या नेटानं तोफेला बांधलेला पोलादी नाडा आणि साखळ्या कुरकुरू लागल्या आणि एकाएकी ताटकन् साखळ्या तुटल्या. ओढीची बैलं धडाधड चार हात पुढे जाऊन एकमेकाच्या अंगावर कोसळली. कड्यावरून भल्यामोठ्या शिळा एकमेकींच्या अंगावर कोसळाव्या तसे बरेच बैल जखमी झाले. आता जशी तोफ दिल्लीहून इथं आणली होती, तशीच पाच-सात हत्ती जोडूनच ती वाहून न्यायला हवी होती. तेवढी दत्ताजींना फुरसत नव्हती. गनीम कधी, कोठे पोहोचेल याचा नेम नव्हता. शेवटी शिंद्यांनी पानिपतच्या जमीनदाराकडे तोफ हवाली करून पुढे कूच केले.

दळ चाललं असतानाच दत्ताजींनी एकवार अंबारीतून पाहिलं. लेकरं-बाळं, बाया-बापड्या, वजिराची पिलावळ, नोकरचाकर, शाही तंबू-राहुट्यांच्या कनाती, बिन-लढाऊ खूषमस्करे ही बुणगाईत बारकाईनं न्याहाळळी. खाजगीकडच्या बुरख्याच्या गाड्या, पालख्या, मेणेही पाहिले. त्यांच्या मनात क्षणभर विचार डोकावला, या साऱ्या बुणग्यांना या तोफेसारखं निम्म्यात सोडून दिलं तर? तोफेचा कुठे ना कुठे उपयोग तरी होतो. पण या बुणग्यांचा? यांच्या पोटाला झुंजणाऱ्या सैनिकांपेक्षा दोन घास जास्तच लागतात. या गोष्टीवरच ते पुन: पुन्हा विचार करीत होते आणि त्यांची अवस्था मघाशी तोफ ओढता ओढता स्वत: ओढीला लागून घामाघूम झालेल्या बैलांसारखी होत होती.

□

दत्ताजींना आणि जनकोजींना चैन नव्हती. गनिमाने सापळा टाकण्याआधी दिल्लीचं रक्षण करणं भाग होतं. चारच दिवसांमागे शिंद्यांनी आपला कबिला दिल्लीस ठेवला होता. खाशा स्त्रिया, बुगणे आणि मूल्यवान जड सामान थोडं थोडं करून जाटांच्या भागात रेवाडीला पाठवायचं होतं. एक-दोन दिवसांत यमुनापल्याड लुनीला अब्दाली, नजीब, सुजा आणि सारे अफगाण सरदार गोळा होतील, अशा बातम्या हरकाऱ्यांनी आणल्या होत्या. यमुना उतरून गनीम एकदा दिल्लीत घुसला की त्याच्याशी संघर्ष करणं अवघड होतं. त्या आधीच त्याला रोखायचा आणि ठोकायचा मनसुबा दत्ताजींनी केला होता.

दोन दिवसांपासून रणबहादूर मराठ्यांचं एक छोटंसं पथक दिल्लीभोवतीचा यमुनाकाठ धुंडाळीत होतं. गनिमांना घुसायला मार्ग कोठे आहे? कोणत्या घाटाने, चोरवाटेने ते येऊ शकतात? उघड उतार कुठे आहे? जिथे पाणी आहे तिथे ते किती

पुरुष आहे, अशी चाचपणी सुरू होती. पौषाचा महिना असल्यानं दुथडी भरून वाहणाऱ्या यमुनेचं पाणी कमी झालं होतं. बऱ्याच ठिकाणी उतारांना ढोबळा पडणं शक्य होतं. आज भल्या पहाटे दत्ताजींनी दर्यागंजच्या समोर राजघाटावर हत्ती पाण्यात बसवले. यमुनेचा ठाव पाहिला. राजघाटाच्या खालच्या अंगाला चार कासऱ्यांवर हत्ती पाण्यात बसवले. यमुनेचा ठाव पाहिला. राजघाटाच्या खालच्या अंगाला चार कासऱ्यांवर एक बारीकसा उतार होता. सरळ पुढे इसम निघाला तर तो गळ्याइतक्या पाण्यातून जाऊ शकत होता. जरा इकडेतिकडे झाला की, यमुनार्पण झालाच म्हणून समजा. ही जागा धोक्याची मानून दोन हजार सैन्यानिशी मालोजी शिंद्यांची नेमणूक राजघाटावर झाली. दिल्ली आणि जगत्पूरच्या दरम्यान मजनूच्या टिळ्यावर गोविंदपंतांची नियुक्ती झाली. जगत्पूरच्या वरच्या अंगाला बुराडीचा घाट धरून जानराव वाबळे बसले. नदीच्या काठाने ठिकठिकाणी चौक्या लावून दत्ताजींनी दिल्लीच्या रक्षणाचा कडक बंदोबस्त केला.

बुराडीच्या घाटामागे सहा कोसांवर दत्ताजींची छावणी पडली होती. डेरे, राहुट्या पौषातल्या थंडीत कुडकुडत उभ्या होत्या. छावणीवर हलकंफुलकं सामान आणि जड तोफा ठेवून भाले, तलवारी घेऊन वेगवेगळी सडी पथकं नेमल्या जागी जागता पहारा देऊन उभी होती. मुख्य पंधरा-वीस हजारांचा तळ छावणीवरच होता. उघड्यावाघड्या अंगानं वावरणारी मराठी माणसं कडक बोचऱ्या थंडीत मेटाकुटीला आली होती. बऱ्याच शिपायांनी कमरेचे शेले कानाला बांधले होते. नेसूची धोतरं अंगावर शालीसारखी पांघरली होती. फाटक्यातुटक्या घोंगड्या अंगाबरोबर जाम लपेटल्या होत्या. त्यातूनही ज्यांना थंडी आवरत नव्हती, त्यांनी पांढरी माती उकरून त्यात पाय गाडले होते. जशी कुत्री हिवाळ्यात माती उकरून पोटाखाली घेऊन बसतात तशीच तऱ्हा मराठ्यांची झाली होती. दातावर दात आपटत होते. कानात बर्फाचा गोळा गेल्यासारखी साऱ्या अंगात शिरशिरी भरत होती. तरीही उन्हावाऱ्याशी दोन हात करून मराठा गडी जीव जगवत होते. शत्रूचा वेध घेण्यासाठी जगत होते.

रात्रीच्या अंधारात अंगावर रुदार-उबदार घोंगडी पांघरून दत्ताजी लालमणी घोड्यावर स्वार होऊन बुराडी घाटाकडून दिल्लीकडे निघाले होते. सोबत चारशे निधड्या छातीची घोडी-माणसं नागव्या तलवारीनिशी चालत होती. शिंद्यांचा कबिला कालच रेवाडीकडे निघणार होता. परंतु दत्ताजींना इकडेतिकडे बघायला जराही उसंत नव्हती. दत्ताजींची वाट बघून भागीरथी शिणून गेली होती. बाळाचे इवले इवले डोळे महिन्याच्या आत बघायला मिळणार होते. सारं अंग जडशीळ भासत होतं. आता मनही जड झालेलं. अशा अवस्थेत दत्ताजी जवळ असायला हवे होते. बीज अंकुरत असता घरधन्याचा धीराचा हात अंगावर पडणं, हे परीसस्पर्शाहून अलौकिक! पण हे सुख भागीरथीच्या नशिबी नव्हतं. पोटातला गोळा सांभाळीत ह्या युद्धवणव्यात दहादिशा धाव घ्यावी लागत होती. ह्या अग्निकल्लोळात अंकुराचे हाल नकोत म्हणून भागीरथी, काशीबाई आणि घरचा इतर कबिला जाटांच्या मुलखात पाठवण्याचं

जनकोजी आणि दत्ताजींनी ठरविलं होतं.

भागीरथीचा मुक्काम भगतराम जमीनदाराच्या बड्या वाड्यात होता. अंधारातून घोड्याच्या टापांचा आवाज आला तशी भागीरथी नवं बळ आल्यागत उठली आणि वाड्याच्या दारापाशी आली. देवडीवरच्या मशालींच्या उजेडात तिला सात दिवसांनंतर दत्ताजींची मुद्रा दिसली. सावळे दत्ताजी अधिक काळसर दिसत होते. चेहरा श्रमलेला असला तरी डोळे मशालीसारखेच जागते होते. आल्या आल्या भागीरथी म्हणाली,

"आपण स्नान उरकावं."

"ही स्नानाची वेळ आहे?"

"स्वारींच्या ध्यानात नसेल, आज संक्रांतीची भोगी आहे."

"अरे हो, खरंच."

"किती तरी दिवसांत मी कढत पाण्याचे तांबे इकडच्या अंगावर ओतले नाहीत. आज भोगीची तरी इकडच्या अंगाला उटीनं अंघोळ घालू दे. यानंतर किती दिवसांनी भेट होणार आहे कुणास ठावे?"

"कशाला स्नान घालतेस भागीरथी?" दत्ताजी किंचित हसत म्हणाले, "तो अब्दुल्या आणि नजिब्या उभ्या दौलतीला आग फासायला आसुसले आहेत. पेशव्यांची मुख्य फौज निजामांच्या बंदोबस्तासाठी अहमदनगराकडे गेली आहे. मल्हारजीबाबांचा अजून पत्ता नाही. आमच्या मदतीला त्वरेने जा, म्हणून पेशव्यांनीही अनेक खलिते धाडले आहेत त्यांना. चार रोजांत येतो, म्हणून त्यांचाही जवाब आला आहे आम्हांला. पण सध्या आम्ही एकटे-एकाकी आहोत. पेच भारी पडला आहे. तरीही यातून आम्ही निभावू, अशी पेशव्यांना खात्री आहे. पण या मगरीची मिठी भारी. बघू, आई कणेश्वरीच्या मनात काय आहे?"

सेविका पारू ताट घेऊन आली. भागीरथीनं झटक्यानं पुढे होऊन हाती ताट घेतलं. स्वत:च्या हातानं ती हवं-नको बघू लागली. दिवसभरात खास लक्ष देऊन भागीरथीनं खिचडी, खीर आणि तुपाची सोय केली होती. बारा भाज्या धुंडाळून भोगीचा बंदोबस्त ठेवला होता. पण दत्ताजींचं ध्यान खाण्याकडे नव्हतं. त्यांनी आपले दिवाण रामजीबाबा यांना बोलावून घेतलं.

"बाबा, रेवाडीकडे आज रात्रीच कूच करणार ना?"

"होय, आता सरदारांचं आटोपलं की निघालो आम्ही."

दत्ताजींनाही फुरसत नव्हती. हात धुताच ते निघण्यास सिद्ध झाले. भागीरथीनं त्यांच्या पायावर डोकं ठेवून दर्शन घेतलं. ती म्हणाली,

"नाथ, एकटे सडेफटिंग त्या नजिबावर अगर अब्दालीवर तुटून पडू नका. काळसर्प आहेत ते. मल्हारबाबा येऊ देत. मग करा काय हवं ते."

"अग, तोवर तरी अब्दालीची वाट रोखली पाहिजे. प्राण गेला तरी दिल्लीचं रक्षण केलं पाहिजे. नाहीतर आठ-दहा वर्षांचा खेळ फुकट जायचा."

बाजूला उभ्या असणाऱ्या दासींना दत्ताजींनी बाहेर जाण्याची खूण केली. कोणी

आजूबाजूला नाही याची खात्री केली. त्यांनी हळुवार बोटं भागीरथीच्या पोटावरून फिरवली. भागीरथीच्या सर्वांगात गोड झिणझिण्या संचारल्या. आपला उजवा कान पोटाबरोबर नेला आणि हरखल्या तोंडानं दत्ताजी म्हणाले,

"अग, काय करतोय हा गुलाम? कधी झोपतो की नाही? आतून गडबडीचा आवाज येतो आहे. खेळत असावा!"

उष्ण आसवांचे थेंब दत्ताजींच्या तोंडावर गळाले. त्यांनी आपल्या हातांनी भागीरथीचे डोळे पुसले. ते निरवानिरव करीत म्हणाले,

"चांगला सांबाळा त्याला."

भागीरथीनं मान डोलावली.

"कदाचित–"

"कदाचित काही बरं-वाईट झालंच तर सती जाऊ नकोस भागीरथीऽ! पोटात बाळ असताना सती जाणं महापाप होईल." एका दमात दत्ताजी बोलून गेले.

भागीरथीला उमाळून आलं. तिनं दत्ताजींना मिठी मारली. ती ओक्साबोक्सी रडू लागली. दत्ताजींनाही आवरेना. मनाचा बांध फुटला आणि धो धो वाहू लागला. तुंबवता तुंबेना. त्यांनी भागीरथीच्या अंगावरून हळुवार हात फिरवला आणि ते हुंदके आवरीत म्हणाले,

"स्पष्ट बोलतो, माफ कर राणी. पण वंशवेल जगली पाहिजे. सुखानं स्वर्गात जगेन. गंगा-यमुनेला बांध घालणारा पोर वरून डोळे भरून पाहीन. सोनुल्याला सांभाळ. मोठा कर. मग मी असू दे अगर नसू दे!"

निरोप द्यायला काशीबाई आणि इतर स्त्रिया आल्या. दत्ताजींनी काशीबाईच्या डोळ्यांकडे पाहिलं आणि ते चपापले. 'हे कसे आले नाहीत?' असं काशीबाई मुक्या डोळ्यांनी विचारीत होती. 'सांगतो मी जनकोजीला,' दत्ताजींचे डोळे बोलले. काळजावर दगड ठेवून दत्ताजींनी सर्वांचा निरोप घेतला.

दत्ताजी तळावर आले तर जनकोजी आणि इतर खासे वाट बघत उभे होते. आल्या आल्या दत्ताजींना निरोप मिळाला. आज तिन्हीसांजेलाच शत्रूच्या फौजा लुनीला गोळा होऊ लागल्या आहेत. नजीब, कुतुबशहा, शहावली, जहानखान, स्वत: अब्दुला दुराणी येऊन पोहोचले आहेत. मागोमाग सुजाउद्दौला, दुंदेखान, हफीज रहमतखान यांच्या फौजा आहेत. या खबरीबरोबर साऱ्या छावणीला जागे राहण्याचा इशारा जनकोजीनं देऊन ठेवला. कोणी शहादणे, डंके, नौबती, ताशे, डफ काहीही वाजवू नयेत. अवघ्या नऊ कोसांवर शत्रूचं शिबिर आहे, याची जाणीव दत्ताजींनी सर्वांना करून दिली. रात्री गस्तीच्या चौक्या वाढविण्यात आल्या. सकाळी लवकर उठून कधीही उभ्या ठाकणाऱ्या रणांगणाशी सामना करायचा होता. त्यामुळे शिपाईगडी पटापट झोपी गेले.

...मध्यान्रात्र उलटली तरी नजीब काळासारखा जागाच होता. स्वत:ही झोपत नव्हता आणि दुसऱ्यांची झोप हराम करीत होता. दुराणीच्या तांबड्या रंगाच्या डेऱ्यात

मसलत सुरू होती. अग्रभागी किनखापाच्या लोडाला टेकून अहमदशहा दुराणी बसला होता. अवघ्या सदतीस वर्षांच्या उमरीमध्ये त्याने नाना देश, नाना लोक पाहिल्याचं त्याच्या शांत पण तितक्याच करारी मुद्रेवरून कोणालाही पटलं असतं. पण अंगातला पांढराशुभ्र अफगाणी झगा आणि तसलाच मांडचोळणा, डोईवरची साधीसुधी बत्ती बघून हा अफगाणिस्तानचा बादशहा आहे, हे कोणाला सांगून पटू नये. त्याच्यापुढे दोन्ही बाजूला हिंदुस्थानी आणि अफगाणी सरदार, जमीनदार त्याच्याकडे एकटक पाहत लोडाला टेकले होते. त्यांची उंची वस्त्रे आणि खानदानी आविर्भाव पाहण्यासारखा होता. त्यांच्या तुलनेत, बकरी कापणाऱ्या गरीब मुलाण्यासारखा बादशहाचा साधा अवतार होता. त्याच्या डाव्या बाजूस नजीबखान आणि उजव्या बाजूस अर्सप-उल्-वर्जा वजीर शहावलीखान बामेझाई बसला होता. समोरच्या ओळीत उजव्या अंगाला त्याचा सेनापती जहानखान, अमीरे लष्करी उपसेनापती शहापसंतखान तसेच बरकुरदानखान, नरू-उद्-दीन, अब्दुलाखान हे सरदार बसले होते. डाव्या अंगाला सर्वांत पुढे अयोध्येचा नबाब सुजाउद्दौला, नजिबाचा सासरा दुंदेखान, साडू सादुल्लाखान, पुत्र झाबेताखान, हफीज रहमतखान हे हिंदुस्थानवासी सरदार बसले होते. जहानखान सोडून बाकीच्या अफगाण सरदारांना नजिबाची फुकटची बकबक ऐकण्यात रस नव्हता. अनेक दिवसांच्या श्रमाने, त्रासाने ते थकून गेले होते. त्यांना मसलत लवकर संपावी असे वाटत होते. सुजालाही नजिबाबद्दल फारशी आपुलकी नव्हती. आपल्या मुलखात शिंद्यांची वाट अडविण्याच्या नादात बळे ह्या नजिबाच्या भानगडी गळी पडल्या असे त्याला वाटत होते. जावयाच्या उलट्यासुलट्या नाना लीला दुंदेखानने अनुभवल्या होत्या. त्यालाही तशी नजिबाची फारशी गोडी नव्हती. पण त्याच्या आमंत्रणावरून एवढा मोठा बादशहा इतक्या लांबून आला, ह्याचं त्याला अप्रूप वाटत होतं. बाकीच्या हिंदुस्थानी अफगाण सरदारांना अब्दालीचं नाव सांगून नजिबाने मारून-मुटकून घोड्यावर बसवलं होतं. त्यांचेही प्रवासानं, दगदगीनं काटेमणके ढिले झाले होते. गंगा-यमुनेकाठच्या इराणी, दुराणी, हबशी, शिया, सुन्नी अशा अठरापगड जाती गोळा करण्यात नजीब यशस्वी झाला होता.

नजीब काळजाच्या देठापासून अब्दालीला सांगत होता,

"हे मराठे आमच्यात मुलखात घुसून आमच्या अन्नात माती कालवतात. पण छळ आणि हालहाल करायला काही मर्यादा असावी. जिल्लेसुभानी, आम्ही त्या दत्ता पाटील सरदाराशी सुलूख करायला तयार होतो. पण निम्म्यात शुक्रतालचा वेढा काढून तो तुम्हांला सामोरा आला, याचा मतलब काय? याचा अर्थ, एकदा तुम्हांला हिंदुस्थानाबाहेर लोटलं, की आम्ही सारे साफ बुडालो. या मरगट्ट्यांनी आमची हड्डी कोल्ह्या-कुत्र्यांपुढे टाकलीच म्हणून समजा...

"गेल्या स्वारीत शहावलीउला साहेबांनी मला चांगली कल्पना दिली आहे. इस्लामी बांधवांच्या हितासाठीच मी इथे आलो आहे. बरसातीला सुरुवात व्हायला

अजून पाच महिने अवकाश आहे. तोवर जे काही आपल्या बिरादरीला साधायचं असेल ते साधा. पण माझ्या फौजेची तालबंदी, रोजमुरा सारा वखताला मिळाला पाहिजे...

"जिल्लेसुभानी, आपण इस्लामांचे प्राण वाचविण्यासाठी हिंदुस्थानी आला. इथली रयत आपले उपकार विसरणार नाही. कलेजाचे तुकडे करून ती फौजेला खाना देईल. त्यासाठी आपण लगेच हमला केला पाहिजे. त्या मरगठ्ठ्यांच्या पापी पायांनी दिल्ली अशुद्ध झाली आहे. आपापसांतल्या लढायांनी-चढायांनी, भाऊबंदकीने त्या जातीत एवढे तंटेबखेडे आहेत, की ती जात लंगोट्याएवढ्या शेतासाठीही एकमेकांच्या मुर्द्यांवर बसते. एकदा एके जागी घुसली की सहसा बाहेर निघत नाही. दिल्ली त्यांच्या मांडीखाली आली की सारा हिंदुस्थान हे मरगठ्ठे गदगदा हलवतील. झाडाला बांधली तर झाड उपटून त्यासह पळणारी ही कडवी जात दिल्लीबाहेरच ठेवलेली बरी!"

"उद्या-परवा दिल्लीवर स्वारी करता येईल," वजीर शहावलीखान बोलला.

"तोबाऽ तोबाऽऽ," नजीब ओरडला, "असा देर करून साधणार नाही. माझ्या हरकाऱ्यांनी बातमी आणली आहे. दत्ता शिंदे पाटील अजून एकटा आहे. त्याला मल्हार मिळण्याच्या आत त्याची खांडोळी करू या. ज्याच्या हाती दिल्ली त्याच्याच हाती हिंदुस्थानची किल्ली!"

"हेच रास्त आहे जिल्लेसुभानी," सेनापती जहानखान म्हणाला, "याच वेळी मरगठ्ठ्यांना फासटून यमसदनी पाठवू या."

शिंद्यांच्या फौजांनी पंजाबमध्ये काही दिवसांपूर्वी जहानखानच्या शहजाद्याला ठार केला होता. ते दुःख जहानच्या हृदयात ताजंतवानं होतं. तोही मरगठ्ठ्यांच्या नरडीचा घोट घ्यायला अधीर झाला होता. मसलत ऐन रंगात आली असता दुराणी बादशहा म्हणाला,

"हे हिंदुस्थानी लोक बडे कडवे लढवय्ये आहेत. जागता पहारा ठेवला पाहिजे. माझ्या पहिल्या दोन स्वाऱ्यांत त्यांनी माझी धूळधाण उडवली होती. तो मीरमनू आणि अयोध्येचे आपले सफदरजंगऽऽ!"

सफदरजंगाचे नाव उच्चारता उच्चारता बादशहानं सुजाकडे हसून पाहिलं. आपल्या बापाच्या पराक्रमाची आठवण येताच सुजाही खजील झाला. परचक्राविरोधी बापानं काय केलं आणि मी हे काय करतो आहे, या विचाराने तो क्षणभर गोंधळला. नजिबाने त्याच्याकडे हसरा कटाक्ष टाकला. 'नवाबसाहेब, त्या झाल्यागेल्या गोष्टी, आता त्यांचं काय?' अशी डोळ्यांची भाषा केली. मसलत आटोपली. खाजगीकडे निघताना बादशहाने हुकूम दिला, "उद्या पहाटे पहिली टोळी नजिबाच्या आणि कुतुबशहाच्या नेतृत्वाखाली यमुना पार करेल."

...१० जानवारी १७६०! पौषाची थंडी कडाक्याची असली तरी यमुनेचे पाणी उबदार होते. पाण्यावर धुक्याने झिलई धरली होती. नदीच्या अलीकडे आणि

पलीकडे पाव पाव कोसावर तर धुक्याची दाटी झाली होती. अंडं फोडून पांढरंशुभ्र पिल्लू हळुवार डोकावत बाहेर यावं तसं यमुनेच्या विस्तीर्ण पात्रातून धुकं बाहेर तोंड काढीत होतं. जानराव वाबळे आपली चार हजारांची सेना पश्चिम काठावर पेरून बुराडी घाटाचं रक्षण करीत होता. अंगात हुडहुडी भरू लागल्याने पहाटेपासून मराठी राऊत आजूबाजूचा पालापाचोळा गोळा करून, ठिकठिकाणी शेकोट्या पेटवून पाचसहा-पाचसहा जण घोळका करून बसले होते. आगीचा धूर धुक्यात मिसळून ज़ात होता. आता सोनेरी किरणं फाकली तरी धुकं हटत नव्हतं. यमुनेत मंद वाहणाऱ्या पाण्याचा झुळूझुळू आवाज ऐकू येत होता.

पाणी कमी झाल्याने बुराडी घाटाचं रूप पालटलं होतं. घाटावर प्रवाहाला दोन फाटे फुटले होते. मधेच चार पुरुष उंचीचे भले मोठे बेट निर्माण झाले होते. बेटात शेरणीची आणि बोरूची दाट झाडी वाढली होती. पात्राच्या या आणि त्या अंगाला काठ धरून एवढ्या मोठ्या खळ्या पडल्या होत्या, की तेथून येणारा-जाणारा घोडेस्वार सहसा दिसणार नाही. दोन्ही काठांना अनेक मोठे ओढे-ओघळी मिळाल्या होत्या. ओढ्याचं तोंड धरून आत जावं तर पाण्याच्या प्रवाहानं बाजूची गाळमाती तोडून मोठमोठ्या घळ्या निर्माण झाल्याचं स्पष्ट दिसत होतं. ओढ्याच्या मुखातून आत घुसलेले पाच-सातशे स्वार नदीपात्रात दिसणार नाहीत अशा विक्राळ तोंडाच्या घळ्या होत्या त्या. दोन्ही काठाला मोठं जंगल वाढलं होतं. झाडांच्या विळख्यातून बोरू आणि केताड माजले होते. यमुना आटल्याने ह्या काठावरून त्या काठाकडे आमने-सामने चिंचोळी पायवाट तयार झाली होती. दोन-तीन स्वार एकावेळी लीलया अल्याडपल्याड जाऊ शकत होते.

सकाळचे नऊ झाले. ऊन वर आलं. धुकं थोडं थोडं हटू लागलं तरी राउतांची थंडीनं आखडलेली हातापायांची बोटं नीट होत नव्हती. अंगातला गारठा पुरता हटला नव्हता. अलीकडच्या काठाला घोळके करून बसलेले राऊत चार हातांवरच्या राउताला अजून दिसत नव्हते. सगळीकडे डोक्याइतक्या उंच गवताने रान माजवले होते. थंडी थोडी कमी झाली. शेकोट्या विझत चालल्या. इतक्यात तिखट कानाच्या हैबत्याला पाण्याचा चुळूमऽऽ ढुळूमऽऽ असा आवाज ऐकू आला. असेल कोणी शिपाई प्रातर्विधीकरता उतरला पाण्यात, असा विचार करून तो तसाच बसला. तेवढ्याच चुंबळूमऽऽ ढुंबळूमऽऽ चुबाकऽऽ ढुबाकऽऽ असे पाण्यामध्ये आवाज ऐकू येऊ लागले. तशी हैबत्याची टोळी चटकन उठून उभी राहिली. हा घोड्यांच्या आणि उंटांच्या पायांचा आवाज खासच. मग ती जनावरं शत्रूची असू देत नाही तर आपली. हातात भाले, तलवारी घेऊन मराठा वीरांनी दणादणा खाली उड्या ठोकल्या. मधल्या बेटाच्या डोक्याआडून त्यांनी पलीकडे पाहिलं आणि त्यांची बोबडीच वळली. वारुळातून बाहेर मुंग्यांचं रवाण फुटावं तसं शत्रूचं सैन्य पलीकडच्या काठाने खाली उतरू लागलेलं. उंटांचे तांडे आणि घोडे एकमेकांच्या अंगास ढुसण्या देत पुढे सरकू लागले. दोन-चार हत्ती काठावरून खाली कसे उतरावेत

म्हणून माहूत विचारात पडलेले. हत्ती पुढे-मागे अंगाच्या झुल्या देतील तशा त्यांच्या अंगावर बांधलेल्या हस्तनाळा पुढे-मागे होऊ लागलेल्या. पाठीवरचे जंबुरे आणि सुतरनाळा सांभाळीत, आपल्या वेड्यावाकड्या माना ओवाळीत उंट वाट काढू लागलेले. खांद्यावरच्या तोड्याच्या बंदुका सावरीत रोहिले पादचारी वजनदार पावलं टाकीत पुढे सरकू लागलेले.

"गनीमऽऽ गनीमऽऽ", "गिलचेऽ गिलचे" रावतांनी बोंबा मारल्या. तसा जानराव वाबळे दौडत पुढे आला. एव्हाना धुक्याचा आणि मराठ्यांच्या डोळ्यांवरचा पडदा बाजूला झाला होता. पल्याड झाडाझुडपांतून पुढे सरकणारे रोहिले दैत्यासारखे भासू लागले. मराठ्यांनी जसा दंगा केला तसा तिकडेही गिल्ला सुरू झाला. रोहिल्यांच्या बंदुका खांद्यावरून बगलेत आल्या. धडाधड आग ओकू लागल्या. उंट जागच्या जागी फतकल मारून बसले. त्यांच्या पाठीवरचे जंबुरके आग ओकू लागले. आगीने मराठ्यांची धिरडी भाजू लागली. कातळातून पाण्याचे लोंढे एकसारखे फुटावेत तसे रोहिले, अफगाण एकामागोमाग एक पुढे सरकू लागले. जंबुरक्यांच्या आगीने पेटत्या घराचे वासे कडाडा आवाज करून फुटावेत तसे मराठी राऊत आगीच्या लोळात उडून लोळागोळा होऊन पडू लागले. ह्या अचानक माऱ्यानं जानराव वाबळे बावरून गेला. त्यानं ताबडतोब कुमकीसाठी दत्ताजींकडे स्वार पाठवले.

शत्रूचा लोंढा अंगावर आदळल्याचा निरोप मिळताच दत्ताजी आणि जनकोजी ताठ झाले. सर्वांगातून वीज संचारून गेली. मराठ्यांची पथकं तयारीतच होती. निरोपाबरोबर साबाजी शिंदे आणि बयाजी शिंदे यांच्या नेतृत्वाखालचं सात हजारांचं पथक तुफान वेगानं युद्धभूमीकडे दौडलं. अजून शत्रू नदीच्या पात्रातच आहे तोवर त्याला गाठून, चेचून, बडवून काढावा असा इरादा दत्ताजींनी केला. मोठ्या तोफा हलवायला आता अवकाश नव्हता. नदीच्या पात्रात जडशीळ तोफांचे गाडे उतरू शकत नव्हते. हत्तींना सुखकर वाटा नव्हत्या. त्वरेनं दत्ताजींनी सैन्याची विभागणी केली. जनकोजींना पाच हजार स्वारांची तुकडी आणि जरीपटक्याचं निशाण देऊन दत्ताजींनी घाटाच्या पूर्व बाजूला धाडला. जनकोजी घोड्याला टाच मारून म्हणाले,

"काकासाहेब, जरा जपून. एकदम आगीत उडी घेऊ नका."

"बाबा, मल्हारबाबा येईपर्यंत आपण घाटाच्या रक्षणासाठी झटायचं. तुटायचं नाही;" दत्ताजींनीच त्याला सल्ला दिला.

जरीपटक्याच्या निशाणाच्या संगतीनेच पंधरा हजार फौज पुढे धावू लागली. लालमणी घोड्यावर स्वार झालेला आणि चेकाळून चवताळून रणभूमीकडे धाव घेणारा दत्ताजी अग्निपुत्रासारखा भासू लागला. घोड्याचा लगाम खेचून, त्याला टाचून लालमणीच्या नाकपुड्यांतून फेसाबरोबर तांबडंभडकं रक्त ओघळू लागलं. डंकेनौबती, तुताऱ्या, कर्णे वाजवीत आणि "हर हर महादेव"चा जयघोष करीत मराठी सैन्य पाण्याच्या लाटेसारखं वाहू लागलं.

नदीच्या पात्रातून आगीचा धडाका ऐकू येताच पल्याडचे रोहिले, अफगाण बावरले. थोडंसं कोणी डिवचताच सळकन् फणा काढून नाग शेपटावर उभा राहावा आणि लालबुंद व्हावा तसा नजीब धुंद झाला. 'मराठे' हे नाव ऐकताच तापणारा नजीब पुरा सुडाने पेटून गेला. त्याचा गुरू कुतुबशहा त्याच्याबरोबरच होता. झाडांच्या गर्दीतून झेपावलेला नजीब घशाला कोरड पडेपर्यंत ''काफरांना हाणाऽऽ तोडाऽऽ'' करून ओरडू लागला. इतक्यात साबाजीचा पुत्र बयाजी सात हजारांचं पथक घेऊन नदीत उतरला. मराठ्यांचे भाले रोहिल्यांच्या पोटात, छातीत घुसू लागले. पोटांना भोसके पडून रोहिले ''या अल्ला'', ''या खुदाऽ'' करून किंचाळू लागले. मराठ्यांकडे तोड्याच्या बंदुका जवळ जवळ नव्हत्याच. जडशीळ तोफखानाही छावणीवर राहिलेला. त्यामुळे गनिमांच्या सुतरनाळेच्या, गरनाळेच्या धडाक्याने आणि बंदुकांच्या कडाक्याने मराठे गतप्राण होऊन धडाधड कोसळू लागले. पाणी, रक्त आणि चिखल एकत्र होऊन पात्र तांबडंशार पडू लागलं. खळ्यात, डबक्यात, केताडात मराठी घोडी चालेनाशी झाली. घोड्यांवर बसलेले मराठे रोहिल्यांच्या गोळ्यांचं अचूक निशाण ठरू लागले. आगीच्या माऱ्यातून जीव वाचवण्यासाठी राउतांनी धडाधड खाली उड्या ठोकल्या. बोरूचा, केताडाचा आडोसा घेऊन ते भाल्याचा मारा करू लागले. बाणांच्या माऱ्यात शत्रू टिपू लागले. बयाजी आणि साबाजी हे पितापुत्र अब्दालीच्या माऱ्याने पंजाबमधून पळून आले होते. 'भागूबाई' म्हणून बयाजीच्या सवंगड्यांनी त्याला अनेकदा डिवचलं होतं. तो बयाजी आता नेटानं तलवार चालवीत होता. बेभान होऊन तसाच गनिमांच्या टोळीत घुसला होता. सपासप वार करीत होता. तसाच अडचणीत घोडा पुढे दामटीत होता. मराठ्यांची बहुतांशी मोकळी घोडी आगीच्या माऱ्यानं कावरीबावरी होऊन इकडेतिकडे उधळत होती. अनेक मराठा वीर तुडवीत होती. अंगावरच्या रक्ताने, घामाने भिजलेला बयाजी तसाच पुढे सरकत असता दहा-बारा रोहिले नागव्या तलवारींनिशी त्याच्यावर तुटून पडले. तलवारींचे कचाकच् दहा-बारा वार अंगावर घेऊन बयाजी घोड्यासह खाली पाण्यात कोसळला. त्याचं निम्मं अंग घोड्याच्या अंगाखाली चेंदलून गेलं. स्वार आणि घोडा निम्मे वाळूत आणि निम्मे पाण्यात कोसळले.

दत्ताजी काठावर पोहोचत असतानाच राजघाटावर अफगाणांच्या एका टोळीनं मालोजी शिंद्यांची दाणादाण उडविली आहे; मालोजी प्रेतांच्या राशीत आणि तोफांच्या तडाख्यात कुठे दिसेनासा झाला आहे, गैरबात झाला आहे ही दु:खवार्ता कळली. मालोजीचं उरलं सैन्य जीव वाचवून बुराडी घाटाकडे धावत आल्याचं दिसलं. गोविंदपंतांकडूनही काही चांगली वार्ता कळली नाही. एकाच वेळी शत्रूने तिन्ही ठिकाणी हमला करून मराठ्यांना विळखा घातल्याचं समजताच दत्ताजी रणमदाने बेभान झाला. 'हर हर महादेवऽऽ'चा तुफान जयघोष करीत नदीकाठच्या केताडात त्याने आपला लालमणी फेकला. सनई-ताशाच्या तालावर वरातीत घोडा नाचावा तसा तोफांच्या, बंदुकांच्या आवाजाने सैरभर होऊन लालमणी नाचू लागला. बख्तरे,

शिरस्त्राण धारण केलेला दत्ताजी शत्रूवर काळासारखा आदळू लागला.

जनकोजी निशाणापाशी झोंबू लागले. तोच त्यांच्यासमोर पलीकडच्या काठाने जहानखानाने दहा-बारा तोफा आणून लावल्या. तोफा आग ओकू लागल्या आणि मराठ्यांच्या छातीच्या चिंधड्या उडवू लागल्या. नुसत्या तलवारीने निधड्या छातीचे मराठे झुंजून तरी किती झुंजणार? आगीच्या माऱ्यानं त्यांच्या चिंध्या होऊ लागल्या. तोड्याच्या बंदुकींपुढे तलवारींचं पाणी गळालं. मराठ्यांच्या बाजूला प्रेतांच्या राशी दिसू लागल्या. रेताडात, खळीत, डबऱ्यातून मराठे विव्हळत, किंचाळत पडले. कुणाचा हात मोडला, कुणाचा पाय गेला, कुणाचा भाऊ मेला, कुणाचा बाप गेला. नदीच्या पात्रात धुक्याच्या जागी धूर माजू लागला. धुराच्या दाटीमध्ये जंबुऱ्यातून आणि गरनाळेतून सुटणारे आगीचे गोळे भीषण भासू लागले. तळाशी सर्वत्र सुरूंग पेरल्यावर किल्ल्यांचे तट कोसळून धुड्‌मधाम्‌ आवाज व्हावा तशा तोफा कानठळ्या बसवू लागल्या. मराठ्यांची संख्या जशी कमी होऊ लागली तसा तानाजी खराडे दत्ताजीकडे धावत आला आणि ओरडला,

"पाटीलबाबा, सारीच दाणादाण होऊ लागली आहे. गोविंदपंतांचा पत्ता नाही. मालोजी शिंदे बेपत्ता. निशाण उघडं पडू लागलं आहे. अब्रू वाचवावी आणि निशाण गुंडाळावं."

"ते शक्य नाही." दत्ताजी कडाडले, "निशाण गुंडाळलं तर सारं सैन्य पळू लागेल. त्यांच्याबरोबर मीही भागूबाई होऊन पळू की काय? त्रिवार नाही."

"देवादिकांनाही माघार घ्यावी लागली, रावसाहेब."

"युद्धातून माघार घेणाऱ्या देवांचंही देवपण टिकणार नाही. तानाजी, तुझं नाव तानाजी आहे. आमच्या इतिहासात त्या नावाला किंमत आहे. त्याची लाज राख. मेलो तरी गेलो, ते परवडेल. पण पापी गिलच्यांना आम्ही हा नदीचा घाट चढू देणार नाही. एक वेळ इथंच गाडून मरू."

जनावरं, माणसं वेडी होऊन नाचू लागली. दोन तास रेंदळारेंदळ, खंदळ माजली. हाणाहाणी, दणादणी, खणाखणी होऊ लागली. इतक्यात निशाणाचं प्राणपणानं रक्षण करणाऱ्या जनकोजींच्या अंगावर धाड्‌कन्‌ आवाज झाला. जनकोजी घोड्यावरून कोसळले. त्यांच्या दंडाला गोळी लागून हाड बाहेर आल्याचं दिसू लागलं. समोरचे चार रोहिले बेशुद्ध झालेल्या जनकोजींना खेचण्यासाठी पुढे धावले. तोच येसाजी भोईटे आणि जानराव वाबळ्यांनी चित्त्यासारखी झेप घेऊन अर्धमेल्या जनकोजींना बाहेर ओढलं. पालखीत घालून ते जनकोजींना पाठीमागे पळवू लागले. खिदमतगारांनी जनकोजींना घोड्यावरून पडताना पाहिलं होतं. पुढे काय झालं ते त्यांना कळेना. तसे खिदमतगार बोंबा मारीत दत्ताजीकडे धावले.

"बाबाऽ जनकोजीबाबा ठार झालेऽऽ" हे शब्द कानावर पडताच संताप, राग, सूड, चीड यांची चूड दत्ताजींच्या सर्वांगाला लागली. तो जागच्या जागी पोलादरसाप्रमाणे उकळू लागला. डोळ्यांसमोर राणोजी, जयाप्पा आणि जनकोजी अवतरले. "जय

“क्यू पाटील, और लढोगेऽऽ?” आपला थंड पडत चाललेला देह आणि मंद मंद होणारा आवाज दत्ताजीने एकवटला आणि तो त्वेषाने उद्गारला, “क्यू नहीं? बचेंगे तो और भी लडेंगेऽऽ!”

कणेश्वरीऽऽ'', ''जय भवानीऽऽ'' अशा आरोळ्या ठोकीत संतापानं, सुडानं फुरफुरलेला दत्ताजी समोरच्या रोहिल्यांकडे झेपावला. त्यातच समोरच्या गर्दीत त्याला नजिबाचे तोंड दिसले, तसा तो बेभान, बेधुंद होऊन एकेका अफगाणास कंठस्नान घालीत वादळासारखा घोंघावत पुढे चालला. तलवारीच्या एकेका पात्यात अफगाणांना थडाथडा कापू लागला. रक्त आणि घामानं थबथबून गेला. त्याच्या समोरच थोराळचा यशवंतराव जगदाळा तोफेनं लोळागोळा झाला. त्याचा भाऊ पिराजी भावाचा मुडदा ओढू लागला. समोरचे रोहिले दैत्यासारखे मुडदा आपणाकडे खेचू लागले. ''मुडदा ओढाऽऽ'' म्हणून दत्ताजी ओरडला. तोच समोरून जंबुऱ्याचा धूमधडाका झाला. मेघांना छेदून विजेचा गोळा सरकन् खाली उतरावा तसा जंबुऱ्याचा गोळा दत्ताजीच्या बरगडीस छेदून आणि लालमणीच्या पाठीस भेदून आरपार गेला. क्षणार्धात दत्ताजी लालमणीसह खाली कोसळला. रक्ताचा ओघळ वाहू लागला.

''दत्ताजी पडलाऽऽ,'' ''दत्ता पड गयाऽऽ'' हलकल्लोळ माजला. तो ऐकून कुतुबशहाने आणि नजीबखानाने अंबारीतून खाली उड्या ठोकल्या. ते काळराहू दत्ताजीवर झेपावले. अक्राळविक्राळ तोंडे करून स्मशानातल्या खविसाप्रमाणे कुतुबशहा आणि नजीब खदाखदा हसू लागले. हातात खंजीर घेऊन कुतुबशहा दत्ताजीजवळ धावला. दत्ताजीच्या अंगात अजून थोडी धुगधुगी दिसत होती. ''दत्ताऽऽ'' म्हणून कुतुबशहाने हाक दिली तसे दत्ताजीने त्याच्यावर डोळे रोखले. जणू काही डोळ्यांतच आगीचा उमाळा फुटावा तसे डोळे भयंकर दिसू लागले. कुतुबशहा खिंकाळत म्हणाला,

''क्यू पाटील, और लढोगेऽऽ?''

आपला थंड पडत चाललेला देह आणि मंद मंद होणारा आवाज दत्ताजीने एकवटला आणि तो दमदारपणे उद्गारला, ''क्यू नहीं? बचेंगे तो और भी लढेंगेऽऽ!''

या शब्दासरसी कुतुबशहा चिडून दत्ताजीच्या उरावर बसला आणि त्याने त्याच्या छातीत खसाखस् खंजीर खुपसला. नजिबाने धारदार जमदाड्याचा वार दत्ताजीच्या मानेवर घालून त्याची मुंडी तोडली. मागोमाग गोळा झालेल्या भागात एका भाल्याचं तोंड आत गेलं. तो भयंकर प्रसंग बघून झाडावरची पाखरं थबकली. क्षणभर यमुनेचा प्रवाह स्तब्ध झाला. रोहिले जागच्या जागी उभे राहून दत्ताजीचे भेसूर मुंडके बघू लागले. तसा नजीब कडाडला,

''हरामजाद्यांनो, बघताय काय? ते मराठे नदीपार जीव घेऊन पळताहेत. करा पाठलागऽऽ हाणाऽऽ लुटाऽऽ लुटाऽऽ सुटाऽऽ''

अब्दालीचा विजय झाला. ताशेकर्णे, शहादणे वाजू लागली. नजीब भाल्याच्या टोकाला बांधलेली दत्ताजीची मुंडी नाचवत, फेर धरीत अब्दालीकडे नाचत नाचत निघाला.

त्या दिवशी दिवसभर मराठ्यांचा भयानक पाठलाग सुरू होता. करुण किंकाळ्यांनी

रान भारले होते. संहाराची परमावधी चालली होती. कोंबड्या, बकऱ्यांसारखी माणसं टिपून मारली जात होती. यमुनाकाठ रक्तात निथळत होता.

रात्र झाली, अंधार पडला. बाजूला जाळवंडात दत्ताजीचं धड घेऊन लपलेला राजाराम चोपदार आणि त्याचे चार सोबती चोरासारखे बाहेर पडले. त्यांनी आजूबाजूची रानखांडं आणि डहाळ्या, वाळक्या फांद्या गोळा केल्या. नदीत पलीकडच्या अंगाला खिळखिळ्या होऊन पडलेल्या तोफगाड्यांचं लाकूडसामान गोळा केलं. यमुनेकाठच्या वाळूतच सरण रचलं. रानावनात कफन नाही म्हणून सोबत्यांनी नेसूची धोतरे सोडली. रणवीराचा उघडावाघडा देह झाकला. बटव्यातल्या सुपाऱ्या आणि पाने सरणावर ठेवली. दत्ताजीच्या मानेच्या तुटलेल्या भागाला, अन्ननळीलाच तोंड समजून सोबत्यांनी पाणी पाजले. भयाण रात्रीच्या घोंघावत्या वाऱ्यात आणि यमुनेच्या खळखळ आवाजात मृतदेह पाणी प्याला. उघड्यावरच आग लावली.

...त्याच दिवशी महाराष्ट्रात घराघरांत संक्रातीचा सण होता. तिळगूळ, रेवड्या वाटल्या जात होत्या. सणासुदीची माणसं भरपेट खाऊन उताणी झाली होती. तेव्हा कण्हेरखेडच्या दत्ताजी शिंद्यांचा, कृष्णाकाठच्या मातीत खेळून पोसलेला देह यमुनाकाठच्या वाळूत बिनशिराचा धडाधडा जळत होता.

□

शिंद्यांच्या फौजेची दाणादाण उडाली होती. आता दिल्ली पाठीमागे पडली होती. जी दिल्ली एकदा रघुनाथरावाने चढ्या घोड्यानिशी जिंकली होती, तिचे रक्षण करण्यासाठी दत्ताजी प्राणास मुकले होते. दत्ताजी पडल्याची बातमी फौजेत होताच साऱ्यांची गाळण उडाली होती. तानाजी खराडे जरीपटक्याचं निशाण गुंडाळून धावत होता. घोडा जोरजोरात फुरफुरत होता. पराभव होताच राऊत पळून तळावर आले. तिथं ज्याला जे साहित्य सापडलं ते त्यांनी उचलून पुढे धूम ठोकली होती. मरणकाळ ओढवल्यानं कोणाला कशाचं भान राहिलं नाही. राउतांना सरदारांची घोडी सापडली तेव्हा त्यांनी पुढचा-मागचा विचार न करता घोड्यावर मांड ठोकली. घोडी हाकारून ते अंधारात ठेचकाळत, अडखळत जाटांच्या मुलखाकडे निघाले. सरदारांनीही राउतांची मिळालेली तट्टं सोडली नाहीत. लहानथोरांचा विचार न करता जनावरं-माणसं जीव वाचविण्यासाठी पळू लागली.

भयंकर जखमी झालेला जनकोजी शिंदे वेदनेने तडफडत होता. जखमी अवस्थेतच जानराव वाबळे आणि येसाजी भोईट्यांनी त्याला तळावर आणला होता. पराभवाची वार्ता कळताच युद्धभूमीकडून मेंढरांच्या खांडव्यासारखे सैनिक धावत येऊ लागले. एकमेकांच्या पायात पाय अडकून, थटून, खेटून, गुरफटून खाली कोसळू लागले. चोपदार, खिदमतगार, सेवक, धनी कशाचा फरक राहिला नाही. जसे गिलचे-रोहिले पाठीशी लागले, मागून रोहिल्यांच्या बाणांचा वर्षाव सुरू झाला, अफगाणी-कंदाहारी उंचीपुरी धिप्पाड घोडी मराठ्यांच्या अंगाचा चेंदामेंदा करू लागली, तशी सारी माणसं

ओरडत-बेरडत धावू लागली. साडेतीन हातांच्या देहाचं रक्षण करावं म्हणून जो तो आकांत करू लागला. पालख्यांना, नालक्यांना भोई मिळेनात. येसाजी भोईट्यानं आपल्या अबलख घोड्यावर पुढच्या अंगाला घोंगडीची घडी टाकली. त्यावर जनकोजीला खाली तोंड करून आडवा घातला. कमरेचा दुशेला सोडून जिनात तिडा मारून दुशेल्याची गाठ त्याच्या पाठीशी बांधली. एक हात जनकोजीच्या पाठीवर ठेवून दुसऱ्या हातानं तो घोडा हाकारू लागला. दौडीबरोबर जनकोजीच्या जखमी अंगाला झिणझिण्या येऊ लागल्या. असंख्य वेदनांनी तो कळवळू लागला. दौड वाढली. जनकोजी पूर्ण बेशुद्ध पडला. त्याच्या दंडावर बांधलेल्या पट्टीतून थोडं थोडं रक्त रिकिबीवर पडत होतं. येसाजीच्या पायांच्या बोटांवर रक्त ठिबकत होतं, पण येसाजीचं तिकडे अजिबात ध्यान नव्हतं. पाठीशी सुडाची चूड घेऊन लागलेल्या शत्रूच्या हातून त्याला जनकोजीचं रक्षण करायचं होतं.

पराभव होताच यमुनापार होऊन अफगाणांच्या ज्या पहिल्या टोळ्या पुढे सरकल्या, त्यांनी तळावर हमला केला. आदिनाबेगचा दिवाण लक्ष्मीनारायण आपल्या कबिल्यासह मराठ्यांच्या तळावर होता. एकाएकी सैनिकांच्या झुंडी येऊ लागल्या तशी त्यांची बोबडी वळली. काय करावे याचा विचार करण्याआधीच रोहिले अफगाण त्यांच्यावर तुटून पडले. पंजाबहून लक्ष्मीनारायणाबरोबर दोन महिने पळणारे त्याचे चार हजार साथीदार गिलच्यांच्या तावडीत सापडले. उसाचं पीक कोयत्यानं कचाकच तोडावं तसे त्याचे साथीदार तोडले गेले. ठिकठिकाणी रक्ताचा सडा पडलेला. शिंद्यांचं बारदाण, तंबू, कनात, पोषाख, धनधान्य, बाडबिस्तार घटकेत लुटून फस्त झाले. बिनधन्याची आजूबाजूला धावणारी घोडी गिलच्यांनी हुसकावली. शिंद्यांचा उरलासुरला खजिनाही हस्तगत झाला. दहा-बारा हत्ती, कित्येक उंट शत्रूच्या हाती लागले. छावणीवर माजलेल्या हल्ल्यागिल्ल्यानं थोडा वेळ हत्ती चीत्कारत इकडेतिकडे उधळले. गिलच्यांनी चौफेर शिपाई पेरून चारी अंगांनी दोरखंडांच्या काढण्या लावल्या आणि हत्ती जेरबंद केले.

शिंद्यांचा लाडका हत्ती म्हणजे जव्हेरगंज. जनकोजीच्या वडिलाने म्हणजे जयाप्पाने जव्हेरगंजला माळव्यातून पकडून आणले तेव्हापासून शिंद्यांच्या कीर्तीला बरकत आली होती. जव्हेरगंजावर दत्ताजीचा आणि जनकोजीचा किती जीव होता, हे साऱ्या शिंदेशाही लष्कराला माहीत होतं. बडेखान आणि राजाराम माहुतांनी तर त्याला पोटच्या गोळ्याप्रमाणे जपला होता. तळावर हुल्लड माजत असतानाच बडेखानाने चार साथीदार घेतले. जव्हेरगंजावरची जड अंबारी खाली ढकलून दिली आणि तो सड्या जव्हेरगंजाला पुढे पळवू लागला. त्याच्या मानेला टोचू लागला, कान हिसकू लागला. सोबत चाललेले स्वारही जव्हेरगंजाला हाकारू लागले. नेटानं पावलं टाकीत जव्हेरगंज रस्ता कापत होता. त्याच्या गळ्यातल्या घंटा घण् घण् आवाज देत होत्या. जणू शिंदेशाही सैन्याची मृत्युघंटाच वाजत होती.

तिन्हीसांज झाली. दिल्लीच्या पुढे काही स्वार दहा कोसांवर पळाले होते, तर

काही पाच-सहा कोसांवरच होते. आता अंधारबुडूक झाला होता. वाटा ओळखीच्या नव्हत्या. वळणे माहितीची नव्हती. कैक बारगिरांची घोडी स्वारांसह ठेचकाळून पडत होती. कोणाचं घोडं पुढचे पाय ठेचकाळल्यानं नाकाडावर उलटं होऊन पडत होतं, तर कोणाचं घोडं मागचा पाय सटपटल्यानं दुणतं होऊन आदळत होतं. दमल्याभागल्या रावतांच्या अंगावर पाठलाग करणारे गिलचे सपासप वार करीत होते. मेल्या मुडद्याच्या बोटांतल्या अंगठ्या निघेनात तर बोटेच छाटीत होते. अंगावर असेल-नसेल तो दागिना हिसकून ओरबाडून काढीत होते.

जव्हेरगंज अंधारात आपले बारीक डोळे किलकिले करीत सहा कोसांवर आला. त्याच्या तोंडाला फेस आला होता. चालता चालता तो नागाच्या फणीसारखी सोंड उभी करीत होता. बडेखानचा ओरडून ओरडून घसा बसला होता. इतक्यात चाळीस-पन्नास गिलच्यांची टोळी जव्हेरगंजाच्या पाठीवर आली. तसे जव्हेरच्या सोबतीनं चालणारे स्वार जीव वाचविण्यासाठी आडरानात पळू लागले. "ठहरोऽऽ ठहरोऽऽऽ हम लढेंगे" म्हणणाऱ्या बडेखानाचा आवाज कोणी ऐकेना. खाल्ल्या मिठाला जागायचं हा बडेखानचा निश्चय होता. आपण असेही मरणार आणि तसेही. त्यापेक्षा लढता लढता मरू म्हणून त्याने जव्हेरगंजला चुचकारला. जव्हेर उलटा झाला आणि गिलच्यांच्या गर्दीत घुसला. आपल्या सोंडेच्या भीमतडाख्याने त्याने एका गिलच्याला जागेवर उलटासुलटा केला. दुसऱ्या एकाला सोंडेच्या विळख्यात आवळून उचलला आणि कड्यावरून लाकडाची मोळी उचलावी आणि खाली दाणदिशी आपटावी तसा उचलून आदळला. खालच्या दगडावर त्याचा चक्काचूर झाला. तोच एका गिलच्याने नेम धरून पाठीवर बसलेल्या बडेखानावर भाला फेकला. तसा बडेखान भाल्याबरोबर उडाला आणि "या अल्लाऽऽ" करून पलीकडे कोसळून गतप्राण झाला. हत्ती सोडायचा नाही या इराद्यानं पंधरा-वीस गिलचेस्वारांनी जव्हेरगंजाभोवती वर्तुळ केलं. जव्हेरगंजाच्या अंगाला टचाटच् भाले टोचू लागले. अखेर जव्हेरगंज जायबंदी झाला. मोठमोठ्यानं चीत्कारू लागला. त्याच्या अंगाला जडशीळ साखळदंडाचा भार सोसेनासा झाला.

...येसाजीचा घोडा पुढे दौडत होता. अंगावर दोन पुरुषांचा भार सोसून ते उमदं जनावर घाईला आलं होतं. खाचखळग्यांतून उड्या मारताना त्याच्या पायाला कैक ठिकाणी जखमा झाल्या होत्या. पाय लालबुंद झालेले. जनकोजी बेशुद्ध अवस्थेतच अधेमधे ओरडायचा– "पाणीऽऽ पाणीऽऽ" पण थांबायला कोणाला सवड होती? बारा-पंधरा कोसांची रपेट झाली. घोडा घायकुतीला आला. पाठीमागे नजरेच्या टप्प्यात गिलचे दिसेनात, तेव्हा एका खेड्यात येसाजी आणि जानराव थांबले. त्यांच्या आगेमागे पळणारे चाळीस-पन्नास स्वारही थांबले.

अंधारात एकाएकी इतकी घोडी थांबली तसा गाव बावरला. दारांचे कड्याकोयंडे नीट आहेत का, हे पाहून गावकरी दचकून आपापल्या घरांत बसले. एका घराच्या दारावर येसाजी थाप मारू लागला, पण अंधारात दार कोणी उघडेना. तसे चौघे

एका गिलच्याने नेम धरून पाठीवर बसलेल्या बडेखानावर भाला फेकला. तसा बडेखान भाल्याबरोबर उडाला आणि ''या अल्लाऽऽ'' करून पलीकडे कोसळून गतप्राण झाला. हत्ती सोडायचा नाही या इराद्यानं पंधरा-वीस गिलचेस्वारांनी जव्हेरगंजाभोवती वर्तुळ केलं.

स्वार दाराला धडका मारू लागले. तशी आतली कडी निखळली आणि दार काड्कन् करून मोडून उघडलं. आत भेदरून एकमेकांना मिठ्या मारणाऱ्या बायकापोरांना येसाजी म्हणाला, "घाबरू नका. आम्हांला फक्त एक बाजलं आणि थोडं पाणी द्या." जागच्या जागी थबकलेली माणसं हलेनात. येसाजीनं खसकन गळ्यातला कंठा तोडला आणि त्या लोकांच्या अंगावर फेकला. बाजलं उचललं आणि बाहेर अंगणात आणून ठेवलं. बाजल्यावर जनकोजीला घातला. रागरंग बघून त्या घरातले लोक बाहेर आले. त्यांनी घागरी-मडकी भरून आणली. जनकोजी घटाघटा पाणी प्याला. त्याला थोडी शुद्ध आली. तो कळवळून विचारू लागला,

"येसाजी, माझे काकासाहेब कुठे आहेत?"

"येताहेत मागून." पोटातलं दुःख दाबत जानराव बोलला.

जानरावनं त्या घरातून हळद मागून घेतली. जखमेवर हळद घालून जनकोजीचा हात जाम बांधला. आता घोड्यावर बसण्याचं त्राण जनकोजीला राहिलं नाही. त्याला तसाच बाजेवर बांधला. एका बाजूने बाज येसाजीने आणि दुसऱ्या बाजूने जानरावने धरली. हळू, नेटाने ते रात्र आणि रस्ता कापत पुढे निघाले. गावात घडीभर इसावा खाऊन आणि पाणी पिऊन घोडी तरतरीत झाली होती. तीही आता हुशारीनं झपाझपा पाय उचलून पुढे चालत होती.

जानराव वाबळे आणि येसाजी भोईट्यांचं अर्धमुर्ध पथक पहाटे एका गावाच्या वेशीला लागलं. वेशीबाहेर सोडलेल्या तीन-चार बुरख्याच्या गाड्या, पाच-सहा घोडी आणि रानातच कलंडलेली पन्नासभर माणसं दिसत होती. जसे हे पथक आले तसे झोपलेले गडी जागे झाले. हातात भाले-तलवारी घेऊन ओरडू लागले, "अरे उठा रेऽ उठाऽऽ गिलच्या आला. घात झाला. " तळावर गिल्ला माजला. येसाजीने समोरच्या आरोळ्या ऐकल्या आणि तो ओरडला, "थांबा रेऽऽ दंगा करू नका. ती मराठी माणसंच दिसताहेत." खुणेला खूण पडली. आदल्या रात्री निघालेला दत्ताजी-जनकोजीचा कबिलाच होता तो. राऊत एकमेकांच्या गळ्यात पडले. बाजूच्या ढेकूळ रानात एक-दोन वस्त्रे टाकून भागीरथी आणि काशीबाई अंधारात पडल्या होत्या. त्या जाग्या होऊन धावत आल्या. त्यांना येसाजी आणि जानरावासारखे खासे सरदार दिसले. गर्भगळीत होऊन रात्रीबेरात्री आडरानात आलेली आपली फौज बघून त्यांची पाचावर धारण बसली. तोच त्यांचं लक्ष समोर उतरलेल्या बाजेकडे गेलं. काशीबाई पुढे धावली आणि तिनं जानकोजीच्या तोंडावरची घोंगडी बाजूला केली. त्याच्या सर्वांगावर जखमांचे वार दिसत होते. रक्ताचे ओघळ आल्याने चेहरा भेसूर भासत होता. "पाणीऽ पाणीऽऽ" असे जानकोजी क्षीण आवाजात पुटपुटत होता. काशीबाई गलबलून गेली. ती ओरडली, "माझ्या दौलतीचा राजाऽ शिपीभर पाण्याला तू महाग झालास का?" कोणी तरी चंबूभर पाणी आणलं. जनकोजी विचारू लागला, "माझे काकासाहेब कुठे आहेत? कुठे आहेत काका?" साऱ्यांनी माना खाली घातल्या. भागीरथी कावरीबावरी होऊन मुक्या हरिणीसारखी साऱ्यांकडे बघू

लागली. झाला प्रकार तिच्या ध्यानात आला आणि ती धाय मोकलून रडू लागली. तोंडात मारून घेऊ लागली. भुईवर हात आपटू लागली. तिच्यासाठी धरती फाटली आणि आभाळ फुटलं. टाका कसा घालायचा? ती किंचाळू लागली. ''माझ्या चांदसूर्याऽऽ, कुठे गेलास रे? कुणाची ही दौलत, कुणाचे वाडे आणि राजवाडे? माझ्या चांदाचा मुखडाही बघायला मिळाला नाही. मला एकटीला टाकून कुठे गेलास रे माझ्या बाजिंद्या सरदाराऽ?''

भागीरथीबाईंच्या शोकाने सारे व्याकूळ झाले. काशीबाईही उमाळून गेली. जनकोजीच्या काळजाला भसका पडला. तो ढसाढसा रडू लागला. ''काकासाहेबऽऽ काकासाहेबऽऽ काकाऽऽ आम्हांला एकटे टाकून कुठे गेलात हो?'' जनकोजी लहान बाळासारखा आक्रोशत होता.

कबिल्यांची आणि येसाजीची माणसं जागच्या जागी थबकली होती. घोडी अंगावर जीनसामान घेऊन चूपचाप उभी होती. पाठीवरचा बोजा सांभाळीत उंट माना वाकड्यातिकड्या करीत भेदरलेल्या मराठ्यांकडे बघत होते. जनकोजी 'काकाऽऽ काकाऽऽ' म्हणून ओरडतच होते. भागीरथीनं शोक आवरला. तिने जनकोजीला हटकलं,

''बाबा, तुम्ही रांडेसारखे का रडता? आपण सारे असेच बसलो तर वैरी सारी उरलीसुरली माणसं घशात घालेल. चला उठाऽ''

''काकीऽऽ, काकासाहेबांविना सारी दुनिया व्यर्थ–''

''पण ही शोक करायची वेळ आहे का? अशाने वैरीच आपली माती सावडेल. भराभरा निघू या, शिंद्यांचा उरला वंश वाचवू या.''

जिच्यावर आभाळ कोसळले, त्या भागीरथीचे हे धीराचे बोल ऐकून साऱ्यांच्या उरात उभारी आली. मोडकीतोडकी, अर्धमेली फौज तशीच वाट तुडवत पुढे निघाली.

वाटेत पराभूत फौज चालल्याची बातमी गावकऱ्यांना लागली. तसे गावकरी, पोरेबाळे फौजेवर तुटू लागली. घोडी-सामान ओढू लागली. त्यांना प्रतिकार करीत जानराव वाबळे पुढे सरकू लागला. भागीरथीच्या भाग्याचा गोळा ढगाआड गेला होता. आता पोटातला इवलासा गोळा जगविण्यासाठी ती जिवाच्या जोरानं चालली होती. जनकोजी पालखीत कण्हत होता. नऊ महिने भरलेली भागीरथी एका घोड्यावर बसली होती. जीव खालीवर होत होता. तरी कळा-वेदना दाबीत ती पुढे चालली होती.

दुसऱ्या दिवशी संध्याकाळी थकलीभागली फौज कोटपुतळीस आली. थंडीत सारे कुडकुडत बसले होते. अजून जेवणाचा पत्ता नव्हता. दोन-तीन दिवसांत कोणाच्या पोटाला घास ठाऊक नव्हता. वाटेत रानपाला, ऊस जे गवसेल ते चावून, केवळ जीव वाचविण्यासाठी फौज पळत होती.

शिंद्यांच्या मदतीला एकाएकी देवी कणेश्वरीच धावली. अचानक मल्हारजीबाबा

होळकर यांच्या सैन्याची पथकं कोटपुतळीच्या आसमंतात दाखल झाली. दोन कोसावरनं शिंदे आल्याची खबर होळकरांना मिळाली. तसे होळकर, गौतमाबाई आणि सून अहिल्याबाई काही पथकांनिशी पुढे धावून आले. सुभेदार आल्याचं पाहून साऱ्या राउतांनी त्यांच्या भोवती कोंडाळं केलं. या युद्ध-वणव्यात कोणी प्रेषितच भेटल्याचा सर्वांना भास झाला. ससेहोलपट झालेल्या सैन्याला बापच भेटल्यासारखे वाटले. जोवर विजय मिळायचा तोवर स्वागतासाठी आबदागिऱ्या नाचायच्या, चवऱ्या ढाळायच्या, नजराणे म्हणून सोनंरुपं अंगावरून गुलाल-खोबऱ्यासारखं उधळलं जायचं. विजयाच्या मिरवणुकीत सारे ताबुतासारखे नाचतील, पण पराभूतांकडे कुत्रंही ढुंकून पाहणार नाही. शिंद्यांच्या पराभूत दळावर रांडापोरेही तुटून पडली होती. अशा स्थितीत सुभेदारांचं आगमन म्हणजे वरदानच होतं.

थंडीत निपचीत पडलेला जनकोजी बघून सुभेदारांना भडभडून आलं. त्यांनी जनकोजीची हनुवटी ओंजळीत धरली तेव्हा त्यांच्या डोळ्यांतून आसवं पाझरली. पिकल्या दाढीमिशांवरून पाणी ओघळले. ते म्हणाले,

"जनकोबाबा, मला जयनगरकडून निघायला थोडा वेळ झाला तर काय बिलामत कोसळली रे? माझ्या राणबाचा नातू तू. दत्तबा म्हणजे मराठ्यांच्या पालखीचा गोंडाच होता नाऽ? काळानं त्याला खुडून नेला. ज्या मुलखात मी आणि राणबानं बाजीरावासोबत शत्रूची पळता भुई थोडी केली, त्या मुलखात पोरांनो तुमच्यावर काय पाळी आली रेऽ खंडेराया, काय चालवलंय काय हे?"

"काकासाहेब, झालं गेलं विसरू या. आता नव्यानं कंबर बांधू या," जनकोजी बोलले.

"वयाची सहासष्टी उलटली म्हणून मी थकलो नाही बाबा. आता त्या अब्दुल्ल्याला मी सोडणार नाही. त्याला कोंबड्यागत उभा सोलीन आणि त्याच्या कातडीत पेंढा भरून त्याला वेशीवर लटकावीन तरच खुटेकराची अवलाद सांगेनऽऽ!" मल्हारबा बोलले.

मल्हारबाबांनी जनकोजीची समजूत काढली. थंडीत कुडकुडणारी भरल्या पोटाची भागीरथी बघताच गौतमाबाईंना भडभडून आलं. त्यांनी अंगावरची शाल भागीरथीच्या अंगावर पांघरली आणि तिला पोटाशी कवटाळली. आतापर्यंत दबल्या पिचल्या सैन्याला धीर देणाऱ्या भागीरथीचे पाय गळाठले. ती ओक्साबोक्सी रडू लागली. भागीरथीच्या केसांतून बोटे फिरवीत गौतमाबाई म्हणाल्या,

"लेकी, या अवघडल्या स्थितीत काय तुझी ही दशा?"

"हा अवदसेचा फेरा आईसाहेब. मला निरोप देऊन गेलेला माझा नवकोट नारायण डोळ्यांपुढे उभा राहतो. ते गेलेत असं वाटत नाही. आहेत म्हणावेत तर जवळ नाहीत. लेकराचं तोंड पाहून गेले असते तर साता जन्माची पुण्याई तरी पदरात पडली असती."

गौतमाबाईंनी दोन-तीन राउतांना शेकोटी पेटवण्याचा हुकूम दिला. भागीरथी

शेकली. अंगातली थोडी हुडहुडी गेली. अहिल्याबाईनं आपली वस्त्रं दिली. अहिल्येची पांढरी वस्त्रं परिधान करताना भागीरथीचं मन गलबललं. पळाच्या घाईत अजून चुडा फोडला नव्हता. भागीरथीनं राहुटीच्या खांबावर दोन्ही हात आपटले आणि चुड्याच्या ठिकऱ्या केल्या. हंबरणाऱ्या भागीरथीला अहिल्येनं पोटाशी घेतली. डोळ्यांच्या कडा पुशीत अहिल्या म्हणाली,

"बाई, रडू नका. आपण मराठी सरदारांच्या बायका. आपलं लगीन सरदारांशी नव्हे, तर त्यांच्या तलवारीशी लागतं. तलवार गळाली की आपण कोसळलो."

"बाईसाहेब, खंडेराव गेले तेव्हा त्यांचं तुम्ही अंत्यदर्शन तरी घेतलं असेल. तिरडीवर चुडा तरी फोडला असेल," हुंदके देत भागीरथी म्हणाली, "यांच्या अंत्यदर्शनाचं भाग्य मला अभागिनीला लाभलं नाही. यांचं शीर भाल्यात टोचून शत्रूनं नेल्याचं ऐकलं, पण यांच्या धडाचं काय झालं असेल? कुणी मंत्राग्नी दिला की माझा सर्जा भणंग्या रानात कोल्ह्या-गिधाडांची शिकार झाला, ते आई कणेश्वरीलाच माहीत."

"झाल्या गोष्टींना इलाज नसतो," अहिल्याबाई म्हणाली, "माझे प्राणनाथ गेले आणि मीही सती चालले, पण मामंजी पडले वृद्ध. त्यांच्या विनंतीचा अव्हेर करता आला नाही. सतीचं भाग्य मला लाभलं नाही."

"मी सती कोणावर जाणार? या मातीवर?" हुंदके देत देत भागीरथी म्हणाली, "माझे राव या मातीशी एकरूप झाले. तिचीच सेवा करायची आता. जनकोजीबाबासाठी आणि पोटातल्या गोळ्यासाठी जगायचं."

अहिल्या, गौतमाबाई आणि सुभेदार कामास लागले. शिंद्यांच्या कबिल्यासाठी त्यांनी राहुट्या, तंबू दिले. दोन्ही कुटुंबे एकजागी जेवली. मल्हारबाबांनी शिंद्यांच्या सैन्याची चांगली व्यवस्था लावली. कित्येक दिवसांचे उपाशी सैनिक खान्यावर अधाशासारखे तुटून पडले. अंगावर पांघरूण मिळाले. साऱ्या तळावर ठिकठिकाणी शेकोट्या पेटल्या होत्या. शेकोटीत खांडे टाकून, दगडांच्या उशा जाळाकडे करून राऊत निवाऱ्याला पडले होते. किती तरी दिवसांनी त्यांना हे सुख मिळत होतं. गेल्या महिन्यात कितींदा पळापळ, धावाधाव, पाठलागाची दगदग सोसावी लागली होती. साऱ्या सैन्याची कली फिरली. गंगापार गोविंदपंतांसोबत नजिबाबाद जिंकताना झालेला पाठलाग, गंगेत बुडालेली घोडीमाणसं, अब्दालीशी झालेल्या पहिल्या चकमकीतील कुंजपुऱ्याजवळ उडालेली गाळण आणि दत्ताजी पडल्यावर गेले तीन दिवस तीन रात्री झालेला अमानुष पाठलाग. सारंच विचित्र. विजयाच्या नौबतीत मश्गूल असणारी शिंदेशाही पराभवाच्या गर्तेत गटांगळ्या खात होती. निवाऱ्याला पडलेले शिपाई अजून दचकून दबून होते. वाऱ्याच्या झोतातून झाडांची पानं अंगावर पडली तरी गपकन् उठून बसत होते. डहाळ्यांचा आवाज झाला तरी तोंडचा घास निम्म्यात ठेवून घोडी कावरीबावरी होऊन इकडेतिकडे बघत होती. गिलच्या आता येतोय की मग, असं घोड्या-माणसांना झालं होतं.

साऱ्यांची सोय लावून मल्हारजी खाजगीकडे आले. मंद समईच्या प्रकाशात गौतमाबाई पलंगावर बसून होत्या. मल्हारबा डोईची पगडी काढू लागले तोच गौतमाबाई बोलल्या,

"इतक्या वेळा सांडण्या आणि काशीद आले. तुम्ही विनाकारण जयनगराकडे माधोसिंगाशी खेळ खेळत बसलात. आपल्या थोड्याशा दिरंगाईनं दत्ताजीबाबा हकनाक बळी गेले."

गौतमाबाईंच्या या आकस्मिक बोलानं मल्हारबा गरकन वळले. त्यांच्या मिशाकल्ले ताठ झाले. ते ओरडले,

"वैऱ्याच्या वकिलासारखी तूही तोंड सोडायला लागलीस का? छातीठोकपणे सांगतो– या मल्हारजीएवढी मराठी राज्याची सेवाचाकरी क्वचित कोणी केली असेल. आता लहान तोंडी मोठा घास घेऊ लागलेला तो सदाशिवरावभाऊ– त्याच्या तीर्थरूपानं– चिमाजीअप्पानं वसईच्या अजिंक्य किल्ल्याला मोर्चे लावले होते. किल्ला सर होईना तेव्हा तो बहादूर गरजला– मला तोफेच्या तोंडी बांधून उडवा. माझं मुंडकं तरी किल्ल्याच्या आत जाऊन पडू दे. त्या वसईच्या किल्ल्याचे बुरूज ढासळण्यासाठी जे सुरुंग पेरले, त्या अवघड सुरुंगांची बत्ती या मल्हारजीनं पेटवली होती. बाजीरावाबरोबर निजामाचा सूड घ्यायचा असू दे, नाही तर रघुनाथाबरोबर अटकेवर झेंडा लावायचा असू दे– गेल्या चार तपांत हर जंगात, हर चढाई-लढाईत हा मल्हारबा आहे. कोणी कबूल करणार नसतील तर गोदेपासून अटक नदीपर्यंतची मातीच याची साक्ष देईल. ह्या मल्हारबाच्या इमानाबद्दल कोणी कालची कोल्ही ओरडणार असतील तर ओरडू देत– पण तूही?"

"मला स्वारींबद्दल भलतंसलतं काही म्हणायचं नव्हतं," दबक्या आवाजात गौतमाबाई बोलल्या, "पण त्या नजिब्याला तुम्ही मोकळा कसा सोडला, त्याला जीवदान कसं दिलं, याचाच साऱ्यांना अचंबा वाटतो. त्या राक्षसानंच दत्ताजींचा घात करून त्यांच्या नरडीचा घोट घेतला. दत्ताजीबाबा गेले आणि मराठी राज्याचा एक बुरूज कोसळला."

"गौतमा, शरण आलेल्याला मरण देऊ नये असे म्हणतात, म्हणूनच त्या नजिब्याला मी मोकळा सोडला. तो एवढा बदमाश निघेल हे मला काय माहीत? पण ही शिंद्यांची आणि पेशव्यांची माणसं माझी उठसूठ बदनामी का करतात? ह्या दत्ताजीच्या बापाला, राणबाला मराठी राज्याच्या सेवेत मीच आणला ना? आणि त्याच राणबाच्या पोरावर, जयाप्पावर मी मारेकरी घातले, असं हे शिंदे म्हणतात तरी कसं? माझ्या एकुलत्या एका लेकराला, खंडूला घातानं मारणाऱ्या जाटाशी सुलूख करणाऱ्या जयाप्पाचा मला जरूर राग आला होता; पण म्हणून मी त्याच्यावर भाडोत्री मारेकरी घालेन, हे तुला तरी पटतं का? राणबाचा पोर तो माझा नव्हे का? तरीही हे लोक..."

"असं वाईटसाईट कोण बोलतं? दत्ताजी अगर जनकोजी असं बोलल्याचं तुम्ही

ऐकलं आहे का?'' गौतमाबाईंनी विचारलं.

''जे धनी बोलतात तेच चाकर बोलणार, दुसरं काय? शिंदे-होळकरांत तेढ वाढवणारा त्या रामजीसारखा हलकट दिवाण त्यांनी का पदरी ठेवला आहे? एका कारकुंड्याची ही मिजास? आणि त्यापुढे आमची पत्रास काय? हर घटकेला मी मराठी राज्याची सेवा इमानेइतबारे केली आणि ही कालची पोरं? नानासाहेब पेशवा जरा तरी वयाने थोर आहे पण हे रघुनाथदादा आणि तो सांबसदाशिव माझ्या निम्म्या उमरीचे तरी आहेत का? आणि वर ब्रह्मज्ञानाच्या गोष्टी शिकवतात.''

''काही राग असेल तर स्वारींनी रघुनाथ आणि भाऊंशी बोलून घ्यावे. पण त्या सापाला– नजिब्याला पाठीशी घालू नये. जितका देखणा तितकाच जहरी आहे तो.''

''नजीब? कोण नजीब? त्याला सरळ करायला घटकेचा अवसर तरी लागेल का? पण मी म्हणतो, हे लोक सारखं त्या नजिबाचं भूत का उभं करतात? आपल्या डोळ्यातलं मुसळ दिसत नाही पण दुसऱ्याच्या डोळ्यातलं कुसळ ह्यांना लगेच दिसतं. अग, धन्यांत धनी तो खरा बाजीरावच. खरा सवंगडी आणि सोबतीही. स्वारीत आम्ही त्याच्याबरोबर भाल्याच्या टोकाला भाकरी भाजून खाल्ल्या आहेत. कणीसखर्डा खाऊन आणि ओढ्याचं पाणी पिऊन आम्ही दिवस काढले आणि दौलत वाढविली. एवढा महापुरुष तो, त्यानंही माझी इज्जत केली. तोंडातून शब्द बाहेर पडायचा अवकाश, की इंदूरची दौलत पदरात टाकली आणि आज काय तर सारी अंदाधुंदी, सारा पोरखेळ. उत्तरेचा भार जिवाच्या जुलमानं आम्ही सांभाळायचा आणि पुण्यात फडावर बसून यांनी आमचे नुसते हिसाब-किताब तपासायचे. गेल्या पंधरा-सतरा वर्षांत तापी, नर्मदा ओलांडून उत्तरेत आला आहे कधी पेशवा? मोहीम असली की धाडा रघुनाथाला आणि हिशोब असले की करा सदाशिवाच्या हवाली. पेशवा आपला नाटकशाळांतून गुंग. तो आमच्या अप्पाचा सुपुत्र सदाशिवभाऊ तर कोटीचा काळकूट निघाला. सारखे हिशोब माग, खर्डे तपास, जमाबंदी कर. दुसरा उद्योगच नाही त्याला. सदान्कदा बोरूशी गाठ. अरे जरा तलवार चालवून बघ म्हणावं.''

''मी पडले बाईमाणूस. मला राजकारणातलं काय कळणार?'' गौतमाबाई म्हणाल्या, ''मला एवढं कळतं, वाद आजचे उद्या मिटतील; पण अब्दालीचं धर्मसंकट काळ होऊन साऱ्या मराठी राज्यावर कोसळलं आहे. बाळपणी निरेच्या काठावर मेंढरं राखता राखता स्वारींनी आयुष्याची सुरुवात केली. थोरपणी काठी टाकून तलवार घेतली आणि हिंदुस्थानच्या बड्या बड्या राजेरजवाड्यांची मेंढरे बनविली. मराठी दौलतीचा आपण पसारा वाढविलात, हे विसरण्याइतकं कोण कृतघ्न आहे? पण गिलच्यांचे, रोहिल्यांचे काळे ढग हिंदुस्थानवर, मराठी दौलतीवर घोंघावत असता स्वारींनी चूप राहून चालणार नाही. उगा पिकल्या केसाला बट्टा लागेल आणि चारचौघांत थट्टा होईलऽ! सुभेदार, आता तुम्हांला पुन्हा तलवारी पाजळाव्याच लागतील.''

“गौतमा, खऱ्या मर्दाची बाईल शोभतेस तू!” हसून मल्हारबाबा म्हणाले, “आता गिलच्यांची काय बिशाद? बाजरीची कणसं खुडावीत तसे सारे पठाण कापून काढतो. सुपडा साफ करतोऽ!”

गौतमा आणि मल्हारबांचा संवाद चालूच होता. मध्यान्‌रात्र उलटली आणि एकाएकी आरोळ्या ऐकू आल्या. “गिलच्या आलाऽऽ पळा पळाऽऽ”, “पळा रे पळा, अब्दाली आलाऽऽ!” एकाएकी झोपलेले शिपाई अंधारात धावू लागले. घोडी खिंकाळू लागली. बायका-पोरे धावू लागली. गिल्ला वाढला. मल्हारबांनी तंबूबाहेर येऊन घोड्यावर मांड ठोकली. ते गर्दीत मिसळले. त्यांच्या सोबतच्या घोड्यावर अहिल्याबाईही स्वार झाली. “थांबाऽ दम धराऽऽ पळू नका. फळी धराऽऽ.” मल्हारबाबा ओरडू लागले पण शिंदेशाही राऊत थांबेनात. ते धूम पळू लागले. गिलच्या आल्याची निव्वळ हूल असल्याचं लक्षात यायला मल्हारबांना वेळ लागला नाही. त्यांनी आरडाओरडा करून पळणाऱ्या राउतांना मागे हटकले. अर्ध्या तासात सारा गोंधळ शांत केला. सर्वांची समजूत घालून सुभेदार तंबूकडे निघाले. सोबतच्या घोड्यावर येसाजी भोईटे होता. येसाजी म्हणाला,

“सुभेदारकाका, फौज धीर काढेना. सारे शिंदेशाही सैन्य गर्भगळीत झाले आहे. ह्यांच्यामुळे आपलेही सैन्य हवालदिल बनले आहे. एवढा मोठा दत्ताजी गेला तिथे आम्ही काय अब्दालीपुढे टिकणार, असा सामान्य राऊतही म्हणू लागला आहे. आता दक्षिणेतून ताजेतवाने सैन्य आणि दमदार दारूगोळा आला पाहिजे, तरच आपला निभाव लागेल.”

“पोरा, शिवाजीच्या गनिमी काव्याची ताकद अजून वाया गेली नाही. गनिमी हल्ले-चढाया करून गिलच्याला साऱ्या मुलखातून ताणून मारू. दे माय धरणी ठाव करू,” मल्हारबाबा म्हणाले.

“गनिमी काव्याचं बघूच, पण आता दक्षिणेतली ताजी फौज आणि फिरंगी तोफखाना आला पाहिजे; तरच गिलच्यांच्या बंदुकांना तोंड देता येईल. नाहीतर बुराडी घाटाप्रमाणे नुसत्या तलवारी-भाल्यांनी आपण सारे मरून जाऊ.” येसाजी बोलला.

□

अनूपशहराला लागूनच बादशहाचा खासा डेरा उभारला होता. तांबड्या डेऱ्यावरचे हिरवे बावटे फडकत होते. याच जागेवर अनेक दिवस डेरा पडणार असल्याने कामाठ्यांनी कनात दुपदरी धरली होती. खुंट्या आणि खांब दाबून रोवून तणावाचे दोर तणगून जाम बांधले होते. अब्दालीच्या गुलामखान्यातील खासे स्वारही आपापले डेरे-राहुट्या बयाजवार उभारीत होते. आता उन्हाळ्याची चाहूल लागली होती. हिंदुस्थानी कडक उन्हाळ्यात कंदाहारी जीव घायकुतीला येणार होते. म्हणूनच शिपाई गवताच्या झोपड्या बांधीत होते. ज्यांच्या गवती झोपड्या पूर्ण झाल्या त्यांनी

काडावर शेणकाला लिंपायला सुरुवात केली होती. काही जण झोपड्यांमधील राबत्याची जागा चोपून, सारवून ठीक करीत होते.

अब्दाली बादशहाची आज खासी मसलत भरणार होती. शुक्रवार हा बादशहाचा अत्यंत आवडता दिवस. राज्याभिषेक झाल्यापासून गेल्या बारा वर्षांत दर शुक्रवारी तो काझी, मुल्लामौलवी, इतिहासकार, ज्योतिषी, संशोधक अशा वेचक लोकांची खास बैठक भरवायचा. त्यात मनमोकळी चर्चा घडायची पण गेल्या तीन-चार महिन्यांत शुक्रवारच्या बैठकीत खंड पडला होता. बादशहाचा पुत्र- तैमुरखान- याला हाकलून मराठ्यांनी पंजाबमध्ये सरहिंदपासून अटकेपर्यंत जी ठाणी वसवली होती, ती त्याला प्रथम उधळावी लागली. नंतर दत्ताजी शिंदे या खंद्या वीरानं त्याला मरेस्तोवर कडवा प्रतिकार करून घाईस आणला. दत्ताजी संपतोय न संपतोय तोवर सदुसष्ट वर्षांच्या म्हाताऱ्या मल्हाररावानं बादशहाला मेटाकुटीस आणला. आज इथं तर उद्या तिथं, अशा गनिमी हुलकावण्या देऊन बादशहास जेरीस आणले. सिकंदऱ्याजवळ अलीकडेच दुराणी फौजेनं मल्हारबाच्या आणि गंगोबातात्याच्या फौजेचा फन्ना उडविला. पाठोपाठ जाटही गुडघ्यांवर आला. थोडा फुरसतीचा वखत मिळाला म्हणूनच आजचा शुक्रवार न दवडण्याचा निर्णय बादशहानं घेतला.

आजच्या बैठकीसाठी मसलतीच्या डेऱ्यात वजीरे आलम शहावलीखान, जहानखान, बरकुरदारखान, शहजादा तैमुरखान यांसारखे लढवय्ये आणि मिर्झा बहादुरासारखे इतिहासकारही जातीनं हजर होते. किनखापी लोडाला टेकून तरणाबांड दुराणी बादशहा बसला होता. त्याने शिरी तांबूस रंगाची निमुळती टोपी परिधान केली होती. तिच्याभोवती शुभ्र भरजरी पठाणी फेटा खुबीनं गुंडाळला होता. त्याच्या अंगात मझलीनचा झुळझुळीत पायघोळ अंगरखा होता. त्यावर बगळ्याच्या पंखासारखी तुमान उठून दिसत होती. कमरेच्या दाबावर खास कंदाहारी बेलबुट्टी खुलत होती. शेजारीच पाच हात लांब पठाणी तलवार म्यान होऊन पडली होती. म्यानावरचं जडावाचं कोरीव काम साऱ्यांचं लक्ष वेधत होतं. आज बादशहाची मुद्रा विशेष प्रसन्न दिसत होती.

बैठक सुरू झाली. इतिहासकार मिर्झा बहाद्दूर छातीवर रुळणाऱ्या आपल्या लांबसडक दाढीवरून हात फिरवीत म्हणाला,

''खुदावंत, जाटांचा अजिंक्य रामगढ जिंकून आपण मोठीच बहादुरी मिळविलीत. त्याच्यावर पंचेचाळीस लाखांची खंडणी लादलीत. आपल्या महान पराक्रमाचा आम्हां अफगाणी बांधवांना नाझ वाटतो. मी बादशहांस शुभकामना देतो. आपण आपल्या ताजपोशी वेळी 'दुराणी' हा किताब घेतलात. ही सभा 'दुराणी' या शब्दाचा अर्थ जाणतेच. 'दुराणी' म्हणजे राजराजेश्वरांचा राजेश्वर! आपली ही उपाधी आपण सार्थ केलीत. आपली कीर्ती अशीच दिगंत राहो. आपल्या सामर्थ्यशाली पराक्रमानं पर्शिया, अफगाण आणि हिंदुस्थान नव्हे तर आम दुनिया अशीच दणाणून जावो.''

''मी धर्मगुरूंचा, मुल्लामौलवींचा आणि विद्वानांचा आदर करतो. त्या थोर

अल्लाला दुवे देतो,'' बादशहा धीरगंभीर आवाजात बोलू लागला. सारी सभा कान देऊन ऐकू लागली. बादशहा सांगू लागला, ''पृथ्वीच्या उदरी अनेक गाझी होऊन गेले आणि आहेतही; पण माणूस नुसता पराक्रमी असून भागत नाही. पराक्रमाला वेळेची आणि शिकंदर नशिबाची साथ हवी. अल्लाची मेहरबानी हवी. या गोष्टी माझ्या नशिबी नसत्या तर मला कुठून कुठे येता आले नसते. मिर्झा बहादूर, मला अजूनही त्या साऱ्या पुराण्या दिवसांची याद आहे. माझे पिताजी म्हणजे साधे जमीनदार. मी पुढाकार घेण्यापूर्वी अफगाणांना 'राजा' आणि 'राज्य' म्हणजे काय, हे माहीतही नव्हतं. आमच्या साऱ्या सैनिकी टोळ्या विखुरलेल्या होत्या. अंतर्गत यादवी होतीच पण त्यात पर्शियाला शेजारी अफगाणांचा ताज नको होता. अफगाणांच्या राज्यासाठी, स्वातंत्र्यासाठी माझे पिताजी झुंजले. त्यांच्यामागे माझा वडील बंधू झुल्फीकारखान यानेही स्वातंत्र्यासाठी बंडाचा झेंडा उभारला. आमच्या कंदाहार, हेरातला पर्शिया पाण्यात पाही. त्या थोर पर्शियन नादिरसाहेबाने १७३२ साली हेरात बेचिराख केलं. त्या वेळी मी उणापुरा दहा वर्षांचा होतो. नादिर बादशहाकडून आमची धूळधाण उडाली. जीव वाचविण्यासाठी मी आणि झुल्फीकार कंदाहारकडे पळून जात होतो. तोच मीर हुसेन या जमीनदारानं मला आणि माझ्या बंधूला कैद करून अंधारकोठडीत बंद केलं. एक दिवस नव्हे तर पुरी चार वर्षं आम्ही प्रकाश पाहिला नाही. खाना वेळेवर मिळाला नाही म्हणून प्रसंगी चिलटं, झुरळं खाल्ली. अंधारात आमच्याही अंगावर कालांतरानं पालीसारखा पांढरा लेप चढला. आयुष्यात पुन्हा सूरज दिसेल याची खात्रीच नव्हती आम्हांला. पण ज्या नादिरशहाविरोधी आम्ही झुंज करीत होतो, त्यानंच आमची मुक्ती केली. मोठ्या झाडाच्या सावलीतसुद्धा मी कामयाब झालो. अफगाणांना स्वत:चा देश, राजधानी, निशाण आणि स्वाभिमान देऊ शकलो. ही सारी त्या खुदाची मेहरबानी. नाही तर त्या अंधारकोठडीतच संपलो असतो तर–''

''खुदावंत, आपण तेव्हाच कसे संपाल?'' वजीर शहावलीखान बोलला, ''आपण अवघे सोळा वर्षांचे होतात तेव्हा एक साधे शिपाई म्हणून हिंदुस्थानात नादिरसाहेबांबरोबर आला होता. नादिरशहानं लाल किल्ला जिंकला तेव्हा जाली दरवाजाजवळ हैदराबादच्या निजामानं काय भविष्य सांगितलं होतं बरं?''

बादशहा किंचित हसून म्हणाला, ''निजाम बहादूर जसे पराक्रमी पुरुष होते तसे एक मशहूर ज्योतिषी होते. नादिरसाहेबांचासुद्धा त्यांच्या ज्ञानावर गाढा विश्वास होता. मला पाहिल्या पाहिल्या ते थबकले. माझे डोळे, नाक तपासले आणि सर्वांना हर्षभरानं सांगू लागले– 'नक्कीच एके दिवशी हा मुलगा बादशहा होणार!' नादिरसाहेबांनी मला बोलावलं आणि 'बादशहा झाल्यावर मला विसरू नकोस,' असं सांगून खूण म्हणून ही निशाणी कायमची ठेवली.''

बादशहानं आपल्या कानाची पाळी कापल्याची खूण सर्वांना दाखविली. सारे कौतुकानं ती न्यारी निशाणी निरखू लागले.

अहमदशहा अब्दाली

शहजादा तैमुरखान आपल्या पित्याच्या जगावेगळ्या राज्याभिषेकाची कहाणी ऐकून होता. आज बादशहाची खुललेली चर्या बघून तैमुर म्हणाला,

"बाबाजानऽ, आपल्या ताजपोशीबद्दल अनेकांच्या तोंडून ऐकलं आहे. आपल्या मुखातून ती हकिकत ऐकायची तमन्ना होती बाबाजान."

अब्दाली बादशहा हसला. त्याच्या डोळ्यांतला गहिरा रंग अधिक गडद झाला. भूतकाळाची कवाडं बाजूला सारीत तो बोलू लागला,

"बारा वर्षांपूर्वीची कहाणी आहे ही. नादिरशहा एक चांगला धनी म्हणूनच आम्ही सिदोझाई, अब्दाली, गझनी या अफगाण टोळ्यांचे म्होरके बादशहाकडे

इमानाने सेवाचाकरी करीत होतो. नादिरशहा पराक्रमी जरूर होता. पण जसं म्हातारपण आलं तसे त्याला वेडाचे झटके येऊ लागले. रस्त्यावरच्या रयतेलाच नव्हे, तर आपल्या सैनिकांनासुद्धा गारद करायचा तो हुकूम सोडी. पागलपणात एकेका वेळी चार चार हजार सैनिकांना त्याने ठार केले. शेकडोंना खेळ म्हणून नदीत बुडवून मारले. एके दिवशी त्याने आपल्या संरक्षणास असलेल्या खाजगीकडील साऱ्या खिदमतगारांची झोपलेल्या स्थितीत कत्तल करा, असे फर्मान काढले. त्याच मध्यरात्री नादिरशहाच्या वधाचा कट शिजला. तो अमलातही आणला गेला. शहाची लाश तशीच ठेवून ही बातमी बाहेर फोडायची नाही, पहाटे आमचे अफगाणांचे गोट लुटायचे, असं पर्शियन म्होरक्यांनी ठरवलं. इथंही माझं नशीब शिकंदर ठरलं. बीबीसाहेबा म्हणून शहाची एक बेगम आमच्या अफगाण कुळातली होती. मध्यरात्री तिनं ही खबर मला दिली. मी रात्रीच छापा टाकला. बादशहाच्या बोटातलं राजचिन्ह हस्तगत केलं. ज्याच्या नुसत्या दर्शनानं अमूल्य जडजवाहिरांचा नूर पालटतो, असा कोहिनूर हिरा शहाच्या कंठात होता. तोही मी माझ्या ताब्यात घेतला. आम्ही पर्शियन मुलखात होतो. कदाचित त्यांच्या भूमीत आपला टिकाव लागणार नाही म्हणून मध्यरात्र उलटल्यावर आमच्या अफगाण टोळ्यांनी कंदाहारकडे कूच केलं.

आम्ही रात्रंदिवस घोडी दामटीत कंदाहारच्या मागे तीस कोसांवर आलो. नादिराबाद या खेड्याजवळ दमून थांबलो. जिकडे बघावा तिकडे उघडा-बोडका माळ. माळावर शेख सरूक साहेबांची एकाकी कबर. आजूबाजूला चिटपाखरूही नव्हतं. याच ठिकाणी अफगाणांची सभा झाली. मेंढरं हाकायला मेंढपाळ लागतो. राज्य चालवायला राजा लागतो. नाहीतर बिन-शासनाची रयत ही मेंढरासारखीच वागते. अंकुश हा हवाच. अफगाणांच्या टोळ्यांना कोणी तरी धनीगोसावी नेमायलाच हवा होता. गुरू मुहमद साबीरखानाने माझं नाव सुचवलं. मी भांबावून गेलो. बादशहा म्हणून माझी निवड झाली पण माझ्याजवळ खजिना नव्हता. बसायला मसनद नाही. शिक्का नाही. मनाशी म्हणालो, हे परवरदिगारऽ, या साऱ्याचा कसा मेळ घालू? तोच साबीरसाहेबांनी माळावरची मूठभर माती उचलली आणि माझ्या हातावर ठेवीत, दुसऱ्या हातानं अश्रू पुशीत ते म्हणाले– पोरा, हीच तुझी मसनद! तिथंच माझा राज्याभिषेक झाला. बादशहा म्हणून माझ्यावर शिंपडण्यासाठी अत्तर नव्हतं की पुष्पं नव्हती. माझ्या सहकाऱ्यांनी आजूबाजूचं वाळलेलं गवत उपटलं आणि फुलासारखं माझ्या अंगावर उधळलं. त्या मातीचा वास मी अजून विसरलो नाही. खजिना नसला, मुद्रा नसली तरी निधड्या छातीचे पठाण आणि आगीतून लीलया उड्या मारणारी धिप्पाड काबुली घोडी संगतीला होती. माझ्या गरीब देशाची भूक नाहीशी करण्यासाठी मी नाना देशांच्या सरहद्दींना धडका मारू लागलो. शेकडो निशाणं हस्तगत केली. हजारो अंबाऱ्या रिकाम्या केल्या. हिंदुस्थानवरची तर ही माझी पाचवी मोहीम आहे.''

''आलमपन्हाँ, आपली ही तेजस्वी हकिकत कथन केल्याबद्दल सारा दरबार

आपला एहसानमंद आहे.'' मिर्झा बहादूर बोलला.

सकाळी नमाजानंतरच मसलत चालू झाली होती. ती दुपारी संपली. सारे अमीर-उमराव, गाझी, मुल्लामौलवी उठून गेले. बादशहाही आपल्या खाजगीकडे जाण्याच्या तयारीत होता. सोबत वजीरे आलम शहावलीखान तेवढा उरला होता. इतक्यात नजीबउद्दौला आल्याची खबर खिदमतगाराने आणली. बादशहाने हाताने इशारा केला. परवानगी मिळताच नजीबउद्दौला आत येऊन बादशहापुढे वीरासन घालून अदबीने बसला. अब्दाली हसून विचारू लागला,

''खानसाहेब, या आम हिंदुस्थानात दुराणी बादशहाचे दोनच शत्रू कोण, हे सांगू शकाल का?''

''कडक धूप-उन्हाळा आणि दख्खनचे मरगट्ठे!'' नजिबाच्या जबाबावर बादशहा खूष झाला. मंद स्मित थांबवत अब्दालीने सवाल केला,

''खानसाहेब, यांपैकी पहिल्या गनिमाची काय बडदास्त ठेवली आहे आपण?''

''जहापन्हाँ, दिल्लीहून कनाथी, डेऱ्याच्या काठ्या, दोर मागवले आहेत. गवताच्या झोपड्या बांधण्यासाठी कुणा किसानाकडं गवत बाकी ठेवलं नाही. एवढा निवाऱ्याचा चोख बंदोबस्त ठेवला आहे, की ही गर्मी बादल बनून निघून जाईल. आज अंतर्वेद प्रांताची नाडी नजिबाच्याच हाती आहे. रोज हजारो खेचरं, गाढवं, तट्टं पाठीवर धनधान्याच्या गोणी वाहून दमूनभागून गेली आहेत. बादशहाच्या सेवेसाठी दिल्ली, आग्रा, मथुरा, बरेलीच्या बाजारातल्या हर उंची चिजा मागविल्या जात आहेत.''

''दुसऱ्या गनिमाची काही खबर?''

''सिकंदऱ्याजवळ मल्हारबाची दाणादाण उडाली. गंगोबातात्यानं आणि मल्हारबानं आपला दहा लाखांचा खजिना लंपास करायचा चांगला हिकमती डाव आखला होता. पण पठाणी काव्यासमोर गनिमी कावा चालला नाही. मल्हारबाची अवस्था तर मोडक्या जमदाड्यासारखी झाली आहे. मनसुबे खूप रचतो पण उमर सत्तरीकडे पोहोचली आहे. घोड्यावर फार काळ बसता येत नाही. कालच्या शिमगी पौर्णिमेच्या मुहूर्तालाच मराठ्यांची होळी झाली. शिंदे-होळकरांचे जनानखाने चमेलीपार संबळगडाला आहेत. हरकाऱ्यांची खबर आहे, संबळगडातच दत्ताजीची औरत प्रसूत झाली. मुलगा झाला. मराठ्यांनी चंद्रज्योती, आपटबार, तावदानी रोषणाई आणि चादरी दारूकामाचा गिल्ला केला. बादल गर्ज लावून ते नाचले. तोफाही उडविल्या. येळकोट केला पण बदनशीब मराठ्यांचंच. दत्ताजीचा बछडा काही दिवसांतच खुदाला प्यारा झाला. लोक सांगतात, आषाढातल्या काळ्या मेघांसारखी दत्ताजीची औरत गळत होती. सतीही नाही, पतीही नाही! हिंदुस्थानात मराठे अगदी ठंडे झालेत. जेव्हा दख्खनकडून नव्या दमाच्या फौजा येतील तेव्हाच खरा जंग होईल.''

''और कुछ?''

''आलमपन्हाँऽ, आता दिल्ली आपल्याच ताब्यात आहे. याकूब अलीखानाने लाल किल्ल्याचा आणि पुराना किल्ल्याचा चोख बंदोबस्त ठेवला आहे. यमुनेच्या

काठानं तोफांचा आरबा पेरला आहे. खुदावंत, आपण दिल्लीत मुक्कामी राहू तर–''

''तर ती नादानी ठरेल,'' अब्दाली बोलला, ''दिल्ली, दिल्ली है, तो हुआ क्या? खायला दाणा नसेल तर दिल्ली काय, काबुलकंदाहार आणि इस्तंबूल तरी काय? त्यापेक्षा समशान घाट बरा. दिल्लीत आता काय उरलं आहे? नादिरसाहेबांनी, आम्ही, मराठ्यांनी, जाटांनी, अनेकांनी कैकवार दिल्ली लुटून फस्त केली आहे. गेल्या दहा वर्षांत दिल्लीची स्थिती मर्द नसलेल्या औरतीसारखी झाली आहे. आसपासचे किसान पोटापुरती शेती करतात. वर्षभर घाम गाळावा आणि कोणीही खळे लुटावे; त्याऐवजी पोटापुरतं पिकलं काफी झालं ही रयतेची धारणा आहे. इथेच अनूपशहरी राहिलो तर अंतर्वेदीचा धनधान्य पुरवठा मुबलक राहील. काही दिवसांत मराठ्यांची बडी फौज येणारच. आम्ही दत्ताजी मारला खरा, पण तो सामान्य राऊत नव्हता. मराठ्यांचा चाँदसितारा होता. पेशवा चूप बसणार नाही. अटकेवर झडप घालून आमच्या शहजाद्याला पळविणारा तो रघुनाथ येईल नाहीतर तो सदाशिवभाऊ येईल. त्या सदाशिवाबाबत बहुत बोलतात. कदाचित ते दोघेही येतील. जेव्हा जंग सुरू होईल तेव्हा कदाचित बरसातीचा वखत येईल. मराठ्यांच्या मार्गात आमच्यापेक्षा दुथडी भरून वाहणाऱ्या त्या महानद्याच आड येतील. कदाचित यमुनाच आपली रक्षा करेलऽ!''

बादशहाचे एकेक आडाखे ऐकताना नजीब दिपून गेला. थोडा वरमलाही. आपल्याएवढा कोणी हुशार नाही, ही त्याची गलतफहमी थोडी थोडी कमी होऊ लागली. भावी युद्ध कसे असेल, याचा पटच बादशहाने त्याच्यासमोर मांडला. नजीब हुरळून म्हणाला,

''सुलताने आलम, रुस्तुमच्या तोडीचं आणि धडाडीचं आपल्यासारखं नेतृत्व आमच्या बाजूला असताना उद्या उद्‌भवणाऱ्या जंगात आम्ही सहज विजयी होऊ, अशी माझी खात्रीच आहे.''

''इतनी आसान बात नही है नजीब.'' बादशहा म्हणाला, ''आमच्या शुक्रवारच्या मसलतीत सहभागी होत जा. हिंदुस्थानचा इतिहास जिभेवर असणारे अनेक इतिहासकार आपल्या दरबारी आहेत. हिंदुस्थानात शिवाजी, राणा प्रताप, शेरशहाँसारखे गाझी होऊन गेले हे विसरू नका. मी बादशहा झालो तेव्हा माझी सनद जशी रानगवताची होती, तशीच मसनद त्या राणा प्रतापाची होती. हिंदुस्थानच्या ठायी ठायी असे किती तरी जवाँ मर्द, वीरगाझी भेटतील. त्यांची पारख करणारे रत्नपारखी दुर्दैवानं या भूमीत फार कमी आहेत. या पुरान्या बाता कशाला? अवघ्या दहा वर्षांतल्या हिंदुस्थानच्या पहिल्या तीन स्वाऱ्यांतला माझा अनुभव सांगतो मी. ज्याच्या बेहद्द पराक्रमावर खूष होऊन ज्याला मी 'फरझंदखान बहाद्दूर, रुस्तुम-ई-हिंद' हा किताब दिला, तो कमरुद्दीन वजिराचा जवान पोर मीर मन्नू मला आजही आठवतो. तो हिंदुस्थानचा बादशहा नव्हता. पंजाबचा एक साधा सुभेदार होता. हा हिंदुस्थान मी

डोळे झाकून सर करून लीलया लुटेन, असा प्रारंभी मला गर्व होता. त्याच घमेंडीत मी पंजाबवर पहिला हमला चढवला. मानपूरजवळ माझी व मीर मन्नूची गाठ पडली. त्याने माझी अशी दाणादाण उडवली, की केवळ जीव वाचविण्यासाठीच मी कंदाहारला पळून गेलो. दुसऱ्या हमल्यात आम्ही पंजाब सर करूच, या इराद्याने मी वर्षभर गम खाल्ला. चढ्या घोड्यानिशी दुसऱ्यांदा धावलो तेव्हाही विजयाचं दर्शन घडलं नाही. सुलुखावरच भागवावं लागलं. आणखी दोन वर्षांचा गम खाऊन मी जोरदार तयारी केली. अफगाणिस्तानच्या दऱ्या-डोंगरांतील कडवे लढवय्ये गोळा करून मी तिसरा हमला चढवला. लाहोरवर झडप घालून लाहोरची नाकेबंदी केली. लाहोरच्या चारी बाजूंचा सत्तर-ऐंशी कोसांचा मुलूख जाळून बेचिराख केला. लाहोरात कुणाच्या बुट्टीत अन्नाचा कण उरला नाही. लोक उपाशी मरू लागले. घोडी दावणीत आडवी झाली तरी मीर मन्नू शरण येईना. दिल्लीहून आता कुमक येईल, मग येईल ही वेडी आशा बाळगून शेवटपर्यंत चंग बांधून तो मर्द उभाच होता पण तुम्हा दिल्लीकरांना पंजाबचं महत्त्व कधीच कळालं नाही; कळणारही नाही. तेव्हा लाहोरच्या रस्त्यारस्त्यांत अन्न अन्न करून रयत गडबडा लोळू लागली. हाहाकार माजला. लाहोरची रयत जिवंत ठेवण्यासाठीच केवळ मीरने पांढरा बावटा दाखवला. शरण येतानाही त्याची मान ताठ होती. रात्रीच्या अंधारात बेधडक पावलं टाकीत तो शेर का बच्चा आमच्या बिचव्यात आला. मी त्याला सवाल केला,

"या आधी का शरण आला नाहीस?"

"तेव्हा मला दुसऱ्या धन्याची चाकरी करायची होती," त्याने जबाब दिला.

"त्या धन्याने तुझी कुमक का केली नाही?"

"माझ्या धन्याची खात्री असेल, माझा चाकर प्रसंग निभावून न्यायला समर्थ आहे."

"मी तुझ्या हाती पडलो असतो, तर तू काय केलं असतंस?" मी त्याला विचारलं.

"मी तुमची मुंडी छाटून ती दिल्लीला माझ्या धन्याकडे नजर केली असती."

"आता तू माझ्या हवाली आहेस, मी तुझं काय करावं?" मी विचारलं. तेव्हा तो उत्तरला, "तुम्ही सौदागर असाल तर माझी गुलामाप्रमाणे विक्री कराल. तुम्ही जर खाटीक असाल तर माझा शिरच्छेद कराल आणि तुम्ही जर बादशहा असाल तर दया आणि क्षमेची मेहरबानी कराल." –असे किती तरी बाणेदार मीर मन्नू ह्या हिंदुस्थानच्या मातीत आजही जिवंत आहेत. मरगठ्ठ्यांच्या जातीत तर शिवाजीसारखा कडवा लढवय्या जन्मला हे विसरू नका नजीब. लांब कशाला? शिंदे आणि होळकर हे दोन्ही सरदार एकदिलानं एका जागी असते तरी त्यांनी माझी घोडी पंजाबबाहेरच अडवून मला उधळून लावलं असतं. खुद्द परवरदिगारला नाझ वाटेल असे पराक्रम, धाडस, चिकट चिवटपणा हे सद्‌गुण मराठा जातीच्या ठायी ठायी आढळतील. जेव्हा आमचा आणि त्यांचा आखरी जंग होईल, तेव्हा ही कडवी जात माती खाईल

पण हटणार नाही. आपसांतले भेद, भाऊबंदकी, द्वेष, मत्सर, फुकाचा गर्व अशा अनेक फटी मराठ्यांच्या अभेद्य बुरुजाला आहेत. नेमक्या त्या फटी शोधून भेदल्या तर मात्र विजय आम्हांकरिता अजिबात दूर नाही.''

मसलत बराच वेळ चालली. बादशहा एकाएकी गप्प झाला. त्याची चर्या बदलली. बादशहाचा बदलता नूर बघून नजीबही चूप झाला. अचानक बादशहाच्या अंतरी कोणते नवे विचार डोकावले याचा त्याला ठोकताळा बांधता येईना. बादशहानेच कोंडी फोडली. तो शांत सुरात बोलला,

''अजूनही माझे अमीर-उमराव, सरदार-दरकदार मला भेटून विनंती करतात. या पुढे उन्हाळ्यात हिंदुस्थानी राहायला नको. आम्ही काबुली अंगूर आहोत. तुमचा उष्मा जास्त वाढला तर गळून पडू. घोडी-माणसं टिकणार नाहीत. मलाही हा विचार कधी कधी खरा वाटतो. हवंच असेल तर बरसातीनंतर आम्ही वापस येऊ.''

''सुलताने आलमऽऽ खुदावंतऽऽ,'' नजीब बादशहाचा धावा करू लागला. बादशहाच्या बदलत्या विचारानं त्याची विचित्र स्थिती झाली. कोणी तरी कलेजाच देठासह खुडून नेल्याचा भास झाला. घाबराघुबरा नजीब अजिजीनं याचना करू लागला, ''परवरदिगारऽऽ, हे असे आगळे विचार आपल्या मनात येतात तरी कसे? आपण हा विचार डोक्यातून काढावा. तुम्ही हिंदुस्थान सोडताच हे मरगठ्ठे माझाच नव्हे तर साऱ्या इस्लामचा नायनाट करतील. कोणाच्या हनुवटीवर दाढी दिसणार नाही. डोईला सापाच्या पिलासारखी शेंडी उगवेल. मशिदीत पिंडी दिसतील. इस्लामचा चाँदतारा हिंदुस्थानातून कायमचा ढगाआड जाईल. हसन आणि हुसेनची नावंही औषधाला उरणार नाहीत. नमाज सोडून गाढवासारखे सूर्यनमस्कार पढावे लागतील. सारा इस्लाम गोत्यात येईल. या साऱ्यापेक्षा, इस्लामचा एवढा मोठा पातशहा असताना इथं इस्लाम बुडाल्याचा कायमचा बट्टा मात्र तुम्हांला लागेल. खाविंद, काहीही करा पण त्या दुष्ट मरगठ्ठ्यांच्या हाती देऊन आम्हांला सोडून जाऊ नका. शहावली उलासाहेबांचे आदेश एवढ्यात आलमपन्हाँ कसे विसरले?''

नजीब तोंडात माती घालून गडबडा लोळायचाच फक्त बाकी राहिला होता. अब्दालीने निम्म्यात सोडून जाणं, ही कल्पनाच त्याला असह्य वाटत होती. बादशहाला क्षणभर नजिबाची दया आली. विशेषत: शहावली उला साहेबांचे नाव ऐकल्यावर बादशहा नरम आला. त्याने नजिबाचे आक्रंदन थांबू दिले आणि तो म्हणाला,

''खानसाहेब, इस्लामचं रक्षण करणं हा माझा धर्मच आहे. त्यात मी कुचराई करणार नाही. शहावली उलासाहेबांबद्दल मला नितांत आदर आहे, पण मी अगदीच काझी अगर मुजावर नाही. मी राज्यकर्ता आहे. फौज पोटावर चालते. तिला चंदी, दाणावैरण आणि असर्फी लागतात. मी हिंदुस्थानात येण्याआधी तुम्ही जे शेकडो खलिते पाठवले ते अजूनही माझ्या दप्तरी आहेत. अवघा दहा लाखांचा खजिना पन्नास-साठ हजार फौजेच्या दाताला तरी पुरेल का? मी एवढी मोठी फौज घेऊन

बरेलीच्या बाजारात रेवडी खरेदी करायला आलो नाही. पहिलं रसदेचं बोलाऽ.''

''खुदावंत, गुस्ताखी माफ. यापुढे मी काही कमी पडू देणार नाही–''

''नजीब, तू महाठक आहेस, साऱ्या हिंदुस्थानला सहज फसवू शकशील; पण मला नाही. इस्लामची काळजी तुझ्यापेक्षा निश्चितच मला जास्त आहे. पहिलं घासदाण्याचं बघ. रसदेचं बघ. माधोसिंगचा हवाला देणारे खलिते धाडले होतेस तू मला. इथे आल्यावर किती दिवस घातले आम्ही त्याच्या मागावर. तुमचा तो अयोध्येचा नबाब सुजा अयोध्येस कधी चालता झाला ते समजलंही नाही. पैशाचा बंदोबस्त तुमचा तुम्हीच करा. दुसऱ्यांची घरं मला दाखवू नका.''

''खुदावंत, माफी करावी. यापुढे बादशहांच्या सेवेत काडीही कमी पडणार नाही. तेवढा मरगट्ठ्यांचा शेवट करा. मी तुमचा सात जन्म शुक्रगुजार राहीन. त्या जातीचा बीमोड करून जेव्हा तुम्ही मायदेशी परताल, तेव्हा इतकी करोडो लूट देईन, की तुमची घोडी-माणसं ओझ्यानं थकून जातील. एवढी संपत्ती जहाँपन्हांच्या हवाली करीन, की आम अफगाणिस्तानला सारं काही अर्जिन होईल.''

□□

दिल्लीवर हमला!

देवगिरीच्या पायथ्याला मराठ्यांची छावणी पडली होती. साऱ्या दौलताबादच्या चोहोबाजूला तळ पसरला होता. तिन्ही बाजूंच्या डोंगरपायथ्यावरून राहुट्या, डेरे, तंबू पडले होते. रात्रीच्या अंधारात मशाली धूर ओकत होत्या. जेवणेखाणे उरकली तरी मराठी राऊत, सरदार, दरकदार सारे जागेच होते. राहुट्यांच्या दारांसमोर टेंभे ढणाढणा जळत होते. जागत्या मराठ्यांच्या बरोबर उंट-घोडी आदी जनावरंही जागी राहून हरकलेल्या मराठी छावणीकडं टुकूटुकू डोळ्यांनी बघत होती.

देवगिरीच्या शेंडीवरच्या मसलतखान्यातून काळ मराठा छावणी कौतुकानं बघत होता. हजारो मशाली, टेंभ्यांच्या दिमाखात मराठी दौलतीचा अभिमान उजळून जात होता. अजिंक्य देवगिरीवर विजयी झेंडा फडकावणाऱ्या दोघा-तिघांत मराठ्यांचा समावेश झाला होता. शत्रूकडून जित होण्यासाठी किल्ल्याला शतकानुशतके वाट बघावी लागत होती. मराठी राज्याचे संस्थापक छत्रपती शिवाजी महाराज देवगिरीच्या आजूबाजूला पोहोचूही शकले नव्हते. त्यांना भगवा झेंडा देवगिरीवर फडकावण्याचं भाग्य लाभलं असतं तर ते हिंदुस्थानाधिपती लीलया झाले असते, याची देवगिरीलाही जाणीव होती. फंदफितुरीने महमद तुघलखाने मात्र देवगिरी जिंकला होता. या अजिंक्य, बळकट आणि बलदंड किल्ल्यावरच हिंदुस्थानचे सिंहासन स्थापावे, अशा मनसुब्याने तो वेडा झाला होता. इथूनच हिंदुस्थानचा कारभार पाहिला होता. हा सारा इतिहास आठवून देवगिरीच्या माथ्यावर फडकणाऱ्या जरीपटक्याला आनंदाचं कापरं भरत होतं. सदाशिवरावभाऊ आणि रघुनाथदादांच्या पराक्रमानं किल्ल्याभोवतीची तिहेरी तटबंदी लज्जित झाली होती. तटबंदी भेदून कोणी शत्रू आत आला तर त्याला भुलवून खंदकाप्रत नेणाऱ्या चोरवाटा, कडेलोट करणाऱ्या पळवाटा, जंतरमंतर करून कंठस्नान घालणारे जादूमय दरवाजे, सारे सारे खजील होऊन चोरट्या नजरेनं मराठा छावणीकडं बघत होते.

सारी छावणी आनंदानं फुरफुरत होती. दोनच दिवसांवर रंगपंचमी आली होती.

आत्तापर्यंत अनेक पंचम्या मराठा सैनिकांनी अनुभवल्या होत्या; पण ह्या पंचमीची गोडी अवीट होती. शिलंगणाला पुण्याहून बाहेर पडलेल्या सैन्यानं निजामाची दाणादाण उडवली होती. निजामाचा मुलूखच्या मुलूख बेचिराख करून त्याला सळो की पळो करून सोडला होता. मराठ्यांच्या रेट्याने निजामाचा काटा ढिला झाला. म्हणूनच तो सुलुखाला राजी झाला. उदगीरच्या तेजस्वी किल्ल्याबरोबरच बुऱ्हाणपूर, असिरगड, दौलताबाद, अहमदनगर, मुल्हेर असा पंचेचाळीस लाखांचा मुलूख मराठ्यांना मिळाला. शिवाय पंधरा लाखांची चौथही त्यांच्या पदरी पडणार होती. या मोहिमेच्या निमित्तानं दस्तूरखुद्द नानासाहेब पेशवेही बऱ्याच काळानं पुण्याबाहेर पडले होते. अटकेपार झेपावणारे पेशव्यांचे धाकटे बंधू रघुनाथदादा, कर्नाटकात विजयश्री खेचणारे पेशव्यांचे मुख्य कारभारी आणि त्यांचे चुलतबंधू सदाशिवरावभाऊ, पेशवाईचा धागा पुढे गुंफू इच्छिणारे नानासाहेबांचे थोरले चिरंजीव विश्वासराव या खाशांबरोबर अनेक मोठमोठे सरदारही या मोहिमेत सामील झाले होते. खुद्द पेशव्यांचा तळ अहमदनगरात होता. झुंजावर सदाशिवरावभाऊ, रघुनाथदादा आणि विश्वासराव अग्रभागी होते. या मोहिमेची मुख्य धुरा सदाशिवरावभाऊंनी यशस्वीपणे सांभाळली. अजिंक्य देवगिरीच्या लौकिकाला खिंडार पाडलं. या निर्णायक विजयाने मराठे चेकाळून गेले. पंचमीची जोरदार तयारी सुरू झाली.

भाऊंचे आणि दादांचे चित्त स्थिर नव्हते. देवगिरी जिंकूनही मनात शल्य बोचत होतं. उत्तरेत मर्द दत्ताजी शिंद्यांना जेरबंद करण्यासाठी नजीबखान आणि अब्दाली बादशहा आसुसल्याच्या वार्ता कानावर आल्या होत्या. दत्ताजी प्राणपणाने दिल्लीच्या रक्षणासाठी धावतो आहे, त्याच्या कुमकेस त्वरित रवाना व्हावं, असे अनेक खलिते पेशव्यांनी जयनगरला मल्हारबाकडे धाडले होते. अंतर्वेदीतून जलदीने खलिता यायचा म्हटलं तर तेवीस-चोवीस दिवस लागत होते. पंधरवड्यात तर काहीच खबर नव्हती. पेशव्यांसह सर्व खाशांचा जीव टांगणी लागला होता.

खाशा डेऱ्यात भाऊ आणि दादासाहेब मसलत करीत होते. दोघा वीर चुलत्यांचं संभाषण सतरा वर्षांचा विश्वासराव कान देऊन ऐकत होता. बाहेर छावणीत जिथेतिथे पंचमीची धूमधाम उडाली होती. काही स्वार वाघ-बकरीच्या खेळाचा सराव करीत होते. पंचमी साजरी करायला नानासाहेब देवगिरीवर येणार होते. त्यांच्या उपस्थितीत आपल्या कलेचं चीज व्हावं म्हणून कलावंत मंडळी जिवाच्या जोरानं झटत होती. अंबाबाईचे भुते तोंडावर गुलाल माखून हातातले पलिते नाचवीत ''आई उदे ग अंबे उदेऽऽ तुझ्या नावाचा गर्जू दे'' म्हणून डफावर ताल धरीत होते. तर दुसऱ्या एका डेऱ्यापुढे गोंधळी मंडळी संबळावर ''धिदीनांगऽऽ थिदीनांगऽ धिदीनांगऽ थिदीनांगऽऽ''चा ठेका जुळवत ''पंढरीच्या इठुरायाऽऽ गोंधळाला याऽ याऽऽ'' म्हणून ओरडत होते. एका बाजूला दिमडीच्या तालावर मुरळ्या नाचत होत्या. नाचता नाचता गात होत्या, ''देवा खंडेराया तुजी वाटऽऽ उभा जेजुरीचा घाटऽऽ गडाला पायऱ्या तीनशेसाठ ग जीऽ जीऽऽ'' दुसऱ्या बाजूला शेकोटीची धग धरून पन्नास-साठ राऊत बसले होते.

तिथं एक शाहीर खड्या आवाजात गात होता. मध्येच डफाचं कातडं जाळावर शेकीत होता. डफाच्या दणक्या आवाजाबरोबर त्याचा आवाजही चढत होता–

कमरेचा आवळूनी काच। घोड्याला टाच। शिरी झगमगे शिरपेच।
दादा धडके अटकेवरी।
गरुडाची झेप। चाविला साप। धरणी थरकाप।
गिलच्या भागे कंदाहारी.

तर दुसऱ्या बाजूला पवळा शिरवळकरणीचा फड उभा राहिला होता. दोन हजार राउतांनी तमाशाभोवती कोंडाळं केलं होतं. कालच खुलताबादहून गाड्या भरून आबा कलालानं दारूचे रांजण आणले होते. दारूला बरकत आली होती. झिंगलेली मंडळी ढोलकीच्या तालावर गुंगत होती. नानासाहेबांच्या काळात तमाशाला सुगीचे दिवस येत होते. खुल्या अंत:करणानं पेशवा गावरान कलावंतांना दाद देत होता. फडकऱ्यांच्या अंगावर बिदागी म्हणून सोन्याची कडी भिरकावत होती. म्हणूनच या मोहिमेत चार-पाच फड सामील झाले होते. रोखीच्या धंद्यासाठी मराठा छावणीशिवाय हक्काचं ठिकाण नव्हतं. तीन रोजांत पेशव्यांसमोर फड उभा करायचा म्हणून बाजिंदी पवळा सुरातालात नाचत होती. मोरपंखी पदर हवेत उडवीत कबुतरावाणी गिरक्या घेत होती. नजरेचे तिरपे कटाक्ष टाकीत गात होती–

वय अजूनी लहान। आलं नाही न्हाण
गाऊ कसं रायाऽ पीरतीचं गानऽऽ

औरंगाबादहून हिरव्या, पिवळ्या, तांबड्या रंगानं भरलेल्या बैलगाड्या छावणीवर येत होत्या. रंगाच्या गोणी तळावर पडत होत्या. यंदाची रंगपंचमी जोरात होणार होती.

खाशा डेऱ्यात भाऊसाहेबांचं आणि दादासाहेबांचं खलबत चालूच होतं. तोवर एक सांडणीस्वार घाईघाईनं डेऱ्याजवळ दाखल झाला. भालदार धावत आत गेला. तो भाऊसाहेबांना सांगू लागला, "शिंद्यांचे दिवाण रामजीबाबा यांचा खलिता घेऊन एक सांडणीस्वार हिंदुस्थानातून आला आहे. खबर तातडीची असून तो साहेबांची भेट लगेच चाहतो आहे." भाऊसाहेबांनी "त्याला ताबडतोब धाडा" असं फर्मावलं. घाबराघुबरा सांडणीस्वार दाखल झाला. खलित्याच्या पहिल्या चार ओळी वाचताच भाऊंचा चेहरा खर्रकन उतरला. डोळ्यांतून टचकन् दोन थेंब ओघळले. त्यांची ती विचित्र अवस्था बघून रघुनाथदादा ओरडले,

"भाऊसाहेब, काय झालं? काय झालं?"

"अरे दादाऽऽ, आपला बहाद्दर दत्ताजी शिंदे बुराडी घाटावर ठार झालाऽऽ" भाऊंचा कंठ दाटला.

अंगावर विजेचा गोळा कोसळावा तसे रघुनाथदादा आणि विश्वासराव जागच्या जागी गारठून गेले.

रघुनाथराव म्हणाले,

“भाऊऽऽ, पुढं काय झालं?”

“काय होणार?” हुंदक्यांची कोंडी फोडत भाऊसाहेब म्हणाले, “सारीच गाळण उडाली रे दादा. शिंद्यांच्या फौजेची दाणादाण उडाली आहे. यशवंतराव जगदाळे, भोईटे, फलटणकर, भोसले असे एकापेक्षा एक खंदे वीर ठार झाले आहेत. दिल्ली पठाणांनी हस्तगत केली आहे. अंतर्वेदीतले सारे अफगाण, माधोसिंग, सुजाउद्दौला, नजीब– सारा भारतवर्ष एक झाला आहे. शिंद्यांच्या पाठोपाठ होळकरांच्या सैन्याचीही गाळण उडत आहे. मराठ्यांची हिंदुस्थानातली सारी ठाणी उद्ध्वस्त, बेचिराख झाली आहेत.”

खलिता वाचता वाचता भाऊंचे डोळे पाण्याने डबडबले. जलौघात अक्षरं अस्पष्ट दिसू लागली. त्यांनी शेल्याने डोळे पुसले. दु:खानं व्याकूळ झालेल्या विश्वासरावांनी विचारलं, “काकासाहेब, जनकोजीबाबांचं काही कमी-जास्त?”

“सर्वांगाला जखमा आहेत. अजून वाहाताहेत जखमा. जाया होऊन चमेलीपार पडले आहेत. दादा, शिंद्यांच्या जयाप्पापाठोपाठ रणबहादूर दत्ताजीही नाहीसा झाला. शिंद्यांची धनदौलत बुडाली. मल्हारबाबांनी सुरू केलेल्या जंगालाही फारसं यश लाभत नाही. गेल्या दहा वर्षांत कष्टानं मराठेशाहीचा उत्तरेत उभारलेला कुतुबमिनार ढासळला. दोन पिढ्यांचं रक्त वाया गेलं.”

खाशा डेऱ्यातली गडबड बघून समशेर बहाद्दर, सखाराम बापू, बळवंतराव मेहेंदळे आदी सरदार खाशा डेऱ्याकडे धावले. जहाज फुटू लागल्यावर गोंधळ उडावा तशीच धांदल डेऱ्याजवळ उडाली. इतक्यात दुसरा हरकारा अहमदनगरहून दौडीनं आला. नानासाहेबांचा खलिता पावला. त्यांनाही उत्तरेतल्या कल्लोळाची खबर जनकोजीबाबांच्या खलित्यावरून कळाली होती. खबर सत्यच निघाली होती. पेशव्यांनी उद्या पहाटेच कूच करून तातडीने परतुडाकडे यावे, असा लष्कराला निरोप दिला होता. पेशवेही उत्तरेच्या रोखे परतुडाकडे कूच झाले होते. बुडणारी दौलत वाचवायची होती. एकेक फळी जोडायची होती.

भाऊसाहेबांनी इशारा दिला, तशी साहेबी नौबत झडू लागली. ताशांचे तडतड आवाज शेजारच्या डोंगररानाला थटून कानावर आदळू लागले. कर्ण्यांचा कर्कश आवाज कानठळ्या बसवू लागला. अचानक कुठे कूच करावे लागणार, या कल्पनेनं लष्कर हदबदलं. रंगाची तयारी करणारे स्वार, राऊत, बाजारबुणगे खाशा डेऱ्याकडं धावू लागले. निमअर्धे निद्रेच्या स्वाधीन झालेले शिपाई तारवटून उठले. तेही खाशा डेऱ्याकडे पळू लागले. बघता बघता हजारो मराठा वीर अंधारात खाशा डेऱ्यांपुढे दाखल झाले.

उत्तरेत दत्ताजी शिंदे पडल्याची बातमी, दारूच्या कोठाराला आग लागावी आणि कोठार भडकावे तशी छावणीभर भडकली. ज्यांनी दत्ताजीला पाहिला होता, त्याच्या संगतीत चार दिवस काढले होते, त्याचा पराक्रम ऐकला होता असे सारे रडू लागले. काहींनी अतिशोकाने गळा काढला. सारा तळ हेलावून गेला. कैक भेदऱ्या नजरेनं

एकमेकांकडे बघू लागले.

भाऊसाहेबांच्या आवाजानं सारा तळ चिडीचूप झाला. भाऊ ओरडले, ''दत्ताजीनं हिंदुस्थानासाठी बलिदान केलं. अहमदिया करारानुसार दिल्लीच्या पातशाहीच्या रक्षणासाठी आमचा कोहिनूर अग्निकुंडात जळून खाक झाला. आता गिलच्यांचा सूड घेतला पाहिजे. परक्या शत्रूला हिंदुस्थानच्या हद्दीबाहेर फेकून दिलं पाहिजे. काळानं एवढा अमूल्य हिरा नेऊन मराठी राज्यावर घोर अन्याय केला आहे. झाल्या गोष्टीस इलाज नाही. पण आता झुंजायचं आहे. पुढची वाट अस्पष्ट आहे. रोजा दोन रोजांत गोष्टी स्पष्ट होतील. त्यासाठीच भल्या पहाटे उठून परतुडाकडं कूच करायचं आहे. उगवत्या सूर्याला छावणीच्या तळावर सुतळीचा तोडासुद्धा दिसायला नको, एवढी जल्दी करायची आहे.''

उत्तररात्रीपर्यंत भाऊसाहेब आणि दादासाहेब जागे होते. देवगिरीची व्यवस्था लावीत होते. पहाटेच्या वख्ताला लष्कर जागं झालं. सूर्य उगवला तेव्हा मराठ्यांचं लष्कर नव्हे तर अर्ध्या लाखाचं शहर, हत्ती-घोड्यांसह देवगिरीच्या पुढे पाच-सात कोस सरकलं होतं. अंबारीत बसलेले भाऊ आणि दादा पाठीमागे वळून पुन: पुन्हा बघत होते. दत्ताजीचं रक्त सर्वांगाला फासून तांबडा भेसूर दिसणारा देवगिरीवरचा जरीपटका अंत:करणाला चूड लावीत होता. संताप आणि दु:खाच्या आवेगानं भाऊसाहेब आणि दादासाहेब आसवं पुशीत होते. गलबललेला विश्वासराव आपल्या चुलत्यांकडं पुन: पुन्हा बघत होता.

रंगाचा बेरंग उडाला. मराठे हतबल झाले. मराठ्यांनी रंग उधळायच्या आधीच दत्ताजीने महिन्यापूर्वी यमुनाकाठावर आपल्या रक्ताची रंगपंचमी साजरी केली होती. देवगिरीवर रंग खेळावयास निघालेले नानासाहेब आंबे परतुडास येऊन पोहोचले होते. उत्तरेच्या भावी कारभाराच्या वाटाघाटी इथेच घडणार होत्या. पुढे काय आणि कसे या विवंचनेत मराठा लष्कर अडकले होते. तात्पुरत्या हलक्या राहुट्या, डेरे परतुडच्या रानात पूर्णा नदीच्या काठी पडले होते. जडशीळ सामान अंग गारठून पडलं होतं. खाशा डेऱ्यात नानासाहेब, रघुनाथराव, भाऊसाहेब, विश्वासराव, महादजी पुरंदरे, बळवंतराव मेहेंदळे, सखारामबापू बोकील, समशेर बहाद्दर, मानाजी पायगुडे, सोनाजी भापकर असे वेचक मराठा वीर मसलतीस बसले होते. नानासाहेबांच्या चेहऱ्यावरचा उदगीर विजयाचा रंग केव्हाच पालटला होता. चेहरा चिंतेनं ग्रासला होता. ते उदासवाणे लोडाला रेलून बसले होते. पेशवे आता काय सांगणार आहेत म्हणून भाऊ-दादांसह सारे नानासाहेबांच्या मुद्रेकडे बघत होते. नि:श्वास टाकीत नानासाहेब म्हणाले,

''दत्तबा म्हणजे ईश्वराघरचा शिपाई होता. ऐसा पुत्र होणे नाही! राणोजींच्या कुळीचा उद्धार करीत लेक नाहीसा झाला. शिंदे-होळकर एकदिल होऊन झुंजात भिडले असते तर पठाणांचे पारिपत्य केव्हाच झाले असते. पोर हकनाक वाया गेला!''

श्रीमंत नानासाहेब पेशवे

नानासाहेबांनी भाऊंना आदेश दिला. दत्ताजींच्या पत्नीच्या, भागीरथीबाईंच्या नावे चोवीस खेड्यांचा सरंजाम जाहीर केला. नानासाहेबांच्या घोषणेने साऱ्यांना आनंद झाला. नानासाहेब म्हणाले,

"अब्दालीचा मोड करण्यासाठी दादाला या आधीच उत्तरेत धाडायचा होता. या ना त्या कारणाने ते राहून गेले नि सारा बिघाड झाला. आता कोणी ना कोणी खाशाने दिल्लीकडे अव्वल तोफगोळ्यांसह रवाना व्हावे. अन्यथा उत्तरेत अर्धमेली झालेली मराठी माणसं पूर्ण मरून जातील, असेच तिकडचे सारे खलिते बोलताहेत."

“कोणीही एखादा सरदार धाडावा. खासा मोहरा व्यर्थ पाठवू नये,” सखारामबापू म्हणाले.

“मोहरा न पाठवून काय करायचं?” भाऊसाहेब कडाडले, “उत्तर हिंदुस्थानची घडी साफ बिघडली आहे. खाशानं झेप घेतल्याशिवाय उत्तरेत जरीपटका पहिल्यासारखा डौलाने फडकणार नाही. दादासाहेबांनीच त्वरेनं निघावं हे उत्तम.”

“पहिल्या चुका आता करू नयेत, कष्टानं राज्य राखावं तरच बादशाहीही टिकेल,” नानासाहेब बोलले.

“खुद्द पेशवे सरकारांनी आणि भाऊसाहेबांनीच मिळून उत्तरेत यावं, अशी तिकडच्या मराठी माणसांची मागणी आहे,” रघुनाथदादा बोलले.

“आता आम्ही कशाला? पंधरा-वीस वर्षांमागे आम्ही तिकडे बहुत दौड केली. आता आमची उमेदीची वर्षं कसली? जंग तुम्हीच करायचा. दादासाहेब, आपण त्वरेनं निघावं. चुकांची उजळणी पुन्हा होऊ नये याची फक्त खबरदारी घ्या,” नानासाहेब बोलले.

“चुकांची उजळणी म्हणजे? पेशव्यांचा मतलब आमच्या ध्यानी आला नाही,” दादासाहेब.

“मतलब साफच आहे, अनेक दिवसांच्या रोगांवर कायमचा इलाज करणं,” मध्येच न राहून भाऊसाहेब बोलू लागले, “त्या पाप्याचा, नजिबाचा पुरता बीमोड झाला नाही. दादासाहेब, पोटात नजीबरूपी तीर घुसला असता, तो काढण्याआधी तुम्ही अटकेवर जरीपटका फडकावलात. आता त्या तीरानं मराठी राज्याची आतडी गोळा केलीत. राज्याच्या देहाचा लोळागोळा कधी होईल हे सांगवत नाही.”

“भाऊसाहेब, अटकेवर झेंडा लावणं हा पोरासोराचा खेळ नव्हता,” मध्येच सखारामबापू उसासून म्हणाले, “दादासाहेबांनी साक्षात गगनाला गवसणी घातली. अकबराच्या काळातही जो भाग हिंदुस्थानात नव्हता त्या मुलखात भीमतट्टं उधळली. दादासाहेबांच्या पराक्रमाचा मुलाहिजा कोण बाळगतो? तेच कोणी कात्रजचा घाट जिंकला असता तर साऱ्यांनी गुढ्यातोरणं उभारून जयजयकार केला असता.”

“बापू, आपण असं बोलू नये. जेव्हा भीमतट्टं अटक नदीचं पाणी प्यायली तेव्हा उभा महाराष्ट्र देश आनंदानं वेडा झाला. शाहिरांना कंठ फुटले. रयतेनंही कीर्ती गायिली. यापुढेही मराठ्यांच्या इतिहासात दादासाहेबांनी ह्या एकाच कृतीनं अढळस्थान प्राप्त केलं आहे; पण अटकेवर बावटा फडकता फडकता काही चुका घडल्या, त्या आजही भोवताहेत.” भाऊसाहेब.

“भाऊसाहेबांनी असे नथीतून तीर मारू नयेत. आमच्या हातून असे कोणते प्रमाद घडले ते साफ साफ सांगून मोकळे व्हावे,” दादासाहेब चिडक्या स्वरात विचारू लागले.

“चार सालांच्या अंतरात आपण दोनदा उत्तरमोहीम करून आलात. शिंदे-होळकरांतील तंटेबखेडे पुढाकार घेऊन मिटवावेत अशी साऱ्या राज्याची आपणाकडून

अपेक्षा होती. पण आपल्या वर्तनानं म्हणा, भोळ्यासांब वृत्तीनं, भिडेनं म्हणा, आपण याबाबत काहीही करू शकला नाही. शिंदे-होळकरांचं जूग कायमचं फुटलं. शिवाय गोविंदपंत बुंदेले, अंताजी माणकेश्वर, हिंगणे बंधू अशा उत्तरेतील सरदारांनी, वकिलांनी स्वत:च्या खोगिरी भरल्या. महसूल पुण्याला फडापर्यंत पूर्णत: कधी पोहोचला नाही. हिशोबात घोळ केले. तिकडे उत्तरेत मात्र स्वत:च्या माड्या-हवेल्या उठवल्या. जमीनदारी केली. असे कामचुकार, राजद्रोही सेवकच राज्याचे खरे शत्रू असतात. त्यांना जरब बसवायचे तर सोडाच पण गोपाळ बर्व्यांसारख्या आप्तांची त्यांत भर घालून तुम्ही सरंजामदारी वाढवलीत. पेशव्यांचे सख्खे बंधू या नात्यानं तरी आपण अशा प्रकारांकडे डोळेझाक न करता त्यांना पायबंद घालायला हवा होता.''

भाऊसाहेबांचे बोल दादासाहेबांना आणि सखारामबापूंना जास्त बोचत होते. भाऊंच्या बोलासरसा दादासाहेबांचा चेहरा पालटत होता. पण भाऊ पुरे चार सालाने दादांना वडील होते. शिवाय नानासाहेबांच्या साक्षीनं भाऊंना बोलणं म्हणजे धाडसच. कारण नाना-भाऊंमधला गाढा स्नेह उभ्या दौलतीलाच नव्हे तर दिल्लीच्या बादशाहीलाही ठाऊक होता. मसनदीवर नानासाहेब असले तरी राज्याचा बराच मोठा गाडा भाऊसाहेब हाकत होते. जशी बाजीरावाला धाकट्या बांधवाने, चिमाजी अप्पाने साथ दिली, तशीच चिमाजी अप्पांचा मुलगा भाऊ, नानासाहेबांची संगत करीत होता. राज्यकारभारात भाऊ मनासारखी गोष्ट घडवून आणणारच, अशी सर्वांची धारणा होती. आज भाऊंचे तिखट बोल दादासाहेबांना निमूट ऐकावे लागत होते.

उत्तरेच्या मोहिमेबाबत तपशीलवार वाटाघाटी सुरू होत्या. भाऊसाहेब म्हणाले,

''उत्तरेत कोणीही जाऊ दे. पण परका शत्रू हिंदुस्थानच्या सीमेबाहेर हाकललाच पाहिजे. दशकापूर्वी बादशाहीच्या रक्षणाचं व्रत मराठी राज्यानं उचललं होतं. ते आपण पेललंच पाहिजे. सुजाउद्दौला, माधोसिंग हे हिंदुस्थानी आहेत. त्यांचे आमचे तंटेबखेडे आम्ही आपापसांत बसून सोडवू पण अब्दालीरूपी परकीय घुसखोर नाहीसा केलाच पाहिजे.''

''एवढी नाणावलेली शिंद्यांची फौज गनिमानं लीलया बुडविली. शत्रूच्या समाचारासाठी दारूगोळा, तोफा असा अव्वल दर्जाचा सरंजाम न्यायलाच हवा. पण आधीच दौलतीवरचा कर्जभार वाढला आहे. तेव्हा खर्चावर मर्यादा घालून मोहीम पार पाडली पाहिजे. ऐंशी लाखाचं कर्ज डोईवर घेऊन नव्हे!'' नानासाहेब बोलले.

नानासाहेबांच्या बोलासरसं बापू आणि दादा एकमेकांकडे पाहू लागले. दादांच्या दोन्ही मोहिमांत बापूच कारभारी होते. कवडी कवडी त्यांच्याच हातून खर्ची पडली होती. पेशव्यांचे विचार बापूंना कसेसेच वाटले. भाऊसाहेब चटकन बोलून गेले,

''पेशवे सरकारांचा हा मुद्दा लाखातला आहे. दौलतीवर कोट्यवधीचा कर्जभार आहे. तालुकदार, महालदारांकडून वेळेवर भरणा होत नाही. खर्चाचे ताळमेळ घालणे मला जिकिरीचे होते. म्हणूनच यापुढे ज्यांनी मोहिमेसाठी बाहेर पडायचं

त्यांनी नालबंदी, सिबंदी हा खर्च जिकडच्या तिकडे वारावा. मुलूखगिरीवरून भरणा आणावा. कर्जाच्या गोणी नकोत! होता होईल तो उधळपट्टी थांबवावी.''

भाऊंचे बोल दादासाहेबांना खूप झोंबले. बापू कडूजार चेहरा करत दादांकडे पाहत डोळे मिचकावू लागले. दादांची अवस्था विचित्र झाली. ऐकलं ते खूप झालं, आता यापुढे ऐकायला नको. ते त्राग्यानं म्हणाले,

''आता हिदुस्थानी तीनतीनदा जाण्याची आमची इच्छा नाही आणि श्रीमंत तरीही आम्हांलाच धाडण्याच्या विचारात असतील तर ऐंशी हजार नालबंदी आणि वर एक करोड खजिन्याची सोय करावी. मग दुराणीची बिशाद काय, ते आम्ही बघून घेऊ. नाही तर आमच्याने मोहिमेवर जाणे संभवत नाही.''

भाऊसाहेब म्हणाले, ''राज्य चालवायचं असेल तर खर्चाचा मेळ घातलाच पाहिजे. रीण काढून सण न करता अर्ध्यातली कोर खाऊन दिवस काढावेत, हा मराठी धर्म आहे.''

भाऊसाहेबांचे दोस्त बळवंतराव मेहेंदळे मघापासून बापूंचा कडू चेहरा निरखत होते. ते बापूंना डिवचत म्हणाले,

''ज्यांनी अटकेची भाषा करून एवढा कर्जाचा डोंगर उभारला, त्यांनी अनेकदा संधी येऊनही अब्दालीशी सरळ सामना कधी केला का?''

बळवंतरावांचे हे शब्द ऐकताच दादासाहेबांची तापल्या तव्यावर शिंतोडे टाकताच चर्र व्हावे तशी अवस्था झाली. लालबुंद दादासाहेब बळवंतरावांकडे पाहत म्हणाले,

''मेहेंदळेऽऽ, जरा फड सोडा आणि रणात या. फडावरची खर्डेघाशी आणि रणातला जंग, यात महदंतर आहे म्हटलं. उभ्या दौलतीला कळू द्या तरी कोण गाझी आणि कोण बोरू-बहाद्दर!''

दादासाहेब बळवंतरावांकडे बघून बोलत असले तरी त्यांचा हा घाव भाऊसाहेबांच्याच जिव्हारी होता. साऱ्या खाशांच्या ध्यानात हा प्रकार आला. भाऊंची चर्या कठोर झाली. ते नानासाहेबांकडे बघू लागले. नानासाहेबांनाही झाला प्रकार बोचला. ते सारवासारव करीत म्हणाले,

''दादाऽ तुमचे शब्द माघारी घ्या. उत्तरेच्या मोहिमेवर तुम्हांला पाठवलं, याचा अर्थ भाऊला रण माहीत नाही का? भाऊंची महादजीबाबा बरोबरची कर्नाटक मोहीम, बहाद्दूरभेंड्यांच्या किल्ल्यावरील चढाई, सावनूरच्या नबाबाची त्यांनी उडवलेली दमछाक, तुंगभद्रा आणि कोरेगावच्या लढाया– लांब कशाला, त्यांनी नुकताच देवगिरीवर रोवलेला जरीपटका कोण विसरेल? मुत्सद्दी जसे त्यांच्या बोरूतील शाईला घाबरतात तसेच थोर रणवीरांनी त्यांच्या तलवारीचं पाणीही चाखलं आहेऽ!''

मसलतीचा रोख वैयक्तिक टीकेकडे जाऊ लागला. अजूनही पुऱ्या वाटाघाटी करायला पुन्हा बसायलाच हवे होते. आजची बैठक इथेच थांबविण्याचा इरादा पेशव्यांनी बोलून दाखवला. ''बा आदबऽ बा मुलाहिजा''च्या भालदार-चोपदारांच्या आरोळ्या उठल्या. ताजीम स्वीकारीत नानासाहेब खाजगीकडे निघाले.

भाऊसाहेब आपल्या खाजगीकडे बसले होते. रात्रीच्या अंधाराचा मंद मंद समया आणि चिरागदानं प्रतिकार करीत होती. भोजन आटोपून भाऊ आणि त्यांचे बालमित्र नाना पुरंदरे लोडाला टेकून बसले होते. बाजूच्या कोपऱ्यात पार्वतीबाई गादीवर बसून होत्या. त्यांची पिवळी पैठणी रात्रीची गडद पिवळी दिसत होती. समईच्या प्रकाशात तिची किनार चमचमत होती. हिऱ्याची नाथ नाकात चमकत होती. अठरा-एकोणीस वयाच्या गोऱ्यापान पार्वतीबाई अंगावर काश्मिरी शाल पांघरून बसल्या होत्या. आपल्या धीरगंभीर पतीची अधिक गंभीर मुद्रा पुनः पुन्हा बघत होत्या. आज मसलतीत रघुनाथरावांनी भाऊंच्या तोंडास तोंड दिल्याची वार्ता एव्हाना साऱ्या लष्करात पसरली होती. भाऊंच्या बदलत्या चर्येबरोबर पार्वतीबाईंचाही नूर पालटला होता. त्या हवालदिल होऊन भाऊंकडे एकटक बघत होत्या. भाऊंच्या शेजारी बसलेले नाना पुरंदरे भाऊंच्या आगळ्या दर्शनानं बावरून गेले होते. नानांनीच कोंडी फोडली.

"भाऊसाहेब, आपण असे अस्वस्थ आणि चिंताक्रांत होऊन कसे चालेल? आपण पेशवाईचे मुख्य दिवाण, कारभारी. थोर मनानं इतरांच्या प्रमादांकडं दुर्लक्ष करायचं. क्षमाशील रहायचं. आपणच डोक्यात राख घालून कसे चालेल?"

उंच बांध्याचे आणि मजबूत हाडापेरांचे भाऊ तसेच अनिश्चल राहिले. त्यांचा हजारो नमस्कारांनी आणि तालीमबाजीनं तगडा झालेला बलदंड देह उग्र भासू लागला. गौर मुद्रेवर साचलेले घर्मबिंदू शेल्याने पुशीत भाऊ बोलते झाले,

"नाना, कोणी समजून घेणारं भेटलं तर-समजावण्याचा उपयोग. आता सारंच माझ्या बुद्धीबाहेर जाऊ लागलं आहे. जणू काही माझ्याच स्वार्थासाठी मी हा गाडा हाकतो आहे. नाना, बालपणापासून मी एकाकी तो एकाकीच बघ. जन्मदात्या माता-पित्यांच्या मुद्रा अस्पष्टसुद्धा आठवत नाहीत. चोवीस-पंचवीस दिवसांचा इवलासा होतो मी, पाळण्यात 'ट्यांऽऽ ट्यांऽऽ' करीत असतानाच मातोश्री मला सोडून देवाघरी गेल्या. तीर्थरूप अप्पा थोरल्या पेशव्यांबरोबर बाहेर मोहिमेवरच असायचे. दसऱ्याला जी मोहीम सुरू, ते कोसळत्या पावसाबरोबरच तीर्थरूप शनिवारवाड्यात माघारा यायचे. परदेशी पाखरांगत भेटी व्हायच्या आमच्या. पावसातल्या तीन-चार मासांत पुन्हा त्यांचे हिसाब-किताब. त्यातूनच अधूनमधून साताऱ्याला महाराजांकडे खेपा. नुकतंच कुठं कळू लागलं होतं. चुलते बाजीराव पेशवे आणि तीर्थरूप अप्पा यांच्या विजयी दुंदुभी समजू-उमजू लागल्या होत्या. तोच अकस्मात थोरले पेशवे देवाघरी गेले. त्या दोघांचं नातं दुधापाण्यासारखं. एक गेला आणि दुसरा खचून गेला. शोकानं तीर्थरूप उमाळून गेले आणि अवघ्या आठ-नऊ महिन्यांतच उन्मळून पडले. मी एकाकी तो एकाकीच राहिलो. शनिवारवाड्यापुढे अनेक नौबती झडत होत्या, चारी मुलूख चीत करून जरीपटका डौलाने फडकत, नाचत येत होता. पण मी, बिन आई-बापाचा एकाकी पोर म्हणजे काय असतं, हे अनुभवत होतो. आजी राधाबाईसाहेब नसत्या तर भाऊ कदाचित आज दिसलाही नसता."

"तीर्थरूप पेशव्यांनी आपले लाड पुरवले नाहीत असं कोण म्हणेल?" पार्वतीबाईंनी विचारलं.

"त्यांचे उपकार विसरण्याइतका कृतघ्न मी नक्कीच नाही. आज जे काही थोडंथाकलं मोठेपण मला प्राप्त झालं, ही त्यांचीच कृपा. पण बाळपणीचा काळ त्यांच्याही सहवासात कंठता आला नाही. आज रघुनाथराव काहीही बोलू देत पण तेव्हा आजीसाहेबांनी आम्हां सर्व मुलांच्या शिक्षणाची व्यवस्था साताऱ्याला लावली होती. तेव्हा शाहूमहाराज आम्हां पेशव्यांच्या पोरांना घरचेच मानून राजकारणाचे धडे द्यायचे. आम्ही सारे सातारच्या मातीत, कृष्णेच्या पाण्यावर पोसून मोठे झालो. मी, रघुनाथ आणि जनोबा एकत्रच वाढत होतो. कधी माहुलीच्या घाटावर जाऊन डुबक्या मार, तर कधी अजिंक्यताऱ्यावर जाऊन सूरपारंब्या खेळ. कधी कधी घोडी दौडीत आम्ही जावळीच्या मुलखात जात असू. किर्र झाडीझुडपांतून रपेट मारताना साक्षात शिवकाळात पोहोचल्याचा भास व्हायचा. दांडपट्टा, अश्वारोहण, मल्लविद्या, नमस्कार यांचं शिक्षण साताऱ्याच्याच भूमीत झालं. कृष्णाकाठच्या वाळूवर आम्हां पोरासोरांच्या रंगलेल्या कुस्त्या अजून माझ्या स्मरणात आहेत. स्वत: महाराज आपल्या सिंहासनाशेजारी आम्हां पोरांना बसवत. राज्यकारभाराचे धडे देत. कधी कधी माहुली, कोरेगाव, वर्णे, निनाम-पाडळी अशा आजूबाजूच्या खेड्यापाड्यांत तंटे सोडवायला महाराज आमची रवानगी करीत. रघुनाथ आठ वर्षांचा आणि मी बारा वर्षांचा होतो. तेव्हा नानासाहेब पेशवे झाले होते. दिल्लीच्या मार्गावर असताना त्यांनी उदयपूरहून रघुनाथाच्या नावे खलिता धाडला. तो खलिता घेऊन रघुनाथ "भाऊऽ भाऊऽऽ" करून माझ्याकडे धावत आला. त्या काळात नानासाहेबांची माझ्यावर केवढी कृपा होती! "भाऊंच्या हातून नीट धडे घे," असं त्यांनी रघुनाथाला पुन: पुन्हा बजावलं होतं. तेव्हा अप्पा गेले असले तरी पेशवे मला त्या जागी पूज्य वाटायचे. या साऱ्या बाळपणीच्या गोष्टी. थोरपणा येतो. काळ बदलतो. सिंहासनं आणि निशाणंही बदलतात. माणसं तीच असतात, मात्र मनं बदलतात. तुझं-माझं यांतलं अंतर उमजू लागतं, तेव्हा सारंच बदलून जातंऽ!"

"भाऊसाहेब, बऱ्याच वेळा वेळात वेळ काढून त्या काळी खुद्द नानासाहेब विदुरनीती, रघुवंश, चाणक्य आणि महाभारतावरही तुमच्याशी चर्चा करीत. एखाद्या ओवीचा अर्थ न उमगला तर समजून सांगत, असं तुम्हीच कधी तरी सांगितल्याचं मला आठवतं. मग मी विचारतो, पुढे तुम्हां उभयतांत नाही म्हटलं तरी थोडा दुरावा आला त्याचं खरं कारण काय?" पुरंदरे विचारू लागले.

"आता गोपिकाबाई वहिनीसाहेब नानांच्या आयुष्यात आल्या होत्या, थोडा फरक हा पडणारच. हळूहळू, आले वहिनीसाहेबांच्या मना, तेथे पेशव्यांचे चालेना!"

भाऊंच्या आयुष्यातले चढ-उतार त्यांच्या तोंडून पार्वतीबाई प्रथमच ऐकत होत्या. त्यांचे नेत्र भरून येत होते. भाऊसाहेब बोलू लागले,

"एकेका माणसाचं आयुष्य किती सहजसुंदर असतं... जांभळाच्या झाडाखाली

झोपावं आणि मधाळ फळ डहाळीवरून अलगद पडून ओठांतून पोटात जावं. काहींना भूक नसली तरी फळ मुखात कोंबलं जातं, तर आमच्यासारख्यांच्या आयुष्यात फळाचं दर्शनच घडत नाही. हरएक वेळी फळासाठी जंग करावा लागतो. माझं आयुष्य विजयी असूनही ते पराभूतासारखं भासतं. माझ्या हरएक विजयाला पराभवाची किनार आहे. पावलोपावली संघर्ष. सहसा फलप्राप्ती नाहीच. बाजीरावसाहेब वारले आणि अप्पा नानासाहेबांना घेऊन साताऱ्याला गेले. शाहूराजांनी पेशवाईची शिक्केकट्यार नानांच्या हवाली केली. रावसाहेबांच्या काळात अप्पा दुय्यम पेशवे होते. नानासाहेब पेशवे झाले आणि महाराजांनी माझी दुय्यम पेशवा म्हणून नियुक्ती केली. वय वाढत होतं तरी मी साताऱ्यातच होतो. पुण्याहून निरोप ना मुराळी. शेवटी महाराजांनी कडक सांगावा धाडला, 'भाऊस पुण्यास नेणार आहात की नाही?' तेव्हा कुठे मुराळी आले.''

''परिस्थिती बरीच पालटली होती तर,'' नाना पुरंदरे.

''अर्थातच. वहिनीसाहेबांच्या पोटी विश्वासराव निपजले. राव पाळण्यात खेळताहेत तोवर त्यांना भावी पेशव्यांच्या नियुक्तीची चिंता लागली. त्यात वाड्यातल्या आमच्या शिणेच्या सर्व पोरांत मी बऱ्यापैकी हुशार, हाच आमचा दोष. पुण्यात आलो तरी कारभाराची संधी कुठे होती? पंक्तीत जेवावे आणि दप्तरात काही तरी लिहीत राहावे. डोळ्यांदेखत रोज मोहिमा निघायच्या. रणभेरी झडायच्या. कर्ण्यांत गजर व्हायचा. वाड्याच्या सदरेवरच्या एकाकी कोपऱ्यात मी उभा राही. मोहिमेवर झुलत चाललेल्या अंबाऱ्या पाहिल्या की उभ्या अंगाला आग लागायची. हजारी कारंज्यासारखं रक्त उखळून उसळायचं. शेवटी अप्पांचंच रक्त माझ्या देहात भरलं होतं; ते चूप कसं बसू देणार? रोज सदरेवरून आम्ही सामान्य जनांसारखं मोहिमेवरच्या झुलत्या अंबाऱ्या, नाचत्या आबदागिऱ्या आणि खिंकाळणारी घोडी पाहायचो. मन आतल्या आत घुसमटून निघायचं. आज ना उद्या संधी मिळेल, या वेड्या आशेनं एकेक दिवस कंठायचा.''

''भाऊसाहेब, करवीरकरांची पेशवाई चालून आली होती, तेव्हा आपला मनसुबा काय होता?''

''आनंद झाला होता तेव्हा. बिन-कामधामाचं पुण्यात पडण्यापेक्षा पंचगंगेकाठी कार्य करण्याची आणि नाव कमविण्याची चांगली संधी चालून आली. मी कोल्हापुरी निघायची तयारीही केली होती. माझा कृतनिश्चय तीर्थरूप पेशव्यांना समजला आणि ते थोडेसे गडबडले. त्यांची माझ्यावरची मर्जी कालौघात कमी झाली असली तरी अंतरीचा जिव्हाळा आटला नव्हता. त्यांनी अट्टहासानं थांबवून घेतलं. महादजीपंतांनी भावाभावांत संघर्ष नको म्हणून दिवाणी मोकळी केली आणि मुख्य कारभारी म्हणून धुरा माझ्या हाती दिली.''

नाना पुरंदरे शांत सुरात म्हणाले, ''भाऊसाहेब, जशी बाजीराव आणि चिमाजी अप्पांची जोडी त्रिखंडांत कीर्तिमान झाली, तसाच भाऊ-नानांचा जोडा आहे असं जग

बोलतं. परस्परांत काही हेवेदावे असतीलही, तरीही आपण थोडं सबुरीनं घ्यावं.''

''आज इथे आम्हांला आदर, मानपान जरूर आहे. तरीही अंतरी आम्ही परके आहोत. दौलतीसाठी जान कुर्बान करण्याची आमची तयारी असूनही आमच्यावर फारसा कोणाचा विश्वास नाही. हा परकेपणा, उपरेपणा आम्हांला अनेक वेळा बोचला, टोचला आहे.''

''पण भाऊसाहेब, खुद्द नानासाहेबांनी असा काही परकेपणा दाखविल्याचं ऐकिवात नाही आमच्या,'' पुरंदरे.

''आज भर मसलतीत रघुनाथांचे उद्‌गार ऐकलेत ना? दौलतीचं अर्थकारण बळकट करावं. ज्यांचा ताळेबंद ढासळतो, त्यांची दौलत कोसळते, या एकाच भावानं आम्ही फडणिशी स्वीकारून रात्रंदिवस फडावर खर्डेघाशी केली. श्रीगजाननाची आण खाऊन कोणीही सांगावं, आम्ही कोणत्या झुंजात उणे पडलो? कर्नाटकाच्या स्वारीचे वेळी आम्ही अवघे सोळा वर्षांचे होतो. तेव्हा शत्रूला 'दे माय धरणी ठाव' करून सोडलं होतं, त्याची शत्रू अजून याद करतात. कोरेगाव-तुंगभद्रेचा जंग कोण विसरेल? नुकताच अजिंक्य देवगिरीवर जरीपटका फडकावूनही रघुनाथराव बोरूबहाद्दर म्हणून आमची संभावना करतोच कशी? दादाला आज मी जाणत नाही. ही त्याची उपजत बुद्धी नव्हेच. या पाठीमागे बोलविता धनी कोणी वेगळाच आहे. रघुनाथाला 'सांबाचा अवतार' लोक उगाच म्हणत नाहीत. अंत:पुरातील अगर दुज्या कुणाची तरी या मागे फूस आहे. आता श्रीमंत पेशव्यांना मीच पुढे होऊन सांगणार आहे; गुंडाळा तुमचे बोरू आणि दप्तररुमाल. ते तुमचे तुम्हांलाच लखलाभ ठरोत. हा चाललो मी हिंदुस्थानच्या मोहिमेवर-''

''स्वारींनी असा एकाकी निश्चय करू नये,'' पार्वतीबाई हुंदका गिळत बोलल्या.

''हिंदुस्थानी जंगासाठी निघायचा माझा कृतसंकल्प कायम आहे. कदापिही तो बदलणार नाही.''

''पण भाऊसाहेब-''

''होय पुरंदरे; मिष्टान्नासाठी अन्नछत्रात पत्रावळ्या धुंडाळणारा मी कोणी भटभिक्षुक नव्हे. फडाबरोबर रण म्हणजे काय असतं, हे मलाही चांगलं ठाऊक आहे. रणभूमीत तमा कुणाची बाळगायची नसते. मृत्यूची भीती तर धरायचीच नसते. मृत्यूची आणि माझी चांगली ओळख नव्हे तर गट्टीच जमली आहे. मातोश्री, तीर्थरूप, दुसऱ्या मातोश्री, हे सारे बाळपणीच मला एकाकी सोडून निघून गेले. सातारच्या भवानी पेठेत बकुळीच्या झाडाखाली एका प्रात:काळी मी मूर्तिमंत स्वप्न पाहिलं होतं. तेच स्वप्न... माझी उमा दारावरचं माप लवंडून माझ्या घरात आली. बकुळफुलानं सारं घर भारून टाकलं. माझ्या संसाराचा स्वर्ग करणारी प्रियतमा उमा! तिच्या कुशीत निपजलेले माझे लवकुश जगाचा वारा लागण्यापूर्वी ही दुनिया सोडून गेले. तेव्हा वळीव कोसळल्याप्रमाणे आम्ही दोघेही रात्रभर दु:खावेगानं गळत होतो. थोड्याशा आजारानं एके दिवशी कोवळं ऊन क्षणात नाहीसं व्हावं तशी माझी उमाही नाहीशी

झाली. या सांबसदाशिवाच्या आयुष्यात उमा गेली आणि पार्वती आली. तिच्याही उदरातली दोन्ही बाळे काळाने हिसकावून नेली. म्हणूनच सांगतो, मृत्यूचं दर्शन मला अनेकदा घडलं आहे. नदीपल्याडच्या नगरात राहणाऱ्या आणि अधेमधे पाणवठ्यावर भेटणाऱ्या सवंगड्यासारखा तो मला अनेकदा भेटला आहे आणि रणांगणावरच मृत्यू मला भेटला तर विजेच्या गोळ्याला गिळणाऱ्या धरतीसारखा मीही त्याला कवेत घेईन आणि भस्म होईन! परका शत्रू हिंदुस्थानच्या बाहेर लोटायचं पुण्य तरी पदरी पडेलऽ!''

भाऊंच्या बोलांबरोबर पार्वतीबाईंच्या काळजाला घरे पडू लागली. त्यांनी पदराचा बोळा तोंडात कोंबला. त्या हुंदक्यावर हुंदके देऊ लागल्या. नाना पुरंदऱ्यांनीही अश्रू पुसले. ते म्हणाले,

''आपण बाईसाहेबांकडे पाहावे. खुद्द खाशाने मोहिमेवर जाण्याचे कारण नाही.''

''हा माझा कृतनिश्चय काळही बदलू शकणार नाही;'' भाऊसाहेब कडाडले, ''आता यापुढे भाऊसाहेबांचा पेशवाईवर डोळा आहे म्हणून कोणी अंत:पुरात तळमळू नये. बोटे मोडू नयेत. वीरांचा स्वर्ग म्हणजे रणांगण. त्यांचं अढळ सिंहासन ह्याच स्वर्गात असतं. त्या दिव्याचीच मला प्राप्ती करायची आहे. अप्पांचा पोर बोरूबहाद्दर नसून तो रणगाझी आहे, हे मला पुन्हा एकदा आम दुनियेला दाखवायचं आहे. आता फिरून माघार नाही. किल्ला सर होत नसेल तर माझी गर्दन छाटा आणि तोफेत ठासून मला बत्ती द्या. माझी मुंडी तरी वसईच्या तटबंदीच्या आत जाऊ दे, असं मृत्युगान गाणाऱ्या चिमाजी अप्पांचं रक्त माझ्या नसानसांत उसळत, फेसाळत आहे. ते मला कदापिही स्वस्थ बसू देणार नाही. त्रिवार नाही.''

नानासाहेब पेशवे डोईवरचा मंदील बाजूस ठेवून आणि अंगरखा सैल करून खाशा बिछायतीवर पडले होते. दोन्ही बाजूस दोन तिलोत्तमा वाळ्याच्या पंख्याने वारा घालत होत्या. चाळीस वर्षे उमर असलेल्या नानासाहेबांना थकवा जाणवत होता. गेल्या दोन वर्षांत अनेक विकारांना तोंड द्यावे लागत होते. पेशवाई मिळून वीस वर्षे लोटली होती. पहिल्या दहा-बारा वर्षांत त्यांनी हिंदुस्थानभर रपेट मारली होती. त्यांना शाहूराजांनी साताऱ्याच्या दरबारात पेशवाईची शिक्केकट्यार आणि वस्त्रे दिली तेव्हा बाबूजी नाईक बारामतीकर, रघुजी भोसले नागपूरकर, दाभाडे, पंतप्रतिनिधी अशा मातब्बर मराठा सरदारांनी विरोध केला होता. पेशवाई ही वंशपरंपरागत नव्हती. त्यामुळे बाजीरावानंतर कोण, हा प्रश्न मराठी राज्यापुढे उभा ठाकला होता; पण चिमाजी अप्पांची शिष्टाई सफल झाली. कडव्या विरोधाला न जुमानता शाहूराजांनी नानासाहेबांना वस्त्रे प्रदान केली. अवघ्या वीस वर्षांचा बाजीरावाचा पोर नाव कमावेल, अशी शाहूंची खातरजमा झाली होती. शिवाय साताऱ्याच्या भूमीतच नानासाहेबांनी विद्यार्थिदशेतले धडे गिरविले होते. समारंभात चिमाजी अप्पा आणि महादजीपंत पुरंदरे यांनाही वस्त्रे बहाल करण्यात आली. नानासाहेबांनी महाराजांना

मुजरा केला तेव्हा त्यांच्या खांद्यावर हात ठेवून शाहूराजे म्हणाले, "तीर्थरूपांसारखे थोर व्हा. सकल पृथ्वीचे राज्य करा." शाहूराजांचे शब्द साक्षात आणण्यासाठी नानासाहेबांनी उत्तर हिंदुस्थानात दौड मारली. दोन-तीन वर्षे गंगा-यमुनेचे खोरे दणाणून सोडले. 'हिंदुपदपादशाही'च्या ध्येयाने प्रेरित होऊन कार्य आरंभले. १७५१-५२ मध्ये त्यांच्या शिंदे-होळकर या सरदारांनी अहमदिया करार घडवून आणला. दिल्लीपतीचे संरक्षण महाराष्ट्र देशाच्या हाती आले. पेशव्यांचा प्रतिनिधी म्हणून अंताजी माणकेश्वर पाच हजार सैन्यानिशी दिल्लीच्या रक्षणास राजधानीत कायमचा राहिला. "नानासाहेब, ही वस्त्रे आगीची आहेत." अशी साताऱ्याहून पुण्यास परतताना चिमाजी अप्पांनी पेशव्यांना जाणीव करून दिली होती. त्याचीच सय ठेवून निजामाला सिंदखेडला दोन वेळा बुडवण्यात आलं. देवगिरी पडला. नानासाहेबांनी, दमाजी गायकवाडाचे बंड मोडून त्याला जेरीस आणला. अर्धा गुजरात मांडीखाली घेतला. तुळाजी आंग्र्याचा पराभव इंग्रजांच्या साहाय्याने केला. अशा नाना प्रसंगांना आणि व्यक्तींना नानासाहेबांना तोंड द्यावं लागलं. जेव्हा रघुनाथाने अटकेवर झेंडा फडकावला तेव्हा त्यांना कृतकृत्य वाटलं. अनेक दगदगींत, कटकटींत आणि धावपळीत गुंतलेल्या नानासाहेबांना जेव्हा रघुनाथदादा आणि सदाशिवरावभाऊ कर्ते झाले तेव्हा हायसं वाटलं. हळूहळू या दोन्ही चाकांवर भार देऊन पेशवे निवांत पडू लागले. निवांतपणाच्या जागी विलास, चैन आणि इश्कबाजी चोराच्या पावलाने आली आणि सावाच्या तोऱ्यात नांदू लागली. त्यातच त्यांची प्रकृती अलीकडच्या काही वर्षांत वरचेवर बिघडत होती आणि ते हवालदिल होत होते. आजसुद्धा अंगात साधारण कणकणी जाणवत होती. थोड्या वेळापूर्वी राजवैद्य औषध देऊन गेले होते. आधीच आजार आणि त्यात उत्तरेकडच्या खेळखंडोबाची वार्ता यांमुळे पेशवे बेचैन होते. धड झोपही येत नव्हती आणि उठावंसंही वाटेना. इतक्यात गोपिकाबाई तरातरा चालीनं आल्या, तशा दोघी नाटकशाळा बाहेर निघून गेल्या. पेशव्यांच्या अंगाला हात लावून रजईवर गोपिकाबाई बसल्या. अंगावरच्या शालीची भाळ मारता मारता त्या बोलल्या,

"इकडची स्वारी आणि भाऊसाहेब दोघे मिळून हिंदुस्थानच्या स्वारीवर चाललेत असं ऐकलं, ते खरं आहे का?"

"आता तिकडील परिस्थितीच अशी ढासळली आहे, की हिंदुस्थान सावरण्यासाठी पेशव्यांच्या कुटुंबातीलच कोणी खासा रवाना झाला पाहिजे, अशी लोकांची धारणा आहे. गंगा-यमुनेच्या खोऱ्यांतून, अंतर्वेदीतून अनेक दिसांची मागणी आहे, की नाना-भाऊंनी मिळून मोठ्या फौजेनिशी हिंदुस्थानी दाखल व्हावं. मी तसा मनसुबाही केला होता; पण माझी ही ढासळती स्थिती कामच देईना. मी सकाळीच भाऊंना कळवून टाकलं, फौजबंद व्हा आणि मोहिमेवर निघा."

"याचा दुसरा अर्थ, रघुनाथ भावोजींना अपात्र समजून भाऊसाहेबांच्या हाती मोहीम दिली जात आहे. कोणालाही हे गैरच दिसेल."

“कोण गैर आणि कोण चांगला याचा जबाब काळच देत असतो,” नानासाहेब गंभीरपणे बोलू लागले, “शिवाय या आधी दोनदा रघुनाथरावांना मर्दुमकीची संधी आम्ही दिली होतीच.”

“याचा अर्थ भाऊजींनी काहीच मर्दुमकी दाखविली नाही का? अटकेवर जरीपटका कोणी फडकावला?”

“दादांच्या पराक्रमाबद्दल मला सार्थ अभिमान आहे, पण ही स्थिती वेगळी आहे. हिंदुस्थानी रोहिले, पठाण आणि कंदाहारवासी दुराणी, त्यात गंगापारचे जमीनदार, तालुकदार असे सारे राहू-केतू एक झाले आहेत. त्यांनी उभं रान भारून टाकलं आहे. आज हिंदुस्थानी स्थायिक झालेल्या सरदारांना प्रसंगी सावरून, प्रसंगी ठोकून एक करायला हवं. अंताजी माणकेश्वर, हिंगणे बंधू, गोपाळराव बर्वे, गोविंदपंत बुंदेले असे उत्तरेत पाठवलेले आपले रखवालदारच आपली दौलत तिकडच्या तिकडे लुटू लागले आहेत. प्रसंगी त्यांच्या पाठीवर हात टाकून, त्यांना वठणीवर आणून परचक्राविरोधी झुंजास उभं केलं पाहिजे. यासाठी शिस्तीचा सेनापती आणि अव्वल दर्जाचा मुत्सद्दी हवा. आपल्या भोळ्या दादाला कोणीही क्षणार्धात भारून टाकेल. त्याऐवजी सद्य:स्थितीत कर्तव्यकठोर आणि चतुरस्त्र अशा भाऊंचीच गरज आहे. प्रसंगी भाऊंचा वचक माझ्यापेक्षा जास्त फौजेवर आणि मुत्सद्द्यांवर पडतो, अशी काही ठिकाणी कुजबूज चालते, ती सत्यच आहे. दादांच्या या आधीच्या दोन्ही उत्तर मोहिमांत कर्जाचा डोंगर उभा राहिला. लष्कराला वेळेला शिबंदी, नालबंदी प्राप्त झाली नाही, त्यामुळे लष्कर दादासाहेबांवर थोडं नाखूष आहे. तेच भाऊसाहेबांनी अजिंक्य देवगिरी आपल्या मांडीखाली दाबल्याने मराठा वीर त्यांच्यावर बेहद्द खूष आहेत. या ताज्यातवान्या उत्साहात भाऊसाहेब आणि मराठा लष्कर रोहिले-दुराणींना गंगा-यमुनेत सहज बुडवून मारेल. त्यात भाऊसाहेबांचाही दृढनिश्चय झाला आहे आणि रघुनाथदादा नालबंदीसाठी हटून बसले आहेत. पर्यायानं भाऊंना आशीर्वाद देणंच फायद्याचं होणार आहे.”

मुत्सद्दी नानासाहेब राजकारणाचा व्यूह किती मजबूत रचला आहे, हे ऐकवीत होते तरी गोपिकाबाईंच्या चेहऱ्यावरच्या आठ्या मावळत नव्हत्या. खास करून जेव्हा भाऊसाहेबांची स्तुती पेशव्यांच्या तोंडी येत होती तेव्हा त्यांना कसनुसं वाटत होतं. नानासाहेब थांबून गोपिकाबाईंकडे पाहत होते. थोडा वेळ कोणी काहीच बोललं नाही. गोपिकाबाईच निश्चयानं म्हणाल्या,

‘इकडच्या स्वारींनी अजूनही फेरविचार करावा. इथे कारभारीपदावर भाऊसाहेब आहेत म्हणून तर स्वारींच्या पाठीशी जास्त तंटेबखेडे आणि कटकटी नाहीत. हिसाबकिताब, ताळेबंद सारं काही जिथल्या तिथे करतात भाऊ भाऊजी. त्यात तुम्ही गुंतला आहात छंदीफंदीत...”

‘छंदीफंदी’ या शेलक्या अहेराबरोबर नानासाहेबांनी डोळे वटारल्याचे गोपिकाबाईंच्या लगेच ध्यानी आलं. त्यांनी मान खाली घातल्यासारखा भाव दाखविला. न राहून

मुत्सद्दी नानासाहेब राजकारणाचा व्यूह किती मजबूत रचला आहे,
हे ऐकवीत होते तरी गोपिकाबाईंच्या चेहऱ्यावरच्या आठ्या मावळत नव्हत्या.
खास करून जेव्हा भाऊसाहेबांची स्तुती पेशव्यांच्या तोंडी येत होती
तेव्हा त्यांना कसनुसं वाटत होतं.

नानासाहेब म्हणाले,

"भाऊंबद्दल आपला हा दुराग्रह बरा नव्हे. तुम्ही कितीही सारवासारव केलीत तरी भाऊसाहेबांबद्दल आपली काय मते आहेत, ते साऱ्या शनिवारवाड्यालाच नव्हे तर निम्म्या पुण्याला माहीत आहे. जेव्हा शाहूराजांनी भाऊंना पुण्यास आणायला भाग पाडले, जेव्हा एवढ्याशा भाऊंचे शनिवारवाड्यात पदार्पण झाले, त्या दिवशीची तुमची मुद्रा पाहण्यासारखी होती. अजूनही आठवतो मला तुमचा तो मुखचंद्रमा! भाऊ कर्नाटकातला बंडावा निपटण्यासाठी चालले होते, तेव्हा ते तिकडे जाऊन वेगळं काही करतील म्हणून तुमच्या मनात नाना शंका डोकावल्या. तुमच्या हट्टामुळं भाऊंना परत बोलाविण्यासाठी आम्ही चिठ्ठी घेऊन सांडणी धाडली. तरीही भाऊ आले नाहीत, म्हणून त्यांना आणण्यासाठी तुम्ही खुद्द आम्हांला वीस कोस जुलमानं पुढं धाडलंत! केवढा गैरविश्वास हा! शेवटी तो अप्पांच्या रक्तामांसाचाच गोळा आहे, त्याला हे असले निंद्य प्रकार जाणवत नसतील का?"

"पण आपल्या–"

"पोरांना ठिकाणा नाहीसा करतील असंच ना? किती वेळा हा धोशा ऐकायचा आम्ही? आणि साऱ्यांचेच भाऊबंद असे नसतात. असेल हिंमत तर तुमचीही लेकरे राहतील आयुष्यात उभी आणि बसतील मसनदीवर! पण पोरांच्या भविष्याची वृथा काळजी बाळगून जेव्हातेव्हा संशयानं भाऊला पाण्यात पाहण्यात काय अर्थ? तुमच्यामुळेच रघुनाथाचासुद्धा भाऊंबद्दल एवढा दुराग्रह झाला आहे, की भर मसलतीत काल त्याने भाऊंची बोरूबहाद्दर म्हणून संभावना करावी. पेशवाईची तमन्ना बाळगून असल्याचं भाऊसाहेब कधी कोणाकडे चोरून तरी बोलले आहेत का? जसे तीर्थरूपांची सावली होऊन त्यांच्या पाठीशी अप्पा गंभीरपणे उभे होते, तसेच भाऊ–"

"खायचं एक आणि ल्यायचं दुसरं! जेव्हा करवीरकरांकडची पेशवाई चालून आली होती तेव्हा गुडघ्याला बाशिंग बांधून कोण बसलं होतं, ते तरी उभ्या पुण्याला माहिती आहे."

गोपिकाबाईंकडे नानासाहेबांनी तिरस्कारयुक्त नजरेने पाहिले आणि ते बोलले,

"तेव्हा तुम्ही खूप तरुण आणि कमालीच्या सुंदर दिसत होतात ना! पेशव्यांना सुंदर चेहऱ्याचा अनावर मोह आहे, हे सारी रयत जाणतेच. तुमचं सौंदर्य कवेत घेतलं आणि तुमच्यातला विखारही माझ्यात भिनला. सत्यासत्यातली रेखा पुसट झाली. ज्या भाऊवर लग्नाआधी मी पोटच्या गोळ्याप्रमाणे प्रेम करीत होतो, तो माझ्या डोळ्यांना परका, उपरा भासू लागला. बिन-माता-पित्याच्या त्या लेकराची कोंडी झाली. वाड्यात येऊन हरदिन नुसत्या पंगती झोडत बसायला तो अन्नछत्रातल्या पत्रावळ्या धुंडणारा भिक्षुक नव्हता. ते मर्दाचं रक्त, ते स्वस्थ कसं बसणार? आमच्या लेखी त्यांनी करवीरकरांचीच काय पण अन्य कोणाचीही पेशवाई पत्करली असती तरी आम्हांला तो गुन्हा वाटला नसता."

''अशाच उत्तरांची स्वामींकडून अपेक्षा होती.''

''आजकाल तुम्हांला हजार जिव्हा फुटू लागल्या आहेत. मघाच आपण छंदीफंदी म्हणालात. नाटकशाळा, ऐषाराम यांमध्ये आम्ही मश्गूल असतो म्हणून जेव्हातेव्हा दोष देत सुटता आपण. आमची बिघडलेली मन:स्थिती बघून आमच्याच जिवाभावाच्या लोकांबद्दल कान फुंकता, जेणेकरून आमची माणसे दुखावतील. म्हटलंय ना– परबुद्धि विनाशाय स्त्रीबुद्धि: प्रलयंगता। जाऊ दे. भाऊंच्या जे नशिबी असेल ते होईल.''

''एकटे भाऊसाहेबच निघणार आहेत का मोहिमेवर?'' गोपिकाबाई विचारू लागल्या.

''पार्वतीबाईही जातील सोबत.''

''अस्सं?''

''का? काय बिघडलं त्याच्यात? तुम्ही आमच्यासोबत उत्तर हिंदुस्थान थोडा का पालथा घातला आहात? तीर्थरूपांनी यवनी ठेवली तेव्हापासून आमच्या आजीसाहेबांनी धडाच घेतला होता. बायका-पोरे पाठीमागे टाकून मराठे वीर बारा मासांतले आठ मास बाहेरच हिंडतात नि वाईटसाईट नाद, छंदफंद जडतात. त्याऐवजी आपल्या बायका सोबत नेल्या तर काय बिघडलं? त्याच न्यायानं तुम्ही आमच्याबरोबर मोहिमेवर येऊ लागला, तशा साऱ्या सरदारांच्या पालख्या आणि मेणेही त्यांची सोबत करू लागले. गेल्या दहा-पंधरा सालांत हा रिवाजच पडला आहे. शिवाय पार्वतीबाई म्हणजे बिन लेकराबाळाची माऊली. त्यात भाऊसाहेब म्हणजे जातीचा कर्मवीर, बिना अन्नपाण्याचा तासन्तास बसेल. तेच पार्वतीबाई संगे असतील तर त्यांच्या तब्येतीची हेळसांड तरी थांबेल.''

बराच वेळ कोणी कोणाशी बोललं नाही. भाऊंच्या प्रीतीनं गलबललेला नानासाहेबांचा भाव थोडा कमी होऊ दिला आणि गोपिकाबाई हळूच म्हणाल्या,

''विश्वासरावांनाही मोहिमेत धाडायचा निश्चय केला आहे आम्ही.''

नानासाहेब चमकले. मुद्रेवर रागाच्या-चिडीच्या रेषा उमटल्या. सखेद आश्चर्यानं ते विचारू लागले,

''रावांना? आणि मोहिमेत? ते कशापायी?''

''इथे वाड्यात राहून गौरीतल्या पोरींप्रमाणे त्यांनी झिम्मा खेळावा का? त्यांनीही लढाया-चढाया, करारमदार, राज्यकारभार याचे धडे गिरवायला नकोत का?''

''रावांना युद्धाचा अनुभव नाही असे कोण म्हणेल? सिंदखेडच्या स्वारीत त्यांनी मर्दाच्या पोटी जन्म घेऊन सार्थक केल्याचं दाखवलं, पण ही मोहीम साधी नाही,'' नानासाहेब गंभीरपणे म्हणाले, ''कशाला माझ्या सतरा-अठरा वर्षांच्या राजबिंड्या लेकराला उत्तरेत पाठवायचा आग्रह धरतेस? चंद्रकोरीनंही लाजून चूर व्हावं असं माझ्या लेकराचं सौंदर्य! त्या सौंदर्याला यवनांची दृष्ट लागू नये. स्वाऱ्या-शिकाऱ्या करायला अजून भरपूर उमर आहे त्यांची.''

''सौंदर्यापेक्षा मी त्यांच्या मसनदीची, भावी पेशवाईची काळजी करते आहे,'' गोपिकाबाई बोलून गेल्या.

गोपिकाबाईंच्या शब्दांनी नानासाहेब रक्तबंबाळ झाले. संतापानं चेहरा फुलला. दातओठ खात ते बोलले,

''पाहिलंस गोपिकेऽऽ, भाऊंबद्दल तुझ्या अंतरी किती दुराग्रह आहे! भाऊने कदाचित उत्तर हिंदुस्थान जिंकला तर तो हिंदुस्थानचा बादशहा होईल, हीच तुझी भीती ना? यापेक्षा या पाठीमागे तुझा दुसरा कोणताही हेतू दिसत नाही आम्हांला.''

गोपिकाबाई ताठ झाल्या. तिखट शब्दांत नानासाहेबांना प्रतिशब्द करू लागल्या,

''स्वारींनी काहीही समजावं, पण मी स्पष्ट बोलते– आमची पोरे नेभळट, बैदुलासारखी राहावीत असं आम्हांला मुळीच वाटत नाही. बैल होऊन त्यांनी पेशव्यांच्या गव्हाणीत हिरे चुरडायला नकोत, तर त्यांनी तलवार हाती घेऊन रणात झुंजासाठी उभं राहायला हवं. त्यांना कोणी शेंदाडशिपाई अगर रडतराऊत म्हटलेलं आम्हांला खपायचं नाही. त्यांची कीर्ती मामंजींसारखी त्रिखंडांत पसरायला हवी.''

नानासाहेब थोडे शांत झाले. म्हणाले, ''ठीक आहे. आपल्या मनसुब्याआड यायची आमची इच्छा नाही. फक्त भाऊंबद्दलच्या गैरविश्वासातून या गोष्टी घडायला नकोत. रावांना युद्ध-नैपुण्यासाठी धाडायचं असेल तर आमची हरकत नाही. तो भाऊसाहेबांचाच पठ्ठा आहे. भाऊंना ठेच लागली तर त्यांच्या डोळ्यांत अश्रू तरारतील; विश्वासरावांच्या केसाला धक्का लागला तर भाऊ उभं जग जाळून बेचिराख करतील; एवढा दोघांत गाढा स्नेह आहे. राव मोहिमेवर निघालेत म्हणून भाऊंची आडकाठी असणारच नाही. यापर काही?''

''मोहीम विश्वासरावांच्या नावे निघावी. त्यांच्याच नावे मुद्रा पाडाव्यात आणि करारमदार घडावेत. इकडच्या स्वारींना मी मुद्दाम सांगते–'' एकाएकी गोपिकाबाईंना गलबलून आलं. त्यांनी भरलेलं नेत्र पदराच्या टोकानं पुसले आणि त्या म्हणाल्या, ''सोळा वर्षांमागचा तो मानहानीचा प्रसंग आठवला, की जीव कासावीस होतो. त्या वाईट रात्री, वाड्यातल्या दुष्टांचं ते छद्मी हसणं आणि जगासमोर न जाता वाड्यातच कोंडून घेणं, हातची पेशवाई– सकल पृथ्वीचं राज्य कोणी हिरावून घेणं, यापेक्षा वाईट गोष्ट तरी होती कोणती? मी स्वामींना पुनः पुन्हा सांगते, मी पेशवीण अगर पेशव्यांची आई म्हणूनच जगेन, उगाच रास्त्यांच्या कुळीचं नाव सांगणार नाही!''

गोपिकाबाईंच्या बोलांनी नानासाहेबही हेलावून गेले. १७४४ चा तो प्रसंग सोळा वर्षांच्या अंतरानेही ताजा, भळभळत्या जखमेसारखा तीक्ष्ण-तिखट भासू लागला. बारामतीकर नाईक, रघुजी भोसले, दाभाडे, पंतप्रतिनिधी आदी मराठे सरदारांनी पेशव्यांविरोधी कारवाया केल्या होत्या. शाहू महाराजांचे कान भरले होते. महाराजांनी एक महिनाभर का होईना नानासाहेबांकडून पेशवाई काढून घेतली होती. झेंड्याविना काठी, मुंडीविना देह आणि गादीविना राजा म्हणजे काय असतं, याचा चांगला

अनुभव नानासाहेबांनी घेतला होता. त्या स्मृतीच्या डागण्या अजून देह पोळीत होत्या. गोपिकाबाईंचेही सारेच विचार खोटे नव्हेत, याचा साक्षात्कार त्यांना झाला. त्यांच्या खांद्यावर हात ठेवीत नानासाहेब त्यांना धीर देऊ लागले.

□

भाऊसाहेबांनाच हिंदुस्थानच्या मोहिमेवर धाडायचा निर्णय पक्का झाला. ही मोहीम साधी नाही, हे शिवधनुष्य आहे, ते पेलायची ताकद माझ्या अंगी दे, अशी प्रार्थना भाऊसाहेब श्रीगजाननाला मनोमनी करीत होते. आता सारी कामं नेटानं उरकायची होती. ज्या रात्री मोहिमेचा मनसुबा नक्की झाला त्या रात्रीच भाऊसाहेब मध्यान् उलटली तरी मेजावर कसले तरी आडाखे बांधत बोरू झिजवत होते. भल्या पहाटे त्यांना जाग आली. मोहिमेची इंगळी सर्वांगाला डसली होती. तापाने अंग फणफणावे तसे मोहिमेच्या निश्चयाने, तयारीने त्यांचे सर्वांग फणफणत होते. कसली झोप नि कसला इसावा? ना खाजगीची आठवण ना पार्वतीबाईंची याद. रात्री उशिरा भाऊसाहेब खाजगीकडे येत नसल्याचा निरोप पार्वतीबाईंकडे गेला. कचेरीच्याच डेऱ्याची बिछायत झाली. भल्या सकाळी भाऊसाहेब उठले आणि काठावरून पूर्णेत स्नानासाठी उतरले. सोबतीचे सेवक थंडीने गारठून गेलेले. पण भाऊंच्या मनात कोणता उबाळा संचारला होता कुणास ठाऊक? ते लगबगीनं माघारा आले. पूजाअर्चा आटोपून झुंजूमुंजू होतानाच कामास बसले. उत्तरेत गोविंदपंत बुंदेल्यांना एक खलिता धाडायचा होता. त्याचा कच्चा खर्डा स्वहस्ते तयार केला.

उजाडल्यावर भाऊसाहेबांच्या ध्यानी आलं, आज होळीचा मुख्य दिवस. हुताशनीची पूजा आजच आटोपायची. साऱ्या लष्करावर तशी शिमग्याचीच अवकळा पसरली होती. दरसालच्या रंगाढंगाला फाटा द्यायचा निर्णय आधीच झाला होता. दत्ताजींच्या मृत्यूने सारे व्याकूळ झालेले. कसली होळी नि कसली पोळी? या आधी मराठे मोहिमेवर असले तरी लष्करात होळीच्या पोळीचा बेत हमखास व्हायचा. पण या वर्षी गोडधोड करणार कोण आणि खाणार कोण? शास्त्रीपंडितांच्या आदेशानं फक्त मुख्य होळीसाठी पाच पोळ्यांचा नैवेद्य करायचं ठरलं होतं.

सकाळी दहाच्या सुमारास खाशा डेऱ्यापुढं खांडे आणि शेणी गोळा झाल्या. होळी रचायचं काम सुरू झालं. सेवकांनी मध्ये एरंडाचं झाड धरलं. भोवती शेणी रचल्या. जेरेशास्त्रींनी नैवेद्याचं ताट नानासाहेबांच्या हाती दिलं. होळीची पूजा झाली. होळी पेटवायचा मान, हा गावच्या पाटलाचाच. लष्करात अनेक वर्षे शिंदेपाटलांनी होळी पेटवायची हा रिवाज. दत्ताजींचा धाकटा बंधू महादजी पुढं झाला. तशा साऱ्यांच्या नजरा त्याच्यावर खिळलल्या. दत्ताजींची याद यायला वेळ लागला नाही. महादजींनी अग्नी पेटवला आणि उलटी मूठ करून ठोऽ ठोऽ बोंब ठोकली. महादजीला भडभडून आलं. त्यानं मोठ्यानं सूर धरला. मध्येच तो ढसाढसा रडायचा आणि बों बों करायचा. त्याच्या सोबत सारे मराठी सरदार, राऊतशिपाई बोंऽ बोंऽ

करू लागले. साऱ्यांच्या डोळ्यांतून उष्ण पाण्याचे थेंब पाझरले. महादजी मोठ्यानं ओरडला,

"अरे दत्ताजीदादा, कुण्या आटिंग्या रानात काळानं तुझ्यावर झडप घातली? दादा, कसा सोडून गेलास रे आम्हांलाऽऽ"

–मोठी होळी पेटवून सारे आपापल्या राहुट्यांकडे परतले. मग प्रत्येकाची वेगवेगळी होळी पेटू लागली. शंखध्वनी चोहीकडून येऊ लागला. साऱ्या छावणीभर धूर माजला. घोडी, उंट ठिसकारू लागले.

भाऊसाहेब तसेच कचेरीच्या डेऱ्यात गेले. किती तरी कामं उरकायची होती. त्यांच्यासोबत बळवंतराव मेहेंदळे, नाना पुरंदरे, हरी शिवराम खाजगीवाले, महिपतराव चिटणीस अशी अनुभवी माणसं कारभारासाठी दिली जाणार होती. कोणाचाही अजून पत्ता नव्हता. प्रत्येकाची वेगळी होळी आटोपता आटोपता यायला उशीर होणार होता. भाऊसाहेब बेचैन झाले. मनाशी पुटपुटले, "आमची होळी आधीच पेटली आहे. आता त्यात साजरं करण्यासारखं काय बाकी आहे?" भाऊसाहेब चिंतेत असतानाच सेवकानं विश्वासराव आल्याची वर्दी दिली.

विश्वासराव डेऱ्यात आले. भाऊसाहेब ऐन सतरातली विश्वासरावांची मूर्ती पाहतच राहिले. उंचसडक, गोरेपान विश्वासराव दिसायला बाजिंदे होते. त्यांच्या काळ्याभोर आकर्षक डोळ्यांत न्यारीच चमक होती. ओठ तर गुलाबाच्या पाकळ्या दुमडून ठेवल्यासारखे. निमुळती हनुवटी आणि धारदार नाक. ओठावर आताशी फुटणारी मिसरुडाची बारीक लव, दिसून न दिसल्यासारखी. सारी मराठेशाही म्हणते ते खरंच, "बायकांत देखणी मस्तानी आणि पुरुषांत विश्वासराव." हे राजबिंडं रूपडं प्रदर्शनात ठेवलं तर मूर्ती आहे की व्यक्ती आहे, असा पाहणाऱ्याला संभ्रम पडावा. त्यांचा पोषाखही ऐटदार. त्यांनी कोणताही पेहराव केला तरी त्यांच्या रूपाच्या जरतारी किनारीने पोषाखाची किंमत वाढावी. अशा पेशवेपुत्राला आपण या वयात कसा आणि कुठे मोहिमेवर न्यायचा, असा प्रश्न भाऊसाहेबांना पडला.

"काकासाहेब, असे रोखून काय बघताहात?"

भाऊसाहेब दचकले. भानावर येऊन म्हणाले,

"या राव. बसावे. आमचे विश्वासराव पाहूनच शत्रू जाया तर होणार नाही ना, असा सवाल आम्हांला पडला होता. बोला, मोहिमेबाबत काय काय मनसुबे आहेत आपल्या डोक्यात?"

"काकासाहेब, आपल्यासारखा समर्थ गुरू आमच्यासोबत असताना आम्ही कसले मनसुबे रचायचे? आपल्या हुकमांची तामिली करायची, बस्ऽऽ"

"विश्वासराव, त्या नजिबाची आणि अब्दालीची एवढी तयारी झाली आहे, की ही मामुली लढाई नसून ते एक प्रचंड युद्ध असणार आहे. या युद्धाचा रंग भलाही असेल आणि बुराही. त्यात तुम्हांला पेशव्यांचा पुत्र म्हणून नव्हे तर एक खंदा मराठी शिपाई म्हणून झुंजासाठी खडं राहायचं आहे. आपल्या कुलाशीलाचं आणि मराठी

दौलतीचं नाव उज्ज्वल करायचं आहे.''

''काकासाहेब, आपल्यासारख्या पंचतंत्री मुत्सद्द्याच्या समर्थ मार्गदर्शनानं आम्ही ही मोहीम फत्ते करू. निदान प्रसंगी पेशव्यांचा पुत्र म्हणून नव्हे तर सामान्य राऊत बनून युद्धवणव्यात लोखंडासारखे वितळून जाऊ.''

''विश्वासराव, नेटानं तयारी करून ज्येष्ठापर्यंत आपल्या फौजा अब्दालीला जाऊन भिडल्या पाहिजेत. ज्येष्ठाला अवघे तीन महिने बाकी आहेत. शिवाय दादांशी खर्चाच्या मुद्द्यावरून आपण हुज्जत घातली. दिल्या शब्दांनिशी मोहिमेचा खर्च बाहेरच्या बाहेर काढायला हवा.''

''जशी आपली आज्ञा काकासाहेब.''

वर्दीची वाट न बघता पुरंदरे, महिपतराव चिटणीस, हरिराम खाजगीवाले असे एकापाठोपाठ एक कारभारी कचेरीच्या डेऱ्यात आले. उशीर झाल्यानं भाऊसाहेब घुश्शात असणार हा त्यांचा कयास. त्यामुळे त्यांनी भाऊंच्या नजरेस नजर न देता कागदपत्रांत नाक खुपसलं. भाऊसाहेब पुरंदऱ्यांना बोलले,

''अहो नाना, या बोरूबहादुरीनं आमच्या सेनापतिपदामध्ये बरीच वैगुण्यं येणार असं दिसतं–''

''समजलो नाही भाऊसाहेब.''

''बात तर सरळ आहे. या आधी उत्तर हिंदुस्थानी मराठी मामलतदार-तालुकदारांना आम्ही हिशोबासाठी, पैक्यासाठी धारेवर धरलं होतं. सुलतानासारखी हवेली दिल्लीत उभारणाऱ्या आपल्या हिंगणे बंधूंना कसे काय फोडले, ते उभ्या दौलतीला माहीत आहे. तीच गत अंताजी माणकेश्वरांची, नारो शंकरांची आणि पंत बुंदेल्यांचीही. ज्याला हिसाबकिताब सांभाळायचे, त्याला पै नि पैशावर बोट ठेवावं लागतंच. सेनापतीला एक वेळ उधारभाव दाखवता येईल पण कारभाऱ्यांनी ढिलाई दाखवली तर दौलतीचं दिवाळं निघतं. कारभारीपणा कठोरपणे बजावल्यानं मी प्रसंगी कैक जणांना झोंबलो होतो. अगदी मल्हारबाबाही यातून सुटले नाहीत. आता सेनापतीच्या भूमिकेतून त्या साऱ्यांना एके जागी बांधणं मोठं जिकिरीचं झालं आहे.''

''आताच ह्या आठवणी येण्याचं कारण?'' नाना.

''हेच, आता पहिला तातडीचा खलिता पंत बुंदेल्यांना धाडायचा आहे.''

महिपतराव चिटणीस खलिता लिहायला बसले. भाऊसाहेबांनी कच्चा खर्डा एकदा नजरेखालून घातला. ते स्वत: पत्राचा मजकूर सांगू लागले,

''आपण बुंदेलखंडात मराठी दौलतीचा झेंडा फडकावणारे मुरब्बी तालुकदार आहात. वेळेवर सरकारात भरणा करणारा चोख हिशोबाचा मामलतदार म्हणून दौलत तुमच्याकडेच अंगुलिनिर्देश करते. आत्ताच्या मोहिमेतही आपण सिंहाचा वाटा उचलायचा आहे. विंध्यापार भरवशाचा मराठी माणूस तुमच्याविना दुजा दिसत नाही. अयोध्यावासी सुजाउद्दौल्याच्या हालचालीवर बारीक नजर असू द्यावी. शिंदे-होळकरादी सरदारांना मदत करावी. सुजाउद्दौल्याने पूर्वउपकार स्मरून आमच्याच फळीस

श्रीमंत विश्वासराव पेशवे

मिळावे हे उत्तम. आम्ही दिल्लीच्या बादशाहीसाठी झुंजतो आहोत. सुजानेही आमचाच पक्ष धरावा. त्यासाठी आपण जरूर तो यत्न करावा. काही झाले तरी अब्दालीची नड हिंदुस्थानी रुतू देणे, हे सर्वथा अयोग्य!''

भाऊसाहेब थोडा वेळ थबकले. बोलले, ''हं, पुढे घ्या– आम्ही माळव्यात येईतो वीस लाखांची तजवीज ठेवा. गेल्या दोन-तीन सालांतले हिशोबाचे तुमचे खर्डेही तयार असू द्या.''

दबकत दबकत महिपतरावांनी वरील मजकूर लिहिला. न राहून भाऊसाहेब म्हणाले,

“मलाही जाणीव आहे, अशा वेळी पैशासाठी लकडा लावायला नको. हिशोबाचा रूक्ष प्रांत धुंडाळायला नको; पण करायचं काय? मोहिमेवर जायचं तर दाणावैरण हवी. त्यासाठी पैका आणि पैक्यासाठी पर्यायानं शिस्त हवीच. हे काम थोडं कठोर आहे, पण त्याला इलाज नाही.”

खलित्याचा शेवट करताना उत्तर हिंदुस्थानातली बातमी खडान्‌खडा कळवत जा, येणाऱ्या बातम्या तपशीलवार आणि जलदीनं याव्या, हेही पंतांना कळवायला भाऊसाहेब विसरले नाहीत. आणखी महत्त्वाचे आठ-दहा खलिते लिहून झाले. भाऊंनी खलित्यातून डोकं वर काढताच विश्वासराव म्हणाले,

“काकासाहेब, सुजाच्या पित्याची, सफदरजंगाची अयोध्या टिकावी म्हणून आपल्या शिंदे-होळकरांनी फार यत्न केले. त्याची याद ठेवून सुजा आपल्याच पक्षाला मिळायला हवा.”

“रावसाहेब, आपला विचार अगदी सोळा आणे आहे. सुजाउद्दौला आणि त्याचा अयोध्या प्रांत म्हणजे एक प्रचंड सामर्थ्य आहे. गंगेकाठचा भरमसाठ शेतसारा, अयोध्येची साधनसामग्री आणि अनुपगिरी-उमरावगिरी गोसाव्यांसारखे खंदे सरदार, ह्या त्याच्या बळकटीच्या बाजू आहेत. उद्या अब्दालीची आणि आमची झुंज जेव्हा केव्हा होईल तेव्हा कुणाच्या पाठीशी सुजा असेल वा नसेल, हे फार मोलाचं आहे. त्याच्या असण्या-नसण्याने युद्धाचं पारडंसुद्धा फिरू शकतं.”

“तर मग हर प्रयत्नानं सुजाला आपल्या पक्षास वळवायला हवा.”

“त्याचसाठी आमचे यत्न जारी आहेत.”

कचेरीच्या डेऱ्यात कामाची धामधूम उसळली होती. कागद, दस्तऐवज बघण्यात भाऊ मग्न होते. इतक्यात डेऱ्याबाहेर पाचशे-सहाशे राउतांनी कोंडाळं केलं आहे, अशी वार्ता घेऊन भालदार आत आला. कोणत्याही परिस्थितीत बाहेरच्या जमावाला भाऊंची भेट हवी होती. शेवटी भाऊसाहेब डेऱ्याबाहेर आले तसा गलबला शांत झाला.

“बोला, सज्जनहो, काय हवं आहे?”

“भाऊसाहेब, आमचा कित्येक जणांचा वरीसभराचा रोजमुरा मिळाला नाही. आम्ही लढायचं कसं? नुसत्या पराक्रमाच्या कथागोष्टींनी पोट भरत नाही.” पाच-सहा जण एकदम ओरडले.

“भाऊसाहेब, सिंदखेडची लढाई होऊन किती मास झाले? अंगाखालची घोडी नेलीत. आम्ही बिनघोड्याचं किती दिस फिरायचं? ह्या दारुण स्थितीत आता आम्हांला कुठं नेता?”

“घोड्यांसाठी भत्ता द्या.”

“जीनभत्ता द्या.”

“आम्ही मोहिमेवर येणार नाही.”

“अजिबात नाही येणार.”

“खबरदार हुल्लड माजवलीत तरऽऽ” भाऊसाहेब कडाडले, “या सगळ्या गोष्टी मला का माहीत नाहीत? पण बेशिस्तीनं काही साधणार नाही. जंगासाठी सर्वांना बाहेर पडावंच लागेल. सैन्याची दु:खं मला माहिती आहेत. पण सध्या एक छदामही मिळणार नाही. या हालअपेष्टांतून तुम्हांला मार्ग काढावा लागेल. आम्ही तुम्हांला वचन देतो, येत्या पंधरवड्यात मोहिमेवर असतानाच आम्ही तुमच्या थकबाक्या आणि हिशोबाचा मेळ घालू. ज्याला घोडा नाही त्याला घोडा मिळेल. रोजमुरा मिळेल. पण थोडं सबुरीनं घ्या. दौलतीवर दोन कोटींच्यावर रीण आहे. आपण समजुतीनं घेतलंत तर ती टिकेल, नाही तर फुटेल!”

भाऊसाहेबांच्या शब्दांनी शिपायांना धीर आला. ते निघून गेले.

कचेरीच्या डेऱ्यात दोन्ही दप्तरं वेगळी करायचं काम चालू होतंच. शिवाय भाऊसाहेब, विश्वासराव, समशेरबहाद्दर, नाना पुरंदरे आणि बळवंतराव गणपतराव यांचा सुसज्ज लष्कराबद्दल खल चालला होता. आघाडी-पिछाडीस पथकं कोणाची ठेवावी? कुणाचा नगारा आणि छबिन्याचं काय? ढालेपाशी निशाणकाठी कोणी धरावी? दारूगोळ्याची व्यवस्था कशी? ताबडतोब अहमदनगरच्या किल्लेदाराला, खलित्याने हुकूम सोडला– गारधोंडे, दारूगोळा, शिसे, रजमाचे बंद यांची त्वरित व्यवस्था करा. पाठोपाठ नगराकडे दारूसाठी पाचशे बैलही रवाना झाले. सरदारांना, एकांड्यांना, शिलेदारांना आपापल्या घोड्यांची, ओझ्याच्या गाढवांची-खेचरांची मोजदाद करायचे फर्मान निघाले– चांगले जिन्नस तेवढे बरोबर घ्या. बाकीचे इथेच राहू द्या. भाऊसाहेबांनी कहीच्या मुख्याला बोलावून घेतला. एकदा बुऱ्हाणपूर पार लष्कर गेलं, की पेंढाऱ्यांकडून त्या त्या मुलखात दाणा-वैरणीचा पुरवठा एकसारखा कसा राहील, यावर भाऊसाहेबांनी त्याच्याशी दोन तास चर्चा केली. तिन्हीसांज झाली तरी भाऊसाहेब जागेवरून हलले नव्हते. मोहिमेच्या तयारीतून डोके वर काढायला क्षणाचीही उसंत नव्हती.

एकाएकी भाऊसाहेब उठले आणि पुरंदऱ्यांना म्हणाले,

“नाना, दमाजी गायकवाडांकडे जलदीने सेवक धाडा. आम्ही स्वत: त्यांच्याकडे यायला निघालो आहोत, म्हणून निरोप द्या.”

“भाऊसाहेब, आपण स्वत:? आणि गायकवाडांकडे? त्याऐवजी त्यांनाच इकडे बोलावता येईल की.”

“नको, आम्हांलाच त्यांच्या डेऱ्याकडे जायचे आहे.”

सेवकांची गडबड उडाली. दोन सेवक गायकवाडांकडे धावत गेले. खाशा डेऱ्यापुढची सजलेली उमदी घोडी कचेरीच्या डेऱ्याबाहेर येऊन हजर झाली. भाऊसाहेब व विश्वासराव स्वार झाले. पूर्णेकाठी पसरलेल्या अव्वाच्या सव्वा लष्करात ही खबर हां हां म्हणता पसरली. जेव्हा समोरून दोन खासे जात होते तेऱ्हा डेऱ्या-राहुट्यांच्या बाहेरील शिपाई भराभर मुजरे करीत होते. डेऱ्यातली मंडळीही बाहेर येऊन लवून मुजरा करीत होती. लवकरच मोठ्या मोहिमेसाठी कूच होणाऱ्या चुलत्या-पुतण्यांना

सारे हर्षभरित नजरेनं निरखीत होते. दोघांच्याही मुद्रेवर आगळं तेज विलसत होतं.

भाऊसाहेब गायकवाडांकडे कशासाठी चालले आहेत, याचा अंदाज नाना पुरंदऱ्यांसह कोणासही बांधता येईना. मात्र या आधीची गायकवाड आणि पेशव्यांतील कटुता साऱ्यांच्या माहितीची होती. दाभाडे आणि गायकवाडांकडे गुजरात प्रांत होता. त्याची मागणी पेशवे करू लागले. दाभाडे तळेगावकर तर गायकवाड दावडीकर. दोघांचा सलोख्याचा कारभार होता. उमाबाई दाभाडे यांनी दहा सालांपूर्वी पेशव्यांना निम्मा गुजरात देण्यास कडवा विरोध केला होता. त्यावेळी पेशवाईविरोधी करवीरवासी ताराबाईने जुन्या सरदारांची जुळवाजुळव सुरू केली होती. दमाजी गायकवाड ताराबाईंच्या पक्षाला मिळाला. छत्रपतींची सत्ता पेशवे गाजवतात, या भावनेने जुने सरदार पेशव्यांविरोधी होते. उमाबाई दाभाडे "ब्राह्मणांनी राज्य बळकाविले, हे तुम्ही उघड्या डोळ्यांनी कसे बघता," असा सवाल मराठा सरदारांना करीत होती. तेव्हा पेशवे पुण्याबाहेर कर्नाटकाच्या मोहिमेवर होते. दमाजीचे सैन्य पुण्याच्या दिशेने वाट चालू लागले आणि पुण्यात हाहाकार माजला. त्रिंबकमामा पेठ्यांनी राधाबाई, कासीबाई आणि खजिन्यासह सिंहगडचा आसरा घेतला. पण गायकवाड पुण्यावर न चालून येता जेजुरीकडून साताऱ्याकडे रवाना झाले. कृष्णाकाठी वडुथावर दमाजींची आणि शाहूंच्या इतर मराठा सरदारांची गाठ पडली. लढाई मोठी झाली. गायकवाड पिता-पुत्रांना विठ्ठल शिवदेवाने कैद करून लोहगडावर ठेवले. पेशवे कर्नाटकावरून आले. स्नेह जोडण्याचा कसोशीने प्रयत्न झाला. नानासाहेबांनी निम्मा गुजरात दमाजींना करार करून दिला. त्यांना सेनाखासखेलीचे पद आणि वस्त्रे देऊन गुजरातेत सन्मानाने पाठविले. पाहिजे तेव्हा पेशव्यांकडे गायकवाडांची दहा हजार फौज येईल, असा करार झाला. दमाजी जसा शूर तसाच रगेल आणि जिद्दी होता. पेशव्यांनी दिलजमाईचे यत्न केले. सलोखा झाला पण स्नेह वृद्धिंगत झाला नव्हता. वडुथावर अभय देऊनही आपला गोट लुटून अपमानकारक कैद झाल्याचा सल त्याच्या काळजात नेहमी टोचत होता. आपल्या कायमच्या निषेधाचं द्योतक म्हणून दमाजी नानासाहेबांना आणि भाऊसाहेबांना डाव्या हातानेच मुजरा करीत होता. या अशा मस्त सरदाराकडे भाऊसाहेबांनी दस्तूरखुद्द जाण्याइतके काय काम काढले, याचे कोडे कोणास सुटेना.

स्वत: भाऊसाहेब आपल्या डेऱ्याकडे येताहेत, हे समजल्यावर गायकवाडांकडे धांदल उडाली. दमाजी गायकवाड भाऊसाहेबांना सामोरे आले.

"यावं भाऊसाहेब, यावंऽ. स्वत: घाईनं येणं कसं केलं?"

"पेशव्यांमध्ये आणि गायकवाडांमध्ये अजून थोडी फट आहे, असं तुम्हांला-आम्हांलाच नव्हे तर रयतेलाही जाणवतं. माझ्या चार पावलानं ती सांधता आली तर पाहावं म्हटलं."

"बहुत खूब भाऊसाहेब," दमाजींनी दाद दिली.

फक्त दमाजी आणि भाऊसाहेब बैठकीला बसले. भाऊसाहेबांच्या सर्वांगात

मोहीमच भिनलेली. त्याच विषयावर भाऊसाहेब बरेच बोलले. शेवटी भाऊसाहेब म्हणाले,

''तर अशा परिस्थितीत तुमच्या-आमच्यात काही अंतर राहणं गैर आहे. काही हेवेदावे असतील ते इथंच पूर्णार्पण करू. एका दिलानं मोहिमेवर जाऊ.''

''भाऊसाहेब, दौलतीच्या सेवेत गायकवाडांनी कधी उणेपणा दाखवला नाही, पण त्या कडू आठवणी अजून आठवतात. तेव्हा तुम्ही सारे कर्नाटकावर होता. आम्ही पुण्यावर कूच करतो आहोत या हुलीनेच एवढी घबराट माजली होती की, खुद्द बाजीरावांच्या पत्नीला आणि मातेला सिंहगडचा आसरा घ्यावा लागला. तेव्हा गायकवाडांच्या मनात काही काळंबेरं असतं तर आम्ही खूप वेगळं काही करू शकत होतो. निदान पुण्याची अब्रू चार-सहा दिवसांसाठी तरी घालवता आली असती पण पुण्याकडे आम्ही डोळेझाक करून सरळ पुढे रवाना झालो. तेव्हा झुंज जरूर झाली पण आपल्या वतीनं आम्हांला अभय मिळालं म्हणून आम्ही वेणेकाठी राहिलो. पुढच्या गोष्टी शांततेत करायचं एकदा ठरलं होतं. तरीही आपल्याकडून दीडदमडीचे सरदार आले. आम्ही स्नान करीत असता आमचा गोट लुटायला त्यांनी प्रारंभ केला. आम्ही वचनाला जागलो; पण तुमच्या लोकांनी जो आततायीपणा, हरामी दाखविली ती अजून आठवली तरी मन बेधुंद होतं. ती मर्दाची रीत नव्हती, भाऊसाहेब.''

दमाजीला भाऊसाहेबांनी पूर्ण बोलू दिलं. थोड्या वेळानं ते म्हणाले,

''त्या कडू प्रसंगाशी आमचा प्रत्यक्ष संबंध नव्हता; होता असं वाटत असेल तर आम्ही आजही क्षमा चाहतो. पण दमाजीराव, ह्या आपसांतल्या हेव्यादाव्यांना मूठमाती देऊ या. आज प्रसंग मोठा बाका आहे. आता उद्भवणारा जंग हा हिंदु-मुसलमान ह्यांच्यातला नसून या संघर्षाचं रूप आम हिंदुस्थानी आणि परकीय घुसखोर असं आहे. हा जंग ना ब्राह्मणांचा, ना मराठ्यांचा, ना मुस्लिमांचा, ना कोण्या दुज्या जातीचा. ही जोखीम उभ्या महाराष्ट्र देशाची आहे. दिल्लीच्या पातशाहीच्या बचावाला सारा महाराष्ट्र धाव घेणार आहे. उभा महाराष्ट्र रणमैदानावर उभा ठाकून परकीय शत्रूला आडवा करणार आहे. दमाजीराव, केवळ याच्यासाठी आपण एकदिलानं, एकमनानं, कडवा जंग करायचा आहे. अजून गुजरातेतील महालाबाबत आपल्या काही मागण्या आहेत. मोहिमेवरून परत आल्यावर तुमचा गुंता आम्ही पुरा सोडवू. चिंता न बाळगावी. मात्र आता एकादिलानं आगीत उडी घ्यायची सिद्धता ठेवावी.''

बराच उशीर वाटाघाटी-बातचीत चालली. भाऊसाहेब डेऱ्याबाहेर पडताना दोघांनी एकमेकांना आलिंगन दिले. भाऊसाहेबांना निरोप देण्यासाठी दमाजी चार पावलं पुढे आले. झाल्या वाटाघाटीने दमाजींची मुद्रा प्रफुल्लित दिसत होती. एक आगळं तेज आणि ईर्षा यांच्या छटा मुद्रेवर चमकत होत्या. दमाजींनी भाऊसाहेबांना निरोपाचा मुजरा केला तो उजव्या हातानं!

□

रोजा-चार रोजांत भाऊसाहेबांना हिंदुस्थानच्या मोहिमेवर निघायचे होते. दोन्ही फौजा वेगळ्या करायच्या होत्या. या कामाधामात ते रात्रीचा दिवस करीत होते. मसलतीच्या डेऱ्यातच त्यांनी बिछायत टाकून दिली होती. त्याच डेऱ्यात खाणे, पिणे आणि झोपणे. पेशवाईचं कारभारपण आता सखारामबापूंच्या हवाली करायचं होतं. त्यासाठी हिसाब-किताबाची कामे भाऊसाहेब नेटाने उरकीत होते. एकूण ताळबंदात आण्या-दोन आण्यांचा फरक राहिला तरी त्याकडे दुर्लक्ष करणं, हा भाऊंचा स्वभाव नव्हता. हिसाब हा चोख असायलाच हवा. काल रात्रीही मध्यान् उलटली तरी भाऊसाहेब कामात व्यग्रच होते. कालही खाजगीकडे जायला फुरसत मिळाली नाही. आज पहाटे पहिल्या कोंबड्यालाच त्यांना जाग आली. सकाळी उठावे आणि हजार-दीड हजार नमस्कार घालावेत, हा त्यांचा शिरस्ता. पण आज शे-दोनशे झाले असतील वा नसतील. भाऊंचं कशात लक्षच नव्हतं. उत्तरेतल्या पेचा-डावपेचांचे आडाखे डोक्यात उलटे-सुलटे फिरत होते. सेवकांसोबत पहाटेचे ते पूर्णेच्या पात्रात उतरले. सचैल स्नान उरकून "पूर्णे, यश दे", अशी त्यांनी प्रार्थना म्हटली. स्नानसंध्या आटोपल्यावर लागलीच कामाला प्रारंभ केला.

दिवस उजाडला. बळवंतराव गणपत मेहेंदळे लगबगीनं आले. भाऊसाहेबांची समाधी भंग होऊ नये म्हणून डेऱ्याबाहेरच थांबले. पाठोपाठ समशेर बहाद्दर, महिपतराव चिटणीस, त्र्यंबक सदाशिव तथा नाना पुरंदरे, खाजगीवाले ही भाऊसाहेबांची जिवाभावाची मंडळी गोळा झाली. बाहेर बरीच वर्दळ वाढल्याचं भाऊंच्या ध्यानात आलं. त्यांनी सेवकाला खूण केली, तशी बाहेरील मंडळी आत आली. नमस्कार-चमत्कार झाले. बळवंतराव गणपत वीरासन घालता घालता बोलले,

"भाऊसाहेब, आपल्या झोपेचे खोबरे झाल्यासारखे वाटते."

"अजून खरी झोप उडायची आहे!" भाऊसाहेब हसून म्हणाले.

पाठोपाठ सोळा-सतरा वर्षांचा एक गोरागोमटा मुलगा आत आला. एकदम तुरकाठी बांधा, शहामृगासारखी उंच मान, नाक लांबसडक, तबियत तोळामासा– सारा आविर्भाव म्हणजे पाप्याचं पितरच. हे बळवंतराव गणपतरावांच्या बहिणीचे, रखमाबाईंचे चिरंजीव. जनार्दन भानू म्हणून पेशव्यांचे फडणीस होते, त्यांचा हा मुलगा. जनार्दनपंत दादासाहेबांच्या उत्तरस्वारीत एकाएकी पोटशुळाचा विकार झाल्यानं इहलोक सोडून गेले. बळवंतराव गणपत हे भाऊसाहेबांचे समवयस्क आणि बालमित्रही. सावनूरच्या पराक्रमापासून त्यांचेही दरबारात वजन वाढलेले. त्यांचेच भाचे आणि पेशव्यांचे आप्त म्हणून भाऊसाहेबांचीही जर्नादनपंतांच्या चिरंजीवांवर– बाळाजी तथा नानावर– मर्जी होती. तीर्थरूपांनंतर नानालाच फडणिशीची वस्त्रे प्राप्त झाली. नाना फडणीस पोरसवदा दिसले तरी तल्लख बुद्धीचे होते. हिसाबकिताबात समज आणि उरकही चांगला होता. त्यामुळे भाऊसाहेब बऱ्याच वेळा बंद नानांच्या हवाली करीत असत. आताही नाना एकेक कागद नजरेखाली घालता घालता सर्वांकडे मोठ्या डोळ्यांनी चोरटा दृष्टिक्षेप टाकीत होते.

महिपतराव चिटणिसांनी विचारलं,

"भाऊसाहेब, मोहिमेनं आता कोणत्या मुहूर्तावर कूच व्हावं?"

"तीच चिंता ग्रासून राहिली आहे;" भाऊसाहेब म्हणाले, "आमच्या आयुष्यातील ही मोहीम अत्यंत महत्त्वाची. कुचासाठी चांगला मुहूर्त हवा, पण सापडता सापडत नाही."

"लष्करात जेरेशास्त्री, पुनाळकर जोशीबुवा, भार्गव पंडितांसारखे एकाचढ एक दुह्वाचार्य असताना मुहूर्त कसा सापडत नाही?" खाजगीवाले विचारू लागले.

"इतर शास्त्री-पंडितांच्या नादी लागण्याऐवजी पाटणकर गोविंद दीक्षितांनाच का विचारत नाही? भाऊसाहेब, उदगीर मोहिमेचा मुहूर्त तर त्यांनीच सांगितला होता. त्या मोहिमेत फत्ते झाली, मुहूर्ताने काम साधलं म्हणून तर पेशव्यांनी पाच हजार उत्पन्नाचा गाव इनाम म्हणून दिला. असा तपस्वी आपणाकडे असताना इतरांच्या नादी काय लागता?" मेहेंदळे.

"खरं आहे बळवंतराव तुमचं. आमचाही भरवसा पाटणकरांवर आहे. कालच दीक्षितांनी आमच्याशी मसलत केली. आमची पत्रिकाही ते घेऊन गेले. बहुतांशी कुचासाठी शिवालिखिताचा मुहूर्त चांगला ठरेल, नाही तर या मासात शुभ दिन फार कमी आहेत. मुहूर्तासाठी एक-दोन मास थांबावे लागेल, असे पाटणकर सांगत होते," भाऊसाहेब.

"एक-दोन महिन्यानं असा कितीसा फरक पडेल? पण चांगला मुहूर्त, शुभ घटिका बघूनच पावले बाहेर टाकलेली बरी." महिपतराव चिटणीस बोलले.

"शुभघटिका पाहायलाच हवी, पण सारासार बुद्धिविवेकही ध्यानी घ्यावा लागेल," भाऊसाहेब गंभीरपणे म्हणाले, "एक मास उशीर होऊन परवडणार नाही. तो दुराणीरूपी काळराहू आणि नजिबाबादचा चांडाळ सारा हिंदुस्थान ग्रासून टाकतील. तूर्त पाटणकर सांगतात तो शिवालिखिताचा मुहूर्तच बरा मानावा."

"हा मुहूर्त अगदीच वाईट नाही," मध्येच नाना फडणिसांनी नाक खुपसले, "पाटणकर म्हणजे सामान्य ज्योतिषी नव्हेत. त्यांची वर्षफलं मी पाहिली आहेत."

"बळवंतराव, आपले भाचे चांगले ज्योतिषी दिसतात," भाऊसाहेब म्हणाले.

सारे नानांकडे पाहून हसू लागले. भाऊसाहेबांनी लष्कराच्या तयारीचा विषय काढला. किती फौज असावी? दाणा-वैरणीचं काय? सरदार किती नि लष्कर किती? दारूगोळ्याचं, गारांचं काय? तोफा शिलगावण्यासाठी फिरंगी कागदांचे रजमे कमी पडत आहेत, त्याची व्यवस्था काय? अधिक दारू आणि शिशाची तजवीज कशी करावी? लष्कराच्या नाना अंगांवर चर्चा सुरू झाली. मसलतीत इब्राहिमखान गारदींची कमी होती. लष्कर आणि लष्करी साहित्याचा गाढा व्यासंग असणारे इब्राहिमखान मसलतीत हजर हवेतच, म्हणून त्यांना त्वरेनं बोलावण्याचा हुकूम भाऊसाहेबांनी सोडला. भाऊसाहेब विचारू लागले,

"नबाबसाहेब इतका उशीर काय करीत असतील?"

‘‘त्यांची कवायत चालली असणार,’’ बळवंतराव हसून म्हणाले, ‘‘कोणी काहीही म्हणो, हे गारदी त्या फिरंग्यांसारखे शिस्तबद्ध दिसतात. रोज सकाळी मैदानावर कवायत करायची. अंगमेहनतीची कसरत करायची. आपली जशी स्नानसंध्या तशी त्यांची कवायत. आम्ही मराठे पहा, पावसाळ्यात चार महिने चैन करून, सणासुदीचं चापून खाऊन, मस्तसुस्त होऊन दसऱ्यालाच बाहेर पडतो. मधल्या काळात लष्करी बाणा विसरूनच जातो; पण हे गारदी सदान्‌कदा आपले कवायतीला खडेच.’’

‘‘नव्या दुनियेबरोबर आपणही बदल केला पाहिजे. गारद्यांचा, फ्रेंच पलटणींचा मारा आणि त्यांच्या कवायती कंपूंचं सामर्थ्य आम्ही गेल्या दहा वर्षांपासून जाणून आहोत,’’ भाऊसाहेब म्हणाले, ‘‘दहा वर्षांमागे आम्ही आणि खुद्द पेशवे निजाम्याच्या रोखे अहमदनगराकडे चाललो होतो. कळस, खेड, वडगाव रोखे आम्ही कुकडीपार झालो. त्या आधी निजामाच्या आश्रयास फ्रेंच सेनानी बुसी याचा कवायती कंपू असल्याचं ऐकिवात होतं. बुसीच्या हाताखाली असलेल्या इब्राहिम गारदीचं नावही आम्ही ऐकून होतो. कुकडी पार केली त्या दिवशी पौर्णिमा होती. ग्रहयोगाची पर्वणीही चांगली लाभणार होती. रात्री चंद्रग्रहणावेळी आम्ही, तीर्थरूप नानासाहेब आणि इतर सरदार मंगलस्नानास कुकडीत उतरलो. सोन्याची भांडी, पूजेची सामग्री सोबतच होती. इतक्यात, पुण्याकडे कूच करणाऱ्या बुसीच्या तुकडीला आम्ही सापडलो. एकाएकी त्यांनी आम्हांवर दारूगोळ्याचा भडिमार केला. फिरंगी यंत्रं आग ओकू लागली. आम्हां सर्वांची चांगलीच तारांबळ उडाली. कित्येक माणसे जायबंदी झाली. पाचपंचवीस जागच्या जागी आगीतोंडी भस्म झाली. पेशव्यांनी नेसूच्या धोतरानिशी पाण्यातून काठावर धाव घेतली. आम्ही दोघेही बिनजिनाच्या, उघड्या पाठीच्या घोड्यावर कसेबसे स्वार झालो आणि बाजूच्या रानात मुझफ्फरखानाला आणि इब्राहिमखानाला कसाबसा गुंगारा दिला. त्या रात्री जिवानिशी वाचलो. सकाळी पाहतो तर शेकडो घोडीमाणसं धिरडी भाजून काढावी तशी होरपळून निघालेली. फ्रेंच यंत्रांचा प्रभाव माझ्या मनावर तिथेच पडला. या पुढचा काळ भाल्याबाणांचा नाही, बंदुकींचा– आधुनिक तोफांचा आहे हे आम्ही तिथंच ताडलं आणि असे कवायती कंपू, फ्रेंच यंत्रं पदरी बाळगायचा निर्धार केला.’’

‘‘पेशवे सरकारांनी मुंबईच्या इंग्रज गवर्नराला खलिता धाडून नव्या तोफगोळ्यांची माहिती असलेले चार फिरंगी तज्ज्ञ मागविले होते, असं ऐकतो. काय झालं त्याचं भाऊसाहेब?’’ समशेरबहाद्दरानं विचारलं.

‘‘होय, पेशव्यांनी तसे यत्न करून खूप पाहिले पण फिरंग्यांनी ताकास तूर लागू दिला नाही. आपल्या मुलखाचा लचका कसा तोडायचा याचं तंत्र, हाच त्यांचा मंत्र, ते आम्हांला कसा देतील? एवढेच नाही तर खुद्द फ्रेंच सेनानी बुसीलाही आमच्या पदरी ठेवावा, असा यत्नही आम्ही केला. त्यातही अपयश आलं म्हणून तर आम्ही मुझफ्फरखान स्वीकारला.’’ भाऊसाहेब.

"पण मुझफ्फरला पदरी ठेवू नये, असा आपणच आग्रह धरला होतात ना भाऊसाहेब?" नाना पुरंदरे.

"होय, पहिल्या क्षणापासून आम्हांला तो बेभरवशाचा वाटला. एखाद्या चवचाल बाईने दिवसातून चार लुगडी बदलावीत, तसा दिवसातून चार धनी बदलणारा तो मुझफ्फरखान! ज्याने त्याला हा फिरंगी कलेचा मंत्र दिला त्या बुसीला छाटून मारण्याचाही त्यानं कट रचला होता. अशा निमकहरामास ठेवू नका म्हणून आम्ही पेशव्यांना सांगितलं. पण आम्हां मराठ्यांना माणसंच ओळखता येत नाहीत. पुन्हा तेच ते पालुपद– 'शरण आलेल्याला मरण चिंतू नये!' आमचा विरोध असतानाही त्याची नेमणूक झाली. काही महिने झाले आणि ऐन मोहिमेत आम्हांला दगा देऊन तो सावनूरकरांकडे गेला. तिथेही काही महिन्यांतच दगाधोका दिला आणि पुन्हा दयायाचना करीत आमच्या दरबारी उभा! आम्ही कठोर विरोध केला, पुन्हा त्याच्यावर पेशव्यांच्या दयेचं पांघरूण. आला आमच्या सेवेत.

"पण इब्राहिमखान तर त्याचा पाहुणाच ना? मग त्याचा खानाविरोधी एवढा जळफळाट का? इब्राहिम आपल्या सेवेत आले तेव्हापासून तर मुझफ्फर तुमच्यावर भडकूनच होता," समशेरबहाद्दर.

"काही फळं जन्मतःच कडू असतात. त्याला साखरेत घोळा, तुपात तळा, पण मुळचा वाण जायचा नाही. आम्ही गारपिरावर असतानाच त्याच्या जामाताने– हैदरखानाने– आम्हांला बेसावध बघून आमच्यावरच हत्यार चालवलं. बरं, नागोजी गुजर शेजारी होता नाही तर आम्ही प्राणालाच मुकलो असतो! हा मुझफ्फरचा पाजीपणा!"

"पेशव्यांनी तर त्याचा बदला लगेच घेतला. जास्ती चौकशीच्या नादी न लागता एका दिवसात सासऱ्या-जावयासह आठ गारद्यांची डोकी उडवलीऽ" महिपतराव चिटणीस म्हणाले.

"असे नानासाहेब न करते तर नवलच," बळवंतराव चिटणीस म्हणाले, "दौलतीत काही व्यक्ती स्वार्थासाठी नाना-भाऊंत बिब्बा घालण्याचा यत्न करतात. नाही तर पेशव्यांचे भाऊंवर किती प्रेम होते, हे बाळपणी आम्ही डोळ्यांनी पाहिले आहे. एकाच्या पायास ठेच लागली तर दुसऱ्याच्या डोळ्यांतून आसवे गळतील इतकी न्यारी प्रीत आहे ही!"

"पण भाऊसाहेब, तुम्ही काहीही म्हणा, जेव्हा गारद्याकडून आपल्या अंगावर वार झाले तेव्हापासून साऱ्यांचा गारद्यांवरचा विश्वास उडाला आहे. ही नमकहराम जात केवळ दगाबाज आहे. जुनेजाणते सरदारही म्हणतात, एवढे भाऊसाहेबांच्या जिवावर बेतले होते तरी भाऊसाहेब गारद्यांचे लाड कसे करतात? इब्राहिमवर इतका विश्वास का ठेवतात?" नाना पुरंदरे विचारू लागले.

"कोणतीही जात नमकहराम नसते. हा वृत्तीचा भाग झाला. खुद्द शिवाजीराजांच्या काळातही या मातीतल्या वतनदारांनी थोडी गद्दारी केली का? पण का कुणास

ठाऊक, इब्राहिम हा पहिल्या भेटीपासून मला हुकमाचा बंदा आणि वृत्तीचा साजिंदा गृहस्थ वाटतो. फार गरिबीतून वर आला आहे तो. बुसीच्या सैन्यापुढे एक निशाणाची साधी काठी घेऊन पळणारा पोर म्हणून आयुष्याला त्यानं प्रारंभ केला आणि आज कुठल्या कुठे पोहोचला! काही दिवसांपूर्वीच त्याने देवगिरीकरांना पोळून काढलं, निजामाला धारुरास गुडघ्यांवर आणलं. निजामाचं कंबरडं त्याच्याच कवायती कंपूनं मोडून काढलं. फिरंगी तोफा-बंदुकांतलं त्याचं ज्ञान, एकदा आदेश प्राप्त झाला की सरळ आगीला भिडणं, बड्याबड्या बुरुजतटांना हां हां म्हणता खिंडार पाडणं, ह्या त्याच्या जादुगारीची साऱ्यांनाच कल्पना आहे. आज हिंदुस्थानात तो कोणाच्याही सेवेत निघाला तर तिथला राजा आणि प्रजा वेशीबाहेर चार पावलं येऊन त्याचं हर्षभरानं स्वागत करतील. ह्या अशा अमोल रत्नाचा उपयोग आम्हांला या मोहिमेत करून घ्यायचा आहे.''

बातचीत सुरू असतानाच सेवक धावत आत आला. त्याने इब्राहिमखान गारदी आल्याची वर्दी दिली. साऱ्यांच्या नजरा वळल्या. पाच फूट उंच, भक्कम हाडापेरांचा काळाकभिन्न देह एखादा कडा सरकावा तसा मसलतीत धिम्या चालीनं आला. काळ्या तोंडाला देवीच्या व्रणांनी अधिक उग्र स्वरूप दिलं होतं. काळ्याशार मुद्रेवर दोन्ही डोळ्यांची तांबडीभडक बुबुळं म्हसोबाच्या चांदीच्या डोळ्यांप्रमाणे भासत होती. त्याची चाल आणि सारी ऐट फिरंगी धर्तीची होती. डोईवर फ्रेंच धर्तीची तांबडी टोपी, गुडघ्यापर्यंत लांबच लांब नारिंगी रंगाचा कोट, पाय गिळणारे लांबसडक बूट, असा त्याचा रुबाब होता. टोपीतला पांढऱ्या रंगाचा तुरा बळीच्या पंखासारखा खुलून दिसत होता. भाऊसाहेबांना पाहताच तो झुकून म्हणाला,

''आलेकुम सलाम.''

''सलाम आलेकुम.''

''गुस्ताखी माफ हुजूर. आपला निरोप आला तेव्हा आम्ही कवायतीकडेच होतो. त्यामुळे थोडा देर झाला. माफी करना.''

''कुछ बात नहीं नबाबसाहब, तशरीफ रखो.''

भाऊसाहेबांची आज्ञा होताच इब्राहिमखान वीरासन ठोकू लागला पण तंग कपड्यानिशी ते जमेना म्हणून त्यानं सरळ बैठक मारली. इब्राहिमखान मराठ्यांच्या सेवेत येऊन सहा-सात महिने झाले असतील वा नसतील. जेव्हा मोकळीक मिळेल तेव्हा तो आपल्या लष्करी व्यापातच मग्न असायचा. भाऊसाहेब आणि इब्राहिममध्ये बातचीत सुरू झाली. बाकीचे सारे ऐकू लागले.

भाऊसाहेब म्हणाले, ''नबाबसाहेब, आपल्या पलटणीवरच आमची भिस्त आहे, हे आपण जाणता. आमचा पुराना तोफखाना म्हणजे नाद गेलेलं भांडं. आता आगीच्या कल्लोळानं गनीम भाजून काढणं हे तुमचं कर्तव्य.''

''हुजूर, या कर्तव्यात कदापिही कसूर होणार नाही. एकदा इमान प्रमाण झाले म्हणजे त्याला हा इब्राहिम बंदाच राहणार. मग आमची कोणी गर्दन छाटली तरी

बेहत्तर, मरता मरता शेसव्वाशे घेऊन मरू.''

''आता रणनीती बदलली. नव्या दुनियेला सामोरं जावं लागणार आहे. आमचा पुराना तोफखाना काय कामाचा? आपल्या कवायती कंपूच्या पराक्रमावर आम्ही खूष आहोत. माझा पुरा भरवसा आहे तुमच्यावर. तथापि मराठेशाहीची पडझड, विजय, पराभव, अनेक उन्हाळे-पावसाळे बघितलेली विठ्ठलराव विंचूरकर, मल्हारराव होळकर, दमाजी गायकवाड, मानाजी पायगुडेसारखी जुनी माणसंही आमच्या लष्करात आहेत, असतील. त्यांचा शिवप्रभूंच्या गनिमी काव्यावर गाढा विश्वास आहे. बहुतांशी ही वृद्ध मंडळी नव्या पद्धतीची लढाई मानणार नाहीत. माझ्या मते ज्या शत्रूला आपण सामोरं जाणार, तो काबुलकंदाहारी साधासुधा, हलकाफुलका अगर लेचापेचा नाही. जेव्हा अंतर्वेदीत आमचा अंतिम जंग होईल तेव्हा तुमच्या फिरंगी तोफांचाच उपयोग होईल. नाही तर राणोजींचा पुत्र दत्ताजी कमी शूर होता का? तशीच गत पुन्हा आमचीही व्हायची. त्यासाठीच आम्ही सुरुवातीलाच तुम्हांला बजावतो, हवी ती नालबंदी, घासदाणा मागा, पण नबाबसाहेब, त्या कंदाहारींना दखखनचं पाणी दाखवा.''

''साहेबान्, माझ्यावर आणि माझ्या फौजेवर आपण एवढी मर्जी दाखवता आहात, त्याला तडा कदापिही जाणार नाही. त्या भरवशाबद्दल मी आपला एहसानमंद आहे. आम्ही आमची सलामी देवगिरीच्या युद्धात दाखवलीच आहे. येत्या महायुद्धात आम्ही दुराणी-तुराणींची भंबेरी उडवू. आमचा दारूगोळ्यांचा असा तडाखा देऊ की, अंतर्वेदीत गंगा-यमुनेबरोबर रक्ताची तिसरी नदी वाहील!''

''मुझफ्फरखानाच्या त्या प्रकाराने नाही म्हटले तरी गारदी थोडे बदनाम झाले आहेत. हा तुमच्यावरचा कलंक...''

''आम्ही जरूर धुऊन काढू,'' इब्राहिम म्हणाला, ''हुजूर, झाडावरचं एखादं फळ किडलं म्हणून अन्य फळांना पाड लागणारच नाही का? एका मुझफ्फरच्या नमकहरामीबद्दल साऱ्या गारद्यांना दोषी कसं धरता येईल? भाऊसाहेब, आपण झुंजायची ही अपूर्व संधी देता आहात, त्याबद्दल मैं आपका शुक्रगुजार हूँ. एहसानमंद हूँ.''

''अंतर्वेद प्रांताकडे गनिमी काव्याचा फारसा उपयोग होईल, याची मला शाश्वती नाही. नुकतीच शिंद्यांची जी दाणादाण उडाली, होळकरांची पळता भुई थोडी झाली, त्यावरून आम्ही या मताला पोहोचलो आहोत की, माती बदलेल तसं शस्त्र आणि प्रसंगी शास्त्रही बदलायला हवं! अब्दालीच्या तोफा अजिंक्य-अभेद्य आहेत असं आम्ही ऐकतो...''

''हुजूर, अभेद्याचा छेद घेऊन त्याला भेद पाडणं ही कामगिरी आमची,'' इब्राहिम बोलला, ''पण भाऊसाहेब, आम्ही तोफांच्या संगतीसोबतीनं अचूक निशाणीनं पण धिम्या पावलानं चालणार. तुम्ही मराठे घोड्यावरून दौड मारणार. आम्हांला पळावयाला पाय नाहीत. आम्ही तसे बिन-पायाचेच! जर गनीम चालून आला आणि आपलं लष्कर दौडीनं पळालं तर आमची वासलात काय?''

भाऊसाहेब हसले आणि इब्राहिमखानास धीर देत म्हणाले,

"नबाबसाहेब, आपण बिनघोरी असावं. असा काही निदान प्रसंग उद्‌भवलाच तर प्राण गेला तरी आमच्याने रणत्याग व्हायचा नाही. आम्ही इमान तोडणार नाही. जिथे तुम्ही उभे राहाल तिथेच मीही गाडून उभा राहीन! आमच्या वचनात अंतर पडणार नाही."

इमान प्रमाण झालं. भाऊसाहेबांनी इब्राहिमच्या हाती बेलभंडार दिला. इब्राहिमने आपली सानकरोटी भाऊसाहेबांच्या हवाली केली. दोघांनी एकमेकांस आलिंगन दिले.

□

स्नानसंध्या, पूजाअर्चा आटोपून भाऊसाहेब कचेरीच्या डेऱ्याकडे जायला सिद्ध झाले. पार्वतीबाईंनी पुढे होऊन मंदील हाती दिला. भाऊसाहेबांनी हसत मंदील धारण केला, भरजरी शेला आवळून बांधला. पार्वतीबाई म्हणाल्या,

"काल स्वारींना भेटावयाला नाना फडणिसांच्या मातुश्री रखमाबाई आक्कासाहेब आल्या होत्या."

"काय म्हणताहेत आक्कासाहेब?"

"त्या आणि त्यांच्या घरादारातले लोक स्वारींबरोबर निघणार आहेत."

"मोहिमेवर?"

"मोहिमेवर नाही; मोहिमेसोबत. त्रिस्थळी यात्रा घडावी, काशी, प्रयाग आणि मथुरेला पाय लागावेत; काशीविश्वेश्वराचे, विष्णुपदाचे दर्शन घडावे ही त्यांची फार दिवसांची इच्छा आहे. स्वामींबरोबर ती सफलही होईल."

भाऊसाहेब थबकले. काय बोलावे हेच क्षणभर सुचेना. ते थोडेसे व्याकूळ सुरातच बोलले,

"आम्ही काशी-प्रयागाकडं जाणार आहोत म्हणून कोणी सांगितलं आक्कासाहेबांना? अहो, आमचा जंग दिल्लीच्या आजूबाजूला होईल. कशाला आम्ही त्रिस्थळाकडं जातोय?"

"आक्कासाहेब म्हणाल्या, दिल्लीच्या वाटेवर मथुरा तरी आहे, श्रीकृष्णभूमीचं दर्शन हमखास घडेल. थोडं वर गेलं की, कुरुक्षेत्र, हरिद्वार लागेल. शिवाय आक्कासाहेब म्हणतात कशा, एकदा लढाई लवकर आटोपली की झालं. स्वारींनी अब्दालीचा फडशा पाडला की, त्या स्वारींना घेऊन गंगाकाठानं काशीकडे जाणार. साऱ्या लष्कराचीही त्रिस्थळी यात्रा आयतीच पार पडेल."

"तुम्हां स्त्रियांना गोष्टी कशा सांगाव्या हेच उमजत नाही," भाऊसाहेब म्हणाले, "बाईसाहेब, इथं दक्षिणेत बसून उत्तरेचा अंदाज बांधता येणार नाही. शिवाय तुम्ही ज्या स्थळांचा उल्लेख केला, ती स्थळं दिल्लीच्या जराशी खाली वा थोडीशी वर नाहीत. या साऱ्या स्थळाठिकाणांत शेकडो योजने अंतर आहे. मुळात आम्हीच

उत्तरेबद्दल अनभिज्ञ आहोत. सारे ऐकीव माहितीवर, हरकाऱ्यांच्या वार्तांवर आणि दुसऱ्यांच्या अनुभवावर अंदाज बांधायचे. तिथं या यात्रा-जत्रा नेऊन कसं चालणार?''

''फक्त आक्कासाहेब नव्हे तर हर सरदारांच्या बायका, त्यांचे शे-दोनशे आप्त आणि गावाजवळचे दोन-तीनशे लोक अशा अनेक यात्रा आपल्या सोबत निघणार आहेत.''

''धन्य आहोत आम्ही.''

भाऊसाहेब कचेरीच्या डेऱ्याकडे निघाले. तो वाटेत त्यांना यात्रेकरूंचे दोन-तीन जथे दिसले. प्रत्येक जथ्यात चार-पाचशे यात्रेकरू. त्यांत पोरसवदा स्त्रियांपासून ते साठी-सत्तरीच्याही माता सहभागी झालेल्या. अनेक गोसावी, बैरागी हातात तीरकमठे, करोटी घेऊन चाललेले. यात्रेकरूंचं सामान वाहण्यासाठी प्रत्येक जथ्यात तीस-चाळीस तट्टं, खेचरं आणि भाकड जनावरं दिसत होती. सोबत अनेक वाद्ये, बावटे, भांडीकुंडी, साऱ्यांची रेलचेल झाली होती. मोहिमेनं कूच करण्यापूर्वी अनेक यात्रा सहभागी होणार होत्या.

भाऊसाहेब कचेरीत आले तर बळवंतराव गणपत, नाना पुरंदरे आदी जिव्हाळ्याची मंडळी आधीच येऊन स्थानापन्न झाली होती. आल्या आल्या भाऊसाहेब विचारू लागले,

''बळवंतराव, यात्रेकरूंचे किती जथे येणार आहेत आपल्याबरोबर?''

बळवंतरावांनी भाऊसाहेबांकडे चमकून पाहिलं. भाऊसाहेब म्हणाले,

''मला आक्कासाहेबांबद्दल बोलायचे नाही. त्या तर तुमच्या सख्ख्या भगिनी. तुम्ही आमचे आप्त. काही सरदारांच्या घरची मंडळीही येऊ इच्छितात, हेही आम्हांला माहीत आहे; पण आता पाहतो तर, ज्याला कुणी धनी ना गोसावी अशीही मंडळी तयारी करून बसली आहेत.''

''भाऊसाहेब, ज्यांना कुणी धनी ना गोसावी, त्यांचे धनी पेशवे. म्हणजेच आपण स्वत:च. गोब्राह्मणांना नानासाहेबांच्या काळात जेवढं अभय मिळालं, तेवढं साक्षात पुराणकालातही मिळालं नसेल. काशी, प्रयागपासून ते भुवनेश्वरापावेतो पेशव्यांची कीर्ती त्रिखंडांत पसरली आहे. या आपल्या राज्यातील यात्रेकरूंना अभय दुसरं कुणी द्यायचं? काशी, हरिद्वार, गडमुक्तेश्वर, प्रयाग, कुरुक्षेत्र का जवळ आहेत? हजारो योजनं दूर गेलेल्या साऱ्या यात्रेकरूंना पेंढारी, चोरचिलटं, दरोडेखोर लुटतात, तिकडचे पंडितभोमे नागवतात, तेच यात्रेकरू आपल्यासोबत आले तर त्यांच्या तीर्थादी विधींनी जी पुण्यप्राप्तीची गंगा निर्माण होईल, त्यावर भगवंतकृपेने मराठी लष्कर सहज तरेल.''

''बळवंतराव, या साऱ्या पुराणकथा थोड्या बाजूला ठेवल्या तर बिनलढाऊ बुणगाईत सोबत नेल्याने लष्कराला हवी तशी हालचाल करता येणार नाही, हे ध्यानी घ्या. शिवाय खाणारी तोंडं किती होतील? बिन-लढाऊ, बिन-काम्या लोकांनाच फार भूक लागते. उगा खायला कार आणि धरणीला भार होऊ नये. त्यांची पोटं

भरता भरता आमचं लष्कर उपाशी मरायचं आणि आम्हांला चांगलीच मोक्षप्राप्ती घडायची.''

भाऊसाहेबांचे अज्ञानी बोल जेरेशास्त्री मनापासून ऐकत होते. जसे भाऊ बोलत तशी त्यांची मुद्रा कसनुशी होई. रुद्राक्षाचे मणी मोजता मोजता ते हसून म्हणाले,

''भाऊसाहेब, आपणांस ईश्वरसिद्धीची प्रचिती नाही. कोणीही मानव, मग तो कितीही लढवय्या असू देत, तो कितीही अजिंक्य, सव्यसाची असू दे, तो ईश्वराहून थोर नाही. ईश्वरकृपेने नराचा वानर आणि वानराचा नर लीलया होतो. संकटे कितीही येवोत, ईश्वर पाठीशी असेल तर ती वारणारच. मागे तो महायोगी शिवबा तुकारामबोवांच्या कीर्तनास गेला. गनीम तिथे शिवबास पकडायला गेला. ईश्वर धावला आणि हरलोकात शिवबा दिसू लागला. अरे चांडाळा, पकडशील तर कोणाकोणाला? तशीच महायात्रा सोबत घेऊन आपण उत्तरेत गेलात, जर दुष्काळ पडला, रोगराई आली अगर तुमचा तो कोणी दीडदमडीचा अब्दुल्या आला तर साक्षात श्रीकृष्ण परमात्मा भूमंडळी प्रगट होईल. आपल्या सुदर्शनाने अब्दुल्याचा शिरच्छेद करील पण त्याकरिता गोब्राह्मणांचा प्रेमभाव हवा.''

''शास्त्रीबोवा सांगतात ते अगदी खरं आहे,'' महिपतराव चिटणीस म्हणाले, ''भाऊसाहेब, पेशव्यांचे पुण्य एवढे आहे की, पुण्यपुरात तो अब्दाली वाहून जाईल. तरी लाखाचे लष्कर निघेल त्यात पंधरा-वीस हजार यात्रेकरू म्हणजे दर्यामें खसखस. सहज निभावून जाईल.''

बराच उशीर उपदेशाचे डोस देऊन जेरेशास्त्री निघून गेले. बळवंतराव गणपत म्हणाले,

''भाऊसाहेब, तुम्ही लष्करीदृष्ट्या विचार करता पण आम्हां माणसांवर धर्माचा आणि देवादिकांचा एवढा पगडा आहे की, आपण जर असे रोखठोक बोलू लागलात तर पंचाईत व्हायची. आपण सबुरीने घ्यावे.''

''शिवाय दादासाहेबांची आणि तुमची यावरून नाही, तर त्यावरून सारखी कुरकुर माजते. दादासाहेब किती देवभोळे आहेत हे आपण जाणताच. ज्या मोहिमेकडे जातील तिकडे त्यांचा खास देव्हाऱ्याचा डेरा सोबत असतोच. उत्तरेत जाऊन आले तर वर्षासनासाठी कित्येक गावांचे दान करून आले. ब्राह्मणभोजनासाठी गावे इनाम देऊन पुण्यप्राप्ती केली. दादासाहेबांच्या पक्षास आपले हे लष्करी बोल महाभयंकर वाटतील. पराचा कावळा आणि काकाचं गिधाड होईल,'' महिपतराव चिटणीस बोलले.

''महिपतराव, मी तरी कुठे नास्तिक आहे? पण या मोहिमेचा खर्च बाहेरच्या बाहेर करावयाचा आहे. सर्वच प्रसंग सारखे नसतात. म्हणून अजून आम्हांला वाटतं, या बुणग्यांच्या नादात आमचं लष्कर उपाशी मरायला नको. साराच अनर्थ ओढवेल अशानं.''

कुचाचा मुहूर्त दोन दिवसांवर आला होता. नानासाहेबांकडून मार्गदर्शन घ्यावे,

या विचाराने भाऊसाहेब, महिपतराव चिटणीस आणि बळवंतराव निघाले. नानासाहेबांनी बिछायतीवर ऐसपैस बैठक मारली होती. बाजूला रघुनाथरावदादा होते. आजूबाजूला शास्त्री-पंडितांचाही घोळका बसून होता. उत्तर हिंदुस्थानी मोहीम लवकरात लवकर यशस्वी व्हावी, याच विचाराने नानासाहेबांना घेरले होते. भाऊसाहेबांच्या मुजऱ्याला त्यांनी खुणेने प्रतिसाद दिला. पेशवे बापूंना काही तरी सांगत होते. बापू रीतसर टिपण घेत होते.

''हां सखारामपंत, गोपाळ गोविंदरावांना लिहा; तुळजापूरला आई भवानीच्या दरबारात रात्रंदिवस नगारखाना चालू ठेवा. व्यवस्थेसाठी एक गाव लावून द्या. पंढरपुरीही नगारा चालू ठेवून त्यासाठीही सनद करावी. हरी दामोदरांना कळवा, परळी वैजनाथच्या मार्कंडतीर्थाची डागडुजी करा. तिथल्या उपाध्याची आणि अग्निहोत्रीची सोय लावा. निमगावच्या चारी देवतांच्या गाभाऱ्यात अहोरात्र नंदादीप तेवेल अशी व्यवस्था लावा. उबड आणि कुशतर्पण या गावांचं निम्मं उत्पन्न गोब्राह्मणांवर खर्ची टाका. सदाशिव पागास हुकूम करा– आंबेजोगाई देवीस एक हजार रुपये उत्पन्नाचा गाव द्या. पूजेचा बंदोबस्त करून पंचवीस ब्राह्मणांसाठी त्वरेनं अन्नछत्र सुरू करा. वरकड देवांनाही सरकारी खर्चानं नंदादीप लावा. त्यांना असंही कळवा की, लोणार क्षेत्रास आणि टोंके तीर्थास ब्राह्मणांच्या नावे वर्षासनं करून गावांचा महसूल त्यात खर्ची घाला. त्रिंबकीच्या मुकुंदतीर्थापासून नरसिंहतीर्थापर्यंत प्रदक्षिणेच्या रस्त्यावर दुतर्फा झाडे लावा.''

आपल्या मोहिमेस यशसिद्धी लाभावी म्हणून नानासाहेब देवा-ब्राह्मणांना साकडे घालीत आहेत, हे कळायला भाऊसाहेबांना उशीर लागला नाही. त्यांचं मन भरून आलं. नानासाहेबांच्या त्यांच्यावरील गाढ्या प्रीतीची पुन्हा प्रचिती आली. नानासाहेब अनेक देवादिकांचे स्मरण करीत होते. आठवून आठवून बापूंना सांगत होते,

''हं, हरी दामोदरांना असंही कळवा, भीमाशंकर क्षेत्री केसोपंत पाटलांची मदत घेऊन दीड हजारांची धर्मशाळा बांधा. नित्य एक-दोन ब्राह्मण ठेवून भीमाशंकरांच्या नैवेद्यपूजेची आणि नंदादीपाची व्यवस्था यथास्थित करा. त्रिंबकराव मामांकरवी त्र्यंबकेश्वराच्या पूजेचा बंदोबस्त करा. आता पुण्याला नारो अप्पाजींना खलिता धाडून सांगा, पुण्याहून पाषाण, विठ्ठलवाडी, कात्रज, आळंदी ते थेऊरपर्यंत वाटेवर जागोजागी पिंपळाची झाडे लावा. एकेक झाड पन्नास हातांवर धरा. नारो अप्पाजी आणि शिवाजीपंतांनी स्वत: ही व्यवस्था बघायची आहे.''

पेशव्यांना हळूहळू किती तरी देवतांची याद येत होती. कधी ते जुन्नर, पुण्यापासून ते खानदेश, बालेघाट अशा दूरदूरच्या भागांत आमराई वाढवून लौकिक आणि पुण्य संपादन करा म्हणून सांगत होते, तर दुसऱ्याच क्षणी त्यांना भिंगारच्या शूलेश्वराची आठवण येत होती. या निमित्तानं तरी शूलेश्वराचं पाण्यात डुबलेलं देऊळ वर काढून बांधा, म्हणून ते कळकळीने कळवत होते तर कित्येक गावांतून सहस्त्रभोजनं घाला, वर्षासनांची सोय लावा, जीर्णोद्धार करा म्हणून हुकूम सोडीत होते. एकाएकी

नानासाहेबांना कसलीशी सय आली. त्यांची मुद्रा व्याकूळली. नेत्र पाणावले. ''जयऽ व्यंकटेश'' म्हणून त्यांनी मनोभावे हात जोडले. आजूबाजूला बसलेल्या साऱ्या सरदार-शिलेदारांकडे आणि शास्त्री-पंडितांकडे बघून ते उंच आवाजात म्हणाले,

''सिंदखेडजवळच्या देऊळगावचा श्रीव्यंकटेश म्हणजे महाजागृत देवस्थान. त्याच्या नावे आम्ही आत्ताच पण करतो की, भाऊसाहेब अगर मल्हारराव अगर कोणीही मराठा स्वार शिलेदार जेव्हा अब्दालीला कंठस्नान घालून फत्ते होतील तेव्हा देऊळगावच्या व्यंकटेशास आम्ही दहा हजार सुवर्णमोहोरांचं दान करू. सखारामपंत, तूर्त जालनापूरच्या कमावीसदाराला कळवा की, व्यंकटेशावर सालिना दोन हजारांचा खर्च करावा.''

नानासाहेबांनी देव-देवतांना घातलेले साकडे, गायलेल्या प्रार्थना ऐकून सारी बैठक हेलावून गेली. दासोपंत अग्निहोत्रींनी तर आकाशाकडे तोंड करून मनोभावे हात जोडले. उपरण्याने डोळे पुसले. ते भाऊसाहेबांना बोलले,

''भाऊराव, मनात कसलाही किंतू न बाळगता आपण मोहिमेवर निघावे. पेशव्यांनी तुम्हांला विजयदेवता प्रसन्न व्हावी म्हणून दक्षिणेतील देवांवर सेवाभावाचा इतका वर्षाव केला आहे, इतका वर्षाव केला आहे की, तो अब्दुल्या या पुण्यपुरातून लेंडीसारखा वाहून जाईल. त्यातूनही तो उभा राहू पाहील तर त्याचं जागच्या जागी भस्म होईल. चिंता न बाळगता निघावे. आता काळजी देवादिकांना, तुम्हांला नाही. तुम्ही लढावे अगर न लढावे. यशश्री तुमचीच!''

भाऊसाहेबांना खुल्या दिलाने पेशव्यांशी बोलावयाचे होते. यात्रादी कर्मांच्या नादात युद्धकर्म विसरू नये, अशी खुली विचारधारा प्रगट करायची होती; पण एकूण देवादिकांनी भारलेल्या मांगल्यपूर्ण वातावरणात त्यांच्या मनातले बोल विरून गेले. नानासाहेब म्हणाले,

''आमची गेल्या कित्येक वर्षांची तमन्ना आहे; काशीतीर्थ, प्रयागक्षेत्र आमच्या काबूत आलं पाहिजे. देवांचा मार्ग दानवांनी रोखला आहे. गजानना, तो सुदिन केव्हा यायचा, जेव्हा मराठी माणसं निर्भयपणे त्या महाक्षेत्री जाऊ लागतील?''

''तीर्थादिकांबद्दल आमच्या दादासाहेबांचा भाव सरकारांच्या तोडीचा आहे,'' सखारामबापू म्हणाले, ''दादासाहेबांनी सहा सालांमागं कुरुक्षेत्र आणि प्रयाग पादाक्रांत केलं तेव्हा त्यांच्या भक्तिभावाची दुंदुभी आम हिंदुस्थानात वाजली. महाक्षेत्रही जिंकायचा दादांचा मनसुबा होता.''

''खरं आहे, आपल्या अनेक मुत्सद्द्यांनी यासाठी शर्थीचे प्रयत्न केले आहेत,'' पेशवे बोलले, ''या आधी महाक्षेत्र काशी आम्हांला द्यावे, असा सुलूख शिंदे-होळकरांनी सुजाच्या बापाशी, सफदरजंगाशी केला होता पण सुलुखाचे शब्द साक्षात प्रगटले नाहीत.''

''आताही मोहिमेसंगे सहस्त्रावधी यात्रेकरू कूच होत आहेत असे आम्ही ऐकतो,'' रघुनाथदादा म्हणाले.

"काय करतील बिचारे? आमच्या तीर्थक्षेत्रांना जायचं म्हणजे महदंतर, बिकट वाटावळणे, विक्राळ डोंगरदऱ्या, मार्गात महानद्या, त्यात लुटारूंचा त्रास. बिन फौजफाट्याचा कोणी गरीब गेला तर भामट्यांचं दर्शन नि नरकाची प्राप्ती. आता हेच पहा ना, आमचे सातारकर जनार्दनपंत फडणीस परलोकी जाऊन दोन-तीन साले झाली. आक्कासाहेबांच्या मनात महाक्षेत्रांची इच्छा असूनही जाता येईना," नानासाहेब सांगू लागले, "भाऊसाहेब, यात्रेकरूंना नीट सांभाळून न्या. आपलं राज्य म्हणजे दीन-दुबळ्या भाविकांना अभय. देवाधर्माला पुनर्जीवन! आपली सत्कीर्ती ऐकून श्रावणमासी दक्षिणेस महाक्षेत्र काशी, द्रविड देश, तेलंग, कोकण, मैथिल ते आलवापासून दूरदूरचे ब्राह्मण, उत्तम शास्त्री, पंडित, दशग्रंथी येतात. श्रावणमासी दक्षिणेची इतकी मोठी आवई उठली की, पर्वतीजवळ आम्हांला रमणा बांधावी लागली. विद्वान ब्राह्मणांच्या स्वागतासाठी तुम्ही, आम्ही आणि दादा वाड्यावर उभे राहतो. दानधर्माची, देवादिकांच्या सेवेची आपली महती मी तुम्हांला काय सांगावी? श्रावणात अठरा-अठरा लाखांपर्यंत आपण दक्षिणा वाटली. याची वार्ता अखंड हिंदुस्थानात पसरली आहे. तेव्हा जे यात्रेकरू आपल्यासोबत निघालेत, मग ते श्रीमंत वा गरीब असोत, सर्वांना स्नेहभाव दाखवा. श्रीगजानन कृपेने काही वाईट होणार नाही. यशसिद्धी नक्कीच लाभेल."

फाल्गुन वद्य एकादशीचा दिवस उजाडला. आज गुरुवार. शिवालिखिताचा मुहूर्त सायंकाळी होता. पाटणकर दीक्षितांनी महत्प्रयासानं कडनिकडीचा हा मुहूर्त शोधून काढला होता. तूर्तास दुसरा शुभमुहूर्त नव्हता. आजच भाऊसाहेब हिंदुस्थानी रवाना होणार म्हणून काल रात्रीपासून भयंकर गडबड सुरू होती. रात्रीच दुकानदारांनी आपल्या पालेकाठ्या गुंडाळून ओझी बांधली होती. हुजुरातीच्या दलाने कालपासून तलवारी, भाले, जमदाडे, परशू, तीरकमान, ज्याला जी शस्त्रं हवी ती ताब्यात घेतली होती. खाशांचे तंबू, डेरे, राहुट्या, पाले, बिचवे असा सारा बाडबिस्तारा दुपार व्हायच्या आधीच बांधून झाला होता.

दुपार टळायच्या आधीच पथकं आपापल्या जागी उभी राहू लागली. साऱ्यात धांदल हुजूरपागेची उडाली होती. हुजुरातीचं लष्कर मध्यभागी उभं होतं. साऱ्यांच्या तोंडाला बिनीवाल्याचं पथक खडं होतं. कूच होण्यापूर्वी एक रात्र आधी निघून पुढच्या मुक्कामाची जागा गाठायची, खाशांच्या डेऱ्यांची जागा नक्की करून डेरेतंबू उभारायचे, ही बिनीवाल्याची मुख्य कामगिरी पण आज प्रथमच लष्कर कूच होणार होतं. मुहूर्ताला हजर राहणंच भाग होतं. एकदा मुहूर्तानं लष्कर पुढं सरकलं की, घाई-गडबडीनं पुढे दौडायचं. पहिला मुक्काम सिंदखेडलाच होता. तिथे जाऊन लष्कराच्या तंबूची जागा नक्की करून भाऊसाहेब पोहोचेपर्यंत बिनीवाल्याला खासा डेरा उभारायचा होता. म्हणूनच कधी एकदा मुहूर्ताचा वखत टळतोय याची तो वाट बघत होता.

बिनीवाल्याच्या पाठीमागे आघाडीला सरदार दमाजी गायकवाडांचं दळ उभं होतं. कृष्णा-भिमेपासून गुजरातपर्यंतचा मुलूख पायाखाली घालणारं गायकवाडांचं शाही दळ नव्या उन्मादानं फुरफुरत होतं. त्यांच्या बाजूलाच विठ्ठल शिवदेवांच्या लष्कराचे बेडे विखुरले होते. साठी केव्हाच उलटलेल्या विठ्ठलराव विंचूरकरांनी हिंदुस्थानात बाजीरावांपासून अनेक मोहिमा पाहिल्या होत्या; पण का कोणास ठाऊक, त्यांना ही मोहीम आगळी भासत होती. विठ्ठलरावांच्या दलाला झेंडेवाडी, सासवड, पुरंदरापासून ते निरा, बारामतीपर्यंतच्या मुलखातले जसे तगडे जवान होते तसेच अनेक लढाया अनुभवलेले खाष्ट म्हातारेही होते. त्यांच्या पाठीमागे सतरा-अठरा हजारांची पेशव्यांची हुजुरातीची मुख्य फौज उभी होती. तिच्या मधोमध भरजरी पाखरा घातलेले खाशांचे पंचवीस-तीस हत्ती झुलत होते. हत्तींच्या माथ्यांवर चकचकीत ढाला बांधल्या होत्या. अंबाऱ्या रुप्याच्या होत्या. खवासखान्यात मुख्य सरदार मंडळी बसली होती. नांदायला जाणाऱ्या लेकीच्या पायी साखळ्या बांधाव्या, तसे हत्तींच्या पायांना सरदार मंडळींनी सोन्या-चांदीचे मोठमोठे तोडे बांधले होते. काहींनी रंगवलेल्या हत्तींच्या अंगावर देव-देवतांची, पाना-फुलांची चित्रे गोंदली होती. बिन अंबारीच्या हत्तीदळापाठी तोफांचे हत्ती झुलत होते. पाठीवर चावरी तिडे बांधून अजस्त्र तोफा ठेवल्यामुळे कड आल्या अंगाने हत्ती नागाच्या फणीगत आपली सोंड आभाळाकडं बघून वाकडीतिकडी करीत होते. त्यांच्या पाठीशीच जंबुरे, सुरतनाळा, लहानग्या तोफांचा भार घेऊन सांडण्या सैन्यसागरातून देवमाशाच्या तोंडासारख्या माना वर काढीत होत्या. आजूबाजूला सात-आठ हजार बैलगाड्या आणि गाडे उभे होते. काही गाडे ओझ्यांचे, धान्यांचे, बाजारबुणग्यांचे तर काही गारभांडी, शिसे आणि दारूने खचाखच भरलेले. गाड्यांचे जू पेलताना बैलं लांब जीभ बाहेर काढून लाहाऽ लाहा करीत होती. हुजुरातीच्या खास अश्वदळातले स्वार आणि घोडी वरातीतल्या घोड्यागत नटूनथटून गेली होती. महाराष्ट्राच्या काना-कोपऱ्यातून पराक्रमाचा पदर धरून पुढे आलेले हुजुरातीचे शिलेदार, बारगीर ऐटीत बसले होते.

हुजुरातीच्या पाठीशी फलटणच्या सुलताराव नाईक-निंबाळकरांचं पथक उभं होतं. त्यांच्या पथकात निरेच्या डाव्या-उजव्या काठावरच्या गावांतील वेचक तरुण सहभागी झाले होते. गोविंदपंत वानखेड्यांच्या पथकातील पुसद, उमरखेड भागाचे बहाद्दर 'हर हर महादेव'चा गजर करीत होते. तर मानसिंगराव आणि नरसिंगराव बांड्यांच्या शिरपूर, धुळे, जळगाव भागातल्या फौजा विजयी आरोळ्या ठोकीत होत्या. अप्पाजी जाधवरावांच्या पथकात बारामती-दौंडपासून इंदापूर-पंढरपूरपर्यंतच्या भागाचे जवानमर्द मुसमुसत होते. देवजी शिवनेऱ्यांच्या फौजांत खुलताबाद, कन्नड, वेरूळ ते अजिंठ्याच्या मुलखातील उमतीचे उत्साही गडी खाऊ की गिळू अशा आवेशात घोडी जागच्या जागी मागे-पुढे करीत होते. बळवंतराव मेहेंदळ्यांच्या फौजेत खेड, आंबेगावपासून घोडनदीपर्यंतच्या मावळी मराठ्यांचा भरणा होता. शिवप्रभूंच्या काळापासून मावळात ढाल-तलवारीचा वारसा घराघरांत होता. आजवर

''लै गनीम बघितला'' म्हणून जाड मिशीच्या आकड्यांना ते बारीक पीळ देत होते तर दुसऱ्या बाजूला कण्हेरखेडच्या फाकड्यांची घोडी दुगाण्या झाडीत होती. तुकोजी पवार, सिधोजी कामरे, रघुनाथबाबा, संताजी आटोळे, शामराव गणेश, विसाजी महारुद्र, लिंगोजी नारायण, बळवंतराव विनायक, आनंदराव पवार, नारायणराव मोहिते, बहिरजी शेडगे, रामराव खंडोजी देवकाते, हणमंतराव सोनवनकर, सयाजी ठानगे, उमाजी महारणे, नाना पुरंदरे अशी वारणा, कृष्णा, कोयना, निरा, माण, मुळा-मुठा, इंद्रायणी, गोदावरी, मीना, कुकडी, भीमा, मांजराकाठची हरमुलखातली मराठी माणसं धरून उभा महाराष्ट्र देश पूर्णेच्या काठी गोळा झाला होता. नदीच्या उत्तरकाठानं तीस-पस्तीस हजार खडं सैन्य, बाजारबुणगे, यात्रेकरू धरून चार कोसांवर महान लष्कर, साठ हजारांचा जनसागर पसरला होता. इथूनतिथून पूर्णेच्या पात्रात हत्ती, घोडी, सांडण्या, स्वारशिलेदार, तोफा-बंदुका, निशाणं आणि टाळ-चिपळ्यांचं प्रतिबिंब पडलं होतं. दिल्लीचं रक्षण करून गंगा-यमुनेची लाज राखायला उभा ठाकलेला महाराष्ट्र देश बघून पूर्णामाईच्या डोळ्यांतून घळाघळा आसवं वाहत होती. उसळत फेसाळत, दोन्ही काठांला झेपावणारं पाणी, शिवेच्या आंब्याखाली लेकीला निरोप देणाऱ्या मातेसारखं हेलावून गेलं होतं.

शिवालिखिताचा मुहूर्त आला. सूर्य डोंगराआड गेला. खूण होताच गोलंदाजांनी तोफांच्या बत्त्या पेटविल्या. पाच तोफा धुडूम् धामऽ धुडूम् धामऽऽ करून गरजल्या. सारा आसमंत दणाणून गेला. घोडी खिंकाळली. हत्ती चीत्कारले. अंबारीतली साहेबी नौबत तुडूम तुडूम वाजू लागली. कर्णे, ताशे, हलग्या आणि शहादण्यांनी गोंधळ घातला. लष्कर पुढे पुढे झेपावू लागले. जरीपटक्याचा हत्ती धिम्या गतीनं मार्गक्रमण करू लागला.

भाऊसाहेब आणि विश्वासरावांना निरोप देण्यासाठी गोपिकाबाई, नानासाहेब, रघुनाथदादा, विसाजीकृष्ण, सखारामबापू उभे होते. गोपिकाबाईंनी देखण्या विश्वासरावांना प्रथम ओवाळले. भाळी कुंकुमतिलक आणि अक्षता लावल्या. सोन्याच्या ताटातली रत्नजडित तलवार विश्वासरावांच्या हवाली केली. मघापासून ताठ असणारे विश्वासराव मातृवियोगाच्या कल्पनेनं गलबलून गेले. ''मातुश्रीऽऽ'' म्हणून त्यांनी हंबरडा फोडला. ते गोपिकाबाईंना बिलगले. गोपिकाबाईंचं कठोर हृदय मेणाहून मऊ झालं. त्यांनी आपली आणि रावांची आसवं पुसून त्यांना निरोप दिला. विश्वासरावांनी नानासाहेबांच्या पायांवर डोकं ठेवलं. पेशव्यांनी त्यांना कवेत घेतलं. मंगल आशीर्वाद दिला. गोपिकाबाईंनी भाऊसाहेबांना ओवाळून दुसरी रत्नजडित फिरंगी तलवार भाऊसाहेबांच्या हवाली केली. भाऊसाहेबांनी गोपिकाबाईंना नमस्कार केला. ते घोगऱ्या आवाजात म्हणाले,

''वहिनीसाहेब, ह्या कट्यारीची किंमत राखीन. गनिमाला उभा फाडून खाईन किंवा हिची लाज राखता राखताच युद्धभूमीवर...''

गोपिकाबाईंनी भाऊसाहेबांच्या मुखावर हात ठेवला. त्या म्हणाल्या,

''भाऊजी, असं अभद्र काही बोलू नका. आपण यशस्वी व्हालऽऽ''

भाऊसाहेबांनी नानासाहेबांच्या पायावर माथा ठेवताच नानासाहेबांना भडभडून आलं. सांजसकाळ राज्यकारभारात, सुलुखात, रणावर, वाड्यात, इकडेतिकडे तिन्हीत्रिकाळ वावरणाऱ्या भाऊंना निरोप देणं पेशव्यांच्या जिवावर आलं. प्रथमच भाऊसाहेब त्यांना सोडून दूरदेशी चालले होते. पेशव्यांनी भाऊंना मिठी मारली. ते गदगदल्या सुरात म्हणाले,

''भाऊसाहेब, तुम्हांकडे आम्ही कधी बंधू म्हणून पाहिले नाही. जसे आम्हांला विश्वासराव तसेच तुम्ही. मला दशरथाची गती झाली आहे. प्रभू राम वनवासाला निघताना राजा दशरथालाही इतका वियोग जाणवला नसेल.''

''आमची गत तर भरतासारखी झाली आहे.'' भाऊसाहेब म्हणाले, ''आपल्या पादुका घेऊन आम्ही परमुलखी चाललो आहोत. त्या साक्षी ठेवून त्रिखंडांत झेंडा कसा रोवता येईल तेच आम्हांला बघायचे आहे.''

''वरचेवर खलिता धाडावा. काही लागले, मागून घ्यावे. अनमान करू नये. तुम्ही साक्षात अप्पांचे पुत्र आहात. आगीतही आगडोंब उसळून द्याल. पण आगीशी खेळताना सावध असावे. आपण मेलो नि जग बुडाले.''

''पेशवे सरकारांनी चिंता करू नये.'' भाऊ धीराने बोलले.

भाऊंनी पाठ फिरवली तोच भोळ्या रघुनाथदादांना राहवेना. दादांचा बर्फरूपी देह वितळला. ''भाऊसाहेबऽऽ'' या हाकेसरसे भाऊ माघारा वळले तसे दादासाहेब पुढे झेपावले. त्यांनी भाऊंना मिठी मारली. दोघांनी एकमेकांना आलिंगन दिले. सखारामबापूंनी कसनुशी मुद्रा करून बाजूला तोंड फिरविले. दाटल्या कंठाने रघुनाथदादा म्हणाले,

''भाऊसाहेबऽ, काही कमी-जास्त असेल तर नुसता निरोप धाडा. हा रघुनाथ वाऱ्यावर स्वार होऊन दौडत येईल. तुमच्यासाठी आकाशपाताळ दणाणून सोडेल.''

''बराय,'' भाऊसाहेबांनी दाटल्या कंठाने सर्वांचा निरोप घेतला.

खाशा अंबारीपुढे भाऊसाहेबांचा चंद्रसेन नावाचा पांढरा शुभ्र, पांचाळी जातीचा घोडा ऐटीत उभा होता. चंद्रसेन हे त्यांचे आवडते जनावर. भरीव पुठ्ठा, मस्त गर्दन, रुंदाड हाडपेर आणि उंचापुरा देह यांमुळे तगडा चंद्रसेन झोकदार दिसे. त्याच्या मानेवरचे केस एखाद्या सुंदरीने स्नानानंतर मोकळ्या सोडलेल्या केसांसारखे बेदरकार दिसत. चंद्रसेनच्या डोक्यावर कलाबुताचे गोंडे सोडलेले होते. त्याच्या पाठीवर किनखापाचे जीन लादून लगामाच्या दोऱ्यावर रेशमाचे जाळीदार विणकाम केलेले होते. चारी पायांत सोन्याचे तोडे साजिंदे दिसत होते. सहस्रावधी घोडदळात भाऊसाहेबांचा चंद्रसेन उठून दिसत होता. गजेंद्र हा भाऊसाहेबांचा लाडका हत्ती. धबधब्याजवळ भलादांडगा काळाशार कातळ कोरून तयार व्हावा तसा गजेंद्र दिसायला अगडबंब. त्यावर साजेशी अंबारी सजलेली. अंबारीत आधीच विश्वासराव स्थानापन्न झालेले. अंबारीशेजारी चंद्रसेन उभा राहिला. चंद्रसेनावर उडी मारून भाऊसाहेब तेथून गजेंद्रावर लीलया आरूढ झाले. पुन्हा एकदा पंचतोफांचा कानठळ्या

बसवणारा आवाज दणाणला. पाठीमागच्या अंबाऱ्यांतून आक्कासाहेब, पार्वतीबाई, लक्ष्मीबाई आदी राजवंशातल्या स्त्रिया बसलेल्या. नानासाहेब इकडेतिकडे पाहत ओरडले,

"या गर्दीत फडणीस नाना कुठे दिसत नाहीत?"

"त्यांची अवघडली स्थिती झाली आहे. घोड्यावर वा अंबारीतही त्यांना बसता येणार नाही. पाठीमागच्या एका पालखीत झोपून ते कूच होणार आहेत," असे कोणी तरी बोलले.

'अवघडली स्थिती' हे शब्द ऐकताच सखारामबापू खो: खो: करून हसले. बघता बघता खाशा अंबाऱ्या, पालख्या, मेणे पुढे सरकले. पाठीमागून इतर सरदारांची पथके चालली. त्यांच्या पाठोपाठ लष्कर, बाजार, दुकानदार, भिस्ती, पाणके, सेवक, खिदमतगार, वाजंत्री, नाटकशाळांचे-कलावंतिणींचे मेणे, कामाठी, कारकून मंडळी, नाचे, नर्तकी, शागीर्दपेशे, भट, भिक्षुक, पंडित, शास्त्री, आचारी, बावर्ची, खटपटे, साजिंदे, सारंगे, तबलजी, यात्रेकरू, गोसावी, बैरागी, ज्योतिषी, गोंधळी, भुत्ये, फकीर, चाबूकस्वार, भाट, भडवे चालू लागले.

विश्वासरावांच्या आणि विशेषत: भाऊसाहेबांच्या जाण्याने नानासाहेबांना भरून आलं होतं. जाणाऱ्या फौजेकडे ते किती तरी वेळ बघत एके जागी खडे होते. भाऊंच्या नाना आठवणी डोक्यात गर्दी करीत होत्या. ते गोपिकाबाईंना सांगत होते,

"गोपिके, भाऊसाहेबांना सातारला विद्याभ्यासाला ठेवून आम्ही पुण्याकडे परतत होतो, तो क्षण मला अजून आठवतो. राजद्वारापर्यंत निरोप द्यायला आलेला चिमुकला भाऊ माझ्या घोड्यापाठोपाठ गेंडामाळापर्यंत धावत आला होता. लगामाशी लगटलेला भाऊ पाहून मी पुन्हा पायउतार झालो. मला निरोप देताना लेकराच्या डोळ्यांत आषाढझड लागलेली. आज परक्या मुलखाला चाललेले तेच भाऊसाहेब किती समजूतदार भासत होते. लहानग्या लेकरासारखी माझी स्थिती, तर भाऊ थोर होऊन समजूत घालू लागलेले. अवघ्या तिशीत ही केवढी समज कमावली लेकराने."

सूर्य अस्ताला गेला होता. डोंगराआडून त्याची सहस्त्रावधी किरणे पश्चिम क्षितिजावर फाकलेली. धरित्रीचा निरोप घेण्याच्या पवित्र्यात असलेली. त्या सांजकिरणांच्या प्रकाशरेघांतून दूरवर गेलेल्या मराठी फौजांतील निशाणं, बावटे, भाले, अंबाऱ्या, पताका अस्पष्ट दिसू लागलेल्या. मावळत्या सूर्यकिरणांत नानासाहेब लष्कराकडे पुन: पुन्हा बघत होते. फौजेपाठोपाठ यात्रेकरू आणि बुणग्यांचे तांडे चाललेले. सेनासागर थोडासा दूर गेला. लष्कराच्या पायात पाय गुंतवून यात्रांच्या झुंडी चालल्याचा भास नानासाहेबांना होऊ लागला.

सांजकिरणांच्या प्रकाशरेघांतून दूरवर गेलेल्या मराठी फौजांतील निशाणं, बावटे, भाले, अंबाऱ्या, पताका अस्पष्ट दिसू लागलेल्या.

चैत्र वैद्य ४ शके १६८१– ४ एप्रिल १७६० ला मराठा लष्कर बुऱ्हाणपूरला पोहोचलं होतं. भाऊसाहेबांना चुकचुकल्यासारखं वाटत होतं. मनात एक मनसुबा धरावा आणि प्रत्यक्षात दुसरं घडावं, अशीच तऱ्हा चाललेली. गिलच्याला तीन महिन्यांतच गाठून मारू, ही भाऊसाहेबांची परतूड मुक्कामाची भाषा होती. कदाचित सवयीनुसार पावसाळ्याआधी गिलच्या कंदाहारी जाईल, अशी साऱ्या लष्कराची अटकळ. दादासाहेब एकदाही अब्दालीला सामोरे गेले नाहीत म्हणून आपल्या मित्राने त्यांची अवहेलना केली. त्या जिद्दीने निदान तो परतण्यापूर्वी त्याला गोटात घालून मारू, हा भाऊंचा संकल्प होता. त्यासाठीच तीन महिन्यांत त्याला भिडण्याची भाऊसाहेबांची तयारी होती. ठरल्याप्रमाणे आठ दिवसांत घोडी बऱ्हाणपूरच्या वेशीला लागायला हवी होती पण आठाचे वीस लागले तसे भाऊसाहेब चिंतागती झाले. झाल्या गोष्टींनाही इलाज नव्हता. दत्ताजी पडल्याची बातमी आली आणि लागलीच हिंदुस्थानी जाण्याचा निर्णय घाई-गडबडीने घेण्यात आला. इतर मोहिमा पुण्यातून निघायच्या, आस्तेकदम तयारीला वाव मिळायचा. पण आता उदगीरची मोहीम संपल्यावर त्याच मोहिमेतल्या पागा, स्वार, जनावरं, माणसं घेऊन हिंदुस्थानात निघायचं होतं. उदगिरीतले जखमी, विकलांग सैनिक एका बाजूला करणं, लंगडी, फेंगडी, जखमी जनावरं बाजूला काढणं, जादा नव्या दमाची पथकं, एकांडे, जनावरं बोलावणं, त्यांनी गावागावांतून निघणं आणि सामील होणं यांत अनेक दिवस चालले.

परतूड सोडल्यावर पहिला मुक्काम सिंदखेडला पडला. दोन वर्षांपासून बिनघोड्याने वावरणाऱ्या शिपायांना भाऊंनी ठरल्याप्रमाणे रकमा दिल्या. नगर-औरंगाबादेकडून आणखी काही पथकं येऊन मिळाली. त्यातच गावोगावच्या जत्रेकऱ्यांनी आपल्या जथ्यानिशी गर्दी केली. त्यामुळे सिंदखेडात दोन मुक्काम पडले. होता होता परळी, कणारमार्गे अवघ्या एकशेवीस मैलांवरचे बुऱ्हाणपूर गाठायला भाऊसाहेबांचे वीस दिवस खर्ची झाले.

भल्या सकाळी भाऊसाहेब कचेरीच्या डेऱ्यात बसले होते. प्रवासाची, हिसाबकिताबाची बरीच दगदग झाली होती. त्यातच गेल्या तीन आठवड्यांत रात्र रात्रभर झालेली जागरणे यामुळे त्यांचे डोळे लालजाळ दिसत होते. भाऊंच्या रेट्याने बळवंतराव गणपतराव आणि महिपतराव चिटणीसही दमल्याभागल्यासारखे दिसत होते. डेऱ्याच्या कोपऱ्यात आपल्या जाडजूड मिश्यांवरून मधेच हात फिरवीत समशेरबहाद्दर दारूगोळ्याचे हिशोब बघत होते. परक्या शत्रूला हातभार लावू नका, हिंदुस्थान अबाधित राखू या, अशा आशयाचा ख़लिता भाऊसाहेबांनी माधोसिंगाला स्वहस्ते लिहिला. काही रजपूत राण्यांना आणि आग्र्याकडच्या जमीनदारांनाही खलिते लिहिले. आपल्या असेल त्या सैन्यानिशी आम्हांला येऊन सामील व्हा, अशी कळकळ शब्दांत गुंफली. आठ-दहा खलिते खरडून झाल्यावरच त्यांनी बोरू बाजूला ठेवला. उपरण्याने

कपाळावरचा घाम पुशीत ते म्हणाले,

''महिपतराव, माधोसिंगाचा खलिता लिहून पुरा झाला. बघू या रजपूत मंडळी काय करतात ते.''

''बाकीच्यांना खलिते धाडत आहात, ते फार चांगले, पण माधोसिंगाला? त्याने तर...''

''अब्दालीला हिंदुस्थान भेटीचे आवातण दिले, मराठ्यांविरोधी कारवाया केल्या असंच ना?''

''हो.''

''बघू.'' भाऊसाहेब हसून म्हणाले, ''जेवढे शक्य तितके निकराचे यत्न करायचे. नाही तर त्याची बुद्धी त्याच्यासंगे, पण न जाणो एखाद्या वक्ताला वाल्याचा वाल्मीकीही होऊ शकतो.''

''गोविंदपंतांकडून काही खबर?'' समशेरबहाद्दर.

''अद्यापि नाही. एवढ्यात येणंही शक्य नाही. डाक पोहोचायलाच तीन हप्ते लागतात पण पैशाची अडचण आहे. लवकरात लवकर ऐवज पोहोचला तर श्री गजाननाचीच कृपा.''

''भाऊसाहेब, आपण गुदस्ता मराठी राज्यातील सर्व सरदार, जमीनदारांवर कर्जपट्टी बसवली होती. ती देण्याचं शिंदे-होळकरांनीही मान्य केलं होतं. त्यातला काही ऐवज हाताशी लागला?'' बळवंतराव.

''त्या साऱ्याची अंमलबजावणी यंदाच करावयाची होती. तोवर ही मोहीम आली. सारे अंमलदार पैसे चुकविण्यासाठी नाना सबबी सांगतात. पेशवाईचं कर्ज पर्वतीसारखं वाढतं आहे. होळकरांचे गंगोबातात्यासुद्धा कळवितात– 'यंदा खर्चामुळे डोहात आहोत.' पण डोहात खरे कोण, याची गंगोबाला कुठली कल्पना?''

''पण भाऊसाहेब, भरण्यासाठी चौथाईसाठी तुम्हीच तर ताळेबंद केले. लोकांच्या मागे लकडा लावला–'' महिपतराव.

''होय, आम्ही शनिवारवाड्यात फडाचे काम भक्कम केले. रामचंद्रबाबांचे मार्गदर्शन उपयोगी पडले. ताळेबंद, जमाबंदी, खर्चाच्या वह्या, त्यासाठी कारकून, फडणीस– सारी घडी बसविण्याचा कठोर यत्न केला. अंताजींना आणि लबाड हिंगण्यांनाही फटकारले. यामुळे तर हा भाऊसाहेब, त्या चोरांना आणि त्यांच्या वाड्यातल्या इष्टमित्रांना, सग्यासोयऱ्यांना कडू लागतो. राज्य स्वसामर्थ्यावर उभं करायचं म्हणजे हे करायलाच हवं.''

मसलत सुरू असताना सेवक आत आला. सांगू लागला,

''अहमदनगरच्या किल्लेदाराकडून गाड्या आल्या आहेत. बाहेर खिदमतगार उभे आहेत.''

''नारोबाबाजी नगरकरांकडून का?''

''व्हय श्रीमंत. सोडू त्यांना आत?''

''नको, आम्हीच बाहेर येतो. चला समशेर, बघू या किती दारूगोळा आला तो.''

स्वत: भाऊसाहेब, समशेरबहाद्दर, महिपतराव, बळवंतराव कचेरीच्या डेऱ्याबाहेर आले. खिदमतगाराबरोबर भाऊसाहेब लष्कराच्या बाजारातून छावणीबाहेर आले. समोर साडेतीनशे बैलगाड्या-गाडे उभे होते. रात्रभराच्या प्रवासाने बैल भेंडाळलेले दिसत होते. डोंगरदऱ्या, वाटा, आडवाटा तुडवून तुडवून त्यांच्या तोंडाचा फेस आटला होता. जनावरं टांगणीला लागू नयेत म्हणून भाऊसाहेबांनी दारूगोळ्याची त्वरित मोजदाद करा, असं महिपतराव आणि नाना फडणिसांना बजावलं. नारोबाबाजीने दारूगोळा काळजीनं धाडला होता. वरून पावसाचा, दहिवराचा त्रास होऊ नये, एखाद्या वेळी दारू सादळू नये म्हणून प्रत्येक गाडीच्या साठीवर ताडपत्र्या, कनातीची कापडं अगर मोकळी चामडी पांघरली होती. चिटणिसांनी दारूगोळ्याची मोजदाद सुरू केली. आठ खंडी शिसे आणि चाळीस खंडी दारू येऊन पोहोचली होती. नव्याण्णव हजार गारभांडी छेरे पोहोचले होते. हिशोबाचा कागद बघत भाऊसाहेब म्हणाले,

''महिपतराव, मोठे तोफगोळे फक्त आठ हजार? किमान एकोणीस हजारांची आवश्यकता आहे.''

''नारोबाबाजीने नगरच्या किल्ल्यावर जे होतं, ते झाडून पाठवलं आहे. या आधी पुण्याला काही तोफगोळे शिल्लक असतील तर धाडा म्हणून खलिता रवाना झाला आहे. बुऱ्हाणपूरच्या ठाणेदाराकडेसुद्धा काही गोळे लाभतील.''

''तोफांना बत्त्या देण्यासाठी किमान दोन हजार फिरंगी रजमे कागद पाहिजे होता. नुसते पासष्ट रजमे पावले!''

''बरोबर आहे भाऊसाहेब. याचा जारीनं तलास केला पाहिजे.''

''ठीक आहे महिपतराव,'' भाऊसाहेब म्हणाले, ''पुरेशी दारू अजून प्राप्त झाली नसली तरी ही सुरुवात काही वाईट नाही.''

दारूगोळ्याची चर्चा चालली असतानाच किल्लेदाराचा दरकदार सामोरा आला आणि मुजरा करून म्हणाला,

''सरकार, ह्या साडेसातशे बैलांपैकी अडीचशे बैल नगराहून भाड्याने आणलेत. बैल नगरच्या वाण्यांचे आहेत. इथूनच ते माघारा आणतो असं वचन दिल्यावरच वाण्यांनी बैल दिलेत. यापुढची सोय सरकारातून व्हावी.''

''ऐकलंत चिटणीस?'' भाऊसाहेब म्हणाले, ''आजच्या आज आजूबाजूच्या खेड्यापाड्यांत माणसं धाडा. कमीत कमी चार-पाचशे बैल खरेदी करा. तोफा ओढायला यापुढे अधिक बैल हवेत. वाटेत आता विंध्य-सातपुड्याच्या चढ्या रांगा आडव्या येतील. ज्या तोफेला सव्वाशे बैल लागतात तिथे दोनशाने बेगमी व्हायची नाही. येत्या चार रोजांत जेवढे बैल खरेदी करायचे तेवढे करा. थंडीवाऱ्यात, रोगराईत बरीच जनावरं गुदरतील, त्याची आतापासूनच व्यवस्था हवी. बुंदेलखंडातसुद्धा

भाऊसाहेबांचा चंद्रसेन दिसताच इब्राहिमखानाने लवून सलाम केला. ''खानसाहेब, जंगाची तयारी कशी चाललीय?'' भाऊसाहेबांनी विचारलं.
''तोफा आणि दारू सज्ज आहे, आता नसते गिलचे दाखवा, भाजून काढतोऽ'' इब्राहिम बोलला.

चांगले दोन-तीन हजार खोंड तयार ठेवा, असा खलिता आजच गोविंदपंतांना धाडा.''

बुऱ्हाणपूरच्या दोन–तीन मुक्कामांत भाऊसाहेबांना बरीच तयारी करून घ्यायची होती. परतुडाहून त्यांचे घाई-गडबडीने पाय बाहेर पडले होते. आता तरी उरल्या गोष्टींची उस्तवारी लावायला हवी होती. भाऊसाहेब घोड्यावरून साऱ्या लष्कराची पाहणी करीत होते. लष्कराच्या एका अंगाला मानाजी पायगुडे जीन दुरुस्तीची व्यवस्था बघत होते. फाटक्यातुटक्या जीनखोगिरी उसकटून पाच-सातशे चांभार उघड्या मैदानात बसले होते. जीनखोगिराला टाकादोरा द्यायचं, जिथं कातडं राठ झालं असेल तिथं तेलपाणी द्यायचं काम सुरू होतं. काही चांभार रापीनं करकरा कातडं चिरून नव्या खोगिरी बनवीत होते. भाऊसाहेबांच्या येण्याबरोबर कारागीर मुजऱ्यासाठी झटकन उठू लागले. तोच भाऊसाहेबांनी ''उठू नका, चालू दे'' असा इशारा केला.

दुसऱ्या बाजूला शिकलगारांचे दहा-बारा भाते पेटले होते. भात्यांच्या लालेलाल तोंडात शिकलगार कोळसा टाकून आग भडकावीत होते. फुललेल्या आगीत काळपटलेले शिकलगार तलवारी, भाल्यांची पाती सडकून भाजत होते. वडार, शिकलगार, हत्यारं शेवटून देत होते. हरएक भात्यापुढे मराठी राउतांनी गर्दी केली होती. अब्दालीला पाणी पाजण्याआधी तलवारींना पाणी देणं आवश्यक होतं. तिसऱ्या बाजूकडे गारद्यांचे तंबू पडले होते. पुढच्या मैदानात कंबर मोडलेल्या तोफगाड्या-गाडे इब्राहिमखान गारदी स्वत:च्या नजरेखाली दुरुस्त करून घेत होते. बाजूलाच लक्ष्मणराव पानसे आपलेही तोफगाडे दुरुस्त करीत होते. इब्राहिमचे काही तेलंगे, तोफची तोफांना तेलपाणी करीत होते. तर काही लोहार पोलादाच्या कांबी गोलाकार वाकवून, तापवून, ठोकून चाकांबरोबर आवळून बसवीत होते. सुतारमंडळी गाड्यांची मोडकी बावकाडं आणि जुवांची सांधणी करीत होते. भाऊसाहेबांचा चंद्रसेन दिसताच इब्राहिमखानाने लवून सलाम केला.

''खानसाहेब, जंगाची तयारी कशी चाललीय?'' भाऊसाहेबांनी विचारलं.

''तोफा आणि दारू सज्ज आहे. आता नुसते गिलचे दाखवा, भाजून काढतोऽ'' इब्राहिम बोलला.

''समशेर, खानसाहेबांना काही कमी-जास्ती लागत असेल तर चौकशी करून या,'' भाऊसाहेब.

भाऊसाहेबांचा बेडा पुढे गेला. इब्राहिमखानाने समशेरबहाद्दराला डेऱ्यात बोलावलं. थंडाई झाली. इब्राहिम समशेरकडं एकटक बघत होता. राठ गाली आणि दाट मिश्यांचे लांबलचक आकडे, मजबूत आडवा बांधा आणि तीक्ष्ण डोळे. त्यातच समशेर हसून म्हणाले,

''खानसाहेब, औरतीकडे बघितल्यासारखं काय करता?''

''औरतीकडं नाही रावसाहेब, मैं जवाँमर्द शेर बाजीराव का बछडा देख रहा हूँ।

बचपनामध्ये ज्या बाजीरावाचं नाव ऐकल्यावर भान हरपायचं, त्याच्या पोराचा चेहरा जरा निरखू द्या तरी.''

''काय बघणार आहात माझ्यात? मैं तो ना घरका ना घाटका. ना हिंदू ना मुसलमान–'' विषण्णपणे समशेर बोलले.

''इन्सान तो है सही?'' इब्राहिम म्हणाले, ''समशेर, तुमची स्थिती कस्तुरीसारखी आहे. तुम्हांला तुमच्या उरातला गंध माहीत नाही. हिंदुस्थानची लावण्यवती मस्तानी आणि दख्खनचा शूर जवाँमर्द बाजीराव पेशवा– सौंदर्य आणि शौर्य यांच्या मिलाफातून समशेर, तुमचा जन्म झाला. याचा तुम्हांला नाझ वाटला पाहिजे.''

''खानसाहेब, या हिंदुस्थानात सुखानं जगायचं असेल तर माणसावर जातीचा शिक्का पाहिजे. बिना साखळीचा कुत्ता आणि बिना जातीचा आदमी, दोघांचे हाल बराबर.''

''समशेरजी, असे कडू शब्द आपल्या मुखाला शोभा देत नाहीत. पेशव्यांच्या शनिवारवाड्यात आपली खूप चांगली इज्जत राखली जाते, असे ऐकून होतो आम्ही.''

''खानसाहेब, ही इज्जत, इभ्रत आता आली. उगाचच कधी कधी मी कोणाला वाटेवरचा काटा भासलो होतो. तोच मी कालांतरानं सराटा नसून बुरुजावरचा पहारेकरी आहे, हे पूर्ण कळल्यावरच ही इज्जत वगैरे फजूल गोष्टी लाभल्या. तुम्ही मघाशी शौर्य आणि सौंदर्याचा उल्लेख केलात. खरं आहे आपलं खानसाहेब. शौर्याला सौंदर्य भाळलं. बाजीरावाच्या भेटीला मस्तानी आली. ती त्याची झाली पण सदान्कदा वाड्यामध्ये यवनी, चेटकीण म्हणूनच माझ्या आईची संभावना झाली. आम्हांला वेगळ्या महालात राहावं लागलं. दोन वर्षांची माझी उमर होती तेव्हा उंबऱ्यावर चौक्यापहारे बसले. माझ्या पित्याच्या दर्शनासाठी माता तडफडायची. जशी पाण्याबाहेर मासळी! तिला रणरणत्या उन्हातले वाळूचे कढ सोसावे लागले. माझा पिता माझं कोडकौतुक पुरवायचा. शनिवारवाड्याच्या देवडीवरून कधी भरून वाहणारी सरिता तर कधी आभाळातल्या चांद-चांदण्यांची कविता दाखवायचा, समजावून सांगायचा. आपल्या या बेट्याची, या समशेरची मुंज व्हावी, असा त्यांचा संकल्प होता.''

''खुद्द बाजीराव पेशव्यांचा संकल्प! मग कोण आलं त्या संकल्पाआड? कोणाची झाली हिंमत?''

''खानसाहेब, धर्म आणि जातीच्या पांघरुणाखाली कोठलाही शूरवीर डालपाटीखालच्या कोंबड्यासारखा सहज झाकला जाऊ शकतो. यवनीपासून झालेला पोर, मग तो बाजीरावाचा का असेना, तो हिंदू नव्हे; त्याची मुंज होणेच शक्य नाही, असे मोठमोठाले शास्त्रीपंडित ग्रंथांचा हवाला देऊन सांगू लागले. तर कोणाला अंत:पुरात वाटू लागलं, बाजीराव आज याची मुंज करू म्हणतो तर कोणी सांगावे– उद्या मसनदीवर बसवा म्हणेल. माझं आणि माझ्या मातेचं दु:ख जगापेक्षा न्यारं आहे.

तिनं शौर्याची पूजा बांधली. वीरत्वाला वरलं. जातीनं मुसलमान असूनही ती हिंदु पतिव्रतेप्रमाणे जागायची, वागायची. पण तिच्याबद्दल यवनी, यवनी म्हणून अख्ख्या पुण्यानं कांगावा केला. धर्ममार्तंडांनी पेशव्यांच्या घरातल्या कोणत्याही विधीला हजर न राहण्याचा, बहिष्कार घालण्याचा निश्चय केला. माझी माता पुण्याबाहेर पडावी, दबाव आणावा म्हणून सदाशिवरावभाऊंच्या पहिल्या लग्नावर पुण्याच्या गाढ्या पंडितांनी बहिष्कार घातला. दादासाहेबांच्या मुंजीकडं कोणी फिरकलं नाही. माझी आजी राधाबाईसाहेब, भाऊसाहेब अशी खंबीर माणसं माझ्या मातेच्या पाठीशी राहिली. आजीसाहेब तर स्पष्ट म्हणाल्या– पेशव्यांच्या धर्मकृत्यावर पुण्याचे ब्राह्मण बहिष्कार घालणार असतील तर धर्मविधीसाठी आम्ही काशीहून ब्राह्मण बोलावू. अशा आजीसाहेब नसत्या तर कोणत्या रानावनात माझी माता भटकली असती, ते श्री पांडुरंगाला माहीत. अवघा सहा वर्षांचा होतो, तेव्हा गगनाला गवसणी घालणारा पिता आणि त्याच्या पाठोपाठ ढगामागून जाणाऱ्या सावलीसारखी माताही नाहीशी झाली. मात्र दैवातली साडेसाती सुटली नाही.''

''पण रावसाहेब, शादीपूर्वी आपणाला हिंदु धर्मात घेण्याच्या खटपटी चालल्या होत्या, असं ऐकत होतो,'' इब्राहिम.

''सच है खानसाहेब! भाऊसाहेब आणि दादासाहेब यांची फार इच्छा होती. नानासाहेबांचीही याला मूक संमती होती. यात माझ्यावरच्या प्रेमाऐवजी माझ्या तीर्थरूपांच्या पुण्याईचाच भाग अधिक होता. पण हेही घडलं नाही.''

''मतलब? खुद्द पेशव्यांची संमती असताना कोण आड आलं? नेताजी पालकराने यवनी धर्म स्वीकारला होता तरी शिवाजीमहाराजांनी त्यांना परत हिंदुधर्मात घेतलंच की! आणि प्रत्यक्ष बाजीरावाच्या बेट्याला ही भ्रांत पडावी?''

''तो काळ केव्हाच गुदरला खानसाहेब. आमच्या विश्वासरावांच्या मातुश्री आणि मुख्य पेशवीणबाई गोपिकाबाईसाहेब यांच्यापुढे कोणाची डाळ शिजणार? उलट यवनीचा, चेटकिणीचा पोर म्हणून त्यांनी माझा दुस्वासच केला.''

''अच्छाऽ! म्हणजे सत्तेत भागीदारी नको नि म्हणून व्यवहार-उपचार नकोत, असंच ना?''

''त्यांच्या जरबेपुढे कोणाचं काय चालणार? या बाजीरावाच्या बेट्याला लक्षविलपतरायाची, पूर्वीच्या हिंदूची, आताच्या मुस्लिमाचीच लडकी, लालकुँवर करावी लागली. माझ्या तलवारीचं पाणी मी बारा-तेरा वर्षांचा असल्यापासून दाखवत आलो आहे. उत्तरेतली रघुनाथदादांची मोहीम असू दे, सागरकिनारीचा तुळाजी आंग्र्याशी संघर्ष असू दे, नाही तर बुंदेलखंडची वकिली असू दे, हा समशेर समरांगणात शेरच ठरला.''

''बाजीरावापोटी जन्म घेऊनही तुम्हांला कोणी आपलंसं मानलं नाही, ही केवढी फजूल बात.''

''भाऊसाहेबांसारखी प्रेम करणारी माणसं आमच्या पाठीशी असल्यावर आम्हांला

कसली तमा खानसाहेब? थोड्या फार फरकाने पत्रावळीवर दुर्दैवाचा ठाव घेऊन एका पंगतीला बसलेले आम्ही दोघेही सारखेच आहोत. आम्हांला हिंदू न करून घेतल्याबद्दल बिलकूल वाईट वाटत नाही. यवनीच्या पोटी जन्मल्याचंही दुःख नाही. कारण आमची जातकुळी म्हणजे आमच्या नागव्या तलवारी. आमचं आजोळ, सासर, माहेर, सारं काही म्हणजे समरांगण. रणांगण हेच आमचं मूळ आणि कूळही. तुम्ही आमच्या संगतीसोबतीला आहातच खानसाहेब. येत्या समरांगणीच आम्ही आमच्या खाणाखुणा तुम्हांला पटवून देऊ.''

''समशेर रावसाहेब, मला या साऱ्या गोष्टींचा मतलब साफ दिसतो. भाऊसाहेब काय किंवा तुम्ही काय, दोघेही अग्निकुळातले आहात. नशिबाने तुमच्या तलवारींना चमक दिली. मात्र दुःख-वेदनांचे काही काटे तळपायात कायमचं घर करून अंग चोरून बसले.''

''खानसाहेब, त्या अगम्य, असाध्य शक्तीला कोणी अल्ला म्हणतं, तर कोणी ईश्वर म्हणतं. ईश्वर आहे मोठा चतुर. माणसाला तो सारं काही एका दमात अर्पण करीत नाही. एका हातानं काही तरी देतो आणि दुज्या हातानं काढून घेतो. म्हणून तर त्याचं ईश्वरत्व शाबूत राहतं ना?''

इब्राहिमखान आणि समशेरबहाद्दर तोफखान्याची व्यवस्था बघून डेऱ्याकडे निघाले. जेव्हा तोफखान्याकडून दोघांचा फेरफटका चालला होता तेव्हा रांगड्या समशेरकडे इब्राहिमच्या पथकातले तेलंगे, हबशे, फिरंगी ''बाजीराव का बेटा'' म्हणून बोट दाखवत होते. ती कुजबूज कानावर पडताच समशेरच्या अंगावर मूठभर मांस चढत होतं. कधी मधी कानावर पडणाऱ्या या दोन शब्दांनीच त्याला जगण्याची हिंमत दिली होती. कचेरीच्या डेऱ्यापुढे दोघेही पायउतार झाले.

कचेरीच्या डेऱ्याला यात्रेच्या कचेरीचं स्वरूप आलं होतं. वीस-पंचवीस कारकून बोरू झिजवत होते. खर्चाच्या-जमेच्या हिशोबचोपड्यांचे ढीग आगे-मागे पडले होते. तिन्हीसांजेचा वारा वाहत होता. दिवसाचा गोंडा फुटण्याआधी भाऊसाहेबांनी एका जागी मारलेली बैठक अजून सोडली नव्हती. दुपारचा खाना गेल्या अनेक दिवसांप्रमाणे आजही चुकला होता. बसल्या जागी चार फळे आणि वर पोटभर पाणी पिऊन भाऊसाहेब तसेच कामकाजात मग्न राहिले होते.

अवघ्या तीन महिन्यांत गनिमाला गाठायचा होता. त्यांतले तीन आठवडे एकशेवीस मैलांच्या अंतरात भुर्रकन उडून गेले होते. वाटा-आडवाटांनी दिल्ली गाठावयाची होती. गंगा-यमुनेच्या दरम्यानच गनिमाशी गाठभेट होईल, असा कयास होता. अजून सात-आठशे मैलांची रपेट बाकी होती. हे सारे ठोकताळे मनाशी बाळगून भाऊसाहेब अविश्रांत झटत होते. एका हरकाऱ्याचा ताजा मजकूर वाचून ते खाशा बैठकीत बोलले,

''अब्दाली अजून अलिगढलाच आहे, अशी ताजी खबर मिळाली आहे. पावसाळ्याच्या आरंभी त्याला आहे तेथेच गाठायचा झाला तर यमुनापार व्हायला

हवं. होड्यांचा पूल बांधून लष्कर पार करायला हवं.''

''काकासाहेब, आपण नावांची तजवीज करावी म्हणून गोविंदपंतांना या आधीच खलिता धाडला आहे ना?'' विश्वासरावांनी विचारलं.

''पण हुकमांची तामिली वेळेत व्हायला हवी. नाग हातचा सटकल्यावर पुंगी वाजवून काय उपयोग? आजच पंतांना आणखी एक खलिता धाडायला हवा.''

''पण भाऊसाहेब, एकट्या गोविंदपंतांवर सारा भार देणं कितपत सही ठरेल?'' समशेरबहाद्दर.

''आपलं पटतं मला, पण दुजा मार्ग काय? एक तर उत्तरेतले आपले सारे ठाणेदार, तालुकदार नमकहराम आहेत. वेळेत भरणा भरणारे आणि इतरांपेक्षा दौलतीशी चांगले इमान राखणारे एकटे गोविंदपंत आहेत. वृद्ध, अनुभवी आणि बुंदेलखंडात इतक्या दिवसांचा राबता असणारे, समृद्ध तालुक्याचे मामलेदार आहेत ते. हा मोहीम प्रसंग अचानक उद्‌भवला. अशा अनिनीच्या वेळी पंतांशिवाय आम्ही कोणाकडे बघायचे?''

भाऊसाहेब महिपतरावांना तातडीचा मजकूर सांगू लागले– पावसाळ्यापूर्वी यमुनेवर नावांचा पूल बांधणं आवश्यक आहे. सध्या फौजेचा खर्च वाढला आहे. माळव्यात येईतो दहा-बारा लाखांचा बंदोबस्त ठेवा. आता तातडीने पाच-सहा लाख पाठविण्याची सोय बघा. उत्तरेच्या बातम्या वेळेवर येत नाहीत. जलद डाकेची व्यवस्था करा. अयोध्येकर सुजाउद्दौला आपल्याच गळाला लागला पाहिजे. दिवसाआड खलिता धाडण्याची व्यवस्था ठेवा– अशा साऱ्या तातडीच्या मजकुराने भाऊंनी पत्र संपवले.

गोविंदपंतांचा खलिता घेऊन सांडणीस्वार रवानाही झाला. दारूगोळ्याच्या व्यवस्थेबाबत इब्राहिमखान, भाऊसाहेब आणि समशेर यांची मसलत बराच वेळ चालली. भाऊसाहेबांनी ठिकठिकाणच्या सरदारांना, कमावीसदारांना, राज्यप्रतिनिधींना लष्करी साहित्य धाडण्याचे आदेश द्यायला सुरुवात केली–

''हं, महिपतराव घ्या. नाशकाहून आठ रोजांत बाणांच्या किमान हजार कैच्या इकडे पोहोचायला हव्यात. बागलकोटहून दहा-बारा खंड्या दारू तातडीने यायला हवी. कल्याणकडून आठ-दहा खंडी शिसं मागवा. खानसाहेबांसाठी गोव्याहून तीन हजार तोड्याच्या बंदुका पोहोचायला हव्यात...''

भाऊसाहेबांना कशाचं भान नव्हतं. कारकून मंडळी भुकेनं व्याकूळ झाली होती. मोठमोठे खासेसुद्धा बसल्या जागी आळोखेपिळोखे देत होते. एकाएकी साऱ्यांची चुळबूळ भाऊसाहेबांच्या ध्यानी आली. त्यांनी विचारलं,

''समशेरराव, किती वखत झाला?''

''भाऊसाहेब, मध्यरात्र होत आली.''

''इतका वखत?'' भाऊसाहेब सर्वांकडे बघून हसले. म्हणाले, ''यापुढे तिन्हीसांज झाली की, माझ्या परवानगीची वाट न बघता तुम्ही भोजनास निघत चला. माझी

तहानभूक हरामी झाली आहे. आता माझ्याकरिता जीवन-मरण, तहान-भूक, अंधार-उजेड सारं सारं म्हणजे हा जंग... हे रणांगणऽ!''

□

सिहोरच्या डोंगरात मराठा लष्कराचा मुक्काम पडला होता. वैशाख शुद्ध १३-२८ एप्रिलला सिहोरगाव पाठीमागे टाकून लष्कर पुढे आलं होतं. तिन्हीसांज होताच काळोखाचा गडद पडदा डोळ्यांवर आला. घोडी ठेचकाळू लागली. अंधारात हत्ती सवयीनं सोंड इकडेतिकडे उडवताना सोंडेला झाडाझुडपाचा तडाखा बसू लागला. उंट फेंगड्या ढांगा टाकू लागले. दारूगोळ्याच्या गाडीवानांना रस्ता दिसेना. गाड्यांची चाकं खाचखळग्यात आदळून साठीआऱ्यांचे पेच ढिले पडू लागले. बावकाडं दणादण आदळू लागली. बाडबिस्तराच्या ओझ्यानं आधीच भेंडाळलेली तट्टं रस्त्यात कोलमडल्यासारखी करू लागली. पालख्यांच्या भोयांना ठेचा बसू लागल्या. अंबाऱ्यांना झाडांच्या फांद्या थटत होत्या. तोफांचे गाडे ओढणाऱ्या बैलांच्या रांगा अंधारडोहात एकमेकाला थटत होत्या. अडखळून, थटून, खेटून, प्रसंगी एकमेकांत गुरफटून जात होत्या. दुतर्फा चालणारे बैलहाके, बावचे पाय खड्ड्यात पडू नये याचा अदमास घेत चाबकांचे कोयंडे बैलांच्या पाठीवर थडाथडा हाणीत होते. तोफांच्या ओझ्यानं आधीच शिणलेली बैलं कुथत-मुतत जीव घेऊन चालली होती.

जेव्हा अंधार पडू लागला तेव्हा साऱ्यांची अपेक्षा होती, भाऊसाहेब आता मुक्कामाचा हुकूम सोडतील पण भाऊंनी न थांबता ''मशाली-टेंब्यांच्या उजेडात तसेच चाला,'' असा हुकूम सोडला. मशालजीचा धंदा करणारे मांग, महार, चांभार, कुणबी, मुसलमान पोटात तुकडा नसताना लष्कराला उजेड दाखवण्यासाठी पेटत्या मशाली-टेंबे घेऊन जाळवंडे, खड्डे चुकवीत चालू लागले. रात्रीचा गार वारा सुटला. वाऱ्यानं मशाली फुरफुरू लागल्या. फुरफुरता फुरफुरता जीव सोडू लागल्या. पुन्हा अंधारात चमक झाडा, मशाली पेटवा. साराच गोंधळ माजू लागला, पण भाऊसाहेब थांबायला तयार होईनात. हंडिया घाट ओलांडल्यापासून पंचवीस मैलांचं रान तुडवायला बारा दिवस लागले होते. अशा वेगानं चाललो तर एक दिवस साऱ्या लष्कराचे बारा वाजतील. अर्थात या पंचवीस मैलांत जागोजागी अडथळे उभे करून अहीरवाड्यातल्या अहिरांनी दंगा उसळून दिला होता. त्यामुळेच एवढा उशीर लागला होता. डोक्यात वाटचालीच्या मूळ हिशोबाची गणितं उलटीसुलटी होत होती. थांबून काय करायचं? गिलच्याला तर गाठला पाहिजे. पाच दिवसांमागे अहिरांच्या बंदोबस्ताला सरदार विठ्ठलराव विंचूरकरांचं एक हजारांचं रांगडं पथक पाठवलं आहे. त्यांचाही अजून पत्ता नाही. दोन दिवसांत जनावरा-माणसांचं पुरेसं पोट भरलेलं नाही. अशा अवस्थेत लष्कर जुलमानं चालत होतं. लष्करासंगे चाललेल्या यात्रेकरूंचे आता पाय उचलेनात. म्हाताऱ्या बाया रस्त्यातच बसू लागल्या. आयत्या पालखीतून चाललेल्या सरदारणी पेंगुळल्या. भोयांच्या डोळ्यांवर

अंधुकी येऊ लागली. पोटाच्या कळीनं यात्रेकऱ्यांची लेकरं ओरडू लागली. गिल्ला वाढला. आता या उपर समोरची वाट रेटणं मुश्कील झालं. वाटेत एक वाहता ओढा लागला. त्या काठी लष्कर येताच भाऊसाहेबांनी मुक्कामाचा मनसुबा जाहीर केला.

भाऊसाहेबांचा हुकूम मिळताच यात्रेकरी जागच्या जागी थांबले. मटामटा खाली बसले. थोडा इसावा खाऊन साऱ्यांनी काज्याबोज्या सोडला. अंधारात दिसेल तो लाकूडफाटा शोधून चुली पेटवल्या. ज्यांच्याकडं पीठ शिल्लक होतं, त्यांनी भाकरी थापल्या. आपसात वाटून खाल्ल्या. मराठा स्वाराराउतांनी जीनखोगिराच्या आतल्या अंगाला गोणपाटाच्या थैलीत दास्तानी ठेवलेले तवे काढले. प्रत्येक सरदाराच्या बावच्यांनी आपसात पीठ वाटलं. गरम भाकरी दाढेखाली घालून घोड्यांच्या पुढ्यात उरल्या वैरणकाड्या सोडून मराठा वीर जागच्या जागी कलंडले. सेवकांनी भाऊसाहेब, विश्वासराव, समशेर अशा खाशांसाठी तात्पुरते बिचवे उभारले. भटक्यांच्या बाजारासारखी पहाटे ही जागा सोडायची होती. त्यामुळे मिळेल तसे खासे आणि राऊत जागा धरून पडले. माहुतांनी रुंदशी जागा बघून हत्ती बसविले होते. आता खाशांचे हत्ती आणि मालवाहक हत्ती यांमध्ये फरक उरला नव्हता. रानात चुकारीच्या गायींचा कळप डोळे मिटून गुपचूप पडावा, तसे हत्ती सुपासारखे कान खालीवर करीत जागच्या जागी गप्प पडले होते.

अंधारात कुठे कुठे विझलेल्या शेकोट्यांतून जाळ निवत चाललेला दिसत होता. एखादी ठिणगी मध्येच चमकत होती. जाळ धरून राऊतशिपाई दगडांच्या उश्या करून गोलाकार झोपले होते. जवळपास दीड महिन्यापूर्वी लष्कराने कूच केलं होतं. रात्रंदिवस घोड्यांच्या पाठीवर बसून बसून साऱ्यांचे काटे ढिले झाले होते. खाली-वर, खाली-वर होऊन पोटातली आतडी गोळा व्हायची पाळी आली होती. सारं अंग ठणकत, भगभगत होतं. त्याला जाळाची उभारी लागताच राऊत जागच्या जागी घोरायला लागले. यात्रेकरू एकमेकांच्या अंगाला मिठ्या मारीत थंडीपासून जीव वाचवत पडले.

अतित्रासानं, जागरणानं भाऊसाहेबांचं सारं अंग जड झालं होतं. डोळे इंगळासारखे झालेले. मधूनच पापण्यांआड पाणी झळझळून वाहू लागलेलं. कधी एकदा आडवे होऊ अशी जिवाची अवस्था झालेली. पण याही स्थितीत, ओढ्याच्या काठी त्यांनी कचेरीचा छोटा बिचवा उभारून घेतला. वाऱ्याच्या झोतानं समया, चिरागदानं विझू नयेत म्हणून कामाठ्यांना कनातीचा फेर दुपदरी धरायला लावला. श्रमलेले भाऊसाहेब कामासाठी मांडी घालून बसले.

बरोबर तीन आठवड्यांमागे त्यांनी तापीकाठचा बुऱ्हाणपूरचा मुक्काम सोडून विंध्य-सातपुड्याच्या खड्या रांगा चढायला सुरुवात केली होती. तापीचा काठ सोडल्यावर नर्मदेच्या पात्रात उतरेपर्यंतचा मधला शंभर मैलांचा प्रवास लष्कराच्या दृष्टीने केवळ जीवघेणा ठरला होता. कधी उंच कडेपठार, तर कधी खोल काळदऱ्या. वाटेत जागोजाग अजस्त्र वृक्ष आणि खडक, रानओढ्यांच्या काठी दाटलेलं केंजळ,

काट्याकरवंदाचं आयचान. मोकळ्या प्रवाशांनासुद्धा हा पर्वत चढताना नको नको व्हायचं. त्यातून हत्ती, घोडी, उंट, जंबुरके, गरनाळा, सुतरनाळा, दारू, शिसं, धनधान्याच्या पखाली, गोणी न्यायच्या म्हणजे दिव्यच होतं. अधूनमधून डोंगरी रुंद-अरुंद वाटा होत्या, पण काही जागी अतिपावसानं त्या धुऊन गेलेल्या तर काही ठिकाणी पाण्याच्या जोरानं जागा उभ्या तुटलेल्या तर कुठे घाणेरी-करवंदांनी वाटा कुडलेल्या. अशा अडचणी-आयचानातून लष्कर वाहण्यासाठी प्याद्या-राउतांना झाडेतोड करावी लागली. तोफांचे गाडे नेण्यासाठी खाचखळगे भरावे लागले. भाऊसाहेबांच्या अंदाजानुसार खरेच सातपुड्याच्या चढणीला, ज्या तोफेसाठी शंभर जनावरं लागायची, तिथं दोनशे जनावरं कुंथू लागली. तोफांच्या साखळ्या-ओढण्या तुटल्या, चाकांचे घुणे निसटून काही तोफा कायमच्या खोल दऱ्यांत जाऊन कोसळल्या. खडका-दगडांतून, खाच-खळग्यांतून पावलं टाकून टाकून घोड्यांचे पाय गुडघ्या-मांड्यांइतके लालबुंद झाले.

जी तऱ्हा चढताना, त्यापेक्षा आगळी गोष्ट पर्वत उतरताना. तोफा ओढणारे बैल जीव मुठीत धरून बेताबेतानं पर्वत उतरू लागले. एका बैलाचा पाय घसरला रे घसरला की, पाचपन्नास बैलं साखळदंडात आडवीतिडवी होऊन ढासळायची. कित्येक बैल पाय घसरून तोफेबरोबर लोळागोळा होऊन दऱ्याडोंगरांत गडगडले. सातपुडा पर्वताच्या डोंगरातला शंभर मैलांचा हा जीवघेणा प्रवास तब्बल बारा दिवस चालला.

पर्वतपार झालेली फौज एकदा नर्मदेच्या कोरड्या पात्रात येऊन पोहोचली, तेव्हा जनावरं जागची हलेनात. स्वारशिपाई बोलेनात. थकली फौज हुषार होण्यासाठी भाऊसाहेबांनी नर्मदाकाठी दोन दिवस डेरे दिले. तेवढ्यात चांभारांनी ज्या बैलांच्या नख्या निसटल्या होत्या, त्या जागी नव्या पत्र्या मारल्या. मांगांनी दावी-दोरखंडं सांधली. सुताराने गाडे ठाकठीक करून घेतले. निबिड रानातून चालताना जी जनावरं जाया झाली, त्यांच्या पायांना वैदूंनी झाडपाल्याच्या पट्ट्या दिल्या. आजारानं खुडूक झालेल्या राउतांनी बत्त्यात औषधी पाला चेचून वस्त्रगाळ करून घशाआड केला. त्या दोन रोजांच्या मुक्कामात कुठल्या वैद्याकडे झाडपाला, जडीबुटीही शिल्लक राहिली नाही. फौजेतल्या मांत्रिकांजवळचा गंडेदोऱ्यांचा साठाही रिता झाला.

खाशांची भोजनं आटोपल्यावर भाऊसाहेबांनी कचेरीच्या डेऱ्यात तातडीची बैठक आयोजली होती. बैठकीत बळवंतराव गणपत, मानाजी पायगुडे, समशेरबहाद्दर, विश्वासराव, नाना पुरंदरे ही मंडळी हजर होती. जेवढे दिवस सातपुड्याच्या रांगा पार करायला लागले, तेवढेच दिवस हंडिया घाटापासून सपाट रानाने इथवर पोहोचायला लागले होते. वाट तशी थोडीच, पण अहीर, उमट, खेची, सौंदिये ह्या परंपरागत लुटारू, चोर, दरोडेखोरांनी या रानात मराठी फौजेला सळो की पळो करून सोडलं होतं. भाऊसाहेबांनी विचारलं,

"समशेरराव, आज छबिन्याची व्यवस्था कोणाकडे आहे?"

''स्वत: इब्राहिमखान आणि त्यांचे गारदी प्यादे लष्कराच्या चारी बाजूला छबिना देत खडे आहेत.''

''काही हरकत नाही. खानसाहेबांनी जोखीम उचलली म्हणजे ते ती पार पाडणारच. उगाच अहिरांची दहशत खाऊन आपल्या फौजेत हुल्लड माजते.''

''भाऊसाहेब, अहीर, उमट या रानामाळातल्या परंपरागत जाती. मातीवर पडल्यापासून चोऱ्या कशा करायच्या, डाकेदरवडे कसे घालायचे, वाटमाऱ्या कशा करायच्या, यात्रेकरूंवर छापे कसे घालायचे याचं बाळकडू त्यांना मिळतं. छापा घालायला आले की तोंडावर माती फासतात. अंगाला झाडांची हिरवी पानं बांधतात. शेजारी आले तरी झाड आहे की माणूस आहे कळत नाही.''

''परवा रात्री रखवलाल मंछारामची चार उमदी घोडी आणि चार-पाच हजारांचा ऐवज लांबवला. रात्री फौजेचा मुक्काम पडल्यावर हळूच टोळ्यांनी येऊन छापे मारतात आणि झाडीत नाहीसे होतात. त्यात आपली घोडी झाडाझुडपांतून पाठलाग करू शकत नाही. पुरेसा प्यादा आपणाकडे नाही,'' नाना पुरंदरे.

''प्याद्यांच्या प्रयोजनासाठी आम्ही आता पंतांना लिहिणारच आहोत,'' भाऊसाहेब बोलले, ''पण विठ्ठल शिवदेव चार दिवसांमागे हजाराचं दळ घेऊन गेलेत. ते अद्यापिही माघारा वळले नाहीत. ते अहिरांचा बीमोड करून येतील, असा भरवसा वाटतो.''

''तसे झाले तर बहोत खूब, पण अहिरांच्या, उमटांच्या टोळ्या सहसा ताकास तूर लागू देत नाहीत. ओढ्याओघळीच्या वाटा, चोरवाटा त्यांच्या पायाखालच्या असतात. वर या डोंगरांच्या माथ्यावर गढ्या करून राहतात. सहसा गढ्या पडू देत नाहीत,'' समशेर.

''भाऊसाहेब, फौजेचे पोटापाण्याचे वांदे होऊ लागले आहेत. ऐवजाचा पत्ता नाही,'' महिपतराव चिटणीस बोलले.

''जेवढं शिल्लक पीठमीठ होतं, ते सारं आज वाटून झालं. निम्म्या-अर्ध्या पोटानं शिपाई भुईवर कलंडले आहेत. घोडीसुद्धा उपाशी आहेत. एवढ्या कष्टानं चालायचं म्हणजे पोटाची आबाळ करून कसं चालेल? वाटेत आपले वीरच लुटालुटीला सुरुवात करतील,'' मानाजी पायगुड्याने इशारा दिला.

''साऱ्या गोष्टींची मला कल्पना आहे, पण कुठून ऐवजच प्राप्त होत नाहीत तर काय करावे? रोज एक-दोन खलिते गोविंदपंतांना धाडतो आहे, पण अद्यापि एक छदाम हाती लागला नाही. दोन दिवसांमागे त्यांचे एक पत्र पावले. या वर्षी दिल्लीकडे अंतर्वेदीत गारा पडल्या. उभी पिके जागीच कोसळली. किसानांकडे धान्य नाही त्यामुळे वसूल होत नाही, असे ते लिहितात. ऐवज धाडत नाहीत. अंतर्वेद, बुंदेलखंड प्रांतांत आपले इतके मामलतदार, कमावीसदार आहेत, पण कोणी एक छदाम धाडेल तर खरे. तो बर्वे, तो खांडेकर– काय करतात काय हे लोक?''

“काकासाहेब, कमावीसदारांकडून जे खलिते येतात, ते बारकाईने पढले पाहिजेत,” विश्वासराव.

“मतलब?”

“तिकडील रयत अब्दालीच्या, नजिबाच्या वा मराठ्यांच्या कोणाच्याही कमावीसदारांना पैसा द्यायला राजी नाही. एव्हाना साऱ्या हिंदुस्थानला लवकरच मोठे युद्ध होणार, हे कळून चुकले आहे. ज्याची सरशी होईल त्याचाच पदर धरायचा, ही भूमिका उत्तरेतल्या जमीनदारांची तशीच रयतेचीही आहे. त्यामुळे साऱ्यांचा वसूल-भरणा थांबला आहे.”

“या सबबी मलाही सांगता येतील. सवाल राहतो एवढाच की, ही बडी फौज विनामुद्रेची चालायची कशी? परतुडहून निघताना अवघा दोन लाखांचा खजिना गाठीशी होता. आता लष्कर, बाजार, यात्रेकरू सारे मिळून खाणारी पन्नास हजार तोंडे आणि वीस-पंचवीस हजारांवर जनावरे. या साऱ्यांचा मेळ कसा घालायचा? जिकडे जावे तिकडे तलवार मारून जगावे ही पुण्याच्या फडाची भूमिका.”

“माफ करा भाऊसाहेब, पण मी स्पष्ट बोलतो. आपल्या मोहिमेची ही वेळ चांगली नव्हे. या रस्त्याने या आधी दादासाहेब दोनदा दिल्लीप्रत गेले. शिंदे-होळकरांच्या फौजाही या रानातून फिरल्या; फिरत आहेत. रयतेला कधी यवनांचा त्रास तर कधी जाटांचा जाच. अनेकांनी लुटालूट करून रयत कित्येकदा नागवली आहे. बरे, सालिना त्यांनी सारा द्यावा तर संरक्षणाची जोखीम कोणी घेत नाही. दिल्लीत एवढे दिवस बादशहाचं रक्षण करीत आणि मेजवान्या झोडीत पंत माणकेश्वर बसले, पण रयतेचं काय? आधीच फाटक्या झालेल्या रयतेकडून वाटेत आम्हांला लूटमार कितीशी मिळणार?”

भाऊसाहेब शांतपणे समशेर बहाद्दरांचे बोल ऐकू लागले. या आधीही दोन वेळा समशेर उत्तर हिंदुस्थान पायाखाली घालून आले होते. बुंदेलखंडाची दिवाणीही त्यांनी चालवली होती. त्यांच्या दृष्टीला सत्याचा आधार होता. दुसऱ्या बाजूला महिपतराव चिटणीस बोलत होते–

“भाऊसाहेब, कुठल्या गावात स्वयंपाकासाठी लाकूडफाटा मिळत नाही. नाणी टाकूनही घोड्यांना चंदीचारा उपलब्ध होत नाही. आता हरएक गावाभोवती तटबंद्या बांधल्या आहेत. गावात काही ऐवज हाती लागायचा असल्यास पहिली तटबंदीशी, रखवालदारांशी आणि शेवटी रयतेशी गाठ.”

“याचा अर्थ, या मोहिमेत बाहेरच्या पैशाची वाट बघून चालणार नाही. मोहिमेत द्रव्य मिळणार नाही. प्रसंगी पुण्याहून खजिना मागवायला हवा.” विश्वासराव बोलले.

विश्वासरावांकडे सारे आश्चर्यचकित होऊन बघू लागले. ‘बाहेरून कर्ज न आणता फौजेचा खर्च जिकडच्या तिकडेच वारावा.’ ही भूमिका घेऊन भाऊसाहेबांनी दादासाहेबांच्या ऐंशी लाख खर्चावर टीका केली होती. आता भाऊसाहेब तरी कोणत्या तोंडानं

पुण्याहून ऐवज मागवणार होते? सारी परिस्थितीच पालटलेली. ऐवज मागवायचा कसा नि मागून करायचं काय? कमावीसदारांच्या पैशांचं काय? दर महिन्याला फौजेचा खर्च पाच-सहा लाखांवर चालला होता. एकट्या इब्राहिमखानाच्या फौजेचा खर्च दोन लाखांवर होता. बैठक संपली तरी भाऊसाहेब अस्वस्थ होऊन जागच्या जागी बसून होते. ''चांदरात कधी होणार? चांदरात कधी होणार?'' म्हणून सामान्य मराठी स्वार, राऊतबारगीर एकमेकाला विचारीत होते. ज्या दिवशी पूर्ण चंद्रमा आभाळात असेल, त्या चांदण्या रात्री लष्कराची पगारबिदागी भागवायची, हा आजवरचा रिवाज, पण दोन चांदराती आल्या नि गेल्या. पोटापाण्यासाठी सरकारातून तिखट-मीठ, काहीच्या फौजांकडून चंदीचारा सोडला तर तशी 'चांदरात' अजून उगवली नव्हती.

भाऊसाहेबांनी बोरू हाती घेतला. ते गोविंदपंतांना खलिता लिहू लागले– कोणत्याही स्थितीत आठ-दहा रोजांत दहा-बारा लाखांचा ऐवज पाठवा. अहिरांचा जाच आहे. त्यांच्या समाचारासाठी बुंदेलखंडातून तीन हजार जवांमर्द प्यादा धाडा आणि हो; त्यांना धाडताना एक महिन्याचा पगार देऊनच त्यांची पाठवणी करा– खलिता संपवता संपवता त्यांना गारद्यांच्या फौजेची याद आली. दक्षिणेतून बंदुका अद्यापि प्राप्त झाल्या नव्हत्या. बिनहत्याराचा सैनिक कसा चालेल? –गोविंदपंत, तीनशे बंदुका आणि शंभर जेजाल्यांची खरेदी करून हा ऐवज तातडीने इकडे धाडून द्या.

मध्यान्ह उलटल्यावर भाऊसाहेब खाजगीकडे गेले. समईतल्या वाती जळत होत्या. पार्वतीबाई भाऊसाहेबांची वाट बघत तशाच बसून होत्या. किती तरी दिवसांत स्वारींशी मोकळे चार शब्द करायचीही सवड मिळाली नव्हती. आज तरी बोलतील जरा मनमोकळे. दारूच्या धुंदीने मनुष्य झिंगून जावा तसे अतिश्रमाने भाऊसाहेब झोके खाल्ल्यासारखेच अंत:पुराकडे आले. झटकन पुढे होऊन पार्वतीबाईंनी त्यांच्या पायांतल्या वहाणा काढून ठेवल्या. डोईवरचे कुसुंबी पागोटे काढले. त्यांच्या हाताला भाऊसाहेबांचा देह रसरसल्यासारखा लागत होता. पार्वतीबाईंना भाऊसाहेबांशी कितीतरी बोलायचे होते. तसेच ते बिछान्यावर आडवे झाले. पण स्वारींचा आल्या आल्या डोळा लागला तेच खूप झाले. पार्वतीबाई समाधानानं त्यांच्या भाळावरून हात फिरवू लागल्या.

अंधारात इब्राहिमखानाचे गारदी लष्कराच्या चोहोबाजूनं छबिना देत फिरत होते. हातात फरश अगर खांद्यावर तोड्याच्या बंदुका घेतलेले, लांब गुडघ्यापर्यंतच्या फिरंगी कोटातले काळेकुट्ट गारदी भेसूर दिसत होते. अधूनमधून चौक्यांवर पेटलेल्या मशालींच्या उजेडात त्यांचे डोळे शेंदरासारखे गडदलाल दिसत होते. इब्राहिमखान अश्वारूढ होऊन लष्कराच्या भोवती गस्तीच्या गोलाकार चकरा मारीत होता. डोळ्यांत तेल घालून जागता पहारा ठेवीत होता. जागोजागचे पहारेकरी जागे

असल्याची खात्री करीत होता.

अर्धी रात्र सरली. पहाटेचा सुगावा लागला. गारठा वाढला. एकाएकी यात्रेकरूंची कुत्री जोरजोरानं भुंकली. तसे बुटांचा धाडधाड आवाज करीत गारदी शिपाई त्या दिशेकडे धावले. यात्रेकरू आयामाया जाग्या झाल्या. एकदम गनिमाचा हमला आल्याचाच भास झाला.

"हाय रे भगवंता, वाचव आम्हांला", "उठा, पळाऽऽ", "पांडुरंगा, धाव रे", "तुझा पोरगा कुठं आहे? बाळ्या, पळऽऽ" गलका वाढला. स्त्रिया एकमेकींना मिठ्या मारू लागल्या. यात्रेकरूंचे दोन-चार जथे इकडेतिकडे धावू लागले. मध्येच बांधलेली तट्टं, खेचरं जागच्या जागी दुगाण्या झाडू लागली. कोणी ओरडू लागले. कोणी दोन्ही हातांनी बोंब मारू लागले. हुल्लड माजली. तसा इब्राहिमखान भरधाव वेगानं धावला. लोकांवर ओरडला, "हरामजादोंऽऽ चूप बैठोऽ नहीं तो गोली मारूंगाऽ!" कुत्री ज्या दिशेकडे पुढे होऊन भुंकत होती, तिकडे इब्राहिमने झेप घेतली. त्याच्यासोबत दोन-तीनशे करोलांचा बेडा होता. करोलांनी हाती बंदुका घेतल्या. ते सज्ज झाले. दूरवरून ओढ्याच्या बाजूनं घोड्यांच्या टापांचा आवाज येत होता. एक गारदी ओरडून विचारू लागला,

"नबाबसाहेब, शिलगावू का बंदुका?"

"थांबाऽऽ हा मजबूत घोड्यांच्या टापांचा आवाज दिसतो. हे अहीर लुटारू नक्कीच नसतील. आपण प्रथम अंदाज घेऊ."

लष्करात गडबड उडाली, तसे दुरून येणारे स्वार थांबले. इब्राहिम पवित्र्यात उभा राहिला. तोच तिकडून अंधारात आरोळ्या दणाणू लागल्या, "हरऽऽ हरऽऽ महादेव", "भाऊसाहेब की जय होऽऽ, विश्वासराव की जय हो." इब्राहिमखानाने क्षणार्धात ताडले, नक्कीच हे विठ्ठल शिवदेवांचं दळ असणार.

अहिरांचा समाचार घेऊन विंचूरकरांची पथकं आली. लष्करात पथकं मिसळून गेली. इतक्या खिदमतगार धावत आले. सांगू लागले,

"सरदारांनी चलावं, भाऊसाहेब बोलावत आहेत."

"अजूनी पोर जागाच आहे?"

"होय."

दंग्यागिल्ल्याने अंगावरच्या शालीसह भाऊसाहेब तंबूबाहेर आले. मशालीच्या उजेडात अश्वारूढ झालेले सरदार विंचूरकर भाऊसाहेबांना शेलारमामासारखे भासत होते. तीच तडफ, तोच जोश, दाढीमिश्या पिकलेल्या, डोईला घोंगड्याची टापर मारलेला, भक्कम हाडापेराचा, चार सालामागं साठी उलटलेला म्हातारा खरेच शेलारमामा भासत होता. विंचूरकरांच्या आवाजाने भाऊसाहेबांचा समाधिभंग झाला.

"भाऊसाहेब, आपण अद्यापि जागेच?"

"हा, आतासा कुठे डोळा लागला होता. तोवर तुमच्या आगमनानं जाग आली. असे ताटकळता का? पायउतार व्हा. काही विशेष वार्ता?"

“पायउतार होऊन मसलत करण्याची ही वेळ नव्हे. आपण खुशाल निद्रेच्या आधीन व्हावं. अहिरांचा चांगलाच समाचार घेऊन आलो आहोत आम्ही.”

“काय घडलं नेमकं?”

“वाटेवरची जी ठाणी अहिरांनी बळकाविली होती, ती आम्ही पुन्हा ताब्यात घेतली. जितक्या अहिरांची डोस्की मारता आली तितकी मारली. बव्हंशी पहाडात, नद्याखोऱ्यांत पळून गेले. पाठलाग करूनही बऱ्याच जणांना छिनून मारलं. अहिरांकडून वाटेत पुन्हा त्रास होणार नाही, याचा पुरा बंदोबस्त केला आहे. राघो गोविंदाबरोबर सातशे लोक ठेवून वाटेत चौक्यापहारे बसविले आहेत. आपण निश्चिंत असा. अहिरांचा पुरता बीमोड करून आलो आहोत.”

बिछायतीवर पडल्या पडल्या भाऊसाहेबांच्या डोळ्यांपुढे बाजीरावांची आणि शाहू राजांची मूर्ती उभी राहिली. त्यांनीच महाराष्ट्राच्या दऱ्याखोऱ्यांतून शोधून काढलेली ही राणोजी शिंदे, मल्हार होळकर, बाबा विंचूरकर अशी एकापेक्षा एक वरचढ माणसं. राज्यकर्त्यांकडे असा चोखंदळपणा असावा. थोड्या वेळातच भाऊसाहेब निद्राधीन झाले.

सकाळी जागे व्हायला भाऊसाहेबांना थोडा वेळ झाला. सूर्योदयाबरोबर ते उठले. उशीर झाल्याबद्दल स्वत:ला दोष देत त्यांनी स्नानसंध्या आटोपली. देवपूजा झाली.

हुजुरातीची पथकं आगे-मागे चालत होती. काही सरदार या आधीच पुढे झाले होते. बुणगे, यात्रेकरू लष्करात मधेच मिसळून गेले होते. अंबारीतून भाऊसाहेब व विश्वासराव आजूबाजूचा प्रदेश बघत चालले होते. अश्वमेधाचा वारू निघावा तसा गजेंद्रापुढे सजलेला चंद्रसेन दुडक्या चालीने चालला होता. झाडाझुडपांत माजून राहिलेला धुक्याचा पडदा झिरझिरा होऊ लागला होता. टेकडीच्या उतारावरून भाऊसाहेबांना एकाएकी धुराचे लोट दिसू लागले, तसे ते चमकले. तोच दोन-चार स्वार समोरून दौडत आले आणि गजेंद्राजवळ हाशहूश करीत उभे राहिले..

“काय रे, काय प्रकार?”

“श्रीमंत, म्होरच्या खेड्यात खेडूत आणि आपले लष्कराचे शिपाई यांची जुंपली आहे. आपल्या सैनिकांनी काही गवताच्या गंजींना आगी लावल्या.”

“चंद्रसेनऽऽ” अशी हाक मारताच चंद्रसेन गर्रकन पाठीमागे फिरला आणि गजेंद्राजवळ उभा राहिला. भाऊसाहेब वरून उडी मारून चंद्रसेनावर स्वार झाले. घोडी विद्युत् वेगाने पुढे झेपावू लागली. भाऊसाहेबांनी स्वारांना विचारलं,

“काय रेऽ आपले शिपाई कशाला गेले गंजी जाळायला?”

“दुसरं काय करणार सरकार? काही पथकांच्या घोड्यांना काल एकेक पेंडी मिळाली. जनावरं टाचा घासू लागली. ते हाल बघवेनात म्हणून काही स्वारांच्या टोळ्या आज पहाटे पहाटे पुढच्या खेड्यांत गेल्या, तेव्हा खेडुतांनी तटबंदीवरून त्यांच्यावर मारा केला. तसे आपले स्वार बाहेरून दरवाजा मोडून आत गावात

घुसले. हुल्लड सुरू झाली.''

झाला प्रकार भाऊसाहेबांनी क्षणार्धात ताडला. थोड्या वेळातच ते गावात घुसले. एकाएकी सोन्या-मोत्याने सजलेला अश्व आणि त्यावरचा भरजरी पोशाखातला साजिंदा स्वार बघून गावकरी थांबले. भाऊसाहेबांच्या आगमनासरसे मराठा स्वारही गारठून उभे राहिले. खेडुतांना अंदाज आला. हातातली हत्यारं बाजूला टाकून दहा-बारा म्हातारे ''मराठ्यांचा राजा, मराठ्यांचा राजा'' म्हणून ओरडत भाऊसाहेबांकडं धावले. भाऊसाहेबांच्या पायावर हात ठेवीत खेडूत दया भाकू लागले.

''सरकार, अशी रोज लुटालूट झाली तर आम्ही तरी वाटेवरच्या लोकांनी कसं जगायचं? काय खायचं, काय प्यायचं? काय करायचं?''

भाऊसाहेबांनी मराठा स्वारांकडं नजर रोखली, तशी साऱ्यांनी शरमिंदी तोंडं केली. भाऊसाहेब गावकऱ्यांना म्हणाले,

''माझं लष्कर परक्यांच्या हातून हिंदुस्थान राखायला दिल्लीकडं निघालं आहे. त्याला वेळेत दाणाचारा मिळाला नाही तर आम्ही तरी दिल्लीप्रत कसं जायचं? झाल्या गोष्टी डोक्यातून काढा. मी सरकारातून तुमचा पैसा आत्ता चुकता करतो पण तुम्ही लष्कराला दाणा, गुरांना वैरण द्या.''

गावच्या मुखियानं मान डोलावली. लष्कराच्या मदतीला गाव धावला. भाऊसाहेबांनी योग्य रक्कम गावकऱ्यांच्या हवाली केली.

□

भाऊसाहेबांचा ग्वाल्हेरच्या पुढे तळ पडला होता. रात्रीच्या मसलतीस समशेरबहाद्दर, विश्वासराव, मानाजी पायगुडे, महिपतराव, विठ्ठल शिवदेव, बळवंतराव आदी खासे मंडळी बसली होती. विश्वासराव सांगत होते,

''चार दिवसांतल्या अब्दाली-नजिबाच्या बातम्या काही नाऱ्याच आहेत. दोघांत खटका उडतो आहे. सुजाउद्दौले अब्दालीला मिळत नाहीत म्हणून अब्दाली नजिबावर दातओठ खातो आहे. अब्दालीचं लष्करसुद्धा कुरकूर करीत आहे. अब्दाली बादशहाने तैमुरशहाची सासू मलिका जमानी हिला लखनौला धाडली आहे. सुजा आपल्या बाजूला सामील व्हावा म्हणून त्याचे जारीचे प्रयत्न सुरू आहेत.''

''भाऊसाहेब, कोणत्याही स्थितीत सुजा आम्हांला मिळायला हवा. त्याच्या असण्यानसण्याचा दोन्हीकडं परिणाम होऊ शकतो,'' समशेर.

''आपलं बिलकूल सही आहे. त्यासाठी तर पंधरवड्यामागे शामजी रंगनाथांना आपण लखनवी धाडलं आहे. आपले वकील शिष्टाईची पराकाष्ठा करतील. शिवाय आम्ही त्यांना धाडलेला खलिता फार बोलका आहे. आम्ही त्यांना म्हटलं आहे... 'तुम्ही-आम्ही एकाच भात्यातले दोन तीर आहोत. हिंदुस्थानची अब्रू, इज्जत, मानमरातब आणि दिल्लीच्या बादशाहीची लाज आपणांला आहे, असे आम्ही समजतो. अफगाण हे हिंदुस्थानच्या वैभवाचे नंबर एकचे शत्रू आहेत. अब्दाली

आणि नादिरशहाने हिंदुस्थान कसा सफाचट धुऊन नेला, हे आपण जाणताच. कडवे अफगाण हिंदुस्थानी मुसलमानांना तर खूप कमी लेखतात. हिंदुस्थानात एकही सरदार इतमामात राहावा अशी त्यांची इच्छा नाही. तुम्हीच आज हिंदुस्थानातले एक इज्जतदार सरदार आहात. गोड बोलून ते तुम्हांला लगामी लावतील आणि एक दिवस काम झाल्यावर फेकून देतील. दिल्लीकर बादशहाच्या मिठाला जागा. परमेश्वरकृपेनं येत्या जंगात आम्ही विजयी झालो तर शहाआलमला पातशाही आणि तुम्हांला हिंदुस्थानची वजिरी बहाल करून आम्ही दक्षिणेकडे वळू. तुम्ही फौज घेऊन आम्हांला मिळावे असेच नाही. आपण निवांत राहिलात तरी खूप झाले. श्रीमंत बाजीरावसाहेब आणि आपले आजोबा सादतखान यांच्यातला करार व पूर्वापार स्नेह चालू ठेवा. आमच्यावर राग ठेवून परक्याच्या लगामी लागणे न्यायाचे होणार नाही..' एवढा स्वच्छ खलिता धाडल्यावर आम्हांला अजून भरवसा वाटतो, सुजा आम्हांलाच मिळेल.''

''कदाचित नजीब स्वत: अयोध्येकडे जाण्याची शक्यता नाकारता येत नाही,'' समशेर.

''तो महामायावी मनुष्य हवे ते सोंग घेईल,'' भाऊसाहेब हसून म्हणाले, ''तो नरकाचा वकील म्हणून स्वर्गात जाईल. देवादिकांच्या टाळूवर हात फिरवून त्यांच्या वकिलीसाठी पुन्हा नरकातही जाईल. ही ब्याद या आधीच कलम झाली असती तर कदाचित हे भयंकर दिवस मराठ्यांच्या नशिबी आले नसते. पण त्याच्या नादी लागून नबाबसाहेबांना काय गवसणार? त्यांनी त्यांचा-आमचा स्नेह राखूनच पावलं टाकलेली बरी. नाही तर त्यांचीही खैर नाही.''

''काकासाहेब, सुजाउद्दौले तिकडे गेलेच तर?'' विश्वासराव.

''जाईलच कसा?'' भाऊसाहेब चमकून म्हणाले, ''जाईलच कसा? आठ-पंधरा दिवसांनी चंबळेपार होऊ. आपल्या फौजा यमुनेपल्याड उतरवू. इटाव्यासारखं बलाढ्य ठाणं मराठ्यांच्या टाचेखाली आहे. गोविंदपंत तिथं ठाणबंद आहेत. इटाव्याच्या वर नजिबाचा मुलूख आणि खाली नबाबाचा प्रदेश. आमच्या फौजा इटाव्यालाच डेरेदाखल होतील. रस्त्यातलं आमचं लष्कर ओलांडून अब्दालीला जाऊन मिळणं सुजाला कालत्रयीही शक्य होणार नाही.''

''पण सरकार, बरसातीचा वखत नजीक ठेपला आहे. यमुनापार होणं अडचणीचं...'' इब्राहिमखान सांगू लागला.

''खानसाहेब, या गोष्टींची अटकळही आम्ही आधीच बांधली आहे. शिवाय आताच त्याची जास्ती काळजी करायचं कारण नाही. थोडी बरसात आगे-मागे बरसेलही. मात्र खऱ्या पाऊसकाळाला अजून एक महिना अवकाश आहे. महिन्याने यमुना दुथडी भरून वाहील. या आठ-पंधरवड्यात नदीला थोडंफार पाणी आलंच तर गोविंदपंत नावांचा बंदोबस्त करतीलच, असा अजून भरवसा वाटतो. न झाला तर मल्हारबाबांच्या साहाय्याने जाटांची मदत घेऊ. सहजात पल्याड जाऊ, सुजा

अब्दालीला मिळण्यापूर्वी अब्दाली बेचिराख करून टाकू.''

भाऊसाहेब एकेक आडाखे सांगत होते. सारे खासे भाऊंचे पेच-डावपेच ऐकण्यात तल्लीन झाले होते. तोच दोन सेवक आता धावत आले.

''हुजूर, दहा-बारा राऊत अहीरवाड्यातून धावत आले आहेत. आपली भेट मागतात.''

''उद्या सकाळी भेटू दे. खाशांची एवढी खाशी मसलत चालली असता राउतांची पत्रास काय सांगता आहात?'' भाऊसाहेब चिडले.

''पण... पण, हुजूर, राऊत जखमी आहेत. अंगरखे रक्ताने माखलेत, त्यांना काही महत्त्वाचं...''

''ठीक आहे. समशेर, बघा काय प्रकार आहे.''

समशेरबहाद्दर थोड्या वेळातच बाहेर जाऊन परत आले. गोंधळलेल्या स्थितीत म्हणाले,

''खबर फारशी चांगली नाही. अहीरवाड्यात कदवाईच्या किल्ल्यावर आपला एक कमावीसदार आणि शंभरभर राऊत होते. अहिरांनी परत उचल खाल्ली. कमावीसदाराला आणि साठ-सत्तर राऊतांना गारद केलं. अहीरवाड्यातली ठाणी पुन्हा चोरांच्या हाती जाऊ लागलीत. माळव्यातील काही जमीनदारांचीही त्यांना फूस आहे.''

''विंचूरकर, काय ऐकतो आहोत हे आम्ही?'' भाऊंनी विंचूरकरांकडं जळजळीत कटाक्ष टाकला.

समशेर सांगत होते तेव्हाच विठ्ठल शिवदेव हबकून गेले होते. चच् फफ् करीत ते म्हणाले,

''पण... पण भाऊसाहेब, सारी व्यवस्था आम्ही जिथल्या तिथं लावली होती. राघो गोविंदाला पाठीमागे ठेवून ठिकठिकाणी चौक्यापहारे बसविले होते. अहिरांचा बीमोड केला होता.''

''कोणी कोणाचा मोड आणि बीमोड केला?'' भाऊ गरजले, ''एवढा साधा बंदोबस्त ज्याची हयात हिंदुस्थानात गेली, अशा सरदाराकडून होऊ नये? छे! छे! विंचूरकर, ही गैरबात आहे. सेवेत आपण दाखविलेला उणेपणा पिकल्या केसाला शोभत नाही.''

विंचूरकरांची पिकली दाढीकल्ले खाली झाली. भर मसलतीत असा पाणउतारा करायलाच हवा होता का? नंतर एकांती चार शिव्या हासडायच्या होत्या. विंचूरकर मनाशी म्हणाले, गेला तो बाजीरावाचा काळ! हा सारा पोरखेळ आहे. हा कालचा सदोबा, मेहेंदळ्यांचा गणपत, फिरंगी इब्राहिम, तो बोरूबाज महिपतराव, ही सारी तरुण पोरे बिघडली आहेत. त्यांना आपला भूतकाळ कसा माहीत असणार? मल्हारबा असते तर त्यांनी या पोरांची फजिती उडवली असती.

मघापासून समशेर उभेच होते. चाचरत ते म्हणाले,

''भाऊसाहेब, आपल्या भेटीसाठी ते राऊत अजून बाहेरच उभे आहेत.''

''अजिबात नको. त्यांची काळी तोंडे बघण्याची माझी क्षणभरही इच्छा नाही.'' भाऊसाहेब कडाडले, ''काय, झालं आहे तरी काय या कमावीसदारांना? या मामलेदारांना? ज्या मुलखात बाजीरावाने दया बहाद्दुराला उलटासुलटा केला, त्याच मुलखात अहीर, सौंदियासारख्या भामट्यांनी, चिलटांनी मराठ्यांची छेड काढावी? आणि कमावीसदारांनी, ठाणेदारांनी पाठीला पाय लावून पळावे? त्या उचल्यांची ही हिंमत होतेच कशी? कारण... कारण आपले कमावीसदार नालायक आहेत. त्यांच्यात ठाणी शाबूत ठेवायची हिंमत नाही... आणि वसुलीचीही अक्कल नाही. ह्या, ह्या अहीरवाड्यात आज पन्नास पन्नास हजारांपासून ते लाखापर्यंत वसूल देण्याची या ठाणेदारांची ताकद आहे. वसूल त्यांच्याने होतच नाही. अंतर्वेद प्रांतातील, खुद्द पंतांच्या तालुक्यातील ठाणेदारही ठाणी सोडून पळत आहेत, अशा गुप्त वार्ता आमच्या कानी आल्या आहेत. जे ठाणेदार 'गिलच्या आला रे', या नुसत्या आवईने दबून जातात, ते ठाणेदार मिठाला जागत नाहीत. पळाल्याने अब्रू राहत नाही. त्यापेक्षा झुंजून-झगडून मरावं हे उत्तम! ठाणेदाराने मरावे तेव्हाच ठाणे सोडावे.''

मसनदीच्या डेऱ्यात कमालीची शांतता पसरली होती. भाऊसाहेब पोटतिडकीने गर्जत होते. सारे हबकून गेले होते. भाऊसाहेबांनी थोडा पवित्रा घेतला आणि ते सरदार पायगुड्यांकडे वळून म्हणाले,

''आम्ही इतकी मेहनत घेतो आहोत. रक्तभात ओकतो आहोत. बऱ्याचदा आमचं लष्कर उपाशी पोटानं चालतं. पंधरवड्यामागे पुण्याहून एक लाख ऐंशी हजाराच्या हुंड्या आल्या. उज्जैन, इंदुरातल्या सावकाराकडं त्या वटविल्या. पण दिसा-दोन दिसांत एवढ्या रकमेचा फन्ना उडाला. हर राऊताचा महिन्याचा रोजमुरा दहा रुपयाने भागेना. एकट्या हुजुरातीचा खर्च दोन लाखांचा आहे. आज आमचं लष्कर, घोडीमाणसं कायमची नष्ट व्हायची पाळी आली, तरी अंतर्वेदीतले, बुंदेलखंडातले आमचे मामलतदार पैका देत नाहीत. पैका देणं जमत नसेल तर बापजाद्यांनी रक्त आटवून हिंदुस्थानात जी ठाणी उभारली, त्यांचं रक्षण तरी करा. पण पायगुडे, ही मंडळी तेवढीही जोखीम कशी पार पाडत नाहीत? सारा हिंदुस्थान कसा गडबडून गेला आहे. रजपूत राणाही कोणी साहाय्याला येत नाही.''

''भाऊसाहेब, आम्ही साफ साफ बोलावे?''

''जरूर, जरूर.''

''भाऊसाहेब, इकडची पैक्याची दारं बंद व्हायलाही काही कारणं आहेत. रयत, अमीर-उमराव, ठाणेदार सारेच गांगरून गेले आहेत. जिथे शिंदे-होळकरांच्या फौजांनी शिकस्त खाल्ली, दत्ताजीला यमुनाकाठी जित्ता मारला, मल्हारबा राजपुतान्याच्या पहाडात पळाले, तिथे सदाशिवराव तरी यशस्वी होतील का, ही भीती सगळ्यांना ग्रासते. गनिमाचा जोर मोठा आहे. तो कसलेला आहे. त्याच्या धडाक्याच्या भीतीनेच

सारे गारठून पळतात. मग इकडे वसूल कोणी करायचा आणि भरणा कोणी धाडायचा?''

हिंदुस्थानची बदलती स्थिती पायगुड्यांनी रोखठोकपणे मांडली. त्या सत्याची प्रचिती एव्हाना भाऊसाहेबांसह सर्वांना आली होती. मसलतीचं स्वरूप हळूहळू फारच गंभीर झालं होतं. कोणी कोणाशी बोलेना. सारे चिडीचूप. याच तणावात एक सेवक ताजा खलिता घेऊन मसलतीत आला. भाऊसाहेबांनी लगबगीनं खलिता उघडला. क्षणार्धात त्यांची मुद्रा काळीठिक्कर पडली. कोणी खासा गुदरला की काय, हे कोणालाच उमगेना. भाऊंची मुद्रा पाहून कोणाला बोलायचेही धाडस होईना. सारे भाऊंकडे टकमक बघू लागले. डोळ्यांत जमा झालेले पाणी चोरीत गदगदलेले भाऊसाहेब म्हणाले,

''पाहिलंतऽ आम्ही चिंतावे काय नि घडावे काय? कुठे आहेत हे पंत? बुरुजाचा एकेक चिरा निखळत चालल्यासारखं आता आम्हांला उगाचच वाटू लागलं आहे. उत्तरेत सारी उम्र काढलेली मोठी मोठी मराठी माणसं या निदानप्रसंगी कुठे गुंगारा देत चाललीत, तेच कळत नाही. जो इटावा सहा वर्षे आमच्या हुकमतीत होता, ज्या इटाव्याजवळ यमुनापार होण्यासाठी नावा-होड्या जमवा म्हणून आम्ही पंतांच्या, हिंगण्यांच्या कानीकपाळी ओरडत होतो, ज्या इटाव्यात प्रवेश करून शत्रूच्या काळजातच मेख मारून आम्ही त्यांची दाणादाण उडवणार होतो, तो इटावा... तो इटावा पडलाऽऽ!''

''काय? इटावा पडलाऽऽ?'' सारी मसलत चक्रावून गेली.

खासे गर्भगळीत होऊन एकमेकांकडे एवढ्या एवढ्या तोंडाने बघू लागले. घटकाभर सारेच शांत झाले. भाऊसाहेब सर्वांच्या मुद्रा न्याहाळत होते. त्यांना चिडीचूप झालेले साथीदार पाहावले नाहीत. साऱ्यांना धीर देत भाऊसाहेब म्हणाले,

''ठीक आहे. आयुष्य आहे म्हणजे नशिबी भलेबुरे वखत येणारच. या आधीही आले, गेले. या पुढेही येतील, जातील पण म्हणून हिंमत हारून काय उपयोग? पायगुडे, मघाशी तुम्ही म्हणालात गनीम इतका बडा आहे की, आमची इकडची माणसं शिकस्त खाऊन नुसत्या आवईने पळतात. पण आम्ही म्हणतो, गनीम कितीही मोठा असला तरी आमची छाती काही अरुंद नाही. हिमतीत उणेपणा नाही. कोठलाही शत्रू कितीही बडा असला तरी रणांगणी कतलेआम होण्याचा आमचा पवित्र अधिकार कोणी हिसकावून घेतला नाही... एक खरं, उदगिरीहून कूच होताना आम्हांला ही मोहीम तितकीशी अवघड वाटली नव्हती, पण आता तिचा आवाका दिसामासाने वाढतो आहे... मेलो तरी बेहत्तर; पण गिलच्यांना हिंदुस्थानबाहेर पिटाळून तरी लावू नाही तर ह्या हिंदुस्थानच्या इज्जती-इभ्रतीसाठी या साडेतीन हातांच्या देहाची कुर्बानी करू!''

भाऊसाहेबांच्या निर्धाराने सारे खासे हेलावून गेले. महिपतराव चिटणीस म्हणाले,

''काहीही असले तरी या रानाचा अनुभव शिंदे-होळकरांना जास्त आहे. मल्हाररावांची

आणि आपली भेट येत्या काही दिवसांत होईलच. पण त्याआधी त्यांचे काही खलिते आले आहेत, त्याचे वाचन व्हावे. त्यावर मसलत झडावी.''

''वाचा, महिपतराव वाचा. सारे खलिते आपल्याच दास्तानी आहेत.''

महिपतरावांनी खलिते उघडले. एक खलिता ते मोठ्याने वाचू लागले, ''भाऊसाहेब, आपण ग्वाल्हेरातच मुक्काम ठोकावा. व्यर्थ मोहरा इरेस पाडू नये. ग्वाल्हेर पार करून चमेलीपार अजिबात येऊ नये. फक्त फौजा द्या. आम्ही गिलच्याला बघून घेऊ.'' एवढ्या ओळी वाचून महिपतराव सर्वांकडे बघू लागले. भाऊसाहेब हसले. सर्वांना विचारू लागले,

''मग काय इरादा दिसतो तुमचा? आम्ही इथे स्वस्थ बसतो, निघता तुम्ही सारे पुढे?''

''ये बात बिलकुल फजूल है।'' इब्राहिमखान गरजले, ''सरकार, आता आपणाला परतीची वाट नाही. वृक्षाचा शेंडा मोडल्याने मूळचा रस झाडात भरणार नाही, त्याला पालवी फुटणार नाही.''

''हे शक्य नाही,'' समशेर आणि बळवंतराव गरजले.

''काकासाहेब,'' विश्वासराव उठून म्हणाले, ''आपल्या संगती आम्ही मरून जाऊ पण–''

''रावसाहेब, असे अभद्र बोलू नका. आपण भावी पेशवे आहात.'' भाऊसाहेब.

''काकासाहेब, तुमच्या संगतीत मसनदीपेक्षा मला स्मशान पवित्र भासेल.'' विश्वासराव.

पहिला मुद्दा निकालातच निघाला. महिपतराव पुढे वाचू लागले, ''आपल्या सोबतचा जनानखाना, यात्रेकरू आणि बुणगे तिथेच ठेवा. त्यांच्या भोजनापोषणाची जोखीम जाटराजा सूरजमल झेलायला तयार आहे.'' या मुद्द्यावर भाऊसाहेब चमकले. इब्राहिमखान लागलीच बोलले,

''ये तो बिलकुल सही है। जंग औरतों का जनानखाना नहीं, बल्कि मर्दों का पागलखाना होता है।''

भाऊसाहेब हसले. बोलले,

''हा मुद्दा साऱ्यांनी विचारात घ्यावा. लष्कराचा खर्च झपाट्याने वाढतो आहे. कुमक तर कुठून येत नाही. या मार्गानं जाणं अधिक श्रेयस्कर. पण मी साऱ्या खाशांना सांगतोऽ, या मुद्द्यावर उद्या दिवसभर सविस्तर चिंतन करा. उद्या रात्री पुन्हा मसलतीस बसू. निकाल घेऊ. परवा भल्या पहाटे कूच व्हायचं आहे.''

भाऊसाहेब यात्रेकरू, जनानखाना आणि बुणगे येथेच ठेवून पुढे जाणार, ही बातमी लष्करात वाऱ्यासारखी पसरली. दिवसभर सर्वत्र तीच चर्चा सुरू होती. यात्रेकरू नुसत्या वार्तेने संतापून गेले. यात्रेकरू आणि बुणग्यांची आरडाओरड सुरू होती–

''तुमच्या राजकारणाचं काहीही होऊ द्या. पण आमच्या देवाधर्मापासून आम्हांला

का वंचित ठेवता?''

''आम्ही तर त्रिस्थळी यात्रेची पर्वणी म्हणून सोबत आलो, तर ही काय बिलामत आली?''

''तीर्थरूप जाऊन तीन साले झाली. त्यांची रक्षा महाक्षेत्री गंगार्पण करावी म्हणून सोन्यासारखी जतन करून ठेवली, ती आता इथेच फुंकून माघारा जायचं का? तीर्थरूप लढाईत कामी आले होते. त्यांचा तळतळाट भाऊंच्या लष्कराला भोवल्याशिवाय राहणार नाही.''

''आशेनं एवढ्या शेकडो यात्रा बरोबर आल्या, त्यांना मध्येच विन्मुख करून पाठवलं तर चांगलं होणार नाही यांचं. देव-देवतांनी अजून काही डोळे मिटलेले नाहीत!''

''बंधू तिकडे पेशवे म्हणून लाखोंची दक्षिणा गोब्राह्मणांवर शनवारवाड्याच्या देवडीवरून उधळतात आणि हे इकडे गारद्यांच्या आणि पारध्यांच्या नादी लागून अविवेकी वागतात!''

''गोब्राह्मणांकडं दुर्लक्ष केलं, यात्रेत खंड पडला, तर सत्यानाश होईल.''

''तो यवनीचा समशेर नि तो काळतोंड्या इब्राहिम यांनीच भाऊंचे कान भरले.''

''इथवर येऊन त्रिस्थळी यात्रा घडणार नसेल तर आमरण उपास करू.''

फौजेत जागोजागी मांत्रिकातांत्रिकांभोवती, हस्तरेषा जाणणाऱ्या पंडितांभोवती, पोपटवाल्या ज्योतिष्यांभोवती, राउतांनी, यात्रेकरूंनी गराडा घातला होता. पोपटाच्या चोचीत पिंपळाचे पान देऊन एक पोपटवाला ज्योतिषी ओरडत होता,

''आल्यामतीर कोल्यामतीर फूंऽ राजराजेश्वराऽ दूरदेशीच्या पाखराऽ परमेश्वरा सांगऽऽ देवधर्माचे, जपातपाचे भक्तिभावाचे आदमी माणूस भाऊसाहेब न नेलं तर फौज डुंबेल का जगेल? फौज डुंबेल असं तुला वाटत असेल तर आल्यामतीर कोल्यामतीर घूंऽऽ. फौज डुंबणार असेल तर मुखातलं पान टाक आणि डुबणार नसेल तर शेपटीवर नाच. घूईंग घूईऽऽ.''

पिंजऱ्यातला पोपट तोंडातलं पिंपळपान दाबीत बावरून आजूबाजूच्या गर्दीकडे बघत होता. भोवतालची गर्दी उत्सुकता ताणत फलाच्या आशेनं डोळे फाडून बघत होती. इतक्यात पोपटाने चोच उघडली. पान पडले. सारे बघे गरजले,

''फौज बुडणारऽ फौज बुडणारऽ''

ठिकठिकाणी भट-भिक्षुक गंभीर चेहरे करून बसले होते. पंचांगाच्या पानावर नाणी टाकून स्त्रिया काळजीनं भविष्य विचारीत होत्या. बव्हंशी सारे शास्त्रीपंडित सांगत होते,

''भाऊसाहेबांचं नशीब चांगलं नाही. अवतीभवती पापग्रहांची गर्दी. कदाचित प्रलयही ओढवेल.'' एका बाजूला नंदीबैलवाले उभे होते. फौज तरेल का बुडेल म्हणून राऊत विचारणा करीत होते. गळ्यातल्या घंटा वाजवीत बैल कधी बुडेल म्हणून, तर कधी न बुडेल म्हणून मान हलवून सांगत होते. फलज्योतिष सांगण्यात

फौजेत जेरेशास्त्र्यांचा हात धरणारे कोणी नव्हते. त्यांच्या तंबूत पायगुडे आणि विठ्ठल शिवदेवांसारखे सरदारही ठाण मांडून बसले होते. ''फौजेचं यापुढं फारसं काही खरं नाही,'' असंच जेरेशास्त्री कडू तोंडानं बोलत होते. अग्निहोत्रीसुद्धा शास्त्रीबोवांसारखे सांगत होते. बरेच ज्योतिषी भाऊंची पत्रिका मांडून उभी-आडवी गणितं करीत होते. कुठे काशीकापडवाले तर कुठे माकडवालेही आपापल्या ढंगाने, बुद्धीने भविष्य पडताळत होते. नाना फडणीस तब्येत बरी नसल्याने राहुटीतच पडले होते. त्यांच्या मातोश्रींचा नानांच्या भविष्यावर विश्वास होता. नाना सांगत होते,

''भाऊसाहेबांनी विनाकारण देवांना दुखविले. यापुढची फले तर मला अजिबात चांगली दिसत नाहीत. शिवऽ शिवऽऽ. जा आणि समजवा आपल्या भाऊसाहेबांना.''

दिवसभर गोंधळ चालला होता. तिन्हीसांजेच्या रखमाबाई आक्कासाहेब स्वत: एक-दोन सरदारणी घेऊन कचेरीच्या डेऱ्यात गेल्या. कामात गढलेल्या भाऊसाहेबांनी त्यांचं हसतमुखानं स्वागत केलं.

''बोला आक्कासाहेब? काय हुकूम?''

''भाऊसाहेब, मनुष्य कितीही थोर असला तरी तो देवब्राह्मणाहूनी थोर नव्हे.''

''आक्कासाहेब, देवादिकांच्या आशीर्वादांवर तर ही दौलत उभी आहे.''

''जाऊ दे, रघुनाथदादा असते तर त्यांना इतके सांगावे लागले नसते.'' रखमाबाई म्हणाल्या. ''कोणा चांडाळांचं ऐकून आपण देवाधर्माआड येऊ नये. आज पाच-दहा ज्योतिष्यांकडं बघितलं मी, तुमचं भविष्य थोर आहे. तुम्ही ही लढाई तर जिंकालच पण लढाईनंतर आमच्यासोबत काशी-प्रयागलाही याल. काशीविश्वेश्वर झोपला नाही. यवनांचा धुमाकूळ त्याला चांगला माहीत आहे.''

''पण राजनीती आणि धर्माची गल्लत होऊ नये, आक्कासाहेब.''

''ती बरी होईल? या सहस्त्र यात्रेकरूंची पुण्याई बरी वाया जाईल? खुद्द पेशव्यांनीच आपली जीत झाली, म्हणजे श्रीव्यंकटेशाला सहस्त्र सुवर्णमोहरा अर्पण करायचा मनसुबा जाहीर केला, त्यातूनच अर्थ जाणावा.''

भोजनानंतर मसलतीस खासे बसले. दिवसभर, यात्रेकरू इथेच ठेवायच्या कल्पनेनं लष्करात जो हलकल्लोळ माजला होता, त्याची कल्पना भाऊसाहेबांना आली होती. मसलतीच्या आरंभी विठ्ठल शिवदेव संतप्त सुरात म्हणाले,

''तुमचं राज्य निर्भय म्हणून तर सोबतीला मुले-माणसे घेतली. गेल्या वीस-पंचवीस वर्षांत ज्या लढाया झाल्या, त्यांत सरदारांचे जनानखाने नव्हते का? तरीही विजयच मिळाला ना?''

''बरोबर आहे.'' पायगुडे बोलले, ''खुद्द नानासाहेबांनी गोपिकाबाईसाहेबांसमवेत उत्तरेच्या सफरी केल्या, हे साऱ्या मराठी राज्याला ठाऊक आहे.''

''बाजीराव साहेबांबरोबर मस्तानी होती म्हणून कुठल्या चढाई-लढाईला उणेपणा आला नाही,'' समशेरबहाद्दराकडं बघून विंचूरकरांनी टोमणा मारला.

सारा रागरंग भाऊसाहेबांनी जाणला होता. फौजेचा खर्च कमी व्हावा म्हणून निदान काही माणसं कमी करावी, असा विचार मसलतीत पुढे आला पण बडे सरदार आपल्या खाजगीकडचे लोक, स्त्रिया, पाहुणेरावळे कमी करायला तयार होईनात. सरदारकी म्हटल्यावर सरंजाम हवा. सेवक, चाकर हवेत. एकट्या नाना पुरंदऱ्यांकडे चोवीस सेवक होते. इतरांचा आकडा यापेक्षा खूप मोठा होता. एकूण साऱ्या सरदारांना आणि देवादिकांना आपण विनाकारण दुखविले, अशी भाऊसाहेबांचीच भावना झाली. यात्रेकरू, स्त्रिया, मुले ग्वाल्हेरातच ठेवायचा मुद्दा आपोआप निकालात निघालात. सोबत आलो आहोत. सोबत फिरू नाहीतर मरू.

रात्री पार्वतीबाईंनी भाऊसाहेबांना विचारले,

"इकडची स्वारी काही लोक माघारा ठेवणार, असं ऐकते मी."

"तो विचार केव्हाच बारगळला."

"बरे झाले बाई." पार्वतीबाई म्हणाल्या, "मोहिमेनिमित्तानं देवादिकांच्या भेटीसाठी एवढी जनता सोबत आली. माघारा ठेवले असते तर त्यांना काय वाटले असते? बव्हंशी लोक आपले किंवा आपल्या खाशा सरदारांचे आप्तेष्ट-नातलग अगर इष्टमित्र आहेत."

भाऊसाहेबांनी दीर्घ श्वास सोडला. ते गंभीरपणे बोलले,

"काय करणार दुसरं? आमचा मुलूखच असा आहे. एखादा कर्ता मनुष्य दिसला की, सारे पाहुणेरावळे त्याला गोचडीसारखे चिकटतात. जितका त्याचा लाभ उठवता येईल तितका उठवायचा. या सग्यासोयऱ्यांनी, पाहुण्यारावळ्यांनी कर्त्या पुरुषांना मोहाने आंधळे करून महाराष्ट्र धर्माचे आजवर जितके नुकसान केले आहे तितके आमच्या कुठल्या शत्रूनेही केले नसेल."

□

भाऊसाहेबांचे खास वकील शामजी रंगनाथ शाही घोडागाडीतून फैजाबादेतून फेरफटका मारीत होते. सुजाउद्दौलाचे दिवाण काशीराज पंडित त्यांना शहराचा निरनिराळा भाग स्वत: दाखवत होते. काशीराज हे मूळचे महाराष्ट्रीय ब्राह्मण पण पोरवयातच अयोध्येस गेले. तिथल्या दरबारात आपलं फडणिशी कर्तृत्व दाखवत, ते आज पायरी पायरीनं उच्च पदी पोहोचलेले. प्रामाणिकपणा, एकनिष्ठता आणि कष्ट यांच्या जोरावर फैजाबादच्या दरबारात फडणीस म्हणून त्यांनी दरारा निर्माण केला होता. सुजाच्या नजरेतील काशीराजाची उंची साऱ्या अयोध्या प्रांताला ठाऊक होती. त्यामुळेच उंची जडजवाहिरांनी सजवलेली काशीराजाची घोडागाडी दिसली की, रस्त्यावरची रयत सटासट मुजरे ठोकीत होती.

लालबाग आणि मोतीबाग या अतिविस्तीर्ण बागा पाहताना शामजी रंगनाथ भारावून गेले. जगाच्या नाना कोपऱ्यांतून असंख्य जातीची आणि रंगा-वासाची गुलाबपुष्पे नबाबाने पैदा केली होती. आसफबाग आणि बुलंदबाग बघताना तर

शामजी मोहून गेले होते. काशीराज सांगत होते,

''बक्सारची लढाई होऊन पंधरा वर्षंच झाली. त्या लढाईत आमच्या नबाबबहादुराने शिकस्त खाल्ली. पळून आले. त्या घडीपासून त्यांनी लखनौऐवजी फैजाबाद ही राजधानी बनविली. आमचे नबाब हे जातीचे आणि वृत्तीचेही कलंदर. पंधरा वर्षांमागे या शहराला पडती-झडती तटबंदी होती पण नबाबसाहेबांनी तिची डागडुजी केलीच, शिवाय तिच्याभोवती आणखी दोन तटबंद्या उभारल्या. ह्या तिपदरी घुंगटाआड आमचं हे नगर सुखानं नांदत आहे.''

गेल्या सात दिवसांत शामजी रंगनाथ फैजाबादचं अपूर्व सौंदर्य न्याहाळत होते. विस्तीर्ण लांबच लांब रस्त्यावरून शामजींची नजर हरिणीसारखी पळत होती. भव्य मशिदी, मंदिरे, रात्रंदिवस पुष्पांचा वर्षाव करणारी, रस्त्यांच्या दुतर्फा दिमाखात खडी असणारी फुलझाडे, मधूनच हिरव्या झाडीआडून डोकावणारे किल्ल्यांचे बुरूज, ऐटीत उभी असणारी गावाभोवतीची तटबंदी, तिच्यावरून रात्रंदिवस गस्त घालणारे काळ्या आणि लाल डगल्यातले शिपाई, रस्त्यावर सदान्कदा छकडे, घोड्यांच्या गाड्या, पालख्या, मेणे, शृंगारलेले हत्ती, तोफगाड्यांची वर्दळ. ह्या शाही वातावरणाला संगीताची लय देणारी मशिदीतील बांग आणि मंदिरातील लकेरी, तिन्हीत्रिकाळ निनादणारे नगारे-नौबती या साऱ्या गोष्टी पाहिल्या की, ही इंद्रपुरीच आहे यावर कोणाचाही विश्वास बसावा. काशीराज सांगत होता, ''जसा तुमचा दिल्लीचा शहाजहान तसे आमचे अयोध्येचे नबाब सुजासाहेब.'' शामजींनी बाहेर डोकावून पाहिलं. झाडाखाली मिठाईच्या पराती आणि गुलाबजामुनांचे हंडे उघडे ठेवलेले दिसत होते. मसालेदार गरमागरम जेवण, लोहछड्यात टोचून नुकतेच खरपूस भाजलेले कबाब, रोट्या आणि परोठ्यांनी भरलेल्या थाळ्या. शेजारीच नानकटाई आणि फालुदाची बडदास्त. ढेकर दिल्यावर पाण्यासाठी लिंबाऱ्यांच्या फांद्यांआड झाकलेले मधुर पाण्यांचे रांजण. शामजी मनाशी म्हणत होते, ''आजमितीस तरी एवढी सुखासीन प्रजा आणि ऐश्वर्यपूर्ण राजा हिंदुस्थानात दुसरा कोणी नाही.''

घोडागाडी लखनौद्वाराकडून माघारी वळली आणि नबाबप्रासादाकडं दौडू लागली. शामजी रंगनाथ वैतागानं म्हणाले,

''पंडितसाहेब, या लखनवी थाटाचा आता उबग आला.''

''साहेबान, एवढ्या लवकर थकलात?'' काशीराजाच्या अंगी आता लखनवी आदब मुरली होती. गोड आवाजात तो म्हणाला, ''साहेबान, आपण शाही मेहमान आहात. आपल्या सेवेत काही कसूर पडली असेल तर...''

''अजिबात नाही. तसा सडाफटिंग, बिनकामाचा आलो असतो तर इथून माघारीही वळलो नसतो,'' शामजी म्हणाले; ''तुमच्या नगरीचे हे ऐश्वर्य, रात्री रंगीत माड्यांना साज आणणारी झुंबरं, हिरव्या माड्यांतून चुळूमखुळूम येणारे चाळांचे आवाज, तबलजींचे ठेके, मध्यरात्रीचा काळजाला कळ आणणारा सारंगीचा स्वर, सारं काही और आहे पण माझ्या धन्याचं कर्तव्य मला इथं सुखानं राहू देणार नाही.''

"कोण धनी? कसलं कर्तव्य?"

"पंडितजी, सदाशिवरावभाऊंचा मी बंदा शिपाई आहे हे तुम्ही विसरता. एकूण काय, गुलाबजामुनाच्या तांबूस तवंगात माशी अडकावी तसं परक्या वकिलांना साखरपाकात घोळायची तुमची लखनवी रीत मात्र और आहे हं!"

एका बागेच्या द्वारापाशी घोडागाडी थांबवण्याचा हुकूम काशीराजानं दिला. दोघेही फुलझाडाआड लपलेल्या हिरवळीवर बसले. काशीराज म्हणाला,

"आता निवांत बोला. इथल्या भिंतींनाच नव्हे तर हरएक पाना-फुलांनाही कान आहेत. तुम्हांला कल्पनाही नसेल शामजीपंत, आमचा जासूदखाना एवढा अजीब आहे की, हिंदुस्थानभर आमचे जासूद तर फिरतातच. पण दर पंधरवड्याला काबुलहून आणि खुद्द तुमच्या पुण्यनगरीतून तवारीख येतात आमच्या दरबारात."

"काय बोलता?"

"साहेबान, तीच तर गंमत आहे. नबाबाचे जासूद दहा हजारांवर आहेत," काशीराज बोलला, "कदाचित शामजीपंत, तुम्ही म्हणाल, हा ब्राह्मण आपल्याच गावशिवेचा आहे. सारी खबरबात देईल पण मी सुरुवातीलाच सांगतो, ज्या मुळा-मुठेकाठी मी पैदा झालो, तिथल्या मातीबद्दल मला जरूर आस्था आहे; पण प्रथम मी नबाबसाहेबांचा इमानी सेवक आहे. त्यांचं अहित होईल अशी कोणतीही गोष्ट माझ्या हातून चुकूनसुद्धा घडणार नाही. तशी मातीची ओढ म्हणून मी तुम्हांला थोडीफार मदत करीन, पण मला तुमचा सोळा आणे मनुष्य समजू नका. तुमचा भ्रम गैर ठरेल."

शामजींनी पंचेचाळीस वयाच्या, गौरवर्ण काशीराजाला निरखून पाहिलं. अयोध्येकरांची सेवा करता करता गेल्या तीस सालांत त्याच्या टाळूवर केस राहिला नव्हता. शामजी म्हणाला,

"भाऊसाहेबांच्या आणि अब्दालीच्या यापुढे होणाऱ्या जंगात तुम्हांला कोणता पक्ष चांगला वाटतो पंडितजी?"

"भाऊंचाच पक्ष इन्साफीचा आहे. ते दिल्लीच्या पातशाहीसाठी, म्हणजेच हिंदुस्थानच्या भरभराटीसाठीच लढत आहेत."

शामजी थोडा वेळ शांत बसले. थोडा अंदाज घेतला आणि बोलले,

"पंडितजी, हिरवट तलावाचा कधी ठावा कळत नाही. तसेच आपले नबाबबहाद्दूर मुळातच खुबसुरत... त्यांच्या काळजाचाही ठाव लागत नाही."

काशीराज मोठ्याने हसले.

"बोला पंडितजी, आम्ही असं किती दिवस तिष्ठत बसावं? माझ्याकडून काहीही खलिता न गेल्यानं माझ्या धन्याला तुकडा गोड लागत नसेल. भाऊसाहेबांची फारच विचित्र स्थिती झाली आहे. महापुरुषासारखे रात्रंदिन कष्ट उपसतात. मोहिमेत मधूनच थांबून चार-पाच खलिते हमेशा धाडतात. त्यांतला एक खलिता गोविंदपंतांना असतो. काहीही होऊ दे पण तुमचे अयोध्यापती नबाबबहाद्दूर आमच्याच पक्षाला

हवेत, असा त्यांचा धोशा आहे. तुमच्या नबाबबहाद्दुरांनाही अनेक खलिते धाडले आहेत!''

''समजा, आमचे नबाबसाहेब न आले तरी असा काय फरक पडणार आहे तुमच्या जंगात?'' काशीराज.

''आमच्या तोंडूनच तुमच्या धन्याची स्तुती कशाला ऐकता पंडितजी? सुपीक गंगाकाठच्या दोन परगण्यांचा, एवढ्या साधनसंपत्तीचा, दौलतीचा धनी दुसरा कोणी हिंदुस्थानात नाही. खिजलबक्षी नावाचं, नादिरशहाच्या तालमीत वाढलेलं, सात-आठ हजाराचं दल आता आपल्या तैनातीत आहे. ते तुम्ही अधिक बळकट बनवलं आहे. गंगेकाठच्या नागगोसाव्यांची दहा हजाराची अत्यंत कडवी लढवय्यी फौज आपल्याच पदरी आहे. तिचं नेतृत्व करणारे अनुपगिरी आणि उमरावगिरी गोसावी, हे दोन खंदे नायक शत्रुसैन्याला काळासारखे भासतात. या गोसावी सैन्यापुढे अन्य हिंदुस्थानी राजेरजवाड्यांचे लष्कर शिकस्त खाते. गोसाव्यांची ही सेना नुसती शूर नसून ती भानामतीचे नाना चाळे करण्यात वाकबगार आहे. हे तुमचे आक्राळविक्राळ दाढीवाले गोसावी जंतरमंतरच्या जोरावर शत्रूचे तोफगोळे, गारभांडी पेरू-आंब्यासारखे खाऊन, गिळून, पचवून टाकतात, असं आज सारा हिंदुस्थान बोलतो. तुमचा तोफखाना उच्च प्रतीचा आहे. खानबहादूर दोन्हीपैकी कोठल्याही पक्षाला मिळाले तर आज दोन्ही दळांचा वजनकाटा लीलया खाली-वर होऊ शकतो.''

''बहोत खूब, शामजीपंत!'' काशीराज खो खो हसू लागला.

''पंडितजी, एवढा हसायचा मतलब?''

''तो तर साफ आहे. आम्ही आमचेच जासूद श्रेष्ठ आहेत, असं म्हणत होतो पण तुमच्या हरकाऱ्यांचीही कमाल आहे. अयोध्येची काडी आणि माडी, साऱ्यांची खडान्‌खडा खबर आहे तुम्हांला. पण पंत, तुम्ही भारी काळजीत दिसता. नसती काळजी कशाला करता? तुमचा सेनापती भाऊसाहेब शेर आहे. इतके दिवस त्यांच्याबाबत ऐकून होतो पण आता आमची खात्रीच झाली आहे की, पेशवे कुळात त्या बाजीरावानंतर इतका शूर आणि अव्वल मुत्सद्दी दुसरा कोणी झाला नाही. मला रहम वाटतो पंत. इतक्या वर्षांत तुमच्या पेशव्यांनी भाऊसाहेबाला हिंदुस्थानच्या स्वारीवर का पाठविला नव्हता? कशाला घरकोंबड्यासारखा फडावरच बसविला? या आधी भाऊसाहेबांनी एकदा जरी नर्मदा ओलांडून ह्या मुलखात सफर केली असती तरी आज काही न्यारीच रंगत चढली असती! कदाचित इतक्या दिवसांत तो अब्दाली अनुपशहरी दिसलाही नसता. पंत, मघा तुम्ही भाऊसाहेबांनी अयोध्येला नबाबास खलिते धाडलेत म्हणून सांगितले. अन्य कोणाचं नाव सांगितलं नाही?''

''मतलब?''

''कदाचित तुम्हांलाही याचा थांगपत्ता लागणार नाही,'' हसून काशीराज पंडित म्हणाला, ''आमच्या नबाबसाहेबांच्या मातोश्री सद्रुन्निसा बेगम माँसाहेब यांचा नबाबबहादुरावर इतका वचक आहे की, त्या त्यांना दरबारात बोलू शकतात, तशा

चौकातही फटकारू शकतात. माँसाहेबांच्या सामर्थ्याची खुबीनं माहिती काढून तुमच्या भाऊसाहेबांनी खुद्द त्यांनाच खलिता धाडून तुमच्या पक्षास मिळण्यासाठी आर्जवं केली आहेत. वाऽऽलिखने का भी इतना खुबसुरत तरीका है भाऊसाहेब का, पूछो मत पंत! नबाबसाहेबांच्या अब्बाजानला तुमच्या शिंदे-होळकरांनी मदत केली, त्यांना आयुष्यात तारले, त्याची खूप सुंदर शब्दांत यादगारी भाऊसाहेबांनी दिली आहे.''

पंडितांचे शब्द ऐकून शामजी रंगनाथ स्तंभित झाले. म्हणाले, ''भाऊसाहेबांची ही झेप आम्हांला नव्हती माहीत; पण पंडितजी, या खलित्यांचा असर माँसाहेबांच्या मनावर कितीसा पडला?''

''ते सांगता यायचं नाही मला.'' काशीराज सावरून बोलला, ''तूर्तास ग्रह तुम्हांला अनुकूल आहेत एवढंच सांगेन मी.''

''त्याची जाणीव आम्हांलाही आहे. पण पंडितजी, ही कसली स्मशानवत शांतता! घोडा तिरकाही जात नाही, आडवाही येत नाही, पुढेही जात नाही, मागेही येत नाही आणि इकडेही नाही, तिकडेही नाही.''

''घोडा अयोध्येचा आहे ना!'' हसून काशीराज बोलला.

बागेतली बातचीत संपून शामजीपंत आणि काशीराज पंडित मुख्य नबाबी प्रासादाकडे आले. गुलाबपाकळ्यांची झळाळी मारणाऱ्या संगमरवरी भिंताडाचा मजबूत प्रासाद ऐश्वर्याची लेणी लेवून डामडौलात खडा होता. प्रासादाच्या आतल्या अंगुरी बागेचा मधाळ वास मुख्य दरवाजाबाहेरही दरवळत होता. मयूरसुंदरीच्या नेत्राप्रमाणे समोरच्या बागेतील कारंजे उमाळून उडत होते. इतक्यात देवडीवरचा नगारखाना जोरजोरात तुडूम तुडूम वाजू लागला. सनईचौघड्यांचा निनाद वाढला. सोन्यारुप्याच्या छड्या हातात घेतलेले भालदार-चोपदार उंच ललकाऱ्या देऊ लागले. ''बा आदबऽऽ बा मुलाहिजाऽऽ मिर्झा जलाल– उद्दीन हैदर सुजा– उद्दौला नबाब– ई– अयोध्या आ रहे हैंऽऽ! निगाह रखोऽ निगाह रखोऽऽ'' ललकारीबरोबर शामजीपंतांनी गर्रकन वळून राजरस्त्याकडे पाहिलं तर उमद्या दहा-पंधरा अश्वांचा बेडा दौडत येत होता. सर्वांत पुढे सुजाउद्दौलाचा करडा अरबी घोडा मस्तीत झेपावत होता. घोड्याला शृंगारायला चार-पाच पागे असतील, हे त्या उमद्या जनावराकडं पाहिलं की कोणाच्याही ध्यानी यावं. घोड्याच्या पाठीवर भरजरी झूल, झुलीवर ऐटदार किनखापी खोगीर, गळ्यात सुवर्णपुतळ्यांची माळ, माळेत हिऱ्याचे मणी, रिकीब उंची जडावाच्या, झुलीच्या दोन्ही अंगाला कलाबुताचे सप्तरंगी गोंडे सोडलेले, असा हा नवलाख किमतीचा घोडा. एक तर तो गंधर्वांचा धरतीवर आलेला चुकारीचा घोडा असावा, नाहीतर तो अयोध्येच्या नबाबाचा असला पाहिजे, असं त्याच्या दिमाखावरून कोणीही जाणावं. करड्या अश्वाबरोबर डाव्या-उजव्या अंगाला दोन पांचाळी घोडी दौडत होती. त्यांवर मायावी सौंदर्यवतींची जोडी स्वार झालेली. त्या तिलोत्तमा म्हणजे सामान्य सेविका असल्या तरी बाहेरच्या इसमाला अयोध्येच्या बेगमाच

नबाब सुजाउद्दौला

भासाव्या. इतर सरदार-दरकदारांमागे खांद्यावर टिकाव, फावड्या घेऊन काही मजूर धावत होते. कारागिरांसोबत सकाळ-संध्याकाळ नगरीभर दौड करायचा नबाबाचा शिरस्ता एव्हाना शामजीपंतांना चांगला माहीत झाला होता.

सुजाची अवघ्या अठ्ठावीस वर्षांची गोरीपान मूर्ती साजिरी दिसत होती. डोळ्यांत आभाळी झाक, लालचुटूक ओठ, मुद्रेवर मस्तीच्या छटा, घोड्यावर झोकात बसायची ऐट, अंगातला मझलीनचा झुळझुळता अंगरखा, पायांतल्या सापत्यांवर जडावाचं नक्षीकाम, डोईला किरमिजी रंगाचा झुबकेदार टोप, गोसाव्याला अंगावरच्या कवड्यांच्या माळेची तमा नसते तसाच हिऱ्यामोत्यांच्या सहस्त्र मण्यांच्या माळेची

फिकीर न करणारा बेदरकारपणा, ही शाही ऐट पाहिल्यावर झोपेतून उठणाऱ्या माणसानंही सांगावं, अरे, हा तर अयोध्येचा नबाब दिसतो.

घोड्यावरून पायउतार होता होता सुजाने शामजीपंतांकडे एकवार बघितले. शेजारीच उभ्या असलेल्या काशीराज पंडिताजवळ तो काही तरी कुजबुजला. भालदार-चोपदार, सरदार-दरकदार, कवि-पंडितांच्या घोळक्यात सेवकांची ताजीम स्वीकारत स्वीकारत सुजाउद्दौला मुख्य द्वारातून प्रासादात गेला.

सुजा इश्काच्या-मस्तीच्या कैफात बऱ्याचदा असला तरी एवढ्याशा वयात त्याने अनेक भलेबुरे दिवस पाहिले होते. त्याचा पिता सफदरजंग एक शूर शिया मुसलमान होता. आजोबा सादतखानानेही कीर्ती कमावली होती. दिल्लीच्या बादशाहीपदी अहमदशहा असताना सुजाचा पिता सफदरजंग हिंदुस्थानचा वजीर होता. आपल्या पाच वर्षांच्या वजिरीत सफदरजंगाने कीर्ती, नाव आणि द्रव्यसंचय चांगला केला होता. त्यावेळी सुजानेही दिल्ली दरबारात मीर उत्सी-तोफदळ प्रमुख म्हणून चांगली कामगिरी बजावली होती. दुराणी बादशहा अब्दालीने हिंदुस्थानवर जेव्हा पहिला हमला चढविला तेव्हा त्याच्या चढ्या घोड्याला सुजाच्या पित्याने धूळ चारली होती. त्या मानपूरच्या लढाईची, सफदरजंगाच्या पराक्रमाची आठवण निघाली तरी अयोध्येकरांची छाती अजूनही दीड वीत फुगत होती. अंतर्वेदीत येऊन राहण्याचा रोहिले-पठाणांना कोणताही अधिकार नाही. ते परदेशी आहेत. इथल्या मातीत आम्ही हिंदु-मुसलमान सुखासमाधानाने जगू. एखाद्या दिवशी तंटा वाढला तर दुसऱ्या दिवशी गळ्यात गळा घालून फिरू; पण दुराणींची परकी जमात इथे रुजली तर ती आपलाच गळा कापेल, हे सफदरजंग जाणून होता. नजिबाबाद, मुजफ्फरनगर, शामलीच्या मुलखात रोहिल्यांच्या वस्त्या वाढू लागल्या होत्या. त्यांनी अधिक हात-पाय पसरले तर खालीच लागून अयोध्या प्रांत पसरला होता. वारुळाला उशी लावून कोणाला शांत झोप लागणार? रोहिल्यांचा बीमोड करण्याचा मनसुबा सफदरजंगाने बांधला. त्याने शिंदे, होळकर आणि जाटांची मदत घेऊन रोहिले-पठाणांवर हल्ला चढविला. फरूखबादेच्या लढाईत सारे रोहिले एक झाले. त्या लढाईत दत्ताजीचा पिता राणोजी आणि मल्हारजीबाबा होळकरांनी प्राणांची बाजी लावून रोहिले कापून काढले. सफदरला वाचवला. ही घटना १७५१ मध्ये घडली आणि अवघ्या तीन-चार वर्षांत ग्रहदिशा फिरली. दिल्लीची वजिरी मिळवण्यासाठी इमादने बादशहाला फितूर केला. बादशहात आणि वजीर सफदरजंगात बेबनाव माजला. इमादने नजिबाला या निमित्ताने प्रथमच दिल्लीच्या राजकारणात पाचारण केलं. द्रव्यलोभापायी शिंदे-होळकरांची टाळकी फिरली आणि ज्या सफदरजंगाला दोन-तीन सालांमागं दोस्त केला, त्याच्याच बोकांडी शिंदे-होळकर बसले. वनराज लोळागोळा होऊन पडला की, उंदरांची पिटुकलीही अवसान घेतात. तसा नजीबही सफदरच्या मागे हात धुऊन लागला. मराठ्यांच्या धरसोडीच्या राजकारणाने सुजाही चमकला. त्याच्या डोळ्यांदेखत त्याचा शूर बाप सफदरजंग रडतखडत अयोध्येला जीव वाचवण्यासाठी पळून

आला. बापाच्या अपमानाच्या ओल्या जखमा अजूनही सुजाने हृदयात साठवून ठेवल्या होत्या. पुढे-मागे संधी आली, की ज्या दिल्लीच्या रस्त्यातून वजीर असतानाही आपल्या बापाला चोराचिलटांसारखं पळावं लागलं, त्याच दिल्लीच्या राजरस्त्यातून सजलेल्या अंबारीत बसून आपण वजिरे हिंदुस्थान बनून लाल किल्ल्यावर वाजतगाजत जाऊ, ही तमन्ना सुजाच्या काळजात जितीजागती होती. पूर्वायुष्यातील चढ-उतार बघून आपली पावले सावकाशीनेच टाकावीत, असं सुजाचं मत होतं. मराठे आणि अब्दाली दोघेही खळीस आले आहेत, थोडा दम खाऊन पावले टाकलेली बरी असं त्याला वाटत होतं.

शामजी रंगनाथांना आता अयोध्यापुरीत उबग आला होता. सात दिवसांमागे सुजाची भेट झाली होती. त्यानंतर काशीराजाकडून आज मसलतीस बसू, उद्या बसू असा कालापव्यय चालला होता. कर्तव्यकठोर सदाशिवभाऊंचा स्वभाव शामजींना माहीत होता. असाच विलंब लागला तर त्यांची खैर नव्हती. मराठी फौजा एव्हाना आग्र्याला धडकल्या असतील. ग्वाल्हेरातून भाऊसाहेबांनी शामजी रंगनाथास अयोध्येला धाडला होता. हे काळकाढूपणाचं धोरण किती दिवस चालणार? हताशपणे सुजाच्या पाठमोऱ्या आकृतीकडं शामजीपंत पाहत होते. शेजारी उभ्या असलेल्या काशीराजानं खांद्यावर हात ठेवून त्यांचा समाधिभंग केला, ‘‘साहेबान, आता जादा फिकीर करू नका. आज दुपारी दरबारातच नबाबसाहेब एकटे तुम्हांला भेटणार आहेत.’’ शामजींचा क्षणभर विश्वास बसेना.

दुपारी ऐश्वर्यानं धुंद झालेल्या बिलोरी महालात नबाब सुजाउद्दौला आणि शामजी रंगनाथांची मसलत सुरू झाली. शेजारी काशीराज पंडित उभा होता. उंची भेटवस्तूंचा, वस्त्रांचा नजराणा भाऊंतर्फे शामजींनी सुजाउद्दौल्याला सादर केला. सुजाच्या मुद्रेवर कोणतेच भाव नव्हते. चेहरा कोरा करकरीत. डोळे फक्त बोलके. हं तुम्ही बोला... आम्ही फक्त ऐकतो, असा भाव सांगणारे. शामजी म्हणाले,

‘‘नबाबबहादुरांना भाऊसाहेबांनी श्रीगजाननाचा प्रसाद पाठवून उदंड आरोग्य चिंतलं आहे.’’

‘‘भाऊसाहेबांसारख्या कर्तबगार पुरुषाची मर्जी आम्हांवर आहे, ही अल्लाची कृपा.’’

‘‘नबाबसाहेब, आम्हां मराठ्यांना मात्र आपली आम्हांवर गैरमर्जी झाल्यासारखे वाटते.’’

‘‘मराठ्यांचे आणि आमचे पूर्वापार संबंध आम हिंदुस्थानला माहिती आहेत.’’

‘‘म्हणूनच मराठे सध्या आपला स्नेह चाहतात. आपला स्नेहाचा सुलूख घडावा, असे भाऊसाहेबांना वाटते.’’

‘‘कागदाच्या तुकड्यावर लिहिलेल्या शब्दांपेक्षा काळजावर जी मुद्रा आहे, ती तशीच राहू द्या.’’

सुजा जुबानीचा शेर होता. आताच काय घाई, उद्या पाहता येईल की, आम्ही हिंदुस्थानीच आहोत ना, अशी भुलीची बतावणी तो करीत होता. शामजीपंत एकेक शब्द तोलूनमापून फेकीत होते पण सुजा अंगाला काही चिकटवून घेत नव्हता. निरोपाचे विडे मिळायची वेळ झाली. शामजीपंतांना गळ टाकून घाम फुटायची वेळ आली पण हाताला काही लागेना. इतक्या एक जासूद धावत धावत आत आला. त्याने तातडीची तवारीख आणली होती. काशीराजानं ती खुली करून सुजाच्या समोर सादर केली. सुरुवातीच्या चार ओळी त्याने वाचल्या असतील-नसतील, तोच त्याची मुद्रा एकाएकी गोंधळून गेली. तो काशीराजाला बोलला,

"अरे पंडितजी, खाली देखते क्या हो? मराठ्यांचे एवढे मोठे वकील आपल्या दरबारी आलेत आणि साधा सरबत वा अंगूर मिळू नये, ही का लखनवी बरदास्त झाली?"

काशीराजानेही धावाधाव केली. फराळाचे, मिठाईचे नानाविध जिन्नस असलेल्या सोन्याचांदीच्या पराती मखमली आच्छादनाखाली मसलतीत सादर झाल्या. सकाळी सुजाने, बैठक पाच-दहा मिनिटांत आटपा; जास्त वार्तालाप नको, चुकून एखादा शब्द मुखातून जाऊ नये, अशा सक्त सूचना काशीराजाला दिल्या होत्या. पण सदाशिवरावभाऊ यमुनाकाठाला भिडले आहेत, नावांची सोय झाली तर ते यमुनापार होऊन कधीही अयोध्येकडे चाल करतील, अशी तातडीची तवारीख येईल याची दोघांपैकी कोणालाही कल्पना नव्हती. जिवाचा जिवलग भेटल्याप्रमाणे सुजा शामजीपंतांशी वार्तालाप करू लागला. सुजा बोलला,

"मराठ्यांशीच आम्हांला दोस्ती हवी. आम्ही हिंदुस्थानी लोक, आम्हांला घरचाच मित्र चांगला. दूरदेशच्या सोयऱ्याशी सोयरीक करण्यात काय मतलब? सदाशिवरावभाऊ तर आमचे जानी दोस्त."

सुजाची ही पलटी पाहून शामजी प्रथम गोंधळले. पण काही का असेना, वजन आपल्याच तराजूत पडतं आहे ना, बस्स झालं. शामजी आनंदून गेले. तेही हर्षभरानं सुजाशी गप्पाटप्पा करू लागले. सुजा म्हणाला,

"गुस्ताखी माफ पंत, कोणीही शाही मेहमान आमच्या दरबारी आला की, त्याच्यासाठी नाचगाण्याची सोय करायची, ही आमची खानदानी रीत. तुम्हांला येऊन बरेच दिवस गुदरले. बीमारीमुळे आम्हांला या आधी जमलं नाही; पण लखनवी अप्सरांचा स्वर्गीय नाच आजच आपण राजवाड्यात घडवून आणू."

सुजाच्या या अतिप्रेमानं शामजीपंत मोहरून गेले. रात्रीच्या बैठकीची बोलणी पक्की झाली. इतक्यात एक खिदमतगार आला आणि सुजाच्या कानात काहीतरी सांगून गेला. तसा सुजाउद्दौला उठला आणि शामजींना विडे देऊन खाजगीकडे चालता झाला. एवढे कोण मेहमान आले असतील की, ज्यामुळे सुजाउद्दौला तातडीनं निघून गेला, याचा विचार करीत शामजी मेहमान-महालात परतले.

रात्री बराच उशीर नाचगाण्याच्या बैठकीचा निरोप येईल म्हणून शामजीपंत वाट बघत बसले. बऱ्याच वेळानं निरोप आला, नबाबसाहेबांची तबियत एकाएकी बिघडली असल्याने आजची बैठक रद्द झाली. एकाएकी सुजाला काय झाले, या गोंधळात शामजीपंत पडले. बिछायतीवर कलंडण्यापूर्वी शामजीपंतांना त्यांच्या दूतांनी खरी खबर आणली– आज दुपारीच दिल्लीहून महमुदशहा बादशहाच्या मलिकाजमानी बेगम आल्या आहेत. त्यांच्या सन्मानार्थ खाजगीकडे खान्याची मोठी धामधूम उसळली आहे. मलिकाजमानी साहेबा आल्याचं कळताच शामजींची झोप उडाली.

ही अवदसा मध्येच कुठून उपटली. आत्तापर्यंत रचलेला व्यूह ढासळणार तर. दिल्ली दरबारातल्या तुराणी पक्षाची ओढ असणारी मलिका जमानी पाठवून अब्दालीनं चांगलाच डाव खेळला आहे, हे शामजींच्या लक्षात आलं. आजच्या रात्रीत काय घडेल, या कल्पनेनं तो हवालदिल झाला. गोड जिभेनं दुसऱ्याच्या काळजाचा देठ खुडणारी ती पाताळयंत्री बया आज काय करेल, हे ओंकारेश्वरा, तुलाच माहीत.

शाही खाना आटोपला. खिदमतगार, सेवक, वाढपे सारे बाजूला झाले. शेजारच्या एका दिवाणखान्यात मलिकाजमानी सुजाशी मसलतीला बसली. तिने मुद्दाम सुजाच्या आईस, सद्रुन्निसा बेगमेस बैठकीला बसवून घेतले. सुजाने सद्य:स्थितीत कोणता पक्ष स्वीकारावा, याची मसलत सुरू झाली. सुजाचा आणि त्याच्या आईचा कसलाच अंदाज मलिकाजमानीस येईना. तिनं पराकाष्ठेचा यत्न करून नजीब आणि अब्दालीची बाजू मांडली. न राहवून सद्रुन्निसा बेगम म्हणाली,

''बडी साहेबा, तसं मराठ्यांचं आणि आमचं वैर असण्याचं कारण काय? उलट आमच्या गळ्याशी आलं तेव्हा शिंदे-होळकर धावले होते.''

''बेगमसाहेबा, सफदरजंग नबाबसाहेबांना दिल्लीतून हाकलायला शिंदे-होळकरच पुढे होते,'' मलिकाजमानीने टोमणा मारला.

''त्या वेळची बात तर औरच होती. नबाबसाहेबांचे लचके तोडायला ज्याची वकिली आज आपण करता आहात तो नजीबउद्दौला हा खलपुरुषच आघाडीवर होता,'' सद्रुन्निसाने प्रतिजबाब केला.

सुजा आणि त्याची आई सहज राजी होईना. ते मलिकाजमानीच्या ध्यानी आलं. थोडा वेळ दवडून ती बोलली,

''तुमच्या खानदानाबद्दल आम्हांला खूप प्रेम आहे. म्हणून आम्ही बात करतो. माफी करना, मैं सच सुनाती हूँ,'' मलिका पुढे म्हणाली, ''नजीब आणि अब्दाली मराठ्यांची अंतर्वेदीतली ठाणी उडवत एक-दोन दिवसांत इकडं येतील. तुमच्याशी जंग करतील. त्या आधी इतमामाने आपण अब्दालीच्या पाठीशी जावे हे चांगले.''

''मांसाहेब, आपण खबर दिली ते ठीक झालं. पण नजीब- अब्दालीला तो भाऊसाहेब पेशवा उसंत कशी देणार?''

''मतलब?''

"तो यमुनेला भिडल्याची खबर आम्हांला आजच मिळाली आहे."

"जमनामैय्या पार करना उनके बस की बात नहीं," मलिकाजमानी म्हणाली, "मराठ्यांना नावा कुठे मिळणार? त्या बुड्ढ्या गोविंद बुंदेल्याला नावा जमा करायचा हुकूम त्या पेशव्यांनी दिला आहे पण ती जोखीम तो बुड्ढा काय पार पाडणार? काफरांच्या नादी लागण्याऐवजी तुमची बिरादारीशी दोस्ती व्हावी, असं मला वाटतं. याउपर आपली मर्जी."

रात्री सुजाची झोप हराम झाली. आपल्या कुमकेची दोन्ही पक्षांना गरज आहे. जर भाऊसाहेबांना नावा मिळाल्या तर यमुनापार होऊन ते तडक अयोध्येवर चाल करतील. लष्करी दबाव आणून त्यांच्या पक्षाला नेऊन ते आपली मोट बांधतील. जर भाऊसाहेबांना यमुनेनं ठाव दिला नाही तर मराठा लष्कर पैलतीरावरच अडकून बसेल. मात्र आपल्या पाठिंब्यासाठी अब्दाली गप्प बसणार नाही. कदाचित आपला मुलूख जाळेल. दबाव आणून जेरबंद करील. दोन्ही पक्षांनी हरप्रयत्ने आपणाला पळवायचा विडा उचलला आहे. काय करावे?

दुसऱ्या दिवशी दुपारी शामजीपंतांनी कचेरीच्या महालात काशीराजाची गाठ घेतली. ते विचारू लागले,

"पंडितजी, सकाळपासून राजप्रासादात ललकाऱ्या नाहीत, नगारे नाहीत. नबाबसाहेबांची तबीयत तंदुरुस्त नाही का?"

"नबाबसाहेब आपल्या काफिल्यासह भल्या सकाळी पाटण्याकडे शहा आलमच्या भेटीला रवाना झालेत. चार महिने परततील याची खात्री नाही. त्यांची तबियत ठणठणीत आहे, आता तुम्ही मराठे आणि गिलचे दोघेही आपापल्या तबियती तंदुरुस्त करा म्हणजे झालं," हसून काशीराज पंडित बोलला.

□

सुजाउद्दौल्याचा मुक्काम महदीगंजच्या महालात पडला होता. नको भाऊची संगत आणि नको अब्दालीची पंगत. अयोध्या प्रांताचा आपला सवतासुभा सांभाळीत राहावं, अशी पंधरवड्यापूर्वी त्याची भूमिका होती; पण त्याच्या साहाय्यासाठी आसुसलेले मराठे आणि गिलचे त्याला स्वस्थ बसू देत नव्हते. फैजाबादच्या स्वत:च्या राजप्रासादात त्याची अशी कधी त्रेधा उडाली नव्हती. सकाळी भाऊसाहेबांच्या वकिलाशी भोजनास बसावे तर रात्री अब्दालीच्या वकिलाबरोबर खाना उरकावा. कधी दोघांनाही गुंगारा देता देता ससेहोलपट व्हावी. स्वत:च्या प्रासादात दोन्ही पक्षांचा सासुरवास टाळण्यासाठीच तर त्याने पाटण्याची वाट धरली. शहाआलमकडे निवांत चार-सहा महिने काढावे, तोवर मराठे अगर अब्दालीपैकी कोणाची तरी धूळधाण होईलच. आपण आपले कोरडे आशीर्वाद देण्यासाठी माघारी यावे, या सुंदर स्वप्नात एक वेळ मराठ्यांनी त्याला स्वस्थ बसू दिला असता, पण नजीब कसा त्याला मोकळा सोडणार?

मलिकाजमानीची शिष्टाईसुद्धा फोल गेली. मात्र मराठ्यांचे वकील उठसूट सुजाची दारं धरून बसले आहेत, ह्या वार्ता अब्दालीला केव्हाच कळल्या होत्या. शेवटी सेनापती जहानखान आणि नजीबउद्दौला आपल्या फौजेसह अंतर्वेदीतून अयोध्येच्या रोखानं निघाले. भाऊसाहेब दक्षिणेतून चंबळेच्या आसपास असतील-नसतील, तोवर नजीब-जहानने इटाव्यावर हमला चढविला. गोविंदपंतांचे बुंदेलखंडातील इटाव्याचे ठाणे अत्यंत बळकट मानले जायचे. तिथे पाच-सात हजार मराठा शिपाई असूनसुद्धा गनिमांच्या फौजा वेशीला लागायच्या आधी कमावीसदारासह साऱ्यांनी हाती सापडेल ते घेऊन पोबारा केला. इटाव्यापाठोपाठ सिकोबादसारखी मराठ्यांची वीस-पंचवीस ठाणी बेचिराख झाली. जहानखान आणि नजीब बिदुरावर चालून आले. कानपूरच्या आसपास सुजाच्या रस्त्यातील अडथळे त्यांनी उडवून दिले आणि अयोध्येच्या सरहद्दीला फौजा भिडल्या. जहानचे काही स्वार अयोध्येच्या सीमेवरील नगरांत, गावांत घुसून दांडगाई करीत होते. क्वचित जाळपोळ आणि कत्तलीही घडत होत्या. आपल्या सरहद्दीला इतका धोका निर्माण झाल्याचं कळताच पाटण्याच्या वाटेवर असलेली सुजाची घोडी सर्रकन मागे वळली. वाटेत फैजाबादला न थांबता सुजा दिल्लीच्या मार्गाने निघाला. सीमेला लागूनच दहा-पंधरा कोसांवर त्याने महदीगंजला मुक्काम ठोकला. गेल्या दोन दिवसांपासून त्याची मातुश्री सद्रुन्निसाबेगम आणि तो जासुदांच्या खबरा वाचीत टेहळणीच्या ज्यादा चौक्या लावून जिताजागता पहारा देऊन होते.

सुजाचा काही केल्या डोळा लागत नव्हता. लांबून अर्ध्या कोसावरून गंगानदी वाहत होती. तिच्या काठावरच्या दाट आमराईतच सुजाचा महदीगंजचा शाही महाल होता. बऱ्याच वेळा उन्हाळ्यात या शांत निवांत ठिकाणी सुजाने अनेक सौंदर्यवतींच्या सौंदर्याचे घोट घेतले होते; पण आज ही जागा त्याला असुरक्षित वाटत होती. दोन्ही पक्ष एवढे हटातटाला पेटले आहेत की कोणत्याही वेळी काहीही घडू शकतं. मध्यान्‌रात्र उलटली. गार वाऱ्यानं त्याला नुकतीच कुठे डुलकी लागली होती. तोच नदीच्या बाजूला त्याला गडबडीचा आवाज आला. तसा तो झटकन उठला. त्याने पहाऱ्यावरच्या शिपायांना तातडीने हटकले,

"काय रे काय गडबड? चौक्यावरचे शिपाई जागे आहेत का त्यांचे दफन झाले? नदीकडून कसला शोर ऐकू येतो?"

"हुजूर, सारे शिपाई खडा पहारा देत जागे आहेत. आपले कोणी स्वार अगर कोळी नदीत मासे पकडायला उतरले असतील. नाही तर कोणी बाळंतीण पलीकडून दवादारूसाठी नगरात यायला निघाली असेल. त्यासाठी कोणीतरी पाण्यात हौदे घातले असतील. चिंता न करावी हुजूर."

"कडी निगाह रखोऽ वखत बुरा है!"

"जी हां हुजूर."

पलंगावर पडता पडता सुजा विचार करू लागला. इतक्या मध्यानीचे, काळ्याकुट्ट रात्री कोण जागे असावे? अतृप्त आत्मे, हडळी-पिशाच्च... किंवा नजीबखान! हो, नजीबच असेल कदाचित. नाही तर अशा काळरात्री स्वत: जागून दुसऱ्याच्या झोपा खराब करणारी फारच थोडी पात्रं असतील पृथ्वीतलावर. सुजा झोपी गेला.

काळरात्री पलीकडच्या काठाला साक्षात नजीब उभा होता. त्याच्या संगतीला पन्नास-साठ स्वार होते. काठावरच्या चौकीला आपण 'अब्दालीचे वकील' आहोत, असा त्याने परिचय सांगितला. बहुतांशी शिपाई त्याला ओळखीतच होते. काळ्याकुट्ट रात्री कोळ्यांनी हौदे तुडुंब भरलेल्या गंगेत घातले. पाणी ओढत होतं. खाली कोसभर अंतर कापून हौदे पलीकडच्या काठाला लागले. आपल्या कडव्या साथीदारांसह नजीब महदीगंजच्या तळावर आला.

नजीबखान आल्याची खबर लगेचच छबिन्याच्या चौक्यांना लागली. नबाबाचा दिवाण बेणीबहाद्दर सामोरा गेला. त्यानं नजिबाचं स्वागत केलं. बेणीबहाद्दर म्हणाला,

"आता त्वरेनं नबाबसाहेबांना जागं केलं असतं, पण गेल्या चार रोजांत डोळ्याला डोळा नाही. बड्या बेगम माँसाहेबांचा हुकूम आहे, उद्या सकाळी दहा वाजेस्तोवर हुजुरांना कोणी जागं करू नये."

"तुम्ही फिकीर करू नका दिवाणसाहेब, तुमच्या नबाबांना योग्य क्षणी कसं जागं करायचं हे आम्ही बघून घेऊ," नजीब बोलला.

दिवाणाने शेजारच्याच एका डेऱ्यात नजिबाची मुक्कामाची व्यवस्था लावली. नजिबासोबत साडू सादुल्लाखान होता. नजीब बोलला,

"देखा खानसाहबऽ! माझी खबर कधीच गलत असणार नाही. अखेर ती नजिबाची खबर आहे ना! तो बुड्ढा गोविंदा बुंदेला उद्या सकाळी खान्यापूर्वी नबाबाला भेटणार आहे. हवा तसा सुलूख करून घेण्याची त्याची तमन्ना आहे."

"पण इथं तर अजून तो पोहोचल्याचं दिसत नाही."

"तो लबाड म्हातारा कोल्हाऽ पुरा बनेल आहे. इथेच शेजारी कुठे आडरानात मुक्काम ठोकून असेल. भेटीचा वखत आला की दैत्यासारखा हजर होईल. अंतर्वेदीतले चढ-उतार बघता बघताच तो बुड्ढा झाला आहे. इकडे भाऊला भरवशाचा आणि माहितीचा तो एकटाच इसम बाकी उरला आहे."

"एवढ्या त्वरेनं त्यांनी भेटीचा घाट घातलाच कसा?"

"ती बुड्ढी बेगम सद्रुन्निसा! नबाबाची आई! मराठ्यांबद्दल तिला मोहब्बत आहे. तिनेच हा सारा बनाव रचला आहे. गोविंदाची आणि सुजाची मसलत घडेपर्यंत त्याला अन्य कोणी भेटू नये म्हणून तिनेच पहारेकऱ्यांना ताकीद केली आहे खास."

"खानसाहेब, मराठ्यांची सुलुखाची बोलणी व्हायच्या आधी आपण भिडलं पाहिजे. नाही तर नंतरची मसलत बरी नाही."

"फिकर मत करो खानसाहबऽ गाझी नजीब आपके साथ है।"

सकाळी ऊन पडलं. छबिन्याचे शिपाई, हवालदार जागच्या जागी पगाळून पडले होते. खासे सरदार आपापल्या बिचव्यात इसावा खात होते. सुजाच्या महालाबाहेरील रखवालदारही निमअर्ध्या झोपेत होते. दोन तेलंगे तेवढे तंबाखू चोळीत झोप आवरण्याचा आणि जागण्याचा यत्न करीत होते.

दिवस क्षितिजावर आला. ऊन वाढू लागलं तशी नजिबाची तगमग वाढली. त्याने तेलंग्यांना हाक दिली. तसे ते धडपडून उठले. त्यांनी नजिबास सलाम केला. नजीब हसत म्हणाला,

''ये तो और बात हैऽ. रात्र सरली तरी एवढा जागता पहारा देणारे रखवालदार मी काबूल-कंदाहारातही पाहिले नाहीत. हिंदुस्थानात तर नाहीतच नाही.''

''पेट का सवाल है जी हुजूरऽ. त्यात बड्या माँसाहेबांचा हुकूम आहे. खान्यापूर्वी कोणालाही नबाबबहादुरांना भेटू देऊ नका.'' एक जण बोलला.

नजिबाने हातातल्या दोन सुवर्णमोहोरांच्या थैल्या दोन्ही रखवालदारांच्या हाती बळे बळे दिल्या. आग्रह करीत तो म्हणाला,

''बघा तरी सहराणपूरचं सोनं कसं असतं.''

''ये तो बहुत अच्छा है साहब!''

''चांगलं आहे ना, मग लावा कनवटीला. चांगल्या गोष्टींचा संचय करा असं कुराणातलं वचन आहे.''

दोघा रखवालदारांनी जाडजूड थैल्या अंगरख्याच्या आत कोंबल्या. त्यांतला एक जण तोंड पसरून म्हणाला,

''क्या सेवा कर सकता हूँ, खानसाहब?''

''नबाबसाहेबांची भेट आत्ताच्या आत्ता हवी.''

''कसं जागं करायचं साहेबांना? माँसाहेबांचा कडक हुकूम...''

''असू दे, असू दे,'' नजीब गुलजार हसत म्हणाला, ''अरे, तुमच्या अयोध्या प्रांतात गंगेकाठी, सापमण्यार, विंचू काहीच नसतात का रे?''

एका रखवालदाराच्या डोक्यात लखकन प्रकाश पडला. एकदा इकडेतिकडे बघून त्याने मोठ्याने बोंब ठोकली,

''जागोऽ जागोऽऽ वो देखोऽ सापऽऽ सापऽऽ भागो भागो.''

रखवालदाराच्या ओरडण्याने आजूबाजूचे सेवकसुद्धा जागे झाले. सारे सापऽ सापऽऽ करून ओरडू लागले. अचानक डेऱ्याला आग लागल्यासारखा गोंधळ माजला. सुजाही तसाच जागा होऊन बाहेर धावत आला. दरवाजाच्या फटीतून तांबडाभडक आणि अंगावर खवल्या असलेला सहा हात नाग सुजाच्या शयनगृहाकडं गेल्याचं रखवालदारानं सांगितलं. सेवकांची-खिदमतगारांची तारांबळ उडाली. थोडा वेळ व्यर्थ शोधाशोध झाली. नाइलाजानं सुजाला नजिबाचं स्वागत करावं लागलं. नजिबाचा तांबडाभडक देह त्याला विखारी दिसत होता. घाऱ्या डोळ्यांत सहस्त्र विंचवांच्या नांग्या उसळ्या मारत असल्यासारख्या भासत होत्या. तरी बरं, सुजाचं

स्नान आटोपलं होतं. सेवकांनी सरबताचे प्याले आणून ठेवले. सुरुवातीलाच सुजाने नजिबाच्या आणि बादशहाच्या तब्येतीची चौकशी केली. त्यानंतर सुजा काहीच बोलेना तेव्हा नजिबानेच सुरुवात केली. त्याने बादशहाचा हुकूमनामा सुजाच्या हाती दिला. सुजाने खलित्यावरची बादशहा दुराणीची मुद्रा पाहिली. वाचली.

'राजराजेश्वरांचा राजेश्वर– दुराणी– अहमदशहा अब्दाली.'

त्याच्या खालीच अरबी भाषेत शाही फर्मान लिहिले होते. हिंदुस्थानचा वजीर म्हणून सुजाची नियुक्ती जाहीर केली होती. किंचित हसून नजीब म्हणाला,

"नबाबसाहबऽ, आपली अनेक दिवसांची तमन्ना पूर्ण करण्याचं भाग्य मला आणि अब्दाली बादशहाला अल्लानं दिलं, त्याबद्दल मी त्यांचा शुक्रगुजार राहीन."

"मैं भी आपका एहसानमंद हूँ नजीबसाहब, लेकीन इसकी इतनी जरुरत क्या थी?"

"बादशहा शब्दाला जागणारा आणि वचनासाठी मौत स्वीकारणारा आहे, याची खात्री नबाबबहाद्दुरांना झाली ना?"

"और कुछ?"

"बस्, सब आपकेही इंतजार में हैं! दुराणी बादशहाची इज्जत, इभ्रत अयोध्येच्या धुळीत पडली आहे. ती आपल्या वज्रमुठीने सावरा."

"साहेबान, मुझे इतना शरमिंदा मत बनाओ," सुजा हसून म्हणाला.

विस्फारलेल्या डोळ्यांनी नजीब सुजाकडे बघू लागला. तोच दोन-तीन खिदमतगार धावत आले. सुजाला गडबडीने सांगू लागले,

"बडी माँसाहेबा बीमार है। जलदी करोऽऽ."

सुजा गोंधळून उठला. नजीबही गडबडीनं उठून विचारू लागला,

"मांसाहेबांना एकाएकी कसला आजार उद्‌भवला?"

"पोटशुळाचा विकार आहे. अधूनमधून अशा भयंकर कळा येतात."

"नबाबसाहेब, माझ्या बरोबर दोनतीन हकीम आले आहेत, त्यांना धाडू का माँसाहेबांकडे?"

"नको नकोऽ आमचे लखनवी हकीम एवढे पट्टीचे असताना आपले हकीम कशाला? आपण इथं आहात तसेच थांबा. मी थोड्या वेळात जाऊन असाच माघारी येतो."

नजिबाला घाम फुटला. तोंड पुसत गोंधळलेला नजीब सादुल्लाखानाला म्हणाला,

"देखा, या बुड्ढीला आताच पोटशूळ कसला उठला? जरूर या मागे म्हातारडीची काही आगळी चाल आहे. मराठ्यांना जय मिळावा अशीच तिची धारणा आहे."

सुजा लगबगीने सद्रुन्निसाच्या महालात आला. बघतो तर वृद्ध गोविंदपंत बुंदेले सद्रुन्निसाशी मसलत करीत बसलेले. सारा प्रकार त्याच्या ध्यानी आला. सद्रुन्निस्सा म्हणाली,

"बेटा, त्या नजिबाच्या बातांवर विश्वास ठेवू नकोस. पुरा पाताळयंत्री आहे.

गाजुउद्दीनला वजिरी मिळावी म्हणून तुझ्या अब्बाजानचे त्याने कसे लचके तोडले याची याद मला आहे. गंगाकाठी अशा काही सर्पांच्या जाती आहेत ज्या मातीप्रमाणे रंग बदलतात. हिरवळीत राहिले तर हिरवेगार दिसतात, करड्या मातीत पडले तर करडा रंग धारण करतात. तसाच हा नजीब हवे तेव्हा हवी तशी सोंगे घेईल, आणाभाका घेईल. रडेल, लोळेल. मातीही खाईल; पण कामाचा भाग उरकल्यावर असा फणा काढील की, उपकारकर्त्यालाच कायमचा मातीशी मिळवील. तुझ्या अब्बाजाननी मला मरताना सांगितलं होतं... शहाजाद्याला सांगऽ सैतानावर विश्वास ठेव पण नजिबावर नको.''

सुजा हवालदील झाला. माँसाहेबांचाही सल्ला त्याला मनातून पटत होता. वेळाही उलट्या होत्या. काय करावे? गोविंदपंतांकडे बघून त्याने विचारले,

''बोलाऽ पंत, आज काय नवी खबर?''

''जुनीच कहाणी आहे नबाबसाहेब. आता भाऊसाहेबांचा नवा खलिता घेऊन भेटीला आलो आहे इतकंच.''

''भाऊसाहेबांनी दोन-तीन लखोटे या आधीही पाठविले आहेत.''

''हा नवा खलिताही जरूर डोळ्यांखालून घालावा.''

सुजा सौंदर्याबरोबर विद्याभ्यासातही उजवा होता. त्याला हिंदी-उर्दूबरोबर अरबी आणि मराठी भाषाही चांगलीच अवगत होती. भाऊसाहेबांचा खलिता तो मन लावून वाचू लागला... ''या आधीपासून आम्ही नबाबबहादुरांना अनेक पत्रे, जासूद धाडले. पुन्हा एकदा स्पष्ट करतो– तुमच्या मुलखाच्या चौथाई अगर सरदेशमुखीसाठी आम्ही झुंजात उतरलो नसून चकत्यांच्या पातशाहीसाठी, हिंदुस्थानच्या पातशाहीसाठी जंग करीत आहोत. होता होईल तो आमच्या रोखे नबाबासाहेबांनी जारीनं कूच व्हावं. हेही अखेरीस साधत नसेल तर आपण अलिप्त राहावं. तुमचं द्रव्य, तोफगोळा साधनसामुग्री यांतील आम्हांस काहीही नको. निदान अलिप्त राहायचं तरी खुलं वचन द्यावं. महापापी, मायावी नजिबाला आपल्या दाराचाही वारा लागू देऊ नये. दोन-तीन वेळा दिल्लीची सफाचाट लूट करून दिल्लीची राख करणाऱ्या अफगाण घुसखोराला थारा देऊ नये. अयोध्येच्या इभ्रतीसाठी आमच्या वाडवडिलांनी कधी काळी रक्त ओकलं आहे, हे नबाबबहादुरांनी विसरू नये. आपापसांतले तंटेबखेडे सहज कधीही सोडवता येतील, पण सद्य:स्थितीत परकीय शत्रू नाहीसा करावा!''

सुजाने दोन-तीन वेळा मजकूर वाचला. सद्रुन्निसा बेगम म्हणाली,

''बेटा, आम्हांला मराठ्यांचा पक्ष न्यायाचा वाटतो. त्यांना कुमक करता आली नाही तरी अलिप्त तरी राहता येईल.''

''नबाबसाहेब, आमची हीच कळकळीची विनंती आहे,'' गोविंदपंत म्हणाले, ''कुमक करू नका, निदान अलिप्त तरी रहा.''

''नबाबबहादुरांना दिल्लीची वजिरी भाऊसाहेबांनी आधीच जाहीर केली आहे,'' नारो शंकर बोलले.

सुजा उठला. एकवार मातोश्रींकडे, गोविंदपंतांकडे आणि नारो शंकरांकडे बघत म्हणाला, ''अच्छा पंत, चार दिवसांनी भेटा. आता निर्धास्त जा. शेवटी तुम्ही-आम्ही एका मातीचे पुतळे आहोत. हिंदुस्थानी आहोत. झुंजात उतरलो तर तुमच्याच पक्षाला मिळेन. नपेक्षा अलिप्त राहीन. आता निघतो. नजिबाला निम्म्यात सोडून आलो आहे, मसलतीत पुन्हा जायला हवं.''

सुजा आपल्या दालनाकडं निघाला. बाहेर बागेत कसलीशी गडबड दिसली म्हणून क्षणभर उभा राहिला. मघाशी पळालेला सर्प पकडण्याच्या आमिषानं दोन-तीन मदारी बागेतून बीन वाजवीत वाजवीत फिरत होते. त्यांच्या पाठोपाठ दहा-बारा शिपाईही होते.

पुन्हा मसलतीस प्रारंभ झाला. सुजा दाद देईना हे ध्यानात आल्यावर नजीब घुश्शात गरजला, ''नबाबसाहेब, त्या दख्खनी बंदरांना ठेचायची एवढी चांगली संधी परवरदिगारनं या आधी दिली नव्हती. ते दख्खनी हिंदुस्थानच्या रयतेला गुलाम बनवू पाहत आहेत आणि आपण असे स्वस्थ आहात. ह्या साऱ्याचा मतलब आम्ही काय समजावा?''

''दख्खनी हाकलले की दिल्ली आपसूक तुमच्या झग्यात पडेल असेच ना?'' सुजा हसून म्हणाला..

नजीब थोडासा गोंधळला. स्वत:ला सावरत तो म्हणाला,

''साहेबान, हीच आपण आमची पारख केलीत का? मला दिल्लीचा सोस नव्हता आणि नाही. आताच वजिरीचे दुराणी बादशहाच्या शिक्क्याचे फर्मान आपल्या हवाली केले आहे. नबाबबहादुरांची तयारी असेल तर हा नजीब दुराणीच्या हस्ते दिल्लीचा मुकुटसुद्धा आपल्या डोक्यावर सहज बसवू शकेल.''

''खानसाहेब, ही आमची तमन्ना कधीच नव्हती आणि आजही नाही,'' सुजा बोलला, ''मराठ्यांनी तरी अशी कोणती महापापं केलीत? तुमच्या नादिरशहानं आणि अब्दालीनं या आधी दिल्ली, हिंदुस्थान इतका लुटला आहे की, जगाच्या इतिहासात एवढी लूट कोणाला क्वचितच मिळाली असेल. मिळणारही नाही. त्यापेक्षा मराठे परवडले. ते एतद्देशीय आहेत.''

''नबाबबहादूर, भाऊसाहेब आग्र्याला भिडले आहेत म्हणून तुम्ही ही भाषा करता. पण यमुनापार होऊन त्याला इकडे येणे शक्य नाही, हे आपण विसरता.''

सुजाला नजिबाच्या बोलण्याचा संताप आला. त्याने आपल्या जवळचा खलिता नजिबाकडं भिरकावला. सुजा म्हणाला,

''वाचा ते, स्वत: भाऊसाहेबांचं अक्षर आहे. युद्धानंतरही आमची दोस्ती कायम राहील, असा निर्वाळा दिला आहे त्यांनी. सच्चा आदमी वाटतो मला तो.''

त्रासिक मुद्रेनं खलिता वाचून नजिबानं तो रागानं बाजूला ठेवला. तिरस्कारानं तो बोलला,

''या खलित्यावर जाऊ नका नबाबसाहेब. हे कोळ्याचं मायावी जाळं आहे. ह्या

उभ्या-आडव्या धाग्यांत अयोध्येसह कसे फसाल ते कळणारही नाही.''

नजीब आपली आग्रही मतं मांडीत होता. बाहेर पुंगीचा आवाज वाढत होता. नजीब सांगत होता,

''साहेबान, हे भाऊसाहेबांचेच खलिते कशाला दाखवता आम्हांला? तुमच्या हेरांना मिळालेले, नानासाहेब पेशव्याने उत्तरेतल्या कमावीसदारांना धाडलेले खलिते काढा ना! त्या पेशव्याला प्रयाग, काशी, मथुरा, हरिद्वार, कुरुक्षेत्र ही तीर्थे हवीत. आज तीर्थ आणि उद्या तख्त, ही धोरणी चाल आपल्यासारख्या विद्वान राजधुरंधराला आता कशी कळत नाही?''

तीर्थाचा सवाल निघाल्यानंतर सुजा थोडा वरमला. इतक्या एक जासूद ताजी तवारीख घेऊन दाखल झाला. तातडीची कोणती खबर आली, या विचाराने सुजा गोंधळला. नजिबाच्या तोंडावर आनंद मावेना. काल निघतानाच तो तसा बंदोबस्त करून आला होता. मसलतीसाठी नजिबाने निघावे आणि सीमेजवळची गावे जहानखानाने जाळून जमीनदोस्त करावी. नबाबाचा मुक्काम जवळ असल्याने या खबरा मसलत सुरू असतानाच त्याला पोहोचतील! तवारीख वाचून सुजाने दिवाणाच्या हाती दिली. त्याचे चित्त उडाले. एका रात्रीत तीस गावे बेचिराख ही साधी बाब नव्हती. जहानखानाच्या काही तुकड्या दोन दिवसांत लखनौकडे रवाना होतील, हा भीतीचा अंदाजही साधा नव्हता. भरलेली यमुना ओलांडून भाऊसाहेबांनी अयोध्येच्या मुलखात यायचं ठरवलं तरी ते सोपं नव्हतं. त्यात दिल्लीच्या शाहवली उला साहेबांनी आपल्या शागिर्दांसह सीमेजवळच्या मदरसांतून, मशिदींतून 'इस्लाम बचाव'चा, 'जिहाद'चा सुरू केलेला घोषही भयावह होता. सुजा मनातून पुरता खचला.

बागेतल्या पुंगीच्या आवाजापेक्षा नजिबानं शतपटीनं आवाज चढविला. कुठल्याच मंत्राने-तंत्राने सर्प वश होईना तर गारुड्याने खास ठेवणीतला मंत्र काढावा, तोंड पुसून ओठाशी बीन लावता लावता बेदरकारपणे समोरच्या जनावराकडं पाहत पवित्रा घेऊन बीन छेडावी, तसा नजीब ताठ झाला. त्वेषानं म्हणाला,

''मसलतीत काही गलतफहमी झाली तर साहेबान गुस्ताफी माफ पण एक सच्चा आणि पवित्र मुसलमान म्हणून मी तुम्हांला साफ सांगतो... हा उद्‌भवलेला संघर्ष मित्रांतला अगर शत्रूंतलाही नाही. राजाऽ राजाऽ, हे युद्ध अफगाण आणि ना-अफगाणांतलं नव्हे, हिंदुस्थान आणि इराणातलं नाही, हिंदुस्थानी आणि दख्खनीतलं तर नाहीच नाही, राजाऽऽ हा जंग कुर्फ आणि इस्लामातला आहे. हा जिहाद चालू असताना तुझ्यासारख्या पवित्र कुळात जन्मलेल्या जातिवंत मुसलमानानं काफरांचा पाठपुरावा करणं हे महापाप आहे! हे परवरदिगारऽ! जिहादात, धर्मयुद्धात सहभागी न होता काफरांची संगत करणं यासारखा कुठला अधर्म जगाच्या पाठीवर आहे का?''

नजिबाने काळजालाच हात घातला, तसा सुजा थोडासा गडबडला पण लगेच

स्वत:ला सावरत म्हणाला,

"खानसाहेब, जिहादच्या गोष्टी तुम्ही मला कशाला ऐकवता? आज माझा युद्धासाठी उपयोग करून घ्याल. पुन्हा अब्दाली आणि त्याचे सरदार खंडणीसाठी माझी मुंडी धरतील. कारण तुम्ही आम्ही एक नव्हे."

"अय् खुदाऽ! अय् परवरदिगारऽ! आम्ही सर्व इस्लाम आहोत, हे तू या नबाबाला कधी ऐकवणारऽ!" नजीब अल्लाची करुणा भाकू लागला.

"नजीब, आज वेळ पडली म्हणून एक म्हणतात सारेऽ! पण उद्या मी शिया आहे म्हणून तुम्ही अब्दालीसह सारे सुन्नी लोक माझ्या नरडीचा घोट घ्याल. शिवाय बारा वर्षांमागं माझ्या अब्बाजाननं मानपूरच्या लढाईत अब्दालीचा पराभव केला, हे अब्दाली विसरला असेल का? सुडाचा अंगार अजून त्याच्या काळजात फुलत असेल."

नजीब खो खो करून विकटपणे हसला. बोलला,

"साहेबान, डावा हात उजव्या हाताला कधी तू उजवा आहेस म्हणतो का? उजवा तरी डाव्याला डावा म्हणतो का? एक शरीर, एक देह, एक आत्मा, फक्त हात नाममात्र दोन. तसेच शिया आणि तसेच सुन्नी! पण हे राजाऽ या जिहादात तू सामील झाला नाहीस आणि आम्ही पराभूत झालो तर हिंदुस्थानात एकही मशीद दिसणार नाही. एका पवित्र कुराणाच्या जागी ती अठरा पुराणं, एका अल्लाच्या जागी त्या तेहतीस कोटी देवांची भरती... छी! छी! ती कल्पनाच मला सहन होत नाही. हिंदुजातीत धर्माची चाड ब्राह्मणांना जास्त असते. तो सदाशिवभाऊ पुण्याचा ब्राह्मण आहेऽऽ! आज काशी-प्रयागच्या लोकांना पुण्यात बोलावून दक्षिणा देतात. तीर्थांसाठी जिवाची घालमेल होते त्यांच्या. त्यांचा आज सूड घेतला नाही तर हिंदू बकरी ईद साजरी करतील. राजाऽ, एकदा त्या पापी मराठ्यांवर विजय मिळवला की, रोज अयोध्येत येऊन दिवसातून चार वेळा तुझे पाय धुऊन पाणी पिईन. पण आज इस्लामाची लाज राख राजाऽऽ!"

नजिबाच्या डोळ्याला पाण्याच्या धारा लागल्या. तो केविलवाण्या नजरेनं सुजाकडं बघू लागला. त्याच्या शोकाने सुजा वरमला. तो बोलला,

"त्या अब्दालीचे सरदार विजयानंतर मला मोकळा सोडतील याचा भरवसा नाही."

"कोण अब्दाली? कोण त्याचे सरदार?" नजीब उद्वेगाने म्हणाला, "हिंदुस्थानात इस्लाम टिकावा म्हणून त्या गाढवाच्या नादी मी लागलो आहे. जहानखान, बरखुरदारखान हे त्यांचे सरदार म्हणजे नुसती चिलटं आहेत आणि परवरदिगारची सौगंध खाऊन सांगतो, त्या अब्दालीनं तुमच्यावर फक्त नजर जरी रोखली तरी माझ्या ह्या बोटांनी त्याची दोन्ही बुबुळं मुळापासून उपटून काढीन. देठापासून खुडून टाकीन. यात थोडी जरी कसूर या सेवकाकडून झाली तर हा नजीब बापाच्या बीजाचा नाही! तुम्ही हिंदुस्थानचे वजीर असताना काळजी कशाला करता? अंतर्वेदीतले दीड

लाख हिंदुस्थानी अफगाण आपल्या सेवेला बंदे आहेत. कधीही नुसता निरोप धाडाऽ!''

नजिबाच्या या रसवंतीनंतरसुद्धा सुजा निश्चलच होता. नजीब, काय हा माणूस आहे अशा थाटात त्याच्याकडे टकमका बघत राहिला. सादुल्लाखानाच्या बोलण्याचाही परिणाम सुजावर होईना, तेव्हा नजीब आवाज चढवून म्हणाला,

''नबाबसाहेब, मी इतकं रक्त ओकून तुमच्याकडून काहीच निघत नाही. ठीक आहे. कदाचित या आधी तुम्ही शत्रूच्या वकिलाला शब्द दिल्याची शक्यता नाकारता येत नाही. तसं असेल तर उठा आमच्याबरोबर; अब्दाली बादशहाच्या फक्त भेटीला चला, नाही तर...''

नजीब एकाएकी सळकन उभा राहिला. त्यानं कमरेचा जंबिया खसकन उपसून हातात धरला. तसे सुजाचे सेवक तलवारींसह सावध झाले. सुजाने त्यांना चूप राहण्याची खूण केली. नजिबाच्या हातातला जंबिया चंदेरी रात्रीत सागरात सळसळणाऱ्या मासोळीसारखा चमकत होता. त्या धारदार जंबियाकडं बघून दुसऱ्या हाताने डबडबलेले डोळे पुशीत नजीब म्हणाला,

''घ्याऽ नबाबसाहेब, तुम्हांला अब्दालीकडं यायचं नसेल तर हा खंजीर घ्या. काफरांच्या घावांनी माझा देह कलंकित होण्यापेक्षा या जंबियानं माझी गर्दन उडवा. स्वहाताने छाटा. मक्कामदिनेपर्यंत कीर्ती तरी जाईल, एक नजीब इस्लामच्या रक्षणासाठी अल्लाला प्यारा झाला आणि एक नबाब जातीचा कुलवंत मुसलमान असूनही–''

''थांबाऽ खानसाहेब, पुढे बोलू नका,'' सुजा डळमळून गेला.

सुजाच्या डोळ्यांतून आसवे वाहू लागली. नजिबानं हातातला जंबिया बाजूला फेकला. त्याने हळुवार हाताने सुजाची आसवे पुसली. आभाळाकडे तोंड करून तो म्हणाला, ''हे परवरदिगारऽ, आम्हां गाझींना यश दे.''

सुलूख झाला. सुजाने अब्दालीचा पक्ष धरायचं नक्की केलं. नजिबाच्या जुबानीने भांबावून, डळमळून, दमून गेलेला सुजा खाजगीकडं जाताना फक्त इतकंच म्हणाला,

''खानसाहेब, ही खबर चार दिवस कोठे फोडू नका. अजूनही मराठ्यांचे वकील आजूबाजूला तळ देऊन आहेत.''

□

मृग नक्षत्रावेळीच चंबळेच्या उत्तरतीरी खाशांचे डेरे पडू लागले होते. भाऊसाहेबांचा कचेरीचा आणि खाजगीचा डेरा उभा राहिला होता. निमअर्धी फौज अजून चंबळ ओलांडीतच होती. मुळा-मुठा, इंद्रायणीच्या मानाने एवढी भव्य विस्तीर्ण पात्रं मराठी राऊत प्रथमच बघत होते. मुळेच्या एका काठावरून दुसऱ्या काठावर चार हात मारून क्षणार्धात पल्याड जाता येतं; पण इकडचं फर्लांगभराचं नदीचं पात्र पाहिलं की धडकीच भरे. ग्वाल्हेर सोडल्यावर पहिली छोटीशी कुमारी नदी लागली आणि

लगेचच चंबळेचा काठ दिसू लागला. चंबळेच्या काठी ठिकठिकाणी खोल पाणस्थळ जागा दिसत होत्या. वाटेवर जागोजागी खळ्या, बेहडे आढळत होते. या अशा खोलगट जागा चुकवून पुढे हत्ती, घोडी रेटणे मोठे मुश्किलीचे होते. त्यात चंबळ पार करून बिनीवाल्याच्या पाठोपाठ पाच-सहा खासे गेले असतील-नसतील तोच धो धो पावसाला आरंभ झाला. साऱ्या लष्करात गोंधळ उडाला. इतक्या लवकर पाऊसधारा सुरू होतील असा कोणाला अंदाज नव्हता. भाऊसाहेबांसह सारे हवालदिल झाले. अलीकडच्या काठावरच्या फौजा अलीकडे आणि पल्याड झालेले लष्कर पलीकडे असे त्रांगडे झाले. रात्रभर पावसाने झोडपून काढले. पलीकडे काही जुनीपानी देवळे/मंदिरे होती. त्यांत खाजगीकडच्या स्त्रियांनी आसरा घेतला. कशीबशी रात्र कंठली.

भाऊसाहेबांनी चार सरदार नदीच्या पात्राजवळ ठेवले. पाठीमागून येणारं सारं लष्कर हाकारून पुढं न्यायचं होतं. एवढ्या लवकर सरी बरसतील याची भाऊसाहेबांना बिलकूल अटकळ नव्हती. आता जागोजागीच्या खड्ड्यांतून, बेहडांतून कालच्या पावसाचे गढूळ पाणी साचले होते. वाटा चिकचिक्या झाल्या होत्या. एखादा राऊत झोकात चालण्याचा यत्न करील तो झटक्यात नाकाडावर आदळत होता. रात्रभर उघड्यावर गारठून गेलेली घोडी चिखलातून सावकाशीने पावलं टाकीत होती. ओल्या वाळूतून पावलं टाकताना ओझ्यांची तट्टंखेचरं कसंनुसं तोंड करीत होती. पात्रातून काठ चढणारे तोफांचे बैल घायकुतीला येत होते. पाय निसरू लागल्यानं बैलं दोन-चार पावलं पाठीमागं सरकत होती. पाठीवर कोयंडे पडताच पुन्हा नेटानं नदीकाठ चढण्याचा यत्न करीत होती.

या ना त्या कारणानं मोहीम लांबत होती. अवघ्या तीन महिन्यांत अब्दालीला गोटात घालून मारण्याची भाषा करणारे भाऊसाहेब तीन महिने सरले तरी अजून चंबळेच्या आगेमागे होते. त्यात पावसाच्या पहिल्या सरीने त्यांना जागे केले. मूळ हिशोबानुसार अब्दालीचं पारिपत्य करून आता दिल्लीजवळ फौजा भिडायला हव्या होत्या. त्या हिशोबानं फौजेची फारशी तयारी नव्हती. ताडपत्र्या अगर निवाऱ्याच्या वस्तूही खरीदल्या नव्हत्या. एक-दोन दिवसांत मल्हारबाबा होळकर येतील. विचारांती चार-दोन रोजांत सहज यमुनापार होऊ, असं भाऊंचं मन त्यांना दिलासा देत होतं. चंबळ कुठे उतरावी याचा सल्ला भाऊसाहेबांनी मल्हारबाबांकडे विचारला होता. त्यांच्या सल्ल्यानेच आता फौजा चंबळेपार होऊ लागल्या होत्या. शिंदे-होळकर आणि आपल्या नव्या दमाचे लष्कर मिळून अब्दालीवर मारा करू, त्यांची दाणादाण सहज उडवू, असं भाऊसाहेबांना वाटत होतं.

संध्याकाळचा वारा सुटला. जवळ जवळ सर्व लष्कर नदीपार झालं. धोलपूर-करोलीच्या नजीक मुक्काम टाकायचं भाऊसाहेबांनी नक्की केलं. अजून चार-पाच मैल रस्ता तोडायचा होता. लष्कर घाईगर्दीनं पुढं चालू लागलं. अंबारीत बसलेल्या भाऊसाहेबांना एका हरकाऱ्याने तातडीचा खलिता दिला. खलिता वाचून भाऊसाहेब

हसले. तसे विश्वासराव बावरून भाऊंकडे बघू लागले.

“तातडीचं काही नाही. उद्या हफीज रहमतखान भेटीसाठी येत आहेत.”

“भेटीसाठी?” विश्वासराव.

“म्हणजेच सुलुखासाठी येत असावेत.”

“म्हणजे अखेर कंदाहारी पातशहा सुलुखासाठी तयार झाला. घमेंड जिरली वाटते त्याची.”

भाऊसाहेब हसले. ‘रावसाहेब, आपण अजून थोडे लहान आहात,’ अशा अर्थानं त्यांनी विश्वासरावांकडं पाहिलं. ते म्हणाले,

“हा दुराणी पातशहा चांगला खेळिया आहे. कोंबडीच्या पुढ्यात दाणे टाकावे आणि तिची गर्दन पकडावी तसाच हा डाव आहे. आम्ही सुलुखाला तयार आहोत असं दाखवायचं, आम्हांला गाफील ठेवायचं आणि झटकन हमला करायचा. याचसाठी तर ही सुलुखाची खेळी. आमच्या नव्या दमाच्या फौजा माळव्यातून पार झाल्याच्या वार्ता केव्हाच कळल्या असतील त्याला. म्हणूनच ही चाल.”

त्या रात्री करोलीनजीक मुक्काम पडला. रखमाबाई आक्कासाहेबांना जवळच पवित्र मुचकुंदतीर्थ असल्याचा सुगावा लागला. लगेच त्यांनी आपली भावजय, बळवंतराव मेहेंदळ्यांच्या सौभाग्यवती लक्ष्मीबाईसाहेबांशी बातचीत केली. त्रिस्थळी यात्रेच्या निमित्तानं निघालेल्या आक्कासाहेबांना मुचकुंदतीर्थाची भेट ही पर्वणीच वाटली. भाऊसाहेबांच्या श्रद्धाळू पार्वतीबाईसाहेब आनंदित झाल्या. हरिविजय ऐकताना, त्याचे पठण करताना आक्कासाहेबांना मुचकुंदाची कथा फार आवडायची, मुचकुंदाचा वास जेरेशास्त्री, अग्निहोत्री आदी भट-भिक्षुक, यात्रेकरू, बैरागी, गोसावी मंडळींनाही लागला. जेरेशास्त्र्यांनी लागलीच आक्कासाहेबांची भेट घेतली. शास्त्रीबुवा म्हणाले,

“आक्कासाहेब, साक्षात मुचकुंदक्षेत्री पाय लागणं ही साधी का पर्वणी आहे? कालयवन दैत्याशी दोन हात करून इथे विसावलेला तो महायोगी. त्याला वाटेत टाळून जाणं म्हणजे बदकर्म.”

“आमच्याही मनात तेच येतं. चला, उठा, सुटा असा भाऊसाहेबांचा धोशा सारखा पाठीमागेच. आजवर चार-दोन क्षेत्रं कशीबशी येता येता पाहिली असतील. कुठे होमहवनाला, मनसोक्त स्नानाला, दानाला फुरसत मिळाली असेल तर शपथ. सारखं धावा. मी म्हणते, तो मेला अब्दाली कुठे पळून का चालला आहे? पण भाऊसाहेब ऐकतील तर खरं ना.”

“बऱ्याच वर्षांनी फड सोडून रण धरलं आहे, म्हणून तर हा उत्साह. पण मी म्हणतो आक्कासाहेब, पेशवे या आधी उत्तरेत आले नाहीत का? नानासाहेब कधी देव-देवतांना ओलांडून गेले? उलट ह्या डोळ्यांदेखत त्यांनी भाऊसाहेबांनाही फर्मावलं– आपले यात्रेकरू नीट सांभाळून न्या. आक्कासाहेब, मी साफ सांगतो, मुचकुंदाला डोळे आहेत. त्याला ओलांडून जाण्यानं फौजेवर यापुढे अरिष्टच ओढवेल. मुचकुंद म्हणजे केवढा थोर हरिवंश राजा! कालयवनादी राक्षसगणांनी देवलोकाला हादरून

टाकलं होतं. राक्षसगण इतके माजले होते की, त्यांच्या आसुरी लीलांना ब्रह्मा, विष्णू, महेश चळाचळा कापायचे. ह्या सत्कुलीन मुचकुंदराजानं प्रत्यक्ष देवांस साहाय्य केलं. अगणित दैत्य कापून काढले आणि थकला बिचारा. प्रत्यक्ष भगवान विष्णू त्याच्या भेटीस गेले. भगवंतानं विचारलं– वत्सा, आमच्यासाठी फार कष्टी झालास. कोणताही वर माग. तेव्हा मुचकुंद उतरला– देवाधिदेवा, मी युद्ध करून फार थकलो आहे. मला झोप हवी. आक्कासाहेब, काय मागून मागितलं त्या महापुरुषानं? देव हसला आणि म्हणाला, तू धोलपूर-करोलीजवळ जा. तिथे एक लहानसा पहाड लागेल. त्या पहाडात एक शांत-निवांत गुहा आहे. तिथे तू सुखासमाधानाने निद्रा घे. जो कोणी तुझी निद्राभंग करेल तो जागीच भस्म होईल. कालांतराने विष्णू आणि कालयवनाचे युद्ध जुंपले. कालयवनाने आपल्या माऱ्याने भगवंतास जेरीस आणले. भगवान विष्णू घाबरून गेले. कालयवनास शह देण्यासाठी त्यांनी नाटकी वेष धारण केला. तेथून भगवान विष्णू कुठे गेले असतील आक्कासाहेब?''

''कुठे?''

''हे इथेच. दोन कोसांवरच तो पुनीत पहाड आहे. पलीकडेच ते क्षेत्र आहे.''

''पहाड इथेच आहे का? बरे सांगितलेत शास्त्रीबुवा.''

''तर काय सांगत होतो आक्कासाहेब, भगवान श्रीविष्णू या इथल्या धोलपूर नजिकच्या पहाडात आले. त्यांनी निद्रिस्त मुचकुंदावर पीतांबर पांघरले आणि त्याआड ते गुप्त झाले. पिसाळलेला कालयवन भगवंताचा पाठलाग करीत निघाला. त्याला गुहेत पीतांबर दिसले. त्याच्या मनी भाव आला, हा चोर इथेच झोपलेला दिसतो. कालयवन रागाने बेभान झाला. पितांबरावर लत्ताप्रहार करू लागला. मुचकुंद जागा झाला. पीतांबर उघडले. बाहेर बघितले आणि काय आश्चर्य, कालयवन जागच्या जागी जळून भस्म. राजा मुचकुंद घाबरून गेला. हातून ब्रह्महत्या घडली, पातक झाले. पुन्हा जाऊन भगवंतांचे पाय धरले. ब्रह्महत्या घडली. काय करावे? तेव्हा श्रीविष्णू म्हणाले– आमच्यासाठी तुला बहुत कष्ट झाले. येथून अर्धा कोस अंतरावर दक्षिणेस एक तीर्थ आहे. तेथे जा. स्नानादी कर्म केल्यास पातक नाहीसे होते. मुचकुंदाने तेथेच जाऊन स्नान केले. ब्रह्महत्येचे पातक धुऊन गेले. तेव्हापासून जन या क्षेत्रास मुचकुंदतीर्थ म्हणू लागले. ही सत्यकथा हरिविजय आणि भागवताच्या दहाव्या स्कंधात कथन झाली आहे. हजारो स्त्री-पुरुष या महाक्षेत्रास भेट देतात. हे क्षेत्र टाळणे म्हणजेच ब्रह्महत्या असे समजतो मी आक्कासाहेब.''

''फार दिवसांनी मुचकुंदलीला ऐकली बरं शास्त्रीबुवा. पण ही भाऊसाहेबांच्या गळी कशी उतरवायची?''

''पार्वतीबाईसाहेब पक्क्या भोळ्या आहेत. प्रत्यक्ष पार्वती प्रसन्न झाली की सांबसदाशिवाला वश करायला कितीसा वेळ लागतो आक्कासाहेब?''

यात्रेकरू मंडळींनिशी जेरेशास्त्री आणि अग्निहोत्री यांनी पार्वतीबाईसाहेबांची भेट घेतली. आक्कासाहेब लक्ष्मीबाईंसह पार्वतीबाईंना भेटल्या. मुचकुंदतीर्थाचं माहात्म्य

कथन केलं. त्यावर खाजगीकडील साऱ्या स्त्रियांनी भाऊसाहेबांची समक्ष गाठ घ्यायचं नक्की केलं. कचेरीत सकाळीच साऱ्या जणींनी पुढे होऊन ठाण मांडलं. भाऊसाहेब त्रासून म्हणाले,

"या आधीच फार विलंब झाला आहे. ज्या मोहिमेसाठी आम्ही चाललो त्या कार्याची आधी सिद्धी होऊ द्या. त्यानंतर त्रिस्थळी यात्राच काय पण तुमच्याबरोबर हिंदुस्थान भ्रमण करायचीही माझी तयारी आहे. पण तूर्त थोडी कळ काढा."

"पण एवढं माहात्म्य लाभलेलं क्षेत्र ओलांडून निघणं गोब्राह्मणप्रतिपालक शासनकर्त्यांना शोभत नाही," जेरेशास्त्री.

"तूर्तास तीर्थांचा विचार डोक्यातून काढलेला बरा. अन्यथा दुराणी बादशहाच आम्हांला अभ्यंग्यस्नान घालायचा-" भाऊसाहेब.

"त्याची काय मातबरीऽ?" आक्कासाहेब कडाडल्या. "ह्या मुचकुंदानं फक्त उघड्या नेत्रांनी कालयवन दैत्याकडं बघितलं आणि जागच्या जागी तो राक्षस जळून भस्म. आपले सदाशिव नाव उगाच माता-पित्यांनी ठेवले नाही. आपला देहही ईश्वररूप आहे. साक्षात सदाशिव आहात आपण. सामर्थ्यशील आहात. आपणही फक्त डोळे वटारले तर दुराणी जागीच जळून खाक होईलऽ! त्याची चिंता कशाला बाळगता? पण शेकडो बैरागी, यात्रेकरू, माता-भगिनी आज आपल्यासंगे आहेत. इकडील यवनांच्या भीतीमुळे दीन-दुबळ्यांना देवतांची द्वारे बंद झाली आहेत. आपल्या निमित्तानं ही मोलाची संधी लाभली आहे. ह्या सहस्त्रावधी जनांचा पुण्यसंचय तुम्हांला तारून नेईल."

"देवादिकांना स्वारींनी ओलांडू नये," पार्वतीबाई न राहून बोलून गेल्या.

फक्त यात्रेकरूंचीच नव्हे तर स्वार-राउतांचीही मुचकुंदतीर्थास भेट देण्याची इच्छा भाऊसाहेबांना दिसून आली. त्यांनी नाइलाजाने अनुमती दिली पण एक-दोन दिवसांतच यात्रा आटोपती घेण्याचा दंडक घातला.

त्याच दिवशी दुपारी यात्रेकरूंचे जथे मुचकुंदतीर्थाकडे निघाले. नाना फडणिसांची तब्येत ठीक होती. पालखीत बसून ते मातोश्रींसमवेत तीर्थक्षेत्री रवाना झाले. अनेक सरदारांच्या स्त्रियांनी तीर्थाचा लाभ घेतला. स्नाने झाली. दानधर्म झाला. खाशा स्त्रियांबरोबर खाशांच्या लेकावळ्यांनी, कुणबिणींनीसुद्धा तीर्थाचा लाभ घेतला. मांग, महार, भोई, चांभार, भिस्ती, पखाले यांनी सवर्ण जेथे स्नाने उरकीत होते, त्याच्याखाली अर्ध्या कोसावर आंघोळी आटोपल्या. दुरून मुचकुंदाचे दर्शन घेतले. सरदार पायगुड्यांचे तीर्थरूप गेल्या वर्षी परलोकवासी झाले होते. त्यांच्या अस्थी महाक्षेत्री महानद्यांतून सोडण्यासाठी त्यांनी सुवर्णकलशातून जतन करून आणल्या होत्या. किमान यमुनाकाठावर आपण चांगले श्राद्ध घालू, असा त्यांचा कयास होता; पण फौजेला प्रवासात उशीर होत होता. यमुना नाही, निदान मुचकुंदतीर्थावर श्राद्धाची घटिका साधली जाते, याचा त्यांना फार आनंद झाला. आधी चार दिवसांपासून पायगुड्यांचा पुरोहित वर्षश्राद्धाची आठवण करून देत होता. नदीकाठी

सर्व धार्मिक विधी पार पडले. लष्करातील पायगुड्यांचे सारे पाव्हणेरावळे प्रथमपासून धार्मिक विधीस हजर होते. श्राद्धाची सांगता मिष्टान्न भोजनाने झाली. धर्मविधीत काहीही उणे पडू नये म्हणून पायगुडे काळजी घेत होते. हजारो ब्राह्मणांच्या पंगती उठल्या. बऱ्याच दिवसांनी एवढे गोडधोड मिळाल्याने बैरागी-गोसाव्यांनी, भट-भिक्षुकांनी, भटक्यांनी, बुणग्यांनी चांगलाच आडवा हात मारला. एका बाजूला खाशांच्या भोजनाची खास व्यवस्था केली होती. पंचपक्वान्नांचा बेत होता. केळीच्या सव्वा हात पानावर सात लोणची, कढी, कोशिंबिरी, दूध, सुकलेली फळे आणि तुपाचा द्रोण असा बेत होता. उदबत्त्यांच्या सुवासात खाशांनीही उत्तम भोजन केले. स्वत: पायगुड्यांच्या घरचे धर्मकार्य आणि ते पुरे होण्याचा महाक्षेत्र योग म्हणून भाऊसाहेब, त्र्यंबक सदाशिव, महिपतराव, अंताजी माणकेश्वर, दमाजी गायकवाड, दाभाडे, निंबाळकर, यशवंतराव पवार असे सारे खासे भोजनास हजर होते. पायगुड्यांनी धोलपूरला जाऊन घरचे दागिने मोडले पण श्राद्धास काही कमी पडू दिले नाही.

मुख्य तीर्थाचे दर्शन घेतल्यावर दोन कोसांवरच्या पहाडात जावे, जिथे मुचकुंद निद्रिस्त झाला, त्याच्या नजरेने कालयवन भस्म झाला, ती गुहाही पहावी, अशी इच्छा आक्कासाहेबांच्या मनी उत्पन्न झाली. लागलीच त्या पार्वतीबाई, लक्ष्मीबाईंसमवेत पालख्यांतून पहाडातल्या गुहेकडे रवाना झाल्या. त्यांच्या पाठीमागे इतर यात्रेकरूंचा घोळका होताच. या एका मुक्कामावर दोन-तीन दिवस कसे मोडले, हे भक्तिरसात तल्लीन झालेल्या फौजेला कळलेच नाही. लष्कर आता निघण्याच्या तयारीत होते, तोच जेरेशास्त्री लष्करभर ओरडू लागले,

"परवाचे दिवशी ज्येष्ठ वद्य ३०, साक्षात सूर्यग्रहणाची पर्वणी. तो पवित्र दिन टाकून चाललात कुठे?"

साऱ्या भाविकांना अत्यानंद झाला. त्यांनी जेरेशास्त्र्यांना धन्यवाद दिले. सूर्यग्रहणाचा लाभ उठवूनच डेरे गुंडाळायचा सर्वांचा निर्णय पक्का झाला.

मुचकुंदतीर्थाचा लाभ चांगला होत असल्याचा साक्षात्कार भाऊसाहेबांनाही झाला. अकस्मात सुजाउद्दौल्याचा खलिता येऊन पोहोचला. 'काही रोजांतच मी तुमच्या पक्षाला मिळतो' असा मजकूर होता. भाऊंना आनंदाचे भरते आले. मराठ्यांना सुजा मिळाल्याची वार्ता अब्दालीला नुसती कळली तरी त्याची पाचावर धारण बसेल. उन्हाळाभर दाबून ठेवलेले त्याचे लष्कर विलायतेचा रस्ता धरेल. त्यातच होळकरांचे दिवाण गंगोबा येऊन भाऊसाहेबांना भेटले. एक-दोन दिवसांमागून होळकरही येत आहेत. त्यांच्याकडे बादशहाकडून सुलुखासाठी हफीज रहमतखान येऊन गेला, अशा वार्ता, घडामोडी गंगोबा चंद्रचुडाने भाऊसाहेबांना कथन केल्या.

होळकरांच्या आगमनाप्रीत्यर्थ आणखी दोन मुक्काम वाढले. तेवढ्यात सूर्यग्रहणाची पर्वणी पार पडली. त्या दिवशी मंगल स्नाने करून साऱ्या लष्कराने पुण्यसंचय केला. दोन दिवसांत एके सकाळी बांडी निशाणे लष्कराला भिडली. होळकरशाही लष्कर आले. साऱ्या छावणीला अत्यानंद झाला. खाशा डेऱ्याच्या द्वारातले भालदार-

चोपदार, नक्षीदार सोन्या-चांदीच्या मुठी असलेल्या छड्या मिरवीत ललकाऱ्या देऊ लागले,

''दौलतजादा सुभेदार मल्हारजीबाबा होळकर, खडी ताजीम, निगा रखिये महाराजऽऽ!''

मल्हारबाबांचा वृद्ध पण पोलादी देह द्वाराजवळ दिसताच भाऊसाहेब उठले आणि चार पावलं सामोरे झाले. ''भाऊऽऽ कधी आलात होऽ'' म्हणत मल्हारबाबांनी भाऊसाहेबांना मिठी मारली. उरी भेट झाली. दोघंही बिछायतीजवळ स्थानापन्न झाले. क्षेमकुशलाची वास्तपुस्त झाली. मल्हारबाबा म्हणाले,

''भाऊसाहेबऽ, आमचं वय झालं याचा अर्थ बुद्धी चळली असा नाही.''

''समजलो नाही सुभेदारकाका?'' भाऊसाहेब.

''व्वा! आजकालची पोरं तुम्ही, ह्या म्हाताऱ्याला अजूनही काकाच म्हणता तर हरकत नाही,'' मल्हारबाबा बोलले, ''ग्वाल्हेराजवळ माझे आधीचे खलिते पावले असतीलच तुम्हांला. तुमच्यासारखा मोहरा या किरकोळ मोहिमेत कशाला व्यर्थ घालतो पेशवा? अहो, अजून आमच्या धमन्या गरम आहेत. अंगात बळ आहे. उरात हिंमत आहे.''

भाऊसाहेब हसले. म्हणाले, ''सुभेदारकाका, काळजी कसली करता? मोहीम तुम्हीच चालवायची आहे. आम्ही फक्त आपल्या समर्थ मार्गदर्शनाखाली झुंजात उभं राहायचं.''

''भाऊसाहेब, शिंदे-होळकरांत काही कुरकुरी असतीलही. पण या रानातल्या साऱ्या वाटा शिंदे-होळकरांनीच तुडवून शत्रूला शिकस्त घातली, हे कोणाला नाकबूल करता यायचं नाही.''

''आमचंही याबाबत दुमत नाही; पण काकासाहेब, तुमच्या हिंदुस्थानी मामलतदारांकडून, अगदी बुंदेलेसारख्या मामलतदारांकडून शेकडो खलिते धाडून काहीच भरणा होत नाही. सारे करताहेत तरी काय?''

''सारे कमावीसदार चंगीभंगीत रमलेत. आधीच भरणा करण्यात उत्साह, त्यात आता अब्दालीच्या दहशतीचं कारण.''

''काकासाहेब, लष्कराचा महिना खर्च सहा लाखांवर जाऊ लागला आहे. पुण्याहून तर पैका नाही. कशा उभ्या करायच्या या रकमा?''

''भाऊसाहेब, आपल्या लष्करासोबत आठ हजार गारद्यांच्या पलटणी आहेत असं ऐकतो?''

''खरं आहे ते.''

''कशाला ते काळतोंडे तेलंगे आणि इब्लिस फिरंगी आणलेत? एक तर गारद्यांवर विश्वास ठेवू नये, तर तुम्ही ही केवढी मोठी ब्याद सोबत आणली? उगा, खायला कार नि धरणीला भार. कुठे बिगुल वाजवून, ताशेकर्णे बडवून त्या आवाजानं गनीम पळून जातो का?''

“त्यांच्याकडे नव्या जातीचा उत्तम तोफखाना आहे. यापुढं नवी शस्त्रं-अस्त्रं घेऊनच लढाया झुंजाव्या लागतील!”

“माझा बिलकूल भरवसा नाही त्या गारद्यांवर. त्यापेक्षा आपला गनिमी कावाच बरा.”

“युद्धासाठी पद्धती कोणत्या वापरायच्या, याचा यथावकाश आपल्या संगनमताने निर्णय घेऊच. पण आता पर्जन्यापूर्वी गनिमाला कसा गाठावा?”

“यमुनापार होऊ. जाटही येईल मदतीला. आमची सविस्तर मसलत घडली आहे. दिसा-दोन दिसांत त्याच्याकडून काही रसदही येऊन पोहोचेल. धनधान्याचे गाडे चार-पाच दिवसांमागे भरतपुराहून बाहेर पडले.”

“लाखमोलाची खबर दिलीत काकासाहेबऽ,” आनंदानं भाऊ म्हणाले, “निदान फौजेचे पोटापाण्याचे हाल तरी नाहीसे होतील.”

“जाटाचा अजूनही उपयोग करून घेता येईल.”

“काहीच हरकत नाही काकासाहेब. जो जो कोणी आपल्या मदतीला येईल, त्याचं सद्य:स्थितीत स्वागतच करावं लागेल. तरच पातशाही टिकेल. बरे, सुजाकडचा काही मजकूर?”

“ते गाडं मला थोडं डळमळीत दिसतं. तुमच्याकडं काही खबर?”

“दोन दिवसांमागं खलिता होता त्याचा, मी येत्या काही दिवसांतच तुमच्या पक्षाला मिळतो म्हणून.”

“माझ्याकडं खबर वेगळी आहे. नजीब आणि जहानखान अयोध्येजवळ जाऊन भिडले आहेत मसलतीसाठी.”

“काय सांगता? नजीब?”

भाऊसाहेबांना धास्ती वाटू लागली. आजवरच्या वार्ता ठीक होत्या, पण खुद्द नजीब सुजाकडे जाऊन शिष्टाई करणार? ही खबरच काळजाला बोचणारी होती. बराच वेळ भाऊसाहेब आणि सुभेदार वार्ता करीत बसले. दोन दिवस जाटांच्या रसदेची प्रतीक्षा करावी, नव्या दमाच्या सैन्यानिशी यमुनापार व्हावे, सुजाची आणि नजिबाची भेट शक्यतो न होईल ते पाहावे, झालीच तरी गोविंदपंतांचा मुलूख पाठीशी घालून नजीब-अब्दालीचा सडकून समाचार घ्यावा आणि मोहीम आटोपावी, असा निकाल दोघांनी मिळून घेतला. मल्हारबाबा आपल्या गोटाकडे गेले तरी नजिबाच्या ताज्या खबरीने चिंतागती झालेले भाऊसाहेब बराच वेळ एकेजागी बसून राहिले.

दोन दिवसांनी जनकोजीबाबा शिंद्यांचं पथक आलं. जेव्हा जनकोजीबाबांनी खाशा डेऱ्यात प्रवेश केला तेव्हा बव्हंशी सर्व खासे हजर होते. अनेक संकटांना, यातनांना तोंड देत आलेला जयाप्पांचा पुत्र आणि वीर दत्ताजीचा पुतण्या, अवघ्या सतरा वर्षांचा साजिंदा जनकोजी डोळ्यांपुढं उभा ठाकला, तेव्हा भाऊसाहेबांना भडभडून

आलं. त्यांनी जनकोजीला मिठी मारली. जनकोजीनेही आपल्या हाताचा तिडा भाऊंच्या कमरेभोवती टाकला. वनवासातून आलेला पुत्र पित्याला भेटावा तशी जनकोजींनी भाऊसाहेबांना मिठी मारली. तो लहान पोरासारखा स्फुंदून स्फुंदून रडू लागला. भाऊसाहेबांनी जनकोजीचे सांत्वन केले आणि त्याला बैठकीत आपल्या शेजारी बसवून घेतले. डोळ्यांच्या कडा पुशीत भाऊसाहेब म्हणाले,

"जेव्हा गारपिरावर मुजफ्फरखानाने माझ्यावर हत्यार चालवलं तेव्हा दत्ताजीने उत्तरेतून सांत्वनपर खलिता धाडला होता. उणंपुरं वर्ष झालं असेल-नसेल त्या गोष्टीला. आज आम्ही कोणाचं कसं सांत्वन करावं? जनकोजीबाबा, आपल्याकडं पाहिलं की, पराक्रमाच्या अग्निकुंडात जोहार करण्यासाठी सदान्‌कदा उभ्या ठाकलेल्या मर्द, ईर्षेबाज दत्ताजीचा मुखडा डोळ्यांपुढे उभा राहतो हो."

"मराठी राज्याच्या सेवेसाठी शिंदे मंडळींचा त्याग अजोड आहे. राणोजीबाबा लष्कराच्या मुक्कामीच निवर्तले. जयाप्पा आणि त्याच्यापाठोपाठ दत्ताजीही मराठी दौलतीसाठी झुंजता झुंजता काळाआड झाले," बळवंतराव गणपत बोलले.

"या साऱ्या नाशाला कारणीभूत तो पाताळयंत्री कुलटा नजीबऽ," जनकोजी म्हणाला, "त्याने काकांना मैत्रीचा हात देऊन घात केला. कोणत्याही जाति-धर्मात, फौजफाट्यात उणेपणा काय आहे, हे तो पुरेपूर धुंडाळतो. एखाद्या शिळेस थोडी फट दिसली की, त्यात दारू भरून तटबंदी फोडायला किती वेळ लागतो?"

मल्हारबाबा जनकोजीकडे एकसारखे बघत होते. सारा दरबार जनकोजीचं सांत्वन करीत होता. जनकोजी आणि विश्वासराव हे दोघे भाऊसाहेबांच्या दोन्ही बाजूंस बसले होते. बऱ्याच दिवसांनी मित्रांची भेट घडत होती. दोघे नजरेच्या भाषेत बोलत होते. पाठीमागच्या बाजूला बसलेले गंगोबा चंद्रचूड शेजाऱ्याला सांगत होते,

"बघितलं, आम्ही एवढ्या खस्ता खातो, पण पेशव्यांना शिंद्यांचंच कौतुक. होळकरांच्या नावडतीचं मीठ आळणी ते आळणीच."

शिंदे-होळकरांच्या फौजा आल्या तसा लष्करात आनंदीआनंद पसरला. या भागाशी, मातीशी नातं असणारे शिपाई सहकार्याला मिळाले. आता यापुढे अशी संकटं पुन्हा येणार नाहीत. शिंदेशाही-होळकरशाही फौजांनीसुद्धा समाधानाचा सुस्कारा सोडला. गेल्या पाच-सात महिन्यांत, अंगावर गारांचा सडकून पाऊस पडावा तसं अपयशानं, पळापळीनं शिंद्यांचं लष्कर घायकुतीला आलं होतं. आपण विजयी होऊच शकत नाही, असं सामान्य राउताला वाटत होतं. बुराडी घाटावरच्या प्रसंगानंतर झालेला जीवघेणा पाठलाग, राजस्थानच्या पहाडात होळकरांची उडालेली गाळण आणि अब्दालीचा खजिना आणायला गेल्यावर गंगोबा तात्याच्या मथुरा-आग्र्याच्या रानावनातून मार खात पळालेल्या फौजा या साऱ्या गोष्टींची चांगली याद दोन्ही फौजांना अजून येत होती. कित्येकांच्या जखमांना अजून खपलीही पडली नव्हती. वाघसिंहांच्या पाठलागाने भयभीत झालेल्या गायींच्या कळपांना आसऱ्याची जागा गवसावी, तसं दोन्ही फौजांना वाटत होतं. आता आम्ही आमच्या लोकांत

आलो. यांच्याबरोबर काही बरं-वाईट होईल ते होवो!

जाटांच्या धनधान्यानं भरलेल्या शेकडो गाड्या लष्कराजवळ येऊन सुटल्या. सुगीच्या दिवसांत बारा बलुतेदार आणि अठरापगड जाती नाचाव्यात तसे सारे लष्कर हरखून गेले. फौजेबरोबरचे दळकरी गडी, कुणबिणी पाठीचा कणा ताठेपर्यंत आणि बोटाला सूज आणि मनगटाला कड येईपर्यंत दळू लागले. नव्या उत्साहानं चुलाणी पेटली. कडक पापोडा येईपर्यंत भाजलेल्या खुमासदार भाकरी आणि वर तिखटजाळ बुंदेलखंडी मिरच्यांचा ठेचा या खास जेवणावर सारं लष्कर आडवं पडलं. कोणी सांगावे, यापुढे असं भोजन मिळेल ना मिळेल, या भीतीने यात्रेकरूंनी आणि बुणग्यांनी पत्रावळीवर पडलेल्या भाकरी चोरून पाठीवरच्या बोचक्यात, गाठोड्यात बांधून ठेवल्या. रात्री झोपायच्या आधी नाच्या पोऱ्यांचा नाच झाला. शाहिरांचे पोवाडे घुमले. तुकोबाच्या अभंगाने वातावरणात लय भरली. पोटभर जेवलेले भुत्ये, मुरळ्या, हिजडे अंबाबाई, मल्हारी, यल्लम्माचा गजर करीत अंग मोडेपर्यंत नाचले. ताजा गवत-कडबा, कणीकोंडा, भरडा चापून जनावरं मस्त होऊन गव्हाणीत मान टाकीत आणि गमतीनं शेपट्या उडवीत झोपी गेली.

पहाटवारा सुटला. एकाएकी शांतगंभीर वातावरणाला तडा गेला. साहेबी नौबत झडू लागली. पाठोपाठ चौघडा तुडूम तुडूम वाजू लागला. गारद्यांच्या ताशांनी आणि कर्ण्यांनी गजर मांडला. पटापटा स्वार-राऊत उठून बाडबिस्तारा बांधू लागले. कामाठी डेऱ्याच्या काढण्या ओढून तंबू-डेरे भुईवर आडवे करू लागले. रात्रीच भाऊसाहेबांनी खाशांना इशारा दिला होता. त्याप्रमाणे खासे तयारीत होते. तोफांच्या गाड्यांना बैल जुंपले. घोड्या-तट्टांवर बाडबिस्तारा बसू लागला. लष्कराच्या या दंग्यानं यात्रेकरू गडबडले. इतकी मस्त झोप लागली असता या लष्कराने दंगा का आरंभला? पाच-सहा दिवस मननचिंतन, देवधर्मात चांगले गेले. तोवर यांचा स्वारी-शिकारीचा ससेमिरा झाला सुरू. इकडे गाढ झोपेत देव-देवता स्वप्नी येऊन दृष्टांत देऊन गेल्या, आता उठावे तर ह्या धटिंगणांशी गाठ. विशेषत: बायकापोरांनी गजर मांडला. आवराआवर करताना, जवळचं जडशीळ सामानसुमान बांधताना यात्रेकरूंची त्रेधातिरपीट उडू लागली.

शिंदे-होळकरांच्या फौजांच्या पायाखालची रानं होती. म्हणून त्यांची पथकं आघाडीनं पुढं दौडत होती. आपण कुठे कूच करीत आहोत, याची राउतांना माहिती नव्हती. शिंदे-होळकर आणि भाऊसाहेबांचेच काही गुपचूप बोलणे झाले होते. विश्वासराव अंबारीच्या हौद्यात न बसता आपल्या अबलख घोड्यावर स्वार होऊन जनकोजीबरोबर हिंडत होते. कितीतरी दिवसांनी जिवलग मित्र एकमेकांना भेटत होते. दोन वर्षांमागं सिंदखेडच्या स्वारीत दोघांनीही आपापल्या तलवारींच्या तेजाचं दर्शन घडवलं होतं. भावी पेशवे म्हणून विश्वासरावांना गर्व नव्हता. पेशव्यांचा ज्येष्ठ चिरंजीव म्हणून जनकोजीबाबाही त्यांच्याशी अंतराने वागत नव्हता. उलट, दोघांच्या गाढ मैत्रीचा गोफ अधिकाधिक गुंफला जात होता. लष्करात ते दोघे उमदे वीर

लवकुशासारखे उठून दिसत होते. विश्वासराव म्हणाले,

"बाबा, तुमच्या काकासाहेबांनी त्रिलोकात कीर्ती संपादली. रणांगणी मृत्यू लाभायला सात जन्माची पुण्याई लागते."

"त्या युद्धात बेहोष करून दैवानं माझा घात केला," जनकोजी म्हणाले, "शुद्धीवर असतो तर कमीत कमी नजिबाला तरी मी रस्त्यात आडवा पाडला असता अगर स्वत: तोफेच्या गोळ्याची शिकार होऊन तेव्हाच काकासाहेबांसंगे स्वर्गलोकी नांदायला गेलो असतो."

"बाबा, अशी जीवन-मरणाची भाषा आपल्या जिभेवर खेळावी?"

"रावसाहेब, या आयुष्याला काय अर्थ आहे? आम्ही नुसते पुतळ्यासारखे वावरतो आहोत. आई कणेश्वरीच्या कृपेनं एवढा धडधाकट देह लाभला असून आम्ही गिलच्यांचा सूड घेऊ शकलो नाही, तर आमच्यासाठी नरकाचाच रस्ता."

"जनकोजीबाबा, बिलकूल फिकीर करू नका. रणभूमीवर हा विश्वासरावही प्राणाची बाजी लावून गाझी होईल."

दिवस खरे तर मागच्या चार मैलांतच उगवायला हवा होता पण आज सारा आसमंत कोंदून गेलेला. आभाळावर धुरकट कापसाच्या गोणीसारखे ढगांचे पुंजके दिसू लागलेले. हळूहळू पांढऱ्या रंगात काळिमा जास्त मिसळू लागला. हवेत उष्मा वाढला. स्वारा-शिपायांच्या अंगावरून घामाच्या धारा वाहू लागल्या. जनावरंही घामानं भिजून चिंब झाली. अशा तल्कलीतच दुपार झाली. दोन-चार दिवसांची शिधासामुग्री साऱ्या फौजेला मिळाली होती. एका आंबराईजवळ लष्करानं शिळ्या भाकरी सोडल्या. बरेच मराठी गडी घोड्याच्या पाठीला पाठ देऊन उभ्याउभ्याच कांदा-भाकरी चुरडू लागले. शेजारच्या विहिरीवर यात्रेकरूंनी गलका केला. थोडी झुंबड उडाली. घटकाभर विसावा मिळाला असेल-नसेल तोच नौबती झडल्या. लष्कर पुढं सरकू लागलं.

भाऊसाहेबांच्या अंगाची काहिली जास्तच वाढली. नजीब अयोध्येकडे गेला आहे, ही खबरच त्यांचं डोकं उसवीत होती. काळजाला टोचणी लागली होती. बाहेरच्या कुंद वातावरणाकडे, धुरकट ढगांकडे ते शून्य नजरेनं बघत होते. दुसऱ्याच क्षणी मनाशी पक्का इरादा करीत होते. आता झाल्या गोष्टी आणि टळले दिवस बस् झाले. वाटेत एकच मुक्काम पडेल. त्यानंतर अर्ध्या दिवसाच्या अंतरानं यमुना लागेल. अजून जास्त पाणी नसणारच. गोविंदपंतांनी होड्यांची जुजबी व्यवस्था केली असली तरी सडं सैन्य पल्याड नेऊ. दिसा-दोन दिसांत काठावरच्या पाच-दहा गावांत हाकाट्या घालून नावाडे गोळा करू, पैका दामदुपटीनं ओतू आणि चार रोजांत नावांचा पूल बांधू. पल्याड कूच करून जाऊ... भाऊसाहेबांच्या डोळ्यांपुढे लांबलचक मैलभर अंतराचा नावांचा पूल झुलत होता. पुलावरून नदीपार होणाऱ्या अंबाऱ्या, ढाला, घोडी, सांडण्या दिसत होत्या. जरीपटक्याचं निशाण आणि भगवे झेंडे नदीकाठाच्या वाऱ्याने फडफड करीत होते. एकाएकी कडऽ कडऽ कडाडऽऽ

असा आभाळ फाडणारा आवाज झाला. काळ्याकुट्ट, लोंबत्या ढगांतून नाच करणारी बिजली भाऊसाहेबांच्या दृष्टीस पडली आणि त्यांच्या काळजाचं पाणी पाणी झालं. डोळ्यांपुढचा पूल डळमळू लागला. गजानना, घात करू नको रे!

अंधार पडला. वाटेत मोठी सराई लागली. त्यात खाशा स्त्रियांची व्यवस्था झाली. आजूबाजूला दहा-बारा मंदिरं आणि थोड्या अंतरावर काही मशिदी होत्या. सरदार मंडळी देवळांतून दाटीवाटीनं उतरली. अंधारात अधूनमधून वीज चमकत होती आणि सराईभोवती अर्ध्या मैलावर पांगलेलं लष्कर चमकून दिसत होतं. सराईच्या बाहेरच्या पडवीला भाऊसाहेब, मल्हारबाबा, जनकोजी, विश्वासराव, बळवंतराव, यशवंतराव पवार आदी खासे दुचित होऊन बसले होते. बाहेरच्या विजांचा नाच बघत होते. एकाएकी गलका वाढला. वीज जोरजोरात कडाडू लागली आणि खुंट्यांना बांधलेले बैल चरचर अंग वाकवीत, शेपट्या उडवत बुजून दाव्याभोवती उधळू लागले. उंट फेंगड्या मानेनं इकडंतिकडं बघू लागले. शिपाई हबकले. घोडी बिथरली. सारं लष्कर गलबलून गेलं. रप्रप् आवाज करीत पाऊसधारा कोसळू लागल्या. समोरचं काही दिसेना. लष्करात पाणीच पाणी झालं. देवळांत, मशिदींत यात्रेकरूंनी गर्दी केली. बहुतांशी स्वार झाडांच्या आडाला थांबून पाऊसधारांचा मारा चुकवू लागले.

धास्तावलेले भाऊसाहेब म्हणाले, "काळही कमाल करू लागला आहे. इतक्या जल्दीनं बरसातीला आरंभ होईल, हे ध्यानीमनी तरी होतं का?"

"इतके पावसाळे काढले या रानात, पण अशी अमनधपक्या बरसात कधी सुरू झाली नव्हती," मल्हारबाबा म्हणाले.

"काकासाहेब, आता काय करायचं?" जनकोजीबाबा आणि विश्वासराव विचारू लागले.

"धास्ती कशाची बाळगता?" भाऊसाहेब बोलले, "जो निर्धार तो निर्धारच. आता माघार नाही. ही बरसात एक-दीड दिवसापेक्षा अधिक टिकेल, असे आम्हांला बिलकूल वाटत नाही आणि जरी बरसात कोसळली तरी तिच्यासाठी न खोळंबता असेच आगे जाऊ. गोविंदपंतांनी नावांचा थोडाफार इंतजाम केला असेलच. चार रोजांमागे हरकारे धाडलेत तिकडं. आज रात्रीच खबर येईल या मुक्कामी. तुटपुंज्या का होईना, साधनसामग्रीचा उपयोग करू आणि यमुनापार होऊ. अंतर्वेदीत नजीब-अब्दालीला छाटून मारू."

पावसात दोन सांडण्या समोर येऊन थांबल्या. भालदार धावत पुढे आला. त्याने यमुनापारचा हरकारा आल्याची वर्दी दिली. भाऊसाहेबांनी निमओली अखबार थैली सोडली आणि ते खलिता वाचू लागले. विश्वासरावांनी उत्सुकतेनं विचारलं,

"काकासाहेब, सापडल्या नावा?"

"नावा तर सापडल्या नाहीतच," भाऊसाहेबांचा कंठ रुद्ध झाला ते आवंढा गिळून म्हणाले, "रावसाहेब, बातमी वाईट आहे. एक हक्काची, बळकट वल्ह्यानांगराची

नौका बुडाली!''

''मतलब?'' मल्हारबाबा.

''सुजा अब्दालीला मिळालाऽ! नजिबाची शिष्टाई फत्ते झाली!'' भाऊसाहेब दबक्या आवाजात बोलले.

आधीच उपासापोटी पाय आखडून बसलेल्या खाशांना धडकी भरली. जनकोजी-विश्वासराव एकमेकांकडं रडवेल्या चेहऱ्यानं बघू लागले. मल्हारबाबाही हबकून गेले. कोणी कोणाशी बोलेना. बोचरी थंडी अंगाला मिठ्या मारू लागली. रपरपत्या पावसात, खळखळत्या पाण्यात, विषण्ण काळोखात साऱ्यांना एकाकी वाटू लागलं. भाऊसाहेब उद्वेगानं म्हणाले,

''बघितलं सुभेदारकाका? कोणावर कधी कोणी उपकार करू नयेत. त्या सुजाच्या तीर्थरूपाला, आजाला तुम्ही आणि ह्या जनकोजीच्या आजोबानं, राणोजी शिंद्यानं आधार दिला. अयोध्येचं घराणंही वाढवलं. आमचे करार, आमचा स्नेह, अयोध्येच्या गादीसाठी आम्ही जे जे केलं, ते सारं त्यांना लटकं वाटलं आणि तो परका घुसखोर अब्दालीच त्याला सोयरा वाटावा ना! सुजाने स्वत:चे आणि हिंदुस्थानचेही नुकसान केले.''

''त्या बाटग्या नजिबाकडून त्याला कोणती बक्षिसी मिळेल, त्याचा जबाब काळच देईल,'' यशवंतराव पवार बोलले.

बऱ्याच उशीर कोणी काही बोललं नाही. भाऊसाहेब म्हणाले, ''चला, उठा आता जिवलगांनो, थोडे पडा, जशी जागा मिळेल तसे. एवढ्याशा कारणानं आपण गारठून बसलो तर या मुलखात कायमचे रुतून मरू. उद्या पाऊसवारा, वादळ, धरणीकंप काहीही असो, असेल त्या संकटांना कापीत जाऊ. यमुनापार होऊ आणि सुजाचा मुलूख उद्ध्वस्त करू. अब्दालीला पिटाळून लावू. मरू या पण मागे हटायची भाषा उच्चारायची नाही.''

सारे खासे निघून गेले. एकटे महिपतराव चिटणीस भाऊंच्या शेजारी बसून होते. सुजाने दिलेला दगा भाऊसाहेबांना सहन होत नव्हता. कधी ते संतापाने लालेलाल होत होते. मुठी वळत होते, तर कधी दात कराकरा चावीत होते. सारा देह बेचैन होऊन गेला. विस्कटून गेला. ते रागाच्या झटक्यात महिपतरावांना म्हणाले,

''पंत, आज निद्रेपूर्वी अंतर्वेदीतील आपल्या साऱ्या कमावीसदारांना, मामलतदारांना जारीने खलिते लिहून तयार ठेवा. कळवा त्यांना- आता सुजाला गप्प बसू देऊ नका. गोपाळराव गणेश, गोविंदपंत, गणेश संभाजी, गोपाळराव बापूजी ह्या कमावीसदारांनी आपली पथकं सुजाच्या मुलखात घुसडावी. त्याच्या मुलखाची बेचिराख करावी. त्याच्या प्रांतीचे जे जमीनदार असतील, त्यांना हव्या त्या मार्गाने वश करावे. मागतील ती नगद द्यावी पण त्याच्या प्रांतात फिसाद घडवून आणा. आपला अंमल जारी करा. गंगापार दंगा उडवा. त्याची धूळधाण उडवा.''

पहाटेच्या वक्ताला आपलं सडं पाच हजारांचं पथक घेऊन भाऊसाहेब यमुनेकडं

चालले. सोबत इब्राहिम, समशेर, जनकोजी, मल्हारबाबा, विंचूरकर, यशवंतराव होतेच. पाच हजारांचं अश्वदल चिखलातून रबाक् रबाक् आवाज करीत उजाडताना यमुनाकाठी पोहोचलं. अर्ध्या-पाऊण मैलाचं विस्तीर्ण पात्र डोळ्यांत मावत नव्हतं. जणू धरण फुटावं तसा समुद्रच फुटून वाहत होता. अंतर्वेदीवरच्या बाजूला जोरदार वर्षा खचितच झाली असणार. कोसळणाऱ्या पावसात दूर पलीकडच्या काठाला अंतर्वेदीचा मुलूख दिसत होता. त्या मुलखावर झेपावणाऱ्या आकांक्षांना यमुनेनंच बांध घातला होता. नदीच्या विस्तीर्ण पात्रात ठिकठिकाणी मोठमोठ्या धारा पडलेल्या. साऱ्या पात्रात गाड्याच्या चाकाच्या आऱ्यांसारखे मोठमोठे भोवरे दिसत होते. भोवऱ्यांत झाडेही वाळक्या पाचोळ्यासारखी गरगरा फिरत होती. आता या अक्राळविक्राळ जलौघावर कोणता पूल बांधायचा? कसा बांध घालायचा? ना पत्ता नावांचा ना ठावठिकाणा गोविंदपंतांचा. चार सांगडी तयार झाल्या. सांगडीवर पोहण्यात पटाईत असे हरकारे स्वार झाले. हरीवर हवाला ठेवून सांगडी पाण्यात घातल्या. अखबार-थैल्या पोटाबरोबर बांधल्या. फेसाळलेल्या पात्रातूनच भाऊसाहेबांना जासुदांनी मुजरा घातला. ''हर हर महादेव''चा त्यांचा गजर जलौघाच्या घोंघावत्या विक्राळ आवाजात कुठल्या कुठे विरून जात होता. तरी ते घसा फोडफोडून मोठमोठ्याने गर्जत होते. पलीकडच्या काठाला खाली वाहत जाऊन चार-आठ मैलांत लागू की न लागू, याची त्यांना खात्री नव्हती.

स्वार झालेल्या भाऊसाहेबांनी पाठीमागे वळून यमुनेच्या भरल्या पात्राकडे पाहिलं. डोळ्यांतली आसवं पावसाच्या धारा पुसत होत्या. यमुना ओलांडून अंतर्वेद कच्ची चावण्याचा त्यांचा मनसुबा महापुराने वाहून नेला होता. भाऊसाहेबांचं सारं अंग जडशीळ झालं होतं. चिखलातून एकेक पाऊल टाकीत त्यांचा चंद्रसेन खाली मुंडी घालून माघारा चालला होता. भाऊसाहेबांच्या ओल्या पाठीवर मल्हाररावांनी थाप मारली. ते धीर देत म्हणाले,

''फिकीर करू नका भाऊसाहेब. जाटराजाची मदत घेऊ. काळातूनही मार्ग काढू.''

ओलेचिंब भाऊसाहेब सराईत येऊन तसेच पडले. पार्वतीबाईंनी त्यांच्या अंगावरचा पोशाख बदलला. घाबरून दीक्षित पाटणकरांना बोलावलं. भाऊसाहेब रुद्ध गळ्यानं बोलले,

''पाटणकरबुवा, काय करावं? प्रत्येक पान आमच्या उलटंच पडू लागलं आहे. असा आम्ही कोणता गुन्हा केला? काय चुकलं आमचं?''

''चिंता करू नका भाऊसाहेब,'' पाटणकर म्हणाले, ''यातूनही मार्ग निघेल. तसे आपण गंगेच्या आसपासच्या मुलखातून जात आहोत. तिकडच्या आपल्या सेवकांना हुकूम धाडा. गंगाजलाच्या कावडी आणा. रोज पवित्र गंगोदकानं स्नान करा. गंगा-भागीरथी तुम्हांला विन्मुख दक्षिणेत धाडणार नाही.''

□

भाऊसाहेबांच्या फौजा आग्य्राअलीकडेच वीस मैलांवर खोळंबून राहिल्या. मोठ्या तडफेनं आपण दिवसा-दोन दिवसांत आग्य्राजवळ जाऊ, ही भाऊंची कल्पना कल्पनाच राहिली होती. वाटेत आडव्या आलेल्या गंभीर नदीनं मराठ्यांची घोडी रोखली होती. अपेक्षेपेक्षा पाऊसकाळ आधी सुरू झाला होता. पावसाने राने, झाडे, गंभीरकाठ पुरता झोडपून काढला होता. वाढत्या पावसात पाण्याबरोबर भाऊसाहेबांच्या डोक्यातले मनसुबेही ओलेचिंब झाले होते. गारठले होते. परतुडहून निघताना, मुख्य लढाई यमुनाकाठीच कुठेतरी होईल, ज्येष्ठाआधी परक्याला ठोकून काढू, ही भाऊसाहेबांची उमेद होती; पण कळीकाळानं, निसर्गानं एकापेक्षा अनेक अडथळे त्यांच्या मार्गात उभे केले होते. चंबळेच्या आणि गंभीरेच्या मधल्या रेताड भागात पावसाने भारी दलदल केली होती. मांड्यांइतक्या काळ्या रानात, चिखलात सारं लष्कर घोटाळून पडलं होतं.

थोडीशी उघडीप बघून भाऊसाहेब, इब्राहिमखान, समशेर, मल्हारबाबा अनेक वेळा गंभीरेकाठी गेले होते आणि निमूट माघारी फिरून लष्करात आले होते. गंभीर तशी गंगा-यमुनेसारखी भव्यही नव्हती. तिचं पात्र दीड फर्लांग रुंद होतं. माळव्यातल्या कडेकपारींतून ती वाघिणीसारखी गर्जत, बरसत, धडकत तर कधी उनाडासारखी उड्या घेत आग्य्राच्या दिशेनं धावत होती. नेटक्या पावसाने पात्र भरभरून वाहत होतं. दोन्ही बाजूला उंचच उंच काठ, मधल्या पात्रात ठिकठिकाणी मोठमोठे खडक अशा अडथळ्यांतून ती जोरदार आवाज काढीत पासली वाहत होती. पाण्याच्या दमदार वेगात कोणी घोडी घालण्याचा प्रयत्न केला तर घोडा भुईचक्रासारखा जागच्या जागी गोलाकार फिरत उसळून कोलमडत बाजूला फेकला जायचा. म्हणूनच आजूबाजूचे खेडूत गंभीरेला 'घोडापचाड' म्हणायचे. अनेक वेळा मराठी घोडी तिच्या काठापर्यंत गेली आणि गुपचूप माघारा परत आली.

भाऊसाहेब आपल्या डेऱ्यात एकाग्रचित्तानं हिशोबाचे कागद पाहत बसले होते. बाहेर पावसाची रिपरिप सुरू होती.

जाटांकडून धनधान्य आल्यानं तूर्तास घासदाण्याचा प्रश्न मिटला होता पण अजून कैक दिवस दौड करायची होती. त्यामुळे भाऊसाहेब एका बेहोषीतच कामाचा उरक पाडीत होते. हिंदुस्थानच्या रक्षणासाठी निघालेल्या मराठी फौजांना येऊन मिळा, असे सांगावे घेऊन भाऊसाहेबांनी हिंदुस्थानातील ठिकठिकाणच्या राजेरजवाड्यांकडं वकील, प्रतिनिधी धाडले होते. आज सकाळीच जोधपूर आणि बुंदीकोट्याकडून जासूदजोड्या आल्या होत्या. आजवरचे सर्वांचे जबाब निरुत्साही होते. भाऊसाहेबांना आजच्या खलित्याचा फारसा अचंबा वाटला नाही. ते थोडे अधिक गंभीर झाले एवढेच. त्यांच्या शेजारी विश्वासराव, बळवंतराव, समशेर, महिपतराव आणि त्र्यंबक सदाशिव ही जवळची मंडळी बसून होती. भाऊंनी स्वहाताने चार खलिते लिहिले. बोरू बाजूला ठेवला. त्यांनी विश्वासरावांच्या मुद्रेकडे बघितलं. त्यांना विश्वासराव अधिक गंभीर दिसले.

“रावसाहेब, मुद्रेवर काळजीच्या इतक्या छटा?”

“काकासाहेब, आजवर आपण कोणा कोणाला खलिते धाडले? पातशाहीच्या रक्षणासाठी या म्हणून कोणा कोणास साद घातली?”

“जे दिसतील त्यांना– मित्रांना आणि शत्रूंनाही. बुंदेलखंडातल्या हिंदुपतांना, राजपुतान्यात माधोसिंगाला, बिजेसिंगाला, जोधपूरच्या राठोडांना, बुंदीकोट्याच्या राण्याला, भुपालकर खेचीकरांना आणि पार गुजरातच्या कमालउद्दीन बाबीलासुद्धा.”

“एवढ्या दरबारांतून आपले वकील ठाण मांडून बसले आहेत. तरी एकाकडूनही प्रतिसाद कसा मिळत नाही? आमच्या आजोबांनी, बाजीराव पेशव्यांनी बुंदेलखंडावर थोडेथोडके उपकार केले का? तेच हिंदुपतराजे आज आमच्या विरोधात आहेत. सारे मराठे स्वत:ला पूर्वजन्मीचे रजपूत-रजपूतकुळातले समजतात ना?”

“हो, आपले शिवछत्रपतीसुद्धा सिसोदिया कुळातले होते.”

“मग रजपूत राणे, ह्या निकडीच्या समयी आमच्या मदतीला का येत नाहीत? खलित्यांचे जबाबसुद्धा का धाडत नाहीत?”

“जबाब येतात, आलेत. पण विश्वासराव, या कठीण प्रसंगी सारे जणच तरते-बुडते बघू लागले आहेत. मोठी लढाई झाल्याशिवाय आता कोणीच साहाय्याला धावणार नाही.”

“पण भाऊसाहेब, अब्दाली इतक्या दूर देशचा असून आज गंगापारचे सारे रोहिले, पठाण त्याच्या झेंड्याखाली गोळा होतात. मग रजपूत राजे आपल्या बाजूला का येऊ शकत नाहीत?”

“या आधी आपल्या हातून घडलेल्या पापांचं प्रायश्चित्त तुम्हां-आम्हांला घ्यावं लागत आहे.”

“काकासाहेब, मराठ्यांच्या हातून अशी कोणती पापे घडली आहेत की आज प्रायश्चित्ताची पाळी यावी?”

“रावसाहेब, या आधीचं आमचं चुकलेलं उत्तर हिंदुस्थानचं धोरण. वसुलासाठी, चौथाईसाठी आपल्या फौजा रजपूत राजांच्या बोकांडी बसल्या. बुंदीकोट्याच्या राजाची कहाणी तर किती हृदयद्रावक आहे! जयपूरकर सवाई जयसिंगाची बहीण ही बुंदीकोट्याची राणी. तिचा सावत्र मुलगा गादी चालवीत होता. त्याच्यावर राणीची भारी मर्जी. तिच्या भावाच्या, सवाई जयसिंगाच्या मदतीने ती राज्यकारभार चालवीत होती. बहीण-भावंडांत वितुष्ट आलं. बहिणीनं शिंदे-होळकरांची मदत मागितली. सहा लाख मोजून घेतले तेव्हा आपले सरदार बुंदीकोट्याच्या मदतीसाठी चालते झाले. उदयपूरची गादी तर आम्ही मराठे स्वधर्म आणि स्वदेशप्रेमाचं प्रतीक मानतो. हे एकच घराणं असं होतं की, ज्यांनी आपली राजकन्या दिल्लीकरांना नजर केली नाही. ह्या गादीला बाजीरावसाहेबांनी भेट दिली. भर दरबारात त्यांचं स्वागत झालं होतं. मेवाडच्या गादीला मानाचा मुजरा म्हणून रावसाहेब गादीच्या बाजूला बसले. राणा प्रतापांच्या पवित्र गादीपुढं नतमस्तक झाले.”

"धन्य आहे आजोबांची," विश्वासराव.

"या साऱ्या गोष्टी अभिमानाच्या असल्या तरी विश्वासराव, तेव्हा आमच्या मराठ्यांनी पैसे उकळण्यात बिलकूल ढिलाई दाखविली नाही. रोख सात लाखांची रक्कम देणगी म्हणून वसूल केली. सालीना एक लाख साठ हजारांची चौथाई बसविली त्यांच्यावर. जयपूरच्या वारसाहक्काच्या लढ्यातही आपलं धोरण निव्वळ चुकीचं ठरलं. जयपूरच्या गादीवर सवाई जयसिंगाचा थोरला पुत्र ईश्वरीसिंग हक्क सांगू लागला, तर त्याचा धाकटा मुलगा माधोसिंग निम्मी मिळकत मागू लागला. राणोजीबाबांनी ईश्वरीसिंगाची बाजू मोठ्या रकमेच्या आमिषाने घेतली तर धाकट्याचा पक्ष मल्हारबाबांनी उचलला. माधोसिंगानं वीस लाखाची लालूच होळकरांना दाखवली. दोघा भावांची चांगली जुंपली. माधोसिंग पराभूत झाला आणि पुण्याच्या फडाकडे मदतीची याचना करू लागला. त्याच्या पंधरा लाखाला भुलून आम्ही पेशव्यांनी पक्ष बदलला. आम्ही दोघांतही समेट घडवून आणायचा तमाशा केला आणि दोन्ही पक्षांवर खंडणी लादली. ईश्वरीसिंगाकडून खंडणी वसूल करायला मल्हारबाबा जयपूरच्या पंचक्रोशीत गेले. आधीच गांजलेल्या ईश्वरीसिंगाचं अवसान गळालं. ईश्वरीसिंग एवढा घाबरला आणि जिवाला कंटाळला की, एका रात्री त्याने मंत्र-तंत्राचं नाव सांगून एका गारुड्याकडून विषारी नाग मागविला. महालाची दारं बंद करून बिछायतीवर ईश्वरीसिंगाने आपल्या अंगाला स्वतःच्या हाताने जिता नाग डसवला. त्याच्या चार राण्याही सोबत होत्या. त्या सर्वांनी मराठ्यांचे चावे चुकविण्यासाठी जहरी नागाला सर्वांगाला डसू दिले. दहा सालांमागची ही कहाणी आहे. त्यांचे काळेनिळे मुडदे म्हणजे आपल्या चुकीच्या धोरणाची निशाणीच जणू."

भाऊसाहेबांच्या तोंडून ही कथा ऐकताना विश्वासराव सर्द झाले. आवंढा गिळून त्यांनी विचारलं,

"काकासाहेब, ह्याच गोष्टींसाठी माधोसिंग आपला वैरी झाला? ह्याचसाठी त्याने अब्दालीला आमंत्रण दिले का?"

"ईश्वरीसिंगनंतर मोकळी झालेली गादी मल्हारबाबांनी माधोसिंगाला देऊ केली. माधोसिंग ह्या उपकारासाठी मराठ्यांना दहा लाख नजर करायला तयार झाला– पण आपली भूक दांडगी होती. आम्ही जयपूर राज्याची तिसराई नाही तर चौथाई तरी द्या, म्हणून त्याच्या पाठीशी लागलो. तेव्हापासून माधोसिंगाचं मन कुरतडलं गेलं. एक-दोन वेळा त्यानं मराठी सरदारांना कपटानं मारण्याचा बेत आखला. तो वाया गेला. एके दिवशी चार हजार मराठे जयपूरनगरी बघण्याच्या मिषाने प्रवेशद्वारातून आत गेले. माधोसिंगानं ही संधी साधली. सर्वांचं स्वागत करून त्यानं साऱ्यांना खाना दिला आणि भर दुपारी बारा वाजता शहराचे सर्व दरवाजे आतून बंद केले. चिडलेल्या रजपुतांनी आणि बिथरलेल्या जयपूरवासियांनी मराठी शिपायांवर हल्ले चढविले. कतलेआम सुरू झाली. चार हजारांतली अवघी अठ्ठ्याहत्तर माणसं तटावरून उड्या मारून हात-पाय मोडून कशीबशी बाहेर सटकली. ह्या पूर्वपुण्याईने

तर माधोसिंग आपला हाडवैरी बनला आहे. म्हणूनच त्यांनी रोहिल्यांची संगत आणि अब्दालीची पंगत स्वीकारली.

"याचा मतलब, ह्या लढाईत रजपूत राजांची कुमक आपल्या मदतीला धावणार नाही," बळवंतराव.

"आजवरचे खलिते बघता या गोष्टी स्पष्ट दिसतात. जिथली चौथाई-सरदेशमुखी घ्यायची, तिथल्या रयतेच्या कल्याणाकडं ध्यान द्यायचं, हा शिवाजीचा बाणा आपण सारे विसरून चाललो आहोत. आज तरी उत्तर हिंदुस्थानी रयतेच्या मनात आपली छबी कशी आहे? मराठे म्हणजे मूठभर धनासाठी कोणाच्याही मानेवर सुरी ठेवतील. नरडीचा घोट घेतील, द्रव्यासाठी जिवावर उठतील आणि रयतेचे हाल हाल करतील. इथल्या रयतेला पठाणही सारखे आणि मराठेही सारखे!"

"पण भाऊसाहेब, आपण आज दिल्लीच्या रक्षणासाठी निघालो आहोत अशी आपली द्वाही फिरली आहे," समशेरबहाद्दर.

"ती बात खरी असली तरी भूतकाळाची भुतं आपली पाठ लगेच कशी सोडतील? सावलीसारखी पायात अडखळत ती आपली सोबत करीत आहेत. या आधी पसरलेल्या काट्याकुट्यांतून आपलं मार्गक्रमण आहे. वेदनाही खूप होतील. आज पेच असा भारी पडला आहे की, माघार घेणं केवळ अशक्यऽ! सुजा गेला, रजपूत-राणे येत नाहीत. जमीनदार-मामलतदार पाठ फिरवतात. आपला मार्ग एकाकी आहे. बुऱ्या वखताचे सोबती आहोत आपण."

"भाऊसाहेब, साऱ्यांनी पाठ फिरवली तरी जाट अजून आपल्याच पक्षाकडे आहे. त्याने एक-दीड महिन्याची गुजराण व्हावी, इतका घासदाणा पुरविला आहे." समशेरबहाद्दर.

"सुजा गेला तरी सूरजमल अजून आपल्या संगती आहे हे नशीबच आपलं," भाऊसाहेब हसून म्हणाले.

हिंदुस्थानात आपल्या अडचणीत सापडलेल्या लष्कराला साह्य करणारा एकमात्र का होईना, पण कोणी राजा आहे याचं भाऊसाहेबांना समाधान वाटत होतं. कुंभेरीच्या वेढ्यात जेव्हा खंडेराव होळकर पडले तेव्हा, "कुंभेरीची माती खणून यमुनेत टाकून जाटांच्या पारिपत्याची" भयंकर प्रतिज्ञा मल्हारबाबांनी केली होती. काही का असेना पण दोन-तीन वर्षांत मल्हारबाबांच्या डोक्यातून जाटांबद्दलचा वैरभाव कमी झाला होता. उलट नुकत्याच अब्दालीशी झालेल्या संघर्षानंतर शिंदे-होळकर जाटांच्या आश्रयाला गेले होते. होळकरांनी जाटांशी स्नेह साधला होता. मल्हारबाबांच्या स्वभावाशी इतका बदल जुळणारा नव्हता; पण तो जुळवून त्यांनी मराठी दौलतीशी जाटवाड्याचाही सांधा साधला होता, ही गौरवाची बाबा होती. भाऊसाहेब म्हणाले,

"महिपतराव, एक फर्मान काढा, साऱ्या लष्करातून फिरवा. गंभीरपार झाल्यानंतर आम्ही जाटांच्या प्रदेशातून कूच होऊ. तेव्हा जाटवाड्यातील कोणत्याही गावास वा

खेड्यास उपद्रव होऊ नये, कोठंही आग लावू नये, कोणा हातूनही आगळीक घडल्यास पारिपत्य करू. सर्वांस ताकीद द्या.''

भाऊसाहेबांच्या बैठकीत आज शिंदे-होळकर दिसत नाहीत, ही संधी साधून होळकरांचे दिवाण गंगोबातात्या चंद्रचूड आणि शिंद्यांचे कारभारी रामजी अनंत दाभोळकर ही मंडळी आत आली. त्यांच्या आगमनाची वर्दी मिळाली. तेव्हा भाऊसाहेब म्हणाले, ''जरूर, तात्या आणि पंत दाभोळकर हे आमच्या सरदारांचे दिवाण नसून प्रत्यक्ष दौलतीचेच कारभारी आहेत, असे आम्ही मानतो. हुकुमासाठी त्यांनी बाहेर का तिष्ठावं?''

आपली गोरीपान मुद्रा गुळमट करून गंगोबा भाऊंपुढे बसले. शेजारी रामजीपंत बावऱ्या मुद्रेनं इकडेतिकडे पाहत स्थानापन्न झाले. भाऊसाहेब हसून म्हणाले,

''तुम्ही कारभारी मंडळींनी दुराणीचा आणि आमचा सुलूख घडावा म्हणून जाटवाड्यात यत्न केला, महिन्यामागे हफीज रहमतखानाशी मसलत केलीत, ह्या वार्ता आधीच समजल्या आहेत आम्हाला.''

''बरोबर आहे, पण सुलुखाला फळ मिळालं नाही.'' गंगोबातात्या म्हणाले.

''कसं मिळणार? अब्दालीच्या तर्फे तो प्यादाच बोलणी करणार असेल, त्या नजिबाच्या रक्षणासाठीच सुलूख घडणार असेल तर तो आम्हांला मंजूर होईलच कसा? बरं बोला, काय तातडीचं काम घेऊन आलात तुम्ही कारभारी मंडळी?''

गंगोबा हसले आणि म्हणाले,

''श्रीमंतांकडे एक मागणं घेऊन आलो होतो–''

''बोला.''

''भाऊसाहेबऽ, अजूनही तुम्ही गंभीरपार होऊन पुढे येऊ नये. व्यर्थ मोहरे इरेस घालू नयेत. आम्ही मंडळी बघून घेऊ अब्दुल्ल्याच्या पारिपत्याचं. हवं तर अब्दालीच्या तंगड्या फासटून नजर करू श्रीमंतांना.''

''रामजीपंत, आपला काय इरादा?''

''भाऊसाहेब, तात्या म्हणतात तेच सही आहे. व्यर्थ मोहरे इरेस घालू नयेत. आमच्यावर जोखीम सोपवा, आम्ही ती पार पाडू.''

''म्हणजे तुम्ही दोघेच शिंदे-होळकरांच्या फौजांनिशी अब्दालीशी सामना करणार तर?''

''छेऽ छेऽ! तसं नाही,'' दोघेही म्हणाले, ''आपण स्वत: आणि विश्वासरावांनी इथेच राहावे. आपला सारा फौजफाटा मात्र आमच्यासोबत द्यावा.''

''म्हणजे आम्ही नको, आमच्या फौजाच हव्यात,'' भाऊसाहेब हसून म्हणाले, ''ज्या गोष्टी घडणार नाहीत, त्यावर पुन्हा चर्चा कशाला? ही बात सोडून दुसरं काही बोला.''

गंगोबा आणि रामजी तोंड फोडल्यासारखे चूप झाले. इकडच्या तिकडच्या गोष्टी त्यांनी घटकाभर काढल्या पण बोलणं साधेना. कसाबसा निरोप घेऊन ते दोघेही

डेऱ्याबाहेर गेले.

एकाएकी भाऊसाहेबांची मुद्रा पालटली. ते गंभीर झाले. बैठक संपली तेव्हा त्यांनी समशेरबहाद्दरांना खूण केली. डेऱ्यात एकटे समशेर उरले होते.

"जी हुकूम."

"समशेर, मला एक कोडं उलगडत नाही. आम्ही ग्वाल्हेर सोडलं तेव्हा हेच गंगोबा, आम्ही इथेच रहावे, हिंदुस्थानी येऊ नये असा आग्रह करीत होते. आज दुसऱ्यांदा ह्याचसाठी गळ घालायला आले. शिंदे-होळकर या आमच्या सरदारांनीसुद्धा आम्ही पाठीमागे राहावे, ह्या मागणीसाठी एकदा मसलत झाल्यावर पुन्हा कधी अवाक्षर काढलं नाही आणि त्यांची ही कारभारी मंडळीच पुनः पुन्हा चोंबडेपणा कशासाठी करतात?"

"मतलब?" समशेर.

"आपल्या दौलतीची दोन चाकं असणाऱ्या सरदारांच्या एवढ्या मोठ्या अधिकाऱ्यांवर, कारभाऱ्यांवर शंका घेणं तसं गैरच आहे; पण तरीही मनात उगाचच पाल चुकचुकते. कुठे तरी पाणी मुरल्याचा वास लागतो. एक करा, ह्या दोघांवरही गुप्त पाळत ठेवा. कोणाशी बोलतात, कुठे जातात, कसे कसे वागतात हे हेरांकडून ताडून बघा. मनुष्यप्राणी कोण, कुठे आणि कसं वर्तन करील काहीच सांगवत नाही."

□

सकाळची उघडीप बघून भाऊसाहेब, सूरजमल जाट, समशेरबहाद्दर, यशवंतराव पवार, मल्हारबाबा सड्या पथकांनिशी बाहेर पडले. आगे-मागे सेवक धावत होते. खाशांच्या डोईवर छत्री धरण्याचा प्रयत्न करीत होते. सकाळी उघडलेला पाऊस अचानक सुरू झाला. रप्रप् आवाज करून थेंब बरसू लागले. डोईवरच्या छत्र्या तोकड्या पडल्या. सारे खासे भिजून चिंब झाले. भरजरी अंगरखे अंगाशी चिकटले. घोडीसुद्धा पाण्यानं निथळू लागली. आधीच साऱ्या आसमंतात पाणीच पाणी झाले होते. भुसभुशीत ओल्या मातीत घोड्यांचे पाय गुडघ्यापर्यंत शिरत होते. नदीकाठची पाणस्थळ जागा. एखादे छोटे-मोठे डबके लागले की, काही जागी घोडी छातीइतक्या पाण्यातून हातभर लांब जीभ बाहेर काढून पुढे सरकत. एका उंचवट्याच्या जागी भाऊसाहेबांनी चंद्रसेन उभा केला. त्याच्या अंगाला घासून थोडक्या जागेत बाकीच्या खाशांची घोडी उभी राहिली. समोर दूरवर पसरलेली विस्तीर्ण यमुना भाऊसाहेब बघू लागले. म्हणाले,

"राजेसाहेब, एखादी होडी अगर नाव या परिस्थितीत पल्याड जाईल का?"

"भाऊसाहेब, गेल्या आठवडाभरात एकही नाव पल्याड गेली नाही. ह्या पाण्याच्या वाहत्या पर्वतावर नाव घालायला कोणाला आपला जीव नकोसा झाला आहे? मागच्या चार दिवसांमागे एखाद दुसरा सांडणीस्वार बातमीपत्र घेऊन अल्याड-

पल्याड ये-जा करायचा; पण या चार रोजांत कोणी सांगड बघितली नाही. यातून एखादा गेला तर हमखास जलसमाधीचा योग.''

''पल्याडचा आपला मुलूख काय म्हणतो?''

''दुराणीशी जेवढी टक्कर द्यायची तेवढी आम्ही देत आहोतच. आमचा रामगढ सोडून गिलचा जेव्हा अनुपशहरी गेला तेव्हाच आमच्या पथकांनी रामगढ सर केला. गेल्या सप्ताहापूर्वीच यमुनाकाठावरचा अब्दालीचा दाब कमी झाला. तसे आम्ही दोन हजार निधड्या छातीचे शिपाई नावांतून पल्याड धाडले. उभ्या पावसात आसपासची सारी ठाणी आमच्या बहाद्दरांनी सर केली.''

''राजेसाहेब, दक्षिणेत आणि उत्तरेत केवढा दांडगा फरक हा?'' भाऊसाहेब म्हणाले, ''तुम्ही मंडळींनी आमच्या मोठ्या नद्या बघितल्या की म्हणाल, कोणत्या नदीला हे ओढे मिळतात? आम्हांला मात्र तुमच्या नद्या ह्या नद्या नसून फुटून वाहणारे समुद्रच भासतात. एवढ्या आमच्या अजिंक्य फौजा, पण तुमच्या नद्या आड आल्या की आम्ही सारे बिनपायाचे होतो.''

भाऊसाहेब सर्वांसोबत नदीचा काठ तपासू लागले. आजूबाजूला नावा किती आहेत आणि याही स्थितीत पलीकडे जाता येईल का, याचा वेध घेऊ लागले. उत्तर हिंदुस्थानात भाऊसाहेबांना कोणीही साथी उरला नव्हता. त्यात जाटवाड्याचा राजा सूरजमल आपणहून भाऊंच्या साहाय्याला धावला, याचा भाऊसाहेबांना आनंद वाटत होता. मथुरेच्या आसमंतात जाटवाडा पसरला होता. उत्तरेस खुद्द दिल्ली शहराची हद्द. दक्षिणेस चंबळेचा किनारा, पश्चिमेला जयपूरची सीमा आणि पूर्वेला यमुनेची हद्द आणि मधल्या टापूत जाटवाडा. दक्षिणेतून जाणारा रस्ता चंबळेपासून ते दिल्लीपर्यंत संपूर्ण जाटांच्या प्रदेशातून जात होता. जाटाने भरतपूर, दीग, कुंभेर आणि रामगढ ही ठाणी बंदिस्त करून घेतली होती. जाट राजे स्वत:ला यादववंशी समजतात. मथुरा, गोघाट, द्वारका ही पवित्र स्थळे म्हणजे जाटवाड्याचा अभिमानच. जाटांचा आद्य पुढारी गोपाळ जाट याने औरंगजेबाशी कैक वर्षे सामना दिला. औरंगजेबासारखा कडवा आणि धर्मवेडा राज्यकर्ता शेजारी असतानाही जाटराजाने बंडाचा झेंडा उभारला. औरंगजेबाने शेवटी त्याला मुश्किलीने पकडून ठार केले. नंतरचे भज्जासिंग जाटाचे बंडही त्याच्या वधाने शमले. बदनसिंग हा शूर राजा जाटकुळात जन्मला. त्याने आग्रा, मथुरा जिंकून स्वत: 'वज्रराज' हा किताब धारण केला. बदनसिंगचा पुत्र सूरजमल विशेष पराक्रमी निघाला. त्याने भरतपूर जिंकून ती आपली राजधानी बनविली. सूरजमलचा पिता बदनसिंग ह्याला तीनशे बायका आणि सव्वीस औरस पुत्र होते. सर्व राजकुमारांत सूरजला मानाचे स्थान होते. ते त्याने आपल्या हिकमतीच्या बळावर सिद्धही करून दाखवले होते.

दक्षिणेतून निघताना जाट कितपत वळणावर येईल, याची भाऊसाहेबांना शंका होती; पण बदलत्या राजकारणात मराठ्यांशी हातजुळवणी करण्याशिवाय जाटांना गत्यंतर राहिलं नाही. अब्दालीनं गेल्या स्वारीत मथुरा, वृंदावनची बेसुमार लूट

करून जाटांच्या श्रीमंत मुलखाची वाट लावली. सोन्यासारखा मुलूख बेचिराख झाला. या वेळीही अब्दालीने जाटांना मोकळे सोडले नाही. जाटांचा अलिगढ-रामगढ किल्ला पहिल्या झटक्यातच अब्दालीच्या फौजांनी सर केला. यमुनापारची जाटांची सारी ठाणी उडवून बेचिराख केली. जडजवाहिराच्या आशेनं कोणीही परदेशी घुसखोर हिंदुस्थानात घुसला तर त्याला जाटांवर स्वारी करण्याविना गती नव्हती. खुद्द दिल्ली शहर धुऊन लुटून मोकळे झाले होते. आजूबाजूच्या छोट्या-छोट्या जमीनदारांकडे कितीसा ऐवज लाभणार? सुजावर धाड घालावी तर त्याचा मुलूख दूर. उलट जाटांचा मुलूख दिल्लीला लागूनच. दिल्लीकरांनी यमुनेत धुवायला आणलेली घोडी पलीकडच्या काठावर घुसून जाटांच्या पिकातील कणसे ओढायची, तर धोबी दिल्लीकरांची वस्त्रे जाटांच्या कुंपणावर वाळत घालायचे, एवढा जाट जवळचा.

भाऊसाहेबांनी हिंदुस्थानी राजेरजवाड्यांशी स्नेह साधायचा यत्न जारीनं चालविला आहे, या वार्ता अब्दालीस मिळत होत्या. म्हणूनच त्याने आता सूरजमल जाट गळाला लागण्यासाठी शर्थीचा प्रयत्न चालविला होता; पण जाट सावध होता. अब्दालीला मिळून उपयोग नव्हता. आनंदात चार दिवस शाही पंगती झोडायला मिळतीलही, पण शेवटी साऱ्यांच्या खाण्याची, घासदाण्याची व्यवस्था त्याच्यावर सोपवली जाईल. एकदा अब्दालीकडून तोंड पोळल्यावर ताक फुंकण्याची त्याची इच्छा नव्हती. त्यात नजीबखान सोबत होता. तो जाटांच्या सर्वांगाचे लचके तोडून अब्दालीच्या आणि आपल्याही तुंबड्या केव्हा-कशा भरेल, याचा नेम नव्हता. एकूण हात दाखवून अवलक्षण ओढवून घेण्याची जाटांची इच्छा नव्हती.

गेल्या चार महिन्यांत जाटांचा मराठ्यांशी चांगला स्नेह जुळत चालला होता. कुंभेरीच्या वेढ्याच्या कडू आठवणी दोन्हीकडून एवढ्यात विसरल्या जातील, ही अपेक्षा नव्हती. राजपुतान्यात अब्दालीकडून पाठलागाचा यत्न झाल्यावर मल्हारबाबा होळकर आणि जनकोजी शिंदे जाटांच्या आश्रयाला गेले होते. जाटाने आणि विशेषत: त्याची आवडती राणी हंसिया हिने त्यांचे क्षेमकुशल आत्मीयतेने पाहिले होते. विशेषत: दत्ताजीच्या अभागी भागीरथीची सेवा हंसियाने काळजीपूर्वक केली होती. सदा हसतमुख राहणारी ती हंसिया, असेच तिचे नाव पडले होते. ती दानशूर, कनवाळू तशीच चतुर राजकारणी स्त्री होती. कुंभेरीचा वेढा उठेना तेव्हा तिनेच सूरजमलला जयाप्पा शिंदेकडे दूत पाठवून, वडील बंधू मानून त्याला वश करण्याचा सल्ला दिला होता. शिंदे-होळकरांतही फूट पाडण्याचे चातुर्य तिने दाखविले होते. भरतपूर प्रासादात तिने मराठा खाशांची केलेली व्यवस्था बघून मल्हारबाबा म्हणाले होते,

"ही पोर जाटांची सून आहे, हे सांगून पटणार नाही. उलट टोपपदरी लुगड्याचा पदर सावरीत पाहुण्यारावळ्यांची सोय बघणारी ही अस्सल मराठी सूनबाई दिसते!"

दक्षिणेतून येणाऱ्या फौजा जाटवाड्यातून जाता जाता पिकांचं आणि प्रसंगी

गावाचंही नुकसान करीत जायच्या. ‘‘तुम्ही माझ्या मुलखाला उपद्रव करू नका, तुम्हांला लागेल तो घासदाणा, चंदीचारा मी पुरवितो,’’ असा खलिता सूरजमलने भाऊसाहेबांना धाडला होता. पाठोपाठ घासदाण्याच्या, चीजवस्तूच्या गोणी भरलेले गाडे भाऊंकडे रवाना केले होते. जाटांच्या या औदार्याची किंमत ठेवायचा भाऊसाहेबांचा निश्चय होता. म्हणून तर त्यांनी ‘‘जाटांच्या मुलखास उपद्रव करू नका. आगी लावू नका. पारिपत्य केले जाईल,’’ असा फतवा फौजेत पिटविला होता. हा स्नेह येत्या लढाईत चांगला उपयोगी पडेल, ही भाऊसाहेबांची अटकळ होती. म्हणूनच त्यांनी दोन पावलं सामोरं होऊन जाटांचं स्वागत केलं होतं.

उभ्या-आडव्या पीळदार बांध्याचा, भोकरासारख्या डोळ्यांचा, जाडजूड मिश्याकल्ल्यांचा जाटराजा आपल्यासोबत पावसातून फिरताना बघून भाऊसाहेबांचं मन भरून येत होतं. दिल्लीचा माजी वजीर गाजुद्दीन आग्र्याच्या किल्ल्यात विसावा खात होता. इथे आल्या आल्या त्याला सर्दीचा झटका आला होता. म्हणून तो मखमली चादरी पांघरून खुशाल महालात विसावा घेत होता. भाऊसाहेबांनी विचारले,

‘‘काय म्हणतात वजिरे आलम? कशी तबियत आहे वजिरांची?’’

‘‘सर्दीचा जाच आहेच पण स्वारी भारी खुशीत दिसते. आजवर त्या बिचाऱ्याची हेटाळणी झाली. ज्या नजिबाला त्याने वाढविला, त्या नजिबानेच त्याचा कबिला लुटला. त्याची वजिरी गेली. आता साक्षात भाऊसाहेब आले. वजिरी नाहीशी झाली तरी आता आपले नशीब जोरावर आहे म्हणून स्वारीला उकळ्या फुटताहेत;’’ सूरजमल बोलला.

‘‘उकळ्या फुटणं शक्य आहे पण ज्या गांभीर्यानं राज्यकारभाराकडं बघावं, ते गांभीर्य तुमच्या दोस्ताकडे दिसत नाही. उलट दोन बादशहांना कपटाने ठार मारणारा, अब्दाली आला या कल्पनेनं वजीर असून दिल्ली टाकून पळणारा कपटी आणि पळपुटा वजीर म्हणूनच त्याची छी: थू केली जाते.’’

‘‘आपण म्हणता तेही रास्त आहे. तो तसा आहेही; पण भाऊसाहेब मला वाटतं, आपल्यासारख्या थोरामोठ्यांच्या सहवासात सुधारेल तो हळूहळू.’’

‘‘अगदी बरोबर,’’ गंगोबा तात्या बोलले.

‘‘गंगोबा, तुम्ही न बोलता नीट चला. तुमचा घोडा चिखलात भिजतो आहे. अडकून बसाल आणि आम्हांलाही अडकवाल,’’ भाऊसाहेबांनी इशारा दिला.

एका उंचवट्याच्या जागी सारी घोडी आली. भाऊसाहेब बोलले,

‘‘समशेरऽऽ’’

‘‘भाऊसाहेब?’’

‘‘यमुनेच्या या काठावरच्या सर्व नावा बघा. आता पावसातून उलट्या प्रवाहानं दिल्लीकडे नावा नेणं खूप अवघड आहे. नदीतल्या नावा काठावर काढणंही तितकंसं सवघड नाही पण जेवढ्या नावा काठावर काढता येतील तेवढ्या काढा.

रस्त्याने दिल्लीकडे चालवा. मथुरेपासूनच्या तर दिसतील तितक्या नावा नदीकाठानं आस्ते आस्ते दिल्लीकडे आणा. तुमच्या सोबतीला मर्द यशवंतराव पवार आणि दमाजी गायकवाड येतील. तुम्ही तिघांनी नावा जप्त करा, नावाडी शोधा आणि दिल्लीशेजारी संचय करा. यमुनेचे ह्या काठाचे सारे घाट तपासा. वाटा-चोरवाटा रोखून धरा.''

भाऊसाहेब एकेक हुकूम सोडतील तसे खासे सरदार जी जी करून तामिलीच्या तयारीला सिद्ध झाले. भाऊंचा एकाएकी बदललेला नूर-सूर बघून सूरजमल जाट बावरला. मल्हारबाबाही चमकले. निश्चयी भाऊसाहेबांकडे बघत सूरजमल म्हणाले,

''भाऊसाहेब, खासा स्वारीचा काय बेत आहे? ध्यानात येत नाही आमच्या.''

''आता कसला बेत? सरळ निधड्या छातीनं सामोरं व्हायचं आणि दिल्लीवर हमला करायचाऽ!''

''दिल्लीवर हमला?'' सूरजमल चमकले.

''हो... बिलकूल,'' भाऊसाहेब बोलले; ''यापुढे निदान तीन महिने तरी यमुना उतार देणार नाही. अब्दाली अल्याड येऊ शकत नाही. आम्ही पल्याड जाणं शक्य नाही. मग उगा सारं लष्कर इथं कुजत पडण्यापेक्षा दिल्लीवर जाऊ. दिल्ली पडल्यावर सैन्यात उत्साह तरी संचारेल. राजेसाहेब, तुम्ही बघता आहात ना... ज्यांच्यावर आम्ही मराठ्यांनी उपकारांचे डोंगर उभारले, ती सुजासारखी माणसंसुद्धा गनिमाच्या उष्ट्या ताटात हात बुडवताहेत. बाकी हिंदु राजे, जमीनदार मदतीस येण्याचं नावही काढत नाहीत. एवढंच कशाला, ज्या मराठी राज्याच्या जिवावर उत्तरेतील आमच्या कमावीसदारांनी-मामलतदारांनी सात पिढ्यांची बेगमी करून ठेवली, तेसुद्धा उंदरासारखे आपापल्या बिळात अंग चोरून बसताहेत. दोघांपैकी कोण फत्ते होतो आणि कोण शिकस्त खातो याकडे सारा उत्तर हिंदुस्थान टुकूटुकू डोळ्यानं बघतो आहे. किंबहुना इकडच्या बऱ्याच नगांची इच्छा अब्दालीकडून आमच्या लष्कराची खोड मोडावी अशीच आहे! अशा स्थितीत आम्ही यमुनेच्या उताराची वाट बघण्यापेक्षा दिल्लीचा रस्ता आम्हांला खुणावतो आहे. येत्या पंधरवड्यात दिल्लीवर जरीपटका फडकवण्याची आमची तमन्ना आहेऽ!''

भाऊसाहेबांच्या वीररसयुक्त भाषणाने सारे खासे फुरफुरल्यासारखे करू लागले. सूरजमल गोंधळला. तो म्हणाला,

''भाऊसाहेब, लहान तोंडी मोठा घास घेणं बरं नव्हे. तुम्ही तर आम हिंदुस्थानचे स्वामी आहात. मी पडलो एक सीधासाधा जमीनदार माणूस; पण सत्य परिस्थिती कथन करणं, आम्ही आपलं कर्तव्य समजतो. तुम्ही आम हिंदुस्थानात तडफदार आहात पण प्रतिस्पर्धी तुमच्यापेक्षाही तडफदार आहे. तुम्हांला यापुढं निघायचं असेल तर सडे निघा. तुमच्या जड तोफा आणि सामानसुमान ग्वाल्हेरच्या किल्ल्यात ठेवा अगर आमच्या कुंभेरी-भरतपूरसारख्या कोणत्याही भुईकोटात ठेवा.''

''आपलं म्हणणं कदाचित रास्तही असेल; पण राजेसाहेब, का कोणास ठावे,

आमचा आमच्या तोफखान्यावर विश्वास आहे. दिल्लीची तटबंदी उद्ध्वस्त करायची असेल तर तिथे जंबुरक्यांचा काय उपयोग? धुमधडाक्याने कानांचे पडदे फोडणाऱ्या तोफाच बरोबर हव्यात. इब्राहिमखानांच्या तोफांवर आमची श्रद्धा आहे.''

''म्हणजे भाऊसाहेब, आपण मोगली पद्धतीनं लढा देणार?'' मल्हारबाबांनी विचारलं.

''हो. तसा अगदीच मोगली पद्धतीचा लढा नाही पण फ्रेंच तोफा वापरायच्या आहेत आम्हांला.''

''पण भाऊसाहेब, तुम्ही या बाजारबुणग्यांचं, या यात्रेकरूंच्या लटांबराचं काय करणार आहात? माफ करा, स्पष्ट बोलतो... कदाचित उद्या शत्रूऐवजी हे यात्रेकरूच तुमच्या जिवावर उठायचे. त्यांना इथेच कुठेतरी ठेवा.'' सूरजमल कळवळून बोलला.

यात्रेकरूंचे नाव घेताच भाऊसाहेब वरमले. मघाची तडफ ओशाळली. स्थिती विचित्र झाली. ते बोलले,

''राजेसाहेब, आपलं बोलणं लाखात एक आहे. या आधीही मी यात्रेकरूंना समजावण्याचा दोनदा यत्न केला पण कोणी मानत नाही. आमच्या राज्यात धर्माचं एवढं अवडंबर माजलं आहे की, त्या ओझ्याखाली विवेकाचं कंबरडं मोडलं आहे. धर्माच्या अवडंबरापासून मीही मुक्त नाही. आम्ही यात्रेकरूंना जुलमाने थांबवू तर आम्हांला धर्मबहिष्कृत करायला निघतील ते. खुद्द पेशव्यांनी यात्रेकरूंना सांभाळून नेण्याचा सल्ला दिला आहे आम्हांला. त्यातूनही आम्ही जुलूमजबरदस्ती केली तर... हर सरदाराच्या नात्यागोत्यातले, कुटुंबातले कोणी ना कोणी यात्रेकरू आहेत. आमचे बहाद्दर सरदार क्षणार्धात अग्निकुंडात स्नान करायला राजी होतील पण तथाकथित धर्माविरोधी कोणाला ब्र काढू देणार नाहीत. कालच आमच्या फौजा आग्र्याला लागल्या. तेव्हा प्रवासातच मथुरा जवळ असल्याची चर्चा चालली होती. आमची खात्री आहे, आता या क्षणी सारे आम्हांला इथेच टाकून मथुरेच्या वाटेला लागले असतील. बरेच पोहोचलेही असतील. धर्माच्या नादात कर्माला गचांडी मिळते, हे आपलं म्हणणं रास्त आहे. आमच्या मुलखात टाचेत काटा रुतला, आत घुसला, बसला की त्याला कुरूप झालं म्हणतात. तो काटा असा जिव्हारी बसतो की काढताही येत नाही आणि चालताही येत नाही. हा देवाधर्माचा, तीर्थादिकांचा काटा सांभाळीत आम्हांला पावलं उचलावी लागतात. तरीही बाक्या प्रसंगी हे बुणगे आणि यात्रेकरू जरूर आपल्या हवाली करू.''

''पण व्यर्थ मोहरा इरेस पाडताच कशाला? भाऊसाहेब, फौजा आमच्या हवाली करा. आपण खुशाल इथे थांबा. पराक्रमाची शर्थ आम्ही करू,'' गंगोबातात्या म्हणाले.

''गंगोबा, कारभारीपणा नीट सांभाळता येत नाही तुम्हांला. नीट हिशोब जुळवता येत नाही आणि वर चालले तलवार चालवायला आणि अक्कल शिकवायलाऽ! जा

जरा फौजेत, विचारा बारगिरांना. शेपाचशे इसमसुद्धा तुमच्यासोबत येणार नाहीत. परतुडला बेलभंडार उचलून स्वारीचं नेतृत्व स्वीकारलं आहे आम्ही. इथे बसून, फौजा पुढे पाठवून लढाई करायला मी वाणीउदीम नाही. वाण्याला एका जागी बसून दहा ठिकाणची दुकानं चालवता येतात, सेनापतीला नाही!''

भाऊसाहेब अत्यंत क्रोधित झाले. गंगोबाला घाम फुटला. खासे बावरले. संतापाने भाऊसाहेब म्हणाले,

''गंगोबा, का कोणास ठावेऽ आम्ही यापुढे दिल्लीकडे येऊ नये, अशी बऱ्याच जणांची इच्छा दिसते. ह्या रहस्याचा तूर्त उलगडा होत नाही आम्हांला. पण एकदाच सांगतो आम्ही... आमच्या लष्कराला बाजूला ठेवून जगणं आम्हांला केवळ अशक्य आहे. लढू तर त्यांच्या संगे, मरू तर त्यांच्याच सोबतऽ!''

समशेरबहाद्दर आणि यशवंतराव पवार लागलीच जागचे हलले. यमुनाकाठच्या नावांची मोजदाद सुरू झाली. छोट्या-मोठ्या नावा पाण्यातून काठावर कशा ओढल्या जातील याचा यत्न सुरू झाला. नावांची ओली लाकडं अनेक दिवस पाणी पिऊन फुगून गच्च झाली होती. नावा इतक्या जडशीळ होत्या की, त्यांना बांधून ओढणारी दोरखंडं कचाकच तुटत होती. घसरत्या, चिकचिक्या काठावरून नावा वर सरकत नव्हत्या. समशेरच्या पथकातले अनेक बहाद्दर जिवाच्या जोरानं नावा ओढीत होते. दोरखंड ओढता ओढता बारगीर-राउतांचे पाय निसरड्यातून सरकन सटकत होते. तसे राऊत दणकन उलथेपालथे पडत होते.

अंधार पडला. आग्रा किल्ल्याची तटबंदी, इमारतींचे मनोरेच अंधार-पाण्यात बुडू लागले. तीन अखंड पथके दुपारपासून झुंजत-झगडत असूनसुद्धा कशाबशा तीन-चार छोट्या होड्या काठावर आल्या. पाण्यातली एकेक नाव काळासारखी अक्राळविक्राळ भासू लागली. आता या नावांना काय करावं? सरळ उलट्या प्रवाहाने त्या वल्हवीत दिल्लीकडे न्याव्या तर तिथवर त्या तशा पोहोचतील का? काठावरून जडशीळ नावा ओढीत न्याव्या तर सारी रानं चिखलांनी-डबक्यांनी भरलेली. त्यातून त्या ओढल्या जातील का? नदीतल्या, खळ्याएवढ्या गोलाकार भोवऱ्यात लाकडाचा अजस्त्र ओंडका अडकावा, गरगर फिरावा तशी समशेर आणि यशवंतरावांची मस्तकं गरगर फिरू लागली.

□

गंगेच्या पूर्वकाठाला उंचवट्याचा भाग बघून अब्दालीनं डेरे दिले होते. अंधारात शाही तंबूच्या सभोवती दिवट्या-मशाली घेऊन छबिन्याचे सैनिक भुतासारखे फिरत होते. शहाच्या तंबूभोवती दहा-बारा अजस्त्र तोफा सदैव सज्ज होत्या. तारवटलेल्या गोलंदाजांना रानवाऱ्यात चोरून डुलक्या घेण्याचं धैर्य नव्हतं. मशालीच्या उजेडात तलवारीची नागवी पाती चमचमत होती. नदीकाठची जागा अरुंद असल्यानं दोन-तीन मैल लांबलचक लष्कर पसरलं होतं. काठावरच्या टेंभ्यांचा-मशालींचा उजेड

गंगेच्या पात्रात पडला होता. पाण्यावरच्या तुटपुंज्या उजेडात लष्कराचे डेरे-तंबू हलताना दिसत होते. लष्कराच्या भोवती शहाने कडेकोट बंदोबस्त ठेवला होता. अमिरे लष्करी शहापसंदखान हा लष्कराचा उपसेनापती होता. त्याच्यावरच शहाने छबिन्याची व्यवस्था सोपविली होती. कधी कधी रात्री-बेरात्री, छबिन्यावरचे पहारेकरी झोपले आहेत की जागे आहेत, हे बघण्यासाठी आपले पाचपन्नास गझनवी आणि कोहाती अंगरक्षक घेऊन बादशहा बाहेर पडायचा, तेव्हा पहाऱ्याचे शिपाईही थरथर कापायचे. शहाच्या करड्या नजरेस कसली उणीव दिसू नये म्हणून तर शहापसंदखान रात्री-बेरात्रीत धडपडून जागा व्हायचा. एक-दोन फेऱ्या मारायचा तेव्हाच त्याचा डोळा लागायचा.

पंधरा-वीस दिवसांमागेच, तेवीस जूनला बादशहा या भक्कम जागी डेरेदाखल झाला होता. या आधी तीन महिने त्याचा मुक्काम अलिगढ तथा रामगढला होता. रामगढचे ठाणेसुद्धा तसे मजबूत होते. म्हणून तर बादशहाने दुर्जनसाल या जाटाच्या किल्लेदाराशी कडवा सामना देऊन ते ताब्यात घेतले होते. रामगढ किल्ल्याची तटबंदीही मजबूत होती पण आपल्या सोबतचे पन्नास-साठ हजार लष्कर, चाळीस हजारभर घोडी-गाढवं-तट्टं हे एवढं लटांबर सोबत असल्यानं पाणस्थळ जवळ असणं गरजेचं होतं. एवढ्या जनावरांच्या शेणामुताने, लिदीने आणि प्रचंड जनसमुदायाच्या वास्तव्याने आरोग्याचा प्रश्न भेडसावणारा होता. तशी अलिगढला तीन महिन्यांच्या वास्तव्याने दुर्गंधीही आली होती. उलट नव्या जागेवर उभा पावसाळा काढता येणार होता. पुढ्यातून वाहणारी गंगेसारखी प्रचंड नदी, लष्कराच्या तळाची उंच जागा, उंचवट्यावरून पाऊसपाण्याचा त्वरित होणारा निचरा, ना डबकी ना दुर्गंधी.

लष्करीदृष्ट्याही हे ठाणे मोक्याचे होते. पश्चिम बाजूला दूरवर यमुना नदी वाहत होती. पावसाळ्यात भरली यमुना पार करणं ही मराठ्यांच्या आवाक्यातली गोष्ट नव्हती. शिवाय या ठिकाणापासून सुजा आणि रोहिले-पठाणांचा मुलूख जवळ होता. हवा तेव्हा घासदाणा, चंदीचारा मुबलक मिळू शकत होता.

चिरागदानांच्या उजेडात बादशहा आपल्या कचेरीत बसून होता. शेजारी वजीर शहावलीखान सोडून बाकी कोणीही नव्हतं. शहाच्या एक-दोन तवारीखा वाचून झाल्या. वजीर म्हणाला,

"आलमपन्हाँ, आजच्या दप्तरातील माधोसिंगाच्या खलित्याचं वाचन उरकलं असेलच."

"हां," बादशहा हसला, "वजीरजी, मला आता राजपुतान्याबद्दल बिलकूल फिकीर नाही. थोडी शिखांची आणि पंजाब प्रांतीची शंका वाटते. गरम रक्ताचे काही जवाँमर्द आहेत तिथे."

"खुदावंत, पंजाबचीही फिकीर करू नका. अल्लाजाटासारखे काही माथेफिरू जवाँमर्द तिथे आहेत, हे सही आहे. कदाचित शीख मराठ्यांना सामील होण्याचा धोका मलाही दिसत होता. आज शिखांना हिंदूबद्दल, मराठ्यांबद्दल मुहब्बत जरूर

आहे, पण आधी मराठ्यांनी पंजाबमध्ये ठाणी बसवली होती. जिथे राज्य करायचं तिथल्या रयतेला नाडायचं, हा मराठी शिरस्ता जुना आहे. आज मराठ्यांचा अंमल शिखांना नको आहे. शिवाय जारीनं पंजाबमध्ये जाऊन शिखांची समजूत घालून त्यांना आपल्या बाजूला ओढील, असा एकही मराठा सरदार वा मुत्सद्दी आम्हांला आज तरी दिसत नाही.''

''बहोत अच्छा, शहावली, तो माधोसिंगाचा ताजा खलिता ऐकू द्या आम्हांला.''

अखबार-थैलीची रेशमी गाठ सुटली. शहावली वाचू लागला,

''आम दुनियेचे राजराजेश्वर, हिंदुस्थानचे मुक्तिदाते, सदोझाई कुलश्रेष्ठ अहमदशहा झामन दुराणीसाहेब, आलम माधोसिंग कृतानेक दंडवत. साहेबांच्या फर्मानाप्रमाणे आम्ही जिकडे-तिकडे खलिते धाडले आहेत. मेवाड, मारवाड, जयपूर, जोधपूर असे सारे रजपूत राणे आपल्याच पाठीशी राहतील. किमानपक्षी कोणी मरगठ्ठ्यांना कुमक करणार नाही, याची आम्ही जातीने काळजी घेतो आहोत. गेल्या मासात दत्ताजीचा पुतण्या जनकोजी शिंदा आणि दिल्लीचा पदच्युत वजीर इमाद उलमुल्क दोघेही आमच्या दरबारी येऊन गेले. मराठ्यांना येऊन मिळा, म्हणून तो जनकोजी बहुत भीड घालत होता. या आधीच्या गलती माफ करा, आपण हिंदुस्थानी आहोत अशा बाता करीत होता. आम्ही त्याला दाद दिली नाही. त्या सांबसदाशिव मरगठ्ठ्याचे वकील अजून आमच्या दरबारी आशा लावून बसून आहेत. आम्हीही त्यांना लटकत ठेवले आहे, जेणेकरून त्या भोळ्या सदाशिवाला आम्ही कुमक करू अशी लटकी आशा राहावी. आपल्यासारख्या जगश्रेष्ठ बादशहाच्या मोहब्बतीचे आम्ही बंदे गुलाम आहोत, ही बापजन्मीची पुण्याई.''

माधोसिंगाचा खलिता ऐकता ऐकता अब्दाली बादशहाला गोड गुदगुल्या झाल्या. वजीर शहावली म्हणाला,

''आलमपन्हाँ, एक बात बोलू?''

''जरूर.''

''पेशव्यांचा भाऊ सदाशिव मोठ्या फौजेनिशी हिंदुस्थानी सरकतो आहे. त्यांच्या फौजांनी माळवाही ओलांडला. काही दिवसांत फौजा आग्र्याला भिडतील अशी खबर आहे. दिसामासानं तो वाढतो आहे. अशा वख्ताला रजपुतांना त्यांच्या दरबारीच बसविण्यापेक्षा खुदावंत त्यांना फौजफाट्यासह आपल्या कुमकीचा आदेश का देत नाहीत?''

''नहीं, ऐसा बिलकुल नहीं होगा। शहावली, आप उस सदाशिव को बिलकुल पहचानते नहीं,'' दुराणी बादशहा म्हणाला, ''आम्ही बहुत दिवसांपासून त्या सदाशिवाचे नाव ऐकून आहोत. तो तरणाबांड आणि बेदरकार जवाँमर्द मराठा आहे. तो मराठा असूनही त्याचा भेजा चांगला आहे. जिद्दी, धाडसी आहे. जर राजपुतान्यातले रजपूत राजे आपल्याकडे फौजेनिशी दाखल झाले तर तो त्वरेनं राजपुतान्यात जाईल. मोकळा राजपुताना घशात घालेल! पर्यायानं आमचा आखरी जंग जयपुराकडं होईल.

मराठे गुजरात, माळव्यातून रसद चालू ठेवतील. तो जंग आम्हांला परवडणारा नाही. आम्ही रोहिले-पठाणांच्या संपन्न मुलखापासून दूर जाऊ. उलट, दिल्लीच्याच मुलखात येऊ देत त्या भाऊला, दिल्ली तिन्ही बाजूंनी रोहिले, नजीब आणि सुजाच्या मुलखाने वेढली आहे. तिथे जंग करणं त्याला जड जाईल. आयतं गुहेत येणारं जनावर बुजविण्यात काय मतलब?''

बादशहाचे आडाखे ऐकून शहावलीखान चमकला.

''वजीरजी, त्या माधोसिंगासाठी एक खलिता लिहून घ्या.''

''जी हुजूर.''

''लिखो... तुमच्या हिंदुस्थानवरच्या मोहब्बतीवर आम्ही खूष आहोत. राजपुतान्याचा आपण जो बंदोबस्त केला, त्याबद्दल मी आपला एहसानमंद आहे. आपल्या सेवेला, आमच्याबद्दलच्या आदराला गोड फळ मिळेल. मुख्य जंग संपल्यावर आपल्या मर्जीने आम्ही हिंदुस्थानची घडी बसवू. एका गोष्टीची फिकीर बाळगा. तो मल्हारबा होळकर बडा खतरनाक आदमी आहे, राजपुताना हा त्याच्या पायाखालचा मुलूख आहे. कधी छापा टाकेल आणि मुलूख तोडेल, हे कळणारही नाही. त्या इसमापासून सावध रहा. तो सदाशिव नामक सैतान आग्र्याकडे कूच करीत असल्याच्या खबरा आहेत. जमेल तर त्याच्या मार्गात जवाँमर्दाच्या छुप्या चौक्या बसवा. त्याच्या वाटेत अडथळे आणून त्याला हैराण करा. आमच्याशी हात करण्याआधी तो अर्धमेला झाला पाहिजे. आम्ही हिंदुस्थानच्या कडक उन्हाळ्यात टिकून राहिलो. बरसातीतही पाय रोवून आहोत. बादबरसात, ठंडीत आपण सारे मिळून दख्खन देशात जाऊ. गनिमांच्या घरात घुसून त्यांचा निकाल लावू. स्वार्थी मराठ्यांच्या जाचातून तुम्हांला कायमची मुक्ती देऊ.''

माधोसिंगाचा खलिता पूर्ण झाला. भुवया ताणून अब्दालीने विचारले,

''शहावली, नजीब आणि जहानखानाची काय खबर?''

''खुदावंत, दोन दिवसांमागची खबर मी बादशहांना ऐकवलीच आहे. लखनौच्या दरबारात सुजासाठी मराठ्यांची आणि आपल्या दूतांची रस्सीखेच चालली असली तरी आशा आम्हांलाच आहे.''

''व्यर्थ आशा बाळगण्यात काय मतलब? वस्तुस्थिती काय आहे?''

''सुजा आम्हांलाच मिळेल.''

''पण कधी? तो काफर सदाशिव क्षणाक्षणानं बडा बनत चालला आहे. त्याच्या घोड्या-माणसांना त्या पापी जाटांनी रसद सुरू केल्याच्या खबरा मिळाल्या आहेत आम्हांला.''

''यह तो बडा गहजब हुआ खुदावंत...''

''गहजब अजून व्हायचा आहे. त्या यमुनेनं दया केली, नाही तर तो सदा सैन्यानिशी अयोध्येकडे घसरला असता तर सुजा या आधीच मराठ्यांना मिळाला असता. सुजाही तेवढा भरवशाचा नाही. हा सारा हिंदुस्थान त्या काफरांचा आहे. या

गतीनं आम्हांला काही साधणार नाही. हर वखत निगाह रखो शहावली.''

बादशहा-वजिराचा संवाद चालू असतानाच खिदमतगार आत आला. बाहेर नजीबखान आल्याची वर्दी मिळाली. दुराणीने, त्याला तुरंत धाडा, असा इशारा दिला. थकलेला नजीब तंबूत आला. त्याने कुर्निसात केला. बादशहाने त्याला बिछायतीवर बसण्याची खूण केली. भेदक नजरेनं अब्दालीनं नजिबाकडं बघितलं. नजीब हसून म्हणाला,

''जहाँपन्हाँ, आपण फिकीर करू नये. गोष्टी आपल्या मनासारख्या घडल्या आहेत.''

''तपशिलात बोला,'' अब्दाली.

''हुजूर, सुजाउद्दौला आम्हांला मिळेल.''

''बहोत अच्छाऽऽ लेकीन वो हैं कहाँ?''

''पाठीमागून येत आहेत.''

''मतलब?''

''बिलकूल दहा-पंधरा मैलांवर असतील.''

''मग शादीच्या मेहमानासारखे आपण पुढे कसे आलात? बारात आगे आणि घोड्यांसह दुल्हा मागे?''

''जहाँपन्हाँ, अजून सुजा खुदावंतांना घाबरतो. कुराणाची प्रत आणि सोबत काही दगाफटका होणार नाही, असे लेखी हमीपत्र मागतो आहे तो.''

''द्या, जरूर द्या. ह्या मरगठ्ठ्यांच्या विरोधी फळी बांधण्यासाठी कोणाला अजून किती सबूद द्यावे लागतील, हे त्या परवरदिगारला माहीत. द्या धाडून आणखी एक वचनचिठ्ठी.''

''जी साहेबान.''

''नजीब, आम्हांला स्वाऱ्यामोहिमांचा आणि वैभवाचा शौक आहे, म्हणून तर एवढ्या मोहिमा केल्या आम्ही. या आधी कोट्यवधी रुपये, असर्फी हाती लागल्या पण ही मोहीम ठार कोरडी जाणार असे दिसते. अजून आम्हांला या मोहिमेत का व्यर्थ अडवता? त्या दत्ताजींची आम्ही कत्लेआम केली, मल्हारला पळवून लावला. आता बाकी काय आहे? माझे शिपाई शूर असले तरी शादीशुदा आहेत. आज सात महिने ह्या मोहिमेत अडकून पडले आहेत. जाऊ दे त्यांना आपल्या कबिल्यात.''

''खुदावंत, एखाद-दुसरा सरदार मेल्यानं ही मराठा जात हटायची नाही. आपल्या गैरहजेरीत आमची अवस्था कंबरमोडक्या हत्तीसारखी होईल. आपण असर्फीची, घासदाण्याची बिलकूल फिकीर करू नये. कोणताही हुकूम व्हावा; त्याची तामिली होईल. मोहीम खतम होईल तेव्हा आम्ही हिंदुस्थानी अफगाण मिठाला जागू. असर्फींच्या गोणी भरू. हिऱ्या-सोन्याची खैरात करू.''

''नजीब, अजून तुमच्यावर आमचा थोडा भरवसा आहे. फक्त ऐन वक्ताला दुसऱ्यांची घरे दाखवून हात वर करू नका म्हणजे झाले.''

१८ जुलै १७६०. अब्दालीच्या लष्करात आनंदीआनंद पसरला होता. विनापरवाना वाद्ये वाजवायला बंदी घालणाऱ्या बादशहाने आज साऱ्यांना खुली परवानगी दिली होती.

शहादणे वाजत होती. कर्णे, ताशा, ढोलक्यांचा जोर होता. कधी नव्हे ती कव्वालांची लष्करात गर्दी झाली. आज दुपारी दरबार भरणार होता. दरबारात अयोध्येकर सुजाउद्दौलाचं भव्य स्वागत होणार होतं. सुजाच्या स्वागतासाठी पाच मैलांवर नजीबखान आणि त्याच्या मागे तीन मैलांवर अब्दालीपुत्र तैमूरखान उभा होता.

अलिप्तता सोडून शेवटी कोणत्या तरी पक्षाला आपण मिळतो आहोत, ह्या कल्पनेनं सुजाउद्दौला हलका झाला होता. दुराणीच्या लष्करात इमानेइतबारे वागवलं जाईल, अशी दुराणी बादशहाच्या मयूरचित्रांकित शिक्क्याची हमीपत्रे सुजाला लाभली तेव्हा त्याला हायसे वाटले. फैजाबादेतून बाहेर पडताना त्याने दहा वेळा विचार केला होता. आपल्यासोबत चार हजार धाडसी स्वार आणि वीस शेलक्या तोफांचे गाडे घेऊन तो दुराणीकडे चालला होता. एकदा दुराणीला मिळायचा मनसुबा नक्की झाल्यावर भविष्यात कोणकोणत्या संकटांशी सामना द्यावा लागणार? मराठ्यांची संगत सोडणं एवढं सोपं आहे का? न जाणो, मराठे शूर, धाडसी आहेत, त्यांनी भरली गंगा-यमुना ओलांडली तर? आपण इकडे दुराणीच्या दरबारात आणि मराठ्यांच्या तोफा आपल्या राजवाड्याच्या तटबंदीला भिडलेल्या! सुजाचे मन सारखे खात होते. आज दुराणी बादशहा हिंदुस्थानी आहे, परिस्थितीने मातब्बर ठरला म्हणून ही मजा. उद्या तो विलायतेला परतला तर मराठे आपला गळा मोकळा सोडतील? मराठ्यांचा संभाव्य धोका ध्यानी घेऊन सुजाने आपल्या राज्याच्या पश्चिम सीमेवर ठिकठिकाणी चौक्या वाढविल्या. पुत्र मिर्झाअमानी असफझौला आणि मित्र राजा बेणीबहाद्दर यांच्या हुकमतीत अयोध्येची मुख्य फौज सोपवली. जागता पहारा ठेवण्याची फर्माने सोडली. मातोश्री बेगम सद्रुन्निसाला राज्यकारभारावर कडी नजर ठेवण्याची इशारत दिली. खजिन्याची व्यवस्था लावली आणि मगच सुजाची घोडी फैजाबादच्या वेशीबाहेर पडली.

अनुपशहर दृष्टिक्षेपात येण्याआधीच सुजाची नजीबखानाशी गाठ पडली. अंबारीतून सुजा खाली उतरला. असर्फी आणि गुलाबपुष्पाने गुंफलेली माला नजिबानं सुजाच्या गळ्यात घातली आणि त्याला कडकडून मिठी मारली. नजीब ओरडला, ''नबाबसाहेबरूपी चाँद आणि दुराणी बादशहारूपी सूर्य ह्या चाँदसूर्याच्या प्रकाशात आम्ही हिंदुस्थान उजळून टाकू. मराठ्यांना मृत्यूच्या अंधाऱ्या दाढेत कायमचे लोटू.'' तीन मैलांवर तैमूरखानाने हर्षभरित होऊन सुजास आलिंगन दिले. दारूकामाचा धडाका उडाला. लष्कराच्या जवळ सुजाची पथकं येताच बादशहाच्या हुकमाने दोन अजस्त्र तोफांना बत्ती देण्यात आली.

हारतुऱ्यांच्या संगतीनं, उंची दारूकामाच्या आतिषबाजीत आणि गुलाबअत्तरांच्या

सुवासात सुजाने दरबारात प्रवेश केला. त्याच्या आगमनाने बादशहाच्या तंबूवरचा सुवर्णकळस लाजून चूर झाला. सारा दरबार रंगभरा दिसत होता. कनातीला लागून रेशमी जरतारी वस्त्रं सोडली होती. मखमली बिछायतीवर अब्दालीचे खासे सरदार स्थानापन्न झाले होते. वजीर शहावलीखान, सेनापती जहानखान, अमीरे लष्करी शहापसंदखान, सरदार नरू-उद-दिन, बरकुरदारखान, अब्दुलाखान, सादुल्लाखान, दुंदेखान, अहमदखान बंगष असे देशी आणि विलायती सरदार-दरकदार उंची पोशाखात हजर होते. सुजा मिळाला म्हणजे मराठे संपले, आपण आखरी जंगात कामयाब झालो, हाच भाव साऱ्यांच्या मुद्रेवर दिसत होता. सुजा जवळ येताच प्रफुल्लित अब्दालीने ''आओ मेरे बेटेऽऽ'' म्हणून सुजाला दृढ आलिंगन दिले. सुजानेही दुराणीला मिठी मारली. आणखी दोन तोफा धडाड् कडाड् करून गरजल्या. मंगल वाद्ये वाजली. मुख्य दरबार सुरू झाला. अब्दाली सुजावर बेहद्द खूष होता. आपल्या आसनाशेजारीच त्याने सुजाला बसवून घेतले होते. अब्दालीने त्याला कमखब, मखमल, बनात अशा उंची भरजरी कपड्यांचे तागे भेट दिले. एक हजार एक असर्फींची माळ त्याच्या कंठात घातली. रत्नजडित कट्यार, तलवारही पेश केली. शिवाय एक गजराजही भेट दिला. आजवर दुराणी बादशहाने एवढे शाही स्वागत दुसऱ्या कोणाचे केले नाही, असे इराणी, कंदाहारी शिपाई एकमेकांच्या कानात सांगत होते.

बादशहा धीरगंभीर आवाजात म्हणाला,

''मी आजवर तैमूर हाच एक माझा शहजादा मानत होतो; पण मला उशिरा प्रचिती आली, मला अजून एक हिंदुस्थानी बेटा आहे, ज्याचं नाव सुजाउद्दौला.'' अब्दालीच्या उद्गारासरशी सारा दरबार ''वाहव्वाऽ'', ''क्या बात है'' करून दाद देऊ लागला. बादशहाने सुजाला 'फर्जदखान' हा किताब पेश केला. बादशहाच्या ह्या सत्काराने सारा दरबार अवाक झाला. अब्दालीच्या समोर सुवर्णताटात मखमलीआड कोणती चीजवस्तू ठेवली आहे, याचा तपास कोणाला लागत नव्हता. सारे त्या न देखल्या वस्तूबद्दल आपापसांत कुजबुजत होते. बादशहा उठला आणि बोलू लागला,

''हिंदुस्थानी आणि इराणी मर्द गाझींनो– भव्य इतिहासाची परंपरा असलेलं हिंदुस्थानचं तख्त आज रिकामं झाल्यासारखं वाटतं. आम्ही ज्या शहाआलमला आज हिंदुस्थानचा बादशहा म्हणून घोषित केलं, तो पटण्यापार बंगाल्याकडे वणवण भटकतो आहे पण त्याचा साथी-सोबती आज आपल्यात आहे.''

बादशहाने समोरच्या तबकातला हिरे, माणके आणि पाचूंनी जडविलेला शिरपेच बाहेर काढला. सुजाच्या मस्तकाकडे नेत तो म्हणाला, ''जवाँमर्द दोस्तहोऽ त्या बनेल सदाशिवभाऊप्रमाणे मी सुजाउद्दौल्यांना खोट्या भुलीच्या चिठ्ठ्या देत नाही. हा शिरपेच कागदांचा नसून अस्सल रत्नांचा आहे. ह्या दरबारात आपण हा शिरपेच सुजाउद्दौला यांना अर्पण करून त्यांना हिंदुस्थानचे वजीर– वजिरे हिंदुस्थान म्हणून

घोषित करू या.''

अब्दालीच्या घोषणेवर टाळ्यांचा कडकडाट झाला. शहादणे, शिंगे वाजली. सुजाउद्दौला बावरला. भांबावून त्याने नकारार्थी भाव केला. अब्दाली चमकला. सुजाउद्दौला बोलला,

''आलमपन्हाँ, वजिरीचा शिरपेच मला देऊ नका.''

''का? आमच्या हातून गलत बात घडते का?''

''भर दरबारात माझा एवढा मानसन्मान केलात त्याबद्दल मी आपला शुक्रगुजार राहीन; पण हा शिरपेच मला नको. खुदावंत, मी वजिरी कोणाची करायची? आपण दिल्लीच्या तख्ती बसा, मी आपली वजिरी राजीखुषीने करेन! आज हिंदुस्थानात तख्त आहे पण तख्तावर बादशहा नाही. जिथे बादशहा तिथे तख्त नाही. अशा प्रसंगी मला वजिरीची वस्त्रे देऊ नका. माझी फजिती करू नका.''

सुजाचा निश्चयी सूर बघून बादशहाने माघार घेतली. दरबार बावरला. थोड्या वेळात अब्दालीनेच दरबाराचे वातावरण आपल्या लाघवी भाषेनं खेळीमेळीचे केले. हास्यविनोदाला बरकत आली. इतक्यात तातडीची तवारीख घेऊन एक खिदमतगार दरबारात आला. अब्दालीनं अखबार-थैली खोलली. तवारीख वाचता वाचता त्याचा चेहरा काहीसा गंभीर झाला. सरदारांच्या नजरेतून ही गोष्ट सुटली नाही. अब्दाली गंभीरपणे म्हणाला,

''दरबारात आज माझे खासे, सरदार आणि पथके हजर आहेत. या प्रसंगी ही महत्त्वाची तवारीख दडवून ठेवणे, मला गैर वाटते. खबर तितकीशी चांगली नाही पण ती सर्वांनी ऐकलीच पाहिजे. चारच दिवसांमागे तो सदाशिवभाऊ आग्र्यात पोहोचला. त्या पाताळयंत्री सूरजमल जाटाने त्याचे स्वागत केले. यमुनेला उतार सापडेना म्हणून दोघेही दिल्लीकडे कूच करू लागले आहेत. फौजा आग्रा सोडून आगे चालल्या.''

ही तवारीख ऐकताच दरबार सर्द झाला. दिवसभराच्या आनंदावर विरजण पडलं. नजिबाचा चेहरा तर काळाठिक्कर पडला. तो म्हणाला,

''खुदावंत, ही मरगठ्ठ्यांची औलाद किती घातकी, पाताळयंत्री आहे, इस्लाम नष्ट करण्यासाठी ती किती आसुसली आहे, ह्या माझ्या वार्ता खुदावंतांना गैर वाटत होत्या. आज ह्या खबरीनं कोणता कौल मिळाला?''

''ठीक है नजीब, इतना बहस मत करो,'' अब्दाली बोलला, ''आता यातून मार्ग काढावा लागेल. त्यांनी दिल्ली गाठण्याआधी आमच्या फौजा दिल्ली दरवाजाला भिडू द्या. यमुनेनं उतार दिला तर दिल्लीवर भरारी मारू या. आजचा योग चांगलाच मानतो मी. ज्या अयोध्येच्या नबाबांनी आपल्या पराक्रमाने हिंदुस्थान पावन केले, त्या कुलातला श्रेष्ठ पुरुष सुजाउद्दौला परवरदिगारच्या कृपेनं आज आपल्या दरबारात मौजूद आहे. ज्या सुजाउद्दौला साहेबांना इथल्या वाटा, आडवाटा सही सही मालूम आहेत, त्यांना मी असं फर्मावतो; त्यांनी आज रात्रीलाच दिल्लीकडे निघावे. यमुनेचा

किनारा, काठन्‌काठ तपासावा. उतार कुठे मिळतो ते बघावे. न उतार मिळाला तर दिल्लीसमोरच यमुनेच्या पूर्वकाठी लष्कराची जागा शोधावी. उद्या भल्या पहाटे आम्हीही कूच होऊ. दिल्ली हिंदुस्थानची इज्जत आहे. ती कोणत्याही परिस्थितीत पापी मराठ्यांच्या हाती लागू नये.''

''खुदावंत, हा जोखमीचा शिरपेच मी आनंदानं सांभाळतो आणि कार्य पार पाडतो,'' सुजा बोलला.

भाऊसाहेबांच्या गरुडझेपेची वार्ता ऐकताच साऱ्या दरबाराचे आनंदी रूप पालटून दरबार चिंताक्रांत होऊ लागला. सुजाची मुद्राही खजील झाली होती. वजीर शहावलीखान समजुतीच्या सुरात म्हणाला,

''आलमपन्हाँ, हफीज रहमतखानाकडून मराठ्यांशी चांगला सुलूख घडत असेल तर तो मानावा. आज सात महिने घरातून बाहेर पडलेले आपले काही शिपाई येतात आणि आपण कंदाहारी कधी परतायचे असा सवाल करतात. जगज्जेत्या गाझींनीही सुलूख केले आहेत. त्यात कमीपणा मानण्याचे काय कारण?''

अब्दालीने थोडासा पवित्रा घेतला. काही विलायती शिपायांचे अगतिक चेहरे पाहिले आणि तो म्हणाला,

''सुलुखाला आमचाही विरोध नाही. इज्जतीचा सुलूख आम्ही मंजूर करू. आपल्या फौजा इरेला पाडून, आपला देशकारभार सोडून परक्या मुलखात जास्ती दिवस राहणंही मुनासिब नाही. इज्जतीचा सुलूख होत असेल, तर त्यात गैर काय?''

''आलमपन्हाँच्या मताशी आम्हीही सहमत आहोत,'' सुजाउद्दौला बोलला.

ही संभाषणे ऐकताच नजिबाचा काळवंडलेला चेहरा रुद्र बनला. डोळ्यांत इंगळ फुलले. दातओठ खात संतापाने उठून तो म्हणाला,

''सुलूख सुलूख म्हणजे काय? बोरूने लिहिलेल्या चार ओळी! आलमपन्हाँ, मी हजार वेळा पाय धरतो. ह्या नजीबखानाचं दुर्दैव की, माझ्याइतके कोणी मरगठ्ठ्यांना ओळखू शकले नाही! जेव्हा बादशहाची घोडी कंदाहारकडे वळतील, सुलुखाची शाई पूर्ण वाळलीही नसेल, तेव्हा हेच मराठे आमच्या हिंदुस्थानी रोहिले-पठाणांना त्राही भगवान करून सोडतील. रक्ताच्या नद्या वाहतील. कुराणे जातील. इस्लामचा नि:पात होईल. अलम दुनियेत आमचा दुराणी नामक एकमात्र पठाणी बादशहा आहे! हे बादशहा, तुला तुझ्या जातभाईंची, कुराणाची लाज राखायची असेल तर सुलुखाची ही आळणी भाषा तुला सोडावी लागेल. एकदा आखरी जंग होऊ द्याच. त्या दुष्ट, पापी, लोभी, दखखनी बंदरांना कायमचा धडा मिळू द्या.''

□

मथुरेच्या मुक्कामात सूरजमलने भाऊसाहेबांची चांगली बदडास्त ठेवली होती. मथुरा ही जाटवाड्याची काशीच. हिंदुस्थानातलं एक अग्रणी महाक्षेत्र. या ठिकाणी

जाटांनी चार खास महाल बांधलेले होते. जाट स्वत:ला यादववंशीय समजतात. म्हणजे साक्षात भगवान श्रीकृष्णाशी त्यांची मुळीडहाळी पोहोचते. त्यामुळे या क्षेत्राची ओढ त्यांना अधिक. एका खास महालात भाऊसाहेब आणि विश्वासरावांची सोय लागलेली. बाकीच्या महालांतून इतर खाशांनी आपल्या बिछायती सोडलेल्या.

आग्र्यातून निघताना महाक्षेत्र मथुरानगरीस आपण जातो आहोत, या कल्पनेनं यात्रेकरू, बायका-पोरेच नव्हेत तर बारगीर-शिपाईसुद्धा आनंदित झालेले. दूरवरून जेव्हा मथुरेतील मंदिरांची उंच उंच शिखरं दिसू लागली तेव्हा लष्कराच्या कानात भगवंताच्या मुरलीचे अवीट सूर घुमू लागले. आधीच गोघाटावर, जिथे साक्षात भगवान परमात्मा गाई-वासरे घेऊन पाणवठ्यावर यायचा, त्या पवित्र क्षेत्री सर्वांनी मंगलस्नाने उरकली होती. तेव्हापासून सर्वांच्या नसानसांतून भक्तिरस वाहू लागला. जेव्हा मथुरेस डेरे, राहुट्या लागल्या तशी बैरागी, गोसावी, पंडे, भिकारी साऱ्यांनी मराठी लष्कराभोवती गर्दी केली. उद्या सकाळपासून या मंगलधामाचे दर्शन किती आणि कोणत्या प्रकारे घ्यावे, पुण्यसंचय अधिकाधिक कसा करावा, याचा जो तो विचार करू लागला.

कालच जेरेशास्त्री, अग्निहोत्री, पुनाळकर जोशीबुवा भाऊसाहेबांच्या आधी येऊन मथुरेत डेरेदाखल झाले होते. रखमाबाई आक्कासाहेबांनी भोयांच्या पायांना चैन पडू दिली नव्हती. त्या दौडीनेच पालखीतून सर्वांआधी महाक्षेत्री पोहोचल्या होत्या. त्यांचे चिरंजीव नाना फडणीस पुन्हा आजारी पडल्याने हळू नेटाने आज दुपारी मथुरेस पोहोचले होते. राऊत, बारगीर मथुरेच्या गल्ली-बोळांतून भटकू लागले होते. मथुरेचे मुख्य पंडे रात्रीचेच भाऊसाहेबांना भेटायला आले. त्यांच्या सोबत जेरेशास्त्री, अग्निहोत्री ही मंडळी होतीच. एका दिवसाच्या परिचयात दहा-दहा सालांची संगत असल्यासारखे जेरेशास्त्री आणि अग्निहोत्री पंड्यांशी आणि महाक्षेत्राच्या व्यवस्थापकांशी बोलत-वागत होते. भाऊसाहेबांनी सर्व सज्जनांचे स्वागत केले. सर्वांना बिछायतीवर बसवले. मनोभावे प्रणाम करून भाऊसाहेब म्हणाले,

"मथुरावासी रयतेची आम्ही काय सेवा करावी?"

"भलतेच काय बोलता श्रीमंत? ज्या राज्यात हिंदु धर्माला, यज्ञकांडाला बरकत आली, जिथे ग्रंथांची-पोथ्यांची अमृतपाने जिवंत झाली, देवाला फार युगांनी देवपण लाभलं त्या महाराष्ट्र देशातून तुम्ही आला. ज्या बाळाजीराव पेशव्यांनी कलियुगात अमृतसिद्धी साधली, त्यांचे तुम्ही बंधू आणि मराठी राज्याचे मुख्य दिवाण आहात. आता आपली सेवा आम्ही मथुरावासी रयतेनं करायची," ब्रह्मदेव पंडित म्हणाले.

"आपल्या आगमनानं आम्हीच पावन झालोत म्हणा ना," दुसरे एक शास्त्रीबुवा बोलले.

"काय म्हणणं आहे सज्जनांचं?"

"भाऊसाहेब, या महाक्षेत्रातून तुम्ही गनिमांच्या पारिपत्यासाठी जात आहात. यज्ञादी कर्मांने दौलत वाढते आणि शत्रूचे अरिष्ट टळते, हे शास्त्रपुराणेसुद्धा सांगून

गेली. आपण ही पवित्र भूमी तशीच ओलांडून जाऊ नका. लष्कराच्या सोयीसाठी आपला चार दिवसांचा मुक्काम पडणार आहे; असं आम्ही ऐकतो. त्यात अधिक तीन मुक्काम करा. सात दिवसांचा छोटासा यज्ञ पूर्ण करा.''

''सात दिवस? छे! छे!'' भाऊसाहेब चमकले.

''एकवेळ राज्य बुडालं तरी चालेल, पण धर्म बुडता कामा नये, असंसुद्धा संत-महंत सांगून गेले. इथे आम्हांला काही बुडवायचं नाही, तारायचं आहे. त्यासाठीच यज्ञ हवा,'' जेरेशास्त्री.

''शिवाय पेशव्यांची स्वारी अधिक-श्रावणाचे दिवस गाठूनच मथुरेवरून जात आहे. अधिक-श्रावणाचे दिवस, वांझ मासाचा काल म्हणजे धार्मिकांस मोठी पुण्य पर्वणीऽ! तीही साक्षात श्रीकृष्ण परमात्म्याच्या पुण्य भूमीत! पेशवेमहाराज, हा अमृतसिद्धीचा योग सोडू नका,'' ब्रह्मदेवशास्त्री बोलते झाले.

''आम्ही क्षत्रिय व्रत धारण केले आहे. गनीम काळ होऊन पुढं ठाकला असता कर्मकांडात गुंगणे मला परवडणार नाही,'' भाऊसाहेब स्पष्टपणे म्हणाले.

''भाऊसाहेब, आमची वंशवृद्धी व्हावी म्हणून आम्ही होमाचे बोलत नाही. तुमच्या गनिमाकडेच बघायचे आहे आम्हांला. इकडे होमात तेल-तूप जसे जळेल तसे तिकडे ते नजीब-अब्दाली जळतील. त्यांचे वाटोळे होईल. हवं तर इथे राहून चार-दोन सरदार मंडळी धाडा येथूनच गनिमावर. तीही सहजात विजयी होतील!'' पुनाळकर जोशीबुवा बोलले.

''तुम्हां महंतांचा जास्तच आग्रह असेल तर आमचे कुटुंब येईल होमाजवळ बसायला. आम्हांला बिलकूल सवड नाही...''

''नुसते नमस्कारास आणि भोजनास या. हा मार्ग खाशांनी रास्त काढला. पार्वतीबाई, लक्ष्मीबाई आदी राजवंशातील स्त्रिया होमास चालतील. तुम्ही नसला तरी बिघडत नाही. खाशा स्त्रियांच्या पदरी नारळ बांधला की हेही संकट निवर्तले.''

अधिक-श्रावणाचा फायदा मराठी लष्करानं पुरता उचलला. ग्रंथपठण, श्रवण, मंत्रवचन, यज्ञादी कर्मकांडांना ऊत आला. मथुरावासी महंतांच्या आग्रहानुसार दुसऱ्या दिवशी चार-पाच हजार जन मंत्रश्रवणास बसतील असा मोठा मंडप उभारण्यात आला. मंडपासाठी लाकूडफाटा, कनाती लष्करातूनच पुरविण्यात आल्या. गवंड्यांनी घाई करून सहा होमकुंडे दुपारपर्यंत बांधून तयार केली. गायीच्या शेणाचा लेप होमकुंडांवर थापला. लाकूडफाटा, पानपत्रावळ, दर्भ, समिधा, हळदकुंकू, केशर, अष्टगंध आदी साहित्य सरकारातून पुरवले गेले. मंडपात पार्वतीबाई, लक्ष्मीबाई बळवंत, पायगुड्यांचे कुटुंब होमास बसू लागले. यात्रेसोबत आलेले आणि उपरे असे सहा-सातशे ब्राह्मण मंत्रपठणास लागले. तीन-चार हजार मंडळी होमकार्यावेळी हजेरी लावू लागली. त्यापेक्षाही होमानंतरच्या भोजनास भलतीच गर्दी वाढू लागली. सात-आठ हजार भाविक, भिनभिकारी पंगतीस बसू लागले. राजवंशातील स्त्रियांचाच होम असल्याने सरकारातून सामानसुमानाची ददात पडली नाही. भोजनास केळीचे

दीड हात लांब भरतपुरी हिरवेगार पान वाढले जाई. त्यावर पंचद्रोण, पानाभोवती बुणगाईतल्या स्त्रियांनी काढलेल्या रांगोळ्या. पानावर साळीचा भात, तूप, वरण, पोळी, पाच भाज्या, दोन कोशिंबिरी असा खासा बेत असायचा. सवड काढून लंगडत का होईना अधेमधे नाना फडणीस यायचे. भोजनाची नीट व्यवस्था झाली की नाही, ते जातीनं पाहून जायचे. भरपेट भोजन झाले की, पोटावरून हात फिरवीत भाविक मंडळी म्हणायची... ''एवढा मोठा होम कसा वाया जाईल? भाऊसाहेबांना यशसिद्धी लाभणारच. यज्ञात काष्ठे जळतात तशा गनिमांच्या फौजा जळून भस्म होणार!''

लाख-दीड लाख मराठी माणसं मथुरेत उतरल्याने साऱ्या गावाला महायात्रेचे स्वरूप आले होते. मराठा मंडळी दानशूर आहेत, याची ख्याती उत्तरेत या आधीच झाली होती. जिकडे लष्कर-यात्रेकरूंचे तंबू, डेरे, पाले उतरली होती. तिकडे गोसावी, बैरागी, पंडे, विद्यार्थी, भिकारी यांचे सारखे लोंढे लागले होते. उघड्या पदार्थावर माशा घोंघाव्यात तसे सारे लष्कराभोवती घोंघावत होते. रामाच्या प्रहरीच कित्येक यात्रेकरू, राऊत-बारगीर उठायचे आणि बाहेर पडायचे. पालख्या, नालक्या, मेणे आज गोकुळात तर उद्या वृंदावनात, मथुरेत, मथुरेच्या अवतीभवती देव देव करीत फिरायच्या. रखमाबाई आक्कासाहेबांच्या भाविक मनाला तर उधाण आले होते. आपल्या पतिदेवांच्या अस्थी त्यांनी पदरी बांधून आणल्या होत्या. त्यांतल्या काही यमुनाडोही अर्पण केल्या. नानांनी पित्याचे श्राद्ध घातले. फडणिसांच्या लौकिकाला शोभेल असा पाच-सहा हजार मंडळींचा भोजनप्रबंध केला. श्राद्धावेळी अंगठीदान, अश्वदान केले. क्षौर केले. प्रायश्चित्तही घेतले.

मुक्तिपुरी मथुरेहून नाना आपल्या मातोश्री रखमाबाईआक्कांसह वृंदावनास गेले. राधा-कृष्णाच्या लीलांनी पावन झालेले वृंदावन बघण्यात नानांचे मन हरखून गेले होते. जिथे भगवान कृष्णाने कालिया नागाला कंठस्नान घातले, त्या डोहापुढे रखमाबाई नतमस्तक झाल्या. डोहाकाठी जो कदंब वृक्ष होता, ज्या वृक्षावर बसून कृष्णाने गोपिकांचे वस्त्रहरण केले, तो कदंब वृक्ष नाना शोधू लागले. वृक्ष सापडेना म्हणून त्यांनी एका यात्रेकरूस विचारले. तेव्हा यात्रेकरू बोलता झाला,

''हे कलियुग आहे बाबा. कलियुगी श्रीकृष्ण कुठला नि कदंब तरी कुठला?'' शेजारी उभ्या असलेल्या एका पंड्याच्या पोराने येऊन काठावरच्या मातीत घुसलेल्या काही मुळ्या उसकटून दाखविल्या. त्या पुराण कदंबाच्या मुळ्या अद्याप आहेत, हे बघून रखमाबाईंनी दंडवत घातला. मुळ्यांना हळदकुंकू वाहिले. कालिया डोहाच्या जागेवरून स्नान न करता कसे जायचे? नानांनी यमुनेत बारा डुबक्या मारल्या. त्यांना अनेक वाईटसाईट रोग झाले होते. सदान्‌कदा छबिल्या स्त्रियांचे मुखडे डोळ्यांसमोर उभे राहायचे. मन आवरता यायचे नाही. सारखी भोगाची लालसा व्हायची. प्रत्यही स्वप्नावस्था होऊ लागली. मनातील पापबुद्धी जाईना, म्हणून नानांनी टोक्यास जाऊन

महारुद्रही केला होता. पण तरीही उष्णशीताची पीडा हटेना. दरम्यान भाऊसाहेब उत्तरेस जायला निघाले. त्रिस्थळी यात्रेमुळे मन शुद्ध होईल, पापक्षालन होईल, या मनसुब्याने नाना पत्नीसह लष्करासोबत आले होते. आता बारा डुबक्या मारल्यावर मन:शुद्धी झाल्याचा भाव त्यांच्या मुद्रेवर पसरला. पलीकडेच कुठल्या तरी यात्रेकरू रमणी यमुनेत स्नाने करीत होत्या. त्यांची निमउघडी अंगे नानांच्या दृष्टीस पडली आणि मन बावचळले. पुन्हा पाच डुबक्या मारून नाना काठावर आले.

गोपीचंदनाचे टिळे आणि तुळशीच्या माळा घालून नाना पालखीत ऐटीत बसले. सोबत मातोश्री, पत्नी यशोदाबाई आणि दोनशे-तीनशे यात्रेकरूंचा जथा वृंदावनातून चालला होता. सर्वांनी कुंजबिहारी, अटलबिहारी, बालबिहारी, गोविंदजी आणि राधाकिशोर ह्या भगवंताच्या पंचरूपांचे दर्शन घेतले. झोपाळ्याचे दर्शन घेऊन यात्रेकरू शृंगारवटाकडे निघाले. ज्या पवित्र वटवृक्षाखाली कृष्णाने राधेशी शृंगार केला, त्या वटवृक्षाचेही दर्शन झाले. जिथे कृष्णाच्या मुरलीवादनाने आसमंत गुंगून जायचा, त्या बंशीवटीचेही यात्रेकरूंनी दर्शन घेतले. कुंजवनातील छत्राकार ठेंगण्या वृक्षांमधून जाताना साऱ्यांना भगवंतलीलांचा भास झाला.

मथुरेच्या महालात भाऊसाहेब स्वस्थ बसले नव्हते. त्यांनी जाटांच्या आजूबाजूच्या जमीनदारांना बोलावून सर्वांशी गोड बोलून नेटाने कामे चालवली होती. जेव्हा यात्रेकरू भगवंत नामकीर्तनात तल्लीन झाले होते तेव्हा समशेरबहाद्दर, यशवंतराव पवार आणि दमाजी गायकवाड यमुनाकाठाने घाटांचा बंदोबस्त करीत, मिळतील त्या नावा जप्त करीत दिल्लीकडे निघाले होते. आता दिल्ली जिंकल्याशिवाय विसावा खायचा नाही, असा निर्धार भाऊसाहेबांनी केला होता. मथुरेच्या मुक्कामाच्या पाचव्या दिवशीच भाऊसाहेबांनी मल्हारबाबा होळकर, जनकोजी शिंदे आणि बळवंतराव मेहेंदळे यांच्या फौजा दिल्लीकडे रवाना केल्या. पठाणांचं दिल्लीतील मामुली पथक मारून दिल्ली सहजगत्या ताब्यात येईल, असा भाऊंचा आडाखा होता. दिल्ली शहराची नस नि नस जाणणाऱ्या अनुभवी शिंदे-होळकरांच्या फौजा रवाना झाल्या होत्या. सोबत मेहेंदळ्यांची ताजी फौज दिमतीला होती. दिल्लीच्या बंदोबस्तासाठी एवढी कुमक पुरेशी होती.

मराठा लष्कराचे मथुरेतील दिवस सुखाचे गेले. दिवसा थोर थोर संत-महंतांची संगत, सायंकाळी ठिकठिकाणी पुराणश्रवणे, कथा-कीर्तन यांत दिवस कसे जाऊ लागले ते कळलेच नाही. बळवंतरावांच्या पत्नी लक्ष्मीबाई या भारी भाविक वृत्तीच्या. दिल्ली जिंकण्याचा हुकूम झाल्यावर बळवंतराव निघाले तेव्हा लक्ष्मीबाईंच्या डोळ्यांतून घळाघळा आसवे वाहू लागली.

"चार दिवसांत भाऊसाहेबांबरोबर आपणही इंद्रप्रस्थास याल. एवढे वियोगाचे दु:ख कसले? फक्त उणेपुरे चारच दिवस."

"स्वामींचा चार क्षणांचाही वियोग सहन होत नाही आम्हांला."

"तुम्ही साऱ्या वेड्या मराठी बायका. वियोग नसावा म्हणून फौजेसोबत आणलं तुम्हांला. आता प्रत्यक्ष शत्रूच्या शिबिरात निघालो तरी तुम्हांला पाठुंगळीवरून न्यावे का?"

बळवंतरावांना लक्ष्मीबाईंनी कष्टाने निरोप दिला. गिलच्यांशी हा मोहिमेतला पहिला सामना असणार होता. त्यात यश मिळावं आणि आयुष्याची दोरी बळकट राहावी म्हणून लक्ष्मीबाईंनी अकरा ब्राह्मण अनुष्ठानास बसविले. त्या हवालदिल होऊन पार्वतीबाईंच्या सोबत होमश्रवणास बसू लागल्या. ज्या दिवशी होमाचे सप्तदिन सरले, त्याच दिवशी दिल्लीवरून सांडणीस्वार आला. आनंदाची खबर घेऊन विश्वासराव भाऊसाहेबांकडं धावत आले.

"काकासाहेबऽ धन्य आपली. धन्य श्रीगजाननाची. काकासाहेब, आपण दिल्ली–"

"बोलाऽऽ बोलाऽ"

"आपल्या फौजांनी दिल्ली जिंकलीऽ! हा घ्या बळवंतरावांचा खलिताऽऽ. ज्या दिवशी आपल्या फौजा दिल्लीत पोहोचल्या, त्याच दिवशी किल्ल्याला मोर्चे लावले. शिड्यांवरून मराठी फौजा आत उतरल्या. काकाऽ काकासाहेबऽऽ आपण दिल्ली जिंकली!"

भाऊसाहेबांची मुद्रा उमलली. मन भरून आलं. दिल्ली हाताला लागणे, ही का साधी गोष्ट आहे? आजवर किती पराक्रमी आणि महत्त्वाकांक्षी पुरुषांना दिल्लीने हुलकावणी दिली आहे. किती तरी पुरुषांच्या स्वप्नांची तिने राखरांगोळी केली आहे. दिल्ली काबूत यावी म्हणून कित्येक वीर पुरुष ठार वेडे झाले. कित्येक वेड्यांनाही दिल्लीने मोठेपणाची प्रभा दिली. अजून यापुढेही दिल्ली कितीजणांना वेड लावणार आहे? कितीजणांची झोप चाळवणार आहे? किती मुर्द्यांचा आणि किती फौजांचा अभिषेक गिळून ती प्रसन्न होणार आहे? अहमदिया करारापासून तशी दूर अर्थानं दहा वर्षं दिल्ली मराठ्यांच्याच ताब्यात होती; पण आज खऱ्या अर्थानं दिल्लीवर जरीपटका फडकला असेल तेव्हा स्वर्गात शिवाजी, बाजीरावांच्या डोळ्यांत आनंदाश्रू चमकले असतील. रामदास-तुकोबा आनंदातिशयाने वेडे होऊन नाचले असतील... तशी दिल्ली कित्येकदा मराठी मनगटाच्या चापात आली... आली तशी पटकन एखाद्या चतुर ललनेसारखी डोळे मोडीत गुंगारा देऊन लुप्तही झाली... भाऊसाहेबांच्या डोळ्यांतून पटपट अश्रू ओघळू लागले. आनंदी भाव जाऊन दुःखावेगानं चेहरा माखून गेला.

"काकासाहेब, या आसवांचा अर्थ काय?" विश्वासराव गलबलून विचारू लागले.

"रावसाहेब, दिल्लीवर मराठी निशाण लागल्याचा आनंद झाला तेव्हा दत्ताजी शिंद्यांची सय आली. हिंदुस्थानची सम्राज्ञी दिल्लीला परक्या घुसखोरांचा वाराही लागू नये म्हणून दिल्लीच्या रक्षणासाठी वीर दत्ताजी बुराडी घाटावर आगीच्या कल्लोळात

स्वत:ला झोकून पावन झाला. हा झुंजार सोबती आजची वार्ता ऐकायला हवा होता.''

दिल्ली जिंकल्याच्या वार्तेनं लष्करात आनंदाच्या लहरी उसळल्या. तोफांनी सलामी दिली. ढोल, ताशे, कर्णे, शहादणे वाजू लागली. आपटबार, भुईनळे, चादरी, दारूकामाने गिल्ला उडवून दिला. राजा सूरजमलाने भाऊसाहेबांचे अभिनंदन केले. त्याच्या मुखावरचा आनंद तर काय वर्णावा? जणू आताच वजिरीची वस्त्रे प्राप्त झाली. जेरेशास्त्री येऊन भाऊंना सांगू लागले,

''बघितलात परमेश्वरी कृपेचा महिमा? दिवसा-दोन दिवसांत तो नजीब, अब्दाली जळून भस्म होतील. भाऊसाहेब, दिल्लीवर मांड ठोकलीत, आता सकल पृथ्वीचे राज्य करा.''

बळवंतरावांच्या पराक्रमी वार्तेनं लक्ष्मीबाई मोहरून गेल्या. त्यांनी अनुष्ठानास बसलेल्या ब्राह्मणांना दुप्पट शिधा, दक्षिणांचे वाटप केले.

त्याच दिवशी दुपारी दिल्लीकडे कूच करण्याचा भाऊसाहेबांनी मनसुबा बोलून दाखवला. तेव्हा विश्वासराव म्हणाले,

''काकासाहेब, आजचा दिवस मुक्काम इथेच ठोकावा. उद्या सकाळी कूच होऊ.''

''देवधर्म बहुत झाला. आता आणखी काय हवे?''

''काकासाहेब, देवधर्माचा सवाल नाही, पण आपले आप्त, जनार्दनपंत भानू फडणिसांचे चिरंजीव नाना...''

''काय झाले त्यांना?''

''एकाएकी आजार वाढला आहे त्यांचा. कळा जास्त होतात. रखमाबाई आक्कासाहेबांची विनंती आहे, एक दिवस मुक्काम वाढवा.''

''अरेऽ अरेऽऽ, ह्या नानाची उमर फार तर सतरा-अठराची असेल पण कुठले घाणेरडे नाद लागले आणि तब्येतीची खराबी केली याने,'' भाऊसाहेब हळहळून बोलले.

एक दिवस मुक्काम वाढला.

दिल्लीविजयाप्रीत्यर्थ जाटाने रात्री साऱ्या खाशांना खाना दिला.

भाऊसाहेब कधी नव्हे ते लवकर खाजगीकडे गेले. पार्वतीबाई म्हणाल्या, ''पेशव्यांनी श्री व्यंकटेशाला घातलेलं साकडं सफल होणार तर? होमाची प्रचिती इथेच आली.'' भाऊसाहेब समाधानानं निद्रेच्या अधीन झाले.

कुचाच्या नगाऱ्यानं भाऊसाहेबांना एकाएकी जाग आली. उठायला उशीर झाला की नगाराच आधी वाजू लागला? भाऊसाहेबांनी किलकिल्या डोळ्यांनी महालाच्या खिडकीबाहेर बघितलं. अंधार तर गडद होता. पहाट व्हायलाही अवकाश. मग असा अवचित नगारा वाजतो कसा? भाऊंचे मन गोंधळले. तोच बाहेरून हाका ऐकू येऊ लागल्या. ''काकासाहेब उठाऽऽ. काकासाहेब उठा.'' आवाज तर विश्वासरावांचा

होता. अंधारात भाऊसाहेब तसेच बाहेर आले. मोठ्याने ओरडले,

"विश्वासरावऽऽ काय प्रकार?"

"काकासाहेब, साराच घोटाळा."

"झाले काय, गडबड कसली? सांगा लवकर."

"काकासाहेब, आपण दिल्ली जिंकलीच नाहीऽ!"

"काय बोलताऽऽ?" भाऊसाहेब सर्द झाले. आख्खा महालच अंगावर कोसळल्यासारखा वाटला. पवित्रा घेऊन भाऊसाहेब बोलले,

"काय सांगता आहात विश्वासराव? बळवंतरावांचा विजयाचा खलिता तर त्यांच्याच हस्ताक्षरात होता. शिड्या लावून आपले शिपाई बुरूज उतरल्याची वार्ता होती!"

"शिड्या लावून लोक उतरले एवढी खबर खरी आहे पण तेवढ्यावरच दिल्ली फत्ते झाल्याची उतावळी वार्ता बळवंतरावांनी धाडली."

"पुढे झाले तरी काय?"

"आपले उत्साही वीर बुरूज उतरले आणि गनिमाची आतील फौज गारद करण्याआधी त्यांनी लुटीला आरंभ केला."

"आतील फौजा मारण्याआधी लुटीला प्रारंभ?" भाऊसाहेब रागाने बेधुंद झाले, ओरडले, "अरेरेऽऽ आमच्या मराठी लोकांनी आपला वाण इथेही दाखवला तरऽऽ!"

"काकासाहेब, लुटीला लागलेल्या आपल्या बारगिरांना किल्लेदारानं सावध होऊन कापून काढलं. बुरुजांचा बंदोबस्त वाढवला. सरदारांच्या फौजा किल्ल्याभोवती आहेत, पण किल्ला पडत नाही."

"किल्ल्यात किती फौजफाटा आहे?"

"हजाराच्यावर नक्कीच नसतील."

"छी: छी: हजारभर गनीम आत असताना आमच्या तीन सरदारांना किल्ला पडत नाही? धिक्कार असो अशा लेचेपणाचा. चलाऽ विश्वासराव, आहे तसे सडे दिल्लीवर निघू या. आता थांबायचं नाही. कोणाची यात्रा अगर महायात्रा काही असू दे. कोणी दुखणाईत असू दे अगर घाटावर. आता एक क्षण वाया घालवणं म्हणजे मराठी दौलतीचं मातेरं करणं. चलाऽऽ निघाऽऽ."

दुपारपर्यंत दहा-बारा मैलांचा रस्ता कापून लष्कर दिल्लीकडं चाललं होतं. भाऊसाहेब आणि विश्वासराव दोघेही घोड्यावर स्वार झाले होते. कुटुंबकबिले पाठीमागच्या बाजूस अंबारीतून चालले होते. एकाएकी विश्वासरावांचं लक्ष यमुनेच्या पलीकडच्या काठावर गेलं. त्यांनी लगेच भाऊसाहेबांना खुणावलं,

"काकासाहेबऽऽ, ते पहाऽऽ यमुनेच्या पलीकडून काय चाललं आहे!"

भाऊसाहेबांनी गर्रकन् उजवीकडे मान वळवली. नदीच्या पात्रापासून मैलभर अंतरावर हत्तीघोडी, उंटखेचरे, पादचारी आणि तोफांचे गाडे चालले होते. रोहिले अफगाणांचं लष्कर दिल्लीच्या रोखानेच कूच करीत होतं. भाऊसाहेब चमकले. नाना

पुरंदऱ्यांवर ओरडले,

"नाना, चलाऽ गारद्यांच्या फौजा वेगानं पुढं घ्याऽऽ. गनीम बळावत चालला आहे. नेटाने पावलं उचलाऽऽ दिल्ली झुकत नसेल तर झुकवू याऽऽ! वाकत नसेल तर वाकवू याऽ!"

□

सकाळच्याच बल्लमगढ, पल्लवल पार करून मराठी फौजा दिल्लीच्या रोखानं नेटानं चालल्या होत्या. भाऊसाहेबांची नजर इकडेतिकडे भिरभिरत होती. आजूबाजूचा वैराण मुलूख ते बघत होते. गाळाची सुपीक जमीन, भरपूर पाऊस, तुडुंब वाहणारी यमुना. सारी स्थिती अनुकूल असूनही शेतकऱ्यांनी पिके घेतली नव्हती. पोटापुरते पेरून बाकीची राने मोकळी सोडली होती. पिकवायचे तरी कशाला? दिल्लीसारखी आम दुनियेत गाजलेली राजधानी असूनही रयतेला संरक्षण नव्हतं. गेल्या दहा वर्षांत कित्येकदा धान्य फौजांनी लुटून नेलं होतं. त्यात सहा महिन्यांमागेच पाऊण लाख फौज घेऊन अब्दाली दिल्लीच्या परिसरात आला होता. मराठेसुद्धा लाख-दीडलाखाची फौज घेऊन दक्षिणेतून दिल्लीकडे निघाले आहेत, अशी खबरही रयतेला मिळाली होती. जे पिकवू ते दोघांपैकी कोणी तरी हिसकावून नेईल, त्यापेक्षा जमिनी पडलेल्या बऱ्या. पडीक जमिनी बघून भाऊसाहेब गंभीर होते. कदाचित दिल्ली हाताला लागेलही पण घासदाण्याचे काय? रसदेचे कसे?

मराठी लष्कराला दिल्लीचा लाल किल्ला, जामा मशीद, पुराना किल्ला, देवळांची-मंदिरांची उंच शिखरे आणि शहराभोवतालची तटबंदी दिसू लागली. लष्कर फुरफुरू लागलं. पाय उचलून सड्या फौजा धावू लागल्या. गारद्यांची पथकं वेळेत पोहोचायला हवीत, असा भाऊसाहेबांचा आग्रह होता. त्यानुसार काल रात्रीचा मुक्काम टाळून इब्राहिमखान पथकांसह पुढे धावला होता. सोबत लक्ष्मणराव पानसेंचा तोफखानाही पुढे झाला होता.

लवकरच मराठी लष्कर दिल्लीच्या तटबंदीला भिडले. तटबंदीशेजारी लाखभर मराठी माणसे, हत्तीघोडी जाम्यानिम्यासह दिसू लागली. अनेक सरदार, हजारो स्वार, बारगीर, झेंडेबावटे, अंबाऱ्या, उंट, बैल, तट्टे, यात्रेकरूंचे तांडे यामुळे मराठा लष्कर समुद्राच्या लाटांप्रमाणे भासू लागले. जेव्हा पथके दिल्लीच्या रस्त्यांतून, मोहल्ल्यांतून पुढं सरकू लागली तेव्हा हवेली-माड्यांतून पोराठोरांनी गर्दी केली. सारे कौतुकाने फौजा निरखू लागले. एवढं असंख्य लष्कर दिल्लीकरांनी महाभारतानंतर प्रथमच बघितलं असेल! भाऊसाहेबांनाही दिल्लीची दया आली. एवढी मोठी राजधानी, जी पराक्रमी पुरुषांच्या शौर्यानं पावन झाली, तीच राजधानी नालायक वंशजांच्या पापी वर्तणुकीने वैराण बनली. आता दिल्ली जितकी लीलया मराठ्यांच्या हातात आली तशी ती शिवाजीराजांना मिळती तर?... लगेचच भाऊसाहेबांनी मनाची समजूत घातली. एवढ्यात हुरळण्याचं कारण नाही. शहर पडले असले तरी

गनीम अजून किल्ला लढवितो आहे. भाऊ वेगानं लाल किल्ल्याकडं निघाले.

भाऊसाहेब लाल किल्ल्याच्या समोर आले. विठ्ठल शिवदेव, मल्हारबाबा होळकर, जनकोजी शिंदे आणि आधीच धाडलेल्या हुजुरातीच्या इतर पथकांनी किल्ल्याला चौफेर वेढा दिला होता. ठिकठिकाणी मराठ्यांची पथकं खंदकचाऱ्या खणीत होती. जागोजागी माती-दगडाचे धमधमे तयार करून त्यावर तोफा पेरण्याचं काम जारीनं सुरू होतं. बुरुजाच्या समोर चार-पाच दिवस तिष्ठत बसलेली घोडी अवघडून गेली होती. अधूनमधून काही घोडी खिंकाळून लाल किल्ल्याकडे टवकारून बघत होती. भाऊसाहेब लष्करानिशी आल्याचे पाहून आधीची पथके खडबडून जागी झाली. त्यांनी ''हर हरऽऽ महादेवऽऽ'', ''जय भवानीऽऽ'', ''जय म्हाळसाकांतऽऽ'' अशा आरोळ्या द्यायला सुरुवात केली. तशा ताज्या फौजाही ''हरऽऽ हरऽऽ महादेवऽऽ'' म्हणून ओरडू लागल्या. त्वरेने नवी पथके किल्ल्याला जाऊन भिडली. खवळलेल्या समुद्रात एखादे बेट असावे आणि त्यावर चोहोबाजूच्या लाटा गर्जून आदळाव्यात तसे मराठी लष्कर लाल किल्ल्यावर गुरगुरू लागले. सभोवतालचा हा सेनासागर बघून छबिन्याचे गनीम बुरुजांच्या चिऱ्याआड लागले.

विठ्ठल शिवदेव, मल्हारबाबा, जनकोजी शिंदे आणि बळवंतराव भाऊसाहेबांना सामोरे गेले. लाल किल्ल्याच्या तटबंदीकडे एक जळजळीत कटाक्ष टाकीत भाऊसाहेब पायउतार झाले. बाजूला होळकरांनी तात्पुरत्या उभारलेल्या बिचव्यात सारे खासे गोळा झाले. तातडीची मसलत सुरू झाली. बैठकीच्या आरंभीच भाऊसाहेबांनी बळवंतरावांकडे क्रोधाने बघितले. म्हणाले,

''बळवंतराव, हा काय पोरखेळ चालवलात? किल्ला पडायच्या आधी जिंकल्याची खबर कशी धाडलीत तुम्ही? केवढा हा उतावीळपणा? आम्ही मथुरेत विजयोत्सव साजरा करीत बसलो. आपली उतावीळ अखबार-थैली मिळाली नसती तर आम्ही दोन दिवस आधीच येऊन किल्ल्याला भिडलो असतो. अशानं जनमानसात फसगत होते. आपल्या फौजा शत्रूच्या भीतीने गळतात आणि सर्वनाश ओढवतोऽ!''

बळवंतरावांनी खजील होऊन खाली मान घातली. बाकीचे खासे थोडा वेळ शांत बसले. भाऊंच्या रागाचा पारा थोडा कमी झाला. मुद्रा निवळली. त्यांनी होळकरांना विचारलं,

''सुभेदारकाका, नेमका प्रकार तरी काय घडला?''

''भाऊसाहेब, पहिल्या दिवशी आपल्या फौजा दिल्लीच्या तटावर आदळल्या. तासा-दोन तासाने तटबंदी फोडून आम्ही जावेदखानाच्या हवेलीच्या बाजूने आत घुसलो. सर्वांनी किल्ल्याला वेढा दिला. असद बुरुजासमोर जमलेल्या आपल्या पथकांनी किल्ल्याचे खिजरीदार तोडण्याचा खूप प्रयत्न केला, शिंदेशाही आणि होळकरशाही पथकं दिल्ली दरवाजाला भिडली. मी स्वत: आणि जनकोजीबाबा खिजरीदाराला भिडलो. ते तोडण्याचा फार यत्न झाला पण दरवाजा जस्ता-तांब्यापासून बनवलेला दिसतो. आत पोलादी गज आडवेतिडवे विणून दरवाजा टणक

बनवलेला आहे. आमच्या जोराचा, नेटाचा उपयोग झाला नाही. दरवाजा तुटेना की फुटेना! असद बुरुजावरून आमचे आणि विठ्ठलरावांचे काही शूर शिपाई किल्ल्यात उतरले. आतून दरवाजे उघडण्याआधी त्यांनी लुटालुटीला आरंभ केला. अविवेकी शिपायांना किल्लेदार याकूबखानाने कापून काढले. कैकांनी जीव वाचविण्यासाठी बुरुजावरून यमुनेच्या वाळूत उड्या ठोकल्या. ते जन्माचे लुळेपांगळे झाले. आता किल्लेदार पुरता सावध झाला आहे.''

''किल्ल्यात किती शिबंदी असेल?''

''हजार-दोन हजारावर तर खचितच नसेल.''

''किल्लेदाराचा काय इरादा आहे?''

''भाऊसाहेब, तो अब्दालीच्या मदतीची वाट बघतो आहे. म्हणून तर थोडक्या फौजेनिशी लढतो आहे,'' जनकोजीबाबा बोलले.

''किल्ल्यात तोफा, दारूगोळा कितीसा शिल्लक आहे?'' भाऊसाहेब.

''कुठली दारू नि कुठला दारुगोळा?'' अंताजी माणकेश्वर म्हणाले, ''अब्दाली कोळकोजळेश्वराजवळ असतानाच दोन-तीन महिन्यांमागे दिल्लीतल्या साऱ्या चांगल्या तोफा त्याने परागंदा केल्या. आता फारतर किल्ल्यात वीस-पंचवीस जंबुरके आणि काही बंदुका असतील.''

''बघितलं?'' भाऊ नाराजीनं म्हणाले; ''गनिमानं दिल्ली तर लुटून उजाड केलीच पण इथल्या तोफाही उचलून नेल्या. मुंडी हाती धरून नाक छाटण्याचाच हा प्रकार झाला.''

''आत घुसलेल्या राउतांनी थोडा संयम दाखवून दरवाजे उघडले असते तर किल्ला या आधीच पडला असता,'' मल्हारबाबा म्हणाले.

''दिल्लीत घुसायला धरबंद नाही. लगेच लुटालुटीलाही प्रारंभ. सैन्यात अशीच बेशिस्त राहिली तर जिंकलेली दिल्ली सोडून नुसत्या आवईनेही आपले लष्कर एखाद्या दिवशी पळायला कमी करणार नाही. आता याउपर मसलतीही नकोत. अशाच फौजा किल्ल्याला भिडवू या आणि लाल किल्ला काळानिळा करून सोडू या.''

भाऊसाहेबांनी खाशांसमवेत किल्ल्याभोवती गोलाकार फेरफटका मारला. सोबत या मुलखाचा माहीतगार जाटराजा होताच. यमुना काठावर मोठाले धमधमे बांधून त्यांवर तोफा चढविण्यात इब्राहिमखान गर्क होता. भाऊसाहेबांनी त्याच्या पाठीवर थाप मारली,

''खानसाहेब, तुमच्या मर्दुमकीची कमाल बघण्यासाठी आजचा दिवस उगवला आहे.''

''फिकीर मत करो श्रीमंत. आजचा दिवस आमचा मर्दानी जंग बघूनच मावळेल.''

किल्ल्याला चारी बाजूने मोर्चे लावून सिद्धता झाली. किल्ल्याच्या तटावर, बुरुजावर कोणी गनीम दिसेनासा झाला. दगडांचा आडोसा घेऊन गनीम पहारा देऊ

लागले. संध्याकाळचा गार वारा सुटला. सारी सिद्धता झाली. भरल्या यमुनेकाठी इब्राहिमखानाने तीन अजस्त्र तोफा पेरल्या होत्या.

एक तोफ असद बुरुजावरच्या घुमटाची निशाणी धरून खाऊ की गिळू या पवित्र्यात उभी होती. दुसरी अजस्त्र तोफ किल्ल्याच्या पूर्व बाजूची तांबडीभडक तटबंदी मी गिळणारच, अशा आविर्भावातच आपलं तोंड उघडून जिभल्या चाटीत होती. तिसरी तोफ कानोसा घेत जनानखान्याच्या बाजूवर टपून बसली होती. दुपारपासून गंधक, शिसे, छरे आदी दारूसमान खचून भरून तोफची हाशहूश करीत बाजूला उभे होते. भाऊसाहेबांनी इशारा केला. बत्तीच्या वाती धरून तोफची पवित्र्यात खडे होतेच. भाऊंच्या इशारतीबरोबर इब्राहिमखान ओरडला,

''चलोऽऽ मारोऽऽ''

क्षणमात्र फुरऽ फुर असा वातींनी सूर धरला असेल-नसेल तोच धुडूम धाडऽऽ धाडऽऽ धुडूम धाडऽऽ असा कानठळ्या बसवणारा आवाज होऊ लागला. तोफांजवळसुद्धा आगीची धग एवढी जालीम होती की, बत्ती पेटवल्याबरोबर तोफचींनी यमुनेच्या पाण्यात गारव्यासाठी पटापट उड्या घेतल्या. तोफगोळ्यांनी असद बुरुजाच्या चिंधड्या उडवल्या. बुरुजाचे दांडगे फत्तर यमुनेत कोसळू लागले. तोफगोळे आत किल्ल्यात शिरले आणि दिवाण-इ-खासच्या भिंतींना थडकले. दिवाण-इ-खासचे काही खांब कोसळले. रंगमहालाला आणि मोतीमहालाला तडे गेले. काही इमारती धडाधड पेटू लागल्या. किल्ल्यातल्या कबिल्यांनी दंगा-गोंधळ सुरू केला. बेगमा ओरडूबेरडू लागल्या. किल्लेदार याकूबखानाची पाचावर धारण बसली. तो आपल्या कबिल्याला आणि सैनिकांना कसाबसा धीर देऊ लागला.

इब्राहिमखानाच्या पराक्रमाने लाल किल्ला शहारला. घाबराघुबरा होऊन अंग चोरू लागला. इब्राहिमखानाच्या तडाख्यावर भाऊसाहेबांसह सारे खूष झाले. सुभेदार होळकरांनीही इब्राहिमची पाठ थोपटली. सूर्य अस्ताला निघाला. साऱ्या लष्कराची खात्री पटली– किल्लेदार रात्रभर किल्ला सांभाळू शकत नाही. आता ना थोड्या वेळाने त्याला किल्ला हवाली करावाच लागेल. मोर्च्यावरचे बारगीर सोडून बाकीचे स्वयंपाकाला लागले. अंधार पडायच्या थोडे आधी लष्कर एकदम भांबावले. यमुनेच्या विस्तीर्ण पात्राच्या पलीकडे मैलावर अब्दालीच्या फौजा उभ्या होत्या. मधली यमुना ओलांडून अलीकडे येणं अब्दालीला आता बापजन्मी शक्य नव्हतं. डोळ्यांसमोर लाल किल्ला मराठ्यांच्या हाती जातो आहे, हे त्याला पाहवत नव्हतं. जागच्या जागी घोडा नाचवत अब्दाली क्रोधानं लाल किल्ल्याकडं बघत होता. पलीकडच्या काठावर गनिमांच्या जळत्या मशाली बघून भाऊसाहेबांना चेव आला. ते ओरडले,

''कोणी मेले वा जगले बेहत्तर पण उद्या दिवस उजाडायच्या आधी किल्ला हस्तगत झालाच पाहिजे!''

किल्लेदार याकूबखान माशासारखा तळमळत होता. काळरात्रीचा बाहेरून येणारा

''कोणी मेले वा जगले बेहत्तर पण उद्या दिवस उजाडायच्या आधी किल्ला हस्तगत झालाच पाहिजे!''

यमुनेचा घों घों आवाज त्याला भयंकर वाटत होता.

किल्ल्यातला घासदाणा तर खतम होत आला होता. अब्दाली जवळ येऊनही पुरामुळे किमान दोन महिने कुमक मिळणार नव्हती. इब्राहिमच्या तोफांचे आवाज अजून कानात घुमत होते. सद्य:स्थितीत इज्जतीने किल्ला देऊन कुटुंबकबिले वाचवणे बरे. किल्लेदाराने सुलुखाचा निरोप धाडला. सूरजमल, शिंद्यांचे कारभारी रामजी दाभोळकर, होळकरांचे कारभारी गंगोबा चंद्रचूड, अंताजी माणकेश्वर असे पाच-सात जण सुलुखासाठी किल्ल्यात गेले.

अंधारात सुलुखाचे काय होते ते ऐकण्यासाठी सारे लष्कर जागे होते. काही होवो, आपण बाक्या प्रसंगासाठी सिद्ध असावे म्हणून तोफांमध्ये दारू ठासून इब्राहिमखान उभा होता. यमुनेच्या पुराचा रोंऽ रोंऽऽ आवाज शांत वातावरणात एक आगळीच लय भरीत होता. मध्यान्ह रात्रीची समशेरबहाद्दर, यशवंतराव पवार, दमाजी गायकवाड यांची पथके येऊन भाऊसाहेबांना मिळाली. समशेर समोर दिसताच भाऊसाहेबांनी विचारलं,

"समशेरराव, बंदोबस्ताचं काय?"

"श्रीमंतांनी निश्चिंत असावं. यमुनेच्या डाव्या काठावर आसपासच्या दहा-पंधरा गावांत जेवढ्या नावा सापडल्या तेवढ्या साऱ्या जप्त करून किल्ल्याच्या खालच्या अंगाला गोळा करून ठेवल्या आहेत. हर घाटावर चौक्यापहारे बसवून बडा बंदोबस्त लावला आहे."

"बहोत अच्छाऽऽ."

"भाऊसाहेबऽ, माफ करा. मनुष्यजातीवरचा विश्वास उडावा आणि माणूस माणसांतून उठावा, अशी एक भयंकर खबर मी घेऊन आलो आहे. ती या बाक्या प्रसंगी सांगणे मी माझं कर्तव्य समजतो."

"बोलाऽ बोलाऽऽ."

भाऊसाहेबांच्या कानात समशेरबहाद्दर काही तरी सांगू लागले. त्याबरोबर सागर खवळावा तसे भाऊसाहेब रुद्र झाले. मुद्रा लालबुंद झाली. ते ओरडले,

"काय सांगता समशेर, हे सत्य आहे?"

"बिलकूल, बाजीरावाचा बेटा खोटं कशाला बोलेल?"

"दीड लाखऽऽ कुंभेरीत?"

"होय भाऊसाहेब."

भाऊसाहेबांच्या संतापल्या मुद्रेवरून दोन अश्रू ओघळले. दु:खाचा, संतापाचा डोंब पोटात गिळत ते किल्ल्याकडे बघू लागले. इतक्यात किल्ल्याच्या दरवाजाजवळ दोन मशाली चमकल्या. तिच्या उजेडात गंगोबातात्या चंद्रचूड भाऊसाहेबांकडं आले. भाऊंचा मशालीसारखा पेटता चेहरा बघून गंगोबांच्या काळजात चर्रर झाले. भाऊसाहेब जळत्या शब्दांत पुसू लागले,

"बोला गंगोबा, कसा सुलूख केलात?"

"श्रीमंतऽ, याकूबखान सुलुखाला तयार आहे. आपल्या कबिल्यासह आपले सारे लष्कर पैलतीरी सुखरूप पाठविण्याचं अभय मागतो आहे तो. याशिवाय त्याची दुसरी मागणी कोणतीही नाही. तो किल्ला जरूर ताब्यात देईल पण त्यासाठी त्याला कौल हवा..."

"ठीक आहे, महिपतरावऽ राजमुद्रांकित कागदावर कौल लिहा..."

"श्रीमंतऽऽ, जरा थांबा," गंगोबा गोंधळून बोलले, "आतून याकूबचा निरोप आहे. त्यांना तुमच्या मुद्रेचा कौल नकोऽऽ."

"मग कोणाचा हवा आहे?" भाऊसाहेबांचा आवाज वाढला.

"त्यांना शिंदे-होळकरांचा, गाजुद्दीन वजिराचा आणि जाटांचा कौल हवा. शिवाय किल्ला खाली झाल्यावर तो वजिराच्या हाती दिला जाईल, आपल्या नाही!"

"खामोशऽऽऽ" भाऊसाहेब कडाडले, "याउपर एक शब्द बोलाल तर गंगोबा, तुमची जीभ कलम करीन. प्राणांची बाजी लावून रक्तभात ओकून किल्ला माझ्या मराठी फौजांनी जिंकायचा आणि जामदारखान्याच्या किल्ल्या त्या पळपुट्या वजिराच्या हाती द्यायच्या? गंगोबाऽऽ, तुमचं काळं तोंड घेऊन त्या किल्लेदाराकडं जा, जाटाकडं जा. आमचा निरोप द्या. आमच्या मर्जीनं किल्ल्याबाहेर निघत असाल तर आमच्याच मुद्रेचा कौल देऊ. याउपर अजूनही अंगात खुमखुमी असेल तर तसेही स्पष्ट सांगा. लगेच आमच्या तोफा धडाडतील. बंदुका कडाडतील. आगीच्या माऱ्यात लाल किल्ला जळून खाक होईलऽऽ!"

...दोनशे वर्षांनंतर हिंदुस्थानच्या मातीतलं निशाण– जरीपटका लाल किल्ल्यावर डौलानं फडकू लागला होता. किल्ला मराठ्यांच्या हाती सोपवून याकूबखान यमुनेपार गेला होता. भाऊसाहेबांची प्रकृती एकाएकी बिघडत होती. बिछायतीवर भाऊसाहेब इसावा खात होते. एका दु:खाची, वेदनेची छटा त्यांच्या मुद्रेवरून मावळत नव्हती. दोन दिवस विश्वासराव ती अपरिचित छटा न्याहाळीत होते. एकदा डेऱ्यात आजूबाजूला कोणी नाही, असं बघून हळू आवाजात विश्वासराव म्हणाले,

"काकासाहेबऽऽ, आमच्या तीर्थरूपांची, तुमच्या बंधूंची तुम्हांला आण आहे; आपण आमच्यापासून काही लपवीत आहात. चोरून ठेवता आहात. आम्हांलाही बोलणार नाहीत का आपण?"

भाऊसाहेबांनी क्षणमात्र विचार केला. हळू आवाजात ते म्हणाले, "विश्वासराव, ठीक आहे. तुम्ही भावी पेशवे आहात. तुम्हांला मराठी मातीचे सारे रंग आणि रूपं माहीत असायला हवीत. शिंद्यांचे कारभारी दाभोळकर आणि होळकरांचे कारभारी बोलघेवडे गंगोबा, चंबळ ओलांडून आम्हांला इकडे का येऊ देत नव्हते? ग्वाल्हेरातच थांबा म्हणून हातपाया का पडत होते?"

"का?"

"त्यांनी एक फार मोठा सौदा केला होता. एवढा मोठा राजद्रोह, मराठी मातीशी एवढी मोठी बेइमानी करायला असे जहरी सर्प क्वचितच जन्मतील."

"काकासाहेब, प्रकार आहे तरी काय?" विश्वासराव चमकले.

"काय सांगावे रावसाहेबऽऽ कुंभेरीला या दाभोळकरांनी आणि गंगोबाने... आमच्या दौलतीची जी दोन चाके शिंदे-होळकर, यांच्या ह्या कारभाऱ्यांनी जाटांकडून... वजिराकडून दीड लाख रुपये खाल्ले! डाव असा रचला की, आम्हांला चंबळेपलीकडेच ठेवायचं. दिल्ली जिंकायची आणि त्यासाठी माझ्याच लष्कराचं रक्त गाळायचं. मात्र जिंकलेली दिल्ली वजिराच्या झग्यात टाकायची! दिल्ली शहराचा बंदोबस्त आणि आग्र्याचा किल्ला जाटाच्या पदरात बांधायचा आणि आयुष्यभर उत्तरेत राहून आपल्या आणि आपल्या सात पिढ्यांच्या तुंबड्या भरायच्याऽऽ."

तो भयंकर डाव ऐकून विश्वासरावही रागानं बेभान झाले. ओरडले,

"काकासाहेबऽऽ, अशा बेइमान गद्दार सेवकांना क्षणभरही जिवंत ठेवू नका. त्यांना हत्तीच्या पायाखाली तुडवा... नाहीतर लाल किल्ल्यावरून यमुनेत फेकून त्यांचा कडेलोट कराऽ! काका, थांबू नका."

भाऊसाहेब शांत, निश्चल सुरात म्हणाले,

"रावसाहेब, ह्या दोघा मात्रागमनींना जरूर शासन करू. तूर्तास थोडा दम खा. हे दोन्ही कारभारी म्हणजे कोणी गल्लीतले भामटे नव्हेत. शिंदे-होळकरांचे दिवाण आहेत. शिंद्यांना-होळकरांनाही या गद्दारीची कल्पना नाही. ही बदमाशी कर्त्या पुरुषांची आहे. आताच त्यांना शासन करू तर सगळीकडे बभ्रा होईल. ह्या बभ्राने आमच्यातल्या फटी वैऱ्यांना दिसतील. वैरी नेमक्या फटी धरून जीवघेणा मारा करतील, अनर्थ ओढवेल. एकदा आखरी जंग पार पडला की, या नराधमांना चाबकाचे फटके देत देत गाढवावरून पुण्याच्या रस्त्यारस्त्यांतून फिरवू आणि शनिवारवाड्यासमोरच दिवसाढवळ्या सुळी देऊ. तूर्तास मात्र दम खा!"

भाऊसाहेब बराच वेळ सचिंत होऊन बिछायतीवर बसून होते. एकाएकी त्यांच्या डोळ्यांतून टप् टप् आसवे गळू लागली. विश्वासराव गांगरले. बोलले,

"काकासाहेब, एवढ्या मोठ्या दिल्लीवर आपला जरीपटका फडकत असताना आपल्या डोळ्यांत अश्रू?"

"होय, रावसाहेब... एवढ्या मोठ्या विजयाचं कौतुक आता आम्हांला काहीच वाटत नाही," भाऊसाहेब हताशपणे बोलले, "विश्वासराव, वाईट वाटते ते हेच... एकदाच काय पण हजारदा दिल्लीचं तख्त दोन्ही हातांत धरून गदगदा हलविण्याचं सामर्थ्य मराठी मातीत होतं... आहे, पण आमची लाचारी, आमच्यातली लाथाळी, भाऊबंदकी, गद्दारी, हुजरेगिरी, स्वाभिमानाच्या नावाखाली प्रत्यही आढळणारा बोटचेपेपणा, परधार्जिणता या आपल्या दोषांमुळे दिल्ली अनेकदा आपल्या जवळ येऊनही आमच्याकरिता कायमची दूर राहिली आहे... राहील!"

□□

तख्त की तीर्थ?

दिल्लीच्या आग्नेयेस यमुनेपलीकडे अब्दालीचा तळ पडला होता. अब्दालीने पटपरगंज गाव पाठीशी घेऊनच छावणी टाकली होती. मराठ्यांच्या फौजा दिल्लीकडे कूच करताहेत, ही खबर कळताच अब्दाली केवढ्या तडफेने दिल्लीकडे कूच झाला होता. त्याने लष्कराला रात्रीचे नीट झोपू दिले नाही. दिवसा इसावा खाऊ दिला नाही. घाटावर, ओढ्याकाठी कुठे माणसे-जनावरे इसावा खाताहेत, हे दिसले रे दिसले की, नजीब अब्दालीसमोर मर्कटासारखा नाचायचा. "आलमपन्हाँ, जलदीने कूच करा. त्या काफरांनी राजधानीचा चावून चोथा केला. चला, पळाऽऽ." अब्दालीच्याही इज्जतीचा सवाल होता. दिल्ली गेली म्हणजे कमर तुटलीच. नुसत्या धडाने वा पायाने काय करायचे? अधूनमधून सारख्या पाऊसधारा कोसळायच्या. ओढ्यांना उतार नाही. दलदलीतून, डबक्यांतून जाताना घोड्यांना छातीइतके पाणी लागायचे. तोफांचे गाडे अडखळायचे. पुन्हा तोफा वाहण्यासाठी दलदल सोडून डोंगराकडून बगल मारा. अर्धपोटी उपाशी लष्कर घेऊन अब्दाली दिल्लीच्या सुमारास आला. यमुनेच्या पलीकडे लाल किल्ल्याकडे तो बघू लागला, तर उभा पहाड पेटताना दिसावा तशाच मराठ्यांच्या सहस्रावधी मशाली लाल किल्ल्याच्या सभोवती नाचू लागलेल्या. साऱ्या अंगांनी जणू किल्लाच धडाधडा पेटू लागला आहे. अब्दालीने समोर यमुनेच्या पात्राकडं पाहिलं तर पात्रातही सहस्र मशालींचा उजेड. हलत्याधावत्या पाण्यात भीतीने चळाचळा कापत सुटलेला लाल किल्ला! डोळ्यांसमोर वैऱ्याने किल्ला कात्रीत धरला आहे. आपली शिबंदी तिथेच आहे. तिलाही आपण वाचवू शकत नाही. इराणतुराणपासून एवढी राज्ये आणि राजधान्या पाहिल्या. एवढा मुलूख धुंडाळला. घाटातून, खिंडीतून शत्रूशी आगीचा खेळ खेळलो आणि आज आपली पन्नास हजारावरची खडी फौज, पाच-पंचवीस हिंदुस्थानी सरदार आणि त्यांचं लष्कर... लाखावर लढवय्यी सेना असताना डोळ्यांदेखत किल्ला काफरांच्या हाती जातो आहे, ही केवढी गैर बात! कधी दुःखित न होणारा अब्दाली एकाएकी

गलबलून गेला. "हे परवरदिगारऽऽ" म्हणून त्याने अंधाऱ्या आभाळाकडे नजर टाकली. त्याच्या डोळ्यांतली आसवे टपटप करून मांडीखालच्या घोड्याच्या पाठीवर ओघळली. घोडं फुरफुरलं. अब्दालीही त्वेषानं फुरफुरत होता. देह जळत होता. लांबून येणाऱ्या "हरऽ हर महादेव"च्या गर्जना ऐकून कानठळ्या बसत होत्या; पण समोर दुथडी भरून घों घों असा आवाज काढीत वाहणारी अक्राळविक्राळ यमुना ठाव देत नव्हती.

दोन दिवस झिमझिम पाऊस पडला. काल सकाळीच मराठ्यांचे झेंडेबावटे लाल किल्ल्यावर फडकू लागले. थोड्याच वेळात चार नावा भरून लाल किल्ल्यात अडकलेला किल्लेदार याकूबखान आणि त्याचे हजारभर सोबती अलीकडच्या काठाला कसेबसे येऊन पोहोचले. काल दिवसभर पावसाची झिमझिम धार तुटली नव्हती. बहुतांशी वर हिमालयाच्या रांगांमध्ये बेसुमार पाऊस पडला होता. त्यामुळे यमुनेची फुगी वाढतच होती. काठावरची खाचरं विक्राळ तोंडात गिळत ती मस्तीत वाहत होती. काल दिवसभर बादशहाच्या फौजांना इसावा नव्हता. उभ्या पावसात तंबू-डेरे उभे करायचे. पुन्हा त्याच्यावर गवतपाला पांघरायचा. लष्करासाठी छोट्या-छोट्या गवताच्या झोपड्या बांधायच्या. ही सारी कामं उरकण्यात लष्कर दिवसभर गुंतलं होतं. कहीच्या तुकड्यांना आणि बंजाऱ्यांना नजीब चैन पडू देत नव्हता. सारख्या हाकाट्या घालून आजूबाजूच्या मुलखातील गवताच्या गंज्या, पालाचघाळा आणायला भाग पाडत होता.

आज सकाळपासून पाऊस थोडा उघडला होता. शाही तंबूच्या पुढे वाळका गवतपाला अंथरून उघड्यावरच जाजमे टाकली होती. त्यावर लोडाला टेकून अडतीस वर्षांचा तरणाबांड दुराणी बादशहा बसला होता. तो सारखा टकमक नजरेनं लाल किल्ल्याकडे बघत होता. लाल किल्ल्यावरचा जरीपटका बघून तापल्या तव्यात लाह्या उडाव्यात तसे नजिबाचे काळीज उडत होते. लाल किल्ल्यावर मराठ्यांचं निशाण, ही कल्पनाच त्याला सहन होत नव्हती. क्रोधाने, त्वेषाने, सुडाच्या भावनेने तो झिंगून गेला होता. नजीब बसल्या जागी गुडघ्यावर उभा राहून म्हणाला, "आलमपन्हाँऽऽ, किल्ल्याच्या बुरुजावर त्या उभ्या असलेल्या निशाणाच्या काठ्या बघा. त्यावर फडकणारी जरीपटका आणि भगवा झेंडा नावाची ती फडकी बघा. त्या निशाणांच्या काठ्या माझ्या काळजात घुसून मला रक्तबंबाळ करत आहेत. खुदावंत, हिंदुस्थानच्या इतिहासात असं कधी घडलं नाही. काफरांची अपवित्र निशाणं दिल्लीवर कधी फडकली नाहीत. एवढा मोठा राजराजेश्वरांचा राजेश्वर, पठाणांचा बादशहा अवघ्या मैला-दीड मैलावर असतानासुद्धा काय दिमाखात दख्खन्यांची निशाणं फडकत आहेत पहा!"

शहावलीखान वजीर हसला. नजिबाला म्हणाला, "खानसाहेब, तुम्ही एवढी फिकीर का बाळगता? आता या दिल्लीत काय कपाळ शिल्लक आहे? आम्ही साऱ्यांनी दिल्ली कधीच लुटून फस्त, वैराण, उघडीवाघडी केली आहे. ती जिंकून

काफरांच्या हाती आता काय लागणार आहे? लाकूडफाट्यासाठी दखखनींना इमारतींचे वासे उपसावे लागतील. हवेल्यांची छपरे विस्कटावी लागतील. आधीच दिल्ली कंगालांची होती, त्यात भिकारड्या काफरांची भर पडली.''

''कंगाल-भिकारी झाली म्हणून दिल्लीचं महत्त्व लोप पावत नाही शहावली,'' अब्दाली म्हणाला, ''दिल्ली ह्या दोन शब्दांतच महाकाव्यांचा अर्थ ओतप्रोत भरला आहे. आजवर दिल्लीच्या मोहब्बतीने पछाडलेल्या कित्येक महत्त्वाकांक्षी जवाँमर्द योद्ध्यांची जितेपणी थडगी झाली, पण दिल्ली हाताशी लागली नाही. तेच कित्येक भ्याड लफंग्यांना खुदाची खैर म्हणून दिल्ली आपसूक मिळाली. त्या नामर्दांनाही वीरश्रीचे बाळसे चढले. त्यांनी विजयी मिनार बांधले. जगाच्या नजरेत ज्याने दिल्ली जिंकली, त्याने हिंदुस्थान जिंकला. ज्याने दिल्ली गमावली, त्याने हिंदुस्थान गमावला.''

''काफरांच्या हाती दिल्ली पडल्याचं बघण्यापेक्षा खुदावंत, मला त्या भरल्या यमुनेत का ढकलत नाही?'' नजीब अब्दालीकडे बघून ओरडला.

''नजीब, तुमचा नाच बंद करा. तुमच्यापेक्षा दिल्ली गमावल्याचं दुःख सहस्रपटीनं आम्हांला होत आहे. पंधरा-सतरा सालांमागे नादिर शहाबरोबर आम्ही ह्या किल्ल्यात आलो होतो. ह्याच किल्ल्यात आम्हांला हैदराबादच्या निजामसाहेबांनी भविष्य सांगितलं होतं– हा लडका बादशहा होईल आणि आज इतक्या वर्षांनी आम्ही जिंकलेली-लुटलेली ही दिल्ली डोळ्यांदेखत काफरांच्या हवाली झाली आहे! हे परवरदिगारऽऽ यापेक्षा वाईट दिवस आयुष्यात तू कोणते दाखवणार आहेस?''

''पण हे मरगट्ठेऽऽ''

''नजीब, तुमचा हा त्रागा बरोबर आहे. एका शुक्रवारच्या आमच्या विद्वानांच्या सभेत एका इतिहासकाराने कुठल्याशा ग्रंथात वाचून सांगितलेला संदर्भ आम्हांला आठवतो. जेव्हा तो दखखनचा शिवाजी औरंगजेबाला भेटायला आला होता, तेव्हा औरंगजेबाने त्या शिवाला दहा-पंधरा हातांवर का उभा केला मालूम आहे? हिंदुस्तानची मसनद किती भव्य आहे, त्या पागल मरगठ्ठयांसाठी दिल्ली किती दूर आहे, हे त्या शिवाला कळावे; पण त्या शिवाला खुदाने जास्ती उमर दिली नाही. नाही तर एकदा तरी त्या बहादुराने हिंदुस्थानचे तख्त हलवले असते. एकूण कायऽऽ, आजवर दिल्ली ही त्या दखखनी मराठ्यांना गुलबकावलीच्या फुलासारखी दूर राहिली आहे.''

''आहे नव्हे, होती असे म्हणा खुदावंत,'' नजिबाने डोळ्यांतून घळाघळा वाहणारी आसवे पुसली. डोईची टोपी खाली आदळत तो म्हणाला, ''खुदावंत, मरगठ्ठयांनी दिल्ली जिंकली असताना ती त्यांच्यासाठी दूर आहे अशी बात करणे, हे फजूल होईल. आता वाईट दिवस आले. तो नाना पेशव्याचा पोरटा विश्वासराव आता दिल्लीचा बादशहा होणारऽ! मरगठ्ठयांच्या मातीत जन्मलेला विश्वासरावच मरगठ्ठयांची आझम निर्माण करणार.''

''खामोशऽऽ!'' दुराणी बादशहाने सरकन कमरेची तलवार उपसली. स्वतःचं मन काबूत आणीत तो म्हणाला, ''नजीब, तुमच्याऐवजी दुसऱ्या कोणाच्याही तोंडी

ही पापी भाषा आली असती तर त्याची जीभ कलम केली असती. यार होऽ दिवसा-दोन दिवसांत दिल्लीतून सारे मरगट्टे पळवून लावू.''

''शहावलीउला साहेबांचा मुक्काम दिल्लीतच आहे. काफरांच्या फौजा आजूबाजूला बघून त्यांना काय वाटत असेल?''

''बराबर है,'' बादशहाने मान डोलावली.

एवढ्यात धूडमधामऽ धूडमधामऽऽ असे कानठळ्या बसविणारे भयंकर आवाज आणि त्यापाठोपाठ विद्युत्वेगाने लालेलाल जळते पेटते तोफांचे गोळे नदीपल्याडून सर् करून आले आणि अब्दालीच्या लष्करावर कोसळले. बादशहाच्या समोरच तीन कासऱ्यांवर सजलेली पंचवीस घोडी उभी होती. त्यांच्या अंगावरच एक गोळा कोसळला. खी: खी: करून सारी घोडी मोठ्याने खिंकाळली. अंगावर कोसळती आग बघून खुंट्यांची दावी थडाथड तोडून घोडी चौखूर उधळली. एका घोड्याच्या अंगावरच सरळ गोळा पडल्याने ते जागच्या जागी भाजून-जळून गारद झाले. त्याची काळीतांबडी भेसूर पाठ लोळागोळा होऊन पडली. बाकीची तीन-चार निमअर्धी भाजकी घोडी अंगाचे वेदनामय चटके चुकविण्यासाठी तिथेच ओल्या मातीत खी: खी: करीत गडबडा लोळू लागली. टाचा घासू लागली. तोफेचा दुसरा गोळा लष्कराच्या दुसऱ्या अंगाला येऊन पडला. दोन राहुट्यांना धडाधडा आग लागली. लष्करात गडबड, गोंधळ माजला. तसा बरकुरदारखान चपळाईने पुढे धावला. गोंधळलेली बाजू त्याने आरडून ओरडून शांत केली. हंडेबादल्या भरून यमुनेचं पाणी आणलं. लागलेली आग विझवली. तिसरा गोळा लष्कराच्या डाव्या अंगाला एक बाजू धरून पडला. जागच्या जागी जळत वेडावून दाखवू लागला. नजीबखान गरजला,

''देखा आलमपन्हाँऽ? मराठ्यांच्या तोफेची ही चाल? त्या तोफखान्याचा प्रमुख आपलाच भाईबंद इब्राहिमखान गारदीऽ! नीच बदमाश मनुष्य!''

एव्हाना बादशहाने घोड्यावर मांड ठोकली होती. तो रागाने थरथरत होता. इकडेतिकडे गुर्मीने बघत होता. तो ओरडला,

''जहानखानऽऽ, मराठ्यांकडेच लांब पल्ल्याच्या तोफा आहेत काय?''

''जी हुजूर, दारू भरून धमधम्यावर चढवलेल्या आमच्या तोफा आपल्या हुकमाची वाट बघत आहेत. खुदावंत लष्करात हजर असताना कुठलेही फर्मान, हुकूम सोडण्याचा अधिकार फक्त खुदावंतांचाच आहे!''

''बघता कायऽऽ? पेटवा बत्त्या, भाजून काढा काफरांनाऽऽ.'

''मारोऽऽ'' जहानखान कर्कशपणे ओरडला. तशा पाच तोफांच्या बत्त्या पेटल्या. एकापाठोपाठ एक अशी तोफ उडू लागली. लालभडक जळते धुमसते गोळे यमुनेवरून पल्याड कोसळू लागले. तोफेचा गोळा पडेल तसा मराठ्यांच्या लष्करात हलकल्लोळ उडू लागला. पहिल्या तोफेच्या धडाक्यात चार बैलांच्या चिंधड्या उडाल्या. दुसऱ्या धडाक्याने यात्रेकरूंच्या पालांना आग लागली. तसे यात्रेकरू

"भगवंता, पांडुरंगा" करून इकडेतिकडे धावू लागले. पाचपन्नास सैनिक जाया झाले. पाच तोफांच्या माऱ्यानंतर अब्दाली बराच वेळ प्रतिउत्तराची वाट बघत उभा राहिला. पलीकडून जबाब आला नाही. थोड्या वेळात सारे सरदार-सरंजामदार अब्दालीजवळ गोळा झाले. अब्दाली बादशहा सर्वांना म्हणाला,

"यार होऽ, अजून मराठ्यांची ईर्षा आणि हिंमत बडी दिसते."

"निम्मा हिंदुस्थान गिळून ती जमात चांगलीच माजली आहे खुदावंत." नजीब.

"आता पहिल्या धडाक्यात काफरावर एक तरी असा छापा घातला पाहिजे की, रोहिले पठाणांचे नाव काढताच त्यांच्या उरात धडकी भरावी," बादशहा.

दुपारी सारे एके जागी बसले. खलबते झाली. चारच्या सुमारास अब्दालीच्या बऱ्याच तुकड्या पश्चिमेकडे चालू लागल्या. दुराणी बादशहा सुजाला आणि नजिबाला विचारू लागला,

"इकडच्या नावांचा इंतजाम काय केला आहे?"

"खुदावंत, वर बुराडी घाटासमोर ह्या काठावरच्या साऱ्या नावा एक जागी केल्या आहेत."

"अशा स्थितीत यमुना पार करता येईल का?"

"सड्या फौजा जातील, पण खुदावंत, तोफा-घोडी मामुली होड्यांतून कशी पलीकडे न्यायची?" हफीज रहमतखान विचारू लागला.

"नुसते शे-पाचशे स्वार पाठवून काफरांच्या लष्करात हल्लागुल्ला उडवायला कोणती हरकत आहे?"

"बिलकूल नाही खुदावंत."

तिन्हीसांज झाली. यमुनेच्या पाण्यात अंधार उतरला. एका होडीत तोड्याच्या बंदुका घेऊन चाळीस रोहिलपठाण बसले. अंधारात वल्ही हलविली जाऊ लागली. नावाड्याची लांब बांबूची काठी पाण्यात ठाव शोधू लागली. होडी दोन-तीन कासरे पाण्यात गेली. इतक्यात होडीच्या एका फटीतून मनगटासारखा उमाळा फुटला. बघता बघता फसाफस् पाणी होडीत घुसले. होडी एका अंगाला बुडू लागली. तसे स्वार "या अल्लाऽऽ, या खुदाऽऽ" करून ओरडू लागले. पाण्याच्या तडाख्यात होडी उलटी झाली. लाकडाच्या ओंडक्यासारखी उताणी होऊन वाहू लागली. बऱ्याच उशिराने काठावर चाळीसपैकी बारा स्वार कसेबसे येऊन पोहोचले. ज्यांना पोहता येत नव्हते, त्यांना जलसमाधी मिळाली. अब्दाली थबकला. नजीब म्हणाला,

"खुदावंतऽ, एक होडी बुडाली म्हणून काय झालं? दुसरी पाण्यात घालू या."

"नाही नजीबऽ, ही गलती आता पुन्हा नकोऽ! आखरी जंगासाठी सैनिक शिल्लक उरले पाहिजेत. जेव्हा वखत येईल तेव्हा असे धाडस जरूर करू; पण आता ते गैर ठरेल. पलीकडच्या काठावर काफर जिताजागता आहे. आमच्या फौजा

काठावर उतरण्यापूर्वी तो त्या भाजून काढेल.''

अंधारातून घोडा हाकता हाकता बादशहाने विचारले,

''हफीजऽ या एवढ्या मोठ्या दिल्लीला घासदाणा, रसद कुठून जाते?''

''इकडून अंतर्वेदीतून, अयोध्येकडून.''

''पण धनधान्य ह्या भरल्या यमुनेतून पल्याड कसे, कुठून नेले जाते?''

''खुदावंत, हा आपल्या पाठीवरचा गाव म्हणजेच पटपरगंज, हेच दिल्ली शहराचं धान्याचं कोठार. साऱ्या मुलखातलं धनधान्य इथेच गोळा होतं. आता आपण ज्या घाटावरून आलो, तेथूनच पाण्याची चढतीबुडती पातळी बघून, अंदाज घेऊन बंजारी लोक छोट्या होड्यांतून, पडावांतून धनधान्य दिल्लीला पोहोचवतात. प्रसंगी महापुरातूनही धाडसाने रसद पलीकडच्या काठावर नेतात.''

''शहापसंद...''

''जी हुजूर.''

''आज रात्रीच नदीच्या ह्या काठावर पाच-पंचवीस कोसांत चौक्यापहारे बसवा. धान्याचा एखादा कण वा गवताची काडीही पलीकडच्या काठावर जाता कामा नये.''

''जी हुजूर.''

''खुदावंत, हा इलाज मात्र जालीम काढलात,'' नजीब हसून म्हणाला, ''यमुनेच्या ह्या काठाने धनधान्य गेलं नाही तर मराठे काय राजपुतान्यातून वाळूच्या गोणी आणणार आणि त्या चवीने खाणार?''

रात्री बराच उशिरा शाही डेऱ्यापुढे शेकोटी जळत होती. हफीज रहमतखान आणि दुराणी बादशहा शेजारी शेजारी बसून हुक्का पीत होते. मध्यान्रात्रीला यमुनेकडे नजर टाकीत बादशहा म्हणाला,

''खानसाहेब, ह्या यमुनेच्या पाण्यावरच आज लढाई मौकूफ आहे. साधारण पाण्याला उतार तरी कधी मिळतो?''

''खुदावंत, यमुनेच्या काठाने तिन्ही मोसमांत हिंडून फिरून ह्या हफीजचे बाल काळ्याचे पांढरे झाले; पण एकदा यमुनेला बरसातीचा पूर आला की, तीन-साडेतीन मास पाणी उतरल्याचं ह्या डोळ्यांनी बिलकूल बघितलं नाही.''

''तीन मास?''

''जास्तीच पण कमी नाही.''

दुसऱ्या दिवशी भल्या सकाळी तातडीनं शाही डेऱ्यात या, असं फर्मान सादुल्लाखान, फैजुल्लाखान, दुंदेखान ह्या हिंदुस्थानी पठाणांना गेले. सारे पठाण सरदार घाईगडबडीने शाही डेऱ्यात जमा झाले. बादशहा म्हणाला,

''आता फक्त आमच्या संगती सुजाउद्दौला, नजीब आणि हफीज रहमतखान

राहतील. बाकी सारे आपापल्या मुलखी निघा.''

''खुदावंत, आम्हां पाप्यांच्या हातून काही गलती घडली का?'' दोन सरदारांनी अल्लाची गाय होऊन विचारलं.

''गलती वगैरे बिलकूल नाही,'' बादशहा हसून म्हणाला, ''दुंदेखान, सादुल्ला, अहमदखान किमान आणखी तीन मास लढाई यमुनेच्या पाण्यावरच मौकूफ राहील. तोवर आपापल्या जहागिरीत, मुलखात जा. घोडीमाणसं सारे खाऊनपिऊन धष्टपुष्ट, बलदंड बना. जेव्हा जरुरत भासेल तेव्हा किंवा बादबरसात शाही फर्मान निघताच ताजेतवाने होऊन काफरांच्या समाचारासाठी त्वरेनं निघा. नव्या ईर्षेनं, हिमतीने ह्या काफरांना नर्मदेपार लोटू. बादबरसात सारा दख्खन देश बेचिराख करू!''

□

तुघलखाबादजवळ सूरजमल जाटाचा तळ पडला होता. सकाळच्या प्रहरीच गाजुद्दीन त्याच्या मसलतीच्या डेऱ्यात दाखल झाला होता. अजून सूरजचे स्नान आटोपले नव्हते. तंबूच्या एका खिडकीतून लाल किल्ला दिसत होता. दिल्ली दरवाजावरच्या उंचच उंच काठीवर मराठ्यांचा जरीपटका डौलाने फडकत होता. किल्ल्याच्या इतर बुरुजांवरूनसुद्धा मराठ्यांचे झेंडेबावटे फडकताना दिसत होते. गाजुद्दीन हवालदिल झाला होता. गेल्या चार वर्षांत हिंदुस्थानच्या वजिरीसाठी त्याची केवढी खटपट चालली होती. दिल्लीच्या बादशहाने दुराणीला आमंत्रण दिल्याची पत्रे हाती पडल्यावर तर त्याने त्याचा खून करून मुडदा लाल किल्ल्यावरून यमुनेच्या वाळूत फेकला होता. वजिरीसाठी प्रसंगी काय वाट्टेल ते करायची त्याची तयारी होती. नजिबाने त्याच्या हवेलीतून त्याला हाकलून बाहेर काढल्यावर काल रात्रीच त्याने हवेलीत पुन्हा पाय टाकला होता. दोन-तीन तास स्वत:च्या घरात सुखाची झोप घेतली होती. पण मनाला इंगळ्या डसल्या होत्या. भाऊसाहेब उत्तरेत मोठ्या फौजेनिशी येत आहेत हे कळल्यावर त्याला उकळ्या फुटलेल्या, पण प्रत्यक्ष भाऊसाहेब उत्तरेत आल्यावर त्यांनी कधी गाजुद्दीनला स्वत:हून हाक मारल्याचं त्याला आठवून आठवत नव्हतं. उलट गाजुद्दीनकडे बघताना भाऊसाहेबांच्या नजरेत तिरस्काराची गडद झाक अवतरायची. सुजा गिलच्याकडे गेला तरी भाऊंना त्याच्याबद्दल जो आदर होता, तसा जराही आदर भाऊंना गाजुद्दीनबद्दल नव्हता. वजिरीचं स्वप्न कायमचं निकालात निघणार, या कल्पनेने तो विस्कटून गेला होता...

सेवक आला. त्याने सूरजमल जाट येत आहेत, अशी वर्दी दिली. लगेचच सूरजमल दमदार पावलं टाकीत तंबूत आला. गाजुद्दीनने लवून सलाम केला. 'बघा आता तुम्ही तरी' अशी झाक त्याच्या सलामीत होती.

दोघे जणही बिछायतीवर बसले. गाजुद्दीन बोलला, ''राजेसाहेबऽ दिल्लीचा किल्ला आपण सर केला आणि त्यावर मराठ्यांचं निशाण? किल्ल्याच्या चाव्या याकूबखानाने भाऊंच्या हाती दिल्या, ही गैर बात झाली. आमच्या भाऊंबद्दल

केवढ्या मोठ्या अपेक्षा होत्या. साऱ्या धुळीस मिळाल्या.''

''खरं आहे गाजुद्दीन,'' सूरजमल बोलला, ''किल्ल्यात तुमची किंवा आमचीच शिबंदी उतरायला हवी होती. सारे फासे-कवड्या कशा उलट्यासुलट्या पडत चालल्या आहेत बघा. त्या दाभोळकरानं आणि गंगोबानं गंगोदक उचलून आण खाल्ली होती. दोघेही छातीवर बोट ठेवून कोणत्याही स्थितीत दिल्ली पडल्यावर शहरपन्हाँ आमच्या हाती आणि किल्ला तुमच्या हाती सुपूर्त करतो म्हणाले होते.''

''मग ह्या गोष्टी कशा घडत नाहीत? एवढा विलंब का लागतो?''

''ते शिंदे-होळकरांचे कारभारी आणि त्यांच्या नादी लागलेले आपण दोघे सारेच फशी पडलोऽ! कारभाऱ्यांचा भाऊंबद्दलचा अंदाज सपशेल खोटा ठरला. भाऊ नुसता दप्तरीचा किडा आणि फडावरचा बोरूबहाद्दर आहे. त्याला लढाई-चढाईतलं, सुलखातलं काही उमगत नाही. त्यामुळे एकदा दिल्ली जिंकली की, गोड गोड बोलून भाऊला सहज गुंडाळू, अशी कारभाऱ्यांना उमेद होती.''

''पण पदरी काय पडलं?''

''काही तरी पडेल याच भरवशावर इथवर आलो,'' सूरजमल म्हणाला, ''हे दिल्लीकर आणि त्यांच्या नदीपल्याडचे आम्ही जाट म्हणजे बांधाचे बांधकरी आणि शिवेचे शिवेकरी. दिल्लीवर खरा हक्क आणि अधिकार आमचाच. तुम्ही सारे जण आज दिल्लीला दिल्ली म्हणता; पण ह्या शहराचं खरं पूर्वकालीन नाव इंद्रप्रस्थ. आम्ही जाट यादववंशी– एकेकाळी इथला अंमल आम्हीच केला. हे मरगठ्ठे किती दूरचे? त्यांचा आणि दिल्लीचा काही सुतराम संबंध आहे का? नुसते चौथाई आणि सरदेशमुखीच्या मिषानं पायाला पाने बांधून वणवण भटकणारे हे लोक. त्यांना कशाला हवी दिल्ली?''

''एकूण काय राजेसाहेब, धड तुमचेही सूत आणि माझाही स्वार्थ साधत नाही. वजिरी आमच्या पदरी पडेल, ही आशा आता कायमची सोडून द्यावी लागणार.''

''का? त्यात कसली माशी शिंकली?'' सूरजमल.

''म्हणजे कालच्या ताज्या घडामोडी राजेसाहेबांना कळलेल्या दिसत नाहीत.''

''नाहीत, का? काही खास खबर?''

''काल मराठ्यांचे राऊत लाल किल्ल्याच्या बुरुजावरून झेंडेबावटे लावून शिड्या उतरताहेत, तोवर देवीदत्त हजर...''

''कोण हा देवीदत्त?''

''सुजाचा वकील. भाऊसाहेबांशी बातचीत करायला आला होता. शहाआलमला हिंदुस्थानचा बादशहा करा, सुजाला स्वत:ला वजिरी द्या, फौजेसह भाऊंनी दक्षिणेत निघावे म्हणजे सुजा स्वत: दुराणीला कंदाहारला जाण्यास प्रवृत्त करील, अशा सुजाच्या अटी आहेत. सुजाला वजिरी द्यावी, हा त्यांच्या अंतरीचा हेतू आम्ही अनेक दिवसांपासून जाणून आहोत.''

''छेऽऽ छेऽऽ ह्या साऱ्या गोष्टी गैर आहेत,'' सूरजमल चिडून म्हणाला,

"काहीही होऊ द्या, भाऊला आम्हांला सोडता येणार नाही. नर्मदापार ह्या भाऊला एकतरी मित्र औषधाला उरला आहे का? तेच ह्या यमुनेच्या पलीकडच्या काठावर बघा. अब्दाली आणि नजिबानं सारा हिंदुस्थान गोळा केला आहे."

"राजेसाहेब, वजिरी नसेल तर जन्माचे सार्थक कोणते? आज चार वर्षे वजिरीसाठीच वणवण भटकतो आहोत आम्ही! ना अब्दागिरी, ना पालखी, ना अंबारी. एकेकाळच्या हिंदुस्थानच्या ह्या वजिराला फकिरांच्या पोरासारखी गल्लीबोळं फिरून, दारोदार उभे राहून वजिरीची भीक मागावी लागत आहे! राजेसाहेब, काहीही प्रयत्न करा, पण माझ्या शिरी वजिरीचा शिरपेच खोवा."

सूरजमल हसला. म्हणाला, "गाजुद्दीन, इतकी वजिरीची तहान लागली आहे तर एक गोष्ट का करत नाही?"

"कोणती?"

"हे असे यमुनापल्याड व्हा. तिथे जाऊन मागा वजिरी."

गाजुद्दीनला हसावे की रडावे असे झाले. तो बोलला,

"त्या तिकडे वजिरी तर सोडाच, एकदा गेलो तर जिवे माघारा येण्याची पंचाईत. तो पापी नजीब मला यमुनेच्या पाण्यात पुन: पुन्हा डुबवून मारेल. मरेना तर जळत्या चितेवरून सतीला बांबूच्या टोकाने ठोसून आत टाकावे तसा ठोसून तो यमुनेतच आम्हांला सचैल स्नान घालेल."

सूरजमल थोडासा गंभीर झाला. बोलला,

"वजीरजी, यमुनेपल्याडच्या छावणीत तुमच्यासाठी सारी कवाडे बंद असली तरी आमच्याकरिता एक बारीक फट मात्र अजून उघडी आहे."

"काय म्हणता! कोणती ती फट?"

"आहे एक," सूरजमल थोडा शांत झाला. मग स्वगतच बोलला,

"पण नकोच, नकोच त्या नादी लागायला. असंगाशी संग करून पदरी काय पडायचं? पदरात निखारे बांधून घेण्याचा प्रकार होईल. अब्दालीने गेल्या स्वारीत दिल्ली कशी धुऊन नेली, हे सारा हिंदुस्थान जाणतो. प्रसंगी त्याने नादिरशहालाही लाजविले होते. आमच्या स्वत:च्या मथुरेत तरी कोण येळकोट मांडला होता. रक्ताचे पाट वाहिले होते. अबलांची आणि देवादिकांची अब्रू वेशीवर लटकली होती. तो भाऊ, नाही जमले-जुळले तरी केसालाही धक्का लावणार नाही. पण हा गिलचा आणि नजीब जिवंतपणी दहन करतील. फोफाट्यातून निघून आगीत कशाला पडायचं?"

"पण राजेसाहेब अजून भाऊची एक गोम तुमच्या हातामध्ये आहे. तुम्ही त्याची रसद का बंद करीत नाही?"

"गेल्या पंधरा-वीस दिसांत काय दिले आहे आम्ही मराठ्यांना? पण रसद बंद पडली म्हणून नमणाऱ्यांतला भाऊ नव्हे! तो जिद्दी आणि हट्टी आहे. जे मनाला पटेल, भावेल तेच करणार तो."

"मला वाटते, एकदा आखरी निकाल होऊ दे. भाऊची मते तरी कळतील. आताच जाऊन त्याची भेट घेऊ या. उगा किती दिवस त्याच्या बरोबर फरफटत राहायचं?"

दिल्लीच्या दक्षिणेस मराठ्यांचा तळ पडला होता. सड्या फौजा अजून लाल किल्ल्याभोवती मोर्चे बांधून उभ्या होत्या. यमुनेच्या पात्रापलीकडे पडलेले दुराणीचे डेरे किल्ल्यावरून दिसत होते. इकडेतिकडे हलतीडुलती जनावरे आणि सैन्याच्या हालचाली स्पष्ट दिसत होत्या. पात्र पार करून हमला करण्याची हिंमत दुराणीत नव्हती. तरीही सड्या फौजा भाऊंनी पाय रोवून जागोजागी पेरून ठेवल्या होत्या. दोन-तीन मैलांत मराठ्यांचे राहुट्या-डेरे, तंबू ठिकठिकाणी उभारले होते. सर्वांच्या मध्ये सर्वांत मोठा तंबू भाऊसाहेबांचा होता. त्यावरचा सोन्याचा कळस सकाळच्या कोवळ्या उन्हात चमकत होता. तंबूच्या बाहेर दोन-तीन शृंगारलेले हत्ती झुलत होते. हजार-पाचशे स्वारांचं पथक नेहमीप्रमाणे जय्यत तयारीने शस्त्रअस्त्रांनिशी उभं होतं. तंबूबाहेर मोठमोठे तांब्याचे हंडे पिण्याच्या पाण्यासाठी ठेवले होते. छावणीतून तट्टे, बुणगे, पोरेबाळे इकडेतिकडे गोंगाट करीत होती. भालदार-चोपदार आल्या-गेल्या सरदारांना वकुबानुसार ताजीम देत होते.

जनकोजी शिंदे आणि मल्हारबाबा होळकर भाऊसाहेबांच्या समोर बसले होते. कसली तरी महत्त्वपूर्ण मसलत सुरू होती. जनकोजी शिंदे म्हणत होते,

"भाऊसाहेब, लष्करात धनधान्याचा पुन्हा तुटवडा पडतो आहे. पटपरगंजामार्गे यमुनेपल्याडून दिल्लीसाठी येणारं सारं धनधान्य, रसद गिलच्याने रोखली आहे. हत्तीघोड्यांना पुरवून घासदाणा टाकावा लागतो आहे. अशा प्रसंगी जाटाला विश्वासात घेणं क्रमप्राप्त आहे."

"विश्वासात घ्यायचं म्हणजे काय करायचं?"

"म्हणजे... म्हणजे, त्याला थोडा दिलासा द्यायचा."

"जाट राजावर आम्ही कधी गैरविश्वास दाखवला आहे?"

"भाऊसाहेब, दत्ताजी बुराडी घाटावर पडल्यानंतर आमची साऱ्यांची त्रेधातिरपीट उडाली होती. शिंदे-होळकरांना हिंदुस्थानात कोणी वाली नव्हता. तेव्हा जाटानेच कुंभेरीस घासदाणा देऊन आमच्या फौजा जतन केल्या. त्याला विसरून कसे चालेल?" मल्हारराव म्हणाले.

"काकासाहेब, आम्ही कधीच कोणाला विसरत नाही, विसरणार नाही," भाऊसाहेब त्राग्यानं म्हणाले, "हे पहा काकासाहेब, जाटाला समजून घ्यायचं म्हणजे दिल्ली कोणाच्या ताब्यात द्यायची हेच ना? त्या साऱ्या गोष्टी आज ना उद्या ठरवता येतील; पण मणाचा दगड उरावर येऊन पडल्यासारखा गिलचा समोर उभा ठाकला आहे. ज्या तंबूत आपण बसलो आहोत, त्याच्या दारातूनसुद्धा तुम्हांला गिलच्यांच्या फौजा दिसतात ना? अजून अब्दालीशी दोन हात व्हायचे आहेत. आखरी जंग बाकी आहे.

त्या आधीच दिल्ली कोणाची आणि वजिरी कोणाला, हे निकाल घाईगडबडीने घेतले तर राजनीती बिघडूही शकते. सारेच जरा गम खाऊ या. पण घाईगडबडीने एखाद्याला पेचात टाकून साधला जाणारा जमीनदारी कावा आम्ही कदापिही चालू देणार नाही.''

जनकोजी आणि मल्हारबाबा शांत झाले. तरीही मल्हारबाबा थोडे त्रासल्यासारखे दिसत होते. 'आम्ही काही मुद्दे मांडावेत आणि कालच्या ह्या पोरांनी सारे मुद्दे खोडावेत, याचा मतलब काय?' असाच आविर्भाव त्यांच्या मुद्रेवर दिसत होता. इतक्यात भालदार आला. बाहेर दाभोळकर, गंगोबा, सूरजमल आणि गाजुद्दीन आल्याची वर्दी देऊ लागला. भाऊसाहेब थोडेसे चमकले. त्यांनी भालदाराला हुकूम दिला.

''राजेसाहेबांना आणि गाजुद्दीनला आत सोडा, त्या दाभोळकराला आणि गंगोबाला फर्मावा, पुन्हा इकडे फिरकू नका. खाशे मंडळी इथे बसली आहेत तोवर ते दोघे इथे नजरेच्या टप्प्यातही दिसता कामा नयेत.''

भाऊसाहेबांनी सूरजमलचं स्वागत केलं. सूरज-गाजुद्दीन बसले. जनकोजी आणि मल्हारबाबा भाऊसाहेबांकडे बघू लागले. भाऊसाहेबांनी विचारले,

''बोलाऽ राजेसाहेब? काही खास हुकूम?''

''श्रीमंत, आम्ही हुकूम सोडणारे कोण? आपण पेशवे, दख्खनचे राजे! आम्ही साधे जमीनदार. आमच्यावर खप्पा मर्जी करू नये. आम्हांला मर्जीत असू द्यावे.''

''मतलब समजला नाही राजेसाहेब!''

''किल्ला ताब्यात देताना याकूबखानाने आमची शिबंदी आत धाडा, असा नुसता निरोप धाडला. त्यावर श्रीमंत रागावले, असे कळते. याकूब पूर्वपरिचयाने बोलला, त्याच्याआड आगळेवेगळे काही नव्हते.''

''आगळे काही असेलही-नसेलही; पण आमच्या रागावण्याने आपणही गैरसमजूत करून घेणे इष्ट नाही.''

''सुजाचे वकील श्रीमंतांच्या लष्करात तळ ठोकून आहेत असं ऐकतो.''

''राजेसाहेब, हा लढाईचा वखत आहे. अशा वखताला सुलखाच्या मिषानं कलमे पटोत वा ना पटोत, पण वकिलाचं येणं-जाणं हा राजनीतीचाच एक रिवाज असतो. आपल्याला काय त्यात वावगे वाटावे?''

''सुजावर श्रीमंतांचा भारी भरोसा दिसतो; पण शेवटपर्यंत तो आपल्या हाताशी लागणार नाही, असे आमच्यासारख्या अल्पबुद्धी असलेल्या इसमास वाटते. आपल्या आणि दुराणीच्या टकरीत तो आणि त्याचा मुलूख कसा शाबूत राहील, हेच बघणार तो.''

''ती तर भूमिका इकडील साऱ्याच मंडळींची दिसतेऽ!'' भाऊसाहेब हसून म्हणाले.

''पण सुजा जसा आपणाशी तोडगा काढण्याची भाषा बोलतो आहे, तसाच

अब्दालीला मिळा म्हणून इतरांच्याही पाठीशी आहे. तसा त्याचा खलिता आम्ही मुलूख सोडण्यापूर्वी प्राप्त झाला आहे. तो पढून श्रीमंतांनीच शहानिशा करावी.''

सूरजमलने अखबार थैली भाऊसाहेबांच्यापुढे टाकली. भाऊसाहेबांनी बंद ढिले केले. ते बारकाईने सुजाचा सूरजमलास आलेला खलिता वाचू लागले–

'कुंवरसाहेब बिरादर मेहेरबान सलामत.

आपल्या भेटीची ओढ लागली आहे. आपला फार दिवसांत खलिता नाही. स्नेहभावात फरक झाला की काय?

...सगळ्या हिंदुस्थानी सरदारांनी अहमदशहाची चरणधूळ मस्तकी फासून निष्ठेने वागण्याच्या आणाभाका घेतल्या आहेत. एका दिलाने भाऊसाहेबांविरोधी जंग करण्याचा चंग बांधला आहे. भाऊसाहेबाच्या चंबळ ओलांडून येण्याने गडबड उडाली आहे. अब्दालीने हिंदुस्थानी सरदारांना एकत्र घेऊन जी युती केली आहे, त्यात कोणी सामील न होईल, त्याचा दुर्लौकिक होईल. आपला मनसुबा काय आहे? जर भाऊशी हातमिळवणी करण्याचा विचार आपल्या चित्तात असेल तर प्रथम वेगळे निघा. अधिकार आणि ताकदीच्या जोराने भाऊ गर्वाने फुगत चालला आहे...

इन्शाल्ला, आपल्या सच्च्या निष्ठेची हकिकत मी अहमदशहाला अर्ज करीन. आलपन्हाँकडून करारनामा आणि कृपापत्र प्राप्त करीन. तुम्ही आपला देश सोडून अहमदशहाच्या सेवाचाकरीत आलात तर तुम्हांवर बादशाही मर्जी होईल. सत्तासरंजाम वाढेल. निदान आपल्या मुलुखी स्वस्थ बसून भविष्यात काय घडते, ते पाहत रहा, पण भाऊला काडीची रसद पुरवू नका. आपण शहाणे, अनुभवी, दूरदर्शी आहात. तुम्हांस अधिक काय लिहावे?'

भाऊसाहेबांनी खलिता वाचला. ते हसून म्हणाले, ''ह्या दुराणीने हिंदुस्थानी सरदारांना चांगले लगामी लावलेले दिसते. सारे कसे इमानेइतबारे सेवाचाकरी करू लागले आहेत!'' भाऊंनी खलिता जनकोजी आणि होळकरांनाही वाचावयास दिला. आशेनं गाजुद्दीन भाऊंच्या मुद्रेकडे बघू लागला. पवित्रा घेऊन भाऊसाहेब बोलले,

''हिंदुस्थानातले सारे सरदार गिलच्यासाठी पायपोस अंथरत आहेत. त्याच्या पायाचं पाणी तीर्थ म्हणून घोटत आहेत. अशा प्रसंगी एक तरी जाटराजा त्याच्याविरोधी, आमच्या सोबतीला येऊन झुंजास उभा ठाकला आहे, याचा जरूर संतोष होतो राजेसाहेब! पण का कुणास ठाऊक, गेल्या दोन दिसांत तुमच्या मनात चालेली चुळबुळ योग्य नव्हे.''

सूरजमल चमकून भाऊसाहेबांकडे बघू लागला.

''हां राजेसाहेब. आमचं हेरखातं मातब्बर आहे असं समजा वा मुद्रेवरून आम्हांला भविष्य ताडता येते असे म्हणा. पण तुमच्या अंतरी चुळबुळ आहे हे खास.''

''आम्हांवर श्रीमंतांची मर्जी राहावी एवढीच इच्छा आहे आमची,'' सूरजमल

आवंढा गिळून म्हणाला.

"राजेसाहेब, अशी कोणती गैरमर्जी आम्हांकडून झाली, असं एक तरी उदाहरण देऊ शकाल का?" भाऊसाहेब म्हणाले, "चंबळेच्या पलीकडे होतो तेव्हा तुमचा खलिता पावला– आमच्या मुलखास उपद्रव देऊ नका. एवढी मोठी फौज तुमच्या रानातून आली, एका धाटाला तरी कोणी हात लावला? कुंभेरीच्या लढ्यात ठरलेल्या खंडणीपैकी सात लाखांची बाकी तुम्हांकडे आहे. आज आमची फौज उपाशीतापाशी असता एक कवडी तरी तुम्हांकडे मागितली?"

"भाऊसाहेबऽ" मध्येच मल्हारबाबा म्हणाले, "जाटांना आपण दोस्त मानले आहे. सात-आठ महिन्यांमागे त्यांच्या दारी उपाशी गेलेल्या मुला-माणसांना त्यांनी अंतर दिले नाही. त्या गोष्टीची याद म्हणून या प्रसंगी निम्मी बाकी कमी करावी."

"कबूल," भाऊसाहेब उद्‌गारले.

"यापुढे चार साल खंडणी वसूल करू नये." जनकोजीबाबा.

"कबूल."

"यंदा दुष्काळ पडला आहे. गिलच्याचे अरिष्ट ओढवले. चार नव्हे तर आणखी एक साल– म्हणजे पाच साले खंडणी घेऊ नये," सूरजमल बोलला.

"हेही कबूल."

"आमचा वकील रूपराम कटारे यास पन्नास-साठ हजाराची जहागिरी मिळावी."

"कबूल, हेही कबूल."

भाऊसाहेब हसून सूरजमलकडे बघू लागले. सूरजमल म्हणाला,

"श्रीमंत, आग्र्याचा किल्ला तसा आमच्या मुलखातलाच! तो आम्हांकडे राहावा."

"तो सध्या आपल्याच ताब्यात असल्यासारखा आहे; पण सनदा करून देणे आत्ता होणे नाही," भाऊसाहेब स्पष्टपणे म्हणाले, "आपल्या ह्या अशा मागण्यांचा विचार आखरी जंग झाल्यावर करता येईल. तूर्त सारे मिळून हिंदुस्थानची बादशाही टिकवू या. आपसातले हेवेदावे नंतर सोडवता येतील."

भाऊसाहेबांच्या स्पष्ट उत्तराने सूरजमल थोडा नाराज झाला. गाजुद्दीन सारखा सूरजमलकडे बघत होता. "आताच काय त्या गोष्टी पक्क्या करून घ्या. युद्धानंतर कोण कोणाला विचारतो", अशी गाजुद्दीनची नजर बोलत होती. सूरजमल थोडा त्रासल्यासारखा दिसला. मनाचा हिय्या करून म्हणाला,

"श्रीमंत, ठीक आहे. आपल्या विचाराने दिल्ली-आग्र्याच्या गोष्टी नंतर करू. पण सध्या तरी गाजुद्दीनसाहेबांना हिंदुस्थानचा वजीर म्हणून जाहीर करण्यात कोणती अडचण आहे?"

"राजेसाहेब, जोवर गिलचा अटकेपार होत नाही तोवर हिंदुस्थान आपल्या हाती नाही. राज्य नसताना राजमुकुट धारण करणे, हे शिमग्यातल्या सोंगासारखे होईल."

"श्रीमंत, तुम्ही आम्हांला झुंजात मदत करणारे एकमेव साथी समजता," सूरजमल गळ घालीत बोलला, "तर बघा, एवढं छोटंसं कार्य उरकायला अशा

कोणत्या अडचणी येतात?''

भाऊसाहेबांनी रोखून गाजुद्दीनच्या मुद्रेकडे बघितलं. वजिरीसाठी त्याच्या मुद्रेवरचा अणुरेणू दयायाचना करीत होता. भाऊंच्या मनाशी मेळ बसेना. दोन बादशहांचा कपटाने खून करणारा, ''अब्दाली आला'' ह्या नुसत्या आवईने दिल्ली टाकून पळणारा, दत्ताजीला बुराडी घाटावर एकटा टाकून घूमजाव करणारा कपटी, दुबळा, ज्याच्या वाऱ्याला माणूस थांबत नाही असा इसम हिंदुस्थानचा वजिरे आलम? छे! छे! भाऊसाहेब हळू आवाजात पण निर्धाराने बोलले,

''राजेसाहेब, आपण काहीही म्हणा, पण तूर्तास या गोष्टींचा निकाल मला घेता येत नाही.''

वजिराचा चेहरा काळाकुट्ट पडला. सूरजमलने खाली मान घातली. निरोपाचे विडे घेऊन सूरज-गाजुद्दीन उठले. बाहेर पडले. भाऊसाहेबही खाजगीकडे निघाले. या बाक्या प्रसंगी सूरजमलची पुरती समजूत काढता येत नाही, याचे वैषम्य भाऊसाहेबांच्या मुद्रेवर होतेच; पण शिंदे-होळकरांचे चेहरेही अपराधी दिसत होते.

...दुसऱ्या दिवशी सकाळी महिपतराव चिटणीस धावत धावत भाऊसाहेबांकडे आले. सांगू लागले,

''भाऊसाहेबऽऽ भाऊसाहेबऽऽ वाईट बातमी आहे. काल प्रहर रात्रीच जाट खटा होऊन बल्लमगडाकडे थेट निघून गेला. सोबत गाजुद्दीनही आहे.''

भाऊसाहेब गोंधळले. रागाने बोलले, ''एवढी तातडीची खबर काल रात्रीच का दिली नाही?''

''कधी गेले ते कळलेच नाही. श्रीमंत, रात्री ते हत्तींच्या गळ्यातल्या घंटा वाजू नयेत म्हणून बव्हंशी घंटा काढून, डेरे, दांडे पाडूनझाडून गुपचूप चालते झाले.''

भाऊसाहेबांना दुःख झालं. सैन्यात दुष्काळ पडू लागल्याच्या तक्रारी कालपासून वाढत होत्या. त्यात ह्या मुलखीचा एकमात्र मित्र निघून जावा हे फार वाईट. भाऊंना दाभोळकरांची आणि गंगोबाची तोंडे बघायची इच्छा नव्हती; पण अडल्या नारायणाची गती झाली. त्यांनी तातडीने दोघाही कारभाऱ्यांना बोलावून घेतले. त्यांच्यासोबत महिपतराव चिटणिसांना दिले. भाऊसाहेब तिघांना म्हणाले,

''जाऽ जाट काही कमी-जास्त म्हणेल ते कबूल करा. त्याची समजी घाला; पण काय वाट्टेल ते झाले तरी त्यांना माघारा घेऊनच या.''

दुसऱ्या दिवशी सकाळी तिघेही सडेच माघारा आले. महिपतराव खाल मानेने म्हणाले,

''जाट बल्लीमगडाला पोहोचला आहे. चांगलाच खटा झाला आहे. फुरंगटला आहे. काही म्हणता काही ऐकत नाही. बोलत नाही. माघाराही येत नाही.''

''येत नाही, न येऊ देत,'' भाऊसाहेब कष्टी होऊन बोलले; ''जाणाऱ्याच्या वाटा रोखता येत नाहीत. ज्यांनी आम्हांकडे पाठ फिरविली त्यांच्या पुनः पुन्हा पाठीशी लागण्यात काय मतलब? गेलेल्या वाऱ्याची झुळूक कवेत साठवता येत नाही.

निदान येणाऱ्या चक्रीवादळातून आगेकूच कशी करायची, वाटा कशा शोधायच्या, नसतील तर कशा खोदून पुढे व्हायचं ते बघू. पळत्याच्या पाठीशी लागण्याऐवजी उगवत्याला सामोरं होऊऽ!''

□

अंगावर रजई पांघरून भाऊसाहेब तसेच पलंगी पडले होते. शेजारी कमरेइतकी उंच नक्षीदार समई उभी होती. तिच्या वाती मिणमिणत होत्या. बऱ्याच उशिरापासून भाऊसाहेब जागे आहेत, हे पार्वतीबाईंच्या ध्यानी आलं होतं. त्या भाऊसाहेबांच्या मुद्रेकडे बघत होत्या. भाऊसाहेबांनी डोळे उघडले. जागत्या पार्वतीकडे बघून ते म्हणाले,

''तुम्ही कधी जाग्या झाला?''

''इकडच्या स्वारीच्या डोळ्यास डोळा नाही. मग आम्हांला तरी झोप कशी यावी? आपल्या सहवासात उजाडणारा आणि डुबणारा दिवस आम्ही गेल्या कित्येक महिन्यांत बघितला नाही. झुंजूमुंजू होतानाच स्वारी कचेरीच्या डेऱ्याकडे. दिवसभर ती राजकारणे, डाव. रात्रीच्या भोजनास पन्नासदा सेवक पाठवून देते...''

''पन्नासदा? एकदाही आल्याचं स्मरत नाही.''

''त्याहूनही जास्त वेळा कचेरीच्या डेऱ्याकडे सेवक घिरट्या घालतात; पण स्वारी कामात गुंग. त्या स्थितीत 'भोजनास या' असा सांगावा द्यायला सामान्य सेवकांचं धाडस होत नाही.''

भाऊसाहेब मोठ्यानं हसले. म्हणाले,

''पार्वती, आणखी काही महिने अशीच कळ काढ. एकदा गिलच्यांचे पारिपत्य झाले की सरळ पुण्याऐवजी पेणला, आमच्या सासुरवाडीस जाऊ. जंजिऱ्याला जाऊन मुक्काम टाकू. संध्याकाळच्या गार वाऱ्यात, सागरकिनाऱ्यावर आपण दोघांनीच गोष्टी करायच्या. तुमच्याशी बोलायलाही आम्हांला वखत लाभत नाही, ही तुमची सदा तक्रार असते ना? मग बोलाऽ खुशाल बोला तेव्हा.''

पार्वतीबाई खुदकन् हसल्या. ताडामाडांच्या रांगांतून त्यांना निळाजर्द सागर दिसू लागला. अंगावर रोमांच उभे राहिले. भाऊसाहेबांची मुद्रा बदलली. जड आवाजात ते म्हणाले,

''तूर्तास पडलेल्या पेचाचे निवारण कधी व्हायचे, हे श्रीगजाननास ठावे.''

''पेच? आता कसला पेच?'' पार्वतीबाई विचारू लागल्या, ''स्वारींनी दिल्ली जिंकली आणि स्वारींच्या पराक्रमाची कीर्ती त्रिखंडांत पसरली.''

''त्रिखंडांत? त्रिखंड केवढे आहे, आहे ठाऊक?'' भाऊसाहेब बोलले, ''पार्वती, जरा काही थोडेसे घडले की, तुम्हीही आमच्या सखारामबापूसारखे मनोरथांचे डोंगर उभारीत सुटता. दिल्ली जिंकली, ठीक झाले. पण आमचे वाघासारखे बारगीर, शिलेदार, अटकेपावेतो गवसणी घालून आलेली जनावरं... माणसांचेही आणि

जनावरांचेही उपास घडू लागले आहेत. मोठ्या मोठ्या सरदारांच्या गोटांतही पुरेसे धान्य नाही. सक्तीचा उपास. बाहेर पर्जन्यकाल. यमुनेला पूर. अंतर्वेदीतील कमावीसदारांकडून ऐवज मिळत नाही की पुण्याहून कुमक येत नाही. जाट रुसून गेला. तिकडून तूर्तास आशा नाही. वरचा पंजाबचा सदान्कदा गोंधळलेला-गडबडलेला मुलूख. तिकडून तर काहीच येत नाही. यमुनेच्या पल्याड गिलच्यांच्या पहारेचौक्या खड्या. एकही कण निसटू देत नाहीत. रजपूत राजे मराठी मुलखावरच नाराज. त्यांच्याकडूनही उमेद नाही. साऱ्या दशदिशाच आगीने पेटलेल्या दिसतात. मधल्या कल्लोळात आम्ही सापडलो आहोत. दिसामासानं ही मोहीम अवघड बनत चालली आहे. प्रलयासारखा जबडा पसरू लागली आहे. केवळ जिद्द, आवेश आणि अभिनिवेशाच्या जोरावरच आला दिवस रेटायचा. नाही तर साऱ्याच वाटा कशा अंधारू लागल्या आहेत...''

बराच वेळ भाऊसाहेब भावनावेगानं बोलत होते. त्यातले जेवढे कळले तेवढे पार्वतीबाईंनी ऐकले. बऱ्याच गोष्टी कळल्या नाहीत. मात्र आपला पती एका मोठ्या जोखीम-जबाबदारीत अडकला आहे, चारी बाजूंनी त्याला संकटांशी सामना करावा लागतो आहे, याची जाणीव पार्वतीबाईंना झाली.

बाहेरचा अंधार विरघळू लागला. भाऊसाहेबांनी घाईगडबडीत स्नानसंध्या आटोपली. ते कचेरीच्या डेऱ्याकडे निघाले.

कचेरीच्या दारातच त्यांना इब्राहिमखान गारदी अश्वारूढ दिसला. भाऊसाहेबांना बघताच इब्राहिम पायउतार झाला. खाली वाकून त्याने मुजरा केला. भाऊंनी त्याच्या मुद्रेकडे बघितलं. इब्राहिमखानाचा चेहरा व्याकूळ दिसत होता. एकाएकी त्याचे डोळे गळू लागले. भाऊसाहेब आश्चर्यानं म्हणाले,

''खानसाहेब, तुम्हारी आंखोंमें आँसू?''

''जी हां हुजूर,'' डोळे पुशीत इब्राहिमखान बोलला, ''हुजूर, रात्रभर डोळ्याला डोळा नाही. अनर्थ ओढवला हुजूर. एका रात्रीत नेटके चाळीस बैल मेले.''

''काय बोलता? तोफांचे चाळीस बैल? आणि एका रात्रीत?''

''जी हां हुजूर. आणखी किती मरतील, सांगवत नाही. एवढ्या नेटक्या, धष्टपुष्ट बैलांची धुडं बघवत नाहीत.''

''चलाऽऽ बघू याऽऽ.''

रात्रीतच गारद्यांनी सांग्या घालून बैलांची धुडं उचलून छावणीच्या बाहेर लांब नेऊन टाकली होती. एका ओळीनं एक थंडगार होऊन जमिनीवर आडवे झालेले बैल बघून भाऊसाहेबांच्या काळजात चर्रर झालं. त्यांनी विचारलं,

''खानसाहेब, रात्री अंधारातच धडं उचलली?''

''काय करणार दुसरं श्रीमंत? मेली बैलं जागेवरून उचलली नसती तर रोग वाढला असता. रात्रीपासून अधिक शे-सव्वाशे गार झाले असते.''

''हा आणखी कसला रोग उद्भवला आमच्या नशिबी?''

“श्रीमंत, यमुनेकाठची गारेगार हवा आपल्या दख्खनी उष्म्यात उड्या मारणाऱ्या जनावरांना मानवत नाही. त्यामुळे हगवणीसारख्या रोगानेही दोन-चार वेळा चिपळून जनावरे जीव सोडतात. ह्या थंडीपावसात घोडीसुद्धा दुबळी होऊ लागली बघा.”

“बाकीच्या जनावरांवर खबरदारीचा काय उपाय केला आहे?”

“लष्करात असतील-नसतील तेवढे वैदू-वैद्य एकत्र गोळा केले आहेत. हिरव्या वनस्पतीचा काढा, औषधीपाला चालू ठेवला आहे. मांत्रिकांनी बैलांच्या, घोड्यांच्या गळ्यात मंतरलेले ताईत, गंडेदोरे बांधले आहेत. जेवढे इलाज करायचे तेवढे करीत आहोत. पण...”

“पण काय? बोला.”

“अशी जनावरं दगावू लागली तर पुढे कसे होणार?” गलबललेला इब्राहिमखान म्हणाला, “श्रीमंत, आपला शत्रू अजस्त्र तोफांनिशी सज्ज आहे. जेव्हा केव्हा लढाईला तोंड फुटेल तेव्हा सारी मदार दोन्हीकडेही तोफखान्यांवर राहणार आहे. आपल्या एकेका तोफेच्या अंगी हत्तींचं बळ आहे. पेटल्या की शे-सव्वाशेचा बळी न घेता थंड पडणार नाहीत. पण त्या... त्या तोफा युद्धभूमीपर्यंत ओढायला पुरेसे बैल नाहीत. बाक्या प्रसंगी काय करायचं श्रीमंत?”

भाऊसाहेबांच्या जिभेकडे जबाब नव्हता. त्यांनी फक्त मान डोलावली, “ठीक आहे, इब्राहिम, जरा गम खा. यातूनही मार्ग काढू.” भाऊसाहेबांच्या डोक्यातून जनावरे जाईनात. निदानप्रसंगी नेटकी घोडीबैलं नसतील तर शत्रूशी सामना तरी कसा करायचा? त्यातच भाऊसाहेब चंबळेच्या पाठीमागे श्रीनोजजवळ असताना घोड्यांना तमाशा नावाचा रोग झाला होता. ह्या रोगाने चालताधावता घोडा एकाएकी खुडूक व्हायचा. एक-दोन दिवस आजारी म्हणून निपचीत पडायचा आणि लगेच मान टाकायचा. मजबूत हाडापेराची तीन हजार घोडी ह्या रोगाला बळी पडली होती. जनावरांचे कोडे सुटायलाच हवे होते.

कचेरीच्या डेऱ्यापुढे भाऊसाहेब पायउतार झाले तर दोन-तीन हजार शिपाई-राउतांनी गर्दी केलेली. भाऊसाहेबांनी मोठ्या आवाजात विचारले,

“काय प्रकार आहे?”

एकदम पाच-सहा जण बोलू लागले, “श्रीमंत, आम्ही आपल्या फौजेतले स्वार. रोगराईत घोडी दगावून दोन-तीन महिने उलटले. आम्ही पादचारी झालो. बिनघोड्याची वाट चालवत नाही. घोडी नसलेला स्वार म्हणजे शिराविना धड. असे किती दिवस काढायचे? भाऊऽऽ आम्हांला घोडी द्या. रोजमुरा द्या.”

सारे राऊत एकदम गलका करू लागले. भाऊसाहेबांनी त्यांचे ओढलेले चेहरे, फाटक्या चपला, फाटके-विटके पाय बघितले. भारावलेले भाऊसाहेब म्हणाले,

“खंद्या वीरांनोऽऽ, इतके दिवस तुम्ही कोणाच्या भरवशावर दिवस काढले?”

“तुमच्याऽऽ” सारे ओरडले.

“तर मी हात जोडून तुम्हांला आता विनंती करतो. अशीच काही दिवस कळ

काढा. माझ्या खंद्या वीरांनो, मी तरी तुम्हांला गिलच्यापुढे बिनघोड्याने कसा उभा करेन? आम्हांला लढाई जिंकायची आहे. हरायची नाही. तुम्ही बेलाशक आपापल्या राहुटी-झोपडीत जा. तुमची चिंता त्या भगवंताला! लढाईला तोंड फुटण्याआधी आम्ही नव्या उमद्या जनावरांचे लगाम तुमच्या हाती देऊ. निर्धास्त रहा.''

कचेरीतल्या फडावर महिपतराव चिटणीस, नाना पुरंदरे, नाना फडणीस ही मंडळी आधीच येऊन बसली होती. भाऊसाहेबांच्या आगमनाबरोबर, भालदाराच्या ललकारीसंगे सारे उठून उभे राहिले. भाऊसाहेबांनी फडावर आल्या आल्या विचारले,

''महिपतराव, किती खजिना बाकी आहे?''

''एका हप्त्याच्या रोजमुऱ्याइतकेही पैसे शिल्लक नाहीत, श्रीमंत.''.

''केवढ्या हुरुपाने पाच-सहा दिवसांमागे आम्ही दिल्ली शहरात प्रवेश केला होता. लाल किल्ला डोळे भरून पाहिला होता. खास दरबार भरवून विश्वासरावांना सरदारांकडून नजरा पेश केल्या होत्या. दिल्ली जिंकली तेव्हा क्षणभर जग जिंकल्याचा भास झाला होता. आता हळूहळू उलगडा होऊ लागला. आम्ही कसले दिल्लीपती? आम्ही तर खऱ्या अर्थी ओसाडवाडीचे राजे आहोत. चलाऽ यातूनही श्रीगजानन मार्ग काढेल. हं महिपतराव, त्या गोविंदपंतांना एक खलिता द्या.''

''जी श्रीमंत.''

''महिपतराव, आजवर पंतांना किती खलिते धाडले असतील?''

''निश्चित आकडा सांगता येणार नाही; पण रोज एक खलिता आहेच. बऱ्याच वेळा दिवसातून दोनही.''

''त्याचा काय उपयोग झाला? ठीक आहे. घ्या, परमेश्वर जशी त्यांना सुबुद्धी देईल तसे त्यांनी वागावे. हं, घ्या... सरकारात तोफखान्याकडे बैलांचे प्रयोजन आहे. फारच जरूर आहे. पावसाने, रोगराईने अनेक बैल दगावले. कित्येक खंगले. कित्येक आजही मरतात. इटाव्याजवळचे पाचशे बैल जमा करून सत्वर पाठवा. बैल चांगले मजबूत, गाड्याचे पाठवा. दिरंगाई अजिबात करू नये. बैलांविना लष्करात खोळंबा झाला आहे.

आजवर तुम्हांला अनेक पत्रे धाडली. विनंत्या केल्या. मध्ये फक्त दोन लाखांचा ऐवज तुम्हांकडून प्राप्त झाला. तेवढ्याने काय होणार? तुमच्याकडील बाकी फुगतच आहे. त्या प्रांती तुमची पत चांगली आहे. आगाऊ ऐवज जमा करा. इकडे घोडी-माणसे घासदाणा विसरू लागली आहेत. खासेही अन्नास महाग होऊ लागले तर सामान्यांची तऱ्हा काय वर्णावी? किमान पंचवीस लाख रुपये तुम्हांला द्यावेच लागतील. पत्र पावताच ऐवजाची रवानगी त्वरित करणे.''

गोविंदपंतांना पत्र लिहून झाले. तेवढ्यात विश्वासराव आणि जनकोजी ही जोडी फडावर हजर झाली. पाठोपाठ बळवंतराव गणेशही आले. भाऊसाहेब चिंतागती दिसत होते. त्यांनी विचारलं,

''बळवंतराव, इथं लष्करात मोठा काळ पडला आहे. इकडच्या साऱ्या वाटा बंद

झाल्या आहेत. जादा कुमक आणि रसदेची मागणी पुण्याहून करावी का?''

''बिलकूल, काय हरकत आहे भाऊसाहेब?''

''काकासाहेब, आपण जरूर खलिता धाडा. कुमक मागवा. रसद बोलवा. आम्ही सारे या भयाण प्रसंगात सापडलो आहोत, तेव्हा पुण्याने मदत करायची नाहीतर कोण, कंदाहार मदतीसाठी पुढे धावेल?'' विश्वासराव विचारू लागले.

''रावसाहेब, सहा हप्त्यांमागे आधीच एक पत्र दक्षिणेत धाडले आहे. कमावीसदारांनी निम्मा ऐवज इकडेच भरावा आणि निम्मा पुण्यास पाठवावा, अशी ताकिदीची पत्रे दक्षिणेतून मोहरेनिशी अंतर्वेदीत जावी, अशा विनवण्याही आम्ही केल्या आहेत. त्याचा जबाब नाही अजून.''

''भाऊसाहेब, पर्जन्यकालात डाकेला उशीरच होतो.'' बळवंतराव.

''पुण्याकडे रक्कम मागणे आम्हांला इष्ट वाटत नाही,'' भाऊसाहेब म्हणाले, ''विश्वासराव, मेहेंदळे, नाना तुम्हांला आठवते ना? हिंदुस्थानच्या मोहिमेबद्दल परतूड मुक्कामी गोष्टी चालल्या होत्या तेव्हा रघुनाथदादांनी पंजाब मोहिमेत ऐंशी लाख कर्जाचा भार करून आणल्याबद्दल आम्ही केवढी आगपाखड केली होती! आता मात्र आम्ही बाहेरचा ऐवज बाहेर न काढता फडाकडून पैसा मागविणे किती गैर दिसते?''

''अजिबात गैर नाही,'' विश्वासरावांचा गोरापान चेहरा रागाने तांबूसलाल झाला, ''काकासाहेब, आपण कोणत्या वणव्यातून पावले टाकत आहात, या गोष्टींचा साक्षीदार मी स्वत: आहे. अशी मोहीम मराठ्यांच्या इतिहासात कधी निघाली नसेल. असे प्रसंग कोणाला सात जन्मी बघायला मिळणार नाहीत. काका, आपण नि:संकोचपणे दक्षिणेत पत्र धाडा. पैसा मागवा.''

अल्पवयातील विश्वासरावांची जाण आणि बाणेदारपणा बघून भाऊसाहेब संतोष पावले. त्यांनी महिपतरावांना खूण केली. महिपतराव भाऊसाहेब सांगतील तसा मजकूर उतरू लागले.

''...इकडे हिंदुस्थानी, अब्दालीच्या दंग्यामुळे रसदेत आणि वसुलात भारी पेच वाढत आहेत. या बाबी आम्ही गेल्या पत्री श्रीमंतांना कळविल्याच आहेत. यंदा पिकांवर गारा पडल्या. त्यामुळे अंतर्वेदप्रांती रयतेला चांगली सुगी लाभली नाही. अब्दाली-नजिबाच्या स्वाऱ्यांमुळे मामलतींची घालमेल झाली. गोविंद बल्लाळांकडे बाकी वाढतच चालली आहे. पण ऐवजाचा बंदोबस्त त्यांच्याने होईना. जाटांकडच्या बाकीसाठी ह्या प्रसंगी जादा तगादे करता येत नाहीत. मुलूख वैराण आहे. रोगाने घोडी मेली. पोटास घासदाणा नाही–''

भाऊसाहेब कष्टी झाले. चोरपावलानं पापण्यांत पाझरणारं पाणी त्यांनी दुशेल्यानं टिपलं. घोगऱ्या आवाजात ते पुढचा मजकूर सांगू लागले,

''एवढा बाका प्रसंग की, पठाण मारला तरी दसऱ्यापर्यंत कोठे पैसा उभा राहणार नाही. मामलेदारांना तीर्थरूपांनी ताकिदीची पत्रं आजच्या आज धाडावी. सारा

ऐवज इकडेच हिंदुस्थानी भरण्याची सक्ती करावी. मनसबा भारी. घरचा पैसा खाताना वाईट वाटते. पण इलाज नाही. जिकडे कामास जावे तिकडे मिळवावे. रड खाणे उत्तम नाही हे खरे. परंतु दत्ताजी पडल्यापासून बखेडे वाढत आहेत, पण कमी होत नाहीत. केवळ घरचा जामदारखान्यातला पैसा खावा, असाच प्रसंग प्राप्त झाला आहे. घरचे पैसे मागताना-खाताना खूप खूप वाईट वाटते, बोचते. पण ह्या महापेचात दुजा रस्ता दिसत नाही.''

प्रत्येक शब्द तोलूनमापून उच्चारताना भाऊंची होणारी विचित्र स्थिती बघून जनकोजी आणि विश्वासराव शोकाकुल होत होते. भाऊंच्या डेऱ्याबाहेर गोंगाट, कालवा चालला होता. त्यातच समशेरबहाद्दर आत आला.

''काय समशेर? बाहेर एवढी वर्दळ कसली?''

''कोणत्या गोष्टी तुम्हांला सांगाव्या?'' समशेर म्हणाला, ''भाऊ, सैन्याचे कित्येक बेडे दोन दिवस उपाशी आहेत. यात्रेकरूंनी कावकाव सुरू केली आहे. नुसत्या पाण्यावर उंट-घोडी तग धरेनात. उभी राहत नाहीत. बसली तर उठता येत नाही त्यांना. अशीच स्थिती राहिली तर लष्कराचे कंबरडे मोडेल. सर्वनाश होईल. भाऊऽ, यातून मार्ग काढलाच पाहिजे.''

समशेरसारखा तगडा मर्द आसवे गाळू लागला तेव्हा भाऊसाहेब झटक्यात उभे राहिले. भारावून बोलले, ''आपल्या किल्लेदाराला बोलावून घ्या. आत दिल्ली शहरात जाऊ. उधारीवर काही ऐवज, काही आगाऊ कर्ज लाभते का ते पाहू.'' भाऊसाहेब लष्करातून बाहेर पडू लागले. तेव्हा सारे डेरे-तंबू, राहुट्या काकुळतीनं त्यांच्याकडे बघू लागल्या. जनावरं मुक्या नजरेनं भाऊंकडे बघत कान टवकारू लागली. बायका-पोरे अजिजीनं भाऊंची मुद्रा निरखू लागली. मरगळल्या, पेंगुळल्या लष्करातून बाहेर पडल्यावर भाऊसाहेबांना थोडं हायसं वाटलं.

भाऊंच्या बेड्यात नुकताच नेमलेला लाल किल्ल्याचा किल्लेदार नारो शंकर, त्याचे साहाय्यक मीरखान ठोके, बाळोजी पलांडे सामील झाले. शुष्क, कोरडी दिल्ली बघताना भाऊसाहेबांना खूप वाईट वाटले. रयतेचे चैतन्यहीन चेहरे कित्येक सालांची दु:खकथा सांगत होते. त्यांच्या अंगावरचे भरजरी कपडे विटून-फाटून चालले होते. महामारीची साथ येऊन गेल्यावर रखरखीत दिसणाऱ्या शहरासारखा दिल्लीचा तोंडवळा दिसत होता. चांदणी चौक ओलांडून घोडी सराफकट्ट्याकडे निघाली. वाटेत जागोजागी कुलूपबंद दरवाजे दिसत होते. सावकारआळीला भाऊसाहेबांचा चंद्रसेन पोहोचला तेव्हा ही पेढ्यांची आळी की समशान घाट हेच भाऊंना कळेना. जिथे काचेतून जडजवाहीर दिसायचे तिथे दारे बंद होती. दुकानांच्या फळ्यांवर धूळ चढली होती. ज्या गल्ल्यांतून मोतिये चकरा मारायचे, तेथून एक-दोन लूतभरी कुत्री फिरत होती. कित्येक पेढ्यांच्या कुलपांना गंज चढला होता. कित्येक दारांसमोर शिरी ठोकली होती. तीन-चार फळ्या उघड्या होत्या. भाऊसाहेब दिसताच निस्तेज व्यापारी मुजऱ्यांसाठी बाहेर आले. एका बनियाला भाऊसाहेब विचारू लागले,

“कुठे गेले सारे पेढीवाले? दुकाने अशी बंद का?”

“हुजूर, कोण बेपारी आता ह्या नगरीत राहणार? बिनबिंदीच्या औरतीसारखी दिल्ली झाली. कोई बी आता है, डाका डालता है. ज्या बेपाऱ्यांनी कर्ज दिली, त्याची वापसी नाही. त्यांचे हालहाल झाले. ज्यांच्याकडे धन होते ते धन सांभाळण्यासाठी परागंदा झाले. तुमच्या दोन्ही लष्करांच्या फौजा दिल्लीभोवती घोंघावत आहेत. तुमच्या जंगात कोणी तरी जितेल, कोणी मरेल तेव्हाच बेपारी लोग वापस येतील. तोवर दिल्ली मेल्या मुर्द्यासारखी. जोवर जंग संपत नाही, तोवर जीवन नाही.”

मोठमोठ्या दुकानांच्या, हवेलीमाड्यांच्या दाराशी कुडलेले शिऱ्यांचे काटे भाऊसाहेबांच्या काळजात टोचू लागले. बिनऐवजाचे, धनधान्याचे लष्करात माघारा कसे फिरायचे? लुटायला मुलूख नाही, खायला दाणा नाही. काय करावे? भाऊसाहेबांची ओथंबलेली मुद्रा बघून जनकोजी शिंदे म्हणाला,

“काकासाहेब, ऐवजाचा एक मार्ग आहे.”

“कुठे? कोणता?”

“लाल किल्ल्यातऽऽ. चला, आत दाखवतोऽ.”

बघता बघता घोडी दिल्ली दरवाजा ओलांडून लाल किल्ल्यात शिरली. दाराशीच दिल्लीचा नामधारी बादशहा शहाजहान सानी याचा दिवाण उभा होता. बादशाही काफिल्यासाठी गेल्या दोन दिवसांत धनधान्य मिळाले नव्हते. गाजुद्दीनने नेमलेल्या कळसूत्री बादशहाचा भाऊसाहेबांना तिटकारा होता; पण दिल्ली ताब्यात घेतल्याने आणि नवा बादशहा न नियुक्त केल्याने बादशाही काफिला जपणे भाऊंचे नैतिक कर्तव्य होते. त्यात बादशहा एकटा नव्हता. त्याचा जनानखाना, बावर्चीखाना, शागीर्दपेशा, एक ना अनेक खर्चाची कलमे होती. ह्या कळसूत्री बादशहाचा खर्च महिन्याला लाखावर जाईल, हे भाऊसाहेबांच्या हिशोबी मनाने ताडले होते. आधीच लष्कराचा मासिक पाच-सहा लाखांचा खर्च, कित्येक महिन्यांचा सैन्याचा रोजमुरा थांबलेला. त्यात व्याह्याच्या घोड्यासारखी बादशहाची भर पडलेली. त्याच्या दिवाणाकडे कानाडोळा करीत भाऊसाहेब पुढे झाले.

जनकोजीने भाऊसाहेबांना दिवाण-इ-खासजवळ उभे केले. हा महाल म्हणजे दिल्लीच्या सरदारांचे सभेचे ठिकाण. ह्या महालातच अकबर, शहाजहान आपल्या सहकाऱ्यांशी सुखसंवाद साधायचे. अनेक खांबांवर हा भव्य महाल तोलला होता. कोणत्याही कोपऱ्यातून बघावे तर बादशाही सिंहासन उठून दिसणार. नजरेच्या आड मधला खांब येणार नाही, अशा कौशल्याने कलावंतांनी जीव ओतून महाल बांधलेला. महालात प्रवेश करताच साऱ्यांचा आवाज प्रतिध्वनीने घुमू लागला. आवाजाला कंप फुटू लागले.

जनकोजीने महालाचा छत भाऊसाहेबांना दाखवले. छताला रुप्याचा पत्रा मारला होता. त्यावर ढंगदार वर्खी मुलाम्याचे काम केलेले. निम्म्या महालात छत दिसत होते. बाकी कोणी काढून नेले होते. त्या फाटक्या-तोडक्या बाजूकडे बोट दाखवत

भाऊसाहेबांनी विचारलं,

"हा रुप्याचा निम्मा पत्रा कोणी काढला?"

"गाजुद्दीन वजिराने लुटून नेला," एक दिल्लीकर रहिवाशी बोलला.

भाऊसाहेब रुप्याच्या पत्र्याकडे एकटक बघू लागले. भाऊसाहेबाना रुप्याच्या पत्र्यात चमचमती नाणी दिसू लागली. चमचमत्या नाण्यांत एकाएकी त्यांना घोड्याबैलांचे, शिलेदार-बारगिरांचे भुकेले, व्याकूळ डोळे दिसू लागले. भाऊसाहेबांनी निश्चयाने मुठी वळवल्या. ते नारो शंकरांना म्हणाले,

"किल्लेदारऽऽ किल्ल्यातील सुतार-गवंडी तातडीने बोलवा. हा पत्रा काढण्याचं काम जारीनं उरका."

भाऊसाहेबांचा हा हुकूम सुटताच बघे बावरले. कशीनुशी तोंडे करून एकमेकांकडे बघू लागले. सुतार-गवंडी आले. खांबांना शिड्या लावल्या. पत्रा तोडण्याचं काम सुरू झालं. हत्यारांचा प्रतिध्वनी महालात उमटू लागला. सारा महाल गर्जून उठला.

दिल्लीतले काही रहिवासी आणि शाही चाकर गडबडले. भाऊसाहेबांना सांगू लागले,

"आलमपन्हाँ, ये गलत बात मत करो. इस दिवाण-इ-खासपर हमें नाझ है। अनेक गाझी आले, मोहिमा करून गेले; पण ह्या पवित्र नक्षीकामाला कोणी हात लावला नाही. हा अपशकुन होईल. नक्षी तोडू नका."

"चलाऽऽ हटा बाजूलाऽऽ," भाऊसाहेब ओरडले, "आता शुभाशुभाच्या बाता करता काय? दहा-पंधरा सालांमागे कोट्यवधी रुपयांचं ह्याच महालातलं मयूर सिंहासन आणि हिऱ्यांचा शहेनशहा कोहिनूर जेव्हा नादिरशहा दिवसाढवळ्या लुटून घेऊन गेला, तेव्हा तुमच्यापैकी कोणी मायेचा पूत आडवा झाला होता? तेव्हा नादिरशहाच्या लष्करात आता नदीपल्याड बसलेला अब्दाली दुराणी बेसुमार लूट करीत होता, त्याला कधी विचारलात जाब? कशाला फुकाच्या अभिमानाच्या गोष्टी करता?"

भाऊसाहेबांनी रुप्याच्या जाळ्या तोडायचं काम चालूच ठेवलं. चार-सहा दिल्लीकर भाऊंना पुन: पुन्हा अपशकुनाची भीती घालू लागले. नक्षीकामाची तोड थांबवा म्हणून विनवण्या करू लागले. तेव्हा भाऊसाहेब ओरडले,

"हे धन लुटून मला इष्क वा अय्याशी करायची नाही. दिल्लीच्या रक्षणासाठी आलेली आणि ह्याच मातीत उपाशी टाचा घासणारी माझी घोडी-माणसं मला जगवायची आहेत. माझ्या ह्या पवित्र कर्तव्याआड कोणी येईल त्याची झटक्यात शाका होईलऽ!"

रुप्याचा सारा पत्रा काढून झाला. सहज सात-आठ लाखांचा ऐवज गवसल्याचं भाऊसाहेबांनी ताडलं. समशेरबहाद्दरचं पथक बाहेर तयारच होतं. घोड्यांवर ऐवजाच्या गोणी बांधल्या गेल्या. रक्षणासाठी नागव्या तलवारी नाचवीत पाच हजारांचं दळ सोबत उभं ठाकलं. समशेरनं भाऊसाहेबांना निरोपाचा मुजरा केला. भाऊसाहेब

काळजीनं म्हणाले,

"समशेर, क्षणही न दवडता जोराची दौड करा. हा ऐवज भरतपुरात, बरेलीत वा कुठेही मोडा. नाणी पाडा. मात्र रात्रीतच माघारा फिरा. आमची जनावरं-माणसं रात्रभर उपाशी पोटानं तुमचाच इंतजार करीत बसून राहतील, हे ध्यानी ठेवा. चला दौडाऽऽ."

बऱ्याच दिवसांनी घोड्यांच्या टापांचा जोमदार आवाज निघू लागला. "हरऽ हरऽ महादेवऽऽ" ह्या मंत्रघोषाने लाल किल्ला दणाणून गेला.

□

गेल्या आठ-पंधरा दिवसांत बुंदेल्यांच्या इटाव्यातील वाड्याला शोभा आली होती. अडीच महिन्यांमागे नजीबखान आणि जहानखानाने इटाव्यावर हल्ला चढवून पंत बुंदेल्यांचे स्वार-बारगीर ताणून लावले होते. अडीच महिन्यांचा काळ, यमुनातटापासून गंगाकाठापर्यंतच्या अंतर्वेद प्रांताला वाईटच गेला होता. यमुनेच्या पूर्वकाठची जाटांची ठाणी उठवल्यावर पेटलेला नजीब गोविंदपंतांच्या मुलखात चूड आणि तलवार घेऊन घुसला होता. शिकोहा, बिठूर, इटाव्यासारखी मराठ्यांच्या मामलतीची अनेक ठाणी नजिबाने बेचिराख केली होती. त्यातून पंतांचा इटाव्याचा वाडाही सुटला नव्हता. वाड्याच्या सदरेची मोठी नासधूस झाली होती. आतल्या बिछायतीचे सारे साहित्य जाळून खाक केले होते. मोगलाई ढंगाने ऐश्वर्यात उभा असणारा पंतांचा वाडा जाळपोळीने, नासधुशीने काळवंडला होता. भाऊसाहेबांची फौज दिल्लीच्या रोखे दौडते आहे, अशी खबर मिळताच अब्दाली फौजेनिशी दिल्लीकडेच झेपावला. तसा अंतर्वेदीच्या पूर्व भागावरचा त्याचा दाब कमी झाला. याचा फायदा उठविण्याचा पंतांनी निर्धार केला. आपल्या पदरी असलेली सात-आठ हजार फौज घेऊन त्यांनी गढ्यांवर हल्ले चढवले. एकापाठोपाठ एक गढी जिंकून पठाण-रोहिल्यांना गारद केले.

गोविंदपंत पेशव्यांच्या उत्तरेतल्या सर्व मामलतदारांत ज्येष्ठ, श्रेष्ठ आणि अनुभवी. त्यांचा मुलूखही थोडाथोडका नव्हता. यमुनातीरावरच्या सागरपासून गढाकोटा, पथरिया, बल्हई, हटे, जटाशंकर, कोटा, जैतपूरपासून ते दमोहपर्यंत त्यांचा अंमल होता. बाजीराव पेशव्यांना बुंदेलखंडाची जहागिरी मिळाली. तिच्या रक्षणासाठी कमावीसदार म्हणून ऐन जवानीत पंतांची नेमणूक झाली. आसपासचा मुलूख जिंकून पंतांनी आपला दाब वाढवला. इतर सरदार, मामलतदार निम्म्या बुंदेलखंडाचे मालक म्हणून गोविंदपंतांचा 'बुंदेले' असाच उल्लेख करीत. होता होता बुंदेले हेच पंतांचे आडनाव कायम झाले. कधी काळी आपले आडनाव खेर होते हेच पंतांना सांगूनही पटायचे नाही. गेल्या सत्तावीस वर्षांच्या बुंदेलखंडातल्या सेवेत पंतांनी अनेक उन्हाळे-पावसाळे बघितले होते. काळ्याचे पांढरे झाले होते. यमुनेच्या दक्षिणेस रायपूरला आणि यमुनापार इटाव्याला पंतांच्या कचेरीची मुख्य ठाणी होती.

ह्या दोन्ही कचेऱ्यांत कोकणातून-देशातून चांगली कारकून मंडळी नेमून पंतांनी आपल्या मामलतीचा उत्तम बंदोबस्त ठेवला होता. ज्या त्या भागातल्या सुगीच्या दिवसांत ते वसुलीसाठी तेथे तेथे हमखास डेरेदाखल होत. पर्जन्यकालात कचेरीत मुक्काम ठोकून जमाबंदी नेटाने उरकीत. म्हणून तर गावोगावच्या मुखियांत, पटवारींमध्ये पंतांच्या नावाचा दबदबा होता. तसे पंतांनी आपले मुख्य ठाणे सागर नावाच्या नगरीतच वसविले होते. एका सुंदर जलाशयाकाठी त्यांनी स्वत:साठी मजबूत किल्ला बांधला होता. चौक्यापहारे खडे केले होते. माळव्यात, अंतर्वेदीत, पारच्या मुलखात पेशव्यांकडून अनेकांना मामलती, वतने, जहागिरी मिळाल्या होत्या. पण पंतांचा नेटकेपणा अन्य कोणात नव्हता.

जरीचा रुमाल गुंडाळलेले, आडव्या अंगाचे स्थूल पंत आपल्या कचेरीत कागदपत्रांत गढले होते. वयाची साठी केव्हाच उलटलेल्या पंतांचा उत्साह वीस-बाविशीच्या तरुणात कदाचित आढळेल. नजिबाच्या आक्रमणाने जुने सारे कागद जळून खाक झाले होते. आता सारे नेटाने नव्याने उभे करायचे होते. पंतांच्या शेजारी त्यांचे स्नेही नीलकंठ शास्त्रीबुवा बसले होते. पंतांचा उरक त्यांच्या नजरेतून सुटत नव्हता. नवे कागदाचे बंद, त्यावर उतरलेले वळणदार मोडी अक्षर बघत बघत शास्त्रीबुवा म्हणाले,

"पंत, अशी अधेमधे आक्रमणे होतात तेव्हा कारभाराची सारी घडी विस्कटत असेल?"

"तर दुसरे काय?" शांतपणे पंत म्हणाले, "अहो, मी गेली सत्तावीस वर्षे या मुलखात काम पाहतो आहे. कित्येकदा मी पेशव्यांच्या कानीकपाळी ओरडलो असेन, तीसएक हजाराची फौज इकडे अंतर्वेदीत कायमची ठेवा; कायमची ठेवा. पण आमचे कोणी ऐकेल तर ना? एकदा हा कायमचा बंदोबस्त केला असता तर कशाला ह्या नसत्या कटकटी उद्‌भवल्या असत्या?"

"पंत, तुम्ही जोखीम-जबाबदारी उचलणारे म्हणून तर ऐन तारुण्यात बुंदेलखंडाची मामलत बाजीरावांनी तुमच्या हवाली केली म्हणतात. की यापेक्षा पेशव्यांशी अधिक काही तुमचे सोयऱ्याधायऱ्याचे संबंध आहेत का?"

"साऱ्याच गोष्टी का नातेसंबंधाने घडतात?" पंत हसून म्हणाले, "तसे आमचे घराणे रत्नागिरीजवळच्या नेवऱ्याचे. आम्ही बालपणी दत्तक गेलो तरी सुख नाही. दत्तक आणि जनक पित्यांकडे, दोन्ही घरी अठराविश्वे दारिद्र्य. चौदा-पंधरा वर्षांचा होतो तेव्हा अंगावरच्या वस्त्रानिशी आम्ही सारे कुटुंबीय घाटमाथा चढून पोटासाठी वाईप्रांती आलो. बावधन गावात स्थायिक झालो. तेथून पोट भागेना म्हणून पुण्यास आलो. तेव्हा रावबाजी ऐनभरात. त्यांच्या दुंदुभी चोहीकडे वाजत होत्या. योगायोग पहा कसा. बाजीरावांच्या मातोश्री राधाबाई आमच्या नेवरे गावच्याच बर्वे घराण्यातल्या. त्यांची ओळख काढली. माहेरीचा पोर म्हणून श्रीमंतांच्या पायरीचा आश्रय मिळाला. प्रारब्ध थोर, दुसरे काय?"

''पण पंतमजकूर, बाजीरावांकडे साधे शागीर्द म्हणून आपण आयुष्यास प्रारंभ केला म्हणतात. एकाएकी महत्पदाला कसे पोहोचला?''

''खरं आहे. मी रावबाजींच्या पदरीचा एक सामान्य शागीर्द होतो, याची कबुली देण्यात मला काही वावगे वाटत नाही. उलट त्याचा मला सार्थ अभिमान आहे; पण श्रीमंतांची आम्हांवर मर्जी कशी झाली, हे तुम्हांस खरेच ठाऊक नाही का?''

''नाही.''

''तो तर किस्सा साऱ्या दौलतीला ठाऊक आहे;'' पंत सांगू लागले, ''तेव्हा रावबाजी बंगष पठाणाच्या समाचारासाठी त्वरेनं हिंदुस्थानाकडे चालले होते. त्या काळी फौजा सड्या असायच्या. नंतरच्या काळात साऱ्यांनी बायकापोरे संगत न्यायची रीत पडून गेली, तशी तेव्हा नव्हती. बाजीरावांच्या मोहिमेत झपाटा असायचा. तर त्या मोहिमेत रात्री दोन-तीन तासांचाच इसावा खाऊन लगेच आम्ही चालू लागायचो. असे लागोपाठ तीन दिवस गेले. तीन दिवसांच्या प्रचंड दौडीनंतर दमलेले लष्कर एका नदीकाठी उतरले. श्रीमंतांसह साऱ्यांना भुका लागलेल्या. श्रीमंतांचा खाना बनविण्याचे काम माझ्याकडेच. त्या आडरानात संगे पीठमीठ होते. पण कुठे विस्तव गवसेना की जळाऊ लाकूड मिळेना. श्रीमंतांचा तर धोशा पाठीमागे– लवकर भाकरी आणा. जरा नदीच्या वरच्या अंगाला झालो तर एक सरण जळत होते. मागचा-पुढचा विचार न करता प्रेत जळत असतानाच त्यातले विस्तव-निखारे बाजूला काढले. भाकरी मळून सरणावरच खरपूस भाजल्या. श्रीमंतांचे भोजन आटोपले आणि कोणीतरी कागाळी केली. मला फटके बसावे म्हणून भाकरी कशावर भाजल्या, ते सांगितले. श्रीमंतांनी बोलावून घेतले. धोतर पिवळे व्हायची वेळ गुदरली. तसाच उभा राहिलो. श्रीमंतांनी तू कोण, कुठला अशी चौकशी केली. ते हसून बोलले, 'पोरगा प्रसंगावधानी आहे. वाया जाणार नाही.' श्रीमंतांची नजर पडली आणि हयातीचे सोने झाले. बुंदलेखंडातल्या जहागिरीची जोखीम स्कंधावर सोपविली. झाले, गोविंदा खेराचा बुंदेला बनला.''

पंतांच्या कथेवर स्वत: पंत आणि शास्त्रीबुवा एकदम खळखळून हसले. तेवढ्यात सेवक एक अखबार थैली घेऊन आत आला. पंतांनी सेवकाला विचारले,

''थैली कोणच्या देशची? दिल्लीकडची? भाऊसाहेबांचीच ना?''

सेवकाने मान डोलावली. शास्त्रीबुवा म्हणाले,

''पंत, भाऊसाहेबांच्या किती थैल्या येतात दिवसात?''

''दिवसाला हमखास एक. कधी कधी दोनसुद्धा.''

''चांगलीच कटकट दिसते.''

''कटकट कसली? भाऊस्वामी पेचात अडकले आहेत, अशा वेळी दुसरे तरी काय करणार ते?''

''शिवऽ शिवऽ'' म्हणत पंतांनी थैलीचे बंद सोडले. पंत ओळखीचे अक्षर वाचू लागले–

'राजमान्य राजेश्री गोविंद बल्लाळ, सदाशिव चिमणाजी कृतानेक नमस्कार विनंती विशेष. मजवर स्वामींनी किरकोळ वराता न काढाव्या. ऐवज नाही. मुलखात बखेडा. बंदोबस्त करून हिशोब घेऊन तुम्हांकडे येतो, आज्ञा होईल तशी वर्तणूक करतो असे जे आपण लिहिले ते कळले. पंत, तुमचा आम्ही एवढा भरवसा धरला होता आणि तुम्हीच हिशोबाची भाषा करता?

इथे खर्चाची निकड फार आहे. फक्त दोन लक्ष पाठविले तेवढ्याने काय होणार? एक दोन सालचा आगाऊ ऐवज सरकारात भरा. त्या प्रांती तुमची पत चांगली आहे. कर्जवाम उभारा. खर्चाची निकड फारच आहे. तुम्हांस अनेकदा लिहिले आहे. पत्र पावताच पंचवीस लक्ष पाठवा. ते तुम्हांला द्यावेच लागतील. पत्र पावताच ऐवजाची रवानगी करा. लटकी कारणे सांगू नका.'

खलिता वाचता वाचता पंतांना घाम फुटला. ते रुमालाने तोंड पुसू लागले. तेवढ्यात त्यांचा चिरंजीव बाळाजीपंत येऊन बिछायतीवर बसला. त्याने विचारले,

"स्वामींचे काय आदेश आहेत?"

"पंचवीस लाख! तेही लवकरात लवकर," पंत भांबावून म्हणाले, "शास्त्रीबुवा, कळत नाही हा एवढा ऐवज कोठून मिळवायचा? जहागिरीत तर भरणा होत नाही. लावणीच्या वेळी ह्या मुलखात नजिबा-जहानने उत्पात मांडलेला, रयतेला धड पेरता आले नाही. ज्यांनी पेरले, त्यांच्या पिकावर तांबेरा. ज्यांची पिके चांगली, ती हाताशी दसऱ्यानंतर येणार. तोवर भरणा नाही. भाऊसाहेब सांगतात, कर्जवाम उभारा. पण व्यापारी, पेढीवाले कुठे जाग्यावर आहेत? ह्या युद्धाच्या खाईत कोणाला परतफेडीचा भरवसा राहिला नाही. जे होते ते सावकार दाहीदिशा पळून गेले. त्यातूनही आम्ही कसेबसे स्वामींकडे दोन लक्ष पाठवले, वर हिशोबाच्या वह्या दाखवू का, असे म्हणताच भाऊसाहेब गरम होतात. ह्या आणीबाणीच्या प्रसंगी कसे कर्जवाम उभा करायचे?"

"पंत, स्नेही म्हणूनच बोलतो, रागावू नका," शास्त्रीबुवा म्हणाले, "भाऊसाहेब माळव्यात होते तेव्हापासून तुम्हांला नावांचा बंदोबस्त करा म्हणून वारंवार लिहीत होते. भाऊसाहेब यमुनेवर यायला आणि तुमच्या नावा आणि तुम्ही नसायला एकच गाठ पडली. तेव्हाच जर पंतांनी नावांचा बंदोबस्त केला असता तर भाऊसाहेबांनी यमुनापार होऊन गिलच्याला गोटात घातला असता, असे लोक म्हणतात. एवढी नेकीची सेवा करून तुमच्या माथी इथे मात्र कलंक लागला."

"शास्त्रीबुवा, तुम्ही एक बाब लक्षात घेत नाही. गोविंदपंत कितीही मोठे मामलतदार असले तरी ते म्हणजे काही जंतरमंतर नाहीत. माझ्याकडे काही जादूटोणा नाही. एकावेळी एका इसमाने किती कामे करायची? भाऊस्वामींना दोष द्यायची माझी बिलकूल इच्छा नाही. पण मनुष्याच्या वर्तणुकीला काही मर्यादा असतात. इटाव्यापासून शुक्रताल शेकडो मैल दूर. तिथे दत्ताजींच्या मदतीला जा. गेलो. नशिबाने जगलो-वाचलो. तेथून माघारा आलो तर पाठोपाठ

दुराणी रोहिल्यांच्या फौजा होत्या. आमच्या प्रांताची पश्चिम सीमा रोहिलखंडाला भिडलेली. तो रोजचा सासुरवास. त्यात अब्दाली नामक सोयरा त्यांनी संगे आणला. सत्तावीस वर्षांत वर्षावर्षांच्या कष्टाने उभारलेल्या गढ्या, मुलूख डोळ्यांदेखत बेचिराख झाला. स्वत:ची मोठी फौज नसल्याने या प्रांती गाळण उडाली. आज काय तर बिठूर, उद्या काय तर इटावा, एकामागोमाग गावे पडली. सत्तावीस वर्षांचा खेळ आठ-पंधरा रोजांत खतम झाला. त्यातच भाऊंचा ससेमिरा. काहीही करा सुजाला गाठा. मराठ्यांकडे वळवा. तसाच भडकता मुलूख सोडून धावलो अयोध्याप्रांती. लखनौ-फैजाबाद तरी इथून जवळ आहेत का? तिथे तो कळीचा नारद नजीब पोहोचलेला. त्या कळगोट्याला चुकवत सुजाची मनधरणी करण्यात दिवस गेले. तोवर भाऊ चंबळपार. आता तेथून परतून ठाणी एकामागोमाग एक घेतली. इथे अंमल बसविल्याविना ऐवज कसा लाभणार? या वयात धावायचे कोठे आणि किती? तरीही दोन लाखांची तोड काढली. आम्ही तसे पेशव्यांचे बारगीरच. शेवटच्या श्वासापर्यंत सेवा करू. भाऊस्वामींना ऐन वक्ताला नावा पुरवू शकलो नाही, हे मात्र माझेच बदनशीब!''

''पण पंत, एवढ्या अडीअडचणींतून, अडथळ्यांतूनसुद्धा भाऊसाहेब मार्ग काढीत दौड करीत आहेत. असा सामर्थ्यवान, तडफदार पुत्र अलीकडे कुठे पाहिला नाही.''

''लाख बोललात,'' पंत म्हणाले, ''आपल्या जिद्दीने, तडफेने, चिमाजीअप्पापोटी जन्म घेऊन भाऊंनी सार्थक केले. एवढ्या जिवाच्या जोराने फौजा चालवतो आहे, चौफेर राजनीती खेळतो आहे, दहा देशाचं पाणी प्यालेल्या गिलच्याची अजून डाळ शिजू देत नाही. भाऊसाहेबांची ही तडफ, हा जोश पाहिला की शास्त्रीबुवा, भावना वेगळ्याच होतात.''

''कसल्या पंत?''

''उगा कधी कधी वाटते, अशा तडफदार, झुंजार पुरुषासमवेत दौडायला, त्याच्या खांद्याला खांदा देऊन झुंजायला शास्त्रीबुवा, मी जवाँमर्द, तरणातगडा हवा होतो, बहार आली असती; आणि अजूनही भाऊसाठी कार्य करताना जीवनाची इतिश्री झाली तरी ती आम्ही पूर्वजन्मीची पुण्याई समजू.''

गप्पाटप्पा चालल्या असतानाच बाळाजी पित्यास म्हणाला,

''तीर्थरूप, सरदार गोपाळराव बर्वे आपल्या भेटीसाठी आज दुपारी येत आहेत, अशी खबर प्राप्त झाली आहे.''

''सरदार? आणि गोपाळराव बर्वे? त्यांचे आणखी आता आम्हांकडे काय बाकी राहिले?''

''शिवाय बाहेर रसदुल्लाखान नावाचा कोणी इसम आपल्या भेटीसाठी आला आहे.''

''रसदुल्लाखान? इतक्यात आले? बाळाराव असं करा, त्यांना इकडे रवाना

करा. तुम्ही तिकडेच वेळ दौडा. खानाशी काही मसलतीच्या गोष्टी करायच्या आहेत.''

बाळाराव निघून गेले. नीलकंठशास्त्री अचंब्याने म्हणाले,

''पंत, ह्या खानाबिनाचे काय काढले? तुमच्या प्रांताचा शेजारी नजीबखान तुम्हांला 'दाजी' म्हणून संबोधतो असे ऐकतो. त्या नजिब्याचाच हा कोणी भाऊबिऊ नव्हे ना?''

''छे! छे! भलतंच काय?''

इतक्यात एक गुलहौशी मुसलमान गृहस्थ पंतांपुढे उभा राहिले. पंतांचा चेहरा कसनुसा झाला. त्यांना शास्त्रीबुवांपासून काही लपवायचे दिसत होते. तेवढ्यात रसदुल्लाखान येऊन टपकला.

''सलाम साब.''

''सलामऽ सलाम,'' पंत भांबावून म्हणाले, ''खानसाहेब, कसे काय? ऐवज पोहोचला ना तुम्हांला?''

''तुमचा ऐवज आम्हांला पोहोचला. आम्ही तुमचा ऐवज तुम्ही सांगितला तिकडे रवाना केला. असे अटकर बांध्याचे, गोरेपान, मंजूळ आवाजाचे मुलायम पंछी आहेत की बस्–''

खानसाहेबऽऽ,'' पंत जवळ जवळ ओरडलेच, ''जास्ती बात कशाला करता? आमचा-तुमचा मतलब साफ झाला. काम झाले. बस् झाले.''

''गुस्ताखी माफ हुजूरऽऽ,'' रसदुल्ला निरोप घेता घेता हसून म्हणाला, ''अच्छा हुजूरऽ अशा गोष्टी पुन्हा लागल्या तर आमचीच याद ठेवा.''

''बरं आहे, बरं आहे,'' पंत रागावले.

रसदुल्ला गेला. शास्त्रीबुवा खळखळून हसू लागले. हसू आवरता आवरता शास्त्रीबुवा म्हणाले, ''काय पंत? म्हातारपणी हे नाद आणि केव्हा लागले?''

''भलतेच काय शास्त्री? पहिल्यापासून मला पशु-पक्ष्यांचा शौक आहे, हे तुम्हांला ठाऊक नाही का? म्हणूनच काही मंजूळ आवाजाची पाखरं...''

''पंत, तुमच्या त्या मंजूळ आवाजाचं ठीक आहे हो, पण त्या पाखरांना अटकर बांधा कधी फुटू लागला?'' शास्त्रीबुवांनी हसत विचारले.

पंतांना काही झाकता येईना. शास्त्रीबुवा छेड काढायचं सोडेनात.

''शास्त्री, याच्याशी माझा सुतराम संबंध नाही.''

''पण त्यासाठी ऐवज तर तुम्हीच मोजला, असे म्हणालात ना. आता तो रसदुल्ला इच्छित स्थळी पंछी रवाना केले म्हणाला, तुमच्या त्या पाखरांचा महाल तरी कुठे आहे तो सांगा बुवा.''

पंतांना आता तर घामच फुटला. पाचावर धारण बसली. त्यांनी संदुकीच्या तळाशी लपवलेले पत्र काढले आणि शास्त्रीबुवांच्या हाती देत ते म्हणाले,

''शास्त्री, हे इथंच वाचा आणि विसरून जा.''

शास्त्रीबुवांनी पत्र हाती घेतलं आणि ते अधाश्यासारखे वाचू लागले. दस्तूरखुद्द नानासाहेब पेशव्यांनी महिन्यापूर्वी पंतांना लिहिलेले पत्र होते ते... 'यंदा सरकारात नाटकशाळांचे प्रयोजन आहे. तरी जातीच्या शुद्ध, चांगल्या, जरूर तरण्या मिळवून पाठविणे. फार चांगल्या पाठविणे.' नानासाहेबांचे ते ८ जुलै १७६० चे पत्र शास्त्रीबुवा जिभल्या चाटीत पुनः पुन्हा वाचू लागले. पंत सारवासारवी करीत म्हणाले,

"शास्त्री, त्या पत्रात काय आहे एवढं? अहो, पेशव्यांच्या दरबारात लग्नमुंजीसारखे अनेक उत्सव पार पडतात. अशा उत्सवात नाचगाण्यासाठी नर्तकी नकोत का?"

"पण त्या फार चांगल्या, देखण्या, तरण्या आणि जातीच्या शुद्ध कशाला हव्यात?"

"शास्त्रीबुवा, झाले ते खूप झाले. या कानाने ऐका आणि त्या कानाने सोडून द्या. श्रीमंतांच्या नादी आपण कशाला लागायचे?"

"कोण नादी लागतो? पण आश्चर्य फक्त याचेच वाटते," शास्त्रीबुवा म्हणाले, "तो भाऊसाहेब तिकडे बंदुका द्या, दारू द्या, घासदाणा द्या म्हणून जीव तोडून तुम्हांकडे पत्रे धाडतो आणि तिकडून त्याच वेळी सरकारातून खलिता येतो जातीच्या शुद्ध, फार देखण्या, तरण्या..."

पंतांनी शास्त्रीबुवांच्या तोंडावर हात ठेवला आणि ते पत्र संदुकीत दडवून ठेवले. थोड्या वेळाने पंतांच्या आग्रहावरून शास्त्रीबुवाही भोजनास बसले. राजकारणाच्या गप्पा-चर्चा चालूच होत्या. गोपाळराव बर्वे भोजनास येणार की न येणार, याची वास्तपुस्त न करता पंत पानावर बसले. शास्त्रीबुवा विचारू लागले,

"पंत, सरदार गोपाळराव तर पेशव्यांचे आप्तेष्ट. तुमच्या मातब्बरीचे अंतर्वेदीतील मामलतदार. भाऊसाहेबांकडे तुम्ही काही ना काही ऐवज धाडला. बर्व्यांकडून किती खजिना गेला?"

"गेले असतील कोटीभर," पंत हसून म्हणाले, "आम्ही थोरामोठ्यांच्या टवाळ्या करू नयेत. पण शास्त्रीबुवा तुम्हीच सांगा, या बर्व्यांनी पेशव्यांच्या पागोट्यात असे कोणते तुरे खोवले की, पंचवीस वर्षे आम्ही रक्त आटवून साठवलेली आमची मामलत अर्धी वाटून त्यांना द्यावी. जानकीबाईंचा बंधू, रघुनाथदादासाहेबांचा मेहुणा हीच त्यांची पात्रता नव्हे का?"

गोपाळरावांचा विषय निघाल्यावर नेहमी जपून बोलणाऱ्या पंतांना कंठ फुटला. घास तोंडात घालता घालता ते म्हणाले,

"आपल्या महाराष्ट्रदेशी पात्रता जोखणारे अगदीच थोडे. नाही तर सारे सग्यासोयऱ्यांचे राजकारण. मग ते ब्राह्मण असोत, मराठे असोत, वा अन्य कोणी. पाहुणा म्हटले की घाणीत माशी तशी कर्ती माणसे अडकतात. गावाकडे म्हणतात नाऽ बायकोचा भाऊ आणि लोण्याहून मऊ. आम्ही कोणाचा पदर धरून महत्ता प्राप्त केली नाही. पोरवयात उपाशीपोटी घाटमाथा तुडवत कोकणातून वाईदेशी उतरलो. ज्या बुंदेलखंडातल्या

राण्याने रावबाजींना इथे जहागीर दिली, त्याच्या वंशजांनी हा मुलूख माघारा मिळविण्यासाठी कारस्थाने लावली. इथल्या यवनांशी दोन हात केले. मी तसा कोणी शिपाईगडी नव्हे, पण पदरी फौज बाळगून दुसऱ्यांकडून लढाया-चढाया करून घेतल्या. आयुष्याची सत्तावीस वर्षे या मातीत उगाळली, तेव्हा हे दिवस दिसले.''

''म्हणजे दादासाहेबांनी निम्मा मुलूख गोपाळरावांना द्या म्हणून दबाव आणला म्हणायचा?''

''सत्तेपुढे शहाणपण चालत नाही. पेशव्यांचे मेहुणे म्हटल्यावर मुलूख न तोडून देऊन कोणाला सांगतो?''

''मग अशा निदानप्रसंगी मेहुणे भाऊसाहेबांना ऐवज पाठवतील की.''

''न पाठवायला कोणावर कृपा करतात?'' पंत रागाने गर्जले, ''मुलूख तोडतानाही उत्तरेकडचे रोहिल्यांच्या तोंडावरचे कटकटीचे, वर्दळीचे महाल आमच्या गळी बांधले आणि प्रयागकडच्या उत्तम पिकाऊ बिनघोरी रानात गोपाळराव शिरले. तिथला भरणा आमच्यापेक्षा निश्चितच अधिक व्हावा.''

भोजने उरकली तेव्हा सरदार गोपाळराव बर्वे आल्याची वर्दी मिळाली. पंत बैठकीत आले. त्यांनी हसून गोपाळरावांचं स्वागत केलं. दोघांनी एकमेकांचे क्षेमकुशल विचारले. पंतांनी मुद्द्याला हात घातला,

''भाऊस्वामींची पत्रे तुम्हांलाही प्राप्त झाली असतील.''

''येतात, वरचेवर.'' गोपाळराव.

''किती ऐवज रवाना केलात?''

''हो, करायचा आहे. गणेश खांडेकरानेही काही रक्कम पाठवली नाही. तुमची चौकशी करावी आणि मगच ऐवज धाडावा म्हणतो. तशी तयारी ठेवली आहे आम्ही. पण तुमचा किती ऐवज गेला?''

''दोन लाख पाठवले. आता पंचवीस लाखांसाठी तगादे करत आहेत.''

''काय? पंचवीस लाख? आम्हांकडेही वरचेवर तगादे येतात बरं.''

काळजीच्या सुरात गोविंदपंत सांगू लागले, ''अंतर्वेदीतल्या मराठी ठाण्यांतून जी नोकरीचाकरीस मराठी माणसे आहेत, ती कुटुंबकबिल्यासह घाबरून महाराष्ट्रदेशी जाऊ लागली आहेत. ह्या वार्ता भाऊसाहेबांनाही कळलेल्या दिसतात. त्यामुळे कष्टी होऊन भाऊसाहेबांनी इकडे खलिते धाडले आहेत.''

''लोकांनी कुटुंबकबिले घेऊन न जावे तर काय करावे? लढाईच अशी गंभीर सूर धरू लागल्यावर लोकांनी मायदेशी न जायचे तर काय परदेशी परतायचे?'' गोपाळराव.

''पण मामलतदार म्हणून आपण अशा रयतेला रोखले पाहिजे.''

''हेही खरेच बरे.''

थोड्या समयाने बर्व्यांना कसलीशी आठवण झाली. त्यांनी विचारले,

"पंत, सखारामबापूंची पत्रे लाभली का?"

"निम्मा ऐवज पुण्याकडे धाडा आणि निम्मा भाऊसाहेबांकडे अशाच मजकुराची ना?" पंत.

"होय."

"आम्हांलाही प्राप्त झाली."

पंतांमध्ये आणि बर्व्यांमध्ये अंतरीचा स्नेह असा नव्हताच. फलाहार उरकला. थोडी चर्चा झाली आणि गोपाळराव माघारा निघाले. सदरेपर्यंत येऊन पंतांनी बर्व्यांना निरोप दिला. बर्व्यांची घोडी निघाली. त्यांच्या शेजारी त्यांचे दिवाण नेरवेकर यांचा घोडा होता. बर्वे म्हणाले,

"दासोपंत, बघितले? यांनीही म्हणावा तसा ऐवज धाडलेला दिसत नाही. बाकीच्या कोणीही रकमा रवाना केल्या नाहीत."

"पण दोन्हींकडून सारखे तगादे होतात," दासोपंत नेरवेकर म्हणाले.

"बापूंच्याच पत्राचा फायदा घ्या आणि धाडा उत्तरे."

"कशी?"

"पुण्याला लिहायचे, ऐवज भाऊसाहेबांकडे पाठविला आणि भाऊसाहेबांना कळवायचे, द्रव्य पुण्याला धाडले;" बर्वे म्हणाले.

"आणि हा प्रकार उघडकीस आला तर?"

"दासोपंत, भलते शामळू दिसता बुवा तुम्ही!" दासोपंतांची कीव करीत बर्वे म्हणाले, "अहो, एवढी मोठी युद्धाची खाई उसळली आहे. अशा प्रसंगी कोण कोणाचे हिसाब तपासतो?"

पाठमोऱ्या बर्व्यांकडे बघत गोविंदपंत उभे होते. ते शास्त्रीबुवांना म्हणाले,

"ह्या अशाच लोकांनी आमच्याबद्दल श्रीमंतांकडे कागाळ्या केल्या होत्या. म्हणूनच पुण्यास जाऊन हिसाब दाखविणे भाग पडले. चौकशी झाली. काय निघाले त्यातून? एक वेळ मातीतून उभे राहिलेले आमच्यासारखे पेशव्यांचे सोबती दौलतीसाठी प्रसंगी प्राणही देतील. पण माझी खात्री आहे, गोपाळरावांसारखी मंडळी निदानप्रसंगी अजिबात उपयोगी पडायची नाहीत. कसले मेहुणे आणि कुठले पाहुणे? प्रसंगी पुत्रसंतानसुद्धा पारखे होते! जेव्हा सत्ता-संपत्ती, चलती तेव्हा भरल्या ताटात चोच मारायला हे पाहुणेरावळे, कावळे टपकतात! दुःखात, पडझडीत कोणी कोणाचे नाही. सारे सुखाचे सोबती!"

□

अंधार गुडूप पडला होता. पाऊसधारा कोसळत होत्या. अब्दालीचं लष्कर पाऊसवाऱ्याशी सामना देत मैलाचा पसारा पसरून निपचीत पडलं होतं. अब्दालीने फौजेची चांगली व्यवस्था लावली होती. मराठ्यांनी दिल्लीच्या दक्षिणेस धरून ठेवलेला यमुनाकाठ सोडला. ते पश्चिमेस हलले. शालिमारबागेचा परिसर पोटात

घालून त्यांनी डेरे-राहुट्या उभारल्या. जेव्हा दोन्ही काठांवर दोन तळ पडले होते, तेव्हा दोन्हीकडचे स्वार-शिपाई एकमेकांच्या छावणीचे तासन्तास निरीक्षण करीत बसत. अधेमधे दोन्ही बाजूने गोळागोळी होई, जनावरे-माणसे भाजून निघत, डेऱ्या-राहुट्यांना आगी लागत. असे पंधरा-वीस दिवस गेले आणि मराठ्यांनी एकदम तळ हलवण्याचा निर्णय घेतला. जसे मराठे हलले तशा अब्दालीच्या फौजा आनंदित झाल्या. मराठ्यांनी शिकस्त खाल्ली म्हणून काही उत्साही अफगाण रोहिले जुल्लूस करू लागले. तेव्हा अब्दाली आणि नजिबाने नाच थांबवून आपल्या स्वारांना हासडले...

"मूर्खांनो, हा तमाशा बंद करा. अजून घोडामैदान दूर आहे."

त्याच रात्री बादशहाच्या खाशा डेऱ्यात उशिरापर्यंत मसलत चालली होती. रात्रीच्या रात्री अब्दाली, नजीब, जहानखान, सुजा आणि शहावलीने शहादऱ्याकडे झेप घेतली. थोडी उंचवट्याची जागा बघून तिथेच कनातकाठ्या हलवल्या. गवतांची पाले बांधून पठाण-रोहिले दबा धरून बसले. आता यमुनेच्या काठावर मराठे दिसत नव्हते. त्यांचा मुक्काम शालिमारबागेत होता. साऱ्या घाटांवर चौक्यापहारे लावून, छबिन्याचे पहारेकरी बसवून अब्दालीने आपल्या बाजूचा बंदोबस्त ठेवला होता.

अब्दालीच्या लष्करातील पंधरा-वीस हजार लष्कराचा तणाव कमी झाला होता. रोहिले सरदार दोन-तीन महिने, खाऊनपिऊन ताजेतवाने होण्यासाठी आपापल्या जहागिरीत फौजांसह निघून गेले होते.

अब्दालीच्या लष्कराची दोन मुख्य भकले झाली होती. उत्तरेच्या बाजूला सारे सुन्नी पंथाचे रोहिले-पठाण, तर दक्षिण दिशेला सारे शियापंथी मुसलमान. उत्तर बाजूला अब्दाली बादशहा, वजीर शहावलीखान, सेनापती जहानखान, बरकुरदारखान, नजीबखान अशा पठाण-रोहिल्यांचे डेरे लागले होते, तर दक्षिणेस प्रामुख्याने सुजाउद्दौला आणि इतर शियापंथी मुसलमानांचा मुक्काम पडला होता. आरंभी सुजाने बारदाना उत्तरेला नेऊन टाकला होता. डेरे उभारायची तयारीही सुरू होती. तोच पठाण फौजांनी दंगा केला, "बघा ऽ बघा, वारा कुणीकडून कुणीकडे वाहतो. हे हिंदुस्थानी शिय्ये उत्तरेला आणि त्यांची दुर्गंधी घेऊन येणारा वारा आम्ही प्यायचा? हे मुनासीब नाही. त्या गधड्यांना दक्षिणेस ढकला, आम्ही उत्तरेकडे उतरू." शिपायांची ही मागणी सरदार मंडळींना रास्त वाटली. सुजाच्या फौजांनी निमूटपणे कनातसामान आवरले. डेरे-राहुट्या दक्षिणेस उभारल्या.

आता वारा खात सुजाच्या लष्कराची पाले कुडकुडत पडली होती. आपल्या नबाबी डेऱ्याच्या, मसलतीच्या महाली सुजाउद्दौला बसला होता. महालात चिकाचे झिरझिरे पडदे चोहोबाजूला सोडले होते. कलाबुताच्या गोंड्यांनी महालाची शोभा वाढवली होती. देशी-विदेशी अत्तरांच्या संदुका सुजाच्या बैठकीच्या उंची मेजावर ठेवल्या होत्या. ताजी गुलाब-मोगऱ्याची फुले, केवड्याची कणसे बाजूच्या तबकात खुलून बसली होती. हा लष्करातला महाल असला तरी तो लखनौच्या नबाबाचा

आहे हे कोणालाही सहज पटावे.

मधल्या हलक्या चंदनी पलंगावर उंची बिछायत टाकली होती. पलंगाला सभोवती बांधलेली चुणीदार झालर जमिनीवर रुळत होती. गर्द तांबूस रंगाच्या या झालरीने बिछायतीची शोभा वाढत होती. बिछायतीचे चारी कोपरे रेशमी दोऱ्याने पलंगाच्या चारी पायांना जाम बांधले होते. त्यामुळे सुजा बिछायतीवर कसाही रेलला तरी बिछायत जराही सरकत नव्हती. समोरच्या बैठकीसाठी ठेवलेल्या लोडावर मलमलीचा अभ्रा चढवला होता. त्यावर सरदार अनुपगिरी, काशीराज, मौलवी सुलतानबाबा ही खास विश्वासू मंडळी बसली होती. शुभ्र पांढरा, मलमलीचा लखनवी कुर्ता आणि तसलीच तुमान हा सुजाचा साधा घरेलू पेहराव होता. त्याच्या कुर्त्याच्या गळ्याजवळची बारीक नक्षी लखनौच्या कलाकारांनी कित्येक महिने श्रम करून गुंफून तयार केली होती. पांढऱ्याधोट गुलाबपुष्पाचा सुवास घेत सुजा बिछायतीवर रेलून बसला होता. मौलवी सुलतानबाबा म्हणाले,

"नबाबसाहब, आपण त्या मायावी नजिबाच्या लाघवी भाषेला भुलून इथे आलात. कारण नसताना संकटाला आवतण दिलेत. आज ठायी ठायी बेइज्जती सोसावी लागते. इथे येण्याआधी इस्लाम बचावचा घोष झाला; पण हे टोळभैरव म्हणजे राजनीतीचे नाचे दिसतात. धर्माचा यांनी पांघरलेला बुरखा खोटा आहे."

"मौलवीजी, आपले शब्द सत्य आहेत. आम्ही स्वत:हून संकट ओढवून घेतले. अंधाऱ्या गुहेत अडकल्यासारखी अवस्था झाली. आता इथून बाहेर पडण्याचा रस्ता बंद झाला. आखरी जंग होईपर्यंत आम्ही अडकलो हे खरेच."

"नबाबसाहब, आपला लखनवी थाट, तेज, वैभव आम्ही जाऊ तिकडे अबाधित राहिलेच पाहिजे. लखनवी राहणीचा आम्हांला नाज वाटतो," सरदार इस्माईल बोलला.

"आमच्या लखनवी राहणीबद्दल वादाचा मुद्दा येतोच कुठे? बरेलीचा कबाब आणि लखनौचा नबाब अलम दुनियेत आपल्या खासियतीबद्दल मशहूरच आहेत. वाद येतोच कुठे?" सुजा.

"नबाबसाहब, सांगायला लाज वाटते," इस्माईल बोलला, "आपली चार हजार कडव्या वीरांची फौज आणि आपला जनानखाना, नोकरचाकर असा वेगळा हजारभर ताफा– ह्या बिनलढाऊ फौजेला तो नजीब डुकराची पिलावळ म्हणतो."

"गोष्टी एवढ्यावरच थांबलेल्या नाहीत नबाबसाहब," सुलतानबाबा म्हणाले, "तो नादान नजीबखान म्हणतो, ही पिलावळ अफगाणांच्या लष्करात शोभत नाही. अशी बुणगाईत घेऊन हवे तर नबाबाने नदीपल्याड मराठ्यांच्या लष्करात जावे. तिकडेच शोभतील ते."

"एवढे आम्ही नकोसे होतो तर नजीब आमच्या वाड्याचे उंबरठे का झिजवत होता?" वैफल्यग्रस्त सुजा बोलला, "सुलतानबाबा, ही सारी गल्लत आमचीच! चांगला सुवर्णकांतीचा दिसतो म्हणून हा सर्प आम्ही गजऱ्यासारखा मनगटाला

गुंडाळला, तो चावला, जातीवर गेला. त्याला दोष तरी कोणत्या तोंडानं द्यायचा?''

"नबाबसाहब, बादशहाच्या लष्करात दंडक आहे– बादशहाशिवाय कोणीही अंबारीत बसू नये. हत्ती असले तरी त्याच्या इतर सरदारांना अंबारीत बसण्याची मुभा नाही. आपल्या नबाबी डेऱ्यापुढे दिवसभर अंबारी झुलत असते, ती पाहून त्यांच्या तळपायाची आग मस्तकाला जाते. अयोध्येचे नबाब असले म्हणून काय झाले? ते कंदाहारच्या पातशहाहून थोर आहेत का, अशी गुर्मीची भाषा पठाणशिपाई नेहमी करतात,'' काशीराज पंडिताने माहिती दिली.

"हे तर काहीच नाही,'' सुलतानबाबा म्हणाले, "बादशहाच्या लष्करात शहादणे वाजवण्याचा अधिकार बादशाही फर्मानाशिवाय कोणाला नाही; पण आम्ही कुठे दुराणी बादशहाचे मांडलिक बनलो आहोत? नबाबसाहब, मुद्दाम सांगतो, आज दुपारी आपल्या फौजेतील तीन वाजंत्र्यांनी शहादणे जरा वेळ वाजविण्याचं निमित्त झालं आणि त्या तिघांनाही अफगाण धटिंगणांनी पकडून नेलं. त्यांना फटक्याची शिक्षा दिली.''

अपमानाची एकेक कथा ऐकून सुजाउद्दौला खजील झाला. तो जळफळाटत बोलला,

"आताच यांना यांच्या शिरस्त्याची आठवण होऊ लागली का? जेव्हा मराठ्यांचे वकील आमच्या द्वाराशी बसून हातापाया पडत होते, त्यांना लाथाडून आम्ही इकडे आलो तेव्हा शहादणे, ताशे, कर्णे कुणी वाजवले? साऱ्या लष्करात जुलूस झाला, तेव्हा वादनासाठी बादशहाने कोणते फर्मान काढले होते आणि आज फटक्याची शिक्षा देता काय?''

सुलतानबाबा विचारू लागले,

"नबाबसाहब, आम्ही यांच्या लष्करात प्रवेश केला तेव्हा बादशहाने केवढे मोठे भाषण दिले होते. नाना जातींचे लोक माझ्या लष्करात आहेत. हिंदुस्थानी लोक हिंदुस्थानी रीतिरिवाजानं वागतील अशी ग्वाही त्यांनी दिली होती; आणि आज ही फटक्यांची शिक्षा सोसण्याची वेळ का येते?''

"त्या साऱ्या प्रश्नांचं एकच कारण आहे,'' सुजा गंभीरपणे म्हणाला, "या लोकांना कितीही कुमक करा, रसद पुरवा, प्रसंगी प्राण द्या; पण हे रोहिले-पठाण आम्ही जातीने मुसलमान असलो तरी पंथाने शिया आहोत हे कधीही विसरत नाही. सुन्नी पंथियांच्या अभिमानातून आमचा हा दुस्वास चालला आहे!''

"नबाबसाहब, सध्या मोहरमचा महिना आहे. दोन दिवसांनी ताबूत निघतील. अफगाणांचे काही धर्मवेडे लोक आपल्या मिरवणुकीत दंगाधोपा करतील. त्यांची खबरदारी घेणं गरजेचं आहे,'' सुलतानबाबा म्हणाले.

"आपण योग्य ती खबरदारी घेऊ. पण गोष्टी या थरावर जातील असे आम्हांला वाटत नाही,'' सुजा बोलला.

सुलतानबाबाने सुजाकडे एक कटाक्ष टाकला. पांढऱ्या दाढीवरून हात फिरवीत

बाबा म्हणाले,

"नबाबसाहब, मोहरमचा दहावा दिवस म्हणजे करबलाच्या लढाईच्या पुण्य स्मरणाचा दिवस. मोहरमच्या मजलिसा-शोकसभा आपल्या अयोध्या प्रांतासारख्या आम हिंदुस्थानात कुठेही साजऱ्या होत नाहीत. लखनौ आणि फैजाबादच नव्हे तर सारा अयोध्या प्रांत शोकसागरात बुडून जातो. ती करबल्याच्या युद्धाची पवित्र कथा नबाबसाहेब, तुम्ही ऐकवा आम्हांला. फार दिवस आपल्या मुखातून ऐकलेली नाही ती. इमाम हसन आणि इमाम हुसेन यांच्या हौतात्म्याची कथा आपण अशा ढंगानं सांगता की, एखादा जाकिर काय सांगेल? एखादा वाकिआख्वाँ काय बोलेल?"

सुलतानबाबांची ही सूचना साऱ्यांनी उचलून धरली. सारे उत्सुकतेने, कान टवकारत सुजाकडे बघू लागले. काशीराज पंडितसुद्धा आवेशानं म्हणाला,

"नबाबसाहेब, सांगा, सांगा ती कथा. ती ऐकण्यासाठी आमचे कान आतुर झाले आहेत."

सुजाने फारसे आढेवेढे घेतले नाहीत. तो संथ गतीत ती हौतात्म्याची कहाणी ऐकवू लागला.

"इस्लाम धर्माचे प्रेषित पैगंबर साहेब. त्यांच्यानंतर त्यांचा वारस कोण? महानिर्वाणाच्या आधी स्वत: पैगंबरसाहेबांनी या सवालाचा जबाब देऊन ठेवला होता, माझा वारस लोक-निर्णयाने ठरविला जावा. खलिफा पैगंबरसाहेबांनंतर तीन वारसांची नियुक्ती झाली. पैगंबरसाहेबांचे जावई इमाम अली हे शूर गाझी आणि व्रतस्थ महापुरुष होते. हर खलिफा निवडताना तिन्ही वेळा त्यांना डावलले गेले. ह्याच इमाम अलीसाहेबांना मानणारा आमचा पंथ म्हणजे शिया पंथ.

इराककडे एजीद नावाचा राज्यपालाचा एक मुलगा होता. त्याने लोकनिर्णय नाकारला. स्वत: गुडघ्याला बाशिंग बांधून तो त्या प्रदेशात खलिफा झाला. इमाम अलीसाहेबांचे चिरंजीव म्हणजे पैगंबरसाहेबांचे नातू इमाम हुसेन यांनी एजीदच्या स्वनिर्णयाला मान्यता दिली नाही. एजीदने हुसेनवर दबाव आणला. नाना तऱ्हेचे अत्याचार करून त्याने इमाम अलीच्या काफिल्याचा छळ आरंभला.

हुसेनने ह्या जाचाला कंटाळून देशत्यागाचा निर्णय घेतला. त्याने उंटाच्या पाठीवर माकणी आणि पडद्याचे हौदे चढविले. त्यांत स्त्रिया-मुले बसली. काही वाळवंटातून पायी चालली. उन्हाच्या रखरखीत हा काफिला वाळवंट तुडवीत सीरियाकडे चालला. पल्ला दांडगा होता. वाटेत सुखसोयी नव्हत्या. लहान बालके तहानभूक लागून व्याकूळ झाली होती. कोरड्या घशाने 'पाणीऽ पाणी' म्हणून ओरडत होती.

वाटेत दजला नदीचं विस्तीर्ण वाळवंट दिसलं. पाण्याची छोटी-मोठी डबकी वाळूच्या पोटात चमकू लागली. तसा साऱ्या काफिल्याला आनंद झाला. दजलेचा काठ उतरून आवेगानं सारे पाण्याकडे झेपावू लागले. तोच... तोच काळाने झडप घातली. गहजब उडाला. त्या काफर एजीदच्या अत्याचारी फौजांनी काफिल्याला

वेढा घातला. त्यांना पाण्यापर्यंत पोहोचू दिलं नाही. लहान बछडी 'पाणीऽ पाणीऽऽ' करून ओरडायची. ते धटिंगण शिपाई काळासारखे खदाखदा हसायचे. मुले, माणसे, बेगमा अन्नपाण्याविना तडफडू लागल्या. रखरखत्या उन्हात भुकेल्या व्याकूळ देहांची तगमग वाढली. पायांखालचं वाळवंट चटके देऊ लागलं. एजीदच्या दुष्ट कारवाया संपेनात. असे उपाशी मरण्यापेक्षा, एजीदच्या हुकूमशाहीपुढे मान तुकविण्यापेक्षा, जंग करून शहीद होऊ, असा निर्णय हुसेनने आणि त्याच्या काफिल्याने घेतला. आजूबाजूला पडलेला हजारो सैनिकांचा वेढा भेदण्याच्या इराद्याने नंग्या तलवारी पाजळल्या. प्रलयकाळाशी टक्कर द्यावी तशी टक्कर हुसेनने दिली. काफिल्यातल्या साऱ्या बत्तीस जणांचा वध झाला. मृतांची मुंडकी भाल्यांच्या टोकांवर खोचली. काफरांचा नाच झाला. इमाम हुसेन शहीद झाले. अशी करबल्याची युद्धगाथा.''

ही वीरकथा ऐकताना सारे दु:खाने व्याकूळ झाले. डोळे पुसता पुसता सुजा म्हणाला,

''अशा रितीनं मदांध सत्तेपुढे न झुकून, न वाकून, न मान तुकवून इमाम हुसेन अमर झाले. इस्लामी जीवनात करबलासारखी अनेक संकटे येतात. पण त्या अग्निदिव्यांशी तोंड देऊन इस्लाम पुन्हा साजिवंत होतो. हुसेनचा वध हा वास्तवात यजीदचाच मृत्यू होता. शायर म्हणतात ना,

कतलें हुसेन असलमें मरगे यजीद है।
इस्लाम जिंदा होता है हर करबला के बाद।।

सुजाला सर्वांनी वाहवा करून दाद दिली. लखनौ फैजाबादहून आपण दूर असलो तरी मोहरमचे ताबूत त्याच दिमाखात काढायचे. त्याच नशेने आणि अपूर्वाईने ताबूत विसर्जनाची मिरवणूक काढण्याचाही निकाल सर्वांनी घेतला.

मोहरमचा दिवस उजाडला. सुजाच्या फौजेने अनेक दिवसांपासून ताबुताची चांगली तयारी चालवली होती. करबलाच्या लढाईच्या पुण्य स्मरणाचा दिवस साजरा करायचा होता. आपले नोकरचाकर बुलंदशहाकडे धाडून सुजाच्या फौजांनी ताबुताचे सामानसुमान मागवले होते. त्यांनी बांबूच्या लांबसडक काठ्या गोळा करून त्या एकमेकींत गुंफून मशिदीच्या आकाराचे ताबूत तयार केले होते. बांबूच्या सांगाड्यात रंगीत आणि झिरझिरीत कागदांनी, चमकदार बेगडींनी रंग भरला होता. उंच झाडाएवढ्या आकाराचे एकेक ताबूत तयार झाले होते. सकाळी सुजासह त्याच्या अनेक सरदार-दरकदारांनी गर्द हिरवे घोळदार पोषाख परिधान केले होते. हातात करवंटी धरून, स्वत: फकीर होऊन ते अब्दालीच्या साऱ्या लष्करातून फिरत होते. ते मोठमोठ्याने ओरडत होते, ''दे अल्लाके नाम पे, दे अलीके नाम पेऽ खैरात देऽऽ.'' स्वत: फकीर बनलेला सुजा अब्दालीच्या डेऱ्यापुढे करवंटी घेऊन उभा राहिला. कानावर हात ठेवून ओरडला, ''दे शहीदे करबलाके नाम पे खैरात दे.''

दुराणी बादशहा जातीने बाहेर आला. त्याने सफरचंद-अंजिरे ही फळे सुजाला बहाल केली. शिया लोकांचं हे फकीर होऊन फिरणं, भिक्षा मागणं, हे सुन्नी पठाणांना आवडत नव्हतं. बरेच पठाण शिपाई शियांच्या फकिरीकडे बघून हसत होते. टिंगलटवाळी करीत होते.

सुजाच्या लष्करात दिवसभर ताबुताची तयारी चालली होती. दुपारीच वजीर शहावलीखान अब्दालीकडे गेला. म्हणाला,

"आलमपन्हाँ, आज त्यांचे ताबूत निघणार. आपले काही धर्मवेडे पठाण त्यात अडचणी, अडथळे आणतील अशा गुप्तवार्ता मिळाल्या आहेत मला."

"छे! छे! अशी बुरी बात घडली तर साराच घोटाळा होईल," बादशहा म्हणाला, "आपल्या लष्कराची एकसंधता टिकली पाहिजे. तुम्ही एक बादशाही फर्मान काढा. अशी बुरी गोष्ट ज्याच्या हातून घडेल, त्याला कडक शासन भोगावे लागेल अशी इशारत द्या. मिरवणुकीच्या वेळी छबिन्याचे शिपाई जागोजाग पेरून ठेवा."

संध्याकाळचे चार वाजले. सुजाचा पस्तीस हात उंच ताबूत मिरवणुकीत सर्वांत अग्रभागी उभा होता. ताबूत म्हणजे हुसेनची कबरसमाधीच. करबलाची दुःखद आठवण म्हणून ताबूत काढायचे. नबाबी ताबुताची नक्षीदार महिरप, चारी बाजूंची द्वारे उठून दिसत होती. रंगीबेरंगी कागद, बेगड एवढेच नव्हे तर बेगमांच्या गळ्यातले दागिनेसुद्धा ताबुतावर ठेवण्यात आले होते. ताबुताच्या आतल्या अंगाला शुभ्र पांढरे कफन अंथरले होते. त्यावर ओंजळभर फुले आणि पगडी ठेवली होती.

मिरवणुकीत पंजेतन पाक, पाच पंजे धरले होते. पैगंबरांच्या परिवारातील पाच पुरुषांचे ते प्रतीक होते. मिरवणुकीत उभारलेले तांबडे बावटे करबलाच्या युद्धातील हुसेनच्या रक्ताची साक्ष सांगत होते; तर त्याचा बंधू हसन, ज्याला विषप्रयोगाने मारला होता, त्याच्या काळ्यानिळ्या रक्ताची याद हिरवे बावटे देत होते. 'झुल्फिकार' ही अलीची अजिंक्य तलवारही मिरवणुकीच्या अग्रभागी दिमाखाने तळपत होती.

मिरवणूक उंच उंच ताबूत घेऊन अब्दालीच्या लष्करातून वाट काढीत यमुनेकडे विसर्जनासाठी जाणार होती. ताबूत हलले. समोर जाकिर–मौलवी मर्सिया गाऊ लागले. मर्सिया म्हणजे करुण रसात भिजून ओलीचिंब झालेली शोकगीते. करबलाच्या पवित्र युद्धाच्या जित्याजागत्या स्मृती. जाकिर ती साध्या-सोप्या; पण काळजाचा टवका काढणाऱ्या भाषेत गात होते. त्यांच्या शब्दसुरांनी डोळ्यांपुढे करबलाचा धगधगता वाळवंट, हुसेनच्या कबिल्याचे हाल आणि रक्ताच्या थारोळ्यात शहीद होऊन पडलेला इमाम हुसेन उभा राहत होता. सारे शिया मुसलमान रडू लागले. काळ्या पेहरावात भुंड्या डोईने आणि अनवाणी पायाने शोकसागरात डुबत डुबत ताबूत घेऊन मिरवणूक पुढे चाललेली. डोळ्यांतली आसवे पुशीत जाकिर-मौलवी मर्सिया गाऊ लागलेले. आपल्या डगल्यांच्या गुंड्या सोडून सारे उघड्या छात्या बडवू लागले. "हुसेनऽऽ हुसेनऽऽ" म्हणून छाती बडवायची. जशी मिरवणूक पुढे

सरकू लागली तसा ''हुसेनऽऽ हुसेऽऽन हुऽऽसेऽऽन''चा आवाज वाढला. सारे जण थडाथडा छात्या बडवू लागले, चालता चालता गडबडा लोळू लागले. तांबडे बावटे तांबूस ओल्या डोळ्यांसारखे भासू लागले, आसवे गाळू लागले, हिरवे बावटे गडद काळेनिळे पडले.

ताबूत अब्दालीच्या डेऱ्यांपुढून सरकू लागले. बघ्यांची गर्दी झाली. ''हुसेनऽऽ हुसेऽऽन''चा जोर वाढला. शियांच्या मिरवणुकीत काही सुन्नीही सहभागी झाले. गर्दी वाढली. ताबूत यमुनेकडे सरकू लागले. मिरवणुकीत एक-दोन उंट होते. उंटावर काळे कपडे पांघरलेले. ते हुसेनच्या काफिल्याचे सोंग होते. त्याच्याभोवती एजीदच्या शिपायांची सोंगे घेतलेले काही स्वार नागव्या तलवारी नाचवीत होते. विकट हसत होते. निम्मे अफगाण लष्कर पार करून ताबूत पुढे सरकले. तोच हातात नंग्या तलवारी घेतलेले दोन-तीनशे अफगाण माथेफिरू स्वार मिरवणुकीत घुसले. ''दीनऽऽ दीनऽऽ'' करून त्यांनी ताबुतांवर हल्ला चढवला. सुरुवातीला ही एजीदच्या शिपायांची सोंगे दिसतात, असा सर्वांना भास झाला; पण त्यांचा रंग ओळखायला वेळ लागला नाही. माथेफिरूंनी हुल्लड माजवली. रेटारेटी, चेंगराचेंगरी वाढली. झाला प्रकार आपल्या डेऱ्याच्या द्वारात उभ्या असलेल्या अब्दालीच्या ध्यानात आला. तो उडी मारून घोड्यावर बसला. त्याने गर्दीत घोडा घातला. तो त्वेषाने ओरडला, ''मारो इन हरामजादोंकोऽऽ.'' छबिन्याच्या स्वारांनी दोनशे माथेफिरू कैद केले. खोळंबलेल्या, गोंधळलेल्या ताबुतांना अब्दालीने नदीकडची वाट मोकळी करून दिली; तेव्हाच त्याने समाधानाचा सुस्कारा सोडला.

त्या रात्री अब्दालीच्या दहशतीने सारी छावणी भेदरून गेली. त्या दोनशे माथेफिरूंना अब्दालीने कडक शिक्षा फर्मावली. सर्वांना खांबाला बांधले. त्यांच्या नाकाच्या भोकात तीक्ष्ण पात्यांचे बाण घुसवून ते दुसऱ्या नाकपुडीतून बाहेर काढले. साऱ्यांची थोबाडे रक्ताने माखली. वर रात्रभर खांबाला बांधून अंगावर फटक्यांचा मारा सुरूच होता. असह्य वेदनेने कैदी केकाटत होते. डेरे-राहुट्या भेदरून अंग चोरीत उभ्या होत्या.

रात्री उशिरापर्यंत बादशाही डेऱ्यात मसलत चालली होती. शहावली, सुजा, जहानखान, नजीब, बरकुरदारखान असे सारे सरदार-दरकदार भांबावून बादशहाकडे बघत होते. संतापाच्या, त्वेषाच्या, वैफल्याच्या छटा बादशहाच्या मुद्रेवर उमटत होत्या. तो रागाने बैठकीच्या महालात पाठीवर हात मारून इकडेतिकडे येरझाऱ्या घालीत होता. एकसारखा बडबडत होता, ''यापुढे आमच्या लष्करात अशी हुल्लड, अशी बेदिली माजली तर मी साऱ्यांना सुळावर लटकावीनऽ! माझ्या स्वत:च्या हाताने खिळे ठोकीन! मूर्खांनो, तुम्हांला अकला नाहीत. आज दहा महिने उलटले. उन्हाळा संपला. पावसाळाही संपत आला तरी ह्या हिंदुस्थानच्या मातीत आपण अजून अडकून पडलो आहोत. नदीच्या पल्याड काफर दिसामासाने मोठा होत चालला आहे. घासदाण्याची टंचाई असूनही त्याची हिंमत शेर असल्याच्या खबरा

आहेत. आम्ही इतक्या राज्यांची सिंहासने लाथेने उडवली, बांबूची मोठी काठी वाकवावी तशा मन चाहेल त्याप्रमाणे सरहद्दी वाकविल्या; पण अजून ह्या मोहिमेचा, युद्धाचा अंदाज मात्र आम्हांला येत नाही. ह्या वेळेचा रंग काही अजीबच दिसतो. कोण जितेल कोण हरेल, काही सांगवत नाही. कारण त्या भाऊची, त्या काफरांची हिंमत भारी दिसते. सुलुखाचे कागद पाण्यात बुडाले. आखरी जंग अजून होणारच आहे. शिस्तीने रहा. त्या शिंदे-होळकरांचे महाल इथून जवळ आहेत. मराठ्यांचा पराभव झालाच तर निम्मे-अर्धे जीव वाचवीत ते आपल्या मुलखात पळतील तरी. पण गधड्यांनो, तुमचा काबूल, तुमचे कंदाहार कितीसे जवळ आहे? आम्ही पराभूत झालो तर आमची धडेच काय पण डोईचे केससुद्धा आपल्या मुलखात पोहोचणार नाहीतऽ. म्हणून मूर्खांनोऽ, शिस्तीत रहा, मस्तीत नको!''

□

दुपार उलटली होती. वारा पडलेला. शनिवारवाड्याच्या नगारखान्यावरचा भगवा झेंडा मंद गतीने फडफड करीत होता. दिल्ली-दरवाजावरचे छबिन्याचे शिपाई पेंगुळल्या स्थितीत होते. फडावरची कामे धिम्या गतीने सुरू होती.

पेशवाईचे दिवाण भाऊसाहेब होते तेव्हा शनिवारवाड्यात नोकरचाकरांवर, अगदी शागीर्द-पाणक्यापासून ते माजोऱ्या सरदारापर्यंत सर्वांवर त्यांची करडी नजर असायची. प्रत्येकाच्या वर्तणुकीत अदब आणि नीटनेटकेपणा असायचा. भाऊसाहेब वाड्यात अधेमधे जेव्हा चक्कर टाकायचे तेव्हा त्यांची बहिरी ससाण्यासारखी नजर चौफेर भिरभिरायची. ते समोरून चालले की भली माणसे चटपटायची. वाड्यापुढचे शृंगारलेले हत्तीसुद्धा कान टवकारायचे. सकाळी स्नानसंध्या उरकली की, भाऊसाहेबांचे लगेच फडावर आगमन व्हायचे. नेट लावून भाऊसाहेब पाठीला रग लागेपर्यंत दिवसभर फडावर कामात व्यग्र असायचे. त्यामुळे फडावरच्या इतर कारकुनांना दांड्या मारायला कुठला अवसर लाभतो? रयतेची गाऱ्हाणी, प्रकरणे सारी कामे फडावर जेव्हाच्या तेव्हा रीतसर उरकली जायची.

आता भाऊसाहेब उत्तर हिंदुस्थानच्या मोहिमेवर जाऊन सहा-सात महिने लोटले होते. पेशवाईचे कारभारपण रघुनाथ दादासाहेबांकडे आणि दिवाणीचा महत्त्वाचा कारभार सखारामबापू बोकिलांकडे आला होता. नानासाहेब पेशव्यांची प्रकृती फारशी चांगली नसायची. ते आपल्या महालातच बसून असायचे. रघुनाथराव सकाळी सूर्योदयानंतर उठायचे. मग स्नानसंध्या, पूजाअर्चा यांमध्ये दोन प्रहर टळायचे. तृतीय प्रहरी तासाभरासाठी दादासाहेब फडावर यायचे. "काय बापू? काय कमी-जास्ती? काय हालहवाल?'' असा सवाल करायचे. तेव्हा बापू हसतमुखाने सामोरे व्हायचे. आसनाकडे बोट करीत म्हणायचे, "यावेऽऽ श्रीमंत दादासाहेब, यावेऽऽ. आपली दौलत म्हणजे कशी आबादीआबाद. ना तक्रार ना फिर्याद. अहो, श्रीमंतांचं राज्य आहे म्हटल्यावर सारी आबादीआबाद असणारच.'' दादासाहेब आसनस्थ

व्हायचे. केशरी विडे रंगायचे. थोडी वास्तपुस्त करून दादासाहेब तासाभरात आपल्या महाली परतायचे. बऱ्याच वेळा फडाकडे येण्याचासुद्धा कंटाळा यायचा. काही विशेष कामधाम, फर्माईश असेल तर तेच बापूंना आपल्या महाली बोलवायचे. कामधाम सांगायचे. तिकडून काही निरोप येत नाही असे दिसले की, बापूच हसऱ्या चेहऱ्याने दादासाहेबांकडे मुजऱ्याला जायचे. तिथे बराच वेळ काढून मग नानासाहेब पेशवे. तिथे थोडा वाढूळ गेला की, येता येता गोपिकाबाईंच्या महालापुढे थांबायचे. एवढ्या तीन महालांचे उंबरठे झिजवले की, फडाकडे येताना बापू पेशव्यांच्या तालात पावले टाकीत रुबाबात येऊन आसनस्थ व्हायचे.

आता रयतेची गाऱ्हाणी, तक्रारी फारशा नसायच्या. कोणी फिर्याद घेऊन आलेच तर त्यांना दिल्ली-दरवाजाबाहेरच अडवण्याची व्यवस्था बापूंनी केली होती. सामान्य कारकुनांकडून अशा चार-दोन मंडळींची बोळवण केली की, बापू झाले स्वत:च्या कारभाराला मोकळे. तीन महालांचे तीन उंबरठे झिजवून आले की कोण विचारतो आम्हांला? फडावर बऱ्याचदा बापूंचे मित्र, सोयरे, भाट जमायचे. गप्पा रंगायच्या. बापू अभिमानाने सांगायचे,

"अठ्ठावीस सालांमागे या शनिवारवाड्याचे बांधकाम चालू होते. तेव्हा हा सखोबा, बांधकामाचा हिशोब बघणारा सामान्य कारकून होता. तेव्हा या वाड्याचा पाया कसा घातला, चिरांवर चिरा कशा कशा ठेवल्या, कोणती चिरा बळकट आहे, कोणती निम-बळकट आहे, कोठे चुना कमी, कोठे जास्ती याची सारी कल्पना आम्हांला आहे. कारकून होतो तरी सकाळी गवंड्यांचे-मजुरांचे पगार झाले, हिसाब बघितले की, ह्या एवढ्या मोठ्या वाड्याभोवती दिवसभर मी गरगर फिरत राही. हर चिरेवर आमचे बारीक लक्ष. संध्याकाळी पायांना फोड यायचे, तळवे लालेलाल व्हायचे, तेव्हा आमच्या मातुश्रीच तळव्यांना तेल चोळायच्या, विचारायच्या... अरे सखोबा, एवढा कसा थकतोस? इतके कष्ट का घेतोस?... तेव्हा आम्ही म्हणायचो... मातुश्री, पेशव्यांचा वाडा बांधायचे चालले आहे. कारकून असूनही मला गरागरा फिरावे लागते. शिळान् शिळा बघावी लागते... तेव्हा मातुश्री म्हणायच्या... अरे सखोबा, तू सामान्य कारकून, तुला हे उपद्व्याप कुणी सांगितले?... मग आम्ही म्हणायचो... मातुश्री, पेशवेसरकारांच्या दौलतीवर आमची भक्ती आहे. ही दौलत वाढावी, त्रिखंडांत राज्य व्हावे अशी आमची इच्छा आहे. म्हणूनच जीव राहत नाही आणि असंख्य चकरा होतात... त्यावर मातुश्री म्हणायच्या,... होईल हो सखोबा, तुझी इच्छा फलद्रूप होईल. पेशव्यांचे राज्य सकल हिंदुस्थानी पसरेल, तूसुद्धा कारकुंडा राहणार नाहीस, मोठा सरदार होशील, हिंदुस्थानचा एकेक मुलूख, एकेक राज्य बघून घेशील. मातेचे शब्द सार्थ झाले. आज अटकेपासून दक्षिणेपर्यंत मोगलांच्या साऱ्या सुभ्यावर या ना त्या अर्थी हुकमत आली. तर मंडळी, आमच्या या कथनाचा मतलब काय? सांगा पाहू?"

"बापू, तुमचे कोडे अनाकलनीय आहे;" कोणीतरी हळूच बोले.

“अहो, कोडे कसले?” बापू हसून म्हणत, “मतलब साफ आहे. पेशव्यांची साम्राज्यरूपी इमारत आज त्रिखंड हिंदुस्थानी उभी आहे. त्यातले हर राज्य, हर मुलूख, हर शिळा रचताना चुना कुठे कमी अन् कुठे जास्ती पडला, याची अक्कल फक्त या बापूच्याच डोक्यात आहे. तर मंडळी, तात्पर्य काय, आम्हांला कोणी फसवू शकत नाही.”

खरे तर पेशव्यांच्या वाड्यात बापूंचा प्रवेश महादजीपंत पुरंदरे यांच्यामुळे झाला. पुरंदरे पेशव्यांचे दिवाण होते. त्यांच्या हाताखाली बापूंनी उमेदवारी केली. दिवेघाटावरच्या कऱ्हेपठारावरील हिवऱ्याचे कुलकर्णीपद बापूंच्या घराण्याकडे पूर्वापार होते. महादजी यमाजी या त्यांच्या घराण्यातल्या पुरुषाने शिवाजीराजांच्या सेवेत कीर्ती संपादन केली होती. बापूंना या गोष्टीचा भारी अभिमान वाटायचा. मधल्या काळात घरात अत्यंत दारिद्र्य आले. लहान वयात शागिर्दाची, पाणक्या, आचाऱ्याची कामे बापूंना करावी लागली; पण आपल्या धडपड्या, चाणाक्ष आणि थोरामोठ्यांच्या कानी लागण्याच्या खुबीने बापूंनी स्वतःची आणि घराण्याची चांगली सोय लावून घेतली. बापू नानासाहेब पेशव्यांबरोबर वीस वर्षांमागे काशी, प्रयाग, मथुरा असा उत्तर हिंदुस्थानचा फेरफटका मारून आले होते. भाऊसाहेबांबरोबर त्यांनी कर्नाटकातली मोहीम उरकली होती; पण बापूंचा खरा जीव रघुनाथदादांमध्ये गुंतलेला. पहिल्यांदा ते दादासाहेबांच्या गुजरात मोहिमेत सहभागी झाले. रघुनाथदादांच्या उत्तर हिंदुस्थानातील दोन्ही मोहिमांत तर बापू स्वतः दिवाण होते. अटकेवर झेंडा फडकल्यानंतर लाहोरच्या शालिमारबागेतल्या दीपोत्सवात बापू आनंदाने नाचले होते. दादासाहेबांमागून सावलीसारखे जाण्यात त्यांना धन्यता वाटायची. आता तर पेशव्यांची दिवाणी त्यांच्याकडे आलेली. नानासाहेब आजारी अगर नाटकशाळांत गुंतलेले. रघुनाथदादा आळशी आणि त्यांचा बापूंच्या शब्दांवर कमालीचा विश्वास. आपणच फडाचे मालक, किंबहुना वाड्यावरचा जरीपटका आपल्याच नजरेच्या इशारतीने फडकतो, अशी बापूंची भावना व्हायची.

आतासुद्धा बापू फडावर आरामात रेलून बसले होते. समोर दोन-चार हितसंबंधी बसून होते. त्यांपैकी एकजण म्हणाला,

“बापू, आता दांडगी जबाबदारी पडली असेल तुमच्यावर?”

“पडली तरी न पेलून सांगायचे कोणाला?” बापू अभिमानाने म्हणाले, “शिवछत्रपतींपासून ते नानासाहेब पेशवे सरकारांपर्यंत आमच्या घराण्याने सेवेचे कंकणच हाती बांधले आहे. त्याची जपणूक करणं, हे आमचं परमकर्तव्य नाही का?”

इतक्यात सेवक धावत आले. दादासाहेबांची स्वारी फडाकडेच येत आहे, अशी वर्दी मिळाली. लगेच बापू ताडकन उभे राहिले. डोक्यावर पागोटे ठेवले. तोवर दादासाहेब आलेच. बापूंनी गुलजार हसत दादासाहेबांना मुजरा केला,

“आशीर्वाद असावेत दादासाहेब.”

दादासाहेब बापूंकडे बघून हसले. आसनस्थ झाले.

“बोला बापू, काय विशेष?”

“तसं म्हटलं तर तसं काहीही विशेष नाही. पण तुम्हांला ते ऐकून विशेष वाटेल.”

“काय? कसलं विशेष?”

“खलिता आला आहे उत्तर हिंदुस्थानातून,” बापू हळू आवाजात म्हणाले.

“कोणाचा खलिता? भाऊसाहेबांचा की पंतबुंदेल्यांचा?”

“दस्तूरखुद्द भाऊसाहेबांचाच.”

“काय म्हणते भाऊसाहेबांची मोहीम?”

“भाऊसाहेबांनी दिल्ली जिंकल्याची बातमी चार दिवसांमागेच मिळाली शनिवारवाड्याला. ती आता, जुनी, शिळीपाकी झाली.”

“यापेक्षा अधिक काही?”

“आता भाऊसाहेब लिहितात की, फौजेत दुष्काळ पडला आहे. पैसा नाही, घोडी-माणसं उपाशी मरू लागली आहेत.”

“अस्सं?” दादासाहेबांनी आश्चर्याने विचारले.

“असं म्हणतात खरं भाऊसाहेब,” बापू थोडं हसून... थोडा पवित्रा घेऊन म्हणाले; “दादासाहेब, लहान तोंडी मोठा घास शहाण्या माणसाने घेऊ नये आणि मोठ्या घराच्या साखळ्या जोखू नयेत. आमच्यासारख्याने बोलू नये पण जीव राहत नाही. तर बोलू आम्ही दादासाहेब?”

“बोलाऽ”

“दादासाहेब, दिल्ली जिंकली म्हणायचं आणि लगेच फौजेत दुष्काळ पडला म्हणून लिहायचं... आता सांगा, दिल्ली आणि दुष्काळ हे शब्द तरी जवळचे वाटतात का? दिल्ली तर ऐश्वर्यसंपन्न आहे म्हणून जगातले वीर, महावीर ती जिंकायला येतात, नाही का?”

दादासाहेब म्हणाले, “बापू, भाऊसाहेबांचा खलिता तरी वाचा. नेमके काय म्हणतात ते?”

“हो हो– का नाही? मी प्रथम खलिता वाचणारच होतो,” बापू गडबडीनं म्हणाले, “भाऊसाहेबांची शैली मोठी वर्णनात्मक हं– ते म्हणतात, एवढा बाका प्रसंग की, पठाण मारला तरी दसऱ्यापर्यंत कोठे पैसा उभा राहणार नाही. मामलेदारांना तीर्थरूपांनी ताकिदीची पत्रे आजच्या आज धाडावी. सारा ऐवज इकडेच हिंदुस्थानात भरण्याची ताकीद करावी. मनसबा भारी. घरचा पैसा खाताना वाईट वाटते; पण इलाज नाही. जिकडे कामास जावे तिकडे मिळवावे. रड खाणे उत्तम नाही हे खरे... केवळ घरच्या जामदारखान्यातला पैसा खावा असाच प्रसंग प्राप्त झाला आहे. घरचे पैसे मागताना, खाताना खूप खूप वाईट वाटते. बोचते. पण ह्या महापेचात दुजा रास्ता दिसत नाही.”

दादासाहेब गंभीर झाले. म्हणाले,

"बापू, खरेच का हो एवढा पेच पडला असेल?"

"फौज म्हटल्यावर थोडेफार पेच असतातच. आपण नव्हता का गेला हिंदुस्थानी दोनवेळा फौज घेऊन," बापू हळू आवाजात बोलू लागले, "दादासाहेब, त्या परतुडच्या वाटाघाटी; हिंदुस्थानात कोणी जायचं यावरून झालेली खडाजंगी; तेव्हा भाऊसाहेब म्हणाले नव्हते का... घरचा पैसा वापरून मुलूखगिरी करून राज्य तारणं परवडेल का? तेव्हाच्या तुमच्या हिंदुस्थानच्या स्वारीत झालेल्या ऐंशी लाखांच्या कर्जाबद्दल भाऊसाहेब किती संतापले होते. हिशोब द्या म्हणून गर्जत होते."

"बरोबर आहे बापू," दादासाहेब थोडे हसून म्हणाले, "आता तरी भाऊसाहेबांना कल्पना आली असेल, फौजा चालवणं किती अवघड असतं. केवढी जोखीम असते तीऽ!"

"आणि दादासाहेब, तुमची फौज फक्त दिल्लीजवळ रवंथ करीत बसली नव्हती. ती पंजाबपार अटकेला भिडली होती. तरी काय नेटाने कामे उरकली हो दादासाहेब आपण," बापू साखरपेऱ्या शब्दांत म्हणाले, "दादासाहेब, आपल्या तोंडच्या वाक्यांना महावाक्याचा अर्थ लाभतो."

"म्हणजे?"

"अहो, आपणच म्हणाला नव्हता का– फड आणि रण यांमध्ये फार मोठं अंतर आहे. बोरूबहादुरी सोपी पण तलवारबाजी अवघडऽ!"

दादासाहेब खळखळून हसले. हसू आवरता आवरता विचारू लागले,

"उत्तरेतल्या मामलतदारांनी-कमावीसदारांनी भाऊसाहेबांना ऐवज पाठवलाच असेल ना?"

"लहान तोंडी मोठा घास घेऊ नये. आमच्यासारख्यांनी बोलू नये, पण जीव राहत नाही" बापू बोलले, "दादासाहेब, उत्तरेतल्या एका तरी मराठी माणसाशी भाऊसाहेबांचा सलोखा होता का? इथे फडावर होते तेव्हा साऱ्यांना त्यांनी धारेवर धरलेले. ते हिंगणेबंधू काय, ते नारो शंकर काय, ते पंत बुंदेलेसुद्धा काय– जे घावेल त्याची चौकशी, तपासणी आणि जमाबंदीचा सपाटा. आता ह्या मंडळींनी उत्तरेत माया गोळा केली नसेल, असं आम्ही म्हणू शकणार नाही. मनुष्यस्वभाव म्हटल्यावर होतं थोडंफार असं. त्यांना समजून घ्यायला नको का?"

"बरोबर बोललात बापू."

"आता आपलेच मेहुणे गोपाळराव बर्वे घ्या."

"त्यांचं काय?"

"अहो, थोरामोठ्यांच्या पाहुण्यांनी श्रीमंतांच्या वळचणीचा आश्रय घ्यायचा नाही तर काय तुमचं वैभव बघत उभ्या पावसात दिवस काढायचे? पंत बुंदेल्यांचा मुलूख काढून आपण बर्व्यांना दिला तर ते भाऊसाहेबांना फारसं आवडलं नव्हतं."

"कल्पना आहे मला बापू त्याची."

"एवढेच कशाला? ते अंताजी माणकेश्वर आपले व्याही. दहा वर्षं दिल्लीत फौजा ठेवून डोळ्यांत तेल घालून दिल्लीचं रक्षण केलं. त्याचं बक्षीस त्यांना भाऊसाहेबांनी काय दिलं? त्यांनाही चौकशीच्या खोडात अडकवलं ना? का, तर ते दादासाहेबांचे व्याही."

"बापू, तशा भाऊसाहेबांकडून अनंत चुका होतात, याबद्दल माझेही दुमत नाही बरं," दादासाहेब बोलले.

थोड्या इकडच्या तिकडच्या गप्पा झाल्या. एकदम दादासाहेबांना कसलीशी आठवण झाली. महालात बापू आणि आपल्याशिवाय कोणी नाही, याची खात्री करून घेतली. ते हळूच म्हणाले,

"बापू, तुमचे हेरखाते काय म्हणते?"

"कसले? कशाबद्दल?"

"वहिनीसाहेबांच्या महालाकडील काय वार्ता?"

"श्रीमंतांची आणि वहिनीसाहेबांची बऱ्याच दिवसांत भेटगाठ नाही. सारखी अंतर्गत धुसफूस चाललेली असते. पूर्वीची गोडी राहिली नाही."

"अस्सं?"

"तर काय? दोघांतला स्नेह भलताच बिघडत चालला. श्रीमंतांकडे उत्तर हिंदुस्थानातून चांगल्या फटाकड्या नाटकशाळा आल्या आहेत. वहिनीसाहेबांवरचा राग म्हणून श्रीमंत अहोरात्र नाटकशाळांत गुंग. इकडे आगीचा भडका भडकतोच आहे."

दोघांच्या कानगोष्टी चालल्या असतानाच गोपिकाबाईसाहेबांकडून सेवक आला. बापू आणि दादासाहेब दोघांनाही बोलावल्याचं सांगून गेला. जोडी थोड्याच वेळात गोपिकाबाईंच्या महाली पोहोचली. भरजरी पैठणी नेसलेल्या, गळाभर दागिने घातलेल्या, ऐटदार रुबाबातल्या सदतीस वर्षांच्या गोपिकाबाई दादासाहेबांचीच वाट बघत होत्या. त्यांच्या गोऱ्यापान मुद्रेवर उग्रतेच्या छटा पसरलेल्या दिसत होत्या. डोळ्यांत करारीपणाची झाक होती. त्यांनी महालात आलेल्या दादासाहेबांचं स्वागत केलं. दादासाहेब बिछायतीवर बसले. बापू नोकराच्या आदबीने हसतमुख चेहऱ्याने उभेच राहिले. गोपिकाबाईंनी पहिलाच सवाल केला,

"हिंदुस्थानची काही खबर?"

"जामदारखान्यातील ऐवजावर लष्कर चालवावं लागेल, असा भाऊसाहेबांचा खलिता..."

"तो आम्ही आधीच वाचला आहे."

दादासाहेब चमकले. त्यांनी बापूंकडे पाहिले. बापूंनी लाजल्यासारखा चेहरा केला. गोपिकाबाई म्हणाल्या,

"दादासाहेब, आपण हिंदुस्थानात गेलेल्या लष्कराचे फारसे लाड करू नयेत. आधीच लष्कर भाऊसाहेबांच्या हाती... त्यात तो यवनीचा पोर समशेर बरोबर."

दादासाहेबांच्या मुद्रेवर नापसंतीची छटा पसरली. ती गोपिकाबाईंच्या नजरेतून सुटली नाही. त्या म्हणाल्या,

''माफ करा दादासाहेब, कदाचित आमचे शब्द तुम्हांला आवडणार नाहीत. पण काही म्हणा, त्या यवनी लोकांवर आमचा बिलकूल विश्वास नाही.''

''वहिनीसाहेब, आपण असं बोलू नये. समशेरबहाद्दर शूर, धाडसी वीर आहेत. किती झाले तरी ते आम्हांला नात्याने बंधू लागतात. बाजीराव पेशव्यांचे पुत्र म्हणूनच त्यांना सारे ओळखतात.''

''म्हणून काय झालं? शेवटी त्यांचा जन्म यवनीच्या पोटीच झाला ना?''

दादासाहेबांनी विषयात बदल व्हावा म्हणून दुसरीकडे चेहरा केला. गोपिकाबाई म्हणाल्या,

''दादासाहेब, तुम्ही ऐंशी लाखांचं कर्ज केलं म्हणून भाऊसाहेबांनी जे आकांडतांडव केलं, ते तुम्ही एवढ्यात विसरलात वाटतं? जामदारखान्याच्या पैशावर फौजा चालवायच्या असतील तर त्यासाठी भाऊसाहेबच कशाला पाहिजेत? एखादं तान्हं मूलसुद्धा अशा स्वाऱ्या-शिकाऱ्या करून दाखवेल. बापूऽऽ यापुढे हिंदुस्थानातून येणाऱ्या साऱ्या अखबारथैल्या आमच्या हवाली करा.''

''जी, वहिनीसाहेब, हुकमाची तामिली हुकूम होण्याआधीच सुरू झाली आहे या सेवकाकडून.''

''भाऊसाहेब चांगली मिठ्ठास पत्रं लिहितात. त्यांचे शब्द तर मेले मधाच्या कुपीत भिजवून आणल्यासारखे असतात. ते वाचून इकडची स्वारी पाघळायची. पहिल्यापासून त्यांची भारी मर्जी आहे त्यांच्यावर. आपलं, दुसऱ्याचं यांतला साधा फरक कळत नाही यांना. तरी बरं, मी यांच्या आयुष्यात आले. नाहीतर भाऊसाहेबांच्या कर्तृत्वावर भाळून यांनी सारी पेशवाईच भाऊंच्या गळ्यात बांधली असती. इकडची स्वारी किती भोळी सांब आहे, हे मी चांगले जाणते.''

''बरोबर आहे वहिनीसाहेब,'' दादासाहेबांनी मान डोलावली.

''काय बरोबर आहे?'' गोपिकाबाई रागावल्या, ''दादासाहेब, तुम्हीही इकडच्या स्वारींचे सख्खे बंधू! त्यांच्यापेक्षा भोळे सांब. तुम्ही काहीही सांगू नका. त्या परतुडला तेवढा आपला कंठ कसा फुटला होता, हे आई भवानीला माहीत. नाहीतर जेव्हा जेव्हा भाऊसाहेबांची आणि तुमची गाठ पडते तेव्हा तेव्हा पोरीसारखे खाली मान घालून अंगठ्याकडे बघत बोलता. हजारदा पाहिलं आहे आम्ही.''

''हे बाकी वहिनीसाहेब, आपण लाख बोललात!'' बापू खो खो करून हसले.

महालात बोलणे चालू असतानाच बाहेर गडबड उडाली. धापा टाकीत दोन सेवक आत आले. बोलले, ''श्रीमंतांची स्वारी इकडेच येत आहे.'' खुद्द नानासाहेब पेशवे महालात येत आहे, हे कळल्यावर दादासाहेब आणि गोपिकाबाई गडबडून उठून उभे राहिले. बापूंनी थोडे अंग चोरले. पांढऱ्याशुभ्र पेहराव्यातल्या नानासाहेबांनी महालात प्रवेश केला. दोन-तीन महिन्यांच्या काळात पेशव्यांची तब्येत चांगलीच

खंगली होती. मुद्रेवरचा रसरशीतपणा जाऊन मुद्रा पांढरी दिसू लागली होती. देह थकल्यासारखा भासत होता. आसनस्थ होता होता नानासाहेब म्हणाले,

"काय, कसली खलबतं चालली आहेत?"

नानासाहेबांनी खाली बसता बसता बापूंकडे रोखून पाहिले. बापूंनी अधिक अंग चोरले. नानासाहेब कडाडले,

"सखारामपंत, कसा चालला आहे तुमचा कारभार?"

"जी श्रीमंत."

"काय जी श्रीमंत?" नानासाहेब संतापले, "अरे, भाऊसाहेब या शनिवारवाड्यात नाहीत, त्याला फक्त पाच-सहा महिने झाले, तोवर काय ह्या वाड्याची दशा झाली आहे? सारा वाडा, महाल सुने सुने भासू लागले आहेत. नोकराचाकरांना शिस्त राहिली नाही. बेशिस्त सेवक बिनकामाचे उनाडक्या करीत इकडेतिकडे हिंडतात. भाऊसाहेब इथे असताना कारंज्यांनाही कसे हसू फुटायचे. त्याच कारंज्यांना आता दोन-दोन दिवस पाण्याचा थेंब मिळत नाही. वाड्याचा उकिरडा करायचा तुमचा बेत दिसतो सखारामपंत!"

नानासाहेबांचा उग्र अवतार बघून दादासाहेब चूप झाले. बापूंची बोबडी वळायची वेळ आली; पण गोपिकाबाई अजिबात डगमगल्या नाहीत. त्या खंबीरपणे म्हणाल्या,

"पेशव्यांना आज बरी बंधुराजांची आठवण झाली. साऱ्या नाटकशाळा श्रीमंतांच्या महालातून बाहेर पडून वनविहाराला गेल्या म्हणून का ही फुरसत गवसली?"

"बरोबर बोललात तुम्ही," नानासाहेब विवशतेने म्हणाले, "आम्ही थोडेफार व्यसनांच्या, वाईटसाईट नादाच्या आहारी गेलो म्हणून लुंग्यासुंग्यांची कारभारात ऐट वाढली. पंख फुटले. काय सखारामपंत, दोन दिवसांमागचा भाऊसाहेबांचा खलिता कुठे आहे?"

"जी श्रीमंतऽ" बापू लटपटले.

"खलिता आमच्या नावे येऊनही आमच्यापर्यंत का पोहोचला नाही?"

"श्रीमंतऽ श्रीमंतऽ, लागलीच खलिता घेऊन मी श्रीमंतांकडेच आलो होतो पण... पण आपल्या महालाचे दार बंद होते..."

"ह्याच सबबी तुम्हांलाही उपयोगी पडतात काय? एवढा जरुरीचा खलिता होता तर आम्हांला उठवले का नाही?" हताश होऊन नानासाहेब बोलले, "या आधी असे किती खलिते मधल्या मध्ये गडप झाले असतील कोणास ठावे?"

नानासाहेबांचा रुद्रावतार ध्यानी घेऊन बापूंनी लगेच खलिता जलदीने त्यांच्याकडे सुपूर्त केला. खलिता वाचता वाचता नानासाहेब अत्यंत गंभीर झाले. म्हणाले,

"एवढाच मजकूर पत्रात लिहिला आहे? वास्तवात लष्कराचे हाल किती होत असतील कोणास ठावे?"

नानासाहेबांच्या उद्गारांवर गोपिकाबाईंना शांत राहवले नाही. त्या लागलीच फणकारून बोलल्या,

‘‘भाऊसाहेबांनी इरेस पडून मोहिमेची जोखीम उचलली आहे. ती त्यांनी कळेल त्या रितीने पार पाडावी. श्रीमंतांनी चिंता करू नये.’’

‘‘कितीही शूर, तेजस्वी पुरुष असला तरी तो बाक्या प्रसंगी हतबल होतो. प्रसंगी भाऊने इकडे मदतीचा हात पसरायचा नाही, तर त्या अब्दालीकडूनच कुमक मागवायची का?’’

‘‘दिल्ली ही हिंदुस्थानची राजधानी आहे. ती भाऊसाहेबांनी जिंकली. दिल्लीत कशाची कमी आहे? तिथे काळ पडतो, हे कोणाला सांगूनही पटणार नाही.’’

‘‘आम्ही लहान तोंडी मोठा घास घेऊ नये आणि मध्ये बोलू नये, पण जीव राहत नाही,’’ बापू मध्येच नाक खुपसून म्हणाले, ‘‘हवे असल्यास दादासाहेबांचीच साक्ष काढा. गेल्या वक्ताला जेव्हा दादासाहेबांबरोबर आम्ही दिल्लीत पोहोचलो होतो, तेव्हा नुकतीच संपत्ती लुटून अब्दाली निघून गेला होता. त्याने एवढी लूट नेली की, ती नेण्यासाठी त्याने दिल्लीतली उकिरड्यावरची तट्टे-गाढवेसुद्धा सोडली नाहीत. कोणाच्या दावणीला जनावर राहिले नाही. आमची खात्री आहे, अजूनही दिल्लीच्या तळघरात कोट्यवधी संपत्ती अडकून पडली आहे. तिचा फक्त शोध घ्यायला हवा.’’

बापूंचा चोंबडेपणा नानासाहेबांना आवडला नाही. त्यांनी रागाने विचारले,

‘‘फुकाच्या ब्रह्मज्ञानाच्या गोष्टी बोलू नका पंत. त्या हिंदुपत राजाला भाऊंना मदत करा म्हणून सांगितलेले पत्र रवाना झाले का?’’

‘‘जी श्रीमंत.’’

‘‘कमावीसदारांनी निम्मा भरणा तिकडेच रवाना करावा म्हणून काढलेले आदेश हिंदुस्थानी धाडले का?’’

‘‘केव्हाच पाठवले श्रीमंत.’’

भाऊसाहेबांची पेशव्यांनी चालविलेली चौकशी पाहून गोपिकाबाईंचा जळफळाट वाढत होता. त्या संतापून बोलल्या,

‘‘मुलूखगिरी करून फौजा चालवण्याऐवजी आता जामदारखान्यातील पैशाची अपेक्षा करण्यापर्यंत या लोकांची मजल गेली. ज्यांच्याकडून रांजण भरायचा, त्यांनीच रांजणाच्या तळाशी भोक पाडले तर इकडच्या प्रजेने पाणी कुठले चाखायचे? आजवर रग्गड दौलत पाठवली आहे भाऊसाहेबांना. नगरच्या किल्ल्यावरची दारू गेली, शनिवारवाड्यातली दारूही झाडून पाठवली. भावोजी मावळ्यात असताना एकदा दोन लक्ष, नंतर एक लक्ष अठ्ठ्याऐंशी हजार धाडले. पंत बुंदेल्यांनीही पैका धाडला. पैसे इथे काय झाडाला लागतात?’’

‘‘बाईसाहेब, भाऊसाहेबांचे हिशोब मात्र आपल्या मुखोद्गत दिसतात. इतर वेळी चवली-अधेलीचाही हिशोब ध्यानात राहत नाही आपल्या,’’ नानासाहेब बोलले, ‘‘आज ना उद्या हिंदुस्थानच्या फौजेच्या कुमकीसाठी काहीतरी बंदोबस्त आम्हांला करावाच लागेल.’’

‘‘भाऊसाहेबांबद्दलचं आपलं प्रेम खूप उमाळून यायला लागलं आहे. पण एक

ध्यानी ठेवावे स्वारींनी. बऱ्याच वेळा सख्ख्या भावाचा भरवसा सांगवत नाही. भाऊसाहेब तर आपले चुलतबंधू. दिल्लीत दुष्काळ पडला आहे, अशा खोट्या खबरा धाडतील आणि अचानक एक दिवस दिल्लीची गादी मांडीखाली दाबतील. न जाणो, विश्वासरावांना चवऱ्या ढाळायला भाग पाडायचे. पोरांना ठिकाणा नाहीसा व्हायचा.''

गोपिकाबाईंच्या बोलांनी नानासाहेबांना असह्य वेदना झाल्या. ते कळवळून म्हणाले,

''गोपिकेऽ, भाऊसाहेबांबद्दलच्या तुझ्या या तिरस्काराला, दुज्याभावाला परमेश्वरसुद्धा क्षमा करणार नाही तुला. भाऊंबद्दल आमच्या मनात तिळमात्र शंका नाही. तुम्ही बोलता एक, मात्र वास्तव दुसरेच. हिंदुस्थानच्या साऱ्या खबरा तुम्हांला कळलेल्या दिसत नाहीत. जेव्हा भाऊसाहेबांनी लाल किल्ल्यावर जरीपटका फडकवला तेव्हा त्यांनी खास दरबार भरवला. विश्वासरावांना उच्चासनावर बसवून साऱ्या सरदारांकडून त्यांना नजराणे पेश केले. भाऊंचं मन केवढं सागरासारखं विशाल आणि तुमच्या मनाला डबक्याची दुर्गंधीऽ! आमची तबियत नादुरुस्त असली, आम्ही व्यसनाधीन असलो तरी आम्हांला एक दिवस हिंदुस्थानी फौजेच्या मदतीस निघावे लागेल. दादा, तूही तयारीला लागऽ'' नानासाहेब निश्चयानं बोलले.

हिंदुस्थानी निघण्याची पेशव्यांची तयारी बघून दादासाहेब चमकले. बापू खजील झाले. गोपिकाबाई लालेलाल झाल्या. मुद्रेवरच्या संतापलाटा स्पष्ट दिसू लागल्या. दातओठ खात त्या म्हणाल्या,

''भाऊसाहेबांच्या आणि त्या यवनाच्या नादी लागून लाखभर फौज धाडली, ती पुरे झाली. उरलेलं सैन्यही एखाद्या दिवशी धाडलं तर दौलतीला दुसरं संरक्षण राहायचं नाही. यापुढे पेशव्यांच्या यापेक्षा अधिक फौजा तिकडे रवाना होणार नाहीत.''

''खामोशऽऽ'' नानासाहेब संतापाने ओरडले, ''हा पेशव्यांचा वाडा आहे. रास्त्यांचा नाही! अजून या वाड्यात फक्त पेशव्यांचाच अंमल चालतो. तुमच्या मायावी शब्दांना, सौंदर्याला भुलून मधल्या काळात आम्ही बिघडलो होतो. आता तुमच्या मर्जीनुसार पावलं टाकली तर उभ्या दौलतीचा खेळखंडोबा होईल. बाईलबुद्धीने यापुढे आम्ही चालणार नाही. आमची जनावरं, माणसं आम्हांला परक्याच्या जबड्यात घालावयाची नाहीत. ती आमची आम्हांला हवीत. साजिवंत हवीत.''

एकाएकी नानासाहेबांचा दम वाढला. तबियत बिघडली. काही दिवसांकरिता पेशव्यांनी अंथरूण धरले.

□

अब्दाली बादशहा सचिंत मनाने मसलतीच्या डेऱ्यात बसला होता. त्याचा विश्वासू वजीर शहावलीखान आणि कडवा लढवय्या सरदार बरकुरदारखानसुद्धा

बैठकीत हजर होता. या आधी गिलचे आणि मराठ्यांमध्ये सुलुखाचे अनेक प्रयत्न झाले होते; पण तहाचे घोडे तसेच फतकल मारून बसले होते. ते बेणे जागचे उठत नव्हते तर दौडणारच कसे? सुलूख घडावा म्हणून सुजाउद्दौला जंग जंग पछाडीत होता. तो घडू नये म्हणून नजीबखान जीव तोडून यत्न करीत होता. पण यमुनेच्या दोन्ही काठावरची दले अधूनमधून भूक, उपासमारीस तोंड देऊन कंटाळली होती. ‘‘बघा बाबा, थोडे इकडे नाहीतर तिकडे करा. पण या जाचातून मुक्त करा.’’ अशी दोन्ही बाजूंच्या सर्वसामान्य शिपायांचीसुद्धा भावना होती. चांगला सुलूख घडला तर तो दोघांनाही हवा होता. बादशहा वजिराला म्हणाला,

‘‘आज नऊ महिने या मातीत आमचं लष्कर अडकून पडलं आहे. यातून काहीतरी मार्ग शोधलाच पाहिजे. आमच्या बहाद्दर सैनिकांनी घराची दारे गेल्या नऊ मासांत पाहिली नाहीत. त्यांनी परक्या मुलखात किती दिवस दम काढायचा?’’

‘‘पण आलमपन्हाँ, आपल्या हाती एवढ्या दिवसांनंतरही काहीच कसे गवसत नाही?’’ वजीर.

‘‘आम्हांला हिंदुस्थानच्या राजमुकुटाची लालसा नाही. असती तर तो आम्ही याआधीच धारण करून मिरवलो असतो,’’ बादशहा बरकुरदारखानकडे बघत म्हणाला, ‘‘बरकुरदार, सुलूख शक्यतो घडेल असेच बघा. नजीबखानाच्या मुख्य मागण्या ध्यानात घ्या. आमच्यासाठी म्हणाल तर इतक्या दिवसांची आमच्या फौजेची नुकसानभरपाई म्हणून आम्हांला भरपेट खंडणी हवी. खंडणीसाठी हिंदुस्थानचा मुलूख तोडून कायमची व्यवस्था लागली तर बहोत खूब.’’

‘‘जहापन्हाँ, सुलुखातून काही तरी निघेल असा आम्हांला विश्वास वाटतो,’’ वजीर.

‘‘कदाचित सुलूख यशस्वी होईलही. पण बरकुरदार, एक करा. पुनः पुन्हा रोज उठून त्या नजिबाच्या कागाळ्या नकोत आणि हिंदुस्थानच्या मातीत त्या दख्खनी मराठ्यांचा नंगानाचही नको. या गोष्टींचा बंदोबस्त कसा होईल ते पहा,’’ अब्दालीने सूचना दिल्या.

बादशहाला मुजरा करून बरकुरदारखान डेऱ्याबाहेर पडला. आता त्याला तडक नदीपार होऊन मराठ्यांच्या लष्करात जायचं होतं. आजचा दिवस सुलुखाच्या दृष्टीने महत्त्वाचा होता. बरकुरदार बाहेर पडला तेव्हा त्याच्या स्वागतासाठी नजिबाची स्वारी आधीपासून तिष्ठत होती. नदीतीरापर्यंत सोडायला येतो, असा बहाणा करून नजीब त्याच्याबरोबर बोलत निघाला. बरकुरदाराचीच नियुक्ती ह्या महत्त्वपूर्ण प्रसंगी कशी झाली, याची कल्पना त्या बिचाऱ्याला नव्हती. आधी या महत्त्वपूर्ण सुलुखासाठी पोक्त आणि जबाबदार इसम म्हणून अब्दाली आपल्या वजिराला, शहावलीलाच धाडणार होता. या गोष्टीचा सुगावा लागताच नजीब सेनापती जहानखानाच्या कानाशी लागला. वजीर तर अफगाणिस्तानाकडे लवकर निघू या म्हणून मुंडावळ्या बांधून सजून बसलेला इसम आहे. तो भलत्यासलत्या अटी मान्य करायचा आणि

आजवरच्या साऱ्या कामावर बोळा फिरायचा. "जहानखानजी, ज्या माकडांनी पंजाबकडे तुमचा प्यारा पुत्र मारला, त्यांच्याशी कसला सुलूख करता? त्याऐवजी जो सहसा सुलुखाला राजी होणार नाही, असाच एखादा तुमच्या कच्छपीचा इसम धाडा." नजिबाचा हा कानमंत्र जहानखानला लागू पडला. त्याने बादशहाकडे बोलणे लावले, "सुलूख घडला तर कोणाला नको आहे? पण वाटाघाटीसाठी आपल्या वजिरांना धाडण्याचं काय कारण? आलमपन्हाँ, ही मरगठ्ठ्यांची जात दगाबाज आहे. न जाणो सुलुखाची बोलणी करायला गेलेल्या आपल्या वजिराला, कंदाहारच्या वजीरे आलमला त्यांनी कैद केलं वा काही भलंबुरं केलं तर केवढा बदनक्ष होईल आपला. एवढ्या जाणत्या इसमाऐवजी एखादा नवागत सरदार धाडा." बादशहाने जहानखानची ही मागणी तात्काळ मान्य केली. पद्धतशीर ह्या कामावर बरकुरदारखानाची, जहानच्या विश्वासू सहकाऱ्याची निवड झाली.

नजीब बरकुरदारखानाच्या काफिल्याबरोबर चालला होता. त्याने भाऊसाहेबांसाठी आपल्या मागण्यांच्या चिठ्ठ्या खानाकडे सुपूर्त केल्या. वेळ-वखत बघून त्या कशा आणि केव्हा द्यायच्या, याच्या सूचना तो खानाला पुनः पुन्हा देऊ लागला. बरकुरदारखान हसून म्हणाला,

"नजीबजी, माझ्याऐवजी सुलुखासाठी तुम्हीच पलीकडच्या लष्करात का जात नाही?"

"मी? नजीबउद्दौला? आणि मराठ्यांच्या लष्करात?" नजीब खो खो हसून म्हणाला, "बरकुरदार, तुम्ही चांगलेच विनोदी दिसता. मी जातो कायमचा पलीकडे आणि तुम्ही इकडे मजा मारा. एकदा मी मराठ्यांच्या हाती लागलो तर युद्धाचा ग्रंथच आटोपला म्हणून समजा. एकतर गेल्या गेल्या ते सारे मिळून माझी खांडोळी करतील, किंवा जातीचे रसिक असतील तर साखळदंडांनी बांधून मला दख्खनदेशी नेतील! कसला नजीबखान आहे, हे लोकांनी बघावे म्हणून पिंजऱ्यात जखडून आम्हांला प्रदर्शनात ठेवतील."

दोघेही खो खो हसले. नजीब हसू आवरीत बरकुरदाराला म्हणाला,

"सरदारजी, सुलूख घडला तर बरेच! पण तरीसुद्धा काफरांशी हातमिळवणी करणं, ही कल्पनाच किती वाईट आहे हो!"

पांढरे बावटे लावलेल्या नावेत बरकुरदार आणि त्याचे चार साथी बसले. बघता बघता नाव पलीकडच्या काठाकडे सरकू लागली.

सुलूख कसा आणि केव्हा घडतो, याची उत्सुकता मराठ्यांच्याही लष्करात पसरली होती. पलीकडून वकील आल्यावर स्वतः भाऊसाहेब आपल्या दोन विश्वासू सहकाऱ्यांसमवेत त्यांच्याशी बोलणी करणार होते. सुजाचा वकील देवीदत्त तर मराठ्यांच्या लष्करात दोन महिन्यांपासून तळ ठोकून होता. त्याचीही या नव्या घडामोडींवर बारीक नजर होती.

भाऊसाहेब आपल्या मसलतीच्या डेऱ्यात शांतपणे बसले होते. याच ठिकाणी ते अब्दालीच्या वकिलाला भेटणार होते. भाऊसाहेब कोणत्या दोन विश्वासू सहकाऱ्यांना सुलुखाच्या मसलतीस बोलावणार आहेत, याची सर्वांना उत्सुकता लागली होती. मल्हारबाबा होळकरांना निरोप गेला. मल्हारबाबा आनंदाने हत्तीसारखे डुलत डुलत मसलतीच्या डेऱ्यात आले. होळकरांना पाचारण केल्याची खबर कळताच जनकोजी शिंदे संतप्त झाला. दक्षिणेतून आलेल्या विश्वासराव, महिपतराव, बळवंतराव, समशेरबहाद्दर, नाना पुरंदरे या तरुण रक्ताच्या मंडळींना ही गोष्ट फारशी रुचली नाही. मल्हारबाबा आसनस्थ झाले. त्यांनी हसत हसत विचारले,

"भाऊसाहेब, तुमचा एक विश्वासू सहकारी हा आता आला. दुसऱ्याचा अजून पत्ता नाही."

"त्यांनाही निरोप गेला आहे. येतील ते."

"कोण बरे ते?"

"आपले इब्राहिमखान गारदी," भाऊ शांतपणे बोलले.

इब्राहिमचे नाव ऐकताच मल्हारबाबा जाम भडकले. संतापाने थरथरत त्यांनी विचारले,

"तो काळतोंड्या? तो गारदी? तो तुमचा विश्वासू सहकारी? भाऊसाहेब, काय बोलता आहात तुम्ही?"

"होय, सुभेदारकाका, तो इब्राहिम मला भरवशाचा वाटतो."

"तो काळतोंड्या साप भरवशाचा? आणि आम्ही काय बिनभरवशाचे?"

"सुभेदारकाकाऽ तुम्ही अनुभवी, मराठी दौलतीचे चढ-उतार पाहिलेले, म्हणून तर तुम्हांला या प्रसंगी मार्गदर्शनासाठी पाचारण केलं. मग तुम्ही बेभरवशाचे कसे?"

"भाऊसाहेब, दगडाधोंड्यावर विश्वास ठेवा. पण गारद्यांच्या जातीवर विश्वास ठेवू नका. गारपिरावर ह्याच जातीच्या त्या मुजफ्फरखानाने तुमच्यावर..."

"शस्त्र चालवले, असेच ना? मी विसरलो नाही," भाऊसाहेब बोलले; "पण का कुणास ठाऊक, प्रथम भेटीपासून हा इब्राहिम मला खूप भरवशाचा आणि इमानी वाटला आहे. आमच्यावर वेळ-वखत गुदरली, आम्ही प्रसंगी मृत्यूच्या जबड्यात अडकलो, विषारी दात अंगात घुसले तर ह्या लाखभर सोबत्यांमधले किती जण संगतीला उरतील? पण जे उरतील, त्यांत आघाडीला हा वीर इब्राहिम नक्कीच असेल."

"एवढा भरवसा असेल तर काय, आमचे बोलणेच खुंटले," मल्हारबाबा हताश होऊन म्हणाले, "भाऊसाहेब, तरीसुद्धा आमचा जीव राहत नाही म्हणून बोलतो. मघाशी तुम्हीच आमच्या अनुभवाचा उल्लेख केलात. तुमच्या पित्याबरोबरच नव्हे तर तुमच्या चुलत्याबरोबर... बाजीराव पेशव्यांबरोबर हिंदुस्थानची सारी रानेमाळे ह्या मल्हारबाने पालथी घातली आहेत. उन्हापावसात इकडे हयात गेली आमची. ह्या

मल्हारराव होळकर

पिकल्या केसांची लाज राखा आणि आमच्या चार गोष्टी ऐकत जा.''

भाऊसाहेब याबाबत काहीच बोलले नाहीत. बाहेर घोडा खिंकाळला. इब्राहिम आल्याची वर्दी मिळाली तसे मल्हारबाबा चूप झाले. हसतमुखानं लवून मुजरा करीत इब्राहिमखान आसनस्थ झाला. सुभेदारांनी दुसरीकडे तोंड केले. अब्दालीचा वकील यायला अजून थोडा अवकाश होता. तोवर सुजाच्या वकिलाला बोलावू आणि त्याचा होरा पडताळू, असे भाऊसाहेब म्हणाले. सांगावा गेला. थोड्याच वेळात देवीदत्त बैठकीत हजर झाला. भाऊसाहेबांनी त्याला नजरफेकीत जेरबंद केले. ते

म्हणाले,

"देवीदत्त, सुजाउद्दौला, तुम्ही-आम्ही सारी एका हिंदुस्थानच्या मातीतली माणसं. आपल्यातले तंटेबखेडे आपण सोडवू. एके जागी हजारदा बसू. पण दुराणीसारख्या परक्या घुसखोराच्या कच्छपी आपण का लागता?"

"हुजूर, खरे सांगायचे तर सुलूख घडून येण्यासाठी आमचेच धनी पहिल्यापासून प्रयत्नशील आहेत. मी तर गेल्या दोन-तीन महिन्यांपासून ह्या एकाच ध्येयासाठी आपणाकडे मुक्काम ठोकून आहे."

"पण तरी सुलूख का घडत नाही?"

"पलीकडे तो कळीचा नारद, कळकुटा नजीब बसला आहे ना? त्या एका इसमामुळे घडून येणारे काम बिघडते. साऱ्याचा नाश होतो."

"आपल्या साधारण मागण्या तरी काय आहेत?"

"हिंदुस्थानची वजिरी आम्हांला हवी, अशी नबाबसाहेबांची मागणी आहे."

"ती तर दोन्हीही बाजूला मान्य आहे. पुढे बोला;" भाऊसाहेब हसून म्हणाले.

"दिल्लीच्या बादशाहीचा बंदोबस्त आमच्या हाती द्यावा, असं नबाबसाहेबांना वाटतं."

"बरंऽ पुढे? हद्दीचा काही दावा?"

"काही नाही."

"नजीबखानाच्या मुख्य मागण्या साधारण काय दिसतात?"

"दिल्लीच्या पातशाहीचा बंदोबस्त सुजाकडे किंवा मराठ्यांकडे न जाता तो माझ्याकडेच हवा, असा त्यांचा आग्रह दिसतो. शिवाय, तुम्ही दिल्लीचा परिसर कायमचा सोडून दक्षिण देशी रवाना व्हा, ही त्यांची मागणी कायम आहेच."

"वाऽ रे नजीब!" भाऊसाहेबांसह सारे हसले.

देवीदत्ताने सुजाचे एक गुप्त पत्र भाऊसाहेबांच्या हाती दिले. देवीदत्त म्हणाला,

"हा महत्त्वाचा खलिता आहे. तो बैठकीपूर्वीच तुम्हांला लाभावा अशी नबाबसाहेबांची इच्छा होती. म्हणून इथेच सादर करतो तो."

भाऊसाहेबांनी लागलीच थैली सोडली. ते खलिता वाचू लागले,

'भाऊसाहेब! दुर्दैवाने आम्ही या सैतानांच्या जाळ्यात अडकलो आहोत. पण आता बाहेर पडायचे मार्गही कायमचे बंद झाले आहेत. आमच्या लष्कराला नेहमी अपमानाला तोंड द्यावे लागते. काय करायचे? रुतून पडलो, बाहेर पडायला पाय मोकळे नाहीत. दुर्दैव! भाऊसाहेब, या प्रसंगी महत्त्वाची इशारत देतो. नजिबाने आपल्याविरुद्ध चोही दिशेला विषारी प्रचाराचा धडाका लावला आहे. आर्थिक आणि राजनीतीचे मुख्य सवाल बाजूला पडू लागले आहेत. लढाईवर जातिद्वेषाची पुटं चढू लागली आहेत. अशा प्रसंगी होता होईल तो... सुलूख करणेच बरे.'

पत्रवाचन संपले. भाऊसाहेब विचारमग्न झाले. तोच बाहेर घोडी खिंकाळली. दोन सेवक खबर घेऊन धापा टाकीत आत आले. "श्रीमंत, श्रीमंतऽऽ, वकील पलीकडच्या

काठाला नावेत बसले. वकील लवकरच लष्करात पोहोचतील.'' भाऊसाहेबांनी इशारा केला. देवीदत्त निघून गेला. मल्हारबाबा, इब्राहिम आणि भाऊसाहेब यांच्या आपसांत थोडा वेळ वाटाघाटी झाल्या. 'सर्व प्रयत्ने अब्रू राखून होईल ते करू या,' या भाऊसाहेबांच्या मतावर दोघांचेही एकमत झाले.

थोड्याच वेळात मसलतीच्या डेऱ्यात बरकुरदार दाखल झाला. बरकुरदार विशी-पंचविशीतला तरुण दिसला तरी त्याच्या डोळ्यांतील तेज आणि हुशारीच्या छटा भाऊसाहेबांनी हेरल्या. प्रथम बरकुरदारखानाने हिऱ्याची मौल्यवान अंगठी अब्दालीतर्फे भाऊसाहेबांना पेश केली. तो म्हणाला,

"बादशहाने ही रत्नजडित अंगठी तुम्हांला नजर केली आहे. ही अंगठी करंगळीत राहिली तर ती सदोदित मैत्रीची आणि सलोख्याची याद देईल.''

"बादशहांच्या रसिकतेवर आम्ही खूष आहोत. कशी तब्येत आहे त्यांची?''

"उत्तम. हुजुरांनाही आरोग्य चिंतले आहे त्यांनी.''

"आभारी आहोत. नजीबसाहेबांची तब्येत कशी आहे?'' भाऊसाहेब.

"ठणठणीत.''

"त्यांची तब्येत नेहमीच ठणठणीत असते. इतरांच्या तब्येती मात्र ते बिघडवत सुटतात,'' इब्राहिम.

इब्राहिमखानाच्या विनोदाला मल्हारबाबांसह साऱ्यांनी खो खो हसून दाद दिली. बरकुरदारखानही मनमोकळा हसला. इकडची-तिकडची क्षेमकुशलाची भाषा झाली. भाऊसाहेबांनी मुद्द्याला हात घातला,

"तर काय म्हणतात दुराणीसाहेब?''

"ते केव्हाही हिंदुस्थान सोडून जायला तयार आहेत.''

"पण कोणत्या अटी लादून?''

"एक हद्दीचा-खंडणीचा सवाल आहेच, शिवाय मुख्यत: नजीबखानाच्या मागण्या विचारात घ्या, असा त्याचा कल आहे.''

"नजीबउद्दौला आणखी काय मागतात आम्हांकडून?''

"त्यांचाच खलिता वाचा ना.''

बरकुरदारखानाने नजिबाची चिठ्ठी भाऊसाहेबांच्या हवाली केली. मेलेला उंदीर उचलावा तशा तिरस्काराने भाऊसाहेबांनी तो लखोटा उघडला. 'प्रिय दख्खनदौलत भाऊसाहेब, आपला माझ्यावरचा राग आम्ही जाणून आहोत. ह्या गरीब नजिबाहातून काही गलती घडल्या असतील तर उदार अंत:करणाने त्या माफ करा. तुमच्या शत्रूला मी हिंदुस्थानच्या बाहेर पिटाळून देतो. मात्र त्यासाठी माझ्या हिताच्या चार थोड्या गोष्टी आपणाकडून कबूल व्हाव्यात. माझी मामलत, माझी जहागिरी, नजिबाबाद, सहराणपूर, शामली हा अंतर्वेद प्रांताचा माझा मुलूख माझ्याकडेच राहावा. दिल्लीच्या पातशाहीचा बंदोबस्त बघण्याचे कष्ट तुम्ही न उचलता, सुजावरही ती जोखीम न देता ती जबाबदारी ह्या बंद्या गुलामावर सोपवा. केवळ आपल्याच

आशीर्वादाने मी दिल्लीचा सरंजाम चालवून दाखवेन. वरकड काही अटी खानसाहेबांना मी आणि बादशहाने सांगितल्या आहेत. त्याही मान्य व्हाव्या.' भाऊसाहेबांनी खलिता गुंडाळला. बरकुरदाराकडे दृष्टिक्षेप टाकीत ते म्हणाले,

"बोला."

"महत्त्वाची पहिली गोष्ट कौलकरारातल्या ज्या अटी आहेत, त्या तुम्हांला मान्य झाल्या तर त्यांचे पालन होईल, अशी हमीपत्रे मल्हारराव होळकरांच्या मुद्रेनेच नजीब आणि बादशहाला हवीत."

"ठीक आहे, आमच्यापैकी कोणा एकावर तरी यांचा भरवसा आहे, हेही थोडकं नाही!" भाऊसाहेब बोलले, "हं, आता सांगा तुमच्या वरकड अटी."

"पहिला महत्त्वाचा सवाल हद्दीचा आहे. बादशहाची हद्द कोठवर असावी आणि तुम्हां मराठ्यांची हद्द कोठवर असावी?"

"ह्या मुद्द्यावर गोंधळण्याचे काहीच कारण नाही. ह्या बैठकीला हे सुभेदारकाका हजर आहेत. जेव्हा आमच्या रघुनाथदादांनी अटकनदीचे जळ दख्खनी घोड्यांना पाजले, तेव्हाच ती हिंदुस्थानची हद्द झाली. त्याच्या पुढे अफगाणिस्तानच्या बाजूला तुमची हद्द."

"भाऊसाहेब, थोडासा गोंधळ होतो आहे. आमच्या बोलण्याचा मतलब आपल्या ध्यानी आल्याचे दिसत नाही," बरकुरदारखान बोलला, "आपण हिंदुस्थानच्या हद्दीबद्दल बोलता तेव्हा मराठ्यांची हद्द मध्येच कशाला घुसडता?"

"मतलब?" भाऊसाहेब चिडले, "तुम्हांला म्हणायचं तरी काय आहे? आम्ही मराठे हिंदुस्थानी नाही? हा हिंदुस्थान आमचा आहे. माझा आहे. दख्खन देश वेगळा नाही. ती तर हिंदुस्थानची वज्रमूठ आहे. तुमच्याच भाषेत, समजुतीत गल्लत दिसते. हिंदुस्थानची हद्द हीच आम्हां सर्वांची हद्द."

"ठीक आहे," बरकुरदारखान घोगऱ्या आवाजात म्हणाला, "मी धोरणे ठरवणारा मालक नव्हे. हे माझे निर्णय नाहीत. मी फक्त वकिली करतो. पलीकडून मला जे सुनावलं आहे ते सांगतो. अब्दालीची हद्द जर अटकेची तर तुम्हां मराठ्यांची हद्द नर्मदेपल्याड."

"हे आम्हांला बिलकूल मंजूर नाही."

"पेशवेजी, एकदा बैठकीला बसायचं, सुलुखाची भाषा करायची, तर आपल्या मुद्द्याला चिकटून कसे चालेल? थोडे इकडे-तिकडे झाले पाहिजे. आगेमागे सरकले पाहिजे."

"तुम्हांला म्हणायचं तरी काय आहे?"

"अटकेची हद्द अब्दाली बादशहाला अजिबात मंजूर नाही. थोडं हिंदुस्थानकडे सरका."

भाऊसाहेबांच्या मुद्रेवर काळजीची छटा पसरली. मल्हारबाबा, इब्राहिम आणि भाऊसाहेब एकमेकांकडे बघू लागले. सुलुखाचे घोडे सरहद्दीच्या दगडांनाच अडखळलेले.

थोड्या वेळाने पुन्हा मसलतीस बसू, असा निर्णय घेण्यात आला. डेऱ्याच्या दुसऱ्या दालनात भाऊसाहेब, मल्हारराव आणि इब्राहिम गुप्तगोष्टी करत बसले. भाऊंच्या मनावर विलक्षण दडपण आले. ज्या अटकेवर झेंडा रोवला म्हणून महाराष्ट्र देशाच्या कडेकपारीत बहादुरीचे पोवाडे गायले जात आहेत, ती अटकेची हद्द आम्ही आमच्या हाताने सोडायची? छे! छे! हे होणे नाही. हा आग्रह सोडला नाही तर सुलुखाचे घोडे पुढे धावणार नाही. सुलूख इथेच मोडला तर, एवढी जनावरे-माणसे... ही खाणारी तोंडे... टंचाई... दुष्काळ... हाल... काय करायचे? तिघांची तासभर मसलत झडली. पुन्हा सारे डेऱ्यात आले. काळजावर दगड ठेवून भाऊसाहेब म्हणाले,

"ठीक आहे बरकुरदार. आम्ही थोडे अलीकडे सरकायला तयार आहोत. तुम्ही काय करता?"

"आम्हीही तुमची हद्द थोडी नर्मदेच्यावर सरकवू. बोला."

"लाहोर."

"हे बादशहाला मंजूर होणार नाही. थोडे खाली सरका, बादशहाची हद्द वाढवा."

थोडा वेळ भाऊसाहेब शांत झाले. मनात काही आखाडे रचले. भाऊसाहेब बोलले,

"ठीक आहे, आम्ही सरहिंदपर्यंत खाली यायला तयार आहोत."

"चला," बरकुरदारखान हसरी मुद्रा करून म्हणाला, "आम्हीही तितकीच तुमचीही हद्द वाढवून द्यायला तयार आहोत. पेशवेजी, मी चुकत नसेन तर दिल्लीपासून सरहिंदचं अंतर बरोबर १६० मैल आहे. मला वाटते, चंबळ नदीही दिल्लीच्या दक्षिणद्वारापासून १६० मैलांवरच आहे. आम्ही चंबळपर्यंतचा मुलूख तुम्हां मराठ्यांना सोडायला तयार आहोत. आता पुढचा मुद्दा बोला."

"तुम्हीच सांगा, तुमचा वरकड मुद्दा."

"आता प्रश्न राहिला दिल्लीच्या पातशाही बंदोबस्ताचा. हा बंदोबस्त कुणी पाहायचा?" बरकुरदारखान.

"हा मुद्दा इथे चर्चेला येऊ शकत नाही खानसाहेब," भाऊसाहेब संतापाने म्हणाले, "हा प्रश्न दहा वर्षांपूर्वीच निकालात निघाला आहे."

"तो कसा?"

"तुम्ही अहमदिया करार ऐकलेलाही दिसत नाही खानसाहेब," भाऊसाहेब त्वेषाने बोलले, "तो करार जयाप्पा शिंद्यांनी आणि इथे बसलेल्या मल्हारबांनीच केला होता. त्या कराराने दिल्लीश्वराने पातशाहीचा बंदोबस्त आम्हां मराठ्यांकडे सोपवला होता. ती जबाबदारी आम्ही यापुढेही पेलूऽ!... बरे, पातशाही बंदोबस्ताबद्दल दुराणी बादशहाचे म्हणणे तरी काय आहे?"

"त्यांच्या मते दिल्लीची बक्षिगिरी आणि पातशाही बंदोबस्त नजिबाच्या हाती द्यावा..."

“नाहीऽऽ हे आम्हांला मंजूर नाहीऽऽ” संतापलेले मल्हारराव आणि इब्राहिमखान ओरडले.

“पण दिल्लीची चौथाई मराठ्यांना मिळेलच की...” बरकुरदार.

“चुलीत घाला तुमची ती चौथाई.”

भाऊसाहेब उपहासाने हसले. म्हणाले,

“समजा, आम्ही त्या तुमच्या अटी घटकाभर मान्य केल्या तर बादशहाचे आणखी काही मागणे?”

“त्यांना सैन्याला खैरात देण्यासाठी मोठी खंडणी हवी.”

“अच्छा, म्हणजे नजिबाचे आणि बादशहाचे दोघांचेही लाड पुरवा– माझेही बघा आणि माझ्या बाळ्याचेही बघा, असे म्हणण्यातला हा प्रकार आहे. जा सांगा तुमच्या बादशहाला, ह्या असल्या सुलुखाच्या पत्रावळ्या उकिरड्यावरही फेकण्याच्या लायकीच्या नाहीत!”

बरकुरदारखानाने खाली मान घातली. बाहेर पडण्याची तयारी करता करता तो म्हणाला,

“बादशहांना अधिक काही निरोप?”

“त्यांना सांगाच आमचा निरोप– एवढा दुराणी बादशहा, ज्याच्या नावाबद्दल आम्हांलाही आदर होता, तो अशा क्षुद्र अटी लादेल याची आम्हांला स्वप्नातही कल्पना नव्हती. जी अटकेची हद्द आमच्या इतिहासाचं गौरवस्थान आहे, ती सोडायची? दहा सालांमागे केलेला अहमदिया करार मोडून दिल्ली त्या भामट्याच्या हाती द्यायची? ह्या अटी आम्ही मान्य केल्या तर दख्खनच्या मातीतली पोरेसोरेसुद्धा आमच्या तोंडात शेण घालतील. माझ्या फौजेला घासदाणा नाही, माझे खंदे वीर, लढवय्यी जनावरे उपाशी मरताहेत म्हणून का ह्या तुमच्या अटी स्वीकारायच्या? माझ्या मातीशी अशी बेईमानी, अशी गद्दारी, अशी दगाबाजी माझ्या तरी हातून घडायची नाही. जा आणि सांगा तुमच्या बादशहाला, तुमच्या साऱ्या अटींचे उत्तर माझे खंदे वीर रणमैदानातच देतील. भुकेने व्याकूळ असले तरी झुंजतील, मरतील, पण तुम्हांला बिनतोड जबाब देतील!”

बरकुरदारखान निघून गेला. भाऊंचे सारे अंग भावनावेगात बुडाले होते. डोळ्यांत आसवे उभी होती. डेऱ्यात बसवेना. ते खाजगीकडे निघाले. जाता जाता त्यांनी मल्हारबाबांकडे आणि इब्राहिमकडे कटाक्ष टाकला. ते म्हणाले,

“सुभेदारकाका, इब्राहिम, आता हत्यारं पाजळा. तोफांत दारूसामान ठासून भरा. दुबळी जनावरं हाकारून साजिवंत करा. आता आम्ही सारे युद्धाचे सोबती! युद्धाचे सोबती!”

□

लाल किल्ल्यातून लोखंडापारांचा खणखण आवाज ऐकू येत होता. मोतीमहालापुढे

काही राउतांनी खड्डा धरला होता, तर दिवाण-इ-खास आणि दिवाण-इ-आमच्या मध्यभागी काही स्वार, गवंडी बराच वेळ खोदकाम करीत होते. दिल्ली दरवाजातून आत प्रवेश करतानाच एका जागेचा संशय आला म्हणून त्या ठिकाणीही राउतांचा एक मोठा जथा खोदाई करू लागला होता. अडीच महिन्यांमागे मराठे जेव्हा दिल्ली जिंकून शहरात आले, तेव्हाच काही लोकांनी दिल्लीच्या किल्ल्यात भरपूर गुप्त खजिना आहे, अशी खबर दिली होती. त्यावेळी मराठ्यांनी ह्या गोष्टीकडे कानाडोळा केला होता; पण आता प्रसंग गुदरला. राऊत उपाशी पोटाने जागच्या जागी कोसळू लागले. घोडी गव्हाणीत माना टाकून पडू लागली. लष्कराची वाताहत होऊ लागली. लष्कर गळाले. किल्ल्यातील रुप्याच्या पत्र्यावर कशीबशी महिनाभर गुजराण झाली. आता ऐवज मामलेदारांकडून नाही की कमावीसदारांकडून. दक्षिणेच्या वाटेवर अनेक दिवस लष्कर डोळे लावून बसायचे आणि उसासे सोडायचे. उत्तरेतले सारे दरवाजे बंद झालेले. जनावरे-माणसे भुकेने व्याकूळ झालेली. अशा वेळी पाताळातील गूढ संपत्तीची वाट जरी कोणी दाखवली असती तरी मराठ्यांनी तिकडे धाव घेतली असती. लाल किल्ल्यात जागोजाग तीन दिवस खोदकाम सुरू होतं. नजरबंद केलेला कळसूत्री शहाजहान बादशहा आणि त्याचा कबिला मराठ्यांकडे मोठे डोळे करून बघत होता. जनकोजी आणि विश्वासराव इकडेतिकडे भिरभिरत होते. ''इथं बघा'', ''इथं दोन हात डबरा खोदा'', अशी सूचना देत फिरत होते. दोघांच्याही पायांना कढ झालेले. ज्या उत्साहानं त्यांनी खजिन्याचा शोध सुरू केला, तो उत्साह मावळला होता. अंगात, अणुरेणूंत मरगळ भरू लागली.

''रावसाहेब, कुठला खजिना नि कसले जहजवाहीर? हाताला मातीशिवाय काही लागत नाही,'' जनकोजी बोलला.

''एवढ्या मोठ्या– पुराण्या ऐतिहासिक किल्ल्यात, जिथून शेकडो वर्षे हिंदुस्थानचं तारू हाकलं गेलं, त्या तिथे आता फुटकातुटका मणीही हाती लागू नये?'' विश्वासराव गंभीरपणे म्हणाले.

''काय करायचं? काळ कठीण आला. जेव्हा दिल्ली ऐश्वर्यानं खदखदत होती, सोन्याचा धूर माड्याहवेल्यांतून बाहेर पडत होता, घराघरांत सोन्याच्या, असर्फीच्या टाकसाळी चालू होत्या; तेव्हा मराठ्यांना ह्या सम्राज्ञीचं दुरूनही दर्शन घडलं नाही. आता समशानघाटाप्रमाणे उजाड, भकास झालेलं हे अर्धमेलं शहर आपल्या हाती आलं. इथलं दारिद्र्य, उपासमार, हाल पाहिले की आम्ही दिल्ली जिंकली हे खरेच वाटत नाही.''

''जनकोजीबाबा, आता किती वेळ, किती जागा उकरायच्या ते ठरवून घेतलं पाहिजे.''

''गुप्त खजिना कुठं आहे याचा सुगावा फक्त जनानखान्यातल्या बेगमांकडून लागेल. पण आत जनानखान्यात जाता येत नाही. काही पुसता येत नाही. त्यातून धाडस केलंच तर ते, भाऊसाहेबांना आवडणार नाही.''

"याचा अर्थ इथल्या साऱ्या वाटा बंद झाल्या."

"बरोबर."

विश्वासराव आणि जनकोजीने सर्वांना इशारा दिला. आहे या स्थितीत खोदकाम थांबलं. मानेचा मणी मोडल्याप्रमाणे जमिनीकडे बघत सारे राऊत-बारगीर किल्ल्याबाहेर पडले. दिल्ली-दरवाजापर्यंत पोहोचवायला किल्लेदार नारो शंकर आले. एवढी शोधाशोध करूनही मोकळ्या हाताने निघालेल्या धन्याला निरोप देताना त्यांचे मन कष्टी झाले. डोळ्यांत आसवे उभी राहिली.

दिल्लीतले सारे रस्ते, वाटा भकास-भयकारी दिसत होत्या. कित्येक घरांच्या कुलूपकड्यांवर आता पूर्ण गंज चढला होता. काळाच्या तांबूसकाळपट डोळ्यांप्रमाणे कुलपे भासत होती. जे नागरिक दिल्लीत होते, ते अन्नाला मोताद झालेले. भणंगासारखे फिरू लागलेले. आता मराठ्यांच्या फौजा समोरून आल्या-गेल्याचा त्यांना काही विधिनिषेध राहिला नव्हता.

मुख्य शहरपन्हा ओलांडीत जनकोजी आणि विश्वासराव दिल्ली शहराच्या पश्चिमेकडे चालले. याच दिशेला तीन मैल अंतरावर सीतारामाच्या सराईपासून शालिमारबागेपर्यंत दोन-तीन मैलांच्या टापूत लष्कर पसरले होते. आता पावसाने थोडी उघडीप दिली होती. यमुनेकाठच्या थंड वाऱ्यात लष्कर ऊब शोधू लागलं होतं. पश्चिम बाजूच्या कुलूपबंद घरांचे दरवाजे काही स्वार तोडीत होते. घरांच्या छपराचे वासे, तुळ्या मोडून लष्कराकडे नेल्या जात होत्या. तेवढीच उबेची सोय झाली. एकदा कुलूप तुटले रे तुटले की, स्वार-बारगीर रेटारेटी करीत, एकमेकाला ढकलीत आत घुसायचे. आतल्या खोल्या धुंडाळायचे. बहुतांशी घरांत कुठे धान्याचा कण दिसला नाही. जिथे शेर-दोन शेर धान्य सापडले, तिथे साऱ्यांना परीस गवसल्याचा आनंद झाला. त्यांनी छावणीकडे न जाता तिथेच गाडग्यामडक्यांत अन्न शिजवून अर्ध्याकच्च्या अन्नावर ताव मारला.

शालिमारबागेत आणि बागेच्या आसपास मराठा छावणी पसरली होती. बागेतले खाशांचे डेरे फारसे बाहेर दिसत नव्हते. बागेबाहेरच्या अंगाला डेरे-राहुट्या पडल्या होत्या. सामानवाहू भाकड जनावरे, तट्टे राउतांनी मोकळी सोडली होती. ती आजूबाजूचा मुलूख हुंगत होती. पालापाचोळा दिसला रे दिसला की, जनावरे ती जिभेने आडवा करून मुरगडून पोटात सारत होती. खुंटीला उपाशी मरण्यापेक्षा मोकळ्या हवेत हिंडू देत म्हणून काही स्वार आपली शेलकी घोडी सोडून त्यांच्यामागून धावत होते. आजूबाजूला चारी दिशा जनावरे पसरलेली. त्यामुळे ही छावणी आहे की जनावरांचा बाजार अगर उरूस, हेच घटकाभर कोणाला कळू नये.

विश्वासरावांना एकाएकी दुर्गंधी आली. त्यांनी नाक हातात दाबून धरले. ओकारी मधल्यामधे दाबण्याचा यत्न केला, पण ती भडभड बाहेर पडली, डोळे ओले झाले. त्यांनी बाजूला पाहिले, तर पन्नास-साठ बैल आणि तितक्याच घोड्यांची धडे उघड्यावर पडलेली. तांबडेभडक मांसाचे डोंगर दिसू लागलेले. त्यांतूनच फुगून टम्

झालेली गिधाडे ऐटीत फडफड करीत उडू लागलेली, बसलेली. दुर्गंधीचा झटका दाबीत विश्वासराव म्हणाले,

"जनकोजीबाबा, मेलेली जनावरे जरा दूर टाकायला आपल्या मंडळींचे काय बिघडते?"

"किती टाकायची? आणि कुणी टाकायची?" जनकोजी कसनुशी मुद्रा करून म्हणाला, "आपल्या लष्करात थोडीथोडकी जनावरे मरतात का? एकाला सांगी घालून पाठवले तर दुसरा मुडदा तयार. आता ह्या घाणीची लष्कराला सवय होऊ लागली आहे."

वाटेत डेरे-राहुट्या लागल्या. मोठ्या सरदारांच्या डेऱ्यापुढे त्यांच्या स्वार-राऊत, शागीर्द, पाणके, भिस्ती, मांग, भोई, धोबी, मशालजी, माहूत, खिदमतगारांनी गर्दी केलेली. सारे जमिनीवर फतकल मारून बसलेले. काही जण दोन दिवस उपाशी होते. झाडाझुडपांचा पाला आणि पाणी यांवर पोटाची आग शांत होत नव्हती. यात्रेकरू स्त्रिया व्याकूळ झाल्या होत्या. तान्हीनेणती पोरे रडू लागली होती. सारे विझल्या डोळ्यांनी डेऱ्यांकडे बघत होते. कित्येकांचे दोन-दोन महिन्यांचे पगार थकले होते. इतर वेळी पगाररोजगार मिळाला नसता तर डेऱ्यांना आग लागली असती.

भाऊसाहेबांच्या डेऱ्यापुढे मोठमोठे सरदार, दरकदार, धर्मपंडित ठाण मांडून बसलेले. ह्या जीवघेण्या संकटातून काही मार्ग निघेल का, याची जो तो वाट बघत होता.

विश्वासराव आणि जनकोजी तडक आत गेले. दारावरचे भालदार-चोपदारसुद्धा पोटाच्या विवंचनेत अंग गाळून बाजूला पडले होते. वर्दी देण्याचे भान त्यांना राहिले नव्हते. इब्राहिमखान आणि मल्हारबाबा भाऊसाहेबांजवळ बसले होते. इब्राहिम सांगत होते,

"हुजूर, पोटाचा पेच सुटलाच पाहिजे. नाहीतर तोफखान्यासाठी एकही बैल जित्ता राहणार नाही. गहजब होईल."

"भाऊसाहेब, एक वेळ पुरुषमाणसांना बाजूला राहू दे, पण फौजेसोबत आलेल्या बायामुलांच्या पोटाला काही मिळालं पाहिजे."

"काकासाहेब, शिंदे-होळकरांच्या प्रांतातून त्यांच्या सैन्याकरता धान्याच्या गोणी येणार, असं आम्ही दोन दिवस ऐकतो आहोत. अद्यापि पत्ता नाही."

"भाऊसाहेब, आम्हीही त्याच विवंचनेत आहोत. घासदाणा, कडबा वेळेत आला पाहिजे. एवढे मोठे आपल्या लष्करातील हत्ती, पण तेसुद्धा कसे हललेत बघा. आज आमच्या महालातून रसद आली तर ती साऱ्या फौजेला वाटू. कोर-चतकोर सारे मिळून खाऊ."

विश्वासराव आणि जनकोजीच्या मुक्या चेहऱ्यांनीच मतलब सांगितला. भाऊसाहेबांनी त्यांच्यावरची नजर दुसरीकडे वळविली. बंजाऱ्यांचा मुखिया सुमेरसिंग याच्याकडे ते

बघू लागले. काश्मिरी उंच निमुळती टोपी, दिल्लीकडच्या सपाता, अंगात लखनवी घोळदार कुर्ता आणि पायांना घट्ट मिठी मारून बसलेली तुमान अशा सुमेरसिंगाच्या पेहरावात ऐश्वर्य दिसत होतं. पण चेहरा पडलेला जाणवत होता. भाऊसाहेब म्हणाले,

"सुमेरसिंगऽऽ, आमच्या लष्करबरोबर दहा हजारावर बंजारी आहेत. त्यामुळे आम्हांला पोटाची वाण कधी पडणार नाही, असे वाटत होते. या आधी पाठीवरून धान्याच्या भरलेल्या गोणी घेऊन येणारे तुमचे बैल बघून मन आनंदून जायचं. पण आपणसुद्धा आता पाय गाळून बसावे?"

"राजाजीऽ, आमच्याकडून काडीची कसूर होणार नाही," सुमेरसिंग बोलला, "पण आता वखत बाका आहे. यमुनेपल्याडच्या वाटा रोखल्या आहेत. अब्दालीचे आणि आपले मिळून तीन लाखांवर लष्कर चार मास या मुलखात आहे. एवढी जनावरे, खाणारी तोंडे यांना कोठून धान्य पुरवायचं? आजूबाजूचा पाचपन्नास मैलांचा मुलूख बेचिराख झाला. गावे उठली. बाजार बंद पडले. धान्य कुठेच गवसत नाही."

"सुमेरसिंग, तुमच्या तोंडी हा नन्नाचा पाढा शोभा देत नाही. दादासाहेबांच्या मोहिमांपासून मराठ्यांच्या लष्कराचे तुम्ही अन्नदाते ठरला आहात."

"राजाजी, मुझे गलत मत समझिए," सुमेरसिंग म्हणाला, "दादासाहेबांच्या काळात एवढी पैशाची वानवा नसायची. काळही असा पडला नव्हता. आज अडीच पायलीची धारण, महागाई आहे. याआधी आणलेल्या रसदेचे आमचे दोन महिन्यांचे पैसे चुकते झाले नाहीत. एवढ्या लांबून लांबून गोणी आणणे आम्हांला परवडत नाही. तरीही कोशीश करतो तर वेळेत पैसा नाही. आपले लष्कर जगवताना राजाजी, आमचे बेडेही जिवंत राहिले पाहिजेत ना?"

"ठीक आहे सुमेरसिंग, आपण आपलं काम थांबवू नका. पैशाची व्यवस्था दोन दिवसांत करू," भाऊसाहेब बोलले.

पेंढाऱ्यांचा मुखिया मजबरखान पेंढारीही भाऊसाहेबांशी बोलण्याच्या मिषाने बराच वेळ ताटकळत बसला होता. मल्हारबाबांना अनेक दिवस त्याने धनधान्याचा पुरवठा केला होता. पेंढाऱ्यांची फौज बरीच होळकरशाही लष्कराशी रुळलेली होती. मजबरखानाला भाऊसाहेबांनी विचारलं,

"मजबर, तुमची पेंढारी फौज म्हणजे हर संकटाशी सामना करण्यात वाकबगार. भरल्या नदीत नावांचा पूल बांधून धनधान्य ओढून आणणारी आपली जात. आता या समरप्रसंगी आपण मागे का?"

"राजाजी, आपल्या मराठी फौजांना घासदाणा पुरवता पुरवता आमच्या घोड्यांच्या, तट्टांच्या, गाढवांच्या पाठी या आधी वाकून गेल्या होत्या. पण आता काळ वाईट आहे. लांब लांब पल्ले मारावे लागतात, तेव्हा कुठं थोडंसं धान्य पदरी पडतं. तरीही फौजांची शक्यतो आबाळ न होईल, अशीच कोशीश आम्ही करू."

"आणखी काही?"

"और कुछ नही राजाजीऽ, बस् चंदा पाहिजे."

लवकरात लवकर व्यवस्था करू, निर्धास्त असा; अशा अर्थाने भाऊसाहेबांनी मान डोलावली. सुमेरसिंगपाठोपाठ मजबरखान निघून गेला. भाऊसाहेब चिंतागती होऊन बसलेले. तोंडातून शब्द फुटेना. त्यांच्या अबोल मुद्रेकडे काळजीच्या सुरात मल्हारबाबा बघू लागलेले. विश्वासराव आणि जनकोजी ही जवाँमर्द जोडी भांबावून गेलेली. मल्हारबाबा म्हणाले,

"भाऊसाहेब, आजवर इतक्या लढायाचढाया बघितल्या, पण अशी बुरी वेळ कोणावरही आलेली नसेल. सरदारांच्या स्त्रियासुद्धा एका वेळेलाच जेवू लागल्या आहेत."

विश्वासराव म्हणाले, "काकासाहेब, काल मेहेंदळ्यांच्या लक्ष्मीबाईकाकींनी दागिने मोडले, तेव्हा त्यांना शिधा प्राप्त झाला."

भाऊसाहेबांनी विश्वासरावांकडे चमकून बघितले. त्यांची मुद्रा काळी पडली. मल्हारबाबा म्हणाले,

"आपल्या दौलतीच्या वकिलांना, बापू हिंगण्यांना बोलवा की भाऊसाहेब. आजवर मांडीखाली ऐवजाच्या खोगिरी दाबल्या. इथं जंतरमंतरजवळ महाल बांधला. इतका पैसा कुठून उभारला? अंतर्वेदीतले काही महाल आहेत त्यांच्याकडे. फडाकडून त्यांच्याकडे बाकी राहिल्याची कुरकूर केली जाते. अशा प्रसंगी बोलवा त्यांना. कान पिळा आणि द्रव्य काढा."

"काकासाहेब, नको त्यांची तोंडे पाहणे जिवावर येते. पण तुम्ही म्हणताच तर बोलावू त्यांना. महिपतराव, त्वरित हुकूम धाडा," भाऊसाहेब.

हिंगण्यांना निरोप गेला. मल्हारबाबा म्हणाले,

"भाऊसाहेब, ही भुकेली फौज बघितली की जाटाची याद येते. जाटाला आपण खटा करायला नको होता. त्याची मर्जी..."

"सांभाळण्याचा आम्ही खूप यत्न केला. पण सुभेदारकाका, जे जे कौलकरार करायचे, आणाभाका घ्यायच्या, त्या अब्रू राखूनच घ्यायला हव्यात. स्वाभिमान सोडून बोटचेपेपणा करणं आमच्या स्वभावात नाही. जाट आमच्याकडे राहावा म्हणून अखेरपर्यंत यत्न केला ना आम्ही?"

"जाटाला वश करण्याचा यत्न सुजाकडून अब्दालीने चालवल्याच्या वार्ता आहेत–" विश्वासराव बोलले.

"तो तिकडे झुकणार नाही, याची आम्हांला ठाम खात्री आहे. त्याची सहानुभूती आम्हांलाच राहील. जाट तो आपलाच आहे," भाऊसाहेब.

"मग तो रसद का पुरवत नाही?" विश्वासराव.

"रावसाहेब, आपला वखतच बुरा आहे. घर फिरले की घराचे वासे फिरतात. आम्ही अब्दाली मारला की मग जाटाला सोडणार नाही, अशा कागाळ्या आमच्यातल्याच

कोणी त्याच्याकडे केल्या आहेत. त्यामुळेच तो अंतरावर राहिला आहे.''

राजपुतान्याच्या अंगाला दौड करून समशेरबहाद्दर, दमाजी गायकवाड, मानाजी पायगुडे आले. सर्व जण भाऊसाहेबांच्या समोर येऊन बसले. भाऊसाहेबांनी शांतपणे विचारले;

''काही ऐवज गवसला?''

''भाऊसाहेब, पन्नास-साठ कोसांच्या अंतरावर काळ पडला आहे. गावे उठली. गावांना त्यांचा आणि आमचा दोघांचा त्रास. घराघरांत कणगी रिकाम्या पडल्या आहेत. खंगली म्हातारीकोतारी माणसे गावांतून दिसतात. ती कंदमुळांवर जगतात. अंगावरच्या मळकट कपड्यांशिवाय त्यांच्याकडे दुसरं काही नाही. पार राजपुतान्याच्या हद्दीला चार गावांत धनधान्य हाती लागलं. हजारभर पोती गवसली,'' समशेरबहाद्दर म्हणाले.

''एवढ्यानं लाखभर माणसांचं काय होणार?'' मल्हारबाबा.

''चला, हेही थोडकं नाही,'' भाऊसाहेब बोलले, ''समशेर, आता इथं थांबू नका. आणलेली पोती स्त्रियांना-मुलांना वाटा. पुरुषमाणसांना कण देऊ नका.''

समशेरबहाद्दर वाटपासाठी बाहेर गेले. भाऊसाहेबांना एकदम गोविंदपंतांची आठवण झाली. त्यांनी तिथेच चौरंगावर कागद ठेवून पंतांना खलिता लिहायला घेतला. रक्ताच्या कणाकणांतली वेदना बोरूद्वारे बाहेर पडू लागली. कर्तव्यपूर्ती न केल्याबद्दलचा संताप पाझरू लागला...

'...चाकरी करून दाखवायचा प्रसंग आला असता आपण असे स्वस्थ का? तुम्ही आणि गोपाळराव बर्वे सोरबच्या घाटाजवळ जा. तिकडे फौजा जमा करा. फैजुल्लाखान, सादुल्लाखान आदी रोहिले सरदारांना अब्दालीने पर्जन्यकाळी ताजेतवाने करण्यासाठी आपापल्या मुलखात धाडले आहे. आता पर्जन्य हटत चालला आहे. सारे पठाण परततील. एकजागा होतील. त्याआधी त्यांना गाठून मारा. गिलच्याला कधी फाडून खाईन असे झाले आहे. पण मध्ये यमुना आडवी. ती ठाव देत नाही. तुम्ही सारे मिळून रोहिल्यांच्या आणि सुजाच्या मुलखात फिसाद घडवा. तिकडून अब्दालीला येणारी रसद मारा. गावे लुटा. त्वरेनं सोरबच्या घाटाजवळ दाखल व्हा. विलंब नको. अंतर्वेद आणि गंगापारचा मुलूख लुटीत जा. पंत, नका थांबू. हर गावात आणि रस्त्यात दहशत बसवा. यासाठी जरूर तर गनिमी काव्याने शत्रूस जेरीस आणा.

इकडे काही पिकले नाही; तिकडे तरी पिकवा. आता लावणीचा वखत जवळ येत चालला, पण तुमची रयत लावणी करत नाही अशा दुर्दैवी खबरा येत आहेत. हा तिढा आणखी किती दिवस पडणार, हे सांगवत नाही. जर रयतेने पेरले नाही तर उगवणार काय? न उगवले तर खायचे काय? जरूर तर रयतेला तगाई द्या. चांगला पेर घडवा.

तुम्ही एवढ्या मोठ्या मामलतीचे मामलेदार; पण तुमच्याने काही घडत नाही.

या आधी दौलतीची इतकी सेवा केली, आता स्वस्थ का? इकडे द्रव्याची निकड असता लटके बहाणे करू नका. ऐवज धाडा. पंत, किमान दहा-पंधरा लाख त्वरित धाडा. तुम्ही महालकरी असला तरी तुमची फौज सरदारासारखी आहे. उठा, पेटा, रसद लुटाऽ पंत, थांबू नकाऽ!'

खलिता घेऊन सांडणी निघून गेली. बाहेर बापूजी हिंगणे आल्याची खबर मिळाली. हिंगणे आत यायला मागेनात. भाऊसाहेबांचा हुकूम गेला. हिंगणे अंग चोरीत आत आले. भाऊसाहेबांनी त्यांना आसनस्थ होण्याची खूण केली. ते म्हणाले,

"बापूजीपंत, आम्ही दक्षिणेतून कूच झालो तेव्हा दिल्लीतले आमच्या दौलतीचे वकील म्हणून तुम्हांकडून आणि दिल्लीवासी सरदार म्हणून अंताजी माणकेश्वरांकडून आमच्या केवढ्या मोठ्या अपेक्षा होत्या. दिल्लीच्या द्वारातून आम्ही आत प्रवेश करू तेव्हा आमच्यासाठी मखमली पायघड्या पसरून तुम्ही आमचं स्वागत कराल, अशी आशा होती. पण आमची ती स्वप्नं फुकाची ठरली. थंडीवाऱ्याशी, भूकवेदनेशी दोन हात करीत आमचं लष्कर आज दोन महिने इथं खोळंबून पडलं आहे. अशा वेळी सोळा वर्षे इथली वकिली करणारे तुम्ही आणि दहा वर्षे सरदारकी करणारे अंताजीपंत, ह्या दोघांनी गलबताच्या डोलकाठीसारखी भूमिका बजवायला हवी होती. पण आम्ही रोज पाहतो, तुम्ही दोघे भुरट्या चोराचिलटासारखे दुरूनच काय पळता?"

भाऊसाहेबांच्या तिखटजाळ शब्दांनी बापूजींना दरदरून घाम फुटला. उपरण्याने घाम पुशीत ते म्हणाले,

"श्रीमंतऽऽ श्रीमंतऽऽ, सेवेत काही कसूर झाली असेल तर माफी करावी. आम्ही आणि आमच्या तीर्थरूपांनी श्रीमंतांची सेवाचाकरी करण्यातच धन्यता मानली आहे. श्रीमंतांची सेवा करण्यातच आमची सारी हयात..."

"खामोशऽऽ," भाऊसाहेब कडाडले, "पंत, तुमची सारी हयात कशात गेली ते आम्हांला पुसा. आमच्या वकिलांनी परदेशात स्थावर जंगम मालमत्ता उभारू नये, हा आमच्या दौलतीचा दंडक असताना तो धाब्यावर बसवून तुम्ही माया जमा केली. आमच्या नावावर इतरांशी खोटेनाटे करारमदार करून जहागिरी उपटल्या. तालुकदारी केली. जंतरमंतरजवळ आलिशान महाल बांधलात. वजीर, बादशहा, रजपूत राणे, सरदार यांच्याकडून कामे करून देतो म्हणून पेशव्यांच्या नावावर लाखो रुपयांची लाच दाबलीत तुम्ही. तुम्ही कोणाकोणाची आणि कशी कशी वकिली केली हो बापूजीपंत? तुमच्या वर्तणुकीचे जंतरमंतर आता आम्हांला चांगले पाठ झाले आहे!"

"माफ करा श्रीमंत, आपला काहीतरी गैरसमज होत आहे," बापूजीपंत घाम पुशीत अजिजीने म्हणाले, "आम्ही फक्त श्रीमंतांचीच वकिली केली. दुसरं वाईट पाप आमच्याकडून काही घडलं नाही."

“किती खोटारडा आहे हा इसम!” मल्हारबाबा रागाने उसळले, “मी खंडोबाची आण खाऊन सांगतो भाऊसाहेब, बादशहाकडून आग्र्याचा महाल या आधीच शिंदे-होळकरांना मिळत होता. पण ह्या बापू भटाने बादशहाचे कान भरले. स्वत:च्या तुंबड्या भरल्या आणि माधोसिंगाला आग्रा महाल मिळवून दिला. त्या साऱ्या पातकाचा धनी हा बापू भटच आहे!”

बापूजीने खाली मान घातली. भाऊसाहेब ओरडले,

“ऐकलंत पंतऽ, ह्यापेक्षा अधिक पुरावे आहेत का तुमच्याजवळ? नाशिकच्या पंचवटीजवळ भिक्षुकी करणारी तुम्ही मंडळी, रंकाचे राव कसे झालात? आणि एवढा माज तरी तुम्हांला कसा चढतो? ज्यांनी तुम्हांला हे दिवस दाखवले, ती मराठी दौलत आज तुमच्या दाराजवळ उपाशी मरत असताना त्यांना पसाभर भिक्षा वाढण्याचीही तुम्हांजवळ दानत नसावी?”

बापूजी रडू लागले. आसवे पुशीत म्हणाले,

“श्रीमंत, आम्हांकडून काही चुका झाल्या असतीलही. त्याबद्दल आम्ही स्वामींकडून या आधी प्रायश्चित्त घेतले आहे. सहा सालांमागे काही काळ आपण आमची वकिली काढून घेतली होती. घर जप्त झाले होते. वीस लाखांचा दंड आम्ही सरकारात भरला होता. तीन सालांमागे दादासाहेबांनीही आमची जप्ती केली होती. आम्ही कैदही भोगली होती. श्रीमंतांची इच्छा असेल तर श्रीमंत आजही बेड्या ठोकू शकतात.”

“गलती तुमची नाही, बापूजी भटऽ, गलती आमची आहे,” भाऊसाहेब ओरडले, “तुमच्यासारख्या नादान, नालायक इसमाने केलेल्या चुका पोटात घालून पुन्हा दिल्लीची दौलत आम्ही तुमच्याच हवाली केली, आणि उपकाराची परतफेड म्हणून तुम्ही आम्हांला हे दिवस दाखवलेत!”

बापूजी रडत म्हणाले,

“भाऊसाहेब, आता मेलेल्याला अधिक मारू नका. धन्याची सेवा ह्या गुलामाने काय करावी, ते फर्मावा.”

“लष्कर उपाशी मरते आहे. तुम्ही आमच्याकरता किती घासदाणा पुरवू शकाल?”

“जी आहेत ती दोनतीनशे पोती...”

“दोनतीनशे पोतीऽ?” भाऊसाहेब दातओठ खात गरजले, “कोण आहे रे तिकडेऽ? ह्या नादान माणसाचे तोंड क्षणभरही बघायची आमची इच्छा नाही. ह्याला धक्के देऊन आत्ताच्या आत्ता बाहेर हाकला.”

बापूजी हिंगणे डोळ्याआड झाले. भाऊसाहेबांना हायसे वाटले. उद्विग्न मनाने मल्हारबाबांकडे पाहत भाऊसाहेब म्हणाले,

“पाहिलेत सुभेदारकाका! पेरावे तसे उगवते! तुमच्यासारख्या, दादासाहेबांसारख्या थोर पुरुषांनी अटकेपार झेंडा रोवला. मोगलांचे सोळा सुभे दणाणून टाकले. दौलतीची हद्द अफगाणिस्तानच्या सरहद्दीला भिडवलीत, याबद्दल आमचीही छाती अभिमानाने फुगते. पण हे परगणे, हा मुलूख, हे महाल आम्ही जिंकले म्हणजे तरी

काय केले? हर मुलखातली इंच इंच जागा जिंकताना मावळी मुलखातली मराठी माणसं एका जिद्दीपायी दूरदेशात कायमची मातीआड झाली. जिवाचा रक्तभात करून मुलूख जिंकले आणि ते कोत्या, लफंग्या, स्वार्थी, नादान, लुंग्यासुंग्या कमावीसदारांच्या-महालकरांच्या हवाली केले. आमच्या तीर्थरूप पेशव्यांना माणसांची पारख कधी जमलीच नाही. जिंकलेल्या मुलखावर नादानशाहीचा राबता. आमच्या निधड्या छातीच्या वीरांनी मुलूख जिंकावा आणि गुंडापुंडांना हाताशी धरून रयतेचा छळ करीत आमच्या प्रतिनिधींनी स्वत:ची घरे भरून सातपिढ्यांचे कोटकल्याण करावे. जिंकलेल्या मुलखात आमचा खराखुरा अंमल कधी बसलाच नाही. तेच शिवाजीराजांचे स्वराज्य हे मोगलांच्या एखाद्या सुभ्याएवढं असेल-नसेलही पण जिंकलेल्या मुलखात त्यांनी एकछत्री, एकतंत्री अंमल बसवला. महसूल निश्चित केला. प्रजेचे लाख दुवे घेतले. प्रजेवर, नोकराचाकरांवर त्यांची पकड होतीच, पण त्यांच्या मुलखातून वाहणाऱ्या वाऱ्यावरसुद्धा त्यांची हुकमत होती; आणि आज... आमचा ह्या प्रदेशातला सामान्य मामलतदार, कमावीसदार स्वत:ला सर्वेसर्वा समजून नबाबी थाटात ऐषाराम करतो, भोगतो. मध्यवर्ती सत्तेचं त्यांना सोयर ना सुतक! अशाच सत्तांध, स्वार्थांध माणसांची खोगीरभरती आम्ही मोक्याच्या जागी केली. ज्या वाटेवरून आम्ही अटकेपर्यंत झेंडेबावटे रोवत गेलो, त्याच पवित्र वाटेवरून जाता जाता आम्ही सराट्यांचं बेणं उधळीत गेलो. जे पेरले ते उगवले! सराटे मोठे झाले. प्रसंगी वैऱ्यापुढे ते लव्हाळे होऊन लवले. मात्र तेच सराटे ह्या मुलखातून आम्ही आज फिरताना आमच्या पायाच्या तळव्यांचे पापुद्रे काढीत आहेत. रक्तबंबाळ झालेले आमचे पाय आता काळाच्या कोणत्या अंधाऱ्या कोपऱ्याकडे आम्हांला घेऊन जाणार आहेत ते कोणास ठावे!''

भाऊसाहेब गदगदून बोलत होते. साऱ्या सरदारांच्या गालांवरून आसवे ओघळत होती. मल्हारबाबा तर गलबलून गेले. भाऊसाहेबांच्या आणि त्यांच्या मध्ये त्यांना भासणारी एका पिढीच्या अंतराची रेषा क्षणभर विरघळून गेली. ते उद्गारले,

''वा भाऊसाहेब! कित्येक दिसांच्या अंतरानं आज कान तृप्त झाले, फार मोलाचे बोललात.''

भाऊ सर्वांकडे बघू लागले. जनकोजी आणि विश्वासरावांचे नाक आणि कानाच्या पाळी लालभडक दिसत होत्या. भाऊसाहेब म्हणाले,

''ही मोहीम जेव्हा आमच्या हाती सुपूर्त झाली तेव्हा ती आम्हांला रस्त्यात पडलेल्या एखाद्या सामान्य शिळेसारखी वाटली. आज सात महिन्यांचा अनुभव घेतल्यावर ही शिळा आपण लीलया उचलू, ही आमची आकांक्षा गळून पडली. ती सामान्य शिळा मला पहाडाच्या पोटात घट्ट चिकटलेल्या महाकाय कातळासारखी भासू लागली आहे. ती कवेच्या आवाक्यात नाही. तरीपण ती ओढून, ओरबाडून, भेदून, छेदून काढणं हे आमचं धर्मकर्तव्य आहे. आजवर जशी तुमची सर्वांची साथसंगत लाभली तशीच या पुढेही लाभली तर हे शिवधनुष्य मी सहज उचलेन.

एका हाताने पेलून गरगरा फिरवेनऽ!''

भाऊंच्या कातर उद्‌गाराने सारा डेरा गलबलून, उमाळून गेला. कित्येकांना हुंदके आवरेनात. समशेरबहाद्दर आणि जनकोजी शिंदे तर ताडकन उठून उभे राहिले. समशेरबहाद्दर डोळ्यांतल्या अश्रूंना बांध घालण्याचा यत्न करीत म्हणाले,

''भाऊसाहेबऽ, काळानं ह्या नौकेचं तारू तुमच्या हवाली केलं आहे. ही नौका फुटो वा प्रलय ओढवो, आमच्या साऱ्यांचा भरवसा तुमच्यावर आहे. सारे बुडून मेलो तरी आम्ही तुमची साथ सोडणार नाही.''

''काकासाहेबऽऽ'' जनकोजी हुंदके देत म्हणाला, ''आज फौजेत काळ पडला आहे. आम्ही सारे उपाशी आहोत. प्रसंगी घासदाणा मिळेना तर ओली माती खाऊ, पण भाऊऽऽ, तुमची संगतसोबत आम्ही सोडणार नाही.''

भाऊसाहेबांनी डोळे टिपले. ते म्हणाले,

''यमुना तूर्तास ठाव देत नाही. भुकेने लष्करात फाके पडू लागले आहेत. अशी तवाई आजवर गुदरली नव्हती. पण यश देता ईश्वर आहे. या पुढे एक जागी खोळंबून उपाशी मरून चालणार नाही. अजून लढाई संपली नाही. सुरू होणार आहे. लष्करातला उत्साह जिताजागता ठेवण्यासाठी या जबरदस्त शहातून नवा रस्ता धुंडाळला पाहिजेऽ!''

''भाऊ, तुम्ही सांगाल त्याची तामिली आम्ही करू,'' सर्व जण एकमुखाने बोलले.

मसलत चालू असतानाच शिंदे-होळकरांच्या मुलखातून धान्याने भरलेले गाडे आले. निदान दोन दिवस पुरेल एवढी भक्कम रसद आल्याची वार्ता भाऊसाहेबांना समजली. साऱ्यांना नवा हुरूप चढला. योग्य बटवारा करण्याचे आदेश भाऊसाहेबांनी दमाजी गायकवाड, मानाजी पायगुडे आणि दरेकर या सरदारांना दिले. लष्करात नवा उत्साह संचारला.

भाऊसाहेबांच्या मनात एकाएकी कोणते विचार आले कोणास ठाऊक. त्यांनी जनकोजी आणि विश्वासरावांना बरोबर घेतले. सोबत छबिन्याचे पंचवीस विश्वासू स्वार होते. भाऊसाहेबांचा चंद्रसेन फौजेचा तळ तुडवत पूर्व दिशेला निघाला. शालिमारबाग आता बेंगरूळ दिसू लागली होती. लाखभर माणसांच्या आणि तीस-चाळीस हजारावर जनावरांच्या इतक्या दिवसांच्या राहणीने तिचे रूप पालटले होते. झाडांना पाने राहिली नव्हती. जिथून रातराणी-सबजाचा वास घुमायचा, तिथूनच शेणामुताचा वास दरवळत होता. झाडांच्या फांद्या वाकून, मोडून गेलेल्या, वेली मुळापासून उपटलेल्या. बागेतल्या जांभ्या दगडांच्या लाल इमारती फिक्या पडलेल्या. या आधी पोटाच्या हालाने तर आसमंत अगदीच रखरखीत वाटत होता, पण शिंदे-होळकरांच्या मुलखातून आता गाडे आल्याने बागेत नवजीवन खेळू लागले. ठिकठिकाणी चुली पेटू लागल्या होत्या, धूर ओकू लागल्या होत्या. जिथे गाडे सुटले तिथे शिध्यासाठी रांगा लागल्या होत्या. आलेलं धान्य संपतं की काय, या भावनेनं जो

तो पुढे सरकत होता. रेटारेटी, हुल्लड माजत होती. घोड्यांचा ताफा छावणीबाहेर पडला. विश्वासरावांनी विचारलं,

"काकासाहेब, कोणीकडे जायचे?"

"बुराडीघाटाकडे."

"बुराडीघाटाकडे?" जनकोजीने आश्चर्याने विचारले.

"हो," भाऊसाहेब शांतपणे बोलले.

सात-आठ कोस मजल मारून घोडी पुढे आली. उंच टेकाडावर सारी घोडी थबकली. स्वार, घोडी समोर पसरलेल्या यमुनेच्या विस्तीर्ण पात्राकडे टकमका बघू लागली. जणू समुद्रच फुटून वाहत चालला होता. सूर्य कलू लागला होता. मावळतीच्या किरणात यमुनेचं तांबूस पाणी गडद तांबडं दिसत होतं. दूर क्षितिजावर काळेपांढुरके ढग गोळा झाले होते. धारा गळत होत्या. जसजसा बुराडीघाट जवळ येऊ लागला, तसं भाऊसाहेबांचं मन भिजून ओलंचिंब होऊ लागलं. जनकोजीने घोडा थांबवला. तो म्हणाला,

"काकासाहेब, हीच ती जागा. ह्याच जागेवर आमचा लष्करी तळ पडला होता. जसा भोइट्यांच्या फौजेला गिलचा भिडला तसे दत्ताजीकाका येथूनच रणभूमीवर झेपावले."

"कुठे आहे ती रणभूमी?"

"ती काय, सारी पाण्याआड बुडाली आहे!" ओलाचिंब जनकोजी घोंघावत्या पात्राकडे बोट दाखवीत म्हणाला.

भाऊसाहेबांची नजर भिरभिरू लागली. त्यांनी लष्कराचा तळ डोळे भरून पाहिला. नदीच्या पात्राकडे जाताना घोडा सावकाश चालू लागला. पाय जड झाले. यमुनातीरी भाऊसाहेब पोहोचले. सूर्य क्षितिजाआड झाला. पात्रात अंधार ओघळू लागला. आसमंत, साऱ्या दशदिशा अंधारल्या. काळ्या करवंदागत झाल्या. काठावर चंद्रसेन उभा करून भाऊसाहेब पायउतार झाले. नदीच्या खळाळत्या पाण्याचा रों रों आवाज ऐकू येत होता. अंधार साचल्यावर चराचर शांत झाले. तसा रोंऽऽ रोंऽऽ आवाज वाढला. वाऱ्यानं वेग धरला. थडथड फडफड आवाज काढीत वारा वाहू लागला. ह्या घोंघावत्या वातावरणात दत्ताजीच आपल्या शेजारी उभा राहून पात्राचा अंदाज घेतो आहे जणू. परिसर न्याहाळतो आहे तो! नदी न देईना का ठाव? पण हा बहाद्दर, ह्या काळवाऱ्यावर स्वार होऊन पलीकडच्या काठी जाऊ; संताजी घोरपड्यासारखे डेऱ्यांचे सुवर्णकळस कापू आणि येता येता बगलेत कोंबडी दाबावी तशी नजिबाची मुंडी दाबून आणू म्हणतो. वारे दोस्ता! किती दिवसांनी भेटतो आहेस तू, अन् सर्वांगावर तुझ्या रक्ताचे डाग कुठले? दोस्ता... दोस्ता...

"भाऊकाकाऽऽ", या जनकोजीच्या शब्दाबरोबर भाऊसाहेब भानावर आले. त्यांनी चमकून जनकोजीकडे पाहिलं.

"काकासाहेबऽऽ, चला इथून लवकर. मला इथं भीती वाटते काकासाहेबऽऽ,"

घामाने थबथबलेला जनकोजी बोलला.

"कशाला घाबरतोस जनकोबाबा?" भाऊसाहेब किंचित हसून बोलले, "सामान्य क्षुद्र जीव मेले की, त्यांची भुते होतात! थोर हुतात्मे अहेव जीवन घेऊन जन्माला येतात. हुतात्मे शूरवीरांची अनंतकाळ संगतसोबत करतात. असल्या स्थळांना भेटी देऊन पावन व्हायचं. इथं भीती कसली?"

अंधारातून नदीकाठ तुडवता तुडवता भाऊसाहेबांच्या सपाता चिखलात भिजून रॅड झाल्या. आधीच जड झालेल्या मनाला वाहाणा जड वाटेनात. ते तसेच कितीतरी वेळ भटकत राहिले. एकाएकी कसल्याशा जाड धातूला थटून त्यांचा पाय अडखळला. चिखलात अडकलेली कुठलीशी गोलाकार वस्तू त्यांनी बाहेर काढली. अगदी छोट्याशा तोफेचे चाक होते ते. माझ्या दत्ताजीच्या फौजेतीलच दिसते हे! भाऊसाहेबांनी तो ऐवज इतर स्वारांच्या हाती सुपूर्त केला. काठावरून फिरणे चालूच राहिले. मुजफ्फरखानाने भाऊंवर गारपिराजवळ शस्त्र चालवले, तेव्हा आलेले दत्ताजीचे पत्र आणि त्या पत्रातील ओल्या ओळींची भाऊसाहेबांना याद येऊ लागली. चालता चालता त्यांनी विचारलं,

"जनकोजी, दत्ताजी नेमके कुठे पडले?"

"मी आधी मूर्च्छित झालो होतो. भाऊकाका, आमचे काकासाहेब कुठे पावन झाले, ती जागा मला माहीत होण्याइतका मी पुण्यवान नाहीऽ!"

"पण तुम्ही सांगता ती ओढ्यांची तोंडे, त्या तिथल्या अक्राळविक्राळ घळ्या, ती शेरणीची बेटे..."

"साऱ्या साऱ्या गोष्टी पाण्याआड झाल्या. त्यांवरून प्रवाह वाहतो आहे." त्या शांतनितळ आसमंतात भाऊसाहेबांच्या मनात नाना शंका डोकावू लागल्या. इथेच कुठे काठावर माझ्या बहाद्दूर दत्ताजीच्या देहाला मंत्राग्नी दिला असेल. कुठे असेल ती जागा? भाऊसाहेब खाली वाकले. त्यांनी पायतळीची ओली माती उचलली. तीच मूठ नाकाला लावून हुंगली. भाऊ मातीवरून हळुवार हात फिरवू लागले. जखमी दत्ताजीची पाठ थरथरू लागली. दोस्ता, अंगावर किती जखमांचं ओझं पेलतोस रे? भाऊसाहेबांनी मातीत अंगठा बुडवून मळवट भरला. दुशेल्याची गाठ ढिली केली. त्यात मूठभर माती बांधली. उगाचच मनाला वाटले, एखादा रक्षेचा कण इथे ना तिथे सापडेल. भाऊसाहेबांनी दोन-चार जागेवरची माती उचलली. इथे का तिथे? इथे मूठ भरू की तिथे भरू? भाऊसाहेबांच्या काळजात कालवाकालव झाली. ते साऱ्या आसमंताकडे सैरभैर होऊन बघू लागले. उगाच वेड्यासारखे एखाद्या ठिकाणी, एखाद्या जागी आपण दत्ताजीला बंदिस्त करीत आहोत. दत्ताजी इथे, तिथे, त्या पाण्यात, त्या अंधारडोहात, साऱ्या आसमंतात, उभ्या विश्वात भरून गेला आहे.

अंधारातून घोडी दिल्लीकडे धावू लागली. वाहता वारा दौडीने जास्त घोंघावल्यासारखा करू लागला. वाऱ्याच्या भिरभिरीतून दूर कुठल्या तरी आटिंग्या

दरीतून खोल आवाजातल्या हाका ऐकू येऊ लागल्या ''भाऊऽऽ भाऊऽऽ, भाऊरायाऽऽ.'' भाऊसाहेबांच्या सर्वांगातून वीज चमकून गेली. ते वाऱ्याच्या माध्यमाने दत्ताजीशी बोलू लागले. घोडा उडवता उडवता म्हणून लागले, ''दत्ताजीऽऽ, दत्ताऽऽ दत्ताऽ, दिल्लीच्या रक्षणासाठी तू जान कुर्बान केलीस! दोस्ता, तुझं रक्त मी वाया जाऊ देणार नाही रेऽ! बहाद्दरा, रुसू नकोऽ. तुझ्या पायावर रक्ताचं शिंपण घालण्यासाठी गिलच्यांची मुंडी छाटून आणीन! येईन; तुझ्या भेटीलाऽ लवकर येईन मर्द मराठ्याऽऽ!''

नजिबाने आपल्या डेऱ्यात अंतर्वेदीच्या गावागावांतील मदरसांचे मुल्लामौलवी, काजी, जाकीर इमाम असे धर्मपंडित, धर्मनायक गोळा केले होते. कडवट रानपाला गिळल्यासारखी नजिबाची मुद्रा दिसत होती. डेऱ्याच्या खिडकीतून यमुनेपल्याडची दिल्ली स्पष्ट दिसत होती. तिकडे डोळे विस्फारून नजीब बोलत होता,

''तर बिरादरीला आम्ही आता शेवटचा इशारा देत आहोत. ह्या वैऱ्यांच्या राती आहेत, जागे रहा. मेरे प्यारे भाई, जागो! इस्लाम खतरे में है! काफरांना हिंदुस्थानातून इस्लामची सारी चिन्हे नाहीशी करायची आहेत; याचसाठी शेकडो वर्षे दिल्लीची इज्जत आणि नाझ वाढवणारे बादशहाचे सिंहासन त्या दुष्ट दख्खनी सदाशिवाने फोडलेऽ!''

''या अल्ला! तोबा तोबाऽऽ'', चार-सहा मौलवी ओरडून विचारू लागले, ''काय म्हणता? दिल्लीचे सिंहासन फोडले?''

''नुसते फोडले नाही, तोडले, मोडले! त्याची पूर्ण राखरांगोळी केली,'' सद्‌गदलेला नजीब म्हणाला, ''सुरुवातीला काफरांपैकी सिंहासनाला हात घालण्याची कोणाला छाती होईना, तर तो काफर सदाशिव लोहाराचा घण घेऊन पुढे झाला. दिल्लीचे काही इज्जतदार आदमी धावले, त्याच्या हातापाया पडू लागले. अशी गैरबात करू नका, म्हणून विनवू लागले; पण तो दगाबाज आदमी कोणाचे ऐकेल तर ना? त्याने हा असा घण उचलला आणि दे दणादण घाव घालून सिंहासनाची भकले केली.''

नजिबाने सांगितलेली कथा ऐकून साऱ्यांना अतीव दुःख झाले. डोईवरची बत्ती काढून नजिबाने ती बाजूला ठेवली, केसातून बोटे फिरवली. पिंजारलेल्या केसाने दिल्लीकडे बघत नजीब म्हणाला,

''दोस्तांनो, इथून दिसणारी, हजारो वर्षांचा इस्लामचा वारसा सांगणारी ती पवित्र जामा मशीद एकदा अखेरची बघून घ्या.''

''मतलबऽऽ?'' सारे ओरडले.

''हो, कारण चार दिवसांत ती मशीद दिसणार नाही. ती जमीनदोस्त होणारऽ!''

नजिबाच्या तोंडून हे वाक्य बाहेर पडताच सारे धर्मपंडित रागाने बेभान झाले. संतापाने त्यांची अंतःकरणे पोळू लागली. ते ओरडू लागले,

''ती पवित्र मशीद तोडणारे कोण काफर आहेत? त्यांचे नाव सांगा.''

''त्यांना आम्ही क्षणार्धात जहन्नममध्ये पाठवू.''

"त्यांच्या नरड्या फोडून आम्ही रक्त पिऊ."

साऱ्यांना शांत होण्याचा इशारा करीत नजीब म्हणाला,

"दोस्तहोऽ, थांबा, सांगतो. आधी माझ्या एका सवालाचा जवाब द्या. त्या काफराचे नाव सदाशिव आहे. हिंदुधर्मानुसार सदाशिव या सबुदाचा मतलब काय?"

"शंकर, भगवान शंकर," एक मुल्ला म्हणाले.

"बरोबरऽ, शंकरऽऽ जटाधारी शंकर. पापी हिंदूंचा तो देव," नजीब सांगू लागला, "आपले नाव सदाशिव असल्यामुळे आपणच शंकराचा अवतार आहोत, असे तो लुच्चा सदाशिवभाऊ स्वत:ला म्हणून घेतो. म्हणूनच त्याने तो घाणेरडा बेलभंडार उचलून शपथ खाल्ली आहे, हिंदुस्थानच्या मातीत एकही मशीद शिल्लक ठेवणार नाही. त्या जागी तो शंकराच्या पिंडी रोवणार आहे, देवळे बांधणार आहे. जामा मशिदीच्या जागी तर तो काशीच्या देवळापेक्षा मोठे देऊळ बांधणार आहे."

"ये नहीं हो सकता, हम लढेंगे."

"ये मुमकिन नहीं। दोस्तों, धरमके खिलाफ शहीद बनो।"

"अल्ला होऽ अकबर! अल्ला होऽ अकबर!"

घोषणा, आरोळ्या वाढल्या. सारे पेटून उठले. त्यांना शांत करीत नजीब म्हणाला,

"दोस्तांनो, असा वखत या आधी इस्लामच्या आयुष्यात आला नव्हता. त्या पापी भाऊने नीचपणाचा कळस गाठला. त्या अधमाने निजामउद्दीनच्या दर्ग्यातील, महमदशहाच्या समाधीवरील सोन्या-चांदीची उपकरणे लांबवली, समयासुद्धा पळवल्या. यापेक्षाही एक भयंकर बातमी मी तुम्हांला ऐकवणार आहे. त्या नराधम भाऊने नाना पेशव्यांच्या छोऱ्याला, विश्वासरावाला हिंदुस्थानचा बादशहा बनवला. त्याला नजराणे पेश केले."

"तोबाऽ तोबाऽ ये क्या बात है?"

"त्या विश्वासरावाच्या नावे रुप्याची नाणी पाडली. खुत्बासुद्धा पढला. मग दोस्तांनो, आता सांगा, जे पापी लोक हिंदुस्थानची गादी भ्रष्ट करतात, ते आपला धर्म किती दिवस शिल्लक ठेवणार आहेत?"

नजिबाच्या तोंडून एकाहून एक भयंकर अशा बातम्या ऐकून सारे हवालदिल झाले. धर्म संकटात आहे म्हणून ओरडू लागले.

"जिहादऽऽ जिहादऽऽ"

"अल्ला होऽ अकबर! अल्ला होऽ अकबर!"

"चलो देहलीऽ मारो काफरोंको!"

आरोळ्या घुमल्या. थोड्या वेळाने सर्वांना शांत करीत नजीब बोलला,

"तुम तो पढे-लिखे आदमी हो। इतना शोर क्यू मचाते हो। मैं तो सीधासाधा गँवार आदमी। मला लिहिता-वाचता येत नाही. फक्त व्यवहार कळतो. असा शोर करून तुम्ही सारे दिल्लीकडे जाणार आणि यमुनेच्या पाण्यात डुबून मरणार. त्यापेक्षा

मी तुम्हांला सलाह देतो, तुम्ही सारे आपापल्या मुलखात, नगरात जा.''

''तिथे काय करायचं?''

''खूप बड्या गोष्टी करता येतील तुम्हांला. जामा मशिदीची आणि दिल्लीची जी विटंबना चालली आहे, त्याची सर्वांना कल्पना द्या. अजूनही यमुनापारहून काफरांकडे चोरून घासदाणा जातो, तो लुटा. काफरांच्या साऱ्या वाटा बंद करा. जेव्हा जंग उभा राहील तेव्हा आपापल्या इलाख्यातले जवाँमर्द इस्लामच्या रक्षणासाठी धाडून द्या. गनीम लोकांत फिसाद घडवा.''

दिवसभर चाललेली बैठक नजिबाच्या संदेशानं संपली. सारे द्वेषाची, सूडाची चूड घेऊन आपापल्या गावाकडे, मुलखाकडे परतले.

नजीब आपल्या डेऱ्यात एकटाच राहिला. बाहेरच्या भालदाराला कोणाला आत सोडू नकोस, असे फर्मावून तो कुर्ऱ्यात उभा राहिला. स्वत:वर खूष होऊन सर्वांग निरखू लागला, खदाखदा हसू लागला, त्याच्या अणुरेणूंत आनंदाच्या उकळ्या फुटू लागल्या. हसता हसता तो स्वत:शीच बोलू लागला,

''भाऊ बेटेऽऽ, दिल्लीच्या बादशाहीच्या रक्षणासाठी आलो आहे, असं सांगून उच्च ध्येयाचा टेंभा मिरवतोस काय? हा जंग हिंदुस्थानी रयतेचा आणि परकीय घुसखोर यांच्यामधला आहे, अशा लंब्याचवड्या बाता मारतोस काय? बेटा, माझ्या विषारी जिभेचा प्रताप अजून तुला ठाऊक नाही. आताशी मी जिहादचा अंगार फुलवला आहे. कोण घुसखोर आणि कोण हिंदुस्थानी? ही लढाई हिंदू आणि मुसलमान या दोन जातींमधलीच आहे. साध्या रणनीतीच्या गप्पांवर कोणाचा विश्वास राहिला आहे? पण तेच धरम खतरेमें है असं म्हणून जिहादची फुंकर मारली की, धर्म धर्मात तेढ पडते. मनुष्या मनुष्यात वैर पिकते. शहाणी माणसे पागल होतात. नांदती गावे धडाधड पेटू लागतात. अगदी जळून खाक होतात. मग आम्हांसारख्या महत्त्वाकांक्षी लोकांना फार तिष्ठावे लागत नाही. एकदा गावे पेटली, घरे जळाली, चांगले रसरशीत निखारे पडले की, आम्ही हळूच आमची वांगी खरपूस भाजून घेतो! पण... पण नजीब, तुझी तमन्ना काय? तुझी आकांक्षा कोणती? यूंऽऽ चूप बेटे, मेरे नजीब, थोडासा गम खा. चकार शब्द काढू नकोस. वाऱ्यालाही कान असतात...''

स्वप्नात गढलेल्या नजिबाला भालदाराच्या हाकांनी जाग आली.

''खानसाहब, खानसाहब, तुरंत भेट घेण्याचा शाही निरोप आला आहे.''

नजीब जागचा हलला. पिंजारलेले केस ठीक करून त्याने मस्तकावर बत्ती चढवली. जवळच्याच दुराणी बादशहाच्या डेऱ्यात तो लागलीच जाऊन हजर झाला. मोठ्या उत्साहाने त्याने डेऱ्यात प्रवेश केला; पण बादशहाची गंभीर मुद्रा बघून तो थबकला. बादशहाने त्याला आसनस्थ होण्याचा इशारा केला.

''बोला, नजीबखान, विशेष काही खबर...''

''मुल्ला, मौलवी, धर्मपंडितांची मी घेतलेली बैठक आपल्या कानी आली

असेलच. इस्लाम खतरेमें है, हे त्यांना पटवून दिलं. आता अंतर्वेदीत हाहाकार माजेल. गावे पेटतील. काफरांना जागोजाग अडथळे येतील.''

''नजीब, तुमच्या इस्लामप्रेमापायी आम्हीही गेले दहा मास हिंदुस्थानी अडकून पडलो आहोत. धर्म वाचविण्यासाठी आमच्याही फौजा जगल्या पाहिजेत.''

''काही कमी-जास्ती हुजूर?''

''इथल्या हवामानात आमची कंदाहारी घोडी मरू लागली आहेत, त्यात घासदाणा चांगला नाही, पाच हजार घोडी मेली, वेळेवर रसद येत नाही, काफरांप्रमाणे आमच्याही फौजांत काळ पडू लागला आहे, उपवास घडू लागले आहेत, ह्याचा बंदोबस्त आपल्याकडून होणार आहे की नाही?''

''गुस्ताखी माफ हुजूर. घासदाण्यासाठी मी यत्न चालवला आहे. पण यंदा दिल्लीप्रमाणेच अंतर्वेदप्रांतीही लावणी जास्त झाली नाही. तरीही मी व्यवस्था करतोच आहे. पण हुजुरांच्या सेवेशी मी एक अर्ज करतो...''

''बोलो...''

''हुजूर... आलमपन्हाँ, दोन कोटी उत्पन्नाचा मुलूख म्हणजे अयोध्या प्रांत. एवढ्या मोठ्या प्रांताचा नबाबबहाद्दूर, ज्याला आपण वजीरे हिंदुस्थान करणार आहात, त्यांची स्वारी आपल्या लष्करात मौजूद आहे. एवढ्या मिनतवारीने त्याला आपल्या पायाशी आणला. अडचणीचा काळ आहे म्हणून त्याला थोडीशी तकलीफ द्यायला काय हरकत आहे?''

''या आधी त्यांनाही निरोप गेला आहे. तेही येतील. बघू त्यांच्याकडून काही निघाले तर. नाहीतर सारा बंदोबस्त तुम्हांलाच करावा लागेल. निघा आता, नबाबाशी आम्हांला एकट्याला मसलत करायची आहे.''

नजीब वाकून मुजरा करीत बाहेर गेला. थोड्या वेळाने सुजाउद्दौल्याचे आगमन झाले. बिछायतीवर बसून लोडाला टेकता टेकता सुजा बादशहाकडे बघू लागला. अब्दाली गंभीरच दिसत होता. सरबत-मिठाई झाली. बादशहा म्हणाला,

''सुजाउद्दौले, बडी आसामी म्हणून आम हिंदुस्थान तुमच्याकडे बोट दाखवतो. दोन करोड रुपयांचा सरंजाम तुमच्या बुडाखाली आहे. आमच्या फौजा दुष्काळाने-टंचाईने हैराण झाल्या आहेत. शिपायांची तलष वाढली. आता तुम्हांला रसदेची व्यवस्था बघावी लागेल.''

''पण... पण, जहापन्हाँ–'' सुजा चाचरत म्हणाला, ''आम्ही अयोध्येतून बाहेर पडताना आपल्या शिक्क्याची हमीपत्रे आम्हांला लाभली होती. रसदेचा वायदा ठरला नव्हता. इज्जतीची वागणूक मिळेल असा कौलकरार झाला होता.''

''नबाबसाहेबऽ, तुमच्या डोक्यावर असा कोणता पर्वत ठेवला आम्ही?'' बादशहा आवाज चढवून बोलला, ''कौल आणि कराराची घमेंडीची भाषा अयोध्येकर नबाबाच्या तोंडी शोभत नाही. आम्ही शाहीखाना झोडण्यासाठी तुम्हांला पाचारण केलं नव्हतं. तुम्ही विसरता, हा बालबच्चवड्यांचा खेळ नाही; हे लढाईचं मैदान आहे.

युद्धाच्या पंक्तीत तुमच्या पत्रावळीवर जो घास पडेल, तो मुकाट्याने खाल्लाच पाहिजे. विजयाचे गुलाबजामुन खाऊन हवेत बावटे उभाराल तेव्हा? मग ह्या झुंजाच्या पंक्तीत, द्रोणावर थोडे जहर पडले, तर निमूटपणे चाखले पाहिजे.''

''जी, आलमपन्हाँ,'' सुजा गारठून बोलला.

''नबाबसाहेब, तुमचा मुलूख जवळ आहे. चार दिवसांत धनधान्याची व्यवस्था लावा. यात कसूर नको. फक्त ऐंशीनव्वद हजारांचं लष्कर सांभाळणं, लखनौच्या नबाबाच्या आवाक्याबाहेर आहे का? पटेल हे कोणाला?''

खाली मान घालून सुजा शाही डेऱ्याबाहेर पडला. अफगाणी लष्करात वजीर शहावलीखानच काय तो सुजाच्या जिव्हाळ्याचा होता. शहावलीला नजिबाविषयी घृणा होती. हिंदुस्तानी घटकाभरही राहायला नको, या विचाराचा तो होता. पण बादशहाच्या मर्जीपुढे त्याला पाऊल टाकता येत नव्हते. बादशहाच्या धमकीने हबकून गेलेला, दिलेली वचने नजिबाने मोडल्याबद्दल संतापलेला आणि गळात मासा अडकून तडफडावा तसा अडकलेला सुजा शहावलीखानाकडे गेला. रडक्या सुरात त्याने सारी कर्मकहाणी वजिराला ऐकवली. सुजा शहावलीला म्हणाला,

''साहेबान, मी तुमच्याच इमानावर आलो हो, आणि आता हा प्रसंग काय गुदरला?''

''कोणत्या इमानाच्या गोष्टी बोलता नबाबसाहेब? कोणी दिले होते तुम्हांला इमान? युद्धाच्या वेळी ह्या शब्दांना, अशा भावनेला अर्थ नसतो. कौलकरार, इमानप्रमाण हे सारे झूटे शब्द कागदावर वाळून जातात. बेइमानसुद्धा अशा वेळी इमानाचा झब्बा पांघरून, घाणीतल्या पायांनी खुशाल गाद्यागिर्द्यांवर नाचतं!''

''पण आमचा दोष तरी कोणता साहेबान? तो भाऊसाहेब, कुमक करायची नसेल तर नका करू, आपल्या राजधानीत स्वस्थ बसा, म्हणून जीव तोडून सांगत होता. मी साऱ्यांना लाथाडलं. तुमच्या मदतीला चार हजाराची फौज आणि बलाढ्य तोफखाना घेऊन आलो, हाच का आमचा दोष? हेच का आमचे पाप?''

''नबाबसाहेब, तुमचे फक्त एकच पाप आहे,'' वृद्ध शहावली हसता हसता म्हणाला, ''तुम्ही त्या लुच्च्याच्या सांगीवरून आला. मी स्वत:तरी तुम्हांला इमान दिले नव्हते. एवढे आकांडतांडव करीत, नद्या ओलांडीत तुम्हांला यायचे काय कारण होते? एवढ्या लांब गंगा पार करून कोण येत होता चालून तुमच्या अयोध्येवर?''

''मग साहेबान, मी करू तरी काय?'' रडवेल्या सुरात सुजा विचारू लागला.

''आलात तर आता काहीही करा. पण बादशहाला राजी करा. नाहीतर तुमची खैर नाही.''

पश्चात्तापानं दग्ध झालेला सुजा आपल्या डेऱ्यात परतला. व्याकूळ होऊन तो काशीराजाला म्हणाला,

''पंडित, अखबारथैल्या धाडा. आपल्या राज्याच्या पश्चिम हद्दीवरची जी असतील

ती धान्याची कोठारे खोलायला सांगा. लिंपणं काढा. जलदीने चार दिवसांत रसद इकडे कशी पोहोचेल याची व्यवस्था बघा.''

''नबाबसाहेब?'' सरदार अनुपगिरी चमकला.

''होय अनुपगिरी,'' डबडबलेले डोळे पुशीत सुजा म्हणाला, ''आमच्या मासाहेब, तो भाऊसाहेब, सारे सरदार, प्रजाजन विनवण्या करीत तुम्ही जाऊ नका म्हणून सांगत होते. साऱ्यांना मी लाथाडलं आणि नजिबाच्या लगामी लागलो. अब्दालीच्या सोनेरी पिंजऱ्यात अडकलो. आपल्याच हाताने उरावर धोंडा पाडून घेतला. आता भार सोसेना, इकडेतिकडे सरकता येईना असं कोणाला सांगायचं? काय सांगायचं?''

१७ ऑक्टोबर १७६०. नवरात्रीचा पहिला दिवस. मराठ्यांच्या लष्करात कमालीची सामसूम जाणवत होती. नुकताच पाऊस तडाखा देऊन गेला होता. पावसाने आठ-दहा दिवस कोणाला काही सुचू दिले नव्हते. गेले कित्येक दिवस मराठी राऊत यमुनेचं पाणी कधी उतरेल याची प्रतीक्षा डोळ्यांत पाणी आणून करीत होते. पण साऱ्याच इराद्यांवर, मनसुब्यांवर पाणी पडले. हस्ताच्या पावसाने पुराची फुगी वाढली. जी यमुना पंधरा-वीस दिवसांत उतार देईल अशी अपेक्षा होती; तिचा ठाव किमान महिनाभर लागणार नाही, हे साऱ्यांना उमगले. सारे लष्कर चिंतागती झालेले. राणीवशातील स्त्रियांनासुद्धा उपास घडू लागलेले. त्यातच नवरात्री आल्या. अंबाबाईला साकडे घालून पार्वतीबाई, लक्ष्मीबाई बळवंतराव यांनी कडकडीत नवरात्र धरली. समशेरबहाद्दराचे कुटुंब मेहेरबाई यांनीसुद्धा उपवास धरला. अल्ला पावू दे, नाहीतर अंबाबाई पावू दे, पण ह्या संकटातून निभावणी होऊ दे. रखमाबाई आक्कासाहेब सरदार स्त्रियांना म्हणाल्या, ''आजपासून सर्वजणी कडकडीत नवरात्र धरतील. येथून कुरुक्षेत्र फारसे दूर नाही असे म्हणतात. नवरात्रीची सांगता कुरुक्षेत्रीच करू. या पुण्यसंचयाने सारी संकटे दाही दिशा पळून जातील.''

पेचात रुतलेले भाऊसाहेब मसलतीच्या डेऱ्यात जिवलग साथीसरदारांबरोबर सुने होऊन बसलेले. सारे रस्ते-वाटा एकमेकींत अडकून गेलेल्या. मोकळा रस्ता नजरेच्या टप्प्यात दिसतच नव्हता. दोन वर्षांपूर्वी दुसऱ्या मोहिमांवर दसऱ्याला बाहेर पडलेले स्वारराऊत उदगिरीहून तडक ह्याच मोहिमेवर आलेले. बहुतांशी शिपायांना दीड-दोन वर्षे घराचा वारा ठाऊक नाही. आता दुसऱ्यांदा दसरा उजाडला. शिपायांच्या डोळ्यांसमोर घरांची-वाड्यांची दारे, गोठ्यातली हंबरती जनावरे, अंगणात-परसात नाचती-खेळती बाळे आणि उंबरठ्याचं दार धरून दिसान् दिवस पदराच्या टोकाने डोळ्यांतील टिपे टिपीत पाखरासारखी धन्याची वाट बघणारी घरधनीण उभी राहत होती. अब्दालीच्या फौजेचं ठीक होतं. त्यातल्या बहुतांशी शिपायांचा पूर्ण वेळ लष्करी व्यवसाय होता. पण मराठी लष्करात हुजुरातीतील पेशव्यांचे कायमचे काही हजार स्वारबारगीर सोडले तर बाकी सारे प्रथम शेतकरी होते. मृगाच्या कोसळत्या धारांत लावणी करायची. पावसाळाभर शेतात-खाचरात राबायचे. दसऱ्याच्या सुमारास

शेताबांधांना वास सुटायचा. पिके बनायची. काढणी, झोडणी करून खळ्यात वावडणी सुरू करायची. निम्मे-अर्धे धान्य कुणगीत गेले की, सरकारातून किंवा ज्याच्या त्याच्या सरदाराकडून सांगावा यायचा. गावात दवंडी व्हायची. खळ्यात निम्मे-अर्धे धान्य तसेच ठेवून घाईगडबडीने हत्यारे साणेवर घासायची, चार महिने घासदाणा खाऊन तवान्या झालेल्या फुरफुरत्या घोड्यावर मांड ठोकायची आणि मोहिमेवर निघायचं. त्याच बहाद्दरांची दोन-दोन वर्षे घराशीच भेट नाही तर शेतात काय पिकलं, न पिकलं कसं कळायचे? सुगीसराई बयाजवार उरकली असेल का? म्हैस व्याली असेल का? लेकीला वेळेवर बाळंतपणाला आणली असेल का? नात की नातू? अशा हजार सवालांचं काहूर उठायचं. दिल्लीत तळ ठोकून चार महिने होतील आता. इथे काही घडत नाही. चिखलात फसलेल्या जनावरासारखे नुसते खोळंबून राहायचे. बरे, वर पोटापाण्याचे हाल. मुलूखगिरी नाही. जनावराला घासदाणा नाही. हातावर रोजमुरा नाही की पगडीवर शौर्याचा तुरा नाही. पिचत, मरत किती दिवस काढायचे?

रोज उद्‍भवणाऱ्या संकटातून भाऊसाहेब कसाबसा मार्ग काढून आला दिवस साजरा करीत होते. त्यांचे धैर्य, कामाचा नेट, कधीच न डगमगून जाण्याची वृत्ती, तडफ, न आटणारा अभिनिवेश आणि जिद्द त्यांच्या सोबत्यांचा, शिपायांचा सहारा होता. मात्र या साऱ्या गोष्टी भाऊसाहेबांच्या अंतर्मनाला पटत नव्हत्या. ही स्वत:ची आणि दुसऱ्याची फसवणूक तर नाही? वरवर दिसणारी धीरोदात्तता आत बुडाशी थोडी डळमळल्यासारखीच वाटते. खजिना ठार मोकळा, ह्या गंगा-यमुनेच्या परिसरात– एवढ्या लांब-रुंद इलाख्यात कोणाचा मदतीचा हात पुढे येत नाही. लष्कर भुकेनं व्याकूळ. रोज पाच-पन्नास जनावरं दगावतात. आधीच रिकाम्या पोटाचे स्वारराऊत, त्यात हस्ताचा तडाखा. आधीच दक्षिणी कातडीचे बोचकारे काढणारी उत्तरेतली थंडी, तिला हस्तनक्षत्राची संगत मिळाल्याने ती चेटकिणीसारखी नाचू लागलेली. लष्कर गारठू लागलेलं, नांदायला चांगले ठिकाण गवसले म्हणून रोगराई, दुखणाई सोबतीला आलेली. अर्धउपाशी राऊत कोंबड्यांना लागण व्हावी तसे पटापटा मरताहेत. पुण्याकडचा दक्षिण रस्ता बघून डोळे आटले. पलीकडचा गिलचाही उठत नाही. युद्धाचा वणवाही पेटत नाही. तो चेतवण्यासाठी लष्करात जोम, जोश पाहिजे. त्यासाठी घासदाणा, चंदीचारा पाहिजे. आरून फिरून सारे पोटाचे गाणे.

सरदार मानाजी पायगुडे भाऊसाहेबांच्याच बाजूला बसले होते. ते म्हणाले,

“भाऊसाहेब, आठ-दहा रोजांत दसरा येईल. दसरा म्हणजे मर्द मावळ्यांचा प्यारा दिवस. त्याच दिवशी आपले मराठे स्वारीशिकारीवर कूच होतात. मरगळ झटकून मैदान धरायचा हा दिवस. या दसऱ्याला असेच गाळात अडकून राहायचे का? माझ्या मते ही कोंडी फोडलीच पाहिजे.”

“लाख बोललात मानाजी,” भाऊसाहेब म्हणाले, “दसऱ्याच्या दिवशीच प्रभू रामचंद्राने, सत्तांध मदांध रावणाला चारी मुंड्या चीत केला होता. दुष्टांचा संहार

करण्याचा हा पवित्र मुहूर्त.''

''आता इथून पाय काढलाच पाहिजे. गेल्या चार वर्षांतल्या कत्तलीने, जाळपोळीने, झुंजाने हा सारा मुलूख इथूनतिथून बेचिराख झाला आहे. घोड्या-बैलांसाठी गवताची काडी मिळत नाही, तर मुला-माणसांचा प्रश्नच अलाहिदा,'' होळकर बोलले.

''कुंजपुऱ्यावर झेप घेण्याचा आमचा मनसुबा ठरतो आहे,'' भाऊसाहेब.

''कुंजपुरा? तिथे काय आहे?'' बऱ्याच सरदारांनी एकदम विचारले.

''इथून उत्तरेला बादशाही रस्त्याने पंजाबच्या दिशेला निघायचे. अवघ्या ऐंशी मैलांवर कुंजपूर नावाचे एक नगर आहे. त्या नगरात एक चांगली गढी असून त्या गढीत हजारो पोती धान्य भरलेले आहे. अब्दालीच्या, अफगाणिस्तानच्या वाटेवरचे हे ठाणे असल्याने त्याने ऐनवेळी उपयोगी पडावे म्हणून लाखो रुपयांची रसद गोळा केली आहे. त्या ठाण्यावर धाड घालू या आणि कुंजपुरा लुटून फस्त करू या. मृत्यूच्या जबड्याकडे ओढली जाणारी जनावरे तरी तरतील.''

''श्रीमंत, आम्हांला हे मंजूर आहे,'' सर्व जणांनी एकमुखाने संमती दिली.

''आम्हांला अशाही खबरा प्राप्त झाल्या आहेत की, ह्याच नगराजवळ यमुनेला चांगला उतार आहे. तो उतार पार करून आम्ही अंतर्वेदीत घुसू शकतो. नदीच्या पल्याडच मुजफ्फरनगरचा नजिबाचा इलाखा लागतो. इथे उतरून पलीकडे नजिबाची सहराणपूर, नजिबाबाद ही ठाणी मारता येतील.''

''भाऊसाहेब, अशी कृती घडली तर अब्दाली काय पवित्रा घेईल?''

''अलीकडे घुसायला त्याला कालिंदी कुठे ठाव देते आहे? ह्या बादशाही रस्त्याच्या कोस-अर्धकोस अंतरावरून यमुना नदी उत्तर-दक्षिण वाहते. दिल्ली सोडल्यावर उत्तरेस सोनपत ३६ मैल, पानिपत ५६ मैल आणि पानिपत पार केल्यावर ८० मैलांवर कुंजपुरा. ह्या साऱ्या मार्गावर यमुनेचं पात्र खोल आणि विस्तीर्ण आहे. ते पार करून अलीकडे झेप घेण्याइतके काळीज अब्दालीकडे नाही. त्याला सुपाएवढं काळीज असणारा इसम हवा. आपण एकदा कूच केले आणि पलीकडच्या काठाने गिलचे वर सरकू लागले तर ते फक्त कुंजपुऱ्याजवळच नदी पार करून आम्हांला सामोरे येऊ शकतात. त्यांनी अलीकडे येण्याआधी कुंजपुरा काबीज करून आपणच पलीकडे घुसून नजिबाच्या मुलखाची नासधूस करू. त्याचे कंबरडे मोडू,'' भाऊसाहेब म्हणाले.

''कुंजपुऱ्यातच दसरा साजरा करू!'' सरदार विंचूरकर बोलले. त्यांना सर्वांनी दाद दिली.

''याशिवायही कुंजपुऱ्याचं आगळं महत्त्व आहे. गतप्राण दत्ताजी शिंद्यांचं शिर कापून भाल्याच्या टोकावर अडकवून नाचवणारा मिया कुतुबखानही कुंजपुऱ्याच्या किल्ल्यात आहे. त्याचेही शिर धडावेगळं करू या,'' भाऊसाहेब.

दत्ताजीच्या वधाचा विषय काढताच त्याचे ऐन जवानीतले तुकोजी आणि महादजी हे दोन बंधू पेटून उठले. जनकोजी शिंदे तर पुरता भडकून गेला. तो त्वेषाने

म्हणाला,

"भाऊसाहेब, आपण मार्गदर्शन करा. आशीर्वाद द्या. दसऱ्याचा मुहूर्त म्हणजे आपल्या साडेतीन मुहूर्तांपैकी एक. हाच पवित्र मुहूर्त साधून आपण शिलंगण करू या. दसऱ्याचं सोनं म्हणून कुंजपुरा लुटून गिलच्यांच्या मुंड्या छाटू या."

कुंजपुऱ्याच्या मोहिमेचा निर्धार पक्का झाला. साऱ्यांना कोंडी फुटल्याचा आनंद झाला. समशेरबहाद्दर उठले आणि म्हणाले,

"भाऊसाहेब, आपण न थांबता बेलाशक निघू या. कुंजपुऱ्याची गढी उडवू या; पण तिकडे जाण्याआधी दिल्लीचा निर्णय घेतला पाहिजे. आजूबाजूच्या मुलखातून फार वाईट खबरा येतात. त्या आगलाव्या नजिबाने आपल्या विखारी जिभेने नांदती गावे पेटवली आहेत. विश्वासरावांना दिल्लीच्या तख्तावर बसवून बादशहा बनवले आहे, भाऊसाहेबांनी दिल्लीचे सिंहासन फोडले आहे, इस्लाम संकटात आहे अशा चारी मुलखातून त्याने भुमका उठवल्या आहेत."

"एवढ्यावरच तो काळ थांबलेला नाही. जामा मशिदीसह दिल्लीतल्या साऱ्या मशिदी पाडण्याचं काम भाऊसाहेबांनी स्वत: सुरू केल्याच्या कंड्याही त्याने सर्वत्र पिकवल्या आहेत. ह्या मुलखात मुसलमानांची संख्या जास्त आहे. नजिबाच्या ह्या कागाळ्यांनी सारी मुसलमान रयत बिथरली आहे. हे असंच चालेल तर आपले अंतर्वेदीत एकही ठाणे राहणार नाही. नदीचे घाट सांभाळणाऱ्या शिपायांवरसुद्धा बिलामत कोसळेल. सारी रयतच पेटून उठली तर अनर्थ होईल. म्हणून तूर्तास काही तरी केले पाहिजे," जनकोजी म्हणाला.

भाऊसाहेबही सचिंत झाले. नजिबाच्या आगलाव्या आरोळ्या या आधीही त्यांच्या कानावर आल्या होत्या. आता दिल्ली सोडून पुढे व्हायचे तर याबाबत काही पक्का निर्णय घ्यायला हवा होता. दिल्लीच्या पातशाहीची त्यांना तमन्ना नव्हती. अन्यथा तीन-साडेतीन महिन्यांच्या काळात दिल्लीचा मुकुट अनेक वेळा त्यांनी विश्वासरावांच्या किंवा स्वत:च्या मस्तकी चढवला असता. गाजुद्दीन वजिराने दुसऱ्या अलमगिराला कपटाने ठार केल्यावर शहाजहान सानीला दिल्लीचा बादशहा बनविले होते. ते कळसूत्री धूड लाल किल्ल्यात अडगळीतल्या वस्तूसारखे गंजत पडले होते. त्याला हलवून पर्यायी व्यवस्था करावी लागणार होती. अब्दालीलाही दिल्लीच्या तख्ताची लालसा नव्हती. फक्त संपत्तीची हाव होती. अलमगीरचा खून झाल्यावर त्याच्या शहाजाद्याची, शहाआलमची कीव साऱ्यांना आली होती. पण त्याचीही सुळावरची पोळी चाखण्याची हिंमत नव्हती. दिल्लीचे तख्त सोडून जीव वाचविण्यासाठी तो पाटण्याकडे पळून गेला होता. त्यालाच दिल्लीचा बादशहा म्हणून जाहीर केले तर आसपासच्या रयतेचा दुवा मिळणार होता. ही लढाई दिल्लीच्या पातशाही रक्षणासाठी आहे, ती परक्या शत्रुविरोधी आहे या भाऊसाहेबांच्या घोषणेला अर्थ लाभणार होता. शहाआलमला बादशहा करण्यातच खरा राजकारणी डाव होता. हा डाव खेळायचे आणि एका दगडात चार-पाच पंछी टिपायचे, हे भाऊसाहेबांनी नक्की केले.

शहाआलमची माता झीनत महलही दिल्लीतच राहत होती. एवढे दिवस दिल्ली मराठ्यांच्या पकडीत राहिली. तिच्या टप्प्यात येऊनही दुराणी बादशहा काही करू शकत नाही, याचा अर्थ मराठ्यांची दिल्लीवरची पकड कधीच ढिली होणार नाही, असा साऱ्यांना अंदाज आला. म्हणून शहाआलमची माता माझ्याच लेकराला बादशहा करा, या मागणीसाठी भाऊसाहेबांच्या डेऱ्याचा उंबरा झिजवत होती. एक कोटी रुपये देण्याची भाषा करीत होती. भाऊसाहेबांनी विचारले,

''नारो शंकर, बादशहाची माता पंधरा-वीस लाख रुपये तातडीने देऊ शकेल का?''

''कशाची देते ती! भुकेली पातशाही. नाव सोनूबाई आणि हाती कथलाचा वाळा अशी तऱ्हा. फार तर पाच-दहा लाख कसेबसे मिळतील.''

''म्हातारी तर लाखांची भाषा करते! भाषा लाखाची आणि गठडी फुकाची!'' भाऊसाहेब हसून म्हणाले, ''ठीक आहे, शहाजहान आणि शहाआलम हे दोन्ही सबलनिर्बल पक्ष पाहता तो शहाआलमच आम्हांला बादशहा म्हणून योग्य वाटतो. कर्ता दिसतो. पटण्याकडे का होईना पण हिमतीवर जगतो आहे. जी थोडी रक्कम मिळते ती घ्या आणि दिल्ली जगवा.''

''भाऊसाहेब, वजिरीचा काय निर्णय?'' होळकर विचारू लागले.

''सुजाउद्दौल्यालाच वजीर म्हणून जाहीर करू!''

''सुजाला?''

''हो, त्याला मराठ्यांचं काळीज कळू दे. गाजुद्दीनपेक्षा तो निश्चितच उजवा आहे.''

मल्हाररावांना तो निर्णय फारसा आवडला नाही. गंगोबातात्या आणि रामजी अनंतांची थोबाडे शेणीसारखी काळीकुट्ट पडली. समशेरबहाद्दर बोलले,

''भाऊसाहेब, ही मात्र नजिबाचे तोंड फोडणारी खाशी तोड काढली.''

''शहाआलम इथे नसताना मुकुट कोणाच्या शिरावर ठेवून बादशाही जाहीर करायची?'' मल्हारबा.

''त्याचं सिंहासन रिकामं ठेवा. शेजारी त्याचा पुत्र जो दिल्लीतच उपलब्ध आहे, त्या जवानवख्ताला वलिअहद, राजपुत्र म्हणून खुर्चीवर बसवा आणि खुत्बा वाचा,'' भाऊसाहेब.

दिल्लीच्या पातशाहीचा निर्णय पक्का झाला. हा समारंभ उद्याच घडावा, असा आदेश भाऊसाहेबांनी दिला. नाना पुरंदरे, लक्ष्मण बल्लाळ खेर, रामजी दाभोळकर आणि नारो शंकरावर दिल्लीच्या समारंभाची जबाबदारी टाकण्यात आली. सारे निर्णय घेतल्यावर भाऊसाहेब म्हणाले,

''नारो शंकर, दिल्लीच्या रक्षणासाठी आम्ही चांगले तीन हजार स्वार आणि तितकेच प्यादे देऊन जात आहोत. एक ध्यानात ठेवा, दिल्ली ही हिंदुस्थानच्या राजकारणाची गुरुकिल्ली आहे. आज दिल्लीत फुटका मणी नसेना का, पण अखेर

दिल्ली ही दिल्लीच आहे! आजवर या मोहिमेत तुमच्या-आमच्या हाताला काहीही लागले नाही; पण दिल्ली सर झाल्याने सर्वत्र आपली इज्जत-इभ्रत वाढली आहे. ती दिल्ली तुमच्या हाती सुपूर्त करून आम्ही निघालो आहोत. ह्या पंचप्याऱ्या दिल्लीचे रक्षण नेटाने करा. वर मोहिमेत बरे-वाईट काहीही घडो, पण दिल्ली तुम्ही सोडू नका. दत्ताजीच्या तडफेने तिचे रक्षण करा. मग प्राण गेला तरी बेहत्तर!''

''भाऊसाहेब जिवात जीव असेपर्यंत हा नारो शंकर दिल्ली सोडणार नाही,'' भारावलेले नारो शंकर बोलले.

समशेरबहाद्दर आणि दमाजी गायकवाडांकडे मोहरा वळवून भाऊसाहेब म्हणाले,

''आम्ही थोडे पुढे जाऊ. तुम्ही पाठीमागून यमुनाकाठाने प्रत्येक घाटावर थोडे थोडे शिपाई पेरत या. लढाईत न जाणो कुठल्या वेळी काय घडेल. त्या अब्दालीने भरल्या नदीत उडी घेऊन अलीकडे येण्याचा असाध्य यत्न केलाच तर पश्चिमकाठावरच्या आपल्या बहाद्दर शिपायांनी गोळागोळी करून त्याला नदीतच फाडला पाहिजे. कालिंदीचं पात्र पवित्र केलं पाहिजे.''

मसलत संपत आली. भाऊसाहेब उठले. खाजगीकडे निघताना सर्वांकडे बघत म्हणाले,

''कुंजपुऱ्याचा पल्लाही बारका नाही. आपली जनावरे दुबळी आहेत. पल्ला मोठा आहे. आताच हळू नेटाने तुम्ही मार्गक्रमण करू शकता. वाटेतल्या खेड्यापाड्यांत, शेताबांधांवर जे मिळेल ते जनावरांच्या पुढ्यात टाका. घोडी ताजीतवानी करून न थांबता निघा. आम्हीही उद्या पहाटे कूच होऊ.''

मसलत संपली. थोड्याच वेळात राहुट्या-पाले पडू लागली. कनातकाठ्या बांधल्या गेल्या. दमाधीराने पावले टाकीत, वाटेत दिसणारा पालापाचोळा हुंगीत जनावरे कुंजपुऱ्याकडे चालू लागली.

रात्री नारो शंकर भाऊसाहेबांच्या भेटीला आले. म्हणाले,

''श्रीमंत, उद्या नव्या बादशहाचा खुत्बा पढायचा आहे. अशा भारी समारंभाला श्रीमंतांनी हजेरी लावावी आणि मगच पुढे निघावे.''

''भारी समारंभ?'' भाऊसाहेबांनी कसनुशी मुद्रा केली. ते म्हणाले, ''नारो शंकर, त्या नसत्या समारंभाला थांबण्याची आमची बिलकूल इच्छा नाही.''

''निदान श्रीमंत विश्वासराव तरी...''

''ते तरी कसे थांबतील? ते पेशव्यांचे चिरंजीव आहेत!''

नारो शंकर चूप झाले. त्यांनी बाहेरचा रस्ता धरला. जाता जाता त्यांची भाऊंच्या मुद्रेकडे नजर गेली. त्यांच्या मुखावरचे भाव काही आगळेच होते. कशाला थांबावे अशा हीन समारंभाला? लढाया आम्ही करायच्या. रक्त आम्ही सांडायचे. शहजादा असूनही तो परागंदा झाला. त्याच्या अनुपस्थितीत त्यालाच हिंदुस्थानचा बादशहा म्हणून जाहीर करायचे. गोळ्या कुणी खायच्या आणि चवीने पोळ्या कुणी दाबायच्या? हे सारे कळते, पण परिस्थितीमुळे वळवता येत नाही. काळा, तुझा महिमा अगाध

आहे. माझ्या मराठी मुठीत दिल्ली असूनही मराठी मातीपासून दूर आहे! कराल काळा, तुझ्या केवढ्या मोठ्या या हुलकावण्या?

□

कुंजपुरा. दिल्लीहून पंजाब प्रांताकडे जाणाऱ्या बादशाही रस्त्यावरचा प्रमुख गाव. दिल्लीपासून ८० मैलांचे अंतर. गावाच्या पायालगतच वाहणारी यमुना नदी. तिच्या काठावर धीरगंभीर साधुसंन्याशी कलंडावा तसा विसावलेला गाव. घरे, देवळे, मशिदी डेरेदार वृक्षांच्या आडोशाला लपलेल्या. नदीकाठावर वाढलेली छत्र्यांच्या आकारांची, ठेंगणी पण पानाफुलांनी सजलेली देखणी झाडे, झाडांच्या आडोशाला नानाविध जातीचे पशु-पक्षी. त्यांची किलबिल, सतत चालणारा गुंजारव यावरूनच या ऐतिहासिक गावाचे नाव 'कुंजपुरा' पडले होते. येथून पुढे तीर्थराज कुरुक्षेत्राची भूमी काही मैलांतच सुरू होते. त्यामुळे कुरुक्षेत्री निघालेल्या यात्रेकरू, साधू, यती, फकिरांचा मुक्काम या शांत, सुंदर नगरीत पडे.

वृक्षवल्लरींच्या गर्दीतून मान वर काढीत कुंजपुऱ्याची भव्य तटबंदी उभी होती. तटबंदीचा वेढा संपूर्ण गावाला पडला होता. गावाच्या समोरच मोठा बळकट भुईकोट किल्ला उभा होता. दिल्लीच्या जीवनात जसे लाल किल्ल्याचे महत्त्व, तसेच याचेही या नगरीत मानाचे स्थान. बाहेरच्या तटास मुख्य तीन महादरवाजे. पश्चिमेची कर्नाळी वेस, वायव्येची न्यावली वेस, पूर्व-दक्षिणेमधील महंमदी वेस. ह्या तीन महाद्वारांचे दरवाजे उंचेपुरे, खिळेबंद आणि कातळासारखे मजबूत. तिन्ही दरवाजांच्या दारातच दोन-तीन कासरे अंतर धरून चिरेबंद भिंतीचे पडदे उभे केलेले. कोणीही आक्रमण करून आला तर सरळ दरवाजावर तोफा चालवता येणार नाहीत की, खवळलेल्या हत्तींच्या मस्तकाने दरवाजे फोडता येणार नाहीत. सरळ होणारे आक्रमण समोरच्या आडभिंती रोखून धरायच्या. तटाच्या बाहेर आठ-दहा हात रुंदीचा खंदक होता. खंदकात बारा मास पाणी. जवळूनच यमुना वाहत असल्याने त्यात पाझरउमाळे सदोदित फुटलेले. पूर्वीच्या काळी तर या खंदकात सुसरी सोडलेल्या असायच्या. आता सुसरीसारखी भयानक जनावरे नसली, तरी सापांच्या अनेक विखारी-विषारी जाती ह्या आयचानाच्या आसऱ्याने मुक्काम ठोकून होत्या.

कुंजपुरा वर्दळीच्या रस्त्यावर असूनही निवांत ठाणे होते. इथे सहसा कुणाची आक्रमणे यशस्वी झाली नव्हती. कोणत्याही हिंदुस्थानी शासकाला कुंजपुऱ्याने दाद दिली नव्हती. आता तर हे ठाणे नजिबाच्याच काबूत होते. नजिबाचा विश्वासू चुलतभाऊ नजाबतखान हा इथला किल्लेदार होता. किल्ल्यावरून डोळ्यासमोर दिसणारी यमुना ओलांडली की, पल्याड मुजफ्फरनगर इलाख्यातील किराणा तहशीलची हद्द लागत होती. यमुना ओसरली की किराणाचा नित्य व्यापारउदीम कुंजपुऱ्याशी चाले. उन्हाळ्यात अनेक होड्या-नावांतून अल्याडपल्याड ये-जा होई.

पाखरांशी दंगामस्ती करण्यात गुंगलेला कुंजपुरा आज दुपारी एकाएकी महाघंटेच्या

आवाजाने खडबडून जागा झाला. किल्ल्याच्या देवडीवर बांधलेली अजस्र भयकारी घंटा. तिचा मोठा दांडा ओढायला दोन ताकदीचे इसम लागायचे. परआक्रमण आले तरच या घंटेचा नाद व्हायचा. गेल्या कित्येक वर्षांत ही घंटा वाजली नव्हती. मराठ्यांचे आक्रमण कुंजपुऱ्यावर होणार, अशा अफवा गेल्या दोन महिन्यांपासून नगरात उठत होत्या. त्याही अनेकदा थंड झाल्या होत्या. मात्र आज अचानक घंटानाद होऊ लागला आणि साऱ्यांची तारांबळ उडाली. मशिदीवरचा चाँदतारा, देवळाच्या डोईवरचा कळस टवकारून उसासे टाकीत तटाबाहेर डोकावण्याचा प्रयत्न करू लागला. ठिकठिकाणी कुंजपुरवासी नागरिक तटावरून कर्नाळकडे बघू लागले. कोसभर अंतरावर मराठ्यांच्या फौजा, निशाणे दिसू लागली. नजरेच्या टप्प्यात फौजा मावत नव्हत्या. साऱ्या गावभर गिल्ला उडाला: आपापल्या घरातल्या चीजवस्तू सांभाळण्याचा, त्या दडवून, पुरून ठेवण्याचा जो तो प्रयत्न करू लागला. गल्ली-मोहल्ल्यांतून लोक इकडेतिकडे सैरावैरा धावू लागले.

ठाणेदार नजाबतखान स्वत:च्या चालीने चालणारा इसम होता. दुसऱ्याच्या ओंजळीने पाणी पिणे त्याला मंजूर नव्हते. तो नजिबाचा ठाणेदार असला तरी योग्य ते अंतर ठेवून कुर्ऱ्यात रहायचा. नजीबही त्याच्या मानी स्वभावाला मान देऊन अंतर ठेवून असायचा. आठ हजार रोहिल्यांनिशी नजाबतखान किल्ल्यात राहत होता. कुंजपुऱ्याच्या आसपास युद्धाचे ढग जमू लागताच तोही धास्तावला. या आधी नजिबाचा गुरू कुतुबशहा, सरहिंदचा सुभेदार अबुस समदखान, मोमीनखान हे तिघे जण पंजाबकडून निघून कुंजपुऱ्याच्या घाटावरूनच नदीपार करून अंतर्वेदीत घुसणार होते. यमुनेच्या पूर्वकाठाने खाली सरकत सरकत त्यांना अब्दालीला मिळायचे होते; पण नदीला उतार नव्हता. युद्धासाठी प्रचंड साधनसामग्री घेऊन पुढे सरकणे कठीण होते. दोन लाख पोती गहू नजाबतखानाने किल्ल्यात गोळा करून ठेवला होता. तो गहू आणि प्रचंड दारूगोळा घेऊनच पुढे कूच व्हायचे होते. कुतुबशहा, समदखान आणि मोमीनखान यांच्या सोबत फुरफुरती बारा हजार कंदाहारी घोडी आणि उंच्यापुऱ्या देहाचे, बळकट बाहूचे बारा हजार रांगडे स्वार होते. लवकरात लवकर ह्या सरदारांना अब्दालीला मिळायचे होते. साऱ्यांनी मिळून मराठ्यांचा फडशा पाडायचा आणि मगच अब्दालीसह मायदेशी परतायचे असा सर्वांचा इरादा होता.

तिन्ही सरदार यमुनेच्या उताराची वाट बघत खोळंबून पडले होते. नजाबतखानाचा ताठ आणि मानी स्वभाव सर्वांना माहीत होता. तो मूळचा अफगाणी असला तरी हिंदुस्थानात येऊन त्याला तीस वर्षे लोटली होती. काबूल-कंदाहारच्या मातीबद्दल या तिन्ही सरदारांना विलक्षण अभिमान होता. ठाणेदार म्हणून नजाबतखानाने त्यांना आल्या आल्या किल्ल्यातले महाल मुक्कामास देऊ केले; पण या चढेल हिंदुस्थानी ठाणेदाराचे इराणी सरदारांनी कशाला लांगूलचालन करायचे म्हणून समदखान आणि मोमीनखानाने किल्ल्याबाहेरच पथाऱ्या पसरल्या. खंदक आणि तटबंदीच्या मधल्या जागेत शाही डेरे उभारले. मियाँ कुतुबशहाही नजाबतखानाला दाद न देता

न्यावली दरवाजाचे तोंड धरून बाहेरच डेरेदाखल झाला होता.

गावाचे आणि किल्ल्याचे रक्षण करणे हे नजाबतखानाचे प्रथम कर्तव्य होते. फौजा कुंजपुऱ्याच्या वाटेवर असल्याच्या खबरा दोन दिवसांमागेच ठाणेदाराला लागल्या होत्या. सर्व फौजा एकत्र करून शत्रूशी दोन हात करू या, असा विचार नजाबतखानाने सर्वांपुढे मांडला. पण त्याकडे समदखान आणि मोमीनखानाने दुर्लक्ष केले. कुतुबशहा तर आपल्याच घमेंडीत होता. नजाबतखानाने आपली आठ हजाराची फौज किल्ल्याच्या तिन्ही दरवाजांच्या आतल्या बाजूस, तटाजवळ, दारूखान्याजवळ पेरून ठेवली. जागते पहारे लावले. एवढा बंदोबस्त करूनही त्याला धास्ती होती. ठाणे पडले तर आपले सर्वस्व जाणार, या सरदारांना त्याची कसली फिकीर?

तटावरून दूरवरून झेपावणाऱ्या फौजा नजाबतखानाने पाहिल्या. त्याच्या काळजात चर्र झाले. तो लागलीच स्वार झाला. न्यावली दरवाजाबाहेर झेपावला. मिया कुतुबशहा आपल्या डेऱ्यात इसावा खात होता. नजाबतसारखा चढेल ठाणेदार कावराबावरा होऊन आपल्या डेऱ्यात यावा याचे त्याला आश्चर्य वाटले.

“काय खानसाहेब? कसली गडबड?”

“मराठ्यांच्या फौजा कर्नाळच्या वाटेवर दिसू लागल्या आहेत.”

“और कुछ?”

“सांगितली एवढी खबर माझ्या मते खूप महत्त्वाची आहे;” नजाबतखान म्हणाला, “मियाँजी, मी अब्दालीला मानणारा जातीचा पठाण आहे. नजीबचा भाऊ आहे.”

“मी तर नजिबाचा गुरू आहे!” कुतुबशहा हसून म्हणाला.

“म्हणूनच सांगतो, आपणा सर्वांचे लागेबांधे एक आहेत. बादशहाला घासदाण्याची जरूरत आहे. सारखे तगादे होतात. त्यांच्याकरिता दहा हजार खंडी गहू जमा करून ठेवला आहे. उच्च प्रतीचा दारूगोळा आहे. ह्या साऱ्या अव्वल रसदेचं रक्षण करायला नको का?”

“तुमच्या बोलाचा अर्थ, त्याचे रक्षण होणार नाही का?” कुतुबशहा हसून म्हणाला, “ठाणेदारजी, किल्ला पडण्यापूर्वीच आपण शिकस्त खाल्लेली दिसते. जिवाला इतके घाबरता?”

“अजिबात नाही, पण काळजी घेण्यात काय गैर आहे?”

कुतुबशहा मस्तीत उठला. फडात पैलवानाने दोन्ही हात उंच करावेत तसे दोन्ही हात उंचावत गुर्मीत म्हणाला,

“ठाणेदारजी, हे दोन्ही बळकट-मजबूत हात बघितलेत आमचे? ह्याच वज्ररूपी हाताने गेल्या वर्षी ह्या कुतुबशहाने त्या दत्ता शिंदेला बुराडी घाटावर जित्ता फाडून खाल्ला. दत्ताजीला मरगठ्ठे चित्ता समजायचे. मी तर त्याला कोंबडीची तंगडी

उपसावी तसा फाडला! मराठ्यांचं पाणी मी तेव्हाच जोखलं आहे. तुम्ही निर्धास्त असा.''

''शहासाहेब, आता परिस्थिती पालटली आहे. लाखभर फौज आणि पोलादी तोफखाना त्यांच्या सोबतीला आहे.''

''लाखभर फौज? दोन लाख का असेना! ती किड्यामुंग्यांची, टोळांची गर्दी ह्या कुतुबचे काहीही वाकडे करणार नाही. तुम्ही खुशाल किल्ल्यात जा. गाद्यागिर्द्यांवर लोळा. मनातली भीती काढा. तुमच्या मुख्य द्वाराशी मी खडा आहे. ते मरगट्ठे धाडस करून माझ्या सामने येतील तर त्यांना ह्या खंदकात लोटून डुबवून मारेन!''

''आपल्या हिमतीबद्दल कोणाचे दुमत असणार शहासाहेब? पण अजून आम्हांला असे वाटते की, तुमच्या-समदखानाच्या फौजा किल्ल्याबाहेर न राहता तुम्ही साऱ्यांनी किल्ल्यात आश्रयाला यावे. किल्ल्याची ढाल करून सारे मिळून गनिमांचा धुरळा उडवू,'' नजाबतखान बोलला.

कुतुबशहा मोठमोठ्याने हसू लागला. हसू आवरता आवरता म्हणाला,

''ठाणेदारजी, तुम्हांला सांगितले ना, शिकस्त न खाता किल्ल्यात निर्धास्त रहा. तुमच्या किल्ल्याची ढाल करून छपून लढण्याइतके नामर्द आम्ही नाही. त्या मर्द दत्ताजीलासुद्धा मी उघड्या मैदानात कापून त्याच्या खांडोळ्या केल्या होत्या. गुहेतलं जनावर गाठून त्याच्यावर बार टाकण्याची नामर्द सवय ह्या कुतुबशहाला नाही. उलट उघड्या मैदानातच आम्ही मरगठ्ठ्यांना आमचं पाणी दाखवू. तुमच्या किल्ल्याच्या तटाला एकही मरगठ्ठा भिडणार नाही याची काळजी आम्हांला. जाऽऽ निर्धास्त जाऽऽ.''

नजाबतखान नाउमेदीने डेऱ्यातून बाहेर पडू लागला. तोच एक हरकारा जलदीने अखबारथैली घेऊन डेऱ्यात आला. तसा नजाबतखानही जागच्या जागी थबकला. कुतुबशहाने तवारीख वाचली. तो हसला. बोलला,

''बघितले ठाणेदारजी? अफगाणांची पुण्याईसुद्धा कमी नाही. हा घ्या दुराणी बादशहाचा खलिता. कुंजपुऱ्याकडे मरगठ्ठे निघालेत याची खबर आपल्या आधीच बादशहाला लागलेली दिसते. एक-दोन दिवसांच्या आत आपल्या मदतीला पलीकडच्या काठावरून नऊ हजार कडव्या अफगाणांची फौज येत आहे. या आधीच ती रवाना झाली आहे. फिकर मत करो ठाणेदारजी! अल्लापे भरोसा रखो! पानेवाला वही है!''

नजाबतखान घोडा उडवीत किल्ल्यात गेला. चारी बाजूला फिरून त्याने मोर्च्यांची पाहणी केली. तिन्ही दरवाजांच्या आत खड्या असलेल्या शिपायांना त्याने 'प्राण गेला तरी दरवाजे उघडू नका. जगबुडी झाली तरी चालेल. पण माझ्या हुकमाशिवाय दरवाजे उघडायचे नाहीत', अशी सक्त ताकीद दिली. डोळ्यांत तेल घालून तो किल्ल्याचं रक्षण करू लागला.

दुपारीच कुंजपुऱ्याच्या आजूबाजूला मराठी फौजा गोळा होऊ लागल्या. जनकोजी शिंद्याने कुंजपूरच्या मातीत पाऊल टाकले आणि त्याच्या सर्वांगाचा भडका उडाला.

दत्ताजीचे शिर कापून नेणारा, धारातीर्थी अखेरचे क्षण मोजणाऱ्या दत्ताजीच्या उरावर नाच करणारा तो कुतुबशहा कुठे आहे? जनकोजीची नजर भिरभिरत होती. समोरच्या किल्ल्याची तटबंदीच चावून-चघळून खावी अशी त्याची वासना होत होती. कुतुबखाना, कुठे सापडशील रे? पंजाबपर्यंतचा मुलूख पायाखाली तुडवलेल्या, उभी हयात मराठी दौलतीसाठी वेचलेल्या मल्हारराव होळकरांना आणि विठ्ठल शिवदेव विंचूरकरांना काय करू नि काय नको असे झाले होते. ह्या जंगावरच पुढे जी घडेल ती मुख्य लढाई अवलंबून होती. नांदीलाच मानाचा मुजरा घेण्याची संधी त्या वृद्ध हाडापेरांना दवडायची नव्हती. दमाजी गायकवाड तर गुर्मीतच घोड्याला टाच मारीत होते. कर्तव्यकठोर, गर्विष्ठ वाटणाऱ्या भाऊंनीच विंध्य पर्वत ओलांडण्याआधी दमाजीच्या गळ्यात गळा घातला होता. दुराव्याची जळमटे झाडून टाकली होती. त्या नव्या नव्हाळीत कुंजपुऱ्याच्या रानाला आपल्या तलवारीचे पाणी दिसले पाहिजे, या लालसेपोटी त्यांचे सर्वांग घुमत होते.

सूर्य मावळतीकडे कलू लागला. किल्ल्याच्या सभोवती मराठी फौजेचा फेरा सुरू झाला. वायव्येस न्यावली दरवाजासमोर कुतुबशहाच्या सामने दमाजी गायकवाड आणि समशेरबहाद्दराच्या फौजा खड्या झाल्या. दिल्ली सोडताना समाळखा, सोनपत, पानिपत, कर्नाल अशा छोट्या-मोठ्या घाटांचा बंदोबस्त लावून सैन्य पेरत दमाजी आणि समशेरबहाद्दर पुढे आले होते. कर्नालच्या पाठीमागेच त्यांना विश्वासराव, भाऊसाहेब आणि इब्राहिम गारद्याच्या तुकड्या भेटल्या होत्या. दोन-अडीचशे तोफखाना आणि पादचारी दहा हजार गारदी नेटाने पुढे चालत होते; पण स्वारांची दौड पादचाऱ्यांना कशी साधणार? शिवाय गारद्यांच्या पाठीवर तोफखान्याचे ओझे होतेच. भाऊसाहेबांच्या हुजुरातीचे पंचवीस हजार शिपाई पुढच्या तोंडाला होते. पाठीमागून यात्रेकरूंची तट्टे, गाढवे पाय ओढीत चालली होती. या सर्वांना मागे टाकीत दमाजी गायकवाड आणि समशेरबहाद्दरांच्या फौजा आज सकाळीच पुढे झेपावल्या. सैन्यसागरातून धुंदीत चाललेला भाऊसाहेबांचा गजेंद्र समशेरबहाद्दरांना दिसला. तसे समशेर आणि दमाजी गायकवाड आपली घोडी उडवीत गजेंद्राजवळ सरकले. अंबारीत भाऊसाहेब आणि विश्वासराव बसलेले. दमाजीने उजव्या हाताने मुजरा केला. तसे भाऊसाहेब खळखळून हसले. भाऊसाहेब ओरडले, "गायकवाड, नेटाने पुढे व्हा. आज रात्रीच कुंजपुरा गारद करू." दमाजीने आनंदाने मान डोलावली. समशेरबहाद्दर अंबारीला आडवा झाला. आपल्या नेहमीच्या सवयीने त्याने मुजऱ्यासाठी घोडा उडविला. आपल्या मागच्या दोन्ही पायांचे पुठ्ठे ताणून-तणगून त्यावर ते उमदे जनावर उभे ठाकले. दोन्ही हात जोडावेत तसे त्याने आपले पुढचे दोन्ही पाय क्षणभर एकत्र जुळवून हातभर जीभ बाहेर काढीत भाऊसाहेबांकडे बघितले. भाऊंनी मुजरा स्वीकारला. भाऊसाहेब काळजीने विचारू लागले,

"समशेर, घाटांचा बंदोबस्त..."

"अगदी चोख झाला श्रीमंत, अलीकडच्या काठाला मुंगीही सरकणार नाही."

"आता नेटानं पुढे होऊन मोर्चे बांधा."

"श्रीमंतांची आज्ञा प्रमाण."

तेथून पुढे सरकलेल्या गायकवाडांच्या आणि समशेरबहाद्दरांच्या फौजा आता तिन्हीसांजच्या न्यावली दरवाजासमोर, खंदकाबाहेर कासराभर अंतराने उतरल्या होत्या. जागोजाग मोर्चेबांधणी सुरू होती. मला दैवाने नाकारले, ठोकरले. रणभूमी तरी माझे हात बांधू शकत नाही, असा भाव उराशी बाळगून उतरत्या उन्हातली तटबंदी समशेर जिभल्या चाटीत न्याहाळत होता.

मुख्य महंमदी दरवाजाच्या पूर्व-दक्षिण बाजूस यशवंतराव पवारांच्या फौजा उभ्या राहत होत्या. त्यांच्या जोडीला मानाजी पायगुडे, अंताजी माणकेश्वर, दरेकर, रेठरेकर यांच्या तुकड्याही उभ्या ठाकत होत्या, तर पश्चिमेच्या कर्नाळ दरवाजासमोर आपले मोर्चे बांधणारा जनकोजी शिंदे टवकारून किल्ल्याकडे बघत होता. त्याच्या जोडीला बळवंतराव मेहेंदळ्यांच्या आणि हुजुरातीच्या पुढे नेटाने आलेल्या तुकड्या मोर्चे बांधीत होत्या.

कुंजपुरा गावातल्या उंच माड्या-हवेल्यांतून, देवळांच्या शिखरांवरून रहिवासी चोरून किल्ल्याकडे बघत होते. समुद्राच्या मध्यभागी काळे बेट उभे असावे तशा चारी बाजूला विखुरलेल्या फौजांमध्ये किल्ला दिसत होता. जसा वाऱ्याचा जोर वाढल्यावर लाटा फेसाळाव्या तसतसे जादा शिपाई-बारगीर गोळा होतील, तसा सैन्यसागर उसाळत-फेसाळत किल्ल्याच्या तटबंदीकडे आदळत आपटत असल्यासारखा भासू लागला. किल्ल्याच्या बुरुजावरून नजाबतखान उसासे टाकीत बाहेरच्या गर्दीकडे बघत होता. कुतुबशहा डेऱ्यातून बाहेर येऊन मराठ्यांच्या फौजा न्याहाळत होता. त्यानेही खंदकाच्या काठावरून आपल्या फौजेची पेरणी केली होती. दुसऱ्या अंगाला खंदक आणि तटबंदीच्या मध्ये समदखान आणि मोमीनखानाचे लष्कर पवित्र्यात उभे राहिले होते. दोन्हीकडच्या फौजा एकमेकांचा अंदाज घेत होत्या.

सूर्य मावळतीकडे झुकला आणि गायकवाड-समशेरच्या लष्कराला दम निघेना. मराठी लष्कर कुतुबशहाच्या लष्करावर बाणांचा वर्षाव करू लागले. बंदुकीच्या फैरी झडू लागल्या. तसे कुतुबशहाने उत्तराला उत्तर सुरू केले. खाली युद्धाला तोंड फुटताच बुरुजावर नजाबतखानाने इशारत दिली. तशा बुरुजावरच्या अव्वल अफगाणी बंदुका आग ओकू लागल्या. पुढे सरकलेल्या गायकवाडांच्या तुकड्यांत गोळ्या घुसू लागल्या. बघता बघता सलामीलाच गायकवाडांचे पाच-पन्नास स्वार जायबंदी होऊन धडाधड खाली कोसळले. तशा तोंडावरच्या तुकड्या गर्रकन माघारी वळल्या. दोन-तीन कासरे मागे होऊन, पवित्रा घेऊन पुन्हा बाणांचा वर्षाव सुरू झाला. अलीकडच्या अंगाकडून बंदुकीच्या गोळ्यांचा आवाज होताच, कर्नाळ वेशीपुढे उभ्या ठाकलेल्या जनकोजीने "हर हर महादेव"चा जयघोष केला. तो रणमदाने जागच्या जागी थयाथया घोडा नाचवू लागला. "हाणाऽऽ", "माराऽऽ" म्हणून मोठमोठ्याने ओरडू लागला. त्याच्या फौजेने चांगलीच बहादुरी दाखवली. बुरुजावर

गोळाफेक करणारे पंचवीस-तीस शिपाई मराठी लष्कराने बाणाने उडविले. ''याऽ अल्ला'', ''याऽ खुदा'' करून लोळागोळा होऊन ते बुरुजावरून धडाधड खाली कोसळू लागले. खंदकात ढासळू लागले. बाहेरून ''हरऽ हर महादेव'' आणि किल्ल्याच्या तटबंदीखालून आतून ''अल्ला हो अकबर''च्या आरोळ्या-प्रतिआरोळ्या गर्जू लागल्या. सूर्य बुडाला. धुराने, अंधाराने आसमंत माखू लागला. अंधाराचा पडदा गडद झाला. पुढचे-मागचे सहसा दिसेना. दोन्हीकडून गोळागोळी बंद झाली.

दुपारीच भाऊसाहेबांनी कर्नाळ ओलांडले. मराठ्यांचा कोणी महान राजा बलाढ्य फौजा घेऊन आपल्या नगरातून जातो आहे. चला, त्याला पाहू या, असे बोलत रयतेने दारांत, माड्या-हवेल्यांच्या छतांवर गर्दी केली होती. तीस-चाळीस हजार जनावरे, तितकेच स्वार, अधिक दहा-पंधरा हजार पादचारी, एवढी बलाढ्य फौज प्रथमच गावातून पार होत होती.

कर्नाळ ओलांडल्यावर न्यावल गावाहून कुंजपुऱ्याकडे जाणारा रस्ता सुरू झाला. मध्ये तीन मैलांचे वाळवंट लागले. दुपार हटली नव्हती. वाळूत जनावरांच्या पायाला चटके बसू लागले. इब्राहिमखानाच्या प्याद्यांचेही पाय वाळूतून पुढे ढकलेनात. निम्मे वाळवंट कसेबसे उरकले. तोफांचे बैल घायकुतीला आले होते. दिल्ली सोडतानाच पोटाच्या आबाळीने ते आधीच हलके झालेले, त्यात चार-पाच दिवसांत सत्तर मैलांचा प्रवास उरकलेला. तरी बरे, दिल्लीपासून पानिपत-कुंजपुऱ्याकडे जाणाऱ्या बादशाही रस्त्याजवळून शहा नहर वाहत होता. कालव्याच्या दोन्ही अंगाला झाडीगवत चांगले वाढले होते. सोनपतच्या आसपासच्या गावांत फौजेला वाळक्या वैरणीच्या गंजी विकत मिळाल्या. त्यात दुपारी बैल थकले की गाडे थांबवून गाडीवान बैल सोडून कालव्यात घालायचे. उन्हाच्या कडाने आणि घामाने कातावलेल्या जनावरांना थंडाई मिळायची. बैल हुशार होऊन शेपट्या उडवत काठाला यायचे. ओला चारा खायचे. हुशार होऊन तोफा ओढायचे. इब्राहिमच्या सांगण्यानुसार सोनपतच्या बाजारात भाऊसाहेबांनी हजारभर बैल खरेदी केले. जी तोफ ओढायला पन्नास बैल लागायचे तिथे दहा अधिक जोडले की नवी-जुनी बैलं एकमेकांच्या ईर्षेनं, हुशारीनं पावले पुढे टाकायची.

अजस्र तोफा वाहायला वाळूतून अधिक वेळ लागणारच, या अंदाजाने भाऊसाहेब इब्राहिमचा निरोप घेऊन पुढे झाले. जास्त वेळ न दवडता निघा, असे सांगून हुजुरातीच्या फौजांबरोबर ते पुढे सरकले. वाळूच्या रखाने, वाळूत बदललेल्या ऊनजाळ हवेने जनावरे, प्यादे घायकुतीला आले, तोफगाड्यांना बांधलेल्या साखळ्या करकरू लागल्या, गाड्यांची चाके वाळूत रुतू लागली, बैलांचे पाय वाकडे पडू लागले. पुढच्या ओळीतून चाललेले काही बैल मध्येच फतकल मारून बसू लागले, शेजारून चाललेल्या बावच्यांनी दणादण हासडे मारले, पाठीवर वळ उमटले, वादीचे टोक अंगावर रुतून प्रसंगी रक्त ओघळले तरी सहजासहजी बैल उठेनात. मग चाबूकस्वार बावचे शेपट्या पिरगळायचे, दोन्ही पायांत चाबकाचे दांडे घालून

गुदगुल्या करायचे, पण दमल्याभागल्या बैलांना उठवावयाचे नाही. कोस-दोन कोस अंतर असेच कसेबसे काढले आणि सारे बैल ओळीने बसू लागले. जनावरे पुरती दमली, तसे गारदीही बाजूला वाळूत फतकल मारून बसले. हातभर जीभ बाहेर काढून फेस गाळणारे बैल मान वळवून पाठीवर गारेगार लागणाऱ्या पखालींकडे बघू लागले. बावच्यांनी इसावा खाल्ला तसे लक्ष्मणराव पानसे आणि इब्राहिम त्यांना उठवू लागले. बावच्यांनी बैलांच्या पाठीवरच्या पखाली सोडल्या. बादल्या, घमेल्यांत पाणी ओतले. बसल्या बैलांच्या पुढ्यात ठेवलं. कोवळ्या नारळाचे पाणी प्यायल्याप्रमाणे हसरी थोबाडे करून बैल घटाघटा पाणी पिऊ लागले. आता एकदा दमून बसलेली जनावरे तास-दोन तास जागा सोडणार नाहीत, हे इब्राहिमने ओळखले. लगेच वैरणीने भरलेल्या उंटाचे गाडे पुढे ओढले. बैल वाळका कडबा मन लावून फोडू लागले. बैलांनी निम्म्या-अर्ध्या पिऊन रित्या केलेल्या बादल्या बावच्यांनी बैलांच्या अंगावर ओतल्या. तशी गारवा लागलेली जनावरे तालात शेपट्या उडवू लागली. संध्याकाळचा गार वारा सुटला. काही बैल कडबा फोडीत, कोणी रवंथ करीत खुशाल बसून राहिले.

अंधार पडता पडता भाऊसाहेब हुजुरातीच्या फौजांनिशी कुंजपुऱ्याच्या वेशीला लागले. मघाशी लांबून बंदुकीच्या फैरींचे आवाज आले होते. ते एकाएकी बंद झाले. भास की सत्य क्षणभर कळेना. थोड्याच वेळात भाऊ किल्ल्याच्या आसपास पोहोचले तर शिंदे, होळकर, विंचूरकर, गायकवाड, समशेरांच्या फौजा उतरलेल्या दिसल्या. आघाडीचे वीर सोडून बाकीचे कनाती, राहुट्या उभ्या करायचे काम करीत होते. उघड्यावर हजारो चुली पेटल्या होत्या. साऱ्या रानाला आग लागल्यासारखी भासत होती. तव्यात भाकरी भाजत होत्या. गाडग्या-मडक्यांत झुणक्याला रट येत होते. किल्ला पेचात सापडला आहे, हे बघून भाऊसाहेबांना आनंद वाटला. दुपारी पोहोचल्या पोहोचल्या बिनीवाल्याने बाजूच्या आमराईत भाऊसाहेबांसाठी आणि राणीवशासाठी चार डेरे मारून ठेवले होते. भाऊसाहेबांचा गजेंद्र डेऱ्यासमोर उभा राहिला. भालदार, चोपदार हत्तीला शिडी लावण्यासाठी धावले. त्यांची वाट न बघता भाऊंनी अंबारीबाहेर एक पाऊल काढून वरून सरळ खाली उडी ठोकली, पाठोपाठ विश्वासराव उतरले. पेटत्या मशाली घेऊन मशालजी खडे होते. गजेंद्राला लागूनच चंद्रसेन उभा होता. त्यावर भाऊसाहेबांनी लागलीच मांड ठोकली. तहान खूप लागली होती. घोड्यावर बसल्या बसल्या त्यांनी तांब्याभर पाणी मारले. मशालींच्या उजेडात उघड्या शस्त्रांनी सज्ज झालेले छबिन्याचे पहारेकरी आगेमागे घेऊन भाऊसाहेब आणि विश्वासराव लष्करातून फिरू लागले. गायकवाडांच्या डेऱ्यात पन्नास-साठ जखमी विव्हळत पडले होते. वैदू त्यांच्या अंगाला झाडपाला लावीत होते. मांत्रिकांचे गंडेदोरे चालले होते. समशेरचा आणि दमाजीचा पराक्रम भाऊंच्या कानावर आला होता. भाऊसाहेबांनी दोघांनाही शाबासकी दिली. जखमींची विचारपूस केली. त्यांनी विचारले,

''दमाजी, शत्रूचे बळ कशात आहे?''

''तटाच्या पायथ्याला उघड्यावर बसलेल्या या अफगाण टोळ्या बेदरकारपणे झुंजत होत्या. साऱ्यांची हिंमत मोठी दिसते.''

''समशेर, शत्रूकडे कशाची वानवा आहे?''

''भाऊसाहेब, किल्ल्यात आणि किल्ल्याबाहेर बंदुका तडाखेबंद आहेत. पण बुरुजावरची एखादी-दुसरी उकळी तोफ सोडली तर त्यांच्याकडे तोफा दिसत नाहीत.''

''काय बोलता?''

''होय श्रीमंत.''

भाऊसाहेबांनी लागलीच आज्ञा केली, ''महिपतराव, जलदीने आल्या वाटेला जासूद धाडा. इब्राहिमखान चार-पाच मैलांत कुठे तरी असतीलच. त्यांना वारा होऊन पुढे धावायला सांगा. पहाटेचा वारा सुटण्याआधी धमधम्यांवर तोफा चढल्या पाहिजेत. यात कसूर नको.''

गस्तीच्या राऊत बारगिरांसोबत फेरफटका मारीत भाऊसाहेब होळकरांच्या गोटाजवळ आले. सुभेदारांनी त्यांना मोठ्या आदराने आपल्या डेऱ्यात नेले. सरबत दिले. खंडोबाचा भंडारा भाऊंच्या कपाळी लावला. होळकरांसोबत विठ्ठलराव विंचूरकर होतेच. मोर्चेबांधणीबद्दल चर्चा झाली. शेवटी भाऊसाहेब म्हणाले,

''सुभेदारकाका, आजच्या वेढ्यात तुम्हांला एक उणीव जाणवत नाही का?''

''कोणती भाऊसाहेब?''

''किल्ला पुरता पेचात अडकलेला... जखडलेला दिसतो, पण गावाकडची बाजू थोडी ढिली दिसते.''

''बरोबर बोललात.''

''काकासाहेब, आम्हांला असं वाटतं, ही तरणी पोरे किल्ल्याशी झुंज देतील. तुम्ही आणि विंचूरकर इकडचा जंग सुरू झाला की, पलीकडून आत गावात घुसा. कुंजपुऱ्यात नबाबाचा आणखी एक वाडा असल्याचे कळते. न जाणो. राखीव फौजा आत गावात कुठे तरी पेरल्या असतील. ऐनवेळी पंचायत नको. साऱ्यांना भाजून काढा. लूट मिळेल तेवढी हवी आहेच.''

...वाळूत चारापाणी पिऊन ताजेतवाने झालेले बैल इब्राहिमखानाने तोफांना जुंपले. मशालींच्या उजेडात गारद्यांच्या तुकड्या पुढे सरकल्या होत्या. तोफांच्या गाड्यांना बांधलेल्या साखळदंडांचा आवाज रातवाऱ्यात वाढला होता. वाळू संपली की डेरे द्यायचे. पोटाची पूजा करायची. मध्यान् उलटेपर्यंत साऱ्यांनी इसावा खायचा आणि तांबडे फुटताना किल्ल्याला जाऊन भिडायचे, असा इब्राहिमखानाचा मनसुबा होता. वाळू संपता संपताच भाऊसाहेबांचा जलदीचा सांगावा मिळाला. सकाळी निघतानाच गारद्यांनी गाठीला बांधलेले एक-दोन रोठ उभ्या उभ्या चावले. पाणी

मारले आणि न थांबता गारद्यांची पथके पुढे निघाली. तातडीचा सांगावा आला म्हटल्यावर तसंच जरुरीचं काम असणार. युद्धाला लगेच तोंड फुटणार, या कल्पनेने खांद्यावरच्या तोड्याच्या बंदुका सावरीत गारदी वजनात पाऊल टाकू लागले. तोफांबरोबर इब्राहिमचे आणि पानशांचे पाच-सहा, पाच-सहा तोफची आगेमागे चालू लागले.

रात्री बाराच्या सुमारास किल्ल्याच्या पूर्व-दक्षिण अंगाला महंमदी दरवाजाच्या पुढे मराठ्यांचा तोफखाना आला. बुरुजावर पहाऱ्याचे पलिते जळत होते. त्यांचा खंदकापर्यंत प्रकाश पडला होता. समोरच्या झाडीत यशवंतराव पवारांचे लष्कर पहारा देत खडे होते. तिथेच शत्रूच्या पलित्यांचा डोळा चुकवीत धमधमे रचले जाऊ लागले. अंधारात काळे गारदी खपू लागले. त्यांची उग्र तोंडे बघून अंधाराला कापरे भरायची वेळ आली. प्रत्येक तोफ कशी लावली जाते, दारूगोळा उडताना ती हलू नये म्हणून धमधमा नीट रचला जातो की नाही, याची चौकशी स्वत: इब्राहिमखान जातीने करू लागला.

रात्री अकराच्या सुमारास जेरेशास्त्री आणि पुनाळकर जोशीबुवा भाऊसाहेबांच्या डेऱ्यात आले. भाऊसाहेबांनी विचारले,

''बोला शास्त्रीबुवा, एवढी काय निकड काढली?''

''श्रीमंतांपुढे आम्ही काय बोलावे?'' उसासे टाकीत जेरेशास्त्री म्हणाले, ''त्या पाटणकर दीक्षितांच्या पंचांगाशिवाय आपल्या लष्कराचं पान हलत नाही. आता बोला! परतुडहून निघताना दीक्षितांनी मुहूर्त सांगितला, दिल्लीला भिडतानाही त्यांनीच मुहूर्त सांगावा. पण श्रीमंत, त्यांच्या मुहूर्ताची काय फलं मिळाली? सैन्याची उपासमार, जनावरांच्या पोटाला दाणा नाही; सांगा, आठ-नऊ महिने पालथे घालून आपल्या हाताला काय लागले?''

''उद्यासाठी तुम्हीच एखादा चांगला मुहूर्त का काढत नाही?'' भाऊसाहेब हसत विचारू लागले.

''व्वाऽ! आता कसे बोललात?'' पुनाळकरांच्या हातावर टाळी देत जेरेशास्त्री म्हणाले, ''खाशा स्वारीसाठी खासा मुहूर्त आम्ही असा शोधून काढला आहे की, त्या पाटणकरांची पगडी उडावी. उद्या महाअष्टमीचा दिवस, आश्विन महिना, असा मंगलदिन होणे नाही. सकाळी दिवस उगवल्यावर तीन घटका जाऊ द्यायच्या आणि तोफेला बत्ती द्यायची. बस्– पुढची फलं बघा. यापुढे एकदाही अपशकुन घडला तर हा जेरेशास्त्री पुन्हा आयुष्यात हातात पंचांग धरणार नाही.''

''श्रीमंत, अशाच मुहूर्ताची इथं गरज आहे,'' पुनाळकर सांगू लागले, ''गेल्या वक्ताला ह्याच वाटेने जाऊन दादासाहेबांनी अटकेवर झेंडा फडकवला; पण कुंजपुरा सर झाला नाही!''

''ठीक आहे, तुमच्याच मुहूर्ताने उद्याचा दिवस सुरू करू.''

''त्या गारद्याला आधी ताकीद द्या, नाहीतर घाईने बत्त्या पेटवायची त्याला खोड

आहे,'' जेरेशास्त्री उठता उठता म्हणाले.

''ठीक आहे, ती व्यवस्था होईल.''

लागलीच भाऊसाहेबांनी मुहूर्ताची कल्पना इब्राहिमखानास कळेल अशी व्यवस्था केली. उद्या लवकरच झुंजास तोंड फुटेल म्हणून सारे लष्कर झोपले. गस्तीचे राऊत-बारगीर भिरभिरत पहारा देत होते. मध्यान् उलटली तेव्हा इब्राहिमच्या पन्नासभर तोफा धमधम्यांवर चढल्या. आता तोफात दारूशिसे भरण्यासाठी तोफची झटू लागले. त्यांना बावची मदत करू लागले. किल्ला डोळ्याला डोळा न लागू देता उसासे टाकत तांबूसकाळ्या डोळ्यांनी मराठा लष्कराकडे बघत होता. जनकोजीला अजिबात झोप येत नव्हती. बिचव्यात पडल्या पडल्या तो एकसारखा बुरुजाकडे बघत होता. कुठे असेल तो नादान कुतुबशहा? डोळ्यांत तेल घालून त्याची नजर कुतुबशहाला इकडेतिकडे शोधत होती. रात्र वाढत होती. जनकोजीच्या डोळ्यांतल्या बुबुळांच्या वाती एकसारख्या जळत होत्या.

प्रात:काळ झाला. सूर्य उगवायला थोडा अवकाश होता. तोच महंमदी दरवाजासमोर इब्राहिमखानाच्या तोफा गरजू लागल्या. दोन्ही बाजूंच्या स्वारराउतांची पळापळ झाली. लढाईला तोंड फुटले. महिपतराव चिटणीस घोडा उडवीत इब्राहिमखानाकडे धावत आले. तोफा बरसू लागल्याने धूर वाढू लागला. धुरातूनच महिपतराव इब्राहिमजवळ येऊन पोहोचले. ओरडले,

''खानसाहेब, काय चालवलेत तुम्ही हे? श्रीमंतांचा राग ओढवेल!''

''काय झाले चिटणीस?''

''अहो मुहूर्तास अजून तीन घटका अवकाश आहे!''

इब्राहिमखान हसून म्हणाला,

''पंत, चांगल्या कामाला मुहूर्ताची काय गरज? श्रीमंत भाऊसाहेबांना माझा सांगावा द्या, बिलकूल काळजी करू नका. किल्ला फत्ते करून देतो.''

महंमदी दरवाजाकडून तोफांचे धुडूम धाड आवाज जसे येऊ लागले तसा दमाजी गायकवाड आणि समशेरबहाद्दरला जोर चढला. आपल्यासमोर वळचणीस कुतुबशहाचाच तळ आहे, हे कळताच जनावरे-माणसे धुंद झाली. बाणांचा वर्षाव होऊ लागला. कुतुबशहाचा जोर कमी पडू लागला. दोन-चार बहाद्दर तिरंदाज मराठ्यांनी बाणाला चिंध्या बांधून त्यावर तेल ओतले. पेटते पलिते उडत जाऊन खंदकापार पडू लागले. एक पलिता अलगद कुतुबशहाच्या डेऱ्यावर पडला आणि डेरा धडाधडा पेटू लागला. आजूबाजूच्या राहुट्यांना आग लागली. कुतुबशहाच्या सहा-सात हजार लष्कराची दाणादाण उडाली. पाठीमागे आग. समोरून बंदुकीच्या गोळ्या आणि बाणांचा वर्षाव. इकडे पळावे की तिकडे उडी घ्यावी? कुतुबशहाची तारांबळ उडाली आहे, हे ध्यानी येताच समशेर आणि दमाजी ''हर हर महादेवऽऽ'' म्हणून आरोळ्या देऊ लागले. खंदकाची एक पडकी बाजू बघून समशेरने आपला घोडा चुचकारला. तीरासारखा घोडा खंदकापार जाऊन आदळला. पडकी जागा घोड्याच्या टप्प्यात

आहे, हे ध्यानात येताच दमाजीनेही घोडा घातला. पाठोपाठ बाकीच्या स्वारांची घोडी धडाधड उड्या टाकून पलीकडे आदळू लागली. घाबरलेला कुतुबशहा शेवटचा निकराचा यत्न करू लागला. "मारोऽ मारोऽऽ", "दीन, दीनऽ" म्हणून ओरडू लागला. आमनेसामने खणाखणी सुरू झाली. घोड्यावर घोडी आदळू लागली, माणसाला माणूस भिडले, रक्ताच्या चिळकांड्या उडू लागल्या.

लढाईचा धडाका चारी बाजूने उडाला होता. तोफांच्या आवाजाने परिसर दणाणून गेला होता. गावाच्या तटबंदीला होळकर आणि विंचूरकर भिडले होते. त्यांनी दोन हत्ती खवळून दरवाजावर घातले. तसा गाववेशीचा दरवाजा कडाड् करून मोडला. होळकर आणि विंचूरकरांच्या फौजा गावात घुसल्या. जे दिसेल त्याच्या कापाकापीला प्रारंभ झाला, रस्त्यात रक्ताचे सडे पडू लागले, होळकर गावातल्या नजाबतखानाच्या चिरेबंदी वाड्याला भिडले. वाड्याचा आसरा घेऊन हजार-दोन हजार फौज लढू लागली. "जय म्हाळसाकांत"चा गजर करीत होळकरशाही लष्कर तडाखे देऊ लागले.

पश्चिमेच्या कर्नाळी दरवाजाकडे मोमीनखानाच्या फौजेशी जनकोजी शिंद्यांचे पथक प्राणपणे झुंज देत होते. खंदकापलीकडून मोमीनखान कडवी झुंज देत होता. बाणांची-बंदुकांची जबरदस्त मारामार सुरू होती. जनकोजीच्या एका वीराने पवित्रा घेऊन लांबच्या हाताने पल्लेदार भाला नेटाने पलीकडे फेकला. तो तडक जाऊन अंबारीत बसलेल्या मोमीनखानाच्या छाताडात घुसला. रक्ताची चिळकांडी उडाली. अंबारीतून तसाच मोमीनखान धाडकन खाली कोसळला आणि खंदकात गोलटून पालटून गडगडून पडला. मोमीनखान पडताच त्याच्या फौजेने शिकस्त खाल्ली. त्याचे दोन-चार हजार साथीदार तिथेच अंबारी, उंट, सामानसुमान टाकून पळू लागले. जनकोजीच्या फौजेने अंदाज घेतला आणि खंदकावर लांब लाकूडफळ्या अंथरल्या. घोडी पलीकडे झेपावली. मोमीनखानाची पळती फौज टिपून मारली जाऊ लागली. एकच हैदोसहुल्ला उडाला.

धुडूम धामऽ धुडूम धामऽऽ आवाज काढीत आग ओकणाऱ्या इब्राहिमखानाच्या तोफखान्याने कमाल केली. त्याच्यासमोरच खंदकापलीकडे सरहिंदवाला अबुस समदखान उभा होता. त्याच्याकडे बळकट सात-आठ हजार पठाण होते. त्याची तडफ दांडगी होती; पण जवळ तोफा नव्हत्या. इब्राहिमखान तर फुत्कारत आग ओकू लागलेला. शिशाचे गोळे किल्ल्याच्या भिंतीला भिडू लागले. तोफा बार उडवून मोकळ्या होतील, तसे तोफची त्वरा करून शिसे, दारूगोळा खेचून तोफा पुन्हा भरू लागले. वाती तयार ठेवू लागले. शिसेदारू भरताना धावता धावता त्यांच्या अंगातून घामाच्या धारा वाहू लागल्या. तोफांच्या धगीने आजूबाजूला उष्मा वाढला. त्यातच धुराची दाटी झाली. इब्राहिमने मोठ्या पंचरशी ताकदवान तोफा पेटवल्या आणि त्या किल्ल्याचे बुरूज चिरू लागल्या. दोन-दोन बोटांएवढ्या मोठ्या भेगा बुरुजाला पडू लागल्या. भूकंप व्हावा आणि चिरेबंदी घरांचा डोलारा

धड्ड्म धामऽ धड्ड्म धामऽऽ आवाज काढीत आग ओकणाऱ्या इब्राहिमच्या तोफांनी तटाचे भिंताड खिळखिळे केले.

गदगदा हलून कोसळावा तसा बुरूज ढासळू लागला. मोठमोठी भगदाडे पडू लागली. बुरुजावरून गोलंदाजांनाच उडविण्यासाठी टपलेले नजाबतखानाचे बंदूकधारी पठाण पडत्या बुरुजात गाडले जाऊ लागले. झुंजणाऱ्या लष्करातून भाऊसाहेब चंद्रसेन उडवीत धावू लागले. "हाणाऽऽ माराऽऽ फोडाऽऽ झोडाऽ" म्हणून ओरडू लागले. मराठी लष्करात वीरश्री संचारली. "हरऽ हरऽ महादेव" हा मंत्रघोष गगनाला भिडू लागला. खैंदळ माजली.

आगीच्या धडाक्यापुढे आणि मराठ्यांच्या तडाख्यापुढे आपण टिकत नाही, हे पठाणांच्या ध्यानी आले. मोमीनखान ठार झाल्याची वार्ता कळताच सगळीकडे गहजब उडाला. "या अल्ला", "या खुदाऽऽ" करून न्यावली दरवाजाकडे समदखानाच्या तुकड्या हातातली हत्यारे टाकून पळू लागल्या. त्यातच मोमीनचे जगले-वाचले साथी जोराने पळत आले. बरेच शिपाई एकमेकांत अडखळून पडू लागले. प्यारा जीव वाचविण्यासाठी न्यावली दरवाजाकडे धावू लागले. बहुतांशी तुकड्या पळत आहेत, हे ध्यानी येताच समदखानही भांबावला. त्याने अंबारीतून उडी घेतली आणि तो दरवाजाला जाऊन भिडला. पठाणांनी आकांत मांडला. ते जोरजोराने बेरडू लागले, "अरे भाई, दरवाजा खोलोऽऽ दरवाजा खोलोऽऽ, गहजब हुआऽऽ, हम मर गयेऽऽ, या अल्ला, या खुदाऽऽ, दरवाजा खोलो." बाहेर चाललेला गहजब, आकांत, जिवाच्या भीतीने ओरडणे आत किल्ल्यात ऐकू येत होते; पण नजाबतखानाचा दरवाजा खोलण्याचा हुकूम नव्हता. दरवाजे तसेच बंद. नजाबतखान बुरुजावर गुंतलेला. बाहेरून अबुस समदखान मोठमोठ्याने ओरडू लागलेला.

इब्राहिमच्या तोफांनी तटाचे भिंताड खिळखिळे केले. मोठमोठी खिंडारे पडू लागली. बघता बघता निम्मा बुरूज कोसळला. आतले किल्ल्याचे भयभीत अंग दिसू लागले. वरून ढासळलेले चिरे गोलटत खाली आले. ठिकठिकाणी खंदक दगडांनी भरून गेला. सरदार यशवंतराव पवाराने इब्राहिमला तोफा बंद करण्याची इशारत दिली. तोफा बंद झाल्या. तोंडातून उरल्यासुरल्या धुराचे सुस्कारे काढीत तोफा जिभल्या चाटीत बुरुजाकडे बघू लागल्या. मघापासून आत घुसायला आसुसलेली घोडी यशवंतराव पवाराने दोन-तीन खिंडारांतून आत किल्ल्यात घातली. आतल्या शिबंदीची गाळण उडाली. जीव घेऊन पठाण पळू लागले.

न्यावली दरवाजा अखेर आतून उघडला गेला. पण तोवर अबुद समदखानाच्या पाठीशी गायकवाड आणि समशेरबहाद्दर भिडले. जोराचा पाठलाग सुरू झाला. हजारो मराठी स्वारांनी किल्ला गडबडून गेला. जोराची कापाकापी झाली. रेंदळारेंदळी उडाली. गोळीने जाया झालेला किल्लेदार नजाबतखान जिवंत मराठ्यांच्या हाती लागला. त्याचा कबिलाही कैद झाला. किल्ल्यावर जरीपटका डोलू लागताच विजयाच्या नौबती झडू लागल्या. शहादणे दंगा घालू लागली. ताशाकर्ण्यांचा जल्लोष उडाला. पाचपन्नास स्वार इब्राहिमखानाला वर पैलवानासारखा उचलून नाचवू लागले. इतक्या महिन्यांनी मिळालेल्या विजयाचा कैफ छातीत मावेना.

राऊत-बारगीर एकमेकाला मिठ्या मारू लागले. बुणगे नाचू लागले. यात्रेकरूंनी जल्लोष उडविला. किल्ला पडला तरी किल्ल्यात आणि गावात लुटालूट सुरूच होती.

भाऊसाहेबांच्या गोटाजवळ आठ-दहा हजारांची गर्दी झाली. भाऊंचा आणि विश्वासरावांचा जयघोष सुरू होता. भाऊसाहेबांची मुद्रा इतकी कधीच प्रफुल्लित दिसली नव्हती. समोरच्या गर्दीत जिकडे जयघोष होईल तिकडे भाऊसाहेब हात उंचावून त्याचा स्वीकार करीत होते. पार्वतीबाई पंचारती घेऊन आल्या. त्यांनी भाऊसाहेबांना ओवाळले. कुंकुमतिलक लावला. दोघांच्याही डोळ्यांत आसवे मावत नव्हती.

थोड्या वेळातच किल्ल्याकडून एक अंबारी ढालेकडे येऊ लागली. हत्तीवर कोणी कावराबावरा सुलतान बसलेला दिसत होता. त्याच्या मागे शेकडो शिपाई सैरावैरा पळत होते. अंबारीच्या एका अंगाने दमाजी गायकवाड आणि दुसऱ्या अंगाने समशेरबहाद्दर घोडा हाकीत होते. अंबारी अगदी जवळ आली तसे भाऊसाहेब बावरले. कोण असावा हा? इतक्यात, "कुतुबशहाऽ", "कुतुबशहाऽऽ" असा गलका वाढला. सारे अंबारीकडे बघू लागले. दमाजीने आणि समशेरने कुतुबशहाला जिवंत पकडला होता. तो कसा आहे हे दिसावे म्हणून त्याला अंबारीत घालून ढालेकडे आणला जात होता. 'कुतुबशहा' हे शब्द ऐकताच धीरगंभीर भाऊसाहेब पेटून गेले. अंगावरचे बाल खडे झाले, रक्त उसळू लागले. ते ओरडले,

"कुणी अंबारीत घातला या नराधमाला? खाली खेचा त्यालाऽ"

कुतुबशहाला खाली खेचले. त्याला ढालेपाशी उभा करण्यात आले. सभोवती नागव्या तलवारींचा नाच सुरू झाला. भाऊ शहाच्या जवळ गेले. त्यांनी ओरडून विचारले;

"माझ्या दत्ताजीला कोणी मारला?"

डोळे फाडून कुतुबशहा भाऊसाहेबांकडे बघत होता. आता धडगत नाही. नाही म्हटले तरी मारणार, हो म्हटले तरी फाडणार! त्याच्या चेहऱ्यावर भीतीचा लवलेश नव्हता. भाऊसाहेबांच्या डोळ्यांत सुऱ्यांची पाती चमचमत होती. कुतुबशहा धीरगंभीरपणे न डरता, न घाबरता म्हणाला,

"मीच दत्ताजीची कत्तल केली."

"का?"

"मी आमचा युद्धधर्म पाळला. युद्धात गनीम सापडला तर त्याची मुंडी छाटून भाल्याच्या टोकावर मिरवायची ही आमच्याकडे पुरानी रीत आहे."

भाऊसाहेब त्वेषाने आणि सुडाने धुंद झाले. सर्वांगाचा भडका उडाला. कुतुबशहाच्या आजूबाजूस नागव्या तलवारी नाचविणाऱ्या रक्षकांकडे बघून भाऊसाहेब गरजले, "अरे, बघता काय? तोडा ह्या सैतानालाऽ" तलवारी हवेत उडाल्या तोच "खामोशऽऽ" असा कानठळ्या बसवणारा तोफेच्या आवाजासारखा आवाज झाला. साऱ्यांनी

गर्रकन माना वळवल्या तर घोड्याच्या रिकिबीत पाय ठेवून जनकोजी शिंदे बसल्या जागीच उभा होता. त्याच्या हातातला लांबसडक धारदार जमदाडा दुपारच्या उन्हात विलक्षण चमकत होता. डोळ्यांतून आगीच्या ठिणग्या बाहेर उड्या घेत होत्या. तो त्वेषाने गरजला, ''त्याला कोणी हात लावाल तर याद राखा. ही शिकार माझी आहे.'' असे म्हणत असतानाच त्याने डोळ्याचे पाते लवते न लवते तोच नेम धरून जमदाडा फेकला. भिरकन सुटलेला जमदाडा कुतुबशहाच्या मानेवर कचकन बसला. कोयत्याने उसाचे कांडे मोडावे तसे कुतुबशहाचे शिर धडापासून वेगळे होऊन धुळीत पडले. त्याचे सर्वांग रक्ताने रॅड झाले.

जनकोजीने घोड्यावरून खाली उडी ठोकली. कुतुबशहाचे रक्ताने माखलेले शिर त्याने भाल्याच्या टोकात खोवले. तो घोड्यावर स्वार झाला. शिंदेशाही लष्कर याच क्षणाची वाट बघत वर्षभर काळाशी तोंड देत तिष्ठत होते. त्यांचा आनंद गगनात मावेना. ते जयघोष करीत नाचू लागले. भाल्याची काठी उंच धरीत जनकोजी घुमू लागला. ताशेकर्णे वाजू लागले.

इतक्यात एकाएकी समोरच्या गर्दीत हुल्लड माजली. काळ्या कड्यासारखा एक हत्ती पायातले साखळदंड तोडून गर्दीतून पळत होता. शिपाई ''हत्ती पिसाळलाऽऽ हत्ती पिसाळलाऽ'' म्हणून ओरडत होते. ते भलेदांडगे धूड बेभान होऊन पळत होते. शिंद्यांच्या फौजेपुढून तो गज पळत पुढे निघाला. तोच जनकोजी प्राण एकवटून ओरडला, ''जव्हेरगंजऽऽ, जव्हेरगंजऽऽ.'' जनकोजीची आरोळी ऐकू येताच जव्हेरगंज सोंडीच्या तडाख्याने चार-पाच बारगीर उडवीत जागच्या जागी गर्रकन पाठीमागे वळला. जनकोजीच्या दिशेने धावत आला. जवळ येताच त्याने घोड्यावर बसलेल्या जनकोजीच्या कमरेला सोंडेचा विळखा दिला आणि त्याला हवेत उडविला. मजेने नदीतले पाणी पिऊन सोंडेने वर चिळकांड्या उडवाव्या तसा तो जनकोजीला धरून हवेत फिरवू लागला. जनकोजीने उघड्या जव्हेरगंजावर ठाण मांडले. आसवे पुशीत त्याच्या उघड्या अंगाचे पटापट चार मुके घेतले. जव्हेरच्या बारीक डोळ्यांतून आसवांचे मोठाले थेंब गळू लागले.

समोर ताशेकर्णे, शहादणे वाजत होती. जव्हेरगंज शिंद्यांच्या गोटाकडे दमदार पावले टाकीत इंद्राच्या ऐरावतासारखा सरकत होता. शिंदेशाही फौजेने आनंदातिशयाने गिल्ला उडविला. भाल्यावरची कुतुबशहाची मुंडी नाचवीत जव्हेरगंजवर बसलेला जनकोजी दसऱ्याचे सोने लुटून गोटाकडे चालला होता.

जखमी नजाबतखान थोड्याच वेळात मरण पावला. अबुस समदखानाचाही शिरच्छेद झाला. चार हजार पठाण आणि सातआठशे मराठे कामी आले. भाऊसाहेबांच्या हाती बराच मोठा दारूगोळा लागला. होळकर, विंचूरकरांनी गाव लुटला. आठ लाखांची रोकड दौलत कुंजपुऱ्याच्या किल्ल्याने भाऊसाहेबांच्या पायावर नजर केली. स्वप्नातही खरा न वाटणारा प्रकार साक्षात घडला. डोळ्यांसमोर दोन लाख पोती

गव्हाच्या थप्प्याच्या थप्प्या पडल्या होत्या. हिऱ्यामाणकांहून त्यांचे मोल अधिक होते. दोनच दिवसांवर दसरा आला होता. हरखलेले मराठी लष्कर दसऱ्याच्या जोरदार तयारीला लागले होते.

□

तरुण दुराणी बादशहा कधी नव्हे इतका भडकला होता. अस्वस्थ होऊन येरझाऱ्या मारीत होता. बैठकीस बसलेले शहावलीखान, शहापसंदखान, नजीबखान, बरकुरदारखान यांची तोंडे काळीठिक्कर पडली होती. बादशहाचा उफाळलेला संताप बघून डेऱ्याच्या कनाती आतल्या आत आपले अंग चोरत होत्या. उद्विग्न झालेला, फाटक्या शिडासारखा विसकटून गेलेला बादशहा गर्जत होता,

"ये बडी बेशरमीकी बात है! लानत है ऐसी गंदी जिंदगीपर! अरे, हा कंदाहारचा पराक्रमी बादशहा, ज्याच्या दर्शनाने डोंगरकडे धास्तावतात, अंग चोरीत चोरासारखे खडे राहतात, पाखरे चिडीचूप होऊन झाडांच्या खोबणीत... डोलीत अंग मुरवतात, धरतीलाही कंप फुटतो, असा हा बादशहा जिवंत असताना, त्याच्या तीन बलाढ्य सरदारांचा दिवसाढवळ्या कतलेआम घडतो! त्यांच्या मुर्द्यांची क्रूर विटंबना होते! घटका-दोन घटका झालेल्या लढाईत हे सारं घडावं? बादशहा जिवंत असताना त्याच्या साथीदारांची ही अशी परवड होत असेल तर ती नादान जिंदगी काय कामाची? त्यापेक्षा मौत कवेत घेऊन जिंदगी सोडलेली बरी. एवढे बलाढ्य सरदार, हिंदुस्थानी-अफगाणी मर्द स्वार शिपाई, सुसज्ज दारूखाना जवळ असताना, ह्या अशा गोष्टी घडत असतील तर पगडीत शिरपेच खोवून मिरवण्याऐवजी तुम्ही सारे बरेलीच्या बाजारात जाऊन बांगड्या का भरत नाही?"

लहानग्या लेकरागत आसवे ढाळीत नजीब म्हणाला,

"सारा सत्यानाश झाला आलमपन्हाँ! प्रलय ओढवला. दहा हजार खंडी गहू, आठ-दहा लाखांचा खजिना, मौल्यवान दारूगोळा हे सारे सारे त्या दख्खनी राक्षसांनी लुटले. हम लूट गये! आलमपन्हाँ, हम तबाह हो गये!"

"बंद करा ते तुमचं भोकाड, नजीब," बादशहा कडाडला, "तुम्हांला, तुमच्या लोकांना जर एवढी कणव होती तर सहराणपूर अगर नजिबाबादेहून कुंजपुर असा किती दूर होता? का नाही तुमच्या माणसांनी धाडस केलं? का नाही कुंजपुऱ्यावर डाके घातले? आम्हां परदेशी पठाणांची इथे लढून मरून माती होऊ दे आणि तुम्ही खुशाल राज्ये उभाराऽ!"

"गलती माफ करना मेरे हुजूर," नजिबाने हंबरडा फोडला, "कुंजपुरा पडल्याने आमच्या तरी काय हाती लागले? त्या नादान मराठ्यांनी माझा सख्खा चुलतभाऊ, माझा प्यारा नजाबतखान जिवे मारलाऽ! ठाणे बेचिराख केले."

"आमचीही चौदा-पंधरा हजार ताज्या दमाची अफगाणी फौज बुडाली. नव्या दमाचे वीर निष्कारण वाया गेले," हळहळत वजीर बोलला.

''त्याला कोणी हात लावाल तर याद राखा. ही शिकार माझी आहे.'' असे म्हणत जनकोजीने डोळ्याचे पाते लवते न लवते तोच नेम धरून जमदाडा फेकला.

सचिंत मुद्रेने बादशहा घटकाभर तसाच बसला. काही सुचेना, रुचेना, कोणी काही बोलले तर पचेना. पुढे बसलेली सरदारांची रांग डोळ्यांना सहन होईना. तो संतापाने गरजला,

"जा, ऽऽचलाऽऽ, उठाऽऽ, तुमची काळी अपशकुनी तोंडे मला दाखवू नका. आजूबाजूच्या खेड्यांत जा. नावाडी, कोळी, सांगडीवाले शोधा. नदीला कोठे उतार आहे का, याचा पत्ता काढा. आमच्या फौजा पलीकडच्या काठाला जाऊन त्या दुष्टांना भिडल्याशिवाय, त्यांना जाळून-भाजून, तोडून, मोडून काढल्याशिवाय ह्या बादशहाला अन्न गोड लागणार नाही. उतार गवसला तरच माघारी याऽ. नाही तर तुमच्या, काळ्या तोंडानिशी भरल्या यमुनेत उड्या घ्या. तिकडेच डुबून मरा."

सारे सरदार-दरकदार खाली माना घालून डेऱ्याबाहेर पडले. बादशहा डेऱ्यात स्वत:ला कोंडून एकटाच बसला. या आधीही आजूबाजूचे सारे घाट तपासून झाले होते. पाच-सात मैलांत तर यमुनेला लष्कर पल्याड नेण्यासारखा उतार कुठेच नव्हता. तरीसुद्धा नजिबाने आणि सुजाने आसपासच्या गावांत पथके धाडली. थोडा वरचा उतार तरी सांगणारा कोणी इसम गवसल्यास पकडून आणा असे बजावले. तास-दोन तास गुदरले. कोठेही आशेचा किरण दिसेना. बादशहानेच स्वत:हून नजीब आणि सुजाला बोलावणे धाडले. कत्तलीच्या रात्री भेदरलेले बकरे चालावे तसे गारठलेले नजीब-सुजा कसेबसे शहाच्या डेऱ्यात गेले. बादशहाच्या संतापलेल्या मुद्रेत एवढाही फरक पडला नव्हता. अस्वस्थ येरझाऱ्या सुरूच होत्या. दोघांना बघून सलामीलाच बादशहा कडाडला,

"तुम्ही दोघेही स्वत:ला हिंदुस्थानचे मुखिये समजता. हे साहेबान कोण तर म्हणे वजीरे हिंदुस्थान सुजाउद्दौला, अयोध्येचे मशहूर नबाब आणि हे दुसरे बहादूर हिंदुस्थानचे मीर बक्षी, नजीबउद्दौला रोहिले, यांनाच एकट्याला हिंदुस्थानच्या पातशाहीचा बंदोबस्त हवा आहे. अरे महाखटपटी गृहस्थाऽ, मला हिंदुस्थानात मोहिमेचे आवतण देण्यासाठी कंदाहारला इतक्या दूर दूत म्हणून भावाला धाडलेस, त्याऐवजी परवरदिगारने यमुनेचे चार उतार तपासायची अक्कल तुम्हांला दिली असती तर मी खुदाचा शुक्रगुजार झालो असतो. एकूण काय, इथे स्वारापासून सरदारापर्यंत सारे हिंदुस्थानी नालायक, नादान आणि कुचकामाचे."

नजीब आणि सुजा पायाच्या अंगठ्याकडे बघत उभे होते. अब्दाली नजिबाला विचारू लागला,

"नजीब, आता कुंजपुरा घेतल्यावर हे मरगट्ठे कुठे जातील?"

"खुदावंत, माझा असा कयास आहे की, विजयाच्या धुंदीत ते यात्रेसाठी कुरुक्षेत्रास जातील. कुरुक्षेत्र तर कुंजपुऱ्यापासून अगदी जवळ आहे!"

"तुमचा हा कयास खरा आहे; पण यापेक्षा अधिक काही खबर तुम्हां दोघांकडे?"

गरीब चेहरे करून नजीब-सुजा अब्दालीकडे बघू लागले. अस्वस्थ बादशहा पुटपुटला,

“सृष्टीचा खेळ न्यारा असतो. झाडे तीच असली तरी फळाफळांत कमालीचा फरक असतो. काही फळांना कधीच पाड लागत नाही, ती तुरकट वांझोटी निघतात, काहींना उशिरा पाड लागतो, त्यासाठी त्यांना अढीत घालून उबवावे लागते. तर काही फळांना झाडावरच पाड लागतो. तो भाऊ पेशवा म्हणजे झाडाच्या शेंडीला अलगद पिकलेलं फळ आहे. आजवर त्याला संधीच न लाभल्याने त्याचा मधुर रस बाहेरच्या मंडळींना चाखायला मिळाला नव्हता. त्याची प्रचिती आताशी सर्वांना येऊ लागली आहे.”

भाऊसाहेबांची अब्दालीकडून चाललेली प्रशंसा ऐकून नजिबाच्या देहाचा भडका उडाला. न राहून तो मोठ्याने बोलला,

“आलमपन्हाँऽऽ खुदावंतऽऽ, खुद्द आपल्या मुखातून त्या नादान काफराचे एवढे कौतुक?”

“तो नादान नाही, तुम्ही मूर्ख आहात,” अब्दाली बोलला, “आम दुनियेच्या कुंडल्या वाचता येतात, अशा चुकीच्या भ्रमात राहू नका तुम्ही नजीब! त्या भाऊने कसली मजल गाठली आहे, हे मालूम आहे तुम्हांला?”

“मजल? कसली मजल?”

“त्या पंजाब परगण्यात पतियाळाच्या आसपास अलासिंग नावाचा एक गुंडपुंड शीख जमीनदार आहे. त्याचे नाव कदाचित तुम्ही ऐकले असेल. पुंडाई करून तो स्वत:ला पतियाळाचा राजा समजू लागला आहे. आसपासच्या मुलखातील शीख जमीनदार-सरदार त्याने लगामी लावले आहेत. हुल्लड माजविली आहे.”

“त्याचे काय इथे?”

“तेच तर सांगतोऽ” आवंढा गिळत बादशहा म्हणाला, “त्या अलासिंग जाटाशी भाऊने संधान बांधले आहे.”

“या अल्लाऽऽ, या खुदाऽऽ” नजिबाला चक्कर आली.

“सुदैवानं आमचं हेरखातं मजबूत आहे म्हणून ह्या खबरा वेळेवर कळतात आम्हांला. आमच्या जासुदांनी मधल्यामध्ये त्या दोघांची पत्रे पकडून आणली आहेत. सध्या कुरुक्षेत्राच्यावर मणकू या गावी अलासिंग मुक्कामाला आहे. भाऊची आणि त्याची गाठभेट होण्याची शक्यताही नाकारता येणार नाही. एवढेच नव्हे पतियाळा, सरहिंद इलाख्यातील काही शीख टोळ्या, सरदार त्या दखखनी कमिन्या भाऊला आपला बादशहा मानून द्वाही फिरविण्याच्या मन:स्थितीत आहेत. यात अशक्य, अप्राप्य आम्हांला काहीच वाटत नाही. कारण आपल्या अफगाण टोळ्या पलीकडून जेव्हा हिंदुस्थानवर आक्रमण करतात, तेव्हा प्रथम पंजाब जाळीत दिल्लीकडे सरकतात. नादिर साहेबापासून गेल्या दहा-पंधरा वर्षांतील आपल्या सासुरवासाला पंजाबी शीख कंटाळले आहेत. त्यांना आपल्यापेक्षा भाऊ नक्कीच जवळचा वाटेल. येत्या आठ-पंधरा रोजांत हिंदुस्थानचा बादशहा म्हणून पंजाबमध्ये त्याची द्वाही फिरली तर दुनियेत आमची इज्जत काय उरली? ते दाढी-पगडीवाले शीख आणि

दख्खनी मरगट्ठे एक झाले, तर हिंदुस्थानचा डोलाराच फिरेल. आपल्या मायदेशाची वाटही पंजाबमधूनच जाते. जलदीने हालचाली उरकल्या नाहीत तर गहजब होईल. पंजाबच्या वाटेने एकही अफगाण जित्ता कंदाहारी पोहोचणार नाही!''

या नव्या खबरा ऐकून नजिबाला धरणी कंप पावल्यासारखी वाटू लागली. शीख आणि मराठे एक झाले म्हणजे काय आपला निकालच लागला. त्यात दिल्लीही आधीपासून त्यांच्या काबूत आहे. याचा अर्थ, आपल्या मानगुटीवर बसलेले मरगट्ठे कधीच हटणार नाहीत. साऱ्या स्वप्नांचा चक्काचूरच झाला म्हणायचा. नजीब भीतीने गलितगात्र झाला. बादशहा काळजीच्या सुरात म्हणाला,

''म्हणून सांगतो नजीबऽ, शिखांशी त्यांचे साटेलोटे होण्याआधी यमुना उतरून पलीकडे त्यांच्या पाठीवर जाऊ. त्यांना बेचिराख करू. त्यांच्या हाती सापडलेला खजिना, घासदाणा हिसकावून घेऊ. नाही तर आपल्या लष्करावर प्रलय कोसळेल.''

बादशहाला आता क्षणही दौडायचा नव्हता. घोड्यावर मांड ठोकून तो लष्करात शिरला. बादशहाचे अचानक आगमन झाल्याचे बघून साऱ्यांची तारांबळ उडाली. वजीर, सेनापती धावत सामोरे आले. आपापल्या जागी खडे होण्याचे फर्मान निघाले. शहादणे वाजू लागली. आजूबाजूच्या गावांतून दसऱ्याचा सण साजरा होत होता, मात्र अब्दालीच्या लष्करावर शिमग्याची कळा पसरली होती. अबुद समदखान, मोमीनखान, कुतुबशहा असे सरदार आणि दहा हजार पठाणी फौज गारद झाल्याची वार्ता लष्कराच्या सांदीकोपऱ्यात झाली होती. भाऊ दक्षिण ओलांडून उत्तरेत आल्यावर आमनेसामने अशी पहिलीच लढाई कुंजपुऱ्याला जुंपली होती. त्यातल्या मराठ्यांच्या बहादुरीच्या खबरा ऐकून बहुतांशी रोहिलेदुराणी शिपाई मनातून गडबडून गेले होते. अशाच गोष्टी घडल्या तर आपले काय होणार? लष्कराने मराठ्यांची भीती खाऊ नये म्हणून अब्दालीला जारीने हालचाली करायच्या होत्या. लष्कराची मोजदाद सुरू होत असल्याची खबर सर्वत्र पसरली. मधली एक उंचवट्याची जागा पाहून अब्दालीने आपला करड्या रंगाचा घोडा उभा केला. स्वत: तो फौजेची पाहणी करू लागला.

मुख्य अफगाणी फौजेचे चोवीस दस्ते होते. प्रत्येक दस्त्यात बाराशे स्वार. वजीर शहावली, सरदार जहानखान, शहापसंदखान, बरकुरदारखान, नसीरखान बलोच, मुरादखान मोगल हे बादशहाचे प्रमुख सरदार बारा देशांचे पाणी प्यायलेले होते. चोवीस दस्त्यांपैकी सहा दस्ते अब्दालीच्या गुलामांचे होते. शहाच्या डेऱ्याभोवती अर्ध्या कोसाच्या, एका कोसाच्या अंतराने हे लष्कर पसरले होते. अब्दालीकडे स्वत:च्या मालकीचे दोन हजार उंट होते. त्यांच्या पाठीवरून जंबुरके नावाच्या लहान तोफा वाहिल्या जात. प्रत्येक उंटावर कुचाच्या वेळी दोन-दोन जंबूरची बसत. अफगाणहून आणलेल्या चाळीस तडाखेबंद तोफा आणि शे-दोनशे सुतरनाळा नावाच्या लहानग्या तोफा संगतीला होत्या. नजीबखानाच्या झेंड्याखाली सहा हजार स्वार आणि आठ हजार प्यादा होता. सुजासोबत दोन हजार स्वार आणि तितकाच

प्यादा होता. वर दिमतीला पन्नासभर अयोध्येच्या तोफा होत्या. फरुखाबादेचा अहमदखान बंगष पठाण दोन हजार स्वार आणि शे-पाचशे प्यादे व काही तोफा घेऊन आला होता. दोन-अडीच महिन्यांमागे अंतर्वेदीत ताजेतवाने व्हायला गेलेल्या दुंदेखान, हफीज रहमतखान, सादुल्लाखान, फैजुल्लाखान या रोहिल्यांना दोन रात्रींच्या आत फौजेत दाखल व्हा, अशी फर्माने बादशहाने आज सकाळीच धाडली होती. बादशहाकडे पंचेचाळीस हजार स्वार आणि तीस हजार पायदळ अशी मिळून एकूण पंच्याहत्तर हजार फौजेची बेरीज होत होती. याशिवाय ज्यांना आगापिछा नाही, असे हजारो यतीम शिपाई लष्कराच्या आश्रयास होते. दुराणी स्वाराबरोबर एखादा दुसरा यतीम होताच. त्यांची संख्या वीस हजारावर होती. त्यांच्याही मांडीखाली दुराणी शिपायांसारखीच घोडी होती. यतीम हाडापेराने मजबूत असून ते ऐनवेळी युद्धात उपयोगी पडत. प्रसंगी दूरदूरच्या मजला मारीत. एकदा स्वारांनी लढाई जिंकली की मग यतीम कामास लागत. लुटालूट, हाणामारी करीत. शत्रूवर तुटून पडत. साधारण ते पेंढाऱ्यांचे काम करीत; पण प्रसंगी हातात तलवार-भालाही धरीत.

लष्कराची पाहणी करून अब्दाली डेऱ्याकडे निघाला. जाता जाता त्याने आपल्या सोबत्यांना आज्ञा केली, "तयार रहा! तासाभरात सड्या फौजांनिशी कूच करू. यतिमांच्या फौजा, कबिले आणि तोफा उद्या कूच झाल्या तरी चालतील. पण आज इथला मुक्काम हलवलाच पाहिजे. पाच-दहा मैलांत नदीला कुठे उतार सापडेल असा भरवसा वाटत नाही. ह्या पूर्वकाठाने बागपतच्या रोखे कूच होऊ."

त्याच दिवशी दुपार कलल्यावर सड्या फौजा निघाल्या. लष्कराने दांडगी दौड मारली. मध्यान् उलटून गेली. काळोखे खाचखळगे ओलांडीत अब्दालीने वीस मैल रस्ता कापला. बागपत लागले. बागपतच्या पुढे दीड-दोन मैलांवर डेरे-दांडे मारले. पहाटेला दोन घटका अवकाश असताना अब्दालीसाठी छोटासा बिचवा मारून झाला. बाकीच्यांनी खुंट्यांना घोडी बांधली. राहुट्यांचे दांडे, कनाती, दोर तसेच बाजूला टाकले. सरदारांसह सारे दमलेभागले अफगाण उघड्यावर गवतात कलंडले. गस्तीचे शिपाई पेंगल्या स्थितीत जागून पहारा देऊ लागले. सारे लष्कर डाराडूर झाले.

रस्ता दिसला. अरे, माझ्या मायदेशच्या वाटेवर हे काळासारखे कोण उभे आहेत? भयाण काळ्या तोंडाचे, काळासारख्या दातांचे, कोणीच कसे ओळखीचे नाही? माझी अंबारी कुठे आहे? निशाणे तर दिसत नाहीत. खिदमतगारांचा पत्ता नाही. कुठे आहे माझे लष्कर? त्या उजाड वैराण माळावर ते कसले ढीग दिसताहेत? तो तांबूस पाट कशाचा वाहतो आहे? ते लष्कराच्या मुर्द्यांचे ढीग तर नव्हेत ना? ते समोरून धाय मोकलून कोण रडत येत आहे? वजीर शहावलीऽ? काय ही तुमची अवस्था? अन् जहानखान, सेनापती असून तू एवढा रक्ताने कसा माखलास रे?...

ठीक आहे, खुदाला हेच मंजूर होतं, हरकत नाही. पण शहावली, तुम्ही तरी

रडायला नको होतं. नादिरसाहेबांचा खून झाला होता. तेव्हाची एक रात्रीची भयाण दौड आठवते तुम्हांला? शेख सेरकूच्या थडग्याजवळ साबीरसाहेबांनी माती उचलून माझ्या हातात दिली होती. माती म्हणजेच माझं सिंहासन म्हणून सांगितलं होतं त्यांनी! तुम्ही तर रानातलं गवत फुलासारखं अंगावर टाकून माझी तख्तपोशी साजरी केली होती. गड्यांनो, ह्या साऱ्याची आठवण आहे ना तुम्हांला? मग असे भ्याडासारखे का रडता? हिंदुस्थानात आम्ही बेचिराख झालो म्हणून? ही इथली मातीच वाईट! पण हिंमत हरता कशाला? तो बघा माझा कंदाहारचा राजवाडा दिसतो आहे! चलाऽ पुन्हा फौजा बांधू याऽ! हे काय, आपण आपल्याच वेशीत आलो. नराधमांनो, कोण तुम्ही? कंदाहारच्या वेशीत मला साखळदंडाने जखडण्याची तुमची हिंमतच कशी झाली? मी कोण? मी दुराणी! राजराजेश्वरांचा राजेश्वर! हाच माझा राजप्रासाद! थांबा, तुमचा कडेलोट करतो. अरे, माझ्या पवित्र सिंहासनावर वेटोळे घालून हा कोण सर्प बसला आहे? चेहरा तर ओळखीचा वाटतो. हा तर माझा पुतण्या अब्दुल खलिकखान! नराधमा, असा दावा साधलास काय! तरी लहानपणापासून तुझी घातकी चाल माझ्या परिचयाची होती. निदान हिंदुस्थानच्या मोहिमेवर निघण्यापूर्वी तरी तुझा गळा घोटून मी पुढे का गेलो नाही? अरे, हे काय? ही अंधारकोठडी कसली? बचपनामध्ये मी अनुभवलेल्या त्या कोठडीहून जास्त काळीशार दिसते! त्या कोठडीतून पाच सालाने का होईना पण प्रकाश दिसला! पण ह्या इथे किती साले? उम्रभर! परवरदिगारऽऽ परवरदिगारऽऽ,... अब्दाली झोपल्या जागी मोठमोठ्याने ओरडू लागला. बेगमने ''आलमपन्हाँऽ आलमपन्हाँऽऽ'' म्हणून हाका दिल्या. बादशहाला जागा केला. अब्दालीची मुद्रा घामाने डबडबलेली होती. त्याने दुशेल्याने तोंड पुसले. त्याचे सर्वांग घाबरेघुबरे दिसत होते.

झोप हरामी झाली. बेगमेचा आग्रह मोडून बादशहा उठला. अंगावर शाल पांघरली. तो घोड्यावर स्वार झाला. छबिन्याच्या स्वारासमवेत उघड्या लष्करातून चकरा मारू लागला. पहाट झाली होती. घटका-दोन घटका तरी झोप मिळाली की नाही कुणास ठावे? मघाचे भीतिदायक स्वप्न अस्पष्ट झाले; पण कंदाहारचा वाडा, सिंहासनावर बसलेला पुतण्या डोक्यातून जात नव्हता. काळजाचा टवका निघून मन भळभळ वाहत होते. उजाडेपर्यंत बादशहा सुन्न होऊन इकडेतिकडे चकरा मारीत होता.

सकाळी लष्कर जागे झाले. बादशहाने डेरा सोडला. यमुनाकाठावरच एक बिचवा मारला. त्यात बैठक ठोकली. सुजाचे, नजिबाचे, स्वारशिपाई आजूबाजूच्या खेड्यापाड्यांत घुसले. गावोगावचे मुखिये, पटवारी, जमीनदार बोलावून आणले. त्यांच्याकडून स्थानिक शोध सुरू झाला. नावाडी, कोळी, सांगडीवाले, कसलेले पैलवान बोलावले गेले. नदीकाठाने शोधाशोध सुरू झाली. दुराणी बिलकूल हटायला तयार नव्हता. त्याने तसेच जुलमाच्या जोरावर जागोजाग पोहणारे मर्द नदीत ढकलले. ज्यांच्या दंडात बळ नव्हते, ते मध्येच पात्रात दमून गटांगळ्या खात

देवाघरी गेले. ज्यांचे दंड मजबूत होते ते कसेबसे नाकातोंडातून पाणी काढता काढता पलीकडच्या काठाला लागले. वाचले. अब्दालीच्या हट्टापायी दहा-पंधरा जवान पोरांना जलसमाधी मिळाली. त्याची फिकीर न करता उताराचा तपास सुरूच होता. उगवणारा आणि मावळणारा सूर्य अब्दाली यमुनेच्या पात्रात बघत होता. दोन दिवस भयंकर शोधाशोध करूनही हाताला काही लागेना. तिसऱ्या रात्री अब्दालीला धीर खचल्यासारखे झाले. तो अल्लाची करुणा भाकू लागला. त्याने कडकडीत उपास धरला, जीव टांगणीला लागला.

चौथ्या दिवशी पहाटे दुराणी बादशहा बिछायतीवर एकसारखा तळमळत होता. भूक नाही की झोप नाही, चित्रविचित्र स्वप्ने पडू लागली, सर्वांगाची तडफड होऊ लागली. इतक्यात धाडस करून छबिन्याचे शिपाई त्याला हाका मारू लागले. अब्दाली उठला. प्रतिसवाल करू लागला,

"कोण? कोण हाका मारतो?"

"आलमपन्हाँ, सेनापती जहानखान आले आहेत. आपली तातडीची भेट हवी," बाहेरून आवाज आला.

"इतके जल्दीचे काय काम?"

"नदीचा उतार सांगणारा कोणी माणूस त्यांनी धरून आणला आहे."

'नदीचा उतार' हे शब्द ऐकताच अब्दालीच्या सर्वांगातून गोड झिणझिण्या आल्या. घाईगडबडीने तो मसलतीच्या डेऱ्यात पोहोचला. एक सावळा, उंचापुरा, भक्कम हाडापेराचा, पण फाटक्या वस्त्रांतला इसम जहानखानाने समोर उभा केला.

"नाव काय तुझं?"

"गुलाबसिंग गुजर."

"कुठला राहणारा?"

"गौरीपूर-पनवाडीचा हुजूर."

"नदीला उतार कुठे आहे? इथून किती लांब आहे?"

"इथून अवघ्या दोन मैलांवर माझ्या गावाजवळच गौरीपूरला गचका उतार आहे."

"हा उतार तू कसा जाणतोस?"

"हुजूर, जमनामैय्याच्या किनाऱ्यावर उभी हयात गेली. जिंदगीभर नदीत उड्या मारल्या आहेत. शिवाय माझी स्वत:ची नाव होती हुजूर. म्हणूनच पाण्याचा ठावठिकाणा मला माहिती आहे हुजूर."

"चलाऽऽ लागलीच निघू."

"हुजूर, माझ्या बक्षिसीचे काय?" गरीब तोंड करून गुलाबसिंग विचारू लागला.

"बक्षिसी?" अब्दाली हसून म्हणाला, "दोस्ता, उतार तर दाखव खरा, एकदा तो दाखवलास आणि माझी गर्दन जरी मागितलीस तरी तीही तुला न्योछावर करीन!"

दिवस उजाडायच्या आधीच गौरीपूरच्या वरच्या अंगाला अब्दाली आपल्या प्रमुख साथीदारांसह पोहोचला. सर्वांना गुलाबसिंग परिसासारखा भासत होता. यमुनेच्या काठावर ख्वाजाचा एक दर्गा होता. त्या जागी सारे उभे राहिले. गुलाबसिंगने पुढे हात दाखवला. दोन्ही काठांवर गाळाची भक्कम टेकाडे झाल्याने इथे यमुनेचे पात्र आपोआप अरुंद झाले होते. इतर जागी फाकून वाहणारी यमुना अरुंद जागेतून अंग मुरवीत जात असल्याने इथे पाण्याचा जोर दांडगा होता. त्यामुळे अलीकडचा किनारा उभा कापलेला. पलीकडच्या काठाला गाळाची दलदल दिसत होती. गुलाबसिंग पट्टीचा पोहणारा होता. एवढ्या मोठ्या बादशहाला तो घेऊन आला, त्याला बक्षिसीही दांडगी मिळणार हे बघायला गौरीपूर लोटलेले. पूर्वकाठावर गर्दी उडालेली. अरुंद जागेतून वाहणारी यमुना घोंघावू लागलेली. गुलाबसिंग लंगोट कसून सिद्ध झाला. अब्दालीला म्हणाला,

"हुजूर, मी आत उडी घेण्यापूर्वी जमनामैय्याची शांती करा."

"मतलब?"

"आपल्या हाताने पानाचा विडा आणि पाच असर्फी सुवर्ण मोहरा पाण्यात टाका... जमनामैय्या शांत होईल. संकट येणार नाही."

अब्दालीने काठावरचे कुडचाभर पाणी उचलले. त्यात केशरी विड्याचे पान आणि असर्फी टाकून ओंजळ तशीच यमुनार्पण केली, गुलाबसिंगाने तीरावरून आत उडी घेतली. तो कासराभर अंतर पोहत गेला आणि हात वर काढून पाण्याची खोली दाखवू लागला. उंचावलेल्या हातासह तो आत बुडाला. वरून ओढणारे पाणी वाहत होते. तशीच पुढे होऊन त्याने आणखी एक बुडी मारली. आता हाताची बोटे वर दिसू लागली. आणखी पुढे गेल्यावर डोके दिसू लागले. तेथून पुढे गळाभर पाणी लागले. मझधार कासरा-दीड कासरा अंतरात पूर्वकाठालाच होती. नदीचा मधला भाग वाळूने वर भरत आलेला होता. पूर्वकाठची वाळू मात्र पाण्याच्या जोराने तुटली होती. पलीकडच्या पश्चिमकाठाला पाणी जरा जास्त होते; पण नाक बुडत नव्हते. अब्दालीच्या निळ्या डोळ्यांनीही पाण्याचा अंदाज घेतला. त्याची मुद्रा आनंदाने चमकू लागली. अब्दालीने गळ्यातला कंठा गुलाबसिंगावर फेकून त्याला आनंदातिशयानं मिठी मारली. आजवर अनेक नद्या त्याने ओलांडल्या होत्या. एवढा अंदाज त्याला पुरेसा होता.

अब्दालीने मुखियांना, जमीनदारांना, पटवाऱ्यांना वेठीस धरले. गौरीपूरजवळची दोन कळकाची बेटे तासाभरातच सफाचाट झाली. स्वारशिपाई गावातून मोठेमोठे लाकडाचे ओंडके ढकलीत आणू लागले. कोणी लांब वासे आणले. तर बरेच दोन-तीन पुरुष उंचीचा बांबू धरून कोयत्याने त्याच्या एका अंगाला अणकुचीदार टोके काढू लागले. काहींनी यासाठी आखूड तलवारी वापरल्या. मेखा तयार करायचे काम सुरू होते. बांबू तोडताना मराठ्यांच्या गर्दना छाटल्या जात आहेत, अशा आविर्भावात स्वार कामाला लागलेले. एक-दोन पथकांनी चार गावांतल्या सांगडी गोळा केल्या.

नजीब 'आटपाऽ आवरा' म्हणून नाचू लागला.

बादशहाच्या हुकमाने पाचपन्नास निधड्या छातीचे जवाँमर्द पाण्यात उतरले. सोबत सांगडीस्वार आणि उत्तम पोहणाऱ्या खेडुतांचा, मच्छवारांचा ताफा होताच. पूर्वकाठाला भल्यामोठ्या लाकडाच्या भक्कम मेखा गाळात रोवल्या. त्याला दोरांची गाठ मारून दोर धरीत काही जण पुढे सरकले. पोहत, सांगडींचा आणि दोरांचा आधार घेत मोठमोठ्या मेखा नदीत ठोकल्या जाऊ लागल्या. बघता बघता रस्ता खोदावा तशा दोन्ही बाजूला नदीत मेखा दिसू लागल्या. नजिबाने हिरवे बावटे पुढे केले. मेखांच्या डोक्यावर बावटे फडफडू लागले. दमलेभागले पोहणारे जवाँमर्द मच्छवारे पाण्यातून बाहेर आले. शहावलीने गावातून ओढून आणलेले मोठे ओंडके नदीत ढकलण्याची खूण केली. ओंडक्यावर ओंडका ढकलला गेला. मधूनच त्यावर झाडांच्या ओल्या फांद्या टाकून पाण्यात थर रचला जाऊ लागला.

बघता बघता दुपार टळली. पाण्यात घोडा घालायला अब्दाली सिद्ध झाला. त्याने पठाणी स्वारांकडे नजर रोखली. पात्राचा घोंघावता आवाज काठावर येत होता. सर्वसामान्य स्वारांच्या तोंडावरची भीती हटली नव्हती. ते आवंढा गिळीत अब्दालीकडे बघत होते. आपल्या शिपायांच्या उरातली धडकी अब्दालीने ताडली. अब्दाली घोड्यावरून खाली उतरला. काठावरच्या दर्गासमोर सप्पय बसला. डोक्यावरचा मुकुट काढून बाजूला ठेवला. सफेद भरजरी रुमाल डोईला बांधला. अर्धा तास तो अल्लाच्या विश्वात, नमाजात मग्न झाला. थोड्या वेळाने त्याने फौजेतील मुल्ला-मौलवींना बोलावून घेतले. चांदीच्या आणि तांब्याच्या पत्र्यावर कुराणातल्या पवित्र ओळी कोरल्या. पत्र्यामध्ये तीक्ष्ण धारदार बाण ठेवले. काठावर उभे राहून त्याने एकापाठोपाठ एक असे बारा बाण यमुनेत मारले. पुन्हा घटकाभर तो ध्यानस्थ बसला. मग प्रफुल्लित मुद्रेने उठला. आजूबाजूच्या आपल्या सोबत्यांना आनंदून म्हणाला.

"चलाऽऽ, दोस्तांनोऽ, आता थांबायचे कारण नाही. अल्लाने कौल दिला. हिंमते मर्दा तो मददे खुदा!"

अब्दालीने त्वेषाने काठावरून पाण्यात घोडा घातला. निम्मा घोडा पाण्यात गेला. त्याने गर्रकन् वळून मागे पाहिले. स्वारशिपाई भांबावले. तरण्याबांड जहानखानने "अल्ला हो अकबरऽऽ" म्हणून मोठ्याने आरोळी ठोकून घोड्याला टाच मारली. बघता बघता असंख्य घोडी पाण्यात घुसली. सर्वांच्या पुढे गर्दन ताठ करून घोड्याच्या दोन्ही अंगाला ढुसण्या देत अब्दाली निघाला होता. त्याचा भरजरी पेहराव भिजून चिंब झाला होता. अब्दालीचा घोडा पलीकडच्या काठाला लागला आणि "अल्ला हो अकबर"च्या आरोळ्यांनी आसमंत दणाणून गेला. तीरावर घोडा भिडता भिडता समोरची दलदल आणि काठावरचा गाळ बादशहाच्या नजरेला पडला. त्याने घोडा चुचकारून खालच्या अंगाला झटकन वळवला. थोडा पुढे पाण्यात घालून पुन्हा काठावर काढला.

पश्चिमकाठावर पन्नास-साठ घोडी आणि तितकेच स्वार दिसू लागले. त्यात अब्दालीबरोबर सेनापती जहानखान आणि वृद्ध वजीर शहावलीखानही होते. एकाएकी अब्दालीची नजर समोर गेली. उत्साहात पलीकडून सरळ वेगाने आलेले स्वार समोरच्या गाळात फसत होते. बाजूने घोडी काढण्याचे त्यांना भान नव्हते. ज्यांना हे भान आले त्यांना थोडी बाजूला खेचून घोडी हाकता येत नव्हती. चार-पाच घोडी तर गाळात रुतून शेवटचा श्वास मोजीत तडफडत पडली. पाच-सहा स्वारही गाळात फसून मेले. काठावरच्या स्वारांनी थोडे थांबा म्हणून हाळ्या दिल्या. वरच्या बाजूला कमरेइतकी उंच झावाची झुडपे होती. स्वार ती तलवारीने कचाकच तोडू लागले. झावाचे भारे रबूट गाळात टाकू लागले. काठावरच्या छोट्या झाडांच्या फांद्या मोडून आणल्या. त्यांचाही थर झावावर पडू लागला. सानथोर कामाला लागले. वजीर आपला भिजका अंगरखा पिळीत काठावर उभा होता. त्याला बघून अब्दाली ओरडला, "शहावलीऽ असे बघता काय? फौजेच्या अलीकडे येण्या-न येण्यावर तुमची वजिरी आणि माझी पातशाही अवलंबून आहे." झटक्यात वजीर पुढे वाकला. झावाचे झुडूप तोडू लागला. गाळात भाऱ्यावर भारे पडू लागले. थरावर थर रचले. झुडपाने, गवताने बघता बघता दोन-तीन गज उंच थर झाला. बादशहाने अंदाज घेऊन खूण केली. एक घोडे लीलया झावावरून अलीकडे आले. घोड्यामागे घोडी लागली. रस्ता साफ झाला.

वाट सुरळीत झालेली बघून नजिबाने घोडा घातला. हत्ती पाण्यात उतरले. त्यांच्या पाठीवर मोठमोठ्या तोफा साखळदंडांनी बांधल्या होत्या. हळू नेटाने हत्ती पश्चिमकाठावर येऊ लागले. जे स्वार दंगामस्तीने डाव्या-उजव्या अंगाला झाले, ते बुडून मेले. घोडी वाहिली. तासा-दोन तासांत शंभरावर स्वारांना जलसमाधी मिळाली. लष्कराला सावरून येण्याच्या सूचना देत अब्दाली ओरडला, "कुंजपुऱ्यावर आमची थोडी फौज बुडाली नाही. यापुढे आम्हांला एक स्वारही गमवायचा नाही." पश्चिमेकाठी सात-आठ हजार स्वार उतरले. अब्दालीने ताबडतोब ओल्या खोगिरी वाळत घालायची सूचना केली. ओळीने खोगिरी वाळू लागल्या. घोडी नदीकाठच्या ओल्या चाऱ्यावर ताव मारू लागली.

नदीच्या खालच्या अंगाला सहा मैलांवर सखरोजी पाटील सातशे स्वारांचे पथक घेऊन घाट राखीत होता. त्याची जागा बरोबर बागपतच्या पलीकडच्या काठावर होती. मध्ये अथांग यमुना वाहत होती. समशेरने या महत्त्वपूर्ण घाटावर मुद्दाम सखरोजी पाटलाची चौकी बसविली होती. अनेक लढायांत त्याने अंगावर वार झेलले होते. "प्रसंगी शिधा नाही मिळाला तर माती खाऽ पण ही महत्त्वाची जागा सोडू नका" अशी ताकीद करून समशेर गेला होता. अन्नासाठी दहा-बारा स्वार शेजारच्या गावात जायचे. पण बाकीच्यांचा पहारा जिताजागता असायचा. सखरोजी अजिबात घाट सोडायचा नाही. रात्रीत तीन-तीन वेळा जागा व्हायचा. गडबडून छबिन्याचे स्वार जागे आहेत की नाहीत ते तपासायचा. मध्येच यमुनेचे काळेशार पात्र निरखायचा.

त्याला आपल्या वडिंगे गावाजवळ वाहणारी पंचगंगा आठवायची. पंचगंगेच्या तोडीने केवढे मोठे पात्र हे. भरल्या पंचगंगेची दसपटीने भरती केली तर कुठे या पात्राची बरोबरी होईल. सखरोजीला तीन महिन्यांचा रोजमुरा मिळाला नव्हता, तरी त्याची तक्रार नव्हती. ही मोहीम चैतन्याने भारलेली होती. कुठल्या तरी ध्येयासाठी आपण झुंजत आहोत, दिल्लीसारखी शहरे तुडवीत आहोत, या समाधानावर प्रसंगी तो उपाशी दिवस काढीत होता.

तिन्हीसांजेचा वारा सुटला होता. सखरोजीने दांडगी शेकोटी पेटवली होती. तिच्या धगीला दहा-पंधरा स्वार बसले होते. बाकीचे सहा-सातशे स्वार झाडाझुडपांत इसाव्यासाठी पडले होते. वरच्या अंगाने आलेल्या एका कोळ्याकडून त्यांनी एका दमात माशाने भरलेली टोकरी खरेदी केली होती. शेकोटीत मासे चराचरा भाजत होते. त्याला चटणी लावून तसेच काट्यामुंडक्यासह मराठा गडी कराकरा चावून खात होते. अख्खी टोकरी खपल्याने कोळी समाधानात शेजारी बसला होता. पुनः पुन्हा सखरोजीकडे निरखून बघत होता. सखरोजीच्या ध्यानी ही गोष्ट आली. त्याने विचारले,

"काय रे, औरतीकडे बघितल्यासारखा रोखून काय बघतोस?"

"तुम्ही कोणता देश जितायला चालला आहात?" कोळी हिंदुस्थानी भाषेत बोलला, "वर तुमचा राजा हत्ती-घोडे अल्याड आणतो आहे. हजारो लष्कर नदी उतरते आहे. तुम्ही सारे निघाला तरी कुठे?"

"कोण असेल हो पाटील?" दोघातिघांनी एकदम विचारले.

"उठा लेको, दुसरं कोण असणार? आपला सात जल्माचा तो वैरी अब्दुल्याच असणार. चलाऽऽ त्याची वाट रोखू याऽऽ"

वाऱ्याच्या वेगात नदीकाठाने सातशे घोडी धावली. सुसाट सुटली. दिवस बुडत चालला तरी अब्दालीच्या फौजेची रांग नदीतून तशीच अलीकडे येत असल्याची दिसत होती. मुंग्यांच्या रांगेसारखी रांग. एकाएकी झावाच्या झुडपाआडून सखरोजीचे पथक बेसावध अफगाणांवर तुटून पडले. तलवारी-भाल्यांनी कमाल केली. सपासप वार करून बघता बघता शे-सव्वाशे गिलचा कापून काढला. "हरऽ हर महादेव"चा जयघोष यमुनाकाठी घुमू लागला. नजीब, अब्दाली त्वेषाने ओरडले. पठाण जागे झाले. हजारोंचा वेढा सभोवती पडला. सखरोजीच्या मानेवर तलवारीचा तडाखा बसला. कचाकच शिरा तुटून पैरण रक्ताने ओलीचिंब झाली. मरता मरता त्याने अब्दालीचा दरकदार अहमदखान खैबरीच्या नरडीचा घोट घेतला. अब्दाली ओरडला, "साऱ्यांची कत्तल करा. खबर सांगायलासुद्धा कोणी त्या भाऊकडे पोहोचू देऊ नका." रक्ताच्या थारोळ्यात सातशे माणसे निष्प्राण होऊन पडली. अब्दालीच्या यतिमांनी साऱ्यांचे मुडदे नदीकाठाला मेलेले उंदीर टाकावेत तसे फेकून दिले. कोल्ह्यांना, घारी-गिधाडांना मोठा खाना मिळाला. रक्तात डबडबलेले भगवे झेंडे-बावटे इकडेतिकडे विखरून पडले.

हजारोंचा वेढा सभोवती पडला. सखरोजीच्या मानेवर तलवारीचा तडाखा बसला. कचाकच शिरा तुटून पैरण रक्ताने ओलीचिंब झाली.

त्या रात्री जवळच्याच सोनपत गावाबाहेर फकरू बागेत अब्दालीने तळ दिला. दुसऱ्या दिवशी रात्री नजीबखान आणि शहापसंदखान बादशहाच्या भेटीला आले. अब्दालीने विचारले,

"काय खबरबात? किती लष्कर अल्याड आले?"

"आलमपन्हाँ, आज दिवसभरही लष्कर अल्याड उतरतच होते. बारा आणे लष्कर अल्याड आले. ह्या काठावर मरगठ्ठ्यांनी गोळा करून ठेवलेल्या नावा आयत्या मिळाल्या. त्यांचाही वापर करून घासदाणा, कनातसामान आणायचं काम दिवसभर चालू होतं."

"सारे लष्कर उद्या दुपारच्या आत अलीकडे आलेच पाहिजे," अब्दाली ताकीद करून विचारू लागला, "नजीब, पाण्यात आपले किती लष्कर बुडाले?"

"हजारावर."

"ही नादानी चांगली नाही. गनिमांकडील आणखी काही खबरबात."

"काल सोनपतात आपण येण्याआधी पाचशे मराठी स्वारांची चौकी होती. आपली दहशत खाऊन ती उत्तरेकडे पळून गेली."

"पळून गेली? उत्तरेला? म्हणजे त्या भाऊकडेच ना?"

नजीब आणि शहापसंदने खाली माना घातल्या. अब्दाली म्हणाला,

"शहापसंद, अजूनही ह्या नदीकाठाने काही उघडेनागडे मरगठ्ठे चौक्या देत खडे असतील. उद्या सड्या फौजा घेऊन बाहेर पडा. दिसतील त्यांना टिपून मारा. एकही जिंदा मराठा त्या भाऊकडे जाऊ देऊ नका."

भल्या सकाळी शहापसंदखान चार हजारांची कत्तलबाज तुकडी घेऊन मागावर निघाला. पाच मैलांवरच बाजी हरी देशपांडे, भगवंतराव कदम आणि येसाजी भोइटेची हजार स्वारांची बेसावध तुकडी आढळली. मोकळी घोडी ओल्या गवतात हिंडत होती. स्वार खुशाल तंबाखूचुना मळत होते. एकाएकी चार हजार कत्तलबाजांनी झडप घालून साऱ्यांचा धुव्वा उडविला. हजारातला एकही माणूस जिवंत राहिला नाही.

तीन दिवस सोनपतावर मुक्काम टाकून अब्दाली कूच झाला. गनोर गावाजवळ अब्दालीच्या हरोलीच्या तुकड्या आणि मराठ्यांच्या गस्तीच्या तुकड्यांची गाठ पडली. तुंबळ संग्राम झाला. दीड हजार मराठे आणि हजारभर अफगाण कामी आले. मुडदे तुडवीत अब्दाली संभाळकाला दाखल झाला. गनोरला तीन मुक्काम पडले. साऱ्या फौजा ठीकठाक करून अब्दाली पुढे सरकला. वाटेत समशेर आणि दमाजीने पेरलेले हजार-पाचशे, हजार-पाचशे मराठे प्राणपणे अब्दालीच्या अक्राळविक्राळ लष्कराशी शर्थीने झुंज देत होते. झुंजता झुंजता मरत होते. चार बूंद पाणी सागरात पडावे तशी मराठ्यांची गस्तीची पथके अब्दालीच्या सेनासागरात सहज विरघळून, तुटून, जळून खाक होत होती.

३१ ऑक्टोबर १७६० ला अब्दाली संभाळका सोडून पुढे चालला. समोर

मैलभर अंतरावर आजूबाजूच्या सपाटीत एका उंचवट्यावर एक गाव दिसत होता. श्रमलेल्या अब्दालीच्या एकदम ध्यानी येईना. डोळे फाडून तो समोर बघू लागला. शेजारी उभ्या असलेल्या नजिबाला त्याने विचारले,

"खानसाहेब, तो समोरचा गाव कोणता?"

"पानिपतऽऽ" नजीब उद्गारला.

□

आज दसरा. दसरा सण मोठा, नाही आनंदा तोटा! सारं लष्कर खुषीत होतं. सगळीकडे आनंदीआनंद पसरला होता. एवढी प्रचंड लूट अलीकडे क्वचितच कोणाला सापडली असेल. साडेसात लाखांची रोकड हाती लागली होती. त्यातून एक महिन्याचा रोजमुरा त्वरित वाटा, असा भाऊसाहेबांनी हुकूम दिला. काल दिवसभर पन्नास-साठ ठिकाणी कारकून, दरकदार रोजमुरा वाटायला बसले होते. जो तो सरदार आपल्या पथकातून रोजमुऱ्याच्या वाटपाची जातीने चौकशी करीत होता. दहा हजार खंडी गहू हाताशी लागला. प्रत्येकाला धान्याच्या रूपात आणखी एका महिन्याचा रोजमुरा वाटा, अशी भाऊंची आज्ञा झाली. कालपासून अद्याप तेही वाटप सुरू होतं. सर्वांत आनंद सहा हजार स्वारांना झाला होता. ज्यांची घोडी देवगिरीच्या, सिंदखेडच्या लढाईत आणि वाटेतल्या रोगराईत मेली, त्यांच्या बुडाखाली एका रात्रीत तगडी पठाणी घोडी आली. आतापर्यंत शेकडो मैल चालून चालून त्यांच्या पायांना कड आले होते. बाकीचे सोबती रपेट मारतात आणि आम्हीच सामान्य प्याद्यासारखे भटकत हिंडतो, याची रुखरुख त्यांना होती. काही जणांच्या हाती लुटीत उंट लागले होते, तर काहींनी खेचरावर, गाढवावर समाधान मानले होते. भाऊसाहेबांनी पाच-सहा सरदारांना हत्ती, अंबाऱ्या दिल्या. त्यांच्या तोंडावरचा आनंद काय वर्णावा? कुंजपुऱ्याचा तट फोडून खिंडारे पाडणारा वीर म्हणून इब्राहिमखानाला भाऊसाहेबांनी सर्वांसमक्ष सन्मानाने हत्ती दिला. इब्राहिम म्हणाला,

"भाऊसाहेब, सुपाएवढं काळीज करून तुम्ही गजराज माझ्या हवाली केला. त्याबद्दल मी आपला एहसानमंदच राहीन; पण मला ह्या हत्तीचा काय उपयोग? बंदूकधाऱ्या गारद्यांबरोबर मला कूच करावे लागते. तोफांच्या गाड्यामागे चपळपणे धाव घ्यावी लागते. हत्तीवर बसून मी लढाई करू लागलो तर उंटावरून शेळ्या हाकण्याचा प्रकार व्हायचा."

"खानसाहेब, ही आमच्या प्रेमाची निशाणी आहे. हा गज लढाईसाठीच वापरा असे बंधन तुम्हांवर कोणी घातले? सणासुदीला आपण हा वापरू शकता म्हणूनच दसऱ्याच्या मुहूर्तावर तुम्हांला तो नजर केला आहे."

सकाळपासून यमुनाकाठावर तोबा गर्दी उसळली होती. मैलभर अंतरात पश्चिमकाठाला माणसा-जनावरांची दाटी झाली होती. दसऱ्याच्या मुहूर्तावर स्वारबारगीर आपापली घोडी धूत होते. घोड्याच्या पाठीवर साचलेली धूळ, चिखल, रक्त यांची घाण

खापरीने घासून काढीत होते. खालच्या अंगाला दोन-तीनशे हत्ती पाण्यात डुबक्या मारीत होते. जरा इकडेतिकडे कलंडले की, यमुना काठावर पाण्याच्या लाटा आदळत होत्या. जणू समुद्रकाठच तो. दुरून हत्तीच्या मानेवर बसून त्यांना चोळूनचाळून धुणारे माहूत बैलाच्या पाठीवर बसलेल्या माशीसारखे दिसत होते. बावच्यांनी बैल घासूनपुसून धुण्यासाठी गर्दी केली होती. काही माहूत तर अंबारीचे हौदे स्वच्छ करीत होते. बरेच बारगीर-राऊत काठावर शस्त्रे धूत, पुसत होते. अगदी वरच्या अंगाला यात्रेकरू डुबक्या मारीत सचैल स्नान करीत होते. जनावरांचं अस्वच्छ पाणी नको म्हणून त्यांनी नदीची वरची बाजू धरली होती. त्यांच्याही वर यात्रेकरू स्त्रिया स्नाने उरकीत होत्या. कोणी भाविक सूर्याला अर्घ्यदान देत होते, तर कोणी सत्पुरुष कालिंदीच्या पाण्यातच हात जोडून मंत्रपठण करीत होते. सारा यमुनाकाठ भारून गेला होता.

किल्ल्यासमोर फार दिवसांनी उत्साहात लष्कराचा बाजार भरला होता. बनियांनी दुकानदारी ऐवज मांडला होता. दोन बांबूच्या काठ्यांवर उभी राहून डाव्या-उजव्या बाजूला निमुळती झालेली दुकाने एखाद्या मोठ्या नगराच्या तोलाने सजून गेली होती. दुकानात मधल्या चादरीच्या पडद्यामागे वाण्यांच्या स्त्रिया चूल पेटवून गोडधोड पुरणपोळ्या करीत होत्या. आतून चरचरीत वास आला तरी तिकडे ढुंकून बघायला वाण्यांना सवड नव्हती. हर दुकानापुढे गिऱ्हाइकांची ही दाटी झालेली. साऱ्या लष्कराला काल रोख रोजमुरा मिळालेला आणि आज दसरा. एवढा आनंदी दिवस किती तरी महिन्यांच्या पोटात लष्करात उगवला होता. बाजारात स्वारराऊत, बुणगे, स्त्रिया मावत नव्हत्या.

कुंजपुरा गावापेक्षा दहा-पंधरापटीने जणू मोठे नगरच शेजारी उतरले होते. त्यामुळे एके ठिकाणी तीन-चारशे पालांचा बाजार अपुरा पडत होता. म्हणून दुसऱ्या दोन बाजूंना पन्नास-साठ, पन्नास-साठ पालांचे वेगळे बाजार भरले होते. सगळीकडे दांडगी गर्दी झालेली. दुकानावरचे बनियांचे, वाण्या-उदम्यांचे नानारंगी झेंडेबावटे फडकत होते. बाजारात पाले थाटायला शिंदे-होळकर अगर पेशव्याची परवानगी लागे. त्यासाठी बनिये पालंपट्टी भरायचे. या आधी फौजेच्या हालाने बाजारासह बनियेसुद्धा रोडावले होते. आता कुंजपुरा आणि आजूबाजूच्या गावांतून तट्टागाढवांवरून दुकानदारांनी कसाबसा माल लष्करात आणला होता. धान्ये, कडधान्ये, किराणा अजून पुरता खपायचा होता. ज्यांचा माल आणला त्यांची देणी अजून भागायची होती. तोवर गंगोबातात्यांचे आणि दाभोळकरांचे कारकून वसुलीसाठी बडगा घेऊन बाजारातून फिरू लागले. पालंपट्टीसाठी दांडगाई करू लागले. ''हे पाल शिंद्यांचे की होळकरांचे?'' यावरून भरबाजारात कारकुनांमध्ये बाचाबाचीही होऊ लागली. वैतागलेले बनिये ''यापुढे मराठ्यांच्या लष्करात व्यापार करण्यात राम नाही'' असे येलपंडी भाषेत एकमेकाला सांगू लागले.

आज साऱ्या लष्करात धामधूम होती. भल्या सकाळपासून गुरवांची शिंगे आणि

तुताऱ्या वाजत होत्या. खाशा डेऱ्यांपुढे सनई-चौघडा एकसारखा झडत होता. ताशेकर्णे वाजत होते. यात्रेकरूंच्या उत्साहाला तर उधाण आले होते. लष्कराच्या घाईगडबडीत देवीचा जागर चुकला. आजच्या आनंदात कोणत्या ना कोणत्या देवीची पूजा झालीच पाहिजे. राणीवशातल्या स्त्रियांनी आणि यात्रेकरू बायांनी कुंजपुऱ्यातले कालिका देवीचे मंदिर शोधून काढले. तिला साडीचोळी अर्पण करून तिचा मळवट भरला. नाकात नथीचा आकडा, नऊवारी शालू, कुंकवाचा रुंद भरगच्च मळवट, पायांतल्या साखळ्या आणि हातात पंचारती अशा वेषात शेकडो मराठा स्त्रिया कुंजपुऱ्यातून हिंडू-फिरू लागल्या, तेव्हा खमीज-पायजम्यातल्या कुंजपुरवासी स्त्रिया कौतुकाने बघू लागल्या.

खाशा डेऱ्यांच्या आजूबाजूला तर उत्साहाला उधाण आले होते. भल्या सकाळी मंगलस्नाने आटोपून सारे सरदार-दरकदार नव्या वस्त्रांनिशी सज्ज होते. अनेक सरदार भाऊसाहेबांना भेटत होते. बऱ्याच दिवसांत दमल्या-भागल्या लष्कराला सणाचा आनंद लुटण्यासाठी भाऊंनी परवानगी दिली होती. मराठ्यांच्या उत्सवात गारदीसुद्धा सहभागी झाले होते. जसा सनई-चौघड्याचा आवाज वाढेल तसा गारद्यांचा पडघम जोर धरत होता. गुरवांच्या शिंगांबरोबर गारद्यांचे बिगूल वाजत होते.

भाऊसाहेबांच्या अवतीभवती इष्टमित्रांनी, सग्यासोयऱ्यांनी गर्दी केली होती. जेरेशास्त्री सांगत होते,

''अहो, दसरा म्हणजे सामान्य चीज आहे का? साडेतीन मुहूर्तांतला एक मुहूर्त!''

''सीमोल्लंघन म्हणजे सीमेचे उल्लंघन करून मोहिमेसाठी दुसऱ्या मुलखात निघायचं. आम्ही तर अखखा हिंदुस्थान या आधीच पालथा घालीत आलो आहोत,'' समशेरबहाद्दर बोलले.

''याच दिवशी रामाने रावणाला ठार मारले; पण त्या प्रभूपेक्षा श्रीमंतांचे भाग्य थोर. त्यांनी नजाबतखान, कुतुबखान, मोमीनखान असे एकापेक्षा एक रावण या आधीच धुळीस मिळविले,'' गुळमट तोंड करीत गंगोबातात्या म्हणाले.

''गंगोबा, अजून रावणाशी तुमची गाठ नाही, म्हणून तुम्ही भुरट्यांना खऱ्या रावणाची जागा देता,'' न राहून भाऊसाहेब म्हणाले.

दुपारी सोने लुटायला मराठी फौजा निघाल्या. यमुनेकाठीच कोसावर शमीची झाडे होती. सीमोल्लंघनाची तडाखेबंद मिरवणूक निघाली. स्वार-बारगीर धुतलेल्या घोड्यावर चांगले जीनसामान चढवून, घोडा मोहनमाळांनी सजवून मिरवणुकीत चालू लागले. मराठी लष्करात बुणग्यांबरोबरच कुंजपुरवासी रयतही सहभागी झाली. भटजी, ज्योतिषी, मांत्रिक, शागीर्द, भिस्ती, गारदी, धोबी, न्हावी, शिंपी, बिगारी, कामाठी, खिदमतगार, तोफची, बावची, गोलंदाज, कारकून, पाणके, पोतदार, सोनार, सुतार अशा सर्व जाती आणि व्यावसायिक नवीकोरी, ठेवणीतली धडुते घालून मिरवणुकीतून चालू लागले. पेंढारी आणि वंजारीही सहभागी झाले होते.

त्यांचा येडताक नाचही चालू झाला.

ताशे, कर्णे, बिगूल, झांजा, डफ, शिंगे, तुताऱ्या यांचा गिल्ला हैदोसदुल्ला उडाला. स्वार-बारगिरांच्या पाठीमागे सरदारांच्या अंबाऱ्या चालल्या. मधोमध भाऊसाहेबांचा गजेंद्र चालला होता. त्यांचा अंगावरचा भरजरी पाखरा सूर्यकिरणांत विलक्षण चमकत होता. गळ्यातल्या सोन्यारुप्याच्या घंटा घणघणत होत्या. गजेंद्राच्या मस्तकावरचे नक्षीदार सुवर्णपक्षी विलक्षण सुंदर दिसत होते. सोन्याचा पत्रा मारलेली अंबारी उन्हात झळा मारीत होती. चारी बाजूंनी कलाबुताचे गोंडे झुलत होते. अंबारीच्या हौद्यात विश्वासराव आणि भाऊसाहेब स्थानापन्न झाले होते. गजेंद्राच्या उजवीकडे शिंद्यांचा जव्हेरगंज दिमाखात चालला होता. बऱ्याच महिन्यांनी मराठी लष्कराचा वारा पिऊन तो हवेत नागासारखी सोंड उंचावून गरगरा फिरवीत होता. डाव्या अंगाला होळकरशाही हत्ती झुलत होता. सुभेदारांच्या अंबारीत बाजीरावकालीन थाट होता. आपल्या जाडजूड मिश्या पिळीत मल्हारबा ऐटीत बसले होते. विंचूरकरांच्या शेजारी इब्राहिमची अंबारी चालली होती. इब्राहिम या नव्या मराठी थाटाने लाजूनबुजून गेला होता. त्याचेकडे विठ्ठल शिवदेव टवकारून बघत होते. आपल्या पिकल्या केसाला दोष देत ते मनाशी म्हणत होते, 'आमचा जन्म उगा फुकाचा. आता लष्करात पहिले दिवस राहिले नाहीत. दौलत उभारणारे बाजूला पडले आणि गारद्यापारध्यांना माज चढले!'

आमराई पार करून मिरवणूक शमीच्या झाडांशेजारी आली. शमीची इवली इवली पाने हर्षभराने फडफडू लागली. जेरेशास्त्र्यांनी मंत्रपठण केले. पूजा आटोपली. सुवर्णतबकातला तिरकमठा उचलून भाऊसाहेबांच्या हाती दिला. त्याला अभिवादन करीत भाऊसाहेब दोन पावले मागे सरले. पुन्हा चवड्यावर बसून त्यांनी प्रणाम केला. भात्यातले एकापाठोपाठ पाच बाण सोडले. पाच बाणांत पाच पाने उडविली. सोबतच विश्वासरावांनीही पाने उडविली. ''हर हर महादेव''चा गजर झाला. सारे शमीच्या पानांवर तुटून पडले. सोन्याची लुटालूट सुरू झाली. गर्दी, चेंगराचेंगरी वाढली. शमीची दहा-पंधरा झाडे उघडीबोडकी पडली. सोने लुटून वाजतगाजत अंबाऱ्या, घोडी माघारी वळली. लष्कराच्या तळाकडे सरकू लागली. सर्वांनी पगड्यांतून, अंगरख्यांतून सोने खोवले. तळ जवळ आला.

रात्री मोठा दरबार भरला. सिंहासनाच्या जागी विश्वासराव बसले. शेजारच्या आसनावर भाऊसाहेब आरूढ झाले. सरदार-दरकदारांनी विश्वासरावांना नजराणे पेश केले. कुंजपुऱ्याच्या विजयाबद्दल भाऊसाहेबांनी साऱ्यांचे आभार मानले. सरदार-दरकदारांना, शास्त्री-पंडितांना, मानकऱ्यांना विश्वासरावांच्या हस्ते मानाप्रमाणे वस्त्रे भेट देऊन त्यांचा आदरसत्कार केला.

दसऱ्याच्या दुसऱ्या दिवशी सरदार विंचूरकर भाऊसाहेबांना मुद्दाम भेटायला आले. सोबत दमाजी गायकवाड होते. अजून संपत्तीची मोजदाद सुरू होती. होळकरांच्या आणि विंचूरकरांच्या फौजांनी किल्ल्यात आणि गावात खणत्या लावल्या

होत्या. खजिने आणि भूमिगत संपत्तीचा शोध सुरू होता. साऱ्या बाबींवर भाऊसाहेब बारीक डोळा ठेवून होते. आल्या आल्या गायकवाड म्हणाले,

''भाऊसाहेब, उदार अंत:करणाने आपण चार हजार जखमी रोहिले-पठाणांना अभय दिले, त्यांना यमुनापार होण्याची मुभा दिली, याबद्दल त्यांचे लाख दुवे श्रीमंतांना लाभल्याशिवाय राहणार नाहीत. शत्रूही एवढी दया दाखवू शकतो हे तर त्यांना प्रथमत: खरेच वाटले नाही. जसा त्यांचा आपण प्रश्न सोडवला तसा उरल्या दोन हजार अफगाण गुलामांचाही प्रश्न श्रीमंतांनी सोडवावा.''

''त्यात कसला प्रश्न? त्यांना हवे तिकडे जाण्याची मुभा आहे.''

''त्यांची आपल्याच सेवेत राहायची इच्छा असेल तर?''

''मतलब?''

''आपण विंचूरकरांनाच विचारा.''

''काय विठ्ठलतात्या?''

''चांगली दोन हजार गुलामांची पोरे आहेत. त्या नजाबतखानाच्या सेवेत होती. आता इथून हाकलली तरी जाईनात. 'कुठेही पोट भरायचे, आम्हांला काय गिलचे कसले नि मराठे कसले' असे म्हणतात. मी म्हणतो भाऊसाहेब राहिनात का माझ्या पदरी राहिली ती तर,'' विंचूरकर बोलले.

भाऊसाहेब थोडा वेळ गप्प होऊन म्हणाले, ''हे पहा तात्या, आधीच आपल्याकडे खोगीरभरती थोडी आहे का? दुष्काळात धोंडा महिना नको.''

''भाऊसाहेब, मुख्य लढाईला अजून अवकाश आहे. ती तर गिलच्यांच्या आणि आपल्या पाचवीला पुजलीच आहे. लाखो माणसं आपल्या सोबत आहेत. दोन हजार जास्ती पोसायला आम्हांला तरी कसला त्रास? भरल्या गाडीला चिपाडाचे ओझे! कष्ट करतील आणि खातील.''

''पण तात्याऽ, किती केले तरी कंदाहारकडचे गुलामच ते. ऐन लढाईत घोटाळा करायचे.''

''त्यांना कोण आघाडीला ठेवतो? चांगले तगडे आहेत. राहतील मागे लष्करात. आपल्या स्वारांना जडसामान उचलायची लाज वाटते. तेच बारदाण सामान उचलायला, घोड्यांसाठी गवत शोधायला उपयोगी पडतील ते गडी.''

भाऊसाहेबांनी फारसे ताणून न धरता ह्या प्रस्तावाला मंजुरी दिली.

कुंजपुऱ्याला डेरेदांडे लागून जवळ जवळ आठवडा झाला होता. भाऊसाहेबांच्या डोक्यात कोणती गणिते आहेत याचा कोणालाच सुगावा लागेना. यात्रेकरूंची गडबड उडाली. भाऊसाहेब तिकडे फारसे लक्ष न देता रोजची डाक काळजीपूर्वक बघत होते. अब्दालीकडील खबर चार-पाच रोजांत कळली नव्हती. पंजाबकडून येणाऱ्या डाकेवर भाऊसाहेबांचे बारीक लक्ष होते. त्या मुलखातून जासूद लवकर आले नाहीत तर ते दुपारी स्वत:हून चौकशी करायचे.

मुक्काम वाढले तशा साऱ्या यात्रा गलबलल्या. रखमाबाई, आक्कासाहेब, त्यांचे

पुत्र नाना, राणीवशातील स्त्रिया, सरदारणी इतकेच नव्हे तर महिपतराव चिटणीस आणि नाना पुरंदऱ्यांचीही इच्छा कुरुक्षेत्राकडे जाण्याची होती. भाऊसाहेब कुरुक्षेत्राकडे न जाता दिल्लीस परत जाणार, तशी मल्हाररावांची आणि त्यांची गुप्त चर्चा झाली, अशाही कंड्या लष्करात पिकल्या. न राहून आक्कासाहेब, अग्निहोत्री, जेरेशास्त्री, पाटणकर दीक्षित ह्या मंडळींनी भाऊसाहेबांची गाठ घेतली. रखमाबाई आक्कासाहेब म्हणाल्या,

"भाऊसाहेब, तुमची आप्त म्हणून सांगते हो. एवढा नास्तिकपणा चांगला नाही. कुरुक्षेत्र इथून असे किती लांब आहे? अवघ्या वीस मैलांवर! देवाच्या पायरीजवळ यायचे आणि दर्शन न घेता पायरी लाथाडून माघारी निघायचे. अशाने पेशव्यांच्या लौकिकाला बट्टा लागेल."

"कुरुक्षेत्र म्हणजे क:पदार्थ नव्हे. जिथे साक्षात ब्रह्मदेव, इंद्रादी देवांनी यज्ञ केले, तीच भूमी म्हणजे कुरुक्षेत्र. ती लाथाडून माघारा फिरणे म्हणजे उपरण्यात पापाची काष्ठे बांधून निघणे," पुनाळकर जोशीबुवा बोलले.

"भाऊसाहेब, आम्हां यात्रेकरूंचे मीठ आळणी आहे, हे मी समजू शकतो, पण लष्कराच्या भावनांची तरी कदर तुम्ही केली आहे का?" जेरेशास्त्री आवाज चढवून म्हणाले, "यात्रेकरू सोडून किमान शे-दोनशे स्वार-बारगिरांच्या गाठीला घरातल्या कोणाच्या ना कोणाच्या रक्षा असतील. कुरुक्षेत्री श्राद्ध घातले तर पितरांना स्वर्गप्राप्ती होते. अहो, म्हटले आहे ना...

कुरुक्षेत्रं गया प्रभासंपुष्कराणि च ।
एतानि मनसा ध्यात्वा श्राद्धकाले सदा पठेत् ॥

अशा कुरुक्षेत्राच्या वाटा त्या यवनांनी कायमच्या रोखल्या. ह्या महाक्षेत्राजवळ आलेल्या लाख मराठी माणसाला तुम्ही दर्शन दिले तर तुमचेही ग्रह पालटतील. जगातल्या कोठल्याही योद्ध्याशी झुंजायला सिद्ध व्हा! पदरी फक्त यशसिद्धीच!"

सारे भाऊसाहेबांकडे रोखून बघत होते. भाऊ काही बोलेनात तशी साऱ्यांची चुळबुळ वाढली. सर्वांना जास्त ताटकळत न ठेवता भाऊसाहेब एवढंच म्हणाले, "जाऽ तयारीला लागा. उद्या पहाटेच महाक्षेत्री कूच होऊ." अत्यानंदात सारे निघून गेले. डेऱ्यात फक्त विश्वासरावांचे पाय अडखळलेले. भाऊसाहेबांनी विश्वासरावांची पडलेली मुद्रा न्याहाळली. ते काळजीच्या सुरात विचारू लागले,

"रावसाहेब, असे सचिंत का? कोणते संकट पडले आहे?"

"काकासाहेब, आम्हांला कसले संकट? पण आपल्यासारख्या कर्त्या पुरुषाच्या खांद्यावरच्या हजार जोखिमा पाहिल्या की मन द्रवते. एका बाजूला धर्म आणि दुसऱ्या बाजूला कर्तव्य, या साऱ्यांचा मेळ घालताना काकासाहेब, आपल्या हृदयावर किती दडपणे येत असतील?" पाझरणारे डोळे पुशीत विश्वासराव बोलले.

"रावसाहेब, आपण भावी पेशवे आहात. इतके भावनाविवश होऊन कसे

"रावसाहेब, आपण भावी पेशवे आहात. इतके भावनाविवश होऊन कसे चालेल?"
भाऊसाहेबांनी विश्वासरावांच्या खांद्यावर हात ठेवले.

चालेल?'' भाऊसाहेबांनी विश्वासरावांच्या खांद्यावर हात ठेवले.

''काकासाहेब, ह्या घडीला पेशवेपदाची जाणीव विसरून मी एक सामान्य माणूस म्हणून तुमच्या महत्‌कृत्याकडे बघतो'', विश्वासराव उसळून बोलले; ''काकासाहेब, आपले जरुरीचे तसेच काही कार्य असेल तर खुशाल कुरुक्षेत्राची वाट सोडून द्या. तेहतीस कोटी देवतांचे पाप आमच्या उरावर बसून दे; पण दौलतीच्या बोकांडी बसलेला गिलचा पहिला हटवू या.''

भाऊसाहेब विश्वासरावांकडे कौतुकाने बघू लागले. पेशवेपदासाठी हाच पोर लायक आहे अशी भाऊंची भावना झाली. ते विश्वासरावांची पाठ थोपटीत म्हणाले,

''आता अंतरीच्या गोष्टी एवढ्या समजदार पेशव्यांपासून आम्ही काय लपवायच्या? खरे तेच सांगतो. केवळ यात्रेकरूंच्या भिडेला बळी पडून आम्हांला कुरुक्षेत्राकडे रवाना व्हायचे नाही. अलासिंग जाटाचा मुक्काम जवळच मणकूला आहे. त्याचे वकील आमची कुरुक्षेत्री भेट घेणार आहेत. आमच्या इतक्या दिवसांच्या प्रयत्नांना यश आले तर काय बहार उडेल! पंजाब, सरहिंदकडचे सारे शीख सरदार-जमीनदार आम्हांला मिळतील तर गिलच्याला सारे भाजून काढू! शिवाय त्या समृद्ध प्रांतात माणसा-जनावरांना काही कमी पडणार नाही. मुबलक धान्य आणि विपुल गवत. सारे लष्कर ताजेतवाने होईल. पोटाचे हाल नाहीत, फक्त तलवारीशी भेट आणि रणांगणाशी गाठऽ!''

भाऊंच्या मनीचे सार कळताच विश्वासरावांनी त्यांना मिठी मारली. दोघांचेही डोळे ओले झाले.

भल्या पहाटे लष्कर उठले. आज स्वारशिपायांपेक्षा यात्रेकरूंना घाई होती. लष्करात सर्वांत शेवटी पाय ओढीत चालणाऱ्या स्त्रिया, पंडित, शास्त्री यांच्या पायांना आज बाळसे चढले होते. कुरुक्षेत्री नव्हे तर साक्षात देवलोकी जात आहोत, या कल्पनेने यात्रेकरू हवेत तरंगत होते.

दुपारी इसावा खाऊन तिन्हीसांजेला बारा मैलांवरच्या तरावडीच्या वेशीत फौजा लागल्या. इथेच मुक्काम ठोकायचे नक्की झाले होते. गावाबाहेर बिनीवाल्याने चार खासे डेरे मारले होते. शिणलेले भाऊसाहेब अंबारीतून शिडी कशीबशी उतरले. डेऱ्यात प्रवेश करू लागले तोच पाठीमागून दोन घोडी भरधाव वेगाने धावत आली. स्वारांनी पटापट उड्या ठोकल्या. फार दूरची दौड मारून आल्याचे त्यांच्या एकूण आविर्भावावरून दिसत होते. अंगावरचे कुडते रक्ताने माखलेले होते. दोन दिवसांपूर्वीचे ताजे रक्त दिसत होते ते. भालदार-चोपदारांची तमा न बाळगता ते तसेच आत घुसले. भाऊसाहेब गर्रकन वळले. कमरेच्या तलवारीची मूठ पकडून त्यांनी करड्या आवाजात सवाल केला,

''कोण आपण? सरळ डेऱ्यात कसे घुसला?''

''माफ करा श्रीमंत. आम्ही आपल्याच लष्करातले. भोइट्यांचे पथकातले,

सोनपतावरून जीव घेऊन पळत आलो;" त्या दोघांना धाप लागलेली.

"सोनपतावरून? आणि जीव घेऊन? काय खबर तरी काय आहे?"

"खूप बुरी खबर आहे श्रीमंतऽ. गिलचा नदी ओलांडून अलीकडच्या काठाला आला."

"अलीकडच्या काठाला? गिलचा? आणि नदी उतरला?" भाऊसाहेब संतापाने बेभान झाले. गरजले, "षंढांनो, तो नदी उतरत होता तेव्हा तुम्ही काय करीत होता? असे भ्याडासारखे पळून येण्याऐवजी त्याच ठिकाणी झुंजात का मेला नाही??"

"श्रीमंतऽ, आमच्या पथकातले सारे मेले! कोण जिवंत उरला आहे? ह्या डोळ्यांनी एक हजार मुडदे बघितले. श्रीमंतांना ही खबर वेळेत मिळावी म्हणून एवढ्या लांबची दौड मारून आलो. दौडतादौडता दोघांपैकी एखादा वाटेत मेला तर दुसरा तरी इथवर खबर देण्यास पोहोचावा म्हणून दोघे दौडत आलो."

भाऊसाहेबांनी दोघांना धन्यवाद दिले. त्यांनी लागलीच सवाल केला,

"गिलच्याचे किती लष्कर नदी ओलांडून अल्याड आले?"

"सांगता येणार नाही श्रीमंत; पण आम्ही तर पाच-सहा हजार डोळ्यांनी पाहिले."

गिलच्याला यमुनेने ठाव दिला, तो नदीपार होऊन अलीकडे आला ही वार्ता वाऱ्यासारखी लष्करात पसरली. साऱ्यांना चिंतेने ग्रासले. विश्वासराव, जनकोजी, समशेर, पवार, जाधवराव, दरेकर, यशवंतराव पवार, गायकवाड असे सारे सरदार भाऊसाहेबांच्या डेऱ्याकडे धावले. आत पडद्यामागच्या दालनात पार्वतीबाई कान देऊन बसल्या होत्या. सरदार-दरकदार अन्नपाणी विसरले. सारे भाऊंभोवती गोळा झाले. धीरगंभीर भाऊसाहेब बळवंतरावांना म्हणाले,

"बळवंतराव, हुजुरातीची दोन पथके आणि शिंदे-होळकरांची दोन-दोन पथके आत्ताच्या आत्ता आल्या रस्त्याने माघारा धाडा. रात्रीचा दिवस करीत त्यांना धावू दे. गिलच्याच्या साऱ्या खबरा आम्हांला वेळेवर मिळाल्या पाहिजेत. या आधी पेरलेल्या चौक्यांचे काय झाले, ते श्रीगजाननाला ठाऊकऽ!"

बळवंतराव त्वरेने उठले. हुकमाच्या तामिलीसाठी धावले. यमुना अशी इतक्या लवकर अब्दालीला ठाव देईल, याची कोणालाही कल्पना नव्हती. या अघटिताने साऱ्यांचे धाबे दणाणले होते. मल्हारराव म्हणाले,

"भाऊसाहेब, हे फार वाईट झाले. तो सोनपतावर आला याचा सरळ अर्थ आपला दिल्लीशी असलेला दळणवळणाचा रस्ता त्याने कापला. बिलामत ओढवेल."

"कोणत्याही परिस्थितीत हा राजमार्ग खुला करावाच लागेल;" समशेरबहाद्दर बोलले.

साऱ्या सरदारांनी या अघटिताचा धसका घेतला होता. भाऊसाहेब सर्वांना धीर देत म्हणाले,

"निर्धास्त असा. याही संकटकालातून मार्ग काढू. आम्ही त्याला कोंडीत

पकडायला गेलो तर त्यानेच आम्हांवर कुरघोडी केली काय? त्यालाही आपण दक्षिणी हिसका दाखवू. भरली यमुना पार करून तोफा आणि जडसामान उतरणे एवढे सोपे नाही. यमुना म्हणजे पर्वतीजवळचा ओढा नव्हे. पूर्ण लष्कर अल्याड आणायला त्याला दहा-बारा दिवस सहज लागतील. वेगाच्या मजला मारीत त्याला सहज चार रोजांत आपण नदीतीरावरच गाठू! त्याच्या फौजा यमुनेत बुडवून मारू.''

भाऊसाहेबांनी भल्या पहाटे लष्कर माघारा कूच होईल याची साऱ्यांना इशारत दिली. त्यांच्या हिमतीच्या बोलाने लष्कराला हायसे वाटले. सारे सरदार-दरकदार उद्याच्या तयारीसाठी आपापल्या राहुट्यांकडे निघाले. भाऊसाहेबांनी लागलीच गोविंदपंतांना खलिता लिहायला घेतला,

'...नुकताच अब्दाली बागपतेजवळ चार कोसांवर फौजा उतरू लागल्याची खबर प्राप्त झाली आहे. आम्ही नेटाने येऊन त्याचे पारिपत्य करूच; पण पंत, तुम्ही स्वस्थ बसू नका. त्याची रसद तोडा, गावे लुटा, माणसे मारा, दहशत बसवा, या साऱ्या गोष्टी रोज लिहितो आहे, पण तुमच्याने बंदोबस्त होत नाही. पायबंद बसत नाही. पंत, तुम्ही-आम्ही जिवाभावाची माणसं! तुमच्या लेकीच्या लग्नात श्रीमंत पेशव्यांनी केळवण दिले! इतका आपला सर्वांचा घरोबा. मग अशा निदान प्रसंगी वाटा मारा. त्याला बेचिराख करा...''

सांडणी त्वरेनं रवाना झाली. भाऊसाहेब मनातल्या मनात पुढची गणिते बांधू लागले. तोच आक्कासाहेब, लक्ष्मीबाई बळवंत, जेरेशास्त्री, अग्निहोत्री आदी भाविक आणि यात्रांचे प्रमुख भाऊसाहेबांच्या भेटीस आले. आक्कासाहेब अब्दालीला दोष देत म्हणाल्या,

''त्या मेल्या गिलच्याचे चांगले होणार नाही. काळासारखा पाठ धरतो. तो चांगल्या मरणाने मरणार नाही.''

''आक्कासाहेब, आपल्या आशीर्वादाने आम्ही त्याचे सहज पारिपत्य करू,'' भाऊसाहेब.

''आमच्या आशीर्वादाने काय होणार भाऊसाहेब? उद्या जाऊन कुरुक्षेत्री तेहतीस कोटी देवांना साकडे घालू. देवाब्राह्मणांच्या कोपाने तो गिलचा जळून भस्म होईल.''

''आक्कासाहेब, आम्ही उद्या त्याच्या पाठीवर माघारा वळणार आहोत. कुरुक्षेत्राचं पुन्हा बघू.''

साऱ्यांनी तोंडे कसनुशी केली. आक्कासाहेबांना तर भाऊंचे बोलणे फार झोंबले. त्या म्हणाल्या,

''श्रीमंतऽ, इथून अवघ्या आठ मैलांवर कुरुक्षेत्र राहिले. हवे तर आताच जाऊ आणि उद्या माघारा वळू. कुरुक्षेत्रावरूनच भगवान श्रीकृष्ण वैकुंठास गेले. ती खबर ऐकून हेमवती, गांधारी, जांबवती, रुक्मिणी आणि सत्यभामा ह्या पंचराण्या ह्याच क्षेत्री सती गेल्या. सतीचा पुण्यप्रसाद घ्या. वाया जायचा नाही तो!''

''श्रीमंत, लगेच आटपू. कुरूक्षेत्र म्हणजे अति पवित्र हो,'' जेरेशास्त्री सांगू

लागले, "इथे मरणारे योद्धे सरळ स्वर्गी जातात..."

"म्हणून आमचेही लष्कर आताच तिकडे पाठवता का?" भाऊसाहेबांनी चिडून विचारले.

आक्कासाहेबांचा चेहरा गोरामोरा झाला. त्या फारच संतापल्या,

"भाऊसाहेब, पतीची रक्षा दोन साले पदरात बांधून ठेवली आहे, ती अशी रस्त्यात विसकटण्यासाठीच का? पेशव्यांच्या बंधूने धर्म पाळायचा नाही, तर धर्माचा वाली कोण?"

"आक्कासाहेब, एक शब्दही पुढे उच्चारू नका," भाऊसाहेब संतापाने थरथर कापत म्हणाले, "ह्या प्रसंगी मला धर्मापेक्षा कर्म फार मोलाचे वाटते. मला आता फक्त युद्धधर्मच पाळायचा आहे."

आतल्या दालनात बसून एवढा वेळ संभाषण ऐकणाऱ्या पार्वतीबाई म्हणाल्या,

"फार ऐकले. आधी आम्हांला आमचे कुंकू सांभाळू द्या. मग आम्ही तुमचा धर्म सांभाळू. आम्हांला पतिरक्षण हाच फार मोठा धर्म वाटतो."

सारे रागाने उठून गेले. जेरेशास्त्री जाता जाता पुटपुटले, "कर्म फिरले की अशा वेळी धर्म कसा आठवणार? अशाने सर्वनाश ओढवेल. तीर्थ सोडून तख्ताची हाव बाळगता काय? अशाने मातीच पदरी पडायची!"

दुसऱ्या दिवशी संध्याकाळी लष्कर कुंजपुऱ्यास माघारी आले. लाखभर गव्हाची पोती फौजेबरोबर न्यायची होती. ज्यांची घोडी तगडी होती, त्यांनी एकेक पोते पाठीमागे बांधले. रसदीचे गाडे भरले तरीही काही हजार पोती शिल्लक राहिली. आजूबाजूच्या गावांतून बैलगाड्या, उंटगाड्या जमविता जमविता अर्धी रात्र सरली. दोन दिवसांत कर्णाल ओलांडून लष्कर पुढे आले.

दुपारी ओढ्याकाठी लष्कर विसावले होते. तेव्हा खबऱ्यांचे पहिले पथक भाऊसाहेबांना भेटले. गिलच्याची सारी फौज नदीपार उतरून सोनपतहून पुढे कूच झाल्याची वार्ता मिळाली. भाऊंची छबी म्लान झाली पण त्यांनी धीर सोडला नाही. ते पार्वतीबाईंच्या अंबारीपाशी गेले. गेल्या दोन-तीन दिवसांत भाऊसाहेबांना पार्वतीबाईंचे आगळेवेगळे दर्शन घडत होते. लग्न होऊन दहा साले गुदरली पण पत्नीचे असले रूप त्यांनी बघितले नव्हते. लाजून चूर होणाऱ्या, चार गोष्टी करताना पायाच्या अंगठ्याकडे बघणाऱ्या पार्वतीबाई अंबारीत बसताना नंगी तलवार हाताशी धरून बसत होत्या. निर्भय, ताठ दिसत होत्या. भाऊसाहेब पार्वतीबाईंना म्हणाले,

"आम्ही एक बोलावे? तुमच्या ह्या अशा रूपाचे दर्शन आधी आम्हांला कधीच लाभले नाही."

"आम्ही बोलू तर इकडच्या स्वारींना राग तर येणार नाही ना?"

"नाही, नाही... बोलाऽ!"

"इकडची स्वारी पुण्यात फडावर बसायची तेव्हा तिथेच ती योग्य वाटायची."

“आणि आता?”

“ही मोहीम, ही तडफ, ही बेहोषी बघितली की वाटते, उगाच इतकी वर्षे तिथे वाया गेलीत स्वारींची! मोहिमेत लाल किल्ल्याशी भिडताना, त्या कुंजपुऱ्याशी झगडताना दिनी-प्रतिदिनी स्वारी किती भव्य-दिव्य भासू लागली आहे.”

“म्हणूनच तुमच्यात हा बदल झाला का?”

“होऽऽ आगीशी संसार करायचा म्हणजे धगीची सवय व्हायला नको का?” भाऊसाहेब खळखळून हसले.

लष्कर मार्गक्रमण करीत घरौंद्याला आले. दीड-दोन मैलांवर पानिपतचा किल्ला दिसू लागला. खबरा आल्या, गिलचा मनोरला पोहोचला. काही मैलांतच संभाळखाला भिडतो आहे. त्याच्या साऱ्या फौजा, पथके एकवटून चालली आहेत. सैन्यात शिस्त कडी आहे. भाऊसाहेबांची मल्हारराव आणि इब्राहिमशी मसलत झाली. मल्हारराव म्हणाले,

“भाऊसाहेब, डाव्या हाताला उडी घ्यावी तर तिकडे भरलेली यमुना. नाकासमोरच्या वाटेवर गिलचा आडवा येतो आहे. दिल्लीचा रस्ता तर बंद झाला.”

“हुजूरऽ आता वाटेत बळकट ठाणे म्हणजे एकमात्र समोरचे पानिपतच! ते गिलच्याने जिंकण्याआधी आपण मारू या. मोठा गाव आणि किल्ला पाठीशी घालू या.” इब्राहिमखान बोलला.

उत्तर-दक्षिण वाहणाऱ्या शहानहरकाठी पाण्याची मुबलक सोय बघून भाऊसाहेबांनी घरौंद्याजवळ आपले चारशे हत्ती थांबविले. भाऊंची अंबारी वेगाने पानिपताकडे सरकू लागली.

□□

संगरतांडव

भाऊसाहेबांचा पानिपतावरचा पहिला मुक्काम पार पडला. देवी तलावाच्या बाजूला खाशांसाठी बिनीवाल्याने तात्पुरते बिचवे मारले होते. त्याच जागेवर आता डेरे आणि दरबाराचे दांडे उभारायचे काम सुरू होते. शेजारी कनातकाठ्या, मेखूस, हातोडे आदी सामानसुमान पडले होते. तीस-चाळीस बेलदार-कामाठी डेरा-उभारणीच्या उद्योगात गढले होते. उत्तर हिंदुस्थानात लोकसंख्येच्या आणि लौकिकाच्या दृष्टीने दिल्लीनंतर पानिपताचाच क्रमांक लागत होता. पंधरा हजार लोकवस्तीने गजबजलेली ही नगरी प्रचंड मराठी लष्करापुढे खुजी भासू लागली होती. साठ-सत्तर हजार फौज काल रात्रीच पानिपत आणि आसपासच्या परिसरात पोहोचली होती. आधीच अरुंद असलेल्या गल्ली-मोहल्ल्यांतून मराठा लष्कराची दाटी झाली होती. गावाला उरुसाचे रूप आले होते. किल्ल्याच्या बाजूला मोहल्ल्यांची दाटी होती. लांबलचक उघडीवाघडी जागा दिसत नव्हती. गावात मध्यभागी देवी तलावाला लागून थोडे पटांगण होते. तीच जागा भाऊसाहेबांनी खाशा डेऱ्यांसाठी मुक्रर केली.

भाऊसाहेब अश्वारूढ होऊन यशवंतराव पवार, समशेरबहाद्दर आणि दमाजी गायकवाड या खंद्या सरदारांनिशी शहराची पाहणी करायला सिद्ध झाले होते. डेऱ्या-राहुट्यांच्या उभारणीकडून त्यांची नजर देवी तलावाकडे गेली. पंधरा-वीस हत्ती एका वेळी सहज आंघोळ करतील एवढा विस्तीर्ण तलाव होता तो. सभोवतीच्या पायऱ्या तलावात पाय पसरून ऐसपैस बसल्या होत्या. पायरीचे घासून-झिजून ओबडधोबड झालेले दगड आपल्या पुराणपणाची कथा सांगत होते. आजूबाजूला काही मंदिरे होती. भाऊसाहेब मंदिराकडे एकटक बघू लागले. एवढा मोठा खासा आपल्या नगरीत उतरतो आहे, हे बघून गावचा मुखिया अरिफखान मुद्दाम भाऊंच्या भेटीला आला होता. बलेराम पंडितासारखे काही प्रतिष्ठित हिंदूही भाऊंभोवती गोळा झाले होते. बलेराम पंडित पुढे होऊन माहिती देऊ लागला,

“राजाजीऽऽ, तीन हजार वर्षांमागे दंडपाणी नावाच्या राजाने ही नगरी वसविली. त्याच्या नावावरून जिथे पाणी राजाचे वास्तव्य आहे, ते पानिपत असे नाव पडले या नगरीला.”

“बरीच जुनी परंपरा दिसते या गावाला.”

“होय राजाजी, हिंदुस्थानचं भाग्य आणि सौभाग्य अनेकदा ह्याच गावाने ठरविले आहे,” बलेराम हसून सांगू लागला, “अजून या नगरीचे रहिवासी म्हणतात, पानिपतची पापणी फिरली की, तिच्या इशारतीने दिल्लीच्या काळजाचे पाणी पाणी होते. दिल्लीचे सिंहासन तोडायचे की त्याचे वैभव वाढवायचे ह्याची खलबते ह्याच मातीत रंगली आहेत. अनेक शहजाद्यांनी बंडाचा पहिला भडका इथेच उडवून मग दिल्लीला धडका मारल्या आहेत. राजाजी, आमची ही बात गैर नाही... जो पानिपत जिंकतो तो हिंदुस्थान जिंकतो!”

भाऊसाहेब हसले, त्यांनी यशवंतराव आणि समशेरकडे पाहिले. ‘तर दोस्त हो, हा जितलेला गाव प्राणपणाने टिकवला पाहिजे!’ अशी झाक भाऊसाहेबांच्या डोळ्यांत होती.

“राजाजीऽ, दुर्योधनाने राजा युधिष्ठिरकडून जी सोनिपत, बागपत अशी पाच गावे मागून घेतली, त्यांपैकी पानिपत एक आहे. पवित्र देवी तलावाच्या दर्शनाने खाशा स्वारीचे चित्त प्रफुल्लित झालेले दिसते. राजाजी, चलाऽ त्या काठावरच्या श्रीमनसा देवीचे दर्शन घेऊ या,” पंडित बोलले.

“पंडित, उद्या-परवा श्रीमातेचे दर्शन घेऊ या. पंचक्रोशीत गिलच्याच्या ढाला दिसू लागल्या आहेत. आधी आम्हांला त्यांचा समाचार घेऊ द्या.”

“जशी श्रीमंत इच्छा!”

खाशांची घोडी पानिपतच्या गल्ली-मोहल्ल्यांतून दौडू लागली. आगेमागे छबिन्याचे पथक होते. बाडीवाड मोहल्ला, सराय, खिरनी, ओंकी होली मोहल्ला, पंचकोरान मोहल्ला, मणियार मोहल्ला, अशी एकेक पेठ, चौक मागे पडू लागला. भाऊसाहेबांची नजर चौफेर भिरभिरू लागली. आडोशाच्या जागा कोणत्या, चढायांची ठिकाणे कोणती, गावाभोवतालचा तट जवळ किती आणि लांब किती, कोणत्या बगलेवर जास्ती तोफा पेराव्या याचे मनसुबे रचले जाऊ लागले. भाऊसाहेबांनी एक ताडले— गावात चौदा आणे मुसलमान आहेत, जागोजागी मशिदी आहेत. त्यांची संख्या चाळीसभर सहज असेल. शिवाय काही वैष्णवे मंदिरे, सत्यनारायण, बैरागी मंदिरे ही हिंदु देवतांची ठिकाणे. एक बरे होते, गावाला भक्कम तटबंदी होती. खुद्द गावात चार पाण्याचे चांगले तलाव, वर दोनशेएक विहिरी, शिवाय गावाच्या पश्चिमेकडे अर्ध्या मैलावरून बादशाही कालवा भरून वाहतोच आहे. लष्कराचे पाण्याचे हाल तरी नक्कीच मिटले.

स्लारगंज वेशीतून खाशांची घोडी कलंदर चौकात आली. गावातील बनियांच्या दुकानांनी दुतर्फा गर्दी केली होती. आणखी एका कमानीखालून पुढे सरकल्यावर

कलंदर बाबांची कबर लागली. कलंदर या साधुपुरुषाची ही कबर गेल्या चारशे वर्षांपासून खडी होती. दोन बड्या नक्षीदार इमारती अनेक खांबांवर दिमाखात खड्या होत्या. समोरच्या बाजूला चार कसोटीचे खांब होते. त्यांवर सोने घासून त्याची कसोटी लावल्याचा प्रकार भाऊसाहेबांना कळला तेव्हा ते हसून म्हणाले,

"समशेर, खरी कसोटी आपलीच आहे."

"याचा अर्थ, भाऊसाहेब?"

"गावातून फेरफटका मारल्यावर तुमचे काय मत होते? इथे मुसलमानच जास्त आहेत. हिंदू आणि इतर जाती औषधापुरत्या. ह्या जागी आणखी किती वास्तव्य करावे लागेल कोणास ठावे? पण आपण आहोत तोवर इथे गुण्यागोविंदानेच राहावे लागेल. हिंदु-मुस्लिमांचा संघर्ष अजिबात परवडणारा नाही. इथल्या रयतेला विश्वासात घेऊन दिवस कंठणे हेच फायद्याचे होईल."

कलंदर चौकातून दोन-तीन वाकडेतिकडे वळसे घेऊन खाशी घोडी चांदणी बागेकडून उत्तर दिशेची किल्ल्याची चढण चढू लागली. तोच इब्राहिमखानाचा फुरफुरता घोडा धापा टाकीत मागची चढण चढून वर आला. इब्राहिमने कुर्निसात केला.

"खानसाहेब, काय खबर?"

"श्रीमंत, आपल्या हुकमाची तामिली सुरू आहे. काल रात्री आपण गावाभोवतीचा खंदक फिरून पाहिला. त्याच्या डागडुजीचे काम चालू आहे. आमचा फत्तेखान जातीनं बघतो आहे सारं."

बोलता बोलता भाऊसाहेब किल्ल्यावर येऊन पोहोचले. प्रथम त्यांनी पश्चिमेकडे पुढा केला. नांदत्या पानिपत गावाभोवती तटबंदी भक्कम होती. आजूबाजूचा सारा प्रदेश सपाट आणि हिरवाचार दिसत होता. पानिपतचे गावठाणच काय ते उंचवट्यावर वसलेले. दक्षिण बाजूने एक मैलभर चढण चढून गावात रस्ता येतो. उत्तरेच्या बाजूला मात्र तुटका भाग. पलीकडच्या अंगाला झुळझुळ वाहणारा ओढा. भाऊसाहेबांनी पूर्वेकडे नजर टाकली. सात-आठ मैलांवरून पानिपतच्या उत्तरेकडून चंद्रकोरीसारखा वळसा घेऊन यमुना दक्षिणेकडे वाहत होती. झाडांच्या गर्दीतून, आंब्याच्या राईतून यमुनेचं थोडंफार पात्र दिसत होतं. त्यावरूनही भरल्या यमुनेची भव्यता कळत होती. डोळ्यांसमोरच दोन मैलांवर आंब्याची मोठी राई आणि पेरूच्या बागा दिसत होत्या. प्रदेश सपाट असला तरी शेताबांधाने अनेक झाडेझुडपे उभी होती. झाडांआडून जवळपासची पूर्वेकडची काही गावे, वस्त्या दिसत होत्या. भाऊसाहेब अरिफखानाला विचारू लागले,

"मुखियाजी, या बस्त्या... ही आसपासची गावे कोणती?"

"हे खालचे, पायथ्याचे, मावळतीच्या अंगाचे राजाखेडी आणि उगवतीच्या बाजूचे उग्राखेडी. दोन्ही गावांच्या दरम्यान ते सुवाखेडी. त्यापलीकडे यमुनेच्या अंगाला छाजपूर खुर्द, छाजपूर कला, ज्वालापूर, जलालपूर. इकडे दक्षिणेच्या

अंगाला रिसालू, सिवा, त्याच्याखाली ती बापुली. सारा मुलूख राजाजी इथूनतिथून सधन.''

आसमंताकडे पुन्हा एकदा चौफेर नजर टाकल्यावर भाऊसाहेब किल्ल्याची पाहणी करू लागले. वऱ्हाडातल्या एखाद्या गावठी गढीएवढाच किल्ला होता तो. त्याची तटबंदी नुसत्या विटांनीच बांधलेली. भाऊसाहेब म्हणाले,

''तुम्ही लोक असे भुसभुशीत किल्ले कसे बांधता? तोफेच्या एकाच तडाख्यात या विटांच्या तटबंदी पायाशी लोळणे घेतील.''

''दुसरे काय करणार राजाजी? चांगली पन्नास कोस दौड मारा आणि खडक कुठे दिसला तर सांगा! मैलोन्‌मैल गेलात तरी दगड दृष्टीस पडणार नाही, म्हणूनच विटा वापरण्याशिवाय इलाज काय?''

पानिपत उतरून खाशांनी पूर्व बाजूच्या हिरव्या रानात घोडी घातली. सारी माती पांढरी आणि भुसभुशीत. भाऊसाहेब म्हणाले,

''यशवंतराव ऽ, आपण काळ्या करवंदी अगर तांबड्या मातीत वाढलेली दख्खनी माणसं. ह्या मातीचा रंग पाहिलात का?''

''राखेसारखी पांढरीफटक माती वाटते ही, भाऊसाहेब,'' यशवंतराव.

''आम्हांला तर मातीत सारीकडे पांढरे पीठ मिसळल्यासारखे वाटते,'' समशेर.

''आम्हांला नाही तसं वाटत.'' भाऊसाहेब बोलले, ''ही माती आम्हांला भस्मासारखी भासते. मातीत अंगठा बुडवावा आणि नित्य भाळावर उभा नाम ओढावा अशी भावना होतेऽ!''

वाटेत एक-दोन ओढे लागले. अधेमधे रानात अनेक ओघळी फुटल्या होत्या. मधून मधून पाण्याची झील दृष्टीस पडत होती. लगाम ओढून घोडी आडवीतिडवी खेचून वळवावी लागत होती. पाण्याचे बारीक-मोठे ओघळ बघून उभ्या रानाला पान्हा फुटल्यासारखे भासत होते. वाटेत अनेक विहिरी लागल्या. विहिरींची बांधकामे पक्की दिसत होती. त्या शिगोशीग भरून गेलेल्या. भाऊसाहेब म्हणाले,

''मुखियाजी, तुमच्याकडचे सारे शेतकरी श्रीमंत दिसतात!''

''छे! छे! शेतकऱ्याच्या मालकीच्या या जमिनी आहेतच कुठे? दिल्ली दरबारात सेवा-चाकरी करून जहागीरदार, सरदार बक्षिसी म्हणून ह्या यमुनाकाठच्या जमिनी लाटतात. ते बसतात हुक्का पीत, अय्याशी करीत. हिंदु-मुसलमान कुळे मात्र उघड्या पाठीने रात्रंदिवस राबतात इथे.''

सरळ खालच्या अंगाला आंब्याची दाट राई लागली. वाटेतली आडवीतिडवी झाडे टाळण्यासाठी दौडीचा वेग मंदावला. भाऊसाहेब तसेच पुढे सरकले. काही अंतरावर एक फार मोठा विस्तीर्ण आम्रवृक्ष लागला. दहा-बारा पुरुष उंचीचा आणि सभोवतीचा घेर एवढा की सहज त्यात पाच-सहा खळ्यांची जागा मावेल. आजूबाजूला गुराखी बसलेले. त्या एका झाडाच्या आडोशाला शंभरभर गाईवासरं खुशाल रवंथ करीत बसलेली. आम्रछायेखालीच भाऊसाहेबांनी घोडा उभा केला. पानाफांद्यांतून ते

वर बघू लागले. बाहेरचे काही दिसेना. बाकीच्या झाडांना मोहराआरंभीची तांबूस पालवी फुटलेली, त्या आम्रवृक्षालाही मोहोर फुटलेला. एवढे प्रचंड झाड, मोहोर मात्र काळाशार, जळून खाक झाल्यासारखा.

"कसा काय करपला हा मोहोर?"

"राजाजी, ह्या आम्रवृक्षाची कुळकथा तुम्हांला माहीत नाही. दोन-चार पिढ्यांनी या झाडाला पाहिले आहे. याला या भागातले लोक 'काला आम' म्हणतात. झाडाचा मोहोर करपला नसून तो काळाच आहे. याची फळेसुद्धा काळी— आणि ती पाने बघा, तीसुद्धा कशी काळसर दिसत आहेत. उगाच म्हणत नाहीत याला 'काला आम'!"

उग्राखेडी, राजाखेडी आणि सुवाखेडीच्या शिवारांतून भाऊसाहेबांचा चंद्रसेन दौडू लागला. साऱ्या शिवारांतून विहिरींचे पेव फुटल्यासारखे झालेले. तिन्ही गावच्या रानात तीनशे-चारशे विहिरी सहज असतील. त्यांतल्या मोठ्या चिरेबंद विहिरी भाऊसाहेबांना खुणावत होत्या. अरिफखान, बलेराम यांची घोडी थोडी पाठीमागे राहिली. भाऊसाहेब इब्राहिमखानास म्हणाले,

"खानसाहेब, या साऱ्या विहिरी, त्यातल्या त्यात मोठ्या चिरेबंद विहिरी नीट पारखून घ्या," न समजून इब्राहिम भाऊंकडे प्रश्नार्थक मुद्रेने बघू लागला.

"नुसता पानिपत गाव पाठीशी घेऊन काय करायचं?" भाऊसाहेब सांगू लागले, "पानिपताखालची ही सारी गावेही आपल्या काबूत ठेवू या."

"भाऊसाहेबऽ, उघड्या मैदानात आपली पथके बघून गिलच्यांनी जोराचा हल्ला केला तर?" समशेर विचारू लागला.

"आपल्या तोफांत काही पाणी भरलेले नाही. त्या धडाधडा पेटतील! गिलच्याला भाजून खातील."

"तटबंदीचा, आडोशाचा गाव असताना निष्कारण तुकड्या गावाबाहेर ठेवण्यात काय मतलब?" समशेर.

"निष्कारण नाही. त्या पाठीशी दोन सबळ कारणे आहेत. निदान प्रसंगी त्या तटबंदीआड कायमचे अडकायला नको. आपली हुकमत असणाऱ्या बाहेरच्या वाटा आपल्या काबूत पाहिजेत. शिवाय तिकडे पाणी कमी पडले तर ह्या टापूतल्या तुडुंब भरलेल्या विहिरी ऐन वेळी उपयोगी पडतील. तारतील."

"पाण्याचं दुर्भिक्ष्य भासेल, असं मला मुळीच वाटत नाही," इब्राहिमखान बोलला, "गावाच्या वरच्या अंगाने अवघ्या अर्ध्या मैलावर बादशाही कालवा भरून वाहतो आहे. त्याचं पाणी कमी पडणं नामुमकीन आहे."

"आपली खाणारी-पिणारी तोंडं कमी आहेत का? सव्वा ते दीड लाख माणूस, वर घोडी, उंट, हत्ती, तट्टे, खेचरे अशी मिळून साठ ते सत्तर हजार जनावरे, त्यांच्या तोंडाला काय कमी लागते? न जाणो, कालव्याचे पाणी कमी पडले, काही अघटित घडले तर पर्यायी व्यवस्था नको का? तो गिलचा म्हणजे विषारी नाग. कुंजपुऱ्याची

त्याची रसद लुटून भाल्याची काठी बिळात सारावी तसा त्याला आपण दुखावला आहे. तो बेभान बेधुंद होऊन मराठी भाल्यावर उलटा फणा काढून सपासप आदळणार नाही असे कोण म्हणेल? तो असातसा हटणारा नाही. एवढ्या भरल्या यमुनेत जिवावर उदार होऊन त्याने घोडी घातली. आता तो मनगटे चावीत गप्प बसणार नाही. शत्रूला जेरीस आणायच्या अनेक विलायती तऱ्हा आहेत त्याच्याजवळ. न जाणो, अनेक दिवस मुक्काम पानिपतावर ठोकावे लागतील. त्या हिशोबानं घासदाण्याची, चारापाण्याची प्रथम तरतूद केलीच पाहिजे.''

भाऊसाहेबांचे ठोकताळे ऐकून बाकीच्या साऱ्या खाशांनी माना डोलावल्या. भाऊ इब्राहिमला म्हणाले, ''म्हणून सांगतोऽ त्या रानातल्या मोठ्या चिरेबंदी विहिरीकाठी धमधमे उभारा, आपल्या लांब पल्ल्याच्या पंचरशी धातूच्या तोफा ठिकठिकाणी पेरून ठेवा. ही बाजू थोड्या उघड्यावर आहे. अशा कलेनं तोफा लावा की, मैला-दोन मैलाच्या पट्ट्यात चिटपाखरू जरी फिरकले तरी त्याला वरच्यावर भाजून काढता येईल.''

खाशांची घोडी तशीच यमुनाकाठाकडे वळली. मैला-दोन मैलांतच रामडा घाट लागला. घाटाच्या वरच्या अंगाला अर्ध्या मैलावर रामडा गाव वसला होता. तेथून यमुनेचं पात्र पुरेपूर दिसत होतं. हस्ताच्या पावसाची फुगी अजून ओसरली नव्हती. ते भरलं पात्र पाहून भाऊसाहेबांनी मनातल्या मनात अब्दालीची तारीफ केली. यमुनेने कसा ठाव दिला असेल त्या बहादुराला? पूर्वकाठाकडे दृष्टिक्षेप टाकीत भाऊसाहेब विचारू लागले,

''पंडित, तो पल्याडचा मुलूख कोणाचा?''

''राजाजी, त्या पलीकडच्या अंगालाच जरा पुढे रोहिल्यांचा रोहिलखंड, सहराणपूर इलाखा लागतो.'' खासे एकमेकांकडे बघू लागले. भाऊसाहेब म्हणाले,

''यशवंतरावऽ पुढेमागे यमुना ओसरली तर त्या अंगाने गिलच्याला रोहिल्यांची रसद येण्याची शक्यता अजिबात नाकारता येणार नाही. उद्यापासून काही गस्तीची पथके इकडेही पेरा. जिताजागता पहारा ठेवा.''

भाऊसाहेबांची यमुनाकाठाने रपेट सुरू झाली. पात्राचा, काठाचा, गावाच्या रचनेचा अंदाज घेत घेत ते पाच-सहा मैल काठाकाठाने दक्षिणेकडे दौडले. पुन्हा पश्चिमेला पानिपताकडे त्यांनी आपला मोहरा वळवला. वाटेत सनौली, छाजपूर खुर्द, छाजपूर कला, निमरी, उग्राखेडी ही गावे लागली. मराठ्यांचा राजा आपल्या गावातून जात आहे, हे पाहून गावोगावच्या रयतेनं खाशांची घोडी अडविली. घोड्यांच्या खुरावर पाणी ओतलं. ओवाळणी झाली. ताशेकर्णे वाजले. साऱ्यांच्या प्रेमाचा पाहुणचार घेत भाऊसाहेब वेगानं पानिपताकडे चालले. आता दिवस मावळतीला चालला होता. यमुनाकाठचा गार वारा वाहू लागला होता. दिसा-दोन दिसांत थंडी अंगाचे जास्तच बोचकारे काढू लागली होती. भाऊसाहेब म्हणाले,

''ह्या मुलखाची थंडी औरच दिसते.''

“दादासाहेबांच्या मागच्या स्वारीत इकडच्या थंडीचा मी चांगलाच अनुभव घेतला आहे. आता तर ऐन उन्हाळ्यात आपले लष्कर सातपुडा ओलांडून उत्तरेत आले. त्यामुळे इकडच्या थंडीचा झटका अजून सर्वांना ठाऊक नाही. अजून थंडीचे खरे दोन महिने पार पाडायचे आहेत. अशी विलक्षण थंडी असते या बाजूला की, मातीत गाडून घेतले तरी अंगात ऊब चढत नाही,” समशेर सांगू लागले.

“भाऊसाहेब, थंडीचाही काही बंदोबस्त केला पाहिजे,” यशवंतराव.

भाऊसाहेब हसले. “यशवंतराव, कशाकशाचा बंदोबस्त करायचा? सारा काळच एकेक नवे रूप घेऊन अंगावर आल्यासारखा करतो आहे. आता शिंगावर कोणाकोणाला पेलायचं? ठीक आहे. यत्न करण्याशिवाय मानवाच्या हाती काय असते?”

भाऊसाहेब चांदणीबागेच्या आसपास आले. त्यांनी मान उंचावून वर पाहिले. खालच्या खोलगट खाचरांकडून-शेतीतून पानिपतचे आगळे दर्शन घडत होते. इथून गावचा उंचवटा अधिक उंच, उभा दिसत होता. गावाची तटबंदी, किल्ला ताशीव कडेकपारीसारखा भासत होता.

तटबंदीच्या खालच्या अंगाला जुनापुराणा खंदक गावाला वेटोळे देऊन बसला होता. खंदकाची खोली दहा फूट आणि रुंदी पंचवीस फूट होती. बऱ्याच वर्षांत त्याचा चांगला वापर नसल्याने ठिकठिकाणी खंदक कोसळून, माती ढासळून, त्यात तऱ्हतऱ्हेची झाडेझुडपे वाढून आयचान बनले होते. खंदकामुळे संरक्षणाला अधिक बळकटी लाभणार होती. खंदकाची डागडुजी करण्याचा निर्णय रात्री खाशांच्या मसलतीत झाला होता. त्यानुसार आता कामालाही सुरुवात झालेली. खंदकातली माती उकरून बाहेर टाकली जात होती. मोर्च्यांच्या जागा बांधल्या जात होत्या. गारदी आणि मराठी राऊत लोखंडखोऱ्याने जमीन उकरत होते. इब्राहिमचा भाऊ फत्तेखान गारदी कामाकडे जातीने लक्ष देत होता. भाऊंचा घोडा खंदकाजवळ येताच तो त्वरेने भाऊंना सामोरा झाला. कामाकडे नजर फेकल्यावर भाऊंची मुद्रा नापसंत दिसू लागली. फत्तेखानाने मान खाली घातली. भाऊसाहेब साऱ्या खाशांकडे मोहरा वळवून म्हणाले,

“आम्हांला कामाची ही तऱ्हा बिलकूल मंजूर नाही. हा पोरासोरांचा खेळ होईल. हजार-पाचशे माणसे लावून या खंदकाचे काय होणार? खंदकाचा घेर दोन-तीन मैलांचा, त्याची डागडुजी दिसा-दोन दिसांत ह्या इनमीन माणसांनी काय होणार? गिलचा चार मैलांवर येऊन आपला अंदाज बघत दबा धरून बसला आहे आणि आपली ही बेफिकिरी? महिपतरावऽऽ, आपल्या लष्करातल्या साऱ्या पथकांना आज्ञा द्या. आज तिन्हीसांजेची भोजने उरकली की, साऱ्या स्वारांनी, बारगीर-राउतांनी, मग कोणी छोटा असेल, बडा असेल, पण असेल त्या सर्वांनी हातात लोखंड, खोरी, मेकूस, बुट्टी, पाटी जे सापडेल ते घेऊन बाहेर पडा. मशालीच्या उजेडात कामाला आरंभ करा. दहा-पंधरा हजार माणसे नेटाने लागली तर दिवस उजाडण्यापूर्वी खंदकात मातीचा कण दिसणार नाही. अशा धाडसानं, हिमतीनं काम उरका की,

सकाळी डोळे चोळीत उठलेल्या सूर्याच्या दृष्टी आपली ही बहादुरी पडू द्या. त्यालाही अचंबा वाटू द्याऽ!''

महिपतरावांनी मान डोलावली. हुकमाच्या तामिलीसाठी घोडा लष्कराकडे उधळला. भाऊसाहेब व इब्राहिमखान दोघेच इतरांना मागे टाकून बोलत बोलत खंदकतीराने पुढे झाले.

''खानसाहेब, गिलच्यांची काय खबर? त्याचा जोर कितीसा आहे?''

''भाऊसाहेबऽ, त्याच्याकडेही अव्वल तोफा आणि दारूगोळा आहे. त्याच्याशी टक्कर देण्यासाठी ह्या खंदकाकाठी बक्कळ मोर्चे उभारले पाहिजेत. धमधमे बांधून चौफेर तोफा पेरून दोन दिसांतच जंग करण्याचा चंग बांधला पाहिजे.''

''त्यात काही अडचण? अडथळा?''

''खंदकाच्या काठावरची माती भुसभुशीत. आजूबाजूने घोडी, उंट बावरले तर पुन्हा पडझड होणार, समोरून गिलचाही तोफा डागील. आडोसा म्हणूनही खंदकाचा मोठा उपयोग होईल, हुजूर. खंदक शाबूत ठेवण्यासाठी दोन्ही बाजूला दगड लावले पाहिजेत. ह्या मुलखात तर दगडांचा दुष्काळ.''

भाऊसाहेब विचारमग्न झाले. इतक्यात थोड्या अंतरावरची कळकीची, चिवारीची बेटे त्यांच्या दृष्टीस पडली. भाऊसाहेब हरखून म्हणाले,

''खानसाहेबही ते बांबूचिवे बघा. जागोजाग अशी अनेक बेटे दिसलीत आम्हांला. वाडसा ते चिवे. त्यांच्या मेखा काढा. खंदकाच्या दोन्ही बाजूंस मजबूत रोवा. चिवारीचाच पाला वरच्या अंगाने पसरा. असा भला भक्कम खंदक करा की, दोन्ही काठाने घोडी थयथया नाचली तरी ढेकूळही आत घसरता कामा नये.''

भाऊसाहेबांच्या सल्ल्याने इब्राहिम आनंदी झाला. त्याचा निरोप घेता घेता भाऊसाहेब म्हणाले, ''नेटाने रात्रीत काम उरका. उद्या दिवसा धमधमे बांधून तिन्हीसांजेपूर्वी तोफा चढवा. आम्ही तळावरून भोजने उरकताच माणसे पिटाळतो. पानसेही आहेत आपल्या मदतीला. अशी मोर्चेबंदी करा की, आत गावात घुसताना मुंगीचाही दम कोंडला पाहिजेऽ!''

मसलतीच्या डेऱ्यात आल्या आल्या भाऊसाहेबांनी तातडीची बैठक बोलवली. शिंदे, होळकर, विंचूरकर, दाभाडे, अंताजी माणकेश्वर, रेठरेकर, निंबाळकर, पवार, बांडे, पायगुडे, दरेकर, मेहेंदळे असे सारे सरदार गोळा झाले. पानिपत गाव पाठीशी घेताना कोणी कोणती बाजू रोखून धरावी, कोणी कुठे जागता पहारा ठेवायचा याची खलबते झाली. गावातून पंजाबच्या पलीकडे जाणाऱ्या बादशाही रस्त्यावर आघाडीला इब्राहिमखान आणि गारद्यांच्या बंदूकधारी पलटणी राहतील. जर गिलचा अडवलेली वाट तोडून, ढुसणी देऊन कंदाहारकडे सरकू लागला तर त्याला वाटेवरच इब्राहिमखानाने अडवून चेचून मारायचा. गारद्यांच्या मागे उजव्या अंगाने हुजुरातीची पथके उभी राहतील. त्यांचे नेतृत्व विश्वासरावांकडे राहील. हुजुरातीपासूनची गावाची उजवी बाजू, पूर्वेची तटबंदी शिंद्यांची फौज रोखून धरेल. पाठीमागच्या उत्तरेच्या तटबंदीवर

होळकरांच्या आणि पवारांच्या तुकड्या खड्या राहतील; त्याच्या डाव्या बाजूला पश्चिमेकडे झुकून दमाजी गायकवाड आणि विंचूरकर यांची पथके जागता पहारा ठेवतील, मधेमधे इतर सरदारांची पथके पेरली जातील. गावाच्या मधोमध बुणग्यांचे आणि यात्रेकरूंचे तांडे राहतील.

मसलतीत बराच उशीर चर्चा चालली. बैठक आटोपताच सारे आपापल्या डेऱ्या-राहुट्यांकडे निघाले. गंगोबातात्या पायांत जोडा घालता घालता शेजारच्या दोस्ताला म्हणाले,

"बघितलीत ना व्यूहरचना? आम्ही बोलतो, वर बोलणाऱ्याचेच तोंड दिसते. पेशव्यांना होळकरांपेक्षा शिंदेच किती प्यारे ते बघा. शिंदे कुठे तर अगदी श्रीमंतांच्या मांडीला मांडी लावून उजव्या बाजूला, आणि होळकर तेऽऽ तिकडे पलीकडे पाठीमागच्या अंगालाऽ. आम्ही बोलतो ते सत्याने, अभ्यासाने बरे!"

पानिपतचे प्रजाजन आपल्या पाठीशी राहावेत अशी भाऊसाहेबांची इच्छा होती. म्हणूनच त्यांनी बैठकीनंतर लगेचच फर्मान काढले, 'लष्कराने इथल्या रयतेशी सभ्य वर्तन ठेवावे. गावातल्या कोणाही इसमास कसलाही त्रास देऊ नये. सुतळीच्या तोड्याला अगर सुईदोऱ्यालाही कोणी हात लावू नये. जर नादानीने कोणी आगळीक करण्याचा यत्न केला तर त्याचे हात कलम केले जातील.' फर्मान लष्कराच्या पथका -पथकांतून फिरविले जात होते; पण एवढ्याने भाऊसाहेबांचे समाधान होणार नव्हते. त्यांनी पानिपतच्या मुखियाला, मुल्ला-मौलवींना, कर्त्या-जाणत्यांना भेटीचे निमंत्रण दिले होते. मसलतीच्या डेऱ्यात ते आणि विश्वासराव गावच्या मंडळींचीच प्रतीक्षा करीत होते. सेवक आत आला. त्याने मंडळी आल्याची खबर दिली. भाऊसाहेबांनी सर्वांचे स्वागत केले. अरिफखान, जहागीरदार बलवंदरसिंग पुढच्या अंगाला बसले. मागे मुल्ला-मौलवी व इतर प्रतिष्ठित बसले. मसलत सुरू झाली. भाऊंच्या आमंत्रणाचा रोख प्रथमदर्शनीच सर्वांच्या ध्यानी आला, तसे अरिफखान म्हणाला,

"राजाजीऽ, आज दिवसभर मी आपल्या सोबतीने हिंडलो. आपल्या ध्यानी आले असेलच की, आम्ही आपणास परके लेखले नाही."

"तेच तर आम्हांला सर्वांच्या साक्षीने सांगायचे होते," भाऊसाहेब म्हणाले, "नजीबखानाची वंगाळ जीभ विषारी प्रचार करते यावर कोणी जाऊ नका. बेलभंडारा उचलून मी शपथ घेऊन पुन: पुन्हा आपणांस सांगतो की, ही लढाई हिंदु-मुसलमानांतली नाही. हे युद्ध परकीय घुसखोर आणि हिंदुस्थानवासियांचे आहे. आम्ही दिल्लीच्या बादशाहीसाठी झगडतो आहोत. दिल्ली आमच्याच मांडीखाली दडपायची आमची लालसा-वासना जर होती तर चार महिने दिल्ली आमच्याच काबूत होती; आम्ही आमच्या पुतण्यास तेव्हाच बादशहा बनवले असते. परक्या, लुटारू घुसखोराला माती चारणे हेच आमचे ध्येय आहेऽ!"

बराच उशीर मसलत चालली. जहागीरदार बलवंदरसिंगानेही भाऊंना सर्वतोपरी

मदतीचे आश्वासन दिले. मसलत आटोपता आटोपता भाऊसाहेब नम्रपणाने म्हणाले,

"पुन्हा एकदा मी इमानप्रमाण देतो. प्रसंगी या गावात आम्ही उपाशीतापाशी मरू, पण इथल्या रयतेला काडीचाही जाच होणार नाही. इथली मंदिरे आणि मशिदी, भले आम्हांवर प्रलय ओढवला तरी त्याच दिमाखाने अमर राहतीलऽ!"

मंडळी बाहेर पडू लागली. डेऱ्याच्या दाराशी जहागीरदार बलवंदरसिंगाचे पाय रेंगाळले. भाऊसाहेबांनी ते हेरले.

"बोला साहेबान, आणखी काय बोलायचे आहे तुम्हांला?"

"जी हां राजाजीऽऽ. आपल्या दत्ताजी शिंद्यांची याद द्यायची आहे."

"दत्तबाची? ती कोणती?"

"वर्ष गुदरले, अब्दाली पलीकडच्या तीराने दिल्लीकडे सरकला. तेव्हा अलीकडच्या अंगाने दिल्लीच्या रक्षणासाठी दत्ताजी चित्त्यासारखा धावला. आधी गाजुद्दीन वजिराकडून त्याने अटक नावाची पंचरशी तोफ घेतली होती..."

"हो, बरोबर," भाऊसाहेबांना तत्काळ स्मरले; "चौदा हात लांबीची ती दणकेबाज तोफ ना? जेव्हा दत्ताजीला ती तोफ गवसली तेव्हाच त्याने आम्हांला लिहिलेल्या खलित्यात म्हटले होते... भाऊसाहेब, अशा पाच तोफा आपल्या दौलतीस मिळतील तर जगावरही स्वारी करता येईल. बरेऽ त्या तोफेची आताच कशी याद आली तुम्हांला?"

"ती तोफ इथे पानिपतच्याच तटाआड धुळीत पडून आहे!"

"काय बोलता? माझ्या दत्ताजीची तोफ ह्या इथल्या धुळीत?"

"होऽ त्या तोफेला दीडशे बैलांची जोडी म्हणजे बरोबर तीनशे बैल लावले होते. तेव्हा दोरखंडसाखळ्या तुटल्या पण दिल्लीकडे तोफ नेता आली नाही. दत्ताजींना गिलच्याला सामोरं जायची घाई होती; म्हणून ती तोफ इथेच पडली आहे."

"चलाऽऽ आम्हांला त्या पवित्र तोफेचं दर्शन होऊ द्या," भाऊसाहेब आवेगाने बोलले.

थंडगार वाऱ्यात फुरफुरत्या मशालींच्या उजेडात भाऊसाहेब बाहेर पडले. थोड्या वेळाने बेडा दक्षिण बाजूच्या तटबंदीजवळ थांबला. धुळीत, उघड्यावर ती लांबसडक अटक तोफ तशीच पडली होती. मशालीच्या उजेडात भाऊसाहेब ती निरखून बघू लागले. लाडक्या घोड्याच्या पाठीवरून हात फिरवावा, तसा मायेने त्यांनी खडबडीत तोफेवरून हात फिरविला. भावनावेगानं ते शेजारीच उभ्या असलेल्या बळवंतरावांना म्हणाले,

"ह्या तोफांचा जन्म उघड्यावरच्या धुळीत गंजण्यासाठी नसून बलाढ्य गनिमांच्या छातीचा पिंजरा खिळखिळा करण्यासाठी, अजस्र तटबंद्यांचे पेकाट वाकविण्यासाठी आहे. ही तोफ ओढायची दत्ताजीची हिंमत होती, पण दैवाने ते साधू दिले नाही. उद्या सकाळी दोनाला चार हत्ती लावू या पण ही तोफ ओढू या, एखाद्या तटावर उभारू या, रक्त ओकावे लागले तरी चालेल पण दत्ताजीचा अपुरा पण पुरा करू या,

आगीचे गोळे मारून शत्रूची दाणादाण उडवू याऽऽ!"

अटक तोफ कुठे उभारायची याचा अंदाज घेत पानिपताच्या तटबंदीकडेने भाऊसाहेबांचा चंद्रसेन दौडू लागला. मशालींच्या उजेडात चाललेले त्यांचे छबिन्याचे पथक पूर्वेच्या बाजूला आले. रात्रीच्या अंधारात भाऊसाहेबांची नजर खाली खंदकाकडे गेली. खंदकाच्या काठाने शेकडो मशाली पेटल्या होत्या. त्यांच्या उजेडात हजारो मराठा वीर कामाला लागले होते. लोखंड-पारांचा खणखणाट दूरवर ऐकू येत होता. भाऊंनी बारीक नजरेने बघितले. सर्वांकडे लोखंडी खोरी नव्हती. बऱ्याच जणांच्या हाती बांबूंचे अणकुचीदार दांडे होते. त्यांनी ते माती उकरीत होते. सारे जण अंग मोडून कामाला लागलेले. इब्राहिम, फत्तेखान आणि पानसे स्वत: देखरेख करीत होते. पलीकडच्या बाजूने "चलाऽ आटपाऽऽ", "उरकाऽऽ" अशा समशेर, विश्वासरावांच्या आरोळ्या ऐकू येत होत्या. समोरचा खंदक आगीने धगधगत होता. भाऊंचे मन हुशार झाले. समोरच्या काळोखात ते दक्षिण बाजूला बघू लागले. दृष्टीच्या टप्प्यात तरी अजून गिलचा दिसत नव्हता. कदाचित उसंत खाऊन त्याचीही काही खेळी सुरू असेल; पण भाऊसाहेबांना अंदाज आला होता. पेटलेल्या खंदकाबरोबर त्यांच्या शरीराचाही भडका उडाला. दोन्ही डोळे आग ओकू लागले, सारे अंग आगीने रटरटू लागले, छाती दीड वीत फुगली, शिरा तटतटा फुगल्या, मुठी आवळल्या, दातांवर दात करकरू लागले, बेफाम, बेधुंद झालेले भाऊसाहेब जणू वाहत्या वाऱ्याकडून अब्दालीला सांगावा देऊ लागले... "जा, ऽऽसांगा त्या गिलच्यालाऽ या इथल्या मातीत मी गाडून उभा आहे. तुला जित्ता फाडून ह्या मातीशी मिळवीन तरच नर्मदा-तापी ओलांडून दक्षिणेला जाईनऽ. पानिपताच्या चौफेर आगीची तटबंदी उभारून लाख मराठ्यांच्या संगती-सोबतीने मी युद्धास उभा ठाकलो आहे. बारा देशांची माती तुझ्या घोड्यांच्या खुरांनी तुडविली असेल, पण अद्याप दख्खनच्या मराठी मातीचा रंग, रग आणि मस्ती तुझ्या परिचयाची नाही. त्याची प्रचिती मीच तुला देणार आहेऽऽ!"

□

दिवस उगवून कासराभर अंतरावर आला. धुक्याच्या गडद पडद्याने जवळपासचे माणूस दिसत नव्हते. अफगाण लष्करात जागोजागी धुन्या-शेकोट्या पेटल्या होत्या. मजबूत हाडापेराचे अफगाण शिपाई बंदुका जवळपास ठेवून थंडीने आखडलेल्या हातापायांच्या शिरा शेकोटीवर धरीत होते. अंगातली हुडहुडी हटावी म्हणून कित्येक जणांनी उबदार शाली आणि कंदाहारी रगाच्या भाळी मारल्या होत्या. शालीच्या बुरख्यात उंच निमुळत्या अफगाणी टोप्या बुडून गेल्या होत्या. थंडीच्या झटक्याने सारी छावणी गप्पगार पडलेली.

दीड मैलाच्या अंतरात लाखभर माणसे आणि पन्नास-साठ हजार जनावरे आकसून पडली होती. तसल्या धुक्यातही अंगावर एक शाल पांघरून अब्दाली

आपल्या लष्कराभोवती फेरफटका मारीत होता. करड्या रंगाचा त्याचा अरबी घोडा धुक्यातून वाट काढीत नीट डोळ्यांसमोर दुडक्या चालीने चालला होता. अब्दालीच्या पाठीमागे जहानखान आणि शहापसंदखान यांची घोडी फुरफुरत निघाली होती. बादशहाच्या आगेमागे जवळ तिरकमठा आणि तीक्ष्ण पात्यांचे कंदाहारी जमदाडे घेऊन छबिन्याचे पथक गुरगुरत दौडत होते. पाठीमागच्या अंगाला अब्दालीच्या खास विश्वासातल्या पन्नास गुलामांचे पथक होते. त्यांच्याकडे नाना जातींची हत्यारे होती.

दौडता दौडता अब्दाली गुरकावल्या मुद्रेने पानिपताकडे जळजळीत दृष्टिक्षेप टाकीत होता; पण धुक्यात बुडालेला पानिपतचा परिसर अजून नीटसा दिसत नव्हता. लष्कराच्या सभोवताने सपाट मातीत ठिकठिकाणी चारी मारायचे काम जारी होते. एके ठिकाणी अब्दाली थांबला, तसे खोदाईला लागलेले चार शिपाई थबकले. बादशहाने गर्रकन घोडा वळवला. चारीच्या काठावर आतासा कमरेइतका खड्डा खणला होता. अब्दाली बोलला,

''थोडासा रुंद आणि खोल खड्डा धरा. चारीत भाला घेऊन शिपाई उभा राहिला तर भाल्याचं टोक बाहेर दिसता कामा नये.''

तशीच रपेट मारीत अब्दाली अर्धा मैल पुढे झाला. आता धुक्याचा पडदा झिरझिरीत होऊ लागला. हळूहळू दूरच्या गोष्टी स्पष्ट दिसू लागल्या. पानिपत गाव पाठीशी मारून मराठे पाय रोवून बसलेल्याच्या तिसऱ्याच दिवशी बादशाही रस्त्यावर अब्दाली आडवा आला होता. मराठ्यांपासून अवघ्या दोन मैलांच्या अंतरावर त्याने आपले डेरेदांडे उभारले होते. त्याचे लष्कर सिवा आणि दहाड गावाच्या दक्षिणेला पसीना कला गावाजवळ पसरले होते. लष्कराला रयतेकडून छुपा त्रास होऊ नये म्हणून आजूबाजूच्या तिन्ही गावांत बादशाही सैन्य घुसले होते. प्रत्येकाच्या घरातले हत्यारच नव्हे तर कुऱ्हाड, फरश आणि धारदार मोठे विळेसुद्धा त्यांनी जप्त करून गावे नि:शस्त्र केली होती. मराठ्यांनी आपल्या मजबूत तोफा चौफेर पेरल्याची खबर बादशहाला आधीच हरकाऱ्यांनी दिली होती. त्यामुळे पसीना गावाकडे अब्दाली तिन्हीसांजेलाच सरकला होता. आल्या आल्या त्याच्या हुकमतीखाली लष्कराने मोठमोठे वृक्ष तोडले. उघड्या मैदानावर आडोसा कुठला? लष्कराच्या सभोवती झाडे टाकली. बुंधा आतल्या अंगाला आणि डहाळ्या, फांद्यापानांचा संभार बाहेरच्या बाजूला, अशी एकावर एक झाडे रचून लष्कराभोवती झाडांचा बुरूजच उभा केला. ठरावीक कासरे अंतरावर आतबाहेर ये-जा करण्यासाठी मोठ्या वाटा ठेवल्या, वाटेवर दोन्ही अंगाने तोफांचे गाडे सोडले. दारूगोळा खचून तोफा जागत्या ठेवल्या. झाडांच्या बुरुजाआडही ठिकठिकाणी तोफा पेरल्या, त्यांची तोंडे पानिपतच्या अंगाला होती. झाडाफांद्यांच्या छिद्रांतून अफगाणी तोफा टवकारून मराठ्यांच्या हालचाली निरखीत होत्या, अधेमधे जंबुरे पेरले होते. जंबुरची आणि तोफचींचा खडा पहारा आपापल्या शस्त्रांजवळ होता, त्यांच्या पाठीमागे बंदूकधारी पथके खडी होती, सपाट रानातला तळ बघून मराठे केव्हाही हमला करू शकत होते, तसे आक्रमण झालेच

तर ते उलथून टाकण्याच्या ईर्षेनेच अब्दालीने आपल्या लष्कराचा पेरा केला होता.

अकरा वाजून गेले होते. धुक्याचा पडदा अगदी विरळ झाला. फक्त कुठे तरी अधेमधे पुंजके बाकी राहिले. दोन मैलांवरचा पानिपत गाव, त्याच्या भोवतालची तटबंदी आणि मराठ्यांच्या काही डेरे-राहुट्या दिसू लागल्या. सारे पानिपतच शस्त्रबद्ध होऊन अंगावर धावून आल्यासारखे भासू लागले. थोडी आडोशाची जागा बघून अब्दालीने आपला घोडा थांबविला. तो बारीक नजरेने पानिपताकडे बघू लागला. जहानखान म्हणाला,

"किब्लाये आलमऽ ते बघितले का? झाडांवर बंदर बसावेत तशी त्या खंदकापलीकडे-अलीकडे तोफांवर दख्खनी माकडे बसली आहेत. सकाळीच काही हलक्या तोफा घेऊन ते खंदकाअलीकडे फर्लांगावर येतात. दिवसभर पवित्रा घेऊन बसतात आणि संध्याकाळी खंदकापलीकडे निघून जातात. आलमपन्हाँ, त्यांच्या कहीकबाडाचा फार त्रास होऊ लागला आहे."

"आम्हांला ठाऊक आहे ते," बादशहा.

"काल रात्रीची खबर किब्लाये आलमना माहीतच आहे... पानिपतपासून कुंजपुऱ्यापर्यंतचा वीस-तीस मैलांचा रस्ता भाऊच्या काबूत आहे. पंजाबकडून त्याला रसद येते. त्या नादान अलासिंग जाटाने पतियाळाच्या मुलखातून पाठवलेले धान्याचे पन्नास गाडे काल सकाळीच मरगठ्ठ्यांच्या लष्करात पोहोचले."

"सब मालूम है मुझे!"

बराच उशीर धीरगंभीर अब्दाली एका जागी खडा होता. डोळे फाडून पुन: पुन्हा पानिपताचे निरीक्षण करीत होता. एके जागी थांबून घोड्यांच्याही पायांना कड आले. वैतागून सारी घोडी शेपटीचा फटकारा आपल्याच पुठ्ठ्यावर मारू लागली, जागच्या जागी पाय खाली-वर करू लागली. अब्दालीने घोड्याला टाच मारता मारता इशारत दिली. तशी सारी घोडी वेगाने दणादण पावलं टाकीत पुढं दौडू लागली.

बाराचा सुमार झाला होता. लष्कराभोवतीचा अब्दालीचा फेरफटका जवळजवळ संपत आला होता. आपल्या आजच्या दौडीत, ठिकठिकाणच्या चौक्या पहारे कसे आहेत; कुठल्या पथकाकडे किती गवताच्या, कडब्याच्या गंजी आहेत; दारूगोळ्याची व्यवस्था कशी आहे, याची सारी वास्तपुस्त करीत अब्दालीने वेढा पूर्ण केला होता.

बादशहा मुख्य प्रवेशद्वाराकडे वळणार तोच उभ्या डोंगरांच्या पोटात अक्राळविक्राळ सुरुंग पेरावेत आणि त्याच्या दणक्याने कड्यावर कडे कोसळावेत, उणतेदुणते होऊन कातळांचा चक्काचूर व्हावा, तसे धुडम धामऽऽ धुडूम धामऽऽ आवाज होऊ लागले. रानाच्या कानठळ्या बसून आसमंत सैरभैर झाला. त्या प्रचंड आवाजाने गपदिशी डोळे मिटून घोडी जागच्या जागी चराचरा वाकली. हातातला लगाम जोरात खेचून, सावरून धास्तावलेला अब्दाली पानिपताकडे टकमका बघू लागला. रों रों रों करीत मराठ्यांच्या लांब पल्ल्याच्या तोफांतून सुटलेले लालभडक जळते-पेटते गोळे आभाळातून सूर मारीत आले आणि अब्दालीच्या तळावर आत झाडांच्या

बुरुजाआड झेपावले. ठिणग्यांचा पाऊस पडला, घोडी थरथरली, शिपाई शहारले. लगामाला हिसडा देऊन रागाने लालेलाल झालेला अब्दाली आपल्या लष्कराकडे निरखून बघू लागला. त्याच्याही लष्करातून धुडूम धामऽऽ करून एकदम चार तोफा पेटल्या. झाडांची पाने सळसळली. भीतीने पाखरे झाडाला चिकटली. बघता बघता सुसाट वेगाने तांबडेभडक जळते गोळे पानिपताकडे झेपावले. मराठ्यांच्या सवालाला जबाब देत खंदकाजवळ जाऊन कोसळले. तिकडच्या एका तुकडीत हलकल्लोळ उडाला. अब्दालीने खुबीने टाच मारून घोडा उडवला.

मुख्य प्रवेशद्वारातून टापांचा खडखडाट करीत शंभर जनावरे आत झेपावली. शाही डेऱ्यापुढे अब्दालीने खाली उडी ठोकली. मोतद्दारांनी झटाझटा पुढे होऊन घोड्यांचे लगाम पकडून घोडी बाजूला नेली. छबिन्याच्या शिपायांनी अब्दालीला सटसटा सलाम केले. शाही डेऱ्यातून वजीर धावतच सामोरा आला. त्याने लवून कुर्निसात घातला. बादशहाने भव्य शाही डेऱ्याकडे नजर फेकली. डेऱ्यावर सोन्याच्या कळसाजवळ हिरवा चाँदतारा डौलाने फडकत होता. डेऱ्याच्या दारात एका ओळीने बत्तीस हिरवे बावटे फडकत होते. समोर शंभरभर घोडी जीनखोगिरांसह तयारीत खडी होती. बाजूला दोन हत्ती झुलत होते. डाव्या आणि उजव्या बाजूला अडीचशे-अडीचशे शस्त्रधारी बलदंड गुलाम बंदोबस्तात खडे होते. वजनदार पावले टाकीत तरुण अब्दाली डेऱ्यात जाऊ लागला. ''निगाह रखो'' या भालदार-चोपदारांच्या आरोळ्या घुमू लागल्या. ताजिमीकडे बिलकूल ध्यान न देता अब्दाली चालू लागला. सोबत अंग मुरवत वजीर लीन होऊन चालत होता. धीरगंभीर अब्दालीने सवाल केला,

''शहावलीऽ, आता तिकडचे जे गोळे लष्करात पडले, त्याने किती घोडी-माणसे जाया झाली?''

''तीन घोडी भाजून मेली, पाच शिपाई जाया आणि दोघे जागीच ठारऽ.''

''अच्छाऽऽ''

''आलमपन्हाँ, मला असे वाटतेऽ, त्या गारद्याच्या तोफा बऱ्याच लांब पल्ल्याच्या आहेत. आपला तळ थोडा मागे सरकून घ्यावा,'' चाचरत वजीर बोलला.

''एकदम गलत बात,'' अब्दाली झिडकारून म्हणाला, ''पहिल्या दिवशी जिथे डेरेदांडे टाकले, ते गोळ्यांच्या माऱ्यामुळे काही कासरे पाठीमागे घेतले. त्या जागी येऊन पंधरवडा झाला. आमच्याकडून काहीच हालचाल न झाल्याने आधीच मराठ्यांना चेव चढला आहे. त्यात आणखी मागे सरकणे म्हणजे वैऱ्याला अवसान दाखवणे.''

''पण— पण आलमपन्हाँ काही घोडी, माणसं...''

''मरतात ना? मरू देत! मेलीच पाहिजेत!! इथे आम्ही रंग खेळायला आलो नाहीऽ!''

खाशा डेऱ्यात बादशहा आल्याचे कळताच नजीब आपल्या डेऱ्यातून बाहेर पडला. त्याचा गोट बादशहाच्या डेऱ्याला लागूनच उजव्या अंगाला होता. शाही

डेऱ्यापुढे मांडलेल्या, ठासून भरलेल्या पाच विक्राळ तोफा ओलांडून नजीब पुढे आला.

पहारेकऱ्याला वर्दी देण्याची सवड न देता तशीच दमबाजी करीत नजीब डेऱ्यात घुसला. घासदाण्याचा आणि रसदेचा हिशोब करण्यात वजीर आणि अब्दाली गुंगले होते. समोर उभ्या राहिलेल्या नजिबाकडे अब्दालीचे ध्यान गेले. वर्दी न देता नजिबाचे तडक तंबूत येणे अब्दालीला आवडले नाही. त्याने त्रासिक मुद्रेने त्याच्याकडे बघितले. उसने हसू आणीत नजीब म्हणाला,

"आलमपन्हाँऽ, आपल्या गोटाला लागून आपण अयोध्येची गाढवे बांधली आहेत. शाही गोटाला खेटून त्यांचे नांदणे आपल्या सुन्नी अफगाण बांधवांना आवडत नाही."

"अंग चोरून काम करणारी जनावरे डोळ्यांच्या धाकात असलेली बरी. आपल्यासारखे मुत्सद्दी त्यांना गद्धे म्हणतात, पण भारांच्या ओझ्यांना गद्धेच उपयोगी पडतात."

नजिबाला बैठकीला बसायचे होते; पण बादशहाचा हुकूम होईना. अब्दाली न राहून बोलला,

"ठीक आहे खानसाहेब, आपण जाऊ शकता. संध्याकाळी आम्ही तुम्हांला मसलतीसाठी बुलावा पाठवू, तेव्हाच याऽऽ."

नजीब खालमानेने निघून गेला. वजीर गालात हसला. हफीज रहमतखान भेटीस आल्याची वर्दी मिळाली. शहाने हफीजचे स्वागत केले. मसलत पुढे चालू राहिली. शेवटी उठता उठता वजीर म्हणाला,

"किब्लाये आलमऽऽ, ह्या भागात जागोजागी विहिरी आहेत, ही लष्कराच्या दृष्टीने खुषीचीच बात आहे; पण आपल्या लाखभर फौजेचा ताणही बारका नाही. पंधरवड्यामागे तुडुंब भरलेल्या विहिरी आता निम्म्याशिम्म्या झाल्या आहेत."

"विहिरीची फिक्र का करता शहावली? कोसभर अंतरावरून तर एवढा दांडगा बादशाही कालवा वाहतो. त्या पाण्याची धार तर हलकी नाही?"

"आलमपन्हाँचं म्हणणं अगदी रास्त आहे. स्वारशिपाई विहिरीचे पाणी पितात. बैल, घोडी, उंट, हत्ती ह्या साऱ्या जनावरांना आम्ही कालव्यानेच पाणी देतो; पण तो कालवा कुंजपुऱ्याकडून, मराठ्यांच्या लष्कराजवळून वाहत वाहत खाली येतो हे आलमपन्हाँ विसरतात."

अब्दाली प्रश्नार्थक मुद्रेने वजिराकडे बघू लागला. वजीर हसून म्हणाला,

"मराठ्यांच्या लष्करात थोडी माणसे-जनावरे आहेत का? कोण लढाईला आला तर कोण यात्रेला! ती लाखो जनावरे-माणसे, टोळमुंगीपेक्षा त्यांची संख्या भारी. खातात जास्ती आणि हगतात त्यापेक्षा जास्ती. उघड्यावाघड्याने आंघोळी करतात. कालव्यातच कोणी जनावरे धुतात. त्याने कालव्याचे पाणी घाणेघाण होते. आपली जनावरे कालपर्यंत जितके पाणी पीत तेवढे आज तोंड लावीत नाहीत."

"दुपारी समक्षच कालवा बघून घेऊ."

वजीर उठला. आपल्या गोटाकडे निघून गेला. हफीज रहमतचे आणि शहाचे भारी जमायचे. हफीज म्हणजे पुरे कुराण जाणणारा. त्याच्या जिभेवर सारे कुराण. रहिमतखानाशी कुराणावर चर्चा करण्यात बादशहा रंगून जायचा. आताही हफीजने पवित्र कुराणातल्या काही फातिहा म्हटल्या. त्यांचा भव्यगूढ अर्थही समजावून सांगितला. बादशहाला धन्य धन्य वाटले. दुपारी हफीजने बादशहासमवेतच खाना घेतला

बादशहा वजिराबरोबर पश्चिमेच्या कालव्याकडे निघाला. वाटेत लष्कराच्या जनावरांची रीघ दिसली. कोणी उंट, घोडी धुऊन आणीत होते, तर कोणी बैलांच्या पाठीवर बसून पखाली घेऊन येत होते. कालव्यात काही शिपाई आंघोळी करीत होते. एक हत्ती मध्येच ठाण मांडून बसला होता. गमतीला येऊन सोंडेने पाणी उडवत होता. इकडेतिकडे तो उकिडवा झाला की, दोन्ही काठावर पाण्याच्या लाटा आदळत होत्या. बादशहाने दूषित पाणी बघितले. यापुढे पाणी अधिक घाण होईल, हे त्याच्या नजरेने न्याहाळले. आजूबाजूचा फेरफटका मारून तिन्हीसांजचा बादशहा माघारा वळला.

...१९ नोव्हेंबर १७६०. अंधार पडू लागला. खंदकाबाहेर आलेले मराठे तोफा उचलून मागे सरकू लागल्याचे दिसले. शहाच्या लष्करात मशाली पेटल्या. खाशा डेऱ्यांभोवती मशाली फरफरू लागल्या. बावच्यांनी घाई केली. तोफगाडे छावणीतल्या रस्त्यांच्या तोंडाशी नेऊन आडवे लावले. रस्ते कुडले. त्याच्या आत छबिन्याची पथके उभी केली. छावणीचा कडेकोट बंदोबस्त झाला. मुंगीनेही आत शिरकू नये अशी व्यवस्था केली.

लष्करात भटारखाने सुरू झाले. चुलाणी ढणाढणा पेटू लागली. रातकिड्यांची दंगामस्ती सुरू झाली. एके जागी पंधरा दिवस छावणी पडली होती. शेणालिदीच्या जवळच साचलेल्या ढिगामुळे लष्करात डासांचा, माश्यांचा दांडगा प्रादुर्भाव झाला होता. रानटी माश्या घोड्यांना चटाचटा चावत होत्या, वैतागून घोडी जागच्या जागी उड्या मारीत होती. बैलसुद्धा गव्हाणीतला पाला सोडून मारक्या नजरेनं माश्यांकडे बघून डिरकत होते, शिपाई डासांच्या जाचाने वैतागून गेले होते. एक फकीर बादशहाच्या डेऱ्यातून धुपाचे जळते भांडे फिरवत हिंडत होता. शहालाही डासांचा भारी राग येत होता. ठिकठिकाणी धुन्या, शेकोट्या पेटवून शिपाई डासांचा आणि थंडीचा त्रास चुकवीत होते.

रातवारा उलटा वाहू लागला. थंडी बोचकारे काढू लागली. इतक्यात घाणेघाण वास घेऊन वाऱ्याच्या झुळकी येऊ लागल्या. शेजारी काम करीत बसलेल्या वजिराला शहाने विचारले,

"शहावली, हा गंदा घाणेरडा वास कसला?"

''आलमपन्हाँऽ, पानिपताकडून वारा वाहतो आहे. मराठ्यांच्या घाणीचीच ही दुर्गंधी.''

शहा जोरजोरात हुक्का पिऊ लागला. त्याच्या मनात आले, आपल्या लष्कराची जागा तर चुकली नाही?

अफगाण स्वार, यतीम, गुलाम, बावचे सारे ठिकठिकाणी कोंडाळे करून खाना खात होते. ज्यांची पोटे भरली, त्यांच्या डोळ्यांवर तार आली होती. काही जण जागच्या जागीच डुलक्या मारीत होते. थंडगार वारा भिरभिर वाहत होता. इतक्यात पश्चिमेच्या अंगाने ठोऽ ठोऽऽ असा तोफेचा आवाज आला. ''पकडोऽऽ पकडोऽऽ'', ''भागोऽऽ भागोऽऽ'', ''दीनऽऽ दीनऽऽ'', ''अल्ला हो अकबर'', ''भागोऽऽ पकडोऽऽ''च्या आरोळ्या वाढल्या, लष्कराचा थरकाप उडाला. डुलक्या घेणारी छावणी पट्दिशी जागी झाली. राहुट्या-पालांचे काळीज हलले. हातात तलवारी, भाले घेऊन अफगाण स्वार तिकडे धावले. दुरून ''हरऽ हर महादेवऽऽ'', ''हर हरऽ महादेव''चा पुकारा ऐकू येऊ लागला. बादशहा चमकला. त्याने बरकुरदारखानाचे पथक त्वरेने त्या बाजूला धाडले.

थोड्या वेळाने हुल्लड शांत झाली. पश्चिमेच्या बाजूने बरकुरदारखान आणि सुजा आपली पथके घेऊन शाही डेऱ्याच्या बाजूने आले. हुल्लडीमुळे जागे होऊन सारे सरदार शहाच्या डेऱ्यात गोळा झाले होते. विनाआमंत्रणाची मसलत सुरू झाली. सुरुवातीलाच भीत भीत बरकुरदार म्हणाला,

''कुर्बानत् शबम्ऽ! मरगठ्ठ्यांचे पाचसहाशे स्वार होते ते! अंधाराचा फायदा घेऊन लपतछपत ते बुरुजाशेजारी आले. झाडांच्या फांद्यांनी तयार केलेल्या बुरुजावरून त्यांनी घोडी उडवून आत घातली. दहा-पंधरा सुतरनाळा आणि जंबुरेही पळविलेऽ.''

साऱ्यांना धक्का बसला. शहाच्या कानांच्या पाळ्या तापल्या. सर्वांग भडकले. अंगाची आग तो आतल्या आत गिळत होता. तरीही त्याचा देह रागाने फुरफुरलेला दिसत होता. सुजा म्हणाला,

''आलमपन्हाँऽऽ पळून जाताना त्यांची टोळी मी निरखून पाहिली. त्यांचा म्होरक्या ओळखला.''

''कोण होता तो?''

''फत्तेअलिखानऽऽ.''

''फत्तेअलिखान? कोण हा?'' बादशहाने चमकून विचारले.

''इब्राहिम गारदीचा धाकटा भाऊ.''

''बरकुरदार, त्याला जित्ता कसा सोडला?'' बादशहाने ठणकावून विचारले.

''आलमपन्हाँ, जास्त पाठलाग करता आला नाही. आपलीच ताकीद आहे, ठरावीक अंतर सोडून तूर्तास पुढे जायचे नाही,'' खाली मान घालून बरकुरदार म्हणाला.

सेनापती जहानखानला राहवले नाही. तो खाली मान घालून पण मोठ्या

आवाजात गरजला,

"तोंडून काही भलाबुरा शब्द गेला तर गुस्ताफी माफ, हुजूर. मराठ्यांच्या त्या दीडदमडीच्या पेंढाऱ्यांनी... बंजारांनी उत्पात मांडला आहे. लपतछपत फौजेजवळ येतात आणि घोडी, उंट, तट्टे पळवून नेतात. हत्तीही पळविण्यापर्यंत त्यांची मजल गेली आहे. त्या इब्राहिम गारद्याने पानिपताभोवती तोफा पेरून पोलादाचा डोंगर उभा केला आहे. त्याला भिऊन तर इस्लामांच्या विजयी फौजा शिकस्त खात नाहीत ना अशी शंका आपल्या शिपायांना येत आहे..."

"नाव काढू नका त्या धर्मबुडव्या इब्राहिमचे. त्याची शिकस्त खायला आम्ही औरतीसारख्या बांगड्या भरल्या नाहीत. तोफांची मिजास मारणाऱ्या त्या इब्राहिमला सापडू द्या तरी खरेऽ त्यालाच तोफेत ठेचून, चेचून भरू आणि मग बत्ती देऊन तोफ उडवू!" चिडीने शहा बोलला.

मघापासून नजीब चूप होता. आता त्याच्याने राहवेना. "आलमपन्हाँ, एक बिनती करू?"

"बोलाऽ. तुमच्याच बिनतीने तर आमचा मायदेश सोडून वर्ष झाले, आम्ही ह्या मातीत रुतून बसलो आहोत."

"आतापर्यंत मराठ्यांच्या त्या कहीकबाडाने आणि बंजाऱ्यांनी पंधरवड्यात बाराशे घोडी, तीन-चारशे उंट आणि चार नेटके हत्ती पळविले. ती भिकारडी जात हाताशी लागेल ते लांबवते. आमच्या डोळ्यांस ह्या गोष्टी बघवत नाहीत. केवळ आपल्याच हुकमाने आलमपन्हाँ, आम्ही मूग गिळून चूप बसतो. आज तर त्या पाप्यांनी पापाचा कळस केला. चक्क आमच्या पंधरा-वीस तोफा पळविल्या. तोफा तरी कशा पळवत होते! दोन्ही बाजूला दोन घोडेस्वार; मध्ये मुडदा धरून पळवावा तशा तोफा लांबवल्या त्यांनी. आलमपन्हाँ, आमच्या अब्रूचे खोबरे आणि इज्जतीचे मातेरे झाले."

"नजीब, तुमचा विचार तरी काय आहे?" अब्दाली.

"आता विचार आणखी कसला करायचा आलमपन्हाँ? सरळ पानिपतावर तोफा चढवू, भिडवू आणि युद्ध घडवू. इस्लामांच्या विजयी फौजांना भीती कशाची आणि कुणाची?"

"जरा गम खा, नजीब. आताच उंचावर तोफा चढवून त्यांना भिडणे धाडसाचे होईल. अनेक युद्धांचा अनुभव आहे आमचा. आपल्या आडाख्यानेच आपण त्यांना तडाखा देऊ. अर्ध्याकच्च्या फळाऐवजी पिकलेले फळच रसदार असते. क्या भला तो दम भला! अधिक काळ कंठण्याने आपले काही नुकसान होणार नाही, पण त्या मरगट्ठ्यांची वाताहत होईल. हिंदुस्थानचा उन्हाळा आमचा वैरी आहे, पण उत्तरेची थंडी ही त्या उघड्या पाठीच्या मरगट्ठ्यांची हाडवैरी आहे. आठ-पंधरा रोजांत कडाक्याची थंडी पडेल. मरगट्ठे गारठून मरतील, तेव्हाच त्यांना भाजून काढू. तूर्तास थोडे नुकसान सोसू पण त्यांचा दम जोखू. त्यांना चुचकारून आपल्या जाळ्यात घेऊ

आणि तुटून विसकटून जित्ते मारू.''

मसलत संपवून बादशहा खाजगीकडे निघाला. कसलीशी आठवण होऊन तो वळला. जहानखानाला म्हणाला,

''जहान, जिथून मघाशी मरगठ्ठ्यांची घोडी आत शिरली, त्या जागी जे पथक पेंगत होते, त्यातल्या साऱ्यांना आत्ता उघडे करा. झाडाला बांधा आणि अंगावर प्रत्येकी एक्कावन्न फटके हाणाऽ! त्या गस्तीच्या पथकाच्या म्होरक्याचे नाक छाटा आणि त्याच्या बेफिकिरीची निशाणी म्हणून जिथून मरगट्ठे आत घुसले, तिथेच ते झाडाला टांगते ठेवाऽ!''

□

भल्या सकाळी स्नानसंध्या, देवपूजा आटोपून भाऊसाहेब कचेरीकडे जाण्यास सिद्ध झाले. डेऱ्याच्या दुसऱ्या दालनातली आपली आवडती खुरासनी तलवार घेण्यासाठी ते निघाले तर तलवार पार्वतीबाईंच्या हातात होती. भाऊसाहेबांनी त्यांच्याकडे हसून बघितले. पार्वतीबाईंनी म्यानाबाहेर चमचमते पाते काढले आणि जरीच्या पदराने पुसले. भाऊसाहेबांच्या कमरेस स्वत:च्या हाताने तलवार खोवली. भाऊसाहेब गोड गुलजार हसले. म्हणाले,

''तुम्हांला या अशा हत्यारांचा लळा कसा लागला?''

''का? न लागायला काय झाले?'' लटक्या रागाने पार्वतीबाई बोलल्या, ''पेणच्या कोल्हटकरांची पोर आहे म्हटलं मी! आमच्या पूर्वजांनीही सागराच्या भरती-ओहोटीत किनारपट्टीचे रक्षण करता करता फिरंग्यांशी दोन हात केलेत म्हटलं! आम्हांला तलवार अगदीच नवखी नाही हो.''

पार्वतीबाईंनी आपल्या पूर्वजांची साक्ष काढल्याचे बघून भाऊसाहेब खो खो हसले. पार्वतीबाईंच्या पाणीदार डोळ्यांतून पटपट चार आसवे ओघळली. त्यांच्या डोळ्यांतील आसवे हळुवार बोटांनी पुशीत भाऊसाहेब विचारू लागले,

''अहोऽ आमचे काही चुकले का?''

''तुमचे काय चुकणार? कितीतरी दिवसांनी आपल्या मुद्रेवर आनंदाचं हसू बघून मन भरून येतं. श्रीगजाननाकडे भीक मागते की, हे देवाधिदेवा, इकडच्या स्वारींची ही मुद्रा अशी टवटवीत ठेव.''

''का? आजच एकाएकी साऱ्या गोष्टींचे स्मरण तुम्हांला का व्हावे?''

''आपल्याबद्दल, अगदी आपल्या पाहुण्यारावळ्यांच्या स्त्रियासुद्धा वाईट बोलतात हो! त्यांची ती शापवाणी ऐकली की, जीव तीळ तीळ तुटतो आमचा.''

''कोण? कोण काय बोलले तुम्हांला? आम्हांला सांगा तर खरं!'' भाऊसाहेब आग्रह धरू लागले.

पार्वतीबाई भीत भीत सांगू लागल्या, ''काल आम्ही साऱ्या राणवशातल्या स्त्रिया पानिपत फिरून बघत होतो. इथली गावच्या पूर्वेची डगर उतरली की, शेतात

काबुलीबाग म्हणून एक भव्य इमारत लागते. त्याच स्थळी काल आमच्या पालख्या गेल्या होत्या. बाबर नावाचा कोणी विलायती राजा होता. त्याची लोदी नावाच्या हिंदुस्थानी राजाशी इथेच पानिपतावर लढाई झाली. त्यात बाबराचा विजय झाला. त्यानेच आपल्या विजयाची निशाणी म्हणून काबुलीबाग नावाचा महाल बांधला आहे. आपल्या आक्कासाहेब असेही सांगत होत्या, त्यानंतर हेमू नावाच्या राजाने अकबराबरोबर मोठे युद्ध केले. तेही या पानिपतावरच झाले म्हणे. ती लढाई हेमूने जवळ जवळ जिंकत आणली होती, तोच त्याला विषारी बाण लागला. तो हत्तीवरच्या हौद्यातून खाली पडला आणि तो मेला असे समजून त्याचे सैन्य पळाले. हेमू हकनाक बळी गेला.''

''ह्यात काय विशेष? अहो, ह्या तर इतिहासप्रसिद्ध गोष्टी आहेत,'' भाऊसाहेब म्हणाले.

''आक्कासाहेब असेही म्हणाल्या, ही पानिपतची माती वाईट, अशुभ आहे,'' तोंडात पदराचा बोळा कोंबत जोरात हुंदका देत पार्वतीबाई बोलल्या, ''त्या म्हणत होत्या, ही माती परधार्जिणी आहे. ह्या मातीत हिंदुस्थानी राजा कधी यशस्वी होत नाही, तो मातीशी मिळतोऽ!''

क्षणभर भाऊसाहेब अवाक झाले. सर्वांगातून वीज चमकून गेली. लगेचच त्यांनी स्वत:ला सावरले. पार्वतीबाईंच्या खांद्यावर धीराचा हात ठेवीत ते म्हणाले,

''पानिपतच्या मातीला कशाला दोष द्यायचा? आपल्याच मातीचा हा गुणधर्म आहे; वैरी न चिंती ते सगासोयरा चिंती! आधी डोळे पुसा बघू कशा. शुभाशुभाच्या कल्पना डोक्यातून काढा. आत्ताच तर तुम्ही कोल्हटकरांच्या बहादुरीच्या कथा सांगत होतात, आणि काही न घडता डोळ्यांत आसवे?''

पार्वतीबाईंचा निरोप घेऊन भाऊसाहेब निघाले. त्यांच्या पायांचे दर्शन घेऊन बाई उभ्या राहिल्या. भाऊसाहेबांना म्हणाल्या,

''आज कार्तिकी शुद्ध पौर्णिमा, चंद्रग्रहणाचा दिवस. काल कुरुक्षेत्राकडे जाणारे सहा-सात अभ्यासू ब्राह्मण आम्हांला भेटले. आपल्यावरची इडापीडा टळावी आणि यशसिद्धीचा लाभ व्हावा म्हणून आम्ही त्या ब्राह्मणांना श्रीमनसादेवीच्या मंदिरात अनुष्ठानाला बसविणार आहोतऽ.''

भाऊसाहेबांनी मान डोलावली. ते बाहेर पडले. खाजगीच्या डेऱ्यातून तसाच मार्ग पुढे कचेरीच्या डेऱ्याकडे जात होता. फडावर महिपतराव, नाना फडणीस वगैरे मंडळी, हिसाब-किताबात गढली होती. विंचूरकर, होळकरांसारख्या जाणत्या सरदारांबरोबर समशेर, नाना पुरंदऱ्यांसारखे काही तरुण सरदारही फडावर उपस्थित होते. भाऊसाहेब आल्या आल्या खाली मान घातलेले पुरंदरे म्हणाले,

''श्रीमंत, काल रात्रीचा प्रकार ठाऊक झाला असेलच आपल्याला.''

''कोणता?''

''नित्यासारखी आपल्या आणि गिलच्यांच्या फौजेची गोळागोळी सुरू होती. रात्री

मोर्च्याजवळ संगमेश्वरकर कृष्ण जोशी बसून होते. एक गोळा तिकडून आला आणि जोशीबुवा जागच्या जागी ठार! भला माणूस हरपला.''

भाऊसाहेब कष्टी झाले. थोडा वेळ गुदरल्यावर त्यांनी होळकरांना विचारले,

''बोलाऽ सुभेदारकाका, युद्धाबद्दल आपले कयास काय आहेत?''

''आपले भाग्य थोर भाऊसाहेब,'' होळकर बोलले, ''नित्य दोन्हींकडून बाण, बंदुका आणि तोफांची खडाजंगी सुरू आहेच. सारी चिन्हे शुभ दिसतात. आमच्या पेंढाऱ्यांनी आणि बंजाऱ्यांनी धमाल उडविली आहे. फौजेचा उत्साहही दांडगा आहे. भाऊसाहेब, आम्ही असे ऐकतो... गिलच्यांची रसद बंद पडली आहे. त्याच्या लष्करात पीठ तीन शेर, चणे चार शेर, तूप अर्धा शेर अशी महागाई आहे. आपल्या हरिभक्तांच्या फौजा! आपल्याकडे गहू सोळा शेर, चणे बारा शेर आणि तूप अडीच शेर अशी सवंगाई आहे. अशीच स्थिती राहिली आणि त्यातून तो गिलचा आम्हांवर चालून आला तर त्याला आम्ही घटका-दोन घटकेत लीलया बुडवून मारू.''

''तो अब्दुल्या स्वत:ला शहेनशहा म्हणवतो. मग एकेजागी तीन-तीन हप्ते बुडाला मुंग्या येईपर्यंत का बसून आहे?'' हसून विंचूरकर बोलले.

विंचूरकरांच्या बोलावर सारे खळखळून हसले. समशेर गंभीर मुद्रेने बोलले,

''भाऊसाहेब, खरेच अब्दाली आता आपल्या पेचात सापडला आहे. मायदेशाकडे जावे तर आमच्या लष्कराने काळ होऊन रस्ता अडविला. तसाच अंगावर धावून येईल तर जळून खाक होईल. माश्या मारीत एकेजागी बसून राहावे तर पोटास काय बिब्बे घालायचे? त्याला काही सुचत नाही. पुरता खोड्यात अडकला आहे.''

''गुप्त जासूद धाडून खऱ्याखुऱ्या वार्ता काढल्या पाहिजेत. समशेर, न जाणो आपल्या खबरा चुकीच्या निघायच्या आणि आपले बोलणे, आडाखे म्हणजे सखारामपंती भाषेचा फुलोरा व्हायचा,'' भाऊसाहेब.

चर्चा सुरू असतानाच हिशोबाच्या वह्या घेऊन महिपतराव पुढे आले. भाऊसाहेबांना म्हणाले,

''श्रीमंतऽ, कालपासून तो गारद्याचा भाऊ फत्तेखान अनेक वेळा येऊन गेला. चालू महिन्याचा गारद्यांचा पगार झाला नाही म्हणून भारी कुरकुर चालली होती त्याची. तीनतीनदा खेटे घालीत बसतात हे गारदी.''

''राहू द्या हो महिपतराव. श्रीमंतांना नको त्या गोष्टींचा त्रास कशाला देता? मराठी स्वार-बारगिरांचा दोन-तीन महिन्यांचा रोजमुरा थकबाकीत आहे तरी बिचारे झुंजास उभे आणि गारद्यांच्या चालू मासाच्या पगाराला पंधरा दिवसांचा उशीर झाला तर दारात ते पठाण खडे. पडू दे तसाच आणखी कांही दिवस रोजमुरा. काय बिघडते?''

''पगार द्यायलाही हरकत नाही, पण कुंजपुऱ्याचा खजिना रिता होत चालला. वरकड रक्कम अगदी थोडी शिलकीस आहे,'' नाना फडणीस बोलले.

''ठीक आहे, असेल त्या शिलकीतून गारद्यांचे देणे भागवा,'' भाऊसाहेबांनी फर्मावले.

सुभेदारांनी तोंड फिरवले. विंचूरकरांना राहवले नाही. ते म्हणाले,

"भाऊसाहेब, पोटचे पोर उघडे ठेवून शेजारच्याचे लाड कशाला करता? गारद्यांना इतके झुकते माप का देता?"

"ते गिलच्यांसाठी तर झुंजत नाहीत?" भाऊसाहेब बोलले, "झुकत्या मापाचाच विचार करायचा झाला तर बहादुरीतही त्यांनी आपल्या पदरी जादाच पैसा घातला आहे. देवगिरीचा हमला काय सांगतो? लाल किल्ल्याचे तट कोणी फोडले? कुंजपुऱ्याचे पेकाट कोणी मोडले? एवढेच कशालाऽ अवघ्या तीन दिसांमागचा प्रकार काय सांगतो? औरंगजेबाच्या तंबूचे कळस छाटून आणणारा संताजी घोरपडे आणि अब्दालीच्या भरल्या लष्करात उडी घेऊन त्याच्या तोफाच लांबवणारा फत्तेखान गारदी... दोघांत फरक तरी काय? दोघांच्या बहादुरीचे कुलशील एकच नव्हे का?"

भाऊंच्या सडेतोड जबाबावर विंचूरकर चूप झाले. थोड्या वेळात नमस्कार करून विंचूरकर आणि होळकर डेऱ्याबाहेर गेले. भाऊसाहेबांनी शिल्लक घासदाण्याची पत्रके मागवून घेतली. खजिन्यातली शिल्लक बघितली. मुद्रेवर काळजीच्या छटा पसरल्या.

भाऊसाहेब तसेच उशीर एकटे विचारमग्न होऊन बसले. मध्येच त्यांना तीर्थरूप नानासाहेब पेशव्यांची याद आली आणि त्यांचे मन हरकले. भाऊसाहेबांच्या काळजावर श्रीगजाननाबरोबर पेशव्यांची मूर्तीही कोरली होती. सहज त्यांची सय आली तरी भाऊसाहेब हरकून जायचे. दिल्लीच्या पेचात तहाच्या वाटाघाटीवेळी त्यांनी पुण्याला पत्र धाडूनच सल्ला मागितला होता. दूरवर राहूनही त्यांचे मन शनिवारवाड्याभोवती भिरभिरायचे. दिल्लीत असतानाच श्रीमंतांची चिंता वारावी म्हणून त्यांनी राज्याच्या जमाखर्चाचा महालवार ताळेबंद करून दक्षिणेत धाडला होता. महालकऱ्यांकडून, कमावीसदारांकडून अगदी पुण्याहूनही ऐवज येत नव्हता म्हणून त्यांचे मन वैतागायचे; पण त्यासाठी बंधुप्रेमात उणेपणा पडण्याचे कारण नव्हते. लागल्या हाताने त्यांनी बोरू घेतला. हृदयाच्या भाषेने खलिता लिहिला. दोघांच्या फौजा आमनेसामने कशा भिडल्या आहेत, नित्य गोळागोळीचे प्रसंग कसे उद्‌भवतात याचे वर्णन केले. सुलूख आता घडणे शक्य नाही, त्यातूनही घडवायचाच झाला तर किती खोल पाण्यात उभे राहायचे, याचाही सल्ला ते श्रीमंतांना विचारायला विसरले नाहीत. ऐवजाची तरतूद करावी, अशी कळकळीची विनंती त्यांनी न विसरता केली. पत्र संपवता संपवता श्रीमंतांच्या तब्येतीची विचारपूस करणारा मजकूर लिहिता लिहिता भाऊंचे नेत्र डबडबले. हरकारा रवाना झाला. तेव्हा कुठे भाऊंनी सुस्कारा सोडला.

अचानक इब्राहिम गारद्याची चिठ्ठी आली. त्वरित उघडून भाऊसाहेब ती वाचू लागले. 'श्रीमंत, मी अनेक वेळा तुम्हांस विनंती केली आहे. लष्करात दारूची नितांत गरज आहे. निदानप्रसंगी बिनदारू-शिशाच्या तोफा रिकाम्या पडतील. दारूविना तोफा म्हणजे फुंकण्या काय नि तोफा काय?' भाऊसाहेबांचे डोके गरगरले. आता

ह्या मुलखात शिसेदारू कुठे धुंडाळायची? त्यांच्या नेत्रांपुढे गोविंदपंत उभे राहिले, तशी त्यांची मुद्रा अधिकच त्रासिक झाली. "पंतऽ पंतऽऽ" करून त्यांनी ओठ चावले. पण ह्या परक्या मुलखात लिहायचे तरी दुसऱ्या कोणाला?

भाऊसाहेब तातडीने खलिता लिहू लागले,

"राजश्रीविराजितराजमान्यराजश्री

गोविंद बल्लाळ स्वामी गो ।। यांसी :

पोष्य सदाशिव चिमणाजी नमस्कार, विनंती उपरि. येथील कुशल जाणून स्वकीय कुशल लिहीत जाणे. विशेष— पानिपती दोन्ही फौजांची गाठ पडली आहे. तोफखान्याच्या आरबा रचून लढाईची तयारी केल्याचा मजकूर आम्ही तुम्हांस या आधीच लिहिला आहे.

पंत, तुमच्याने ऐवजाचा बंदोबस्त काहीच होत नाही. तरतूद केली, करतो, एक-दोन दिसांत धाडतो, आज्ञेप्रमाणे कामावर जातो असे नुसते लिहिता. निदर्शनास एकही बाब येत नाही. साऱ्या वायफळ गप्पा. तुमच्या कर्तृत्वाची तारीफ करावी तेवढी थोडी वाटते. कोठवर लिहावे? पंत, लिहिता लिहिता भागलो.

आम्ही इकडे गिलच्याचा मायदेशचा रस्ता अडवून धरला आहे. त्याला कोंडला आहे. तुम्ही मागून रसद मारा. उठाऽ त्या नजिबाच्या, सुजाच्या मुलखात घुसा, फिसाद घडवा. मुलूख जाळा. पंत, थांबता कशाला? बिलकूल डोळेझाक करू नका. चाकरी करण्याचा असा सोन्यासारखा प्रसंग पुन्हा लाभायचा नाही. बरोबर बर्व्यांनाही घ्या. इकडे लष्करात दारूगोळ्याचे तातडीने प्रयोजन आहे. चार खंडी, पाच खंडी असेल ती दारू धाडा. जादा वीस खंडी दारू, पाच खंडी शिसे तयार करा. पत्र पावताच असेल ती दारू दिल्लीकडून नारो शंकरामार्फत धाडा. ह्या समरांगणाच्या दिसांत तुमच्याकडून काहीच घडले नाही तर तुम्ही काय कामाचे? श्रीमंतांचे अन्न खाऊन वाढला, थोर झाला, त्याचे हेच सार्थक करणार काय? काहीच न केल्याने तुमच्या पिकल्या केसाला बट्टा लागेल. पंत, उठाऽ, नजिबाच्या मुलखात दंगा घडवा. रसद मारा, दारू धाडा. पंत, थांबू नका..."

भाऊसाहेब हरकारा धाडून तसेच उजव्या पायाला हाताची तिठी मारून लोडाला रेलून बसले. "पानिपतची माती परधार्जिणी आहे" हे शब्द घणासारखे घाव घालू लागले. दुसरे मन म्हणाले, या आधी झाल्या असतील त्यांच्याकडून चुका, पण आज आठ-नऊ महिने संकटकालाशी पदोपदी झुंज देऊन आम्ही कशासाठी उभे आहोत? दादासाहेबांशी बाचाबाची करून ह्या मोहिमेचे जोखड खांद्यावर कशासाठी घेतले? निम्म्यात पाठ दाखविण्यासाठी? नाही, त्रिवार नाही! प्रसंगी ह्या मातीत मिटू पण गिलच्यांची आणि नजिबाची नांगी मोडलीच पाहिजे! चलाऽ, कसा आहे काबुलीबाग ते तरी बघून घेऊ. भाऊसाहेब उठले, घोड्यावर मांड ठोकून काबुलीबागेकडे निघाले. आगेमागे छबिन्यांची पथके धावू लागली.

चंद्रग्रहणाचा दिवस असल्याने यात्रेकरू, बुणगे घाईगडबडीत असल्याचे भाऊसाहेबांना

दिसले. पानिपतातल्या सर्व हिंदु देवळांना आज बहर आला होता. गिलच्यांचा पेच लवकर सुटू दे आणि कुरुक्षेत्राबरोबर त्रिस्थळी यात्रेचा योग त्वरित येऊ दे म्हणून यात्रेकरूंनी अनुष्ठानास ब्राह्मण बसवले होते. जेरेशास्त्री, अग्निहोत्री, पुनाळकर जोशीबुवा, आक्कासाहेब हे यात्रांचे म्होरके फारच धांदलीत दिसत होते. पवित्र देवी तलावात मंगलस्नानासाठी रीघ लागली होती.

...२२ नोव्हेंबर १७६० चा दिवस. हुजुरातीच्या उजव्या अंगाला शिंदेशाही लष्कर विखुरले होते. त्यांनी आपली फळी दाबून धरली होती. त्यांच्या मोर्च्यापुढे दोन मैलांवर अब्दालीचे लष्कर दिसत होते. शिंदे मंडळी पूर्वीपासून दानधर्मात मशहूर. त्यात आज चंद्रग्रहण. सकाळीच जनकोजीने बैरागीमंदिरात जाऊन एक छोटा हत्ती दान दिला.

संकट लवकर वारू दे, असा पण जनकोजी बोलला. सोबत महादजी आणि तुकोजी हे त्याचे धाकटे चुलतेही होते.

संध्याकाळचा पाचचा सुमार झाला होता. आज दिवसभर मोर्च्याजवळ, खंदकाच्या बाजूने शांतता भासत होती. चंद्रग्रहणाच्या दिवशी पातक नको म्हणून की काय, मराठ्यांनी तोफेला बत्ती देऊन एकही गोळा सोडला नव्हता. बंदुकाही कडाडल्या नव्हत्या. तिकडून अब्दालीकडूनही बार सुटले नव्हते. तूर्त दबा धरून अंदाज बघत गुपचूप पडून राहण्याचेच व्रत त्याने अंगीकारले होते. सूर्य अस्ताकडे झुकलेला, गार वारा सुटलेला, डोळ्यांसमोरच्या दोन मैल सपाट रानात रोजच्यासारखी भीती नव्हती. पेंढारी-बंजाऱ्यांची तट्टे इकडेतिकडे खुशाल हिंडत होती. दूर गिलच्याच्या छावणीच्या पलीकडील अंगाला कालव्याकडे जनावरा-माणसांची रीघ लागलेली दिसत होती.

जनकोजी शिंदे घोड्याच्या रुंदाड पाठीवर आपली पाठ रेलून जवळ उभा होता. आपल्या पथक्यांशी गप्पागोष्टी करीत होता. तोवर हुजुरातीच्या पथकाकडून सरदार बळवंतराव मेहेंदळे यांचा घोडा आला. बळवंतराव थांबले,

“काय जनकोजीबाबा, काय हालहवाल?”

“काही नाही, सर्वांगात रक्त सळसळत आहे, पण लढाईला तोंड फुटत नाही म्हणून जीव गुदमरतो,” जनकोजी.

“सळसळत्या रक्ताची भाषा यापुढे तरी शिंदे-होळकरांनी करू नये,” बळवंतराव हसून बोलले.

“का?” जनकोजी चमकला.

“शिंदे-होळकरांच्या दोन-तीन डुया ह्या रानात गेल्या, पण आता गिलच्यांचे नाव काढले की, साऱ्या रानामाळाने ते पळत सुटतात. त्यांच्या अंगात आता पहिले पाणी राहिले नाही.”

“वोयऽ बळवंतरावऽऽ!” डिवचलेला जनकोजी एकेरीवर आला, “श्रीमंताघरचे

आप्त म्हणून मिजास करू नका. तुम्ही तरी असे कुठल्या अटकेवर झेंडे रोवले? किती दिग्विजय संपादिले?''

जनकोजी एकेरीवर आल्याने बळवंतरावांचाही आवाज वाढला,

''तुझ्या चुलत्याने, दत्ताजीने जरा चांगला पराक्रम केला म्हणून पेशव्यांच्या डेऱ्यात तुला इज्जत मिळते. त्यात पडलास विश्वासरावांचा मित्र! ह्या दोन जमेच्या बाजू सोडल्या तर सदान्‌कदा लंब्याचवड्या बाता करून तोंडाच्या वाफा दवडण्याशिवाय तू तरी दुसरे काय करतोय? अरे, मर्द आहेस तर झुंजाला खडा हो ना!''

जनकोजीचा संताप अनावर झाला. तो चिडीने ओरडला,

''मेहेंदळे, जीभ आवराऽ. शिंदे-होळकरांत फूट बघून आमच्यावर कुरघोडी करता काय? उत्तर हिंदुस्थानात आम्ही झोपलो नाही. माझे आजोबा राणोबा शिंदे लष्करी छावणीतच मृत्यू पावले, तीर्थरूप राजपुतान्यात कामी आले, चुलते दत्ताजीकाका बुराडी घाटावर अमर झाले. प्रसंग आला तर शिंद्यांची तिसरी पिढीही मराठी मातीसाठी रक्ताचं शिंपण घालील.''

''अजून पंचाननाची गाठ पडली नाही ना? घोडामैदान पुढ्यातच आहे. बघूऽऽ.''

''बघूऽ बघूऽ तुम्ही नका शिकवू आम्हांला बळवंतराव.''

जनकोजी आणि मेहेंदळ्यांचा शब्दाने शब्द वाढू लागला. चार जाणती माणसे मध्ये पडली आणि मोडता घातला. बळवंतराव रागाने माघारा हुजुरातीच्या पथकाजवळ गेले. डोळ्यांसमोरची गिलच्याची छावणी बघत राहिले.

भडकत्या डोक्याने जनकोजी तिथेच थांबून राहिला. रागाचा पारा चढू लागला. तोच शेजारच्या एकाने जनकोजीला हळूच चिमटा घेतला. तसा जनकोजी डाफरला,

''काय हो?''

''शूऽऽ बाबासाहेब, तिकडे खाली बघाऽऽ.''

जनकोजी तटाखालच्या रानातील विहिरीकडे बघू लागला. दक्षिणेची ती विहीर तर चांगली लांबरुंद दिसत होती. चटकन जनकोजीचे लक्ष विहिरीकाठाचे निरीक्षण करणाऱ्या बड्या इसमाकडे गेले. तो इसम हाडापेराने मजबूत दिसत होता. डोक्यावर उंच, निमुळती निळीशार अफगाणी टोपी, अंगात उंची चामड्याचे तांबूस जाकीट, तलम रेशमाची पोकळ विजार पायाच्या घोट्यापर्यंत आलेली, गळ्यात बहुतांशी दोन मोत्याच्या माळा असाव्यात... एक पथक्या दुसऱ्याला विचारू लागला,

''कोण बरे हा असावा? वजीर की सेनापती?''

''कोणी तरी आहे पण तिकडचा बडा सरदार. कदाचित त्या अब्दुल्ल्याचा भाऊबिऊ असेल.''

''शूऽ अजिबात शोर करू नकाऽ'' साऱ्यांना खुणावीत जनकोजी बोलला, ''चलाऽ गुपचूप माझ्या पाठीमागे दंगा न करता. त्या इसमाच्या सोबतीलाही हजार-बाराशे अफगाण आहेत याची याद ठेवा. हुशारीने चला.''

जनकोजी आपला घोडा हळू नेटाने खाली उतरवू लागला. त्याच्या मागोमाग

बाकीचीही घोडी दबकत थबकत, अचकत, अचकत निघाली. जनकोजी खंदकावरच्या फळ्या तुडवीत जेव्हा पुढे जाऊ लागला तेव्हा बघता बघता सात-आठ हजारांची फौज त्याच्या पाठीमागून येऊ लागली. जनकोजीचा घोडा सपाटीवर आला. त्याला तो बडा आसामी दिसू लागताच त्याने घोड्याला टाच मारली. तुकड्या विहिरीपासून अर्ध्या फर्लांगावर येताच "हरऽ हरऽ महादेवऽ"च्या आरोळ्या उठल्या. कड्यावरून धबधबा उडी घेतो तशा उड्या घेऊन जनकोजीचे पथक अफगाणांवर तुटून पडले. उंचवट्यावर उभे राहिलेले बळवंतराव जनकोजीकडे हसून बघू लागले.

एकाएकी गिल्ला करून मराठे अंगावर धडकत असल्याचे बघताच अफगाणांची प्रथम धांदल उडाली; पण लगेच सावरून त्यांनी झटाझट घोड्यांवर उड्या मारल्या. म्यानातून लवलवती पाती हिसकली. बळकट मुठीत शस्त्र पेलीत दोन हात करायला ते सिद्ध झाले. तोवर जनकोजीच्या पेटलेल्या बहादुरांनी अफगाणांना गोल वेढा घातला. तलवारीला तलवारी भिडल्या. शिपाई एकमेकांवर आदळू लागले. सुरुवातीला घोंघावत्या वादळात गोल गोल घुमून उडणाऱ्या पाल्यापाचोळ्यासारखी अफगाणांची अवस्था झाली; पण तेही बहाद्दर प्राणपणे झगडू लागले. लढता लढता आपल्या लष्कराकडे सरकू लागले. घोड्यांच्या खुराने भुसभुशीत पांढरी माती उडू लागली. धुळीने येळकोट मांडला. कोण मित्र, कोण शत्रू, कोण माझा नि कोण तुझा, हे ओळखू येईना. गलकागोंगाट वाढला. "अरे देवाऽ", "या अल्लाऽ" अशा करुण किंकाळ्या फुटू लागल्या. रक्ताच्या चिळकांड्या उडाल्या. शस्त्रावरून रक्त ओघळू लागले. पांढऱ्या मातीवर तांबडा सडा पडू लागला. त्यातच सूर्य बुडाला.

अब्दालीच्या लष्करात गहजब माजला. "मरगठ्ठ्यांनी वजीर कोंडलाऽ", "एकट्या वजिरावर हल्ला चढवला आहे", "वजीर वापस नहीं लौटेगाऽ" असा गिल्ला माजला. "दीनऽ दीनऽ"च्या आरोळ्या ठोकीत नजीबखान आणि सुजाची पथके पुढे झेपावली. मराठ्यांच्या फौजेवर तुटून पडली. पहिल्या तडाख्यात नजीब-सुजाच्या पथकाने मराठ्यांना दोन कासरे मागे रेटले. तसा जनकोजी चवताळला, "यार होऽ, बघता काय? हाणाऽ तोडाऽ" धुमश्चक्री सुरू झाली. शिंद्यांनी अफगाणांना पुन्हा चार कासरे रेटीत पाठीमागे नेले.

मराठ्यांचा जोर वाढता आहे, हे कळताच अब्दालीने दहा-बारा तोफगाड्या पुढे सोडल्या. अंधारात ठेचकळत तोफा ओढीत डिरक्या काढणारे बैल मैदानाकडे सरसावले. अंधारात तोफा डागायचा अफगाणांचा यत्न तडीस गेला नाही. मराठ्यांच्या माऱ्याने गाड्यांसह बैल उधळून इकडेतिकडे नाचू लागले. पायाखाली पडलेले मुडदे तुडवू लागले. रक्ताच्या चिळकांड्या उडू लागल्या. नजीब आणि सुजाने प्रयत्नांची शिकस्त केली, पण अंधारात काही चालेना. शिंदेशाही फौज गुरंढोरं बडवावीत तशी अफगाणांना बडवू लागली. अफगाणांची मनुष्यहानी वाढली, सारे आपल्या तळाकडे पळू लागले, मराठी राउतांनी तोफगाड्या वेढल्या. अब्दालीच्या बावच्यांनी सपासपा तलवारीने सापत्या तोडल्या. गाडे तिथेच टाकून बैल घेऊन ते दक्षिणेकडे अंधारातून

धूम पळू लागले.

मराठ्यांनी हलक्या तोफा पळवायला सुरुवात केली. थोड्या अंतरावर जाऊन मागे फिरून बंदूकधारी अफगाणप्यादे फैरी उडवू लागले. गोळ्यांचा पाऊस पडत असतानाही मराठे अफगाण तोफा पळवण्याचा यत्न करू लागले. चार तोफा नेटक्या होत्या. गडबडीत नेणे जमेना म्हणून राऊत-बारगिरांनी तोफांचे कणे मोडले. तोफांच्या तोंडात दगड ठासून भरले. तोफा निकाम्या करून ते माघारी वळले.

सातशे अफगाण कामी आला. सत्तरभर मराठी मुडदे पडले. रक्ताने भिजलेल्या जखमी वीरांना पाठुंगळीवर मारून शिंद्यांची पथके पानिपताकडे चालली. छाती फुगवून जनकोजी पुढे निघाला. विजयी शहादणे वाजत होती. मराठ्यांनी धरून आणलेली सातशे अफगाण घोडी कावरीबावरी होऊन इकडेतिकडे बघत होती.

रक्ताने भिजलेल्या अंगरख्यानिशी जनकोजी भाऊसाहेबांपुढे उभा राहिला. भाऊसाहेबांनी त्याची पाठ थोपटली. जनकोजी गर्वाने म्हणाला,

"काकासाहेबऽ, गाठ पडताच मराठे गिळू म्हणणाऱ्या पठाणांचा आज आम्ही रेच मोडलाऽ! अंधार पडला नसता तर समोरच्या मैदानातच आम्ही आज साऱ्यांच्या कबरी बांधल्या असत्या!"

हा संवाद चालू असतानाच बळवंतरावही डेऱ्यात आले. तसा जनकोजी फुरफुरला. त्वेषाने बळवंतरावांना विचारू लागला,

"सरदारसाहेब, डोळ्यांसमोर लढाई चालली असताना उडी घेण्याऐवजी आपण स्वस्थ कसे बसला?"

"बाबासाहेब, तुम्ही एकटे गिलच्याला उरी होता म्हणून आम्ही आलो नाही," हसून बळवंतराव बोलले.

जनकोजीचा आवाज अधिक धारदार झाला,

"आमची फजितीच व्हावी अशी तुमची तमन्ना होती काय, मेहेंदळे? अहो, पण हे ईश्वरास कसे साहणार? काकासाहेबऽ खरे बोलायचे झाले तर हा माणूस आज मदतीस येता तर गिलच्यांचा बीमोड आजच झाला असता; पण हे पडले असे डरपोक..."

"खामोशऽऽ" बळवंतराव कडाडले. त्यांचा हात तलवारीच्या मुठीवर गेला. "जनकोऽऽ 'डरपोक' हा शब्द उच्चारताना त्याच्या परिणामाचे भान आपण ठेवलेत का? अरे, आम्ही काही लढाया-चढाया, तोफगोळे कधी बघितलेच नाहीत का? हा एवढा एवढासा जय मिळाला तर फिरले मस्तक! लागले बडबड करायला."

"जाऊ द्या हो बळवंतरावऽ," भाऊसाहेब दोघांना आवर घालण्याचा यत्न करीत बोलले, "बळवंतराव, जनकोजी मूल आहेत. त्यांचे कितीसे मनावर घ्यायचे? आम्ही म्हणतो, लढाईवेळी तुम्ही का स्वस्थ बसला? का शिंद्यांना मदत केली नाही?"

"व्वा भाऊसाहेब व्वाऽ! तुमची ही भाषा ऐकून आम्ही धन्य झालो," बळवंतराव

उद्वेगाने म्हणाले, ''आपल्या शब्दांनी आमचे जन्माचे सार्थक झाले. कालच्या या पोरट्याच्या नादाने एका क्षणात तुम्ही आमची जन्मभराची सेवा धुळीस मिळवली! आम्ही धन्य झालो भाऊसाहेब, धन्य झालोऽऽ.''

संतापाने गदगदलेले बळवंतराव ताडताड करून डेऱ्याबाहेर निघून गेले.

□

बळवंतराव मेहेंदळ्यांच्या डेऱ्यात बरेच पै-पाहुणे गोळा झाले होते. त्यांचे भाचे नाना फडणीस, बहीण रखमाबाई आक्कासाहेब, नानाची बायको यशोदाबाई, शिवाय नात्यातले आणखी चारचौघे हजर होते. मेहेंदळ्यांचा दहा वर्षांचा पुत्र अप्पा बळवंत इकडेतिकडे हुदुड्या मारीत होता. सरदार बळवंतरावांचे मन उद्विग्न झालेले. काही केल्या काही सुचत नव्हते. सुधारत नव्हते. आपल्या बंधूचा कष्टी चेहरा आक्कासाहेबांच्या नजरेतून सुटला नाही. आक्कासाहेब न राहवून म्हणाल्या,

''बळवंतराव, प्रसंग मोठा निकडीचा आहे. कर्ता-करविता तो आहे. जे घडेल त्याला सामोरं व्हायचं. आताच तुम्हांला एवढी काळजी लागली. सव्वा महिना झाला, गिलच्याने कोंडून ठेवले म्हणून आताशा तुमच्या मुद्रा काळवंडू लागल्या. कुरुक्षेत्राच्या वाटेवर तुमच्या लाडक्या भाऊसाहेबांच्या हातापाया पडून सांगत होते, बाबांनो, देवाधर्मविरुद्ध जाऊ नका, अनर्थ माजेल. होत्याचे नव्हते होईल. लंकापतीप्रमाणे अभिमान गळून पडेल. तेव्हा ऐकले नाही, आता काळ सोटा घेऊन देवडीवर बसला आहे, त्याच्याशी कशा कशा गोष्टी कराल?''

''डेऱ्या-राहुट्यांवरून आगीचे गोळे गेले की, पोटात गोळा उठतो. जीव घाबरा-घुबरा होतो, अप्पारावांना मांडीवर घेऊन बसते. तो एवढासा पोर अंगाशी जिवाच्या भीतीने बिलगतो. त्याला काय कळते; कोण कुणाशी, कशासाठी झुंजतो ते,'' लक्ष्मीबाई बळवंत बोलल्या.

मघापासून नाना फडणीस गप्प होता. आपली पगडी नीट करीत तो बोलला,

''काळ ताटात वाढील ते मुकाट्याने खावे. एवढे महान बुद्धीचे श्रीमंत भाऊसाहेब, पण त्यांची बुद्धीही विपर्यस्ताकडे चालली. त्या गारद्यांचे चोचले तरी किती! त्याला अंबारी काय नजर करतात, आपले लष्कर उपाशी असताना त्यांना रोकड पगार काय देतात. विंचूरकर, होळकरांसारख्या सरदारांचा सल्ला त्यांना कस्पटासमान वाटतो, आमच्यासारख्यांनी काय बोलायचे?''

मघापासून गप्प बसलेले बळवंतराव म्हणाले,

''श्रीमंतांच्या वर्तनात आम्हांलाही थोडा बदल जाणवू लागला आहे. भाऊसाहेबांचे उजवे हात म्हणून ओळखले जाणारे आम्ही, आता डावीकडे पडू लागलो आहोत. तो जनकोजी काय बालबुद्धीचाच, त्याला फारसा दोष देता येणार नाही. पण भाऊसाहेबांबरोबर आमची उभी हयात गेली. त्यांच्या संगे अनेक स्वाऱ्याशिकाऱ्या बघितल्या. तेसुद्धा बळवंतरावाला ओळखू शकत नाहीत? शिंद्यांना कुमक केली

नाही म्हणून सर्वांपुढे त्यांनी आमचा पाणउतारा करावा?''

''फौजेत सारे असेच टोमण्याने बोलतात,'' लक्ष्मीबाई.

''काय बोलतात?''

''अगदी बुणगाईतली तान्ही पोरेसुद्धा सांगतात, त्या रात्री मेहेंदळ्यांनी शिंद्यांना मदत केली असती तर बारा दिवसांमागेच पठाणांची मसलत बुडाली असती.''

''कोणीच कसे समजून घेत नाही. आम्ही पेशव्यांचे आप्त असून अनाप्त झालो आणि परके लुंगेसुंगे अनाप्त आप्त होतात,'' बळवंतराव वैतागून बोलले, ''आम्ही काही हेतुत: अंग मुरविले नाही. जनकोजी विजय खेचतानाच दिसत होता म्हणून आम्ही स्वस्थ बसलो. उभा जन्म आम्ही बहादुरीत चालवला. आता पोरासोरांनी मुखाला काळिमा फासणे चांगले नाही. असाच प्रसंग आला तर मातीत आम्ही जान कुर्बान करू.''

बळवंतराव तसेच झिटीने उठले. भाऊंच्या डेऱ्याकडे त्यांची पावले आपोआप पडू लागली. गेल्या चार दिवसांत भाऊंचे दर्शन नव्हते.

डेऱ्यात भाऊसाहेब आणि विश्वासराव दोघे चुलते-पुतणे बसले होते. भाऊसाहेबांची मुद्रा आज विशेष खूष दिसत होती. त्यांच्या गालावर हसू फुटले होते. विश्वासराव म्हणाले,

''काकासाहेब, बाणाबाणाच्या तफावतीवर असणारा गिलचा डेरेदांडे गुंडाळून नदीकडे गेला म्हणूनच आपली तब्येत खूष दिसते का? असा एकाएकी दुराणी जागा सोडून तिकडे का गेला असावा?''

''रावसाहेब, तो सपाटीवर होता आणि आपली बळकट जागा उंचावरची! इथून तोफांचा सरळ मारा होत असल्याने त्याची माणसे, जनावरे भाजून निघत होती. त्याच भयाने मोर्चे उठवून तो पाचसहा मैलांवर गेला!''

''खरे सांगू काकाऽ, ह्या अखंड मोहिमेत एवढे सुंदर हास्य आपल्या मुखावर मी केव्हाच बघितले नाही. गिलचे पाच-सहा मैल मागे सरकले एवढेच कारण त्या मागे असू शकत नाही.''

''दिवसेंदिवस त्याची कमहिंमत होत चालली म्हणूनच आम्ही आनंदित आहोत, रावसाहेब.''

''काकासाहेब, लटक्या गोष्टी आपण सांगू नयेत, अंतरीचे रहस्य न्यारेच दिसते.''

विश्वासराव सहजासहजी पाठ सोडीत नाहीत हे भाऊसाहेबांनी ताडले. ते पुन्हा एकदा मनमुराद हसले. इकडेतिकडे बघून ते हळू आवाजात विश्वासरावांच्या कानात म्हणाले,

''फार मोठं राजकीय रहस्य आहे, रावसाहेब. तोंडातून ब्र काढायचा नाही. सर्वांगाला खुषीच्या उकळ्या फुटाव्या अशी खबर आहे. आमचे तीर्थरूप श्रीमंत पेशवे उत्तरेत येण्यासाठी फौज घेऊन दसऱ्यालाच बाहेर पडले आहेतऽ!''

विश्वासरावांच्या सर्वांगाला गोड झिणझिण्या आल्या. ते आनंदातिशयानं फक्त मिठी मारायचे राहिले. भाऊसाहेब म्हणाले,

"खबर पक्की आहे, रावसाहेबऽ! दसऱ्यालाच बलाढ्या फौजेनिशी श्रीमंत उत्तरेकडे यायला निघाले आहेत. एवढेच नव्हे तर त्यांनी गेल्या मासात बैल खरेदी करून ठेवण्यासाठी झाशीच्या कोल्हटकरांना पत्रेही रवाना केलीत!"

डोळ्यांच्या ओल्या कडा पुशीत विश्वासरावांनी प्रश्न केला,

"काकासाहेब, खरेच का हो तीर्थरूप येतील आपल्या मदतीला?"

"का नाही रावसाहेब? का नाही?" भाऊसाहेब भारावून बोलले, "तुम्ही-आम्ही तीर्थरूपांना नकोसे झालो आहोत का? जीवनात नाना प्रसंग, पेच, चढ-उतार येतात नि जातात; म्हणून का मायेचा ओलावा कुठे आटतो? खरे सांगायचे तर रावसाहेब, श्रीमंतांच्या हृदयातील ममता आणि वात्सल्यभाव फणसाच्या गऱ्यांहून गोड आहे!"

"मग काकासाहेबऽऽ, एवढी कळकळीची पत्रे धाडलीत आपण पुण्याला या आधी, काहीच कुमक कशी आली नाही?"

"तोच संशय येतो आहे आम्हांला," भाऊ उदास होऊन म्हणाले, "वाटेतली येणारी-जाणारी डाक गिलचा हस्तगत तर करीत नसावा? तसे होत असेल तर गहजब होईल. पत्रे भलत्याच ठिकाणी पोहोचून अनर्थ ओढवायचा!"

थोडा वेळ शांत होऊन भाऊसाहेब भारावल्या मनाने म्हणाले,

"रावसाहेब, श्रीगजाननाने आम्हांस एवढी जोड दिली तर मराठ्यांच्या सात पिढ्यांना त्या दयाघनाचे उपकार फिटणार नाहीत. काय बहार येईल नाही? दिल्लीकडून गिलच्यांच्या पाठीवर आलेल्या श्रीमंतांच्या फौजा आणि पुढून आमची पोलादी पथके, ह्या दोघांच्या मध्ये गिलच्याची दामटी होईल दामटी! ...एवढ्या पुढच्या गोष्टी कशाला रावसाहेब? अंतर्वेदीतील गोविंदपंत, बर्वे यांनी जरी गिलच्याची नजिबाच्या प्रांतातून येणारी रसद मारली, तरी आम्ही त्या गिलच्याला यमुनेत बुडवू! तूर्तास कोण कोणाची रसद मारतो, यावरच पुढचे पारडे अवलंबून आहे!"

चुलत्या-पुतण्याचा संवाद चालू असतानाच बळवंतराव आल्याची वर्दी घेऊन सेवक आत आला. पाठोपाठ उदास मुद्रेने बळवंतराव आले. भाऊसाहेबांच्या आज्ञेने समोरच बसले. गेल्या चार दिवसांत कामाच्या रगाड्यात आपली बळवंतरावांशी भेट नाही. कदाचित तेच रागावले नसावेत ना? भाऊसाहेब हसले,

"बोलाऽ बळवंतराव?"

"आम्ही काय बोलायचे?" कसनुशी मुद्रा करून बळवंतराव म्हणाले, "अलीकडे आपलीच आमच्यावर खप्पा मर्जी झाली आहे. जनकोजीसारख्या मुलावरूनही आपण आम्हांस टाकून बोलता. आमचे काय राहिले?"

"बळवंतराव, आम्ही थोडीशी आवाजाची पट्टी वाढविली तर तुम्हांस एवढे लागते? आम्ही तरी कोणावर रागवायचे? कोणावर रुसायचे बळवंतराव?" भाऊसाहेब भावनाविवश होऊन बोलू लागले, "बळवंतराव, आम्ही तरी एकट्याने कोणाकोणाला

पुरे पडायचे? तुमचा-आमचा स्नेह, आपण आप्त, म्हणून मेहेंदळ्यांच्याच सल्ल्याने वागतो, असा ग्रह करून होळकर-विंचूरकरांसारख्या जाणत्या माणसांनी आम्हांला दोष द्यायचा. तुमची आणि शिंद्यांचीही धुसफूस. शिंदे-होळकरांचे जन्मजन्मांतरीचे विळ्याभोपळ्याचे सख्य! इब्राहिम आणि होळकरांमध्ये विस्तवही जात नाही. तो शेर समशेर आमचा बंधूच पण राणवशातल्या स्त्रियांना तो यवनीचाच पुत्र वाटतो. समशेरचा, यवनीच्या पोराचा सल्ला आम्ही घेतो म्हणून लुंग्यासुंग्या बुणग्यांनी गिल्ला करायचा. खुद्द मराठा जातीत भेदाभेद. मी शहाण्णव नि तू ब्याण्णव! ब्राह्मणांत भेद, म्हणे महादोबा पुरंदऱ्यांनंतर पेशव्यांकडे देशस्थांचा ठिकाणा नाहीसा झाला. जिथे तिथे कोकणस्थ डोक्यावर चढविले. इतर अठरापगड जाती, बारा बलुती आहेतच. साऱ्यांच्या हजाररंगी छटा लष्करातही पदोपदी जाणवतात. शंभरांची तोंडे शंभर बाजूला. महामुश्किलीने ह्या साऱ्या भेदाभेदांची मोट बांधायची आणि जिवाच्या जोराने डोंगराएवढ्या वैऱ्याशी टक्कर द्यायची. काही वेळा बुद्धी कुंठित होते. काही सुधारत नाही. पावलोपावली, क्षणोक्षणी संकटांचे पर्वत उभे करून तो कराल काळ तर आमची मोट बांधायला निघाला नाही ना? काळाच्याही मनात अशी कलागत असेल तर त्याने जरूर खेळी खेळावी; पण आता आम्ही मागे हटणार नाही, आम्ही हटणार नाही!''

परोपरीने भाऊसाहेबांनी बळवंतरावांना समजावून सांगितले, तेव्हा बळवंतराव म्हणाले, ''एवढे एवढे होतो तेव्हापासून तुमची संगतसोबत केली. तुमच्या बरोबरीने म्हैसुरात घोडी घातली. तीन सालांमागे अर्काटच्या नबाबाला दाती तृण धरायला भाग पाडले. आमच्या तलवारीच्या पात्याला भिऊन दख्खनातली झाडे जाग्यावर चळचळा कापतात आणि हा कालचा जयाप्पा शिंद्यांचा पोरटा— व्हटावर अजून नीट मिसरूड फुटले नाही आणि वर आम्हांला पराक्रमाच्या गोष्टी शिकवतो?''

''बळवंतराव, किती वेळा सांगायचे? मोठ्यांनी मनेही मोठीच करावीत.''

''ते काही नाही भाऊसाहेब, जगो वा मरो, इथल्या मातीला आम्ही मेहेंदळ्यांचं पाणी दाखवूच.''

बळवंतरावांची समजूत घालीत स्वत: विश्वासराव त्यांच्यासोबत हुजुरातीच्या पथकाकडे गेले.

भाऊसाहेब उठले. लाडक्या चंद्रसेनावर मांड ठोकून निरीक्षणासाठी बाहेर पडले. खाशांचे पथक कलंदर चौकाकडून किल्ल्यावर आले. तटबंदीवरून भाऊसाहेबांची नजर पानिपतच्या आग्नेयेस गेली. आठ मैलांवर जलालपूर, बापौली आणि गोयला गावांकडे अब्दालीने नवी छावणी टाकली होती. आठ दिवसांमागेच त्याने आपले लष्कर नव्या जागेत हलविले होते.

समोरच्या परिसराकडे बघून भाऊसाहेबांच्या काळजात चर्र झाले. दीड महिन्यामागे घोड्याखाली घातलेला हाच का तो हिरवागर्द परिसर? युद्धाच्या धामधुमीत त्याचे एवढे मातेरे झाले? जलालपूर, बापौलीच्या बाजूला केवढी गर्द झाडी होती. वाटा-

आडवाटांनाही दुतर्फा सुंदर वृक्ष आणि पशुपाखरे. आता त्याच झाडांची आठ-दहा दिवसांत बेसुमार तोड झाली होती. आपल्या नेहमीच्या पद्धतीने अब्दालीने झाडे तोडून त्यांचा बुरूज लष्कराभोवती रचला होता. खंदकही खणला होता. लाखभर माणसाला नेहमीच्या वापराला थोडा लाकूडफाटा लागतो? त्यात सकाळ-संध्याकाळची कडाक्याची थंडी. दर तिघाचौघांत शेकोटी. त्यासाठीही वृक्षांचा बेसुमार वापर.

अब्दालीच्या नव्या छावणीपासून तीन मैलांवर छाजपूर गावाजवळ दोन्ही लष्करांच्या दरम्यान सैनिकांनी एक प्रचंड वृक्ष वाढसून त्याचा रणखांब तयार केला होता. सारा प्रदेश सपाट. त्यात आजूबाजूची पळसाची झाडे तोडल्याने चांगले पटांगण झाले होते. मराठ्यांची उत्साही पथके तिथवर जायची आणि ''हरऽ हरऽ महादेव''चा जयघोष करायची. मात्र अब्दाली अजून आब राखून होता. कासवासारखे छावणीच्या पोटाखाली पाय आखडीत होता.

पानिपतावरून खालच्या अंगाला भाऊसाहेबांची नजर गेली आणि ते चमकले. राजाखेडी आणि उग्राखेडी मधल्या सुवाखेडी गावातून छकडे, बुरख्याच्या गाड्या बाहेर पडत होत्या. उंटाचे गाडे गावाबाहेर जात होते. भाऊसाहेबांनी विचारले,

''नाना, आम्ही काय पाहतो आहोत हे? कुठे निघालेत हे लोक?''

''श्रीमंत, रेड्यापाड्यांच्या झुंजात दीनदुबळे कसे राहणार?'' नाना पुरंदरे बोलले, ''एवढे दोन बलाढ्य सेनासागर आसमंतात उतरल्याने इथल्या सामान्य रहिवाशांची गाळण उडाली आहे. जीव वाचविण्यासाठी सामानसुमान घेऊन जो तो ह्या परिसरातून बाहेर धावतो आहे.''

''पण ह्या एका गावातील माणसे एकाच वेळी अशी बाहेर?''

''श्रीमंत, काल रात्री तोफांच्या गोळ्यांची हाणाहाणी झाली. हा गाव बरोबर मध्ये येतो. चार गोळे गावावर पडले. त्या बघा ढासळलेल्या भिंती, कोसळलेली छपरे आणि धुरकटलेला गाव. काल रात्रीच आग भडकली. निम्मा गाव पेटला. आता शेताबांधांतून दोन्हीकडची माणसे, जनावरे इकडेतिकडे फिरू लागली आहेत. गावकऱ्यांनाच पाणी कमी पडू लागले आहे. उभी पिके बेचिराख झाली. आता कोण कशाला थांबेल? बहुतांशी रात्रीच्या वेळी मारामारी नसते म्हणून लोक चोरासारखे गाड्या जुंपून, असतील ती जनावरे घेऊन गाव सोडतात. येत्या चार दिवसांत ह्या एका बाजूच्या यमुनेच्या काठापर्यंतची आठ-दहा गावे उठलीच पाहिजेत, नाही तर मरणाला सामोरं जाण्याशिवाय त्यांना इलाज नाही.''

विषण्ण मनाने भाऊसाहेब समोरचा मुलूख निरखू लागले. सुवाखेडीच्या मागचा तलाव निम्म्यावर आटला होता. चारी अंगाला उघड्या गाळाचा तांबूस थर दिसत होता. बाजूची गव्हाची राने घोड्यांनी, तट्टांनी, उंटांनी व्हलपटून टाकली होती. मिळेल त्या लोंब्या शेतकऱ्यांनी वरच्यावर कच घालून तोडून नेल्या होत्या. काळ्या आंब्याच्या बाजूची आमराईही सफाचट होऊ लागली होती. मंतरलेले पवित्र झाड म्हणून कोणी काला आमवर हत्यार चालविले नव्हते. बाजूचा प्रदेश नागडा होऊ

लागल्याने काला आम एकटादुकटा, भयाण भयकारी दिसत होता. त्याच्या वरच्या अंगाच्या काबुलीबाग विजयस्तंभाजवळ भाऊसाहेबांचे लक्ष गेले. समोरच्या पेरूच्या बागा विळ्या-कोयत्यांनी कचकचा तोडल्या जात होत्या. तोडवाल्यांना न्याहाळत भाऊसाहेब म्हणाले,

"नाना, ती समोरची पात्रातली आमची बुणगाइतीची मराठी माणसे दिसतात?"

"होय श्रीमंत, आपलेच बुणगे पेरूच्या बागा तोडत आहेत. सूर्य मावळतीकडे झुकला की, हीव भरणारी थंडी अंगात शिरते. आपल्या फौजेला तरी काय थोडे जळाऊ लाकूड लागते? आसपासचा लाकूडफाटा केव्हाच संपला आहे. आता ओल्या लाकडांना धग देऊन आपले लोक तशीच झाडे जिवाच्या जोराने जाळतात."

"श्रीमंत, थंडीच्या कडाक्याने दुबळी, खंगली शे-चारशे जनावरे गेल्या चार दिवसांत गमावली. दहा-पंधरा म्हातारे यात्रेकरू वैकुंठाला गेले," महिपतरावांनी माहिती दिली.

राजाखेडी, उग्राखेडी ते काबुलीबागेपर्यंतच्या परिसरात ठिकठिकाणी मराठ्यांच्या चौक्या उभ्या दिसत होत्या. वाऱ्याच्या झोतावर रानातले भगवे झेंडे फडकत होते. समशेरबहाद्दर नेटाने काम करीत होते. मोठमोठ्या विहिरींकाठी धमधमे बांधून लांब पल्ल्याच्या अजस्र तोफा रोवल्या जात होत्या. मराठी पथकाला गारद्यांचे काही बेडे मदत करीत होते. सोबत पानशांचे पथक होतेच. उजाड, वैराण होत चाललेल्या आसमंताकडून भाऊंची नजर पानिपतच्या उत्तरेकडून पूर्वेस, नदीकडे वाहणाऱ्या ओढ्याकडे गेली. दीड महिन्यामागचे ओढ्याचे ते झुळझुळणे, हसत वाहणे आणि मध्येच लयदार वळणे घेत मुरडणे कुठल्या कुठे नाहीसे झाले होते. ओढ्यात मधेमधे पाण्याची डबकी दिसत होती. बाकी पात्रात सारे केकताड किंवा शेरणीचे पुंजके. ओढ्याचे ते वैधव्य बघून भाऊसाहेब चमकले. बोलून गेले,

"ओढाही आटला?"

"श्रीमंत, फिकीर कशाला करता?" महिपतराव म्हणाले, "गावच्या पश्चिमेकडून तुडुंब कालवा वाहतो आहे. मराठी लष्कराला पाण्याची ददात कधीच पडणार नाही."

तिन्हीसांज होत आली. आज कार्तिकी वद्य अमावस्या असल्याने मिळाला तो ओला लाकूडफाटा घेऊन यात्रेकरू, बुणगे पानिपताकडे लवकर माघारा वळले. भाऊसाहेबांनी गेल्या दीड महिन्यात पानिपत गाव भारून टाकला होता. त्यांची छावणी पूर्व-पश्चिम सहा मैलांत पसरली होती. दक्षिणेला दोन मैलांचा भागही त्यांनी काबूत ठेवला होता. उत्तरेकडचा तीस-चाळीस मैलांचा कुंजपुऱ्याचा रस्ताही त्यांच्या करड्या नजरेखाली अंग मुरवून निपचीत पडला होता. चांदणी बागेकडून भाऊंचा बेडा जसा आत गावात निघाला तसे रस्त्यावरचे हिंदु-मुसलमान बसल्या जागेवरून उठून त्यांना सलाम करू लागले. प्रेमाचा स्वीकार करीत करीत भाऊसाहेब मुख्य तळाकडे निघाले.

...७ डिसेंबर १७६० चा दिवस. रसदेच्या तरतुदीचे नाव सांगून नजीबखान आपला भाऊ सुलतानखान रोहिला याला घेऊन बाहेर पडला होता. सोबतीला एक हजार घोडा आणि पाच हजार प्यादे होते. प्याद्यांच्या हातात ठासलेल्या बंदुका होत्या. तिन्हीसांजेची वेळ साधून जरा जवळून चालत चालत जाऊ, बघू मराठ्यांच्या हालचाली, ह्या इराद्याने तो आपल्या पथकासह पानिपतच्या दक्षिण बाजूने, झुडपांच्या-ओढ्यांच्या आडोशाने चालू लागला.

हवेत गारठा वाढला. खंदक सोडून पुढे आणलेल्या तोफा नेहमीच्या सवयीने मराठा राऊत मागे नेऊ लागले. कोणी बैल हाकू लागले. काही राऊत-बारगीर, गारदी शेकोट्या पेटवून थंडीपासून जीव वाचवू लागले. पाप-पुण्याला भिणारे काही बहाद्दर मराठा गडी आज अमावास्या म्हणून अंग चोरून एकमेकांशेजारी सरकू लागले.

मराठ्यांचे नाव काढताच नजिबाच्या अंगाचा तिळपापड उडायचा. आता तर मराठ्यांच्या दर्शनाने कोणी तरी सर्वांगाला कवसकोली फासल्यासारखेच त्याला वाटू लागले. तो आम दुनियेवर, सुलतानखानावरही जाम वैतागला. त्याची जीभ वळवळली.

"अरे सुलतान, तू रोज बघतोस ना? ही दख्खनची माकडे काय खळीला येतात ती! शौर्याचा आव आणून ती भुते त्या रणखांबाकडे नाचत येतात. वेडावून दाखवतात. अधेमधे तोफगोळे उडवून आव्हान देतात. धांडोरा पिटतात."

"भैय्याजीऽ, बादशहाचे चूप बसण्यामागे काही आडाखे... काही अंदाज असतील."

"कसला डोंबलाचा आडाखा घेऊन बसलास बेटा सुलतान? साऱ्या फजूल बाता. त्या दुराणीवरचा माझाही विश्वास ढळू लागला आहे."

"अशी कशी बात करता भैय्याजी?" सुलतानखान चमकला.

"गैरविश्वास दाखवायचा नाही तर काय करायचे? ही उंदरेबंदरे दिवसाढवळ्या नाचतात. मग हा इस्लामचा शहेनशहा का चूप बसतो? तुझ्या मताप्रमाणे समज, कदाचित अजून लढाई करायचा बादशहाचा विचार असेलही; पण तो दुराणी काही तुझा-माझा जिजाजी नाही."

"मतलब?"

"कसला फुकाचा मतलब घेतोस? तो इराणी इथे किती दिवस राहणार आहे? एक दिवस जाईल निघून, आणि पुन्हा आपली ह्या मर्कटांशी गाठ! म्हणून सांगतो सुलतान, हा कंदाहारी इथे आहे तोवर हात धुऊन घेऊ. युद्धाला आपणच तोंड फोडू! विषारी वृक्ष नुसता तोडून चालत नाही. त्याला पुढे कोंब फुटतात. ह्या दिल्लीच्या मुलखात राहणाऱ्या मराठ्यांची मुळी-डहाळी जाळून-पेटवून यांना पवित्र गंगा-यमुनेच्या काठावरून नष्ट केलं पाहिजे. अरे सुलतान, तूच ह्या मर्दाचा सगा भाई आहेस ना? तूच ह्या काबुल्याला आवताण द्यायला कंदाहारी गेला होतास ना? मग हा हौसेचा पती किती दिवस फुकट पोसायचा? ह्या अशा दिरंगाईने माझ्या स्वप्नांचा

आयना फुटून त्याचा कुस्कारा व्हायचा. एका मामुली लंगड्या तट्टावरून मी अफगाणातून इकडे आलो कशाला? प्याद्याचा फर्जी आणि फर्जीचा फर्जदखान झालो तरी कशाला? माझं इवलंसं, नन्हंमुन्हं स्वप्न पूर्ण व्हायला इतके दिवस, इतका घाम, इतके रक्त, अश्रू आणि बराच मोठा घासदाणा हवा कशाला?''

नजिबाच्या ढुसण्या-टोचण्यांनी सुलतानखान पेटू लागला. आगीत अधिक तेल ओतत नजीब म्हणाला,

''अरेऽ ते बघऽ दख्खनी चुव्वे अंग कसे शेकत बसले आहेत. घे झेप आणि आगीने भाजून काढ त्यांना.''

''भैय्या, बादशहाचा हुकूम...''

''कोण बादशहा? कुठला बादशहा? हे सारं कोणासाठी चाललं आहे मूर्खा?'' नजीब खवळला, ''सुलतानऽऽ, अरे त्या काफर इब्राहिमला खुदाने काफर असूनही फत्तेखानासारखा मर्द भाऊ दिला, ज्याने बादशहाच्या छावणीत शिरून त्याच्या तोफा पळविल्या! आणि हे परवरदिगार, हा असला कसला भाऊ माझ्या झग्यात टाकलास की, जो काफरांकडे गाझीसारखा झेपावत नाही, लवंडीसारखा नुसता टकटका बघतोऽऽ...''

खवळलेल्या सुलतानखानाने चिडीने लगाम खेचला. पाठीमागचे पथक बावरले. त्यांच्यापुढे लोटांगण घालीत नजीब ओरडला,

''गाझींनोऽ, बंधूंनो, नामर्दासारखे त्या काफरांकडे बघता काय? काफरांनी खंदक खोदून आयती दुतर्फा माती टाकली आहे. चलाऽ धावाऽऽ, कत्लेआम जिहादऽऽ, त्या मरगठ्ठ्यांना त्याच खंदकात गाडा. वरकड मातीसाठी दुसरीकडे धावाधाव नको.''

रणमदाने धुंद झालेले रोहिले एकाएकी वगळीतून वर निघाले. सुडाने पेटून, हवेत गरगरा हत्यारे फिरवीत मराठ्यांवर तुटून पडले. पहिल्या दणक्यात सुतरनाळ, गरनाळ नेणाऱ्या राउतांवर त्यांनी हल्ला चढविला. बेसावध मराठ्यांची मुंडकी कचाकच तुटून खंदकात पडू लागली. मराठे सावरले. अंगातली थंडी कुठल्या कुठे पळून गेली. पटापट घोड्यावर मांड ठोकून, हातात तलवार-भाले घेऊन ते रोहिल्यांकडे झेपावू लागले. थयथय नाचत घोडी खंदकातल्या तरफांवरून बाहेर झेपावू लागली. तोच रोहिल्यांचे आघाडीचे भिडलेले स्वार बाजूला पळाले. खंदकापुढे त्यांचे प्यादे बंदुका घेऊन खडे झाले. धडाधड गोळ्या बाहेर पडू लागल्या तसे हुजुरातीचे स्वार उधळले जाऊ लागले. कातडीचा टवका काढून जळत्या गोळ्या अंगात शिरून घोड्यांची दाणादाण उडवू लागल्या, तशी घोडी दोन्ही खूर हवेत उंचावून भयानक सुरात खिंकाळू लागली, अंगावरच्या स्वाराला शेपटीकडचा भाग जोरात उडवून बाजूला फेकू लागली. कैक स्वार बाजूला फेकले तरी रिकिबीत पाय अडकल्याने घोड्याबरोबर मोळी होऊन ओढले गेले. खंदकात घोड्यांचा आणि राउतांचा खच पडू लागला. रोहिल्यांचे प्यादे बार उडवून बंदूक खचायला मागे पळू

लागले. तशी आधीच बार भरलेली मागची पथके तयारीत पुढे सरकू लागली. गोळ्यांचा पाऊस पडू लागला. नेटाक, चपळ मराठी घोड्यांचा अतोनात नाश होऊ लागला. रोहिले खंदकावरचा एक तराफा ताब्यात घेऊन त्यावरून पुढे सरसावले.

केविलवाण्या आरोळ्यांनी, असह्य जखमांनी नहात्या घोड्यांच्या खिंकाळण्याने आसमंत शहारला. पानिपत गाव थरथरला. घराघरांत गोरगरीब दारे-खिडक्या लावून चूप बसले. मराठ्यांच्या अनेक तुकड्या बावरल्या. जिथे हलकल्लोळ माजला तिकडे उत्साही एकांडे हुकूम नसताना धावू लागले. आधीच दिवसभर डोके सरकलेला बळवंतराव धुंद झाला. त्याचा घोडा आगीकडे धुंदकत चालला. ''अरे, बघता काय? गिलच्याला हाणाऽ'', ''माराऽ'' म्हणून तो आगीकडे झेपावू लागला. भाऊसाहेब घोड्यावर झेप घेऊन विजेसारखे धावत आले. आधीच खंदकाकडे समोरची हुजुरातीची पथके उतरत होती. हजारभर स्वार खंदकापलीकडे गेले; पण आगीच्या माऱ्याला भिऊन पुन्हा आत सरकले. माघारा पळू लागले. तोच भाऊसाहेबांनी इशारा केला तशी लाठ्याकाठ्या, सोटे घेतलेले बाजूचे पथक सरसावले. त्यांनी खंदकाच्या तोंडाला माघारा फिरलेले मराठी स्वार अडविले. घोड्यांच्या पायांवर, स्वारांच्या पाठीत दणादण रट्टे बसू लागले. रिकिबीत अडकलेले पाय सोट्याने सडकून काढले. पेकाट, मणके हलके होऊ लागले तशी हुजुरातीची घोडी नेटाने मागे वळली. रोहिल्यांवर आदळू लागली.

हातातल्या अफगाण बंदुकांमुळे रोहिल्यांच्या नांगा वरचढ होत्या. ते हटातटाने झटपटू लागले. तसे दोन-तीन कासऱ्यांवर गारद्यांचे तंबूर आणि पडघम वाजू लागले. इब्राहिमच्या तुकड्या पलीकडून खाली खंदक उतरल्या. गारद्यांच्या बंदुकांचा कडकडाट सुरू झाला. ते खंदकापलीकडून धावत रोहिल्यांच्या पाठीवर आले. गोळ्यांना गोळीने उत्तर देऊ लागले. भयंकर धुमश्चक्री माजली— इब्राहिमखान तोफच्यांवर ओरडू लागला. तोफांचा धडाका आणि आगीचा कडाका सुरू झाला; पण आता दोन्हीकडील फौजांची सरमिसळ झाल्याने तोफेने डागायचा कोणाला आणि सोडायचा कोणाला? इब्राहिमने ओरडून तोफा बंद करण्याचा इशारा दिला. गारद्यांच्या जादा तुकड्या खंदक उतरू लागल्या. ''हाणाऽ'', ''माराऽ'' म्हणून मेहेंदळे ओरडू लागले.

अंधारात आगीने आणि मृत्यूने धुमाकूळ घातला. घोड्यांना घोडी आणि माणसांना माणसे भिडली. रणचंडी थयथया नाचू लागली. हातातल्या तलवारीने रोहिले गारद करीत बळवंतराव मध्येच घोडा उडवू लागला. तोच एक रोहिल्याची गोळी सूंऽ सूं करीत आली आणि बळवंतरावांच्या छाताडात घुसली. रक्ताच्या चिळकांडीबरोबर बळवंत उडाले आणि घोड्याच्या पायांखाली आले.

तसे सात-आठ रोहिले ''दीनऽ दीनऽ''चा गजर करीत धावले. एकाने चवताळत पुढे जाऊन हिसडा मारून बळवंतरावांना केस धरून ओढले. पाय रक्ताने माखलेल्या छाताडावर ठेवला, दुसऱ्याने झटक्यात बळवंतरावांच्या अंगरख्याच्या गुंड्या तोडल्या.

हातातल्या तलवारीने रोहिले गारद करीत बळवंतराव मध्येच घोडा उडवू लागला. तोच एक रोहिल्याची गोळी सूंऽ सूं करीत आली आणि बळवंतरावांच्या छाताडात घुसली.

पहिल्याने दुसऱ्या हाताने मानेवर वार केला. तो बळवंतरावांची मुंडी कापू लागला. रक्ताचे उमाळे फुटले, तोच "बळवंतरावऽ" म्हणून गजर करीत अकलूजच्या खंडेराव नाईक-निंबाळकराने खाली उडी ठोकली आणि तो त्या रोहिल्यांच्या अंगावर ढासळला. रोहिला बाजूला करून बळवंतरावांच्या देहावर आडवा झाला. लागलीच आठ-दहा मराठा स्वार त्या जागेवर चित्त्यासारखे झेपावले. बळवंतरावांच्या मुडद्याशी झोंबू लागलेल्या रोहिल्यांना त्यांनी धारदार विळ्यांनी बाजरीची ताटे तोडावीत तसे वाडसून काढले.

ह्या गलक्याने, दंग्याने दूर असलेली होळकरांची पथकेसुद्धा पुढे झेपावली. शिंदे बेभान होऊन लढू लागले. सर्वांनी कोल्ही दांडलावी तसे रोहिल्यांना चोपून काढले. बळवंतरावांचा मुडदा ओढायचा प्रयत्न फसला. उभे रोहिले आडवे होऊ लागले. त्यांची संख्या रोडावली. सहा हजारापैकी निम्म्याहून अधिक रोहिला गारद झाला. तसे ते मागे हटले. अंधारात पळू लागले. हजारो मुंडकी पडली आणि उरलेल्यांची अंगे सडकून निघाली, तरी त्यांना दु:ख नव्हते. एक बळवंतराव मराठा पडल्याने ते आनंदाने वेडे झाले. लढाई जिंकल्याचा आव आणून शहादणे वाजवीत, वेताळासारखे नाचत, विकट हसत आपल्या तळाकडे पळू लागले.

लढाई थांबली. बळवंतरावांचे प्रेत बारगिरांनी भाऊसाहेबांपुढे आणून ठेवले. भाऊंनी त्यांच्या मुखावरून हळुवार हात फिरवला. निमअर्ध्या कापल्या गेलेल्या मानेतून अजून रक्त ओघळत होते. "बळवंतरावऽऽ" म्हणून त्यांनी जोरात हंबरडा फोडला. एवढा बहाद्दर सरदार पडल्याने साऱ्यांवर शोककळा पसरली होती. बाकीचेही टिपे गाळू लागले. भाऊंचे हृदय गलबलून गेले होते. अजून मोठमोठ्याने हंबरडा फोडावा अशी त्यांची भावना झाली; पण काळजावर दगड ठेवून त्यांनी मनास आवर घातला. खासाच जर असे करू लागला तर शिपायांची अवस्था काय होईल? मुडदा पालखीत घातला. भोई गोटाकडे चालू लागले.

तासाभराच्या लढाईत मराठ्यांचीही खूप हानी झाली होती. तगडे हजारभर स्वारराऊत गारद झाले होते. मुडदे रक्ताने आणि मातीने माखलेले, मुडद्यांत मुडदे मिसळलेले. मशालींच्या उजेडात बारगीर मुडद्यावर पाणी ओतू लागले. तोंडे धुऊन रक्त-माती बाजूला करून मृत स्वारराऊत ओळखू लागले. हजारभर मुडद्यांचा ढीग बाजूला केला. ऐन वेळी एवढे मुडदे जाळायला कोठून लाकूडफाटा आणायचा? एक बारगीर अंताजी माणकेश्वराला विचारू लागला,

"पंतऽ, लाकडाचे काय?"

"काय करायचे? मरण आणि सरण नित्याचा खेळ झाला आहे. वेगळ्या चिता रचू नका. धरतानाच चिता मोठ्या धरा. एकेका सरणावर साताठ साताठ मुडदे टाकाऽ!"

मेहेंदळ्यांचा गोट गलबलून गेला. लक्ष्मीबाई धाय मोकलून रडू लागल्या. "रावऽ आम्हांला का सोडून गेलात होऽऽ" असा आकांत करीत त्या मुडद्यावर पडू

लागल्या. आक्कासाहेबांच्या शोकाला तर सीमाच नव्हती. ''माझ्या बांधवाऽ, साजिंद्या, वीराऽ, वासराऽऽ'' करून त्या मोठमोठ्याने रडत होत्या. अप्पाराव, नाना सारेच शोकाकुल झालेले.

लक्ष्मीबाई बळवंतरावांबरोबर सहगमन करणार, सती जाणार ही वार्ता तळावर वाऱ्यासारखी पसरली. भाऊसाहेब महिपतरावांना म्हणाले,

''महिपतरावऽ, सती जाणे म्हणजे पुण्याचे काम; पण यामुळे आपल्या लष्करातल्या बाकीच्या शिपायांना आपली बायका-पोरे आठवणार नाहीत का? त्यांचे मनोधैर्य...''

''अशी यवनासारखी काय भाषा करता, श्रीमंत?'' महिपतराव चमकून म्हणाले, ''पातिव्रत्य हे आपल्या धर्मात महामंगल आहे. रघुजी भोसले, शाहू महाराज गेले, त्यांच्या सोबत त्यांच्या किती स्त्रिया गेल्या! खंडेराव होळकर वारले तेव्हा त्यांच्या समागमे तिघी स्त्रिया, पाच राखी आणि दोन कलावंतिणी अशा दहा जणी सती गेल्या. अहो, लांबच्या बाता कशाला? खुद्द आपले तीर्थरूप चिमाजीअप्पा गेले तेव्हा त्यांच्या सोबत आपल्या मातोश्री अन्नपूर्णाआईसाहेब यांनी सहगमन केले नाही का? हा तर आपला युगधर्म आहे.''

भाऊसाहेब तरीही मेहंदळ्यांच्या गोटात गेले. लक्ष्मीबाईंना समजावू लागले. धाय मोकलून लक्ष्मीबाई म्हणाल्या, ''इकडची स्वारी लौकिक करून गेली. मी त्यांची सांगातीण होईन.''

''पण अप्पाराव अजून लहान आहेत. त्यांचे काय?'' भाऊसाहेब.

अप्पाराव धावत पुढे आला. आईला बिलगला. केविलवाण्या सुरात विचारू लागला,

''आईऽ, आम्ही अन्नपाणी कोणापाशी मागावे? आम्हांस सोडून न जावे.''

''बाप्पा, अन्नपाणी ईश्वरापाशी मागा. आम्हाला मिथ्यामायेत गुंतवू नका.''

भाऊसाहेबांनी अप्पारावाला जवळ ओढले. मांडीवर घेतले. निश्चयी लक्ष्मीबाईंना ते म्हणाले,

''ठीक आहे वहिनीसाहेब, तुमच्या निर्धाराआड आम्ही येणार नाही. निश्चिंत जा. आम्ही अप्पाला सवाई बळवंतराव करू.''

रात्री काबुलीबागेजवळ मोठे सरण रचले. लक्ष्मीबाईंनी पुतळ्या, अंगठ्या, बाजूबंद, पाटल्या, नथ, कुड्या असे अंगावरचे सारे दागिने गोरगरिबांना दान केले. मंगलविधी पाहण्यासाठी, सतीदर्शनासाठी यात्रेकरूंनी, बुणग्यांनी दांडगी गर्दी केली. राणवशातल्या स्त्रियांनी, सरदारांच्या बायांनी लक्ष्मीबाईंचा मळवट भरला. हळदी-कुंकवाचे दान झाले. लक्ष्मीबाईंनी सारी शिल्लक ओतून ती लष्करातल्या गोब्राह्मणांना दान केली. सभोवती वाद्ये वाजू लागली. चिता पेटली. जनकोजी मोठमोठ्याने हुंदके देत रडू लागला. विश्वासराव त्याला समजावू लागले. बराच उशीर झाला. चितेतले बाजूला पडलेले निखारे विझवून बायकामुले तो पवित्र अंगारा पदरात बांधून तळाकडे परतू लागली.

तासभर भाऊसाहेब चितेशेजारी बसले. ''श्रीमंतांनी त्रास घेऊ नये, निघावे,'' बाकीच्यांनी समजावले. भाऊसाहेब पालखीत बसले. पानिपती निघाले. गावात शिरता शिरता त्यांनी गोंडे बाजूला करून मागे बघितले. रानात मराठी शिपायांच्या किती तरी चिता जळत होत्या.

स्नान उरकून आणि दीपदर्शन घेऊन भाऊसाहेब तडक शयनमहालात आले. पोटात अन्नाचा कण नव्हता, तरी भुकेची वासना होत नव्हती. पार्वतीबाई शेजारी आल्या. समजावू लागल्या. आजूबाजूला कोणी नव्हते. आता रडायची चोरी नव्हती. मघापासून कोंडून, दाबून ठेवलेले उमाळे, हुंदके जोराने बाहेर आले. भाऊसाहेब वेड्यासारखे रडू लागले.

''पार्वतीऽ, फार वाईट झाले गंऽ. ही काळरात्र, आमचा बालमित्र, जिवाचा सोबती हरण करून गेली.''

पार्वतीबाई परोपरीने समजावू लागल्या, ''श्रीमंत, शांत व्हा. भावोजी गेले. आम्हांवर डोंगर कोसळला. पुरंदरे भावोजी, चिटणीस भावोजी असे आपले अनेक बाळपणीचे सोबती आहेत. ते भावोजींची पोकळी भरून काढतील.''

''नाही पार्वती, ते शक्य नाही. ही खोल पोकळी कोणीच भरून काढू शकत नाही. महिपतराव काय, त्र्यंबक सदाशिव काय, कोणी बोरूबाजीत बहाद्दर आहे, कोणाचा हात तलवारबाजीत कोणी धरू शकणार नाही. पण बळवंतरावांची तऱ्हा काही और होती. तो समशेरीचा शेर आणि जिवाचा सखा होता. खरं सांगू पार्वती, बळवंतरावांच्या ह्या अवचित जाण्याने आमच्या डेऱ्याचा एक मजबूत खांब कोसळलाऽ! पार्वतीऽ वाईट झाले गं!''

□

सचिंत मुद्रेने सारे खासे मसलतीच्या डेऱ्यात बसले होते. बळवंतरावांना अमावासेदिवशी वीरगती मिळाली. तेव्हापासून मराठा लष्करामागच्या सारे ग्रहच हात धुऊन मागे लागले होते. अप्पाजी जाधवराव सांगत होते,

''गिलचा हळूहळू पाय बाहेर काढू लागला आहे. त्याचे धारकरी आसमंतात आपली रसद मारण्यासाठी हिंडू लागले आहेत. दिवस म्हणत नाहीत की रात्र म्हणत नाहीत.''

''होय श्रीमंत, दिल्लीच्या वाटेवर ते वेताळ जागोजाग अडथळे उभे करीत आहेत. साधी डाकसुद्धा सोडत नाहीत. सांडण्या अडवतात आणि खलिते हिसकावून घेतात,'' नाना पुरंदरे सांगू लागले.

''मग दिल्लीत राहून नारो शंकर आणि बाळोजी पालांडे काय करतात?'' विश्वासरावांनी चिडून विचारले.

''ते तरी काय करणार? त्यांच्याकडे असा कितीसा फौजफाटा आहे? फार तर पाच-सहा हजार. आजूबाजूचा मुलूख सुजाचा आणि वरचा भाग नजिबाचा. सारे

चोरांना सामील,'' समशेरबहाद्दरने परस्पर उत्तर देऊन टाकले.

मघापासून शांत बसलेले भाऊसाहेब बोलू लागले,

''पानिपताला लागून कुरुक्षेत्राचाही प्रदेश आहे, म्हणूनच की काय पुन्हा या मातीवर महाभारताचे स्वरूप अवतरू लागल्याचा भास आम्हांला होतो. दोन्ही लष्करे हटातटाला पेटली आहेत. घासदाणा मिळविण्यासाठी अब्दाली काबूल-कंदाहारला जाणार नाही, त्याला दाणावैरण इथूनच गंगा-यमुनेच्या मधल्या टापूतून, अंतर्वेदीतून मिळेल. फार तर वर त्यासाठी हरयुक्तीने तो पंजाबमध्ये घुसेल. आता कोण कोणाची रसद लुटून दुसऱ्याला उपाशी मारतो यावरच आखरी जंगाचा रंग अवलंबून आहे; पण आतापासूनच आमच्या घासदाण्याचा तवाईचा प्रसंग गुदरू लागला, तर पुढे फौजा कशा तग धरणार? सुभेदारकाका, जनको, समशेर, अंताजीपंत, नाना, मानाजी आत्ताच कंबर कसू, वाळूचे कण रगडू, पण कोणत्याही स्थितीत लष्कराच्या रसदीच्या वाटा खुल्या झाल्या पाहिजेत. वेळेला घासदाणा द्यायलाच हवा.''

नाना पुरंदऱ्यांच्या हातात खलिता होता. तो उंचावत पुरंदरे म्हणाले,

''अलासिंग जाटाचे पत्र कालच लाभले आहे. गेल्या दहा रोजांत पाठीवर दोन-दोन गोणी लादून म्हणे त्यांनी पतियाळाच्या मुलखातून पाच हजार बैल धाडले. ती रसद लाभली की नाही याची विचारपूस अलासिंग करतो.''

''यांपैकी एकही बैल लष्कराच्या आसपास पोहोचला नाही ह्याला काय म्हणावे?'' विश्वासराव विचारू लागले.

भाऊसाहेब काळजीच्या सुरात बोलले, ''मध्येच कोणी बैल अडवून रसद मारीत असले पाहिजे. चारा नाही, धान्य नाही, तर फौज कशी जिती राहणार? आजूबाजूचा सारा मुलूख म्हणजे एक वैराण वाळवंट होऊ लागले आहे. जनावरे, माणसे जगली नाहीत तर ती झुंजास कशी उभी ठाकतील? महिपतराव, त्वरित अलासिंगांना लिहा, आपली रसद अजिबात बंद करू नका. किती महाग पडेल तितकी पडू द्या. गिन्नीसाठी रुपया मोजावा लागला तरी चालेल, पण धान्य पाठवा. पोटाची आबाळ मिटली नाही तर साऱ्या मनोरथांची माती होईल.''

''काकासाहेब, पंजाब तर सोडाच पण आजूबाजूच्या घासदाण्यालासुद्धा आम्ही पारखे होऊ लागलो. बाहेर बंजाऱ्यांचा मुखिया सुमेरसिंग आपल्या भेटीसाठी ताटकळत बसला आहे, त्याला ह्या बैठकीत बोलवा. त्याच्या तोंडूनच ऐकू या, गिलच्याने गोष्टी कोणत्या थराला नेल्या आहेत ते,'' जनकोजीने सूचना केली.

सुमेरसिंगाला बोलावणे गेले. सुमेरसिंग लागलीच बैठकीत आला. साऱ्या खाशांना मुजरा करून दीनवाण्या मुद्रेने बाजूला बसला. सुमेर म्हणजे बंजाऱ्यांना आपला राजाच वाटायचा. शामकर्ण अश्वासारखी ऐट असणारा सुमेरसिंग खंगल्या, गावंढळ तट्टासारखा दिसू लागला होता. भाऊसाहेब विचारू लागले,

''सुमेरबाबा, असा वाळलास कशाने? काही दवादारू घेतोस की नाही?''

सुमेरसिंगाला भडभडून आले. आपल्या गळ्याभोवतीचा तांबूस परकावळा डोळ्याला लावून तो म्हणाला;

"हुजूर, मराठ्यांच्या सेवेत काळ्याचे पांढरे झाले. ह्या होळकर हुजुरांना विचारा. राणबा शिंद्यांपासून ते दादासाहेबांच्या स्वाऱ्यांपर्यंत साऱ्यांची सेवाचाकरी केली. लष्कराला घासदाणा कमी पडू दिला नाही. आमच्या अनेक पिढ्या ह्याच धंद्यात खपल्या; पण असा तवाईचा वखत कधी गुदरलाच नव्हता."

"अडचणी काय आल्या ते तरी सांगा सुमेरबाबा."

"काल रात्री सात कोसांवर नदीच्या काठाला माझ्या टोळ्यांना यवनांनी गाठलं. आमचे धान्याने भरलेले उंटांचे गाडे, घोडी, तट्टे जवळ जवळ दोन हजार जनावरे त्या सैतानांनी धनधान्यासकट परागंदा केली."

"भाऊसाहेब, आमच्या जासुदांनी आणलेली खबर खरी आहे," समशेर सांगू लागला, "दोन दिवसांमागे त्या गिलच्याने शहापसंदखान नावाचा एक दुष्ट सरदार सहा हजार स्वारांनिशी आपली रसद मारण्याच्या कामावर सोडला आहे. तो वाटा, रस्ते, मारीत आपली रसद तोडतो आहे. एवढेच नाहीत तर, ह्या प्रदेशातल्या गावात रात्रीचा शिरून तो गावे कोंडतो, तिथलीच तट्टे, गाढवे तिथल्याच गाड्यांना जुंपतो. वैरणीच्या गंज्या, धान्याच्या गोणी, कणगीटोपली दमबाजी करून त्यांच्या लष्कराकडे नेतो. आपल्यासारख्या गिन्न्या मोजीत नाही. जे गवसेल ते त्यांचे."

भाऊसाहेबांनी अंदाज बांधला. गिलचा स्वस्थ बसलेला नाही. हळूहळू मराठ्यांच्या तळाभोवती फास टाकून तो लष्कराला कोंडण्याचा प्रयत्न करतो आहे. यापुढे फौजेत घासदाणा, वैरणकाडी पुरविणाऱ्या पेंढाऱ्यांना, बंजाऱ्यांना आणि पंजाबकडच्या चारणांना लष्कराने संरक्षण द्यायचे. त्यासाठी दमाजी गायकवाड, समशेरबहाद्दर, दरेकर, पायगुडे यांनी आपल्या स्वारांतले मजबूत हाडापेराची चपळ घोडी असणारे शेलके स्वार निवडायचे. मसलत आटोपता आटोपता भाऊसाहेब म्हणाले,

"ह्या बंजाऱ्यांतील ज्यांची घोडी, तट्टे वा बैल नाहीसे झाले वा गिलच्याने लांबवले, त्यांना तात्पुरती सरकारातली जनावरे द्या. बंजाऱ्यांच्या हर टोळक्यामागे पुढच्या अंगाला दोन हजार स्वार राहू द्या. घासदाण्याचा एक कण वाया जाता कामा नये."

मसलत उरकल्यावर कुंजपुरा, कुरुक्षेत्र, कैथल आणि अंबाला भागातील चारणांचे काही म्होरके भाऊसाहेबांच्या भेटीला आले. एवढ्या संकटातूनही त्यांचे हजारो बैल अजून वाटा-आडवाटा धुंडाळून लष्कराला रसद पुरवतात, याबद्दल भाऊसाहेबांनी त्यांचे आभार मानले. मानवस्त्रे आणि कंठे, अंगठ्या देऊन त्यांचा सत्कार केला. त्या त्या मुलखातील इतर चारणांना, जहागीरदारांना रसद रवाना करण्याबद्दल विनंती चिठ्ठ्या दिल्या. ते प्रत्येकाला कळकळीने सांगत होते,

"त्यांना आमचा तोंडी सांगावाही द्या. आम्ही परकीय शत्रूला नाहीसा करण्यासाठी, दिल्लीच्या बादशाही तख्तासाठी झगडत आहोत. आमच्या फौजांना उपास घडू

लागलेत. घासदाणा पुरवाल तर आम्ही वाचू. आम्ही वाचलो तर हिंदुस्थानची अब्रू वाचेल.''

चारणांना भाऊसाहेबांनी निरोप दिला. तोवर डेऱ्यात यशवंतराव पवार येऊन थडकले. त्यांचा चेहरा पडला होता. ते उदासवाणे होऊन भाऊसाहेबांच्या पुढ्यात बसले.

''बोलाऽ यशवंतराव?''

''श्रीमंत, खबर थोडी बुरी आहे.''

''सांगा, कसले भले आणि बुरे? आता त्या भावनाच मरून गेल्या आहेत.''

''श्रीमंत, यमुनाआई गिलच्यावर प्रसन्न झाली.''

''मतलब?''

''आजूबाजूच्या गावात गवतकडबा कुठे मिळतो का ते धुंडाळायला मी गेलो होतो, तर नदीच्या अंगाने फिरता फिरता चमकलो. यमुनेचे पात्र वेगाने ओसरू लागले आहे. होड्या, नावा अल्याडपल्याड येतात, जातात. पलीकडच्या रोहिल्यांच्या मुलखातून गिलच्याला नुकताच घासदाणा सुरू झाला आहे. वैरी दिसामासाने वाढू लागला आहे.''

खबर इतकी बुरी असेल याची भाऊसाहेबांना कल्पना नव्हती. त्यांनी तातडीने नदीकडच्या बाजूला जागता पहारा द्या असा निरोप समशेरला धाडला. गिलच्याचे बळ जरूर वाढत होते. पण तरीही पानिपतची पश्चिम बाजू, तिकडचे काट्याचे जंगल, उत्तरेकडचा बादशाही रस्ता आणि वाहता कालवा भाऊंच्या अजून काबूत होता. हिमतीने झटून आपण अजून इकडचा डोंगर तिकडे करू शकतो, ही उमेद भाऊंच्या ठायी होती. हो, मात्र पोटाचे हाल तेवढे वेळेत दूर होणे गरजेचे होते. भाऊसाहेब महिपतरावांना म्हणाले,

''महिपतरावऽ, आज रात्री हुजुरातीचे पाच-सात हजार निधडे स्वार घेऊन वैरणीच्या शोधात आम्ही बाहेर पडणार आहोत. कुंजपुऱ्याकडील रस्त्यावर इकडेतिकडे नऊ-दहा नऊ-दहा कोसांची दौड मारू. गावागावांतील मुखिया, जमीनदार आणि रयतेच्या सभा-बैठका घेऊ. काय वाट्टेल ते झाले तरी लष्कराचे पोटाचे गाणे मिटलेच पाहिजे!''

त्या रात्री भाऊसाहेब जिवलग सोबत्यांनिशी घासदाण्याच्या शोधात रात्रभर भटकत होते.

...तेव्हाच कुंजपुऱ्याच्या ठाण्याजवळ वेगळा वारा वाहत होता. रात्रीच्या थंडीत गाव खालीवर घालून पडला होता. किल्ल्याची ढासळलेली तटबंदी अजून उभारली नव्हती. थंडगार वारा किल्ल्यातून भिरभिरत होता. आतले सात-आठशे मराठा स्वार आणि ठाणेदार येसाजी डाफळे सारे थंडीने बेजार झाले होते. आजूबाजूला शेकोट्या पेटवल्या जात होत्या तरी थंडी अंगातून निघत नव्हती.

त्याच वेळी बाजूच्या आमराईत नुकताच ओठावर मिसरूड फुटलेला वीस-

एकविशीचा एक तरणाबांड युवक सुडाने खदखदत होता. गेल्या दोन महिन्यांपासून त्याची झोप हराम झाली होती. अंधारातून पडल्याझडल्या किल्ल्याकडे तो दुःखाने भावूक होऊन बघत होता. थंडीवाऱ्याचे त्याला भान नव्हते. उलट वाऱ्याच्या झुळकीबरोबर त्याच्या उरातल्या अंगाराला फुंकर घातली जात होती. सुडाचा अग्नी भडका घेत होता. त्याच्या सोबत अडीच हजार रोहिले पठाण होते. तो व्याकुळल्या कंठाने शेजारी उभ्या असलेल्या आपल्या आजाला म्हणाला,

"दादाजानऽ, हाच का तो माझ्या बापाचा कुंजपुराऽ! त्या समोरच्या भगदाडाजवळ मोठा बुरूज होता. त्यावर उभे राहूनच माझे पिताजी नजाबतखान मिशीला पीळ द्यायचे. माझा कुंजपुरा अजिंक्य, अमर आहे असा भाव त्यांच्या मुद्रेवर असायचा; पण त्या पापी मरगठ्ठ्यांनी गिल्ला केला. केवढी खराबी? दादाजान, माझा कुंजपुरा बेसूरत झाला, दादाजान!"

"शोक आवर बेटा, तू मर्दाचा बछडा आहेस ना? मग सुडाचेच गाणे गाऽ, हा रडूबाईचा सूर पुरे झाला."

"हो, दादाजान, मला सूड उगवायचा आहे म्हणून तर दोन महिने मी वणवण भटकलो. दूर दूर हिंडून हे जवाँमर्द गोळा केले, फौज बांधली. ज्यांनी कुंजपुऱ्याचा कलेजा कापला, त्यांचा गळा घोटल्याशिवाय मी राहणार नाही."

"मग चल होऽ पुढे. चढवू या हल्ला."

"दादाजान, आत किती शिबंदी असेल?"

"फारशी नसणारच. त्या भाऊ मराठ्याला वाटले असेल, ह्या मुलखात आता कोण राहिले? अब्दाली तिकडेच अडकला. इथले सरदार-दरकदार ठार झाले. म्हणून फौज नावालाच ठेवली असेल. दिल्लेर, गेल्या दोन रात्री आपण सारे येऊन ह्या झाडीत दबा धरून बसलो आहोत. किल्ल्यात जास्त माणूस असते तर तशी वर्दळ दिसलीच असती. आता देर कशाला?"

दिल्लेरखानाने सोबत्यांना इशारत केली. तसा साऱ्यांनी गिल्ला करून हल्ला चढविला. जी तटबंदी इब्राहिमने फोडली त्या खिंडारातूनच घोडी आत घातली. थंडीने आखडून गेलेल्या मराठ्यांवर जोराचा हल्ला चढविला. अचानक हमला झाल्याने पाच-सातशे मराठ्यांची दाणादाण उडाली. कित्येकांना उशाची हत्यारे उचलायला फुरसतच झाली नाही. सारे दुसऱ्या अंगाने धावू लागले. खानापूरचा गणोजी जाधव ओरडला,

"अरे, पळता कशाला? मरा तेव्हाच ठाणे सोडा, असा भाऊचा हुकूम आहे की."

"त्यांना सांगायला काय जाते? ह्या आडरानात मेलो तर मढ्याला अग्नी मिळायचा नाही. तिकडे घराकडे जाऊन मेलो तर उसन्या अवसानाने का होईना रांडापोरे रडतील!" दुसरा एक जण बोलला.

अंधारात वाट फुटेल तिकडे सारे पळू लागले. रोहिल्यांनी थोडा पाठलाग केला.

कुंजपुऱ्याच्या रानात शंभरभर मराठी मुडदा बेवारस होऊन पडला.

दिल्लेरखानाने सुखाची झोप घेतली. सकाळी दिवस वर आला तरी तो घोरत पडला होता. पडलेल्या बुरुजाजवळ त्याचा आजा हुक्का पीत बसला होता. तोच त्याची नजर बादशाही रस्त्यावर गेली. दुरून धुळीचे लोट उडत होते. कदाचित कुंजपुऱ्यावर पुन्हा हल्ला होईल की काय? बुढ्ढ्याने दिल्लेरखानाला ओरडून जागा केला. दिल्लेरही भेदरून गेला. धुळीच्या लोटाकडे बघत तो भांबावून म्हणाला,

"दादाजान, पंजाबकडे आता कोणी मराठे राहिले नाहीत. हे कोण असावेत?"

"मला आंदेशा येते बेटा, भाऊला घासदाणा पुरविणारा तो अलासिंग जाट आणि त्याचे शीख साथीच असतील ते. तो नादान अलासिंग भाऊच्या मदतीला निघाला असेल. भाऊ हिंदुस्थानचा शहेनशहा व्हावा अशीच त्या बेशरमाची तमन्ना आहे."

"दादाजान, कदाचित तो प्रथम इकडेच चालून आला तर काय करायचे?"

"चल, जलदीने हे ठाणे खाली करून त्या रस्त्याकडेच्या झाडीत दडू. तो अलासिंग की दुसरा कोण आहे याची खात्री करू."

आपली अडीच हजार फौज बाजूच्या गर्द झाडीत दडवून आजा-नातू चोरून बाहेर बघू लागले. धुळीचे लोट जवळ आले. टापांचा खडखडाट जोरात ऐकू येऊ लागला. दिल्लेरखानाचा त्याच्या डोळ्यांवर विश्वास बसेना. फौजेत सारे हिरवे बावटे! सर्वांत पुढे मोठा चाँदतारा दिमाखात फडकू लागलेला. दिल्लेरला दम निघाला नाही. "अल्ला हो अकबर"च्या आरोळ्या देत तो बाहेर पडला. त्याचे साथीही बाहेर आले. तशी सारी घोडी थांबली. पुढच्याच अंगाला दणकट अरबी घोड्यावर तरुण तगडा सरदार दिसत होता. त्याला दिल्लेरखान सामोरा गेला. त्या सरदाराने चमकून विचारले,

"जवाँमर्द, तू है कौन?"

"दिल्लेरखान, कुंजपुऱ्याच्या नबाबाचा बेटा."

"नजाबतखान..."

"त्यांचाच मी कमनसीब बेटा."

"हे ठाणे तर काफरांकडे होते..."

"होय, जंग करून मी ते वापस मिळविले," असे सांगून दिल्लेरखान विचारू लागला, "आपली पहचान!"

"मी शेर अताईखान बलूच. माझा बादशहा हिंदुस्थानात अडकला आहे म्हणून त्याच्या कुमकीला ही दहा हजारांची तगडी फौज घेऊन मी निघालो आहे."

जिवाभावाची माणसे भेटली. दुपारी अताईखानाने कुंजपुऱ्याच्या बागेत तासभर इसावा खाल्ला. हिंदुस्थानात चाललेले युद्ध, त्याचे काबूल-कंदाहारकडे कसे पडसाद उमटतात, युद्धात काय होईल, काय नाही यावर दोघांची मसलत झाली. इसावा खाऊन अताईखान पुढे निघाला. त्याला आडवा होऊन दिल्लेरखान म्हणाला,

"साहेबान, मला माझ्या बापाच्या हत्येचा सूड घ्यायचा आहे. मलाही सोबत घेऊन चला. रणभूमीवर प्राणाची बाजी लावीन, गवतासारखे मरगट्ठे कापून काढेन."

"बेटा, तुझी उमेद वाखाणण्यासारखी आहे. आम्ही खूष आहोत तुझ्या तडफेवर आणि पेटत्या सूडाग्नीवर," अताईखान बोलला, "पण तू युद्धभूमीकडे फिरकूही नकोस."

"का?"

"झुंजात दहा सरदार झगडून बादशहाची सेवा होणार नाही, त्यापेक्षा अधिक सेवा तू इथे राहून करू शकतोस."

"मतलब?"

"पंजाबच्या मुलखातून इथवर मी तीन दिवस दौडत आलो. वाटेत किती तरी बैलांचे आणि उंटांचे तांडे घासदाणा घेऊन निघालेले आढळले. काफरांना रसद ह्याच मुलखातून जाताना दिसते. त्या पतियाळाच्या अलासिंगाचे तर हजारो बैल जातात. तीन दिवसांत मी किती तरी रसद मारली. माझ्या फौजेबरोबरचे चार हजार बैल आणि त्यांच्या पाठीवरच्या गोणी त्या काफरांसाठीच निघालेल्या मी पकडल्या. तू इथेच थांब. हवी तर माझी दीड-दोन हजार नव्या दमाची घोडी तुझ्याकडेच राहू देत. हा मुलूख बेचिराख कर. ह्या वाटेने एकही दाणा पुढे जाऊ देऊ नको. अरे गाझी, काफरांना बंदुकीच्या फैरींनी किंवा तलवारीच्या तडाख्याने क्षणात मरणाचं सुख देण्यापेक्षा त्यांचा घासदाणा बंद पाडून, त्यांना उपाशी तडफडून मारण्यात मजा औरच असतो. ही सेवा तुझ्याच हातून घडू दे. तुझ्या ह्या कर्तृत्वाने तुझ्या बापाला अल्लाच्या दरबारात धन्यता वाटू दे."

अताईखान दोन हजार फौज ठेवून पानिपताकडे निघून गेला. दिल्लेरखानाने ज्या ज्या गावांतून मराठ्यांकडे चारण जाई, त्या गावांची यादी काढली. दोन दिवसांत अधिक फौज गोळा केली. पंजाबकडची वाट रोखून धरली. तिकडून धान्याची एकही गोण पुढे सरकेना. पंचक्रोशीतल्या गावांवर तो रात्रीबेरात्री डाके घालू लागला. चारणांच्या म्होरक्यांना चावडीवर बोलावून फटके देऊ लागला. मुखियांना मार बसला. रात्रभर रोहिल-पठाणांची घोडी गावागावांतून धुमाकूळ घालू लागली. दिल्लेरच्या सुडाच्या अग्नीबरोबर गावागावांतल्या गवताच्या कडब्याच्या गंजी धडाधडा पेटू लागल्या. आगीच्या लोळांच्या साक्षीने हातात नंगी तलवार घेऊन, भेदरून खुडूक झालेल्या गावकऱ्यांना तो ताकीद देऊ लागला,

"याद राखा. त्या काफरांना रसद पुरवाल तर आता फक्त गंजी पेटताहेत, यापुढे मजल माराल तर माणसेही गंजीत घालून जाळून मारू!"

□

अब्दाली आज भयंकर अस्वस्थ झाला होता. सकाळपासून तीन वेळा तो डेऱ्याबाहेर आला. तीन मैलांवरचा रणखांब आणि सात-आठ मैलांवरचे पानिपत

बघत बराच वेळ छावणीच्या तोंडाशी मेख मारल्यासारखा उभा राहिला. पुन्हा डेऱ्यात गेला. आता वजीर शहावलीखान आणि बादशहाच्या गुप्त गोष्टी चालल्या होत्या. कोणीही आले तरी त्यांना आत सोडू नका असा चोपदारांना सक्त हुकूम होता. थोड्या वेळाने बादशहानेच नजिबाला बोलावणे धाडले. नजीब बादशहाचा उग्र अवतार बघून कुर्निसात घालता घालता तीन ठिकाणी वाकला. अब्दाली चिडीने गरजला,

"नजीब, तुमचा खेळ होतो आणि आमच्या लष्कराचा जीव जातो. ह्या अशा महागाईत..."

"पण आलमपन्हाँ—"

"खामोशऽ! आता लाघवी रसभरी भाषा बंद करा. गेल्या तीन रोजांत अंतर्वेदीतून किती गाडे धान्य आले? किती गवताच्या गंजी आल्या? इतके दिवस आलमपन्हाँ फक्त यमुनेचे पाणी ओसरू दे, सारी अंतर्वेद, अयोध्या प्रांत धुऊन आणतो अशा बाता मारत होतात, आणि आता जेव्हा नदीने उतार दिला तेव्हा तुमची रसद कुठे आटली? एवढा काळ पडू लागला आहे लष्करात की, धान्य रुपयाला शेर व्हावे?"

"आलमपन्हाँ, आमचे ऐकून तरी घ्या. साऱ्या गोष्टींचा शोध लागला आहे. घासदाण्याची आणि वैरणकाडीची व्यवस्था कशी अगदी सुरळीत चालली होती; पण त्या बुढ्ढ्या गोविंदपंताने गेल्या आठ दिवसांत मीरत प्रांताकडे धुमाकूळ घातला आहे. मीरतेच्या आसपासची ठाणी उडविली आहेत."

"कोण हा गोविंदपंत?"

"अहो भाऊचा महालकरी, सुजाच्या आणि आमच्या वाटाघाटींत जो बिबे घालत होता तोच हा गोविंदा. पासष्ट वर्षांचा बुढ्ढा आहे..."

"तरी इतका तेज? नजीब तुमचे ठाणेदार, अमील काय झोपा काढतात?"

"आलमपन्हाँ, हा तंट्याचा वखत नाही," मध्ये वजीर शहावली बोलला, "आपली रसद सुरू झाली पाहिजे, नाही तर लाख-दीड लाख रोहिले-अफगाण त्या भाऊच्या हाती पडतील. वर्षभर मरगठ्ठ्यांशी जिद्दीने चालविलेल्या झुंजाची इनारत होईल. आलमपन्हाँ, जलदीने निकाल घ्या."

बादशहाने थोडा वेळ विचार केला. तो बोलला,

"नजीब, तुम्ही तुमचे दोन माहीतगार इसम द्या. कोणत्याही परिस्थितीत चोवीस तासांच्या आत त्या गोविंदाचा बंदोबस्त करून रसद चालू ठेवली पाहिजे. अशा मर्दुमकीसाठी दौडेल असा एक जवाँमर्द सरदार आपल्या लष्करात आजच सकाळी दाखल झाला आहे. अजून त्याने घोड्यावरच्या खोगिरी काढल्या नसतील की झग्यावरची धूळ झटकली नसेल. तो जवाँमर्द म्हणजे वजिरांचा पुतण्या अताईखान. नव्या दमाच्या फौजेसह त्याला लागलीच धाडू आणि गोविंदाचा बीमोड करू."

नजिबाने आपला अमील मुसेखान बलूच ह्याला निधड्या छातीच्या अताईखानाबरोबर

पाठवायचं कबूल केलं. मुसेखानाला अंतर्वेदीतल्या वाटा, आडवाटा, वळणे, घाट— साऱ्या बाबी चांगल्या माहितीच्या होत्या. करीमदादखान नावाचा आणखी एक सरदार अताईखानाने सोबत घेतला. त्या दोघांना बादशहा म्हणाला,

"घोंघावत्या वादळासारखे धावा, अधेमधे थांबू नका, खाना घोड्यावरच घ्या. तुमच्या दौडीवरच आमच्या लष्कराची रोटी अवलंबून आहे."

आल्या दिवशी एवढी मोठी जबाबदारी शिरावर टाकल्याबद्दल अताईखान खूष झाला. बादशहाला अभिमानाने म्हणाला,

"किब्लाये आलमऽ कंदाहारकडून हिंदुस्थानची वाट चालताना जागोजाग प्रवाशांनी ह्या बलाढ्य झुंजाची कहाणी सांगितली होती. सलामीलाच ह्या बंद्यावर एवढी जोखीम हुजुरांनी टाकली. ही जोखीम फत्ते करून आमची घोडी छावणीला भिडतील."

डेऱ्यात सकाळपासून कोणती खलबते चालली आहेत, त्याचा दूम बाहेरच्यांना नव्हता. शिकारीला निघाल्याचे सोंग करून अताईखान आणि करीमदादखान लष्कराबाहेर पडले. मागोमाग नुकतीच कंदाहारातून आलेली ताजीतवानी धिप्पाड घोडी धावत होती. अब्दालीच्या लष्करातले जाणते सरदार-दरकदारसुद्धा ह्या नव्या हालचालीने बावरले होते. शिकार खासच मोठी असणार म्हणून स्वार शिपाई डोळे मिचकावीत होते.

...१७ डिसेंबर १७६० चा दिवस. जलालबादेजवळ रानातच रस्त्याकडेला गोविंदपंतांचा डेरा पडला होता. दोन-तीन दिवस त्यांचा मुक्काम इथेच होता. सकाळी उठल्या उठल्या त्यांनी आपले ठाणेदार, दरकदार वसुलीसाठी, धनधान्य गोळा करण्यासाठी आजूबाजूच्या गावांतून पिटाळले होते. पंधरवड्यामागे बळवंतराव पडल्याची वार्ता त्यांना समजली होती. त्यांचा म्हातारा जीव हवालदिल झाला. ज्या ऐकाव्या त्या कथा संकटाच्याच. कर्ता-करविता काय घडवणार आहे हे त्याचे त्यालाच ठावे! पानिपतच्या मुक्कामाआधी दर दिसा दोन दिसाला भाऊसाहेबांचा खलिता असायचाच, पंत रोकड पाठवा, पंत दारूगोळा पाठवा, पंत बैल धाडा, पंत रसद तोडा, पंत गावे जाळा. भाऊसाहेबांचे खलिते वाचून पंतांना धाप लागायची. भाऊंहून पंत वयाने दुप्पटीपेक्षा मोठे. वयाच्या मानाने भाऊसाहेबांची तडफ, जोश, कळकळ आणि तळमळ त्यांना योग्यच वाटायची; पण त्यांच्या मागणीला पुरे पडण्याइतकी उमर आणि हलकी शरीरयष्टी पंतांकडे नव्हती.

पानिपतला तळ पडल्यावर आरंभी भाऊसाहेबांची काही पत्रे आली. नंतर तो लोंढा एकाएकी थांबला; पण जी पत्रे आली ती हृदयाला फार झोंबणारी होती. "इतके दिवस श्रीमंतांनी वाढविले, लहानाचे मोठे केले, त्याचे हेच पांग फेडता की काय?" "मिठाला जागा" ह्या अशा शब्दांनी पंतांनाही बळ दिले होते. म्हणून तर ते इटाव्याकडून दिल्लीकडे धावत आले. हिय्या करून सिकंदऱ्याच्या आसपास जुलूम-जबरदस्तीने रसद गोळा केली. धान्याच्या गोणी आणि चार लाख वीस

हजाराची रोकड त्यांनी दिल्लीत नारो शंकराच्या हवाली केली. ती पानिपताकडे धाडायची जबाबदारी सोपवून पंत दिल्लीच्या ईशान्येकडे नजिबाच्या प्रांतात दुसऱ्या कामगिरीसाठी घुसले. ''काहीही करा पण गिलच्याची रसद मारा. वाटा अडवा, गावे जाळा.'' हे भाऊसाहेबांचे शब्द त्यांच्या कानात साठले होते. अब्दालीचा तळ अंतर्वेदीतून उठल्यावर बिनधनीगोसाव्याची अंतर्वेद लुटायला तुम्हांला काय बिघडते, ह्या भाऊसाहेबांच्या सवालाला काचा मारून काम करून दाखविणे हेच उत्तर होते. तसा नजिबाचा अंतर्वेदीवरचा दाब कमी झालाही होता. त्याचा फायदा उठवून मीरत प्रांतातली त्याची ठाणी पंतांनी आल्या आल्या दोन दिवसांत उडवली. त्यांच्या सोबत नऊ हजाराची फौज होती. त्याच्या तुकड्या केल्या. पानिपती अब्दालीच्या छावणीकडे जाणारे रस्ते लुटले. गाडीघोडे अडविले. रसदेचे उंट, घोडी रोखली. पंत उतरत्या वयात चढत्या वयाच्या तडफेने कामाला लागले. बळवंतरावांसारखा खंदा सरदार गुदरल्याचे समजल्यावर ''पंत, अशी चाकरीची वेळ पुन्हा येणार नाही'' ह्या भाऊंच्या शब्दांची किंमत पंतांच्या ध्यानी आली. तसा त्यांना चेव चढला. गेल्या चार रोजांत तर त्यांनी जड देह सांभाळीत घोड्यावरून दांडगी दौड मारली. त्यामुळे पाठुंगळीचे मणी ढिले झाले. सारे अंग जडावले.

रात्री जडशीळ अंगाने पंत पलंगावर कलंडले. सकाळी उठवत नव्हते; पण न उठून सांगायचे कुणाला? सारी फौजच थंडीवाऱ्यात दमून गेली होती. स्वत: हाकाट्या घातल्याशिवाय कोणी बाहेर पडणार नाहीत, म्हणून पंतांना उठावे लागले. सकाळपासून पंचक्रोशीत घासदाणा बघण्यासाठी गेलेल्या बेड्यांची पंत वाट बघत होते. काल रात्री खुद्द भाऊसाहेब स्वप्नात येऊन गेले होते. भाऊंची काळजीने ग्रासलेली मुद्रा पंतांना अजून आठवत होती. त्या स्वप्नाच्या कैफात पंत गढले असतानाच त्यांचा पुत्र बाळाजी आत आला. न राहून पंत म्हणाले,

''अरे बाळोबाऽ, काल स्वप्नात साक्षात श्रीमंत भाऊंना बघितले बघ.''

''काय म्हणत होते?''

''म्हणणार तरी काय दुसरे?'' पंत सांगू लागले, ''मुद्रा काळवंडलेली, पेहराव धुळीने माखलेला, शेजारी माणसांचे तांडे आणि जनावरांचे कळप... सारे चार दिसांचे उपाशी दिसत होते बघ. त्यांची ती मुद्रा बघून भडभडून आले.''

''म्हणाले तरी काय श्रीमंत?''

''जवळ येऊन म्हणतात कसे, पंत तुम्ही आमच्या चुलत्यांना... बाजीराव पेशव्यांना सरणावरच्या इंगळावर स्वयंपाक करून घातला! ती तुमची तडफ कुठे आहे? आता तुमच्या मुलखात आम्हांला सक्तीचे उपवास घडू लागलेत. पंतऽ, माझ्या माणसांसाठी शेर आडशिरी धान्य द्याल का? घोड्यांना वैरणीच्या पेंड्या-दोन पेंड्या मिळाल्या तरी चालतील! अरे बाळोबाऽ, एवढा मोठा दौलतीचा धनी, पण ही काय अवस्था?''

पंतांनी उपरण्याने डोळ्याच्या कडा पुसल्या. ते बडबडू लागले,

''बाळोबाऽ, आज कसे कोंडल्या कोंडल्यासारखे वाटते रे? भाऊसाहेब पुन: पुन्हा डोळ्यांपुढे उभे राहतात. पुरी पस्तीस वर्षे काढली आम्ही ह्या हिंदुस्थानी मुलखात! अगदी पंधरा वर्षांपासून कैक वेळा पेशव्यांना बजावून लिहीत होतो, नुसते मुलूख जिंकू नका. व्यवस्था लावा. वेशीवर नुसते झेंडे लावीत पुढे जायचे. दुसऱ्या दिवशी काठीचाही ठावठिकाणा राहत नाही. वेळच्या वेळी ह्या मुलखात व्यवस्था लावली असती तर हा चिमाजी अप्पाचा पोर ह्या चक्रव्यूहात कशाला सापडला असता? आजवर गैरव्यवस्थेचे काटे, सराटे पेरले आणि त्याच वाटेने ह्या पोराला जग जिंकायला पाठविले. बाळोबा, पोराचे पाय रक्तबंबाळ न होतील तर काय होईल रे?''

मघापासून बाळाजी बोलायचे टाळत होता; पण पंतांकडून पेशव्यांचे जादा कौतुक होऊ लागले तेव्हा तो म्हणाला, ''दादा, पेशव्यांनी मागे जप्तीची वेळ आणली, वहीम ठेवून हिशोब तपासले. ते दिवस कसे विसरता?

''बाळोबा, मराठी दौलतीवर महासंकट ओढवले असता वैयक्तिक कुरकुरी काढण्यात काय मतलब? तपासले असतील त्यांनी हिसाब, आमची निम्मी मिळकत काढून दिली असेल मेहुण्याला, पण धनी तो धनी! त्यांच्या मिठावर तर हे दिवस दिसले. त्या हिंगण्यांनी स्वत:ची भरलेली खोगीर लपविण्यासाठी आमच्याकडे बोट दाखविले. पण त्यातून काय निघाले? त्यांच्यासारखे नामुष्कीचे प्रसंग तर आमच्यावर ओढवले नाहीत ना? तेव्हाच आम्ही पेशव्यांना कळविले होते. आम्ही कान धरली शेळी आहोत. खावंदांची आणि मराठी दौलतीची अहर्निश आणि एकनिष्ठ सेवा हाच आमचा धर्म.''

मध्येच पंतांना आपल्या बेड्यांची याद आली. ते बाळाजीला विचारू लागले,

''बाळोबाऽ, सकाळपासून अजून कोणीच कसे घासदाणा घेऊन आले नाही रे? अवघा पाच-सात हजार पोती दाणा सापडला आहे. एवढे त्या लष्कराच्या दाताला तरी पुरतील का? भाऊ चातकासारखी रसदेची वाट बघत असतील. ह्या मुलखाची मला कल्पना आहे. घासदाण्याविना त्यांचे फार हाल चालले असतील.''

''दादा, इतक्या कणवेने बोलता तर आधीच का रसद धाडली नाही?''

''वैऱ्यासारखे काय बोलतोस रे बाळोबा?'' पंत खेकसले, ''अरे माझी उमर काय? त्यात कुणगीएवढा मोठा देह, तो सांभाळीत थोडी का धावाधाव करतो आहे? माझी फौज म्हणजे महालकऱ्याची तैनात ही! सरदारासारखी दोन हजार मजबूत खोंडे पदरी असती तर ह्या आधीच नजिबाचा सारा मुलूख गिळला असता. तरीही त्या भाऊसाठी वयाचे, देहाचे ओझे घेऊन धावतोच आहे. शुक्रताल ते दिल्ली, दिल्ली ते अयोध्या, इटावा, सागर किती किती पळायचे बाबा? जीव थकला! तो भाऊही पाठ सोडत नाही. एकदा तुला म्हणालो होतो ना, अप्पाच्या ह्या खंद्या पोराच्या हाताखाली सेवा करायला आम्ही त्याच्यासारखे तरुण हवे होतो. काय बहार आली असती.''

पंतांच्या जडशीळ अंगात थोडी कणकणही आली होती. तरी ते लोडाला टेकून बडबड करीत बसले होते. बाहेर गेलेल्या बाळाजीला पुन्हा हाक मारून पंत म्हणाले,

"बाळोबा, आज खूपच उदास वाटते. माझ्या बावधनची याद येते. वाईच्या महागणपतीला किती तरी दिवसांत गेलो नाही रे?"

बडबडणाऱ्या पंतांना एकदम कसली तरी याद आली आणि ते उडालेच. म्हणाले,

"बाळोबाऽ, ह्या भाऊने मला ठार वेडे केले बघ. आयुष्यातला हा पहिलाच दिवस असावा, ज्या दिवशी स्नानसंध्या चुकली; पण स्नानसंध्या चुकली तरी कशी रे?"

तशाच जडावल्या अंगाने पंत उठले. दुसऱ्या कोणी त्यांच्यासाठी पाणी तापवल्याचे त्यांना चालायचे नाही. स्वत: डेऱ्याबाहेर येऊन त्यांनी चुलाण्यावर हंडा ठेवला. चुलाण पेटवले. पाट आणि धोतर बाहेर आणून ठेवले. तेवढ्यात एकदम तीन पथके आली. अकराशे पोती धान्य गवसले होते. अजून बाकीची पथके यायची होती. आजचा दिवस चांगला दिसतो. डेऱ्याशेजारी उघड्यावर गोणींच्या थप्प्या वाढू लागल्या, तसे पंत हुरळून गेले. मनात म्हणाले, "भाऊसाहेब, थांबा दोन-तीन दिवस, तुम्हांला बोलूच देणार नाही."

तिन्हीसांजेचा गारठा जाणवू लागला. सूर्य मावळतीला निघाला. मुलखातून दौड करून आलेली घोडी वैरणकडबा खाऊ लागली. स्वारशिपाई इकडेतिकडे पांगून बसलेले. पंतांचे पाणी तापले. त्यांनी घंगाळात गरम पाणी ओतले. त्यावर गार पाण्याचा घडा ओतून पाणी कोमट केले. लोटा भरभरून ते पाणी अंगावर घेऊ लागले. दमले शरीर हलके भासू लागले. इतक्यात दुरून धुळीचे लोट उडालेले दिसले. कोण बरे असावे? अरे, भगवे झेंडे तर दिसतात! पण एवढी फौज इकडे? हा खासच नारो शंकर दिसतो. दिल्ली सोडून इकडे कशाला आला? पंत भडाभडा पाणी अंगावर घेऊन स्नान आटोपू लागले. तोवर भगवे झेंडे तळावर भिडले आणि एकदम गिल्ला उडाला. "दीनऽ दीनऽऽ!", "पकडो", "मारोऽऽ!" पंतांची पाचावर धारण बसली. त्यांनी चमकून पाहिले. पठाणांनी तळावर चौफेर छापा टाकलेला.

तसाचा लोटा टाकून ओल्या धोतरानिशी पंत बाजूला धावले. त्यांनी हिसडा देऊन घोडे सोडले आणि जिवाच्या जोराने घोड्यावर उडी घेतली. टाच मारली. घोडे तळाबाहेर धावू लागले. तोवर अफगाणांनी शे-दोनशे मराठा गारद केला. बाकीचे दोनतीनशे जीव घेऊन पळू लागले. गिलच्यांनी शिकारी कुत्र्यासारखी पाठ धरली. पंत भेदरले. त्यांचा जाडजूड देह घोड्यावर डळमळू लागला. त्यात घोड्याचा वेग दांडगा. शेपटापाशी मागोमाग अफगाण भिडलेले. तशीच अर्धा मैल रपेट मारली. पठाण थोडे मागे राहिले. घोडा मातीत अडखळला आणि पंत वरून खाली गोलटले. मातीने अंग राड झाले. जिवाच्या जोराने ते ओरडले, "अरे थांबाऽऽ मला टाकून कुठे पळता? बाळोबाऽ, थांब रेऽऽ" पंतांच्या करुण किंकाळ्यांनी पुढचे चार-

पाच घोडेस्वार मागे फिरले. बाळाजीही माघारा वळला. चौघांनी पंतांना उचलून घोड्यावर घातले. लगाम तसाचा हातात धरून पंतांनी घोड्याच्या पाठीला मिठी मारली. फर्लांगभर अंतर कापले असेल नसेल तोच पंत पुन्हा घोड्यावरून खाली गोलटले. "वाचवाऽऽ वाचवाऽऽ" त्यांनी हंबरडा फोडला. परत मघाचेच घोडेस्वार आणि बाळाजी मागे फिरले. त्यांनी पंतांना घोड्यावर घातले.

अवघी शे-दीडशे भीमतट्टं जीव घेऊन पळत होती. पाठीमागे दीड-दोन हजार अरबी कंदाहारी घोडी लागलेली. एकेक करून स्वार टिपला जात होता. रक्ताच्या चिळकांडीनिशी स्वार घोड्यांच्या पायाखाली येत होते. आता तर घोड्याला घोडी भिडली. तोच पंत पुन्हा घोड्यावरून खाली घसरले. रानात पडले. दहा-बारा पठाणांनी त्यांना वेढा घातला. अंगात असेल नसेल तो जीव गोळा करून पंतांनी हंबरडा फोडला. "बाळोबाऽऽ बाळोबाऽऽ बाळा, तू तरी थांब की रे पुताऽऽ!" पुढची घोडी लांब पळाली होती. जीव वाचवून पळणाऱ्या शंभरभर मराठ्यांत बाळाजी गोविंदही होता. पंतांची करुण किंकाळी त्याला ऐकू येऊन न ऐकल्यासारखी झाली. जिवाच्या भीतीने तो भरधाव पळाला. डोंगराआड जाणाऱ्या सूर्यकिरणांत पंतांच्या भेदरल्या डोळ्यांसमोर भगवा झेंडा तरळल्यासारखा झाला. तोच त्यांच्या मानेवर अफगाणी फरश दाणदिशी आदळला. बेचक्यात उसाचे कांडे कटकन मोडावे तसे पंतांचे मुंडके बाजूच्या धुराळ्यात पडले.

तासाभरात अफगाणांनी सारा तळ गारद केला. पंतांनी पायांना पाने बांधून गोळा केलेली सहा-सात हजार पोती ताब्यात घेतली. गाडे चालू लागले. गोट लुटला. तंबूकाठ्या गाढवावर बांधल्या. मुलूखगिरीस गेलेली उरलीसुरली मराठी पथके तळ लुटल्याचे बघून चोरासारखी जिकडच्या तिकडे अंधारात पसार झाली. पंतांनी गोळा केलेली आयती दौलत घेऊन करीमदादखान आणि अताईखान रस्ता साफ करीत निघाले. तीन-चारशे भीमतट्टांच्या पाठीवर अफगाणांनी घासदाणा लादला होता. शहादणे वाजत होती. त्यांच्या आवाजात, आठ हजार अरबी घोड्यांच्या घोळक्यात मध्ये घालून चालवलेली भीमतट्टं रडवेला चेहरा करून कावरीबावरी होऊन निघाली होती. अताईखानाचे विजयी विकट हास्य चाललेले. भाल्याच्या तीक्ष्ण पात्यात खोचलेले पंतांचे मुंडके मशालीच्या उजेडात भेसूर दिसू लागलेले.

□

भाऊसाहेबांचे चित्त थाऱ्यावर नव्हते. ते दोन-तीन दिवस रोज लष्करातून उदासवाणे फिरत होते. डोळ्यांसमोर वृद्ध गोविंदपंतांची छबी उभी राहत होती. काय झाले असेल बरे पंतांचे? सांडणीही नाही आणि अखबारही नाही.

ज्या दिवशी अताईखान आणि करीमदादखान अब्दालीच्या तळावरून बाहेर पडले, त्याच रात्री भाऊसाहेबांना ही खबर समजली. शिकारीच्या मिषाने आठ हजाराची तगडी फौज मीरतच्या बाजूला दौडत गेली आहे. पायाला भिंगरी बांधून

घोडी झेपावली आहेत. त्याच वेळी भाऊंच्या डोक्यात प्रकाश पडला. हा छापा खासच पंतांवर असावा. पूर्व आणि दक्षिण बाजूने गिलचा वेटोळे घालून आडवा पडल्याने मराठी पथके बाहेर येत नव्हती. पश्चिमेचा मार्ग तर काटेरी जंगलाचा, पुरा आयचानचा. भाऊसाहेबांनी क्षणभर विचार करून तातडीने दिल्लीस नारो शंकरांकडे पत्रे रवाना केली. तिथे मीरखान ठोके, पर्वतराव कदम, लक्ष्मणराव गावडे, हिरोजी शेळके यांची चांगली पथके होती. सर्वांचे संख्याबळ चार-पाच हजारांच्या घरात होते. यातले दोन-अडीच हजार पंतांच्या मदतीला गेले तरी रग्गड होईल. पंतांकडे मुळात दहा हजारांची फौज, ती हुजुरातीसारखी अगदी प्रथम श्रेणीची नसली तरी फौज म्हणण्याइतकी नक्कीच बरी होती. लागोपाठ सहा-सात दिवस पंतांनी गिलच्याची रसद तोडल्याची खबर भाऊंना मिळाली होती. त्यामुळे खासच पंतांवर गंडांतर आणण्याचा गिलच्याचा यत्न असावा, हे भाऊसाहेबांनी हेरले होते. त्या दृष्टीने उलटी तजवीज करून ते पुढच्या वार्तेची वाट बघत होते.

कधी नव्हे ते भाऊसाहेबांचे मन आज उदास आणि बेचैन झाले होते. का कोणास ठाऊक, मघापासून त्यांना भेटणाऱ्या सरदार-दरकदारांच्या, कारभारी कारकुनांच्या तोंडावर एक चोरटी काळजीची उदासवाणी छटा उमटलेली दिसत होती. काहीतरी वाईट घडल्याची तर ही खूण नसावी? भाऊसाहेबांना विचारावेसे वाटेना आणि कोणाला सांगावयाचे साधेना. शेवटी धीर करून नाना पुरंदरे पुढे आले आणि भाऊंना म्हणाले,

"श्रीमंतऽ, हरकाऱ्यांनी वेगळीच खबर आणली आहे."

"कोणती?"

"अब्दालीच्या लष्करात शिकार फत्ते झाल्याची भूमका उठली आहे."

"मतलब?"

"यापेक्षा जास्त कळायला मार्ग नाही."

थोड्याच वेळात अब्दालीच्या छावणीकडून पांढरे बावटे लावून दोन सांडण्या आल्या. खचितच शहाकडचा आणखी कोणी वकील मसलतीसाठी आला असावा. खाशा डेऱ्यात त्याला त्वरित प्रवेश मिळाला. वकिलासोबत नक्षीदार संदूक होती. ती भाऊंच्या पुढ्यात ठेवून वकिलाने शहाचा खलिता पेश केला. भाऊसाहेब गलबलत्या मनाने त्यातले एकेक अक्षर वाचू लागले, "तुमचे अंतर्वेदपती गोविंदपंत यांना आम्ही स्वर्गास धाडले आहे. आपली सारी फौजच त्या वाटेने जाणार आहे; पण तुमच्यासारख्या खाशांची तिथे गेल्या गेल्या नेटकी व्यवस्था लागावी म्हणून केवळ बंदोबस्तासाठी त्यांना पुढे धाडले आहे. आपली आम्ही इतकी काळजी घेतो, हे कदाचित खाशास खरे वाटायचे नाही. सोबत पाठविलेली संदूक ही आमच्या खात्रीची पावती आहे. ती मिळाल्याची पोच द्यावी." भाऊसाहेबांनी जडावल्या हाताने संदूक उघडली. जांभळीच्या करंजाच्या पानांनी संदूक भरलेली. पानांच्या आत जरीचा रुमाल होता. भाऊसाहेबांनी तो उघडला आणि क्षणभर सारी गात्रे गारठल्यासारखी

झाली. तळपायाच्या मुंग्या डोक्यात भिडल्या. शुष्क, कोरडे, जागोजाग रक्त आटल्याची निशाणी सांगणारे ते पंतांचे मुंडके होते. फुलांच्या पाकळ्या मिटाव्या तशा पापण्या मिटलेल्या. मुद्रा वाळून गेलेली. गालफडे आत बसलेली. साऱ्यांची मुद्रा काळवंडली. कित्येकांना भडभडून आले. स्वार-राऊत डोळे पुसू लागले. पंतांच्या मुंडक्याला प्रणाम करून ते भाऊंनी पालखीत ठेवले. सारे जण पंतांचे दर्शन घेऊ लागले. भाऊसाहेबांनी अब्दालीला लागलीच पत्र लिहायला घेतले–

'...आमची सारी फौज त्या वाटेने जाणार असे आपण लिहिले आहे. खाविंदांना आम्ही विचारतो, ती वाट कोणास चुकली आहे? सारे त्याच वाटेचे वाटेकरी. घोड्याचा खरारा करणारा एखादा मोतद्दार असू दे अगर तलवारीचा माज चढलेला काबूल-कंदाहारचा बादशहा असू दे. सारे त्याच वाटेचे सोबती! तिकडे जावयास भितो तरी कोण? आम्ही कुठले राजे नाही की, बादशहा नव्हेत! मी तो एका दौलतीच्या धन्याचा चुलतभाऊ. एक साधा शिपाई! माझी तिथे बरी-वाईट व्यवस्था झाली तर त्याचे काय एवढे? पण आपला लौकिक थोर! आपण कंदाहारचे पातशहा, आपली मानाप्रमाणे शाही बडदास्त ठेवली पाहिजे. त्याचसाठी पंत एवढ्या घाईने तिकडे रवाना झाले.'

लागलीच पत्र देऊन भाऊंनी अब्दालीचा वकील माघारा धाडला. साऱ्या लष्करावर दुःखाची छाया पसरली. बाजूलाच चिता रचली गेली. साश्रू नयनांनी पंतांना मंत्राग्नी देण्यात आला. डेऱ्याकडे भाऊसाहेब माघारा वळले. फडावर येऊन बसले. अनेक चिंता ग्रासत होत्या. दिसामासानं वैरी बळावत चाललेला. घोड्या-माणसांचे हाल. किती तरी वेळ वाट बघावी तेव्हा कुठे रसदेचा एखादा गाडा घाबराघुबरा होऊन लष्कराकडे यायचा. काय करावे? पोटाचा तर पेच सुटलाच पाहिजे. भणभणत्या डोक्याने भाऊसाहेबांनी हाक मारली,

"नानाऽ, नानाऽऽ, चला इकडे याऽऽ."

"जीऽ श्रीमंत!"

"लष्कराचे सारे हाल व्हायला लागले. एवढी खाणारी तोंडेऽ, त्यांना काय, किती आणि कसे पुरवायचे? चलाऽ पंतांना खलिता लिहाऽ."

"काय? पंतांना? खलिता?"

भाऊसाहेब एकदम भानावर आले. दुःखीकष्टी झाले. उदासवाण्या कोरड्या शब्दांत भाऊसाहेब म्हणाले, "पंतऽ, तुमच्या शिरावर आम्ही चार-दोन मणांऐवजी दहा मणांचा भार दिला. तुमच्याने ते सारे एका वेळी कसे तोलणार? कसे पेलणार? पण पंतऽ पंतऽ नियती चारी दिशांचे दोर कचकचा कापत सुटल्यावर तुमच्याशिवाय आम्ही कोणाकडे बघणार होतो? तुमच्याशिवाय आमचे हक्काचे माणूस ह्या मुलखात कोण होते पंत?"

पंतांच्या प्रकारानंतर मराठी लष्कराची स्थिती झपाट्याने बदलली. माणसे-जनावरे हवालदिल झाली. मौन बाळगल्यासारखे भाऊ कोणाबरोबर बोलेनात.

एकटेच बसायचे. डोक्यात चिंता, विचार, व्यवहाराच्या झुंडी हैदोस घालायच्या. दुसऱ्या दिवशी वार्ता समजली. पंतांचा पुत्र बाळाजी, पाच-सहाशे स्वारांसोबत कसाबसा दिल्लीस पोहोचला आहे. भाऊसाहेबांनी त्याला लागलीच खलिता धाडला, ''दिलात चिंता न करणे, आम्ही आहो. सर्व नीट करू.'' धीराचे शब्द दिले.

सकाळ-संध्याकाळ भाऊ लाडक्या चंद्रसेनावर मांड ठोकून लष्कराच्या सभोवती फिरायचे. मोर्चेपहारे, धमधम्यावर चढविलेल्या तोफांची व्यवस्था बघायचे. दक्षिण दिशेला अश्व आपोआप थांबायचा. काळवंडलेल्या ढगातून त्यांची नजर दक्षिणेचा वेध घ्यायची. मन गलबलून जायचे. हे मेघा, खरेच कुठल्याशा महाकाव्यात म्हणे तू दूताची कामगिरी बजावली आहेस? खरेच तुला सांगावा धाडता येईल का? मग साऱ्या गोष्टी कळून सवरूनही तू मुक्याचे सोंग घेऊन एकेजागी ठाण मांडून का बसला आहेस? का झराझर वाहत माझ्या मराठी मुलखात जात नाहीस? का त्या दख्खनच्या काळ्या-तांबड्या मातीला, त्या तिथल्या गडकोटांना, कृष्णा... भीमा... गोदामाईला जाऊन सांगत नाहीस? ...साऱ्या गोष्टी तर तुझ्याच साक्षीने घडल्या ना? का त्यांना सांगत नाहीस... लाख मराठी माणूस असा कधी पेचात अडकला नव्हता. मराठी मातीची अस्मिता अशी कधी काळाच्या खोड्यात अडकली नव्हती. आजवर मराठी मातीत अनेक लढाया, चढाया, झुंजा झाल्या पण त्या फक्त लढाया होत्या. हे युद्ध आहे. नीट पारखून बघशील तर हे महायुद्ध आहे! दोस्ता, हे सारे कळत असूनही तू स्तब्ध का? जाऽ जाऽ माझ्या महाराष्ट्र देशी जाऽ त्र्यंबकेश्वराच्या पायावर लोळण घे, पंढरपुरी जाऊन विठोबापुढे जोराजोराने घंटा बडव, अंगाला भंडारा फासून जेजुरीच्या खंडेरायापुढे वाघ्या होऊन नाच. साऱ्या मंदिरांचे दरवाजे ठोठाव, साऱ्या देव-देवतांचे, माणसांचे डोळे उघड. सर्वांना सांगऽ दिल्लीची पातशाह वाचवण्यासाठी, परकीय शत्रूला वेसण घालण्यासाठी गेलेली तुमची सव्वा लाख माणसे उपाशी आहेत. ऐंशी हजार जनावरे दावणीला ढुसण्या देत आहेत. लष्करात फाके पडत आहेत. तापट, अभिमानी आणि कोणी म्हणेलच तर वेडा असा तुमचा भाऊ फौज घेऊन काय करतो आहे, असा सवाल कोणी करेल, तर मित्रा सांग माझ्या मातीला, आईऽ, तुझा माथा उन्नत ठेवण्यासाठी काळाशीही दोन हात करायची माझी हिंमत आहे. गिलच्याचा सूड उगवण्यासाठी उभा देह जाळीत मी खुंटा रोवल्यासारखा उभा आहे. तू लष्कर माझ्या कुमकेस पाठव अगर पाठवू नकोसऽ पण माझी माणसे, जनावरे जित्ती राहिली पाहिजेत. त्यांना ताजीतवानी करून ह्या अफगाणी पत्थरालाच काय पण गगनालाही ढुसण्या देण्याची माझी ईर्षा, हिंमत अजून साजिवंत आहे. आई, किमान असा बक्कळ आशीर्वाद दे की, ज्याने माझ्या लष्करात घासदाणा पावेल. सारेऽ पोटाचे गाणे. अरे मेघा, दोस्ता, तुझे काळे तोंड घेऊन तू अजून जागीच कसा खडा? का तूही परक्याला फितूर झाला आहेस? कराल काळाने तुझाही गळा घोटला आहे का? ठीक आहे, तुलाही सांगतो, तुम्ही सगळ्यांनी मिळून माझ्याकडे तोंडे फिरवली तरी मी हिंमत हरणार नाही, मागे सरणार नाही.

आणखी दोन दिवस पालटले.

पंजाबकडून येणारे गाडे जवळ जवळ बंद पडत चालले. भाऊसाहेबांनी बंजाऱ्यांच्या अंगावर सोन्याची कडी आणि गंडे बक्षिसी म्हणून फेकले. दाण्यासाठी, वैरणीसाठी आण्याला चार आणे मोजले तेव्हा कुठे हरीवर हवाला ठेवून चोरत-छपत बंजारी, पेंढारी बाहेर पडू लागले. लपत घासदाणा आणू लागले. शेतकऱ्याने बांध कुडावा तसा अब्दाली मराठी लष्कराभोवती रिंगण टाकू लागला.

काय करावे ह्या विवंचनेत भाऊसाहेब डेऱ्यात बसले असतानाच विश्वासराव आणि जनकोजी ही जोडगोळी आत आली. मसलत सुरू झाली. विश्वासराव म्हणाले,

"काकासाहेब, काल रात्री आपण इथेच झोपल्याची तक्रार काकीसाहेब करीत होत्या. सेवकांनी भोजनासाठी उठविण्याचा यत्न केला तरी आपण कोणाला दाद दिली नाहीत. काकाऽ, कधी नव्हे इतकी आपली मुद्रा आम्हांला आगळी भासू लागली आहे. ह्या काळजीच्या छटा, भीतीच्या रेषा..."

"अजिबात नाही विश्वासराव. ह्या भाऊने भीती कधी कशाची बाळगली नाही. मात्र आमच्यासोबत असलेल्या लाखो जीवांची काळजी जरूर वाटते रावसाहेब. यमुना आटल्याने गिलच्याची रसद सुरू झाली आहे. अंतर्वेदीतली त्याची रसद तोडणारे, फिसाद घडविणारे पंतांनंतर कोणी राहिले नाही. बाकीचे मामलतदार कुठे परागंदा झाले कोणास ठावे. मनात अनेक सवाल उभे राहतात. आताच साहेबी नौबत वाजवून गिलच्यावर झडप घालावी. मारू किंवा मरू असे मन सांगते. दुसरे मन म्हणते, इतकी घाई करायला आजवर इतके डाव कशासाठी खेळलो? आज महिना झाला, आम्ही बाहेर पडावे याची गिलचा वाट बघतो आहे, कारण आम्ही आयते त्यांच्या जाळ्यात गवसू. इथे हमला करण्याची त्याच्याने हिंमत होत नाही, कारण सभोवती आम्ही आगीचा डोंगर उभा केला आहे. लष्करीदृष्ट्या आपले ठाणे मजबूत आहे. घासदाणा दिसा-दोन दिसाने उशिरा पोहोचला तरी पाणी मुबलक आहे. कालवा वाहतो आहे. निव्वळ पाणी पिऊन दिवस काढू; पण हे ठाणे सोडणे गैरफायद्याचे ठरेल. आमची खात्री आहे, तीर्थरूप पेशवे आपल्या फौजेनिशी येत्या काही दिवसांतच ह्या मैदानावर उतरतील. दसऱ्यालाच त्यांनी पुणे सोडले आहे. जबाबदारी-जोखीम त्यांना चांगली कळते. त्यांच्याकडे ह्या गोष्टी शिकूनच आम्ही इथवर आलो. त्यांची फौज दक्षिणेकडून मागच्या अंगाने आणि आमचे मर्द बहाद्दर पुढच्या अंगाने भिडले तर गिलच्याची दामटी होईल दामटी! वरवंट्याने ठेचा चेचावा तसा गिलचा चेचून काढू. अलासिंग जाटही मोठा हिमतीचा मनुष्य आहे. शब्दाला जागणारा आहे. त्याचे गाडे आठ-दहा रोजांत बंद झाले. त्यात त्याची चूक नसेल. कदाचित वाटेत काही अडचणी आल्या असतीलऽ. कदाचित काही दिवसांत रसद पूर्वीसारखी चालू राहीलऽ! तोवर रावसाहेब, आम्हांला असे वाटते आपण सुलुखाचे यत्न..."

"काकासाहेबऽऽ, प्राण गेला तरी त्या गिलच्याशी सुलूख नकोऽ! हवे तर हे

आताच्या आता निधड्या छातीने झुंजात उतरू याऽ!'' विश्वासराव आणि जनकोजी एकदम बोलले.

''जरूर, जरूर झुंजात उतरू. त्यासाठीच तर दक्षिण सोडून हजारो कोस पालथे घालून आम्ही इथवर आलो,'' भाऊसाहेब हसून म्हणाले. ''दक्षिण फौजेची आणि पंजाबकडच्या घासदाण्याची वाट बघू. तोवर तहाचा लटका यत्न करू. रावसाहेब, ह्या अशा हटातटाच्या परिस्थितीत आम्ही 'सुलूख' हा शब्द कोणी जीभ छाटली तरी उच्चारला नसता; पण लटका सुलूख तरी कशाला म्हणावे, खराखुरा सुलूख तूर्तास करणे नाईलाजाने भाग पडते आहे.''

''का? काकासाहेब, का?''

''आभाळाकडे बघत बसलेली भुकेली माणसे आणि दावणीची हंबरती जनावरे यांच्यासाठी तरी तूर्तास का होईना, सुलूख करायला हवा. पोटाच्या गाण्यापुढे बाकी साऱ्या गोष्टी व्यर्थ आहेत.''

''पण श्रीमंत पेशव्यांची परवानगी?''

''होऽ, आम्ही खलित्याने विचारले आहे श्रीमंतांना. चंबळेपासून अटकेपर्यंतच्या मुलखाची चौथाई द्यायला गिलचा तयार आहे, तसा कौलकरार करावा काय? तर श्रीमंत आम्हांला कळवितात, केवळ 'दहशत' खाऊन सुलूख कशाला मान्य करता? दादासाहेबांनी एवढी अटकेपर्यंत धडक मारली, पंजाबमध्ये सरहिंद, लाहोरकडे ठाणी बसवली ते सारे सोडून केवळ चौथाई मान्य करता? भाऊसाहेबऽऽ, दादासाहेब तुम्हांला हसतील अशी काही आगळीक करू नका. गिलच्यास मारून-लुटून फस्त करा.''

''मग काय करायचे काकासाहेब?''

''रावसाहेब, हे श्रीमंतांचेच सही सही शब्द आहेत, 'खासा स्वारी तयार होऊन, कूच दरकूच करीत आपल्या कुमकेस दाखल होत आहे. चिंता करू नये.' रावसाहेब, श्रीमंत हिंमत देऊन लिहीत आहेत. त्या लष्कराची वाट बघू या; पण पुणे ते पानिपत हे हजार-बाराशे मैलांचे अंतर आहे. श्रीमंत येईपर्यंत सुलुखाच्या गळाला हा मासा अडकून ठेवू या.''

सुलुखाच्या दिशेने भाऊसाहेब विचार करू लागले, तोच त्यांच्या डोळ्यांसमोर काशीराज पंडित उभा राहिला. हा मूळचा दक्षिणेतला ब्राह्मण सुजाच्या दरबारी चांगले वजन राखून आहे, याचा भाऊसाहेबांना फार पूर्वी दूम लागला होता. पानिपतच्या मुक्कामावरून भाऊसाहेबांनी काशीराजाला क्षेमकुशलाची दोन पत्रे लिहिली होती. काशीराजाने सुंदर अक्षरात आणि मधुर शब्दांत त्याचे जबाबही उलटटपाली धाडले होते. पत्रे वाचताना काशीराजाचे लाघवी रूप त्याला न पाहताही भाऊसाहेबांच्या डोळ्यांपुढे उभे राहिले होते. भाऊंनी स्वहस्ते मजकूर लिहिला. एक खलिता सुजाला आणि दुसरा काशीराजाला. दोन्ही खलिते लागलीच अब्दालीच्या छावणीकडे रवाना केले.

भाऊसाहेबांचा खलिता म्हणून काशीराजाने तो अधाशासारखा वाचला. भाऊंनी खुणेसाठी केशरात भिजवून कागदावर उठवलेला हाताचा पंजा तो निरखून बघू लागला. भाऊंचे शब्द त्याच्या काळजाचा ठाव घेत होते, ''काहीही करा, मराठी माती इतक्या संकटात कधीच अडकली नव्हती. तिच्या सौभाग्याचा सवाल आहे. ह्याच मातीशी तुमची नाळ बांधलेली आहे. तिचे ऋण फेडण्याची ही संधी आहे. सुजाउद्दौलांना सांगून हफीज रहमतखान आणि वजीर शहावलीस पटवून अब्रू राहील असा सुलूख घडवून आणा.'' काशीराज उठला आणि सुजाच्या डेऱ्याकडे चालू लागला. भाऊंचा खलिता अजून सुजाच्या हातातच होता. सुजा पुनः पुन्हा त्याच ओळी वाचत होता. ''तुमचे-आमचे पेच एकमेकांच्या विचारे सोडवू; पण हा परकीय शत्रू नाहीसा करावा, असे कैक वेळा आम्ही तुम्हांस कळविले होते. तुम्ही-आम्ही एकाच भात्यातले बाण आहोत, एकाच शत्रूचा वेध घेऊ या, असेही लिहिले होते. अफगाण लोक हिंदुस्थानातील मुसलमानांना हिंदूंपेक्षा वाईट लेखतात, हेही परोपरीने सांगितले होते; पण आमच्या साऱ्या विनंत्या, सारी आर्जवे धुडकावून आपण परक्याच्या लगामी लागला. आमची खबर चुकीची नसेल तर तिकडे गेल्यावर आपणास कोणता मानमरातब मिळाला, आपली काय शोभा झाली, हे तुमच्याइतके दुज्या कोणाला ठाऊक असणार? आपल्या वाडवडिलांच्या स्नेहाची तुम्हांस अजून आम्ही जाणीव देतो. तेथे असूनही आपण हिंदुस्थानची चांगली सेवा करू शकता. आमची बिकट स्थिती तुम्हांला ठाऊक नाही, असे होणार नाही. हफीज रहमत आणि शहावलीच्या मार्फत पातशाहीचा बोलणे लावा. अब्रू राहील असा सुलूख घडवा. हिंदुस्थानच्या ऋणातून मुक्त व्हा.'' काळजाला हात घालणारे भाऊसाहेबांचे शब्द वाचून सुजाचीही विचित्र अवस्था झाली. इतक्यात काशीराज पंडित समोर दत्त म्हणून उभा. सुजा हसून म्हणाला,

''तुमच्या धन्याचाच खलिता वाचत होतो.''

''भाऊसाहेब कदाचित माझ्या मातीतले असतील; पण माझे धनी म्हणाल तर तुम्हीच आहात,'' काशीराज बोलला.

सुजा गंभीर झाला. बोलला,

''पंडितऽ, वैरीसुद्धा अशा संकटात सापडू नये. भाऊंचे आणि आमचे कसे ना कसे नाते तरी लागते! त्यांचे शब्दही खरे आहेत. अफगाणांनी आमची इज्जतइभ्रत ती कितीशी राखली? हा परमुलखीचा सोयरा आज ना उद्या आपल्या घराकडे जाईल, त्यानंतर आम्हांला मराठ्यांशीच नांदायचे आहे. ते आता संकटात आहेत. आपल्याने होता होईल ती मदत करू या.''

''लाख बोललात नबाबबहादूर. माझ्याही मनात तेच होते.''

सुजाने आणि काशीराज पंडिताने ह्याच विषयावर सांगोपांग चर्चा केली. सुलुखाच्या मार्गावरचा मोठा अडथळा म्हणजे नजीबखान. त्यालाच पहिला विश्वासात घ्यावा असे दोघांचे बोलणे झाले. त्या रात्री काशीराज ठरल्याप्रमाणे नजिबाच्या डेऱ्यात

गेला. चिरागदानांच्या प्रकाशात नजिबाची गाजरासारखी तांबडी मुद्रा भडक तांबडी दिसत होती. आपल्या आखूड दाढीवरून हात फिरवीत त्याने काशीराजाचे सारे बोलणे शांतपणे ऐकून घेतले. काशीराजाच्या बोलातली तळमळ, कळवळ त्याच्या नजरेतून सुटली नाही. तो बोलला,

"पंडित, मी साहेबजाद्या सुजाउद्दौल्यांना दोष देत नाही. खरे तर दोष त्यांचा नाहीच. दोष त्यांच्या कोवळ्या उमरीचा आहे. फार तर ते सव्वीस-सत्तावीस वयाचे असतील, नाही का? त्यांचे पिताजी म्हणजे मला माझ्या पित्यापेक्षा प्यारे! त्यामुळे मी त्यांना दोष देत नाही. राजनीतीमध्ये आमच्याइतके उन्हाळे-पावसाळे ते कसे बघणार, नाही का? तुम्ही त्यांचीच समजूत घाला. जेरीस आलेला शत्रू पायावर कशी म्हणेल तशी आडवी-तिडवी लोळण घेईल; पण एकदा दयामाया दाखवून त्याला मोकळा सोडला तर पुन्हा डसल्याशिवाय तो थोडाच राहणार आहे? पंडित, अरे तुम्ही सापाची तोडलेली शेपटी कधी बघितली आहे? बघितली नसेल तर जरूर बघून घ्या. ती एवढीशी तुटकी शेपटी, जिला मुंडी नाही, काही नाही, ती कशी नाचते बघा! काय तडफड तडफड करते! आणि हा तर दख्खनदेशचा जहरी नाग आहे. त्याच्या अंगाअंगांत विष खच्चून भरले आहे. हीच वेळ आहे त्याला ठेचायची, चेचायची. तो जिवंत आहे तोवर गंगा-यमुनेला सुखाची झोप येणार नाही. तुमच्यासारख्या हुशार पंडिताने त्या तरुण साहेबजाद्याला खरे तर समजून सांगायला पाहिजे, नाही का पंडित?"

काशीराजाने जाणले, ह्या गाढवापुढे गीता वाचण्यात काहीच मतलब नाही. तो उठला आणि चालू लागला. नजिबाने लागलीच आपल्या बंधूला, सुलतानखानाला बोलावले. त्याच्या कानात नजीब म्हणाला, "सुलतानऽ बेटाऽऽ त्या सुजावर, हफीजवर आणि त्या वजिराच्या हालचालीवर बारीक ध्यान ठेवा. धोतर आखडून इकडेतिकडे बावळटासारख्या हिंडणाऱ्या त्या काशीराजावरही बारीक नजर ठेव. वेंधळा दिसला तरी जातीचा ब्राह्मण आहे. आपल्या लष्करात भित्री कोल्ही, कुत्री सुलुखाची कोल्हेकुई करू लागली आहेत. बेटा सुलतान, तू जागा रहाऽ!"

त्याच रात्री सुजा वजीर शहावलीखानाला भेटला. दोघांची मसलत झाली. वजीर म्हणाला, "नबाब, तुम्ही म्हणता ते ठीकच आहे. एवढे युद्ध करून आमच्या पदरी काय पडणार आहे? जे मिळायचे ते त्या लबाड कोल्ह्याच्या तोंडी लागायचे. आमची व्यर्थ मनुष्यहानी! विनाकारण हिंदुस्थानात लांबत चाललेला मुक्काम आवरावा, डेरेदांडे गुंडाळून मायदेशी जावे अशी आमची गेल्या कित्येक दिवसांची तमन्ना आहे." काहीही करून सुलूख घडवून आणायचाच असा सुजा, हफीज रहमत आणि शहावलीखानाचा निर्धार झाला. सारे त्या दिशेने सावध पावले टाकू लागले.

दुसऱ्या दिवशी बादशहाच्या दरबारात बरकुरदारखान, शहापसंदखान, शहावलीखान इत्यादी सरदार मंडळी बसली होती. अब्दाली खाजगीकडेच होता. दरबारात बरकुरदाराच्या शेजारी नजीबखान बसून होता. त्याची तीक्ष्ण नजर सारखी वजीर शहावलीखानाच्या

दिशेने झेप घेत होती. वजिराला पाहून त्याच्या अंगाची भगभग वाढतच होती. न राहून साऱ्यांना ऐकू जाईल अशा मोठ्या आवाजात बरकुरदाराशी बोलत नजीब वजिराला टोमणे मारू लागला,

''मुंडावळ्या माझ्या कपाळाला बांधल्या आहेत. या युद्धातला नवरदेव मीच आहे. सारी जोखीम-जबाबदारी माझ्या शिरावर आहे. जे काही होईल ते माझ्याचमुळे होईल आणि माझ्यासाठीच होईल. तुम्ही बाकीचे सगळे वऱ्हाडी आणि वाजंत्री आहात. वाजवा म्हणेन तेव्हाच वाजवायचे. ताशेतरफे, बेंडबाजा वाजवायचा सोडून तुम्ही माझ्या माघारी सुलुखाच्या गोष्टी कशाला करू लागला आहात?''

नजिबाच्या ह्या बोलाने सारे खासे बावरले. टोमण्यांचा रोख आपल्याकडेच आहे, हे शहावली वजिराने पहिल्या बोलालाच हेरले.

तो चिडून नजिबाकडे पाहू लागला. तसा बरकुरदारखान नजिबाला म्हणाला,

''जाऊ द्या हो खानसाहेब, कशाला एवढ्या गोष्टी मनावर घेता?''

''एवढ्या एवढ्या कशा? चांगल्या गळ्याशी आल्या आहेत गोष्टी माझ्या,'' नजीबखान उखडून बोलू लागला, ''त्या दिवशी खंदकाच्या तोंडावर माझी पाच हजार माणसे काफरांच्या तोफांनी भाजून काढलीऽ, कबाबासारखी माणसे जागच्या जागी अंग होरपळून जळून खाक झाली. माझा चुलताही अल्लाघरी गेला, आणि हा कोण उपटसुंभ आदमी सुलुखाचा घाट घालू लागला आहे? हा इसम कमहिमतीचा, डरपोक आहे. काफरांशी हातमिळवणी करणारा हा आदमी आमच्या अफगाण बीजाचाच नाही...''

''खामोशऽ'' शहावलीखान जोराने किंचाळला. त्याने जवळची खुरासनी तलवार सळकन बाहेर काढली आणि सळसळते पाते नजिबाच्या दिशेने जोराने भिरकावले. आता आपण खलासच झालो म्हणून नजिबाने डोळे मिटले. त्याच क्षणी चळचळा कापत्या नजिबाला बरकुरदाराने हिसडा देऊन मागे खेचले. एका क्षणाचा जरी विलंब होता तरी नजिबाची खांडोळीच पडती. इतर खासे झटकन पुढे धावले. त्यांनी वजिराला कवळा घातला आणि त्याला ते डेऱ्याबाहेर समजूत घालीत नेऊ लागले. भडकलेला शहावली थंड होईना. तो सर्वांना दूर लोटून पुढे धावण्याचा यत्न करू लागला मोठमोठ्याने ओरडू लागला,

''बेवकूफऽ बदमाष! प्याद्याचा फर्जी झालास म्हणून मर्जीला येईल त्या बाता करतोस? थांब तुला जाग्यावर उभा चिरतो. जिहादची झूठ भाषा बोलून तू आलमपन्हाँच्या डोळ्यांत धूळ फेकतोस? तुझ्या मायावी रूपाला मी भुलणारा नाही. जेव्हा बादशहावर संकटाचे पर्वत कोसळतील, तेव्हा त्यांच्या अश्वाचा लगाम धरीत हाच शहावली काट्याकुट्यांतून मार्ग काढील, तू नव्हेस. विजयाच्या मिरवणुकीत ताशाकर्ण्यांवर नाचणारा मर्कट तू! तुला शहाचे हित काय आणि अहित काय? तुझं उघडंनागडं रूप मी जाणतो म्हणून तू माझ्यावर जळतोस काय? मला दाबण्यासाठी सेनापती जहानखानाला हाताशी धरून आम्हां अफगाणांतही बेअदबी माजवतोस? निव्वळ

बादशहाच्या शब्दाखातर मी तुला समजावून घेतो, नाही तर माझ्या पागेतल्या घोड्या-गाढवाची लीद काढायलासुद्धा तुझ्यासारख्या यत्किंचित इसमाला मी ठेवला नसताऽ!''

रागाने लालबुंद झालेला शहावली डेऱ्याच्या दरवाजाकडे निघाला. त्याच्या रागाने मोठे मोठे अफगाण सरदारसुद्धा टरकले. गयावया करीत हात जोडून नजीब करुणा भाकू लागला,

''हुजूरऽ हुजूरऽ गुस्ताखी माफ हुजूर. केवळ त्या सर्पाच्या पिल्लाने, त्या जनकोने हमला केला म्हणून, नाही तर...''

''चूपऽऽ खामोश,'' शहावली माघारा वळून गुरकला, ''ह्या झुठ्या वल्गना, मर्कटबाजी माझ्यासमोर करू नको. तुझा तमाशा बघायला अनेक बेवकूफ बघे मिळतील. तिकडे तोंड काळे कर.''

सुलूख करायचा की नाही या विषयावर अफगाण लष्करात सरळ सरळ दोन तट पडले. ज्यांना कंदाहारकडे आपल्या मुलाबाळांत जायची घाई होती. त्यांना सुलूख हवा होतो. ज्यांच्या डोक्यावर धर्माचा पगडा होता, त्यांना 'जिहाद' हवा होता. सारे गाडे सुराला लागले असता 'सुलुखा'चा विषय निघतोच कसा, ह्या विचाराने नजीब बेचैन झाला होता. कान छाटल्यावर अस्वस्थ, बेधुंद होणाऱ्या जनावरासारखा तो छावणीतून इकडेतिकडे चकरा मारीत होता. वजीर आणि नजिबाच्या बेबनावाची खबर बादशहाला लागलीच कळाली. एकूण रागरंग पाहून त्या विषयावर साऱ्या खाशांची, पथकांची, निवडक स्वारांची सभा रात्री घेण्याचे त्याने निश्चित केले.

सुलुखाचा विषय बादशहा ऐकतो कसा आणि त्यावर सभा तरी का बोलावतो, या विचाराने नजिबाचे डोके ठणकू लागले. थोडा विचार करून त्याने मनाशी निर्धार केला. तो सेनापती जहानखानाच्या गोटात गेला. अवघ्या दीड वर्षापूर्वी जहानच्या पोराला पंजाबमध्ये मरगठ्यांनी कसा मारला, याची याद त्याने जहानला दिली. दोघे बराच उशीर मसलत करीत होते. नजीब तेथून उठला आणि मुल्ला-मौलवींच्या पुढे गरीब गाय होऊन बसला. काजी इद्रीस ह्या मुख्य मौलवीशी त्याने बातचीत केली. साऱ्यांचे आशीर्वाद घेऊन तो आपल्या गोटाकडे निघाला.

इकडे-तिकडे नाचून, दमूनभागून आपल्या गोटाजवळ आला. तोच त्याला खबर मिळाली, ''दिल्लीहून दस्तूरखुद्द शहावली उला साहेब येऊन नुकतेच नजिबाच्या गोटात दाखल झाले आहेत.'' ही खबर कळताच जागच्या जागी उडी मारावी अशी नजिबाची भावना झाली. आनंद मुद्रेवर मावेना. संतोषून तो स्वत:शीच म्हणाला, ''बेटा नजीब, तुझे नशीब जोरावर आहेऽ!'' शहा अब्दुर रहीम नावाच्या सुफी साधूचा शहावली उला पुत्र होता. अब्दुर रहीमने 'मदरसा-ई-रहिमा' नावाची संस्था काढली होती.

शहावली उला पित्यानंतर दिल्लीच्या आसपास अनेक मदरसा चालवू लागले होते. त्यांनी मक्का आणि मदिनेलाही भेट दिली होती. शिखांच्या, मराठ्यांच्या

कारवायांमुळे हिंदुस्थानातून इस्लाम संपू लागला आहे, अशी बाबांची धारणा होती. या आधीच्या प्रत्येक स्वारीत दिल्लीत आल्यावर अब्दाली शहावली उलांच्या पुढे नतमस्तक झाला होता. ''इस्लाम खतरेमें है'' असा घोष करणाऱ्या शहावलींना नजीब आणि अब्दाली हेच दोघे इस्लामचे तारक वाटत होते. बाबांचे अब्दालीवर केवढे दांडगे वजन आहे, हे नजीब जाणून होता. तो लागलीच डेऱ्यात जाऊन बाबांपुढे नतमस्तक झाला. त्यांची उठाठेव जातीने बघू लागला.

रात्री भोजनानंतर सारे अफगाण खासे एकत्र गोळा झाले. पथके, मुल्ला-मौलवीही जमा झाले. बादशहाच्या शेजारीस काजी इद्रीस आणि शहावली उला साहेब रेलून बसले होते. सुरुवातीला हिंदुस्थानातल्या खर्चाची, वाढत्या मुक्कामांची कारणे देऊन सुलूख घडवून मोहीम आटोपणे कसे योग्य आहे, यावर वजिराने आपल्या संभाषणात जोर दिला. त्यानंतर वजिराच्या मुद्द्यांना सेनापती जहानखान तावातावाने हरकतीचे मुद्दे उपस्थित करू लागला.

''आलमपन्हाँऽ, सुलुखाची भाषा बोलणे सच्च्या इस्लामांना शोभत नाही. त्यातून सुलूख घडविणे तर इस्लामविरोधीच आहे; कारण ह्या आधीच जिहादचा पुकारा झाला आहे. रोहिले आणि अफगाण बांधव 'अल्ला हो अकबर'चा जयघोष करीत खुदावंतांच्या झेंड्याखाली गोळा झाले आहेत. जनावरे तेज आणि फुरफुरती आहेत. ही मरगठ्ठ्यांची अवलाद पक्की नादान आणि नीच आहे. पंजाबमधून आपल्या शहजाद्या तैमूरसाहेबांना दीड सालामागे पळविले कोणी? दिल्लीची गादी फोडून तो सुंदर शहरपन्हाँ बेचिराख केला कोणी? नजिबाला दहा दिशा पळवून जेरीस आणला कोणी? त्या दख्खनी मर्कटांनी आपल्या मर्यादेचा भंग करून साऱ्या हिंदुस्थानचे दिवाळे काढले आहे. चौथाई सरदेशमुखीच्या नावाखाली बाजारात सुरा चालवून लूट आरंभली आहे. एवढेच नाही तर कुंजपुऱ्याला ढालेपाशी नेऊन कुतुबशहाचा शिरच्छेद केला कोणी? नजाबतखानाचे तुकडे करून, त्याचे हाल हाल करून त्याला मारले कोणी? हे सारे प्रताप करणाऱ्या त्या कपटी आणि गद्दार जातीशी सुलूख? आमची हिंमत आणि ताकद तेज असताना, घोडी-माणसे युद्धासाठी धुंदकत असताना, सुलुखाचे व्यर्थ गाणे कशापायी? नाही आलमपन्हाँ, नाहीऽ आता ते शक्य नाहीऽ! एक वेळ माती खायला सांगा, पण त्या सुलुखाच्या गोष्टी करू नकाऽ!''

सेनापती जहानखानाच्या टिपेच्या वक्तव्याने सारी सभा हादरून गेली. नजिबाला उकळ्या फुटू लागल्या. तोच हफीज रहिमतखान बोलावयाला उभा राहिला. सध्याच्या परिस्थितीत सुलूखच कसा फलदायी ठरेल, ह्याची कारणे त्याने सांगितली. त्याचे सुलुखाचे बोलणे ऐकून नजिबाच्या अंगाची लाही लाही झाली. त्याला राहवेना. तो मध्येच उठून उभा राहिला आणि ओरडला,

''खुदावंतऽ, हा म्हातारा सुलुखाचा घोळ कशाला घालतो आहे ते पहिला तपासा. ह्या हफीजच्या जहागिरीच्या एका बाजूला जाटाचा मुलूख आणि दुसऱ्या

अंगाला त्या पापी गोविंद बुंदेल्याचा प्रदेश. स्वत:चे पोट जाळण्यासाठी हा स्वार्थी इसम धर्माच्या आड येतो आहेऽ!''

रोहिले-पठाणांनी गिल्ला केला. ते हफीजचे शब्द ऐकायला तयार होईनात. हफीज निमूटपणे खाली बसला. नजीबखान तालात उभा राहिला. आपली मायावी नजर साऱ्या सभेवर फेकीत तो विचारू लागला,

''किब्लाये आलमऽऽ सुलूख? कशासाठी सुलूख, हा सवाल साऱ्या अफगाण रोहिल्यांना पडला आहे. त्या मरगठ्ठ्यांशी सुलूख? त्या महाघातकी जातीशी सुलूख? ज्यांनी आपली गंदी घोडी अटक नदीच्या पवित्र पात्रात धुऊन तिचे जल भ्रष्ट केले, त्या सैतानांशी सुलूख? ज्यांनी चितोड, द्वारका, गुजरात असा हिंदुस्थानचा मुलूख खालसा करून कनवटीस बांधला, ज्यांची घोडी दमाऊ-कमाऊच्या पहाडापर्यंत जाऊन धुडगूस घालतात, ज्यांनी काशी-बद्रिकेश्वर-प्रयाग-गया अशी तीर्थे काबीज करून ह्या मुलखातल्या मशिदी बेचिराख करण्याचा घाट घातला आहे. आलमपन्हाँऽ, दिल्लीच्या बादशाहीची जागा किती परमपवित्र होऽऽ! ते सिंहासन त्या सैतान भाऊने घणाचे घाव घालून फोडावे? बडा गहजब माजवला ह्या दुष्ट जातीने, गहजब माजवला!''

नजिबाच्या डोळ्यांतून आसवे गळू लागली. तो जोराजोरात हुंदके देत जागीच रडू लागला. सारी सभा भारावून गेली. ''ये बहुत बुरे लोग हैं।'', ''ये मरगठ्ठे नादान हैं।'', ''ये गैरकानुनी है।'' सारे अफगाण बोलू लागले. नजिबाने डोळे पुसले. तो सावरून म्हणाला,

''जहापन्हाँऽ, मुखातून वाईट शब्द गेला तर गुस्ताखी माफ करा. ह्या मरगठ्ठ्यांचा खरा इरादा आम्ही सांगतोऽऽ. प्रत्यक्ष आपल्या सिंहासनाला, प्रत्यक्ष कंदाहारच्या गादीला धडक देऊन तेथे एकछत्री अंमल जारी करायची आणि आकाश व पृथ्वीतळ पादाक्रांत करून राज्य करण्याची त्या कमिन्या जातीची नीच तमन्ना आहेऽ!''

''कंदाहारकडे फिरकतील तेव्हा बघूऽऽ'' बादशहा हसून बोलला.

''आलमपन्हाँऽ, ही जात आता संकटात सापडल्यावर वाटेल तितक्या आणाभाका घेईल. सुलुखाचे शब्द म्हणजे काही जणांना रेशमाच्या रंगीबेरंगी दोऱ्या भासतात; पण दोऱ्या रेशमाच्या असल्या तरी त्याला गाठ फासाची आहेऽ! चुकूनमाकून इकडेतिकडे पाऊल पडले तर झटकन फास लागायचा आणि हातभर जीभ बाहेर पडायची! जहापन्हाँ, इथे सारी दक्षिण गोळा झाली आहे. हीच वेळ आहे त्या मस्तवाल, गद्दार, लुटारू काफरांना तोडण्याची, झोडण्याची, फोडण्याची, मोडण्याची, चिरडण्याची, अगदी कुटून कुटून फस्त करण्याची. इस्लामच्या जीवनात अशी घडी क्वचित येते. ही संधी साधू या, न साधली तर कोणती किफायत पदरी पडायची? हाच वखत आहे, त्या नादान औलादीस गर्दीस मिळवण्याचाऽ!''

नजिबाने आपल्या वक्तव्याने सारी सभा भारून टाकली. आता सर्वांचे डोळे बादशहावर खिळले. बादशहा काय सांगतो, हे महत्त्वाचे आणि निर्णायक. शांत,

धीरगंभीर आवाजात अब्दाली बोलला,

"गाझी जहानखान आणि शेर नजीब यांची भाषणे ऐकून कोणासही संतोष वाटेल. असले जवाँमर्द गाझी आमच्या संगतीसोबतीला दिले, याबद्दल त्या परवरदिगारला मी लाख दुवे देतो. ह्या दोघांच्या उरातला जोश आणि कळकळ, तळमळ हर शिपाईगड्याने अंगी बाळगली पाहिजे. पण यार होऽ केवळ शब्दांच्या आतषबाजीवर आणि भावनेच्या फुलोऱ्यावर लष्कर चालत नाही. लष्कराचा पहिला तिडा पोटाचा असतो. केवळ इस्लामच्या उभारणीसाठीच तर गेली दोन साले हिंदुस्थानच्या दुर्घट हवामानाशी दोन हात करीत आम्ही कष्टातून इथे जिणे जगतो आहोत. मरगठ्ठयांच्या ताब्यातला मुलूख जिंकून, हिसकावून मी रोहिल्यांच्या हवाली केला आहे. तरीही रोहिल्यांकडून जशी, ज्या प्रमाणात आम्हांला रसद लाभावी ती कधीच लाभली नाही. काफरांच्या फौजेत पोटाचे एवढे हाल झाले, दुकाल पडा तो भी मरगठ्ठे लढाई के वास्ते हटेले खडे रहते हैं। ह्या अशा हिंमतबाज गनिमाशी तलवार खेळायची तर मनगटात बळ हवे. बळासाठी वखताला लष्कराला घासदाणा मिळाला पाहिजे. त्यासाठी थोडीशी कुठे सक्ती करावी तर रोहिले कुरकुरायला लागतात. रोहिल्यांच्या ह्या मनोवृत्तीचा, ह्या देशातल्या हवामानाचा, साऱ्याचा मला आता कंटाळा आला आहे, हे ह्यापुढे मला सहनही होणार नाही. ह्या दख्खनी बंदरांच्या जयापराजयावर काही माझी कंदाहारची मसनद अवलंबून नाही. माझे सिंहासन परवरदिगारच्या कृपेने शाबूत आहे. राहील. केवळ इस्लामसाठी, जिहादसाठी मी इतके हाल सोशीत, वाऱ्यावादळाशी झुंज देत, ह्या मातीत पाय रोवून उभा आहे."

"केवळ जिहादऽ! केवळ जिहादऽ!! व्वा व्वा, क्या बात है!" काजी इद्रीस डोळे पुशीत बोलला, "पातशहा, 'केवळ जिहाद' हे किती पवित्र शब्द आहेत. ह्याच शब्दांना तुम्ही चिकटून रहा. नाही तरी, तुमची काबूल-कंदाहारची दौलत रोहिल्यांच्या घासदाण्यावर अवलंबून नाही, हे आताच आपण स्पष्ट केले. बादशहाऽ, इस्लामचे पुण्य फार मोठे आहे. ह्या आपल्या जातभाईंचा, रोहिल्यांचा, त्या दांडगेश्वर काफरांनी छळवाद मांडला म्हणून तर ते तुमच्या दारात येऊन पदर पसरू लागले. अशा प्रसंगी एवढा मोठा अफगाणांचा शहेनशहा असूनही, दंडात बळ असतानासुद्धा त्याने आपल्या धर्मबांधवांना कुमक केली नाही तर त्याला अल्लाच्या दरबारात जाब द्यावा लागेल!"

काजी इद्रीसच्या ह्या दरडावणीने सारे चमकले. तोच शहावली उला साहेब यांचे भेदक ओले शब्द सर्व जण ऐकू लागले. त्यांचे शब्द घुमटात मोठ्याने आवाज काढल्यावर कानावर आदळणाऱ्या लयदार प्रतिध्वनीसारखे कंपायमान होऊ लागले.

"बादशहा, काजी इद्रीसचे शब्द सोळा आणे सच आहेत. तक्तपोशी समारंभावेळी 'दुराणी' हा किताब तुम्ही धारण केलात. 'दुराणी' ह्या शब्दाचा अर्थ राजराजेश्वरांचा राजेश्वर! दुराणी ह्या शब्दानेच जगातल्या इस्लामांना अभय दिले पाहिजे; पण मघाचे तुझे कमहिंमतीचे शब्द ऐकले आणि अंगाचा थरकाप उडाला. आज इस्लामच्या

बचावासाठी तुझ्याशिवाय आणि ह्या गरीब नजिबाशिवाय आहे कोणी शिल्लक? चार सालामागेच तुम्ही आमची भेट घेतलीत तेव्हाच आम्ही तुम्हांला बजावले होते, हिंदुस्थानमें इस्लाम खतरेमें है। जाट, शीख आणि मराठ्यांनी ह्या भूमीत उच्छाद मांडला आहे, आणि अशा प्रसंगी तूच जर त्यांना लाथाडलेस तर करवंटी घेऊन त्यांनी कोणाच्या दारी उभे राहायचे? आज तुम्हांला तुमच्या मसनदीची फिकीर वाटते? अरे गाझी, हाती खड्ग घेऊन तू इस्लामची फिकीर कर. अल्ला तुझ्या मसनदीची फिकीर करेल. ज्याचा मसनदीसाठी जीव तीळ तीळ तुटायचा, तो एवढा मोठा बादशहा नादिरशहा. तो तुझाच गुरू ना? ज्याच्या घोड्याच्या टापांचा आवाज ऐकला की दहा देशांच्या सरहद्दी जागच्या जागी अंग जिरवायच्या, चोरायच्या, सिंहासने डळमळायची, राजधान्या उलथ्यापालथ्या व्हायच्या, त्या नादिरशहाचे शेवटी काय झाले? एका रात्रीत धुळीस मिळाला ना? होत्याचे नव्हते झाले, आणि तूऽ तू एवढी मसनदीची फिकीर करतोस? पातशहा, जग नश्वर आहे.''

शहावली उला आणि काजी इद्रीसची भाषणे ऐकून सारी अफगाण सभा द्रवली. एकापेक्षा एक गाझी जाग्यावर उभा राहिला. छाती बडवीत ओरडू लागला,

''काजी म्हणतात ते बरोबर आहे. शहावली उला साहेबान बोलतात ते सच आहे. पातशहाऽ आम्ही उपाशी मरू; पण जिहाद करू. इस्लामी बांधवांसाठी लढता लढता मरू.''

अब्दालीही भावनाविवश झाला. दाटल्या कंठाने म्हणाला, ''आता सुलुखाच्या फजूल बाता बंद, आता युद्धाच्या फतिहा गाऊ या!''

□

नारो शंकर आणि पाराशर दादाजी वाघ पानावर बसले होते. सांबाऱ्याचा भुरका मारता मारता नारो शंकर विचारू लागले,

''पाराशर, परवाच तर मी एक लाख दहा हजाराचा ऐवज कृष्णराव बल्लाळांकडून धाडला. ती घोडी लष्कराला भिडली असतील-नसतील तोच श्रीमंतांनी तुम्हांला इकडे धाडले. एवढी जल्दी कसली लागली?''

''भलतेच काय बोलता कारभारी,'' पाराशरच्या हातातला घास तसाच हाती राहिला. पाराशर म्हणाला, ''त्या रकमेतली एक दमडीही तिकडे लाभली नाही. सारे हाल. आम्ही लटक्या गोष्टी सांगत नाही कारभारी. गिलच्याचा आणि आमचा तळ म्हणजे आमनेसामने लाख लाख माणूस कोंडून पडले आहे. वाघावर वाघ झेप घेण्यासाठी अक्राळविक्राळ जबडे पसरून, डरकाळ्या फोडीत उभे राहावेत तशा दोन्ही फौजा हमरीतुमरीने उभ्या ठाकल्या आहेत. एवढ्या लढाया, स्वाऱ्याशिकाऱ्या बघितल्या, पण असे युद्ध कोणी कधी बघितले नसेल. जणू दुसरे महाभारतच! त्या काळी देवादिकांना तहानभूक लागत नसेल कदाचित; पण आता सारे भुकेने व्याकुळले आहेत. तिथेच माणसे, तिथेच जनावरे, विष्ठा, शेणामुताचा वास,

घोड्यांची लीद, मेल्या जनावरांचे, माणसांचे सांगाडे इकडेतिकडे पडलेले, नुसती बजबजपुरी माजली आहे. किती तरी दिवसांनी मी एवढे ताजे, मधुर आणि पोट भरून जेवतो आहे. अहो, अशी पोटभर पाने तिथे खाशा सरदारांनासुद्धा मिळत नाहीत. सारीच ओढ, म्हणून तर भाऊंनी तातडीने धाडले. मिळेल तो ऐवज परिसासारखा!''

''ठीक आहे. पंतांनी आमच्या हवाली केलेल्या ऐवजातली शिल्लक रक्कम एक लाख पन्नास हजार आताच तुमच्या पथकासोबत घेऊन जा. परवाच धाडणार होतो साऱ्या थैल्या, पण जिवाला वाटले, मध्ये कुठे वाटमारी होऊन दुष्काळात धोंडा महिना उद्‌भवायला नको! बरे, आता रस्ता कसा आहे?''

''पानिपतातून परवा रात्रीच बाहेर पडलो. दक्षिणेला गणोर ओलांडेपर्यंत अधेमधे इकडेतिकडे हिंडताना गिलच्यांची छोटी छोटी चार पथके, यतिमांच्या झुंडी दृष्टीस पडल्या. अजून तरी रस्ता साफ आहे. गिलचा तिकडे सात कोसांवर नदीच्या अंगाला आहे, तोवर चटका करतो आणि हा ऐवज पोहोचवतो.''

''बघा, आताऽ ऐवज तुमच्या हाती दिला की आम्ही सुटलो. परवा त्याच काळजीने थोडी रक्कम पाठवली. कारण भाऊसाहेब म्हणजे हिशोबाला चोख. पै इकडे नाही की तिकडे नाही. तुमचे सुभेदार भाऊंना उगाच पेशव्यांच्या कोठीवरचा काळकूट म्हणत नाहीत.''

दोघेही खळखळून हसले. नारोपंत आणि पाराशरने हात धुऊन थोडा वेळ बैठक मारली. पानसुपारी झाली. गोविंदपंतांचा विषय निघाला. पंत बिचारे शेवटी ऐवज धुंडाळता धुंडाळता संपले अशी बोलणी झाली. पाराशर झटक्याने उठला. नारो शंकर बोलले,

''किती गडबड करता? बसा घटकाभर!''

''असे कसे कारभारी? आज रात्री मोठ्या मजला मारून दिवस उगवण्याआधी लष्करात पोहोचून तिथेच तोंड धुतले पाहिजे. अधेमधे गिलच्याचे धारकरी फिरतात. उजाडण्याआधी आपल्या तळावर पोहोचलेले बरे. त्यातच भाऊसाहेब चातकासारखी वाट बघत बसलेले असणार. थोडासाही विलंब झाला तरी श्रीमंतास झडती द्यावी लागणार.''

''बरेऽ बरे, ठीक आहे. चला निघा आता,'' नारो शंकर बोलले.

नारोपंतांच्या वाड्यासमोर तीनशे बळकट देहयष्टीची, रुंदाड पाठीची आणि दांडग्या दमाची घोडी ताटकळत उभी होती. बोलत बोलत नारोपंत आणि पाराशर तिथे आले. खाशांची भोजने आटोपण्याआधीच कारकुनांनी प्रत्येक स्वाराच्या हवाली नगद पाचशे रुपये केले होते. लांबसडक रुमाल घेऊन, फडक्याने गुराखी कंबरेभोवती भाकरी गुंडाळतात तशी स्वारांनी नाणी मधोमध ठेवून त्यावर फडक्याच्या चारपाच, चारपाच घड्या घालून पाठीभोवती तिडा मारून पोटाजवळ रुमालांच्या गाठी मारल्या होत्या. धोतराचे काचे सोडून रुमालावरून तिडा देऊन पुढे निरगाठी मारल्या होत्या.

एकही नाणे इकडेतिकडे पडू नये अशी बयाजवारीने व्यवस्था केली होती.

नारोपंतांनी घोड्यांच्या मधून एक चक्कर मारली. नेटी जनावरे आणि त्यांच्या पाठीवरचे जवान स्वार बघितल्यावर त्यांना हुशारी वाटली. शस्त्रबद्ध स्वार आपली नागवी हत्यारे आणि उमदी जनावरे घेऊन धावणार होते. साऱ्यांची नीट व्यवस्था बघून नारो शंकर म्हणाले,

''पाराशर, जनावरे आणि त्यावरची खोंडे तरणीतगडी दिसतात. पहाटेचीच अठ्ठावीस कोसांची दौड मारून तुम्ही सर्व पानिपतावर पोहोचाल. भाऊसाहेबांना सुखद धक्का द्याल.''

''बिलकूल,'' घोड्याच्या पाठीवर खुषीने थाप मारीत पाराशर म्हणाला.

''बघा हो पाराशरऽ, मध्येच गडबड कराल काही तरी आणि भाऊसाहेब माझी मानगूट पकडायचे.''

''तुम्ही निश्चिंत असा नारोपंत. ऐवज होळकरांचा सरदार पाराशर दादाजी याच्या हवाली केला आहे हे विसरू नका,'' मिशीला पीळ देत पाराशर बोलला.

नारोपंतांनी निरोप दिला. ''हरऽऽ हरऽऽ महादेवऽ''चा येळकोट करीत घोडी भरधाव वेगाने दिल्लीहून बाहेर पडली. बादशाही रस्त्याने पानिपताकडे धावू लागली.

दुपारी दिल्लीतून बाहेर पडलेली घोडी दांडग्या दौडीने दिवस मावळता मावळता सोनपतच्या आसमंतात घुसली. तिथेच गावाबाहेरच्या सराईत सर्वांनी भाकरी सोडल्या. घोड्यांच्या पुढ्यात वैरणकाडी टाकली. निम्मी वाट सरत आल्याने घोड्यांना इसावा दिला. घोडी ताजीतवानी होऊ दिली. तासाच्या इसाव्यानंतर स्वारांनी पुन्हा मांड ठोकली. हलकीफुलकी झालेली जनावरे वाऱ्याच्या वेगाने सुसाट सुटली. दोन तासांची दौड झाली. यमुनेकाठचा चावरा वारा वाहू लागला. कानांच्या पाळी, हातांची बोटे आणि रिकिबीतले पाय थंड पडू लागले. स्वारांनी घोडी थांबवली. खोगिरीत खुपसलेली उबदार घोंगडी बाहेर काढली. घोंगड्याच्या खोळी करून त्यात डोके झाकले. कमरेचे शेले सोडून घोंगड्याला तिडा देऊन टापरी बांधल्या. दोन्ही कानांवर घोंगड्याचा पडदा दाबला गेला. कानात भिरभिरणारे थंडगार वारे बंद झाले, पण हातपायाला बोचरी थंडी झिणझिण्या आणत होती. गारठ्यात घोडी एकसारखी धावत होती. पायाच्या खुराने माती उकरून कुत्रे जसे अंगात ऊब आणते, तशी घोडी पुढचे पाय वल्हवीत थंडी कवेत घेऊ लागली. काळ्या अंधारातून भरधाव सुटलेल्या घोड्यांना तसल्या थंडीतही दरदरा घाम फुटला.

मध्यान् उलटल्यावर घोडी गणोरला आली. ''आता पानिपत कितीसे दूर राहिले?'' साऱ्यांनी सुस्कारे सोडले. घोडी थांबवली. पुन्हा वैरणकाडी, होय-नव्हे बघितले. घटकाभर थांबून घोडी पुन्हा नव्या दमाने पुढे झेपावली. पहाटेचा समय जवळ आला. राने धुक्याने भरली. जवळ जवळ दीड दिवसाच्या दौडीने घोडी दमून गेलेली. त्यांच्या गुडघ्यांना, मांड्यापुठ्ठ्यांना कड आलेले. त्यातच पोटातला घास

आटला. रिकाम्या पोटाच्या जनावरांना थंडीचा झटका अधिक जाणवू लागला. त्यांची पावले मंदावली. घोडी फेंगाड्या पायाने चालू लागली. आता काही कोसांतच पानिपत लागणार होते. घोड्याच्या पाठीवर खुशाल ताणून दिले तरी जनावरे आपल्या लष्करात भिडतील याची खात्री स्वारांना होती. रात्रभर मांड ठोकलेली. पाठीवर बसून जागच्या जागी उडून पोटातली आतडी विरघळली होती. मणक्याचे काटे आधीच ढिले झालेले. त्यावर थंडीचा लेप. आता तर सारे अंग बधिर वाटू लागलेले. व घोंगड्याची ऊब असली तरी खाली पायांना थंडीने भूल दिलेली. आता तर धुक्याचा मारा. घोंगडीवर, हाताच्या बोटांवर, रिकिबीतल्या पायांवर दवाचे थेंब गोळा झालेले. सर्वांग सुंभ होऊन गेलेले.

जनावरे आता डुलत डुलत चालली. बरेचसे स्वार घोड्यावरच डुलक्या घेऊ लागले. जे थंडीने काकडले, ते अंग आखडून अर्धवट झोपेत तसेच चालले. धुके कापीत कापीत निघाले. पहाट सरू लागली. पांढऱ्या ढगातूनच लाख मोलाचा खजिना चाललेला. तोच कासराभर अंतरावर शेकोट्या दिसू लागल्या. ''रे विठ्ठला, बरे वाचवून आणलेस ह्या थंडीतून.'' समोरच्या शेकोट्या-आगट्या बघून उबेला घोडी आपोआप थांबली. स्वारांनी खाली पटापटा उड्या मारल्या. सरळ शेकोट्यांवर जाऊन झेप घेतली. ज्वाळा कवेत घेतल्या. अंगाला ऊब लागली. बरे वाटले. एका शेकोटीजवळ दोन-तीन स्वार सुंभ आखडलेले हातपाय शेकता शेकता शेजाऱ्याला विचारू लागले,

''पाहुणे, हा गोट कोणाचा?''

''इ... इ... इब्राहिमखानाचा हो,'' शेजारच्या मुसलमान शिपायाने सांगितले.

मराठी स्वार खुशाल अंग शेकू लागले. तोच ''दीनऽऽ दीनऽऽ''च्या आरोळ्या झाल्या. सारे लष्कर चमकले. अफगाण-रोहिल्यांनी तलवारी उपसल्या. मराठी स्वारांच्या अंगातली थंडी धूम पळाली. शेकोटी धरून बसलेले मराठे आपापल्या घोड्यांकडे पळू लागले. ''चलाऽ रे पळाऽऽ जीव वाचवाऽ, चुकून गिलच्यांच्या गोटात आलो रेऽऽ!!'' पण मराठे पळून पळून पळतील कुठे आणि किती? इकडे, तिकडे, पलीकडे, चोहीकडे लाखो अफगाण रोहिले. दारूखान्याला आग लागताच सारी कोठारे चौफेर धडाधड पेटावी तशा जिकडेतिकडे अफगाण तलवारींतून आगीच्या ठिणग्या पडू लागल्या. लगामाला हात घालेस्तोवर कोणाच्या पाठीत कचकन घाव बसला, तर कोणाची गर्दन मांड ठोकता ठोकता छाटली गेली. पळणारी घोडी अडवली. सगळीकडे सुडाच्या शेकोट्या धडाधडा पेटू लागल्या. ''आई गऽऽ'', ''मेलो रेऽऽ''च्या करुण किंकाळ्या, रक्ताच्या चिळकांड्या आणि धडधडा जमिनीवर कोसळणारी घोडी ह्याशिवाय दुसरे काही नाही. एका अफगाणाला एकाच्या कमरेला नगद पाचशे रुपये सापडले, तसा तो ओरडला, ''अरे कोणाला सोडू नकाऽऽ हा भाऊचा खजिना चालला आहे. अल्लाच्या दयेने आपल्या हाती लागला!'' खजिन्याचा वास लागताच अफगाण रोहिले चवताळले. दणादणा गर्दना

उडू लागल्या. मुडद्यांच्या कमरेवर तलवारींचे घाव बसले. बहुतांशी रुमाल तलवारीनेच कापले गेले. धुक्याचा फायदा घेऊन ज्यांची अधिक चपळ घोडी होती, त्यांनी ती जिवाच्या जोराने उधळली. गुंगारा दिला. असे नशीबवान हाताच्या बोटांवर मोजण्याइतकेच!

दिवस उगवला. धुके हटू लागले. दहा-पंधरा कासऱ्याच्या अंतरात जवळ जवळ तीनशे मुडदे रक्ताच्या थारोळ्यात पडले होते. तितकीच घोड्यांची धुडे वाकडीतिकडी होऊन कोसळली होती. "भाऊंचा खजिना सापडला" म्हणून शहादणांनी, तंबूरताशांनी धिंगाणा घातला होता. हैदोसदुल्ला चालला होता. कडाक्याच्या थंडीत कुडकुडलेला, बेचैन पानिपत गाव घाबऱ्या नजरेने किलकिले डोळे करून अब्दालीच्या तळाकडे बघत होता.

एखाद्याने शिस्त मोडली तर त्याच्या पाठीत त्याच वेळी अब्दाली रट्टा देई. जसा गुन्हा असेल तशी शिक्षा लष्करातच दिली जाई. नाकात एका बाजूने बाण टवून तो नाकपुडीतून दुसऱ्या अंगाने बाहेर काढणे, खोड्यात घालणे, फटके देणे, अगदी वेळप्रसंगी देहदंडाची शिक्षा द्यायलासुद्धा त्याची जीभ कचरत नसे. प्रसंगी सैनिकांना जितका कठोर तितकाच अब्दाली गोड वाटायचा. खुषीत असला की साऱ्या शिपायांना उद्देशून अभिमानाने म्हणायचा, "तुम्हीच माझ्या कीर्तीचे आणि वैभवाचे भागीदार आहात. मी तुमच्यातलाच एक आहे. तुमच्या तलवारींच्या बळावर तर मी इथे आलो आहे." आज तर बादशहा विशेष खुषीत होता. काल तिन्हीसांजेच्या कनातकाठ्या, तंबूसामान गुंडाळून त्याने बापौलीची नदीकाठची छावणी बदलली होती. रात्रीच पश्चिमेकडे आठ मैल सरकून त्याने सरळ दिल्लीच्या रस्त्यावरच ठाण मांडले होते. ठिकठिकाणी पथके पेरून त्याने बादशाही रस्ता अडवून मराठ्यांना कोंडीत पकडले होते. त्याच्या छावणीचा हा तिसरा बदल होता. पहिल्या ठिकाणापासून थोडे मागे सरकूनच कनातकाठ्या उभारल्या होत्या. पहिली लष्कराच्या वासाने घाणदुर्गंध झालेली जागा सोडून तो शिवाय गावाच्याच पाठीमागे सरकून बसला होता. शिवा ते सैमला गावांच्या दरम्यान चार मैलांत त्याचा तळ पसरला होता. त्याची घोडी रिसालू, रिसालपूरच्या रानापासून ते सरळ उग्राखेडीच्या शिवेपर्यंत इकडेतिकडे हिंडत होती.

लष्कराच्या पुढच्या अंगाला शहाचा मुख्य तोफची रेहमानखान बारकझाई धमधम्यांवर तोफा चढविण्याच्या कामी गुंतला होता. त्याच्या शेजारी करड्या रंगाच्या घोड्यावर स्वार झालेला अब्दाली उभा होता. तो पानिपतच्या दिशेने नजर फेकीत होता. "आलमपन्हाँ, ही चढविलेली तोफ बघा." बारकझाई बोलला. अब्दाली पायउतार झाला. आपल्या लष्कराची गौरवनिशाणी असलेली "बांगियावाली" नावाची अजस्त्र तोफ तो बघू लागला. आडरानात अजगर सुंभ होऊन पडावा तशी ती साडेचौदा फुटाची लांब आणि साडेनऊ इंच तोंडाची तोफ अंग टाकून पडली होती. तांब्याच्या आणि जस्ताच्या उकळत्या रसात ही तोफ ओतली होती. बादशहाने

कंदाहार शहरात शस्त्रागाराची एक पेठच उभारली होती. त्या पेठेला 'बारूदखाना' असे नाव पडले होते. त्या ठिकाणीच त्याची सारी आयुधे तयार व्हायची. विशेषत: दारूकामाच्या आणि तोफांच्या निर्मितीवर त्याची बारीक नजर असायची. 'बांगियावाली' तोफ ओतताना तर बादशहा लोहाराच्या संगतीने रात्रभर जागला होता. ह्या एकट्या तोफेने त्याने अनेक किल्ल्यांचे कंबरडे मोडले होते. बांगियावाली तोफेला लागूनच 'लाहोरी', 'तकदीर' ह्या अजस्र तोफा धमधम्यांवर चढविल्या होत्या. तोफांची पाहणी करून बादशहा एकेजागी उभा राहिला. पानिपताकडे बघता बारकझाईला म्हणाला,

"रेहमान, ह्या तोफा अशाच जित्याजागत्या ठेवा. त्या मरगठ्ठ्यांना त्यांच्या इब्राहिमखानाच्या तोफांचा गर्व आहे. त्या गर्वाला आमच्या तोफांनी खिंडार पाडले पाहिजे."

"जी हुजूर."

रेहमान बारकझाई बादशहाच्या शेजारी लवून उभा होता. त्याला काही तरी बोलायचे होते पण ते साधेना. तसाच दबकत-दचकत तो म्हणाला,

"गुस्ताखी माफ हुजूर. खुदावंत मरगठ्ठ्यांच्या तोफखान्याबद्दल बोलले, पण एक बोलू हुजूर? तोफांपेक्षा त्या त्यांच्या तोफखान्याचा मुखिया इब्राहिम याची तडफ दांडगी आहे. असा निधड्या छातीचा वीर आपल्या लष्करात हवा होता."

"त्या कमनशिब्याला, त्या अकलमंद आदमीला हे कळायला हवे ना," उदास मुद्रा करीत बादशहा बोलला, "कित्येकदा त्याच्याकडे माणसे पाठवली. इस्लाम बीजाचा आहेस, निमकहराम होऊ नकोस, कंदाहारच्या पातशाहीचा सरदार हो, अशी आर्जवे केली, तरी तो कंबख्त इमानप्रमाणाची भाषा बोलतो."

"आलमपन्हाँ, आपले नशीब थोर आहे, म्हणून तर आज पहाटे पहाटे भाऊचा आयता खजिना आपल्या पावलांनी चालत आपल्या लष्करात आला. त्या दुर्दैवी मरगठ्ठ्यांना आपल्या छावणीत झालेला अचानक बदल मालूमच नव्हता."

"जी हां रेहमान, ही परवरदिगारची खैर! दुसरे काय?"

"मरगठ्ठे आता दिसा-दोन दिसांत शिकस्त खाऊन पळतील हुजूर. ते आता अन्नाला मोताद झाल्याच्या खबरा येऊ लागल्या आहेत."

"रेहमान, तुमच्यासारखा आमच्या तोफखान्याचा फौजदार अशी लडकपणाची बात करू लागला की, तुमची कीव येते," बादशहा तुच्छतेने म्हणाला, "अरे रेहमान, त्यांना शिकस्त खाऊन पळायचे होते तर कालपर्यंतसुद्धा वाटा मोकळ्या होत्या; पण तो भाऊ मरेठा बडा हटेला आहे. जातीचा जिद्दी आहे, अहंकारी आहे. अशी माणसे जळून जातात पण आपली जागा सोडत नाहीत. मेहरबानी करून तुमच्यासारख्या कर्त्यांनी युद्धाचे बालिश अंदाज बांधण्याची गलतफहमी करू नये. आजवर अनेक गनीम, अनेक झुंजा, लढाया बघितल्या, पण ह्या युद्धाचा वणवा काही औरच आहे. त्याचा शेवट काय होणार हे परवरदिगारलाच मालूम. विजयी

होऊ, ह्या धुंदीत राहू नका. चौक्या पहारे, धमधमे, घोडी, जनावरे सारे शाबूत आणि नीटनेटके ठेवा. हे महायुद्ध आहे! ये तो बडा भारी जंग है मेरे भाई!''

पानिपतावरची मराठी पथके जानेवारीच्या कडक थंडीत कुडकुडत होती. दोन-तीन कासरे वर दिवस येऊनसुद्धा अंगातली थंडी पळत नव्हती. अशी भयाण थंडी मराठ्यांना बापजन्मी ठाऊक नव्हती. बहुतांशी स्वारशिपाई नेहमीच्या सवयीने कमी वस्त्रांनिशीच आलेले. गेल्या सात-आठ दिवसांत थंडीने नुसता धिंगाणा घातलेला. रात्री अशी जोराची थंडी वाजायची की जणू कोणी आग्यावेताळ गम्मत म्हणून सर्वांगाला बर्फाचे खडेच बांधतो आहे. राहुट्या-राहुट्यांत स्वार शिपाई एकमेकाला मिठ्या मारून कशीबशी रात्र काढायचे. दाव्यांना बांधलेली घोडी-बैलं एक दुसऱ्याच्या अंगाला खेटून, चिकटून, एकमेकांच्या मानेत माना घालून शेपट्या नाचवीत रात्र काढायची.

जागोजागी शेकोट्या पेटल्या होत्या. धरतीला मिठी मारून पडलेले धुके हळूहळू विरळ होत होते. भाऊसाहेब, इब्राहिमखान, समशेरबहाद्दर, यशवंतराव पवार यांची घोडी सकाळच्या पारी बंदोबस्त बघत हिंडत होती. खंदकाच्या तोंडाशी धमधम्यांवर चढवलेल्या तोफा बघत भाऊसाहेबांचा चंद्रसेन दुडक्या चालीने चालला होता. मोठमोठ्या तोफांना वेगवेगळी नावे दिली होती. ही काय तर 'महाकाली', ती काय तर 'सिंहगड', ती त्या पल्याडची 'महालक्ष्मी', ती 'वारणा'– तोफांची नावे घेता घेता महाराष्ट्र मुलूख भाऊंच्या नेत्रांपुढे उभा राहत होता. कित्येक महिन्यांत मायदेशाचा वारा लागला नव्हता. आतल्या आत मन गलबलून जात होते. तोफा धरून बसलेले तोफची खासा स्वारी बघून चटाचट उभे राहत होते. मुजरे करीत होते. रोजच्याप्रमाणे तोफांना फुलांच्या माळा घातलेल्या, वर हळदकुंकू आणि बेलाची पाने. यारऽ हो धन्य तुमच्या प्रेमाची.

एकाएकी भाऊसाहेबांची नजर दक्षिण दिशेला गेली. ते ओरडले,

''खानसाहेब, आम्ही काय बघतो आहोत?''

''जी श्रीमंत, गिलचा दिल्लीच्या वाटेवर पुन्हा आडवा आल्याची खबर हुजुरांना असेल अशी माझी कल्पना होती, माफ करना हुजूर,'' इब्राहिम.

''इब्राहिम, गिलचा कधी आणि कसा इकडे सरकला ह्याची आम्हांला चांगलीच कल्पना आहे. इतक्या दूर कशाला बघता? हे समोर कोसभर अंतरावर बघा. गिलच्यांची घोडी, पथके कशी मोकाट हिंडू-फिरू लागली आहेत,'' भाऊसाहेब गरजले.

इब्राहिमखानाने खाली मान घातली. तशी घोड्याला टाच मारून जोरात लगाम ओढत भाऊसाहेब कडाडले,

''खानसाहेब, आम्ही काय बघतो आहोत हे? तुम्ही असे मूग गिळून स्वस्थ का?''

"मग काय करू श्रीमंत?"

"बघता कायऽ पेटवा त्या तोफा! गिलचा कोसाच्या आत-बाहेर हिंडू लागला आहे. उद्या अशा धिटाईनं तो गोटावर चालून यायचा."

इब्राहिमखानाचे डोळे डबडबले. घोगऱ्या आवाजात तो भाऊसाहेबांना विचारू लागला, "श्रीमंतऽऽ आता ह्यापुढे घडी घडी तोफा कशा डागता येतील? दारू पुरवून वापरायला नको का?"

प्रत्यक्ष तोफेचा गोळा अंगावर पडून सर्वांग बधिर व्हावे तशी भाऊंची अवस्था झाली. त्यांनी आवेगाने आपला घोडा इब्राहिमच्या घोड्याला भिडवला. तसेच इब्राहिमचे दोन्ही खांदे पकडून त्याला गदगदा हलवीत भाऊ विचारू लागले,

"बोला, खानसाहेब बोलाऽऽ, दारू पुरवून वापरली पाहिजे ह्याचा अर्थ काय? दारूखान्यात दारू किती शिल्लक आहे?... बोलत का नाही खानसाहेब? दारू संपली तर नाही?"

"नाही हुजूर. अजून खतम् झाली नाही; पण आता ती पुरवून वापरायला हवी. अब्दाली अंगावर चालून आला तर एक दिवस पुरेल इतकीच दारू लष्करात बाकी आहे. दारूचा तुटवडा आहे म्हणून तर ह्या आधी मी कैक वेळा तुम्हांला सांगितले आहे. आपण गोविंदपंतांना तशा अखबार-थैल्याही धाडल्या होत्या."

भाऊसाहेबांना भरून आले. दाटल्या कंठाने ते म्हणाले, "दारू देणारा देवाघरी गेला. जाताना पदरात सुडाचे निखारे बांधून गेला. आता सर्वांची अंगे दारूच्या कोठारासारखी खदखदली पाहिजेत, तरच ह्या प्रलयातून मुश्किलीने वाट गवसेल." भाऊसाहेब तसेच काही अंतर चालून गेल्यावर थबकले. त्यांनी सर्वांकडे दृष्टिक्षेप टाकला. साऱ्यांच्या काळजाच्या देठालाच कोणी नख लावावे अशी ही बुरी खबर होती. पाण्यात ढेकूळ विरघळावे तसे भाऊसाहेबांचे मन विरघळले होते. भाऊसाहेबांच्या मुद्रेवर तीच धीरगंभीरता, प्रसंगी चट्टानाशी झुंज देण्याची बेदरकार वृत्ती दिसत होती. पण अंतर्मनात कल्लोळ चालला होता. ते स्वत:शीच बोलत होते... "केवढ्या तडफेने, केवढ्या हिमतीने आणि कोणत्या बेहोषीने दख्खन ओलांडून पुढे पाऊल टाकले होते. तीन महिन्यांच्या आत गिलचा यमुनेत बुडवून जिवे मारू अशी उरात हिंमत होती. गंभीरा ओलांडून दिल्लीकडे सरकत होतो, तेव्हा वाटायचे, ही मोहीम समजलो तेवढी सीधीसाधी नाही. ती प्रचंड कातळाहून मजबूत आहे. हा चट्टानाशी सामना आहे; पण आता ह्या रणभूमीवर पाहावे तर काय? क्षणाक्षणाला निसर्ग दगा देतो आहे. देवदैवते दरवाजे कोंडून डोळ्यांवर आडवा हात घेऊन चूप बसली आहेत. क्षणाक्षणाने गिलचा बळावतो आहे आणि ही मोहीम प्रलयकाळ बनून डोईवर घोंघावू लागली आहे. आता साक्षात प्रलय मस्तकावर आदळला तरी आम्ही हटणार नाही. प्रलयाशी झुंजता झगडता तुटेन, फुटेन, पण आम्ही मागे हटणार नाही! आम्ही हटणार नाही!"

भाऊसाहेब डेऱ्यात आले. त्यांच्या बैठकीपुढे नाना पुरंदऱ्यांनी काही कागद ठेवले

होते. भाऊ वीरासन घालून बसले. समोर जनकोजी शिंदे आणि विश्वासराव बसलेले. त्यांना पाहताच भाऊसाहेबांची मुद्रा कठोर झाली. भाऊंनी दातओठ चावले. त्यांनी रागाने विचारले, "तुम्हां दोघांचा काय तमाशा चालला आहे? काल श्रीमंत पेशव्यांना कसला खलिता धाडलात?" जनकोजी आणि विश्वासरावांची मुद्रा गोरीमोरी झाली. भाऊसाहेबांचे लक्ष समोरच्या कागदांवर गेले. शिल्लक घासदाणा, वैरणीच्या गंजींचे आणि इतर वरकड खर्चाचे हिशोब होते ते. विश्वासराव तर पुरते भांबावून गेले. भाऊसाहेब आपल्यावर आयुष्यात प्रथमच एवढे कठोर झाले असतील. पण आपण तरी असे खोटे लटके काय लिहिले? पित्यास लिहिलेल्या कालच्या त्या खलित्यातील शब्दन्‌शब्द विश्वासरावांना अजून आठवत होता;

"...भाऊसाहेब काकांसारखा अभिमानी, जिद्दी आणि खंबीर पुरुष शिवाजी, बाजीरावांनंतर कोणी झाला नसेल. कोणी बघितलाही नसेल. हिऱ्याचा कस जसा सहाणेवर घासल्याशिवाय लागत नाही तसाच भाऊकाकांचा प्रकार... पानिपताच्या ह्या मोहिमेतली घटका नि घटका याची साक्ष देईल. तात, फौजेत किती काळ ओढवला आहे, हे हजार मैलांवरच्या महाराष्ट्र मुलखातून तुम्हांस दिसणार नाही; पण भूतो न भविष्यति असा पेच आज मराठा लष्करापुढे पडला आहे. कदाचित अभिमानी भाऊकाका तुम्हांस लिहिणार नाहीत. इथे जनावरे, माणसे घासदाणा विसरू लागली आहेत. दावणीस जीव सोडू लागली आहेत. सरदार-दरकदारांचीही अन्नान्नदशा झाली आहे. माणसे पाणी घटाघटा घोटून कशाबशा वेळा निभावतात. आपल्या कुमकेची वाट बघून नेत्र आटले. जलदीने पन्नास हजार फौज आणि एक करोड खजिना धाडाल तरच तुमचे आमचे ह्या लोकी दर्शन! तातऽ, माझ्यासारखे अनेक पुत्र तुम्हांस होतील आणि आहेत, पण सातजन्मीच्या पुण्याईनेही भाऊंसारखा बंधू तुम्हांस पुन्हा लाभणार नाहीऽ!"

हातातले कागद बाजूला करीत भाऊसाहेबांनी विश्वासरावांवर नजर रोखली. ते कडाडले, "रावसाहेब, कोणाच्या सल्ल्याने अशी भलतीसलती पत्रे श्रीमंतांना लिहू लागला आहात? इथे रणांगणावर दहशत खाता? जिवाला भिता? एवढी जर तुम्हांला युद्धाची दहशत वाटत असेल तर अजून आम्ही तुमच्या सोबतीला पाच-दहा हजाराचे पथक द्यायला तयार आहोत. त्यांच्या संगतीने तुम्ही तडक दक्षिणदेशी निघू शकता."

त्या कठोर शब्दांनी रावांच्या काळजाला घरे पडली. गालांवरून ओघळणारी आसवे पुशीत विश्वासराव बोलले,

"काकासाहेबऽ, आपण एक विसरता, हा पठ्ठा आपल्याच तालमीत लहानाचा थोर झाला आहे. ऐन वेळी तुम्हांस टाकून, समरांगणाला पाठ दाखवून पळण्याइतका मी भ्याड नाही. डरपोक नाही. बुझदिल नाहीऽ! तुमच्या संगती-सोबतीनेच ह्या युद्धवणव्यात स्वतःला गाडून घेईन. जीवन तुमच्या सोबतीने पाहीन आणि मरणही तुमच्या संगतीने स्वीकारीन भाऊकाका."

"मग तुम्ही खलिता लिहिलातच का?" भाऊसाहेब गरजले.

एवढा वेळ जनकोजी शांत राहिला होता. आता त्याच्याने कड निघेना. तो उसासून बोलला,

"काकासाहेबऽऽ, कशाला दोष देता रावांना? नाकातोंडाला पाणी लागल्यावर त्यांनी पदरच्या पित्याला लिहायचे नाही तर काय वैऱ्याकडे साकडे घालायचे? आणि जरी आम्ही पत्रे लिहिली तरी आम्हांला कमहिंमतीचे समजू नका काकासाहेब! ह्या मातीतच आम्ही हाडे उगाळू पण गिलच्याची पाठ सोडणार नाही. एका हाताने मृत्यूला कवटाळता कवटाळता दुज्या हाताने गिलच्याचा गळा घोटू. त्याला मारू मगच आम्ही प्राण सोडू."

जनकोजीच्या शब्दांनी भाऊसाहेब भारावून गेले. त्यांनी दोघांनाही जवळ बोलावले. दोन्ही हात दोघांच्या पाठीवर ठेवीत डबडबलेल्या नेत्रांनी भाऊसाहेब बोलले,

"पोरांनोऽऽ, किती ही तुमची समजी! ओठावर नुकत्याच फुटलेल्या मिसरुडाची तांबूस लव राठ होण्याआधी तुम्हांला हे निर्धाराचे, हे बलिदानाच्या सिद्धतेचे बळ दिले कोणी? तुम्हांसारखी साजिंदी तरणीबांड पोरे बघून आमची हिंमत वाढली. अशा लेकरांना जन्मदेत्या मराठी मातीबद्दलचा आमचा गर्व दुणावला... मघाच्या आमच्या कठोर शब्दांबद्दल माफ करा. जिवाला टोचणी लावू देऊ नका. आम्हांला चीड आली ती न्याऱ्याच गोष्टीची. पित्याला पत्र धाडण्यापासून तुम्हांला अडविणारा राव मी कोण आहे? पण आम्हांला निश्चित खबर लागली आहे. चुकूनमाकून एखादेच पत्र गिलच्यांच्या हातून निसटते. नाही तर सारी पत्रे तो निम्म्या वाटेत हस्तगत करतो. आमच्या बित्तंबातम्या त्याला लागतात. तीर्थरूपांना तुम्ही स्वच्छ मनाने, भोळ्या भावाने तशी इथली स्थिती लिहाल; पण अशी पत्रे गिलच्याच्या हाती लागली तर अनर्थ ओढवायचा. लाख आमच्या फौजेत काळ असेल, टंचाई, कमती असेल, पण गिलच्याला आपली ताठ छाती आणि शेरहिंमत दिसली पाहिजे. शेवटी सगळ्या गोष्टी घासदाण्यानेच पार पडतात असे नाही. केवळ जिद्दीने आणि हिमतीनेही आमचा ध्येयाचा गाडा कल्पांत पार करू शकतो."

भाऊसाहेबांच्या बोलाने भारावून जनकोजी आणि विश्वासराव आपापल्या पथकांकडे निघून गेले. हिसाबकिताब बघता बघता दुपार टळून गेली. भाऊसाहेब ठिय्या मारून तसेच नेटाने कामात गर्क होते. समोर दोन-तीन दरकदार बसले होते. इतक्यात चोपदार आत धावत आला. वर्दी देऊ लागला,

"श्रीमंतऽ श्रीमंतऽऽ, पार्वतीबाईसाहेब इकडेच येत आहेत."

"काय? त्या? आणि इकडे?"

"होय श्रीमंत."

वर्दीबरोबर भाऊसाहेब चमकले. दरकदार लगबगीने उठले. बाहेर पडले. हातातले सुवर्णाचे ताट पदराच्या आडून तोलीत पार्वतीबाई आत आल्या. त्यांनी दासीला

डोळ्यांनी बाहेर जाण्याची खूण केली. भाऊसाहेब बावरून विचारू लागले,

“अहोऽ, काय आणलेत हे?”

“आपले पान,” पार्वतीबाई हसून बोलल्या.

“पान आणि इकडे? भलतेच काय? अहो, हा मुदपाकखाना नाही. रणभूमीवरचा खाशाचा डेरा आहे हा!”

पार्वतीबाईंनी तसेच ताट भाऊसाहेबांपुढे ठेवले. त्यांचे हात हाती घेऊन पात्रातल्या पाण्याने धुतले. पान पुढे करता करता त्या म्हणाल्या,

“इकडच्या स्वारींनी स्वत:च्याच जिवाला विचारावे, खाजगी-मसलत-पागा-रण-मुदपाकखाना ह्या सगळ्यातल्या रेषा कोणी पुसल्या? तुम्ही की आम्ही? ह्या युद्धाच्या खाईतून इकडच्या स्वारीला कशा कशाचे भान राहत नाही.”

भाऊसाहेब सावरून बसले. घासावर घास घेऊ लागले. एकदम त्यांना कसलीशी आठवण झाली. त्यांनी डेऱ्यात इकडेतिकडे पाहिले. जवळपास कोणी नसल्याची खात्री केली. ते म्हणाले,

“अहोऽ, मघाशी तुम्ही अगदी बळजबरीने आमचा हात धुतला. त्याच छान हाताने एक घास ह्या मुखात जाईल का?”

पार्वतीबाई लाजून चूर झाल्या. त्या भाताचे मुटके करून भाऊसाहेबांना भरवू लागल्या. मध्येच त्या हसून बोलल्या,

“हा वेडेपणा बघितला तर कोणाला सांगूनसुद्धा खरे वाटणार नाही की इकडची स्वारी इतकी तापट आहे. अगदी लाज वाटते आम्हांला. घास भरवून घ्यायची एवढी हौस आज अचानक आली तरी कशी स्वारींना?”

भाऊसाहेब मनमोकळे हसले. म्हणाले,

“चोहोबाजूला तोफा धडधडत असताना, रणाला वणवा लागत असताना, आम्हांला ह्या पोटाची यादच राहत नाही. ह्या अशा पेटत्या हवेत कारभारीण न विसरता धन्याला घास भरवते, धीर देते ह्याचे कौतुक कोणाला वाटणार नाही? न जाणो, अशी घडी पुन्हा येईल न येईलऽ!”

पार्वतीबाई कसल्याशा तंद्रीत होत्या. लाजून खुदूखुदू हसत होत्या.

“का हो, का हसता?” भाऊसाहेब बावरले.

“सहज सय आली.”

“कोणती?”

“आठवते, पहिल्या दिवाळसणाला इकडची स्वारी पेणला आली होती. वाड्यावर वरच्या कमऱ्यात कोणी नाही असे बघून तुम्ही मला घास भरवीत होता...”

भाऊसाहेब मोठमोठ्याने हसले. “आता प्रकाश पडला आमच्या डोक्यात” असे म्हणून त्यांनी झटकन भाताचा घास उचलला आणि ते पार्वतीबाईंना भरवू लागले. दोन-तीन घास खाल्ल्यानंतर बाईंनी हात आडवा केला आणि त्या खुदूखुदू हसू लागल्या. हसू आवरता आवरता म्हणाल्या,

“इकडची स्वारी घास भरवू लागली की वाटते, आम्ही ढगांवरून चालत आहोत.”

“हो का?”

“हो. असा अमृतयोग पुन्हा येईल की नाही कोण जाणे.”

अनमानधपक्या सहज तीर सुटावा आणि त्याने काळजाचा टवकाच उडवावा तशी गत झाली. आपण काय बोलून गेलो, हे पार्वतीबाईंच्या ध्यानात आले. त्या गोंधळून-गडबडून भाऊंकडे बघू लागल्या. ताटातला घास ताटात राहिला. बाईंच्या डोळ्यांना आषाढझड लागली. त्या हुंदके देऊ लागल्या. भाऊसाहेबांच्याही काळजात कालवाकालव झाली. आपले ओले नेत्र पुशीत त्यांनी पार्वतीबाईंचेही डोळे पुसले. लाडिकपणे त्यांच्या खांद्यावर बोटे ठेवून त्यांना धीर दिला. विषयपालट करीत ते म्हणाले,

“कुंजपुऱ्याहून अंबारीत बसून इकडे येताना तुम्ही हातात नंगे खड्‌ग घेतले होते. किती गंमत वाटली आम्हांला.”

“होऽ अजूनही वेळ पडली तर तलवार नुसती हातातच घेणार नाही तर चालवूनही दाखवू.”

“पार्वतीऽ, शनिवारवाड्यात किती अबोल, एकाकी होतीस तू! अगदी आत्याबाई. दिसामासाने तुझ्या रूपाचे न्यारे दर्शन आम्हांस घडू लागले आहे.”

“इकडच्या स्वारींना आमचे केवळ दर्शन झाले असेल, पण तुमच्या तेज:पुंज रूपाचा साक्षात्कार ह्या पानिपताच्या मातीत आम्हांला पदोपदी घडू लागला आहे. एवढी कुठून ईर्षा, हिंमत, आवेश आपल्या अंगाअंगांत घुमू लागला आहे?”

“दुसरे काय करणार आहोत आम्ही? एकदा उडी घेतली की, पुन्हा माघार घ्यायची नाही हेच मराठा ब्रीद आहे! शहाच्या डेऱ्याचे कळस कापणे, वसईच्या किल्ल्याच्या तटाला भिडून त्याला उभ्या जागी वाकविणे, पंचहजारी मनसबदारांत खडे केले म्हणून औरंगजेबावर चवताळणे, बेदरकारपणे भरल्या दरबारात त्यांची जीभ ओढायची लालसा बाळगणे, साखळदंडांनी जखडून शहाने सुरीने काळजाचे तुकडे तुकडे केले तरी शरण न जाता संभाजीने मरण पत्करणे, ह्यालाच मराठी ब्रीद म्हणतात! पण का कोणास ठाऊक पार्वती, ह्या मातीचे कोडेच आम्हांला सुटत नाही. शहाच्या डेऱ्याचा कळस कापणाऱ्या संताजीचा गळा बक्षिसाच्या लालसेने वैऱ्याला नजर करणारे गद्दारही याच मातीत निपजले. जिवाचा रक्तभात करून लाल किल्ला सर केला असताना लाख-दीड लाखाच्या लालसेसाठी भामट्यांच्या हवाली किल्ला द्यायला राजी झालेले पाजी आज इथेच अवतीभवती वावरत आहेत. कधी कधी आम्ही एकटे बसलो की, आम्हांला वाटते, पानिपतची आमची ही मोहीम काही औरच आहे. मराठी मातीच्या सर्वोच्च सद्‌गुणांचा आणि दुर्दैवी दुर्गुणांचा हा सुंदर मिलाफ आहे. उपासपोटी आमची पथके ह्या जागी हिमतीने खडी आहेत. काळासारख्या वैऱ्याने पुरता पेच टाकला आहे; पण आपापसातल्या लाथाळ्या,

कुरबुरी, भाऊबंदकी तरी मिटलेली दिसते का? आमच्या मराठी मातीची महती काही न्यारीच. यातले खडे बाजूला केले तर ह्या मातीतून भव्य चिरेबंदी यशोमंदिर उभे राहू शकते; पण मातीत मिसळलेले खडे काही वखताला इतके प्रबळ असतात की, ते साऱ्यांचीच माती करून टाकतातऽ!''

आपण बराच वेळ भारावून बोललो, हे भाऊसाहेबांच्या ध्यानात आले. ते गडबडीने म्हणाले,

''चला उऽगाच खूप बोलत बसलो आम्ही! हा वखत बोलायचा नाही, कृतीचा आहे. निघावे आता आपण.''

पार्वतीबाई निघून गेल्या.

लागलीच मानाजी पायगुडे, दरेकर, अप्पाजी जाधवराव, समशेरबहाद्दर ही सरदार मंडळी आत आली. सरदार दरेकर बोलले,

''श्रीमंत, पेच वाढत चालला आहे. मध्येच आपल्या तळाची कोंडी करून गिलचा सभोवतीने फिरू लागला आहे.''

''श्रीमंत, आजपर्यंत निदान पश्चिमेकडच्या जंगलातला काट्याचा मार्ग मोकळा होता. तिकडेही गिलच्याने आज दुपारी अफगाण पथके पेरली,'' पायगुडे.

''काय बोलता?''

''होय श्रीमंत, ही खबर नव्हे, ह्या डोळ्यांनीच तिकडे अफगाण पथके वावरताना बघितली आहेत.''

अप्पाजी जाधवराव सांगू लागले,

''काय सांगायचे श्रीमंतऽ, भारी तवाई गुदरली बघा. वैरणीसाठी आपल्या कहीच्या तुकड्या, बंजारी, पेंढारी, लमाण बाहेर पडतात, तर त्या दुष्ट शहापसंदखानाच्या टोळ्या सरळ हमला चढवतात. जागच्या जागी माणसांची खांडोळी करतात.''

''पण आपली पथके असतात ना सोबतीला? ती काय करतात?'' भाऊसाहेबांनी सवाल केला.

''श्रीमंत, गिलच्यांच्या तुकड्या सड्या असतात. आपल्या तुकड्यांना दुहेरी काम करावे लागते. वैरणचारा सांभाळीत गनिमांशी दोन हात करावे लागतात.''

भाऊसाहेबांनी नाना पुरंदऱ्यांना बोलावून घेतले.

''नाना, सरकारात आता किती वैरण शिल्लक आहे?''

''श्रीमंत, आहे. गंजी रचून चांदणी बागेच्या पुढच्या अंगाला ठेवल्या आहेत. किमान दोन लाख पेंढ्या कडबा गवत आहे. भरपूर आहे.''

''भरपूर आहे? काय बोलता तुम्ही नाना? तुमचा तरी काय दोष? तुम्ही कुठे जनावरे पाळली, सांभाळली? अहो, साठसत्तर हजार जनावर आणि दोन लाख पेंढ्या. पुरवून वापरली तरी फार तर जास्तीत जास्त चार दिवस वैरण पुरेल! पुढच्या दिसांचे काय करायचे?''

मघापासून चूप बसलेले समशेर बोलले,

"भाऊसाहेबऽऽ, तूर्तास तीस-चाळीस हजार पेंढ्यांची व्यवस्था होऊ शकते."

"कुठून? कशी?"

"मघाशीच अंताजी माणकेश्वरांचा बारा कोसांवरून निरोप आला आहे. असद, कर्नाल, गनोहा अशा दूरदूरच्या भागांतून चारणांनी, बंजाऱ्यांनी आणि आपल्या फौजांनी तीस-चाळीस हजार वैरण आणून उत्तर दिशेच्या एका आडगावात जमा केली आहे. चाळीस-पंचेचाळीस बैलगाड्या, उंटगाड्या अंताजीपंतांनी एका जागी गोळा केल्या आहेत. वैरण इथवर पोहोचेल की नाही याची त्यांना धास्ती वाटते, म्हणून त्यांनी संरक्षणाला चार शेलकी पथके आणि सरदार पाठवून द्या, असा सांगावा धाडला आहे."

"उत्तम खबर. मल्हारबाबांना आणि जनकोजीला सांगावा धाडा. तेच ही जोखीम पार पाडून वैरणकडबा बयाजवार तळापर्यंत पोहोचवू शकतील."

मल्हारबाबा आणि जनकोजीने लागलीच भाऊसाहेबांची गाठ घेतली. भाऊंनी अशाने अशी गोष्ट ऐकविली. मल्हारबाबांनी आपल्या पांढऱ्या कल्ल्यांवरून हात फिरविला. जाड मिशीला पीळ देत ते म्हणाले, "आमच्या अन्नात माती कालवण्यापर्यंत गिलच्याची मजल गेली का? थांबाऽऽ, आताच्या आता जाऊन ते वैरणीचे गाडे ओढून आणतो. आमच्या आड यायला कोणाची माय व्याली आहे तेच बघतो." होळकरांची आणि शिंद्यांची पाच पाच हजार घोडी आपापल्या गोटातून बाहेर पडली. उत्तरेला पानिपतातून बाहेर पडता पडता विठ्ठलराव विंचूरकरांचा गोट लागला. गोटाच्या बाहेर विठ्ठलराव कोणाशी तरी मसलत करीत होते. त्यांच्या पुढ्यातच होळकरांनी आपला घोडा थांबवला.

"विठ्ठलपंत, काढा तंबाखू." घोड्याच्या पाठीवर मस्तीने थाप मारीत मल्हारराव बोलले.

"कुठे निघालात मल्हारी?"

"जातो जरा शिकारीला. बऱ्याच दिसांत तोंडाला बाभळी आली आहे. बघतो काही गवसते का?"

तंबाखू मळता मळता मल्हारराव विंचूरकरांचा गोट निरखू लागले. मागच्या अंगाला त्यांनी दोन-अडीच हजार अफगाण बघितले. मल्हारराव हसून विचारू लागले,

"विठ्ठलपंतऽ, ही खोगीरभरती कुठली बाबा?"

"ही कुंजपुऱ्यात आपल्या आसऱ्याला आलेली अफगाणांची पोरे. करतील कष्ट आणि खातील. ह्या तरी बिचाऱ्यांनी कुठे जायचे?"

"विठ्ठलपंतऽ, बघा बरं, नाही तर ऐन युद्धाच्या वखताला ही काळतोंडी आपली आहेत की गिलच्यांची ते ओळखायचे नाही."

"करू काहीतरी व्यवस्था. डोक्याला फडकेबिडके बांधू. काय एवढे त्यांचे? पण आपण एवढ्या घाईने निघाला कुठे?"

''जातोय वैरण आणायला.''

''गिलच्यांची चढाई भारी आहे मल्हारबा.''

''जाऊ दे रे विठ्ठलाऽ आम्ही त्याचे बाप आहोत,'' मिशीवर पालथी मूठ ठेवीत मल्हारराव म्हणाले. ''वसईचा किल्ला घेताना अवघड सुरुंगाची बत्ती ह्याच मल्हाररावाने पेटवली. तेव्हा खुद्द चिमाजीअप्पा, ह्या भाऊचा बाप साक्षीला होता. तो मल्हारबा ह्या माकडांना, गिलच्यांना आवरतो काय? सहजी वेसण घालेल.''

तिन्हीसांजेची घोडी उत्तर दिशा कापू लागली. मल्हाररावांना नुकतेच सहासष्टावे वर्ष संपून सदुष्टावे लागले होते. त्यांच्या तगड्या फर्ड्या हाडापेराकडे पाहून त्यांची उमर कोणालाही अवघी पन्नाशीची वाटावी. अंगात अजून रक्त सळसळत होते. बसल्या घोड्यावर चेवाला येऊन ते बसल्या जागी उठबस करीत होते. त्यांचा भार आणि तालतोल सांभाळता सांभाळता नेटाक घोड्याला दरदरा घाम फुटला होता. वाटेत अंधार पडता पडता गिलच्यांचे शे-दोनशे स्वारांचे पथक अंगावर आले. जाता जाता कुंपणाच्या नांग्या हिसकावून मोडाव्या तसे ते पथक होळकरांच्या फौजेने सहज मारून मोडून काढले.

जेवणवेळ होता होता अंताजी माणकेश्वरांच्या तुकड्यांशी शिंदे-होळकरांची गाठ पडली. अंताजीपंतांनी एका गावच्या गावंदरीजवळ चाळीस बैलगाड्या-उंटगाड्या सापत्या चढवून तयारच ठेवल्या होत्या.

गेल्या गेल्या लागलीच निघायचा साऱ्यांचा विचार झाला. अंधारात गाड्यांच्या आजूबाजूला लमाणांच्या, पेंढाऱ्यांच्या टोळ्या कॅडमॅड भाषा बोलत खोळंबून बसल्या होत्या. दोन दिवस गावागावांतून हिंडूनफिरून त्यांचेही हाल झाले होते. मल्हारावांनी इशारा केला तशा गाड्या कुरकूरऽ कुर्रऽ कुर आवाज काढीत हळू नेटाने पुढे निघाल्या. मशालजींनी अंतरा अंतरावर मशाली धरल्या होत्या. होळकरांनी जादा मशाली पेटवू दिल्या नाहीत. जिथे खड्डा, ओघळ दिसेल तिथे पळत पळत जाऊन मशालजी खडे व्हायचे. साऱ्या गाड्या तेथून पार होईपर्यंत मशाली थांबायच्या. सपाट रान लागले की विझवायच्या. गिलच्यांचा अचानक घाला पडू नये म्हणून ही खबरदारी घेतली जायची. गाड्यांच्या बाजूबाजूने शिंदे-होळकरांच्या फौजा हातात नंग्या तलवारी घेऊन चालत होत्या. गिलच्यांच्या त्रासाने बंजारी, पेंढाऱ्यांनी शिकस्त खाल्ली होती. आता शस्त्रबद्ध फौज मदतीला आल्याने जिवात जीव घेऊन, बिनधोक होऊन, गाडीच्या साठीखालून कुत्रे बिनघोरी चालावे तसे बंजारी चालत होते. मध्येच दिवट्या, मशाली पेटत होत्या, विझत होत्या. थंडीच्या कडाक्यात काळोखातून गाड्या वाट कापीत चालल्या होत्या. कुरकूरऽ कुर्र हा चाकांचा आवाज चिरका होऊन दूरवर कंप पावत अंधारात पसरत होता.

चार कोसांवर पानिपत आले. रस्ता यमुनेच्या काठाकाठाने चालला होता. तळ जवळ येऊ लागला म्हणून हुशारीने जनावरे, माणसे नेटाने पाय उचलू लागली. जनावरांच्या पायाने ढेकळे काठावरून खाली ढकलून नदीत डुबूक डुबूक आवाज

काढू लागली. तोच कोंबड्यांच्या उघड्या पिलांवर घारी-गिधाडांनी झडप घालावी तशी गिलच्यांची दोन पथके अंगावर तुटून पडली. स्वत: शहापसंदखान आघाडीवर होता. ''मारोऽ मारोऽऽ मारो मराठोंकोऽऽ''चा त्याने गिल्ला सुरू केला. शिंदे-होळकर आपापली हत्यारे घेऊन पाठीमागे सरसावले. हाणामारी आणि खणखणीला प्रारंभ झाला. मल्हारराव मोठ्याने ओरडले, ''अरे पोरांनोऽ बावच्यांनोऽऽ पळवा रे पळवा गाड्या पुढे. मी बघून घेतो ह्या हरामजाद्यांना.'' खडखडाट करीत गाड्या पुढे नेटाने पळू लागल्या. शहापसंदखान पाठलाग करून गाड्या अडविण्याचा यत्न करू लागला. शिंदे-होळकर इरेला येऊन जोरदार प्रतिकार करू लागले. घाबरलेले लमाण बंजारी पुढे धावू लागले. म्हाताऱ्या मल्हारबाला हत्तीचे बळ चढले.

''जय मल्हार!'', ''जय मल्हार!''च्या घोषाबरोबर तो सपासप वार करू लागला. कचाकच खांडोळ्या पाडू लागला. म्हाताऱ्याचे बळ बघून जनकोजीही खळीला आला. तो गिलच्यात घुसून तलवार चालवू लागला. गाडी रस्त्यावर जागोजागी रक्ताच्या चिळकांड्या उडू लागल्या. शिंदे-होळकर मिळून शर्थीची झुंज देऊ लागले. त्यांच्या कडव्या प्रतिकाराने गिलच्यांचे मुडद्यावर मुडदे पडू लागले. डोकी कमी झाली तसा शहापसंदखानाचा काटा ढिल्ला होऊ लागला. त्याने आता माघार घेण्याचा यत्न चालवला. बघता बघता गिलचे अंधारात पसार झाले.

घामाने डबडबलेले शिंदे-होळकर कुडत्यावर उडालेल्या रक्ताच्या चिळकांड्या पुसत उभे राहिले. तोच जाता जाता दुष्ट शहापसंदखानाने आपला गुण दाखविला. दोन-तीन पेटत्या मशाली वैरणीच्या गाड्यावर फेकल्या. एक पलिता सर्वांत मागच्या अंगाच्या गाडीवर पडला आणि वाळक्या वैरणीने धडाधडा पेट घेतला. भडकलेली आग नागिणीसारखी समोरच गाडीवर सळकन झेपावली. बघता बघता तीन-चार गाड्या जळू लागल्या. आगीच्या उजेडाने नदीचे पात्र चमकू लागले. ''थांबाऽऽ'' करून ओरडत पाठीमागच्या गाड्यांकडे मल्हाररावांनी घोडा घातला. जळत्या पळत्या गाडीचे जूं त्यांनी पुढच्या अंगाने दोन्ही हातांनी जिवाच्या जोराने दाबून धरले. बाकी गाड्या पुढे जाऊ दिल्या. ते मोठ्याने ओरडले, ''जनावरांच्या सापत्या कापाऽ, गाड्या नदीत ढकला.'' स्वारांनी बैलांच्या सापत्या तलवारीने कापल्या. दोनच जनावरे वाचली. बाकी जळत्या-पेटत्या गाड्या काठावरून नदीत ढकलल्या. गाड्यांसह पेटती वैरण नदीत बुडाली. थोड्या वेळात जळत जळत पाण्याआड शांत झाली.

मध्यान् रात्रीची वैरण घेऊन गाड्या पानिपतावर आल्या. भाऊसाहेब कचेरीच्या डेऱ्यात जागेच होते. आल्या आल्या भेटण्याचा निरोप त्यांनी मल्हारबाबांना दिला होता. मल्हारबा भाऊसाहेबांकडे निघाले. सोबत चाललेल्या जनकोजीला मल्हारराव म्हणाले, ''जनको, भाऊला जळत्या गाड्यांची हकिकत सांगू नको.''

''श्रीमंतांपासून लपवायचे म्हणजे...''

''मुकाट्याने चूप हो. त्या भाऊच्या डोक्याला थोडा खार आहे का? जास्त

दगदग कशापायी द्यायची पोराला?''

चिरागदानांच्या प्रकाशात भाऊसाहेब काम करीत होते. मल्हारराव तडक आत आले.

''याऽ काकासाहेब, वैरण आली?''

''होय भाऊ, सुखरूप पोहोचली.''

''बसा ना काकासाहेब,'' मल्हारबांना हात करीत भाऊसाहेब म्हणाले, ''काकासाहेब, ही वैरण कुठे ठेवणार आहात? चांदणीबागेच्या गंजीजवळ आणखी गंजी घालू नका. थोडी दुसरीकडे...''

''ती व्यवस्था मी कधीच केली आहे. आजची वैरण वर इकडे देवी तलावाकडे उतरायला सांगितली आहे.''

भाऊसाहेब थोडा वेळ शांत बसले. दम खाऊन म्हणाले,

''काकासाहेब, तुमच्यासाठी एक वाईट खबर आहे.''

''काय रे भाऊ?''

''दिल्लीकडे खजिना आणायला गेलेला तुमचा सरदार पाराशर दादाजी भगवंतकृपेनं जगूनवाचून मघाशी तळावर आला.''

''काय म्हणता भाऊसाहेब?''

''होय काकासाहेबऽ, चुकून आपली माणसे आज पहाटे धुक्यातून त्यांच्या तळावरच शिरली. काल दिल्लीच्या रस्त्यावर गिलचा आडवा आल्याची त्यांना कल्पना नव्हती. तीनचारशे मुडदा पडला. दोन लाखाचा खजिना लुटला.''

''वणवा चारी अंगाने पेटू लागला की रे भाऊ.''

''होय काकासाहेबऽ, मिळून हिमतीने प्रतिकार करू या.''

दोघांची उशिरापावेतो बोलणी चालली. अर्धरात्री जडावल्या पायाने भाऊसाहेब खाजगीकडे गेले. डोळे कसे, कधी मिटले याचे त्यांना भान राहिले नाही.

...एकाएकी भाऊसाहेब कसल्याशा दंग्याने झटकन जागे झाले. लांबून दंगा. हाकाट्या ऐकू येत होत्या. तसेच भाऊसाहेब जडावल्या पायाने डेऱ्याबाहेर आले. सेवकांवर ओरडले, ''अरे काय झाले?''

''श्रीमंतऽ त्या तिकडे चांदणीबागेच्या अंगाला असलेली आपली वैरण, गंजा, व्हळ्यांना आग लागली श्रीमंत...''

भाऊंच्या पोटात भीतीचा गोळा उठला. त्यांनी स्वत:ला सावरलं. डेऱ्यापुढे खड्या असलेल्या चंद्रसेनच्या अंगावर त्यांनी उडी मारून मांड ठोकली. भरधाव वेगाने ते पूर्व दिशेला निघाले. तटाखालून आभाळाकडे झेप घेणारे आगीचे लोळ लांबूनही दिसत होते. पानिपतच्या घराघरांवर लख्ख प्रकाश पडत होता. सारा गाव शहारला होता.

तटाच्या कडेला येऊन भाऊसाहेब बघत होते. दोन लाख पेंढ्यांना चारी बाजूने

आगीचा गराडा पडला होता. आगीने कल्लोळ माजवला होता. तांबड्याभडक अक्राळविक्राळ जिव्हा काढून, मराठी लष्कराला वेडावून आग धडाधडा करून मस्तीत जळत होती. आजूबाजूला आगीची धग इतक्या दूरवर पसरली होती की, आठ-दहा कासऱ्यांच्या अंतरापलीकडे हतबल होऊन, अंग चोरून स्वार-राऊत भेदरल्या नजरेने आगीकडे नुसते बघत बसले होते. काहींच्या पायाजवळ रिकाम्या घागरी, कळशा पडल्या होत्या. सुरुवातीला काही जणांनी आग विझवण्याचा निष्फळ प्रयत्न केल्याचे दिसत होते. दूरवर पडणाऱ्या आगीच्या लख्ख प्रकाशात गर्भगळीत झालेले स्वारशिपाई आणि टवकारून आगीच्या कल्लोळाकडे बघणारी गरीब, मुकी जनावरे दिसत होती.

चारी बाजूने गवत-कडबा जळला होता. आता गंजीच्या पोटात शिरून आग धुमसून पेट घेत होती. डोळे पुसता पुसता बोटावरूनही ओघळणारे अश्रू पुसण्याचा भाऊसाहेब कसोशीने प्रयत्न करीत होते. त्यांच्या काळजात कोलाहल माजला होता. दु:खाची आग त्या वणव्यापेक्षाही अधिक कल्लोळ करून, धुमसून धुमसून अंतर्मनात पेट घेत होती. भडकत होती.

□

अब्दालीच्या गोटासमोरच थोड्या अंतरावर शहाने स्वत:साठी एक तांबड्या रंगाचा बिचवा मारून घेतला होता. तेथून दोन-तीन कोसांवरच्या मराठ्यांच्या डेरे-राहुट्या दिसायच्या. हुक्क्याचे झुरके घेता घेता बादशहा तासन्‌तास मराठी लष्कराचे निरीक्षण करीत खुशाल बसून राह्यचा.

आजही रोजच्या हालचाली जलद गतीने पार पडत होत्या. शहाच्या बिचव्यासमोर पाच हजार कडव्या अफगाणांचे पथक रात्रभर खडे होते. उजाडता उजाडता रात्रीचे गस्तीचे पथक बाजूला झाले. त्याच जागी दिवसपाळीचे धारदार पथक खडे झाले. आज पहाटे पहाटे अब्दाली जागा झाला होता. आपल्या आवडत्या अश्वावरून आजूबाजूला दौड मारून आला होता. स्नानकर्म आटोपल्यावर बिचव्यासमोरच नमाज तो पढला. अल्लाच्या फतिहा म्हणून तो बिचव्यात आला. त्याच्या भेटीसाठी दुंदेखान, अताईखान, हफीज रहमतखान, अहमद बंगष, सादुल्लाखान असे बव्हंशी रोहिले आणि काही अफगाण सरदार गोळा झाले. बादशहाला बडी उम्र लाभू दे म्हणून साऱ्यांनी अल्लाची करुणा भाकली. हफीज रहमतखान तेवढा बादशहाशेजारी बसला होता. बाकी सारे सरदार जाग्यावर उभे राहून बोलत होते. बादशहाने युद्धाची वास्तपुस्त सुरू केली. मसलत सुरू झाली. दुंदेखान, सादुल्ला आदी सारे रोहिले सरदार बादशहाची विनवणी करू लागले—

"आलमपन्हाँ, हाच वखत आहे. आता मराठे गारठून गेले आहेत. त्यांच्या लष्करात घासदाण्याचे हाल आहेत. पोटाची आबाळ आहे. अशाच वखताला त्यांना गाठून मारू या. आलमपन्हाँ, थांबायचे काय कारण?" गुडगुडीची नळी तोंडात

घालून बादशहा मजेत हुक्का पिऊ लागला होता. हमला करण्याची रोहिल्यांची विनवणी ऐकून तो म्हणाला,

"हे बघा, युद्धाच्या गोष्टी तुमच्या भेजाच्या बाहेरच्या आहेत. हुक्क्याचे झुरके मारताना आणि लढाईतले डावपेच आखताना, खेळताना आम्हांला आमच्या कामात कोणी ढवळाढवळ केलेली मंजूर होत नाही. जसा एखादा शायर शायरी लिहितो, तसेच हे आमचे काम आहे. ह्यात तुम्ही कोणी नाक खुपसू नका. योग्य वखताला घोड्यावर मांड ठोकून घोडा कसा, कुठे पळवून अखेरीस आम्ही जंग कसा खेचून आणतो, हे तुम्ही नुसते बघत रहा."

बादशहाच्या सडेतोड उत्तराने सारे रोहिले चिडीचूप झाले. साऱ्यांच्या चेहऱ्यावर नापसंतीची, असमाधानाची छटा दिसली. बादशहाच्या नजरेतून ही गोष्ट सुटली नाही. तो हसून म्हणाला.

"मरगठ्ठे म्हणजे हिंदुस्थानच्या पायात रुतलेला काटा आहे, असे तुमचा नजीब तुम्हांला सांगतो ना? पण यार होऽ, रुतलेला काटा काढण्याच्याही तऱ्हा निरनिराळ्या असतात. काही वेळा टाचेत रुतलेला काटा एवढासा, मामुली असतो. तो काढण्यासाठी कोणी भलेमोठे दाभण वापरतात. दाभणाच्या टोकाने पायाच्या तळव्याला जास्तीत जास्त दुखापत होते. काटा तर गवसत नाही, मात्र पाय सुजून सुंभ होतो. काही वेळा एवढ्याशा बारीक सुईने काटा काढण्याचा यत्न होतो. सुईने काटा न निघता तो तसाच आत जिव्हाळीत दाबला जातो. तीव्र वेदना होतात. काही बहादूर तर काट्याने काटा काढू म्हणतात. पहिला बाहेर निघायच्या आधी दुसराही काटा आत मोडतो आणि पाय सुजून डरडरीत होतो. काळानिळा पडतो. घरातील दादी माँ बडी हुशार असते. ज्याच्या पायात काटा रुतला, त्या बछड्याला ती नीट झोपू देते. कुठल्याशा रानझाडाचे तळहाताएवढे रुंद औषधी पान ती आणते. ते तव्यावर गरम करून पायाला बांधते. त्यामुळे रात्री तो रुतला काटा कुणाला न सांगता-सवरता आपसूक बाहेर पडतो. सकाळी तो काटा कसा बाहेर पडला याचा पत्ता त्या पायाला, पानाला आणि दस्तूरखुद्द काट्यालाही लागत नाही. दोस्तहो, अशा अक्कलहुशारीने हिंदुस्थानच्या टाचेत घुसलेला हा काटा आम्हांला काढायचा आहे."

बादशहाच्या उत्तराने सारे स्तिमित झाले. बादशहा शेजारी बसलेल्या वजीर शहावलीखानास विचारू लागला,

"मरगठ्ठ्यांच्या तळाभोवती कसा कसा बंदोबस्त लावला आहे?"

"जहाँपन्हाँ, सारी व्यवस्था चोख लावली आहे. जहानखानाचे पथक दोन दिवसांपासून यमुनेच्या काठाने रसद मारण्यासाठी सहा हजाराची फौज घेऊन हिंडू लागले आहे. तर शेर शहापसंदखान दुसरी सहा हजाराची तुकडी घेऊन आता मराठी लष्कराच्या पश्चिमेचा भाग उद्‌ध्वस्त आणि बेचिराख करीत सुटला आहे. कालव्याचे पाणी प्यायला गेलेली मराठ्यांची जनावरे मारू लागला आहे."

"और कुछ?"

“जहाँपन्हाँऽ, बरकुरदारखानही मराठी लष्कराभोवती सहा हजाराचे लष्कर घेऊन सारखा घिरट्या मारू लागला आहे. छावणीत येणारी-जाणारी माणसे उभी कापून कत्तल करू लागला आहे. परवा तर चारण आणायला धुळकोटाकडे लपतछपत गेलेल्या दहा हजाराच्या मराठी तुकड्यांवर जहानखानाने हमला चढविला. मराठ्यांची पळता भुई थोडी करून शेकडो जनावरे, बैल, उंट घेऊन तो आपल्या लष्करात आला आहे.”

“बहुत अच्छी बात!”

ह्या छोटेखानी मसलतीनंतर बादशहाने आपला पुत्र तैमूर आणि आपल्या ‘गुलामही साही’ ह्या बिन्नीच्या घोडदळातील काही निवडक स्वार आणि गुलामखान्यातील विश्वासू सैनिक अशी दोनशे स्वारांची तुकडी बरोबर घेतली. पानिपतच्या दक्षिण बाजूला त्याने पूर्व-पश्चिम अशी पंचवीस-तीस कोसांची दौड मारली. तो आपल्या लाल बिचव्यात दुपारी भोजनास आला. तिथेच त्याने खाना उरकला. घडीभर विश्रांती घेतली.

संध्याकाळचा खाना आटोपल्यावर बादशहाने जाडा उबदार अंगरखा परिधान केला. हातात नंगी तलवार, दिमतीला दोनशे निधड्या छातीचे वीर घेऊन तो फेरफटक्यासाठी बाहेर पडला. कडाक्याच्या थंडीत आणि चांदण्याच्या तुटपुंज्या उजेडात त्याचा घोडा वाऱ्याच्या वेगाने धावू लागला. त्याला मराठा लष्कराच्या सभोवतीने गस्त घालणारी आपली पथके ठिकठिकाणी आढळली. उग्राखेडी, राजाखेडीच्या खालच्या अंगाने काळ्या आंब्याच्या बाजूने, तसाच घरौंद्याच्या दिशेने तो बराच आत गेला. आता कुरुक्षेत्र आणि पंजाबच्या वाटेवर, बादशाही रस्त्यावर शहाची गस्तीची पथके आडवी होऊन बसली होती. त्या पथकांची तपासणी करता करता पानिपतच्या पश्चिम बाजूने कालव्याच्या अंगाने बादशहा दक्षिणेकडे निघाला. शहाच्या नजरेने हेरले. आता मराठी लष्कराचे ग्रह फिरले. साऱ्या पानिपताला गोलाकार वेढा पडला होता. अडकित्त्यात सुपारी अडकावी तसे मराठा लष्कर कचाट्यात गवसले होते. असाच अडकित्ता दाबून सुपारीचा चेंदामेंदा करावा असा एक विचार बादशहाच्या मनात डोकावला, पण त्याचे धाडस होईना. सुपारी जरूर अडकली होती, पण ती दणकट, चिवट आणि कठीणरोठ होती. अडकित्ता जास्त दाबावा तर कदाचित त्याची पाती तुटून-मोडून जायचीही भीती शहाला होती. मध्यान् केव्हाच उलटली होती. पहाटवाऱ्याचा सुगावा लागला होता. शहाने गेल्या चार रोजांपासून स्वत: सुरू केलेली रात्रीची गस्त संपत आली होती. त्याची घोडी उड्या मारीत अफगाणी तळाकडे धावू लागली होती.

...अंधारात पानिपत गाव खालीवर घालून पडला होता; पण त्याला सुखाची झोप नव्हती. लष्कराच्या हलाखीने मूळ गावातले रहिवासीही हबकून गेले होते. आजूबाजूला किती तरी जनावरे पोटाअभावी मरून पडली होती, जी होती ती खंगली

जनावरे दाव्याला टाचा घासत होती. आजूबाजूने बहुतांशी झाडेतोड झाल्याने मेलेली माणसे जाळायलाही लाकडे मिळत नव्हती. जातधर्म सोडून शिपायांनी दोन-तीन हात खड्डे खोदून काही प्रेते कशीबशी पुरली होती. दोन्ही लष्करांच्या चकमकीत अनेक मुडदे पडले होते. अफगाण आणि मराठा लष्करातील कोणालाही पुढे जाऊन आपापले मुडदे उचलण्याचे धारिष्ट्य नव्हते. काळाशी तोंड देता देता जित्या माणसांचेच मुडदे झाले होते. जंगलातून रात्री कोल्ही बाहेर पडून मुडदे फोडीत होती, घारी-गिधाडांच्या झुंडीच्या झुंडी पानिपताभोवती फिरत होत्या. मेल्या, कुजल्या, सडल्या मांसाचा उग्र वास सगळीकडे दरवळत होता. स्वारशिपाई भडाभडा ओकाऱ्या काढीत होते, सारी हवा दूषित झाली होती. मराठ्यांचे दुर्दैव म्हणून की काय, हवा पूर्वेकडून पश्चिमेकडे म्हणजेच मराठा छावणी ओलांडून पुढे वाहत होती. दोन महिन्यांच्या काळात झडलेल्या अनेक चकमकींत हजारो जनावरे-माणसांचे मुडदे पडले होते. ती सारी रोगट, उग्र आणि भयकारी हवा मराठी माणसा-जनावरांच्या नाकास लागत होती. सारे जण गुदमरून गेले होते, भाऊसाहेब बिछान्यात माशासारखे तडफडत होते. डोळ्यांसमोर बंदुकीच्या फैरी आणि तोफांचे गोळे दिसण्याऐवजी भुकेने व्याकुळलेली जनावरे दिसत होती. त्यांचे केविलवाणे हंबरडे, दावणीला धडक्या घेणे भाऊंना सहन होत नव्हते. एवढी भली भली मराठी माणसे कृश होऊ लागली होती. पोट पाठीस लागलेले. डोळे खोलगट गेलेले. भाऊंचा घोडा लष्करातून फिरू लागला की, सारे केविलवाण्या, दीनवाण्या नजरेने त्यांच्याकडे बघायचे. भाऊंचे मन भरून यायचे. दोन दिवसांमागे एवढी मोठी वैरण जळाली, जनावरे गळाली. भाऊंच्या नेत्रांत निद्रा उतरेनाशी झाली. दोन दिवसांच्या पोटात मघाशी कुठे डोळा लागू लागला, तोच कसलेसे स्वप्न पडले. भाऊ जागे झाले. पतिराजाला झोप नाही म्हणून पार्वतीबाईंच्या डोळ्यासही डोळा नव्हता. मन भरून आलेले. भाऊसाहेबांना काय सांगावे? कसे सांगावे? कोणती आणि कशी समजूत घालायची? भाऊंच्या हाताच्या कोपऱ्यावर आपली मान ठेवून पार्वतीबाई पडलेल्या. एकाएकी त्यांच्या डोळ्यांतले उष्ण थेंब भाऊंच्या हातावर ओघळले. भाऊंना चटका बसल्यासारखे झाले. ते दचकून म्हणाले,

"पार्वती, कशासाठी रडत आहेस?"

"नाथऽ, मी कशा कशासाठी रडू नको ते सांगाल का? आपल्या नेत्रांस निद्रा कसली ती ठाऊक नाही. मघाशी कुठे डोळा लागला स्वारींचा तर लगेच झाली तडफड सुरू."

"पार्वती, काय सांगूऽ, आज न्यारेच स्वप्न पाहिले आम्ही."

"कोणते? सांगा तरी. तेवढेच मन हलके व्हायचे."

"डोळ्यांसमोर साताऱ्यातले ते बकुळफुलांचे झाड पुन्हा उभे राहिले. नेहमीसारखे ते बहरून गेले नव्हते. उदासवाण्या कळ्या पानापानांत माना मोडून पडलेल्या. झाडाबुडी माझी उमा उभी राहिलेली, उदासवाणी. डोळ्यांत पाण्याची धार. म्हणते

कशी, 'इकडच्या स्वारींनी जिवाला जपावे.' काय सांगू पार्वतीऽ, त्या झाडापासून जरा पुढे झालो तर कधी नव्हे ती माझी चार बाळे दृष्टीस पडली. दोन उमाची आणि दोन तुझी. म्हणजेच चारी माझी. लेकरांनी पायांना मिठ्या मारल्या. आमच्यावर इवले इवले डोळे रोखून म्हणतात कशी— 'बाबा, तुम्ही भोजन का घेत नाही? बाबा, तुम्ही भोजन का घेत नाही?' ''

भाऊसाहेबांना भडभडून आले. पार्वतीबाईंनी त्यांना पोटाशी धरले. तान्ह्या लेकराला आई धरते तशी! त्यांच्या केसांतून बोटे फिरवली. आपलं दु:ख आवरत भाऊ म्हणाले,

''पार्वतीऽऽ, घरादारातल्या स्त्रियामुलींना सांभाळणे हे आपल्या मातीत कर्त्याचे प्रथम कर्तव्य मानले जाते. बाजारबुणगे आणि स्त्रियामुले, यात्रेकरू हे आमच्या लष्कराच्या लेखी कुचकामी असतील; पण लष्कराचा कर्ता म्हणून त्यांना सांभाळणे हे आमचे परम कर्तव्य राहील. अजून वखत गुदरलेला नाही. ह्या साऱ्या बुणग्यांना टाकून सड्या फौजेनिशी पर्वताशीही टकरा देऊन आम्ही आमचे लष्कर वाचवू शकतो; पण आपल्या मराठी धर्मानुसार हे गैर आहे. आपली मुलेबाळे, स्त्रिया अफगाण लुटारूंच्या तोंडी देऊन आम्ही विजयाचे निशाण उभारले तर तो विजय महाराष्ट्र देशाला मंजूर होणार नाही. उलट लोक थुंकतील आमच्यावर. काय सांगू पार्वतीऽऽ, हीच यात्रांची, बुणग्यांची, स्त्रियामुलांची बेडी माझे मर्दानी हात जखडते आहे. नाही तर ह्या आधीच युद्धाच्या खाईत उडी घेऊन आम्ही जळालो असतो वा गिलच्यास जाळले असतेऽ!''

कडाक्याची थंडी अंगाचे बोचकारे काढू लागली होती. माणसा-जनावरांच्या अंगात हीव भरलेले. हातापायांची बोटे बर्फ बनून सुंभ झालेली. दातांवर दात आदळू लागलेले. लष्करात अनेक शेकोट्या पेटलेल्या होत्या. त्या आता विझत चाललेल्या. त्यांच्या चारी अंगाला अंगावर अंग टाकून माणसे पडलेली. एकमेकांच्या अंगाला लाख मिठ्या मारल्या तरी अंगातले हीव उतरेना. लष्कराचे शिपाई इतक्या थंडीतून या आधी वावरले नसले तरी रानातला चावरा वारा त्यांच्या माहितीचा होता; पण यात्रेकरूंची अगदी तारांबळ उडायची. शंभरभर यात्रेकरू नुसत्या थंडीने गुदरले होते. रात्री शेकोटीजवळ यात्रेकरू बसले की भजन-कीर्तन म्हणत देवाचा धावा करायचे; पण वाढत्या रात्रीबरोबर थंडी चढायला लागायची. हातातल्या टाळचिपळ्या, तंबोरे बाजूला पडायचे.

आज तर थंडीने कळस केला होता. दोन रोजांत आजूबाजूच्या मुलखात चांगला पाऊस पडला होता. त्यामुळे थंडी नंगी झाली होती. तिने हैदोस घातला होता. अंगाशी पासोडी कवटाळून जेरेशास्त्री आगटीजवळ उशी देऊन पडले होते. ते आभाळाकडे उदासवाण्या नजरेने बघू लागले. आभाळात विरळ चांदण्या दिसत होत्या. जेरेशास्त्री एकदम दचकले. त्यांच्या डोळ्यांसमोर एक तारा ढळला. उल्कापात

झाला. तारा खळकन खाली आला. तसे शेजारी झोपलेल्या पुनाळकरांना जेरेशास्त्री जोरात हलवू लागले,

"अहो पुनाळकर, उठाऽ बघाऽ बघाऽऽ"

"काय हो? कशाला निद्रानाश करता?"

"जोशीबुवाऽ, साऱ्यांचा नाश होणार. निद्रेचे काय घेऊन बसलात?"

"का बरे?"

"अहो तो पहा, त्या दिशेला एक तेज:पुंज तारा निखळला."

"तारा निखळला? बाप रेऽ काढा काढा, पत्रिका काढाऽ!"

पुनाळकरांची झोप उडाली. जेरेशास्त्री आणि पुनाळकर आगटीच्या मंद उजेडात भाऊसाहेबांची पत्रिका बघू लागले. तशी दोघांनीही ती अनेकदा निरखली-पारखली होती; पण ह्या नव्या घटनेच्या प्रकाशात पुन्हा दोघेही गणिते मांडू लागले. बळंतराव गेले, गोविंदपंत गेले, खजिन्याची लूट झाली. एवढी दांडगी वैरण जळाली. एकापाठोपाठ एक संकटांची मालिका सुरू होती आणि जोशी पंडित, कुडबुडे काशीकापडे, पोपटवाले यांना बरकत आल्यासारखी झाली होती. कोठूनही आशेचा किरण दिसेना, तसे यात्रेकरू आणि स्वारशिपाईही तांत्रिकमांत्रिकाभोवती कोंडाळे करून बसू लागले. ज्योतिष्यांची आणि मांत्रिकांची आधीच कळकट थोबाडे अधिक काळवंडून गेली होती. त्यांना अनर्थ दिसत होता आणि सारे लष्कर हवालदिल होत होते. जेरेशास्त्री आणि पुनाळकरांची गणिते पूर्ण झाली. जेरेशास्त्री छातीवर हात ठेवून म्हणाले,

"मी पैज देऊन सांगतोऽ, मला सर्वनाशाशिवाय काहीच दिसत नाही. अहो पुनाळकर, उभ्या हयातीत ह्या डोळ्यांनी हजारो पत्रिका बघितल्या; पण भाऊसाहेबांएवढी अशुभ, वाईट पत्रिका आम्ही कधी कोणाची बघितलीच नाही हो."

"श्रीमंतांबद्दल असे बोलू नये शास्त्री."

"अहो, काय बोलू नये? साऱ्यांचे वांगे होणार असताना आम्ही बोलू नये? ही त्यांची गतजन्मातली पापे. त्यांची ही परतफेड!"

"अहो शिस्तीत शास्त्री..."

"काय शिस्तीत? जे सटवीने भाळी लिहिले ते घडणारच. तुमच्या शुभकामनेवर ते थोडेच अवलंबून आहे? गतजन्मातली पापे ही ह्याच जन्मात फेडावी लागणार."

"भलतेच काय शास्त्री? गेल्या जन्मात भाऊंनी पापे केली असतील असे त्यांच्याकडे बघून तरी वाटते का?"

"अहो, कोणाचे काय सांगावे? गेल्या जन्मात जाऊन कोणी बघितले आहे? मनुष्यप्राण्याअंगी छप्पन खोडीऽ! कोणाचे कोणी काय सांगावे?"

"बरे ते राहू द्या शास्त्री. एक सांगाऽ, तो तारा कोणासारखा दिसत होता?"

"निव्वळ भाऊसाहेबांसारखा."

"बापरेऽ!"

एकाएकी शास्त्रीबुवा लहान मुलासारखे रडू लागले. म्हणाले,

"जोशीबुवाऽ संक्रांत की होऽ. चार दिवसांवर संक्रांत आली. गेल्या भोगीला गावाकडे तब्बल बारा भाज्या आणि तितक्याच कोशिंबिरी. काय तो थाट? आणि यंदा? ही कसली भोगी? अहो, हा तर भोग! गेल्या जन्मीची तुमची-आमची ही साडेसाती. सकाळी भोजन तर लाभलेच नाही. संध्याकाळी पोटभर घास मिळाला नाही."

"जेरेशास्त्रीऽ, चार दिवसांवर संक्रांत असेल तर आपला ग्रंथच आटोपला."

"ते कसे?"

"अहो, संक्रांत मराठी माणसाला वाईट! गेल्या साली संक्रांती दिवशीच शिंद्यांच्या दत्तबाच्या खांडोळ्या झाल्या नाहीत का? विसरता कसे?"

"हो, तुमचे खरे आहे."

"शास्त्री, एक खबर समजली का?"

"कोणती हो?"

"जलदीच्या हालचाली करून गिलच्यावर तुटून पडण्यासाठी म्हणे, भाऊसाहेब साऱ्या यात्रेकरूंना, बुणग्यांना इथेच टाकून लष्कर वाचवीत पुढे निघणार आहेत."

"आम्हांला सोडून निघा तरी म्हणावे? बरे सोडू आम्ही? त्यांच्या पायांना मिठी मारू, कवळे घालू, आधी आम्हांला तारा नाही तर मारा आणि मग तुमचा तो लढाईचा तमाशा बघून घ्या म्हणावे!"

"बरोबरऽ महाराष्ट्र देशी जसा काही या आधी कोणी वीर लढलाच नसेल असा फुकाचा आव आणतात झालेऽ!"

शास्त्री आणि जोशीबुवांचे बोलणे चालले असतानाच पाठीमागच्या बाजूने बुणग्यांच्या काही झुंडी आल्या. काही लष्कराचे शिपाईसुद्धा त्यांत सामील झाले. थंडीचे झोतावर झोत आलेले. बुणग्यांना गारठ्याने वेड लागलेले. ते इकडेतिकडे सरपण शोधू लागले. सरपण गवसेना. आजूबाजूला झाडे नाहीत. डेऱ्या-राहुट्या पाडून त्यांना आग लावायची तर उद्या आहे तेवढा आसरा कोठे मिळणार? त्यात बरेच अर्धपोटी, उपाशी, काहींनी झुडपाचा पाला खाऊन त्यावर पाणी मारलेले. रिकामे पोट आणि वर थंडीचा माराऽ! बुणगे रडू-ओरडू लागले. थंडी निभेना. साऱ्यांचा घोळका एकत्र झाला. चांदणीबाग आणि काळ्या आंब्याकडचा मुलूख उजाड म्हणून सारे पश्चिमेच्या काटेरी जंगलाकडे निघाले. वाटेतला कालवा ओलांडला की पुढे अर्ध्या कोसावर जंगल लागेल. तिथेच गवत शोधू. सरपण धुंडाळू.

बघता बघता एकामागोमाग एक बुणगे, शिपाई असा दहा हजाराचा घोळका झाला. गाव संपता संपता तिकडील गस्तीच्या एका मराठा सरदाराने हटकले,

"कुठे निघालात?"

"सरपण आणायला. ह्या भयाण थंडीत जीव निभेना."

"तिकडे गिलच्याचे धारकरी फिरतात ह्याची कल्पना आहे का?"

"इकडे थंडीने कुडकुडून मरण्यापेक्षा तिकडे एका घावात मरू. सरदारसाहेबऽ अंगाचा बर्फ होतो. मेहरबानी करा, ऊब द्या, अडवू नका, अडवायचे असेल तर सरपण द्या. ऊब द्या."

सरदार मुकाट्याने बाजूला झाला. झुंडीच्या झुंडी अंधारात पुढे पळू लागल्या. काट्याकुट्याचे, कळीकाळाचे कसलेही कोणाला भान नाही. हातात शस्त्रे नाहीत. अंगावर धडशी वस्त्रे नाहीत. कोणाचे युद्ध? कशासाठी युद्ध? कसले युद्ध? फक्त जीव वाचवायचा हेच खरे. बघता बघता सारे जंगलात घुसले. अधेमधे वाळक्या गवताचे पुंजके होते. बुणग्यांनी भुकेल्या गुराने वैरण ओरबाडावी तसे गवत ओरबाडले. जागोजाग ढीग घातले गेले. गारेवर गार आपटून ठिणग्या केल्या. आगट्याशेकट्या पेटल्या. कुडकुडती माणसे आगीवर झेप घेऊ लागली. एकमेकाला इकडेतिकडे ढकलू लागली. हरकल्या तोंडाने धग घेऊ लागली.

पहाट झालेली. जंगलात भरलेला काळोख अजून हटला नव्हता. शहापसंदखानच्या गस्तीच्या टोळ्या दबा धरून पवित्रा घेत होत्या. मेंढ्यांचा कळप बघून लांडग्यांच्या टोळ्यांनी जिभल्या चाटाव्या तशा ते जिभल्या चाटीत होते. एकदम "दीनऽऽ दीनऽऽ"च्या आरोळ्या झाल्या. शहापसंदच्या पाच हजार स्वारांनी उसळून झेप घेतली. निःशस्त्र मराठ्यांवर अफगाणांच्या शस्त्रांचा तडाखा बसू लागला. "अरे विठ्ठलाऽऽ", "ये भगवंताऽऽ रेऽऽ", "आईऽऽ आई आई गऽऽ" अशा करुण किंकाळ्यांनी जंगल शहारले. झाडांवरची पाखरे थबकली. पाने थरथरली. करुण किंकाळ्यांना ओ देणारे आजूबाजूला कोणी नव्हते. मृत्यूचे दर्शन घडू लागलेली माणसे झाडांना मिठ्या मारू लागली. वेली कवटाळू लागली. अफगाण शिपायांना सोपे झाले. झाडाला मिठी मारून उभी राहिलेली माणसे निशाणीला पक्की गवसली. तलवार आडवी धरून तडाखा द्यायचा. सरळ मुंडी छाटीत पाते झाडात घुसायचे. एखादा-दुसरा जीव वाचवीत पळून गेला. बाकी सारे स्वर्गाच्या उबेला धावले.

दहा हजार मुडदे आडवेतिडवे पडले. शहापसंदखान भेसूर हसू लागला. रक्ताने माखलेले हे जंगल दाखविण्यासाठी बादशहाला पाचारण करण्याची तमन्ना त्याने बोलून दाखवली. तसे त्याचे साथीदार कामाला लागले. शेळ्यामेंढ्यांचे पाय ओढावेत तसे पाय ओढीत मुडद्यांचे अनेक ढीग रचले. एकेक ढीग भयानक, भेसूर दिसू लागला. ढिगाढिगांतून तांबूस आसवे पाझरू लागली.

□

पहाटेच्या झोंबत्या, चावऱ्या वाऱ्यात मराठ्यांच्या डेऱ्या-राहुट्यांवरचे झेंडे फडफडत होते. अर्धपोटी-उपाशी माणसे अंग चोरीत राहुट्यांत, राहुट्यांबाहेर पडली होती. जनावरे मातीबरोबर मुसकाट घाशीत, चारी पाय पोटाबरोबर घेऊन, बळेच शेपटी उडवीत थंडीशी प्रतिकार करीत होती. रात्रभर जागते राहिलेले पहारेकरी चुरचुर डोळ्यांनी दिवस कधी उगवणार ह्याची प्रतीक्षा करीत होते. तोच हळूहळू डेरे-

राहुट्या उकळत्या भांड्यावरच्या झाकणासारख्या हलू लागल्या. कनातकाठ्या, झेंडे-बावटे हलू लागले. झाडे, पानिपतातील घरे, बाजार, पाले गदागदा हलू लागली. काही माणसे जागी झाली, राहुट्या सोडून बाहेर पळाली. जनावरे टवकारली. लवकरच कंप पावती धरती जागच्या जागी स्तब्ध झाली. जे जागते होते त्यांना भावले, "धरणीकंप झालाऽ!" पहाटेचे लष्कर जागे झाले आणि धरणीकंपाची चर्चा लष्करात घोळक्या-घोळक्याने सुरू झाली.

सकाळच्या पारी घोडी, बैल, उंट अशी जनावरे घेऊन स्वार, बावचे शहा नहरकडे चालले, नित्याच्या सवयीने बैल, घोडी पाणी दाखवून आणायची. कालव्याजवळ येताच बावच्यांनी डोळे चोळले. डोळ्यांवर विश्वास बसेना. बादशाही कालव्यातले पाणी कुठे गडप झाले? कसे झाले? मोकळी जनावरे माघारा वळली. खबर लष्करात वाऱ्यासारखी पसरली. "कालवा आटला", "दैवाने उच्छाद मांडला, कालवा आटलाऽ!" सगळीकडे घाबरगुंडी उडाली. हे आक्रीत घडलेच कसे? बुणग्यांत ज्योतिषी, मांत्रिक दहा तोंडाने बोलू लागले,

"सटवीचा हा फलादेश. पहाटेचा डोळा लागला होता तेव्हा धरणीकंप आणि डोळे उघडून दिवसा बघावे तर कालवा पूर्णपणे आटून गेल्याची प्रचिती. सर्वनाशाशिवाय आता पुढ्यात कोणते ताट मांडले आहे?"

"आम्ही भविष्य सांगतो म्हणजे लटके बोलत नाही. मागच्या दोन दिसांत दोन वेळा तारा निखळला, तो काय फुकाफुकी निखळला? त्याचाच हा फलादेश. प्रत्यक्ष जलवाहिनीला साहीनासे झाले. एवढा अहंकार, एवढा गर्व आणि केवढी नास्तिकता? उगाच गंगा पाताळात ठाव मागू लागली नाहीऽ!"

एकाएकी कालव्याने कसा दगा दिला, याचे कोडे भाऊसाहेबांनाही सुटेना. भाऊसाहेब संभ्रमात पडले असतानाच होळकरांचा एक पथक्या खबर घेऊन आला. म्हणाला,

"श्रीमंतऽ, कुंजपुऱ्याहून आमच्या एका हरकाऱ्याने खबर धाडली आहे."

"दोन दिसांमागे दिलेरखानाने कुंजपुऱ्याजवळ कालवा फोडला आहे. सूड उगवला आहे."

भाऊसाहेब थोडा वेळ गोंधळले. त्यांनी चमकून विचारले,

"कोण हा दिलेरखान? आमच्याशी कसला सूड उगवतो? त्याचे आणि आमचे नाते काय?"

"श्रीमंत, तसे त्याचे आमचे नाते जवळचे आहे. जी कुंजपुऱ्याची गढी आपण लुटली, तिथला किल्लेदार नजाबतखान; त्याचाच हा लडका. आपल्या बापाच्या हत्येचा सूड घेतो आहे."

"त्याने एवढा नंगानाच करायला आपले तिथले पथक काय करते आहे?"

"श्रीमंतऽ, कुंजपुऱ्याचे आपले ठाणे दिलेरखानाने केव्हाच उडविले आहे.

मुलूख ताब्यात घेऊन तो पंजाबकडून येणारी रसद मारतो. येणारे-जाणारे चारण लुटतो. आजवर तिकडची चारणे न येण्याचे हेच कारण. आपल्या बापाचे हाल हाल करून मारणाऱ्या या मरगठ्ठ्यांना मी घासदाणा, पाणी मिळू देणार नाही, त्यांना तडफडून मारीन, अशी त्याची आण आहे. बादशाही कालवा फोडून त्याने आपल्या शब्दांचे सार्थक केले आहे.''

भाऊसाहेब क्रोधित झाले. चिडून विचारू लागले,

''नानाऽ, त्या सर्पाच्या पिलाला ठेचण्यासाठी आताच्या आता फौजा पाठवता येणार नाहीत का?''

''नाही श्रीमंत, तिकडचा रस्ता जागोजागी गिलच्या-रोहिल्यांनी कुडला आहे. एवढ्या लांब जाऊन तुकड्या माघारा आणणे धारिष्ट्याचे होईल... श्रीमंतऽ चारी बाजूने आभाळ फाटू लागले आहे. टाका तरी कुठे कुठे कसा मारायचा?''

''नाना, एवढ्या मोठ्या फौजेला पाणी कुठले आणायचे? पाण्याविना आहे ती फौज नाश पावेल.''

''श्रीमंतऽऽ, आपण प्रथम आखलेली योजनाच आता उपयोगी पडणार आहे,'' पुरंदरे सांगू लागले, ''आल्या आल्या आपण पानिपताबरोबर पायथ्याची उग्राखेडी, राजाखेडी, सुवाखेडी ते काबुलीबागेच्या बाजूचा मुलूख ताब्यात घेतला. ह्या हरगावच्या हद्दीत शंभरभर विहिरी सहज निघतील. विहिरींच्या काठावर आपल्या हुकमाने समशेरबहाद्दरांनी लांब पल्ल्याच्या तोफा चढविल्या आहेत. फार तर चार-पाच दिवस ह्या चार गावांच्या विहिरींचे पाणी सहज पुरेल.''

''काय म्हणालात? फक्त चार-पाच दिवस?''

''होय श्रीमंतऽ, ह्यापेक्षा जास्ती दिवस पाणी पुरायचे नाही. हत्ती, घोडे, माणसे, जनावरे— पाणी पिणारी लाखो तोंडे. एवढ्या तोंडांना पाणी असे पुरून पुरून किती दिवस पुरणार श्रीमंत?''

नाना पुरंदरे आणि भाऊसाहेबांचे बोलणे चालले होते तेव्हा महिपतराव चिटणीस खाली मान घालून सामोरे आले.

''बोलाऽ महिपतराव.''

''भाऊसाहेब, जामदारखान्यात खडखडाट झाला. एक नाणे नाही की आश्रफी नाही. आता लष्कराला काय द्यायचे? नाण्यागिन्न्यांशिवाय त्यांनी खरेदी करायचे काय आणि खायचे काय?''

भाऊसाहेब सचिंत झाले. शांत पण धीरगंभीर आवाजात म्हणाले,

''गेल्या हप्त्यात हिसाब तपासताना ह्या गोष्टी आमच्या ध्यानात आल्या होत्या. बाहेरून तर कोठून सरंजाम येत नाही. शिंद्यांची दौलत, खजिना ग्वाल्हेराकडे आहे पण त्याला इकडे पोहोचायला मार्ग नाही. महिपतराव, सारे विश्वच भोवती गरगरा फिरू लागले आहे. प्रलयाच्या जिव्हा जिभल्या चाटताना दिसू लागल्या आहेत. कळीकाळाचे आसुरी दात चमकू लागले आहेत. दिसा दोन दिसांत हा ना तो निर्णय

घ्यावा लागेल. तोवर आम्हांला एकच इलाज दिसतो...''

''कोणता श्रीमंत?''

''हर सरदाराच्या डेऱ्यापुढून बुङ्यापाट्या फिरवा. अबलांच्या गळ्यात जेवढे सुवर्णालंकार असतील ते गोळा करा. आपल्या दौलतीच्या मालकीच्या सुवर्णाच्या चीजवस्तू फौजेसोबत असतील, त्याही सोडू नका. साऱ्या चिजा टाकसाळांच्या हवाली करा आणि नाणी पाडा. लष्कर तगलेच पाहिजे, लष्कर जगलेच पाहिजे.''

महिपतराव हुकमाच्या तामिलीसाठी निघून गेले. सरदार-दरकदारांनी दरबाराचा मंडप भरला होता. काळाशी दोन हात कसे करायचे ह्याच्या मसलती चालल्या होत्या.

दसऱ्याला पुण्याबाहेर पडलेले श्रीमंत पेशवे चार रोजांत आल्याशिवाय राहणार नाहीत. तर कोणी सांगत होते, ते कसले येतात? मग इतके दिवस लागलेच कसे? कोणी सांगावे, वाटेत काही अडचणी उद्‌भवल्या असतील. येतील दोन रोजांत. तेवढ्यासाठी गडबड करायला नको. अलासिंग जाटाकडून तरी कशी कुमक आली नाही? रसद नाही की खजिना नाही. या आधी त्याच्याकडून किती हमीचे खलिते आले होते. का दिलेरखानाने घासदाण्याला अडथळे आणले? एवढा तो माजला तरी केव्हा? भाऊंचे मन अजूनही आशादायी होते. अलासिंग वा पेशवे सरकार, इकडून वा तिकडून कुमक येईलच. आली तर बरेच, न आली तर हातातले खड्‌ग सिद्ध आहे.

असेच दोन दिवस गेले. घोड्या-माणसांची रीघ गावाखालच्या विहिरींकडे सुरू झाली. विहिरींवर पाण्यासाठी झुंबड उडू लागली. सुवाखेडी आणि राजाखेडीच्या रानात मोठाल्या विहिरी बघून त्यांवर समशेरने लांब पल्ल्याच्या तोफा उभारल्या होत्या. काठावरच्या धमधम्यावर चढविलेल्या तोफा जिभल्या चाटीत दक्षिणेकडे अब्दालीच्या लष्कराकडे जळते कटाक्ष टाकीत होत्या. एकेक तोफ अठरा अठरा, वीस वीस फूट लांबीची आणि तीन तीन कोसांच्या पल्ल्याची. तोफांच्या मागे खचणीसाठी दहा-दहा तोफची उभे. ह्या तोफांची अवस्था सुरुंगाच्या दारूसारखी. एकदा तोफ उडाली की, त्याच्या कानठळ्या बसविणाऱ्या आवाजांनी कानाचे पडदे फुटायचे किंवा धगीने बुबुळे बाहेर पडायची. म्हणूनच ह्या तोफा खचल्या की, साऱ्या तोफचींनी अर्धा कोस अंतरावर मागे पळायचे. मुख्य तोफच्याने लांब हाताने बत्ती पेटवायची आणि तोफ फुटायच्या आत पाण्यात बुडी मारायची. तोफ फुटेपर्यंत पाण्यात दडी मारून डुबून पाण्यातच बसायचे. ही वेळ चुकली आणि तोफच्याला पाण्यात उडी घ्यायला विलंब झाला तर तोफची जन्माचा पांगळा झालाच म्हणून समजा. अशा भल्यादांडग्या तोफा चढविलेल्या विहिरीकाठीसुद्धा जनावरे, माणसे, पाण्यासाठी गर्दी करू लागली. तोफची रस्सीचा तिडा टाकून तोफांच्या अंगाचा रहाटासारखा उपयोग करू लागले. दोराने घागरी-कळशी ओढू लागले.

गेल्या पंधरवड्यात वरचेवर लष्कराला उपास घडतच होते. तरी दोन्ही वेळेला

जनावरांचे हाल तर कुत्रे खाईना. झोकात टापा टाकीत धावणारी जनावरे उपाशी पोटाने दावणीला टाचा घाशीत होती. जनावरांचे फाक्यावर फाके जात होते.

थोडेथोडे का होईना अन्न मिळायचे, पण आता लष्कराची अन्नान्नदशा झाली होती. काही जण दीड-दीड, दोन-दोन दिवसांचे उपाशी होते. लष्करात धान्य तर मुलखाचे महाग झाले होते. चोरूनछपून, जिवावर उदार होऊन चारण-बंजाऱ्यांनी एखादी खेप आणली तर त्यावर मिठ्या पडायच्या. एखाद्या दुसऱ्या खेपेने पाचसहाशे लोक खूष व्हायचे पण लष्कराच्या दृष्टीने त्या दातास कण्या. गिलच्याच्या लष्करात अंतर्वेद आणि नजिबाच्या प्रांतातून एकसारखी रसद पोहोचत होती. त्यांची वाट अडवायला आता कोणी गोविंदपंत उरला नव्हता. जे होते ते हरीचे लाल पानिपतावर कोंडले गेले होते. गिलच्यांच्या लष्करात कमालीची सवंगाई चालली होती, तर मराठा लष्करात मुलखाची महागाई वाढत होती. सरंजामाच्या चौफेर वाटा बंद झालेल्या. मोठे मोठे सरदार-दरकदारसुद्धा गव्हाचे रोट मिठाच्या पाण्याबरोबर गिळत होते. पाले, डेरे, राहुट्या भुकेने व्याकुळल्या होत्या. साऱ्यांच्या पोटात कावळ्यांचा धिंगाणा चाललेला.

जनावरांचे हाल तर कुत्रे खाईना. झोकात टापा टाकीत धावणारी जनावरे उपाशी पोटाने दावणीला टाचा घाशीत होती. जनावरांचे फाक्यावर फाके जात होते. भरजरी पाखरा घालून हिंदुस्थानभर मिरवलेले हत्ती पोटाच्या हालाने गडबडा लोळत होते. चार-सहा हत्ती तर जागेवर झाडे मोडून पडावीत तसे उताणे होऊन पडले होते. त्यांची कातडी घारी-गिधाडे कचकचा ओढीत होती, कातडी निघाल्याने मांसाचे डोंगर भयकारी भासत होते. मांसात आत घुसलेले काळे कावळे बाहेर येताना तांबडेभडक होऊन निघत होते. सदोदित निनादणाऱ्या हत्तींच्या गळ्यातल्या घंटा निर्जीव होऊन धुळीत पडल्या होत्या. पोटचे लेकरू गुदरल्याप्रमाणे माहूत मुंडाशाने डोळे पुशीत धाय मोकलून रडत होते.

उंट वाकड्यातिकड्या माना करून उसासे टाकीत होते, उमदी घोडी खंगली, वाळली होती. कित्येक जनावरे भाकड होऊन लष्करातून इकडेतिकडे रान हुंगत फिरत होती. रानात उरल्यासुरल्या झाडाझुडपांचा पाला घोड्यांना, बैलांना टाकला जात होता. पाला ओरबाडल्याने झाडांच्या उघड्यावाघड्या डहाळ्या, नांग्या भयानक दिसत होत्या. चार रोज गुरांनी झाडपाला ओरबडला तोवर ठीक होते; पण आता भुकेले स्वारशिपाई अन्नाची आशा सोडून झाडांच्या पाल्यावर तुटून पडू लागले होते. पाला कचकचा दाताखाली दाबायचा आणि ओढ्याच्या साडूच्या मऊसूत मातीचे घास बकाबका खायचे, वर पाणी मारायचे, पोटाची जळती आग कशीबशी शांत करायची.

अन्नान्न दशा झालेल्या स्वारबारगिरांच्या, राउतांच्या झुंडी उग्राखेडी, सुवाखेडीच्या रानांत ओढ्याकाठाने आणि विहिरींच्या आसपास फिरत होत्या. मराठा स्वार धोतरांचे जाळे करून विहिरीत उतरत होते. आत मासा, चिंगळी, डोकऱ्या वा खेकडा सापडू दे, लगेच पकडायचा आणि कच्चाच दाढेखाली करकरा चावायचा. काही जण भुकेपुढे मागेपुढे न बघता बेडक्या सापडल्या तरी त्या तशाच भाजून खाऊ लागले.

काही गोरगरीब तर इकडेतिकडे पडलेले घोड्यांचे, बैलांचे सांगाडे गोळा करू लागले, हाडे मोडून, चुरून, जात्यात दळून त्याचे पीठ पाण्याबरोबर अधाशासारखे चापू लागले.

लाखाच्या लष्कराला विहिरी तरी किती दिवस पुरणार? विहिरी आटू लागल्या. माणसांचे डोळे खोलगट गेले. ज्या विहिरींना पाणी होते, त्यांच्या काठावर मरणाची गर्दी उसळू लागली. कळशीभर पाण्याची धारण एक रुपया झाली. सारे लष्कर गलबलले. चार-पाच दिवसांमागे शहापसंदखानाने दहा हजार मराठा यमसदनाला पाठविला होता. त्या प्रकाराची साऱ्यांनी दहशत खाल्ली होती. या आधी पोटासाठी तळाबाहेर पडणारे बुणगे, राऊत आता बाहेर पडण्यास धजावत नव्हते. पानिपत आणि पायथ्याची तीन खेडी एवढ्यातूनच अन्न अन्न करीत घोटाळून माणसे फिरत होती. दैन्य, हालअपेष्टा क्षणाक्षणाने वाढत होत्या. खंगली जनावरे आणि कृश माणसे हाडांचे सापळे घेऊन भुतासारखी इकडेतिकडे फिरत होती.

दोनअडीच महिन्यांमागचे पानिपत आता कळकट आणि भेसूर झाले होते. हिरवा गर्द रंग आणि सगळीकडे दिसणारे पाण्याचे शीतल, झुळझुळते ओढे यांचा मागमूसही राहिला नव्हता. पानिपतचे रेगिस्तान झाले होते. गावाच्या गल्लीबोळांतून, मोहल्ल्यांतून, लष्कराच्या आजूबाजूने हाडांचे सापळे पडलेले दिसत होते. जागोजाग माणसांचे मुडदे आणि जनावरांची धडे यांचा खच पडत होता. विशेषत: खंदकात आणि खंदकाबाहेर अनेक मुडदे पडले होते. त्यात इकडचे होते, तसेच तिकडचेही होते. सडलेल्या, कुजलेल्या प्रेतांचा वास क्षणाक्षणाने वाढत होता. उग्र, कुबट, पोटातली आतडी गोळा करणारी दुर्गंधी सुटत होती. मराठी राऊत भडभडा ओकाऱ्या काढीत होते. दूषित, विखारी, विषारी वाऱ्याने माणसे-जनावरे हैराण झाली होती. त्यातच बुडाखालची घोडी गमावलेले स्वार प्यादे होऊन टिपे गाळीत हिंडत होते. या आधी चकमकीत जाया, अधू झालेले, आंधळेपांगळे शोकाकुल होऊन लष्करभर फिरत होते. हजारो घोडी-बैल एका जागेला बांधल्याने गोटांच्या आजूबाजूला शेणामुताची डबकी साचली होती. त्यांत डुबणाऱ्या माश्या जनावरांना चटचटा चावत होत्या. पानिपताच्या तटाशेजारचा उपयोग लष्कराने आडोसा म्हणून केलेला. माणसांची घाण, मैला आजूबाजूला पसरलेला. शेणामुताचा, घाणीचा किळसवाणा वास डोके गरगरून सोडीत होता.

दूषित हवेने सारे बेजार झालेले. नाना पुरंदरे भाऊंना म्हणाले,

"श्रीमंतऽ, ही हवाही आमची वैरीण झाली का? वारा पूर्वेकडून पश्चिमेकडे वाहतो. उग्र दर्पाने जीव कोंडून जातो. रोगराईला उधाण आले आहे."

"ह्याच्यावर काय इलाज करायचा नाना?"

"हा उग्र दर्प वाचविण्यासाठी निदान दोन्ही लष्कराच्या मधे पडलेली प्रेते तरी उचलू या. दुराणीला कळवू. बिनहत्यारी माणसे खाली उतरू. तुम्ही तुमची प्रेते ओळखा. आम्ही आमची धुंडाळू. हे मुडदे जरी बाजूला काढले तरी दूषित हवा

निम्म्याने कमी होईल.''

''धाडू खलिता. बघू काय होते ते. पण ह्या गोष्टीला त्याच्याकडून होकार येईल असे वाटत नाही.''

वकिलामार्फत गिलच्याकडे खलिता गेला. गिलचा खदाखदा हसला. ह्या आधी तीन वेळा त्याने छावणीचा जागापालट केला होता. स्वच्छ होऊन सचैल स्नान केल्यासारखा तो बसला होता. जनावरा-माणसांच्या घाणीची दुर्गंधी मराठ्यांकडे वाहते ना? त्याच्याशी आमचे काय देणे-घेणे? अब्दालीने उलट जबाब पाठविला.

''दुर्गंधी तुम्हांला भासते, तर तुमचे मुडदे तुम्ही उचला. आम्हांला जरूरत नाही. आमच्याकडच्या इसमांचे मुडदे तुम्ही उचलले तरी आमची मना नाही.''

तिन्हीसांज होत आली. इब्राहिमखान गारदी भाऊसाहेबांच्या डेऱ्यात आला. त्याच्याकडे बघून भाऊ म्हणाले.

''खानसाहेब, माफी करा. ह्या आधी तुमचा पगार कधी वेळेवर दिला नाही असे झाले नाही. पण ह्या महिन्यात, आता लष्करात एवढी तवाई...''

''हमें शरमिंदा मत बनाओ भाऊसाब,'' इब्राहिमखान म्हणाला. ''जेव्हा आपणाकडे पैका होता तेव्हा महिना भरायच्या आधी दिवस दोन दिवस पगार आम्ही भांडून घेतला. पण हा पगाराचा वखत नव्हे. ह्या अशा प्रसंगी आम्ही तो मागणारही नाही. आम्ही दुज्या मुलखातले गारदी असलो तरी भीमकुकडीच्या खोऱ्यातले, तुमच्या मावळातलेच समजून आमच्यावर ध्यान ठेवा.''

डेऱ्यात गोळा झालेल्या सरदारांसोबत भाऊसाहेब मसलत करीत होते. तेवढ्यात एक हुजऱ्या धावत आला. धापा टाकीत म्हणाला,

''श्रीमंतऽ श्रीमंतऽ, दोनतीनशे स्वार कलंदर चौकाकडे उपाशीपोटी धावले आहेत. पानिपतच्या बाजारातील पाले लुटायचा त्यांचा विचार आहे.''

ह्या वार्तेने भाऊसाहेब चमकले. डेऱ्यात सरदार यशवंतराव पवार मौजूद होतेच. भाऊसाहेबांनी पवारांना आज्ञा केली,

''यशवंतरावऽ, तातडीने पथके घेऊन कलंदर चौकाकडे रवाना व्हा. तुमच्या केसालाही धक्का लागणार नाही, असा आम्ही गावाला शब्द दिला आहे. हुल्लड माजविणाऱ्या पुंडांना चोपून बदडून काढा. त्यांची खांडोळी करा.''

ताबडतोब यशवंतराव उठले. गडबडीने कलंदर चौकाकडे निघाले. ते डेऱ्याच्या दारापाशी गेले असतील-नसतील तोच भाऊसाहेबांनी त्यांना माघारा बोलाविले. हळू आवाजात ते म्हणाले,

''आतच आम्ही खांडोळ्या करा अशी भाषा बोलून गेलो. पण ते तितके खरे नाही! चार चार दिवसांचे उपाशी स्वार बाजार न लुटतील तर काय करतील? पण हुल्लड थांबवलीच पाहिजे. आवलगामी एखादा रट्टा बसू नये याची खबरदारी घ्या. बाकी त्यांचे हात-पाय लाठ्या-काठ्यांनी सडकून काढा. अक्कल मिळाली पाहिजे. गावाच्या दिल्या वचनास जागू. त्यात ह्या गावात अनेक मशिदी आहेत. आपल्या

युद्धाला धर्मयुद्धाचा रंग देऊ नये. त्याने साऱ्याच मोहिमेचा बट्ट्याबोळ व्हायचा.''

''जशी आपली आज्ञा श्रीमंत.''

यशवंतराव बाहेर पडला. त्याने हुल्लड माजवणाऱ्या तीनचारशे जणांना बदडून काढले. तरीही मधल्या वेळात कलंदर चौकातील चार दुकाने फुटून, लुटून साफ झाली होती. पानिपतातले रहिवासी कमालीचे घाबरून गेले होते. साऱ्यांचा थरकाप उडाला होता.

लष्कराच्या गोटातून, सरदारांच्या डेऱ्यांतून दोन-चार दरकदार बुङ्या घेऊन हिंडत होते. सरदार आपल्या मनगटातील सोन्याची कडी, गळ्यातले गंडे टाकीत होते. सरदारणी गळ्यातल्या पुतळ्या, बाजूबंद तर कोणी सुवर्णाची भांडी नजर करीत होते. सारा ऐवज टाकसाळाच्या हवाली केला जात होता.

डेऱ्यात चिरागदाने जळत होती. त्यांच्या उजेडात सर्व खाशांच्या आधीच काळवंडलेल्या मुद्रा भेसूर दिसत होत्या. साऱ्यांचे चित्त हरवलेले. एकेक सरदार मोठमोठ्याने ओरडत होता,

''श्रीमंतऽ, ह्यातून मार्ग काढा श्रीमंत. स्वारांनी, बारगिरांनी झाडांचा उरलासुरला पाला शेरडे ओरबाडतात तसा ओरबाडला. झाडांच्या साली खांदलून काढून त्या कुटून माणसे चावून-चघळून खातात. अशीच अवस्था राहिली तर दिसा-दोन दिसांत मेल्या जनावरांच्या सांगाड्यासाठी हाणामाऱ्या होतील.''

''श्रीमंतऽ, दोन दिसांत माणसे पाणी पाणी करून तडफडून मरतील. आतापर्यंत भुकेने माणसे थोडी दगावली नाहीत. जशा माश्या माराव्या तशी माणसे मरतात. श्रीमंतऽऽ, मार्ग काढा. रस्ता दाखवा.''

भाऊसाहेबांची आधीच व्याकुळली मुद्रा अधिक काळपट दिसू लागली. नेत्र तांबडेभडक. दुःख-उद्वेगाच्या छटा मुद्रेवर माखलेल्या. हाताच्या मुठी आवळीत ते एकेक शब्द उच्चारू लागले.

''होय, सरंजामाच्या मिषाने आम्ही दाही दिशांकडे उगा इतके दिवस डोळे लावले. लाख जीवांची आसवे आटली पण वाटांना दया फुटली नाही. खुद्द यमुनाबाई परक्याला फितूर होऊन त्याच्या तालावर नाचू लागली, विहिरी तळ गाठू लागल्या. वाऱ्यालाही वैऱ्याची संगत जडली. उगवणारा प्रत्येक दिवस विखाचा एकेक जास्त द्रोण पत्रावळीवर मांडू लागला. मावळणाऱ्या रात्री बदफैली होऊन सेजेचा सोबती म्हणून परक्याला पलंगी ओढू लागल्या. हे रान, हे वारे, ही झाडे, धरती, सारे विश्वच फिरले. आता आम्हांला शेवटचा एकच इलाज दिसतो...''

''कोणता श्रीमंत?''

''आणखी एकदा सुलुखाचा यत्न. फक्त एकदाचऽ!'' भाऊसाहेब निश्चयी सुरात बोलले.

वेळच अशी गुदरली होती की कोणाला काही म्हणवेना. वकील दामाजीपंतांना भाऊसाहेबांनी त्वरित बोलावले. त्यांना महत्त्वाच्या बाबी सांगितल्या. दामाजीपंत

अब्दालीच्या छावणीकडे जाण्यास सिद्ध झाले. सर्वांना मुजरा करून त्यांनी पाठ फिरवली. तोच त्यांच्या कानावर भाऊसाहेबांच्या हुकमी आवाजातले शब्द पडले—

"भुकेने व्याकूळ होऊन टाचा घासणारी माझी माणसे आणि दावणीत धडका घेणारी माझी जनावरे वाचावीत म्हणून आम्ही चार-दोन सुभ्यांतले चौथाई सरदेशमुखीचे अधिकार गुलाल-खोबऱ्यासारखे उधळून टाकायला तयार आहोत. पण तरीही..."

भाऊसाहेब थांबले. दामाजीपंत चमकून बघू लागले. खाशांनी आवंढा गिळला. भाऊसाहेब पुन्हा बोलले,

"पण तरीही, सर्व प्रयत्ने करून अब्रू वाचेल असाच सुलूख घडावा."

काशीराजाला, सुजाला आणि वजीर शहावलीस लिहिलेले खलिते घेऊन दामाजीपंत बाहेर पडले. त्यांनी लागलीच जाऊन अब्दालीचा तळ गाठला. काशीराजाची भेट घेतली. डोळ्यांतली आसवे लपवीत त्याने भाऊसाहेबांचे पत्र वाचले. भाऊंच्या शब्दांनी सुजालाही उमाळून आले. सुजा वजीर शहावलीकडे गेला. दोघांची बरीच मसलत घडली. रात्री उशिरा वजीर आणि सुजा अब्दालीकडे गेले. आर्जवे केली. अब्दालीने सारे म्हणणे शांतपणे ऐकून घेतले. कातर आवाजात सुजा म्हणाला,

"आलमपन्हाँऽ, ह्यातून मार्ग काढा."

अब्दाली सुस्कारे सोडीत फक्त इतकेच म्हणाला,

"मी फक्त आता युद्धाचा विचार करतो आहे. तुमची सर्वांची सुलुखाची तमन्ना असेल तर आमची ना नाही; पण ह्याचा निर्णय इथल्या रोहिल्यांनी आणि त्यांचा मुखिया नजीबखानाने घ्यायचा आहे."

वजीर नजिबाकडे गेला नाही. जडावलेल्या पायाने सुजा गेला. अनेक आर्जवे केली. आपले बारीक डोळे अधिक बारीक करीत नजीब फक्त गालातल्या गालात हसत होता. त्याने खलिता लिहिला आणि आपल्या खास वकिलामार्फत मराठा लष्कराकडे धाडला;

बराच उशीर भाऊसाहेब डेऱ्यात येरझाऱ्या मारीत होते. मध्यान् उलटली होती. खासे ताटकळले होते. इतक्यात नजिबाचा वकील भाऊसाहेबांपुढे हजर झाला. तो खलिता पेश करू लागला, तोच भाऊसाहेबांनी त्यालाच खलिता वाचून दाखविण्याची आज्ञा दिली. खाशांनी कान टवकारले, भाऊसाहेब ऐकू लागले,

"...आपल्या अहंकारी, गर्विष्ठ उरात अजूनही सुलुखाची तमन्ना आहे, हे ऐकून संतोष बहुत झाला. तुम्हां मरगठ्ठ्यांना सुलूखच हवा असेल तर लागलीच तंबूसामान पाठीस लावून नर्मदेपलीकडे तोंड काळे करा; पण तरीही तुमच्या जातीचा भरवसा नाही. वाचाल तर वाढाल. देशास जाण्यासाठी तुम्हांस वाट देतो पण त्यासाठी विश्वासरावास सालभर माझ्या पायाजवळ ओलीस ठेवा. तुमची लालसा हिंदुस्थानातील काही सुभ्यांच्या चौथाईची असेल तर तीही पुरवू; पण त्यासाठी तुम्ही म्हणजे सदाशिवभाऊने अब्दालीच्या पदरी दोन वर्षे राहून कंदाहारी साहेबस्वारीची सेवा करावी, मर्जी मिळवावी..."

"खामोशऽऽ" भाऊसाहेब विजेसारखे कडाडले. त्यांचा हात तलवारीच्या मुठीवर गेला. महत् प्रयासाने क्रोध आवरीत ते ओरडले, "केवळ युद्धनीती मानायची म्हणून वकिलाची खांडोळी करायला मन धजावत नाही. जाऽ आमच्या डोळ्यांसमोरून चालते व्हाऽऽ नजिबाला सांगाऽ तुला योग्य वेळी, स्थळी आम्ही जबाब देऊ."

धरणीकंपाने पर्वत गद्‌गदून जावा तसे भाऊसाहेब दुःखाने, संतापाने गद्‌गदून गेले. म्हणाले,

"हा उंदीर मराठ्यांचा मुलूख कुरतडत इतका माजून गेला इतका माजून गेला की, परक्याला आवतण देऊन त्याने हिंदुस्थानच्या काळजाला आपले विषारी दात लावले आहेत. ज्या जिभेतून इतक्या मानहानीचा सुलुखाचा फतवा आला, ती जीभ जबड्यात हात घालून खेचण्यासाठी आमचे हात शिवशिवत आहेत. ह्या मुलखातल्या आमच्या सरदारांनी या आधीच ह्या खट्याळ, मायावी उंदरास धुरीस धरला असता तर आम्हांला पानिपतावर यायचे कारणच ना पडते. मराठी दौलतीचे केवढे नुकसान ह्या काळकुट्याने केले. केवढी ही प्रतारणा, केवढा हा अपमान! अरे नजिबा, मराठी मनगटांनी अजून चुडे भरले नाहीत. ज्या आमच्या अबला चुडे लेतात, त्यांच्याही कणखर मनगटांचा रट्टा किती वेदनामय असतो ह्याची तुला अजून कल्पना नाही. मराठी मातीचा रंग आम्ही तुला उघड्या मैदानावरच दाखवू."

दाणदाण पावले टाकीत भाऊसाहेब खाजगीकडे निघाले. डेऱ्यातून बाहेर पडता पडता गर्रकन माघारी वळले आणि म्हणाले,

"महिपतरावऽ हर सरदार-दरकदाराच्या गोटात, राहुटीत तातडीचा सांगावा धाडा. दिवसाचा गोंडा फुटण्याआधी साऱ्या खाशांची बैठक बोलवा. सारे जितेजागते रहा. युद्धाच्या संगतीपंगतीच्या घटका आता फारशा दूर राहिल्या नाहीत."

रामाच्या प्रहरी भाऊसाहेब दरबाराकडे जाण्यास निघाले. पार्वतीबाईसुद्धा भल्या पहाटे जाग्या झाल्या होत्या. त्यांनी स्वतःच्या हाताने भाऊसाहेबांच्या कंबरेस भरजरी दुशेला बांधला. भाऊंचे डोळे दरबाराकडे लागलेले. हळू आवाजात पार्वतीबाई म्हणाल्या, "इकडच्या स्वारींनी रात्रीही भोजन घेतले नाही, काल सकाळीही भोजन झाले नाही जीव तीळ तीळ तुटतो आमचा."

"पार्वती, तोंडी घास लावण्याचे धारिष्ट्य ह्या हातांना होत नाही. ओढ्याओघळीच्या कंदमुळ्या, झाडांच्या साली चेचून खाताना स्वारशिपाई बघितले की, आमचे मन भडभडून येते. एवढ्या मोठ्या फौजेत घडीघडीला उपवास आणि घटकेला मृत्यूने थैमान घातले असता आमच्या तोंडी घास तरी कसा जावा?"

पार्वतीबाई साऱ्या गोष्टी ओळखून होत्या. फौजेत दुष्काळ आहे, अन्नपाण्याचे हाल आहेत असे त्या अनेक दिवसांपासून ऐकत होत्या; पण काल सकाळची न्याहरी खाशा स्त्रियांना न धाडल्याने सारा प्रकार त्यांच्या ध्यानात आला. धान्याचा कणही सरकारात शिल्लक उरला नव्हता. शिंदे-होळकरांचे धान्य त्यांना त्यांच्या

सुभ्यातून यायचे. त्यामुळे आणखी दोन दिवसांचा दाणा त्यांच्या कोठारात उरला होता. शागीर्द-पाणक्यांनी शिंद्यांच्या गोटातून धान्य आणले तेव्हा खाशा डेऱ्यात दुपारनंतर स्त्रिया जेवल्या. रडती लेकरे शांत झाली. पार्वतीबाईंनी भाऊसाहेबांची मुद्रा निरखून बघितली. त्यांची अन्नाला हात लावण्याची बिलकूल तयारी दिसत नव्हती. बाई आत गेल्या. त्यांनी दुधाचा प्याला भाऊंच्या हाती दिला. प्रत्यक्ष दुधामृताला नाही तरी कसे म्हणायचे? त्यांनी प्याला प्राशन केला.

तडक चालीने भाऊसाहेब दरबाराच्या डेऱ्याकडे आले. डेऱ्याच्या आजूबाजूला शेकडो स्वारांनी गर्दी केली होती. सारे केविलवाण्या नजरेने भाऊंकडे बघू लागले. भाऊसाहेब जवळ येताच सर्वांनी गिल्ला सुरू केला. एक शिपाई रडत रडत म्हणाला,

''श्रीमंतऽ, असे बिन अन्न-पाण्याचे मारू नका. मारायचेच असेल तर रणात मारा, उन्हात मारू नका!''

''श्रीमंतऽ, अन्नापायी हातपाय सुजले, डोळ्यांवर अंधारी येते, इथे घेरी येऊन कावळ्या-गिधाडांचे लक्ष्य होण्याऐवजी हुकूम द्या. फक्त हुकूम द्या— आम्ही गिलच्यावर तुटून पडतोऽ!''

साऱ्यांच्या डोळ्यांत भाऊसाहेब डोकावले. प्रत्येकाच्या नेत्रांत तोच निरवानिरवीचा भाव होता. सारे गाय होऊन हंबरत्या नजरेने भाऊंकडे बघत होते. भाऊसाहेबांनी एक-दोघांच्या खांद्यावर हात ठेवला, त्यांना धीर दिला. सर्वांकडे कटाक्ष टाकत ते म्हणाले,

''थोडी कळ काढा. आता यापुढे अधिक थांबायचे नाही. मसलतीसाठी तर सारे खासे आता बोलावले आहेत.''

भालदार-चोपदारांच्या आरोळ्या उठल्या. खडी ताजीम स्वीकारीत स्वीकारीत भाऊसाहेबांनी दरबारात प्रवेश केला. सिंहासनावर विश्वासराव आरूढ झाले होते. शिंदे, होळकर, विंचूरकर, पवार, समशेरबहाद्दर, पायगुडे, धायगुडे, रेठरेकर, दरेकर, गायकवाड, भापकर, कदम, फाळके, जाधवराव असे सारे सरदार दरबारात मौजूद होते. साऱ्यांकडे दृष्टिक्षेप टाकीत भाऊसाहेब विश्वासरावांच्या शेजारी आसनस्थ झाले. आजचा दरबार, त्यातली खाशांची बैठक अत्यंत महत्त्वाची असल्याने साऱ्यांच्या नजरा भाऊसाहेबांवर खिळल्या होत्या.

दरबार सुरू करण्याची आज्ञा भाऊसाहेबांनी दिली. मसलत सुरू झाली. सरदार पायगुडे उठून म्हणाले,

''श्रीमंतऽ, साऱ्या लष्करात हलकल्लोळ उडाला आहे. उपासमारीने लोक सैरावैरा धावतात. भाऊसाहेब, गिलच्याचे आणि आमचे काय व्हायचे ते होऊ देत एकदा. छावणीत कुजून मरण्यापेक्षा जिद्दीने बाहेर पडू या. मग भले विजयाची पोळी मिळेल नाही तर गिलच्याची गोळी मिळेलऽ!''

समशेरबहाद्दर उठून म्हणाले,

"भाऊसाहेब, आता ह्या तवाईत कोणाची, कशाला आणि किती वाट बघायची? आमच्या नशिबाचे कर्ते-करविते आम्हीच आहोत. कोणी वाटेत हात द्यायला वा शिदोरी पुरवायला येईलसे वाटत नाही. वाट्टेल ते होऊ दे, गिलच्यावर घसरून त्याला मारीत झोडीत पुढचा रस्ता रेटू या."

मिसरुडावरच्या लवेत बोटे फिरवीत जनकोजी शिंदे म्हणाले, "भाऊकाका, आता गिलच्यास आमच्या तलवारींचे पाणी दाखवू. त्यांचे रक्त पिण्यासाठी आमची हत्यारे भुकेजली आहेत."

साऱ्या दरबाराचा नूर भाऊसाहेबांनी हेरला. ते हुकमी आवाजात म्हणाले,

"सगळ्या बहाद्दर सरदार-दरकदारांच्या भाव-भावना आमच्या मनाने टिपल्या आहेत. लष्कराची जीवघेणी अवस्था आम्ही जाणून आहोत, लष्कर कुजले-सडले आहे, हत्ती रोडावले आहेत, घोडी खंगली आहेत, धरती दुभंगल्यासारखी भासते, कधी कधी उगाचच आम्हांला भास होतो, आम्ही आमचे राहिलो नाही. आम्ही काळाहाती चालतो. प्रलयाच्या लाटांसारखे सगळीकडून आवाज येतात, पण म्हणून दोस्तांनो काय बिघडले? भले आमची जनावरे-माणसे खंगली, रोडावली तरी आमची हिंमत हरलेली नाही. अक्राळविक्राळ रूपे घेऊन मृत्यू एकसारखा वाकुल्या दाखवितो म्हणून त्याला भीक घालण्याचे कारण नाही. खऱ्या मर्द मराठ्यांना ते शोभा देणारे नाही. उगाच शिकस्त खाऊन, घाबरून, पळून, एकमेकांच्या पायात पाय अडकून साऱ्या लष्कराचा बळी देऊन दौलतीचे कंबरडे मोडणे आमच्याने जमणार नाही. उलट सावधगिरीने पण निग्रहाने, निर्धाराने बाहेर पडू या. लढता लढता ठोशास ठोसा देत अशीच दिल्ली गाठू या. सरंजाम गोळा करून फौजा ताज्यातवान्या, आबादान करू या. पुन्हा काचून कंबर बांधू या आणि नव्या निर्धाराने गिलच्यावर हल्ला चढवू या."

भाऊसाहेबांच्या ह्या धीराच्या बोलाने आणि निर्धाराने साऱ्या खाशांच्या अंगात बळ चढले. ह्या कळीकाळाच्या दाढेतून हाच हिंमतबाज पुरुष आपणाला तारून नेईल याची सर्वांना खात्री झाली. भाऊसाहेब पुढे म्हणाले,

"आम्ही पुनः पुन्हा तुम्हांस सांगतो, आमच्या ह्या मोहिमेत हे बुणग्यांचे, स्त्रियांचे लटांबर नसते तर त्या कंदाहारी शहाला दोन महिन्यांमागेच आम्ही नदीत डुबवून मारले असते. अशी बुणगाईत जवळ बाळगणे हा अलीकडे आमच्या मराठा लष्करात फार मोठा दोष निर्माण झाला आहे. त्यातून आमचीही सुटका झाली नाही; पण ऐन वेळी अफगाण लुटारूंच्या तोंडी आमची बायकापोरं देऊन इथून सटकणे हा महाराष्ट्र धर्म नाही. प्राण गेला तरी असा नामर्दपणा, अशी कंबख्ती आमच्याने होणार नाही. लेकराबाळांना इथे उघड्यावर लांडग्यांच्या तोंडी देऊन जीव वाचवून विजयाची कलंकित पताका उभारणे आम्हांला भूषणावह ठरणार नाहीऽ!"

साऱ्या सरदार-दरकदारांनी माना डोलावून भाऊसाहेबांच्या म्हणण्यास दुजोरा दिला. "वाऽहा" करून सुभेदार मल्हारबाबांनी दाद दिली. पानिपताची ही अशुभ

जागा सोडून दिल्ली गाठायची आणि तेथेच कंबर कसून पुन्हा गिलच्यावर उलटायचे, हा विचार एकमताने मंजूर झाला. दमाजी गायकवाड म्हणाले,

"इथून आग्रेयेस पाच कोसांवर यमुनातीर लागेल. यमुना पाठीशी घेऊ. गिलच्यांशी दोन हात करू. आमच्या मते हाच मार्ग तूर्तास सुखकर आहे. कारण कुंजपुऱ्याकडचा रस्ता गिलच्याच्या दहशतीखाली आहे. पश्चिमेच्या काटेरी जंगलातून पुढे बिकानेरकडचा मार्ग दुर्घट आहे. ह्या आयचानाच्या रस्त्याने तोफगाडे हाकता येणार नाहीत. जनावरांना रस्ता कापणार नाही."

इथवर झाल्या गोष्टी सर्वांना मान्य झाल्या. आता लष्कराची व्यूहरचना कशी करायची, हा सवाल उभा राहिला. भाऊसाहेबांनी इब्राहिमखान गारदीकडे मान वळवली. साऱ्यांच्या पुढच्या अंगाला काळाकभिन्न, रुंदाड अंगाचा पण मजबूत इब्राहिमखान बसला होता. देवीच्या खुणांनी मुद्रेला विद्रूपता आणली तरी त्याचे डोळे तेज आणि पाणीदार होते. भाऊसाहेबांनी त्याच्याकडे डोळे लावताच इब्राहिमखान उत्तरला,

"तुम्ही मराठे म्हणजे गनीम लोक. गनिमी कावा तुम्हांस प्यारा. तुम्हांला हिंमत पुरणार नाही. ऐन झटापटीत स्वारांची पथके घेऊन तुम्ही पुढे धावाल आणि माझा आठ हजार प्यादा इथेच राहायचा."

"असे कसे म्हणता खानसाहेबऽ," भाऊसाहेब विषण्णपणे म्हणाले, "परतुडाहून निघतानाच आम्ही तुम्हांला इमानप्रमाण दिले आहे. तुम्हांला दिलेल्या वचनात आमचा प्राण गुंतला आहे. तुमच्या संगतीनेच आम्ही रणात गाडून घेऊ. कतलेआम होऊ पण तुम्हांला अंतर देऊन रणातून काढता पाय घेणे हे मराठा ब्रीद नव्हेऽ!"

भाऊसाहेबांच्या वचनांच्या पुनरुच्चाराने इब्राहिमखानास हुशारी आली. त्याचे पाणीदार डोळे चमकले. विंचूरकर, होळकर, गायकवाड यांना इब्राहिमखानाचा चोचरेपणा सहन होईनासा झाला. भाऊसाहेबांनी दाद देताच इब्राहिम गारदी उत्साहाने म्हणाला,

"दक्षिणदेशी जसा निजाम लढतो, जसा बुसी झुंजायचा, जसे फ्रेंच युद्ध करतात तशी गोलाची लढाई खेळलो तरच साऱ्यांचा जीव वाचेल आणि गिलच्याशी सामना करीत आम्ही पानिपत सोडू. बायकाबुणगे आणि स्वारशिपाई सांभाळायचे असतील तर गोलाच्या लढाईला पर्याय नाही. आपल्या मराठी फौजांत फारशा चांगल्या बंदुका नाहीत. मात्र अफगाणांकडे पट्टीचे बंदूकधारी आहेत. अफगाण देशाला विलायत जवळची असल्याने त्यांची हत्यारेसुद्धा पेलायला, पेटवायला हलकी आहेत. आपल्या मराठ्यांच्या फौजांत जे बंदूकधारी करोल आहेत, त्यांना वेगात दौडता दौडता चाप ओढून नेम धरणे जमत नाही. माझ्या गारदी पलटणीकडे फ्रेंच बनावटीच्या बंदुका आहेत. त्या गिलच्यांच्या छाताडाचा सहज वेध घेऊ शकतील. बंदुकीच्या नळीच्या टोकास संगिनीची धारदार पाती आहेत. माझा एखादा प्यादा मरता मरताही संगिनीने एखादा गिलचा सहज मारेल आणि मगच मरेल. अशा आमच्या पलटणी, चारी

बाजूला लहान-मोठ्या तोफा, जंबुरके, सुतरनाळा, गरनाळा पेरून मध्ये कबिले, बुणगे घेऊन लढत, झगडत जाऊ. ह्या व्यूहरचनेने सहज दिल्ली गाठू.''

गारद्याची अक्कलहुशारी सुभेदार होळकरांना सहन होईना. बोलावे तर इब्राहिमचा द्वेष करतो हा शिक्का माथ्यावर कायमचा कोरलेला. न बोलावे तर हा चाललेला पोरखेळ जिवाला सहन होईना. विंचूरकर आणि होळकर एकमेकांकडे टकमका बघू लागले. न राहून होळकर आडपडद्याने का होईना पण उसासून बोलले,

''भाऊसाहेब, गिलचे रस्त्यावर आडवे आले तर बायकाबुणगे सांभाळता सांभाळता निभाव कसा लागायचा?''

''बायकाबुणगे सोबत असले म्हणून काय झाले?'' भाऊसाहेब सुभेदारांना विचारू लागले, ''काकासाहेब, आपले बुणगे म्हणजे काय भ्याडांची पिलावळ आहे का? ती मराठी मातीचीच वंशावळ आहे ना? स्त्रिया-मुलांनीसुद्धा हातात लाठ्याकाठ्या घ्याव्या. झुंजत, झगडत समोरचा रस्ता कापावा.''

अंताजी माणकेश्वर, दमाजी गायकवाड, विंचूरकर, होळकरांना नवी मोगलाई पद्धतीची लढाई अजिबात पसंत नव्हती. उलट नाना पुरंदरे, विश्वासराव, जनकोजी शिंदे उत्सुकतेने आणि कौतुकाने इब्राहिमखानाकडे बघत होते. लष्करात नवे आणि जुने, तरुण आणि वृद्ध अशा सरळ सरळ दोन फळ्या पडत होत्या. मघापासून गारद्यांचे चाललेले कौतुक बघून विंचूरकरांचा संताप अनावर झाला होता. ते बेभान होऊन कडाडले,

''भाऊसाहेब, गेल्या कित्येक दिवसांपासून आम्ही बघतो आहोत, तुम्ही गारद्यापारध्यांच्या तालावर नाचता आहात. आमच्या मराठी जातकुळीची लढाईची तऱ्हा कशी? तर थेट भिडावे, लढावे, हमला चढवून प्राणाची बाजी लावावी नाही तर पडतो आहोत असे समजताच दऱ्याडोंगरांत पळून जावे. शत्रूला खिंडीत गाठून बेदम मारावे, बैलांच्या शिंगांना पोत बांधून कधी चकवा द्यावा, तर कधी किल्ल्याच्या कड्यावरून उकळते तेल ओतून वैरी भाजावा; ह्या आमच्या तऱ्हा; ह्याच आमच्या खोडी. त्याला कोणी धावपळीची लढाई म्हणतात, तर कोणी गनिमी कावा म्हणतात. लष्कराच्या भोवती खंदक खोदून मराठ्यांच्या सात पिढ्यांत कोणी अवघडून बसला होता का? अनादि काळापासूनचा झुंजाचा मराठी बाणा विसरू नका भाऊसाहेब. अविंधांच्या रिती पत्करून जन्मांची माती व्हायची.''

विठ्ठलराव विंचूरकरांच्या फर्ड्या आवाजाबरोबर होळकरही पुढे सरसावले. त्यांचा आवाज टिपेला लागला,

''अजून व्हटावर मिसरूड न फुटल्या पोरांच्या आणि गारद्यांच्या नादी लागून भाऊसाहेब, लष्कराचे वाटोळे करू नका. तुमच्या उमरीपेक्षा दुप्पटीहून सात-आठ सालाने हा म्हातारा थोर आहे. ह्या रानात आमचे काळ्याचे पांढरे झाले. भाऊसाहेब, जरा ऐका आमचे. गनिमी काव्याने खेळता खेळता आमची हयात गुदरली. शिवबाने राज्य उभारले ते कशाच्या जोरावर? संताजी-धनाजीसारख्या बहाद्दरांनी आपल्या

घोड्याच्या खुरांनी महाराष्ट्र देश पावन केला तो तरी कशाच्या जोरावर? गनिमी काव्याच्या जोरावरच ना? मग ती रीत सोडून मोगली रीतभात धरायचे आपले धाडस होतेच कसे?''

सुभेदारांच्या सवालाला भाऊसाहेब काय जबाब देणार इकडे साऱ्यांची नजर लागली. भाऊसाहेब हसून म्हणाले,

''सुभेदारकाकाऽ, तुमच्याकडून गनिमी काव्याचा पुन्हा एकदा महिमा ऐकला आणि कान तृप्त झाले. गनिमी काव्याच्या बळावरच शिवबाने स्वराज्याचे तोरण बांधले, नव्हे राज्य वाढविले हे तर सर्वश्रुत आहे. पण काकासाहेब, आपला महाराष्ट्र मुलूख आणि हा पानिपतचा इलाखा ह्यांतला भेद आपल्या सरावल्या नजरेस कसा भिडत नाही? आपल्या मराठी मुलखात विशाळगडच्या गजापुरच्या खिंडीत घुसलेली घोडी शेकडो मैल निघून जुन्नर परगण्यात कुकडीचे पाणी प्यायला उतरली, तरी वैऱ्याला त्याचा मागमूस लागणार नाही. आपला मुलूख म्हणजे उंच कड्यांचा, खोल घळयादऱ्यांचा, चढ्या पर्वतांचा, अजस्र जंगलांचा आणि निबिड घनदाट राईंचा. गनिमी काव्याला आपले भाग्य सार्थकी लावण्यास क्वचितच असा मुलूख गवसेल. ज्या शिवाजी राजांचे तुम्ही नाव सांगता, त्या राजांनी हा गंगा-यमुनेकाठचा, गाळ-मातीचा मुलूख, शेकडो मैलांचा सपाट अंतर्वेद प्रांत की जिथे दगड औषधालाही मिळत नाही, राहती घरेच काय पण किल्लेही विटांचे, मैलोगणती रपेट मारली तरी जिथे साध्या टेकड्यांचेही दर्शन घडत नाही असा हा मुलूख राजांनी डोळ्यांखाली घातला असता, तर आमचे सर्वांचे कान पकडून विचारले असते, पोरांनो, कसला गनिमी कावा खेळणार इथे? गिलच्याचा कावा ओळखा आणि जोडीस जोड, तोडीस तोड द्या, तरच लष्कर वाचेल! शप्पथ खाऊन आम्ही तुम्हांस सांगतो काकासाहेब, आम्हांला आमच्या एकट्याच्या प्राणाचे मोल कधीच अमोल वाटले नाही. लाख मोलाची माझी सारीच माणसे, जनावरे जगली-वाचली पाहिजेत. तरच नव्याने कंबर कसून आम्ही गिलचा यमुनेत बुडवू. नाहीतर दहा-पंधरा सालांचा उत्तरेच्या मराठी राजकारणाचा डाव क्षणात उधळायचा. दत्ताजीसारख्या हजारो बहाद्दरांचे रक्त वाया जायचे. ह्या साऱ्या गोष्टी साधायच्या असतील तर आम्ही ठासून सांगतो, गोलाची लढाई मग भले ती मोगली का असेना, तिच्यावाचून लष्कराला गती नाही.''

भाऊसाहेबांच्या वक्तव्याने सारे तरुण सरदार भारावून गेले. विंचूरकर, अंताजी माणकेश्वर, होळकर या जुन्या सरदारांना हे पटेना. सुभेदार निकड लावून म्हणाले,

''भाऊसाहेब, अजून विचार करा. तुमच्यावर डोळे वटारण्याची हिंमत उभ्या दौलतीत कोणाची झाली नाही. पण एकदा एका गारद्यानेच दारपिराजवळ तुम्हांवर हत्यार उगारले ना?''

''काकासाहेबऽ, इब्राहिमने या आधी अनेकदा आपल्या तोफांची धमाल दाखविली आहे. किती वेळा सांगावे? देवगिरीवर धडाका मारला कोणी? कुंजपुऱ्याचा बुरूज

वाकविला कोणी? लाला किल्ला नमविला कोणी? त्याच्या तोफांनीच ना? या उलट अब्दाली आल्यावर राजपुतान्यात आपली काय गत झाली? साऱ्या सपाटीने जीव घेऊन तुम्हांला पळावेच लागले ना? जातीपातीवर मेहरबानी करून बोट ठेवू नका. दोष जातीचा नसतो, वृत्तीचा असतो!''

''बरोबर बोललात काकासाहेब तुम्ही,'' जनकोजी हसून म्हणाला, ''आपल्या जातीची माणसेसुद्धा दुसऱ्यांना फितूर नसतात का? त्या नजिबाला कोणी अंग दिले?''

जनकोजीच्या उद्गाराबरोबर मल्हारराव चवताळले. ते बेभान होऊन ओरडले,

''जनको, जीभ आवर! एवढासा नाहीस तर इतकी जीभ चुरचुरते? अरे, ज्या घराण्याचे नाव मिरवतोस, तो पहिला सरदार राणोबा शिंदे, तुझा आजा होता कोण? साताराच्या दरबारातला एक सामान्य हुजऱ्या! त्याला पुण्याला आणला कोणी? सरदार बनवला कोणी? ह्या मल्हारबानेच ना?''

''आणि सरदारीपूर्वी तुम्ही तरी होळमुरूमला काय करीत होता? मेंढरेच वळत होता ना?''

बघता बघता शिंदे-होळकरांत उघड उघड भांडण जुंपले. सुभेदार होळकर, विंचूरकर आणि माणकेश्वर हे सरदार एका बाजूला झाले. तेढ पडली. चिडून मल्हारबा म्हणाले,

''प्राण गेला तरी आम्ही कोणाचे ऐकणार नाही. आम्ही गनिमी काव्यानेच झुंजू, झगडूऽ! आम्हांला गोलाची आणि फोलाची लढाई मंजूर नाही. आम्ही मराठी ब्रीदानेच उघड्या मैदानावर गिलच्यावर तुटून पडू.''

''आम्हांला गोल नकोऽ गनिमी कावाच हवा,'' विंचूरकर आणि माणकेश्वर ओरडले.

ह्या नव्या तेढाने सारे स्तब्ध झाले. भाऊंनाही काय बोलावे हे क्षणभर सुधरेना. तसा इब्राहिम गारदी खाडकन उभा राहिला आणि सर्वांकडे जळजळीत कटाक्ष टाकीत ओरडला,

''खबरदारऽ परतुडाहून निघताना तुम्ही आम्हांला इमान दिलेत. अशा रानात माझ्या प्याद्यांना मागे टाकून तुम्ही घोड्यावरून पळून जाणार काय? कोणी मायेचा पूत असेल तर त्याने करावेच हे धाडस. आजवर माझ्या तोफांनी शत्रूचे पेकाट मोडले, किल्ले उद्ध्वस्त केले, त्याच माझ्या तोफा तुम्हांवर रोखल्या जातील आणि एकेकाला भाजून, भरडून काढतील. अरे, असे भ्याडासारखे पळता कशाला? चलाऽ संगतीने जगू या आणि संगतीने मरू या!''

इब्राहिमच्या बोलाबरोबर जुन्या सरदारांच्या मुद्रा उग्र झाल्या. त्यांनी उठून इब्राहिमकडे बघत मिशा पिळल्या. भाऊ पुढे झाले. त्यांनी इब्राहिमला नजरेने दरडावले. तसा तो मुकाट्याने खाली बसला. जनकोजी, विंचूरकर, माणकेश्वर अशी सर्वांची भाऊंनी समजूत घातली. सुभेदारांनाही विनंती करून जागेवर बसवले. साऱ्यांना हात जोडून

ते म्हणाले,

"वैरी उरावर ठाण मांडून बसला असता अजून तुम्हांला आपसात कुरबुरी सुचतात? एका मनाने, दिलाने पुढे जाऊ तरच गिलच्याचे पारिपत्य होईल, नाही तर आमच्यातल्या ह्या फटी अशाच राहिल्या तर लष्कराचे वाळवण होईल."

भाऊसाहेबांनी साऱ्यांना शांत केले. रात्री निरोपाचा दरबार भरवण्याची घोषणा केली. सर्वांना निरोप देता देता ते म्हणाले,

"गोलाची लढाई कोणाला आवडो न आवडो, साऱ्यांनी एकदिलाने एकत्र यायचे. पुरी व्यूहरचना रात्री सांगितली जाईल. उद्या नीट रस्त्याने तडाखे देत, धडाक्याने आपल्या फौजा पुढे जातील. गिलच्याने वाट सोडली तर झुंजाचे प्रयोजन नाही, आडवा आला तर त्याची खैर नाही, मध्येच घोडी घुसवून हाणाहाणी करू. दाणादाण उडवूऽ!"

सारे खासे पांगले तरी दरबारात इब्राहिमखान गारदी उभा होता. तो समोरून येणाऱ्या भाऊसाहेबांकडे आणि विश्वासरावांकडे बघत होता.

"काय खानसाहेब?" भाऊसाहेब विचारू लागले.

"कुछ नहीं हुजूर. सारी बिरादरी तुमच्या मिनत्या करीत होती तरी त्यांचे आपण मानले नाही. ह्या बंद्याच्या बोलावर भरवसा ठेवलात हुजूर, मी तुमचा उतराई कसा होऊ?"

भाऊसाहेब गालातल्या गालात हसले. रुमालात गुंडाळलेली वीस-पंचवीस पत्रे इब्राहिमने लागलीच भाऊसाहेबांच्या हवाली केली. भाऊसाहेब, अब्दालीने-नजिबाने इब्राहिमला लिहिलेली गुप्त पत्रे पाहून चमकले. त्यांतल्या ओळी, अर्जी वाचून ते हसून म्हणाले,

"अरे, खानसाहेब, चांगला तोफा होता. उमराव हा किताब, पंचवीस लाखाचा मुलूख आणि वर हवी तर कंदाहारची सरदारकी! जातीची आर्जवे आहेतच. आवतण तर दांडगे होते..."

"श्रीमंतऽ, इमानासाठी जान कुर्बान करायला हा गारदी आगेमागे बघणार नाही. तुमच्या संगतीने उडी घेईन, गारदही होईन, पण तुम्हांला सोडून कदापिही जाणार नाही!"

भाऊसाहेबांना एकाएकी गलबलून आले. ते घोगऱ्या आवाजात म्हणाले,

"खानसाहेब, मीही एक क्षुल्लक प्राणी! ना राजा, ना कुठल्या दौलतीचा धनी! पण तुमच्यासारखाच इमानाचा, जिद्दीचा वसा घेऊन ह्या इथे गाडून उभा राहिलो आहे. दशदिशा अंधारल्या आहेत, सारे आभाळ फाटू लागले आहे. इकडे टाका घालावा तर तिकडे उसवतेऽ! सारे विश्वच फिरले आहे. तरीही आम्हांला उमेद, जिद्द तुमच्यासारख्याच मर्दांच्या संगतीने आणि शूरांच्या पंगतीने लाभली आहे!"

□

दिवसभर बादशहाला उदास उदास वाटत होते. तिन्ही सांजेची दौड संपवून तो आपल्या लष्कराकडे परतत होता. मराठा लष्करातून फारसे कोणी माणूस-काणूस आता बाहेर पडत नव्हते. गिलचा अधिकच बळावत चालला होता. तरीही आज त्याचे चित्त थाऱ्यावर नव्हते. कानाच्या पाळीवरून बोट फिरवता फिरवता त्याला नादिरशहाची याद आली. बादशहा झाल्यावर माझी याद कर म्हणून त्याने कापलेला पाळीचा भाग अब्दाली चाचपू लागला. त्याच्या कानात नादिरसाहेबांचे शब्द घुमू लागले, "मला इराण, तुराण आणि हिंदुस्थान ह्या तिन्ही खंडांत अहमदएवढा हुशार आणि कर्तबगार तरुण दिसला नाही." जाहीर सभेतले नादिरसाहेबांचे हे बोल पुन: पुन्हा अब्दालीच्या कानांत घुमू लागले. तो धास्तावला, बेचैन झाला. आज हिंदुस्थानच्या मोहिमेवर घेऊन दीड वर्ष गुदरले तरी अद्यापि म्हणावे तसे यश आले नाही. मराठे अडीच महिने डेरेदाखल होऊन पानिपतावर अडकून पडले आहेत. एवढा काळ पडला, घासदाण्याला महाग झाले तरी जागा सोडत नाहीत. हिमतीने खंदक खणून, सभोवार आरबा पसरून स्वस्थ पडले आहेत. सरळ त्यांच्यावर धावून त्यांना सफेजंग करण्याचे धाडसही आम्हांला होत नाही. इतक्या लढाया बघितल्या, पण असा कडाचा वैरी देखला नाही. इब्राहिमच्या तोफांच्या तडाख्यापेक्षा भाऊंची हिंमत जास्त दिसते, केवढ्या त्वरेने लाल किल्ला पाडला, कुंजपुरा लुटून फस्त केला. ज्या जातीने सरहिंद, लाहोरचा मुलूख जिंकीत अटकेच्या पाण्यात घोडी धुतली ती कडील जात इतक्या लवकर पायांवर लोळण घेईल का? त्यांची कळ सोसण्याची ताकद दांडगी दिसते. ठीक आहे, आम्हांलाही गडबड नाही.

बादशहाचे भिरभिरते मन कंदाहारला जाऊन पोहोचले. किती तरी दिवसांत मी माझे तख्त बघितले नाही. राजवाड्याजवळचा तंबूरताशांचा निनाद ऐकला नाही. आमच्या सोबतीला जी घोडी-माणसे आली, त्यांनी आपल्या मायदेशाचा वाराही कित्येक दिवसांत अनुभवला नाही. आणखी किती काळ इथे ठिय्या द्यायचा? चालता चालता बादशहाचा घोडा अडखळला, मन थरारले. जर या युद्धात आपण पराभूत झालो तर? सारी जिंदगी गुंडाळून टाकणारी ही किती भयानक कल्पना? आपण पराभूत झालो तर कंदाहारच्या गादीचा निकाल पानिपतावरच लागायचा. परवाच्या अफगाणांच्या सभेत, "इथल्या हारजितीवर माझी कंदाहारची मसनद अवलंबून नाही," अशी फुशारकी आपण मारली होती, पण ते काही खरे नाही. दोन वर्षे हिंदुस्थानात जाऊन आमचा बादशहा काय करतो आहे, याकडे साऱ्या देशाचे लक्ष लागले आहे. आपण इथे पराभूत झालो, अशा कंड्या पिकवून काही पुंडांनी तिकडे गोंधळ उडविल्याच्या, गुप्तहेरांच्या खबरा, दरबारातल्या तवारिखा साऱ्या काय सांगतात? तो झारगारनीचा हाजी जमालखान सिंहासनासाठी आतापासूनच गुडघ्याला मुंडावळ्या बांधून बसला आहे. कंदाहारच्या आजूबाजूच्या मुलखात मीच अफगाणांचा बादशहा म्हणून तो नगारा बडवतो आहे. हाजी जमालखानासारखे बंडखोरे जवाँमर्द काय कंदाहारकडे कमी आहेत?

पानिपतातल्या ह्या पेचाची खबर चोहो मुलखी पसरली आहे. हफीज रहमतखानाचा शहजादा तो इनायतखान, नुकताच बरेलीहून लष्करात आला, तो काय सांगत होता? पानिपताकडे अख्ख्या हिंदुस्थानाचे डोळे लागले आहेत. असा जीवघेणा संघर्ष आणि असे हिमतीचे एकमेकांस तोडीस तोड आणि जोडीस जोड देणारे सेनानायक काही शतकांतून जन्म पावतात. ह्या लढाईच्या निकालावर हिंदुस्थानचा बादशहा कोण, तो कोणाच्या काबूत राहणार, मराठा जातीचा नि:पात होणार की ती हिंदुस्थान भारून चोहीकडे भगवे झेंडे फडकावीत मिरवणार, ह्या साऱ्याचा निकाल ह्याच मातीत लागणार आहे. आम्हीसुद्धा युद्धाच्या खाईत पुरते अडकलो, जखडलो आहोत. ह्या आधी कधी कधी वाटायचे, दिल्लीचे काही होवो! पण ते दिवस आता राहिले नाहीत. दिल्लीचे तख्त रोहिल्यांच्या हाती राहिले नाही तर कंदाहारची मसनदही मला पुन्हा गवसणार नाही. पराभूत झालो तर पळून पळून किती पळायचे? कंदाहारचा रस्ता का चार-आठ दिवसांचा आहे? बरे, सुखासुखी कोण पळून जाऊ देईल? तिकडे तो वैऱ्यांना सामील झालेला अब्दुल खलिलखान माझे वाटोळे कधी होते आणि कंदाहारच्या तख्ताभोवती वेटोळे कधी घालतो, ह्याची वाट बघत राहिला आहे. एकूण काय, हे युद्ध जिंकले पाहिजे. राजा, हे युद्ध जिंकले पाहिजे. राजा, हे युद्ध जिंकले पाहिजे! पानिपतच्या मातीत आपला राजमुकुट गळून पडला तर ना हिंदुस्थानात ठिकाणा ना कंदाहारकडे थारा! फकीर होऊन भणंगासारखे फिरणे नाही तर पुन्हा ते अंधारकोठडीतील जिणे! उंदरासारखे अंगावर पांढरे पुट्टे चढणे. जगणे कसले, साक्षात मरणे!

बादशहा आपल्या बिचव्यात आला. संध्याकाळचा खाना त्याने उरकला. विषण्ण मनाने तो कलंडला. जीत की हार, विजय की पराजय, गादी की धूळ... बादशहाच्या डोक्यात सारखी भयघंटा घणघणत होती. नादिरशहाच्या खुनानंतरची शेख सरकूच्या थडग्याजवळची उजाड माळरानावरची सभा त्याच्या डोळ्यांपुढे उभी राहिली. असे आपणाकडे होते तरी काय? आपल्या तख्तपोशीला, राज्यारोहणाला चार फुलंसुद्धा मिळाली नाहीत. दोस्तांनी अंगावर गवताच्या काड्या उधळल्या. बसायला सिंहासन तरी कुठे होते? मूठभर मातीला सिंहासन मानले, झाले. कशाला चिंता करावी? मुळातच भणंग होतो. आता भणंग, फकीर बनू, त्यात काय एवढे? ...अरे, हे कोण? त्यांचे चेहरे तर चांगले ओळखीचे दिसतात. काबूल, गझनी, हजारा, बानू, सिंध, देराजतकडचे हे परंपरागत जमीनदार दिसतात.

...अरे, इतके दुष्टासारखे हसायला काय झाले? पराभव कधी कोणाचा होत नाही का? उन्हाळा-पावसाळ्यासारखे हार-जीत हे ऋतू मर्दांच्या जिंदगीत उगवतातच ना?

...मर्दांच्या ऽ तुझ्या नव्हे! हां, हां.

...म्हणजे?

...तेव्हाच जेव्हा गवतकाड्यांचा खेळ खेळत चार उनाड पोरे घेऊन तू कंदाहार

बळकावलेस, तेव्हाच आम्ही तुला सांगत होतो, खुत्बा वाचणं, नाणी पाडणं, तख्तपोशी करणं हे तुझ्यासारख्या गुंडाचं काम नाही.

...का?

...कारण तू हलक्या, नीच कुळातला आहेस! राजगादीवर बसण्याचा हक्क तुझा नाहीऽ! तू हलका... तू हलका... कमबीजाचा... हलका... हां... हां.

अंगाला इंगळी डसावी, तिने सर्वांग विखाराने भरून टाकावे तसे बादशहाला झाले. तो पलंगावरून उठला. संतापाच्या आणि उद्वेगाच्या रेखांनी त्याची सारी मुद्रा भरून गेली होती. तो दातओठ खात, हाताच्या मुठी वळत स्वत:शीच कठोरपणे म्हणाला, ''बरे झाले, सरंजामदारांनी मला भुलीतून जागे केले. मला भणंग व्हायचे नाही, मला हा जंग जिंकायचा आहे. तलवारीचं पाणी मला त्रिखंडाला दाखवायचं आहे. मी कमबीजाचा नाही, हलका नाही, श्रेष्ठ शूराच्या बीजाचा आहे. कोणाला हवी असेल तर मी माझी सारी जिंदगी नजर करेन; पण मी हलक्या कुळाचा आहे अशी अवहेलना कदापिही सहन करणार नाहीऽ!''

बादशहाने लागलीच वजीर शहावलीखान आणि सेनापती जहानखान यांना सांगावा धाडला. त्यांना तातडीने बोलावून घेतले. लष्कराची आणि मराठ्यांच्या हालचालीची त्याने माहिती घेतली. तो म्हणाला,

''शहावलीऽ, जहानऽ दोस्तांनो, एका घटकेचाही इसावा घेऊ नका, लष्करातून गरागरा फिरत रहा, मोर्चे तपासा, पथकांची व्यवस्था बघा. दारूगोळा तोफांच्या तोंडाशी नेऊन ठेवा.''

''आलमपन्हाँऽ, सारी व्यवस्था कडेकोट, अगदी आपण म्हणता अशी लावली आहे,'' जहानखान अजिजीने बोलला.

''नहीं जहान, बेवकूफ मत बनो, जागोऽ रात्र वैऱ्याची आहे. चारी बाजूला कबंधांचा नाच सुरू आहे. जागोऽ, आता पेंग आली, क्षणभर डोळा लागला तर उभ्या जिंदगीत सुखाची झोप लागणार नाही.''

अनुभवी शहावली आपल्या पांढऱ्या दाढीवरून हात फिरवीत म्हणाला, ''खुदावंत, हेरांनी खबर आणली आहे. मराठ्यांच्या लष्करात मोठा दुष्काळ पडला आहे, माशांसारखे गनीम मरत आहेत. आता मला फक्त दोन शक्यता वाटतात. एक तर हात जोडून सारे आलमपन्हाँच्या पायापाशी शरण...''

''शरण? शहावली, ही बेवकूफ बात सोडा. ती अहंकारी, अभिमानी, कमीनी जात मरण पत्करेल पण शरण येणार नाही. पुढचं बोला.''

''शरण न आली तर सारे आपल्या अंगावर धावून येतील, झुंजतील.''

''बरोबरऽ'' बादशहा टाळी वाजवीत म्हणाला, ''वजीरजी, तुमचा हा होरा अचूक आहे. धरणात मर्यादेपेक्षा पाणी जास्त साठले तर धरणाच्या भिंतीला भगदाडे पडतात. तशीच मराठ्यांच्या हालअपेष्टेने मर्यादा ओलांडली आहे. ते एक-दोन दिवसांत आम्हांवर चालून येतील.''

जहानखान

"येऊ देत. त्या भुकेल्या काफरांना आम्ही पहिल्या झटक्यात गारद करू," जहानखान.

"जहान, चुकता आहात तुम्ही! अरे, दिवा विझताना भडकतो, मोठा होतो, तसे हे मरगठ्ठे मरताना चिवटपणे झुंज देतील. त्यांच्या या झुंजार झुंजीशी सामना करायला आम्ही कमी पडलो तर, दुर्दैव त्यांच्या गळ्यातली मृत्युघंटा काढून आपल्या गळ्यात बांधून रिकामे होईल. म्हणून सांगतो, जागोऽ जागोऽऽ."

जहानखान आणि शहावलीखान झटक्याने शाही डेऱ्याबाहेर पडले. शहाने

पेशखिदमतगारांच्या मुखियाला बोलावून घेतले. वृद्ध मुखिया येऊन शहापुढे मौजूद झाला. बादशहाने त्याला सांगितले,

"झुल्फिकारऽ, एक-दोन दिवसांतच दारूच्या कोठारात ठिणगी पडेल. खदखदत्या कोठाराला आग लागून भडका उडायला वेळ लागणार नाही. आखरी जंगाला तोंड फुटताच तुम्ही दस्तूरखुद्द पुढे होऊन आमच्या बेगमसाहिबा आणि इतर कबिला लष्करापासून चार कोस अंतरावर घेऊन जा."

"आलमपन्हाँ, कळाले नाही."

"अरे बेवकूफ, हा जंग आहे. आजपर्यंत कोणी पाहिला नसेल असा जंग! कोणाची हार आणि कोणाची जीत होईल, युद्धाची छबी कधी कशी फिरेल काहीच सांगता येणार नाही. समजा आम्ही पराभूत झालो, शिकस्त खाल्ली तर आमच्या बेगमा काफरांच्या हाती लागू नयेत म्हणून ही खबरदारी. आमचे बरेवाईट झाले तर बेगमांना कंदाहारी सुखरूप नेण्याची जोखीम तुझी!"

धीरगंभीर बादशहा नेहमीच्या सवयीने एकेक शब्द उच्चारीत होता आणि झुल्फिकार घामाने डबडबलेली मुद्रा पुशीत होता. काही न बोलता त्याने होकारार्थी मान डोलावली आणि तो डेऱ्यातून बाहेर पडला.

जहानखान आणि शहावली आपले मोर्चे तपासत होते. जेव्हा जेवणवेळ टळली तेव्हा इकडे मराठ्यांच्या लष्करात, पानिपतावर धांदल उडाली होती. स्त्रियामुलांच्या अंगावरचे दागिने गाळून फौजेत भाऊशाही, जनकोशाही आणि मल्हारशाही अशी नाणी पाडली होती. होती ती सारी नाणी लष्करात वाटली गेली. आता पहाटे लष्कर कूच करणार हे साऱ्यांना समजले होते. शिंदे-होळकरांकडे आणि खाजगीकडे जितके धान्य शिल्लक होते तितके सर्व वाटण्यात आले. घास-दोन घास फारच थोड्यांच्या वाटणीस आले. बाकीचे लष्करातील वाण्याउदम्यांच्या पालावर तुटून पडले. त्यांच्याकडील उरल्यासुरल्या धान्याची थोड्याच वेळात वाट लागली. कित्येकाच्या पोटात भूक थैमान घालीत होती. पालावर खारीक, खोबरे, तूर, हरभरा, जे काही मिळेल ते स्वार-बारगिरांनी विकत घेतले. तासाभरात वाण्याच्या दुकानातल्या फळ्या आणि डबे रिकामे झाले. काही राऊतबुणगे कलंदर चौकात धावले. रात्रीचे दहा वाजून गेले तरी चौकातली दुकाने टेंभ्याच्या उजेडात उघडी होती. तिथलेही धान्याचे ढीग साफ झाले. मिठाईचे पेटारेही संपले. पसापसाभर फुटाणे विकत घेण्यासाठी स्वार-बारगिरांत मारामारी सुरू झाली. बहुतांशी शिपायांनी मूठभर फुटाण्यावर हरी हरी म्हणत लोटाभर पाणी मारले.

दहाच्या सुमारास डेरे-राहुट्या पडू लागल्या. कामाठी, बेलदार आवराआवरीला लागले. तंबूकाठ्या गोळा होऊ लागल्या, लष्करातला बाजार आटोपला, पाले पडू लागली. या काळात पोटाचे हाल होऊन तोफांचे बरेच बैल खंगले, मेले होते. उद्या सकाळी तोफा कशा ओढायच्या, याचा पेच इब्राहिमखानास पडला होता. तो आपले तोफची घेऊन लष्कराच्या बाजारातून हिंडू लागला. दादाअप्पा म्हणून विनवण्या

करीत वाण्यांचे तगडे बैल खंदकाकडे नेऊ लागला. कावरेबावरे होऊन बुणगे मध्येच इकडेतिकडे सैरावैरा धावू लागले. धमधम्यावरच्या बारीक-मोठ्या तोफा खाली उतरू लागल्या. गाड्यांत तोफा भरायचे काम सुरू झाले. लक्ष्मणराव पानशांची आणि गारद्यांची माणसे त्यात पूर्ण गुंतली होती. सुतार-लोहार मोडक्या तोफगाड्यांच्या धावा आणि बावकाडे नीट करीत होते.

अंधारात इब्राहिम आपल्या कामात गढला असतानाच मुख्य डेऱ्यात भाऊसाहेबांचा निरोपाचा दरबार सुरू होता. मुख्य आसनावर विश्वासराव विराजमान झाले होते. पुढची बाजू धरून खासे सरदार आपापल्या रुबाबात बसले होते. मानममानकरी, दरकदार आपल्या फेट्यांचे फल्ले मागे सोडून भाऊसाहेबांचे भाषण ध्यान देऊन ऐकत होते. विंचूरकर आळसावल्यासारखे भासत होते, होळकरांना झोप आवरत नव्हती. आमदरबार भरला असल्याने भलतीच गर्दी झाली होती. सामान्य स्वार, बारगीर, राऊत, एवढेच नव्हे तर बावचे, बुणगेही मोठ्या संख्येने श्रोत्यांत हजर होते. सुरुवातीला सरदारांची थोडी मसलत झाल्यावर भाऊसाहेब भाषणास उठले. ते म्हणाले,

''जान कुर्बान करून, गेले बारा महिने तेरा काळ आमच्या संगती-सोबतीने राहिलेल्या माझ्या मराठी मातीच्या वीरांना मानाचा मुजरा! आम्ही प्रथम साऱ्या लष्कराचे आभार मानतो. नदीनाल्यांशी, ओढ्या-वादळांशी सामना करीत, उभ्या डोंगरकड्यांतून आणि पाय जखडणाऱ्या वाळूतून तुम्ही मोठ्या हट्टाने, नेटाने पावले टाकलीत, परक्या घुसखोराला हिंदुस्थानबाहेर हाकलून देण्यासाठी प्रेरित होऊन रोगराई, दुष्काळादी हालअपेष्टांना तोंड देत, गिलच्यासारख्या महाकाय वैऱ्याचा मारा सहन करीत तुम्ही उन्हात हाडे उगाळलीत आणि थंडीत अंग गारठले म्हणून माती पोटाशी धरलीत. एकसारखे संकटांच्या मालिकेतून तुम्ही सारे भाजून-भरडून निघाला. एवढ्या महायातनांना तोंड दिलेत पण तुम्ही आमची संगत सोडली नाही. आम्हांला गर्व वाटतो, तो ह्याचाच की, दुर्दैवाच्या चरकात तुम्ही पिळूनसुद्धा तुमच्यापैकी कोणी बंड करून आम्हांवर उठला नाही.''

भाऊसाहेबांच्या डोळ्यांना पाझर फुटले. सारा दरबार भावनेच्या गंगेत डुंबून गेला. स्वार-शिपाई ओरडू लागले,

''नाही, भाऊ नाहीऽ, आम्ही कदापिही बंड करणार नाही. तुमची संगत सोडणार नाही.''

''भाऊऽऽ, आम्ही पापी नाही.''

''आम्ही तुमच्या सोबत लढू, तुमच्या संगतीनेच मरू.''

''तुमच्या ह्या प्रेमाच्या, उपकाराच्या जोखडातून आमची मान ह्या जन्मी तरी मुक्त होणे शक्य नाही,'' भाऊ भावनावेगाला तुंबा घालीत बोलू लागले, ''यार होऽ आम्ही आसवे ढाळतो ह्याचा अर्थ आम्ही शत्रूला दबून-दचकून अगर त्याच्या माऱ्याला वचकून गेलो नाही, हरलो नाही, डरलो नाही. हरणार नाही, डरणार नाही,

कदापिही माघारी फिरणार नाही. केवळ तुमच्या संगती-सोबतीमुळे मराठी मातेच्या इज्जतीसाठी, दिल्लीच्या रक्षणासाठी प्राणपणे झुंजार झगडा देण्याची आमच्या उरातील तमन्ना तसूभरही कमी होणार नाही.''

तडफेने भाऊसाहेब एकेक शब्द फेकीत होते. त्याने अवाक होऊन सारे जण कानांत जीव आणून ऐकत होते–

''महाराष्ट्राच्या पुढ्यात विधात्याने असले शिवधनुष्य कधीच टाकले नसेल! अशी झुंज या आधी कधी झाली नसेल. असा प्रसंग, असा पेच पुन्हाही कधी ओढवणार नाही. ह्या झुंजात आपण सर्वांनी पवित्र राष्ट्रधर्म-रक्षणासाठी उडी घेतली आहे. आपला शत्रू कितीही बडा असला तरी आपले ध्येय त्याहून महान, पवित्र आणि सच्चे आहे. दिल्लीच्या रक्षणासाठी उभा महाराष्ट्र देश या इथे पानिपतावर अवतरला आहे. नुसती आडनावे घ्या आणि पडताळून बघा. हे पायगुडे, धायगुडे, मोरे, पांढरे, कोतकर, शेडगे, शिर्के, पिसाळ, मिसाळ, बरगे, बोधे, खराडे, लोखंडे, हटकर, वाघमारे, भिसे, रजपूत, रणदिवे, बागल, कोकाटे, आयरेकर, कडमकर, माने, दाभाडे, साटम, वाघ, थोरात, पालेकर, पोळ, चव्हाण, धुळप, जाधव, पवार, भोसले, गुजर, डफळे, घाटगे, कदम, लिंगाडे, यादव, खरात, शेवाळे, वाबळे, आंगरे, आयरे, भापकर, काकडे, जगदाळे, रसाळ, गाढवे, काटकर, जगताप, धुमाळ, गजरे, फाळके, निकम, गोडसे, दुधे, काटे, कडू, घुगरे, पडवळ, राणे, शिरोळे, शितोळे, शेळके, बोळके, जिरगे, काळे, गाजरे, राजे, गायकवाड, मोहिते, पाटकर, रास्ते, पटवर्धन, तळेकर, ढमढेरे, पलांडे, कितुरकर, देसाई, कोल्हटकर, शिंगाडे, शिंगटे, मांजरे, गोफणे, अळगे, कापसे, घोगले, कोणसे, साळवी, मुरगे, बांडे, बांडगे, म्हस्के, टकले, नवरे, आभळे, सोनावणे, होव्हाळ, मोहळ, हळदे, कुराडे, शिंदे, भोईटे, वाळके, चवळे, भालेकर, चोपडे, नलावडे, गोडे, सुर्वे, रासळे, मोचळे अशी नावे घ्यावी तरी किती? मराठी पठारावरचे असे एक गाव नाही, असे घर नाही, उंबरठा नाही, अशी एखादी जात, पोटजात, बलुता नाही, सारा महाराष्ट्र उंबरा आज पानिपतावर मौजूद आहे. साऱ्या राष्ट्रालाच विधात्याने साकडे घातल्याचे पाहून तुमचे नेत्र पाणावलेले दिसतात. तुमच्या आसवांत आम्हांला वारणा, पंचगंगा, कृष्णा, कोयना, माण, भीमा, मुळा, मुठा, इंद्रायणी, मीना, कुकडी, गोदावरी ह्या पवित्र नद्यांचे जल उभे राहिलेले दिसते. संकटाच्या प्रभावळीला तोंड देता देता तुम्ही थकला, श्रमला आहात. धोतराचा नीट काचा बसत नाही इतके वाळला आहात. श्रीगजानन कृपेने आजवर आमच्या उरातली हिंमत जितीजागती आहे. आता मारू किंवा मरू, तोडू किंवा तुटू ह्या बाण्याने, झपाट्याने गिलच्याशी दोन हात करीत आपण सारे दिल्ली गाठू. हुशार, ताजेतवाने बनून पुन्हा शत्रूशी भिडू! तो वाट सोडीना तर त्याच्यावर आदळू. त्याची वाट लावीत, झेंडेबावटे फडकावीत, नगारे वाजवीत दक्षिणदेशी निघून जाऊ.''

भाऊसाहेबांच्या बोलाने सारे भारावून जात होते. सर्वांकडे नजरेचे पाते फेकीत

भाऊसाहेब म्हणाले,

"तुम्हां मर्दांना आम्ही वेगळे सांगायचे कारण नाही. शालिवाहन राजाने जय खेचून आणला म्हणून त्याच्या गौरवासाठी महाराष्ट्रदेशी गुढीपाडवा साजरा होतो. घराघरांवर गुढ्या-तोरणे बांधली जातात, दारात रांगोळ्यांचे सडे पडतात, शेकडो सालांचा हा प्रघात आहे. आजवर कळीकाळाशी झुंज देत तुम्ही आला, तशी थोडी अधिक कळ काढली आणि गिलचा फाडलात तर मानी मराठ्यांनो, दख्खनच्या छाव्यांनो, शिवाजी-बाजी, दत्ताजीच्या वंशजांनो, तुमचा विजयदिन म्हणून तुमच्यासाठी महाराष्ट्रात वर्षावर्षाला नवा गुढीपाडवा साजरा होईलऽ!"

भाऊसाहेबांच्या वाक्चातुर्याने साऱ्यांची काळजे हलली, मने भरून आली. वीरश्रीचा ओघ धो धो वाहू लागला. इतक्यात भाऊसाहेबांची चर्या थोडी काळवंडल्यासारखी झाली. ते उद्वेगाने बोलले,

"पण... पण, काळाच्या पोटात काय दडले आहे कोणास ठावे? आमच्या रात्रंदिन आगीशी फुगड्या चालल्या आहेत. संकटकाळात रसद, कुमक कोठून आली नाही. मदतीचा हात कोणी पुढे केला नाही. आपण इकडे यायच्या आधीच स्वाऱ्याशिकाऱ्यांमुळे हा मुलूख वैराण झालेला. त्यातून यम-यातनांशी टक्कर देत आम्ही चाललो. आम्ही कोणत्या गर्तेतून, वादळवाऱ्यांच्या केवढ्या कल्लोळातून चाललो आहोत, याची दुर्दैवाने आपल्या मायदेशाला कल्पना नाही. कारण गिलच्याने करकचून सापळा टाकला आहे, दिशा कुडल्या आहेत. पुण्याकडून येणारा खलिता इकडे लाभत नाही. इकडून पाठवलेले पत्र तिकडे पावत नाही. अशा वेळी फक्त एकदाच स्वर्गलोकीच्या त्या तेहतीस कोटी देव-देवतांनी आम्हांवर कृपा करावी. आम्हांला यशसिद्धीच द्यावी. कारण मनुष्यस्वभावाला यशाचे पोवाडे गायला सांगावे लागत नाही. मात्र अपयशाचे त्याला वावडे असते. यशाच्या मिरवणुकीत झांजाताशांच्या, ढोलडफांच्या तालावर सारेच शिमग्यातल्या सोंगाप्रमाणे नाचतात; पण अपयशी मल्लाने कितीही कडवी झुंज दिली तरी त्याच्या सोबतीला त्याच्या उघड्या पाठीवरच्या मातीशिवाय कोणी उरत नाही. यशासारखा तारता नाही आणि अपयशासारखा मारता नाही. आमच्या यातना, वेदना आमच्या देशाच्या रयतेला कधी कळल्याच नाहीत, आमच्या बहादुरांनी रणभूमीवर देशकार्यासाठी मृत्यूची चुंबने कशी घेतली हे त्यांना उमगलेच नाही, तर सारा महाराष्ट्र आमच्याच माथी खापर फोडून आम्हांला सहस्र पापांचा कायमचा धनी करून ठेवेल. वेडा भाऊ लाख मराठा घेऊन वेडात बुडाला. दख्खनची त्याने कुलदौलत बुडवली म्हणून आम्हांलाच बोल लागेलऽ!"

दरबार नि:स्तब्ध झाला. कित्येकांच्या डोळ्यांत आसवे तरारली. आपल्या डोळ्यांच्या कडा पुशीत समशेरबहाद्दर उभे राहिले आणि बोलले,

"भाऊसाहेबऽ, असा किंतू मनातही आणू नका. आपल्या हिमतीच्या शब्दांनी आमच्या अंगात दहा हत्तींचे बळ चढते!"

मोठ्या कष्टाने भावनावेग आवरीत भाऊसाहेबांनी डोळे पुसले. आपले वक्तव्य

संपवता संपवता ते म्हणाले,

"तर मग मानी मराठ्यांनोऽ, आपण सर्व जण निर्धार करू, उद्या भल्या पहाटेच कूच करू. जास्तीत जास्त मनुष्यहानी टाळू. सरकत, धडकत, धडकत दिल्लीप्रत निघू. आम्हांला भगव्या झेंड्याची, जरीपटक्याची लाज राखायची आहे. अंगात असेल तितक्या बळाने गिलच्याशी प्रतिकार करू. लढू, झुंजू, झगडू, तुटून पडू! पण आभाळ कोसळले तरी कोणी भ्याडासारखे रण सोडून पळायचे नाहीऽ!"

भाऊसाहेबांच्या प्रत्ययकारी भाषणानंतर विश्वासरावांच्या हस्ते सर्व सरदारांना मानवस्त्रे आणि निरोपाचे विडे देण्यात आले. उद्या सकाळी कोणी, कुठे आणि कशा फौजा पेरायच्या, याचा नकाशा इब्राहिम गारदी आणि समशेरबहाद्दराने बनविला होता. भाऊसाहेबांनी गोलाच्या लढाईच्या त्या व्यूहामध्ये काही फेरफार करून खर्ड्यात काही बदल केला. पश्चिमेस पानिपतच्या अंगाला होळकर, त्याला लागून पूर्वेच्या बाजूला जनकोजी शिंद्यांच्या तुकड्या, त्यापुढे गोलाच्या मधोमध पेशव्यांची हुजुरात आणि भाऊंचे व बळवंतरावांचे उरले सैनिक, त्यांना लागून दमाजी गायकवाड, विठ्ठलराव विंचूरकर, यशवंतराव पवार आणि अंताजी माणकेश्वरांची पथके, पार पूर्वेला यमुनेच्या काठाकडे इब्राहिम गारद्याच्या पलटणी अशी व्यूहरचना निश्चित झाली. मध्ये गोलात बुणगे, यात्रेकरू आणि कबिले घेऊन लढत लढत चालायचे असा बेत ठरला. कोणीही कोणताही प्रसंग ओढवला तरी आपल्या जागा सोडायच्या नाहीत आणि गोल मोडायचा नाही, हे भाऊसाहेबांनी पुन: पुन्हा साऱ्यांना बजावून सांगितले.

दरबार संपला. तसे सारे झपाट्याने उद्याच्या तयारीसाठी आपापल्या राहुट्या-डेऱ्यांकडे धावले. भाऊसाहेबांच्या वक्तव्याने समशेरबहाद्दर भारावून गेले होते. त्यांनी गर्दीतून पुढे येऊन आनंदाने भाऊंचे हात हातात धरले. हातांचे चुंबन घेत समशेर म्हणाले.

"भाऊसाहेब, आपले बोल ऐकून कान तृप्त झाले. तुमची छबी दिसामासाने माझ्या डोळ्यांसमोर डोंगरासारखी वाढू लागली आहे."

"कसचे काय नि कसचे काय समशेर, जेव्हा परतुडच्या मुक्कामात आपण शिरा ताणून बोलत होतो, तेव्हा पानावर प्रलय वाढला जाईल याची पुसटशी तरी कल्पना होती का तुम्हांला आणि आम्हांला? पण एकदा हट्टाने हात घातल्यावर हे शिवधनुष्य पेललेच पाहिजे."

"भाऊसाहेबऽ, तुमच्या शब्दांनी अंगात वीरश्रीचा संचार झाला. हा यवनीचा पोर या जंगात आपले पाणी दाखवून हे बीज बाजीरावाचे आहे, हे सिद्ध करून दाखविल्याशिवाय राहणार नाहीऽ!" निर्धारानं समशेर बोलला.

"समशेर, जी तुमची गत तीच थोड्याफार फरकाने आमची! शनिवारवाड्यातला आमचा महाल तरी कुठे आहे? मावळतीच्या बाजूला पाठीमागच्या कोपऱ्यात. डोळ्यांसमोर खाशांच्या पराक्रमांच्या पंगतीच्या पंगती पडल्या; पण पंगतीचा मान

आम्हांला कधी लाभला नाही. बाजूलाच आम्हांला उभे राहून पानाची प्रतीक्षा करावी लागली. शेवटी भांडून-तंटून पदरी हे असले पान पडले. पण समशेर, आपण हट्टाने रणावर आलो आहोत, मातीशी मिळालो तरी हरकत नाही पण ह्या झुंजात आमच्या रक्ताचा रंग आम्हांला दाखवायलाच हवाऽ!''

बाहेर निघता निघता भाऊसाहेबांची नजर विश्वासरावांच्या मुद्रेकडे गेली. केतकीचा रंग, ओठ कोवळे— आता पिळावे आणि दूध काढावे. ओठावर विरळ तांबूस लव. त्यांच्या चर्येकडे बघत भाऊसाहेब कळवळून बोलले,

''रावसाहेब, तुम्ही तर तीर्थरूपांच्या जिवाचे जिवलग. तुम्हांला आम्ही उगाच मरणाच्या दारी घेऊन आलो. ही गोष्ट आम्हांस बोचते, टोचते.''

''काकासाहेब, तुम्हीच आमचे गुरू आहात. तुम्हीच आम्हांला कित्येकदा सांगितले आहे, कर्तव्याच्या समयी मिथ्या मायेत गुंतू नका. त्याच शब्दांची आता आपण आठवण करावी. काकासाहेब, आम्हांला तुम्ही फक्त दूरदेशची सफर करायला आणलेत का? काकाऽ, आमचा निर्धार ऐका... जिथे तुमचा जोडा पडेल तिथेच आम्ही प्राण सोडूऽ!''

भाऊसाहेबांनी विश्वासरावांच्या तोंडावर हात ठेवला.

रात्री बहुतांशी सारे या ना त्या कारणाने जागत होते. तंबू खांबांवरून खाली उतरत होते, पाले पडत होती, डेरेदांडे गुंडाळायचे काम वडार कामाठ्यांनी जलदीने चालविले होते. बुणग्यांचा गिल्ला सुरू होता. बुणग्यांत चार स्त्रिया गरोदर होत्या. पोटांचे नगारे झालेले. ह्या थंडीवाऱ्यात आणि गिलच्यांच्या माऱ्यात कुठून कशी वाट चालावी? लष्कराबरोबर कसे धावायचे म्हणून त्या आसवे ढाळीत होत्या.

तटाच्या बाजूला, खंदकाच्या आसपास रानकुत्री आणि कोल्ही ताजे मुडदे फाडीत होती. कोल्ह्यांची तोंडे लाल रक्ताने माखलेली. मुडद्यांच्या पोटातील आतडी त्यांच्या दातात अडकलेली. एवढे भक्ष्य मिळून सुद्धा कोल्ही-कुत्री भयकारी आवाजाने ओरडत होती, रडत होती. नागड्या झाडावर फडफडणारी घुबडे घुघुत्कार करीत होती, वटवाघळं चीत्कारत होती.

शिकलगारांचे, वडारांचे भाते ढणाढणा पेटत होते. त्यांच्या पालांपुढे स्वार-शिपायांनी गर्दी केली होती. एकाच वेळी फुलल्या निखाऱ्यावर पाच-सात, पाच-सात हत्यारे लाल इंगळासारखी भडकताना दिसत होती. शेकलेले, लालेलाल हत्यार पाण्यात बुडवताना चर्रचर्रत होते. शिकलगार हत्यारे घाईगर्दीने शेवटून देत होता. हत्ती, घोडे, उंट आदी जनावरांची विहिरीकाठी गर्दी उडाली होती. हुजुरातीजवळचे खाशांचे मुख्य डेरे उतरले जात होते. खाशा डेऱ्यांच्या गवती पडद्या विसकटल्या जात होत्या. त्याच गवताचे, काडांचे भारे माहूत, मोतद्दार हत्ती-घोड्यांपुढे टाकीत होते. काही स्वारांनी काळ पडणार हे हेरून पालांजवळ आपल्या अश्वांसाठी गवत कडबा जमिनीत पुरून ठेवला होता. तो उसकटून आता जनावरांच्या पुढ्यात टाकला जात होता. जो असेल-नसेल तो कणीकोंडा, वाळका पाला आणि भुसा स्वार

जनावरांना टाकीत होते. सारे न चुकता पाणी दाखवत होते. ह्यापुढे जनावरांच्या पोटाला गवसेल न गवसेल कोणी सांगावे?

भाऊसाहेब आपल्या खाजगीच्या डेऱ्यात, एका दालनात निमअर्ध्या उजेडात उभे होते. त्यांच्यापुढे विसाजी कृष्ण जोगदंड ह्या नावाचा काळा, तगडा, उंचापुरा शिलेदार उभा होता. भाऊंची मुद्रा घामाने डबडबलेली, भांबावून गेलेली दिसत होती. ते हळू कापऱ्या आवाजात जोगदंडास सांगत होते,

"आम्ही झुंज देत देत दिल्लीकडे गेलो तर त्यांना सांभाळून मागोमाग घेऊन या. प्रथमपासून बाईंच्या आगेमागे रहा. जर आमच्या जिवाचे बरेवाईट झाले तर मागेपुढे बघू नका. ब्रह्महत्या, महापाप असा पळपुटा विचार न करता तिची गर्दन छाटाऽ! झटक्यात शाका करून टाकाऽ!"

"भाऊसाहेबऽ!" जोगदंडाने भीतीने आवंढा गिळला.

"होय विसाजी, तुमचे पाचशे स्वारांचे पथक घेऊन ह्याच मागावर रहा. भाऊंची स्त्री गिलच्या हाती गवसली अशी भयंकर वार्ता स्वर्गातही आमच्या आत्म्याच्या कानी पडू नये. एवढे पुण्याईचे काम आपण जोखमीने करा."

थोरल्या पहाटेचा वखत जवळ आला. भाऊसाहेबांनी मंगलस्नान आटोपले. देवपूजा झाली. इतक्यात हुजऱ्या आला. त्याने शेजारच्या छोटेखानी बिचव्यात जाण्यास भाऊसाहेबांना आणि पार्वतीबाईंना सांगितले. मोठा खासा डेरा तांबडे फुटायच्या आधी गुंडाळायचा होता. भाऊ-पार्वती बिचव्यात आले. पार्वतीबाई म्हणाल्या,

"स्वारींनी थोडा आहार घ्यावा."

"पार्वतीऽ, अगं आमची घोडी-माणसे..."

"काही सांगू नकाऽ, चार रोज तेच ऐकते आहे. चार फळे तरी घ्यावी. नाही तर आम्ही स्वारींना युद्धास बाहेर पडू देणार नाही."

नाईलाजाने भाऊसाहेबांनी विनंती मान्य केली. तबकात फळे ठेवून पार्वतीबाईंनी तबक भाऊंच्या हाती दिले. वाकलेल्या पार्वतीबाई उठू लागल्या. तोच कंबरेचा जंबिया निसटून खळकन खाली जमिनीवर आदळला. भाऊ चमकून पार्वतीबाईंकडे बघू लागले. आश्चर्याने विचारू लागले,

"पार्वती, काय हे?"

"तीक्ष्ण जंबियाऽ," पार्वतीबाई हसून म्हणाल्या, "युद्धाच्या खाईत जोगदंडकाकांना आम्ही गवसलो नाही आणि गिलच्याची माणसे आम्हांकडे धावली तर ऐन वेळी हाच सोबतीला येईल ना आमच्या."

"जोगदंडऽ? पार्वती, तू ते ऐकलेस सारे?" भाऊसाहेब भांबावून, थबकून विचारू लागले, "ते ऐकूनसुद्धा तू अशी शांत... सुंदर..."

"मग काय करायचे तर? एकदा क्षत्रिय व्रत स्वीकारले की शाका नाकारण्यात काय अर्थ ?" पार्वतीबाई.

भरलेले मन मोकळे करण्याइतपत वखत भाऊंकडे नव्हता. लवकर बाहेर पडायचे होते. भाऊसाहेब जलदीने फलाहार संपवू लागले. तोच पार्वतीबाईंना एकाएकी उमाळून आले, त्या हुंदके देत म्हणाल्या,

"मी तुमची सांगातीण होईन. जिथे तुम्ही तिथे आम्ही! मला चुकवून जाऊ नका. ह्या युद्धाच्या खाईत आम्ही तुम्हांकडे दुसरे काय मागायचे? तुमच्या पायाला पदर लावून फक्त एवढेच सांगते, तुमच्या संगती-सोबतीनेच मरण पत्करीनऽ! आम्हांला चुकवू नका."

पहाट सरली. नकीब छावणीतून फिरू लागले. ओरडू लागले, "चलाऽ आटपाऽऽ." भाऊसाहेबांच्या डेऱ्यापुढे शृंगारलेला गजेंद्र आपली सोंड ओवाळीत धन्याची वाट बघत होता. भरजरी झूल ल्यालेला चंद्रसेन चारी खूर उडवीत थयथया नाचत धन्याच्या बिचव्याकडे रोखून बघत होता. बाहेर पडायचा वखत झाला. भाऊसाहेबांनी पेहराव केला. मंदील डोईवर चढवला. जरीचा दाब त्यांच्या कमरेभोवती आवळून पार्वतीबाईंनी भाऊंची लाडकी खुरासनी तलवार पदराने पुसून त्यांच्या कमरेस बांधली. पंचारतीची तयारी केली, भिरभिरत्या वाऱ्यात त्यांनी भाऊंच्या भाळी कुंकुमतिलक आणि अक्षता लावल्या, मनोभावे ओवाळले. भाऊ उठायच्या तयारीत होते, तोच निरांजनातली वात वाऱ्याच्या झोताने विझली. पार्वतीबाईंच्या काळजात कालवाकालव झाली. त्यांनी झटदिशी पंचारतीवर पदर आडवा धरला. विझलेली वात गडबडीत भाऊंना दिसली नाही, हे बघून पार्वतीबाईंना क्षणभर हायसे वाटले; पण निरोप घेऊन गजेंद्राकडे सरकणारी त्यांची पाठमोरी आकृती त्यांनी जेव्हा बघितली तेव्हा काळजातली जखम भळभळा वाहू लागली. तुंबवता तुंबेना.

□

झुंजूमुंजू व्हायच्या आतच भाऊसाहेब शिडीवरून गजेंद्राच्या पाठीवर चढले. खवासखान्यात नाना पुरंदरे, महिपतराव चिटणीस असे भाऊंचे यार होते. भाऊ वर येताच माहुताशेजारी उभ्या असलेल्या बाळकराम हुजऱ्याने शिडी काढून मागे फेकली. दादू माहुताने पहाटेपासूनच गजेंद्र हत्ती सजवायला सुरुवात केली होती. गजेंद्राला लख्ख धुऊन त्याच्या पाठीवर, पायांवर, सोंडेच्या पुढच्या अंगाला रंगीबेरंगी पट्टे ओढले होते. पाठीवर बादली पाखरा अंथरला होता. गजेंद्राच्या पायात रुप्याच्या वाक्या आणि गळ्यात सोन्याच्या घंटा बांधलेल्या, दोन्ही बाजूंस झालरा सोडलेल्या. शिवाय पायांत तोडर, बारीक नक्षीच्या साखळ्या घातल्या होत्या. भाऊंनी पीतांबरासारखा अंगरखा परिधान केला होता. पायात फुगीर मोगलाई तुमान, जरीचा दाब, मंदिलावर हलता-डुलता तुरा अशी त्यांची ऐट होती. अंगरख्याच्या आत पोलादी चिलखत, दोन्हीकडे बाहुभूषणे, कमरेस खंजीर, बिचवे, हाताजवळ आवडती खुरासनी तलवार, तिरकमठा असा लष्करी थाट होता. उरात कधी न विझणारी हिंमत आणि डोळ्यांत आगीच्या ठिणग्या घेऊन ते रणांगणाच्या शृंगारासाठी

सज्ज झाले होते.

डेऱ्याच्या जागा सफाचट होऊन छावणीच्या जागेला अवकळा येत होती. "आटपाऽ आटपाऽ" म्हणून नकीब आरोळ्या ठोकीत होते. अंधारात डुलक्या घेणाऱ्या गिलच्यास जाग येऊ नये म्हणून कूच असूनही साहेबी नौबत गप्प होती. तंबूरताशे, रणभेरी, शहादणे सकाळच्या थंडीत काकडून चिडीचूप पडले होते. विश्वासरावांचा शामसुंदर नावाचा हत्ती सजून झुलत होता. पाठीमागच्या एका अंबारीत आक्कासाहेब, पार्वतीबाई, नाना फडणिसांची बायको यशोदा, पायगुड्यांचे कुटुंब अशा राणवशातल्या स्त्रिया बसल्या होत्या. बावच्यांनी, माहुतांनी, स्वारांनी गडबड केली. लष्कर झपाट्याने खंदक उतरून पानिपताखालच्या सपाट रानात आले. भाऊंच्या गजेंद्रापुढे जरीपटक्याचा हत्ती चालत होता. खंदक उतरता उतरता कित्येक सरदार-दरकदार गडबडीने तयार होऊन भाऊसाहेबांना येऊन मुजरा करीत होते. हर मुजऱ्याला गजेंद्र सोंड वर काढून दाद देत होता. शेजारून चंद्रसेन घोडा चारी खूर उडवीत अश्वमेधास निघाल्यासारखा नाचत चालला होता. इथल्या मुक्कामात अनेक जनावरे मेली होती. गडबडीत सारे जड सामान नेणे केवळ अशक्य होते. जेवढे पोटाला, प्रवासाला लागेल तेवढे सोडून बाकीचे जडशीळ सामान तळावरच टाकण्यात आले. काही मोडके, बिनजनावरांचे छकडे, बुरख्याच्या गाड्या, फाटक्या कनाती, असा बराच सरंजाम तळावरच टाकून, फेकून पथके पुढे चालली.

तोंडासमोर आपापल्या झेंडेढाला ठेवून तुकड्या अंधारात वाट चालू लागल्या. समशेरबहाद्दराचा आवडता घोडा खिंकाळत धावत आडवा आला. पुढचे दोन्ही खूर उचलून त्याने भाऊसाहेबांना मुजरा केला, तसा गजेंद्रही सोंड उडवीत जागच्या जागी चीत्कारला. इब्राहिमखान रात्रभर जागाच होता. पहाटेसच त्याने लहान-मोठ्या तोफा गाड्यात चढवून, थोड्या वेळापूर्वी बैलांच्या माना जुवात अडकून जनावरे तयार ठेवली होती. जशा जशा तुकड्या सपाट शेतात गोळा झाल्या, तशा त्या ठरल्याप्रमाणे पेरल्या जाऊ लागल्या. गिलचा आडवा झाला तर एकदम तारांबळ उडू नये म्हणून ज्या क्रमाने गोलाची रचना करायची होती, तशाच बेताने लष्कर सज्ज होऊ लागले. अंगात चिलखत, डगला चढवलेला इब्राहिमखान सारखा धावत होता. गाडीचे बावकाड बळकट हाताने दाबून धरावे, तशी त्याने लष्कराची डावी, नदीकडची बाजू धरून चालायचे होते. त्याच्या तोफांचे गाडे आणि गारद्यांची पथके डाव्या अंगाची आणि मागची बाजू धरून रिंगण घालीत होते. आपले तोफगाड्यांचे कडे पूर्ण होत असल्याची अटकळ येताच इब्राहिमखान घोडा उधळीत भाऊसाहेबांकडे आला. त्याने भाऊंना लवून मुजरा केला. भाऊसाहेब त्याला शुभकामना देत म्हणाले,

"खानसाहेब, जोखीम हुशारीने पार पाडू या. मोगलाई रितीची गोलाची लढाई अजून आपल्या लष्करात रुळलेली नाही. वेगाने धावणारी जनावरे आणि नेटाने चालणारे प्यादे ह्यांचा योग्य मेळ बसायला हवा."

"हुजूर, गोलाचा आडाखा तसा मागचापुढचा विचार करूनच रचला आहे.

पथकांनी आपापल्या जागा सोडल्या नाहीत तर सहज मुसंडी मारू, गिलच्याने वाट अडविली तरी त्याला आगीने खिंडार पाडू आणि हां हां म्हणता दिल्ली गाठू. ही जोखीम हुजुरांनी ह्या पठ्ठ्यावर सोपवली आहे. ती मी निभावणारचऽ!''

आता फटफटू लागले होते. क्षितिजावर उजेड दिसू लागला होता. भाऊंच्या इशारतीबरोबर लष्कर चालू लागले होते. डाव्या बाजूचे इब्राहिमचे आठ हजार प्यादे खांद्यावरच्या बंदुका सावरत तालात चालले होते. बाजूने दीडशे तोफखाना चालला होता. मोठ्या मोठ्या अक्राळविक्राळ तोफा तिथेच खंदकाजवळ, विहिरींच्या काठावर टाकून देण्याचा निर्णय झाला होता. इतक्या घाई-गडबडीत अजस्त्र तोफा वाहणे शक्य नव्हते. दत्ताजींची अटक तोफही पानिपताच्या तटाजवळ उदासवाणी होऊन पडली होती. खंगलेल्या बैलांना तोफा जडशीळ लागत होत्या पण बावचे त्यांच्या शेपट्या पिरगाळून, पाठीवर आसूड मारून त्यांना सतत नेटाने पाय उचलायला भाग पाडीत होते. जिथे कमी पडत होती, तिथे वाण्यांची बैले लावल्याने ते ह्या नव्या कामात बुजत होते. शिंगे हलवीत डिरक्या काढीत होते. इब्राहिमच्या मागे मागे गायकवाडांच्या ढाला नाचत होत्या. गारद्यांसोबत दमाजी गायकवाडांचा अडीच हजार आणि विठ्ठलराव विंचूरकरांचा दीड हजार घोडा झपाट्याने चालत होता. कुंजपुऱ्याला विंचूरकराच्या पदरी दाखल झालेले दोन हजार अफगाण पोरांचे कॅडमॅड पथक त्यांच्या आगेमागे मिसळून चालले होते. ऐनवेळी दोन्ही फौजांची सरमिसळ झाली तर आपले अफगाण गुलाम ओळखावेत म्हणून त्यांना विंचूरकरांनी भगवे रुमाल दिले होते. कॅडमॅड पथकाने भगव्या रुमालांची पट्टी कपाळावर आडवी बांधली होती.

गारद्यांच्या वरच्या अंगाने उजवीकडून जरीपटक्याचा हत्ती चालला होता. त्याच्या सोबत नौबतीचा हत्ती फेंगडे पाय टाकीत होता. मराठा लष्कराचा जीव की प्राण असलेली पेशव्यांची हुजुरात चालली होती. चौदा हजार घोडा नुसता रणमदाने बेभान होऊन निघालेला. त्याचे नेतृत्व स्वत: सदाशिवरावभाऊ आणि विश्वासराव करीत होते. हुजुरातीमध्ये सटवोजी पिलाजी जाधव, सोनजी भापकर, तुकोजी शिंदे, समशेरबहाद्दर, मानाजी पायगुडे, अंताजी माणकेश्वर, सुभानराव माने, संताजी वाघ, दादाजी दरेकर, शहाजी झांबरे, खंडेराव नाईक-निंबाळकर, बाजी हरी सुपेकर, ढमढेरे, यशवंतराव पवार, काकडे, शिंदे, कडू, कामथे, मुठे, हरफळे, कदम, शितोळे, धायबर, चव्हाण असे नामी नामी मराठा सरदार-दरकदार सहभागी होते. सारे गिलच्याला खाऊ की गिळू अशा आविर्भावात घोडी उडवीत होते. सर्वांच्या हातामध्ये नागव्या तलवारी, भाले, जमदाडे, बरच्या होत्या. कैकांच्या जवळ बाणाने भरलेल्या कैच्या होत्या.

एकूण लढाऊ लष्कराची संख्या पंचेचाळीस हजार होती; पण अंगापेक्षा बोंगा मोठा ह्या न्यायाने चढाऊ मर्दांपेक्षा बाजारबुणग्यांची जत्रा अधिक होती. लष्कराच्या मधोमध कबिले, खिदमतगार, भिस्ती, शागीर्द, सारंगे, नाच्या, मुरळ्या, चांभार,

लोहार, ज्योतिषी, वाणी, उदीम, यात्रेकरू, बावचे, खुषमस्करे, भाट, चारण, तमासगीर, गोंधळी, पेंढारी, बंजारी, बाजारकरी असे जवळ जवळ लाख सव्वा लाखाचे बिनलढाऊ बुणग्यांचे लटांबर रान तुडवीत चालले होते. ह्यातून लुळेपांगळे, अधू झालेले स्वार, जखमी-निकामी झालेली घोडी, गरोदर स्त्रियांचे मेणे, राणीवशातल्या स्त्रियांचे लटांबर निघाले होते. भल्या सकाळच्या थंडीत गारठून गेलेले बुणगे एकमेकाला मिठ्या मारीत चालले होते. जे भीतीने गारठले होते, त्यांची पावले शेताबांधाला थटत होती, सारी बुणगाईत हुडहुडी भरल्यासारखी चालली होती.

पार उजव्या अंगाला पानिपतच्या बाजूने शिंदे-होळकरांच्या दहा हजार लष्कराच्या तुकड्या चालत होत्या. इरेला पेटलेला जनकोजी शिंदे अंबारीतच कधी एकदा गिलच्यावर धावणे घेतो म्हणून नाचत होता. त्याच्या सोबत महादजी आणि तुकोजी हे त्याचे दोन्ही तरुण चुलते दौड करीत चालले होते. शिंद्यांच्या वरच्या अंगाला होळकरांच्या तुकड्या चालत होत्या. अंबारीत बसलेल्या मल्हारबांची मुद्रा गंभीर दिसत होती. खवासखान्यात बसलेले गंगोबातात्या चंद्रचूड लष्कराकडे बघत डोळे मिचकावीत होते. लष्कराच्या मागच्या अंगाने बुणग्यांना मध्ये घालून सात हजारांची हुजुरातीची आणि इतर सरदारांची पथके पाय उचलून चालत होते.

मराठा लष्कराची रुंदी दोन मैल आणि मागचा शेपटा तीन मैलापर्यंत लांब पसरला होता. दिल्लीच्या रक्षणासाठी आणि मराठी मातीची लाज राखण्यासाठी ती अफाट चतुरंग सेना युद्धाच्या खाईकडे वेगाने दौडत होती.

.

...पहाटेच्या गार वाऱ्यात नजिबाला झोप येत नव्हती. तो पलंगावर सारखा उलथापालथा होत होता. स्वतःशी कळवळून बोलत होता, 'ही अब्दालीची फौज म्हणजे गद्ध्यांची बारात! ये रे सोयऱ्या, कर मदत म्हणून सोयरा बोलावला तर तो आमच्याच घराचे आढे पाडून वासे फोडीत बसला. काय निमकहरामी लोक आहेत हे? दोन्ही वेळेला आमची रसद खातात आणि खुशाला ताणून देतात. सारी अंतर्वेद खाऊन चघळून तिचा चोथा झाला तरी हे धटिंगण पोळासारखे उकऱ्या काढीत हिंडतात! अरे युद्ध करा, युद्ध करा म्हणून त्या अफगाणाची पाठ धरावी तर तो म्हणतो, 'आम्ही योग्य वखताला काटा जरूर काढू!' भले! अशा भूलथापा देऊन, झुकांड्या मारून तुम्ही एक दिवस आमचाच काटा काढा म्हणजे झालेऽ! पलंगी तडफडणारा नजीब कसल्याशा आवाजाने एकदम थबकला. 'कसला आवाज हा? चाकांचा? साध्या बैलगाड्यांचा की तोफगाड्यांचा? हा असला खडखडाट? ते मरगठ्ठे चालून तर आले नाहीत ना?' नजिबाने चटकन पलंगावरून उडी मारली आणि तो डेऱ्याच्या दारात आला. अंधारात डोळे फाडून बघू लागला. बाहेर फटफटू लागलेले. तेवढ्यात भरधाव वेगाने चार घोडी दौडत आली आणि नजिबाच्या पुढ्यात थांबली. पटापटा उड्या मारून स्वार समोर आले. ओरडू लागले,

"खानसाहेबऽ खानसाहेबऽऽ"

"अरे, मुद्द्याचे बोला."

"खानसाहेबऽ, मराठे तयारीनिशी जंग करायला बाहेर पडले. तोफखाना तोंडावर ठेवून सारे जलदीने स्वारी करून येत आहेत."

अंगावरच्या चोळण्यानिशी नजीब तसाच समोरच्या स्वाराच्या घोड्यावर आरूढ झाला. त्याने शाही डेऱ्यापुढे घोडा थांबविला. तो मोठ्याने ओरडू लागला,

"जागोऽ किब्लाये आलम, जागोऽ जागोऽ जगबुडी! प्रत्यक्ष प्रलयऽ!"

बादशहा जागाच होता. तो गुडगुडी पीतच बाहेर आला. त्याला बघताच नजिबाने हंबरडा फोडला,

"आलमपन्हाँ, हम दफा हो गये। आम्ही बुडालो, गटांगळ्या खाऊ लागलो, नाकातोंडातून पाणी गेले. खुदावंतऽ, आमचा श्वास बंद झाला."

"बात क्या है नजीब?"

"कसली बात आलमपन्हाँ? आम्ही मेलो. ती दख्खनची बंदरे फौजेनिशी आम्हांवर चालून येत आहेत. तो तिकडचा वाऱ्यावरून येणारा चाकांचा आवाज ऐका. ते आले. आता पोहोचतील. भिडतीलऽ!"

आजच्या रात्रीचे छबिन्याचे काम शहापसंदखानावर होते. त्याचीही पथके धावत आली. दूरवरून तोफांच्या चाकांचा आणि साखळदंडाचा आवाज ऐकू येऊ लागला. बादशहा कान टवकारून उत्तरेकडे बघू लागला. तबियतीमध्ये त्याने हुक्क्याचे आणखी दोन झुरके मारले. गुडगुडी खिदमतगाराच्या हाती दिली आणि अंगावरच्या वस्त्रानिशी घोड्यावर मांड ठोकली. त्याने घोडा उडवीत दोन कोसांवरच्या आपल्या तांबड्या बिचव्याजवळ आणला. येथून त्याला मराठ्यांच्या लष्कराचा गोंगाट, कोलाहल नीट ऐकू येत होता. त्याने केलेल्या आज्ञेनुसार लष्करात शहादणे आणि कुचाची वाद्ये वाजू लागली. सारी छावणी गडबडून जागी झाली. वाऱ्याचा आडोसा घेऊन येणारा दूरवरच्या मराठी लष्कराचा चोरटा आवाज साऱ्यांनी ऐकला.

एक-दोन दिवसांत मराठे भुकेकंगाल होऊन अंगावर कोसळतील, याची अटकळ अब्दालीला होतीच. त्याच्या मेंदूत युद्धाचा आराखडा केव्हाचा तयार होता. तो आता त्याला साक्षात उतरवायचा होता. बावचळलेल्या फौजेला मार्ग दाखवायचा होता. सारे सरदार आणि दरकदार एकत्र गोळा करून तो हुकमी आवाजात फर्माने सोडू लागला,

"नजीबखान, तुम्ही तुमच्या पंधरा हजार प्याद्यानिशी तडक निघा. आपल्या लष्कराच्या डाव्या शेवटास दिल्लीच्या रस्त्यास लागून थांबा. आम्हांला धडक देऊन, खिंडार पाडून जाण्याची कोशीश कदाचित ते काफर करतील. तुम्ही त्यांचा मार्ग रोखून, त्यांना ठोकून काढा. इतके दिवस तोंडाची वाफ दवडत होतात. आता शस्त्रास्त्रांतून ठिणग्या उडवाऽ! तुमच्या प्याद्यांकडून चांगले कसब घडवा."

बादशहाची नजर सुजाउद्दौल्यावर स्थिरावली. त्याने मनाशी आराखडा बांधला, 'हा गडी लेचापेचा आहे. भाऊ मराठ्याबद्दल ह्याच्या उरात ओलावा आहे, कमिना

कदाचित ऐनवेळी टांग मारून काफरांना मिठी मारायचा. याला चांगल्या तगड्या खोंडाबरोबर जुंपला पाहिजे. ह्याने जुवातून मान बाजूला काढून उपयोग नाही. ह्याला नजिबाशेजारीच बांधावा. जर पळून चालला तर त्याच्या गचोरीला धरून त्याला युद्धवणव्यात बुडविणारा नजिबाशिवाय दुसरा कोण आहे?' बादशहा सुजाला हसून म्हणाला,

"नबाबसाहेब, नजिबाला लागूनच अलीकडच्या अंगाशी आपले तीन हजार मर्दानी घोडदळ राहू दे. आपल्या गोसाव्यांच्या फौजांनी अयोध्येचे नाव आज रोशन केले पाहिजे. तुमच्या पन्नाससाठ तोफाही तोंडावर ठेवा."

लष्कराच्या कण्यावर, मधल्या तुकड्यांवर शहाची भिस्त होती. काबुली-कंदाहारी घोडी आगीत उधळून यश खेचून आणू शकणाऱ्या मुख्य अश्वदळाची सूत्रे अब्दालीने केव्हाच मनातल्या मनात वजीर शहावलीखानास देऊन टाकली होती. आजवर शहावली बादशहाच्या खांद्यास खांदा लावून कित्येक लढाया खेळला होता. बादशहाचे हित जाणणारा, त्याच्या भल्यासाठी जानही कुर्बान करणारा, बुढ्या शहावली वजिराइतका जवळचा विश्वासू इसम आम लष्करात दुसरा कोणीही नव्हता. त्याच्याकडे बघून गुलजार हसत बादशहा म्हणाला,

"वजीरजीऽ, अनेक देशांच्या राजधान्या चळाचळा कापायला लावणाऱ्या आमच्या एकोणीस हजाराच्या अश्वदळाचे लगाम आम्ही तुमच्याच हाती देत आहोत. आमच्या ह्या इराणी-तुराणी धिप्पाड घोड्यांना हार बघायची कधीच सवय नाही. त्यांना फक्त आपल्या खुरांनी परगण्यांच्या, देशोदेशीच्या सरहद्दी पुसायची वाईट खोड आहे. ही घोडी तुमच्याकडेच राहू देत, शिवाय गोविंद बुंदेलेला पाणी पाजणारा जवाँमर्द गाझी, तुमचा पुतण्या शेर अताईखान आम्ही तुमच्याच हवाली करीत आहोत. असा बिनतोड जबाब त्या काफरांना द्या की, तुमच्या पराक्रमाचे तेज बघून सूर्याने ढगाआड तोंड काळे केले पाहिजे."

आम्हांवर कोणती जोखीम टाकली जाणार म्हणून फैजुल्लाखान, दुंदेखान आणि उत्तर हिंदुस्थानी रोहिले बादशहाकडे बघत होते. त्यांच्याकडे नजर फेकीत अब्दाली त्वेषाने म्हणाला,

"दुंदेखान, फैजुल्लाखान, सादुल्ला, बरेलीकर अहमदखान बंगष, तुम्ही हिंदुस्थानात कायमचा वास करणारे आमचे भाईबंद आहात. तुमच्यासाठीच तर आम्ही या हालअपेष्टांत थांबलो आहोत. परवा आम्ही मायदेशी जाण्याचा नुसता विचार बोलून दाखवला तर तुम्ही सारे अंगावर आल्यासारखे करू लागला. आता तुम्हांला प्याऱ्या असलेल्या जिहादसाठी, इस्लामसाठी तुम्ही काफरांना आज तुडवून मारून यमुनेत फेकले पाहिजे. आमची ही चाहत पूर्ण करण्यासाठी मी तुम्हांला पंधरा हजार रोहिल्यांची पथके अगदी उजव्या अंगाला नदीच्या बाजूलाच ठेवीत आहे. कदाचित त्या काफरांना दिल्लीचा मार्ग गवसेना तर ते यमुना ओलांडून पुढे जाऊ चाहतीलऽ! कदाचित अंतर्वेद मुलखात काफर उतरलेच तर त्या भागातल्या वाटा, आडवाटा,

पळवाटा, चुकारीचे घाटरस्ते तुमच्याइतके कोणा बहाद्दरांना ठाऊक असणार? तुम्ही तर काफरांच्या मुंड्यांचे ढिगारे घातले पाहिजेत!''

बहुतांशी सर्वांना अब्दालीने जागा नेमून दिल्या. शहापसंदखानालाही नजिबाच्या पलीकडे डाव्या बाजूला आपल्या पाच हजार घोड्यांनिशी खडे राहण्याचा हुकूम दिला. सेनापती जहानखानास वजिराच्या मुख्य दलासच कुमक करण्यासाठी फर्मांविले. आपणाकडे एखादी मोक्याची जागा न दिल्याबद्दल बरकुरदारखान गुर्मीने कुरकुरू लागला. काफरांची एवढी रसद मारूनही आम्ही बादशहाच्या नजरेत भरू नये? त्याच्याकडे कटाक्ष टाकून अब्दाली हसत म्हणाला,

''बरकुरदारखान आणि अमीरबेग, तुमच्यासारख्या गाझींना नाउमेदी शोभा देत नाही. तुमच्या शिरावर आम्ही साजेशीच जोखीम देत आहोत. तुमच्या तीन हजार काबुली तोफखान्याचा आणि बिजलीप्रमाणे कडाडत धावणाऱ्या पर्शियन अश्वांचा आम्हांला चांगला उपयोग करून घ्यायचा आहे. आपली जात आणि धर्म भुलून काफरांसाठी आपल्याच बिरादरीचा घोट घेणारा तो पाजी हरामजादा इब्राहिम गारदी, ह्याच्या इमानाकडे मला बघायचे आहे. आजवर त्या नीच नराधमाने हजारो रोहिले, अफगाण अल्लाघरी धाडले. बरकुरदार, अमीरबेग, तोच पापी आजही इस्लामचे जास्तीत जास्त नुकसान करेल! तुम्ही बहिरी ससाण्यासारखी नजर त्याच्यावर रोखा. तो दिसेल तिथे त्याला फौजेनिशी बुडवा! त्याचं नामोनिशान गर्दीस मिळवाऽ!''

अब्दालीचे सारे लष्कर युद्धास खडे झाले. प्रत्येकाने आपापल्या नेमून दिलेल्या जागा धरल्या. डावीकडे दिल्लीच्या रस्त्यापुढे पथके घेऊन उभ्या राहिलेल्या शहापसंदखानापासून ते उजवीकडे नदीच्या अंगाकडे रोहिल्यांना लागून उभ्या ठाकलेल्या बरकुरदारखानापर्यंत जवळ जवळ सहा-सात कोस चंद्रकोरीचा आकार घेऊन अब्दालीचे लष्कर उभे ठाकले होते. अब्दालीची भिरभिरती नजर राजाखेडी, उग्राखेडीच्या अंगाने उत्तरेचा वेध घेत होती. घोड्यावर बसल्या बसल्या तो हुक्क्याचे दमदार झुरके घेत उत्तरेकडेच रोखून बघत होता.

सूर्याची कोवळी किरणे फाकली. इतके दिवस बिनहालचालीचा कोंदटून गेलेला पानिपताचा आसमंत चैतन्याने भारला. मर्द गड्यांना शौर्याच्या खेळास मोकळे रान सोडावे म्हणून की काय आज धुके जवळ जवळ दिसतच नव्हते. पौष शुद्ध अष्टमीच्या, बुधवार तारीख १४ जानेवारी १७६१ च्या त्या अपूर्व दिवशी सकाळी बरोबर सात वाजता सूर्यराजा दर्शन देत होता. त्याची कोवळी रंगीबेरंगी किरणं पानिपताच्या आसमंतात चमकत होती. अब्दालीला चार कोसांवरचा त्याच्याकडे झेपावणारा लाख-दीड लाख मराठी माणसांचा तो सागर घोंघावत येताना दिसत होता. काळाची चक्रे उलटीपालटी हवी तशी फिरवण्याच्या ईर्षेने तोफगाड्यांची चाके कुरकुरत नेटाने चालताना दिसत होती. त्या सागरातल्या नुसत्या झेंड्याबावट्यांकडे बघावे तर क्षणभर ज्ञानोबा-तुकोबाच्या पालख्या पंढरीच्या वेशीला एकदम भिडल्यासारख्या वाटाव्या. त्या सागरातल्या उंच भाल्याबरच्यांकडे, तलवारींच्या चमचमत्या, सूर्यकिरणांत

लखलखत्या पात्यांकडे बघावे तर भालेबरच्यांनी सारी रानेच्या राने माजून गेल्यासारखी दिसत होती. उसाचे तुरे डुलल्यासारख्या तलवारी नाचत होत्या. हजारो झेंड्या-बावट्यांचे फरारे सोडून धरणाच्या फुटलेल्या जलौघासारखी मराठी सेना धावताना दिसत होती.

पाच-दहा कोसांचे अंतर तुडवीत गारद्यांची धावती पथके छाजपुराजवळ पोहोचली, तेव्हा सकाळचे नऊ वाजले होते. मराठी लष्कराची, गारद्यांची डावी बाजू आणि त्यांच्या समोरची रोहिल्यांची उजवी बाजू यांमध्ये अडीच मैलांचे अंतर राहिले होते. शहावलीखान आणि भाऊसाहेबांची हुजुरात तीन मैलांवर आमनेसामने येऊन पवित्र्यात खडी होती. मराठी लष्कराची उजवी शेपूट शिंदे-होळकर सांभाळीत होते. त्यांच्यापुढे अब्दालीची डावी बाजू नजीबखान आणि शहापसंदखान राखीत होते. ह्या बाजूला दोन्ही दलांत अजून चार मैलांपेक्षा जास्त अंतर होते. राजाखेडी, उग्राखेडीचे शेत बांध तुडवीत, ओढे-ओघळी पार करीत पुढे झेपावलेली गारद्यांची पथके जागच्या जागी खुमखुमी येऊन नाचत होती. आपली चंद्रकोर पार करून जातील तर मरगठ्ठ्यांना आडवे कापून छाटू, ह्या निर्धारात अब्दालीची पथके गुरगुरत आडवी झाली होती. अब्दालीच्या साठ हजार लष्कराची आडवी चंद्रकोर जळत्या नजरेने मराठ्यांचे निरीक्षण करीत होती. फौजेच्या मागच्या अंगाला दीड कोसावर थोडी उंचवट्याची जागा बघून अब्दाली बादशहा बसला होता. रणभूमीच्या सर्व पथकांतून तातडीच्या खबरा याव्या म्हणून त्याने शेकडो हरकारे नेमले होते. बसल्या जागेवरून तो बिचव्यातून दोन्ही अफाट सेनासमूहांकडे टवकारून बघत होता. मराठी फौजेचे गोल कडे पंचेचाळीस हजाराचे होते. त्यांची संख्या गिलच्यांपेक्षा पंधरा हजाराने कमी होती तरी हिमतीला, उरातल्या सळसळत्या उत्साहाला, वेदनेतून जन्म पावलेल्या जिद्दीला कसले आलेत मापदंड? मराठे पेटत्या जळत्या नजरेने गिलच्यांच्या पथकांकडे बघत होते.

छाजपूर निंबडीच्या दरम्यान पथके पोहोचल्या पोहोचल्या इब्राहिमने आपली भिरभिरती नजर दोन मैलांवर लोहाच्या भिंतीसारख्या आडव्या झालेल्या गिलच्यांकडे फेकली. ह्या भिंतीला बोल बोल म्हणता खिंडार पाडू, ह्या जिद्दीने इब्राहिमने तोफगाड्यांची तोंडे वळवली. जनावरांच्या गळ्यातील सापत्या ढिल्या करून जुदांडी हवेत उंचावली. तशा मागच्या साठीतल्या तोफा खाली येऊ लागल्या. लगेच बेलदारांनी-कामाठ्यांनी घाई केली. जमिनीत टिकाव-खोऱ्यांनी दणादणा माती उकरली. धावते धमधमे तयार केले. धमधम्यांवर तोफा चढवल्या. बार बाहेर पडताना जागेवरून तोफा उडू नयेत म्हणून बाजूला भले दांडगे खुंट रोवून खुंटांबरोबर तोफा जखडून बांधल्या. जाम केल्या. ओळीने शंभरभर तोफा पेरल्या. बेलदार-कामाठ्यांनी दांडगी घाई करून काम आटोपले. हुजुरातीजवळ लक्ष्मणराव पानशांनीही असाच तोफांचा पेर धरला. तोफच्यांनी गडबड केली. दारू, शिसे, रजम्याचे कागद, तोफांच्या तोंडात कोंबले. ठासणीच्या मेखसूने, हलक्या लोखंडाने दारू ठासली,

तोफा खदखदल्या. दोन हजार उंटांचे दळ पलीकडे भाऊसाहेबांशेजारी उभे होते. उंटांच्या पाठीवर सुतरनाळा, जेजाला, जंबुरके अशा लहान तोफा जाम बांधल्या होत्या, त्या ठासून खड्या होत्या. आता युद्धाला आग लागणार, हा रंग ओळखून जंबूरजींनी उंट सावध केले. ते माऱ्याच्या पवित्र्यात खडे राहिले. अब्दालीचा मुख्य तोफची रेहमान बारकझाई यानेही शहावलीच्या पुढे जागोजाग तोफा पेरल्या होत्या. ठासून सज्ज ठेवल्या होत्या. त्याच्या सातआठशे सांडण्या पाठीवरच्या जंबुरके, साहीन, सहांग ह्या हलक्या तोफा पेलीत खड्या होत्या. मराठ्यांचा कणा असलेली भाऊसाहेबांची चौदा हजार घोडी फुरफुरून, फेंदाडी नाकाडे करून पुढच्या अंगाला टवकारून बघत होती. शहावली वजिराची एकोणीस हजार घोडी गुर्मीत खडी होती. वरच्या अंगाने नजीब, शहापसंद आणि शिंदे-होळकरांच्या फौजा एकमेकांचा अंदाज घेत हळूहळू पुढे सरकत होत्या.

सकाळचे साडेनऊ झाले. रानातली पाखरे चिडीचूप होऊन गारठून बसली. आगीच्या माऱ्यात अंग करपू नये म्हणून अधेमधे असलेले धुक्याचे पुंजके पळून गेले. ऊन वाढू लागले. तसे दोन्हीकडचे बहाद्दर पेटू लागले. दोन्हीकडून घोषणा, आरोळ्या आणि जयघोषाने आभाळ दणाणून गेले. 'हर हर महादेवऽ'', ''अल्ला हो अकबर'', ''जय म्हाळसाकांत'', ''दीनऽ दीनऽ''च्या आरोळ्या होऊ लागल्या. तापल्या तव्यावर तेल चरचर करावे तशी दोन्ही लष्करांची अवस्था झाली. इब्राहिमखानास आता कड निघेना. तो धुंद झाला. त्याने 'महाकाली' तोफेस बत्ती दिली. धूमधडाका झाला. ठिणग्या टाकीत आगीचे लोळ पुढे झेपावू लागले. चार-दोन गोळे रोहिल्यांच्या फौजेत पडले तसा हलकल्लोळ उडाला. बरीचशी दारू अब्दालीच्या फौजेच्या पलीकडे जाऊन पडली. महाकालीचा माराच असा जबरदस्त होता की, गोळे टाकता टाकता ती धुंद झाली होती. तिच्या कमरेस बांधलेले मोठमोठे साखळदंड तोडून ती अधीर होऊन पाचसहा फूट पुढे सरकली होती, तिने तोफचींची तारांबळ उडवून दिली होती. जशी महाकाली भडकली तशी तिकडे तकदीर तोफ गुरगुरली आणि मराठी लष्करावर गोळे फेकीत धडकली.

दोन्हीकडून यंत्रांचा भडिमार सुरू झाला. माणसे चेकाळू लागली, घोडी धुंद झाली, खिंकाळू लागली. दोन्हीकडून बाणांचा पाऊस सुरू झाला. तोफा विजेसारख्या कडकडाट करू लागल्या. आषाढातल्या मुसळधार झडीसारखी बाणांची बरसात होऊ लागली. रणभेरी, तुताऱ्या आणि ताशा तरफांच्या तालावर घोडी धुंदावून नाचू लागली. गारद्यांचे तंबूरताशे आणि पडघम जोरजोरात वाजू लागले. त्यांच्या तालावर गोलंदाज नेटाला लागले. दारूच्या पेट्या रिकाम्या होऊन मागे पडू लागल्या. आभाळात धूर आणि धुळीचा येळकोट माजला. ध्रुकोट बाण, धुरांची वेगवेगळी झाडे करीत सुटू लागले. कोपऱ्यातल्या मायावी नजिबाकडे अशा ध्रुकोट बाणांचा भारी भरणा होता. तो धुरांचे आगळेवेगळे आकार काढून मराठ्यांना भिवविण्याचा यत्न करू लागला.

अकरा-साडेअकराचा सुमार झाला. धास्तावलेला सूर्य घाम पुशीत पेटते, उकळते रण बघू लागला. काही हजार वर्षांपूर्वी घडलेल्या महाभारतानंतर अलीकडे त्याने असा भयानक रणसंग्राम बघितला नव्हता. तो धास्तावून धुराच्या ढगाआड आपली छबी दडवीत होता. धुळीच्या एकसारख्या लोटांनी आणि धुराच्या ढगांनी आभाळ भरून टाकले. भर दिवसा रात्र पडल्यासारखे भासू लागले. रणचंडी आपले अक्राळविक्राळ रूप धारण करून रक्ताचा ओघळता मळवट भरून, झिंज्या वाऱ्याला लावून आपल्या सहस्त्र जिव्हा काढून थयथया नाचू लागली. लंगडीफुगडी खेळू लागली. तोफेच्या गोळ्यांनी माणसे पाचोळा होऊन उडू लागली. जायबंदी झालेली, निमअर्धी भाजलेली, आंधळी झालेली घोडी वेदना असह्य होऊन मातीत गडबडा लोळू लागली.

गारदी गोलंदाज शौयाची कमाल करीत होते. तोफांचे गोळ्यांवर गोळे उडत होते. मधूनच बंदुकीच्या फैरी झडत होत्या. आगीचा पाऊस पडत होता; पण म्हणावे तसे यश दीड तास झुंज देऊन इब्राहिमच्या हाती लागत नव्हते. त्याने हेरले. बहुतांशी तोफांचे गोळे रोहिल्यांना ओलांडून पलीकडच्या बाजूला पडत होते. त्यामुळे म्हणावी तशी जोरदार हानी त्यांना पोहोचत नव्हती. उलट रोहिल्यांची पथके हळूहळू पुढे सरकत धडकत चालली होती. आदेश सोडीत आपल्या दलातून नाचणाऱ्या इब्राहिमने आपला घोडा थांबवला. तो गोलंदाजाजवळ उडी मारून ओरडू लागला, “तोफा थांबवाऽ बारीक तोफा दुतर्फा कडेला ओढा. बंदुकधारी पथकांना वाट मोकळी करा.” तोफा बंद झाल्या.

गारद्यांच्या बंदुकधारी सात पलटणी पुढे झेपावल्या. एकेक पलटण एक हजार प्याद्यांची. सात हजार प्यादा बंदुकीचा धडाका उडवू लागला. बरकुरदारखान आणि अमीर बेगच्या तुकड्या सकाळपासून इब्राहिमच्या नरडीचा घोट घ्यायला टपल्या होत्या. त्या अगदी डावीकडून वेढा टाकीत टाकीत इब्राहिमच्या गोलंदाजांवर आदळू पाहत होत्या. इब्राहिमच्या हुशार नजरेतून ही गोष्ट सुटली नव्हती. म्हणूनच त्याने दोन हजार बंदुकींचे पथक बरकुरदाराच्या समाचारासाठी डावीकडे ठेवले होते.

इब्राहिमच्या तोंडावर अठरा हजार रोहिला पाय रोवून खडा होता. त्यात दुंदेखान, सादुल्लाखान, इनायतखान, फैजुल्ला असे कसलेले रोहिले होते. त्या बलाढ्य रोहिलखंडाशीच जणू अवघ्या आठ हजार गारद्यांनिशी इब्राहिमखान टक्कर देत होता. गारदी मोठ्या हिमतीने हिकमतीने फैरी उडवीत होते. एका वेळी एक ओळ उभ्यानेच दस्ता बगलेत दडपून फैरी उडवायची. त्याच वेळी दुसरी ओळ उभ्या तुकडीच्या गुडघ्याजवळ बसून बार भरून रोहिल्यांच्या नरडीचा घोट घ्यायची. काळेकभिन्न गारदी रणमदाने धुंद होऊन पोलादाच्या कांबीसारखे पुढे पुढे सरकत होते. इतक्यात निरीक्षण करीत उभ्या असलेल्या इब्राहिमखानाकडे एक गुलाम धावत आला व घाबरून सांगू लागला,

“खानसाहेबऽ खानसाहेबऽ, तुमचा चौदा वर्षांचा मेहुणा ठार झाला!”

"हुवा सो हुवा, बादमें देखेंगे!" समोरची नजर ढळू न देता इब्राहिम झिडकारत बोलला.

आता गारद्यांचे गाणे सुराला लागले होते. त्यांनी फैरींचा धडाका लावला होता. गोळ्यांच्या तडाख्याने एकेक रोहिला गार पडत होता.

बंदूकधाऱ्या गारद्यांमागून गुलामांची पोरे धावत होती. भरल्या दारूच्या, शिशाच्या पेट्या जवळ टाकीत होती. रिकाम्या बाजूला फेकीत होती. सरळ बाजरीचे रान कापीत सुटावे तसे रोहिले एका ओळीत गारद्यांच्या गोळ्यांची शिकार होऊन रक्ताच्या चिळकाड्यांत धडाधडा कोसळत होते. मुडद्यांचे ढीग पडत होते. बघता बघता रोहिले शिपायांत मोठी मोठी खिंडारे पडली. रक्ताचे पाट वाहू लागले. बारा हजार रोहिला गारद झाला. गारदी खिंडारातून धडका देऊन पुढे घुसण्यासाठी आसुसले. एकच कल्लोळ उडाला. इब्राहिमच्या डोळ्यांपुढे विजय-पाखरू भिरभिरू लागले. रोहिले पापण्या उघडून झाकेपर्यंत गारद्यांच्या गोळ्या त्यांची बुबुळे उडवू लागल्या, इतका अचूक मारा होता तो!

अठरा हजार रोहिल्यांत अवघा सात हजार रोहिला बाकी होता. दोन-अडीच तासांच्या धुमश्चक्रीत इब्राहिमने त्यांची आडवी भिंत पार कोसळून-ढासळून टाकली होती. इब्राहिमच्या पाठीमागे विठ्ठलराव विंचूरकर आणि दमाजी गायकवाडांची पथके उभी होती. त्याच दरम्यान बरकुरदार आणि अमीरबेगची पथके डाव्या बाजूने आत सरकून हमला करण्याचा जोरदार यत्न करीत होती. वृद्ध विठ्ठल विंचूरकरांची नजर समोर घुसली तर रोहिले गारद होऊ लागलेले. गारद्यांनी शौर्याचा कळस चढविला होता. विठ्ठलराव इरेस पेटले, अंगात रणचंडी शिरली, म्हातारं मांस रीव, रीव करू लागलं. ते मनाशी म्हणाले, 'गारद्यापारध्यांनी एवढं तेज दाखवायचं? आणि आम्ही मागच्या अंगाला चिडीचूप बसायचं? स्वाऱ्याशिकाऱ्यांत हयात काढूनही ऐन वखताला असे मागे राहिलो तर केसाला बट्टा लागायचा, म्हातारपणी थट्टा व्हायची. आम्ही काय मेल्या आईचे दूध प्यालो का?' विठ्ठलरावांनी तंबाखूची बुकणी दाढेखाली धरली आणि हातातला जमदाडा हवेत उंचावीत त्यांनी जयघोष केला, "हर हर ऽ महादेवऽऽ", "चला रेऽ" म्हणून त्यांनी घोडा पुढे घातला. त्यांच्या पाठोपाठ त्यांची पथके वेगाने पुढे धावू लागली. "हर हर महादेवऽ"च्या आरोळ्यांनी दंगा उसळला. "विंचूरकरांचा दीड हजार घोडा पुढे धावला. आम्ही तरी मागे का राहायचे?" म्हणून दमाजी गायकवाडाने आपला अडीच हजार घोडा पाठोपाठ पुढे घातला. भगवी निशाणे आवेगाने पुढे धावू लागली. विंचूरकरांचे कॅडमॅड अफगाण बावरून गोंधळून लष्करात मिसळून गेले.

पाठीमागून कसला गिल्ला ऐकू येतो आहे, हे बघण्यासाठी इब्राहिमने गर्रकन मान वळवली; तर विंचूरकर आणि गायकवाड आपली पथके घेऊन एकमेकांच्या ईर्षेने पुढे धावू लागलेले. इब्राहिमच्या पोटात भीतीचा गोळा उठला, धाबे दणाणले, तो चवताळून आडवा झाला. ओरडूबेरडू लागला,

"अरेऽ पुढे धावू नका, पळू नका, गोल मोडेल, घात होईल, थांबा रेऽ"

इब्राहिमच्या करुण किंकाळ्या ऐकून गोलंदाजीत गढलेला त्याचा भाऊ फत्तेखान पुढे धावला. पाठीमागून पुढे धावणाऱ्या स्वारांवर ओरडू लागला. तोंडाला फेस गाळीत सांगू लागला,

"ठहरोऽ थांबाऽ पाया पडतोऽ गोल मोडू नका. अनर्थ होईल."

रणमदाने धुंद झालेल्या गायकवाड आणि विंचूरकरांना कशाचेही भान नव्हते. कोण ओरडतो? का ओरडतो? कोणास ठावे? आपण मात्र गिलच्यावर कोसळायचे. त्याला पाणी पाजायचे. एव्हाना रोहिले आणि गारद्यांतले अंतर अगदीच कमी झाले होते. ते गायकवाड आणि विंचूरकरांनी भरून काढले. त्यांच्या घोडदळाने गारद्यांच्या तोंडासमोर पडदा धरला, घोडी थयथया नाचू लागली, गारद्यांच्या बंदुका बंद पडल्या. ज्या ठासल्या होत्या त्यांचा चाप ओढवेना, गोळ्या घालायच्या कोणाला? मध्येच मराठा स्वार जायबंदी व्हायचे. गारद्यांच्या अंगातून रणमदाच्या वाफा बाहेर पडत होत्या. तापल्या बंदुकींच्या नळीतून उरलीसुरली धूम्रवलये बाहेर पडत होती. कपाळ बडवून घेण्याशिवाय आणि मनगटे चावत बसण्याशिवाय त्यांना इलाज राहिला नाही.

एकाएकी बंदुकीच्या फैरी कशा बंद पडल्या म्हणून मागे पळणारे रोहिले थांबले. वळून मागे बघू लागले, तर पाठीमागे खिंकाळती घोडी आणि हातातल्या नाचत्या तलवारी. पळणाऱ्या रोहिल्यांना तरुण इनायतखान हाका मारू लागला, "मागे फिराऽ ह्यांच्याकडे बंदुका नाहीत, द्या तडाखा." रोहिल्यांनी कंबर कसली. सूंऽ सूंऽ करीत गोळ्या निघाल्या आणि मराठी स्वारांच्या छाताडात घुसू लागल्या. रक्ताची कारंजी उडू लागली. स्वारांची घोडी बावचळून इकडेतिकडे उड्या घेत सैरावैरा धावू लागली. घोड्यावरच्या स्वारांच्या मुठीतील तलवारी गिलच्यांच्या नरडीचा घोट घ्यायला आसुसल्या होत्या. पण करणार काय? त्यांना पुढे सरकायला वाव मिळेना. फैरींपुढे तलवारींची पाती काय बोलणार? छाताडात, पाठीवर सूंऽ सूंऽ करून गोळ्या जशा घुसू लागल्या, तसे स्वार घोड्यावरून खाली कोसळून घोड्यांच्या पायात येऊ लागले. काही मोळी होऊन भिरकन उडून पाच-दहा हातांवर लोळागोळा होऊन पडू लागले.

बावचळून, गोंधळून उभे राहिलेले गारदी बघताच बरकुरदारखान आणि अमीर बेगच्या टोळ्या जुलूस करीत डाव्या अंगाने गारद्यांवर तुटून पडल्या. गारद्यांच्या तुकड्या जोराच्या माऱ्याने गडबडल्या. पण इब्राहिम आणि फत्तेखानने आपली बाजू सांभाळण्याचा आटोकाट प्रयत्न चालवला. डावीकडून वेगाने घुसलेल्या बरकुरदाराने आणि अमीर बेगने येऊन त्यांची उत्तरेची वाट बंद केली. गारद्यांच्या उरल्यासुरल्या दारूच्या पेट्या पाठीमागेच राहिल्या. खेरे, गोळे कमी पडू लागले. तोवर इनायतखानाने विंचूरकर आणि गायकवाडांच्या पथकाचा धुव्वा उडवला. अहमद बंगष पठाण, इनायतखान, दुंदेखान हा सारा उरला रोहिला आपली पथके घेऊन उत्तराभिमुख

झालेल्या गारद्यांच्या पाठीवर आला. विंचूरकर आणि गायकवाड उरल्यासुरल्या स्वारांनिशी वर हुजुरातीकडे पळू लागले. तिकडे हुजुरात आणि वजिराच्या फौजेची झंगडपक्कड जोरजोरात चाललेली. भाऊसाहेबांसह त्यात सारे गुंतलेले. डाव्या बाजूला दीड कोसावरच्या गारद्यांकडे कोणाचे ध्यान नाही. पुढून वजिराची अंगावर कोसळणारी पथके तेवढी उसंतही देईनात. गाझी इब्राहिमला कोणाची कुमक होईना. घटकेपूर्वी विजयाच्या नौबतीकडे जोराने सरकणारा इब्राहिम आता पराभवाच्या गर्तेकडे ओढला जाऊ लागला. सुरुवातीस तो थोडासा बावचळला; पण लगेच सावरून प्राणांची बाजी लावून झुंजू लागला.

बरकुरदार, अमीर बेग, सादुल्ला, फैजुल्ला, बंगष पठाण, दुंदेखान अशा साऱ्या रोहिल्यांनी गारद्यांना गराडा घातला होता. घोंघावत्या चक्रीवादळात सापडलेल्या शिडासारखी गारद्यांची स्थिती झाली होती. आता गोळागोळीस अंतर राहिले नाही. माणसास माणसे भिडू लागली. तरीही गारदी रोहिल्यांत घुसून लढत होते. आजवर जन्माच्या सोबतिणी झालेल्या गारद्यांच्या तोफा पायाखाली तुडविल्या जात होत्या. इब्राहिमच्या डोळ्यांसमोर त्याच्या प्याऱ्या फत्तेखानाच्या पोटात आणि पाठीवर दोन-तीन भाले असे जोराने घुसले की भाले रोहिल्यांना मागे उपसेनात. तसाच फत्तेखान खाली कोसळला. भाल्यांच्या काठ्यांमुळे भुईपासून अधांतरी राहिला. आता सातआठशे गारदी बाकी राहिला होता. बंदुकीच्या फैरींचे अंतर केव्हाच संपले होते. गारदी संगिनीने प्रतिकार करीत होते. संगिनी रोहिल्यांच्या पोटात घुसून आतडी कोथळा बाहेर काढीत होत्या. कचाकचा गर्दनी छाटल्या जात होत्या. पंचमीच्या पिचकाऱ्यांसारखी रक्ताची कारंजी उडत होती. गारद्यांच्या मुडद्यांचे ढीग पडत होते. रोहिल्यांच्या पाठीमागे सरकलेल्या घोडदळाच्या तुकड्या सरसावून पुढे आल्या होत्या. मुडद्यांच्या राशीतून घोडी थयाथया उड्या मारीत होती. मुडद्यांतून उडणाऱ्या रक्ताच्या चिळकांड्यांनी घोड्यांची पोटे, पाय माखून लालेलाल होत होते. आता इब्राहिमच्या संगतीला तीनशे गारदी उरला होता. इब्राहिमच्या अंगावर ठिकठिकाणी जखमा वाहत होत्या. अंगातला डगला भिजून ओलाचिंब झाला होता. रक्ताच्या तलावात डुबक्या मारणारा दमलाभागला इब्राहिम शर्थीने कडवी झुंज देत होता.

□

सकाळी साडेनऊच्या सुमारास वजीर शहावलीखान आणि भाऊसाहेबांची हुजुरात एकमेकांसमोर आली. आग्नेयेला यमुनेच्या काठाकडे घुसून तशीच मुसंडी मारीत लढत, झगडत दिल्ली गाठायची अशी भाऊसाहेबांची तमन्ना होती. पण गिलच्याची मुख्य इराणी, तुराणी फौज कुशीवर मारा करायला उभी ठाकल्याचे बघून भाऊसाहेबांनी आपला मोहरा वळवला. सरळ ते दक्षिणेकडे फिरून वजीर शहावलीला सन्मुख झाले. वजिराच्या दिमतीला बारा देशांचे पाणी प्यालेले इराणी, तुराणी धिप्पाड अश्वांचे पथक बादशहाने दिले होते. गेल्या दोन महिन्यांत चार-पाच दिवस सोडले

तर पानिपताच्या भूमीत अब्दालीला घासदाण्याची टंचाई अशी भासलीच नाही. त्यामुळे खाऊनपिऊन टुमटुमीत असलेला एकोणीस हजार घोडा मोठमोठे डोळे करून फुत्कारत मराठी लष्कराकडे बघत होता. भाऊसाहेबांकडे तेरा हजार हुजुरातीचा घोडा होता. त्याला लागूनच उजव्या अंगाला सटवोजी जाधवाचे दीड हजार अश्वांचे पथक, यशवंतराव पवाराचा आणि समशेर बहाद्दराचा दीड दीड हजार घोडा फुरफुरत उभा होता. मध्यान्‌रात्री इकडून तिकडून मोतद्दारांनी आणलेल्या चारदोन चारदोन पेंड्या जिभेआड करून आणि वर भरपूर पाणी पिऊन मराठी घोडी रणमैदानाकडे धावली होती. या आधी त्यांचे पोटाचे मायंदाळ हाल झालेले. पण पहाटेपासून त्यांच्या धन्यासारखीच त्यांच्याही अंगात वीरश्री संचारलेली. अनेक दिवस खुंट्या दाव्याला बांधून तिथूनच भोवतीने गरगरा फिरणाऱ्या जनावरांना आज सात-आठ कोसांची दौड केल्याने हलकेफुलके वाटत होते. पुठ्ठ्यांवर शेपटीचा फटकारा मारीत ती गुरगुरत्या नजरेने दूरची कंदाहारी घोडी निरखीत होती.

ढालांसमोर ढाला लागल्या. "हर हर महादेवऽ" आणि "अल्ला हो अकबर"चा जयघोष होऊ लागला. रणमैदान पेटू लागले. वाघ आणि सिंह एकमेकांवर डरकाळ्या फोडून जबडे उघडून खाऊ की गिळू अशा जोशात खडे राहावेत तशाच, वजिराच्या आणि हुजुरातीच्या फौजा उभ्या ठाकलेल्या.

खाली दोन कोसांवर गारदी आणि रोहिल्यांची टिपीरघाई सुरू झाली. तसा इकडेही वणवा भडकला. लक्ष्मणराव पानशांनी आपल्या तोफांना बत्ती दिली. आगीचे गोळ्यांवर गोळे बरसू लागले.

एकेका गोळ्यात पंचवीस-तीस माणसे एका वेळी मातीबाहेर उडून चिंधड्या चिंधड्या होऊन उणती-दुणती आजूबाजूला पडू लागली. उकळत्या तेलात पापड भाजावे तसे कंदाहारी शिपाई भाजून-जळून लोळागोळा होऊन पडू लागले. धुराने दाटी केली. सलामीलाच तोंडावर तडाखा बसला तसा वजीर शहावली सावध झाला. समोर गारदी नाहीत ह्याचा मतलब हा मुख्य तोफखाना नव्हे, हे त्याच्या सरावल्या नजरेला कळायला विलंब लागला नाही. शहावलीच्या तोफाही बरसू लागल्या. कंदाहारच्या बारूदखान्यात ओतलेल्या अजस्र तोफा लाल गोळे फेकू लागल्या. त्यांच्या धडाक्याने तीस-पस्तीस मराठा गडीही एका वेळी चिंधड्या होऊन कोलमडू लागला. दोन्ही पेटलेल्या फौजा धुमसत-भडकत पुढे पुढे जाऊ लागल्या. अफगाणांनी पुढच्या पायावर हळूहळू सातशे सांडण्या खाली बसवल्या. जंबुरके, साहिन आणि सहांग आगीचा भडिमार करू लागले. रेहमान बारकझाई गोलंदाजांना, तोफच्यांना पाठीवर छडीचा मार देत नेटाने गोळागोळी करण्यासाठी चेतावू लागला. आगीच्या पावसात जळत मराठी तुकड्या तशाच रेटा देत देत पुढे सरकू लागल्या.

हुजुरात आणि वजिराचे दळ इरेला पेटले. आग, आग राहिली नाही. ती पागल होऊन धुमधडाका करू लागली. जंबुरे, सुतरनाळा, साहिन, सहांग आणि गरनाळा उसळून, उखळून पेटू लागल्या. दोन्ही बाजूला तांबडेभडक धुमसते आगीचे गोळे

पडू लागले. अंगावर आगीचा लोळ पडताच माणसे-जनावरे उभ्या जागी पेटू लागली. मातीत, रक्तात गडबडा लोळून प्यारा जीव बचावण्याचा केविलवाणा यत्न करू लागली. हुजुरातीच्या मागे खड्या असलेल्या बुणग्यांत चार-दोन गोळे पडले, तसे बुणगे घाबरून आकांत करीत अर्धा कोस मागे हटले. तसेच भीतीने गारठून भुईवर बसले. एकमेकाला मिठ्या मारून आगीचा तमाशा बघू लागले. जेरेशास्त्री, अग्निहोत्री मातीत मुंडके दडविण्याचा यत्न करू लागले. "आता प्रलयातून रास्ता कैचा रे" म्हणून एकमेकांच्या गळ्यात गळा घालून रडू लागले, हारजीत ठरायच्या आधीच स्त्रिया हंबरडे फोडू लागल्या, धाय मोकलून कोकलू लागल्या.

धष्टपुष्ट, ताज्यातवान्या अफगाण घोड्यांचा रेटा दांडगा होता. तोफखान्यासाठी दारूचीही ददात नव्हती. हवी तितकी आणि हवी तशी दारू ठासून ते बार उडवीत होते. आगीचा मुसळधार पाऊस पाडीत होते. पानशांचा मराठी तोफखाना उरात हिंमत असूनही आजारी जनावरांसारखाच खंगला होता. पुरेशी दारू नव्हती. पुरवून पुरवून दारू वापरली जात होती. गिलच्यांच्या आगीच्या पावसाने पुढचा रस्ता बंद केला होता. हळूहळू पानशांचा तोफखाना बंद पडू लागला होता. गिलचा मराठ्यांच्या नरडीचा घोट घेण्यासाठी पुढे सरकत धडकत निघाला होता. अंबारीत खडे असलेले भाऊसाहेब गिलच्याच्या तोडीस तोड द्या म्हणून मराठी स्वारांना फर्मावीत, चेतवीत होते. "हर हर महादेवऽऽ" म्हणून जोरात सिंहनाद करीत होते. हुजुरात आणि गिलच्यातले अंतर कमी होत आले. त्याचा तोफखाना दाद देईना. हजारो माणसे-जनावरे प्राण गमावू लागलेली. अशा वेळी प्रलयातच बेलाशक उड्या घेऊ अशा खुणा स्वार एकमेकांना करू लागले. बहाद्दर स्वारांचा निश्चय पक्का झाला. हातातल्या तलवारी आणि भाल्यावरच्या मुठी आवळल्या. दातांवर दात करकचून आपटले. मराठी स्वारांनी लगाम सैल करून "हर हर महादेवऽऽ"चा कल्लोळ करीत धडाक्याने घोडी पुढे घातली. आगीच्या पावसाची पर्वा न करता घोडी पुढे झेपावली आणि जसा दर्या खवळून, लाटांवर लाटा उसळून पुढे कोसळाव्या तसे ते दुराणीच्या लष्करावर आदळू लागले. त्यांनी सांडण्यांवर उड्या घेऊन जंबुऱ्यांना कापून काढले, सांडण्यांचे तांडे उधळले, तोफखाना बंद पडला, ह्या वेड्या नादात तोफांनी हजारो स्वार अर्धाकच्चा भाजून गिळून टाकला; पण अखेरीस भयंकर झटापटीत मराठ्यांनी गिलच्यांचे जंबुरके, तोफा आणि सहांग एकदाचे बंद पाडले.

घोड्याला घोडी आणि माणसाला माणसे भिडली. तसे दोन्ही बाजूंचे तोफांचे बैल रणमैदानातून बाजूला जीव घेऊन शेपट्या उडवीत पळू लागले. बारा देशांचे पाणी घोटलेली दुराणीची ताजीतवानी घोडी दाद देईनात आणि वेदनेतून आगीच्या कल्लोळाचे मुके घ्यायला आसुसलेली भीमथडी घोडी मागे हटेनात! मराठा स्वार, बारगीर, एकांडे पाच-दहा पावले मागे फिरायचे आणि काचदिशी लगाम खेचून कबुतरासारखी गिरकी घेऊन, पुन्हा लगाम सैल करून, जोरात टाच मारून "हर हर महादेवऽऽ"चा गिल्ला करीत गिलच्यांवर वारंवार आदळायचे. दोन्ही बाजूंच्या

स्वारांच्या अंगात वीरश्रीचा वणवा भडकू लागला. "घेऽ घे", "अरे देऽ देऽ" करून सपासप तलवारींचे वार एकमेकांच्या अंगावर बसू लागले. थंडीच्या देशातून आलेल्या इराणी, तुराणी स्वारांच्या अंगावर जाड चामड्याचे कोट वा जाकीट होते. मराठी स्वाराने कितीही जोराचा घाव घातला तरी बराच वेळ तलवार कातड्यावरून घसरून खाली यायची. तेच गिलच्यांच्या घावाने मराठी स्वारांच्या पैरणीचा फाळा भर्रकन उडायचा आणि तलवारीचे पाते अंगात घुसायचे. अंगाला उमाळे फुटायचे. मराठी स्वारांची काळी अंगे रक्ताने लाल होऊ लागली. हटातटाने तास-दीड तास हाणाहाणी, खणाखणी आणि दणादणी सुरू होती. धारदार जमदाडा मानेवर आडवा पडताच गिलच्यांच्या मुंड्या चेंडूसारख्या आभाळात उडून बाजूला रक्ताच्या थारोळ्यात पडत होत्या.

तेवढ्यात मराठी स्वारांत कोणी तरी बातमी फोडली,

"अरेऽ पंतांना जिवानिशी मारणाराऽ, आपली रसद तोडणाराऽऽ तो नराधम अताईखान समोरच्या पथकात आहे."

"हाणा रे हाणाऽ त्या पाजी अतायाला हाणाऽ" एकच कल्लोळ झाला. सुडाच्या लालसेने मराठी घोडी-माणसे धुंद झाली. अंगाअंगात वीज संचारली. "अताया रेऽ अतायाऽऽ", "हाणा रे हाणा" एकच गिल्ला उडाला. तसा घोड्यांचा पल्ला वाढला. भीमथडी घोडी गिलच्यांवर जोराजोरात आदळू लागली. शस्त्रास्त्राने भाजून-चिरून निघालेली घोडी एकमेकांच्या अंगावर धडकून कोसळू लागली. मराठ्यांच्या धडाक्याने वजिराची पाचावर धारण बसली. अंबारीतून अताईखान बाण सोडीत होता. तो यशवंतराव पवाराच्या नजरेला पडला. तसा पवाराने आपल्या लाडक्या घोड्याचे लगाम सैल सोडून घोडा अताईच्या अंबारीवर घातला आणि हौद्याच्या कडेला झोंबकळत तो वर चढला. तशी अताईखानाने तलवार उपसली. हत्तीवरच दोघांची खणाखणी सुरू झाली. चवताळलेला नाग जसा भुईवर दणदणा फणा आपटतो, तशी यशवंतरावाची तलवार आदळू लागली. त्याने जोराचा दम खाऊन तलवारीचे चार हात लांब धारदार पाते अताईच्या कोपरा गवसून हाणले, तसा त्याचा हात तलवारीसह बाजूला पाचोळा होऊन पडला. रणमदाने धुंद झालेल्या पवाराने आपल्या तलवारीचे पाते तसेच पुढे रेटून अताईच्या पोटात घुसवले. फस् करून पाते कोथळ्यात घुसले आणि रक्ताच्या चिळकांड्या उडाल्या. पवाराचे तोंड रक्ताने माखले. त्याने अताईचा मुडदा उचलून अंबारीच्या खालच्या गर्दीत फेकला.

अताईबरोबरच त्याच्या तीन हजार स्वारांचा फन्ना उडाला. गिलच्यांची शरीरे उघडी, रक्ताळलेली, बीभत्स दिसू लागली. अंबाऱ्या, हौदे खाली ढासळू लागले. अताई पडताच गिलचे शिकस्त खाऊ लागले. बरेच जीव घेऊन माघारा जाऊ लागले. मराठ्यांना जोर चढला. सपासपा वार करीत ते नाचू लागले. अंबारीत बसलेल्या वजिराची छबी मराठ्यांच्या जोशाने मावळली. पाठीमागे जीव घेऊन पळणारे लोंढे बघून तो घाबराघुबरा झाला. डोळ्यांवर अंधारी येऊ लागली. "आता

यशवंतराव पवार अन् अताईखान दोघांची हत्तीवरच खणाखणी सुरू झाली.
चवताळलेला नाग जसा भुईवर दणदणा फणा आपटतो,
तशी यशवंतरावाची तलवार आदळू लागली.

काही खरे नाही'' म्हणून गदगदलेला वजीर अंबारीतून खाली उतरला.

वजिराच्या संगतीला अवघे हजारभर स्वार आणि पन्नाससाठ उंट बाकी राहिले होते. वजीर पहिल्यांदा स्वारांना आडवा झाला. ''थांबा रेऽ पळू नका'' म्हणून विनवू लगाला. पराभव डोळ्यांपुढे दिसू लागल्याने गिलच्यांना धीर निघेना. कोणी थांबेना. दु:खाने गदगदलेला वजीर अंग गाळून प्रेतांच्या ढिगाऱ्यात बसला. कपाळ बडवीत ओली माती तोंडात घेऊन चावू लागला. गर्भगळीत होऊन पळणाऱ्या स्वारांकडे बघून ओरडू लागला,

''दोस्त होऽ यारऽ हो, अरे निमकहरामींनो पळाल तरी कोठे? आणि किती? तुमच्या बापजाद्यांचा देश पळत जाऊन गवसण्याइतका जवळ आहे का?''

शहावली वजिराने आर्जवे करूनही गिलचे पळायचे थांबेनात. इतक्यात काशीराज पंडित वजिराजवळ आला. त्याला बघताच वजीर हृदय पिळवटून बोलला,

''अरे धाव रे बेटाऽ, तुझ्या धन्याला आणि माझ्या मानल्या बेट्याला सांगऽ तुझ्या बापाला कुमक कर नाही तर मी वाचत नाही रेऽ!''

काशीराजाने वेगाने घोडा उडविला. सुजाला वजिराचा सांगावा दिला. सुजा हताशपणे म्हणाला,

''माझा गळा घोटण्यासाठी फास घेऊन शिंदे-होळकर खडे आहेत, त्यांनी माझी फौज गिळली तर? हे युद्ध आहे पंडित! युद्धात कसला बाप नि कसला पूत? कोण सख्खा नि कोण मानलेला?''

वजीर तोंडात माती घालून गडबडा लोळू लागला. ''बुडालो. साफ झालोऽ दफा झालोऽ'' अशा आर्त किंकाळ्या काढू लागला. त्याच्या मन:चक्षूंपुढे त्याच्या लाडक्या अब्दाली बादशहाची लाख मोलाची मसनद पानिपतच्या मातीत खालीवर बुडाल्यासारखी, गटांगळ्या खाल्ल्यासारखी दिसू लागली.

गिलच्याची मुख्य इराणी फौज तोडून उधळल्याने भाऊसाहेबांना वजिराच्या फौजेत भलीमोठी खिंडारे दिसू लागली. मोकळ्या वाटा खुणावू लागल्या. 'अरे वेड्या, चलऽ धाव. असाच नीघ, दिल्ली लवकरात लवकर गाठ. अरे, लाखमोलाचा जीव का उगा संकटात टाकतोय?' हे वंगाळ विचार मनात येताच भाऊसाहेबांनी गर्रकन पाठीमागे वळून बघितले. कोसभर अंतरावर लांडग्यांच्या टोळ्यात अडकलेल्या बकरीसारखे बुणगे गोंधळून, हडबडून गेलेले. बिनआधाराच्या ह्या अबला, यात्रेच्या मिषाने आलेले भोळे यात्रेकरू, ही नेणती-जाणती पोरे अफगाण लुटारूंच्या तोंडी देऊन आपलाच देह वाचवीत दख्खन देशी निघायचे? आपल्या देहाची उंची ती कोण? फार तर दोन-तीन गज; पण ध्येयाची उंची मोजायला हजारो गज पुरायचे नाहीत.

गिलचा कापून काढायचा आणि सेनानायक, कर्ता ह्या नात्याने साऱ्यांना बचावत निघायचे, हा भाऊसाहेबांचा इरादा पक्का होता. आता एक वाजून गेला होता. सूर्य प्रखर निखारे ओतू लागला होता. त्यातच रणमैदानात धुराची दाटी, लष्कराच्या

सर्वांगाची तगमग तगमग वाढलेली, स्वारांनी जनावरांना टाचा मारल्या, लगाम सैल सोडले, जनावरे चुचकारली तरी कोणी जाग्यावरून हलेना. घोड्यांच्या शेपट्या पिरगाळून, त्यांना मुठीच्या ठोशाने, दाव्याने बदडून स्वार कंटाळले पण जनावरे पाऊल पुढेच टाकेनात, त्यांना पंधरवड्याचा उपास घडलेला, त्यात रात्री काही घोड्यांना वैरण मिळाली न मिळाली, सकाळपासून युद्धाचा घायटा, जीवघेणी दौड आणि उरापोटी धावणे, जनावरांच्या पोटातले पाणीही आटलेले, डोळ्यांवर अंधारी येऊ लागलेली, काही जनावरे उपाशी पोटाने धडाधडा जागेवर कोसळू लागली. थकलेले स्वारसुद्धा ''पाणीऽ पाणीऽ' म्हणून ओरडत होते, भिस्त्यांच्या पोरांना हाका मारीत होते. पाण्याने भरलेल्या थोड्याच पखाली फौजेबरोबर होत्या. सर्वांना पाणी पुरेना, पाण्यासाठी धावणे पडले. स्वार ''पाणीऽ पाणीऽ'' म्हणून तोंडाचा फेस आटेपर्यंत ओरडू लागले, समोर गिलच्यांच्या फौजेला खिंडारे पडूनही तिकडे कोणी झेप घेईना. पाठीस लागलेल्या पोटांनी स्वारांना आंधळे केले. उन्हाची तल्कली वाढलेली, एकाएकी एकामागोमाग एक स्वार पटापटा करून घोड्यांसह खाली कोसळू लागलेला. भानामतीसारखी गत होऊन माणसे, जनावरे कोसळू लागली, न लढता न झुंजता! लागण लागलेले कोंबड्यांचे खुराडे बघता बघता रिकामे व्हावे तशी माणसे फुकाफुकी कोसळू लागली. भाऊसाहेब गोंधळले. गडबडीने विचारू लागले,

''नानाऽ, हा कोणता रोग की मोहिनी विद्या?''

''भाऊसाहेब, सूर्याचे आता दक्षिणायन आहे. आपल्या लष्कराची तोंडेही दक्षिण बाजूला. आधीच आपली घोडी, माणसे उपाशी, त्यात वर तिरप्या सूर्यकिरणांचा मारा. त्यामुळे बिनलढता निव्वळ डोळयांवर अंधारी येऊन, मूर्च्छा येऊन उपाशी माणसे कोसळू लागली आहेत.''

''सूर्यदेवालाही आत्ताच बरी सवड गवसली.''

पोटाने बेजार झालेली घोडीमाणसे सकाळपासून झुंजून-झगडून आता थोडा इसावा घेतल्यासारखी करीत होती. किमान पाणी मिळावे म्हणून केविलवाण्या नजरेने इकडेतिकडे बघत होती. जोराचा हमला करून पुढे रेटून जायचे बळसुद्धा त्यांच्या पायांत उरले नव्हते.

थोडा उंचवट्याचा भाग बघून युद्धाचे निरीक्षण करीत अब्दाली बसला होता. त्याच्या हातात विलायती दुर्बीण होती. दुर्बिणीतून बारीक नजरेने तो रणाचा वेध घेत होता. शिवाय घटके घटकेला प्रत्येक बाजूवर नेमलेले हरकारे ताजी बातमी घेऊन दौडत येत होते. कोणाच्या पथकाचा धुव्वा उडाला, कोण सरदार जाया झाला, आपली बाजू कुठे शेर आहे, मराठे कुठे वरचढ आहेत, दारूगोळ्यांचे काय अशा साऱ्या खबरा त्याला जशा घडत होत्या तशा पोहोचत होत्या. ''सारी फौज गारद झाली तरी क्षणही न दवडता खबर द्यायला या'' असे त्याने आपल्या हरकाऱ्यांना फर्मावले होते. गेल्या दीड तासापासून त्याला रोहिल्यांकडची ढासळलेली उजवी

बाजू दिसत होती. शहावलीच्या नेतृत्वाखालच्या कंदाहारी घोड्यांचा धुव्वा उडू लागला तसे अब्दालीचे अवसान गळू लागले. साऱ्या बुऱ्या खबरा रणांगणाकडून येऊ लागल्या. शहावलीच्या सोबतीला फक्त दोनशे-तीनशे अफगाण राहिले. बाकी सारे जिवाच्या जोराने मागे पळू लागले.

आपण सकाळी उभी केलेली जळती, धुमसती चंद्रकोर पूर्ण ढासळू लागल्याचे ध्यानी येताच अब्दालीचा धीर खचला. तो गोंधळला, गडबडला. डोळ्यांपुढे खवळलेला, अंधारलेला सागर दिसू लागला. मराठ्यांच्या धुमधडाक्याने जोरदार चक्रीवादळाच्या तडाख्याने त्याच्या गलबताचे शीड फाटले. गलबताच्या फळ्या ढिल्या होऊन चिरेतून मनगटासारखे मोठे उमाळे लागले. गलबत पाण्याने भरत चालले. लष्कराची हिंमत, इभ्रत आणि कंदाहारची मसनद खवळलेल्या दर्यात एकदा ह्या अंगाला तर लगेच त्या अंगाला हेलकावे खाऊ लागली. अब्दाली बादशहाला दरदरून घाम फुटला. प्रथम त्याने आपल्या जनानखान्याची व्यवस्था बघणारा मुख्य खोजा महमदखान गुर्दबलबास आणि त्याचा सेवक झुल्फीकार यांना तातडीने बोलावले. तो खोजावर ओरडला,

"अरे, आमचा जनाना कुठे आहे? बेगमसाहेबा कुठे आहेत?"

"शाही हुकमाप्रमाणे त्यांना आधीच दोन कोसांवर मागे नेऊन जय्यत तयारीनिशी ठेवले आहे. फिकर मत करना हुजूर."

"आता घटकेत कोणता प्रसंग उद्‌भवेल सांगवत नाही. चलाऽ जनाना आणखी दोन कोस पाठीमागे न्या. बेगमांना दौडीसाठी धिप्पाड घोड्यांची व्यवस्था ठेवा. त्या पापी मरगठ्ठ्यांच्या हाती लागून आमच्या कबिल्याची बेइज्जती व्हायला नको. अजून घटकाभर युद्धाचा रंग बघा नाही तर आमची वाट न बघता कंदाहारकडे तातडीने धावाऽ!"

जनानखान्याची व्यवस्था प्रथम लावून अब्दालीने आपला मोहरा लष्कराकडे वळविला. तंबूच्या पलीकडे पळून येऊन सहा-सात हजार अफगाण घाबरून उभे होते. त्या पळपुट्यांना बघून अब्दालीच्या अंगाची काहिली झाली. त्याने पाच हजार नसक्चींचे खास पथक राखून ठेवले होते. हे पथक हाडापेराने मजबूत आणि चिवट होते. त्यांच्या पोटात काळीजच नव्हते. कोणालाही बेदम मारायला, उभे चिरायला हे कत्तलबाज दळ मागेपुढे बघायचे नाही. नसक्च्यांच्या म्होरक्यांना दुराणीने तातडीने बोलावले. दीड हजार कत्तलबाजांची टोळी त्याने पळून आलेल्या स्वारांच्या समाचारासाठी पाठवली. दुसरे दोन हजार कत्तलबाज अजून रणावर उभ्या असलेल्या काही पथकांची पाठराखण करायला गेले. दीड हजार कत्तलबाजांनी पळून आलेल्या लष्कराला सडकून मारायला सुरुवात केली. हातातल्या कुऱ्हाडींचे दांडे ते स्वारांच्या पायांवर, पोटऱ्यांवर दणादण हाणू लागले, पाय काळेनिळे पडू लागले, जो कोणी त्यातूनही ऐकेना, त्याच्या पायावर सवेची कुऱ्हाड बसू लागली. रक्ताच्या चिळकांड्या उडवू लागली. पळायच्या रस्त्यावर उभ्या ठाकलेल्या कत्तलबाज पथकांना भिऊन

अफगाणी स्वार पुन्हा रणक्षेत्राकडे वळले. त्यांना कत्तलबाजांनी मारून-झोडून पुन्हा आत घातले. अब्दालीने अजून जवळ राखून ठेवलेली तीन-चार हजाराची ताजीतवानी पथके रणभूमीवर धाडली. साऱ्यांच्या पाठीवर कत्तलबाज पथकांचे कडे खडे राहिले. आता मराठ्यांशी झुंजण्या-झगड्याशिवाय इराणी-तुराणी स्वारांचा इलाज राहिला नाही.

अब्दालीच्या डाव्या बाजूला दोन कोसांवर नजीबखानाचे पंधरा हजार प्यादे खडे होते. त्याच्या समोर ठाकलेली शिंदे-होळकरांची मराठी पथके अजून दूरवर होती. दोन्ही फौजांत चार कोसांचे अंतर होते. दुपार टळत चालली. नदीकडच्या बाजूस आणि मधल्या टप्प्यात हातघाईची लढाई सुरू होती; पण ह्या बादशाही रस्त्याकडेच्या बाजूला अजून युद्ध पेटले नव्हते. मीच ह्या शादीतला नवरदेव आहे, ही भावना बाळगणाऱ्या आणि युद्धाला तोंड फुटून मराठ्यांचे तोंड फोडावे, ही लालसा बाळगून दिवसरात्र धगधगणाऱ्या नजिबाला आता गप्प बसवत नव्हते. त्याचे खांदे रींव रींव करू लागलेले, अंगात युद्धाचे हीव भरलेले. नजिबाच्या बाजूस युद्ध पेटले नसले तरी तो शांत नव्हता. त्याच्या प्याद्यांकडे अनेक ध्रुकोट बाणांचा भरणा होता. एका वेळी तो चारपाचशे ध्रुकोट बाण सोडी. त्याच्या कडकडाटाने आणि गडगडाटाने साऱ्या रणाला कापरे भरे, एवढा मोठा आवाज होई. धुराचे लोटच्या लोट उडत आणि त्यातूनच सहस्र ठिणग्यांच्या सरी कोसळत. ध्रुकोट बाणांच्या आपल्या मायावी शस्त्रास्त्राने, त्यांच्या धुराने-आवाजाने मराठे पळावेत, किमान त्यांचे मनोबल ढासळावे म्हणून नजीब ध्रुकोट बाणांचा धिंगाणा घाली. शिंदे-होळकरांच्या डोळ्यांना धुराने, अंधाराने भुरळ पाडून तो नेटाने आपली पथके पुढे रेटीत नेई, डोळ्यांपुढचे अंतर कापी.

दुपारी दीडच्या दरम्यान वजिराचा धुव्वा उडाला. तेव्हा विजयलक्ष्मी हार घेऊन मराठ्यांपुढे उभी होती. थोडी मान वर उंचावली असती तरी हार गळ्यात पडत होता; पण खंगल्या, दमल्याभागल्या, पोटाच्या गाण्याने जर्जर झालेल्या मराठ्यांत टाचा उचलून मान हारापर्यंत वर उंचावायचेसुद्धा त्राण राहिले नाही. अब्दालीने संधीचा फायदा उठवला. त्याच्या नव्या-जुन्या फौजा झुंजासाठी पुन्हा खड्या झाल्या. "चला, हाणाऽ माराऽऽ" म्हणून भाऊसाहेब आपल्या लष्कराला हाकारू लागले. तोच एक स्वार धावत आला. अंबारीजवळ घोडा उभा करून ओरडू लागला,

"श्रीमंतऽ आपले इब्राहिमखान गारदी..."

"कायऽ काय झाले खानसाहेबांना?" भाऊंनी कातावल्या सुरात पुसले.

"त्यांना गिलच्यांनी मुसक्या बांधून जित्ते धरून नेले. गडी रक्ताने उभा माखला आहे. अंगाला बांधलेल्या काढण्या आणि साखळदंडही रक्तात भिजले आहेत. इतक्या जखमा होऊनसुद्धा जखडलेला इब्राहिम सिंहासारखा चवताळत आहे. त्याला तीस-चाळीस गिलचे ओढीत फरफटत नेत आहेत."

"आणि गारद्यांची पथके?" आवंढा गिळत भाऊसाहेब विचारू लागले.

"सारे गारदी जिवात जीव असेपर्यंत झगडून लढून मेलेऽ! गारद्यांची पथके पावन झालीऽ!"

गारद्यांची दु:खद वार्ता ऐकून भाऊसाहेबांचे मस्तक बधिर झाले. क्षणभर त्यांनी डोळे मिटले. पापण्या उघडून बघतात तर गिलच्यांची तोंडासमोरची भिंत पुन्हा उभी राहिलेली. मघाची ती खिंडारे नाहीत की ढोबळे नाहीत. गिलचा पोलादासारखा कडे करून पुन्हा उभा ठाकला होता. डिवचलेल्या नागासारखा पुन्हा फणा काढून चवताळून पुढे आदळू लागला होता. आता कसला विचार करायला क्षणभरही फुरसत नव्हती. भाऊंच्या नसानसांत विजेच्या लहरी उसळू लागल्या. बेभान होऊन त्यांनी अंबारीतून खाली घोड्यावर उडी मारली. ते चंद्रसेन घोडा उडवीत "हाणाऽ माराऽऽ" म्हणून स्वारांना चेतना, प्रेरणा देत बळकट मनगटाने तलवार चालवू लागले. स्वत: गर्दीत उडी ठोकून भाऊंनी हाणाहाणी, खणाखणी सुरू केल्यांचे बघून विश्वासरावांनीही आपल्या अंबारीतून खाली उडी घेतली. दिलपाक घोड्यावर स्वार होऊन त्यांनी निकराची झुंज सुरू केली.

गिलचे मराठे खळीला येऊन झुंजू लागले. घोड्यांवर घोडी आणि माणसांवर माणसे आदळू लागली.

"देऽ देऽऽ", "अरे घेऽ घेऽऽ" अशा आरोळ्या ठोकीत वीर वीरांना भिडू लागले. कोणी अंबारीवर चढून हौद्यातल्या वीरांशी झटापट करू लागले, तर कोणी आपला घोडा सांभाळीत दुसऱ्याला घोड्यावरून खेचू लागला. जोराजोरात हाणाहाणी सुरू झाली. घडीभर इसावा खाऊन मराठे पुन्हा झुंजू लागले. कैकांची शिरे तुटून धडापासून वेगळी पडली, रक्ताचा पाऊस सुरू झाला, पोटातून बाहेर ओघळणारी आतडी भयंकर दिसू लागली. हौद्याला हौदे भिडले. हत्ती पिसाळून, चेकाळून दोन्ही फौजांत हैदोस घालू लागले. खोगिरी रिकाम्या पडल्या. घोड्यांच्या पाठीवरून रक्ताचे थेंब खाली पायांत ओघळू लागले. मानेच्या मणक्यावर हत्याराचा तडाखा बसताच "अरे देवाऽऽ", "हे भगवंताऽ", "या अल्ला", "या रहीमऽ" करून स्वार शेवटचा श्वास मोजू लागले. कोण अर्धमिटले डोळे उघडे ठेवून देवाघरी-अल्लाघरी चालले.

भयंकर खैंदळाखैंदळ माजली. उंट बुजून बाजूला पळू लागले, घोडी बेभान होऊन उड्या मारू लागली. जंबुरके, सुतरनाळा पायांखाली मोडून पडल्या, सहांग, गरनाळा रक्तमातीत माखून गेल्या. हटातटाने रेटारेटी सुरू झाली. कधी दोन कासरे मराठे मागे सारले जात, तर कधी चार कासरे गिलचा पाठीमागे रेटला जाई. समशेरबहाद्दराची समशेर सापाच्या चाबकासारखी हवेत नाचू लागली. गिलच्यांच्या मुंड्या छाटू लागली. तो जिकडे घोडा फेकील तिकडचे गिलचे त्याचा आवेग आणि रणधुंदीचा अभिनिवेश बघून कासराभर मागे सरू लागले. बगल मारू लागले. "अरे, वो देखो बाजीराव का बेटाऽ" असे म्हणत गिलचे ओरडू लागले. अंगावर चाळीस ओल्या जखमा घेऊनही यशवंतराव पवार चिवटपणे झगडत-झुंजत होता.

त्याच्या तलवारीने मुंड्या छाटण्याचा विक्रम केला होता. रणभूमीवर मधूनच धुराचे आणि धुळीचे लोट उठत होते. चक्रीवादळच अंगात येऊन नाचावे तशी उभी रणभूमी पेटून थयथयाट करीत होती. नजिबाच्या ध्रुकोट बाणाने रणभूमीच्या डोईवर धुराचे ढग गोळा करून दिवसा अंधार पाडला होता. अधेमधे फुटणारे जंबुरके काळ्या ढगांवर चमकणाऱ्या विजांसारखा लखलखाट करीत होते. माणसा-जनावरांच्या मुडद्यांतून, धुडांतून जनावरे थयथया नाचत होती. मुडद्यांत जनावरांचे गुडघाभर पाय जाऊन रक्ताचे उमाळे फुटत होते. जागोजाग तलवारी मोडून पडलेल्या. मुडद्यांच्या छातीचे पिंजरे भेसूर दिसू लागलेले. मधूनच तुटून पडलेल्या मुंड्या, घोड्यांची फरी, बरगड्या, फुटलेल्या कवट्या, चेंदामेंदा झालेले मेंदू, मातीत मिसळलेले रक्त आणि रक्तात मिसळलेली माती, चिखल ह्या साऱ्यांचा गाळामातीसारखा रणावर लेप चढत चाललेला.

गर्दीतून खणाखणी करीत भाऊसाहेब "हाणाऽ हाणाऽऽ" म्हणून ओरडू लागले होते. विश्वासरावांनी शौर्याची कमाल केलेली. ते घोडा उसळून गिलच्याच्या घोड्यांवर घालायचे. उसळून जमदाडा हाणायचे आणि मुडद्यांचा ढीग पाडायचे. टाच मारून, लगाम खेचून त्यांनी धिप्पाड दिलपाक घोड्याला दमछाक केलेला. लगाम ओढून ओढून त्याच्या नाकपुड्या लाल झाल्या, नाकातोंडातून रक्त ओघळू लागले.

अशीच तासभर तुफान हाणामारी, बेभान रगडारगडी, जोरदार खैंदळ, दणकादणकी सुरू होती. मराठी घोडी, माणसे जोरजोरात झुंजून पुन्हा काळाचे चक्र फिरवू बघत होती. त्यांच्या अजोड झुंजाला, धडपडीला, वेदनेला फळ येऊ लागले. पुन्हा एकदा मराठ्यांचा रथ विजयलक्ष्मीच्या उंबरठ्याकडे सरकू लागला. चाके उलटी फिरू लागली. इतक्यात जंबुऱ्याचा एक जोरदार तडाखा आला आणि विश्वासरावांच्या भाळावर बसला. मराठ्यांचे कपाळ फुटले. विश्वासरावांच्या भाळाच्या चिंधड्या झाल्या. ते तसेच दिलपाक घोड्याच्या मानेवर कोसळले. पडता पडता त्यांनी दिलपाकचा कान जाम दाबून धरला. एक तंगडी घोड्याच्या मानेच्या ह्या बाजूला आणि दुसरी त्या बाजूला. प्राणपाखरू न सांगता धूळफेक करून केव्हाच भुर्रकन उडून गेलेले. रावांच्या अंगातून रक्त ओघळू लागलेले. लाडका दिलपाक घोडा मुसकाट तिरके करून हातभर लांब जिभेने विश्वासरावांचा गाल मायेने चाटू लागले.

विश्वासराव पडल्याचे कळताच "रावसाहेबऽ रावसाहेबऽ!" अशा करुण किंकाळ्या फोडीत भाऊसाहेब पुढे धावले. त्यांनी रावांचा मुडदा हातात घेतला. एवढे सुंदर पुष्प काळाने घाला घालून खुडून नेले. चर्या कोमेजलेली, डोळे अर्धवट मिटलेले. आपला रक्ताने भरलेला हात विश्वासरावांच्या केसांतून भाऊसाहेब वात्सल्याने फिरवू लागले. रावांचे सोनेरी पिंगट केस तांबूस लाल झालेले, जंबुऱ्याने कपाळ फुटलेले. भाऊसाहेबांचे सर्वांग हेलावून गेले. काळजावर दगड ठेवून भाऊसाहेबांनी मुडदा इतर स्वारांच्या हाती दिला. त्यांना नानासाहेबांची याद आली. दु:खाने उखडलेले नानासाहेब पेशवे कळवळून विचारू लागले,

"रावसाहेबऽ रावसाहेबऽ!" अशा करुण किंकाळ्या फोडीत भाऊसाहेब पुढे धावले. त्यांनी रावांचा मुडदा हातात घेतला.

"भाऊऽ अरे सतरा वर्षांचा कोवळा पोर निश्चयी मनाने आम्ही तुमच्या हवाली केला होता. काय हे?''

"होय श्रीमंतऽऽ रावांच्या मृत्यूने मराठी दौलतीची गळसरी तुटलीऽ!''

सेवकांनी मुडदा गजेंद्राच्या अंबारीत ठेवला. वर शालजोडी पांघरली. शेजारी बापू हिंगणे बसला. भाऊसाहेबांच्या रोमारोमाला चूड लागली. सर्वांग लाव्हा होऊन उकळू लागले, त्यांनी चंद्रसेनवर उडी ठोकली, खुरासनीची मूठ जोरात आवळली, कराकरा दातओठ दाबत ते ओरडले,

"अरे, निमकहरामांनो जाल कोठे? गिलच्याऽ नजिबाऽऽ तुमची यमसदनाला पाठवणी केल्याशिवाय मी रणातून माघारा फिरणार नाहीऽ.''

□

दुपारचे अडीच वाजून गेले होते. पानिपतचा भडकलेला परिसर अधिकच पेट घेत होता. गिलच्यांच्या उजव्या अंगाला उभा ठाकलेला नजीब हळूहळू पुढचा मार्ग काढीत चालला होता. हातातल्या जाडजूड बंदुका पेलीत त्याचे प्यादे चालले होते. बेलदार-कामाठी पुढे धावून, जमीन उकरून आडोसा तयार करीत होते. प्यादे आडोशाचा आसरा घेऊन ओट्यावर बंदुका ठेवून फैरीवर फैरी उडवीत होते. तोच सर्वांना विश्वासराव पडल्याची खबर लागली. नजीब दारू प्यालेल्या मर्कटासारखा भुईचक्र काढीत नाचू लागला. त्याची पथके वेगाने समोरच्या शिंदे-होळकरांकडे सरकू लागली.

विश्वासराव पडल्याची खबर थंडीच्या गार लाटा अंगाला डसाव्या तशी साऱ्या लष्कराला भिववून गेली. बुणग्यांत घबराट माजली. रावांच्या मुडद्याचा हत्ती मागे टाकून भाऊसाहेब पुढे गर्दीत घुसून झुंजार झुंज देऊ लागले. गजेंद्रावर विश्वासरावांचा मुडदा झाकला होता. बापू हिंगणे शेजारी शोकाकुल होऊन बसला होता. हत्ती पाठीमागे पडला. तेवढ्यात राणवशातल्या स्त्रियांच्या अंबारीचे हत्ती जवळ आले. शेजारच्या अंबारीत पार्वतीबाई, रखमाबाई आक्कासाहेब, पायगुड्यांचे कुटुंब अशा स्त्रिया होत्या. पडदा बाजूला करून पार्वतीबाईंनी बघितले. मखमली शालजोडीत गुंडाळलेला मुडदा दिसला, त्यांचे मन चरकले, त्यांनी मोठ्याने विचारले,

"पंडितऽ तो मुडदा कोणाचा?''

हिंगण्याच्या डोळ्याला धार लागली. तो म्हणाला, "विश्वासराव रावसाहेब ठार झाले. त्यांचाच हा देह!''

पार्वतीबाईंना शोक अनावर झाला, त्या अंबारीच्या खांबावर डोके आपटू लागल्या, रखमाबाई आक्कासाहेबही आसवे गाळत पार्वतीबाईंना म्हणाल्या,

"रडू नको मुली, काय करायचे? भगवंतानेच बळे आवतण देऊन आम्हांला अनर्थाकडे ओढले. अजूनही त्याची हौस फिटली नाही. कोण जाते, कोण राहते, कोणास ठावे?''

रावांच्या मृत्यूची खबर कळताच दुराणी चेकाळून गेला. त्याने संधी साधली. किझलबक्ष नावाच्या आपल्या खास गुलामांची सहा हजाराची शिलकीतली बंदूकधारी पथके बाहेर काढली. दोन-दोन हजाराचे तीन भाग केले. एक हुजुरातीच्या डावीकडून, दुसरा उजवीकडून आणि तिसरा सरळ समोरून हुजुरातीवर आदळू लागला. अब्दालीने शिलकीतल्या दोन हजार जंबुरकांच्या सांडण्या पुढे सोडल्या. जंबुरे आगीचा भडिमार करीत मोठ्या प्रमाणावर मराठा स्वार गिळू लागले, मुडद्यांचे ढीगच्या ढीग कोसळू लागले.

आधीच बुणग्यांत विश्वासरावांच्या मृत्यूने खळबळ उडवली होती. त्यात विंचूरकरांच्या दोन हजार कॅडमॅड अफगाणांनी येळकोट मांडला. आपल्या डोईवरच्या भगव्या पट्ट्या फेकून दिल्या आणि मराठी लष्करातून, बुणग्यांतून ते आरोळ्या मारीत हिंडू लागले, "विश्वासराव पडलेऽ मराठ्यांचा पराभव झालाऽऽ मराठे हार गयेऽ" गोंगाट, कोलाहल करीत हे अफगाण गुलाम बुणग्यांनाच लुटू लागले, मारू-झोडू लागले, भाळावर भगव्या पट्ट्या नसल्याने हे विंचूरकरांचे गुलाम की अब्दालीचे सैनिक याचा थांगपत्ता लागेना. उलट गिलचाच मुसंडी मारून एवढ्या आत घुसला अशीच साऱ्यांची समजूत झाली. पराभव न होता शहाणेजाणते स्वारसुद्धा पाठीमागे राजाखेडीच्या दिशेने धावू लागले. विंचूरकरांचे कॅडमॅड अफगाण हुल्लड माजवू लागले. त्यांतल्या काही जणांना ओळखून विंचूरकर ओरडत सुटले, "अरे पोरांनोऽऽ काय करता? आमचे मीठ खाऊन आम्हांलाच लुटता?" आता कोणी कोणाचे ऐकण्याच्या मन:स्थितीत नव्हते. जो तो जीव मुठीत घेऊन पळत होता. अफगाण बुणगे लुटीत होते, हुल्लड वाढत होती; पण शांत होत नव्हती.

भाऊसाहेबांच्या उजव्या हाताला शिंदे-होळकरांचे दहा हजारांचे दळ होते. त्यात बहुतांशी स्वारांचा भरणा होता. शिंदे-होळकरांच्या लष्कराने गेल्या दीड सालात पराभवाशिवाय बाकी काही पाहिले नव्हते. कदाचित धीर खचून ही पथके पळाली तर त्याची लागण सर्व लष्कराला लागू नये, हा भाऊसाहेबांचा ठोकताळा होता. हुजुरातीचा मधला कणा मोडत चालला. नदीकडेला गारद्यांच्या मुडद्यांचे ढीगच्या ढीग पडले तरी बादशाही रस्त्याच्या बाजूला लढाईचे तोंड फुटले नव्हते. लांबून फक्त गोळागोळी आणि ध्रुकोट बाणांचा वर्षाव चालू होता. आधीच नजीब आणि शिंदे-होळकरांतले अंतर जास्त होते. शिवाय नजीब आजूबाजूचा अंदाज घेत धीराने चालला होता. पहिल्या झटक्यात उसळी घ्यावी तर शिंदे-होळकरांचे स्वार आपल्या प्याद्यांचा गळा घोटतील याची त्याला कल्पना होती; पण रावांच्या मृत्यूची खबर कळाल्यापासून तो वेगाने ओटे बांधीत, बंदुकीच्या फैरी उडवीत चालून येत होता. कधी एकदा झुंजात उडी घेईन असे जनकोजीला झाले होते; पण शिंद्यांच्या आणि होळकरांच्या फौजा मिळून चालल्या होत्या. होळकरांच्या फौजेचा पाय उचलत नव्हता. जनकोजीला एकदम उसळी मारता येईना. सकाळपासून मुळात मल्हारबांचे मनच युद्धात नव्हते. त्यांची फारशी हालचाल नसल्याने त्यांचे दळही नेटाने हलेना.

दुपारी तीनचा सुमार झाला. विश्वासरावांच्या मृत्यूची खबर शिंदे-होळकरांच्या तुकड्यांत येऊन पोहोचली होती. ह्या वार्तेने सारे गांगरून गेले होते. बंदुकीच्या फैरी उडवीत नजीब पुढून अवघ्या कोसावर येऊन धडकला होता. तोच बादशाही रस्त्याची वरची कड धरून बसलेला शहापसंद आपल्या फौजा घेऊन शिंदे-होळकरांच्या उजव्या बगलेवर सरकू लागला. थोड्याच वेळात आपण चारही बाजूने कोंडले जाणार म्हणून शिंदे-होळकरांचे स्वार थरथर कापू लागले. मल्हारबाशेजारी उभ्या असलेल्या गंगोबातात्याला दरदरून घाम फुटला. तो उपरण्याने घाम पुशीत किलकिल्या डोळ्यांनी इकडेतिकडे घाबरून बघू लागला. मल्हारबा गंगोबाला काळजीच्या सुरात विचारू लागले,

"गंगोबा, लढाईचे पारडे फिरते की काय रे?"

गंगोबातात्या गुळमट चेहरा करून हसले. म्हणाले,

"सुभेदारऽऽ अहो लढाईचे पारडे फिरले तरी चालेल; पण अशा निदान प्रसंगाला डोसके फिरून कसे चालेल?"

"म्हणजे?"

"म्हणजे काय सुभेदार? अहो खळीस आलेल्या ह्या वेड्या पिरांच्या नादी लागून काय करता? चलाऽऽ शिर सलामत तर पगड्या पन्नासऽ!"

गंगोबाचा कानमंत्र मल्हारबाबांनाही पटला. तीनच्या सुमारास त्यांनी घोडी पाठीमागे वळवली. दिवसाउजेडीच ते दिल्लीच्या रस्त्याला लागले. गंगोबा आणि मल्हारराव पाठोपाठ होळकरांची आणि शिंद्यांची पथके रण सोडून पळू लागली, तसा जनकोजी गलबलून गेला. तो रागाने बेभान झाला. आपली पथके अडवून जिवाच्या जोराने ओरडू लागले, "अरे हरामजाद्यांनोऽ असे खाशाला निम्म्यात टाकून पळता कोठे? मिठाला जागाऽ! मिठाला जागा रेऽऽ!" त्या गदारोळात जनकोजीचे ऐकायला कोणी तयार होईना. पंजाब, शुक्रतालच्या, बुराडीच्या लढाईपासून राजपुतान्यातल्या पळापर्यंत गेल्या दोन वर्षांत शिंदे-होळकरांच्या लष्कराने पराभव आणि मारझोडीशिवाय काही अनुभवले नव्हते. त्यांची मने भयाने पछाडली होती. दत्ताजीच्या वधाच्या रातीचा जीवघेणा पाठलाग कित्येकांच्या मनात अजून ताजा होता. बहुतांशी शिंदे-होळकरांचे लष्कर पळू लागले.

जनकोजीचा चुलता महादजीसुद्धा पळणाऱ्या लष्कराबरोबर धावू लागला. घडीघडीला मृत्यूच्या आणाभाका घेणारे आपले बव्हंशी सहकारी ऐन रणात आपणाला सोडून चालले, हे बघून जनकोजीचे सारे अंग दुःखाने गदगदून गेले. संतापाच्या आणि दुःखाच्या धारा सरमिसळ होऊन त्याच्या कोवळ्या गालावरून ओघळू लागल्या. तोच त्याचे ध्यान हुजुरातीकडे गेले. रणावर अजून चार-पाच हजार हुजुरात बाकी होती. मध्येच जरीपटक्याचा हत्ती इकडेतिकडे उधळत होता. हुजुरातीला चारी बाजूने रोहिले अफगाण आपला सापळा टाकीत होते. मधल्या रिंगणात अडकलेले भाऊसाहेब शर्थीने झुंजत होते. विश्वासरावांसारख्या मित्राच्या मृत्यूने जनकोजी आधीच

महादजी शिंदे

पेटून गेला होता. त्याच्या संगतीला चुलता तुकोजी शिंदे आणि जिवाभावाचे अवघे पाचपन्नास यार होते. जनकोजीने हुजुरातीच्या निशाणाभोवती चाललेली धुमश्चक्री बघितली आणि कमरेस करकचून शेला बांधला. दत्ताजीच्या सुडाचा अग्नी पेटवीत तो आपल्या इनमिन सवंगड्यांसह समोरच्या अग्निकल्लोळात झेपावू लागला.

युद्धाची अखेरची झुंबडघाई सुरू होती. ''चलाऽऽ'', ''हाणाऽऽ'' असे ओरडून भाऊसाहेब जोराने तलवारबाजी करीत होते. लढणारे लढून अमर झाले होते. पळणारे पाठीस पाय लावून पळत होते. नेटाने झुंज देणारे मराठा वीर पाठीमागे हटत नव्हते.

धुळीने, धुराने धुंद झालेले वीर समरांगणाशी दोन हात करीत होते. भाऊसाहेब इरेने पेटले होते. मनाशी पुटपुटत होते, "रावसाहेब, ह्या लोकी नाहीत. आता हे तोंड पुण्याला काय म्हणून दाखवायचे? कदाचित आमचा विजय कोणी खेचून घेऊ शकेल, पण... पण आमचा हौतात्म्याचा पवित्र अधिकार देवादिकांनाही हिरावता येणार नाहीऽ!" त्यांचे मन जन्म-मृत्यूच्या पलीकडे गेले होते. किती तरी वेळ नाना पुरंदऱ्यांशी बोललेले शब्द त्यांना अजूनही आठवत होते. "आम्हांला मृत्यूचे अजिबात भय नाही. एवढ्याशा आयुष्यात त्याची आणि आमची कित्येकदा गाठभेट झाली आहे. नदीपल्याडच्या गावात राहणाऱ्या, अधेमधे पाणवठ्यावर भेटणाऱ्या सवंगड्यासारखा तो मला अनेकदा भेटला आहे! ...त्याची क्षिती ती काय बाळगायची?" भाऊसाहेब बेभान झाले होते. हातातले खड्ग थयथय नाचत होते. गिलच्यांच्या नरडीचा घोट घेत होते. दिसेल त्या सरदार-दरकदाराला तोंडाला फेस येईपर्यंत भाऊसाहेब हाका घालीत होते. चेतवीत, पेटवीत होते. "चलाऽऽ दरेकरऽऽ, पवारऽऽ, कडू, काकडेऽऽ, अहो डफळेऽऽ, भोसले, ऽऽभोइटेऽऽ अहो बघता काय? हाणाऽऽ हाणाऽऽ, माराऽऽ माराऽऽ." खवळलेल्या दर्यासारखा गिलच्यांचा, रोहिल्यांचा गराडा हुजुरातीभोवती पडला होता. गिलचे मराठ्यांना रेटीत रेटीत मागे सारीत होते.

धुळीच्या लोटात, शस्त्रास्त्रांच्या कल्लोळात अंबारीत बसलेल्या पार्वतीबाईंना डोळ्यांपुढचे काही दिसेना. शाका करण्यासाठी नेमलेला विसाजी कृष्ण जोगदंडही दृष्टीस पडेना. रणाच्या प्रलयात कुंकवाचा धनी गवसेना. काही समजेना, उमजेना. हृदयात कोलाहल माजला. त्या मनाशी बोलल्या. "नाहीऽ नाहीऽऽ, तुम्हांला सोडून मी एकटी जाणार नाही. मरेन तर स्वारींच्या पायापाशी! पण कुठे दिसते स्वारी? देवाऽ परमेश्वराऽऽ आमच्या पानावर कुठले दुर्दैव वाढले आहेस? माझा धनी कुठे आहे? कुठे आहे माझा राजा? कुठे आहे माझा सर्जा?" पार्वतीबाईंचे मन अंबारीत गुदमरून गेले. पेटत्या रणात धन्याला डोळे शोधू लागले. त्यांनी आवेगाने अंबारीतून खाली उडी घेतली. धारातीर्थी पडलेल्या एका स्वाराच्या खिंकाळत्या उमद्या घोड्यावर त्या स्वार झाल्या. एका हातात तलवार धरून दुसऱ्या हाताने घोडा हाकारू लागल्या. पेटत्या रणकुंडात भाऊंचा तलाश करू लागल्या. त्यांची सारी गात्रे पेटून गेलेली. रक्ताचा कणन्‌कण आक्रंदू लागलेला, "तुमची सांगातीण होईन, रान आटिंगं तुडवीनऽ!" आटिंग्यापेक्षाही भयाण, भयकारी रानातून त्या दौडत होत्या. ह्या रानातले मोठमोठाले वृक्ष अग्निपथात ढासळून, कोसळून पडत होते. उभ्या रानावर रक्ताचा पाऊस बरसत होता. भाजलेली खिंकाळती घोडी, हातपाय तुटलेली माणसे यांच्या करुण किंकाळ्यांनी सारे रान सैरभैर होत होते.

हुजुरात आणि भाऊसाहेब एकाकी पडू लागले. नदीच्या अंगाने अमीर बेग आणि बरकुरदारखान पुढे झेपावू लागले. बादशाही रस्त्याकडून शहापसंदखान खाली सरकू लागला. दक्षिणेकडून डाव्या हाताने नजिबाचा दहा-बारा हजार प्यादा, सरळ समोरून शहावली वजीर आणि त्याला मिळालेल्या ताज्या तुकड्या, वजिराच्या उजव्या

हाताचे दुंदेखान, सादुल्लाखान, फैजुल्लाखान, इनायतखान हे रोहिले हळूहळू हुजुरातीभोवती फास टाकू लागले.

जंबुरक्याच्या गोळ्याने दमाजी गायकवाडाचा पाय जायबंदी झाला. त्याने मल्हारबा पाठोपाठ रणाबाहेर घोडा काढला. सकाळी रोहिल्यांच्या तडाख्याने सणकून मार खाल्लेले विठ्ठलराव विंचूरकरही मागच्या मागे होळकरांपाठोपाठ निघाले. बादशाही रस्ता सोडून शहापसंदखान आत आला. कोपऱ्यातली नजिबाची आणि सुजाची पथके पुढे सरकली. त्यामुळे पाठीमागे इतके दिवस बंद पडलेला दिल्लीकडचा रस्ता खुला झाला. त्याच मार्गाने जीव घेऊन साबाजी, विंचूरकर, जखमी अंताजी माणकेश्वर आदी सरदार-दरकदार आपापल्या पथकांसह आणि असतील त्या कुटुंबकबिल्यासह पानिपतातून वळसा घालून निघाले. दुपारी चारच्या आतच वेगाने दक्षिणेकडचा मोकळा रस्ता कापू लागले.

जनकोजी आपल्या निधड्या छातीच्या पन्नास वीरांना सोबत घेऊन कडवी झुंज देत होता. समशेर गरगर तलवार नाचवीत बळीवर बळी घेत होता. त्याचे कोपरापर्यंतचे हात रक्ताने माखले होते. भाऊंना पडत चाललेला गराडा बघून त्याचा जीव तीळ तीळ तुटत होता. म्हणूनच तो ईर्षेने आत गिलच्यांत घुसून झुंज देत होता. तेवढ्यात एका गिलच्याचा जोरदार तडाखा त्याच्या मांडीच्या बगलेस बसला. दुसरा तडाखा डोके गवसून बसला. तसा तो बेशुद्ध होऊन कोलमडत बाजूला घळीत पडला. यशवंतराव पवार ईर्षेने झुंजत होता. एकेका तडाख्यात दोन-तीन गिलचे उडवीत होता. मुडद्यावर मुडद्यांच्या राशी पाडीत चालला होता. तोच एक गिलचा बेभान, बेधुंद यशवंतरावांच्या पाठीवर आला. त्याने दोन पावले पाठीमागे सरून पवित्रा घेत भाला फेकला. पाठीचा कणा फोडून तीक्ष्ण धारदार कंदाहारी भाला यशवंतरावांच्या पोटातून भसदिशी बाहेर आला. रक्ताच्या चिळकांड्या उडाल्या, वीर यशवंतराव ढासळला, नाहीसा झाला.

रणमदाने धुंदावल्या भाऊसाहेबांबरोबर चंद्रसेन घोडाही धडकत, धुंदकत वीरश्रीची कमाल करीत होता. धडाधडा आगीत उड्या घेत होता. एवढ्यात चार गिलच्यांनी जोराची झेप घेतली. दोघांनी एका वेळी मागच्या अंगाने घोड्याच्या पायाच्या नळी गवसून तलवारीचा तडाखा हाणला. दोन्ही नळ्या फुटल्या, तसा चंद्रसेन धाडकन पुढच्या तोंडावर आदळला. भाऊंनी झटक्याने बाजूला उडी मारली. मुडद्यांच्या राशीत खाशाचा घोडा उताणा होऊन पडला. पेटत्या, धगधगत्या समरांगणात आपल्या प्याऱ्या घोड्याकडे नजर टाकण्याइतकासुद्धा वखत भाऊसाहेबांकडे नव्हता. कोणा एका मराठा स्वाराने एक बलदंड जनावर पुढे केले. भाऊ पुन्हा मांड ठोकून युद्धास सिद्ध झाले. भयानक घोंघावत्या वादळाने पानझड व्हावी आणि पाने भिरभिरत उडावीत तसे हुजुरातीचे स्वार धडाधडा कोसळत होते. पालापाचोळ्यासारखा चारी बाजूला प्रेतांचा खच पडत चालला होता. एखाद्या उंच निमुळत्या कड्याभोवती दर्या फुटून त्याच्या पाण्याने कडा हळूहळू बुडत जावा तशी हुजुरातीची संख्या नावानाव

कमी होऊ लागली.

हुजुरातीच्या आजूबाजूला असलेली जिवाभावाची माणसेसुद्धा घाबरून पळू लागली. नाना फडणिसांसारखे कारकून तो भयंकर रणसंग्राम बघत बराच वेळ उभे होते. त्यांच्याने दम निघेना. चौघड्याचे, सरंजामाचे, जहागिरीचे धनी वेड्या भाऊला तिथेच टाकून निघाले. आजवर शब्द तोलण्यासाठी जान कुर्बान करू म्हणणारे आप्त, अनाप्त, इष्टमित्र सारे निघाले. जुनाट वाड्याच्या चोहोबाजूला आगीने वेटोळे टाकावे, तिच्या कल्लोळात वाडा अडकून धडकून पेटावा तशी हुजुरातीची स्थिती झाली. फक्त हजारभर स्वार भाऊंच्या सोबतीला राहिला. क्षणाक्षणाला मुडद्यांवर मुडदा पडू लागला. ''हाणाऽऽ हाणा'' म्हणून भाऊसाहेबांच्या तोंडाला खरस आली. सुडाने उखळलेल्या अंगानिशी ते कडवी झुंज देत होते. हुजुरात रेटीत, मारीत पाठीमागेच खेचली जात होती. आता आगीचा भडका मागे जाता जाता राजाखेडी आणि उग्राखेडीच्या रानात सरकत होता. विहिरीवरच्या तोफा तशाच पडून होत्या. गिलचा हुजुरातीशी झुंजण्यात गुंतला आहे, हे बघून समशेरच्या काही बहादुरांनी तोफा पेटविण्याचा यत्न चालविला.

काही तोफचींनी राजाखेडीच्या रानात विहिरीकाठी धमधम्यावर चढविलेल्या अजस्त्र तोफांकडे धाव घेतली. तोफांच्या टप्प्यात आता बहुतांशी सर्व गिलचेच होते. कसाबसा दारूगोळा धुंडाळून दोनच तोफा घाईगडबडीत ठासता आल्या. सकाळपासून निपचित पडलेल्या त्या दोन्ही तोफा रींव रींव करू लागल्या. तोफांना बत्ती देऊन मराठा वीर तोफांशेजारीच खडे राहिले. क्षणार्धात आपले काय होईल, याचे त्यांना भान नव्हते. त्या अक्राळविक्राळ तोफांची धग चुकविण्यासाठी शेजारच्या विहिरीत उड्या ठोकायचेही त्यांच्या ध्यानी नव्हते. फक्त आगीच्या माऱ्याने किती गिलचा गारद होतोय, हे बघण्यासाठी डोळे आसुसलेले. ''फर, फरऽ फर्रऽऽ धुडूम धाडऽऽ'' करून वाती पेटल्या आणि तोफा धडकल्या. शे-दोनशे, शे-दोनशे गिलचा गिळीत आगीच्या ज्वाळा पुढे सरसावल्या. त्या प्रचंड माऱ्याने घोडी बिथरून सैरावैरा धावली. तोफेच्या प्रचंड आवाजाने, वाती शिलगावणाऱ्या मराठ्यांच्या कानांचे पडदे फाटले, कानात एका बाजूने दुसरीकडे लोखंडी पार घातल्यासारखे झाले. रसरसत्या धगीने बुबुळे बाहेर पडली, झाडांच्या साली खरवडून काढाव्या तशी अंगावरची कातडी सोलून निघाली. दुसऱ्याच क्षणी दहा-पंधरा देहांच्या मांसाचे काळेनिळे गोळे करपट भाजून बाजूला लोळागोळा होऊन पडले.

ह्या दोनच तोफांच्या सैतानी माऱ्याने गिलच्यांत हलकल्लोळ उडाला. वाऱ्याच्या वेगाने पठाण पुढे सरसावले. विहिरींवरच्या उरल्यासुरल्या तोफा त्यांनी त्वरेने ताब्यात घेतल्या.

भाऊंच्या डोळ्यांसमोर ज्यांचा बहुत भरवसा धरला होता असे एकेक बहाद्दर त्यांना एकटे टाकून निघाले. पळू लागले. पाठीमागे झपाट्याने निघणाऱ्या सोनाजी भापकराला भाऊसाहेब विचारू लागले,

“सोनाजीबाबा, तुम्हीही चालला?”

सोनाजी चटपटला. लगेच सावरून बोलला, “अरे भाऊऽ, लोक एकसारखे पळत सुटताहेत, त्यांना दांडलून माघारी वळवतो.”

सोनाजीही तिकडेच गेला, माघारा वळला नाही. जरीपटक्याचा हत्ती इकडेतिकडे चीत्कारत उधळू लागला. सूर्य अस्ताकडे चाललेला. जरीपटक्याचा नेहमीचा हसरा फरारा आता मलूल दिसत होता. त्याच्या रक्षणासाठी उरलेसुरले मराठे प्राणाची बाजी लावू लागले, भोवतीने झोंबू लागले. आता जरीपटकाच कोसळणार ह्या भीतीने रक्तात चिंब झालेला जनकोजी वाघासारखी झेप घेत तिकडे चालला. तो निशाणाला भिडणार तोच त्याच्या भोवती तीस-चाळीस गिलच्यांनी कोंडाळे केले. त्याला जिवंत पकडला. आडरानात वाघाला जाळे टाकून काढण्या लावाव्या तसा जनकोजीला जखडला. पकडलेल्या सिंहाने पिंजऱ्याला धडाके मारावे तसा तो जागच्या जागी उसळू लागला. त्याला घेऊन गिलचे दूर चालले. तसा जनकोजी “भाऊऽऽ भाऊऽऽ” अशा आर्त हाका मारू लागला. अजून रणात ताठ खड्या असलेल्या झुंजार भाऊला आपण कुमक करू शकत नाही, ही गोष्ट त्याला टोचत होती. म्हणूनच तो डरकाळ्या फोडीत होता, गुरकावत होता.

जरीपटक्याजवळ दाटी झाली होती. डोळ्यांदेखत गिलचे मराठ्यांच्या मानाचे पान नेणार, ह्याचे वैषम्य उरल्यासुरल्या स्वारांना वाटले. त्यांनी हत्तीवरचा जरीपटका खाली घेतला, घोड्यावर घातला. गिलचे हटेनात, निशाणाची पाठ सोडेनात, तसे स्वारांनी निशाण गुंडाळले. ते घेऊन स्वार बाजूला पळू लागले. भाऊंची जिद्द, धमक आणि हिंमत अजून बुझली नव्हती, बुझणार नव्हती. रक्ताच्या अखेरच्या थेंबापर्यंत रण लढावयाचा त्यांचा निर्धार पक्का होता. त्यांनी वाजंत्र्यांना विजयाची शहादणे वाजवण्याचा हुकूम केला. विजय झाला अशा मजकुराने शहादणे वाजवली तर पळणारे तरी माघारा फिरतील. शहादणे, झांजा, ताशेतरफे वाजले पण कोणी माघारा फिरेना. उरल्या हजारातला पाच-सहाशेचा लोंढा जीव वाचवीत पळून गेला. पळणाऱ्यांत बालमित्र नाना पुरंदऱ्यांनाही बघून भाऊंना वैषम्य वाटले. बघता बघता दोन-तीनशे गारद झाले. अवघी पन्नास मुंडकी सोबतीला राहिली.

जनकोजीचा चुलता तुकोजी शिंदे घोडी उडवीत भाऊंना भिडला. कळवळून बोलला,

“भाऊऽ, क्षात्रधर्माची शर्थ झाली! महाराष्ट्र लोकी आपल्यासारखा कोणी मायेचा पूत असा झुंजला-झगडला नाही. याउपर आपण निघाल तर उत्तम आहे.”

भाऊसाहेब विषण्ण मनाने हसले. गदगदल्या शब्दांत म्हणाले, “अरे तुकोबा, आता कोणीकडे जावे? रावसाहेबांची काय गत झाली? याउपर पुण्यास काय म्हणून तोंड दाखवावे? ह्या कवडीमोलाच्या साडेचार हात देहाची क्षिती ती काय बाळगावी? याउपरी इथेच लढावे, लढता लढता मरावे, मरुनी घडावे.”

हजारो गिलच्यांची सभोवती दाटी झाली होती, तरी गिलच्यांत घुसून भाऊ

एकसारखे झुंजत होते. इतक्यात गिलच्यांनी चार-पाच फैरी झाडल्या. त्या भाऊंच्या अंगाखालच्या घोड्याच्या छाताडात घुसल्या. घोडा रक्ताच्या गुळण्या टाकीत खाली कोसळला. किती तरी वेळ एकाकी भाऊ झुंजत, झगडत होते. धुराने, धगीने, घामारक्ताने त्यांचे सर्वांग माखले होते. हे भाऊ की अन्य कोणी हे ओळखू येत नव्हते. मृत्यूचा मुका घेण्यासाठी भाऊसाहेब आसुसले होते; पण मृत्यूच आपले काळे तोंड लपवीत त्यांना चोरासारख्या हुलकावण्या देत होता. भाऊंनी बाजूस पाहिले. अजून रण धापा टाकीत होते. धुराचे आणि धुळीचे उसासे अद्यापि कमी झालेले नव्हते. तीस-चाळीस खंदा मराठा सोडला तर भाऊसाहेबांना आपले कोणी दिसेना. कलाबुताच्या गोंड्यांनी गुंफलेल्या भरजरी झालरा घातलेली घोडी नाहीत की गेंद भरलेले हत्ती नाहीत. अंबाऱ्या नाहीत, हौदेही नाहीत. ना पालख्या, ना आबदागिऱ्या! सभोवती काळेनिळे, धुरकटलेले खिन्न आभाळ, रक्ताचे असंख्य पाट वाहिल्याने काळजाचा थरकाप उडालेली धरती, कोंदट अंगात धुंदफुंद कापरे भरलेली हवा, भयभीत आसमंत. सूर्य अस्ताला चाललेला, त्याची दोन चोरटी किरणे, धुराधगीच्या गर्दीतून भाऊंचे दर्शन घेण्यासाठी पालथी पडलेली.

सर्वत्र मुडद्यांचे ढीग पडलेले. आपला विजय झाला म्हणून गिलच्यांची शहादणे झडू लागली होती. सारे पागल होऊन गिल्ला करू लागलेले. भाऊंचे सर्वांग रक्तमातीने बरबटून गेलेले. एकाकी भाऊंना कोठल्या तरी स्वाराचे एक भीमथडी तट्टू बाजूला उभे असलेले दिसले. तेही रक्तात न्हालेले, किमान त्याच्या पाठीवर दोघे तरी ठार झाले असतील. खासा भाऊ पुढे धावला. भाऊंनी तिसऱ्यांदा मांड ठोकली, हातात तलवार-भाला घेऊन भाऊ झुंजू लागला. एकाएकी जंबुऱ्याचा एक तडाखा भाऊंच्या मांडीवर बसला. आगीच्या ठिणग्या आणि मांसाचे तुकडे बाजूला उडाले. पाठोपाठ त्याच मांडीवर जमदाड्याचा तडाखा बसला, जखमा जिव्हारी लागल्या. उभ्या देहाचा लोळागोळा करणाऱ्या कळा येऊ लागल्या, असह्य वेदनेने भाऊसाहेब घोड्यावरून बाजूला कोसळले. "हेऽ भवानी, श्रीमंतऽऽ श्रीमंतऽऽ" असा शब्दोच्चार करीत भाऊ रक्ताच्या थारोळ्यात पडले. बाजूची माती रक्तात मिसळू लागली.

अजून भाऊंच्या उरातली जिद्द, रग, धग मावळली नव्हती. डाव्या हातातल्या भाल्याचा काठीसारखा उपयोग करीत आणि दुसऱ्या हाताने असह्य कळा-वेदना दाबत भाऊसाहेब तसेच उठले. स्वप्नातून उठल्यासारखे! डोळ्यांत रक्त साकळलेले. भाऊंच्या पुढ्यातच चार हातांवर पाच गिलचे हातात फरश, कुऱ्हाडी, भाले घेऊन दैत्यासारखे खडे होते. त्यांची नजर भाऊंच्या गळ्यातल्या हिऱ्यापाचूंच्या माळांवर खिळली होती. पाच गिलचे हातातल्या शस्त्रानिशी पुढे धावणे घेऊ लागले. तोच अंगातले उरलेसुरले बळ एकवटून भाऊंनी एका हाताने भाला उंचावला. रक्त-अश्रूंनी डबडबलेल्या त्यांच्या डोळ्यांनी गिलच्यांचा वेध घेतला. असंख्य कळा-वेदना दाबत भाल्याचे सपासप चार वार केले. एकापाठोपाठ एक असे चार गिलचे

गिलचे हातातल्या शस्त्रानिशी पुढे धावणे घेऊ लागले. तोच अंगातले उरलेसुरले बळ एकवटून भाऊंनी एका हाताने भाला उंचावला. रक्त-अश्रूंनी

उलथे-दुणते होत खाली कोसळले. अतिश्रमाने दमलेल्या भाऊंच्या डोळ्यांवर अंधारी आली. पाचव्याच्या समाचारासाठी त्यांनी जिवाच्या जोराने भाला उंचावला. तोच स्वर्ग आणि पृथ्वीच्या सीमारेषेवर मघापासून अडखळलेल्या भाऊंचे प्राणपाखरू भुर्रकन उडून गेले. हातातला भाला तसाच खाली गळून पडला. तालीमबाजीचा बळकट, चिवट देह, जिद्दी जिवाला सोडून बाजूला मुडद्यांच्या राशीत कोसळला. बहाद्दर सोबत्यांच्या मुडद्यांत मुडदा मिसळला.

त्याच दिवशी, त्याच वखताला महाराष्ट्र देशी संक्रांतीचा सण उत्साहात साजरा होत होता. घराघरांत, तव्यातव्यांवर पुरणपोळ्या चर्रचर्रत होत्या. तेव्हा कळीकाळाशी झोंबी घेता घेता चिमाजीअप्पांचा सदाशिवभाऊ नावाचा ऐन तिशीतला वेडा पोर दूर पानिपताच्या आटिंग्या रानी चिरनिद्रा घेत होता.

□

तिन्हीसांज. पौष शुद्ध अष्टमीचा तो दिवस. संध्याकाळी पाच वाजताच सूर्य डोंगराआड झालेला. साऱ्या रणांगणात मराठे कोणी दिसेनातच. पस्तीस हजार रणमैदानावरच गारद झालेले. मुडद्यांनी धरतीवर सडा घातलेला. अधेमधे अनेक मुडद्यांचे ढीग दिसत होते. आता तिन्हीसांजेचे रण जास्तच भेसूर, भयकारी दिसू लागले. अब्दाली श्रमून गेला होता. त्याला मैदानातून लागलीच तळाकडे परतायचे होते. त्याच्या सोबत दोन सरदार आणि वजीर शहावली होता. रक्ताच्या थारोळ्यातून मुडदे तुडवीत बादशहाचा घोडा इकडेतिकडे फिरत होता. बादशहा रणाकडे विस्फारल्या डोळ्यांनी पाहत होता. एके ठिकाणी तो थांबला आणि वजिराला विचारू लागला,

"शहावलीऽ, आता अंधारात इधर-उधर लपलेले काफर मराठे रात्री पुन्हा चालून तर येणार नाहीत ना?"

"नहीं हुजूरऽ सारी दख्खन बुडाली, आता बाकी काय राहिले?"

बादशहा तसाच जरा पुढे गेला. त्याला कुंपणाच्या नांगीवर कसलासा वस्त्राचा तुकडा फडकताना दिसला. अब्दालीच्या इशारतीबरोबर वजिराने तो तुकडा आणून त्याच्या हातावर ठेवला. जरीपटक्याचे फाटके वस्त्र बघून बादशहाला क्रोध आला. त्याने ती घडी तशीच गुंडाळून हाताने दाबून बोळा करून, बाजूच्या मुडद्यांच्या ढिगाऱ्यात फेकून दिली. अब्दालीचा राग बघून वजिराला हसू आवरले नाही.

अब्दालीचा दमलाभागला घोडा इसाव्यासाठी नेटाने पावले टाकीत तळाकडे निघाला. बादशहा पोहोचण्यापूर्वीच त्याच्या दरबाराच्या डेऱ्याजवळ सरदार-दरकदारांनी दांडगी गर्दी केली होती. साऱ्यांच्या मुद्रा फुलासारख्या उमलल्या होत्या, तर काही जण ह्या दुष्टचक्रातून वाचवल्याबद्दल अल्लाला लाख दुवे देत होते. हफीज रहिमतखानाचा पुत्र इनायतखान ह्याने आज़च्या रणात आपल्या पराक्रमाने साऱ्यांना स्तंभित केले होते. त्याला वस्त्रे देऊन त्याचा सन्मान करताना अब्दाली म्हणाला,

"निधड्या छातीच्या जवाँमर्द इसमाचा सत्कार करताना आमचा ऊर भरून येतो

आहे. धन्य धन्य तुझ्या मर्दुमकीची.''

बादशहाच्या लाघवी भाषेने साऱ्यांना काबीज केले; पण इनायतखान सत्काराच्या ओझ्याखाली बुजला नाही. अब्दालीच्या उद्‌गाराला जबाब देत म्हणाला,

''आलमपन्हाँऽ, आमची कसली आली आहे मर्दुमकी! आपल्या पराक्रमापुढे आम्ही कोण? अगदी कस्पटासमान! आज आपण आपल्या पराक्रमाने आणि बुद्धीने रणक्षेत्र काबीज केले नसते तर त्या पापी काफरांनी केवढा उच्छाद मांडला असता? पृथ्वीतलावर शतकानुशतकांतून असा जंग क्वचितच होतो. तो जंग आपण जिंकलात, हा जगाच्या डोळ्यांना भुरळ पाडणारा विजय तुम्हांला मुबारक असोऽ!''

इनायतखानाच्या भाषणाने सारे प्रभावित झाले, कौतुकाने अब्दालीकडे बघू लागले. ह्या शाबासकीने एखादा पागल होता, पण बादशहा गोंधळलेला दिसला. सुरुवातीला त्याला बोलणे सुधरेना. थोड्या वेळाने आवंढा गिळीत तो बोलला,

''विजय? होय विजयच! दसदिशा चौखूर पेटलेल्या, भडकलेल्या ह्या युद्धवणव्यातून बाहेर पडायला एखादी तरी फट गवसेल की नाही ह्याची दुपारपर्यंत आम्हांला चिंता होती; पण अल्लाने वाट दिली. त्या काफरांच्या भाळी माती आणि आमच्या मुकुटावर मोती! इस्लामचे वैभव वाढविण्यासाठीच त्या परवरदिगारने आम्हांला यशसिद्धी दिली. नाही तर कसचे काय आणि कसचे काय? एवढा प्रचंड विजय देऊन अल्लाने आम्हां सर्वांवर खैर केली. जरी स्वतःचा प्राण बचावला असता तरी आम्ही त्या दयाघनाचे एहसानमंद झालो असतो. ही त्याचीच कृपा! आम्ही कशाला हा भयंकर रणसंग्राम जिंकू शकलो असतो? मी म्हणजे केवळ एक मातीचा पुतळा! कर्ता करविता तो परवरदिगारऽ!''

बादशहाच्या उद्‌गाराने सारे अवाक झाले. वजिराकडे बघून बादशहा बोलला,

''आज अख्खा हिंदुस्थान माझ्या मुठीत आला आहे; पण ह्या घडीला त्या काफरांच्या पराक्रमाच्या कथासुद्धा विसरून चालणार नाहीत. इतक्या दिवसांचे उपाशी असून, दुष्काळाच्या तडाख्यात एवढे होरपळूनसुद्धा सारे पठ्ठे जान कुर्बान करून लढले. पोटाच्या गाण्याने हैराण झालेली, उपाशी, कंगाल अशी घोडी, माणसे जगाच्या इतिहासात क्वचितच लढली असतील. पेटलेले रण अजूनही डोळ्यांपुढून हलत नाही. वाघ-सिंहासारखे एकमेकांच्या अंगावर कोसळणारे, ढासळणारे ते बहाद्दर शिपाई, विद्युल्लतांचा टिपरीचा खेळ चालावा तसे अस्मानात कडकडाट करणारे तोफांचे गोळेऽ! शहावलीऽ, अगदी दिलातली बात बोलायची तर आपल्या पुराणकाळातील रुस्तुम आणि इस्फिंदारसारखे महायोद्धे आजच्या रणावर हजर असते तर त्या काफरांचा महान पराक्रम बघून त्यांनीही अवाक होऊन तोंडात बोटे घालून कराकरा चावली असती.''

अब्दालीला आता भयंकर थकवा आला होता. त्याने स्नानासाठी एका गुलामाला गरम पाणी काढायला फर्मावले. दुसऱ्याला नमाजाची रंगीत चादर आणायला सांगून तो सरदारांचा निरोप घेत म्हणाला,

"आता निघा तुम्हीऽ. मला परवरदिगारशी चार गोष्टी करू दे."

सरदार-दरकदार आपापल्या डेऱ्या-राहुट्यांकडे वळले. अब्दालीने नमाजाची तयारी सुरू केली. एवढ्यात कुतुबशहाचा आणि अबुसमदखानाचा पुत्र आपल्या सोबत आणखी करडे तरुण घेऊन शहाच्या भेटीस आले. त्यांनी शहाची तातडीची भेट मागितली. वर्दी मिळाल्यावर अगदी नाइलाजाने शहाने त्यांना डेऱ्यात बोलावले. दोघेही शहजादे क्रोधाने भडकून गेले होते. कुतुबशहाचा पुत्र म्हणाला,

"खुदावंतऽ आम्हांला उरल्या काफराची कत्लेआम करण्याची आज्ञा व्हावी."

बादशहा हसला आणि म्हणाला, "अरे, मेलेल्यांना आणखी काय मारणार आहात तुम्ही?"

"जहाँपन्हाँऽ, जेव्हा माझ्या बापाची गर्दन कुंजपुऱ्यास छाटून त्याची अमानुष हत्या केली तेव्हा त्या काफरांनी हा विचार केला होता?"

"शहजाद्याचे बोल खरेच आहेत खुदावंत..." समदखानाचा पुत्र मध्येच बोलला, "जशी यांच्या पित्याची अवस्था झाली, तशीच माझ्याही अब्बाजानची झाली. शिवाय आम्ही जेव्हा आपल्या संगतीने कंदाहारातून बाहेर पडलो तेव्हा आमच्या माता-भगिनींनी आम्हांला पुन: पुन्हा बजावून सांगितले होते— एवढ्या दूर देशात जाता आहात तर हाताला गवसतील तेवढे काफर मारा आणि मोठा पुण्यसंचय कराऽ! आलमपन्हाँ, आमची आपल्या पायाशी अशी अर्जी आहे की, कत्लेआमची आज्ञा व्हावी. खुदावंतांनी आमच्या पुण्याईच्या आड येऊ नये."

शहाने एका रात्रीतच दहा-बारा कोसांत हवी तितकी हत्या करण्याची मुभा दिली. हरखलेले शहजादे आपली धारदार शस्त्रे घेऊन वेगाने तळाबाहेर पडले.

आभाळात चांदण्या खिन्न होऊन वावरत होत्या. युद्धभूमीवर चांदण्याचा प्रकाश पसरला होता. त्या उजेडातच अफगाणी गुलामांच्या टोळ्या रणावरचे मुडदे उलथेपालथे करीत होत्या. कंठात काही दागिना सापडला तर सुऱ्याने तोडून घेत होत्या. त्यांनी मराठा स्वारांची बोटे तपासली. ज्यांच्या बोटांत अंगठ्या होत्या, त्या हिसकून काढल्या. ज्यांच्या सुजल्या बोटांतून अंगठ्या निघेनात, त्यांची बोटेच छाटली. आजूबाजूला पळून रानात दडलेल्या काही मराठी टोळ्या पानिपत गावाकडे चालल्या. चांदण्यात अंग चोरत पुढे पुढे सरकू लागल्या. त्या वेड्या पिरांना भाऊ ठार झाले की जिवंत आहेत याची काहीच कल्पना नव्हती. "मुलामाणसांसाठी माझा जीव गुंततो" असे भाऊंचे कंपभरल्या आवाजातील शब्द त्यांनी अनेकदा ऐकले होते. त्या शब्दांचाच भरवसा होता. भाऊ जिवंत असतील तर पानिपतच्या तळावर खडे राहून आपली वाट पाहत बसतील, ह्या भाबड्या आशेने रानात लपलेले, दुसरी दिशा न गवसलेले मराठे वर गावात चालले.

एका अंधाऱ्या ओघळीत रक्तात न्हालेला समशेरबहाद्दर पडला होता. अजून तो बेशुद्ध अवस्थेतून पुरता भानावर आला नव्हता; पण आपल्या सर्वांगाला जखमा आहेत, अंग अंग ठणकते आहे याची त्याला साधारण जाणीव होत होती. मधूनच

तो "भाऊऽ भाऊऽऽ" म्हणून आक्रंदत होता. त्याला स्वत: भाऊच आपल्या अंगावरून मायेने हात फिरवीत असल्याचा भास होत होता. इतक्यात भाऊंचा हात त्याच्या हातात आला. तो क्षीण आवाजात विचारू लागला, "भाऊऽऽ, तो गिलचा मारला का? तो नजीब... त्याच्या तंगड्या फासटल्या का? नसल्या तर वेळीच फासटून टाका. तो दोन पायांवर चालू लागेल तर दुनियेला डोक्यावर उभी करून चालायला भाग पाडेल. मायावी राक्षस! माझ्या तब्येतीची कसली चिंता करता भाऊसाहेब? अहो, तुमचीच काळजी घ्या. हे काय भाऊ? भाऊ, तुमचा हात एवढा थंडगार कशाने पडला आहे?..." रात्रीचा गारठा वाढला, गार वारा जखमांतून शिरला, झोंबू लागला, बोचकारे काढू लागला, तशी समशेरला एकाएकी जाग आली. डोळे फाडून बघतो तो, अंगावर दुसऱ्याच कोणाचा मुडदा पडला आहे. त्याने भाऊंचा म्हणून हातात घेतलेला गार हात त्याच मुडद्याचा. समशेरने झटकन हात झिडकारला. उरावरचा मुडदा बाजूला टाकला. तो सप्पय बसला. तेव्हा त्याच्या ध्यानी आले, त्याच्या पायावरसुद्धा दुसऱ्या कोणाचा मुडदा आडवातिडवा पडला आहे. तोही बाजूला लोटून जिवाच्या जोराने समशेर मुडद्यांच्या राशीतून उठला. सारे अंग, सारे सांधेमणके विलक्षण ठणकत होते. डोळे फाडून तो रणक्षेत्राकडे ओघळीतून बघू लागला. सुगीत शेतकऱ्यांनी जित्राप काढून पेंढ्या ओळीने मागे टाकाव्या तशा कराल काळाने मराठी माणसांच्या पेंढ्या, धाटे ओळीने कापून वाकडीतिकडी मागे फेकून दिली होती. पिकात पाऊस पडून चिकचिक व्हावी तशी रक्ताची डबकी जागोजाग साचलेली. तो तसाच स्वप्नातून चालल्यासारखा निघाला. पायांना जागोजागी प्रेते थटत होती. कुंभार आपल्या मातीची राब तुडवताना पायांना चिखल तरी लागतो, नाही तर घट्ट चिखलाच्या बाजूने पाणी, माती, पाणी. तसे समशेरच्या पायाला मांसाचे गोळे लागायचे नाही तर रक्तात पाऊल डुबायचे.

अशीच रक्तामांसाची पाच-सहा राने तुडवून समशेर चांदण्यातून पुढे गेला तर बाजूच्या रानात अफगाणांची हालचाल ऐकू आली. तसा तो बांधाशेजारी दडला, समोर बघू लागला. अफगाण टोळी प्रेते उलथीपालथी करून पाहत होती. एकाने एका मुडद्याची सोन्याची भिकबाळी सुऱ्याने कान कापून ताब्यात घेतली. समशेरच्या डोक्यात प्रकाश पडला. रणांगण ज्या अर्थी अफगाणांच्या ताब्यात आहे, त्या अर्थी आपला पराभव झाला असेल किंवा मर्द भाऊ जोराची मुसंडी मारून दिल्लीकडे ठरल्याप्रमाणे दौडला असेल. अफगाण टोळ्यांना गवसू नये म्हणून ठणकते अंग घेऊन, ओढ्याच्या आश्रयाने समशेर दोन कोस चालला. अफगाणांच्या टोळ्या मागे पडल्या. सरळ शेतातून तो खाली चालला तर एक मराठी यात्रेकरू जखमी अवस्थेतच माशासारखा तडफडत पडला होता. अंगात जीव होता पण थंडी हीव भरीत होती. त्या दुबळ्या जीवाचे हाल बघून समशेरचे मन द्रवले. त्याने थांबून बाजूला पाहिले. इकडेतिकडे चार-सहा मुडदे पडले होते. समशेरने पुढे होऊन मुडद्यांच्या अंगावरच्या पैरणी, धोतरे काढली आणि त्यात त्या वृद्ध यात्रेकरूला

गुंडाळले; पण त्याला मिठी मारून बसलेली थंडी हटत नव्हती. थोड्याच वेळात त्या वृद्धाने समशेरच्या हातावर मान टाकली. मुडदा तिथेच बाजूला टाकून समशेर पुढे निघाला.

कुठे गेले असतील भाऊ? कदाचित इथेच... नाही, नाही. असे दुष्ट विचार वैऱ्याच्याही डोक्यात येऊ नयेत. भाऊ इथे नसणारच. कदाचित आत्तापर्यंत त्यांनी दिल्ली गाठली असेल. लाल किल्ल्याला चंद्रसेन घोडा भिडला असेल. किल्ला नतमस्तक होऊन भाऊंपुढे झुकला असेल. बाजूच्या गर्दीत त्यांचे डोळे मलाच शोधत असतील. 'कुठे आहेत आमचे समशेर?' परवाच तर ते म्हणाले नव्हते का... 'समशेर, तुम्ही आणि आम्ही एका दुर्दैवी वाटेचे वाटसरू आहोत. वाट लागली तरी आम्ही ध्येयाच्या वाटेची पाठ सोडणार नाही.' खरे आहे, असे अवचित मिटायला भाऊ जन्मले नाहीत. ते माझीच वाट बघत असतील.

चार-पाच कोसाचे अंतर चालून समशेर नदीकडे आला. तेवढ्यात बाजूलाच ओढ्याकाठच्या हिरवळीवर एक घोडा चरताना दिसला. समशेरचे अंग जडावले होते, पण घोडा बघून त्याने पुढे झेप घेतली. खोगिरीवर हात मारला तर पंजाला रक्त लागले. ठीक आहे, घोडा उमेदीचा दिसतो. कृष्णाकाठचा वाटतो. आपल्याच कोणा दुर्दैवी सरदाराचा असेल. समशेरने घोड्यावर मांड ठोकली. त्या आधी साऱ्याच दिशांची साखळी एकमेकींत पेच मारून बसलेली. आता यमुना नदीच्या काठामुळे दिशा गवसली. घोडा दक्षिणेकडे निघाला. थंडीच्या कडाक्यात अंग गारठलेले. सर्वांगावर ठणकत्या जखमांचे ओझे. अंग जडावले. समशेर न कळत घोड्याच्या पाठीवर आडवा झाला. खोगिराच्या पुढच्या वाद्या हाताने धरून कण्हत तसाच पडला. घोडा पुढे चालला.

त्याच रातीच्या सोबतीने घोड्यावर मांड ठोकलेल्या पार्वतीबाई दक्षिणेची वाट चालत होत्या. शेजारून जानू भिंताड्याचे घोडे चालले होते. पार्वतीबाईंचे सर्वांग आक्रंदत होते. प्रत्येक श्वासोच्छ्वासाबरोबर अंतर्मनात 'धनीऽ धनीऽऽ' असा आर्जव चालला होता. दिवसभरात पोटात अन्नाचा कण नव्हता. त्याचे भान त्यांना नव्हते. पुनः पुन्हा आभाळातल्या खिन्न चांदण्या त्या बघत होत्या आणि भाळावरच्या मळवटाच्या रक्षणासाठी श्रीगजाननाला साकडे घालीत होत्या. कुठे गेला माझा दौलतीचा धनी? कुठे लपला माझा पंचप्राण? रस्त्याकडच्या झाडाझुडपांना त्यांचे आक्रंदते मन विचारणा करीत होते, '...परमेश्वरा, माझ्या पदरात ही कसली संक्रांत बांधलीस? धन्याचा थांगपत्ता नाही. सांगा वेलींनोऽ, सांगा झाडांनोऽ, उजाड रानांनो, तुम्ही तरी सांगा. घामाने डबडबलेल्या माझ्या मळवटाची तरी तुम्हांला भीड वाटू दे!' पार्वतीबाईंना काहीच कळत नव्हते. सर्वांग आक्रोशत होते. आता गिलच्यांचा पाठलाग थोडा कमी झाल्याने त्यांनी हातातली तलवार खोगिरीखाली सारून ठेवली होती. एक मन म्हणत होते, 'अशी परवड, अशी घालमेल होण्यापेक्षा शाका झाली

असती तरी बरे. इकडच्या स्वारींनी नेमलेला तो विसाजी कृष्ण जोगदंड कुठे गेला? त्याने कर्म का उरकले नाही? त्यानेही कुठे दडी मारली? रणमैदानावरच त्याने गर्दन छाटली असती तर निदान ही अशी घालमेल तरी झाली नसती. सांगा ना चांदण्यांनो, माझा चांद कुठे गेला? तुमचा चांद उगवायला थोडासा उशीर झाला तर तुमच्या जिवाची कशी घालमेल होते? कितीदा लुकलुकत इकडेतिकडे नाचून आकाशपाताळ एक करता! आणि माझ्या सौभाग्याचा चांद, माझ्या हृदयाचा देठ कुठे आहे ते तुम्हांला सांगवत नाही?'

पार्वतीबाईंचे डोळे रडून रडून आटले होते. एवढा आसवांचा अभिषेक करूनही बाजूचा निसर्ग चिडीचूप होता. पानिपतावर शेवटी शेवटी मोठी हुल्लड माजली तेव्हा अनेक सरदार-दरकदार दिल्लीच्या दिशेने पळू लागले. त्यांच्या लोंढ्याकडे बघून बावरलेल्या पार्वतीबाई भाऊंना शोधत होत्या. समोरच्या झटापटीतसुद्धा त्यांना भाऊसाहेब कुठे दिसेनात. त्या प्रचंड गदारोळात कशाचीच दाद लागेना. तेवढ्यात कोणी तरी पार्वतीबाईंना सांगितले, "भाऊ, दिल्लीकडे कूच झाले!" बाईंनासुद्धा ते खरे वाटले. एवढे सरदार, कारकून, पंडित सारे दक्षिणेकडे धावताहेत, ते उगाच कसे? इकडची स्वारी पुढे गेली म्हणूनच बाकीचे मागून धावत असतील. स्वारींना असे रणावर एकटे-दुकटे टाकून एवढे मोठे मोठे सरदार पळतीलच कसे? पार्वतीबाई ह्याच विचाराने धावत्या गर्दीतून दिल्लीकडे चालल्या होत्या. चांदण्यात पंधरा-वीस मैलांची दौड झाली तरी भाऊंची खरी बातमी त्यांना लागत नव्हती. स्वारींना आम्ही बजावून सांगितले होते, "आम्हांला टाकून तुम्ही कुठे कुठे जायचे नाही! जीवन असू दे नाही तर मृत्यू! जिथे तुमची पावले तिथेच माझेही पाय. तुमच्या पाऊलखुणांवर फुले वाहत वाहत मला धावू दे... तुमची सांगातीण होईन, रान आटिंगं तुडवीनऽ!" एक बरे झाले. धावता धावता जानू भिंताडा नावाचा खिदमतगार भेटला. बळकट आणि उंच्यापुऱ्या देहयष्टीपेक्षा त्याच्या अंगातली हिंमत शेर होती. त्याने पार्वतीबाईंना ओळखले आणि त्यांच्याच संगतीने चालू लागला. अंधारातून दोन्ही घोडी धावत होती. बाईंच्या पोटात अन्नाचा कण नव्हता. त्यात जोराची रपेट आणि भाऊंच्या भेटीपायी सतत आक्रोशणारे मन यामुळे पार्वतीबाईंना घेरी येऊ लागली. त्या जानूला विचारू लागल्या,

"मामंजी, दिल्ली अजून किती दूर आहे?"

"बाईसाहेब, दिल्ली तर बहुत दूर आहे. अजून दीड दिवसाची दौड करावी लागेल."

"मामंजीऽ मामंजीऽऽ, इकडची स्वारी असेल का हो तिथे?"

"देवाला माहीत!"

"म्हणजे?" बाईंच्या पोटात गोळा उठला.

"तसं नाही बाईसाहेब," जानू स्वत:ला सावरून म्हणाला. "दिल्लीत नसतील तर बुलंदशहर किंवा बाजूच्या कुठल्या तरी नगरात थांबणार असतील."

“पण मामंजी, स्वारी आम्हांला टाकून गेलीच कशी?”

“बाईसाहेबऽ, बायकोला पाठीशी लावून कोणीही नेईल. त्यात काय एवढे? पण भाऊसाहेबांना प्रलय पाठुंगळीवर बांधून न्यायचा होताऽ! बाईसाहेब, काही झाले तरी भाऊसाहेब वाटेतल्या एखाद्या गावात थांबतीलच, तुम्हांला टाकून ते दक्षिणेत जातीलच कसे?”

“अगदी खरं बोललात तुम्ही मामंजी,” त्यातूनही हसून पार्वतीबाई म्हणाल्या. “ही आणीबाणी बघूनच स्वारी धावली असेल पुढे. नाही तर त्यांचा स्वभाव आम्हांला विचारा ना! तुमच्याकरता असतील ते कडक, कर्तव्यकठोर धनी! पण मी एखाद्या दुसऱ्या दिवशी आजारामुळे जेवले नाही तर त्यांचा जीव किती तीळ तीळ तुटतो! लहानग्या लेकराप्रमाणे कसनुशी मुद्रा करून कसे बसतात, ते आम्हांला विचारा ना! ...डोळ्यांत पाणी आणून स्वारी आमची वाट बघत कोण्या झाडाबुडी खडी असेलऽ!”

पार्वतीबाईंचे अंग ठणकू लागले. पोटात अन्नाचा कण नसल्याने डोळ्यांवर अंधारी येऊ लागली. तोच त्यांचा दमला घोडा एका दगडाला थटला आणि पुढचे पाय गुडघ्यात आखडून धाडकन बाजूला कोसळला. उलथापालथा झाला, त्याची लीद पडली, घोड्याने शेवटची घटका मोजली. पार्वतीबाई बाजूच्या रानात फेकल्या गेल्या. जानूने घोड्यावरून दणकन उडी मारली. तो पुढे धावला, बाईंच्या अंगाला हात लावला. बाई मूर्च्छा येऊन पडल्या होत्या, त्यांचे डोके मांडीवर घेऊन मायेने हात फिरवीत भारावलेला जानू मनाशी म्हणाला, ‘माझी थोरली लेक बी ह्याच वयाची आहेऽ!’ कुठे तरी पाण्याचा तलाश करावा, ह्या विचाराने जानू उठला. तोच कोसभर अंतरावरून गिलच्यांच्या झुंडीचा आवाज ऐकू येऊ लागला. पाठोपाठ येणाऱ्या मराठी माणसांवर गिलच्यांनी घाला घातला होता. सैतानासारखा त्यांचा गिल्ला चालला होता. जानू थरथरला. स्वत:शी बोलला, ‘नाहीऽ नाहीऽऽ, प्राण गेला तरी ते शक्य नाहीऽ! मी पेशव्यांच्या हुजुरातीचा खिदमतगार आहे. हरामी गिलच्यांनो, माझी शेंडी घ्या नाही तर मुंडी घ्याऽ पण भाऊंची स्त्री तुमच्या हाताशी लागू देणार नाही. प्राण गेला तरी बेहत्तर; पण माझ्या मातीची राजलक्ष्मी भणंग रानात एकटीदुकटी टाकून मी पळणार नाही.’

म्हाताऱ्या जानूने पुढे होऊन पार्वताबाईंना पाठुंगळीवर घेतले. कमरेचा शेला सोडला. बाईंच्या पाठीमागून शेव घेऊन कंबरेशी जाम तिडा बांधला. तशाच अवस्थेत त्याने लाडक्या घोड्याला चुचकारले. त्याच्या पाठीवर पुन: पुन्हा थाप मारून घोड्याची पाठ कांबीसारखी वाकवली आणि पाठीवरचे ओझे पेलीत घोड्यावर मांड ठोकली. दोन देह सांभाळीत सांभाळीत घामाने उफाळलेला घोडा पुढे पावले टाकीत होता. धाप टाकीत नेटाने चालला होता. पाठीवरच्या गिलच्यांची हुल्लड अजूनही पाठ सोडीत नव्हती.

रणक्षेत्रावर पडलेले पस्तीस हजार स्वारांचे आणि त्यापेक्षाही जास्त बुणग्यांचे,

कबिल्यांचे मुडदे मराठी मातीच्या पाऊलखुणा सांगत होते. हा वेरूळचा, तर तो पेणचा, तो आरडगावचा तर तो कऱ्हाडचा, इकडचा नाशिकचा तर तिकडचा परळीचा! महाराष्ट्र देशाच्या प्रत्येक नदीकाठची मूठ मूठभर माती पानिपतच्या मातीत विसावत होती.

चांदणी रात्रसुद्धा गिलच्याला फितूर झालेली. पळापळीत असंख्य द्रव्य आणि सामानसुमान अफगाणांना मिळालेले. हजारो उंट-घोड्यांच्या गळ्यात परक्यांच्या पेंड्या पडल्या होत्या. दीडशे हत्तीला अफगाणी काढण्या लागल्या होत्या. तोफा, जंबुरके, सुतरनाळा आणि गरनाळा अनेक सापडल्या होत्याच; पण जीव घेऊन पळणाऱ्या सरदार-दरकदारांच्या स्त्रिया, यात्रेकरू अबला अशा हजारो मराठा आणि ब्राह्मण स्त्रिया गिलच्यांच्या हाती लागल्या होत्या. उपाशी बोकडांनी हंबरत्या अबलांवर झडप घातली होती. सोन्याच्या, जडजवाहिरांच्या संदुकांपेक्षा स्वरूपवान स्त्री पकडताना त्यांना आनंदाचे भरते येत होते. वजीर आणि बादशहाचा डेरा सोडून प्रत्येक डेऱ्या-राहुट्यांत पाचपन्नास अबला होत्या. जशा शेळ्यामेंढ्या कोंडाव्या तशा अबला कोंडून त्यांच्याभोवती चौक्यापहारे लावले होते. कोणी आकांत करताच अंगावर चाबकाचे आसूड पडत होते.

रात्री नऊनंतर कुतुबशहा आणि समदखानाचा पुत्र सैन्यानिशी पानिपत गावात घुसला. स्मशानापेक्षाही गावाला वाईट कळा आली होती. गेल्या चार दिवसांत तर गाव जवळ जवळ खालीच झाला होता. भाऊसाहेब गावात परततील ह्या वेड्या आशेने आठ हजार बायकापोरे भरल्या डोळ्याने आणि तहानल्या अंत:करणाने त्यांची वाट बघत होती. दोन्ही शहजादे आपली दुष्ट पथके घेऊन आत घुसले. तटबंदीचे दरवाजे आतून लावून घेतले आणि "दीनऽ दीनऽऽ" च्या आरोळ्या ठोकीत पथकांच्या टोळधाडी पानिपतातून फिरू लागल्या. घरांच्या, मोहल्ल्यांच्या वळचणी, पागोळ्या धरून गरीब अबला, पोरे, शस्त्रहीन स्वार पळू लागले. घारी-गिधाडासारखे गिलचे तुटून पडू लागले. कचकचा मानेवर तलवारी बसू लागल्या. आकडीने पिंजर ओढावे तशी भाल्याची टोके बरगड्यांचे पिंजरे फोडून हाडे बाहेर ओढू लागली. रस्त्यारस्त्यांत रक्ताचे सडे पडू लागले. "आई गऽऽ", "देवा रेऽऽ", "अरे परमेश्वराऽऽ" अशा करुण किंकाळ्यांनी रात्रीला कापरे भरू लागले. दोन-अडीच तास शस्त्रे हीव आल्यासारखी नाचत होती, माणसे टिपत होती.

ज्या अबलांना विहिरी सापडल्या, त्यांनी आत उड्या घेतल्या. जिवापेक्षा अब्रू वाचली म्हणून त्यांचे जीव समाधानाने स्वर्गात गेले. बहुतेकींना अंधारात विहिरी सापडल्या नाहीत. गिलच्यांनी सभोवती दोर टाकले, मध्ये स्त्रियांच्या झुंडी धरल्या आणि जशा घोळक्याने कसापखान्याकडे हंबरत्या गाई न्याव्या तसे ते अबलांना हाकीत, चेकाळत चालले. एकेकाने तीस-चाळीस मराठ्यांच्या गर्दना उडवल्या होत्या. गावात कोणी दिसेनासे झाल्यावर टोळधाडी स्त्रियांची आणि घोड्यांची खिंडारे घेऊन दक्षिणेला तळाकडे चालल्या.

कुतुबच्या शहजाद्याने समदखानाच्या शहजाद्याला विचारले,

"तू किती काफर मारलेस?"

"फक्त दीडशे मुंड्या! आणि तू?"

"अवघ्या दोनशेऽ!"

एकूण माणसांच्या मुंड्या छाटणेसुद्धा किती कष्टाचे काम आहे, यावर दोघांचेही एकमत झाले. आपल सुजलेले, फोड आलेले तळहात बघत ते मध्यरात्रीचे आपल्या तळावर परतले.

अफगाण तळावर बहुतांशी सरदार शराब पिऊन उन्मादात निद्रेच्या आधीन झाले होते. काही ठिकाणी नाच चालला होता, बेहोषीत विजय साजरा केला जात होता. तर सुजाचा गोट अजून पुरता जागाच होता. जवळ जवळ सहा हजार हतबल मराठी माणसे सुजाकडे पदर पसरीत आली होती. सुजानेही मोठ्या मनाने त्यांना आसरा दिला होता. आपल्या गोटाच्या सभोवती उमरावगिरी आणि अनुपगिरी गोसाव्यांची पथके पेरून तो आश्रयास आलेल्या मराठी माणसांना संरक्षण देत होता. आपल्या भटारखान्यात जेवढा आटा होता तेवढा संपवून रात्री उशिरा त्याने प्रत्येक अभागी मराठ्याला कोर-चतकोर रोटी दिली होती. सर्वांना मुबलक पाणी मिळाले होते. गोटाच्या बाहेरच सहा हजार माणसे मेंढराप्रमाणे गळ्यात गळा घालून बसली होती. बाजूलाच बसलेला गजेंद्र हत्ती टिपे गाळत होता. विश्वासरावांचा मुडदा हत्तीवरून काढून पालखीत बसवला होता. पालखी सर्वांच्या मधोमध ठेवली होती. भोवताली माणसे शोक करीत होती. अबला, माणसे अधेमधे उठून पालखीजवळ येत होती. शाल बाजूला सारून विश्वासरावांचा मुखडा बघत होती आणि भडभडून रडत, आसवे गाळीत आपापल्या जागेवर जाऊन बसत होती. पालखीच्या शेजारी बापू हिंगणे बसला होता. त्याने एक हात रावांच्या छातीवर ठेवला होता. दुसऱ्याने तो आसवांच्या सरींना आवर घालण्याचा केविलवाणा यत्न करीत होता. बरकुरदारखानाने रोकड तीन लाख सुजाउदौल्याकडून घेतले तेव्हाच विश्वासरावांचा मुडदा सुजाच्या हवाली केला होता; पण थोड्याच वेळापूर्वी बादशहाकडून सांगावा आला होता. सकाळी शहाने सुजाला विश्वासरावांचा मुडदा घेऊन भेटीस बोलावले होते. मुडद्याचे काय होणार, याची सर्वांना चिंता पडली होती. एक-दोन म्हातारी माणसे हिंगण्यांना सांगत होती,

"पंडित बापूरावऽऽ, काहीही कराऽ पण उद्या रावसाहेबांचा मुडदा दहन करायला आम्हांला मिळालाच पाहिजे. आम्ही कसली माणसं? नुसते हाडाचे सापळे आहोत! मराठी मुलखात जायची शाश्वती नाही. इथेच रानावनात परदेशी पाखरागत मरून जाऊ; पण मरण्याआधी रावांची चिता रचू दे. तेवढेच पुण्य पदरी पडायचे! देवाऽ एवढी एक अर्जी ऐक. लाख दौलतीच्या धन्याच्या पोराचा मुडदा बेवारशाप्रमाणे नेऊ नकाऽ!"

झालेल्या अमानुष हत्याकांडाने सुजा गलबलून गेला होता. होईल तितकी मदत

तो मराठ्यांना करीत होता. भाऊंचे काय झाले, हे त्याला समजेना. तो बुचकळला होता. भाऊंची याद, त्यांचे साद घालणारे शब्द आठवून तोही कष्टी होत होता. सुजाला झोप कसली ती येत नव्हती. मेंदू बधिर झाला होता. शेजारी काशीराज पंडित बसून होता. तो दु:खाने उन्मळून गेला होता.

मध्यरात्र उलटल्यावर फुलीखान गुपचूप सुजाच्या डेऱ्यात आला. त्याने लाखमोलाचे रहस्य आहे असे सांगून सुजा आणि काशीराजाला आपल्या जवळच्याच राहुटीत नेले. फुलीखान सुजाचा विश्वासू दरकदार होता म्हणून सुजा इतक्या रात्री त्याच्या डेऱ्यात जायला निघाला. आत राहुटीत एक मशाल धूर ओकीत होती. समोरच बाजेवर एका काळ्याकभिन्न कड्यासारख्या बलदंड माणसाला झोपवण्यात आले होते. त्याच्या अंगाला चार ठिकाणी मोठमोठ्या जखमा झाल्या होत्या. बाजूला दोन-तीन वैदू औषधीपाला कुटून त्याचा लेप जखमांना लावीत होते. रक्तस्राव खूपच झालेला दिसत होता. तो दमला-भागला वीर मोठमोठ्याने श्वास सोडीत होता. मधूनच त्याचा गळा घरघरल्यासारखा वाटत होता. त्याच्या कपाळावर घामाचे बिंदू साचलेले होते. केस रक्ताने चिकटून त्याचे बारीक तोडे झालेले. त्या वीराकडे क्षणभर बघून सुजा भारावून गेला. सहजगत्या त्याच्या डोळ्यांतून चार उष्ण थेंब ओघळले. आवंढा गिळत तो उद्‌गारला, ''इब्राहिमखानऽ इब्राहिमखानऽऽ.'' सुजा आवेगाने पुढे झाला. इब्राहिमच्या मुद्रेवरून हात फिरवू लागला.

बघता बघता सुजाचे मन अयोध्येच्या तटबंदीला जाऊन भिडले. साऱ्या तटबंदीला लागून धमधमे उभारून, तोफा चढवून मर्द इब्राहिम सुजाच्या शेजारी ठासून उभा होता. त्याने अयोध्येभोवती पोलादाचा डोंगर उभा केला होता. अयोध्येकडे पापणी उंचावून बघण्याचीही हिंदुस्थानात कोणाची ताकद होत नव्हती. भारावलेला सुजा फुलीखानाच्या खांद्यावर हात टाकीत म्हणाला,

''खुदाची खैर म्हणून हे रत्न आपल्या हाती सापडले आहे. ह्या कानाची त्या कानाला खबर पोहोचता कामा नये. हा परीस, हा कौस्तुभ अयोध्येच्याच मुकुटात शोभून दिसेल. चांगले वैद्य आणा, औषधे मिळवा; पण लाखमोलाचा हिरा वाचलाच पाहिजे. दोन-तीन दिवसांत पालखीत बसण्याइतका तरी ह्याला बरा कर. गिलच्यांना खबरा लागण्याआधी ह्याला गुपचूप अयोध्येला धाडू! फुलीखान, काहीही करा, पण हे रत्न आम्हांलाच गवसले पाहिजे!''

□

सकाळी नऊचा प्रहर गुदरला तरी सूर्याने आपले डोके ढगाबाहेर काढले नव्हते. दहा-बारा कोसांतील मृत्यूचा नंगा नाच उघड्या डोळ्यांनी बघायचे त्याला धाडस झाले नसावे. सारे हवामान धुंदकुंद होते. भयाण मनुष्यसंहाराने पांढऱ्या ढगांची तोंडे काळपट पडली होती. बादशहा उशिराच जागा झाला होता. तो विश्वासरावांच्या मुडद्याची वाट बघत होता.

भल्या सकाळीच बरकुरदाराच्या टोळ्यांनी पनिपत गावात प्रवेश केला होता. रात्रीच्या आडोशाला दडलेल्या मराठ्यांना त्यांनी शोधून टिपून मारले तेव्हाच त्यांची मने शांत झाली. मराठ्यांच्या संपत्तीवर अफगाणांनी आडवा हात मारला होता. हजारो तोफांचे बैल, घोडी आणि काही हत्ती त्यांनी लांबविले होतेच पण वयाने तरुण, कोवळ्या आणि धडधाकट असलेल्या बावीस हजार मराठी माणसांना त्यांनी गुलाम बनविले होते. फाटका, लुंगासुंगा अफगाणही एखाद्या दुसऱ्या गुलामाचा धनी झाला होता. बाजारकऱ्यांच्या कनवटीचा पैका, चांगली भांडीकुंडी, अंगावरचे दागिने, जे सापडेल ते अफगाणांनी हिरावून घेतले होते.

शहाच्या हुकमानुसार विश्वासरावांचा मुडदा अंबारीत घालून सुजा खाशा डेऱ्यांकडे जायला निघाला. तेव्हा त्याच्या आश्रयास राहिलेल्या सहा हजार मराठी माणसांनी कालवा केला. वाटेवर काही जण आडवे पडले. सुजाचे पाय धरून ओक्साबोक्सी रडू लागले,

"नबाबसाहेब, आम्हांला उघड्यावर टाकून कोठे जाऊ नका हो! हे सैतान आमचा केव्हाही गळा घोटतील. नबाबसाहेब, दया करा होऽ!"

"तुम्ही बिलकूल फिकीर करू नका," सुजा भेदरलेल्या माणसांना दिलासा देत म्हणाला. "उमरावगिरी आणि अनुपगिरी हे दोघे गोसावी बंधू माझे सरदार म्हणजे माझे डावे आणि उजवे हात आहेत. त्यांची पथके तुमच्याभोवती गराडा देऊन बसली आहेत. प्राण गेला तरी माझे हे बहाद्दर सैनिक तुमच्या केसाला हात लावून देणार नाहीतऽ!"

"पण खानसाहेबऽ खानसाहेबऽऽ आमच्या रावांचा मृतदेह आपण माघारी आणणार ना?" सोळा-सतराची दोन मुले कातर आवाजात विचारू लागली.

"होऽ" आवंढा गिळीत सुजा बोलला.

सुजाचा घोडा पुढे चालला. मागून मुडदा घेऊन गजेंद्राची अंबारी निघाली. विश्वासरावांचे प्रेत तरी बघू कसले आहे ते, म्हणून अफगाण, रोहिल्यांच्या झुंडी पाठोपाठ चालल्या. सुजा अफगाणांच्या अत्याचाराने धास्तावला होता. रात्री एक-दोनदा तो मराठी स्त्रियांच्या करुण किंकाळ्यांनी जागा झाला होता. काळजाला घरे पाडणारे ते हंबरडे अजून त्याच्या कानात घुमत होते. अफगाणांच्या अत्याचाराला, बलात्काराला कंटाळून किती तरी स्त्रियांनी रात्री डेऱ्यांच्या खांबावर डोके आपटून आत्महत्या केल्या होत्या. जिवावर उदार झालेल्या ह्या दख्खनी स्त्रिया बघून अफगाणांनी त्यांच्या हातापायाला दोरखंड बांधले होते. त्यांना पुरते जखडून टाकले होते.

एका अफगाण सरदाराच्या दारातून सुजा निघाला. त्याने अफगाण गोटाबाहेरचे ते करुण दृश्य पाहिले आणि त्याला भरून आले. हातपाय बांधलेल्या स्त्रियांचा एक मोठाच्या मोठा घोळका डेऱ्यापुढे बसला होता. अबलांनी शरमेने गुडघ्यांत माना घातल्या होत्या. दोघा अफगाणांनी एका खांबाजवळ एका देखण्या दख्खनी स्त्रीला

उभे केले होते. नऊवारीतली ती मराठमोळी सुंदर तरुणी कोमेजून गेली होती. तिच्या पुढच्या आणि पाठीमागच्या अंगाला तलवारींची टोके लावून तिला अफगाणांनी दहशतीने उभी केली होती. शेजारचा अफगाण ''चार रुपयेऽ फक्त चार रुपयेऽ'' म्हणत मोठ्याने लिलाव पुकारीत होता. सर्रास दोन-तीन रुपयाला देखणी स्त्री आणि सहा रुपयाला उमदा घोडा असा लिलाव बोलला जात होता. विशेषत: स्त्रिया आणि घोडी आपल्या कब्जात घेऊन अफगाण ती हिंदुस्थानी रोहिल्यांना माफक दरात विकत होते. उत्तम प्रतीची घोडी आणि अत्यंत देखण्या स्त्रिया काबूल-कंदाहारकडे नेण्यासाठी अफगाण राखून ठेवीत होते. वाती विझलेल्या पणत्यांसारखे अबलांचे चेहरे निस्तेज दिसत होते. सुजा मनाशी म्हणत होता, ''भाऊसाहेब, जरा जल्दीने निघून यमुना ओलांडून तुम्ही आमच्या अयोध्येकडे यायचे होते. हिंदुस्थानच्या सौभाग्याचा हा लिलाव, ही नाचक्की तरी थांबली असतीऽ!'' सुजाला साऱ्या गोष्टी कळूनसुद्धा वळवता येत नव्हत्या. उलट काफरांना आसरा दिला म्हणून नजिबाचे चेले त्याला शिव्याशाप देत होते. अफगाण त्याच्यावर दात खाऊन होते.

शाही डेऱ्यापुढे तोफांना लागूनच सफेद चादर अंथरण्यात आली. त्यावर विश्वासरावांचा मुडदा ठेवला. सभोवतीने वास सुटू नये म्हणून करंज, निगडी आदी वनस्पतींची पाने पसरली होती. स्वत: खासा शहा, वजीर शहावली, बरकुरदारखान वगैरे खासे विश्वासरावांना बघायला डेऱ्याबाहेर आले. ''सुभानअल्ला!'', ''व्वाऽ! क्या बात है?'' ह्या आणि अशा उद्‌गारांशिवाय कोणी काही बोलेनाच. विश्वासरावांचा शांत चेहरा, सतेज कांती बघून हा मृत आहे की बगिच्यात झोपी गेलेला राजकुमार आहे, असा सवाल कोणालाही पडावा. वर्ण चाफ्याच्या फुलासारखा, गुलाबाच्या पाकळ्या दुमडल्यासारखे लालचुटूक ओठ, नुकतीच ओठावर कुठेतरी, कुठेतरी दिसणारी सोनेरी लव, बांधा आखीव आणि रेखीव, दोन्ही लांबसडक हात गुडघ्यापर्यंत पोहोचलेले. कोणाचीही तहानभूक हरावी असे ते रुपडे बघून सारे अफगाण भलतेच खूष झाले. वजीर शहावली म्हणाला,

''इतके देश, इतकी माणसे आम्ही बघितली पण असे राजबिंडे रूप आम्ही पाहिले नाहीऽ!''

''सुभानअल्लाऽ'' शहा बोलला, ''परवा कोणी सांगत होते, महाराष्ट्रदेशी देखणी औरत फक्त मस्तानी आणि पुरुष विश्वासराव, हे अगदी बरोबर आहे!''

विश्वासरावांच्या भाळावर जंबुऱ्याची खोलगट जखम होती. ती खोल जखम सर्वांनी बघितली. विश्वासरावांचा मृतदेह न्याहाळत बरकुरदारखान म्हणाला,

''आलमपन्हाँ, हे दख्खनच्या बादशहाचे प्रेत आपल्या विजयाची निशाणी मानून आपण कंदाहारात नेऊ या. हे सुंदर प्रेत वाळवून आपल्या राजधानीत प्रदर्शनात ठेवू. म्हणजे आपल्या महान विजयाची साधारण कल्पना आपल्या देशबांधवांना येईल!''

''बराबर है खुदावंत! ह्या देखण्या कातडीत पेंढा भरून हा देह आपल्या प्रदर्शनातच ठेवू. खूप बहार येईल,'' एकदम दोघे-तिघे बोलले.

सुजा भांबावला. ''मला मंजूर नाही'' म्हणून मोठमोठ्याने ओरडू लागला; पण त्याचे म्हणणे कोणी ऐकून घेईना. गोंगाट, कालवा वाढला. परिस्थिती बघून शहाने आपला निर्णय राखून ठेवला. तोवर प्रेत सुजाच्याच ताब्यात राहील, असे सांगितले.

दुसरा दिवस मध्यावर आला तरी अफगाणांची कत्लेआमची तृष्णा भागत नव्हती. मागाहून सापडलेल्या दहा-बारा मराठ्यांना खायला मूठ मूठभर फुटाणे देण्यात आले. घोटघोटभर पाणी देऊन बरकुरदाराने सर्वांना ओळीत उभे केले. एकापाठोपाठ एक उभे करून साऱ्यांच्या मुंड्या कुऱ्हाडीने छाटल्या. रात्री अफगाणांनी दहा-बारा, दहा-बारा कोसावर पाठलाग करून हजारो मराठ्यांची खांडोळी उडविल्याची वार्ता साऱ्या लष्करात पसरली होती.

नित्याच्या सवयीप्रमाणे बादशहा रण पाहायला बाहेर पडला. तेव्हा त्याला उत्तरेकडे कुरुक्षेत्राच्या वाटेवर, नदीकडच्या बाजूला मुजफ्फरनगरच्या वाटेवर, पश्चिमेच्या काटेरी जंगलात, बिकानेरच्या रस्त्यावर, दिल्लीकडच्या दक्षिण अंगाला, जागोजाग शेकडो मुडद्यांचे खच दिसले. पानिपत उतरून पूर्वेकडे निघताना तर मराठ्यांनी खणलेल्या खंदकात अनेक दक्षिणी घोड्यांचा आणि स्वारांचा खच पडलेला दिसत होता. तेथून घोडा उडवताना बादशहा पुटपुटला, 'काफरांनी स्वत:साठीच कबर खणली जणूऽ!' शहा राजाखेडी आणि उग्राखेडीच्या रानातून फिरू लागला तेव्हा त्याच्याही अंगावर काटा आला. कालच्या रणाच्या कैफात त्याला मृत्यूचे इतके उग्र दर्शन घडले नव्हते. जागोजाग कडब्याच्या व्हळीप्रमाणे त्याला मुडद्यांचे बत्तीस ढीग दिसले. एकेका ढिगात पाचशेपासून ते दीड-दोन हजारापर्यंत प्रेते पडली होती. इकडेतिकडे पसरून पडलेली प्रेते न्यारीच होती. साऱ्या शेताबांधांना उग्र आणि कुबट वास सुटला होता. युद्धाआधीच्या चकमकीतील मुडदे आधी सडलेले. त्यांत घोंघावणारे कृमिकीटक आता ताज्या प्रेतांत उघड्या तोंडातून, नाकातून आतबाहेर घुसत होते. ताजे मांस कुरतडत होते, घारी-गिधाडे मांस अजीर्ण होऊन ओकाऱ्या काढीत होती. रानकोल्ही आणि कुत्री खुशाल इकडेतिकडे मुडदे ओढीत फिरत होती, मधूनच रक्तामांसात फतकल मारून बसत होती. त्यामुळे त्यांची रूपे उग्र, भयाण आणि भयकारी भासत होती. रणात जागोजाग हत्तीच्या मांसाचे मोठे मोठे ढीग दिसत होते. पालख्या आणि बुरख्याच्या गाड्या इकडेतिकडे मोडून पडलेल्या दिसत होत्या. मध्येच भरजरी शेल्यांचे आणि अंगरख्यांचे तुकडे, पैठणींचे फाटके पदर, तोफगाड्यांची मोडकी चाके इतस्तत: पडलेली होती. मनुष्यदेहाच्या भयंकर संहाराने लाजलेल्या सुतरनाळा, जंबुरे मांस-मातीत आपले डोके दडवीत होते. अफगाणांनी आधीच कसून शोध घेतला असला, तरी अजून ठिकठिकाणी पुतळ्यांच्या माळा, बाजूबंद, अंगठ्या असे अलंकार पडलेले दिसत होते.

भाऊसाहेबांचा नेमका थांगपत्ता कोणाला लागला नव्हता. त्यांचे काय झाले असेल, ह्या विचाराने सुजाच्या आश्रित मराठ्यांबरोबर सुजालाही हुरहूर लागली होती. हे रहस्य जाणून घेण्याची अब्दालीचीही इच्छा दिसली. सुजाने शकधर पंडित आणि

गणेश पंडित हे मराठ्यांचे वकील, काशीराज पंडित आणि सर्व मराठी सरदारांना ओळखू शकतील अशी कैदेतील आणि आश्रित माणसे बरोबर घेतली. शंभर-दीडशे भिस्ती सोबतीला घेतला आणि ते सर्व जण एका ओळीने रण पालथे घालू लागले. काही जणांनी रक्तधुळीने बरबटलेली मुंडकी उचलायची, त्यांवरची धूळ झाडायची आणि भिस्त्यांनी त्यांवर बादली-कळशीने पाणी ओतायचे, मुंडके धुऊन सर्वांनी नीट बघायचे. अंगावरच्या खाणाखुणा तपासायच्या आणि मुडदा पाठीमागे फेकीत पुढे जायचे, अशी तपासणी सुरू झाली. दोनतीनशे मुडदा पालथे केल्यावर एक आरपार भाला गेलेला आणि भाल्याच्या काठीनिशी खाली पडूनसुद्धा अंतराळी राहिलेला देह सापडला. हा यशवंतराव पवाराचा देह असल्याचे सर्वांनी तात्काळ ओळखले. त्याच्या अंगातला आरपार भाला निघता निघेना, तेव्हा दोघा भिस्त्यांनी मुडदा पुढे ओढला आणि तीन-चार भिस्त्यांनी भाला मागे खेचला. साकळलेले रक्त वाहू लागले, पंडितांनी, ब्राह्मणांनी डोळे झाकून घेतले.

मुडद्यांची शोधाशोध घेत भिस्ती पुढे चालले. मध्येच त्यांना एक विलक्षण बलदंड देह आढळला. ते धूड पाहून सारेच चमकले. उसाच्या पेरावर कोणी गमतीने असंख्य घाव घालावे तशा सर्वांगावर जखमा. चेहऱ्यावरसुद्धा पाच-सहा जखमा, गालाचा भाग तुटलेला. त्या मुडद्याचे तोंड दोन-तीन वेळा धुतल्यावर बापू हिंगणे ओरडला,

"अहो, हे तर संताजी वाघ."

"संताजी वाघ?" सुजा.

"होऽ होळकरांचा सरदार!"

"ह्या जखमा तरी किती आहेत ते मोजा." सुजाने सुचविले.

बापू हिंगण्याने मुडदा मांडीवर घेतला. संताजीच्या मांड्यांवर, पायांवर अशा शरीरावरच्या सर्व जखमा त्याने मोजायला सुरुवात केली. एक... दोन... पंधरा... वीस... सत्तावीस... सदतीस... चाळीस! हिंगण्याला पुढे मोजवेना. त्याचे मन एकाएकी भरून आले आणि तो मोठमोठ्याने लहान लेकरासारखा हमसून हमसून रडू लागला. रडत रडत सुजाला विचारू लागला,

"नबाबसाहेब, सांगाऽऽ ह्या भीमपराक्रमाचे काय फळ मिळाले हो?"

त्या असंख्य जखमा बघून सुजा द्रवला. कळवळून म्हणाला, "अरे तुम्ही मरगठ्ठे माणसे होता की हैवान? एकेकाने अंगावर किती जखमा पेलायच्या? त्याही उपाशी पोटाने? सैन्याला हे तेजस्वी बळ देणारा तुमचा भाऊ होता तरी कोण रे?"

दिवसभर शोधाशोध करूनही भाऊंच्या मृतदेहाचा तलाश लागला नाही. अंधार पडता पडता तुकोजी शिंदे ह्या आणखी एका वीराचा देह गवसला. रात्री दमलाभागला सुजा तळावर आला. विश्वासरावांचे प्रेत फुगायला लागलेले. दुर्गंधीही वाढण्याची शक्यता होती. सुजा शहावलीस मध्ये घालून शहाकडे गेला. शहाला परोपरीने सांगू लागला,

"किब्लाये आलमऽऽ आपण हे महायुद्ध हिंदुस्थानच्या भूमीवर जिंकले आहे. इथले काही संकेत, रिवाज खुदावंतांनी पाळायलाच हवेत. वैरी, मग तो हाडवैरी, खानदानी वैरी का असेना, मृत्यूबरोबर वैर संपते, हा ह्या मातीतला शिरस्ता आहे. शत्रूवर कितीही दात असला, घुस्सा आला तरी प्रेताशी कसली दुश्मनी धरायची? आता अधिक वेळ न लावता मेहरबानांनी विश्वासरावांच्या देहास हिंदूंच्या रितीभातीने मंत्राग्नी देण्याची मुभा द्यावी."

शेवटी बादशहा राजी झाला. रानातच रात्रीची चिता रचून विश्वासराव, यशवंतराव, संताजी आणि तुकोजीच्या देहास अग्नी देण्यात आला. काशीराज पंडिताने अडचणीतल्या मराठ्यांना उत्तम सहकार्य केले. मध्यरात्री दिवसभराच्या कामाने शिणलेला काशीराज आपल्या राहुटीत आला तर बरकुरदारखानाचा दिवाण मोतीलाल त्याचीच वाट बघत होता. पायातले जोडे काढता काढता काशीराजाने मोतीलाल दिवाणाकडे बघितले. क्षणात हुशार काशीराजाने ताडले, दिवाणाला काही खास रहस्य सांगायचे दिसते. थोड्याशा गोंधळलेल्या मोतीलालने बाहेरची वर्दळ जवळ जवळ बंद झाल्याचे बघितले आणि तो काशीराजाला पाठोपाठ येण्याबद्दल खुणावू लागला. दोघेही दोन-तीन गोट ओलांडून बरकुरदारखानाच्या मोठ्या गोटाकडे गेले. बरकुरदाराच्या मुख्य डेऱ्याभोवती अनेक लहान-मोठ्या राहुट्या मारल्या होत्या. अंधारातून एका राहुटीत प्रवेश करून मुख्य डेऱ्याच्या अगदी पिछाडीच्या दालनात मोतीलाल काशीराजाला घेऊन गेला.

दारातून काशीराजाने आत डोकावून बघितले आणि त्याचे काळीज चरकले. आत चिरागदाने पेटली होती. त्यांच्या उजेडात खाली भुईवर बसलेला कोण बरे तो मराठा वीर? गुडघ्यांत मान घालून ओणवा बसला आहे. हाताची तिडी गुडघ्याला मारली आहे; पण दोन्ही हात तर साखळदंडांनी जखडले आहेत. पायांतसुद्धा जडशीळ बेड्या दिसतात. त्या घोट्याजवळ काचून पायाच्या नळ्या काळ्या-निळ्या रक्ताळलेल्या दिसतात. त्याच्या कोवळ्या भाळावर एक बंदुकीची आणि एक भाल्याची जखमसुद्धा दिसते आहे. मूळचा तेजस्वी मुखडा काळजीच्या, दुःखकल्लोळाच्या छटांनी माखला आहे. अंगावरच्या भरजरी सदऱ्याची तलवारी आणि भाल्यांनी चिरगुटे केली आहेत. रक्ताच्या डागांनी अंगरखा माखला आहे. अरे, हा तर जयाप्पाचा पुत्र, दत्ताजीचा पुतण्या जनकोजी शिंदे! काशीराज तसाच उजेडात सामोरा गेला. काशीराजास बघून जनकोजीने शरमेने खाली मान घातली. काशीराज सद्‌गदित होऊन बोलला,

"रावसाहेबऽ, असे दबून-बुजून काय जाता? पराभव झाला म्हणून काय झाले? तुम्ही तुमच्या महान पराक्रमाने रण शरमिंदे केले. आपल्या कुळाबीजाचा, मातीचा रंग दाखवून दिलात. तुम्ही शरमिंदे होण्याचे कारणच काय?"

रांजण पाझरावा तसे जनकोजीचे नेत्र पाझरले. गुडघ्यांवरून अश्रू ओघळू लागले. हुंदके देत तो म्हणाला,

"पंडितऽ काय अर्थ आहे ह्या जिण्याला? असा भिजत-कुजत पडण्याऐवजी रणांगणात तोफेचा गोळा लागून ठार झालो असतो तर निदान अहेव मरण तरी लाभते. मृत्यू अनेकदा सामोरा येऊनही तोंड चुकवून पळ का काढतो, काहीच समजत नाही. मी ऐन वक्ताला बुराडी घाटावर बेशुद्ध पडलो, जान कुर्बान करून दत्ताजीकाका अमर झाले. त्यांची नजिबाला आणि गिलच्याला मारण्याची तमन्ना तशीच अधुरी राहिली. ह्या युद्धातही माझ्या हातापायांत काढण्या पडल्या. खरे तर रणाशी बाशिंग बांधून मृत्यूशी संसार करायचा शिंद्यांचा शिरस्ता आहे; पण माझ्याच भाळी हे वैधव्य का येते? सखा विश्वासराव गेला, मुडद्यांच्या अंगात आगीचा अंगार फुलवणारे भाऊसाहेब कुठे दिसत नाहीत. काय करायचे ह्या वांझ जिण्याला?"

काशीराजाने जवळ बसून जनकोजीच्या पाठीवरून हात फिरवला. जनकोजीबाबांना धीर दिला; पण त्यांचे अश्रू तुटेनात. काशीराज म्हणाला,

"रावसाहेबांनी जीव हलका करू नये. किती झाले तरी तुमच्या मातीतच मीही जन्म पावलो, माझ्यापुढे मन साफ करावे."

"हे अफगाण लोक माणसे आहेत का सैतान? अहो, ह्या पापी बरकुरदारखानाने अब्दालीपासून मला का लपवून ठेवले आहे, आहे माहीत?" जनकोजी विचारू लागला.

"का?"

"तो दुष्ट माझ्याकडून मोठी खंडणी मागतो आहे. सर्वांगाची ही दशा, ही हालअपेष्टा आणि ह्यांना वर खंडणी हवी."

"किती मागतात?"

"सात लाख रुपयेऽ!"

काशीराजही अवाक झाला. जनकोजी म्हणाला,

"ह्या दंडबेड्या, ह्या सर्वांगाला जखडलेल्या काढण्या शरीराला सहन होत नाहीत. अजूनही हे बंद सोडा आणि कुठल्याही अफगाण सरदाराशी द्वंद्व करायला सांगाऽ! पण असे कुजवून मारू नका. ह्या अशा अवस्थेत आम्ही कुठून पैका आणायचा? तुमच्या धन्याला कळवा, आमच्या बापजाद्यांनी कधी तुम्हांवर उपकार केला असेल तर त्याची याद ठेवून आम्हांकडे बघा; पण ह्या नरकातून मुक्त करा."

"ठीक आहे रावसाहेब. आपण निश्चिंत असा. अलीकडे राजनीतीचे फासे वेगळे पडले म्हणून माझे धनी सुजाउद्दौला मराठ्यांशी असलेला पूर्वापार स्नेह विसरले नाहीत. नक्कीच ते ह्यातून मार्ग काढतील."

पंडित काशीराज निघून गेला तरी जनकोजीची गळती आसवे थांबत नव्हती. ज्याच्याजवळ बसून मन खुले करावे असा एकमेव माणूस त्याला गेल्या दोन दिवसांच्या पोटात भेटला होता. जनकोजीच्या डोळ्यांसमोर पुनः पुन्हा आपला कृष्णाकाठचा कण्हेरखेड गाव उभा राहत होता. आई कण्हेरीचे देऊळ दिसत होते. घंटा घणघणत होत्या. कण्हेरीचा मन:चक्षूंसमोर उभा राहणारा मुखवटा बघून त्याचे

मन एकसारखे आक्रोश करीत होते. 'आई, देवी कण्हेरी, कोणत्या जन्मीचा भोग आमच्या भाळी लिहिला आहेस? असे परक्याच्या खोडात जखडून लुळे-पांगळे करण्यापेक्षा माते, रणात तोफगोळा लागून लोळागोळा झालो असतो तर सात जन्म तुझे पाय धुऊन पाणी प्यालो असतो. तूही असला कसला खोडा टाकलास? तुझे चांदीचे डोळे काढून ह्या लेकराचे हाल जरा उघड्या डोळ्यांनी बघ ना आईऽ.'

काशीराजाचा जीव तीळ तीळ तुटला. जनको जिवंत असून त्याच्यावर गुदरलेल्या बिलामतीची खबर त्वरेने जाऊन सुजाच्या कानावर घालायची. सुजाच्या बापाला जनकोजीच्या आजोबाने रोहिल्यांच्या मगरमिठीतून वाचविले आहे. सुजा हे विसरणार नाही. तो सहज गारगोटीचे गोटे उधळावेत तशा सात लाख मोहरा जनकोजीवरून ओवाळून टाकेल पण जनकोजीचा प्राण वाचवेल, ही खात्री काशीराजाला होती. आता मध्यरात्र टळली होती. सुजा आपल्या शयनगृहात झोपी गेला असेल. त्याला ही तातडीची खबर कशी द्यावी, ह्या पेचात काशीराज होता. तोच त्याला एका सेवकाने सुजा नजिबाच्या डेऱ्यात असल्याची खबर दिली. काशीराज तिकडे झपाट्याने गेला. नजिबाच्या डेऱ्यात बरेलीच्या नर्तकी कबुतरासारख्या गिरक्या मारीत होत्या. सुजा आणि नजीब हाताला गजरे बांधून अत्तराच्या घमघमाटात आणि घुंगरांच्या तालावर बेहोष होऊन गाणे बजावणे ऐकत होते. त्याही अवस्थेत काशीराज पुढे झाला. हळूच सुजाच्या कानात त्याने पाहिल्या गोष्टी सांगितल्या. जनकोजी जित्ता असल्याची खबर ऐकून सुजाचा चेहरा एकदम चमकला. त्याचे चमकणे, दचकणे नजिबाच्या नजरेतून बिलकूल सुटले नाही. उशिरा गाणे थांबल्यावर सुजाला निरोप देता नजिबाने विचारले,

"कोणती तातडीची खबर आणली होती तुमच्या सेवकाने?"

"जादा कुछ नहीं, यही घासपेटका सवाल," सुजा सावरून बोलला.

सुजा निघून गेल्यावर नजिबाने आपले गुप्तहेर बोलावून घेतले. त्यांच्या कानात तो म्हणाला,

"आम्हांला पक्की खात्री आहे. आपल्या लष्करात काही पाप्यांनी काफरांचे मोठमोठे मराठा सरदार दडवून ठेवले आहेत. साऱ्या राहुट्या, डेऱ्यांवर पाळत ठेवा. तलाश घ्या आणि उद्याच खबर द्या. काफर मराठ्यांना अंग देणारा हा पापी सुजा आणि त्याचा भोळासांब दिसणारा पण पक्का आतल्या गाठीचा तो पंडित, दोघांच्या हालचालींवर कडी नजर ठेवा." दुसऱ्या दिवशी सकाळीच जनकोजी बरकुरदाराच्या गोटात असल्याची खबर नजिबाला लागली. तसा तो भयंकर संतप्त झाला. शहावलीखान आणि बरकुरदार यांच्यातले वैर नजिबाच्या चांगल्या माहितीचे होते. तो उठला आणि लीन होऊन वजिरासमोर उभा राहिला. नाइलाजाने वजिराने त्याला बसायची आज्ञा केली. मिठ्ठास वाणीत नजीब वजिराला म्हणाला,

"वजीरजीऽ, नावडतीच्या आळणी मिठासारखे माझे तुम्हांला बिलकूल पटत नाही; पण बऱ्याच वेळा मी सत्य तेच सांगत असतो. आता तो त्या पापी दत्ताजीचा

पुतण्या जनकोजी, ज्याने महिन्यामागे तुम्हांला त्या बड्या विहिरीजवळ गाठून तुम्हांवर शस्त्र चालविले, त्या महापापी जनकोजीला कोणी आपल्या राहुटीत आसरा देईल का?''

''काय म्हणालात नजीब?'' वजीर चिडून विचारू लागला, ''तो जनकोजी जित्ता आहे? तो जित्ता राहिला आहे?''

''होय, वजीरजीऽ तो नुसता जित्ता नाही, तर खुशाल आपल्या लष्करात आराम भोगतो आहे.''

''कोणी? कोणी महापाप्याने त्याला आसरा दिला?'' वजीर रागारागाने विचारू लागला.

''तो तुमचा 'मेहमान' बरकुरदार, जो स्वत:ला काफरांचा कर्दनकाळ समजतो, त्याच्याच डेऱ्यात जनको आराम करतो आहे.''

''ठीक आहे. बादशहाने ठेवलेल्या खान्यासाठी आता आपण शाही डेऱ्याकडे चाललो आहोतच. दुराणी बादशहालाच ह्याचा जाब विचारू.''

शहाच्या खान्यासाठी सारे अमीर, उमराव, सरदार गोळा झाले होते. कोणी बकऱ्याचे मसाला भरलेले फरेच तोंडाला लावीत होते, तर कोणी कोंबडीची कुरकुरीत गर्दन चावीत होते. बिर्याणी, कबाब, मसाला भरलेल्या, आकसल्या मानेच्या कोंबड्यांचे ढीग समोर पडले होते. चोहोबाजूला बसलेले अफगाण तळल्या खुमासदार अन्नाचा चापून समाचार घेत होते. बादशहाचे कोडकौतुक आणि त्याच्या विजयाप्रीत्यर्थ शेरशायरीचा हंगामा चालला होता. न राहून वजीर बोलला,

''आलमपन्हाँऽ, ह्या बड्या खान्याबद्दल मी आपला शुक्रगुजार राहीन; पण ह्या भोजनाला कसली ती चव लागत नाही. आम्ही इथे खाना खातो आहोत आणि आपल्या लष्करात काफरांचे बडे बडे सरदार आम्हांला कच्चे चावण्यासाठी दबा धरून बसले आहेत.''

''काय बोलता?'' दुराणी चिडून विचारू लागला.

''होय खुदावंत, दोन महिन्यांपूर्वी माझ्या नरडीचा घोट घ्यायला धावलेला तो पापी जनकोजी, ज्याने अल्पकाळ का होईन आपल्या फौजांची दाणादाण उडवली, त्या दत्ताजीचा पुतण्या जनकोजी आपल्याच लष्करात खुशाल शाहीखाना झोडतो आहे.''

''शहावली, जास्त आढेवेढे न घेता त्याला ठेवणाऱ्या धन्याचे फक्त नाव आम्हांला सांगाऽऽ!''

''तुम्ही ते बरकुरदारालाच विचारा ना!'' शहावली बोलला.

बरकुरदाराची बोबडी वळायची वेळ आली. कसाबसा सावरून तो इन्कार करीत बोलला,

''नहीं जहाँपन्हाँ, ये झूठ हैऽ''

''ठीक आहे, खाना संपल्यावर तुमच्या गोटाची झडती घेऊ. मग सच आणि

झूठ काय आहे नि काय नाही, ते समक्ष बघू.''

बरकुरदाराची धांदल उडाली. तोंडात बिर्याणीचा घास अडकला. तो इकडेतिकडे बघू लागला. गलतीला बादशहाकडून मिळणारी अमानुष शिक्षा त्याने एकदाच पाहिली होती. बावरल्या बरकुरदाराला समोर खाशांच्या पाठीमागे उभा असलेला दिवाण मोतीलाल दिसला. त्यानेही झाला प्रकार ऐकला होता. तो बरकुरदाराच्या आदेशाचीच वाट बघत होता. तोच कोणाचे लक्ष नाही असे पाहून खानाने त्याला डोळ्याने इशारत केली. तसा मोतीलाल झपाट्याने बाहेर पडला.

मोतीलालने बरकुरदाराच्या विश्वासू सहकाऱ्यांना अंगावर बेतलेली आफत सांगितली. तसे खानाचे सच्चे अनुयायी जिथे जनकोजी बसला होता, त्या दालनात घुसले. पाच-सहा अफगाणांनी एकदम वेढा घातल्याचे बघून जनकोजी बावरला. साखळदंडांनी बांधलेल्या त्याच्या हातापायांच्या बेड्या ढिल्या होईनात. तोच त्याच्या अंगावर दोन अफगाणांनी झडप घातली आणि त्याची मान पकडण्याचा यत्न केला. तसा जनकोजीने साखळदंडासह हाताचा जोरदार ठोसा एकाच्या हनुवटीवर हाणला. त्याचे दात ढिले केले. जनकोजी ओरडला,

"अरे, असे भ्याडासारखे गळा दाबून काय मारता? मी मर्द आहे! खुशाल तलवारीने मला उभा छाटा पण असे नामर्दासारखे पुढे येऊ नका.''

"अरे, काय ऐकता त्याचे? मरताना त्याची जीभ अशीच चुरचुरायची. दाबा गळा. शहा येण्याचा वखत झाला,'' मोतीलाल बोलला.

दोघा अफगाणांनी साखळदंड ओढून धरले. एकदम चौघे जनकोजीच्या अंगावर तुटून पडले. तिघांनी गळा दाबला. त्याचा श्वास कोंडला. रागाने त्याने एकाला लाथेचा असा जोरदार दणका दिला की तो चार हात उडून बाजूला कोलमडून "या अल्ला'' करू लागला. जनकोजीचे सर्वांग शहारले, धमन्या ताठ झाल्या. मोठ्या गळात मासा अडकून तडफडून मरावा तसा उसळत्या रक्ताचा जनकोजी तडफडून फडफडून शांत झाला. त्याची जीभ हातभर बाहेर आली, आगीच्या घगीने बुबुळे बाहेर पडावीत, तशी बुबुळे बाहेर लोंबू लागली, तोंडाला फेस सुटला, जनकोजी उलटा होऊन पडला. ऐन गडबडीत प्रेत कोठे टाकावे अशी चिंता अफगाणांना पडली. तसाच मुडदा बाहेर नेऊन टाकावा तर अचानक शहा यायचा आणि सारेच बिंग फुटायचे. एका अफगाणाने बाजूच्या दालनातली एक कोपऱ्याची जागा दाखवली. गेल्या दोन दिवसांत विजय साजरा करण्यासाठी मारलेल्या बकऱ्यांचा आतडी कोथळा, घाण एकत्र एका खड्ड्यात टाकली होती. सर्वांनी ती वर पुन्हा एकदा उपसली. खड्डा रुंद केला. साडेपाच फुटाचा जनकोजी त्यात बसेना म्हणून त्याचे गुडघ्यापासून पाय, कोपरापासून हात तोडले आणि मुडदा तसाच आत ढकलला. वर बकऱ्यांचा आतडी कोथळा टाकला. त्यावर माती पसरून शेणमातीने बसवून टाकले.

थोड्याच वेळात बरकुरदाराच्या गोटाचा झाडा घेण्यासाठी शहाने उलट्या काळजाच्या

नसक्चींचे पथक धाडले. खूप शोधाशोध झाली. नुकत्याच सारवलेल्या जागेवरून नसक्ची मोकळे फिरू लागले.

□

तिसऱ्या दिवशीही सुजाच्या आदेशाने भिस्त्यांचे पथक मुडदे उपशीत होते. तोंडावर पाणी मारून मुद्रा पारखली जात होती आणि मुडदा मागे फेकला जात होता. रणात भयंकर उग्र वास येत होता. भिस्तीसुद्धा जिवाला कंटाळून गेले होते. असह्य दुर्गंधीने हैराण होऊन त्यांनी अनेक ओकाऱ्या काढल्या होत्या; पण भाऊसाहेबांच्या आशेने सुजा आणि बापू हिंगण्याने भिस्त्यांमागे लकडा लावला होता. एकदा सारी प्रेते उपसून झाली की मगच थांबायचे.

आज प्रेते उलथीपालथी करता करता भिस्त्यांची पथके उत्तरेला पार काळ्या आंब्याकडे सरकली होती. दुर्गंधीपासून संरक्षण म्हणून सर्वांनी नाकातोंडावर फेट्यांचे शेमले आडवे बांधले होते. हिंगण्यानेसुद्धा नाकाला रुमाल बांधला होता. ढिगाऱ्यांतून प्रेते उपसताना गरम वाफा बाहेर पडत होत्या. बारीक बारीक वळवळते किडे मृतदेहातून बाहेर पडून भिस्त्यांच्या हाताच्या कोपऱ्यापर्यंत वर चढत होते. त्यांना दुसऱ्या हाताने बाजूला उडवता उडवता भिस्ती घाईला येत होते.

काळ्या आंब्याच्या बाजूकडे चंद्रसेन घोड्याचे तोफेने भाजलेले निम्मेअर्धे मुसकाट हिंगण्यांच्या हाती लागले. सर्वांची आशा दुणावली. भाऊ पडले असतील तर त्यांचे प्रेत ह्याच बाजूला सापडणार. भट्टीतल्या भाजक्या विटा मागे फेकाव्यात तशी प्रेते फेकीत भिस्ती पुढे पुढे चालले. काळ्या आंब्याच्या डहाळ्यांनासुद्धा जंबुरक्यांचे आणि तोफांचे अनेक तडाखे बसले होते. त्यामुळे आधीचेच काळे झाड अधिक काळेनिळे पडून काही ठिकाणी करपून गेले होते. समोरची प्रेतांची वाळवणे बघून पाने लज्जेने मोडून पडली होती.

त्याच दरम्यान एका भिस्त्याला एक मुंडीरहित मजबूत हाडापेराचा मुडदा सापडला. तो उचलून तसाच मोळीसारखा मागे फेकीत असता तीन अमूल्य मोती मुडद्यावरून गळाले. तसा साऱ्यांना संशय आला. लगेच भिस्त्यांनी मुडद्यावर पाण्याच्या बादल्या बदाबदा ओतल्या. तर अंगावरचा जरीचा अंगरखा रक्ताने पुराच्या पुरा डागाळलेला. कुठे तरी पिवळसर रंग उरलेला. एका मांडीत कसले तरी तीक्ष्ण पाते घुसलेले. शिवाय मांडीवर गोळ्यांनी भाजल्याच्या काळ्याकरपट खुणा स्पष्ट दिसू लागल्या होत्या. पाठ उपडी करून हिंगणे मुडदा न्याहाळू लागला. पाठीवर रुंद गुंजेसारखा तीळ, पायावर मत्स्याची खूण आणि मुख्य म्हणजे पाठीवरची जुनी कट्यारीची खूण! ती बघताच हिंगण्याला भरून आले, तो ढसाढसा रडू लागला. बोलला,

"हीच ती मुजफ्फरखानाने भाऊंवर गारपिरावर हल्ला केला होता तेव्हाची खुणेची जागा. आमचा दख्खन दौलतीचा धनी वनवाशी पडलाऽ!"

भाऊसाहेबांचे प्रेत सापडल्याचे कळताच सुजा रणाकडे धावत आला. बिनमुंडीचा दक्षिणधन्याचा तो देह बघून सर्वांना भडभडून आले. काशीराज आणि सुजाने चिता रचण्यासाठी सर्वतोपरी मदत केली. आयता लाकूडफाटा न मिळाल्याने रानातली तोफगाड्यांची चाके, मोडक्या अंबाऱ्या, अधेमधे पडलेल्या राहुट्यांचे लाकूडसामान एकत्र करून चिता रचण्यात आली. कफन गवसेना म्हणून काशीराजाने आपल्या संदुकीतली नवी कोरी शालजोडी आणली आणि भाऊसाहेबांवर पांघरली. अग्नी देण्यापूर्वी प्रेताला पाणी पाजायचे होते; पण डोकेच नाही तर पाणी कसे पाजायचे? तोंड कुठे आहे? बापू पंडिताने पळसाचे पान आणून दुमडले. तेच भाऊंचे तोंड समजून छाटल्या गर्दनीपाशी ठेवले. थंडीने, भीतीने कुडकुडल्या मराठी माणसांनी भाऊंना पाणी पाजले. बापू हिंगण्याने चिता पेटवली. सुजाच्या आश्रयास आलेली सारी मराठी माणसे भाऊंना अखेरची मानवंदना देण्यासाठी उभी होती. कोणी अश्रूंची फुले वाहिली, कोणी कर्णभूषणे, हातातल्या वाक्या काढून चितेत फेकल्या. काशीराजाने ब्राह्मणांना दक्षिणा वाटली.

त्याच दिवशी रात्री दशक्रिया आटोपायचा निकाल सर्वांनी घेतला. ह्या वणव्यात उद्या आपण सारे याच जागी असू याची कोणाला खात्री नव्हती. सुजा म्हणाला,

"दशक्रियेच्या भोजनाचा प्रबंध आम्हांकडे सोपवा."

"तुमचे भोजन आम्हांस कसे चालेल?" पुनाळकर, जोशीबुवा सुजाला अडवून म्हणाले, "फार तर शिधासामग्री द्या, आम्ही स्वयंपाक उरकतो."

त्याच रात्री दशक्रिया उरकली.

दुसऱ्या दिवशी सकाळी भाऊंचे मुंडके गवसले. ज्या अफगाणावर शेवटचा भाला रोखता रोखता भाऊसाहेब कोसळले, त्यानेच ते मुंडके आपल्या राहुटीजवळ पुरून ठेवले होते. भाऊंच्या गळ्यातील हिऱ्यापाचूंच्या आशेनेच त्याने रणावर मृत भाऊंची गर्दन छाटली होती. कोणाला या गोष्टीचा पत्ता लागू नये म्हणून मुंडके पुरले होते. तो अफगाण सुजापुढे कबूल झाला. पुन्हा चिता रचली. भाऊंच्या डोक्याचेही दहन झाले. ती मृतदेहाची विटंबना बघून साऱ्यांची काळजे फाटली.

त्याच रात्री शहाने सुजाला सांगावा धाडला. सुजा शहाच्या डेऱ्यात खडा झाला. त्याच्याकडे रोखून बघत शहा करड्या आवाजात विचारू लागला,

"नबाबसाहेबऽ, तुम्ही आम्हांला येऊन मिळालात तेव्हाच आम्ही तुम्हांला फर्जदखान हा किताब दिला होता. तुम्ही आमच्या प्याऱ्या तैमूरसारखेच आम्हांला भासता अशी आपली प्रशंसा आम्ही भर दरबारात केली होती. खरे सांगाऽ, आम्ही तुम्हांला पुत्र म्हणूनच विचारतो, इब्राहिम गारदीस कुठे दडविला आहे?"

सुजाच्या काळजाचे पाणी पाणी झाले. तो आता अब्दालीला अजिबात भीत नव्हता; पण लाखमोलाचा हिरा गवसला, तो हातातून जाणार या कल्पनेने त्याचे सर्वांग शहारले.

"काय नबाबसाहेब? कुठे आहे तो गारदी?" बादशहा कडाडला.

“कोण गारदी? आम्हांकडे कोण कशाला येईल?” सुजा उडवाउडवीची उत्तरे देऊ लागला.

बादशहाने कुराणाची प्रत बोलावली. तो पवित्र ग्रंथ सुजाच्या समोर धरून शहा तशी शपथ मागू लागला. सुजाचा नाइलाज झाला. त्याने इब्राहिम आपल्या गोटात असल्याची कबुली दिली. तोवर नजिबाचे अनेक रोहिले प्यादे, अफगाण, बरकुरदारचे शिपाई शहाच्या डेऱ्याबाहेर गोळा झाले. मोठ्याने ओरडू लागले,

“त्या इब्राहिम काफराला आमच्या ताब्यात द्या.”

“त्याच्या तोफांनी आमची हजारो माणसे अल्लाघरी पाठवली.”

“त्या दुष्टाचे रक्त आम्हांला घोटू द्या.”

अफगाणांच्या आरोळ्या ऐकून सुजा भयंकर चिडला. त्याच्या नाकाचा शेंडा लालबुंद झाला, कानाच्या पाळी तांबूस झाल्या, सुजा बेभान झाला, दातओठ खात ओरडला,

“आमची कोणी जान घेतली तरी चालेल, पण आम्ही इब्राहिमला सोडणार नाही.”

“जो त्या काफराला स्वत:जवळ ठेवील, त्याच्याशी आम्ही झुंज करू!” शहापसंदखान गरजला.

“झुंज झाली तरी बेहत्तर,” सुजाने म्यानातून तलवार उपशीत डरकाळी फोडली, “एवढ्या वीरांचे नरडीचे घोट घेऊन तुमची तृष्णा अजून शमली नाही का? किती मोहरे अजून गिळणार आहात? इब्राहिमच्या केसालाही कोणी धक्का लावेल तर त्याचे दोन्ही हात आम्ही कोपरापासून कलम करूऽ!”

जशी बाचाबाची वाढून गोष्ट हमरीतुमरीवर आली तसा शहावलीखान मध्ये पडला. त्याने कुराण आपल्या हातात घेतले. त्याची शपथ घेत वजीर सुजास म्हणाला,

“नबाबसाहेबऽ, तुम्ही इब्राहिमला आमच्या हवाली करा. त्याच्या केसालाही कोणी धक्का लावणार नाही याची मी हमी देतो.”

सुजा न राहवून बोलला, “त्यातून तुम्ही काही दगाफटका केलाच तर काय भरवसा?”

“मग कुराणाची शपथ पोरखेळ म्हणून घेतली की काय आम्ही?” वजिराने आवाज चढवला.

सुजाचा नाइलाज झाला. तो कळवळून शहाला बोलला,

“आलमपन्हाँ, ह्या आधीचे सारे हेवेदावे विसरून आणि त्या भाऊंची अंत:करण हेलावणारी आर्जवे टाळून आम्ही तुम्हांलाच येऊन मिळालो. खुदावंतांचा शब्द तो कधी मोडला नाही. आपण आम्हां हिंदुस्थानी लोकांवर मेहरबानी करावी. इब्राहिमखान गारदी म्हणजे हिंदुस्थानच्या मातीतला कोहिनूर हिरा आहे. त्याला कोणताही दगाफटका करू नये.”

एकाएकी सुजाचे मन भरून आले, आवाज कातर झाला. दोन्ही हात जोडून तो बादशहाला म्हणाला,

"खुदावंतऽ, आपण हवे तर हिऱ्याला पैलू पाडा, पण लाखमोलाचे रत्न मृत्यूच्या सांदीकोपऱ्यात फेकून देऊ नकाऽ."

सुजाने इब्राहिमला शहावलीच्या ताब्यात सुपूर्त केले. त्या रात्रीच बादशहाची बेचैनी वाढली. हजारो अफगाणांना भाजून, भरडून काढणारा इब्राहिम आहे तरी कसा? त्याला कंदाहारी नेऊन सेवाचाकरीत ठेवायचा की इथेच खांडोळ्या करून उघड्यावर फेकून द्यायचा? मध्यरात्री बादशहाने इब्राहिमला पाहण्याची इच्छा दर्शवली. सुजाला सुगावा लागू न देता कडेकोट बंदोबस्तात इब्राहिमला अब्दालीपुढे पेश करण्यात आले.

मशालींच्या उजेडात बादशहा इब्राहिमकडे पुनः पुन्हा निरखून बघत होता. इब्राहिमच्या काळ्या मुद्रेवर त्याच्या डोळ्यांतले लाल इंगळ अधिक फुलून दिसत होते. शहाकडे तो एकसारखा गुरकावून भेदक नजरेने बघत होता. त्याच्या सर्वांगावर अनेक जखमांचे ओझे होते. ठिकठिकाणी जखमांवर बांधलेल्या फडक्यांतून अजून रक्त पाझरल्यासारखे दिसत होते. एका पायाचे हाड मोडल्याने पाय लंगडा झाला होता. खरचटल्या जागेतून पू झालेला. मुद्रेवरचे देवीचे बरेच व्रण जखमांनी पुसून टाकलेले. जावई, मुलगा आणि लाडका बंधू फत्तेखान असे तिघेही पानिपतावर गारद झालेले.

आता जगण्यासारखे शिल्लक काही उरले नव्हते. इब्राहिमच्या काळजाच्या कोपऱ्यात वर्षभर ठाण मांडून बसलेली भाऊंची स्फूर्तिदायी मूर्तीही नाहीशी झालेली. किल्ल्यांचे बुरूज चावून-चघळून खतम केले म्हणून पाठीवर शाबासकी टाकायला आता भाऊंचे हात नव्हते. उन्हापावसातून, वादळवाऱ्यातून झुंजार झुंज करण्याची चेतना-प्रेरणा देणारा धनी सोबतीला नव्हता. वरून भरभक्कम दिसणाऱ्या पण आतून पोकळ झालेल्या झाडाच्या बुंध्यासारखी इब्राहिमची अवस्था झाली होती. त्याच्याकडे घुश्श्याने बघत अब्दाली विचारू लागला,

"तूच इब्राहिमखान गारदी का?"

"हूँऽऽ" इब्राहीम गुरगुरला.

अब्दाली इब्राहिमकडे दयेने बघू लागला. "अरे कमनशीब गृहस्था, तुला वेळेत शहाणपण सुचले असते आणि कंदाहारचे सेनापतिपद जरी मागितले असतेस तरी तुझ्यासारख्या बहाद्दराच्या अंगावरून ते फुलासारखे उधळून टाकले असते की रे! दुर्दैवी वीरा, काय ही तुझी अवस्था?"

शहाच्या दयाळू नजरेकडे इब्राहिम बेफिकिरीने बघू लागला. "अरे कंदाहारी पातशहा, असे देऊन देऊन कोणते त्रैलोक्याचे राज्य देणार होतास तू मला? प्रत्यक्ष कंदाहारची मसनद देऊ केली असतीस तरी आम्ही ती उष्ट्या पत्रावळीसारखी उकिरड्यावर भिरकावून दिली असतीऽ!"

अब्दाली बुचकळ्यात पडला. क्षणभर बोलावे की बोलू नये अशा विचारात दिसला. इब्राहिमच्या आगमनाने कंदाहारच्या बारूदखान्याची शान उंचावल्याचा भास झाला. हिंदुस्थानचा कोहिनूर अफगाणी कोंदणात झळाळून दिसेल. न राहून अब्दालीने विचारलेच,

"हे मर्दाऽ, तुझे हजार गुन्हे पोटात घालूनही अल्ला तुझ्यावर खैर करण्यास तयार आहे. कंदाहारच्या मसनदीची सेवाचाकरी करशील तर..."

इब्राहिमला अब्दालीची दया आली. तो विकटपणे हसू लागला. अंगाशी जखडलेल्या दंडाबेड्या खळाळल्या. शहाकडे बघत इब्राहिम तुच्छतेने म्हणाला,

"अंगावरच्या वस्त्रासारखे केव्हाही बदलण्याइतके इमान मला स्वस्त वाटत नाही. दिल्या शब्दाला जागण्यासाठी आम्ही आमची जिंदगी न्योछावर करू. मला दिलेले इमानप्रमाण पाळण्यासाठी माझा धनी पानिपतच्या मातीत पाय गाडून उभा राहिला. मातीशी मिळाला. त्याच्या पावलांवर उधळलेली इमानाची फुलं मी कुण्या लुंग्यासुंग्याला कशी अर्पण करू? एकदा दिलेल्या इमानासाठी हजारदा मरण पत्करावं लागलं तरी बेहत्तरऽ!"

इब्राहिमच्या सडेतोड उत्तराने क्षणभर अब्दाली दिपून गेला. त्याने दाखवलेली आमिषे इब्राहिम जुमानेना. हताश अब्दाली वैतागून म्हणाला,

"ठीक आहे. आमच्या चाकरीचे तुला वावडे दिसते. त्यातूनही आम्ही कृपावंत होऊन तुला मोकळा सोडला तर तू काय करशील?"

इब्राहिमच्या डोळ्यांतील निखारे पुन्हा फुलले. आगीच्या ठिणग्या बाहेर पडू लागल्या. तो गरजला,

"तुम्ही आम्हांला मुक्त करण्याची मेहरबानी केली तर मी दुसरे तरी काय करणार? परवरदिगार साथ देईल तर पुन्हा फौजा बांधीन आणि सरळ कंदाहारवरही हमला करीन. धन्याच्या रक्ताचा सूड घेईन."

"खामोशऽऽ" अब्दाली अत्यंत क्रोधित होऊन कडाडला, "ह्या बेवकूफ इसमाला कोल्ह्या-कुत्र्यासारखं आमच्या नजरेपुढून दूर फरफटत न्याऽ! बंदीखान्यात जखडून टाका."

...बरकुरदारखानाच्या पागेशेजारीच एका राहुटीत इब्राहिमचा देह फेकण्यात आला होता, अडगळीच्या एखाद्या वस्तूसारखा. अब्दालीला त्याची भर दरबारात शाका करता आली असती किंवा हत्तीच्या पायीही त्याला सहज तुडवता आले असते. बरकुरदाराने तसा विचारही बोलून दाखविला होता. मात्र अब्दालीने त्याला खडसावले आणि जवळ बोलावून कानमंत्र दिला, "तो सुजा तरुण आणि भाबडा आहे. त्याचा रोष कशाला पत्करायचा? अजून पुरेसा घासदाणा, रसद आम्हांला सुजाकडून मिळवायची आहे. बिनकारणाचे शिया आणि इतर हिंदुस्थानी मुस्लिमांना नाखूष का करायचे?"

"पण आलमपन्हाँ, ह्या पाप्याला..."

“सारं कबूल आहे; पण चार-पाच रोजांतच आपलं लष्कर दिल्लीकडे रवाना होईल. तोपर्यंत त्याला हळूहळू खतम करा. एकदा मारायचेच ठरल्यावर त्यासाठी मरगठ्ठ्यांसारखा आततायीपणा कशाला? ठंडे दिमाखसे काम करना!”

इब्राहिमचा देह राहुटीतल्या फाटक्या पटकुरावर मोळी होऊन पडलेला. रणशृंगारात तो तीन वेळा भयंकर जखमी झाला होता. रक्ताने भरलेल्या डगल्यासह तो कर्मधर्मसंयोगानं अफगाणांकडून सुजाच्या हाती लागला होता. सुजाने त्याच्या उशापायथ्याशी रात्रंदिवस वैद्य ठेवले होते. जखमांना खपली पडू लागली होती. अतोनात श्रम घेतलेल्या त्या वीराला गाढ झोप लागत होती. एक-दोन दिवसांतच त्याला अयोध्येस पळवायचा होता; पण तेवढ्यात वैऱ्यांना सुगावा लागून घात झाला होता.

आता तर इब्राहिमची स्थिती विचित्र झाली होती. त्याला अन्नातून-पाण्यातून थोडे थोडे विष पाजले जात होते. सर्वांगाला औषधाच्या नावाखाली विषारी पाला फासला जात होता. विषारी अन्नाने मेंदूला झिणझिण्या येत होत्या. सारी गात्रे गळून गेल्यासारखी झाली होती. विषारी पाल्याने वाळल्या जखमा ओल्या होऊन वाहू लागल्या होत्या. पाठीवर, पोटावर, पिंडऱ्यांवर जागोजाग पू साचला होता. केळीची साल सोलल्याप्रमाणे कातडीचा पापुद्रा आपसूक निघत होता. अंगातले उघडे मांस भेसूर दिसत होते. तांबूस चिखलात अधूनमधून गढूळ पाणी दिसावे तसा त्या मर्दाचा देह भयाण दिसत होता.

आता जगण्यासारखे इब्राहिमच्या आयुष्यात काही बाकी उरले नव्हते. आठ हजार निधड्या छातीच्या सवंगड्यांना रणाने गिळले होते, वाघासारखा पाठचा भाऊ फत्तेखान काळातोंडी गेला होता, वंशाचा वेल खुडला, जावईही रणावरच नाहीसा झाला, भाऊसाहेबांचा पत्ता नाही, जगायचे कशाला?

विषारी पाल्याने इब्राहिमच्या अंगाला विलक्षण कळा सुटायच्या. पेटत्या धुमसत्या तोफेच्या तोंडी सन्मुख होऊन जळून जावे, अशी भावना व्हायची. तो जागेहून उठायचा यत्न करी; पण सर्वांग गळून गेलेले. मन तेवढे जिवंत. शरीराचा मुडदा केव्हाच झालेला. क्वचित कधी तो ग्लानीतून जागा व्हायचा. काय झाले असेल भाऊसाहेबांचे? मनाला अनेकदा पुसायचा. आज दुपारी तोही सवाल मिटला. कडवट घास भरवणाऱ्या अफगाणी गुलामांची चर्चा त्याने ऐकली. भाऊसाहेबांचे धड आणि शिर कसे सापडले, त्याचे दहन कसे केले ही बातचीत त्याच्या कानी पडली. पुन्हा इब्राहिमला ग्लानी आली. श्वासोच्छ्वास कमी वेगाने होऊ लागला.

लष्करात शहादणे वाजत होती. विजयी अब्दाली दिल्लीकडे कूच करण्यासाठी सज्ज झाला होता. अफगाण-रोहिल्यांची पथके बाहेर पडत होती.

इब्राहिमच्या सर्वांगाला दुर्गंधी सुटली होती. रक्तपूवर पागेकडच्या माश्या येऊन बसत होत्या, घोंघावत होत्या. इब्राहिमच्या व्यवस्थेस ठेवलेले गुलामही कंटाळून गेले होते. कसल्याशा कामासाठी एक गुलाम नाक धरून इब्राहिमच्या डोक्याजवळ

इब्राहिमचा उघडावाघडा अक्राळविक्राळ देह पंचरशी अटक तोफेसारखा पानिपतच्या मातीत पडला होता. गिधाडांची नजर ह्या जिवंत मुडद्याकडे गेली

गेला आणि त्याला संशय आला. त्याने साथीदारांना लगेचच जवळ बोलावले. इब्राहिम गतप्राण झाल्याची त्यांची खात्री झाली. बरकुरदाराला निरोप गेला. तो तातडीने राहुटीत दाखल झाला. इब्राहिमच्या उरात अजून धुगधुग होती. अजून देह साजिवंत होता; पण त्याच्याभोवती घोंघावणाऱ्या माश्या, त्याच्या हातापायावर चढू लागलेले किडे पाहूनच बरकुरदाराची खातरजमा झाली. त्याने मुडदा बाहेर फेकण्याचा इशारा केला व खुषीची खबर शहाला सांगण्यासाठी तो तातडीने रवाना झाला.

अब्दालीची पथके वाजतगाजत दिल्लीकडे निघाली होती.

इब्राहिमचा उघडावाघडा अक्राळविक्राळ देह पंचरशी अटक तोफेसारखा पानिपतच्या मातीत पडला होता. रक्तमांस खाऊन फुगून टम् झालेली गिधाडे, शिळ्या मांसाला कंटाळली होती. त्यांची नजर ह्या जिवंत मुडद्याकडे गेली आणि पंखांचा फडऽ फडऽ फडाडऽ फड आवाज करीत, चीत्कारत, चेकाळत गिधाडे इब्राहिमवर तुटून पडली. त्यांचा गोंगाट वाढला.

□□

पांढरं आभाळ

फाटल्या आभाळाला टाका कसा घालायचा? कोठे कोठे भरायचा? अष्टमीची रात्रसुद्धा वैरीण झालेली. मध्यान् उलटेपर्यंत चंद्रप्रकाश होता, तोवर गिलच्यांनी जोरदार पाठलाग केला. चांदणे ओसरले, अंधार पसरला. गिलच्यांचा पाठलाग थोडा थोडा कमी झाला. जानूचे घोडे भेंडाळून गेलेले, ऐन वाटेत एकाएकी घोडे अडखळून कोसळले. जानूने जिवाच्या जोराने उकिडवी उडी मारली आणि पार्वतीबाईंना सावरून धरले. तो बाईंना लेकराप्रमाणे पाठुंगळीवर घेऊन वाट चालू लागला. जानू भिंताडा साठी उलटलेला पेशव्यांचा खिदमतगार होता. मुळचा पुरंदर प्रांतातल्या भिवडीचा. आडनाव मोकाशी. पेशव्यांच्या सेवेत काळ्याचे पांढरे झाले. सारे आयुष्य स्वारीशिकारीत वेचल्याने अंगाने टणक आणि मजबूत. इतका काटक की, भिवडीत पैज लावून भिंतीपुढे पाठमोरा होऊन पाठीकडूनच जिद्दीने भिंत चढलेला. म्हणूनच जानू या नावापुढे भिंताडा हे पडनाव लागले. एवढी दांडगी रपेट मारून, चालून, पाठीवरचा भार तोलून तोही घाईला आला होता; पण उरात समाधान होते, साक्षात भाऊंची पत्नी वाचवून नेण्याचे भाग्य लाभले आहे. रक्ताच्या गुळण्या पडल्या तरी बेहत्तर पण आता थांबायचे नाही.

चालता चालता सोनपताच्या पुढे विरोजी बारवकर आणि पिराजी राऊत हे मराठा स्वार भेटले. शोकाने शुष्क झालेल्या बाईंना एका घोड्यावर बसवून जानू, विरोजी आणि पिराजी चालू लागले. बाईंची अवस्था तर लहान लेकरासारखी झालेली. त्यांनी विरोजीला विचारले,

"मामंजी, इकडची स्वारी तुमच्या तरी दृष्टीस पडली का हो?"

"काय सांगायचे आईसाहेबऽ, प्रलयच ओढवल्यावर कोणाचा मागमूस आणि कोणाचा दूम लागणार हो?"

अंधारातून दुसऱ्या वाटेने शिंद्यांचा कारभारी रामजीपंत दाभोळकर जीव घेऊन पळत होता. त्याच्या सोबत बापूजीपंत फडके वगैरे मंडळी धावत होती. रामजीपंतांचे

ध्यान बघितले तर हा शिंद्यांचा कारभारी असल्याचे कोणाला सांगूनही खरे वाटू नये. पानिपतावर भाऊ पडण्याआधीच रामजीपंताने पळ काढला होता. आपला लाखमोलाचा जीव वाचावा म्हणून त्याने वेगळीच युक्ती शोधली होती. बुडाखालचा घोडा मध्येच आडरानात सोडून दिला. अंगावरची उंची वस्त्रे फाडून बाजूला फेकून दिली. नुसत्या लंगोटीवर उघड्याबोडक्या अंगाने तो पळू लागला. त्याच्या सोबत्यांनीही वस्त्रे फेकली, अंगाला माती फासली आणि ते पायी पायी दक्षिणेकडे धावू लागले. उत्तर हिंदुस्थानची मराठी दौलत सांभाळणारे शिंदे-होळकर. त्यांचा कारभार बघणारे कारभारी गंगोबातात्या आणि रामजीपंत. दोघेही खाशांना मृत्यूच्या तोंडी देऊन युद्ध हटण्यापूर्वीच कातडी बचावण्याच्या मिषाने धावत होते. भाऊसाहेब ग्वाल्हेराजवळ होते तेव्हा ह्या दोघांनीच लाच खाऊन दिल्ली लढविण्याची भाषा केली होती. आता कवडीमोलाचे जिणे रक्षण्यासाठी दोघांची केवढी यातायात चालली होती. रामजीपंतांच्या टोळक्याला वाटेत जागोजाग गवारांनी अडविले, बदडले. कनवटीला गिन्ना नाही म्हणून सोडून दिले.

जनकोजीचा धाकटा चुलता महादजी शिंदे आपल्या सारंग्या घोड्यावरून वेगाने दक्षिण दिशेकडे धावत होता. त्याची पाठ एका अफगाणाने धरली होती. अफगाणाचा घोडा महादजीच्या घोड्याच्या शेपटीजवळ अनेकदा भिडला होता. तो अफगाण पाठीमागून तलवारीचा घाव घालण्याचा यत्न करीत होता. तेवढ्यात महादजी सर्व बळ एकवटून आपला घोडा पुढे दामटीत होता. अफगाणाच्या तलवारीचा निसटता वार दोन वेळा महादजीच्या अंगरख्यावर बसला होता. अंगरख्याचे फाळे गेले होते; पण महादजी गवसत नव्हता. हा सूरफाट्याचा खेळ पंधरा-वीस कोस चालला होता. चांदणे ओसरून अंधार पाझरू लागलेला. पण त्या अफगाणाची महादजीच्या घोड्यावरची बुरी नजर हटत नव्हती. एवढे देखणे, लांबरुंद हाडापेराचे जनावर आपल्याकडे हवेच, या विचाराने त्याचा जीव तुटत होता. अखेरीस एका ओढ्याच्या काठी जाळवंडात, वेलींच्या वेटोळ्यात महादजीचा घोडा फसला. वेलींचा तिडा पायांना बसला. तसा अडखळलेला घोडा जागच्या जागी थटून खिंकाळला. पाठलाग करणाऱ्या अफगाणाने पुढे झेप घेतली आणि महादजीच्या पायावर जोराचा वार केला. ''उम्रभर याद करोऽऽ'' अफगाण विकट हसू लागला. त्याला सारंगा घोडा गवसला. महादजी रक्तबंबाळ होऊन ओढ्याकाठीच पडला. घोड्याचा लगाम ओढीत अफगाण माघारा चालता झाला.

रामजीपंत आणि बापूजीपंताच्या उघड्याबोडक्या टोळीतूनच तरुण नाना फडणीसही शुद्ध लंगोटीवर चालला होता. अफगाणांनी या टोळक्याचा दोन-तीन वेळा झाडा घेतला. जवळ काही गवसले नाही म्हणून चार-पाच रट्टे हाणून ते पुढे झाले. पाठीमागून पाचसातशे मराठा स्वार पायउतार होऊन चाललेला. अफगाणांच्या प्रत्येक टोळधाडीत वीस-पंचवीस, वीस-पंचवीस मराठी माणसे उपाशीपोटी तडाखे खाऊन गतप्राण होऊन रस्त्यावर पडायची. आडरानात मुडद्यांचा सडा पडत चालला

नाना फडणीस

होता. भुकेने जीव व्याकुळला होता. पायातल्या वहाणा तुटून-फाटून गेलेल्या. नाना इकडेतिकडे बघत होता. तोच अंधारातून पन्नास-साठ अफगाण स्वार पाठीवर आले आणि तुटून पडले. साऱ्यांच्या अंगात हुडहुडी भरली. कचाकचा वार झाले. रामजीपंत आणि बापूजीपंतांवरही सडकून काठ्या पडल्या. दोघे जबर जखमी होऊन खाली कोलमडून पडले. नाना फडणीस घाबरला आणि बाजूच्या गवताच्या पोटात घुसला. गवताने रान पुरे माजलेले म्हणून तो दिसून आला नाही. सशासारखा खोबण धरून बसला. त्याचे काळीज लटलट हलू लागले. समोरचा अफगाणी राक्षसांचा तांडा

निघून गेला, तेव्हा कुठे नाना गवतातून बाहेर आला.

नानाला भूक आवरत नव्हती. शोकाने तो गलितगात्र झाला. मातुश्री अक्कासाहेब कुठे गेल्या? लाडकी पत्नी यशोदाबाई तर कुठे दिसत नाही? त्यातच उपाशी पोट काळीज कुरतडू लागलेले. वाटेत बोरीचा पाला गवसला, नाना तो शेरडासारखा ओरबाडू लागला. पाला नरड्यातून खाली उतरेना, उपाशी पोट तर थांबू देईना, रस्त्याच्या कडेला डबके दिसले. एक पाल्याचा घास आणि त्यावर कुडचाभर पाणी असे करून नानाने पाच-सहा मुठी पाला चावला. थोडा हुशार होऊन तो पुढे धावू लागला. कोसा-दोन कोसाचे अंतर तुटले नाही तोच गिलच्यांची दुसरी टोळधाड पाठीवर आली. गवतात पळणाऱ्या नानाची मानगूट एकाने धरली. नाना थडाथडा जागच्या जागी उडू लागला, त्याची बोबडी वळली. त्याची ती अवस्था बघून एक म्हातारा पठाण कळवळला, "अरे छोड दो उस बेशरम को। मुर्गा कहीं का!" नाना वाचला. तेहतीस कोटी देव-देवतांचा धावा करीत पडतझडत पुढे चालला.

...मध्यरात्र उलटून गेली होती. पंचवीस-तीस मैलांची दौड करून मराठ्यांचे एक पथक सोनपताच्या सराईत पोहोचले होते. घोड्यांच्या पोटात अन्नाचा कण नव्हता, स्वार तर कित्येक दिवसांचे उपाशी होते, पाठीवर गिलच्यांची पथके नाहीत, असा अंदाज घेऊन स्वारांनी घडीभर इसावा खायचे ठरविले. भूक पोटात धिंगाणा घालीत होती. काही स्वार सोनपतात शिरले. रात्रीचीच दमदाटी करून त्यांनी लोकांना घरे उघडायला भाग पाडले. उरल्यासुरल्या बुट्ट्या सराईत आणल्या. गव्हाचे रोट, भाकरी, भाजी असा गोपाळकाला मधोमध पसरला. सभोवती तीस-पस्तीस स्वार गोल करून बसले. बकाबका घास खाऊ लागले. सराई चांगली मजबूत होती, सभोवती चार गज उंचीची भाजीव विटांची मजबूत कूस. त्यावर पोलादाचे धारदार मेकूस आणि काचांचे तुकडे, सहसा कोणी कूस पार करून आत उडी घेऊ शकणार नाही अशी व्यवस्था. मुख्य सराईभोवती कुसाच्या आतच दोन एकर मोकळी जागा. घोडी बांधायचीही आयती सोय होती. कुसाला गार वारा थटू लागल्याने आत ऊब चांगली वाढत होती. स्वार गोपाळकाल्यावर आणि जनावरे वाळक्या वैरणीवर तुटून पडलेली. कुसाचे दरवाजे आतून लावून घेतलेले.

एकाएकी गिल्ला झाला. पाठीमागून धावत आलेल्या गिलच्यांनी सराईला वेढा घातला. "दीनऽ दीनऽऽ" च्या आरोळ्या वाढल्या. गोपाळकाल्याचा शेणकाला झाला, अन्नात माती कालवली. स्वार खरकट्या हाताने बावरून जागच्या जागी खडे झाले. घोडी दचकली, सराईचे सेवक घाबरले, भोवती फास पडला, आता कोणाची सुटका नाही. काळरात्र वाकुल्या दाखवू लागली. सारे स्वार गळाले, आता फक्त मरणालाच मिठी मारायची; पण मलकापूरचा बिरज्या जाधव हा तरणाबांड स्वार सहजासहजी हटणारा नव्हता. त्याने आपल्या लाडक्या हैबत्या घोड्याची पेंडी सोडली आणि डोंबाऱ्याच्या पोरासारखी त्याने भवरी उडी घेऊन हैबत्यावर मांड

ठोकली. बिरज्याने पाठीमागच्या कुसाकडे घोडा हाकारला. अग्निकल्लोळातून झेपावत जायचा त्याचा इरादा पक्का होता. त्याने घोड्याला चुचकारून टाच मारली. तसा घोडा बावरला. समोरच्या चार गज कुसाकडे तो टवकारून बघू लागला. बिरज्याने लगाम सैल सोडून पुन्हा टाच मारली. घोडा पुढे झाला आणि कुसाजवळून घाबरत माघारा वळला. बिरज्याने चवताळून पुन्हा टाच मारली. जनावराच्या मानेवरचे लांबसडक केस उपटीत तो ओरडला, "हैबत्याऽऽ लेकाऽ, रांडोळ्यासारखा काय करतोस आज?" पुन: पुन्हा टाच मारल्याने, लगामाला हिसडे बसले. हैबत्या बेभान झाला, त्याने मागे वळून जागच्या जागी रिंगण काढले, पवित्रा घेतला, डोळ्यांसमोरची चार गजांची उभी कूस त्याच्या अस्मानी मनाला ठेंगणी वाटली. जोरजोराने खिंकाळत त्याने पुढच्या पायांचे खूर उंचावले. तो चवताळत पुढे झेपावला. पुढचे खूर उंचावतच त्याने झेप घेतली. लव्हाळीसारखे त्याचे अंग जागच्या जागी चराचरा वाकले. हैबत्याचे पुढचे पाय कुसाच्या भिंतीबाहेर पडले. मागचा बोजा तो अंग एकवटून उचलू लागला. तोच अंग ढिले पडले. पोटाचा भार अजून थोडा वर उचलता येईना. भिंतीबाहेर पुढच्या अंगाला दोन पाय आणि मागच्या अंगाला दोन पाय. पोटात लोखंडी गज कचकन घुसले. हैबत्या भिंताडावरच मधल्या मधे जाम अडकला. रक्ताच्या चिळकांड्यांनी पाठीवर आरूढ झालेला बिरज्या जाधव मांडीपर्यंत भिजला. हैबत्याने जोराने खिंकाळत जागीच मान टाकली. त्याची हातभर जीभ बाहेर लोंबू लागली. बिरज्या कशीबशी सुटका करून कुसावरून पलीकडे उडी ठोकून पळाला. सराईतले सारे स्वार गारद झाले. अफगाण मराठा स्वारांची रिकामी घोडी ओढीत नेऊ लागले. सराईबाहेर पडता पडता भीमतट्टे मागे ओढ खाऊ लागली, रडवेल्या तोंडाने कुसावर वरच्यावर अडकलेल्या निष्प्राण हैबत्याकडे बघू लागली. मुकी जनावरे आसवे गाळू लागली, हैबत्याचे धूड भेसूर दिसू लागले.

ती काळरात्र संपली. उजाडता उजाडता अंतर्वेदीत-गंगा-यमुनेच्या बेचक्यात बहादूरगड, हिसार, सोनपतच्या प्रदेशात मराठ्यांच्या पराभवाची खबर वणव्यासारखी पसरली. वणवा दिल्लीच्या रोखाने भडकत चालला. एकदा मराठ्यांचा प्रचंड पराभव झाला आहे, अटकेवर झेंडा फडकून हिंदुस्थानला गवसणी घालणाऱ्या मराठ्यांचे कंबरडे मोडले आहे, उरलेसुरले मराठे जीव घेऊन दक्षिणेकडे धावतपळत चालले आहेत अशा बातम्या समजताच वाटेतल्या गावोगावांत रांडापोरांनाही अवसान चढले. मराठ्यांचे जथे दिसताच "हाणाऽ", "लुटाऽ", "माराऽ" असा गिल्ला उडू लागला. गावागावांतले टगे, पोरेसोरे हातात लाठ्या घेऊन वाटा अडवू लागले. बहुतांशी मराठ्यांकडे घोडी नव्हतीच. शहाण्यांनी जिवाच्या भीतीने घोडी मध्येच सोडून दिली होती. ज्यांच्या बुडाखाली घोडी होती, त्यांची घोडी अबलाही ओढू लागल्या. उंट आणि एखाद-दुसरा उरलासुरला हत्तीही हिसकावून घेतला गेला. अंगावरची वस्त्रे, नेसूची चांगली धोतरे, डोक्यावरच्या पगड्याही ओरबाडल्या जाऊ

लागल्या. कोसाकोसावर रयतेकडून होणारी वाटमारी, अडवाअडवी मराठ्यांच्या ध्यानी आली. शहाणी माणसे हमरस्ते सोडून उघड्याबोडक्या अंगाने पिकांतून, ओघळींतून, नदीकाठाने वनश्वापदासारखी लपतछपत धावू लागली.

दिवस उजाडता उजाडता सरदार अंताजी माणकेश्वर आणि बाजी हरी हे दोघे मराठा सरदार फरुखाबादच्या रानातून दिल्लीकडे पळत निघाले होते. पानिपतच्या युद्धातल्या रक्ताचे डाग दोघांच्याही भरजरी अंगरख्यांवर होते. आता फरुखाबाद ओलांडले की, दुपारपर्यंत सहज दिल्ली गाठू आणि जीव बचावू, अशी उमेद दोघांनाही होती. त्यांची सावली धरून जीव वाचविण्याच्या इराद्याने तीस-चाळीस मराठा स्वार घोडी दामटीत होते. अंताजीपंताने दिल्लीच्या राजकारणात तीस-पस्तीस वर्षे काढली होती. अहमदिया करारानंतर दिल्लीच्या बादशाही रक्षणासाठी पाच हजाराची तैनात घेऊन तर अंताजीनाना दहा वर्षे दिल्लीत तळ ठोकून होते. पराभवाच्या वार्तेने भल्याभल्यांची धडगत उरली नव्हती. ह्या प्रलयातून कातडी बचावून दिल्लीत जरी पोहोचलो तरी काहीही करू, असा भरवसा अंताजीला होता. साठी ओलांडली असली तरी अंताजीपंत वेगाने दौड करीत होता.

मोठा ओढा ओलांडून अंताजीची घोडी समोरच्या सपाटीला लागली. त्यांना फरुखाबादेच्या मशिदीतली बांग आणि मंदिरातला घंटानाद ऐकू येऊ लागला. डोळे फाडून सर्व जण अगदी डोळ्यांसमोर बघतात तर फरुखाबादचा जमीनदार, दोनशे काठ्या-कुऱ्हाडी घेतलेली माणसे आणि गोफणीत दगड भरून खडी असलेली पाचपन्नास पोरेसोरे दिसली. सर्वांच्या काळजाचे पाणी पाणी झाले. तीस-चाळीस मराठा घाबरला आणि दमलीभागली घोडी माघारा हाकू लागला. तोच गवार गराडा घालू लागले. भिरीराऽ करून गोफणीतले दगड डोकी फोडू लागले. देशोदेशींचे शेकडो वकील या आधी अंताजीची दिल्लीतली हवेली शोधीत आले होते. आता अंताजी फरुखाबादच्या रानात, शेताबांधाचा, काट्याकुंपणाचा आडोसा शोधीत जीव वाचविण्याचा केविलवाणा यत्न करीत होता. गोफणींच्या तडाख्याने अर्धमेले मराठे घोड्यावरून खाली कोसळले. बाकीच्यांच्या अंगावर लाठ्याकाठ्या पडल्या. अंताजी आणि बाजी हरीची डोकी फुटली, त्यांच्या अंगावरचे अंगरखे ओरबाडून गवारांनी पळविले, अंगठ्या हिसकावल्या, बोटे तोडली, रानावनात मुडदे तसेच फेकून दिले.

गुरुवारी भल्या सकाळीच पानिपतच्या संहाराची खबर दिल्लीत पसरली. सारी दिल्ली हादरली, लाल किल्ला शहारला, वारा पडला, गुपचूप होऊन घराघरांतून, माड्यामोहल्ल्यांतून मराठ्यांच्या पराभवाची चाललेली कुजबूज कान देऊन ऐकू लागला. गेले सहा महिने लाल किल्ल्याच्या शेंडीवर डौलाने फडकणारा जरीपटका हिरमुसला. वाऱ्यावर नाचणारा त्याचा फरारा बंद पडला. मान मोडून, खिन्न होऊन तो शहराकडे विझल्या डोळ्यांनी बघू लागला.

लाल किल्ल्यात बाळोजी पालांडे आणि मीरखान ठोके यांचे सात-आठशांचे लष्कर होते. त्यांच्यात पळापळ सुरू झाली. आसद बुरुजाच्या खाली यमुनेच्या

वाळवंटात पर्वतराव कदम, गोविंदपंतांचा पुत्र बाळाजी गोविंद, हिरोजी शेळके, लखोजी बोधे, लक्ष्मणराव गावडे, नारायण बापूजी रेठरेकर यांची तीन हजाराची पथके डेरेदांडे टाकून पडली होती. तिकडेही पराभवाची खबर पोहोचली. बाहेरची पथके किल्ल्यात आणि किल्ल्यातले बाहेर अशी पळापळ, धांदल उडाली. साऱ्यांची बोबडी वळली. कोणी पानिपतावर सारीच फौज बुडाली, सारेच सरदार मेले म्हणून सांगत होते. तर कोणी भाऊ आणि विश्वासराव जिवंत असून त्यांना मुसक्या बांधून कंदाहारी नेले, अशी नवीच खबर देत होते. काहींना पराभवाची खबर खरी वाटेना. खोटी मानावी तर तसाही पुरावा गवसेना. जसजसा दिवस वाढू लागला, तसतसे दिल्लीत वातावरण तापू लागले. शहरवासी मराठ्यांवर दातओठ खाऊ लागले.

सुभेदार नारो शंकरही विचारणा करणाऱ्या स्वारांना नीट उत्तर देईना. त्यालाही काय करावे सुधरेना. तिन्हीसांज झाली आणि गंगोबातात्या चंद्रचूड नारोपंतांच्या वाड्यावर येऊन पोहोचले. त्यांच्या मुखातून आल्या आल्या पानिपताची खरी खबर कळाली. उपाशी तात्या लवकरच ताटावर बसले. बावरलेला नारोपंतही तात्यांसमवेत दोन घास पोटात ढकलू लागला. तात्यांना विचारू लागला,

"तात्या, आता कसे करावे?"

"सवालच कशाला करता? आता फक्त हरीवर हवाला ठेवून दक्षिणेकडे पळत सुटायचे. वावगा विचार करणे नाही."

"पण... पण, मी दिल्लीचा सुभेदार! भाऊंना वचन दिले आहे, पडत्या काळातही प्राण गेला तरी दिल्ली सोडणार नाही," चाचरत नारोपंत म्हणाला.

"नारोबाऽ वचनाचा जाबसाल करायला भाऊसाहेब तरी जित्ते हवेत ना?" कसनुसं हसत तात्या बोलले, "नारोबा, अरे जीव वाचव. आपण मेलो नि जग बुडालेऽ! कसले ध्येय, कसली दौलत नि कसली सेवाचाकरी? कोणी सांगावे, हा देह पुन्हा लाभेल?"

"पण तात्या, हे मनाला पटत नाही."

"ठीक आहे, तुम्हांला भगवंत जशी दृष्टी देईल तसे वागा. जीव बचावला तर सारे बचावेल. अहो, सुभेदारासारख्या तीन पिढ्यांच्या साथीदाराला धीर धरवला नाही, तिथे तुम्हांसारख्यांची काय कथा? शहाणे व्हा आणि प्यारा जीव वाचवा."

प्रवासात लवकर भोजन मिळेल न मिळेल ह्या हिशोबाने गंगोबातात्यांनी बकाबका घास मारून पोटाची बेगमी केली. धोतराचा काचा ढिला करून पुन्हा जाम आवळून बांधला आणि वीस-पंचवीस सोबत्यांसह तात्या मथुरेच्या वाटेला लागले. रात्री दिल्लीची हवा तंग झाली. लुंग्यासुंग्यांना बळ चढले. दिल्लीचे सोदे हातात सोटे घेऊन मराठ्यांच्या अंगावर धावू लागले. नारोपंताने बदलत्या स्थितीचा कानोसा घेतला. दिल्लीत ठिकठिकाणी हुल्लड माजल्याच्या खबरा वाढू लागल्या. पंताला धीर निघेना. त्याने निघण्याची तयारी चालवली. तीन लाखाचा खजिना किल्ल्यात होता. तो तेवढा सांभाळून न्यायचा होता. वाढत्या रात्रीबरोबर बारा वाजता हुल्लड

जास्तच वाढू लागली. नारो शंकराला दरदरून घाम फुटला. खजिना तसाच मागे टाकून तोही मथुरेच्या दिशेने पळू लागला. "पाय रोवून दिल्ली लढवा" हा भाऊसाहेबांचा मंत्र कोणाच्या ध्यानीमनी राहिला नाही. सरदार, दरकदार, सेवक, नोकर, सारे जीव, जीव घेऊन अंधारातून धावू लागले.

शुक्रवारी सकाळी दिल्लीत कोणी मराठा दिसेना. आधीच जरीपटक्याचे काळीज फाटून गेलेले. ते हिरमुसले निशाण पोरासोरांनी फाडून यमुनेच्या वाळवंटात फेकून दिले.

चार-पाच दिवसांनंतर उरलेसुरलेले अनेक जण मथुरेत गोळा झाले. मल्हारराव होळकरांबरोबर त्यांचे अनेक साथीसोबती जमले. जानू भिंताडा, बारवकर आणि पिराजी जाधव ह्या तिघांनी रडतखडत पार्वतीबाईंना सांभाळून आणले. बाई आल्या आणि त्यांच्या भोवती गर्दी झाली. मल्हारबांना बघताच बाईंना राहवेना. त्या ढसाढसा रडू लागल्या. हंबरत्या स्वरात पुसू लागल्या,

"मामंजी, इकडच्या स्वारीचे, माझ्या धन्याचे काय झाले हो? कुठे आहे स्वारी? कशी, कधी भेटेल आम्हांला?"

"काय सांगावे सूनबाई! शेवटी शेवटी जरीपटक्याजवळ इतकी झोंबी झाली होती, इतकी गर्दी उसळली होती की, भाऊसाहेब कोणाला दिसलेच नाहीत. जिथे देवादिकांनाही दूम नाही, तिथे आम्हांला कसा पत्ता लागणार?"

मथुरेत फार वेळ न थांबताच लागलीच भिडेकडे आणि भिडेकडून ग्वाल्हेरकडे निघण्याचा मनसुबा मल्हारबाने केला. जवळ होते-नव्हते ते विकून, व्यापाऱ्यांकडून कर्जवाम काढून नवी घोडी खरेदी केली. चंबळेच्या निबिड अरण्यातून, नदीकाठाने भिडेकडे जायला मल्हारबा, गंगोबातात्या सिद्ध झाले. बारवकराने विचारले,

"सुभेदार, सरळ मार्गाने जाटाच्या मुलखातून दक्षिणेत जाऊ. चंबळेच्या आडमार्गातून जाण्याचे काय कारण?"

"विरोबाऽ, माणसाने नेहमी दक्ष आणि हुशार रहावे. सारी कलीच फिरली आहे. न जाणो, सूरजमल जाटाचीही मती पालटली आणि त्याने आम्हांला जखडून गिलच्याच्या हवाली केले तर? सुखासुखी इखाची परीक्षा कशाला घ्यायची?"

पौषाचा महिना, बोचऱ्या थंडीचे दिवस. मोठमोठे मराठे सरदार-दरकदार रानावनाने दक्षिणेची वाट चालत होते. झडतपडत वाट चालणारी माणसे कंदमुळे, रानझाडाची फळे, झाडाचा कोवळा पाला खाऊन दिवस काढीत चालली होती. काही टोळ्या जाटांच्या मुलखातून निघाल्या होत्या. ह्या अभागी जथ्यांना पाहून वाटेत कोणाला कणव येत होती. कोणी मूठ मूठभर उडीद, फुटाणे स्वारांच्या हातावर ठेवीत होते, तर कोणी मणभर भाकरींचे दान करूनही प्रत्येकाच्या वाट्याला कोर-अर्धकोर, तर कोणाच्या वाटेला पैशाएवढा भाकरीचा तुकडा येत होता. लीन, दीन, कळाहीन माणसे रस्ता चालत होती. ज्यांना कोणाला वाट गवसली, ते सरळ दक्षिणेकडे निघाले. कैकांना रस्तेच गवसले नाहीत. काही जण अंधाऱ्या रात्री वाट चुकून सरळ

लांबरुंद हाडापेराचा, भरदार मिश्याकल्ल्यांचा एक रांगडा स्वार जाटांच्या राजधानीकडे, भरतपूरकडे चालला होता.

उत्तरेला पंजाबकडे गेले. शहाण्या-जाणत्यांनी पतियाळाला जाऊन अलासिंग जाटाचा आसरा घेतला. भाऊंच्या वीरकथा ऐकून अलासिंग हळहळला. आश्रितांना हवे-नको बघू लागला. बाकीचे भिकारी झाले, भणंग होऊन वाळक्या-सुकल्या अंगाने दारोदार भटकू लागले, कित्येक उघडे-बोडके गोसावी झाले, हातात तुंबे-सोटे घेऊन भटकत भटकत प्रयागकडे चालले, त्रिस्थळी यात्रेचा लाभ चुकता चुकेना.

...लांबरुंद हाडापेराचा, भरदार मिश्याकल्ल्यांचा एक रांगडा स्वार जाटांच्या राजधानीकडे, भरतपूरकडे चालला होता. अवघी सत्तावीस उमर असलेला तो मराठा गडी घोड्यावर पालथा पडून, आयाळीचे केस धरून निघालेला. रस्त्याने जाणाऱ्या-येणाऱ्या माणसाला तो जिवंत आहे की मृत अशी भ्रांत पडावी इतका तो गलितगात्र दिसत होता. त्याच्या अंगावरचा भरजरी पेहराव रक्ताने माखून गेलेला. अंगावरचे ते काळेनिळे डाग सहज दहा-बारा दिवसांमागचे दिसत होते. घोड्याच्या पाठीवर पालथा पडलेला तो स्वार अर्धवट झोपेत होता. आपण कोठून कोठे चाललो आहोत याचे त्याला भान नव्हते. फक्त अधेमधे कडाडून भूक लागल्यावर वाटेचा रानपाला, ओलेकोवळे गवत खाऊन पोटाची खळगी भरल्याचे त्याला पुसटसे स्मरत होते. ग्लानीतून थोडी जाग आल्यावर आपल्या अंगातील हाडे आतल्या आत मोडल्याची, भयंकर मुका मार बसल्याची त्याला जाणीव होत होती. हाता-पायावरच्या वाहत्या जखमा आटल्या तरी एक प्रकारची दुर्गंधी सर्वांगाला सुटली होती.

तो स्वार पुढे चालला असतानाच एकाएकी त्याला दवंडी ऐकू आली, "ऐका हो ऐकाऽऽ, पानिपताहून आलेल्या मराठ्यांना कोणी छळू नकाऽ, भुकेल्यांना अन्न द्या, ल्यायला वस्त्र द्या, कोणाला छळू नका, हा महाराजांचा हुकूम आहे होऽऽ." 'पानिपत', 'मराठे' हे शब्द ऐकताच तो स्वार झटकन जागा झाला. तारवटलेल्या डोळ्यांनी समोर बघू लागला. कोणाचे हे शहर? कोण महाराज? त्याने रस्त्याकडेच्या पादचाऱ्याला पुसले,

"कोणाचा हा मुलूख?"

"जाटराजाचा."

"हा गाव कोणता?"

"भरतपूर."

तो मराठा सरदार गदगदून गेला. त्याच्या डोळ्यांतून झरझरा आसवे पाझरू लागली. सकाळचे ऊन वाढू लागलेले. स्वार भरतपुरात पुढे सरकू लागला. अंगातल्या कळा-वेदना असह्य होत होत्या. या आधी रक्तस्रावही खूप झालेला. दहा-बारा दिवसांत पुरेसे अन्न असे पाहायलासुद्धा मिळाले नव्हते. सरदाराला ग्लानी आली. त्याने पुन्हा इमानी घोड्यावर अंग झोकून दिले.

घोड्यावर अंग टाकून चाललेल्या त्या मराठा स्वाराकडे रस्त्यातून जाणारे-येणारे लोक बावरून बघू लागले. भरजरी पेहरावातला तो स्वार कोणी हलकाफुलका

नसावा. नक्कीच कुण्या देशाचा तरणाबांड राजकुमार दिसतो हा. घोड्याभोवती पोरासोरांची गर्दी झाली. घोडा तसाच गर्दीतून पुढे चालला. एका पडवीला गलितगात्र, दीनदुबळी दहा-बारा मराठा माणसे भोजनास बसली होती. कोणी धनिक त्यांना पत्रावळीवर शिळापाका घास वाढीत होता. उपाशी माणसे अन्न ओरबाडत होती. तोच एकाचे लक्ष समोरून चाललेल्या अश्वाकडे गेले. तसा तो बावरला. तिथेच पत्रावळ टाकून तो रस्त्यावर धावला. संशयाने त्याने त्या उमद्या मराठा गड्याची मुद्रा न्याहाळली आणि तो परीस गवसल्यासारखा ओरडू लागला, "समशेरऽऽ समशेरऽऽ समशेरबहाद्दरऽऽ!" पडवीची माणसे तिथेच अन्न टाकून रस्त्यावर धावली. त्यांनी समशेरबहाद्दराला गराडा घातला. अर्धझोपेतल्या त्या वीरास पाणी पाजले. साऱ्यांचा कंठ दाटला. मराठी माणसे हमसून हमसून रडू लागली.

एकाने त्या पराक्रमी वारूचा लगाम धरला आणि तो राजा सूरजमलच्या महालाच्या दिशेने चालू लागला. पाठोपाठ सारे जण निघाले. सूरजमलच्या महालाबाहेर गर्दी झाली. समशेरबहाद्दर जखमी अवस्थेत सापडल्याची वार्ता सूरजमलला कळली होती. बालिंग्याजवळ घोडा थांबेपर्यंत सूरजमल त्वरेने बाहेर आला. सोबत नोकरचाकर होते. श्रमलेल्या घोड्याच्या पाठीवर समशेर पालथा पडलेला. सूरजमलने त्याच्या पाठीवरून हात फिरवला. त्याचे काळीज चर्र झाले. शेजारी उभ्या असलेल्या राजवैद्याला सूरजमल म्हणाला,

"वैद्यराज, यांच्या अंगात बुखार दिसतो. अंग ठणकत असल्याचे जाणवते. शाही मेहमान म्हणून यांच्या तब्येतीची काळजी त्वरेनं घ्या."

"जी सरकार."

"यांना ओळखता, कोण आहेत हे?"

"..."

"घोड्याच्या टापांनी हिंदुस्थान गर्जून सोडणाऱ्या बाजीरावाचा हा बेटा! सरदार समशेरबहाद्दर!"

समशेरला घोड्यावरून पालखीत घातले, खास महालात त्याची व्यवस्था केली, भरतपुरात पानिपताहून पोहोचलेल्या मराठ्यांनी महालाभोवती गर्दी केली.

समशेर अर्धझोपेतच होता. मराठी दरकदार पुढे धावले. समशेरच्या पायांतले जोडे काढताना त्यांच्या डोळ्यांत आसवे मावेनात. महायुद्धात जोडे रक्ताने पूर्ण भिजलेले. जोड्यांवर साऱ्या रक्ताच्याच खाणाखुणा दिसत होत्या. अंगावरची वस्त्रे काढून राजवैद्याने प्रथम गरम पाण्याच्या बोळ्याने पाठीपोटावरचे रक्ताचे डाग पुसून काढले. सर्वांगावर किती तरी जखमा दिसत होत्या. समशेरच्या शय्येशेजारी जाटराजा उभा होता. जातीने सारी व्यवस्था बघत होता. समशेरच्या सर्वांगावरच्या खुणा बघून तो द्रवला. काळजीच्या सुरात तो राजवैद्यांना विचारू लागला,

"वैद्यराज, सरदार ठीक होतील ना?"

"काही सांगवत नाही," वैद्यराज बोलले. "या आधी खूप रक्तस्राव झालेला

दिसतो, छोट्या-मोठ्या जखमांनी पाठीचे धिरडे झाले आहे, त्यात अनेक दिसांचा प्रवास. मुका मार किती लागला असेल तेही सांगवत नाही.''

''हा मोहरा वाचलाच पाहिजे'' सूरजमल भारावून बोलला, ''आपसातल्या मतभेदाने आम्हांला पानिपतावर धाव घेता आली नाही. निदान स्वाभिमानासाठी प्राणाची बाजी लावणाऱ्या ह्या बहाद्दराला वाचविण्याचे भाग्य तरी आम्हांला लाभू द्या. जिवापाड यत्न करा पण मोहरा वाचवा!''

''जशी आज्ञा सरकार!''

वैद्याने जखमांवर झाडपाला, वन्यऔषधी बांधल्या. कसलासा काढा समशेरला पाजला. महालात मराठी माणसांनी गर्दी केली होती. साऱ्यांच्या डोळ्यांना सरी लागल्या होत्या. अनेक मोहरे गळाले. एवढा तरी वाचव म्हणून देवादिकांना प्रार्थना करीत होते. थोड्या वेळाने सूरजमलची लाडकी राणी हंसिया स्वत: समशेरला बघण्यासाठी आली. घटकाभर बसून तिने वैद्यराजाकडे सरदाराच्या तब्येतीची चौकशी केली. राणी महालाकडे निघाली. सोबत जाटराजाही होता. राणी हंसिया बोलली,

''केवढी ही जिद्दीची मराठी माणसे! गेल्या वर्षी ती दत्ताजीची वीरपत्नी आपल्या महाली आली होती. नवरा गुदरला तरी काय तडफ होती तिच्या अंगी! हिंदुस्थानात अशा कडव्या जमाती फार थोड्या.''

भरतपुरात कडक थंडी पडली होती. दरकदारांनी समशेरच्या अंगावर चार रजया पांघरल्या होत्या. उशापायथ्याशी दिवसभर मराठी माणसे बसून होती. समशेरला जाग ती कसली येत नव्हती. जाटराजाने आणि राणी हंसियाने पळातून आलेल्या मराठी माणसांची चांगली बडदास्त ठेवली होती. मराठी शिपायांना, यात्रेकरूंना धर्मशाळांतून, वाड्यांतून, निवाऱ्यासाठी जागा दिल्या होत्या. ब्राह्मणांना सरकारातून रोज शिधासामग्री वाटली जात होती. प्रत्येक राऊतस्वाराला एक रजई, पागोटे आणि धोतरजोडीचे वाटप झाले होते. प्रत्येकी खर्चास पाच रुपये दिले होते. ज्यांना महाराष्ट्रदेशी परतावयाचे होते, त्यांची वाटखर्चीची सोय सरकारातून केली होती. हंसिया राणीने आपल्या मुलखात ठिकठिकाणी स्वार पाठवून पळातून आलेल्या मराठ्यांना अभय देण्याची फर्माने सोडली होती.

मध्यरात्री समशेरने डोळे उघडले. ''भाऊऽ'', ''भाऊऽ'' करीत तो आजूबाजूला पाहू लागला. त्याच्या आर्त हाकेने साऱ्यांनी माना खाली घातल्या. आपल्या कपाळावरून भाऊंचाच हात फिरतो आहे असा क्षणभर समशेरला भास झाला. त्याने तो हात हातात धरला. मान थोडी वर करून त्याने उशाकडे पाहिले तर सूरजमल राजा पलंगावर बसून होता. समशेरचे डोळे डबडबले, तो लहान लेकरासारखा विचारू लागला,

''राजेसाहेबऽऽ, आमचे भाऊसाहेब कुठे आहेत?''

साऱ्यांच्या नजरा अबोल होत्या. मोडक्या मानेने सारे सभोवती उभे राहिलेले. समशेरने ओळखायचे ते ओळखले. ढग भरून यावा तसे मन भरून आले.

सूरजमलचाच हात पोटाशी धरून समशेर "भाऊऽ", "भाऊऽऽ" करून आकांत करू लागला. त्याच्या अंगावरून हात फिरवीत जाट राजा म्हणाला,

"सरदारसाहेब, झाले गेले विसरा. दुःख मोठे आहे, मान्य आहे; पण आपली तबियत अजिबात ठीक नाही. शोक आवरा."

समशेर पुनः पुन्हा मोठ्याने रडू लागला. आसवे गाळीत म्हणू लागला,

"राजेसाहेब, आम्ही कसे थांबायचे? जीवनाचे सारच गेल्यासारखे वाटते. माझ्यासारख्या अभाग्याला दिव्यत्वाची शिकवण देणारा तो थोर पुरुष होता. वीराचे आजोळ, सासर-माहेर सारं काही म्हणजे रणांगण, ही शिकवण देणारा आमचा वीरबंधू आम्हांला कुठे भेटणार? लाखो माणसे-जनावरे संगतसोबत घेऊन हिंदुस्थान पालथा घालणारा, परक्याला देशातून हाकलण्यासाठी आमच्यासारख्या असंख्यांना तहान-भूक विसरायला लावणारा, असा खंदा वीर या लोकी दुसरा कोण भेटणार? भाऊविना जिणे ते कैसे जिणे? त्यापेक्षा मरण बरे! ...भाऊऽऽ भाऊऽऽ."

रात्रभर बेशुद्ध अवस्थेत समशेरने "भाऊऽ भाऊऽ" असा आकांत चालविला होता. वाढत्या रात्रीबरोबर अंगातला ज्वर वाढत होता. मध्यरात्र उलटल्यावर तर त्याचे सर्वांग ऊनजाळ भासू लागले. पहाटवाऱ्याच्या झुळकीबरोबर "भाऊऽ भाऊऽ" हा आकांत शांत झाला. समशेरचे प्राणपाखरू उडाले. शोककल्लोळाने सारा महाल गर्जून गेला. मराठी माणसे पलंगावर पालथी पडून ऊर बडवू लागली.

हंसिया राणीच्या डोळ्यांतूनही आसवांच्या धारा लागल्या. सूरजमल जाटाने शोक आवरता आवरता आपल्या कारभाऱ्याला हुकूम दिला,

"ह्या वीराला साजेशी भव्य कबर भरतपुरात बांधा. मायभूमीपासून दूर निवर्तल्याची टोचणी त्याच्या आत्म्याला लागू देऊ नका."

□

नानासाहेब पेशवे आपल्या वीस हजार फौजेनिशी माळव्याकडे चालले होते. हिवरबारीने सातपुडा पर्वत ओलांडून गोधडी, कायगाव, कसबा नेमावर मार्गे ते भेलशाच्या रोखाने कूच करीत होते. निजामाच्या बंदोबस्तासाठी रघुनाथदादाकडे बरीच फौज दिल्याने पेशव्यांकडे लष्कर थोडे उरले होते. तरी सदाशिव रामचंद्र, यमाजी शिवदेव, गोपाळराव पटवर्धन आणि बाबूजी नाईक बारामतीकर अशा सहकाऱ्यांचा आणि आप्तेष्टांचा भरणा संगतीला होता.

पेशव्यांची उमर चाळिशीचीच होता; पण देह थकल्यासारखा वाटत होता. आपण आता म्हातारे झालो अशी उगाचच एक भावना होऊन मन हलके व्हायचे. तसा नानासाहेबांवर पेशवाईचा भार अवघ्या एकोणिसाव्या वर्षी पडला. पहिल्या दहा-पंधरा सालांत भयंकर कष्ट उपसावे लागले. माळव्यापासून, प्रयाग ते बंगालपर्यंतच्या मोठ्या मोहिमा पार पडल्या. या दगदगीने जीव कंटाळून गेला. दादासाहेब आणि भाऊसाहेब हातातोंडाशी आले, तेव्हा कुठे त्यांना हायसे वाटले. अलीकडची दहा-

बारा वर्षे आरामात, विलासात आणि विषयलोलुपतेत पार पडली; पण तरीही पेशवे समाधानी नव्हते. अलीकडे तर गोपिकाबाईंचा आणि त्यांचा उभा दावाच चाललेला जणू. दोघांतही विस्तव जात नव्हता. त्यातच क्षयाची व्याधी झालेली. तो त्रास. त्यावर इलाज म्हणून नाना औषधी, काढे हे सुरू होतेच. मध्येच मन भरकटून पानिपताकडे जाई. पेशवे अस्वस्थ होत. लाखाची फौज आणि लाखमोलाचे तरणेबांड स्वार-शिपाई! उभ्या महाराष्ट्राची तरुणाई पानिपतावर गिलच्याशी सामना द्यायला खडी राहिली होती. काय झाले असेल त्यांचे?

जेव्हा पानिपतावर पेच पडला होता, अन्नपाण्याविना तडफडणाऱ्या मराठी फौजेभोवती गिधाडे घोंघावत होती, निसर्गानेही थारा दिला नव्हता, वाराही उलट्या दिशेने वाहत होता, मराठी लष्कराभोवती अब्दाली-नजिबाचा फास आवळत होता, तेव्हाच गोदातीरी पैठणला नानासाहेब पेशव्यांच्या द्वितीय विवाहाचा सनईचौघडा झडत होता. २७ डिसेंबर १७६० ला नानासाहेबांचा मंगल सोहळा पार पडला. ह्या आधीच खलित्यांच्या, सांडण्यांच्या वाटा वैऱ्याने कुडलेल्या. इकडचे तिकडे माहीत नाही आणि तिकडचे इकडे कळाले नाही. गोपिकाबाईंच्या जाचाला कंटाळलेल्या नानासाहेबांनी पैठणचे देशस्थ सावकार नारोबा नाईक यांची नऊ वर्षांची कन्या राधाबाई हिच्या गळ्यात वरमाला घातली. आनंदाच्या भरात नानासाहेबांनी आबा पुरंदरे आणि वीरेश्वर दीक्षित ह्या आपल्या सवंगड्यांना आपल्या सोबत पुन्हा एकदा लग्न करावयास भाग पडले. चांगले बार उडवून दिले. प्रत्यक्ष पेशव्यांचे लग्न असल्याने नाइकांनी जावयासाठी कशाचीच ददात पडू दिली नाही. विवाहासाठी अनेक सरदार-दरकदार जमले. आहेर, जेवणावळी, दारूकाम यांचा एकच गोंगाट उडाला. हत्तीवरून वरात निघाली, सुवर्णपुष्पे उधळली गेली, चार दिवस पेशवे आपल्या लष्करासह पैठण मुक्कामी राहिले. पाचव्या दिवशी पोशाख, विडे, पानसुपारी, अत्तर, गुलाब, हारतुरे झाले.

पेशव्यांना कळसाचे पाणी मानवले नाही. हळदीचे अंग गोरेमोरे दिसू लागले. कानात साठवलेला सनई-चौघड्यांचा आवाज भेदून रणभेरींचा आवाज अंतर्मनाला टोचू लागला. तलवारींचा खणखणाट, धडाडत्या तोफा, केविलवाण्या हाका, आरोळ्या... नको नको ते डोळ्यांसमोर उभे राहू लागले. अर्धवट झोपेतून जाग्या झालेल्या माणसासारखी खाशांची अवस्था झाली.

दिवस पालटू लागले. पेशव्यांची स्वारी उत्तर दिशेने गतीने चाललेली. अंबारीतून नानासाहेबांची नजर दूरचा वेध घेऊ लागली. महिन्याभरात उत्तरेचा काहीच खलिता नाही. काय घडले असेल पानिपतावर? कोणीच का काही कळवत नाही आम्हांला? मावसबंधू वीरेश्वर दीक्षितांना नानासाहेब विचारू लागले,

"वीरेश्वरऽ, पानिपतावर फौजा समोरासमोर ठासून उभ्या होत्या, ही खबर तर फार जुनी. मग पुढची वार्ता आम्हांला का समजू नये?"

"कदाचित सुलूख झाला असेल."

''तेच म्हणतो आम्ही वीरेश्वर. युद्ध नाही, निदान सुलुखाची वार्ता तरी का मिळत नाही?''

''कदाचित काही बरेवाईट...''

''नका, वीरेश्वर, असे भलतेसलते बोलू नका,'' नानासाहेब कळवळून म्हणाले. ''पानिपतावर दख्खनच्या हर उंबरठ्यातला स्वारराऊत आहे. सारी तरुणपिढी तिथेच गोळा झाली आहे. आमच्या रक्तमांसाची, ज्यांची जागा आमच्या काळजाच्या कुपीत आहे, अशी आमची जिवाभावाची माणसे तिथेच आहेत. त्यांना यशसिद्धीच लाभायला हवी. त्यांच्या केसालाही कोणी धक्का लावील तर आम्ही उभी दुनिया भस्मसात करूऽ!''

वीरेश्वर शांत होते. पेशव्यांनाच चैन पडत नव्हते. कपाळ घामाने डबडबले होते. वंगाळ मुद्रा करीत ते म्हणाले,

''वीरेश्वर, तसा आम्हांला मोहिमेत खूप उशीर झाला नाही? आम्ही मोहिमेच्या मनसुब्याने दसऱ्यालाच वाड्याबाहेर पडलो. संक्रांतही टळली तरी आम्ही अद्यापि वाटेवरच! झाशीला मोहिमेसाठी बैलांची तजवीज करा, म्हणून या आधीच कोल्हटकरांना सांगावा धाडला आहे. पन्नास हजार फौजेनिशी उत्तरेत दाखल होतोय असा खलिता भाऊला पाठवला आहे. किती तरी दिवसांत पोरांना भेटलो नाही. भाऊसाहेब, विश्वासराव आणि आमचा समशेर, सारेच वाटेवर डोळे लावून बसले असतील नाही? पण का हो वीरेश्वर, आपण युद्ध आणि सुलुखाचाच कशाला विचार करावा? कदाचित ते विजयीही झाले असतील! खरे युद्धयोगी महापुरुष आहेत ते!''

''तीही शक्यता नाकारता येत नाही,'' दीक्षित बोलले.

नानासाहेबांच्या अंतर्मनाला हाही विचार पटेना. ते गोंधळून म्हणाले,

''वीरेश्वर, जर पोरांना यशसिद्धी लाभती तर तेही कसे कळत नाही? त्यांनी तरी का कळवले नाही?''

पेशव्यांचे चित्त थाऱ्यावर राहिना. पानिपतची विवंचना स्वस्थ बसू देईना. जसे दिवस वाढू लागले तशी काळजी वाढू लागली. वाटेतल्या मुक्कामात शांतपणे झोपही येईना. वेड लागायची पाळी आली. काहीच कसे कळेना? एवढी दांडगी फौज! दौलतीचा कणाच तो! झाले तरी काय? पेशव्यांनी लष्करात फर्मान काढले. वाटेत मार्गावर कोणी उत्तरेतून येणारे वाटसरू, व्यापारी, यात्रेकरू गवसतील त्यांना रोखा, त्यांचा झाडा घ्या, काही चिठ्ठचपाटी मिळते का पहा, विचारणा करा. ह्या फर्मानाची अंमलबजावणी सुरू झाली. वाटेच्या वाटसरूंना विचारणा होऊ लागली. काही खबर मिळेल, कळेल म्हणून नानासाहेब यात्रेकरूंच्या जथ्याकडे आशेने बघायचे आणि अंती नाराज व्हायचे. सारे लष्करही चिंतेत पडले. गोपिकाबाईंनी पेशव्यांशी बोलणेच टाकलेले; पण उत्तरेची काहीच खबर लागेना म्हणून त्याही चिंताक्रांत झाल्या. पेशव्यांचे नवे कुटुंब, भावजय सगुणाबाई, राणीवशातल्या बाकीच्या स्त्रिया, सरदार-दरकदार, कारभारी, कारकून सारे हवालदिल झाले.

अंबारीतून नानासाहेब क्षितिजावरचे काळेनिळे ढग बघायचे आणि त्यांचे मन गलबलून जायचे. वाटेकडेच्या झाडांना, लतावेलींना पुसावे अशीही प्रबळ इच्छा व्हायची. खाशाला लहान मुलाची स्थिती झाली.

बुऱ्हाणपूर, हंडिया अशी मजल-दरमजल करीत करीत लष्कर नर्मदातीराकडे निघाले. अधेमधे फारसे थांबायचे नाही, दिवसभरात मार्ग कापता येईल तेवढा कापावा, असा खाशाचा लष्कराला हुकूम होता. दुपारचा घडीभर इसावा घेऊन लगेच लष्कर चालू लागायचे. लष्करातील माणसांबरोबर जनावरांनाही उत्तरेची ओढ लागलेली. आज तर भलतीच रपेट झालेली. झुंजूमुंजू होतानाच जनावरांची दावी सुटली होती. झपाट्याने लष्कर चालत होते. आता दुपार टळून गेली होती.

दिवसभरात सूर्यदर्शन नव्हते. सारे आभाळ गच्च ढगांनी भरून गेलेले. हवेत दांडगा उष्मा वाढलेला, घामाच्या धारा सर्वांगावरून वाहत होत्या, उष्म्याने अंगाची काहिली होत होती. जनावरे-माणसे भेंडाळून गेली होती, अजून पोटात न्याहारी नव्हती. पाय दुखू लागलेले पण खाशाचा इसाव्याचा हुकूम होईना.

एक टेकडी ओलांडल्यावर समोर वेळूची व किंजळाची दाट झाडी दिसू लागली. एका सरळ रेषेत आडवा तट उभा लागलेला. नदीची ही खूण साऱ्यांना पटली. ''नर्मदा'', ''नर्मदा'' अशी लष्करात कुजबूज वाढली. उत्तर दिशेकडे मान उंचावून उंचावून खाशाच्या मानेला कढ आलेला. उष्म्यानेही अंगाची तल्कली वाढलेली. त्यांनी नजरेच्या इशारतीने कारभाऱ्याला इसाव्याचा हुकूम दिला. अलीकडचा तीर उतरत असतानाच नर्मदेच्या विस्तीर्ण पात्राचे दर्शन घडले. उंट, घोडी वेगाने पाण्यात धावली. आडवी जीभ मारून घटाघटा पाणी घोटू लागली, तोफगाड्यांच्या बैलांनी तसेच पाण्यात फतकल मारले, पलीकडच्या तीराला विस्तीर्ण वाळवंट दिसत होते. गार पाणी मारून स्वारराऊत वाळवंटातच विश्रांती खाऊ लागले. दरकदार, कारभारीही वाळवंटात उतरले. बिनीवाल्याने जलदीने पलीकडच्या तीरावर जांभळाच्या झाडाखाली बिचवा मारला. नानासाहेब इसाव्यासाठी आत बसले.

नानासाहेब खळखळ वाहणारा डोळयांसमोरचा पाण्याचा प्रवाह बघत होते. शून्य दृष्टी लावून एकीकडे पाहू लागले की ते तिकडेच बघत. थोड्या वेळात पान आले; पण आज घास-दोन घास खाण्याचीही त्यांची इच्छा नव्हती, वासनाच होईना. जवळपास महिना गुदरला तरी उत्तरेतील वार्ता नाही म्हणजे काय? ''श्रीमंत'', ''श्रीमंत'' ह्या हाका कानावर आल्या आणि नानासाहेब भानावर आले. बिचव्याच्या तोंडाशी आबा पुरंदरे घाईने आलेले. त्यांच्या आविर्भावावरून नक्कीच काहीतरी जलदीची खबर असणार, हे स्पष्ट दिसत होते. श्रीमंतांनी आवंढा गिळला. विचारले,

''काय पुरंदरे? कोणता तातडीचा मजकूर आणला आहे?''

''श्रीमंतऽ, सोनपत-पानिपताकडून एक काशीद सावकार दक्षिणेत चालला आहे. आताच ह्या काठावर त्याची चार घोडी आणि दोन सांडण्या आम्ही रोखून धरल्या आहेत,'' पुरंदरे.

"काय सांगता? सोनपत-पानिपताकडचा सावकार?" नानासाहेबांच्या काळजात धस्स झालं.

"होय श्रीमंत."

"काही खबर? काही वार्ता?" नानासाहेब घाबरून विचारू लागले.

"आम्ही खूप विचारणा केली; पण आम्हांला काही दाद देईना. गोंधळल्यासारखा करतो. कदाचित त्याला बऱ्याच गोष्टी माहीत असाव्यात."

"त्याला तातडीने आमच्या समोर हजर करा."

"जी श्रीमंत."

खाशाच्या समोर एक साठी-पासष्ठीचा वृद्ध मुसलमान सावकार उभा राहिला. तो पेशव्यांकडे बावरून बघू लागला. खासा त्याला निरखू लागला. सावकाराच्या तोंडावर अनेक रेघांचे जाळे होते. कदाचित अनेक गोष्टींचे तिढे, खबरा त्याला ठाऊक असाव्यात. नानासाहेबांना राहवेना. ते तसेच बिचव्याच्या काठीचा आधार घेत उठून उभे राहिले. सावकाराच्या खांद्यावर हात ठेवून विचारू लागले,

"तुम्ही सोनपताहून आलात की पानिपताहून?"

"सोनपताहून जी हुजूर."

"चाललात कुठे?"

"औरंगाबादेकडे जी."

"सोनपताहून निघालात कधी?"

"कुछ दसपंधरह दिन गुजरे."

"तिकडची काही खबरबात?"

सावकार गोंधळला. तो काही बोलेना, तसे नानासाहेब हवालदिल झाले. त्यांचे मन भरून आले. दाटल्या कंठाने त्यांनी व्यापाऱ्याला विचारले,

"आमची मराठी फौज, आमची धनदौलत त्या मुलखी युद्धासाठी गेली आहे. तुम्ही तर त्या मुलखीचे. सांगाऽ सांगाऽऽ जरा जलदीने सांगा. काही बुरी खबर असेल तर तीही सांगून मोकळे व्हा."

एव्हाना बिचव्याभोवती अनेकांचा गराडा पडलेला. श्वास रोखून सावकार काय बोलतो आहे, याकडे सारे ध्यान देऊ लागले. सावकार दबकत दबकत बोलला,

"मी बेपारी माणूस. तुमच्या राजनीतीचे आम्हांला काय मालूम? पण मुलखातून निघता निघता जेवढे ऐकले तेवढे सांगतो."

"सांगाऽ सांगाऽऽ."

"तिकडून निघताना एवढेच ऐकले, पानिपतावर इराणचा शहा अब्दाली आणि दख्खनी लोगांचा बडा जंग झाला. त्यात दख्खनी लोगांचा पराभव झाला!"

साऱ्यांच्या मुद्रा खर्रकन उतरल्या. नानासाहेबांच्या पोटात भीतीचा गोळा उठला. अंगात हीव भरल्यासारखे झाले. आबा पुरंदरे व्यापाऱ्याला विचारू लागले,

"दख्खनी लोकच पराभूत झाले असे आपण कसे म्हणता?"

"रक्ताने भरलेले लोग दख्खन दिशेकडे दोन राती पळत होते. इराणी पडते तर ते इकडे कसे पळते?"

साऱ्यांच्या अंगातला जीवच निघून गेल्यासारखे झाले. डोळ्यांतील आसवे पुसता पुसता नानासाहेबांनी कातर स्वरात विचारले,

"आणखी काही खबर? कोणी सरदार मेला वगैरे?"

तो वृद्ध व्यापारी शांत आवाजात म्हणाला,

"मला जास्त काही पुसू नका. जेवढा मालूम होता तेवढा सांगितला. कोणी खतम् झाल्याचे सुनले नाही; पण आमच्या मुलखात सारे लोग एवढेच सांगतात— दोन मोती गलत्, दस-वीस अश्राफत, रुपयोंकी गिनती नहीं!"

नानासाहेबांच्या डोळ्यांवर अंधारी आली. कोणी तरी अक्राळविक्राळ कड्यावरून खाली काळदरीत लोटल्याचा त्यांना भास झाला. सर्वांगाला कापरे भरले. तो व्यापारी कधी निघून गेला हेही श्रीमंतांना कळाले नाही. घशाला कोरड पडली. तोल जाऊन ते खाली कोसळणार इतक्यात शिवदेवांनी त्यांना आधार दिला. पेशव्यांनी न राहून यमाजीला मिठी मारली.

"श्रीमंतऽ श्रीमंतऽऽ मन आवरा. एवढे शोकाकुल होऊ नका. ही पक्की खबर नव्हे! आधी आपण खातरजमा करावी."

नानासाहेबांचे डोळे पाझरू लागले. त्यांनी हंबरडा फोडला,

"दोन मोती गलत्, ह्या शब्दांचा अर्थ आम्ही काय घ्यावा? आता आणखी कसली समजी काढता आमची? हे दोन मोती म्हणजे आमच्या काळजाच्या दोन पाकळ्यांशिवाय दुसरे कोण असणार?"

कंबरडे गळाल्यासारखे नानासाहेब धरणीवर बसले. त्यांना मूर्च्छा आली. सेवकाने तोंडावर पाणी मारले, थोड्या वेळाने पेशवे भानावर आले, त्यांना धीर देत सारे समजावू लागले,

"श्रीमंतांनी मन आवरावे. अद्यापि कोणती पक्की खबर लाभली नाही."

पेशवे थोडे शांत झाले. त्याही स्थितीत कसल्याशा निर्धाराने यमाजीचा हात धरून उठले. सर्वांना फर्मावत बोलले,

"चलाऽ निघाऽऽ आता थांबायचे नाही. लेकरांवर कोणता प्रसंग ओढवला, ते तरी बघू या."

लष्कर उत्तरेकडे कूच करू लागले. पेशव्यांसह साऱ्यांनी धैर्याचा आव आणला असला तरी मने खचली होती, सारे हबकून गेलेले. राष्ट्रसंकट कोणत्या स्थितीला जाऊन पोहोचले आहे, याचा पुरता अदमास येत नव्हता.

वाटेत आणखी दोन मुक्काम झाले. तिसऱ्या दिवशी मार्गात साक्षात पळाची माणसे भेटली. अंगाला भस्म फासून कित्येक दिवसरात्री तुडवीत ते भुकेकंगाल जीव दक्षिणेकडे धावत होते. युद्धात मराठी दौलत गारद झाल्याची पक्की खबर लागली; पण पळातली ती माणसे दुपारीच पानिपत सोडून धावू लागली होती. कोण

सरदार वाचले, कोण मेले ह्याची चौकशी करायला त्यांना उसंत मिळाली नव्हती. जीव वाचविण्यासाठी त्यांनी पुढा तिकडे मुलूख थोडा केला होता. कोणी भाऊसाहेब आणि जनकोजी जिवंत असल्याचे सांगत होते. बहुतांशी पळे कानावर हात ठेवीत होते.

पेशव्यांनी त्याही स्थितीत खंबीरता दाखवली. भक्कम सांडण्या आणि अव्वल हरकारे, खबरे दोन-तीन दिशांनी पुढे पिटाळले. मिळेल तशी खबर आणण्याचे हुकूम सोडले. काळवंडलेले लष्कर तसेच पुढे निघाले.

श्रीमंत अंतर्मनात खचू लागले. मोहिमेत बहुतांशी घोड्यावरून रपेट करणाऱ्या पेशव्यांना रिकिबीत पाय ठेवावासा वाटेना. घोड्यावर बसले तरी अंग आणि मनही गळाठून गेल्याने जास्त वेळ घोड्यावर बसवेना. ते पालखीतूनच पुढे कूच होऊ लागले. प्रवासात पडदे बाजूला करून डोंगरदऱ्यांकडे, आभाळकड्यांकडे वेड्या नजरेने बघू लागले. राहून राहून त्यांना चिमाजीअप्पांची याद येऊ लागली. जसे अप्पा आणि बाजीराव पेशवे, तसे नाना-भाऊ असा सगळीकडे बोलबाला होता. अवघी एकोणीस उमर असलेल्या नानासाहेबांना पेशवाईची वस्त्रे मिळावीत म्हणून साताऱ्याला जाऊन अप्पांनी केवढी यातायात केली होती. बाजीरावानंतर काही महिन्यांतच अप्पाही निवर्तले. मान टाकण्यापूर्वी ''भाऊला सांभाळा'' असे त्यांनी गहिवरून नानांना सांगितले होते. सातारच्या गेंडामाळावर पुण्याला निघालेल्या नानांना निरोप देणारा चिमुकला भाऊ अजूनही पेशव्यांच्या नजरेसमोरून हटत नव्हता. त्याच्या डबडबलेल्या नेत्रांना बघून उभा वटवृक्षही शहारून गेला होता. रात्री श्रीमंतांना नीट डोळाही लागत नव्हता. ''भाऊऽ'', ''भाऊऽऽ'' म्हणून ते झोपेतून किंचाळून उठत होते. विश्वासरावांचा आणि भाऊंचा थांगपत्ता लागेना तेव्हा गोपिकाबाईही गडबडून गेल्या. त्यांच्याही डोळ्याचे पाणी तुटेना. त्या अतिउदास दिसू लागल्या. कोणाशी बोलेनात की चालेनात.

एकदाचे लष्कर भेलशाला पोहोचले. पहिल्या मुक्कामाच्या दिवशीच कित्येक दिवसांच्या पोटात चांगली खबर मिळाली. मथुरेच्या मुक्कामी विठ्ठलराव विंचूरकर, नाना पुरंदरे आणि पार्वतीबाई सुखरूप आहेत, ही खबर ऐकताना आषाढझड सोसलेल्या जांभळीच्या पानांवरून काही थेंब भुईवर टप् टप् करून ओघळावेत तशी नानांच्या नेत्रांतून आसवे ओघळली. दाटल्या कंठाने ते म्हणाले, ''एवढी सारी आहेत, तर कुठे ना कुठे माझा भाऊ आणि विश्वासराव असतीलच ना!'' श्रीमंतांनी निश्चय केला. भाऊंचा जोवर थांगपत्ता लागत नाही तोवर भेलशाचा मुक्काम सोडायचा नाही. जागोजाग माणसे धाडून ते भाऊंचा शोध घेऊ लागले. त्यांनी लागलीच नाना पुरंदऱ्यांना खलिता धाडून अजमेर, ग्वाल्हेर, चंबळेचा, यमुनेचा खोरा धुंडाळून भाऊंचा शोध घेण्यास फर्मावले. थरथरत्या बोरूने पत्राच्या शेवटी स्वतः ओळी लिहिल्या. 'चिरंजीव भाऊ या लोकी नसल्यावर मला जगणे नाही. एका भाऊवाचून दुनिया-दौलत व्यर्थ आहे. त्याच्या हातचे पत्र पाहीन तेव्हाच जिवात

जीव येईलऽ!’

भेलशाच्या मुक्कामी श्रीमंत आपल्या डेऱ्यासमोर तासन्तास बसून राहायचे. कोठून खबर येते का, ह्याची चातकासारखी वाट बघायचे. रानात हरणीची पिल्ले चुकावीत आणि बेचैन हरणी झुरावी तसे नानासाहेब झुरू लागले होते.

...एके रात्री नानासाहेब भाऊंच्या नावे शोक करीत पडले होते. तेवढ्यात डेऱ्यात वीरेश्वर दीक्षित आणि बाबूजी नाईक आले. त्यांनी सुजाच्या पदरीचा सेवक काशीराज पंडित आणि अनुपगिरी गोसावी ह्यांची पत्रे घेऊन सांडणी आल्याची खबर दिली. श्रीमंतांनी जासुदाला तातडीने फर्मावले.

काशीराजाचा खलिता थरथरत्या हातात घेऊन पेशवे लगबगीने एकेक शब्द वाचू लागले.

‘श्रीमंत पंतप्रधान स्वामींचे सेवेशी काशीराज शिवदेव कृतानेक साष्टांग नमस्कार. विज्ञापना यैसीजे :

इकडे आपल्या आणि गिलच्याच्या सैन्याचा मुकाबला झाला. माझे यजमान सुजाउद्दौले यांचा मराठ्यांकडेच आपरभाव होता, परंतु दैवलीला न्यारी. झुंज मोडल्यावर घडलेले विपरीत स्वामींना ठाऊक असेलच. आम्ही आमच्या यजमानांना सांगून श्रीमंत भाऊसाहेब आणि रावसाहेब यांची शवे रणांगणीहून महत्प्रयासाने धुंडाळून आणली. ब्राह्मणमंडळींचे सहित चंदनादि उपचारे संस्कार केला. घडल्या प्रसंगाचा सुजाउद्दौल्यांना बहुत खेद झाला आहे. स्वामीराजासही परम दुःखावह होईल परंतु भगवंत इच्छेस उपाय काय? बहुत काय लिहिणे? कृपा निरंतर असो दिजे हे विज्ञापना.’

काशीराजाचा खलिता वाचताच नानासाहेब शोकाने उन्मळून गेले. “भाऊऽ भाऊऽऽ भाऊरायाऽऽ” असा हंबरडा फोडून ते मोठमोठ्याने हाका मारू लागले. “भाऊऽ भाऊऽ” करून खांबाचे मुके घेऊ लागले. श्रीमंतांच्या सभोवती सदाशिव रामचंद्र, विठ्ठल विश्राम, वीरेश्वरपंत, यमाजी शिवदेव, बाबूजी नाईक अशा सहकाऱ्यांनी कोंडाळे केले. सारे श्रीमंतांना आवरू लागले. श्रीमंतांचा शोकावेग थांबता थांबेना. ते मोठमोठ्याने हुंदके देत म्हणू लागले,

“पोराच्या मृत्यूला मीच जोखीमदार. मीच नामर्द, व्यसनी, पापी. भाऊ, दादा, समशेर हे केवळ ईश्वरी सिद्धयोगी, महावीर. माझे सख्त बोलणे. प्रसंगी मी दादाला थोबाडीत मारली. भाऊला नाही नाही ते बोललो, वागलो. भाऊसाहेबांसारखे सहस्रवीर ह्या पाप्याला क्षमा करतील ना?”

सारे जण श्रीमंतांची समजूत घालू लागले,

“श्रीमंत, शांत रहा. आपण तरी कर्तव्याला कुठे चुकलात?”

नानासाहेबांचा अनावर शोक थांबत नव्हता. सर्वांग गदगदून गेले होते, हुंदक्यांना दम नव्हता, आसवांना बांध नव्हता. श्रीमंत सारखे “भाऊऽ भाऊऽ” म्हणून ओरडत

होते. सर्वांना सांगत होते,

"भाऊवाचून धन, दौलत, दुनिया सारे काही व्यर्थ. भाऊशिवाय मला जगणे नाही. भाऊऽऽ माझा लेक अल्पायुषी होता, सूर्यमंडल भेदूनी गेलाऽऽ!"

□

दिल्लीच्या राजवाड्यात अब्दालीने बेगमांसह मुक्काम ठोकला. त्याच्या लष्कराचा तळ अहमंदगंज भागामध्ये पसरला होता. दिवाण-इ-खाससमोर वीस-एकवीस वर्षांपूर्वी अहमद 'शहेनशहा' होईल अशी भविष्यवाणी हैदराबादच्या निजामाने नादिरशहाकडे वर्तविली होती. त्याच दिवाण-इ-खासमध्ये अब्दालीने पानिपतावर मराठ्यांना पाणी पाजून खास दरबार भरविलेला होता. कोहिनूर हिरा म्हणजे जगाच्या कोंदणातले तेजस्वी रत्न. ते रत्न नादिरशहाने इराणला पळविले. नादिरच्या खुनाच्या रात्रीच अब्दालीने कोहिनूर हस्तगत केला. क्वचित शाहीसमारंभाच्या निमित्ताने शहा कोहिनूर हिरा परिधान करी; पण पानिपतच्या विजयानंतर अहमदशहा रोज कोहिनूर लेवून दिमाखाने मिरवीत होता. शहाचे लष्कर पानिपताकडून दिल्लीकडे येत आहे, हे ऐकताच दिल्लीच्या शहाआलम बादशहाची आई झीनत महल आणि तिचा नातू जवान बख्त शहाला सहा-सात मैलांवर नरेला गावी सामोरे गेले होते. बंगालमध्ये वास करणाऱ्या ज्या शहाआलमला भाऊसाहेबांनी दिल्लीचा बादशहा म्हणून घोषित केले, ज्या बादशाहीसाठी लाखो दक्षिणी लष्कराने सर्वस्वाचे बलिदान केले, त्याची पुसटशी यादही बादशाही कुटुंबाला नव्हती; उलट अब्दालीच्या अश्वापुढे लोळण घ्यायला, त्याला चीजवस्तू नजर करायला त्यांची कोण अहमहमिका चालली होती.

अब्दालीवर दैवाने खैर केली होती. पानिपतावर मृत्यूच्या जबड्यात अडकलेल्या अब्दालीला तासाभरातच विजयमुकुटाची प्राप्ती झाली होती. असे भयंकर युद्ध अनुभवल्यावर यापुढे असा समरप्रसंग उद्‌भवणेच शक्य नाही, अशी खात्री शहाला होती. मराठ्यांचे कंबरडे मोडून त्यांना 'दे माय धरणी ठाव' करायला लावले, ह्याचा अभिमान शहाच्या नसानसांत खेळत होता. जणू आपल्या एका टाचेखाली इराण, तुराण, काबूल, कंदाहारचा मुलूख दाबला आहे आणि दुसरी टाच हिंदुस्थानच्या नरडीवर ठेवली आहे, अशा उन्मत्त धुंदीत शहा होता; पण दोन्ही डगरींवर हात ठेवण्याइतके पाय ठेवणे सोपे नाही, ह्याची त्याला लवकरच प्रचिती येऊ लागली. डोळ्यांवरचा धूर विरळ होऊ लागला आणि अब्दालीतला मूळ वास्तववादी पुरुष जागा झाला.

धास्तावलेल्या अब्दालीने आज सकाळी मुद्दामच वजीर शहावलीला मसलतीसाठी शाही डेऱ्यात बोलावले होते. सुरुवातीलाच शहा म्हणाला,

"वजीरजी, हिंदुस्थानची आम्ही लावलेली व्यवस्था तुम्हांस कशी वाटली? शहाआलमकडेच बादशाही, त्या गाजुद्दीनकडे वजिरी आणि नजिबाकडे मीरबक्षीगिरी. कसा काय वाटतो हा नवा आलम?"

"जहाँपन्हाँ, गाजुद्दीनच्या हजारो चुका पोटात घालून त्याला आपण वजिरी देऊ केलीत, यावरून आपल्या विशाल हृदयाचे दर्शन घडते. शहाआलम तर साऱ्यांच्याच पसंतीचा आहे; पण त्या बनेल नजिबाकडे मीरबक्षीगिरी-बादशाहीचा लष्करी सरंजाम देऊन आलमपन्हाँ चुकले तर नाहीत ना?"

"बिलकूल नाही," अब्दाली हसून म्हणाला, "उद्या जाटांनी आक्रमण केले, पुन्हा मराठे मातीतून उठले, शीख पेटले तर ह्या नव्याने भडका घेणाऱ्या वणव्याला एकटा नजीबच थोडा वखत का होईना पण तोंड देईल; पण त्या वणवण भटकणाऱ्या शहाआलमची अगर नामर्द गाजुद्दीनची ती हिंमत नाही. मराठ्यांच्या ते पासंगालाही पुरणार नाहीत."

"जहाँपन्हाँऽऽ" हळू आवाजात वजीर विचारू लागला, "आपण सुजाला वजिरी द्यायचे इमान दिले होते. त्याला मात्र कोणतीही जबाबदारीची जागा नाही."

"वो तो मुमकीनही नहीं," अब्दाली छद्मीपणे हसत म्हणाला, "त्याला पद आणि प्रतिष्ठा आमच्याकडून मिळणे शक्य नाही. तो तरुण आहे, महत्त्वाकांक्षी आहे, इतरांपेक्षा सद्गुणी आहे आणि हाच तर त्याचा दोष आहे."

अब्दालीच्या जबाबाने वजीर चिडीचूप झाला. मुख्य विषयाकडे मोहरा वळवीत अब्दाली विचारू लागला,

"शहावलीऽ, लष्कराची काय हालहवाल?"

"परिस्थिती फारशी चांगली नाही. आलमपन्हाँ, आपल्या शिपायांना गेल्या दोन वर्षांत मायदेशचा वारा ठाऊक नाही. आपल्या औरतींकडे, बालबच्चड्यांत जायला सारे आसुसले आहेत. दोन सालांची थकबाकी राहिल्याने लष्करातले बरेच शिपाई चिडून आहेत. फिसादावरही गोष्टी जाण्याची शक्यता आहे. हिंदुस्थानचे काहीही भलेबुरे होवो पण किब्लाये आलमऽ आपल्या लष्कराची आपण काळजी घेतलीच पाहिजे. त्यांच्या पगाराची व्यवस्था लावली पाहिजे."

"कशी करणार व्यवस्था?"

"आलमपन्हाँ, त्यासाठीच तर नजीबउद्दौला, झीनत महल यांना पाचारण केले आहे. पलीकडच्या डेऱ्यात त्यांना बसवून ठेवले आहे."

"त्या नजिबाकडून पैसा वसूल करणे इतकी मुमकीन बात आहे का? चलाऽ बोलवा त्याला."

थोड्याच वेळात नजीब डेऱ्यात आला. त्याने बादशहाला लवून कुर्निसात केला. त्याच्या हातात एक नक्षीदार संदूक होती. जरीच्या रुमालात बांधलेली ती संदूक त्याने शहाला नजर केली. बादशहाने हसून विचारले,

"हे काय आणलेत अजून?"

"खुदावंतऽ, हिमालयाच्या पहाडी मुलखात खास दूत रवाना करून उंची अत्तराच्या खास कुप्या मागविल्या आहेत. ह्या नाना तऱ्हेच्या दुर्मिळ अत्तरांचा आस्वाद घेताना आलमपन्हाँची तबियत खूश होईल."

"तुमच्या मधाळ लाघवी भाषेने आणि ह्या अत्तरगंधाने आम्हांला बेहोष करण्याचा बिलकूल यत्न करू नकाऽ", कठोर शब्दांत अब्दाली म्हणाला, "भुकेने बेहोष झालेल्या, दोन दोन वर्षांचा रोजमुरा न दिलेल्या माझ्या सैनिकांची तुम्ही काय व्यवस्था करणार आहात? कोट्यवधी रुपये क्षणात गोळा करू म्हणणारी तुमची जीभ का लुळी पडू लागली आहे?"

"खुदावंतऽ, ह्या बंद्यावर गैरमर्जी करू नये. आपले लष्कर उपाशी राहिल्यावर मला तरी सुखाचा घास कसा जाईल? मी रात्रंदिन खुदावंतांना मदत कशी करता येईल, ह्याच एका विवंचनेत आहे. कोट्यवधी रुपयांच्या थैल्या धान्याची पोती रिकामी करावीत तशा खुदावंतांच्या पायावर सहज पेश केल्या असत्या; पण आलमपन्हाँ आपण पाहताच, दोन वर्षे मी युद्धाच्या खाईत सापडलो आहे. माझ्या मुलखाकडे माझे ध्यान नाही; वसुलावर लक्ष नाही, पैसा तरी आणायचा कोठून?"

"नजीबऽऽ, ह्याचा साफ अर्थ असा कीऽ, आता कुठे तुम्ही तुमचे खरे दात दाखवायला सुरुवात केलीत तरऽ!" अब्दाली कडाडला.

"बिलकूल नाही आलमपन्हाँऽऽ" नजीब अजिजीने म्हणाला, "शेवटी दिलेल्या इमानाप्रमाणे पै नि पै मी खुदावंतांना पुरवणारच; पण आपण जाटाला आणि सुजाला मोकळा सोडू नये! चोरांच्या काय लंगोट्या घ्यायच्या? जाटाच्या मुलखातून तर सोन्याचा धूर निघतो आहे."

"पण अशा ऐन वेळी जाट सापडणार तरी कसा?" वजिराने विचारले.

"जाटाचे दिल्लीतले वकील नागरमल आणि मजलसराय ह्या दोघांनाही मी कैद करून आणले आहे. खुदावंतांनी त्यांना फैलावर घ्यावे. नाक दाबले की तोंड आपोआप उघडेलऽ!"

शहाच्या हुकमाने नागरमल आणि मजलसरायला शहापुढे पेश केले गेले. दिल्लीपती शहाची आई झीनत महलही कंदाहारी शहापुढे लोटांगण घालीत हजर झाली. अब्दालीने नागरमलला सरळ सवाल केला,

"तुम्ही किती कोटींचा भरणा आम्हांकडे करणार आहात?"

"साहेबांची इच्छा आम्ही सूरजमल राजाला जातीने कळवू."

"तुमचे हरकारे काय काम करतील ह्याच्याशी आमचा संबंध नाही. तुम्हांकडूनच आम्हांला जबाब हवाऽ. बोला, किती कोटींचा भरणा करणार?"

"महाराज, हा निर्णय राजाने घ्यायचा असतो. आम्ही चाकर! आम्ही काय ठरवणार? बादशहाची इच्छा आम्ही त्वरित भरतपुरी कळवू."

"निर्णय घेता येत नाही? मग कोणत्या मूर्खाने तुम्हांला वकिली दिली?" नजीब चिडून विचारू लागला.

"ह्या धटिंगणांना कैदच करा. नाही तर एक पैही वसूल व्हायची नाही," झीनत महलने सल्ला दिला.

अब्दालीने जाटांच्या दोन्हीही दूतांना कैद करण्याचा हुकूम दिला. दंडाबेड्या

घातलेल्या नागरमल आणि मजलसरायला अब्दालीच्या समोरून त्याच्या सेवकांनी ओढून नेले. बादशहाची मुद्रा अत्यंत गंभीर होती. जिंकले काय, आणि मिळवले काय ह्या विचाराने मस्तक गरगरत होते. नजिबाने कधी नव्हे ती शहाची अत्यंत क्रोधित मुद्रा बघितली. अजिजीने तो शहाला म्हणाला,

"खुदावंतऽ, दोन वर्षे मी आपल्याच पायाचे पाणी धूत हिंडतो आहे. अजूनही आपली सेवा चाकरी घडावी हीच तमन्ना आहे. मी तर पैशाची व्यवस्था करतोच पण ह्या माजलेल्या जाटाला आपण मोकळा सोडू नये."

"वाऽ नजीबऽऽ पुन्हा एकदा जाटाचेही कंबरडे मोडले की, दिल्लीची सत्ता भोगायला तुम्ही मोकळे. पाहुण्याच्या काठीने साप बडवायची आपली शक्कल नामी आहे!"

अब्दालीच्या वक्तव्याने नजीब खजील झाला. शहावली, जहानखान आणि झीनत महलची मसलत झडली. झीनत त्वेषाने म्हणाली,

"आलमपन्हाँ, जाटाच्या राज्यावर लष्करी दबाव आणल्याशिवाय तो छदामही देणार नाही. तातडीने हमला करावा हीच खुदावंतांकडे अर्जी आहे."

बराच उशीर मसलत चालली. शहाने शेवटी निकाल दिला,

"दोन-चार रोजांत इराणी फौजा जाटावर चालून जातील. बेगमसाहेबा, आपण स्वत: आणि नजिबाने आमच्या फौजेची संगत करावी. जाटांचा मुलूख लुटताना खरी माहिती, सुवर्णाची पेवे, अलंकारांची तळघरे तुमच्याइतकी दुसऱ्या कोणाला मालूम असणार?"

नजीब आणि बेगम झीनतवर नवी जोखीम सोपवून अब्दालीने दोघांनाही निरोप दिला. शहावली आणि जहानखान शहाच्या मुद्रेकडे एकटक बघू लागले. अब्दालीच्या मुद्रेवर वेगवेगळ्या भाव-भावनांच्या छटा उमटताना दिसल्या. न राहून तो म्हणाला,

"शहावलीऽ, हा नजीब भलताच बेरकी निघाला."

"तो तर पुरता कमीना..."

"साऱ्या गोष्टींची आम्हांला कल्पना आहे. नजीब बनेल आहे हे सुरुवातीपासून आम्हांला ठाऊक होतं; पण तो इतका महाबनेल निघेल ह्याची बिलकूल कल्पना नव्हती. शहावली, आम्हांला एकाच गोष्टीची काळजी वाटते, ती म्हणजे हिंदुस्थानात इस्लामचं रक्षण!"

"आलमपन्हाँ, समजलो नाही आम्हीऽऽ" शहावली आणि जहान एकदम उत्तरले.

"इस्लामच्या रक्षणाच्या बाता नजिबाने कितीही मारल्या तरी त्याचा जिहाद स्वार्थासाठी आहे. धर्मरक्षणाचा त्याचा पुकार असला तरी त्याला खरे स्वरक्षणच करायचे आहे. म्हणून परवरदिगारचे उतराई होण्यासाठी ही जोखीम आम्हांला तरी प्रामाणिकपणे पार पाडली पाहिजे. इथल्या मातीतल्या लोकांशी सलोख्याने राहणे, यातच रोहिल्यांचे, पर्यायाने इस्लामचे हित आहे."

"मतलब आलमपन्हाँ?"

"मराठ्यांशी सलोखा राखणंच रोहिल्यांच्या हिताचं आहे. मी अनुभवाने मराठ्यांना जेवढा पहचानतो, त्यावरून मला असे वाटते— ही माणसे सहसा पेटणारी नाहीत आणि पेटली तर विझणारी नाहीत! शहावलीऽ, पानिपतावर साक्षात मृत्यूचे मुके घ्यायला आसुसलेले वीर बहाद्दर तुम्हांला आठवत नाहीत का?"

अब्दालीने "ही घडी आम्हांलाच बसवली पाहिजे" असे पुटपुटत याकूब अलिखानाला त्वरित बोलावून घेण्याचा हुकूम फर्मावला. थोड्याच वेळात याकूब अलिखान धावत हजर झाला.

अब्दाली त्याला हसून म्हणाला,

"याकूब, मराठ्यांशी दोन हात करून आम्ही थकलो आहोत. आता त्यांच्याशी हातमिळवणी करण्याची जोखीम आम्ही तुमच्यावर सोपवीत आहोत. त्या नानासाहेब पेशव्याला खलिता लिहा. मजकूर आम्ही स्वत: सांगतो. त्याला वश करा. समशेरी न चालवताही जगातली मोठी कार्ये घडू शकतात... "

अब्दाली बादशहाच्या ह्या आगळ्या दर्शनाने वजीर आणि जहान स्तंभित झाले. पत्राचा मजकूर बादशहा नेटक्या आणि मोजक्या शब्दांत सांगत होता. याकूब एकेक अक्षर लिहून घेत होता.

"...श्रीमंत नानासाहेब पेशवे पंतप्रधान... आपले आणि आमचे वैर असण्याचे कोणतेच कारण नाही. तुमचा प्रिय पुत्र विश्वासराव आणि बंधू भाऊसाहेब युद्धात मृत्युमुखी पडले. या गोष्टीचे आम्हांलाही फार फार दु:ख होते; पण झाल्या गोष्टीस आमचा इलाज नव्हता. भाऊसाहेबांनीच आमच्यावर आक्रमक चाल केली. तेव्हा आम्हांला आमचा जीव बचावण्यासाठी नाइलाजाने हत्यार उचलावे लागले. त्यात आपले बाजिंदे वीर मृत्यू पावले, ह्याचा आम्हांसही खेद होतो. दिल्लीच्या कारभाराकडे पूर्ववत नजर ठेवावी. त्यास आमची हरकत नाही. पण सतलजपर्यंतचा पंजाबचा मुलूख आपल्या मेहरबानीने आम्हांकडे राहावा! घडलेल्या अशुभ गोष्टी, कटू आठवणी आपण मोठ्या दिलाने विसरून जाव्या. आपला स्नेह कायम राहावा हीच मनापासून तमन्ना..."

अब्दालीने सुजाला मुद्दाम पाचारण केले होते. सुजाकडे मनातला विषय कसा काढावा ह्या चिंतेत अब्दाली होता. दोन दिवसांमागे दिल्लीत शिया आणि सुन्नींचे दंगे उसळले होते. त्याला खरे कारणीभूत अब्दालीचे सुन्नी सैनिकच होते. दिल्लीतल्या शिपायांची आणि नागरिकांची झालेली लूटमार सुजाला पाहवली नाही. तो पश्चात्तापदग्ध झाला. गोष्टी एवढ्यावरच थांबल्या नव्हत्या. अब्दालीच्या काही लष्करी टोळ्यांनी सुजाच्या शियापंथी लष्करालाही त्रास दिला होता. अब्दालीने दंगे काबूत आणले तरी त्याने म्हणावा असा दबाव सुन्नींवर आणला नाही. ह्या साऱ्या प्रकाराने सुजा अत्यंत क्रोधित झाला होता. विषयाला तोंड फोडीत हळू शब्दांत अब्दाली म्हणाला,

"नबाबसाहेब, तुम्हांला आम्ही अजून थोडी तकलीफ देणार आहोत. आमच्या

लष्करात घासदाण्याचे हाल कसे आहेत, हे आपण जाणताच. सैन्याचा दोन दोन वर्षांचा पगार झाला नाही. नजिबाकडून ऐवज नाही. ज्यांना जिंकले ते मराठे नागवेच, उपासपोटी होते! त्यांच्या मुलखाला हात घालावा तर त्यांचा प्रदेश हजारो कोस दूर! अशा स्थितीत तुमच्यासारख्या दोस्ताकडून आम्ही थोड्याशा द्रव्याची अपेक्षा केली तर ती आमची गलती ठरेल करा?''

''आलमपन्हाँ, परिस्थिती थोडी कठीण...''

''ती आम्हांला. तुम्हांला काय झाले? गंगेकाठचा तुमचा मुलूख लोण्यासारख्या गाळमातीचा आहे, वर्षातून दोनदा वाहणाऱ्या अमृताच्या नद्या, दोन कोटींची सालाना मामलत. तुम्हांला कसली इनारत आली?''

सुजाने अब्दालीला मनमोकळे बोलू दिले. थोडासा पवित्रा घेत तो हळू आवाजात म्हणाला,

''गुस्ताफी माफ आलमपन्हाँ, मी याद करून देतो. मराठ्यांना सोडून आम्ही तुमच्याकडे यावे म्हणून तुम्ही किती यत्न केलेत! तेव्हा तर आमच्याकडून तुम्हांला कवडीचीही अपेक्षा नाही अशा आणाभाका झाल्या होत्या! तंबूरताशांच्या गजरात आपण आमचं स्वागत करून आम्हांला 'फर्जदखान' हा किताब दिला होता. तरीही प्रत्यक्ष युद्धमोहिमेत आमच्यावर अनेकदा दबाव आणून आपण आम्हांकडून रसद मिळविलीत. आताही तोच लकडा? आमचा अपराध तरी काय? आम्ही तुमच्या गनिमाला सामील झालो होतो का? की आम्हीच पराभूत राष्ट्र आहोत? मग ही अशी जबरदस्ती कशासाठी? आपल्या संगतीने आम्हांला खाशी बक्षिसी मिळालीऽ!''

बोलता बोलता सुजाचा आवाज वाढला. तसा अब्दालीही गरम झाला. उंच आवाजात थोड्याशा गुर्मीत तो विचारू लागला,

''नबाबसाहेब, तुम्हांला म्हणायचे तरी काय?''

''त्याची कल्पना आलमपन्हाँनाही आहे! हिंदुस्थानची वजिरी मिळावी म्हणून गाजुद्दीन मराठ्यांच्या हातापायांशी लोळण घेत होता. त्या नीच गाजुद्दीनच्या पुढ्यात भाऊसाहेबांनी शिळा तुकडाही फेकला नाही. मात्र आम्ही मराठ्यांचा पूर्वापार स्नेह झिडकारून, आपली इतकी कुमक करूनही आमच्या पदरी काय पडले? ही खंडणीची, जरबेची भाषा? मराठ्यांना आम्ही काडीचीही कुमक केली नाही, पण भाऊसाहेबांनी, आम्ही तुमच्या शिबिरात असूनही आमच्यावरून हिंदुस्थानची वजिरी ओवाळून टाकली होती. अजूनही आम्हांवर धाकदपटशा, दबाव आणि जो पानिपताकडे फिरकलाही नाही, त्या डरपोक, घातकी चोराला वजिरीचा मलिदा! हाच का खासा कंदाहारी न्याय?''

थोडा वेळ बादशहा शांत झाला. हसून बोलला,

''तुम्ही वजिरीचे एवढे काय घेऊन बसला आहात? ह्यापेक्षाही मोठ्या बक्षिसीची खैरात करण्याची ताकद कंदाहारी बादशहाची आहे.''

''ते शक्य नाही. कारण आम्हांला आमच्या मर्यादा मालूम आहेत,'' सुजा.

''मर्यादा? कोणत्या मर्यादा?''

''बस इतनाही... सुजा शिया आहे, सुन्नी नव्हे!''

सुजाच्या उघड जबाबाने अब्दालीची मुद्रा काळीठिक्कर पडली. कसाबसा शब्द सावरीत शहा म्हणाला,

''नबाबबहादुरांची गलतफहमी झालेली दिसते. आपण आम्हांवर खूपच नाराज दिसता.''

''कारण तुमच्याकडून आम्हांला साधी सामान्य आदमीचीही वर्तणूक मिळाली नाही.''

''मतलब?''

''दिल्लीत उसळलेले शिया-सुन्नींचे दंगे काय सांगतात? तुमच्या सुन्नी बांधवांनी आम्हांवर किती अत्याचार करायचे? यापेक्षा मराठे दसपटीने चांगले!''

सुजापुढे अब्दालीचे बोलणेच बंद झाले. थोडा वेळ बादशहा सचिंत मुद्रेने बसून राहिला. कसल्याशा निर्धाराने तो घटकाभराने सुजाला म्हणाला,

''ठीक आहे नबाबसाहेब. काळाच्या ओघात आम्हांकडूनही काही गलती घडली असेल. आपण आमच्यासाठी ज्या खस्ता खाल्ल्या, त्याचा इन्साफही कदाचित तुमच्या पदरी पडला नसेल; पण म्हणून राग धरू नका, दिल साफ ठेवा. आमच्या लष्करात धान्याची टंचाई आहे, सैनिकांचे पगार थकले आहेत, आता आमचे लष्कर जाटांवर कूच करून गेले आहे; पण त्यातूनही चांगली द्रव्यप्राप्ती होईल ह्याचा आम्हांला भरवसा नाही. परतबोलीच्या वायद्यावर का होईना पण तुम्हांला आमच्यासाठी काही लाखांची कुमक करावीच लागेल.''

''करावीच लागेल?'' सुजा उपहासाने विचारू लागला.

''होय, 'करावीच' लागेल.''

सुजा निघण्याच्या तयारीने उठला. बादशहाला कुर्निसात करीत म्हणाला,

''किब्लाये आलमऽ शाही हुकमाची तामिली ह्या बंद्याकडून जरूर होईल, पण आमची अयोध्या किती दूर आहे, ह्याची साहेबांना कल्पना आहेच. त्यासाठी फक्त चार दिवसांचा वखत द्या. हुकमाची तामिली जरूर करतोऽ!''

अब्दालीचा निरोप घेऊन सुजा बाहेर पडला. त्याच रात्री त्याने अयोध्येकडे लष्करासह परतण्याची तयारी केली होती. बदलत्या राजनीतीचा सुजाला आधीच वास आला होता. उपाशी माणूस भुकेपोटी काहीही खायला तयार होतो. अब्दालीला कोठेच द्रव्य मिळाले नाही तर तो आपल्या मानगुटीवर बसणार, हे उघड गुपित सुजाला ठाऊक होते. म्हणून तर त्याने दुरुस्तीच्या निमित्ताने तोफगाडे यमुनेच्या काठावर आणून ठेवले होते. जनावरांसाठी पाण्याची व्यवस्था जवळ आहे, अशा मिषाने मुद्दामच यमुनेकाठी तळ दिला होता.

...मागचापुढचा विचार न करता सुजा आपल्या लष्करासह अयोध्येची वाट

वेगाने कापीत चालला होता. उमरावगिरी, अनुपगिरी, काशीराज़ पंडित अशी जिवाभावाची माणसे सोबत होती. अब्दालीच्या कचाट्यातून निसटून आपले अयोध्येचे राज्य सुखात चालवावे ह्याशिवाय त्याच्या डोक्यात दुसरा कोणताही विचार नव्हता. आपल्या सफेद घोड्यावर थाप मारीत दौड करता करता सुजा सोबत चाललेल्या अनुपगिरीला म्हणाला,

"भाऊसाहेब एक सच्चा आदमी होता. त्याने पत्रातून केलेली आर्जवे अजून आठवतात. 'तुम्ही आणि आम्ही एका भात्यातले दोन बाण आहोत!' पण कठोर काळाने आम्हांला कळसूत्र बाहुलं बनवून परकीय घुसखोराच्या शिबिरात जाणं भाग पाडलं! नाही तर आमचीही तमन्ना भाऊंच्या खांद्याला खांदा लावून झुंजण्या-झगडण्याची होती. अब्दालीकडे जाऊन हात पोळून घेण्याशिवाय काय साधले आम्ही? फक्त नामुष्की! भाऊ आणि आम्ही वेळीच एकत्र आलो असतो तर कदाचित... हिंदुस्थानचा नकाशा आणि भाग्य पालटते. एका भात्यातल्या बाणांनी वैऱ्याच्या छातीचा वेध घ्यायचा असतो! पण घडले न्यारेच!"

दिल्लीपासून बरेच अंतर कापून झालेले. पहाट व्हायला आली आणि घोड्यांचे पाय मंदावले. सुजाची सरदारांशी बातचीत सुरू झाली. सुजा अनुपगिरीला म्हणाला,

"आमच्या दरबारीच्या इतिहासकारांकडून, पंडितांकडून आम्ही पानिपतच्या ह्या आधीच्या दोन्ही लढ्यांची वर्णने कैक वेळा ऐकली आहेत. पानिपतचा पहिला संग्राम इब्राहिमखान लोदी आणि बाबरात घडला. दुसरा पंचवीस वर्षांनी तिथेच अकबर आणि हेमूत घडला. त्यानंतर दोनशे वर्षांनी हा तिसरा संग्राम घडून आला. कौरव-पांडवांच्या झटापटीनंतर आधुनिक काळात असे रण पुन्हा घडले नाही, घडणार नाही."

"पहिल्या दोन्ही संघर्षाच्या गोष्टी आम्हीही ऐकल्या आहेत," अनुपगिरी म्हणाला, "पण नबाबसाहेब, बाबर, लोदी, हेमू आणि अकबर अशा पहिल्या दोन महायुद्धांत झुंजलेल्या महायोद्ध्यांना– त्यांच्या झुंजार पराक्रमाला आपणांस कमी लेखता येणार नाही."

"त्यांना कमी लेखण्याचा सवालच कुठे येतो? पण कराल काळाने भाऊ आणि अब्दालीला दोन-अडीच महिने पेचात अडकवले. पहिल्या लढाया भिडल्या आणि घडल्या. दिवसा-दोन दिवसांत निकाल लागले; मात्र मनुष्यदेहाची एवढी क्रूर चेष्टा त्यांनी कुठे अनुभवली? दुष्काळाचा असा तडाखा, अशी टंचाई, जनावरा-माणसांची अशी होरपळ पानिपतच्या मातीने ह्या आधी कधीही बघितली नाही."

"नबाबसाहेबऽ काळाचे कोडे मोठे अनाकलनीय आहे. हिंदुस्थानच्या मातीतल्या रणवीराला पानिपतावर यशश्री कधीच लाभली नाही."

"ह्या गोष्टीचे मलाही बडे दुःख होते," न राहून भावनाविवश झालेला सुजा बोलला, "भाऊसाहेब आणि अब्दालीत सुलूख घडावा म्हणून मी जंग जंग पछाडले; पण हाताला यश गवसले नाही. खरेच बोलायचे तर जेव्हा ध्या दुपारा मृत्यू

पानिपतावर टाचा घाशीत होता, रणातून वाफा बाहेर पडत होत्या, धुराधगीची दाटी होऊन कबंधे नंगानाच करू लागली होती, तेव्हा माझ्या मनात अनेकदा आले... अशीच आपल्या सैन्यानिशी फळी मोडावी आणि पुढे उडी घ्यावी. झुंजार मराठ्यांना जाऊन मिळावे, मातीतल्या माणसांत मिसळावे आाणि पुन्हा अफगाणांवर आपल्या लष्करानिशी उलटे तुटून पडावे... पण... पण हे साधले नाही. रिकिबीत पाय आपटून दोन-तीनदा मी लगामही खेचायचा यत्न केला, पण ते साधले नाही.''

''का साधले नाही नबाबसाहेब, का?'' उमरावगिरी पुसू लागला.

''ऐन रणात मी अशी कधीही उडी घेईन, ह्याचा ठोकताळा त्या पापी नजिबाच्या सैतानी मेंदूत होता. म्हणून तर त्याने अब्दालीस सांगून मला नि माझ्या लष्कराला आपल्या बगलेत ठेवले होते. मी जराशी झेप घ्यायचा अवकाश कीऽ त्या नजिबाच्या ध्रुकोट बाणांशीच माझ्या लष्कराची झंगड पक्कड जुंपली असती. माझे पाय ओढता ओढता तो सैतान जागीच मेला असता, पण त्याने मला मराठ्यांना मिळू दिले नसते.''

घोड्यांच्या पायाचा वेग अधिकच मंदावला. तसा अनुपगिरी गोसावी भीतीपोटी सुजाला पुसू लागला,

''नबाबसाहेब, आपला पाठलाग तर होणार नाही ना?''

''कशाचा पाठलाग करतात लेकाचेऽऽ'' सुजा हसून म्हणाला, ''शहाचे मुख्य लष्कर जाटवाड्याकडे कूच झाले आहे. कोणाचा पायपोस कोणाच्या पायात नाही, पगाराच्या बाकीमुळे आणि घासदाण्याच्या आबाळीने लष्कर वैतागले आहे, त्यात त्यांना मायदेशच्या आठवणी त्रस्त करतात. अब्दालीच्या लष्करातच बेअदली माजली आहे. कदाचित फिसादही होऊन चिरफाळ्या उडतील. पानिपतचा एवढा मोठा जंग जिंकून अब्दालीच्या पदरी तरी असे काय पडले? आपला पाठलाग करायला आज त्यांच्या पायात अवसान कुठे आहे? पंखच पिचल्यावर गरुड तरी काय करणार आहे?''

□

पेशव्यांचा मुक्काम मध्यप्रांतात सिरोजच्या पुढे पछोर येथे पडला होता. तसेच चंबळेच्या खोऱ्यातून निघून आग्रा, मथुरामार्गे दिल्लीकडे कूच करावे की नको ह्या पेचात सारे पडले होते. असेच निघावे, विखुरलेल्या फौजा एकत्र करून गिलच्यावर पुन्हा हमला करावा अशी नानासाहेबांची तमन्ना होती. तथापि मल्हारराव होळकर, विंचूरकर आणि नारो शंकर खाशाकडे यायला निघाले असून दोन-तीन दिवसांत ते पोहोचतील अशा वार्ता मिळाल्या होत्या. पछोरला रुतून पडण्यामागे हेही एक महत्त्वाचे कारण होते.

नानासाहेब रुग्णाईतच होते. सोबतीला गोपिकाबाई, द्वितीय कुटुंब राधाबाई, भावजय सगुणाबाई, पुत्र माधवराव आणि नारायणराव असा कुटुंबकबिला होता.

वीरेश्वर दीक्षित, यमाजी शिवदेव, विठ्ठल विश्राम असे आप्तेष्ट सोबत होते; पण श्रीमंतांचे मन कशातच लागत नव्हते. बंधुशोकाने आणि पुत्रशोकाने सारे शरीर पोखरून काढले होते. चिंता, शोक आणि औदासीन्याच्या छायेखाली क्षणन्‌क्षण कंठणं जिवावर येत होतं. जागेपणी, झोपेत, जेव्हा तेव्हा "भाऊऽ भाऊऽऽ" असा जप चाललेला. आधीच क्षयाची व्याधी. त्यात शोक. त्यामुळी श्रीमंतांचे शरीर कमालीचे कृश दिसू लागले होते. मजबूत पिंढऱ्या, भक्कम दंड, रुंद गर्दन, भरभक्कम छाती हे मूळचे रूप लोप पावून महिन्याभरात अंग सैल ढिले झाले होते. हाता-पायाच्या काड्या होऊन अंगावर पांढुरकी दिसू लागली होती.

श्रीमंतांच्या बिछायतीशेजारी गोपिकाबाई बसून होत्या. धन्याची ती शोकाकुल अवस्था बघून आणि पुत्रशोकाचे आघात सोसून त्याही रोड दिसू लागल्या होत्या. पायाचे तळवे चोळीत चोळीत त्या काळजीने श्रीमंतांकडे बघत होत्या. खोकल्याची जोरकस उबळ आली की श्रीमंतांचे काळीज गोळा व्हायचे. ते जोरदार ठसके द्यायचे. डोळ्यांत पाणी पाझरायचे. निम्मेशिम्मे उठलेले श्रीमंत पुन्हा डोळे मिटून शांत पडायचे. "भाऊऽ भाऊऽ" म्हणत आकांत करायचे.

उशाशेजारी बसलेले विठ्ठल विश्राम आणि यमाजी शिवदेव श्रीमंतांची ढासळती तब्येत बघून चिंतातुर दिसत होते. मध्येच श्रीमंतांच्या मनात काहीसे आले. त्यांनी सेवकाला खूण केली. तशा गोपिकाबाई पुढे झाल्या. पेशव्यांना जागेवरच उठवून बसवण्यात आले. मागे तक्के दिलेले. श्रीमंत बालमुद्रा करून बसले. एकाएकी नेत्रांत आसवे उभी राहिली. ते हुंदके देत रडू लागले. म्हणाले,

"कालगत कठीण. अद्याप भाऊचा ठिकाणा लागत नाही. एकदा तरी भाऊचे दर्शन घडावे हा मनीचा हेतू. जिवाची घालमेल होते. दिल्ली-आग्र्याकडून काही दरकदारांची, मामलतदारांची पत्रे येतात. भाऊ आणि जनकोजी जिवंत असल्याचे सांगतात. खरे किती नि खोटे किती हे श्री गजानना, तुलाच ठावे ते."

"श्रीमंतऽ, अतिशोक बरा नव्हे. भाऊ आणि जनकोजी कदाचित जिवंतही असतील. त्या नावाने उत्तरेत कोणी फिरतात असे ऐकतो," विठ्ठल विश्राम.

"श्री व्यंकटेशाने एवढे भाग्य आम्हांला कुठे दिले? ते खरेच जिते असते तर महाराष्ट्रदेशी हत्तीवरून साखर वाटली असती. कोणी कोणी पत्रे धाडतात म्हणून उगाच आशा लटकून राहते. नाही तर ते खरे नव्हे. ह्या डोळ्यांनीच काशीराज आणि अनुपगिरीची पत्रे वाचली आहेत. सारं काही मातीआड झालं आहे. आम्हीही त्याच वाटेचे प्रवासी!"

"भरल्या घरात असे वाईटवंगाळ बोलू नये," गोपिकाबाई घाबरत म्हणाल्या.

श्रीमंतांनी विठ्ठल विश्रामकडे दृष्टिक्षेप टाकला. ते म्हणाले,

"विठ्ठलपंतऽ, दक्षिण देशातून निघताना नबाबाने आम्हांला शब्द दिला होता. तुम्ही पुढे निघा. आम्ही पाठोपाठ येतो. तेव्हा दौलत शिखरावर होती. आता पानिपत झाले. आता कसला निघतो तो आपल्या सोबतीला, काय विठ्ठलपंत?"

''होय श्रीमंतऽ सारे सुखाचे सोबती!''

गच्च आभाळासारखे श्रीमंतांचे मन भरून आले. हुंदके देत देत ते म्हणाले,

''दसऱ्याला आम्ही वाड्याबाहेर पडलो. मुख्य लष्कर काळाच्या तोंडी पडले होते. माझ्या पोरांना काळ खुणावत होता. तेव्हा आम्हांला कोण अवदसा आठवली. वाटेने गमती करीत निघालो. बळवंतराव, गोविंदपंत, भाऊ, विश्वासराव असे एकेक मोहरे तिकडे गळत होते. आम्ही सावंतवाडीपासून नगरपर्यंतच्या येणाऱ्या मुली पाहण्यासाठी लष्कराचा मुक्काम वाढवीत होतो. वधूसंशोधनात मश्गूल होतो. पानिपतावर किती वाट बघितली असेल पोरांनी? आम्ही नामर्द, पापी, व्यसनी, ते ईश्वरी सिद्धयोगी महावीर. भाऊऽ, लेक माझा अल्पायुषी होता, सूर्यमंडल भेदूनी गेला. ते दुःख परमार्थ शास्त्रपुराणे करून टाकिले; परंतु भाऊवाचून दुनिया व्यर्थ!''

लहान लेकरासारखे श्रीमंत रडू लागले. यमाजी शिवदेव, वीरेश्वर त्यांची समजूत घालू लागले. श्रीमंतांना भडभडून आले,

''अरे, आम्ही सर्वांनी एवढे बळकट लष्कर काळाच्या तोंडी दिले. बडे बडे सरदार पोरांना पानिपती एकटे टाकून पळून आले. नुसत्या आवईने दिल्ली सोडून पळाले. पोरे एकाकी राहिली! वनवाशी राहिलीऽ!''

गोपिकाबाईंना उमाळून आले. श्रीमंतांच्या कपाळावरून हात फिरवीत त्या म्हणाल्या,

''शोक आवरावा. दौलतीच्या धन्याने अतिशोक करू नये. जिवाला जपावे. आपण सलामत तर दौलत सलामत!''

''दौलत? कोणाची दौलत? कसली दौलत?'' श्रीमंत कसनुसे हसून म्हणाले, ''चिरंजीव भाऊवाचून दौलत करणे नाही! भाऊ नाही, राम नाही! भाऊवाचून दौलत, ती कसली दौलत?''

श्रीमंतांना ग्लानी आली. त्यांनी हातानेच साऱ्यांना बाहेर जाण्याची इशारत केली. फक्त ''मल्हारबा येईल तर तातडीने भेट घडवा,'' असे पुटपुटत त्यांनी सर्वांना निरोप दिला. डोळे मिटले. गोपिकाबाईंनी रजई पांघरली. श्रीमंतांच्या ढासळत्या स्थितीने त्यांनाही झोप कसली ती ठाऊक नव्हती. बाजूला त्याही बसल्या जागी पेंगू लागल्या.

श्रीमंतांच्या बिछायतीशेजारी बसलेले विठ्ठल विश्राम, यमाजी शिवदेव आणि वीरेश्वर दीक्षित बाहेरच्या डेऱ्यात येऊन बसले. वीरेश्वर म्हणाले,

''श्रीमंतांचा हा भयंकर शोक बघून मन हेलावते. पानिपतच्या वार्तेने तर महाराष्ट्रदेशी दुःखाचा कल्लोळ उडाला आहे. मराठी मातीतली तरुण पिढी पानिपतावर गारद झाली. प्रत्येक उंबरठ्यातला नुकतेच मिसरूड फुटू लागलेला पोर, मोहिमेवरून माघारी आला नाही म्हणून वृद्ध माता-पित्यांनी घर खालीवर घेतले आहे. गिलच्याला शिव्याशाप देत देत तरुण मुलींनी चुडे फोडले. घराघरांतून पांढऱ्याफट्ट कपाळांच्या विधवा दिसू लागल्या आहेत. जणू उभ्या राष्ट्रालाच वैधव्य आलेऽ!''

''कोणत्या कोटीचे हे बंधुप्रेम म्हणायचे?'' यमाजी शिवदेव बोलले, ''पानिपती विश्वासरावांसारखा पोटचा पोर गमावला. त्याची फारशी याद श्रीमंतांना नाही; पण भाऊसाहेबांच्या नावाचा अखंड जप सुरू आहेऽ!''

''अहो, बाजीरावसाहेबांनंतर ह्या लोकी अप्पांना तरी कुठे करमले? जसे बाजीराव-अप्पा तसेच नाना-भाऊ!'' वीरेश्वर बोलले.

''श्रीमंतांना थोडा थोडा बुद्धिभ्रंश झाल्यासारखे वाटते. कधी अतिशोकाने स्वत: कुठे हरवून जातात. ओळखीच्या इसमासही लवकर ओळखत नाहीत, तर कधी तरुणाचे अवसान आणून गिलच्यावर अजून तुटून पडू, अशी ईर्षेची भाषा करतात. माधोसिंगासारख्या राण्यांना खलिते धाडून एकत्र येऊन जंग करण्याचा चंग बांधू, असे लिहितात. श्रीमंतांचे काही खरे नाही,'' यमाजी शिवदेव काळजीच्या सुरात बोलले.

मंडळी चर्चेत गुंगली असतानाच सेवक धावत आला. मल्हारराव आणि विठ्ठल शिवदेव आल्याची खबर मिळाली, तसे सारे बाहेर धावले. होळकर आणि विंचूरकरांना दरकदार सामोरे गेले. दोन्ही सरदार खाशा डेऱ्यात आले. पेशवे खाजगीकडे असून निद्राधीन आहेत हे कळाल्यावर सरदार खाशा डेऱ्यात आसनस्थ झाले. फलाहार सुरू झाला. सत्तरीकडे झुकलेले दोन्ही मराठा सरदार करारी आणि उग्र भासत होते. अलीकडच्या स्वारी-शिकारीचा ताप मुद्रेवर स्पष्ट जाणवत होता. इकडच्या तिकडच्या गोष्टी निघाल्या. न राहून वीरेश्वर दीक्षित बोलले,

''भाऊसाहेब आणि विश्वासरावांसारख्या खाशांना पानिपतावर निम्म्यात टाकून आपल्यासारखे सरदार बाहेर पडले अशी चर्चा ऐकतो, यातले खरे ते किती मानावे?''

दीक्षितांच्या उद्‌गाराने मल्हाररावांची मुद्रा कठोर झाली. मात्र विंचूरकरांच्या मुद्रेवर अपराधीपणाचा भाव जाणवला. ते कातर सुरात बोलले,

''वीरेश्वर, अशा गोष्टी ऐकल्या की शरम वाटते. इतके दिवस आम्ही पानिपतावर नेट लावून बसलो. ऐन वखताला निघून आलो आणि पिकल्या केसाला बट्टा लागला. जिवाला टोचणी लागते. तसा दोष आमचा नव्हता. अनेक झुंडी पळू लागल्या. आम्हांला वाटले खाशानिशी सारे पळत आहेत. म्हणून आम्हीही निघालो; पण उर्वरित आयुष्यात असे कोणते झेंडे फडकावणार आम्ही? सासवडला सरणावर पडण्याऐवजी भगवंताने पानिपतावर पावन केले असते तर त्याचे हजारदा उपकार मानले असते!''

मल्हाररावांच्या मुद्रेवर भयंकर संताप दिसत होता. दातओठ खाऊन ते म्हणाले,

''वीरेश्वर, 'आम्ही निघून आलो' असे म्हणण्याऐवजी सरळ सरळ पळून आलो असे सांगून दिल साफ का करीत नाही? आम्ही तरी काय करणार, तुम्ही पडला पेशव्यांचे आप्त. ह्या जागी दुसरा कोणी असता तर त्याची जीभच टाळयातून हासडली असती!''

दीक्षितांनी मान खाली घातली. स्वत:ला सावरीत मल्हारबा म्हणाले,

"ठीक आहे. तुमच्यासारखी अनेकांच्या मनात आमच्याबद्दल आंदेशा असेल. तुम्हां सर्वांना माझे सांगणे इतकेच. माझे हाडपेर, जातिस्वभाव भिन्न आहे. भाजते भांडे अंगावर ओतून घेणारा मी नव्हे. पदार्थ थंड होईतो कळ काढायची माझी तयारी आहे. माझी नीती वास्तवावर आधारलेली सावधगिरीची नीती आहे. राजकारण खेळता खेळता मिशाकल्ले पिकली. साठ-सत्तर उन्हाळे-पावसाळे बघितले ह्या डोळ्यांनी; पण कोणतीही गोष्ट तुटेल इतकी ताणणारा मी नव्हे. स्वप्नात गुंगणारा पुरुषही मी नव्हे. दत्ताजीसारखी काळाला मिठी मारून हौतात्म्य पत्करण्याची माझी लालसा असणार नाही. आप भला तो सब भला, हीच वास्तवावर आधारलेली माझी नीती आहे. प्रसंगी माघार घ्यावी लागली तर बेशक माघार घेईन. वेळ-वखत बघून जितक्या वेगाने माघारा फिरलो तितक्याच वेगाने पुन्हा झडप घेईनऽ. ह्यात मला काहीच गैर वाटत नाही. बस् स्वत: टिकावे आणि राज्य टिकवावे, हेच माझे स्वभावसूत्र! याउपर मला तुम्ही कोणताही दोष द्या."

तासाभरात श्रीमंतांना जाग आली. होळकर आल्याची खबर मिळाली. त्यांनी होळकर-विंचूरकरांना तातडीने बोलविले. श्रीमंतांच्या अंत:करणातली जखम ओली होती. तिला थोडासा धक्का लागला की, रक्त भळभळून वाहायचे. नानासाहेबांना राहवेना. डोळ्याला आसवांची धार लागली. गोपिकाबाई त्यांना आधार देऊ लागल्या. आसवांच्या लोटात डेऱ्याच्या द्वारातून आलेल्या दोन व्यक्ती अस्पष्ट दिसल्या. श्रीमंत कातर आवाजात विचारू लागले,

"मल्हारबा, विठ्ठलराव, तुम्ही दोघेही आलात? एकटेच आलात? माझा भाऊऽ कुठं आहे? कुठल्या दूरदेशी, रानावनात लेकराला सोडून आलात?"

दोघे सरदार श्रीमंतांच्या शय्येशेजारी आले. श्रीमंतांची ती खंगली मूर्ती बघून दोघांच्याही काळजात धस्स झाले. हेच का नानासाहेब पेशवे? कोण दशा म्हणायची ही? होळकरांचे हृदय द्रवले. त्यांनी पेशव्यांचा हात हातात धरला. पेशव्यांनी दोघांनाही मिठी मारली. कळवळून ते विचारू लागले,

"मल्हारबाऽ, विठ्ठलपंतऽऽ, सांगा ना माझा भाऊ कुठं आहे? कसा आहे? माझ्या भाऊला परत द्या नाही तर मी ठार वेडा होईन होऽ."

श्रीमंतांना जोराची उबळ आली. दम लागला. ते जोरजोरात खोकू लागले. आसवांचे थेंब चुरगळल्या अंगरख्यावर टप् टप् पडू लागले. श्रीमंतांनी हंबरून विचारले,

"सुभेदारऽ, पार्वतीबाई कुठे आहेत?"

"ग्वाल्हेरात आहेत. सुखरूप आहेत."

"कसल्या सुखरूप नि कसले काय?" हताशपणे श्रीमंत म्हणाले, "आता फाटल्या आभाळाखाली लेकीने कोणाचा आसरा शोधायचा? कोणाच्या भरवशावर उरला जन्म जाळायचा? अभागी लेक!"

नानासाहेबांना शोक आवरता आवरेना. सुभेदार होळकर त्यांची समजूत घालू लागले, ''झाल्या गोष्टीस इलाज नाही.'' अशा शब्दांत समजावू लागले. नानासाहेबांनी विचारले,

''मल्हारकाका, आम्ही धाडलेला दहा लाखांचा ऐवज भाऊंच्या हाती लागला होता का?''

''कसला ऐवज श्रीमंत? एवढी रक्कम ऐन वेळेला लाभती तर गिलच्याला केव्हाच यमसदनाला धाडला असता. ऐवजाचा आणि रसदेचा इंतजार करून माणसे मातीस मिळाली. जी जगली वाचली, ती जिद्दीच्या बळावर. ऐन वखताला पंजाबमधून आलेल्या रसदेचा उपयोग झाला. त्या गोष्टी आता न उगाळलेल्या बऱ्या. आपण तब्येतीला जपावे.''

होळकर-विंचूरकर आल्याचे ऐकून अनेक दरकदार खाजगीकडे गोळा झाले होते. स्त्रिया जमल्या होत्या. माधवराव आणि नारायणराव हे पेशव्यांचे दोन्ही चिरंजीव गारठून गोपिकाबाईंजवळ बसले होते. कान देऊन संभाषण ऐकत होते. श्रीमंत पेशवे म्हणाले,

''आता जास्त विचारपूस करून आम्ही आमचे दुःख वाढवीत नाही; पण तरीही सुभेदार, भाऊंचे-विश्वासरावांचे नेमके काय झाले हे कळू द्या. कितीही दुःखी खबर असली तरी आम्हांला ती श्रवण केलीच पाहिजे.''

मल्हाररावांनी ओठ उघडले. गोपिकाबाई नारायणरावांना पोटाशी धरून ऐकू लागल्या. साऱ्यांनी कान टवकारले. होळकर सांगू लागले,

''ऐन युद्धातला विश्वासरावांचा पराक्रम तो काय वर्णावा? ते स्वतः जोरदार तिरंदाजी करीत होते. त्यांनी मर्दुमकीची शर्थ केली. इतक्यात जंबुरक्याचा एक गोळा आला आणि रावांचा कपाळमोक्ष झाला. सारे संपले.''

गोपिकाबाई जोरजोराने हुंदके देऊ लागल्या. सर्वांच्या अंगावर शहारे आले. दुःखावेगाने श्रीमंतांची मुद्रा झाकाळून गेली. त्यांच्याकडे बघून गोपिकाबाईंनी शोक आवरला. तोंडात पदराचा बोळा घालून त्यांनी हुंदके आवरले. नारायणराव गांगरून बघू लागले. जड अंतःकरणाने श्रीमंतांनी विचारले,

''सुभेदारऽ, भाऊंची काय वार्ता?''

''दुर्दैवाने भाऊने आमचे ऐकले नाही. मोगली रितीने झुंजात उतरू नका म्हणून आम्ही सांगत होतो; पण त्यांना गारद्यांनीच मोहित केले. ते इब्राहिमच्या चालीने चालले. नाही तर विजय आपलाच होता. युद्धात भाऊसाहेबही झुंजार झुंज देत होते. विश्वासरावांच्या अकस्मात मृत्यूने हलकल्लोळ माजला. विश्वासराव नसल्यावर श्रीमंतांना काय तोंड दाखवायचे म्हणून त्यांनी हत्तीवरून घोड्यावर धाव घेतली. ते गर्दीत दिसेनासे झाले. भाऊंनी थोडासा अहंकार सोडला असता, आमचे मानले असते तर कदाचित हे दिवस दिसले नसते.''

''पण सुभेदार, भाऊंना पानिपतावर ठेवून तुम्ही निघून कसे आलात?'' पेशव्यांनी

शंका व्यक्त केली.

“त्यांनी रणधुमाळीत आम्हांला निरोप धाडला, पार्वतीबाईंना युद्धभूमीतून सत्वर घेऊन जा. अशा प्रसंगी त्यांची आज्ञा मानून, निरुपाय होऊन आम्ही पार्वतीबाईंना घेऊन रणाबाहेर पडलो. मोठ्या मोठ्या मजला मारीत ग्वाल्हेरीस पोहोचलो.”

“पण भाऊचे नेमके झाले तरी काय?” कानात जीव आणून नानासाहेब विचारू लागले.

“माफी असावी श्रीमंत. आम्हांलाही पुरी माहिती नाही. कोणी असे म्हणतात तर कोणी तसे बोलतात.”

श्रीमंतांना उमाळून आले. हुंदके देत ते म्हणाले,

“अजून भाऊची पक्की खबर लागत नाही तर; आमचा जीव टांगणी तो टांगणीच. भाऊने किंवा सुभेदार, तुम्ही अब्दाली मारला असता तर तिरुपतीच्या व्यंकटेशास आम्ही दहा हजाराच्या सुवर्ण मोहरा अर्पण करणार होतो. व्यंकटेशाने चांगले माप पदरी टाकले आमच्या.”

वीरेश्वरांच्या हाताचा आधार घेत कसल्याशा निर्धाराने श्रीमंत उठले. झोकांड्या गेल्यासारखे वाटत होते. शरीर दुबळे आणि कृश झालेले. स्वत:ला सावरीत नानासाहेब ताठ उभे राहिले, हाताच्या मुठी वळल्या, त्यांच्या डोळ्यांतली आसवे कधीच आटली होती. एकाएकी त्यांचे डोळे तांबूसलाल दिसू लागले. तांबूस रंगात ठिणग्या फुलू लागल्या. ते ओरडले,

“सुभेदारऽ, तुम्ही आहात. विंचूरकर आहेत, बारामतीकर, यमाजी, विठ्ठल, विश्राम, वीरेश्वर असे जिवाचे सोबती आहेत. चलाऽ पुन्हा एकदा कंबर कसू या. शस्त्रे पाजळू या, एकोप्याने, निर्धाराने गिलच्यावर तुटून पडू या. कंदाहारच्या वाटेवर आडवे होऊन पठाणी फौजांना यमुनेत कंठस्नान घालू याऽ! भाऊच्या रक्ताचा सूड घेऊ या सूड.”

मल्हारराव मूक होऊन उभे राहिले. गोपिकाबाई घाबरून गेल्या. बाकीचे सरदार-दरकदार टरकले. सुभेदार अवाक्षर काढेनात म्हणून श्रीमंत संतापले. कडाडले,

“सुभेदार, तुम्ही काहीच का बोलत नाही?”

“श्रीमंत, आता अधिक काय बोलावे? गिलच्याचे म्हणाल, तर त्याचेही वांगे झाले. त्याच्या लष्करातही बंडाळी माजल्याच्या खबरा आहेत. तो अधिक काळ हिंदुस्थानी थांबणार नाही. अशा संकटसमयी कंबर कसून करायचे काय? घसरगुंडीला लागलेल्या गाडीस घुणा तरी कोण लावणार? उरलेसुरले मराठी लष्कर उपासमारीने, दुष्काळाने गळाटून गेले आहे. सर्वांनी हाय खाल्ली आहे. दुभंगलेली हृदये दाभणाने शिवून थोडीच टिकणार आहेत? घर फिरले की घराचे वासे फिरतात. दौलत फिरली, हिंदुस्थानही फिरेल. पराभवात कोणी साथी-सोबतीला येणार नाही. हिंदुस्थानात कोणी स्वकीयही कुमक करणार नाहीत. आज इकडच्या नगरातून आपल्या साध्या हुंड्यांची वटणावळ होत नाही. आगीत सोबत कोण करणार? गिलच्याचा सूड

जरूर घेऊ; पण तूर्तास थोडा गम खाल्ला पाहिजे.''

सुभेदारांच्या बोलण्यावर श्रीमंतांचा विश्वास बसेना. उभ्या जागी नानासाहेब तिडबिडू लागले. गोपिकाबाई झटकन पुढे झाल्या. त्यांनी पेशव्यांना आधार दिला. पेशव्यांच्या हातापाया पडत, हुंदक्यावर हुंदके देत त्या बोलू लागल्या,

''इकडच्या स्वारींनी आपल्या क्षीण तब्येतीची काळजी घ्यावी. ह्या चिमुकल्या नारायणाकडे बघा. तो गांगरला माधव बघा. आता ह्या वडवानलात तुम्ही सलामत तर सारे सलामत! लागलीच दक्षिणेत निघू या. तुम्ही एकटे फुटलेले धरण कसे कवेत घेणार?''

□

पछोरला श्रीमंतांच्या गोटाशेजारच्या बिचव्यात विठ्ठलराव विंचूरकर आणि मल्हारबाबा होळकर ह्या सरदारांचा मुक्काम पडला होता. दोन्ही सरदारांना श्रीमंतांकडे येऊन चार-पाच दिवस लोटले होते. दिवसभर पेशवे दोघांनाही जवळ घेऊन बसायचे. गतकालच्या आठवणी निघायच्या. भाऊंच्या उल्लेखाबरोबर श्रीमंतांचे डोळे गळायचे. रात्री उशिरापर्यंत बोलणी चालायची. गतकाळाला उजाळा मिळायचा. मन हलके हलके व्हायचे.

नुकतेच श्रीमंतांकडून येऊन विठ्ठलराव विंचूरकर आपल्या बिछायतीवर पडले होते. मराठी राज्याच्या सेवेत वयाची पासष्ठी ओलांडली तरी ताठ मानेने उभा ठाकलेला रगेल म्हातारा सरदार ही पंतांची प्रतिमा होती. राज्यातून वावरताना विठ्ठलराव आपल्या पिकल्या दाढीकल्ल्यांवरून अभिमानाने हात फिरवायचे. जाडजूड मिश्यांना पीळ भरायचे. त्या अभिमानी विंचूरकरांना आता सारे जग खायला उठायचे. खाशा डेऱ्यातून वावरताना त्यांच्यातली पुराणी ऐट दिसायची नाही. तडफ, बेहोषीच्या छटा मुद्रेवर उमटायच्या नाहीत. उलट काळजात एक कायमची रुखरुख टोचून राहायची. भर पानिपतातून ध्या दुपारा बाहेर पडलो. पोरेसोरे त्या परक्या मुलखात खर्ची पडली. आमच्या पिकल्या केसाला बट्टा लागला. लष्करातून वावरताना सारा मराठी मुलूखच आपणाकडे तीक्ष्ण-तिखट नजरेने बघतो आहे; कशाला भागूबाईसारखे पळून आलात, म्हणूनच जणू जाबसाल करतो आहे, अशी भावना व्हायची. स्वत:बद्दल विलक्षण संताप यायचा. दु:खाने मन गलबलून जायचे. नरहरी, काय घडवलेस बाबा हे? उतारवयात काळिमा लागला, वाईट झाले.

दुपारी पानिपतातून जगून-वाचून आलेले एक मराठी टोळके पेशव्यांना भेटले होते. श्रीमंतांनी किती तरी वेळ त्यांच्याशी गोष्टी केल्या. डोळ्यांत पाणी आणून धारातीर्थी पतन पावलेल्या पोरांचे पराक्रम ऐकताना विठ्ठलराव मनातून खजील होत होते. तेव्हा न राहून श्रीमंत विठ्ठलरावांना म्हणाले,

''पंतऽ, कुंजपुऱ्याला तुमच्या सेवेत आलेल्या अफगाण गुलामांच्या पोरांनीच शेवटी घोटाळा केला म्हणतात. युद्ध हरायच्या आधी पराजयाची आवई उठविली

आणि बुणगाईत लुटीत सुटले ना?''

पंतांचे मन तेव्हा भरून आले होते. त्यांनी डोळ्यांच्या कडा पुशीत सांगितले, ''गलती झाली श्रीमंत. गरीब, निराश्रित दिसली म्हणून तर त्या पोरांना आसरा दिला. आम्ही त्यांना नीट ओळखू शकलो नाही.''

''हाच तर मराठी माणसाच्या रक्तातला दोष आहे. गळ्यावरून सुरी फिरेपर्यंत आम्हांला माणसेच ओळखता येत नाहीत. जेव्हा ओळखता येतात तेव्हा पायाखालून धरणी सरकलेली असते,'' श्रीमंत.

कोणाला उगाच दुखवावे हा श्रीमंत पेशव्यांचा स्वभाव नव्हता. दौलतीत बरेच जण भाऊसाहेबांना घाबरत; पण श्रीमंतांशी बोलताना त्यांना भीती वाटायची नाही. अशा पेशव्यांच्या तोंडून गुलामांचा विषय निघताच विठ्ठलरावांना कळा-वेदना झाल्या. पानिपतच्या पापाला जणू काही आपणच सर्वस्वी जबाबदार आहोत अशीच त्यांची भावना होऊ लागली. विठ्ठलपंत ह्या कुशीवरून त्या कुशीवर तळमळू लागले. बऱ्याच वेळाने कुठे डुलका लागला होता तोच कानात इब्राहिम गारदीच्या भावाच्या आरोळ्या घुमू लागल्या. गारद्यांनी पानिपतावर सलामीलाच अब्दालीला गुडघ्यावर आणला होता. तोच गोल फोडून विंचूरकर आणि गायकवाड पुढे झेपावले. फत्तेखान ओरडू लागला, ''ठहरोऽ ठहरोऽ पाया पडतो, गोल मोडू नका होऽ''. काळीज पिळवटणारी ती किंकाळी विठ्ठलरावांच्या कानात घुमू लागली. तसे त्यांनी डोळे उघडले. घामाने डबडबलेली मुद्रा उपरण्याने पुसून काढली. उपरण्याने वारा खात ते मनाशी पुटपुटले, 'उगाच आततायीपणा केला, गोल मोडला, गारद्यांच्या पलटणी हकनाक बुडाल्या. आता महाराष्ट्रदेशी कसे जायचे? 'पळपुटा' म्हणून अबला-पोरे दोष देतील, केंजळला सासुरवाडीस जावे तर जगतापांची माणसे बोलू देणार नाहीत, सासवडास जावे तर कऱ्हेच्या पाण्याचा रंग बदलेल, विंचुरास जावे तर वाडा अंगावर येईल, आयुष्यभर काय केले आणि उतारवयात काय घडले?'

गार वाऱ्यात थोड्या उशिराने विठ्ठलरावांचा डोळा लागला. गर्द अंधारातून रक्ताने माखलेला एक हत्ती येताना दिसला आणि लुप्त झाला... एकाएकी विठ्ठलरावांना दिवेघाट दिसू लागला. पंतांचा घोडा घाटाची उभी चढण चढत होता. घसरड्या घाटातून एक शृंगारलेला हत्ती दरड उतरत होता. बघता बघता अंबारी जवळ आली. सुवर्ण अंबारीतली मुद्रा ओळखीची वाटली. साक्षात सातारकर शाहू महाराज! साक्षात अन्नदाता! विठ्ठलरावांनी घोड्यावरून उडी घेतली. श्रीमंतांना साष्टांग दंडवत घालीत विठ्ठलराव म्हणाले,

''महाराज, असे अमनधपक्या कुठे येणे केले?''

''गेलो होतो जेजुरीला. खंडेरायाच्या दर्शनाला.''

एकाएकी महाराज विठ्ठलरावांकडे करड्या नजरेने बघू लागले. तसे विठ्ठलपंत गांगरले. महाराजांची मुद्रा कठोर झाली. ते कडाडले,

“अरे विठोबा, पोरसवदा होतास तेव्हाचा जावळीच्या रानातला तो प्रसंग आठवतो का तुला? कोणाच्या घरी घोड्याची देखभाल करीत होतास तू. आम्ही हाक्या घातल्या तेव्हा रानडुक्कर उठले. आमच्या हातून ते पळू लागले. म्हणून तू झेप घेतलीस. सरळ डुकराच्या अंगावर बसलास. दोन्ही मांड्यांत डुक्कर दाबून धरलास. तेव्हा त्याने लेंड्या टाकल्या पण तू त्याला सोडला नाहीस. आम्ही तुला बारगिरी दिली, सरदारकी बहाल केली आणि आता... पानिपतचा रणसंग्राम रामायण-महाभारतासारखा विराट होता. झुंजून तू मेला असतास तर तुझ्या सात पिढ्यांचा उद्धार झाला असता. किड्यामुंग्यांसारखे मरण सर्वांना येते; पण पवित्र मरण यायलासुद्धा पूर्वजन्मीचे पुण्य लागते. विठोबा, ती संधी तू गमावलीस. अरे ओठ पिळले तरी दूध गळावे अशी विशी-पंचविशीतली पोरे पानिपतावर मृत्यूला मिठी मारण्यासाठी ईर्षेने पुढे सरकत होती, तेव्हाच तुझ्यासारखे झक् म्हातारे रणातून पाय काढून पळत होते. मराठी मातीने तुम्हांला थोरपण दिले, त्याचे चांगले पांग फेडलेत तुम्हीऽ!”

एकाएकी महाराज नाहीसे झाले. दुःखाने मोडून गेलेले विठ्ठलराव कसेबसे उजाड माळरानावरून चालू लागले. इतक्यात डोळ्यांपुढून एक हत्ती धावत आला. त्याने सोंडेचा एक झणझणीत तडाखा हाणून विठ्ठलरावांना खाली पाडले. गांगरलेले विंचूरकर घाबरून हत्तीकडे बघू लागले. हाच शिंद्यांचा जव्हेरगंज. बरोबरऽ जनावरेही रणावर झगडून-झुंजून मातीशी मिळाली आणि आम्ही पापी! जव्हेरगंज, तुडव, तुडव मला... रक्तात रंगलेला हत्ती पंतांच्या उरावर थयथया नाचू लागला. एकाएकी हत्तीच्या जागी सिंहाचा प्रचंड जबडा, अक्राळविक्राळ दात दिसू लागले. हा तर माझा कुलस्वामी नरहरी, नृसिंह! देवा, कर रे कर ह्या पातकातून मुक्ती...

बाहेर गार वारा वाहत होता. बिछायतीवर घाबरून उठलेले विठ्ठलराव बिचव्यात चोहीकडे टकमका बघत होते. त्यांना राहवले नाही. तशीच घोंगड्याची भाळ अंगावर मारून ते आपल्या बिचव्यातून बाहेर पडले. त्यांनी होळकरांना जागे केले. अर्ध्या रात्रीचे होळकर आणि विंचूरकर गोष्टी करीत बसले. विठ्ठलराव म्हणाले,

“रात्र नागिणीसारखी डंख मारते. सुखाची झोप कसली ती माहीत नाही. स्वप्नात श्रीमंत शाहूमहाराज, रावबाजी, चिमाजीअप्पा येतात. नको नको ते प्रसंग डोळ्यांपुढे उभे राहतात. पानिपताचे पातक जन्माला लागले. ते कसे धुऊन जाणार?”

“झाल्या गोष्टींना काय मात्रा? डोके शांत ठेवलेलेच बरे!” मल्हारबा म्हणाले.

एकाएकी विठ्ठलरावांना उमाळून आले. संतापाने, उद्वेगाने ते म्हणाले,

“मल्हारबा, तूच सांग मला. दौलतीच्या सेवेत आम्ही कुठे उणे पडलो? जंजिऱ्याला सिद्दीचा मोड कुणी केला? अप्पांच्या सोबतीने माळव्यात दया बहादुराला कोणी खतम केला? बाजीरावाने दिल्लीवर धडक मारली तेव्हा बाजीरावाच्या खांद्याला खांदा देऊन कोण खडा होता? नानासाहेबांबरोबर बंगाल कोणी दणाणून सोडला? वसईच्या वेढ्यात तुझ्या-माझ्याशिवाय अप्पांच्या सोबतीला होते कोण?

तो सावनूरचा प्रसंग आणि ती माझी भीष्मप्रतिज्ञा आठवते तुला? ...'सूर्य अस्ताला जाईस्तोवर सावनूर हस्तगत करीन, नाही तर रणात पडून स्वर्गात जाईन.' हे मर्दानी शब्द, हा जोश, ही धडाडी, ही रग-मस्ती पानिपतावर कुठे गेली होती? साऱ्यांनी कंबर कसली असती तर जावळीच्या रानातल्या त्या डुकरासारख्या अब्दालीच्या लेंड्या पाडल्या असत्या... पण कसचे काय नि कसचे काय? पानिपताच्या एका प्रसंगाने आयुष्यभराच्या पुण्याईवर पाणी ओतले. फार वाईट घडले."

मल्हारबाबाही विठ्ठलरावांच्या शोकाने गलबलून गेले. काळीज कालवल्यासारखे झाले. दाटल्या कंठाने ते म्हणाले,

"खरं आहे रे विठ्ठला. थोडे चुकल्यासारखे वाटते. पण काय करायचे? जेव्हा धोऽ धोऽ पाणी वाहत होते तेव्हाच त्याला तुंबा घालून, पाणी अडवून बाजूची राने पिकवायला हवी होती. तेव्हाच कार्य साधायला हवे होते. आता पाणीही नाही आणि पानिपतही नाही. ह्या उतारवयात प्रवाहातले गोटे बघण्याशिवाय तुझ्या-माझ्या आयुष्यात काय राहिले रे?"

□

अब्दाली आपल्या महालात अत्यंत क्रोधित होऊन लोडाला रेलून बसला होता. त्याच्या पुढे नेहमीच ताठ मानेने उभ्या राहणाऱ्या वजिराची स्थिती आज नाजूक झाली होती. खाली मान घालून लज्जित मुद्रेने तो उभा होता. मसलतीत बादशहा आणि वजिराशिवाय तिसरा कोणी नव्हता. आपल्या मांडीवर रागाने मूठ आपटीत बादशहा ओरडला,

"शहावलीऽऽ, तुम्ही कंदाहारचे वजीर आहात हे विसरता? जाटवाड्यावर हमला करण्यासाठी शेवटच्या क्षणी केवढ्या उत्साहाने आम्ही तुमच्या हाती नेतृत्व दिले होते. आगीत उड्या घेणारी माझी घोडी, नजीब आणि झीनतसारखे ह्या मुलखाचे माहीतगार संगतीला असताना दहा-बारा कोसांवरून तुम्ही शिकस्त खाऊन माघार वळलात? तुम्हां सर्वांना शरम वाटली नाही?"

"किब्लाये आलमऽऽ, आपली गलतफहमी होते," वजीर शांतपणे उत्तरला, "आपल्या विजयी लष्कराला शिकस्त ती कसली माहीत नाही. मी स्वत: जिवात जीव असेपर्यंत शिकस्त खाणार नाही; पण लष्करात जेव्हा बंडाळीचा भडका उडाला तेव्हा..."

"बंडाळीऽऽ?" बादशहा ओरडला.

"होय, बंडाळीपुढे मी तरी काय करणार?"

"खामोश शहावलीऽऽ" अब्दाली कडाडला, "अशी नादान औरतीसारखी चवचाल भाषा काय करता? बंडखोरांना दुराणीच्या लष्करात कोणती सजा फर्मावली जाते, ह्याची आपल्या वजिरांना कल्पना नाही का? त्यांना तोफेच्या तोंडी देऊन अगर हत्तीच्या पायदळी तुडवून मगच ही खबर द्यायला तुम्ही का आला नाही शहावली?"

“आलमपन्हाँ, अशा सजेची कल्पना ह्या बंद्याला प्रथमपासून आहे. सजेची तामिलीसुद्धा ह्या आधी आम्ही कैक वेळा केली आहे; पण हा वखत तसा नव्हता. नामुमकीन बात होती ती!”

वजिराच्या बोलाबरोबर अब्दालीने त्याच्याकडे एक जळजळीत कटाक्ष टाकला. आवंढा गिळीत वजीर सांगू लागला,

“आलमपन्हाँऽ, ही सजा आम्ही द्यायची तरी कोणाकोणाला? आणि बंडखोरांना आम्ही ही सजा फर्मावली असती तर खुद्द आलमपन्हाँच्या घोड्याला खरारा करायला कोणी मोतद्दार अगर बेगमसाहेबांच्या पालखीमेण्याला कोणी भोई गवसला असता का? आपल्या परतीच्या वाटेला सोबती म्हणून चार शिपाई तरी मिळते का?”

“मतलब?” अब्दाली गोंधळला.

“सारेच लष्कर बंडाच्या तयारीत आहे. दिलावरखान आणि जालबेग हे आपले सरदार आलमपन्हाँना इथेच टाकून कंदाहारच्या वाटेला लागले आहेत, ह्याची खबर कालच ह्या बंद्याने हुजुरांना कळविली आहे. त्यांच्या सोबत दहा हजार स्वार कंदाहारकडे चालता झाला आहे.”

“काय, दहा हजार स्वार?” काळपट मुद्रा करीत अब्दाली म्हणाला, “फारच मोठी गळती दिसते ही. त्या नादान, राजद्रोही सरदारांसमवेत पाच-सहाशे प्यादा गेला असेल, ह्या भ्रमात होतो आम्ही. लष्करात चांगलीच नादानी फैलावलेली दिसते.”

“होय, खुदावंत दारूचे कोठार खदखदावे तशीच सैन्यात बेअदबी माजली आहे.”

“शहावली, या साऱ्या गोष्टी कल्पनेबाहेरच्या वाटतात. माझे धाडसी स्वार-शिपाई हेच माझ्या भाग्याचे भागीदार आहेत. प्रसंगी कठोर शिस्तीचा आमचा स्वभाव असला तरी लष्करावर आम्ही पोटच्या पोराप्रमाणे प्रेम करतो. मग आम्हांवर लष्कराची ही नाराजी का? काहीच कसे उमगत नाही?”

“रणाऐवजी पोटाची लढाई बडी असते खुदावंत! भुकेली माणसे प्रसंगी कच्च्या तोफाही गिळतील. भुकेकंगालांच्या आकांतांनीच तर जगात कित्येक राज्ये हादरली आहेत. त्यांनीच कित्येक सिंहासने ढासळली आहेत. निशाणांच्या काठ्या मोडून-तोडून फेकून दिल्या आहेत.”

अब्दाली गंभीर झाला. काळजीने इकडेतिकडे बघू लागला. वजीर शहावली कळवळून सांगू लागला,

“खुदावंतऽऽ, आपल्या लष्कराच्या गळतीचे एवढे काय? पण हिंदुस्थानचा उन्हाळा, आपल्या लष्कराचा वैरी उंबरठ्यावर येऊन ठेपला आहे. दोन सालांत शिपायांना रोजमुरा तर नाहीच पण मायदेशचा वाराही त्यांना ठाऊक नाही. आपल्या घरादाराची त्यांना याद येते, बालबच्छड्यांची सय येऊन कित्येक भोळेसांब रडतातसुद्धा. रणभेरींच्या कर्कश आवाजाला ते कंटाळले आहेत. बालबच्छड्यांचे नन्हे स्वर त्यांच्या

कानात रुंजी घालू लागले आहेत.''

अब्दाली शांतपणे आपले बोल ऐकतो आहे, हे वजिराने हेरले. त्याने घसा खाकरला आणि नवा मुद्दा काढून तो म्हणाला,

''किब्लाये आलमऽऽ, जे आपणाला सोडून जाणारे होते, ते कधीच निघून गेले. आता लष्कर थोडे उरले असले तरी ते आपल्या फारसे शब्दाबाहेर नाही. मात्र हिंदुस्थानात कोणत्याही स्थितीत अधिक चार दिवस कंठण्याची त्यांची बिलकूल इच्छा नाही. मला धास्ती वाटते ती मायदेशाची. आपला पुतण्या अब्दुल खालिकखान गिरीश्क येथे कंदाहारचा बादशहा म्हणून स्वत: मुंडावळ्या बांधून मिरवतो आहे. हळूहळू तो आपल्या राजधानीकडे सरकत असल्याच्या वार्ता आहेत. काही फुटकळ बंडखोरही त्याला सामील होत आहेत. त्यातच दोन उमद्या सरदारांनी खुदावंतांना सोडून मायदेशी जाणं चांगलं लक्षण नव्हे. यातून काहीही उद्‌भवू शकते. ह्यापेक्षाही एक वाईट खबर मला समजली आहे खुदावंत.''

''कोणती? सांगाऽ वजीर सांगाऽऽ. निदान अशा प्रसंगी काहीही लपवून ठेवू नका,'' अब्दाली.

वजीर धाडसाने म्हणाला,

''जहापन्हाँऽ, आपल्या वैऱ्यांनी, कंदाहारच्या जमीनदारांनी, बंडखोरांनी एक बुरी खबर आपल्या मायदेशात पसरवली आहे– पानिपतात आलमपन्हाँचा दारुण पराभव झाला आहे. तिकडे कोणी सांगतात, आलमपन्हाँ कैद झाले तर... तर कोणी म्हणतात, खुदावंत मृत्यू पावलेऽऽ!''

अब्दाली भयंकर संतापला. तो त्वेषाने म्हणाला,

''अरे वजीरऽ, पानिपतावर हिंदुस्थान जाळून मी जिवंत उभा ठाकलो आहे. कोणाची माय व्याली आहे ह्या अब्दालीवर शस्त्र उगारायला?''

''आलमपन्हाँ, घरातला पुरुष दोन-चार साल दूरदेशी गेला तर त्याच्या औरतीचा भरवसा धरवत नाही. ती स्वत: तरी बिघडते वा बाकीचे तिला बिघडवतातऽ! आणि हा तर देशाच्या सौभाग्याचा सवाल आहे खुदावंत! राजाने दोन-चार वर्षे बाहेर काढली तर प्रजेने तरी कोणाच्या तोंडाकडे बघायचे? तो नादान सुजा सोडून गेला. आपल्या खंद्या सरदारांनीही दगाबाजी केली. आलमपन्हाँ, मलाही आता उगाचच धास्ती वाटतेऽ.''

''धास्ती? कसली धास्ती?'' बादशहा हसून म्हणाला, ''आपल्या लष्कराने हिंदुस्थानचे पानिपत केले. ह्या महान विजयानंतर धास्तीचे कारणच काय?''

''खुदावंतऽ, तो जगज्जेता सिकंदर कमी पराक्रमी होता का?... ही हिंदुस्थानची मातीच वाईट आहे.''

''मतलब?''

''एवढा विजयी जगज्जेता सिकंदर! पण त्याचा अंत कुठे झाला? हिंदुस्थानच्या परतीच्या वाटेवरच ना? गुस्ताखी माफ आलमपन्हाँ, स्पष्ट बोलतो आणि क्षमा

चाहतो. पानिपतावर विजयाचा झेंडा फडकावून आपल्या लष्कराच्या हाती काय लागले? ते मरगट्ठे तर ठार नागवेच होते. त्यांच्यापासून असे काय मिळाले? कोट्यवधीची भाषा करणारा तो लबाड कोल्हा नजीब आज तोंड लपवीत पळतो आहे! सूरजमल जाटही बधणारा नाही. सुजा निघून गेला. आपले लष्कर उपाशी! पंजाबमध्ये शीख डोके वर काढू लागले आहेत. असामान्य विजय संपादन करूनही मायदेशात पराभवाच्या खबरा पसरत आहेत...''

अब्दाली शांत आणि धीरगंभीर होऊन बसला. थोड्या वेळाने मोठा उसासा सोडीत बोलला,

''शहावली, खरेच पानिपतावर खुदाने आम्हांवर खैर केली. अफगाण आणि मरगट्ठे, दोन्हीही फौजा हमरीतुमरीने कडवी झुंज देत होत्या. जिंकू किंवा मरू ह्या जिद्दीने दोन्ही दळे नेटाने झुंजत होती. एकमेकांवर आदळत होती. विजय दोन्ही बाजूला झोकांड्या देत होता. दोन्ही बाजू जोडीस जोड आणि तोडीस तोड होत्या. अशा भयंकर रणसंग्रामात यशप्राप्ती हा केवळ एक योग असतो. ती वरमाला खुदाने आमच्याच गळ्यात घालून आम्हांवर खैर केली. नाही तर आमचेच पानिपत झाले असते. कंदाहारचा राजमुकुट त्याच दिवशी, त्याच क्षणी पानिपतच्या मातीत गळून पडला असताऽ! हिंदुस्थानच्या ह्या स्वारीत हाती लूट अशी ती लागलीच नाही; पण कंदाहारची मसनद टिकून अब्रू वाचली, हे काय कमी झाले?''

बादशहाने सरदार शहापसंदखानाला तातडीचा निरोप दिला. शहापसंद अब्दालीसमोर दाखल झाला. अब्दालीने त्याला फर्मावले,

''शहापसंदऽऽ, जाऽ वाऱ्या-वादळासारखे पुढे निघाऽऽ. कंदाहार गाठा. आमच्या पुतण्याचा, अब्दुलचा गवसेल तिथे गळा घोटा. त्याच्या मुडद्यात पेंढा भरून त्याची हेरात, फराह आणि कंदाहारातून मिरवणूक काढा. बंडाचा भडका उडण्याआधी बंड थंड करा. पाठोपाठ आम्ही निघतोच आहोत. आमच्या स्वागताचीही जय्यत तयारी ठेवा. वाटेवरच्या गावागावांत कमानी उभारा. फुलांचे सडे टाका. आम्ही येईपर्यंत हरदिन गावागावांत शहादणे, ताशेकर्णे वाजवा. जाऽऽ जय्यत फौजेनिशी आजच रवाना व्हा!''

□

२२ मार्च १७६१.

अब्दालीने शालिमारबागेत तात्पुरते डेरे दिले होते. कंदाहारला परतायचे म्हणून तो परतीच्या वाटेवर दोन दिवसांसाठी उतरला होता. समोरच्या बादशाही रस्त्यावरून लष्कराची छोटी-मोठी पथके कंदाहारकडे निघाली होती. आज दुपारीच बादशहाची घोडीही दौडणार होती. सर्व बांधाबांध झाली होती. बादशहाला निरोप देण्यासाठी झीनत महल, याकूब अलिखान, नजीबखान, वजीर गाजुद्दीन गोळा झाले होते. हिंदुस्थानच्या राज्यप्रतिनिधी मंडळासमवेत अब्दालीची ही शेवटची मसलत होती.

गाजुद्दीनला वजिरीचा लाभ झाला तरी खरी सूत्रे नजिबाच्याच हातात येणार होती. दिल्लीच्या बादशाहीच्या लष्करी सरंजामाचे नेतृत्व करणारे मीरबक्षीपद, दिल्लीचा फौजदार आणि राज्यकारभाराचा मुखत्यार, ही महत्त्वाची सूत्रे नजिबाच्या हाती आली होती. दोन दिवसांमागे नजिबाने दहा-बारा लाखांची थैली देऊन शहाला खूष करण्याचा यत्न केला होता; पण बादशहा तितकासा समाधानी दिसत नव्हता. झीनत आणि नजिबाकडे रोखून बघत अब्दाली बोलला,

''सतलज नदीच्या पल्याडचा सारा हिंदुस्थानी मुलूख माझाच राहील. दिल्लीच्या गादीवर कोणीही असू दे, पण त्याने किंवा त्याच्या प्रतिनिधीने दर साल चाळीस लाखाची खंडणी आम्हांला द्यावी. वसुलीसाठी लष्कर पाठवणं मला शक्य होणार नाही. दर साल कंदाहारला येऊन वेळेत भरणा करावा. याच्यामध्ये थोडीशी जरी कसूर झाली तर आम्ही एकेकाची हड्डी नरम करूऽऽ!''

सर्वांनी अब्दाली बादशहापुढे माना झुकवल्या. अब्दाली नजिबाकडे घुश्शाने बघत बोलला,

''नजीबखान, आपण दिलेला ऐवज माझ्या लष्कराला चण्याफुटाण्यासाठीसुद्धा पुरणार नाही. आपल्या कोट्यवधी रुपयांच्या बोलीचे काय ते सांगा आधी.''

''आलमपन्हाँ,'' नजीब गांगरल्यासारखा भाव करून बोलला, ''खुदावंतांनी दोन वर्षे खूप जाच सोसला. पण अजून थोडीशी कळ काढावी. एक-दोन महिन्यांत विंध्य-सातपुडा ओलांडून आपण दक्षिण देशी जाऊ. पैठण, पुणे, पंढरपूर अशी सोन्या-चांदीने खदखदलेली गावे आणि त्या गावांतील देवळे लुटू...''

''नजीब, तू जातीचा अफगाण आणि कुळीचा युसूफझाई आहेस. अफगाणात जन्मलास आणि नशीब काढण्यासाठी हिंदुस्थानात आलास; पण तरीही तू गद्दारच निघालास,'' अब्दाली कडाडला.

''आलमपन्हाँऽऽ'' जमिनीवर डोके ठेवीत नजीब बोलला, ''मला फुकाचा दोष देऊ नका. दोन साले रडतखडत का होईना, मी एवढ्या मोठ्या लष्कराला घासदाणा पुरवला.''

''काही उपकार केले नाहीस,'' अब्दाली कडाडला, ''आता ऐन वेळी तू आम्हांला दक्षिणेची गाजरे दाखवतोस. त्या पाठीमागे आम्ही दौड करावी ही तुझी अपेक्षा? आमच्या फौजा शरीरानं हिंदुस्थानात आणि मनाने अफगाणात आहेत. त्या कदापिही दक्षिणेत जाणार नाहीत, हे जाणूनच तू ही जादूमय बोली करतोस काय?''

अब्दालीचा रुद्रावतार बघून सारे चिडीचूप झाले. एक दीर्घ उसासा देत अब्दाली म्हणाला,

''नजीबखान, तुलाही दोष देण्यात काहीच अर्थ नाही. हिंदुस्थानच्या ह्या प्रचंड मोहिमेत माझे लष्कराबाबतचे आडाखेही बिलकूल चुकले नाहीत. फक्त एकच गोष्ट राहिली...''

''माझ्याकडून काही गलती झाली का?'' नजीब विचारू लागला.

"नजीब, गलती तुझी नाही, माझीच झाली. मी तुला अखेरपर्यंत पूर्णत: कधीच ओळखू शकलो नाहीऽऽ."

नजिबाने मान खाली घातली. न राहून अब्दाली बोलू लागला,

"जिहादचा मंत्रघोष देऊन तू मला आणि माझ्या लष्कराला झुलवत ठेवलेस. सर्प म्हणून मरगट्ठे तुझी संभावना करतात, ते खरे आहे. तू साधा सर्प नसून अस्सल नाग आहेस. हळूच दबा धरून कोणावर कधी डंख मारावा, कोणाला कधी विळखा घालून जखडावे आणि प्रसंगी कोणाचा कसा कडकडून चावा घ्यावा, ह्याचे धडे मोठमोठ्या सर्पराजांनी तुझ्या हाताखालीच गिरवावेत; पण तरीही तू नुसता सर्प नव्हेस. तुझे दात सर्पाचे असले तरी ओठ मदाऱ्याचे आहेत. तुझ्या ओठांची बीन वाजू लागली की, मोठमोठ्या विद्वानांच्या बुद्धीचे हरण होते. माझ्यासारख्या बादशहाला झिडकारून माझेच सैनिक तुझ्या कच्छपी लागतात! जिहादच्या जादूमय जाळ्यात सहजी फसतातऽ!"

"आलमपन्हाँऽ, आपली गलतफहमी..."

"फजूल बाता बंद कर," अब्दाली कडाडला, "तुम्हां सर्वांना मी इतकीच ताकीद करतो. हिंदुस्थानी राहायचे तर सर्वांशी मिळतेजुळते घ्या. हरघडीला धावून यायला मी तुमच्या तबेल्यातला मोतद्दार नव्हे. त्या जाटांशीही जमवून घ्या. नजीबऽऽ, मराठ्यांकडे मी स्नेहाची पत्रे आधीच धाडली आहेत. त्या जातीशीही जुळवून घे. मराठा ही बडी कडवी लढवय्यी जात आहे. पानिपतावर काही क्षण का होईना, आमच्या वजिरांना माती खावी लागली होती, ह्याची याद ठेव. मरगठ्ठ्यांशी योग्य वर्तणूक ठेवली नाहीस तर नजीब, ती जात तुझे थडगेही जाग्यावर ठेवणार नाहीऽ!"

अब्दालीला तातडीने कंदाहारकडे गमन करायचे होते. तो मसलतीतून उठला. बाहेर घोडी तयार होती. गजबजलेली शालिमारबाग जवळ जवळ मोकळी झाली. बादशाही राजरस्ता सैनिकांनी फुलून गेला होता. कंदाहारी घोडी मायभूमीच्या ओढीने वेगाने पावले टाकीत होती. झेंडेबावटे नाचत चालले होते. अब्दाली आपल्या करड्या धिप्पाड अश्वाजवळ गेला. रिकिबीत पाय ठेवता ठेवता माघारी वळला. शेजारी उभ्या असलेल्या नजिबाच्या खांद्यावर हात ठेवीत तो हळुवार आवाजात म्हणाला,

"नजीब, तुझ्याकडून फक्त एकच मागणे आहे."

नजीब भांबावून शहाकडे बघू लागला.

अब्दाली कातर स्वरात म्हणाला,

"नजीबऽ, ज्या जिहादच्या, ज्या इस्लामच्या नावाने तू राईचे पर्वत केलेस, हजारो सैनिकांची माती केलीस, शहावली उला साहेबांसारख्या सच्च्या मुसलमान पंडितांना स्वहितासाठी बकोटीस धरलेस, एवढे आकांडतांडव केलेस, त्या... त्या पवित्र इस्लामसाठी यापुढे तरी तुझ्या उचापतखोर आयुष्यातील काही क्षण खऱ्या

अर्थी कारणी लाव! बस् इतकेच मागणे.''

□

मायदेशाकडे परतायची अब्दालीची वाट पानिपतावरून जात होती.

तिन्हीसांजेला अब्दालीची हरोलीची पथके पानिपताजवळ सहा-सात कोसावर भिडली होती. हळूहळू अंधार गडद होऊ लागला. लष्कर झपाट्याने चालू लागलेले. किती तरी दिवसांनी आपल्या प्रिय मायदेशाकडे लष्कर परतत होते. जनावरांच्या पायांना गती होती, अंगात चैतन्य होते, अंधार पडला तरी दोन-तीन तास दौडायचा सर्वांचा निर्धार होता. पानिपत ओलांडून काही कोस दौड मारू आणि मगच इसावा घेऊ असा सर्वांचा इरादा पक्का होता.

अब्दालीच्या हरोलीच्या पथकातले तीन-चार स्वार इरेसरीने दौडत होते. एकाने दुसऱ्याला मागे टाकायचे, दुसऱ्याने तिसऱ्याच्या पुढे दौड मारायची अशी चढाओढ चालली होती. रस्त्याच्या दुतर्फा झाडाझुडपांतून गार वारा घों घों करून वाहत होता. चार स्वारांनी ईर्षेने बरीच दौड मारली. त्यांच्या पाठीमागचे पथक दोन-तीन कोसांवर राहिले. एकासारखे धावून दौडून घोड्यांना धाप लागली होती. रपेट मारून मारून, मांड ठोकल्या जागी खालीवर होऊन स्वारांची आतडी गोळा झालेली. दमलेल्या घोड्यांचा वेग मंदावला. स्वार हाशहूश करू लागले. इतक्यात तटाकडून एकाएकी घोडा मोठमोठ्याने खिंकाळल्याचा आवाज आला. तसे स्वार थबकले. ज्या दिशेने घोडे खिंकाळले, त्या बाजूला त्यांनी आपली घोडी दांडलली. अशा आडरानात कोणाचा घोडा आला? एवढा मस्तवालपणे तो खिंकाळतो आहे, त्या अर्थी ते नेटके जनावर कुणा अमीर-उमरावाचेच असणार.

आता माळरानात अंधार तुडुंब भरला होता. बोट घातले तरी डोळ्यांना काही दिसत नव्हते. घोडा तर मोठमोठ्याने खिंकाळत होता. न राहून एका खानाने जीनसामानातली मशाल बाहेर काढली. कातड्याच्या पिशवीतले तेल त्यावर ओतले. चमक झाडून मशाल पेटवली. सारे जण मशालीच्या उजेडात रानाकडे आश्चर्याने बघू लागले. ढेकूळरानात एक मस्तवाल अश्व उभा होता. त्या बळकट शरीराच्या सारंग्या अश्वावर किनखापी खोगीरसामान आणि चोहोबाजूला कलाबुताचे गोंडे दिसत होते. मशालीच्या प्रकाशात गोंडे विलक्षण चमकू लागले. असा साजिंदा घोडा गवसल्याने अफगाणांच्या तोंडाला पाणी सुटले. तहान-भूक हरवून ते मस्त जनावराकडे एकटक बघत होते. तोच त्या अश्वाच्या जीनसामानावरून रक्त ओघळू लागले. एक अफगाण ओरडला,

''अरे वो देखोऽ भाऊ का घोडाऽ! चंद्रसेनऽ चंद्रसेनऽ भागोऽ पकडोऽऽ.''

मशाल विझली. अफगाणांनी चंद्रसेनचा पाठलाग सुरू केला. आडरानातून घोडी धावू लागली. अंधारात कुठल्या तरी बाजूने घोड्याच्या खुरांचा टापऽ टाप आवाज ऐकू यायचा आणि अफगाण त्या दिशेने परत जायचे. चंद्रसेनच उभा आहे, असे

समजून घोडी समोर उडी घ्यायची आणि एखाद्या जाळवंडावर वा वेळूच्या बेटावर जाऊन कोसळायची. हताश होऊन जागच्या जागी भुईचक्कर काढायची. एवढ्यात शेताच्या दुसऱ्या बांधाने टापांचा आवाज यायचा. जनावरे पुन्हा त्या बाजूला झेप घ्यायची आणि ओघळीत वा जाळीत फसायची. थोडा वेळ असाच पाठशिंवणीचा खेळ चालला आणि एक अफगाण काहीसे आठवून बेंबीच्या देठापासून ओरडला,

"अरे नादान कुत्र्यांनोऽऽ थांबाऽ मूर्खासारखा पाठलाग करू नका."

"का? काय झाले?"

"अरे तो घोडा नाही. ते भूत आहे."

"भूतऽऽ? या अल्लाऽऽ" बाकीचे एकदम किंचाळले.

"मूर्खांनो, भाऊ लढत होता तेव्हा ह्या डोळ्यांनीच हा घोडा मेलेला बघितला आहे. जंबुऱ्याच्या तडाख्याने तो जागच्या जागी तडफून मेला होता, म्हणूनच भाऊने दुसऱ्या घोड्यावर मांड ठोकली होती," घशाला कोरड पडलेला तो अफगाण सांगू लागला.

"पण ही भुते इथे कशाला येतील?" दुसऱ्याने शंका काढली.

"इथं न येतील तर काय कंदाहारला जातील? इथून पुढे शिवा गाव लागला. पानिपतची जंगभूमी सुरू झाली."

"तोबाऽ तोबा, फिर मर गयेऽ" तो अफगाण म्हणाला, "ते मरगट्ठे शेवटी भूत होऊन झुंजत होते. ह्या रानात थोडे काफर आणि त्यांची थोडी जनावरे मेलीत का? ह्या अशा काळ्याकुट्ट अंधारातून त्यांचे आत्मे जाऊ देतील का? चलाऽ मुकाट्याने मागे वळा."

"हे अगदी बरोबर. हे रान भुतांनी भारले आहे. चलाऽ पाठीमागून येणाऱ्या आपल्या लष्करात जाऊन सामील होऊ या."

"अरे ऐकाऽ ऐकाऽ त्या घोड्याच्या टापांचा आवाज ऐका. पळाऽ पळाऽऽ"

"भागोऽ मर गये। हम लुट गये।"

सुसाट वेगाने अफगाण माघारा फिरले आणि ओरडत, किंचाळत दक्षिणेकडे धावू लागले. एक-दोन कोस अंतर चालून गेल्यावर दक्षिण दिशेने येणाऱ्या अफगाण लष्कराचा गोंगाट दूरवरून ऐकू येऊ लागला. तेव्हा कुठे धावणारी घोडी थांबली. अफगाणांच्या पोटातली भीती कमी झाली. डोळ्यांसमोर दिसणाऱ्या ओघळात त्यांनी आपली घोडी उभी केली. दमलेली घोडी खळखळ वाहणाऱ्या पाण्यात मुसकाट बुडवून घटाघट पाणी पिऊ लागली. ओढ्याच्या काठावर एक कोणी भलाभक्कम माणूस पालथा पडून शेरडासारखा पाणी घोटत होता. त्याला बघून स्वार पुन्हा घाबरले. एकाने दबकल्या आवाजात हाळी दिली,

"कोणऽ कोण रे तू?"

"आलेकुम सलाम."

"सलाम आलेकुम. कोण, कोण आपण?"

“मी अताईखानऽ, शहावली वजिरांचा पुतण्या! पहचानते नहीं मुझे?”

चारी स्वारांना धीर आला. त्यांनी घोड्यावरून खाली पटापटा उड्या ठोकल्या आणि ते अताईखानाजवळ जाऊन उभे राहिले. अताई हसून विचारू लागला,

“एवढ्या रात्रीचे कुठे निघाला?”

“कंदाहारला, आपल्या मायदेशात.”

“मग मला नेणार नाही का तुमच्या संगत? ह्या उघड्यावाघड्या माळरानावर मी एकटादुकटा कसा राहू?”

“अशी काय गंमत करता आहात खानसाहेब? आपण तर पातशहाचे सरदार आणि वजीरसाहेबांचे पुतणे! तुम्हांला न निघायला मना कोण करणार?”

“पण तुमच्या संगतीने यायचा मनसुबा केला तरी मी निघणार कसा? मला घोडा कुठं आहे?” अताईखान.

“तुमचा घोडा गेला तरी कुठे?”

“इथेच रानात कुठे चुकला आहे?”

अताईखानाची हकिगत ऐकताच स्वारांना मघाच्या प्रसंगाची याद आली. हे रानमाळ, हा मुलूख मरगठ्ठ्यांच्या भुतांनी कसा मंतरलेला आहे, भाऊचा घोडा एकाएकी कसा दृष्टीस पडला याची कथा स्वारांनी अताईला ऐकवली. तसा अताईखान चमकून विचारू लागला,

“तुम्हांला तो घोडा कुठे दिसला?”

“ह्या पुढे दोन कोसावर.”

“मग तो घोडा माझाच होता.”

“भलतेच काय सांगता खानसाहेब?” एक जण वैतागून म्हणाला, “तो चंद्रसेन घोडाच होता खास. तो तर माझ्या डोळ्यांसमोर मेला...”

“मग मी तरी कुठे जित्ता आहे?” अताईखान खदाखदा हसू लागला.

स्वार गर्भगळीत झाले. डोळ्यांसमोर दिसणारा अताईखान बोल बोल म्हणता लुप्त झाला. क्षणभर अफगाण पाषाणासारखे स्तब्ध झाले. लगेच त्यांनी भानावर येऊन धावत-पळत आपापल्या घोड्यांवर उड्या ठोकल्या. किंचाळत, ओरडतबेरडत ते दक्षिणेकडे धावू लागले. त्यांच्या पाठीवर हजारो घोड्यांच्या टापा ऐकू येऊ लागल्या. अताईखानाचा कर्कश आवाज घुमू लागला. “अरे कुठे पळता? थांबा..., कंदाहारला घेऊन चला ना मला...” स्वारांची बोबडीच वळली होती. पानिपतावर ध्या दुपारचाच अताईखान ठार झाल्याचे कोणालाच कसे आठवले नाही. उगाच अताईच्या भुताशी आपण गप्पा करीत बसलो. जगलो, वाचलो ही अल्लाची मर्जी!

ते चार स्वार दक्षिणेकडून येणाऱ्या लष्करात मिसळले. जसजसे पानिपताच्या जवळ जावे तशी अंधारात मरगठ्ठ्यांची भुते नाचत आहेत, असे कोणी म्हटले, कोणी सांगितले, भाऊंचा घोडा दिसला. कोणी म्हणाले, भाऊच भेटले. त्यांच्या

हातात रक्ताळलेली तलवार होती आणि डोळ्यांत सुडाची चूड पेटत होता. घटकाभरात अब्दालीच्या लष्करात गिल्ला उडाला. मागे-पुढे धावणारी पथके गारठली. लष्कर एकवटून चालू लागले. आपल्याच घोड्यांच्या खुरांचा आवाज त्यांना काळासारखा भासू लागला.

अब्दालीच्या कानावर ह्या गोष्टी येताच त्याने 'फजूल बाता' म्हणून निषेध केला; पण लष्कर जसजसे पुढे सरकू लागले तसे अफगाण स्वार आणि जनावरेही घाबरू लागली. बऱ्याच शिपायांनी मशाली पेटवल्या. घोंघावत्या, झोंबत्या वाऱ्यात मशाली टिकेनात. पायाखालची वाट सरेना. रस्त्याच्या दुतर्फाची झाडे उभ्या वाऱ्यात कडकड आवाज करीत वाजू लागली. वाऱ्याचा कधी सुळऽ करून आवाज व्हायचा, तर कधी शीड फाडीतच चालल्यासारखा तो रानामाळात गडबडा लोळायचा, तर कधी भीरऽ भीराऽ करून कानांच्या पडद्यावर आदळायचा. तशी घोडी, माणसे पायात पाय घालून आणि जीव मुठीत धरून हळू नेटानं पुढे सरकायची.

एक माळ ओलांडल्यावर लष्करात कुजबूज सुरू झाली,

"कोण जाणे नेमकी भुते आहेत की खरेच भाऊसाहेब वाट रोखायला आडवा येतो आहे!"

"असे कसे म्हणता?"

"भाऊसाहेब आणि जनकोजी जिवंत असल्याच्या वार्ता अनेक ठिकाणी उठतात. कोणी म्हणते, तोतये आहेत. कोण बोलतो, ते सच्चे आहेत. सच-झूठ सारे खुदाला माहीत."

"पण खानसाहेबऽ, ह्या हातांनी जनकोजीचा मुडदा तोडून डबऱ्यात घातला आहे. वर माती ढकलली आहे."

"मरगठ्ठे म्हणजे जातीचे सैतान! कोणी सांगावे, तो जनको मातीतून पुन्हा वर आला असावा. त्या जातीचा भरवसा नाही. महिनामहिना झाडाचा पाला चावून, माती खाऊन ते सैतान रणावर कसे भिडले होते, याद आहे?"

गारेगार वारा वाढला. लष्कराला झोंबू-चावू लागला. घोडी बिथरल्यागत करू लागली. हत्तीवरचे हौदे वाऱ्याने गदगदा हलू लागले. सांडण्या वाकड्यातिकड्या माना करीत रेंगाळू लागल्या. अब्दालीच्या अंबारीत वजीर शहावली बसला होता. पाठीमागून बेगमांच्या अंबाऱ्या चालल्या होत्या. शहाच्या राणीवशातही गडबड उडाली होती. घाबऱ्याघुबऱ्या बेगमा एकमेकीला मिठ्या मारीत होत्या. गर्द काळ्या अंधाराकडे अब्दाली टवकारून बघत होता. शेजारी बसलेला शहावली उजव्या अंगाचे यमुनेचे पात्र न्याहाळत होता. एकाएकी शेकडो मशाली पलीकडच्या काठावर दिसू लागल्या. मध्येच विझू लागल्या, पुन्हा दिसू लागल्या. घाबरलेले लष्कर चोरट्या नजरेने पल्याड बघायचे आणि अर्धमेले होऊन पुढे चालायचे. अब्दाली धास्तावला, वजिराच्या काळजाचे पाणी झाले. तो विचारू लागला,

“आलमपन्हाँ, त्या पलीकडच्या दिवट्या कसल्या?”

“शहावली, तुमच्यासारख्या कडव्या लढवय्याने औरतीसारखे चाचपडावे? असतील कोणी मछवारे. त्याचे एवढे काय?”

वाढत्या रात्रीत, वाऱ्यात मध्येच लष्करात हूल उठायची आणि गिल्ला उडायचा. धास्तावलेल्या अब्दालीनेही रणभूमीच्या अलीकडेच मुक्काम ठोकायचे नक्की केले. उद्ध्वस्त शिवा गावच्या हद्दीतच लष्कर थांबले. उघड्यावर सर्वांनी कशीबशी जेवणे उरकली. घाबरलेले लष्कर हुलीने पळून जाईल, हुल्लड माजेल म्हणून शहाने आपल्या गुलामखान्यातील वेचक मर्द लष्कराभोवती गस्तीला नेमले. बरकुरदारखान, शहापसंदखान आणि जहानखान अशा कडव्या सरदारांच्या स्कंधावर गस्तीची जोखीम दिली. जागोजाग चौक्या लावल्या.

चोहीबाजूला लष्कर उघड्यावरच झोपलेले. मधोमध बादशहा आणि बेगमांसाठी दोन-तीन बिचवे मारले होते. शहाच्या शेजारीच वजीर शहावलीचा बिचवा होता. थंडीत उबदार पांघरूण घेऊन अब्दाली बिछायतीवर पडला होता. मघाशीच जहानखानाने इथून जवळच इब्राहिम गारद्याचा अर्धमेला देह घारी-गिधाडांच्या पुढ्यात फेकल्याचे सांगितले होते. ही गोष्ट शहाच्या डोक्यातून निघता निघेना. ह्या मुलखात तोही धास्तावला होता. रणावरचे दोन-अडीच महिने, गुदमरलेले दिवस आठवत होते. भुकेने तडफडणारी मराठी माणसे, रणावर जाया होऊन गडबडा लोळणारी अर्धभाजली जनावरे, पोट फुटून लोंबू लागलेली आतडी हाताने दाबून धरून आर्त किंचाळणारी माणसे त्याच्या नजरेसमोरून हालता हलेनात.

अब्दालीला डुलका लागेना. जी गत त्याची, तीच फौजेची. रातवाऱ्याने झाडे कडकडा वाजली की जागे असलेले स्वार-शिपाई डोळ्यांवरचे पांघरूण बाजूला करून हळूच बाहेर डोकवायचे, ह्या कुशीवरून त्या कुशीवर वळायचे, आजूबाजूच्या झाडांची पाने गळून टप् टप् पडायची, तशी जनावरे मुसकाटे वर करून, कान झाडीत टकमका अंधारात बघायची. घोंघावत्या वाऱ्यात शहाच्या बिचव्याला तणगून बांधलेल्या रेशमी दोऱ्यांना आचके बसायचे आणि त्या करकरायच्या, तसा शहा धास्तावून डोळ्यांची उघडझाप करायचा, मध्येच लष्करातली कुत्री गळा काढून रडायची. एखादा अफगाण दगडाचा टिपिरा कुत्र्याला हाणायचा, तसे कुत्रे अधिकच कोकलायचे.

मध्येच शहाला वजिराचे शब्द आठवायचे, “आलमपन्हाँ, खरेच हिंदुस्थानची परतीची वाट टेढीमेढी आहे. एवढा मोठा सिकंदर...” शहाला घाम फुटायचा बाकी राहायचा. अशीच तळमळता तळमळता मध्यरात्र सरली. गार वाऱ्यात शहाचा हळूच डुलका लागला... शहाच्या डोळ्यांपुढे रक्ताचे पाझर फुटलेले रणमैदान दिसू लागले. रक्तात आकंठ बुडालेले सदाशिवरावभाऊ डोळ्यांपुढे उभे राहिले. धास्तावलेला अब्दाली उसन्या अवसानाने बोलला,

“मरगठ्ठ्या, तुझ्यापासून सारे हिरावून घेतले. काय बाकी राहिले अजून तुझ्याकडे?”

''बादशहा, भले तू आमचा गळा घोटलास; पण हौतात्म्याचा आमचा पवित्र अधिकार तू हिरावू शकला नाहीस.''

''मी जगज्जेता आहे. महान विजयी वीर आहे.''

''तुझ्या मुद्रेवरून तसे भासत नाही. शहा, आयना घे आणि स्वत:ची मुद्रा पुन: पुन्हा न्याहाळून बघ. तू आमचा विजय हिरावून घेतला असलास तरी तुझ्या मुद्रेवर विजयाचा आनंद दिसत नाही. माझ्या लाखो जनावरा-माणसांनी अग्निकुंडात बलिदान करून तुझा आनंद कधीच हिरावला आहे.''

भाऊसाहेबांच्यावरून शहाची नजर पुढे रणाकडे गेला. त्याला एके ठिकाणी घारी-गिधाडांची झुंबड दिसत होती. बादशहा जवळ जाऊन निरखू लागला. इब्राहिमच्या मांसाचे लचके तोडून तोडून गिधाडे चवीने खात होती. बादशहा विकट हसू लागला. ओरडू लागला, ''मूर्खाऽ एवढ्या मिनतवाऱ्या केल्या तरी बधला नाहीस. भोग तुझ्या पापाची फळंऽ.'' बादशहाच्या बोलासरसं उघड्यावर पडलेलं मांस थरारलं. मातीत मिसळलं, माती मांसात मिसळली आणि रक्ताचा तांबडाकाळा गोळा साजिवंत होऊन उभा ठाकला. ''चांडाळाऽ, तुला हिंदुस्थानच्या मातीतून मी असा सुखासुखी जाऊ देणार नाही,'' असे ओरडत इब्राहिमने चित्त्यासारखी झेप घेतली आणि अब्दालीचा गळा करकचून दाबला. इब्राहिमच्या अंगावरची गिधाडे अब्दालीचे लचके तोडू लागली. इब्राहिम त्याचा गळा जोरजोराने दाबू लागला, तसे शहाचे डोळे पांढरे पडले. गुदमरलेला शहा ''बचाओऽ बचाओऽऽ'' करून ओरडू लागला... दरदरून घाम फुटलेल्या अब्दालीने डोळे उघडले. बडी बेगम घाबरून त्याला मिठी मारत होती. शहाला हायसे वाटले. नेत्रपटलावरची चित्रे म्हणजे स्वप्न होतं याची खात्री पटताच त्याचा टांगणी लागलेला जीव भांड्यात पडला.

शहाला बिचव्यात करमेना. अंगावर शाल पांघरून तो तसाच बिचव्याबाहेर आला. त्याने झोपलेल्या वजिराला जागे केले. दोघेही शेकोटीजवळ शेकत रात्र कंठू लागले.

अब्दाली बाजूचा काळा अंधकार निरखू लागला. अंधारात मधूनच रक्ताचे पाट वाहिल्याचा भास होत होता. काळागडद अंधार कधी तांबूस दिसत होता, तर कधी वाऱ्याच्या झोतातून करुण किंकाळ्यांचे ध्वनी कानावर आडळत होते. अब्दाली वजिराला विचारू लागला,

''शहावली, खरेच का भाऊ जिवंत असेल?''

''स्वत:च्या डोळ्यांनी त्याचा मृतदेह बघितलात आपण खुदावंत! आपले लष्करच मनातून खचल्याने त्यांना अनेक भास होत आहेत.''

''पण काही म्हणा शहावली, हा सारा मुलूख मलाही कोणी तरी झपाटल्यासारखा, मोहिनी घातल्यासारखा वाटतो. यापुढे हिंदुस्थानवर आपण स्वारी केली तरी पानिपत ओलांडून पुढे यायचे नाही. ह्या साऱ्या मातीला रक्ताचा वास आहे. अशी रक्तात रंगलेली रणभूमी जगात एखादी दुसरीच असेल.''

मी 'जिहाद'चा, धर्मयुद्धाचा पुकारा दिला नसता तर माझ्या मार्गातला मोठा दख्खनी काटा हटला असता का?
तो कंदाहारी अब्दल्या वा त्याचे लष्कर तरी दोन साले ह्या मातीत तग धरून राहते का?''

...पूर्ण उजाडल्यावर अब्दालीच्या लष्कराने पानिपत ओलांडले. पानिपतच्या मातीतून पुढे पावले टाकताना जनावरे बुजून, गांगरून इकडेतिकडे बघत होती. अफगाण स्वार काळदरीच्या कचाट्यातून सुटलो एकदाचे म्हणून अल्लाला दुवे देत पुढे चालले होते.

□

वजीर गाजुद्दीनच्या महालाचा ताबा नजिबाने घेतला होता. वजिराची रवानगी एका सामान्य हवेलीत करून नजिबाचा ऐषआराम चालला होता. दिवसभराच्या श्रमाने थकलेला नजीब आपला जानी दोस्त खान आफ्रिदी याच्याबरोबर शराब पिण्यात मश्गूल होता. ओठाला प्याला लावता लावता नजीब आफ्रिदीला विचारू लागला,

"दोस्त, कसा काय वाटला आमचा दिल्लीचा बंदोबस्त?"

"जबाब नाही यार. जकात नाक्यावर सारे तुमचेच लोक. आपलेच जकातदार साऱ्या मंडई, बाजारातून फिरताहेत. बादशाही खजिना आपल्याच काबूत आणि वसुलीसाठी आपलीच माणसे. दिल्लीभोवती सहा हजाराचा कडा लष्करी सरंजाम तुमचा बंधू सुलतानखान सांभाळतो आहे. वसुलीची व्यवस्था तुमचा पुत्र झाबेता बघतो आहे."

"दिल्लीचा शहजादा जवानबख्त याची काय खबर?" हसून नजीब विचारू लागला.

"कसला बादशहा आणि कसला शहजादा? आता दिल्लीची बादशाही म्हणजे बाजारातल्या कळसुत्री बाहुल्या. झगे घालून, नाचून नुसती त्यांनी मौजमजा करायची. खऱ्या नाड्या आपल्याच हाती."

दोघेही खो खो हसू लागले. हसू थांबवता थांबवता नजीब बोलला,

"शाही राजवाड्याबाहेर आम्ही चांगला ठाणेदार नेमला आहे. वाड्यात लागणारं धनधान्य, असर्फी ह्या साऱ्या गोष्टी नियंत्रणात ठेवलेल्या बऱ्या नाही का? नाही तर ह्या बेगमांना, शहजाद्यांना उगाच उधळपट्टी करायची वाईट खोड असते!"

आफ्रिदी आणि नजीब प्याल्यावर प्याले मारून झिंगू लागले. एकदम कसलीशी सय येऊन आफ्रिदी विचारू लागला,

"बंधू नजीबऽ, क्वचित कधी तू भावनाविवश होऊन स्वप्नांची बात करायचास. बंधू, तुझे ख्वाब आता तरी पूर्ण झाले का?"

"आता बाकी काय उरलं आहे? मी तर स्वप्नांच्या पायघड्यांवरून दौडतो आहे."

"बंधू, तुझं स्वप्न तरी काय होतं?" पिऊन तर्र झालेला आफ्रिदी पुसू लागला.

चिरागदानांच्या उजेडात नजिबाने डोळे मिचकावले. तो समाधानानं हसला आणि म्हणाला,

"हिंदुस्थानचा शहेनशहा होण्याची तमन्ना बाळगण्याइतकं माझं स्वप्न काही मोठं नव्हतं. अगदी इवलंसं स्वप्न. जाटवाड्यापासूनचा दिल्लीच्या सभोवतालीचा मुलूख, गंगा-यमुनेच्या मधली सुपीक अंतर्वेद, तिथला नजिबाबाद, सहराणपूर, नगिना, मुजफ्फरनगर ते डेहराडूनच्या पायथ्यापर्यंतचा मुलूख, मिळाला तर सर्व— नाही तर निम्माशिम्मा पंजाब प्रांत माझ्या टाचेखाली असावा. दिल्लीची शेंडी कायम हातात राहावी, म्हणजे माझ्या ह्या मुलखाला रोहिलखंड अगर रोहिलास्तान म्हणता येईल, बस् इतकीच तमन्ना."

आफ्रिदी खो खो हसून म्हणाला,

"यारऽ, रोहिलास्तानचा कसला विचार करतोस? हिंदुस्थान की बात सोच! का होत नाहीस हिंदुस्थानचा पातशहा? काय कमी आहे तुझ्याकडे?"

आफ्रिदीच्या बोलावर नजीब जोरजोराने हसत बोलला,

"आफ्रिदीऽ, मला माझ्या मर्यादा मालूम आहेत. आज हिंदुस्थानचे ते पुराने दिवसही राहिले नाहीत. परगण्या परगण्यांत बंडकरी दंड थोपटू लागले आहेत. जाटाने आपली हद्द दिल्लीपर्यंत रेटली. राजपुतान्यातले राणे मेवाड मारवाडकडे हात घालू देणार नाहीत. माळव्याच्या खाली मरगट्ठे आणि गंगापार गब्बर सुजा. त्याच्या पल्याड बंगाल्यामध्ये टोपीवाले. अशी साऱ्या परगण्यांची छकलं झाली असता हिंदुस्थान कसा उभा राहणार? त्यातूनही यत्न केला असता तर माझ्यासारख्या प्याद्याला, रजपूत, मराठे, शीख, स्वधर्मी सुजा आणि स्वपंथी रोहिले तरी शहेनशहा म्हणून मंजुरी देतील का? शक्य दिसत नाही ते. शेवटी पातशहा म्हणजे तरी काय? बेलबुट्टीची टोपी आणि त्यात खोवलेला बाजारातला शिरपेचच ना? आणि तख्त म्हणजे तरी काय? चंदनाच्या लाकडावर ठोकलेला सोन्या-रुप्याचा पत्राच नव्हे का? कशाला पाहिजे ती विकतची पीडा? मुकुट धारण करून टांगत्या तलवारीखाली बसण्यापेक्षा, जामदारखान्याच्या किल्ल्या कंबरेला खोवून बेदाणे चुरडत मजेने हिंडणे-फिरणे केव्हाही चांगलेऽ!"

"निदान इस्लामच्या रक्षणासाठी तरी तुम्ही तख्त आणि ताज स्वीकारायला हवा होता. आपणच 'जिहाद'चा पुकारा केला होता ना?"

"तीही एक गंमत आहे," नजीब हसून बोलला, " 'जिहाद'चा मंत्रघोष दिला म्हणून तर हे दिवस दिसले. मी कोणी सिकंदर वा रुस्तुम नव्हे. मी एक सामान्य निरक्षर प्यादा; पण तरीही थोड्या काळात कोणत्याही मार्गाने सत्तेच्या सुंदर सहवासासाठी माझे मन आसुसलेले होते. झटपट खटपट उरकण्यासाठी तर आमच्यासारखी हिकमती माणसे धर्मभावनेवर फुंकर घालतात. एक वेळ देशाच्या रक्षणाला बोंब मारूनही कोणी पुढे येणार नाही; पण धर्मरक्षणाचा आव आणला की, शहाणी जनता क्षणार्धात पागल बनते, विद्वानांची मती कुंठते. लागेनात का आगी अन् पेटेनात का गावे. त्या निखाऱ्यावर मात्र आमची वांगी खरपूस भाजून निघतात. मी 'जिहाद'चा, धर्मयुद्धाचा पुकारा दिला नसता तर माझ्या मार्गातला मोठा दखनी

काटा हटला असता का? तो कंदाहारी अब्दुल्या वा त्याचे लष्कर तरी दोन साले ह्या मातीत तग धरून राहते का?''

□

श्रीमंत पेशव्यांचा मुक्काम बुऱ्हाणपुरावर होता. काल रात्रीच नाना फडणीस आणि पार्वतीबाई बुऱ्हाणपूरला येऊन भिडल्या होत्या. फडणिसांची आणि श्रीमंतांची भेट झाली. अजून पार्वतीबाईंची भेट नव्हती. श्रीमंतांची तबियत अत्यंत क्षीण झाली होती. सहा-सात वर्षांमागचा नानासाहेबांचा तगडा देह अगदी दुबळा आणि किडकिडीत दिसत होता. पानिपत प्रसंगाच्या अनेक गोष्टी रोज नव्याने कळत होत्या. पानिपत होऊन चार महिने लोटले होते; पण जखमा बुजल्या नव्हत्या. अजून रक्त वाहतच होते. अति रक्तस्रावामुळे शरीराने आणि मनाने पेशवे दुबळे झाले होते. कोणावर कधी ओरडतील, रागावतील, धावतील याचा भरवसा नव्हता. सरदार-दरकदारसुद्धा जवळपास जात नव्हते.

आतल्या अंगाच्या खाजगीच्या डेऱ्यात श्रीमंत बिछायतीवर पडून होते. अंगात कणकण होती. तेथून जवळच मसलतीचा डेरा होता. त्यात इष्ट मित्रमंडळी बसली होती. श्रीमंतांची तबियत आणि दौलतीच्या भवितव्याची काळजी, ह्याशिवाय ओठावर दुसरा विषय नव्हता. वीरेश्वर काळजीने म्हणत होते,

''श्रीमंतांच्या हातून आणखी काय काय घडणार, हे ओंकारेश्वराला ठाऊक. कोणाच्याही अंगावर वसकन येतात, भ्रमिष्टासारखे करतात, पोटात अन्नाचा कण नसतो; पण डोके नाना विचारांत गढलेले, कशाचे भान राहत नाही. ''

इकडेतिकडे चोरट्या नजरेने बघत यमाजी शिवदेव बोलले,

''अधेमधे स्वामींना वेडाचे झटके येतात, असे लोक बोलतात ते बऱ्याचदा खरे वाटते. गुढीपाडव्याच्या दिवशी त्यांनी इंदुरात होळकरांना मिठी मारली होती. दौलतीची, हिंदुस्थानची मामलत सांभाळा म्हणून जोखीम सुभेदारांवर सोपवली होती; पण दक्षिणेत येता येता होळकरांचे वाटेतले महाल जप्त केले. ह्या प्रकाराला म्हणावे तरी काय?''

''शिंद्यांच्या तीन पिढ्यांनी तरी थोडे योगदान केले का? त्यांची शोभा तरी काय राहिली?'' विठ्ठल विश्राम उसासून बोलले, ''राणबा, जयाप्पा, दत्ताजी, जनको असे एकाहून एक मोहरे दौलतीसाठी रणांगणावर खर्ची पडले. त्यांच्या पदरी श्रीमंतांनी कोणते माप घातले? उज्जैनीस जाऊन शिंद्यांचा बाडबिस्तार, सरंजाम जप्त केला. जो यशवंतराव पवार प्राणाची पर्वा न करता पानिपती खपला, त्याच्याही महालांची श्रीमंतांनी जप्ती करावी? अशाने वाऱ्याला माणूस उभे राहील का?''

''हातात कमची ठेवतात, वेताची लांबसडक काठीच ती! तिचा घाव कोणाला कधी बसेल ते सांगता यायचे नाही. भले भले हैराण झाले,'' वीरेश्वर बोलले.

चर्चा अशी चालू होती. इतक्यात खाशा डेऱ्याकडून गोंधळ ऐकू आला. सारे

जण डेऱ्याकडे धावले. डेऱ्याभोवती स्वारा-शिपायांची गर्दी झाली होती. डेऱ्याच्या खांबाचा आधार घेऊन श्रीमंत रागाने थरथर कापत उभे होते. कमची असलेला त्यांचा हात एक-दोन सेवकांनी जाम दाबून धरला होता. तरीही हातातली कमची सळसळत होती. गोपिकाबाई कनातीच्या पडद्याला रेलून घाबरून उभ्या होत्या. त्यांच्या सोबतीच्या दोन दासीही थरथर कापत होत्या. नानासाहेबांनी कमचीचा एक सणसणीत वार गोपिकाबाईंवर केला होता. अजून चार रट्टे देण्यास त्यांचे हात शिवशिवत होते. ते मोठमोठ्याने ओरडत होते,

"कैदाशिणीऽ, तुझ्यामुळे पानिपत झाले! तुझ्यामुळे पोरांना मुकलो. रात्रंदिन भाऊला पाण्यात बघितलेस. मसनदीच्या कळवळ्याने बिनमायपित्याच्या लेकराचा छळ केलास. केवळ तुझ्याच हट्टाने विश्वासरावांना मोहिमेवर धाडले. तुझ्यामुळेच दोन्ही पोरे मृत्यूच्या गर्तेत लोटली! अजून किती गिळणार आहेस तू?"

आयुष्यभर सर्वांशी लोभाने वागणाऱ्या, साऱ्यांशी जुळवून घेणाऱ्या नानासाहेबांचा तो उग्र अवतार बघून सारे हबकून गेले होते. खाशाघरच्या भांडणात कोणी आडवे पडायचे? सर्व जण एकमेकांच्या तोंडाकडे बघत होते. श्रीमंत माघारी हटत नव्हते. इतक्यात डेऱ्याच्या तोंडाजवळ गर्दीने भांग दिली. पार्वतीबाई लगबगीने आत आल्या. अंगावर इरकली लुगडे, गोरापान रंग, काळजीने डोळे आत गेलेले; पण मुद्रेवरचा करारीपणा तोच होता.

पार्वतीबाईंनी श्रीमंतांकडे कटाक्ष टाकला. श्रीमंत बाईंच्या मुद्रेकडे बघू लागले आणि त्यांच्या हातातली कमची गळून पडली. एकटक ते पार्वतीबाईंकडे बघत होते. बाईंच्या कपाळावरचा कुंकवाचा रुंद मळवट, गळ्यातले सुवर्णाचे मंगळसूत्र आणि मोत्यांचे इतर अलंकार— अंगावरची सौभाग्यभूषणे जशीच्या तशी होती. त्यांची नजर कुंकवाच्या मळवटावर खिळली होती. त्यात एकाएकी त्यांना भाऊसाहेब दिसू लागले. श्रीमंतांचे दर्शन घडताच भाऊंची मुद्रा प्रफुल्लित झाली होती. डोळे सतेज आणि पाणीदार! जणू हिंदुस्थानची मोहीम जिंकून, यशश्री खेचूनच स्वारी दर्शनासाठी उभी ठाकली आहे... क्षणभरातच नानासाहेब भानावर आले. लटक्या आशेचा भरवसा कसा धरायचा? नाना पुरंदरे भेटले, नाना फडणिसांची भेट झाली. भाऊ ह्या लोकी नाही हेच खरे. पेशव्यांचे डोळे पाझरले. पार्वतीबाईंनी आसपासच्या गर्दीकडे जळजळीत कटाक्ष टाकला. तसे सारे आल्या पावली आपापल्या डेऱ्या-राहुट्यांत चालते झाले.

गोपिकाबाईंनी गलितगात्र झालेल्या नानासाहेबांना बिछायतीवर झोपवले. पार्वतीबाईंनी त्यांच्या कपाळावर हात ठेवला. प्रकृतीची विचारणा केली. शोकाकुल नानासाहेब बोलले,

"हा ईश्वरी कोप. कलीचा क्षोभ हा! गतजन्मीची पापे म्हणूनच ही झाडाझडती नशिबी आलीऽ!"

किती तरी वेळ श्रीमंत पार्वतीबाईंशी बोलत होते... शेवटी श्रीमंत हवालदिल

होऊन म्हणाले,

"गोपिकेऽ, वहिनीसाहेब, हा गाव, हा मुलूख आम्हांला खायला उठतो. आता माझ्याने राहणे नाही. मला माझ्या पुण्याला जाऊ दे. मुळा-मुठेच्या काठावर, देवदेवेश्वराच्या गाभाऱ्यात, माझ्या शनिवारवाड्यात काही बरेवाईट होईल ते होईल! ह्या वनवासातून आम्हांला उचला. जलदीने पुण्यास जाऊ."

श्रीमंतांची पुण्यावर किती प्रीती आहे, ह्याची साऱ्यांना कल्पना होती. शहरातल्या मोठमोठ्या बागा, विस्तीर्ण रस्ते, पर्वती संस्थान साऱ्या गोष्टी श्रीमंतांच्या हाताने घडल्या होत्या. विद्वानांचे माहेरघर आणि धर्मपंडितांचे श्रद्धास्थान अशी पुण्याची हिंदुस्थानभर ख्याती झाली होती. क्षीण नजरेने पार्वतीबाईंकडे बघत नानासाहेब म्हणाले,

"आज रातीचेच वा उद्या भल्या सकाळी कूच होऊ."

पार्वतीबाईंचे नेत्र ओले झाले. त्या दुःखी पण निश्चयी सुरात बोलल्या,

"जोवर इकडची स्वारी येत नाही, तोवर आम्ही तरी पुण्यास कसे यायचे?"

श्रीमंतांनी दुःखी नजरेने पार्वतीबाईंकडे बघितले. पार्वतीबाई न राहून बोलल्या,

"इकडच्या स्वारींचा ठिकाणा लागेतो कसे यायचे? आज ना उद्या स्वारी ह्या रस्त्याने येईलच. आज स्वारी ह्या मुलखी भेटली, उद्या तिकडे आहे अशा हिंदुस्थानातून वार्ता येतात. जगाच्या पाठीवर कोठे का होईना; स्वारी सुखरूप आहे, ह्या वार्तेसारखी दुसरी भाग्याची खबर ती कोणती?"

कुरुक्षेत्राकडून पानिपताकडे लष्कर कूच होत होते, तेव्हाचा प्रसंग अजून पार्वतीबाईंच्या डोळ्यांपुढे उभा होता. बाईंच्या हातात तलवार बघून भाऊसाहेबांनी किती कौतुक केले होते. "आगीशी संसार करायचा म्हणजे धगीची सवय हवी" असा जबाब त्यांनी भाऊंना केला होता. रणभूमीवर निघण्याच्या आदल्या रात्रीचा प्रसंग बाईंना जसाच्या तसा आठवत होता. "आम्हांला टाकून जाऊ नका" अशी आण त्यांनी भाऊसाहेबांना घातली होती. "स्वारींना संपायचे होते तर त्या आधी त्यांनी माझी शाका केली असती! स्वारी अशी निम्म्यात टाकून जाणारी नव्हे!"

भाऊंच्या स्मृतीच्या बेहोषीत खड्या असलेल्या बाईंना श्रीमंत आवंढा गिळीत म्हणाले,

"वेड्या आशेवर तुम्ही किती दिवस तग धरून राहणार."

"वेडी आशा? भावोजी, आपण असे काय बोलता?" गडबडून पार्वतीबाई म्हणाल्या, "हे नाथांचे पत्र तरी वाचा. मग आपलीही खात्री पटेल. स्वारींना टाकून मी पुढे गेले तर उगा स्वारी रागे भरायची."

श्रीमंतांनी पत्र हाती घेतले. अगदी भाऊसाहेबांच्या अक्षरासारखे अक्षर होते ते! मोहक आणि वळणदार. सरहिंदला गेलेल्या लक्ष्मण अप्पाजी एकबोटे नावाच्या पेशव्यांच्या कारकुनाकडे जयपूरच्या वकिलाने पाठविलेले ते मूळ पत्र भाऊंचे असल्याचे पार्वतीबाईंना सांगण्यात आले होते. त्या ऐवजाच्या जोरावर पार्वतीबाईंची

मुद्रा किती प्रफुल्लित दिसत होती. बाईंकडे बघताना श्रीमंतांना दया येत होती. कसे समजवावे ह्या पोरीला? पानिपताच्या संहारानंतर काही हुशार मराठी दरकदारांनी, मुत्सद्द्यांनी खेळलेली ही चाल होती. मराठेशाहीचे कंबरडे मोडले, ह्या भावाने लुंगेसुंगेही दौलतीवर तुटून पडतील. सलाबतजंग, निजामअली, म्हैसूरकर एवढेच नव्हे तर उदाजी चव्हाणासारखे काही मराठी हितशत्रूसुद्धा उचल खातील. षंढांना बंड सुचेल. ह्या घरच्या-बाहेरच्या शत्रूंच्या डोळ्यांत धूळफेक करण्यासाठीच भाऊसाहेब आणि जनकोजीसारखे वीर जिवंत असल्याच्या पद्धतशीर भुमका उठविण्यात आल्या होत्या. ह्या परिस्थितीचा फायदा उठवून भाऊंचे आणि जनकोजीचे काही तोतयेसुद्धा निर्माण होऊ लागले होते. ह्या लोकी भाऊ नसल्याची पेशव्यांची आता खात्री झाली होती; पण पार्वतीबाईंसारख्या साध्वीचा ह्यात बळी जात होता.

श्रीमंतांची प्रकृती कुशल रहावी म्हणून भाऊंची खोटी पत्रे तयार करण्यापर्यंत मुत्सद्द्यांनी मजल गाठली होती. पार्वतीबाईंच्या वेड्या आशेकडे, भोळ्या भावाकडे बघून श्रीमंत अधिक खचत होते.

□

मृग नक्षत्र चार दिवसांवर आले असतानाच, श्रीमंत पाबळाहून येरवड्याला पोहोचले. त्यांचा मुक्काम धर्मशाळेजवळ पडला होता. गुरुवारी तिन्हीसांजेचे श्रीमंत पुण्याच्या परिसरात पोहोचले होते. दुसऱ्याच दिवशी सकाळी त्यांना शनिवारवाड्याकडे निघायचे होते. पण 'शुक्रवार म्हणजे घातवार' हे अशुभाचे गणित पुनाळकर जोशीबुवांनी मांडले. श्रीमंतांनाही ते पटले. आठ महिन्यांनंतर आपल्या मसनदीकडे श्रीमंत परतत होते. त्यामुळे आल्या पावली पुण्यात जाण्याचा इरादा त्यांना सोडून द्यावा लागला होता.

प्रसंग अतिदु:खाचा होता. ह्या आधी ताशेकर्णे लावूनच नानासाहेबांचे नगरात आगमन व्हायचे, पण आता शेंडा मोडलेल्या झाडासारखी अवस्था झाली होती. कायगाव टोक्यास बाजीरावांचे श्राद्ध उरकून श्रीमंत पुढे निघाले होते. महाराष्ट्र देशातून फौजेनिशी चालताना अनंत संकटे आली. पानिपताच्या प्रलयाने गावेच्या गावे झोडपली होती. वाटेतल्या हरगावातले शंभर-दीडशे माणूस पानिपतावर गेले होते. जे जगूनवाचून आले होते, ते देव्हारा धरून बसले होते. जे अंध-जखमी होऊन आले, त्यांच्यावरून भातमुटके ओवाळून सारे घरदार त्यांचा सांभाळ करीत होते; पण कैकांचा पत्ताच लागत नव्हता. युद्धात गमावले की पळात भलत्याच वाटेला लागून साधुबैरागी झाले, कशाचीच दाद लागत नव्हती. पार्वतीबाईंप्रमाणे कित्येक स्त्रिया मळवट भरून घरधन्याची वाट बघत होत्या. कोणत्याही गावावरून लष्कर पुढे चालले की, निम्म्या गावाचे धावणे फौजेवर पडायचे. आपल्या माणसांची वास्तपुस्त व्हायची. कुटुंबातले लोक पागल होऊन लष्करातून पळायचे. "आमच्या पोराचे काय झाले?" म्हणून वृद्ध धाय मोकलून रडायचे. घरचा एक माणूस गुदरला

तर येणारा एक सण टाळायचा, हा मराठी मातीचा शिरस्ता. पानिपतावर संक्रांत ओढवल्यापासून मात्र आलेले सारे सण वांझ गेले. गावोगावच्या चैतीयात्रा भरल्या नाहीत, खोरीच्या खोरी मुकी झाली. पालखीत बसलेले श्रीमंत साश्रुनयनांनी गावोगावी उडणारा कल्लोळ बघायचे आणि खचून जायचे. ओल्या दुष्काळाप्रमाणे गारठलेला महाराष्ट्र देश बघून त्यांना गलबलून यायचे.

येरवड्यावर दोन दिवसांचा मुक्काम पडला होता. अस्थिचर्म झालेले श्रीमंत पुण्याकडे तासन्तास बघत राहायचे. गर्द झाडीत निमअर्धे बुडालेले पुणे बघून श्रीमंतांच्या अंगावर शहारे यायचे. झाडांच्या दाटीतून डोकावणाऱ्या उंच उंच इमारती आणि मंदिरांची शिखरे काळजाला टोचणी लावायची. दूरवर दिसणाऱ्या पर्वतीच्या टेकडीकडे ते किती तरी वेळ एकटक बघायचे. त्यांचे मन तिथेच रुंजी घालायचे. मधूनच त्यांची नजर शनिवारवाड्यावर फडकणाऱ्या जरीपटक्याकडे जायची आणि सर्वांगाला घाम फुटल्यासारखे व्हायचे. या आधी शनिवारवाड्यात जाण्यासाठी आसुसलेले मन आता धास्तावले होते. ज्या वाड्यात भाऊसाहेब नाहीत, ज्या वाड्यात विश्वासराव नाहीत की शेर समशेर नाही, त्या सुन्या सुन्या वाड्यात जाऊन काय करायचे? रघुनाथदादांनी अटकेवर झेंडा फडकवला म्हणून जल्लोषात न्हालेला शनिवारवाडा, बाजीरावांच्या दर विजयाने मोहरून जाणारा शनिवारवाडा! आता लाख बांगडीचा चुराडा झाल्यावर कोणत्या तोंडाने तिथे प्रवेश करायचा?

श्रीमंतांच्या बिछायतीशेजारी गोपिकाबाई रात्रंदिन बसून होत्या. त्यांचेही मन अखंड आक्रंदत होते. मसनदीचा भावी धनी म्हणून ज्याला वाढविला, ज्याच्यासाठी प्रसंगी इतरांचा दुस्वास केला, तो मनोहर विश्वासराव कुठल्या रानी हरवला? त्याच्याशिवाय वाड्यात कसे जायचे? पूर्णेकाठी मोहिमेवर निघालेले भाऊसाहेब तर सारखे त्यांच्या नजरेसमोर उभे राहत होते. वहिनीसाहेबांचा आशीर्वाद मागत होते. बिनमायपित्याच्या समशेरांची मुद्राही त्यांच्या नेत्रापुढून हलत नव्हती. ह्या तेजस्वी पुरुषांचा विनाकारण आपण दुस्वास केला, ह्याची बोचणी त्यांना लागली होती. देवदेवेश्वरांच्या कृपेनं कुंकवाचा धनी तरी ह्या वडवानलातून वाचू दे, असा धावा गोपिकाबाई करीत होत्या.

मनाचे शुद्ध रघुनाथदादा तर पार उन्मळून गेले होते. येरवड्याला ते स्वत:, सखारामबापू, कृष्णराव पारसनीस, त्रिंबक कान्हेरे, श्रीमंतांना सामोरे गेले होते. श्रीमंतांचा पालखीत घातलेला क्षीण देह बघून दादांना भडभडून आले. ''श्रीमंतऽ, आपली ही काय अवस्थाऽऽ'' असे ओरडतच ते पालखीत पडले होते. श्रीमंत पेशवे कळवळून म्हणाले होते,

''अरे दादा, आपण सारे एकदिलाने, एकजिवाने झुंजलो-झगडलो असतो, तर तो गिलचा काही उरी नव्हता रेऽ! दख्खन दौलत पानिपतात हकनाक बुडाली.''

रघुनाथरावांनी मोठ्या कष्टाने श्रीमंतांचा शोक आवरला होता. पुण्यातून तातडीने वैद्य बोलावून श्रीमंतांवर औषधोपचार सुरू केला होता. देवळादेवळांतून शेकडो

माणसे अनुष्ठानास बसली होती. श्रीमंतांची प्रकृती चांगली व्हावी म्हणून बाबूराव फडणीस बल्लाळेश्वराच्या गणपतीस गेले होते. वडगाव, पाबळ, थेऊर अशी जागोजाग माणसे अनुष्ठानास बसविली होती.

मंगळवारी तिन्हीसांजेचा मुहूर्त बघून श्रीमंतांना अंबारीत बसविण्यात आले. लष्कर नदी ओलांडून नगरात प्रवेश करू लागले. मृग नक्षत्र एक दिवस आधीच गळू लागलेले. बारीक पाऊस पडत होता, रस्त्यात चिकचिक माजली होती, दिवेलागणीला श्रीमंत शनिवारवाड्याकडे कूच करीत होते. ह्या आधी ढोलताशे गरजायचे, विजयी श्रीमंतांना सुवासिनी कुंकुमतिलक लावून ओवाळायच्या, रस्त्यावर फुलांचे सडे पडायचे, माड्याहवेल्यांतून अबला-पोरे कौतुकाने पुष्पवृष्टी करायची; पण आता पुणे कसे सुने सुने वाटत होते. माड्याहवेल्यांतून तीच गर्दी होती. पेशव्यांची स्वारी बघत रस्त्याच्या दुतर्फा तशीच माणसे उभी होती; पण रयतेच्या नजरेत जीव नव्हता, जिवात जीव नव्हता. धास्तावलेले श्रीमंत दुतर्फा गर्दी बघून सखारामबापूंना म्हणाले,

"बापूऽ, ही सारी रयत आम्हांकडे डोळे वटारून का पाहते?"

"भलतेच काय श्रीमंत? रयत तर शोकाकुल आहे."

"नाहीऽ बापू नाही," गदगदलेले श्रीमंत म्हणाले, "रयत आम्हांला डोळ्यांनी जाबसाल करते. एकटेच कसे आला? कुठे आहेत भाऊ? कुठे आहे समशेर आणि विश्वासराव? कुठे दवडलेत आमच्या उंबरठ्या-उंबरठ्यांतले हरिहंरऽ?"

जेवणवेळेस श्रीमंतांची स्वारी शनिवारवाड्यात आली. श्रीमंतांना अंबारीतून काढून पालखीत बसविण्यात आले. भोयांनी पालखी दिल्ली दरवाजातून आत नेली. श्रीमंतांनी पालखी फडाकडे नेण्याचा आदेश दिला. पालखी फडापुढे थांबली. रघुनाथदादांचा आधार घेत श्रीमंत जडावल्या पायाने खाली उतरले. चिरागदानांच्या प्रकाशात फड निरखू लागले. फडाला पहिली रया राहिली नव्हती. लोड, तक्के, गाद्या, मेज, बोरू— साऱ्या वस्तू मुक्या, खिन्न दिसत होत्या. राज्याचे कारभारपण सांभाळीत भाऊसाहेब इथेच बसायचे. ह्याच जागेवर बसून नेमक्या वर्मावर बोट ठेवून भाऊसाहेबांनी भल्या भल्या मामलतदारांची बोबडी वळविली होती. तीच रिकामी जागा आता खायला उठत होती. एकाएकी श्रीमंत गपकन खाली बसले आणि "भाऊसाहेबऽऽ भाऊ रेऽ" करून त्यांनी हंबरडा फोडला, सारा वाडा शहारला.

श्रीमंतांना झोप येत नव्हती. रात्रभर उशापायथ्याशी माणसे बसून असायची. "भाऊऽ भाऊऽऽ तुम्ही कुठे गैब झालात होऽ" असे बोलत श्रीमंत किंचाळून उठायचे. त्यांना धाप लागायची. घामाने डबडबलेल्या मुद्रेने ते चौफेर बावरून बघायचे.

नानासाहेब पुण्यात आले तेव्हा लकडी पुलाचे काम चालू होते. वाड्यासमोरच्या मुठा नदीवर पूल बांधला जात होता. स्वारी रोज पुलाच्या कामाजवळ जायची. पालखीत लोडाला टेकून खिन्न मनाने तासन्तास बांधकाम पहायची. सोबत रघुनाथदादा,

सखारामबापू, कान्हेरे अशी जिवाभावाची माणसे सदोदित अवतीभवती असायची. श्रीमंतांनी वाड्यात आल्या आल्या रघुनाथरावांना अनेक सूचना केल्या. पानिपतच्या प्रसंगाने स्वकीयही कसे बंडाळ्या माजवतील, चौक्या कुठे आणि कशा ठेवा, पाळत कोणावर राहू दे ह्याची कल्पनाही दादांना दिली; पण त्यानंतर नानासाहेबांची मती चालेना. सारी पाडसे हरविलेल्या हरणीप्रमाणे ते खिन्नच असायचे. लकडी पुलाकडे बोट दाखवीत एकदा सखारामबापू म्हणाले,

"श्रीमंतऽ, ह्या पुलाचा फायदा पुण्याला चांगला होईल. नदीपल्याड वस्ती वाढेल. ती पाटीलवाडी, त्या पल्याडच्या तीन-चार वाड्या, हा एक पूल केवढं मोठं जीवन सांधणार आहे."

श्रीमंतांचे मन एकाएकी भरून आले. नेत्र ओले झाले. ते गहिवरून बोलले,

"अरे बापूऽ, तुझा हा पूल मला आणि भाऊला सांधणार आहे का?"

बापूंकडे उत्तर नव्हते. त्यांनी मान खाली घातली.

वाड्यात श्रीमंतांना निभेना. "हा वाडा मला खायला उठतो रेऽ, हलवा कुठेतरी आम्हांला." श्रीमंत कळवळू लागले. खाशांचा विचार झाला. हवापालटासाठी श्रीमंतांना पर्वतीला हलविण्याचे नक्की झाले. दुसऱ्याच दिवशी पालख्या पर्वतीकडे चालल्या.

गर्द झाडी पार केल्यावर पर्वतीची टेकडी दिसू लागली. पर्वतीची ओढ तर श्रीमंतांना अनेक दिवसांपासूनची. पूर्वी टेकडीवर देवीचे एक साधे जुनाट मंदिर होते. तिथे एक भाविक गुरव पूजेस येई. एकदा गोपिकाबाईंच्या पायास दुखापत झाली. कोण्या औषधाचा गुण येईना. श्रीमंतांनी देवीस गाऱ्हाणे घातले. गुण आला. देवीला रोज सरकारातून नैवेद्य सुरू झाला. शाहूराजांना श्रीमंत प्रत्यक्ष शंकराचे अवतार मानीत. त्यांच्या पायाशी त्यांनी आपल्या निष्ठा वाहिल्या होत्या. त्यांचे तपामागे जेव्हा निधन झाले तेव्हाच श्रीमंतांनी पर्वतीवर सांबाची रुप्याची मूर्ती प्रतिष्ठापिली. सतत सहा वर्षे खपून भव्य मंदिर बांधून घेतले. सांबाच्या एका मांडीवर पार्वतीची सुवर्णमूर्ती तर दुसऱ्या मांडीवर गणपतीची मूर्ती स्थापिली. सरकारातून देवाला रोज पंचामृत स्नानाची आणि त्रिकाळ नैवेद्याची व्यवस्था लाविली. विष्णूचे मंदिर आणि मुख्य देवालयामागे गणपतीचे वेगळे देऊळ बांधले. पर्वतीवरच एक वाडा बांधला. संस्थानाची निर्मिती केली.

पर्वतीवरचा सोन्याचा कळस श्रीमंतांना दिसू लागला आणि जिवाला हायसे वाटले. सरकारस्वारी तिथे पोहोचताच पुजारी, पहारेकरी, शागीर्द, गवये, पाणके, वाजंत्री आणि आचाऱ्यांची गडबड उडाली. श्रीमंतांचा वाड्यात मुक्काम पडला. देव-देवतांच्या सहवासात, कार्तिक स्वामींच्या आशीर्वादाने तब्येत क्षेम राहील, ही श्रीमंतांची धारणा होती.

दिवसभरात अनेकदा सभामंडपात पालखी जायची. देवदेवेश्वराच्या ध्यानास श्रीमंत बसायचे. संध्याकाळी देवालयाबाहेरच्या कुसाजवळ पालखी थांबायची. गार

वारा घेत श्रीमंत आवडत्या पुण्याकडे एकटक पाहत राहायचे. दोन-तीन मुक्काम असेच गेले आणि श्रीमंतांची बेचैनी वाढली. अधेमधे पाऊसधारा कोसळायच्या. रात्रीचा कोसळता पाऊस जिवाचा थरकाप उडवायचा. दिवसा सिंहगडाकडून काळे काळे, आगळ्यावेगळ्या आकाराचे ढग वाहत यायचे. दुपारी ढगांचे न्यारे आकार पाहत श्रीमंत बसायचे. मध्येच एखाद्या ढगाकडे बोट दाखवून ओरडायचे, "अरे दादाऽ, तो ढग पाहिलास का? त्याचा आकार कसा आहे? अगदी आपल्या भाऊंच्या मंदिलासारखा आहे नाही?" संध्याकाळी ढग गडद काळे व्हायचे. आपल्या अक्राळविक्राळ रूपाने भिववायचे.

एकाएकी श्रीमंतांना ढाळेची व्याधी झाली. अंगातला उरलासुरला जोम जाऊ लागला. पालखीत लोडाला टेकूनही बसवेना. खोकल्याची उबळ थांबता थांबेना. पर्वती मानवेना. श्रीमंतांना तातडीने शनिवारवाड्यात हलविले.

भरल्या शनिवारवाड्यातील आपली बिछायत श्रीमंतांना अडगळीतल्या वस्तूसारखी वाटायची. जिथे भाऊसाहेब नाहीत, विश्वासराव नाहीत तिथे जीवन नाही, हीच श्रीमंतांची धारणा झालेली. पानिपतातून जे जे मराठी स्वार-राऊत परतले नाहीत, त्यांच्या चौकशीसाठी सकाळ-संध्याकाळ फडावर झुंबड उडायची. दूरदूरच्या भागांतून स्त्रिया-मुले धावत यायची. म्हातारे आई-बाप एकुलत्या एक लेकराचा फडावरही थांगपत्ता लागेना म्हणून हातपाय गाळून वाड्याबाहेर बसायचे. ह्या हलकल्लोळाचे दर्शन घडल्यावर श्रीमंत अधिकच कष्टी व्हायचे. महालात पडावे तर महाल खायला उठतो. पालखीतून बाहेर पडावे तर स्त्रियांची पांढरी कपाळे पाहवेनात. श्रीमंत क्षणाक्षणाने खचू लागले.

एके दिवशी दुपारी श्रीमंत बिछायतीवर अर्धवट डोळे मिटून पडले होते. शेजारी गोपिकाबाई ठाण देऊन बसलेल्या. अनेक जागरणे घडल्याने त्याही दमूनभागून गेलेल्या. बसल्या जागी श्रीमंतांच्या आधी त्यांचा डोळा लागलेला.

...नानासाहेबांचे मन एकाएकी हुशार झाले. ते नेटाने पावले टाकीत शनिवारवाड्याच्या सातव्या मजल्यावर चढले. तेथून डोळ्यांसमोर बघू लागले. मधल्या गर्द झाडीच्या पल्याडची चऱ्होली, आळंदी ही गावे दिसू लागली. ज्ञानोबांच्या समाधीचे दर्शन झाले. क्षणभर श्रीमंतांनी नेत्र मिटले.

श्रीमंत उघड्या डोळ्यांनी पाहतात तो काय, झाडीतून एकाएकी दहा-बारा हजाराचे लष्कर झेपावत आल्याचे दिसून आले. वेगाने घोडी उधळत येत होती. लष्करात जरीपटका आणि भगवी निशाणे डोलत होती. "हरऽ हर महादेवऽऽ"च्या मंत्रघोषाने आसमंत दणाणत होता. उघड्या तलवारी उन्हात चमचमत होत्या. "हर हर महादेव"चा घोष वाढतच होता. स्वार-शिपाई चेकाळून ओरडत होते. उन्मादाने हाक्या घालीत होते. बघता बघता ती चतुरंग फौज मुठा नदीत उतरली. थोड्याच वेळात निम्मीअर्धी फौज नदीपार होऊन वाड्याला भिडली.

सर्वांत पुढे एक डौलदार घोडा वेगाने धावत होता. त्याच्यावर स्वार झालेला वीर

हातातली नंगी तलवार उंचावत होता. घोड्याला टाच मारून त्याला खुषीने चेकाळीत होता. काही स्वार पुढे धावले. त्यांनी गेंदभरल्या हत्तीवरचा जरीपटका खाली उतरवला. त्या निधड्या छातीच्या वीराच्या हाती दिला. ''हर हर महादेव''चा घोष आता तर गगनाला भिडला. वाड्यावरचा मोठा नगारा वाजू लागला. ताशे, कर्णे, शहादणे, शिंगे, ढोलझांजा जोरजोराने गर्जू लागल्या. तो वीर हातात जरीपटका घेऊन, गर्वाने छाती फुगवीत, दमदार पावलाने वाड्याच्या पायऱ्या चढू लागला.

श्रीमंत डोळे रोखून बघू लागले. जरीपटक्यावर साऱ्या रक्ताच्या खुणा दिसत होत्या. त्या वीराचा पेहरावही रक्ताने डागाळलेला. त्याच्या मुखावर रक्ताच्या कारंज्याच्या काही पिचकाऱ्या उडालेल्या. मंदील, जोडे आणि अंगरख्यावरही धुळीचा मधूनच लेप चढलेला. नुकताच हा वीर रण मारून आलेला दिसतो. कोण बरे हा? ...हे तर आपले भाऊसाहेब! होय, खरेच हे भाऊसाहेब! श्रीमंतांच्या अंगात एकाएकी हत्तीचं बळ आलं. ते वेगाने जिन्यावरून जवळ जवळ उड्या मारीतच खाली धावले. त्यांनी फडाजवळच्या चौकातच भाऊसाहेबांना गाठले. दोघांनीही एकमेकांना मिठ्या मारल्या. श्रीमंतांनी भाऊंची हनुवटी ओंजळीत धरली, डोळे भरून भाऊसाहेबांना पाहून घेतले. आनंदातिशयाने त्यांचे पटापटा मुके घेतले. भाऊंच्या डोळ्यांतही आनंदाश्रू चमकू लागले. कातर आवाजात ते गर्वाने गरजले,

''तीर्थरूपऽ हा पहा जरीपटका! त्या अब्दालीच्या रक्तात भिजवून आणला आहे! श्रीमंतऽ श्रीमंतऽऽ आम्ही पानिपत जिंकले!!''

''शाब्बास पोराऽ त्रिखंड ज़िंकलेस! अप्पांचे नाव सार्थकी लावलेस!!''

आनंदाने वेडे झालेले बंधू धावत धावत वाड्यावर गेले. पानिपतात पावन झालेला जरीपटका त्यांनी नगारखान्याजवळ रोवला. हर्षभराने जरीपटका वाऱ्याच्या झोतावर आपला फरारा नाचवू लागला. श्रीमंत आनंदातिशयानं जरीपटका न्याहाळू लागले. एकाएकी श्रीमंतांना ठसके येऊ लागले. नाकातोंडाजवळ धुराची दाटी होऊ लागली. श्रीमंत चमकले. इकडेतिकडे बावरून बघू लागले. सारा वाडा धुराने माखून गेलेला. धुराचे लोट सातही मजल्यांतून बाहेर पडू लागलेले. हळूहळू प्रत्येक मजल्यातून आगीच्या ज्वाला जिभल्या चाटीत नाचत बाहेर पडू लागल्या. क्षणार्धात सारा शनिवारवाडा आगीच्या भक्ष्यस्थानी पडला होता. आगीने वाड्याला चौफेर गराडा घातला होता. धुळीचे लोटच्या लोट आभाळाकडे झेपावत होते. आगीच्या सैतानी जिव्हा जिभल्या चाटीत होत्या. धुराच्या दाटीने श्रीमंतांचा श्वास कोंडला. डोळ्यांतून पाण्याच्या धारा वाहू लागल्या. ते जोरजोरात ठसके देऊ लागले. धुराच्या दाटीत आणि आगीच्या कल्लोळात त्यांना मघाशी शेजारी उभे ठाकलेले भाऊसाहेब दिसेनात. श्रीमंतांचे काळीज हलले. ते जळत्या-पेटत्या वाड्यातून ''भाऊऽ भाऊऽऽ भाऊसाहेबऽऽ'' अशा करुण किंकाळ्या फोडीत सैरावैरा धावू लागले.

आता आगीने अस्मानी रूप धारण केलेले. आगीच्या सोबतीला सुलतानी वाऱ्याने धावणे घेतले. वाड्याच्या साती मजल्यांत भुईचक्रासारखा वारा गिरक्या घेऊ

लागला. तशी आग अधिकच भडकली. वाड्याच्या चौकाचौकांतून, महालामहालांतून गडाबडा लोळू लागली. उलट्या कोलांट्या उड्या मारू लागली. वाड्याचा एकेक मजला कोसळू लागला. छतांचा जळूनभाजून पापोडा झाला. तुळ्या धडधडाऽ करून अंग टाकू लागल्या. भिंती आगीपुढे पाठ वाकवून सरळ नतमस्तक होऊ लागल्या. कलमदानी बांधणीचा कोळसा झाला. गणपती रंगमहालाचा बेरंग झाला. सोन्या-रुप्याचा वर्खी मुलामा जळून त्याचे अर्धभाजले गाल भेसूर दिसू लागले. हस्तीदंती दिवाणखाना बेसूरत झाला, आग धुमसून पेटू लागली. उरलासुरला वाडा चवीने चघळू लागली.

"भाऊऽ भाऊ" करून करुण किंकाळ्या फोडणाऱ्या श्रीमंतांचा दम घोटायची वेळ आली. जिकडे पळावे तिकडे आगीचा कल्लोळ. रसरसत्या ज्वाला अंगाचा चावा घेऊ लागलेल्या. प्रचंड धगीने अंगाची काहिली झाली. जिकडे पळावे तिकडे रसरसत्या ज्वाला, पेटत्या तुळ्या, ढासळते खांब आणि कोसळत्या भिंती. ओरडून ओरडून श्रीमंतांच्या तोंडास खरस आली. तरी जीवघेण्या सुरात ते काळजाच्या देठापासून एकसारखे हाका मारीत होते, "भाऊऽ भाऊऽऽ भाऊसाहेबऽ!"

...तसेच श्रीमंत पलंगावरून धाडकन खाली कोसळले. गोपिकाबाईंच्या काळजात धस्स झाले. क्षणार्धात झोप उडाली. त्यांनी "श्रीमंतऽ" म्हणून जोराने किंकाळी फोडली. नानासाहेबांना मिठी मारली. छातीशी कवटाळले. इतर सेवक, दरकदार धावले. रघुनाथदादा, बापू, कान्हेरे मंडळी धावली.

श्रीमंतांना पलंगावर झोपविण्यात आले. "आगऽ आगऽऽ भाऊऽ भाऊऽऽ" करून ते अजूनही ओरडत होते. त्यांचे सर्वांग घामाने डबडबलेले होते. वैद्यांनी श्रीमंतांच्या मुखावर पाणी मारले. कसलासा काढा पाजला. श्रीमंतांच्या हाका थांबल्या; पण मुखावरचा भेदरला भाव हटला नव्हता.

पलंगावर शेजारी बसलेल्या माधवरावांना श्रीमंतांनी अधिक जवळ घेतले. त्यांच्या कोवळ्या मुद्रेवरून मायेने हात फिरवला, धाकट्या नारायणरावांचा मुका घेतला. आपल्या थरथरत्या हाताने सखारामबापू, माधवराव, रघुनाथराव यांचे हात एकमेकांच्या हाती दिले. श्रीमंतांचा आवाज अधिक कातर झाला. ते गदगदून म्हणाले, "आता आमचे काही खरे नाही. आम्ही काही दिवसांचे सोबती! आमच्याने निभावत नाहीऽ आता राज्य तुम्हीच राखायचे." श्रीमंत निर्वाणीचे बोलू लागले. सारे धाय मोकलून रडू लागले. गोपिकाबाईंच्या दु:खाला पारावार नव्हता. रघुनाथरावांना हुंदके आवरेनात. नीळकंठ पुरंदरे बोलले,

"श्रीमंतांनी असे बोलू नये. सारी रयत म्हणते... नाना-भाऊ म्हणजे राम-भरताचे अवतार! भाऊ या लोकी कुठे दिसत नाहीत. आपणही असे बोलू लागला तर हे रामराज्य चालवायचे कोणी?"

"नीळकंठपंत, हे रामायण वेगळे आहे. इथे बाळ भरत आमच्या पादुका घेऊन वनवासी गेला. उन्हापावसात, थंडीवाऱ्यात, संगरतांडवात भाऊने पादुका उराशी

कवटाळल्या. हा माझा वनवासी बाळ भरत, वनवासी राहिलाऽ!''

त्या दिवशी श्रीमंतांना वाड्यात काही केल्या करमेना. ''हा वाडा आम्हांला खायला उठतो. दिवसाढवळ्या नको नको ती स्वप्ने पडतात. अंग गारठून जाते. आम्हांला हलवा रे इथूनऽ!'' असे श्रीमंत एकसारखे ओरडू लागले. प्रकृती अधिक बिघडली. श्रीमंत इच्छेनुसार त्याच रात्री श्रीमंतांना हवापालटासाठी पुन्हा पर्वतीवर हलविले.

...सोमवार, प्रत्यक्ष शिवाचा वार, श्रीमंतांना थोडीशी हुशारी वाटत होती. दिमतीला वैद्य-औषधी होत्या. थोड्याशा हुशार झालेल्या श्रीमंतांना देव-देवतांची ओढ लागली. त्यांनी दुपारी पालखीतून सर्व देवांचे दर्शन घेतले. नंतर कुसाजवळ पालखी थांबली. झाडांच्या गर्दीतले प्यारे पुणे श्रीमंतांनी डोळे भरून पाहून घेतले.

रात्री श्रीमंत अधिकच हुशार दिसत होते. एकसारखे बोलत होते. शेजारी रघुनाथराव, गोपिकाबाई, माधवराव, नारायण, दास-दासी सारेच खुषीने श्रीमंतांचे बोल ऐकत होते. श्रीमंत रघुनाथरावांना म्हणाले,

''दादाऽ, कुरुक्षेत्रापासून पानिपत हा अगदी जवळचा गाव. कौरव-पांडवांचा रणप्रसंग तिथेच घडला. महाभारताच्या युद्धाने मंतरलेला तो सारा टापू. गिलच्यांचा आणि आपला युद्धप्रसंगही महाभारतासारखाच रंगलेला. माझ्या आणि मराठी मातीच्या दुर्भाग्याने खबरा वेळच्या वेळी मिळाल्या नाहीत. ह्या पाप्याच्या हातून पानिपताकडे वेळेवर रसद पोहोचली नाही. भाऊ, विश्वासराव, शेर समशेर, जनको, दत्ताबा सारे भीमार्जुनासारखे झुंजले-झगडले, महाभारताच्या यशसिद्धीने देवादिकांना देवत्व लाभले. ह्या पोरांचा पराक्रमही त्याच तोडीचा. मात्र बलिदानाशिवाय यांच्या पदरी काय पडले?''

''तीर्थरूपऽ, अति बोलणे टाळावे. आधीच आपली तबियत नादुरुस्त आहे. आपण मौन पाळावे,'' रघुनाथराव बोलले.

''दादाऽ, पानिपतचा प्रसंग म्हणजे मराठी मातीच्या सर्वोच्च सद्‌गुणांची आणि दुर्दैवी दुर्गुणांची निशाणीच! पण खरे सांगू दादा... जोवर ह्या मातीत भाऊबंदकीची, बेदिलीची, गद्दारीची बीजे आहेत, जोवर ह्या राष्ट्रात लाचारी आणि लाथाळीला कायमची मूठमाती मिळणार नाही, तोवर मराठी मातीच्या भाळी पानिपताचा मळवट पुनः पुन्हा भरला जाणार आहे. पानिपत एकदाच नव्हे तर अनेकदा घडणार आहे!''

एकाएकी श्रीमंतांची प्रकृती ढासळली. श्वासोच्छ्वास वाढू लागला. धाप लागली. सर्वांग घामाने डबडबले, वाढत्या रात्रीबरोबर तबियत कमालीची ढासळू लागली. माधवराव, रघुनाथदादा, नारायणराव सर्व जण गांगरले. खाशा स्त्रिया रडू लागल्या. श्रीमंत एकसारखे ''भाऊऽ भाऊऽऽ'' करून जोरजोरात किंचाळू लागले. रघुनाथरावांनी श्रीमंतांना मांडी दिली. श्रीमंत रघुनाथदादांकडे एकटक बघू लागले. भाऊसाहेबांची हसरी, करारी आणि तेजस्वी मूर्तीच त्यांच्या नेत्रासमोर तरळू लागली. त्यांना खुणावू

लागली. "भाऊऽ भाऊऽऽ" हा शोक वाढला. मध्यरात्र उलटली. ज्येष्ठ वद्य ६ शके १६८३... मंगळवार, २३ जून १७६१... अंतकाळ जवळ आला. श्रीमंत पडल्या स्थितीतून जिवाच्या जोराने उठण्याचा आटोकाट यत्न करू लागले. त्यांनी कशीबशी उठून रघुनाथदादांना आवेगानं कडाडून मिठी मारली आणि ते किंचाळून ओरडले, "भाऊऽ भाऊऽऽ."

श्रीमंतांच्या हाका अंधार चिरीत गेल्या.

मान गळून रघुनाथरावांच्या मांडीवर पडली.

वाडा गर्जून उठला.

पर्वती थरारली.

श्रीमंतांना कालगती लाभली.

□□

पानिपत : एक टिपण

१. जयाप्पा शिंदे आणि मल्हारराव होळकर यांनी १७५१-५२ च्या दरम्यान दिल्लीच्या बादशहाशी अहमदिया करार केला. ती जोखीम पार पाडण्यासाठी अंताजी माणकेश्वर दिल्लीत तळ देऊन राहिले. पानिपतच्या मुळांचा शोध येथूनच घेता येईल.

२. पानिपत प्रसंगाआधी रघुनाथदादांच्या दोन उत्तर मोहिमा पार पडल्या. दुसऱ्या मोहिमेत त्यांनी अटकेवर भरारी मारली. या आधीच दिल्लीत त्यांचा आणि नजिबाचा संघर्ष घडून आला. सप्टेंबर १७५७ मध्ये घडलेला गोहत्येचा आणि नंतरचा रघुनाथराव आणि मल्हाररावांचा तंटा नजिबाच्या चरित्रात मोठ्या खुमारीने मांडला आहे. नजिबाच्या बिहारीलाल आणि नरुद्दीन ह्या दोन चरित्रकारांनी लिहिलेल्या बऱ्याच गोष्टी भाऊसाहेबांच्या बखरीशी आणि कैफियतीशी जुळतात. उदाहरणार्थ, शामलीच्या वाटाघाटीच्या डेऱ्याजवळून ''ह्या मराठ्यांचे डोळे धोकादायक दिसतात'' म्हणून नजिबाने बाहेरच्या बाहेर निघणे, या घटनेचे साम्य भाऊसाहेबांची बखर आणि नजीब-चरित्रात विलक्षण रूपात दिसते.

३. पानिपतच्या संघर्षात नजीबउद्दौला याचा सिंहाचा वाटा आहे. एक नजीब नसता तर बहुतांशी पानिपत घडले नसते. अर्थात नजिबाचे उपद्व्याप, त्याची संहारक शक्ती नाना-भाऊंना चांगली माहीत होती. म्हणून तर 'नजीब तो अब्दालीच', 'मायावी राक्षस', 'सर्प' असे उल्लेख त्यांच्या अस्सल पत्रात आढळतात. त्याला प्रथम मारावा, असे पेशव्यांचे आदेश होते; पण रघुनाथरावाने आणि सुरुवातीला तरी गोविंदपंत, हिंगणे, मल्हारराव ह्या मराठी राज्याच्या उत्तरेतील प्रतिनिधींनी तिकडे दुर्लक्ष केले. मल्हारराव तर त्याला 'धर्मपुत्र' मानत, हे सर्वश्रुत आहे. माझ्या अभ्यासात मला सुरुवातीसच असे आढळून आले की, नजिबाची महत्त्वपूर्ण व्यक्तिरेखा

पूर्णत: अभ्यासली पाहिजे. साधने तर सहज उपलब्ध होत नव्हती. शेवटी 'इस्लामिक कल्चर'च्या १९३२ ते १९३४ च्या फाईल्समधून नरुद्दीन आणि बिहारीलाल यांनी मूळ फारशी भाषेत लिहिलेल्या नजीब चरित्रांचे जदुनाथ सरकारांनी केलेले अनुवाद वाचावयास मिळाले. इब्दुर रशीद यांचाही इंग्रजी अनुवाद महत्प्रयासाने उपलब्ध झाला. १७५६ ते १७६५ या दहा वर्षांतील किती तरी अस्सल मराठी कागदपत्रांतूनसुद्धा नजिबाची मायावी रूपे ठळकपणे दिसतात.

४. शं. ना. जोशी बुराडी आणि पानिपत हे एका महायुद्धाचेच दोन भाग मानतात. ते खरेही आहे. गिलच्या विरुद्धचेच हे दोन्ही संघर्ष होते. बुराडी किंवा बदाऊ घाट शोधताना दिल्ली परिसरात मला अनेक दिवस घालवावे लागले. शेवटी बादली स्टेशनच्या जवळपास या जागेचा शोध लागला. नजिबाचा बंदोबस्त, क्षेत्रे पादाक्रांत करणे, पंजाबमध्ये व्यवस्था निर्माण करणे, पेशव्यांच्या कर्जाचे निवारण बंगालमध्ये जाऊन करणे हे उद्देश घेऊन दत्ताजी उत्तरेत गेला. सुरुवातीस मल्हाररावांचा 'धोतरबडवी' उपदेश त्याने झिडकारला. पण कर्ज वारण्यासाठी, पैसा उभारण्यासाठी त्याने नजिबाचा वापर करण्याचे ठरविले आणि तिथेच तो चुकला. मुजफ्फरनगर हे उत्तर प्रदेशातील जिल्ह्याचे एक महत्त्वपूर्ण ठिकाण. येथूनच दहा-बारा किलोमीटरवर शुक्रताल हे ठिकाण आहे. त्या स्थळी भेट दिली असता बखरीतले स्थलवर्णन अगदी हुबेहूब वाटते. 'पालखीच्या दांड्या'सारखी नदी दिसते. आता मात्र किल्ल्याच्या खुणा तिथे दिसत नाहीत. महादेवाचे एक मोठे मंदिर शुक्रतालच्या झाडीत पुराणपणाची साक्ष देते. बखरकार पानिपतच्या मोहिमेत सर्वच ठिकाणी वावरला नसला तरी बहुतांशी दिल्ली परिसर ते कुरुक्षेत्र दरम्यान तो नक्कीच लष्करासोबत असला पाहिजे. दत्ताजी शिंदे वेड्यासारखा रणात धावला, हा समज अलीकडील संशोधनातून विरळ होत चालला आहे. राजघाट, मजनूचा टिळा आणि बुराडी असा त्याने केलेला लष्कराचा तिहेरी पेरा पाहता तो विचारपूर्वक समरांगणाला सामोरा झाल्याचे दिसून येते. मात्र बहुतांशी लष्कर नाश पावल्याचे लक्षात आल्यावर त्याने सरदारकीचा अंगरखा काढला व तो खऱ्या अर्थाने 'शिपाईगिरीने' लढला.

५. अहमदशहा अब्दाली या रणधुरंधराची फारशी माहिती आपणाकडे उपलब्ध नाही. १९५९ साली प्रा. गंडा सिंगांचे अब्दालीचे इंग्रजी चरित्र उपलब्ध झाले आणि तो सेनानायक म्हणून समजायला सोपे गेले. पर्शियन, इंग्रजी, उर्दू, हिंदी, मराठी आणि पंजाबी साधनांचा अभ्यास करून गंडा सिंगांनी हा सुंदर चरित्रग्रंथ पूर्ण केला आहे. याचा अब्दालीच्या व्यक्तिरेखेसाठी मला चांगला उपयोग झाला.

६. परतुडच्या वाटाघाटी बखरकाराने नाट्यमय रितीने उभ्या केल्या आहेत. रघुनाथराव सरंजामासाठी हटून बसलेले. शेवटी स्वत: नानासाहेब आणि भाऊसाहेबांनी निघायचे ठरविले. सांगली चिटणीस दप्तरात अलीकडे उपलब्ध झालेल्या फाल्गुन वद्य ९, शके १६८१ च्या स्वत: नानासाहेबांच्या पत्रामुळे बहुतांशी गोष्टी स्पष्ट झाल्या आहेत. नाना भाऊंना लिहितात, 'दोहो ती दिवसांत उत्तम दिवस पाहून मजपासून वेगळे होऊन जावे हा सर्वोत्तम विच्यार. मजला शरीर-प्रकृतीस्तव नच न्यावे. बालास पाठवावे हा विच्यार यंदा योग्य नाही.' म्हणजे नाना-भाऊंचा प्रारंभी दोघांनीही उत्तरेत जाण्याचा विचार होता. 'बालास' याचा अर्थ विश्वासरावांस. (शं. ना. जोशी.) यावरून पेशव्यांच्या मनी विश्वासरावांना उत्तरेत पाठवायचे नव्हते. याचा अर्थ गोपिकाबाईंच्या हट्टामुळेच रावांना भाऊंचा 'पायगुंता' म्हणून जावे लागले, हे बखरकाराचे म्हणणे खरे वाटू लागते.

७. मराठी माणसाच्या मनावर पानिपताच्या ज्या काही गोष्टींचा साधारणपणे पगडा आहे, त्या बव्हंशी तिकडून पळून आलेल्या लोकांनी सांगितलेल्या आहेत. पानिपतच्या ऐन रणातून पळून आलेल्या मोठ्या सरदारांना आपला भ्याडपणा लपवायचा होता. भाऊसाहेब तिकडे खर्ची पडले म्हटल्यावर तर ते कसे गर्विष्ठ, अहंकारी, अविचारी होते असे सांगून आपली कातडी बचावण्याचाच हा प्रकार. मृत भाऊ काही आपली कैफियत मांडण्यासाठी माघार लौटणार नव्हता. त्यातच बखरीने अनेक रंजक प्रकरणे उभारून त्यांच्यावर अहंकाराचा, अतिगर्वाचा शिक्कामोर्तब केलेला. मीसुद्धा भाऊसाहेबांच्या डोक्यावर पापाचे खापर फोडणार होतो; पण त्या दशकातल्या हजारो अस्सल पत्रांचा, विशेषत: पानिपत मोहिमेचा अभ्यास करताना मला वेगळेच आढळून आले. यश-अपयश कुणाच्याच हातात नसते; पण अगदी सुरुवातीपासून ही मोहीम यशस्वी व्हावी म्हणून भाऊसाहेबांनी ज्या नेटाने कामे उरकली आणि अहोरात्र कष्ट उपसले, त्याला तोड नाही. भाऊंच्या व्यक्तिमत्त्वाचा आपल्याकडे फारसा अभ्यासच झालेला नाही. त्यांचे बालपण, शिक्षण, शनिवारवाड्यात झालेला सुरुवातीचा कोंडमारा, पानिपतपूर्व लढाईचा अनुभव, करवीरकडे जाण्याची सिद्धता या साऱ्या बाबींवर अधिक प्रकाश पडायला हवा. या दृष्टीने 'सदाशिवराव पेशवे— जीवनवृत्ताचे धागेदोरे' या नावाचा रियासतकारांनी जानेवारी १९३३ च्या 'हितचिंतक'च्या अंकात लिहिलेला लेख मला अत्यंत लक्षणीय वाटतो. अस्सल पुराव्यांच्या आधारे रियासतकारांनी रेखाटलेले भाऊंचे चित्र इतर कुठेही आढळत नाही. कोणालाही त्याबाबत आस्था नाही. कारण एकदा एखाद्याला वेडा, अहंकारी ठरविले की, पुन्हा तिकडे काय पाहायचे? याच अनास्थेतून 'भाऊसाहेबांना रणाचा काहीच अनुभव नव्हता. तो फडावरच

बरा होता' असे मोठमोठे विद्वान ठोकून देतात, तेव्हा वाईट वाटते.

८. माझ्या अभ्यासामध्ये पुण्याच्या भारत इतिहास संशोधक मंडळाच्या वाचनालयाचा अत्यंत उपयोग झाला. तिथेच प्रमोद ओक या तरुण इतिहास संशोधकाची भेट झाली. त्यांच्याशी झालेल्या चर्चेतून समशेरबहाद्दरच्या व्यक्तिमत्त्वाचे अनेक कंगोरे ध्यानी आले. डॉ. गोरेलाल तिवारी, डॉ. भगवानदास गुप्त यांचे संबंधित ग्रंथ आणि तत्कालीन कागदपत्रे चाळल्यावर अधिक माहिती मिळाली. आपल्या 'पोरांचा ठिकाणा नाहीसा होऊ नये' म्हणून गोपिकाबाईंनी सदाशिवरावभाऊ आणि समशेरबहाद्दरांचा जो दुस्वास केला, तो अलीकडे अधिकाधिक स्पष्ट होऊ लागला आहे.

९. सुजाउद्दौल्याचे महत्त्वपूर्ण द्वि-खंडात्मक चरित्र डॉ. आशीर्वादीलाल श्रीवास्तव यांनी पन्नास वर्षांमागेच लिहिले आहे. त्यांचाच सरदेसाई गौरव ग्रंथातील लेखही उल्लेखनीय आहे. सुजाला आपल्या बाजूस वळविण्यासाठी अयोध्येला नजीब आणि मराठी वकील यांच्या ज्या नाट्यमय झटापटी झाल्या, त्याची समग्र माहिती त्यांनी लेखात दिली आहे. शं. ना. जोशी यांनी सांगली पत्रांवर भाष्य करतानाही सुजा आणि मराठे यांच्या संबंधावर चांगला प्रकाश टाकला आहे.

१०. 'अभिमानी आणि अहंकारी भाऊने जाटाचा सल्ला मानला नाही; दिल्लीचे सिंहासन फोडले' हे भाऊसाहेबांवर होणारे प्रमुख आरोप आहेत. अलीकडे सांगलीच्या चिटणीस दप्तरात उपलब्ध झालेल्या दस्तुरखुद्द भाऊसाहेबांच्या पत्रामुळे या आरोपांचा डोलाराच कोसळला आहे. भाद्रपद वद्य ३, शके १६८२ (२७ सप्टेंबर १७६०) चे सहा-सात घड्यांचे व दोन जोड असलेले हे महत्त्वपूर्ण पत्र म्हणजे पानिपतच्या मोहिमेवर तेजस्वी प्रकाश आहे. त्यावरून असे स्पष्ट होते की, वजीर गाजुद्दीन आणि जाट यांना दिल्ली आणि बाजूचा परिसर स्वत:कडे हवा होता. भाऊंसारख्या कर्तबगार पुरुषाचा तिकडे शिरकाव होऊ नये म्हणूनच भाऊंना ते चंबळेच्या पलीकडेच थांबा असा आग्रह करीत होते. भाऊसाहेबांनी किल्ला जिंकला तरी जामदारखान्याच्या किल्ल्या जाटाला हव्या होत्या. त्यासाठीच त्याने गंगोबा आणि दाभोळकर यांना मिंधे केले होते. भाऊसाहेबांच्याच शब्दांत सांगायचे तर 'त्यास कारभारी याचे मते जाटांनी बोली घातली की, वजिराचे लोक आत घालावे... कारभाऱ्यांनी कुंभेरीसच लाख-दीड लाख वजिरापासून खाऊन वजीर कायम करितो असी सरदारासिवाय शफत केली. ते मिणधे.' या पत्रावरून असे आढळते की, भाऊसाहेबांनी जाटाला नारांज केले नाहीच, उलट त्याच्या वरकड अटी मान्य करून त्याला परोपरीने समजावण्याचा यत्न केला. पानिपताहून पळून आलेल्या मराठ्यांची जाटाने नंतर चांगली सेवा केली. परंतु या प्रसंगी त्याच्याच अंत:करणात काळेबेरे होते.

११. भाऊसाहेबांनी दिल्लीचे सिंहासन फोडले नाही, हे सर्वांना सांगण्यासाठी प्रा. शेजवलकरांनी काही वर्षांपूर्वी एक स्वतंत्र लेख लिहिला होता. त्या वेळी दिल्ली परिसरात पडलेल्या प्रचंड दुष्काळामध्ये घोडी, माणसे वाचविण्यासाठी भाऊसाहेबांनी छतावरचा रुप्याचा उर्वरित पत्रा काढला ही गोष्ट खरी. कोणाही सेनानायकास ही गोष्ट भूषणावहच ठरावी. भाऊसाहेबांनीच वरील पत्रात स्पष्ट केले आहे की, 'छत आठ नवा लाखाचा. त्यात काही वजिराने काढिली. बाकी आम्ही सरदारांच्या मते काढिली. काही सरदारांस खर्चास दिल्हे. वरकड सध्या पोटास कामास आले. जाट कारभारी फार श्रमी.' याच पत्रात ते 'नजीबखानाचे सूत्र मल्हारबाकडे आहे' अशी माहिती देतात. शेवटी 'आम्ही लढाईचे सोभती' असे कष्टी उद्गार काढतात.

१२. वरील पत्रात उल्लेखिलेली कारभाऱ्यांची फंदफितुरी म्हणजे मराठी मातीला कायमचा चिकटलेला एक खानदानी गुण. पानिपतच्या मोहिमेतील गंगोबा आणि दाभोळकर यांची ही देशसेवा सूर्याजी पिसाळाच्याच तोडीची आहे. भाऊसाहेबांनी पुण्याला फड नेटाने सांभाळला होता. नारो शंकर, हिंगणे बंधू, माणकेश्वर, बुंदेले आदी उत्तरेतील माजोऱ्या दरकदारांचे हिशोब तपासून वचक बसविला होता. त्यामुळे उत्तरेतील मराठी राज्याच्या प्रतिनिधींनी एक गोविंदपंतांचे बलिदान सोडता भाऊसाहेबांना फारशी मदत केल्याचे दिसून येत नाही.

१३. कै. वि. का. राजवाडे यांना वाई येथे भाऊसाहेबांनी गोविंदपंत बुंदेले यांना लिहिलेली अनेक पत्रे सापडली. त्यांनी पंतांच्या अंगचुकारपणाबद्दल त्यांना अनेक दोष दिले. या उलट प्रा. शेजवलकरांनी पंतांची बाजू उचलून धरली. या दोन्ही इतिहासकारांमधला वाद बराच प्रसिद्ध आहे. तो काही वेळा जातीय पातळीवरही घसरला होता. पानिपतचा अभ्यास करतानाच प्रा. शेजवलकरांचा 'गोविंद बल्लाळ खेर ऊर्फ बुंदेले' हा अप्रकाशित हस्तलिखित लेख त्यांचे पुतणे श्री. शशिकांत शेजवलकर यांनी दिला. हा लेख थोडासा अपूर्ण राहिला असला तरी विस्तृत आहे. गोविंदपंतांकडे लष्करी फौज नव्हती, मामलतदारी सांभाळणारी दुय्यम दर्जाची फौज होती. उलट तो, फक्त मुलूख जिंकू नका, उत्तरेत कायमचे लष्कर ठेवून बंदोबस्त पहा, अशी पत्रे पेशव्यांना लिहीत होता. नजिबाबादजवळचा हमला, मिरत इलाख्यात रसद मिळविण्यासाठी त्याने केलेला यत्न पाहता, उत्तरेतील इतर सेवकांपेक्षा तो अत्यंत प्रामाणिक होता. त्याचे वृद्धत्व आणि जाडजूड देह यांमुळे तो भाऊंच्या अपेक्षेसारखा मोठा झपाटा मारू शकला नाही, पण उत्तरेत भाऊंना काही लाखांची मदत करणारा तो एकमेव सेवक होय.

१४. अब्दालीच्या लष्करात शिया-सुन्नी यांचे अधूनमधून उडालेले दंगे, अब्दालीकडे झालेली सुजाची कोंडमार आणि मोहरमचा दंगा यांचा उल्लेख काही फारशी

बखरींतून आला आहे. सुजाचे चरित्रकार श्रीवास्तव यांनीही त्यास दुजोरा दिला आहे. या कामी भाषेची अडचण आणि इस्लाम धर्मरूढीबद्दल प्रसिद्ध उर्दू साहित्यिक श्री. मुश्ताक काझी यांची मला चांगली मदत झाली. अब्दाली आणि भाऊसाहेब यांच्या दरम्यान जे सुलुखाचे दोन-तीन यत्न झाले, त्याचे मार्मिक विवेचन शं. ना. जोशी यांनी सांगली पत्रासोबत लिहिलेल्या महत्त्वपूर्ण आढाव्यात केले आहे, तर पानिपत प्रसंगी दिल्ली आणि परिसरात इस्लाम पुनर्जीवनासाठी, जिहादच्या लालसेने शहावली उला यांनी नजिबाच्या आणि त्याच्या साथीदारांच्या सहकार्याने कसे यत्न केले, याची मौलिक माहिती 'मराठाज् अॅण्ड पानिपत' या ग्रंथात श्री. हरिराम गुप्ता यांनी दिली आहे.

१५. बागपतजवळ भरल्या यमुनेत घोडी घालणे हा अब्दालीच्या धाडसाचा आणि रणनेतृत्वाचा महत्त्वपूर्ण भाग आहे. नजीबउद्दौल्याचे चरित्र व काही मराठी पत्रे यांतून हा प्रसंग आढळतोच. शिवाय शेजवलकरांनी उपलब्ध केलेल्या पोवाड्यातही गुलाबसिंग गुजराच्या नावासह हा प्रसंग आढळतो. बागपतजवळ यमुनेच्या उजव्या काठाने काही मैल मी चालत उत्तरेकडे गेलो. कालौघात नदीचे पात्र थोडे बदलले असेलही, पण पात्राच्या रुंदीवरून अब्दालीच्या धाडसाची आजही कल्पना येते.

१६. पानिपतचे ठाणे भाऊसाहेबांनी मुक्रर करण्यामागच्या कारणांपैकी एक कारण पतियाळाच्या अलासिंग जाटाकडून रसदेचा प्रवास अखंड राहील याबद्दल भाऊसाहेबांना खात्री होती हे असावे. अलासिंग आणि भाऊंचा पत्रव्यवहार होता हे स्पष्टच आहे. (पेशवे दप्तर २७, लेखांक २६२.) पहिल्या महिन्यात हा रसदेचा प्रवाह अखंड चालू असावा. शिवाय कुंजपुऱ्यानंतर कुरुक्षेत्राकडे भाऊसाहेबांनी निघण्याचे कारण यात्रेकरूंचा आग्रह, याशिवाय अलासिंगची भेट घेणे हेही असावे. तेव्हा अलासिंगचा मुक्काम जवळच मणकू किल्ल्यावर होता. अलासिंगचे चरित्रकार प्रा. गुप्ता लिहितात की, पंजाबकडून अलासिंग भाऊंना रसद पुरवतो आहे, हे कळताच त्याला शिक्षा देण्यासाठी अब्दालीने आपले काही सैनिक त्याच्या मागावर पाठविले. यामुळेही पंजाबकडची भाऊसाहेबांची रसद बंद झाली असावी. पानिपतच्या पराभवानंतरही काही स्वार पळून अलासिंगच्या आश्रयास जाऊन राहिले होते, हे लक्ष्मण अप्पाजी एकबोटे ह्या मराठी स्वाराच्या अस्सल पत्रांवरून आढळून येते. पतियाळा संस्थापक अलासिंगने पराभवानंतरही मराठ्यांची सेवा केली, याचा अर्थ भाऊसाहेबांनी त्याच्यावर चांगलाच प्रभाव पाडला हे असावे. 'भाऊसाहेबांची बखर' ही 'भाऊसाहेबांच्या कैफियती'वरूनच उतरलेली आणि रंगवून वाढवलेली आवृत्ती आहे; परंतु एकदा पानिपताच्या पेचात मराठे अडकल्यावर चारणांमार्फत वैरण, घासदाणा मिळविण्यासाठी

भाऊसाहेबांनी केलेले यत्न तेवढ्या गडद स्वरूपात बखरीत उतरलेले नाहीत. नाट्यमय प्रसंगांमुळे आणि रसाळ भाषेमुळे बखर अधिक लोकप्रिय आहे. म्हणूनच की काय कैफियतीमध्ये लिहिलेल्या भाऊसाहेबांच्या या प्रयत्नाकडे अभ्यासकांचे तितकेसे लक्ष गेलेले नाही.

१७. पानिपतच्या प्रत्यक्ष युद्धभूमीवरील हालचालींबाबत फारच थोडी साधने उपलब्ध आहेत. रणावरून स्वार-शिपायांनी घराकडे लिहिलेली पंचवीस-तीस पत्रे, नाना फडणिसांचे आत्मचरित्र, प्रत्यक्ष हजर असलेल्या काशीराजाची फारशी बखर ही प्रमुख साधने होत. त्यांमध्ये १९६१ साली सेतुमाधवराव पगडी आणि न. र. फाटक यांनी मोलाची भर घातली. पंचवीसभर मूळ फारशी साधने (पैकी काही पत्रे व बहुतांशी बखरी) उपलब्ध केली. यांतील काही फारशी साधनांचा अनुवाद काही इंग्रजी साहेबांनी केला आहे, तोही मी काळजीपूर्वक वाचला. काशीराजाच्या बखरीचे जेम्स ब्राऊन, एच. जी. रॉलीन्सन, लोकहितवादी, जदुनाथ सरकार यांनी केलेले अनुवाद वाचले. पानिपतावरच्या पहिल्या महिन्यात मराठ्यांची सरशी होती; पण नंतर स्थिती बदलली. भाऊंवर जड तोफा वापरल्याचा आरोप केला जातो; पण मराठ्यांच्या तोफखान्याची केवढी दहशत गिलच्यांना होती, हे अनेक फारशी साधनांत आलेल्या उल्लेखांवरून कळते. ह्या तोफांमुळेच पानिपतचा अब्दालीने धसका घेतला होता. कुकडी नदीकाठी फ्रेंच तोफांच्या प्रभावाची चुणूकच नाना-भाऊंना पाहायला मिळाली. म्हणूनच अशा तोफा पदरी बाळगायचा दोघा बंधूंचा मनसुबा वाढला. फारशी साधनांतून पार्वतीबाईंचे मर्दानी, करारी असे स्त्रीरूप उभे राहते. तेच आपणाकडे अत्यंत भोळसटपणाची मूर्ती अशी पार्वतीबाईंची प्रतिमा निर्माण झाली आहे.

१८. प्रा. शेजवलकरांच्या संशोधनामुळे पानिपत युद्धात निसर्गाची भूमिका किती महत्त्वाची होती हे कळून चुकते. 'दक्षिणायना'मुळे सूर्याची किरणे डोळ्यांवर येऊन गुंगी येणे, दुर्गंधीयुक्त वारा मराठ्यांच्या दिशेने वाहणे ही निरीक्षणे महत्त्वपूर्ण आहेत. काळच मराठ्यांची परीक्षा पाहावयास खडा होता की काय हे कळत नाही. नाना फडणीस आपल्या आत्मचरित्रात 'श्रीमंताजवळ बसलो असता भूमिकंप जाहला' असे लिहितात, तर दुसऱ्या एका पत्रात 'इकडेही थोर तारा पडला व भूमिकंप दोनदा झाला, त्याचा फलादेश आला' (म. इतिहासाची साधने, खंड - ६, लेखांक ४०९) असा उल्लेख आहे.

१९. गनिमी काव्याऐवजी गोलाची लढाई, 'आपली रीत सोडून यवनाची रीत धरली' असा भाऊसाहेबांवर आरोप केला जातो; पण आजही पानिपतकडला एकजात सपाट मुलूख बघितल्यावर हा मुलूख गनिमी काव्याचा नव्हे याची खात्री पटते. या दोन्ही पद्धतींवरून ऐन युद्धाआधी तेढ पडली होती. इब्राहिम आणि मराठी सरदारांचा लढाईची पद्धत स्वीकारण्यावरून झालेला वाद,

पगडी-फाटकांनी होळकरांच्या उपलब्ध केलेल्या पत्रावरून दिसून येतो.

२०. युद्धाला तोंड फुटण्याआधी चार दिवस तर मराठा लष्करात पोटासाठी हलकल्लोळाची स्थिती झाली होती. 'तृणाचे नाव शून्य आहे. जाल्या मुळ्या कोठून खणून आणाव्या. तोडून कुटून घोड्यास घालाव्या. मनुष्यमात्रास येकादसी सिवरात्र अशीच गाठ पडली आहे.' (मोरोबादादाचे पत्र) अशा आशयाची अनेक फारशी पत्रे आणि मराठी साधने आढळतात. भाऊसाहेबांनी 'अन्न टाकिले, दूध मात्र भक्षतात' अशीही नवी माहिती पुढे आली आहे. सर्व साधनांचा विचार करता भाऊसाहेब रणात निर्धारानेच उतरल्याचे दिसते.

२१. 'श्रीमंत विश्वासरावास गोळी लागून देवाज्ञा झाली. खासा भाऊ मात्र लढत होते. पाऊणशे स्वार जवळ राहत तवत कालपावेतो मी जवळ होतो' असे नाना फडणीस आपल्या पत्रात लिहितात. यावरून सगेसोयरे गेले तरी भाऊ रणात गाडून उभे होते हे खासच. भाऊ बखरकार 'भाऊसाहेब अस्मानात गेले की पाताळात ते देवाला कळणार नाही तर माणसास कसे कळणार' असे सांगून मोकळा झाला. मी कादंबरीत चितारलेला भाऊंचा वीरमरणाचा प्रसंग काशीराजावरून घेतला आहे. काशीराजा स्वत: रणावर हजर होता. युद्धानंतरही त्याने मराठ्यांची सेवा केली. भाऊसाहेब किती सूर्यनमस्कार घालत इथपर्यंत त्याने बारीकसारीक माहिती दिली आहे. जनकोजी आणि इब्राहिमच्या हौतात्म्याचे प्रसंगही मी काशीराजावरून घेतले आहेत. प्रा. शेजवलकर म्हणतात, 'या सर्व हकिगती काशीराजाने कथन केल्या आहेत. त्यांच्या खरेपणाबद्दल अन्य पुरावा नाही; पण मनुष्यस्वभाव पाहता त्या खोट्या मानण्यास काहीच कारण दिसत नाही. निदान भाऊंबद्दल निश्चित असे म्हणता येते की, तो दडून कोठेतरी काळ कंठीत राहणारा पुरुष खास नव्हता व जिवंत असता तर उघडच पुण्यास येऊन प्रगट झाला असता. त्याचे तोतये हा तत्कालीन समाजाच्या बौद्धिक पातळीचा व भोळसटपणाचा उत्तम पुरावा आहे. काशीराजाने लिहिलेला भाऊंचा अंत जदुनाथ सरकार आणि हरिराम गुप्ता यांनीही गृहीत धरल्याचे दिसते.

२२. अब्दालीनेसुद्धा पानिपताची एवढी दहशत खाल्ली की नंतर त्याने हिंदुस्थानवर आक्रमणे केली तरी तो पानिपतच्या आसपास फिरकला नाही. नजिबाने नंतर दहा वर्षे दिल्लीवर हुकूमशाही गाजविली; पण स्वत:ला बादशहा घोषित केले नाही. त्याच्या मृत्यूनंतर महादजी शिंदे अंतर्वेदीत गेले होते, तेव्हा त्यांनी नजिबाचे थडगे उद्ध्वस्त केले. विंचूरकरांना मरेपर्यंत पानिपतातून निघून का आलो, तेथेच पावन का झालो नाही ही रुखरुख होती.

अर्थात माझा ग्रंथ हा इतिहासग्रंथ नसून ती कादंबरी आहे. इतिहासाला शक्यतो धक्का न लावता लेखन करावे ही माझी भूमिका होती. म्हणूनच गेली चार-पाच वर्षे मी या कामात गुंतलो होतो. कादंबरीच्या भाषेसाठी मी

बखरींचा अभ्यास तर केलाच, शिवाय त्या वेळच्या सरदार-दरकदारांच्या आणि स्वार-राऊतांच्या अस्सल पत्रांचा जाणीवपूर्वक अभ्यास केला. पत्रांमधला बराचसा मजकूर इतिहासकाराच्या दृष्टीने टाकाऊ असला तरी कादंबरीकाराच्या दृष्टीने बऱ्याच वेळा महत्त्वपूर्ण असतो. तत्कालीन पत्रव्यवहारातील मराठमोळ्या भाषेशी जवळीक साधण्याचा मी विशेष यत्न केला.

२३. माझा मित्र श्री. बाळ घेवारे आणि मी पानिपतला गेलो. पानिपत हे कर्णाल जिल्ह्यातील महसूल उपविभागाचे गाव आहे. महाराष्ट्रातून एवढ्या दुरून एक उपजिल्हाधिकारी संशोधनासाठी आला आहे म्हणून की काय पानिपतचे उपजिल्हाधिकारी श्री. सिंग यांनी सर्वतोपरी सहकार्य केले. तेथील तहसीलदार नरसिंग धूल, नायब तहसीलदार बलेराम वगैरे मंडळींनी युद्ध-टापूतली पंधरा-वीस गावे पाहण्यासाठी गाडीचीही व्यवस्था केली. पानिपतावरचे पंचवीसभर मुक्काम हा अलौकिक योग होता. हरियाणाचे माजी राज्यपाल श्री. गणपतराव तपासे यांनी महाराष्ट्रावर मोठे उपकार केले आहेत. त्यांनी माजी मुख्यमंत्री भजनलाल यांच्याकडून पानिपत स्मारकासाठी बेचाळीस लाख रुपये मंजूर करून घेतले. त्या भव्य स्मारकाचे बांधकाम जोरात सुरू होते. एव्हाना दोन वर्षांत ते संपलेही असेल. या स्मारकासाठी खोदलेल्या पायातसुद्धा लहान तोफांची चाके, तलवारीच्या मुठी अजून आढळतात. राजाखेडी आणि उग्राखेडीच्या रानांत विहिरीकाठी मराठ्यांच्या मोठ्या तोफा पेरल्याचे सांगतात. काही काही विहिरींवर पंचवीस वर्षांपूर्वीपर्यंत धमधमे टिकून होते असे सांगितले जाते.

२४. पानिपत तालुक्यात 'भाऊपूर' नावाचा एक गावही वसला आहे. यमुनाकाठी 'भाऊ का किल्ला' म्हणून एक पडकी गढीही आहे. आजूबाजूच्या गावांत अजूनही भाऊसाहेबांचेच पोवाडे गायिले जातात; नजिबाचे अगर अब्दालीचे नव्हेत. पोवाड्यात भाऊंचा 'दख्खनचा राजा' म्हणून उल्लेख असतो. महाराष्ट्रात जसे दांगट लोक परंपरागत पोवाडे, ऐतिहासिक काव्ये गातात, तसे हरियानात जोगी लोक पोवाडे गातात. शेजवलकरांना एका जोग्याकडून संपूर्ण पोवाडा मिळाला. कानुंगोंनाही काही कवने मिळाली. शं. पु. जोशी यांनीही १९३० साली असा प्रयत्न केला होता. मीही काही गावांतून असा शोध घेतला. परंतु गाणारे जोगीच आता कमी झाले आहेत. त्यामुळे फारच थोडे कमी हाती लागले. ह्या परिसरात काही महिने मुक्काम ठोकला तर विशेष प्रयत्नाने अजून काही कवने मिळू शकतील. जोग्यांच्या पोवाड्यात 'दख्खन की राणी' म्हणजे पार्वतीबाई अत्यंत शूर, तेजस्वी स्त्री आहे. भाऊंची आई हिंदुस्थान जिंकावयास निघणाऱ्या भाऊंना शनिवारवाड्यातल्या पायरीवर अडविते आणि काळजीच्या सुरात विचारते,

'तूं क्या शहासे लढेगा मनमें गर्वाया।।
बडे राव दत्ता पटेल का शिर तोड भगाया।।
शुक्रताल पे भुरटिया ढूंढा न पाया।।
बेटा, दखिन बैठ करो राज्य मेरी बहुतही माया।।'

प्रेमळ माता भाऊस म्हणते, बेटा, अब्दालीचा तू पराभव करू शकशील हा तुझा अहंकार सोडून दे. शुक्रतालावर दत्ताजीची मुंडी छाटून त्याने त्या वीराची काय गत केली?

'भाऊ मातासे कहे एक अर्ज सुनावे।।
कहे कहाणी बावरी क्यों हमे डरावे।।
मेरा नवलाख नेज्या दखनी कोण सामने आवे।।
सूयेंके सुनके मसकले जर सावर गावे।।
अटक नदी मेरी पायगा घोडोंके जल प्यावे।।
तोफ कडकके खुणे देश गणियर गर्जावे।।
दखन तो सोई आवेंगे जिन्होंने हरलावे।।'

'हे माते, कशाला भीती घालून तू माझा मार्ग रोखतेस? घाबरवून सोडतेस? माझ्या घोड्यांना मी अटक नदीचे पाणी पाजेन! माझ्या बलाढ्य तोफांच्या माऱ्याने देशातल्या साऱ्या शत्रूंची दाणादाण उडवीन! मी दक्षिणेत सुखरूप येईनच पण येताना गिलच्याला गारद करून येईन!' पानिपत परिसरातले अनेक रहिवासी मला विचारायचे, "आज महाराष्ट्राच्या राजकारणात भाऊंचे वंशज कोणी आहेत का? त्यांपैकी किती मुख्यमंत्री झाले?" मन विषण्ण व्हायचे. मी मनाशी म्हणायचो, 'तुम्हांलाच कसले आले भाऊंचे कौतुक? सव्वादोनशे वर्षांमागेच वेडा, अहंकारी ठरवून आम्ही भाऊला कायमची मूठमाती दिली आहे.'

२५. पुण्याच्या 'भारत इतिहास संशोधक मंडळा'चे मला बहुमोल सहकार्य मिळाले. श्री. जी. टी. कुलकर्णी, प्रा. म. ए. कुलकर्णी, श्री. खरे आदींचा मी ऋणी आहे. डेक्कन कॉलेजमधे ग्रंथपाल श्री. कुलकर्णी, श्री. खवले, श्री. पुरंदरे, प्रा. मा. रा. कंटक यांचेही सहकार्याबाबत आभार मानतो. साताराच्या शिवाजी कॉलेजचे ग्रंथपाल श्री. वाडकर, श्री. मेढेकर आणि श्री. एम. जी. निकम; न्यू कॉलेज कोल्हापूरचे ग्रंथपाल श्री. पी. सी. आणि पी. टी. पाटील यांनीही खूप ग्रंथसंग्रह पुरविला. इतिहासकार वि. गो. खोबरेकर यांच्याशीही दोन वेळा चर्चा करण्याचा योग आला. शिवाय पुराभिलेखागार दिल्ली-मुंबई, राजाराम कॉलेज कोल्हापूर, मुधोजी महाविद्यालय ग्रंथालय, फलटण आणि ग्रंथपाल श्री. पवार, मुंबई विद्यापीठ आदी संस्थांचे आणि व्यक्तींचे बहुमोल सहकार्य लाभले.

२६. या कादंबरीच्या निर्मितीसाठी स्वस्तिक मुद्रणालयाचे रायरीकर पिता-पुत्र, श्री. माधव कर्वे, चित्रकार रवींद्र मेस्त्री या सर्वांचे आभार मानावेत तेवढे थोडे.

२० ऑक्टोबर १९८८. **विश्वास पाटील,** पुणे

आधार - साधने

मराठी नियतकालिकांतील लेख

१. ऐतिहासिक चर्चा— पानिपतच्या युद्धातून पळून आल्याचा आरोप, 'इतिहास संग्रह', सप्टेंबर १९०८.

२. पानिपतच्या अपयशाचे विशिष्ट कारण— गो. स. सरदेसाई, 'लोकमित्र', ऑगस्ट १९३३.

३. अंताजी माणकेश्वराचे पत्र, 'इतिहास संग्रह', मार्च १९१०.

४. बाळाजी बाजीराव ऊर्फ नानासाहेब पेशवे— गो. स. सरदेसाई, 'विविधज्ञान विस्तार', जानेवारी १९२२.

५. गोविंद बल्लाळ खेर ऊर्फ बुंदेले— त्र्यं. शं. शेजवलकर (अप्रकाशित).

६. पेरावे तसे उगवते (समशेर आणि राघोबा) गो.स. सरदेसाई, 'स्त्री', सप्टेंबर १९५०.

७. पानिपत संग्राम १७६१, दोन महत्त्वपूर्ण ग्रंथ— श्री. रा. टिकेकर, 'नवभारत', डिसेंबर १९६५.

८. पानिपत संग्रामावर अधिक प्रकाश— गो. स. सरदेसाई, 'हितचिंतक', जानेवारी १९३३.

९. सदाशिवराव पेशवे— जीवनवृत्ताचे धागेदोरे— गो. स. सरदेसाई, 'हितचिंतक', जानेवारी १९३३.

१०. पानिपतचा फेरविचार— वि. गो. दिघे, 'सह्याद्री', फेब्रुवारी १९४३.

११. भाऊसाहेबांची बखर— प्रा. द. सी. पंगू, 'सह्याद्री', डिसेंबर १९४८.

१२. पानिपत— रा. वा. नाडकर्णी, 'विविधज्ञान विस्तार', नोव्हेंबर १९३१ ते फेब्रुवारी १९३२; विविधज्ञान विस्तारातील आणखी काही लेख—

१३. सोनपत-पानपत दुराणी युद्ध— रा. भि गुंजीकर, वर्ष चौथे, अंक- सात-नऊ-अकरा आणि वर्ष - पाचवे, अंक - सातवा.

१४. गोपिकाबाई— वर्ष - छत्तिसावे, अंक - बारावा.

१५. पानपत संग्रामाचा निष्कर्ष— गो. स. सरदेसाई, वर्ष - एकावन्न, अंक-

अकरावा.

१६. सखाराम भगवंत बोकील ऊर्फ सखारामबापू— बा. ना. देव, वर्ष - बेचाळीस, अंक - एक आणि तीन.

भारत इतिहास संशोधक मंडळाच्या त्रैमासिकात प्रकाशित झालेले महत्त्वपूर्ण लेख :

१७. विश्वासरावांच्या लग्नाची पुणेकरांस वस्त्रे— चिं. ग. कर्वे, जुलै, ऑक्टोबर १९४६.

१८. अंताजी माणकेश्वर— कृ. वा. पुरंदरे, ऑक्टोबर १९२२ आणि जून १९२३.

१९. स्वारीस जाते वेळेची तरतूद यादी— शं. वा. जोशी, ऑक्टोबर १९५०, जानेवारी १९५१.

२०. Marathas Beyond Attack (Editorial)— शके १८६५, आषाढ.

२१. जानू भिंताडा— कृ. वा. पुरंदरे, जुलै १९२६ आणि एप्रिल १९२७.

२२. दिल्ली दरबारचे पानिपतपूर्व बातमीपत्र— गो. त्र्यं. कुलकर्णी, त्रैमासिक ५२, अंक १ ते ४.

२३. पानिपतच्या मोहिमेत पुण्याचा वाणी— चिं. ग. कर्वे, जानेवारी १९५२.

२४. पानिपतचा फेरविचार— द. वि. आपटे, त्रैमासिक ६.

२५. पानिपतपूर्व आणि पानिपतोत्तर मराठी पत्रे— ग. ह. खरे, त्रैमासिक ५२, १९७३.

२६. विश्वासराव यांचे एक आज्ञापत्र— य. रा. गुप्ते. त्रैमासिक १२, शके १८५३, आश्विन.

२७. विश्वासराव बल्लाळ यांची बायको— त्रैमासिक ९, शके १८५०, आश्विन.

२८. मराठ्यांच्या सत्तेचा उत्तरेकडील विस्तार— शं. पु. जोशी, डिसेंबर १९३७.

२९. मराठ्यांच्या सत्तेचा उत्तरेकडील विस्तार (हरियाणा)— शं. पु. जोशी, डिसेंबर १९३७.

३०. बाळाजी बाजीरावाचे शेवटचे दुखणे— कृ. वा. पुरंदरे, जुलै १९४०.

३१. बाळाजी बाजीराव पेशवे— ग. ह. खरे, १९५१.

३२. बाणांची बांधणी— चिं. ग. कर्वे, जुलै १९४५ आणि जानेवारी १९४६.

३३. नानासाहेब पेशव्यांचे कर्ज— द. वि. आपटे, मार्च १९३६.

३४. पलटणीचा खर्च व इतर माहिती— द. वि. आपटे, शके १८४९, पौष.

३५. हत्तींसंबंधी वार्षिक खर्च— शं. ना. जोशी, जानेवारी १९४३.

३६. सरदार जयाप्पा शिंदे— ग. ह. खरे, १९५१.

ग्रंथ

१. नानासाहेब पेशवे चरित्र— गो. स. सरदेसाई

२. राणोजी शिंदे— चिं. या. चौधरी

३. सखारामबापूंचे चरित्र— य. गो. कानिटकर

४. महादजी शिंदे यांचे चरित्र— वि. र. नातू

५. नाना फडणविसांचे चरित्र— वा. वा. खेर

६. होळकरांची कैफियत— संपादक का. ना. साने
७. थोरले मल्हारराव होळकर यांचे चरित्र— अत्रे
८. सदाशिवभाऊ— वि. म. भुस्कुटे
९. पेशवेकालीन समाज व जातीय संघर्ष— पी. ए. गवळी
१०. ऐतिहासिक पत्रव्यवहार— संपादक सरदेसाई
११. पुणे शहराचे वर्णन— ना. वि. जोशी, खानोलकर
१२. भारतवर्ष शकावली
१३. कुराणसार— विनोबा
१४. धारसंस्थानचा इतिहास— शिवराम का. ओक
१५. ऐसी लढाई झाली नाही (पानिपतची अलीकडेच उपलब्ध झालेली नवी बखर)— संपादक सुरेश जोशी, नेवासकर, पाठक
१६. पानिपतचा दुर्दैवी मोहरा (नाटक)— किरात
१७. विंचूरकर घराण्याचा इतिहास— हरी रघुनाथ गाडगीळ
१८. भाऊसाहेब यांची कैफियत— संपादक का. ना. साने
१९. भाऊसाहेबांची कैफियत— संपादक भीमराव कुलकर्णी
२०. लालन बैरागीन— द. गो. सडेकर
२१. लालन बैरागीन— शिरीष पै,
२२. भाऊंच्या वीरकथा व पानिपत, कुरुक्षेत्र वर्णन— शं. पु. जोशी
२३. पानिपतची लढाई— लोकहितवादी
२४. दुर्दैवी रंगू— चिं. वि. वैद्य
२५. पानिपतची मोहीम— ना. वि. बापट
२६. गिलच्यांचा सूड अर्थात पानिपतचा मोबदला— फाटक बंधू
२७. पानपत— लोककवी मनमोहन
२८. पानपतचा फटका - गोविंदाग्रज
२९. पानिपत १७६१— त्र्यं. शं. शेजवलकर
३०. नाना फडणीस यांचे शब्दांत पानिपतचा रणसंग्राम— शं. ना. जोशी, लिमये, सोहोनी
३१. पुरंदरे दप्तर, भाग - १ ते ३
३२. मराठ्यांच्या इतिहासाची साधने भाग - १, ३, ६— वि. का. राजवाडे
३३. शिंदेशाही इतिहासाची साधने भाग - १ ते ३— संपादक आनंदराव फाळके
३४. पेशवे दप्तर, भाग - २, २१ आणि २७
३५. रघुनाथ यादव विरचित पानिपतची बखर
३६. ऐतिहासिक पत्रे, यादी, लेख वगैरे— संपादक सरदेसाई, काळे, वाकरकर
३७. चंद्रचूड दप्तर, भाग - १ आणि २
३८. हिंगणे दप्तर, भाग - १ ते ३
३९. ऐतिहासिक लेखसंग्रह भाग - १— संपादक खरे
४०. इतिहास संग्रह, भाग - १ ते ८— संपादक पारसनीस
४१. मराठ्यांचे पराक्रम— बुंदेलखंड प्रकरण— पारसनीस

४२. मध्ययुगीन चरित्रकोश— चित्रावशास्त्री
४३. पानिपतचा रणसंग्राम— संपादक पगडी आणि फाटक
४४. मराठी रियासत— गो. स. सरदेसाई
४५. ऐतिहासिक पोवाडे— य. न. केळकर
४६. अयोध्येचे नबाब— दत्तात्रय बळवंत पारसनीस
४७. सरदेसाई स्मारक ग्रंथ— संपादक श्रीपाद रामचंद्र टिकेकर
४८. मराठ्यांच्या स्वाऱ्यांचे मुक्काम— वि. गो. खोबरेकर
४९. पेशवेकालीन महाराष्ट्र— वासुदेव कृष्ण भावे
५०. गावगाडा— त्र्यं. ना. अत्रे
५१. पेशवे घराण्याचा इतिहास— प्रमोद ओक
५२. मराठेकालीन समाजधर्म— शं. ना. जोशी
५३. पेशवे रोजनिशी— ग. चिं. वाड
५४. पेशवेकालीन सामाजिक आणि आर्थिक पत्रव्यवहार— रा. वि. ओतुरकर
५५. हितचिंतक मासिकाचा पानिपत विशेषांक, १९३३
५६. पानपतचा मोहरा— धनुर्धारी
५७. ऐतिहासिक फारशी साहित्य— ग. ह. खरे
५८. पेशवाईतील रत्ने— म. श्री. दीक्षित
५९. पानपतचा मुकाबला— वासुदेव शिरवळकर
६०. होळकरांची थैली
६१. पवार घराण्याचा इतिहास— मा. वि. गुजर

हिंदी

६२. बुंदेलखंड का संक्षिप्त इतिहास— गोरेलाल तिवारी
६३. मस्तानी बाजीराव और उनके वंशज बाँदा के नबाब— डॉ. भगवानदास गुप्ता

इंग्रजी

64. Proceedings of Indian History Congress, 8th Session, 1945.
65. A History of the Maratha People - Kincaid and Parasnis.
66. Gazetteer of the Karnal District, 1883-84.
67. The Battle of Panipat - H. G. Rawlinson.
68. Asiatic Researches, Vol. III (1799).
69. Marathas and Panipat - H. R. Gupta.
70. Ahmad Shah Durrani - Ganda Singh.
71. A History of the Marathas - Grand Duff.
72. History of India, Vol. VIII - Elliot and Dawson.
73. Gazetteer of Oudha District.
74. Mathura : A District Memoir - I. S. Growse.
75. The Revolutions of Persia - Joans Hanway.
76. Surjmal Jat - K. Natwar Singh.
77. An Account of Najib-ud-daulah by Sayyad Nur-ud-din - Abdur

Rashid Shaikh.
78. Narrative of various journeys in Balochistan, Afghanistan and the Punjab - Charles Masson.
79. Life of Hafiz-ool-Mulk-Hafiz Rahmat Khan (Gulistan-e-Rehmat) - Elliot.
80. Persian Records of Maratha History - P. M. Joshi.
81. Kashiraj's account of the Panipat Battle, - translated by J. N. Sarkar in Indian Historical Quarterly - March and September 1935.
82. History of the Jats - K. R. Qanungo.
83. Memoranda on the Maratha Army - C. W. Malet.
84. Panipat and Nazam - V. Raghavendrarao.
Indian History Congress, proceedings of the 13th Session, Nagpur, 1950.
85. A History of the Sikhas - H. R. Gupta.
86. History of the Afghans - J. P. Ferrier.
87. Nana Farnavis - John Birggs.
88. The Maratha Weapons of War - B. K. Apte, Deccan College Research Institute, Vol. XIX.
89. Military System of the Marathas - S. N. Sen.
90. Administrative System of the Marathas - S. N. Sen.
91. House of Scindea - Hope.
92. History of India - Elphinstone.
93. Ballads of the Marathas - Acworth.
94. Letters from a Maratha Camp - Thomas Dues Broughton.
95. The Indian Invasions of Ahmad Shah Abdali - Abdul Qadir, Muslim Review, Vol. IV, 1929.
96. Durrani-Rajput Negotiations - Askari and Sayed Hasan Proceedings of Indian History Congress, 1945.
97. Ahmad Shah Abdali and his Indian Wazir Imad-ul-Mulk-William Irivine, Indian Antiquary, 1907.
98. Nadir Shah - L. Lockhart.
99. Lalun the Beragun - Ali Beg Moorad.
100. Sardesai Commemoration Volume - S. R. Tikekar.
101. Region of Ahmad Shah Durrani - Rehtask, Indian Antiquary, XVI 1887.
102. New History of the Marathas - G. S. Sardesai.
103. Panipat, 1761 - T. S. Shejwalkar.
104. Shuja-ud-daulah, Vol. I and II - Ashriwadilal Srivastava.
105. The first two Nawabs of Oudh - A. L. Srivastava.
106. Ruhela Afghans - R. S. Whiteways, Calcutta Review, Vol. XVI, 1875.
107. From Islamic Culture :
    1. Najib-ud-daulah - J. N. Sarkar, April 1934.
    2. Ahmad Shah Abdali in India - J. N. Sarkar, April 1932.
    3. An Original Account of Ahmad Shah's Campaigns in India

and the Battle of Panipat - J. N. Sarkar, July 1933.
4. Najib-ud-daulah, As Director of Delhi, October 1933.

108. Fall of the Mughal Empire, Vol. II - J. N. Sarkar.
109. Nana Phadnis - Y. N. Deodhar.
110. Social Life in Maharashtra Under the Peshwas - Sudha V. Desai.

□□

भूगोलाबाबतचे अज्ञान
हा मराठा लष्करातला मोठा दुर्गुण
सर्वश्रुत आहेच.
पानिपतसारख्या विषयाचा अभ्यास करताना
नकाशांची आवश्यकता भासते.
पानिपतच्या रणावर मौजूद असणाऱ्या
काशीराजाने मराठे आणि गिलचे यांच्या
युद्धभूमीवरच्या जागा दर्शविणारा नकाशा
प्रथम उपलब्ध केला.
नंतर जदुनाथ सरकारांसारख्या इतिहासकारांनी
त्यात मोलाची भर घातली.
प्रा. त्र्यं. शं. शेजवलकरांनी तर कष्ट घेऊन
संबंधित नकाशे अद्ययावत केले.
ते नकाशे ह्या कादंबरीत
वापरावयास परवानगी दिल्याबद्दल
त्यांचे पुतणे श्री. शशिकांत शेजवलकर
यांचे आभार.
पानिपत परिसराच्या नकाशात मात्र
'सुवाखेडी' हे गाव मी दाखविले आहे.
आज हे गाव अस्तित्वात नाही.
पानिपतच्या भयंकर रणसंग्रामावेळी अशी
अनेक गावे उद्ध्वस्त झाली असली पाहिजेत.
सुवाखेडीचे पूर्वीचे अस्तित्व
जदुनाथ सरकारांना मान्य आहे.
अशा काही गावांची नावे त्या भागात
फिरताना काही गावकऱ्यांनी मला सांगितली.

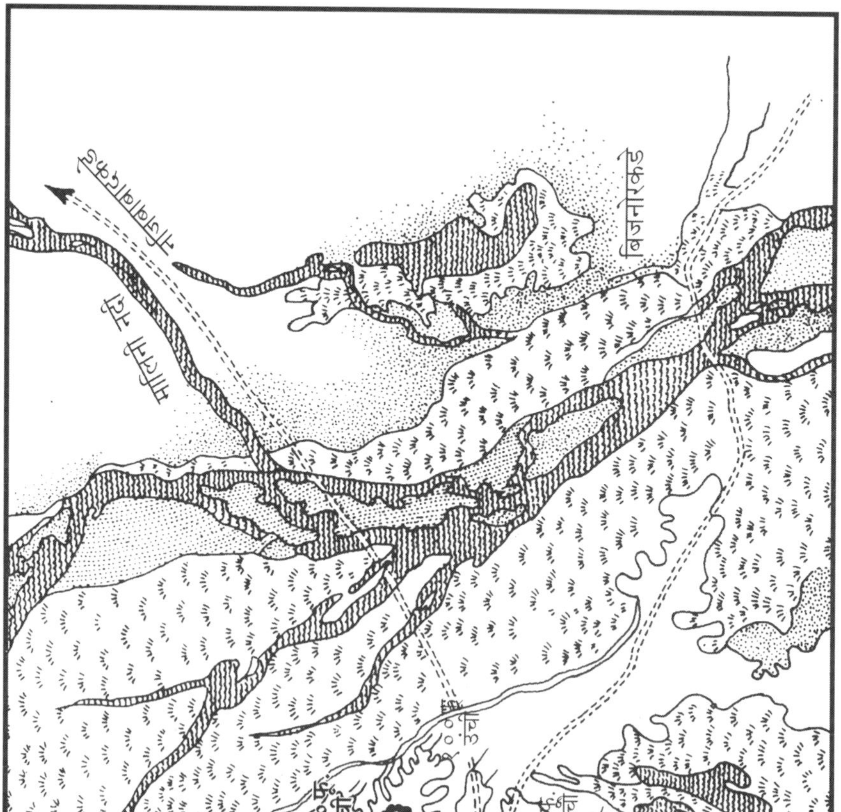
सुकरतालचा वेढा
(शुक्रतालचा वेढा)
पानिपतकडे
बुकरखेडी
सुकरतालचा किल्ला
बिजनोरकडे
मालिनी नदी
नजिबाबादकडे

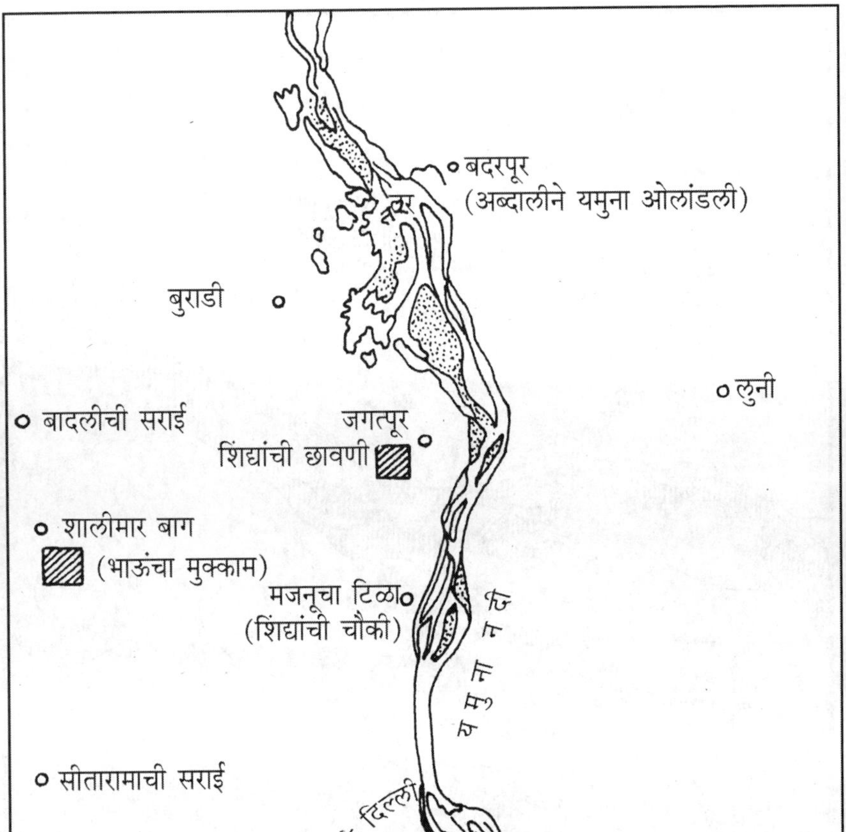

बुराडीच्या लढाईतील डावपेच

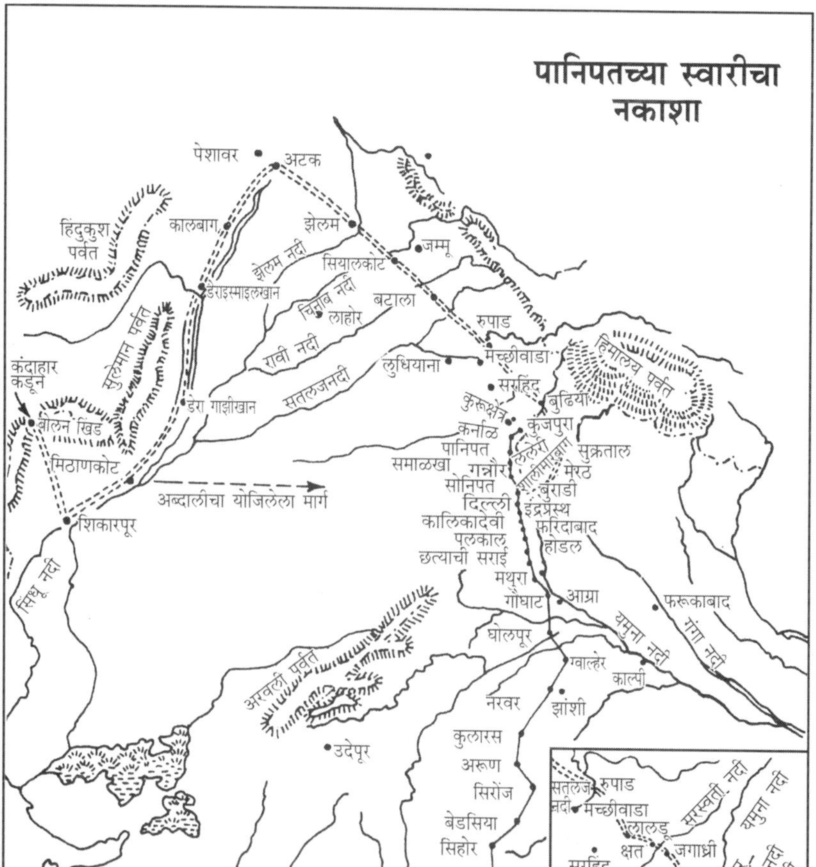
पानिपतच्या स्वारीचा नकाशा
पेशावर
अटक
हिंदुकुश पर्वत
कालबाग
झेलम
जम्मू
झेलम नदी
सियालकोट
डेराइस्माइलखान
चिनाब नदी
लाहोर
बटाला
रुपाड
सुलेमान पर्वत
रावी नदी
मच्छीवाडा
लुधियाना
कंदाहार कडून
सतलजनदी
सरहिंद
हिमालय पर्वत
डेरा गाझीखान
बुढिया
बोलन खिंड
कुरुक्षेत्र
कुंजपुरा
कर्नाळ
पानिपत
सुक्रताल
मिठाणकोट
समाळखा
गन्नौर
मेरठ
सोनिपत
बुराडी
अब्दालीचा योजिलेला मार्ग
दिल्ली
इंद्रप्रस्थ
शिकारपूर
कालिकादेवी
फरिदाबाद
पलकाल
होडल
छत्याची सराई
सिंधु नदी
मथुरा
गौघाट
आग्रा
फरूकाबाद
यमुना नदी
गंगा नदी
घोलपूर
ग्वाल्हेर
अरवली पर्वत
काल्पी
नरवर
झांशी
कुलारस
उदेपूर
अरूण
सिरोंज
बेडसिया
सिहोर
हांडिया
नर्मदा नदी
सातपुडा पर्वत
ताप्ती नदी
बुऱ्हाणपूर
अरबी समुद्र
सिंदखेड
परतूड
गोदावरी नदी
पुणे
भीमा नदी
मांजरा नदी
उदगीर
सातारा
हैद्राबाद
उत्तरेकडील भाऊचा मार्ग
अहमदशहा अब्दालीचा मार्ग
सतलज नदी
रुपाड
मच्छीवाडा
सरस्वती नदी
यमुना नदी
लालडू
क्षत
जगाधी
सरहिंद
सहराणपूर
शालिनी नदी
गंगा नदी
मालिनी
बुटिया
कुरुक्षेत्र
कुंजपुरा
देववन
नजिबाबाद
कर्नाळ
पानिपत
सुतरताल
समालखा
मुजफरनगर
गन्नौर
सोनेपत
गौरीपूर मेरठ
बागपत
शालिमारबाग
दिल्ली
इंद्रप्रस्थ
बुराडी
मिरापूर
जलालाबाद

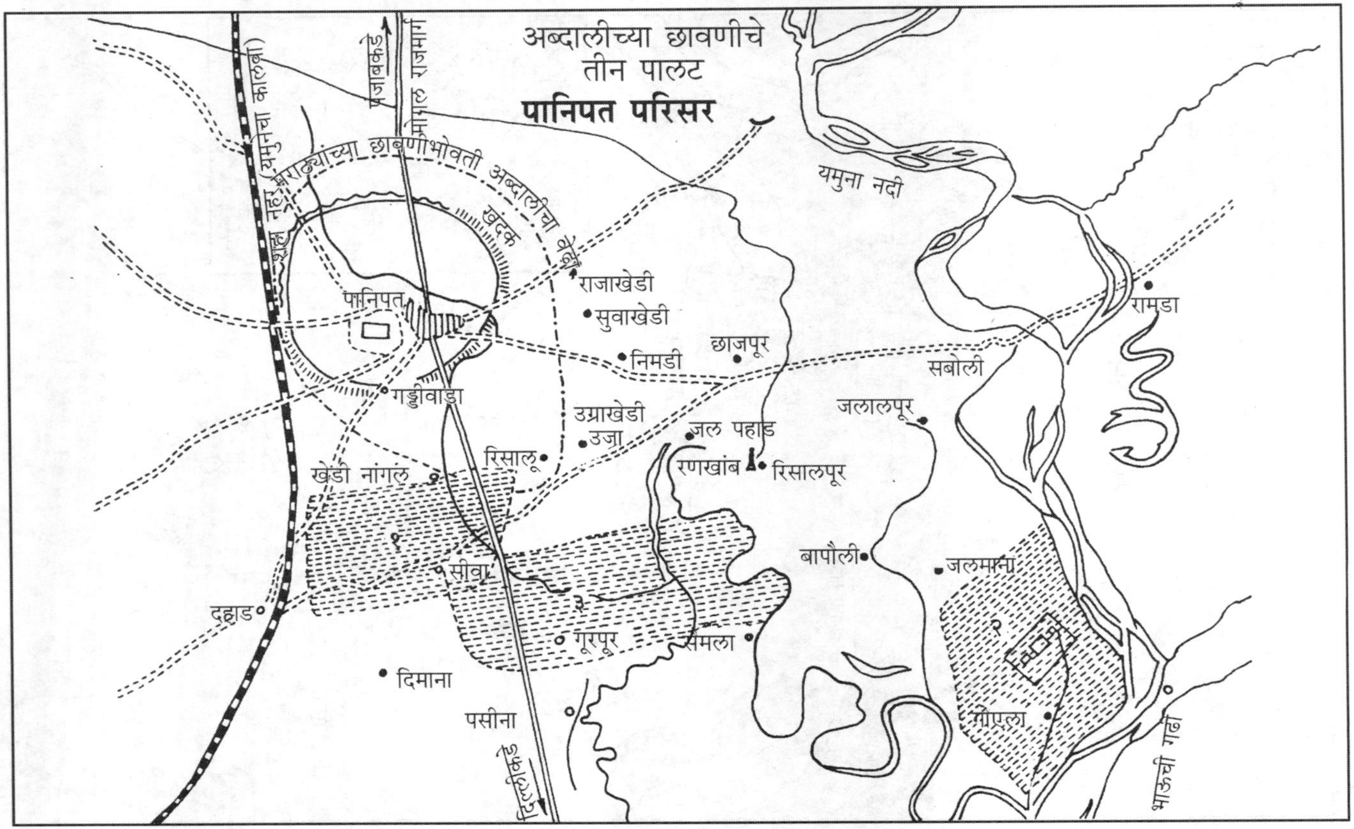
अब्दालीच्या छावणीचे
तीन पालट
पानिपत परिसर
पंजाबकडे
मोगल राजमार्ग
यमुनेचा कालवा
मराठ्यांच्या छावणीभोवती अब्दालीचा वेढा
खंदक
यमुना नदी
पानिपत
राजाखेडी
सुवाखेडी
निमडी
छाजपूर
रामडा
सबोली
गड्डीवाडा
उग्राखेडी
उझा
जल पहाड
रणखांब
रिसालपूर
जलालपूर
रिसालू
खेडी नांगल
सीवा
बापौली
जलमाना
दह्राड
गूरपूर
समला
दिमाना
पसीना
गोएला
दिल्लीकडे
भाऊची गढी

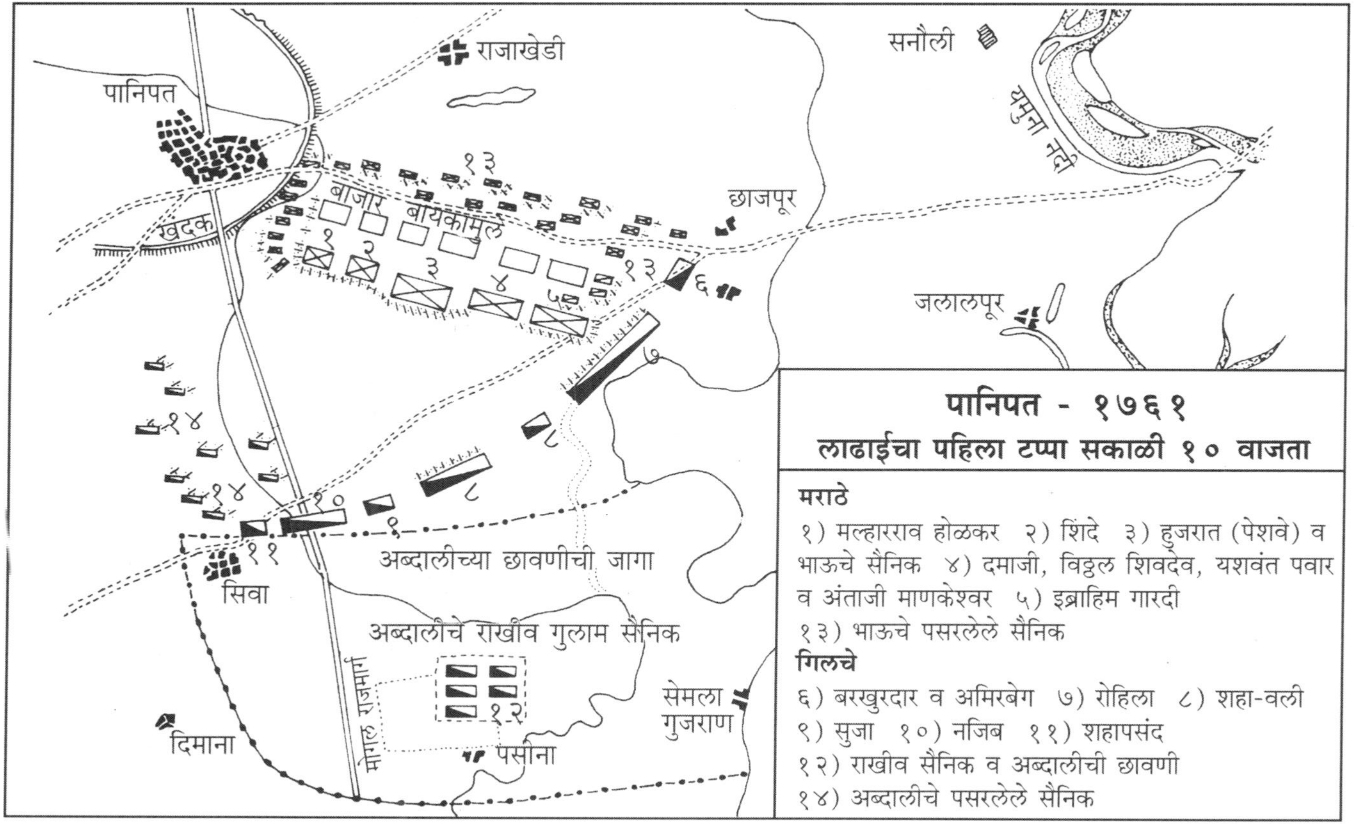
पानिपत - १७६१
लाढाईचा पहिला टप्पा सकाळी १० वाजता
मराठे
१) मल्हारराव होळकर २) शिंदे ३) हुजरात (पेशवे) व भाऊचे सैनिक ४) दमाजी, विठ्ठल शिवदेव, यशवंत पवार व अंताजी माणकेश्वर ५) इब्राहिम गारदी
१३) भाऊचे पसरलेले सैनिक
गिलचे
६) बरखुरदार व अमिरबेग ७) रोहिला ८) शहा-वली
९) सुजा १०) नजिब ११) शहापसंद
१२) राखीव सैनिक व अब्दालीची छावणी
१४) अब्दालीचे पसरलेले सैनिक
राजाखेडी
पानिपत
सनौली
यमुना नदी
छाजपूर
जलालपूर
बाजार
बायकामुले
खंदक
अब्दालीच्या छावणीची जागा
अब्दालीचे राखीव गुलाम सैनिक
सिवा
सेमला
गुजराण
दिमाना
पसीना
मोगल राजमार्ग

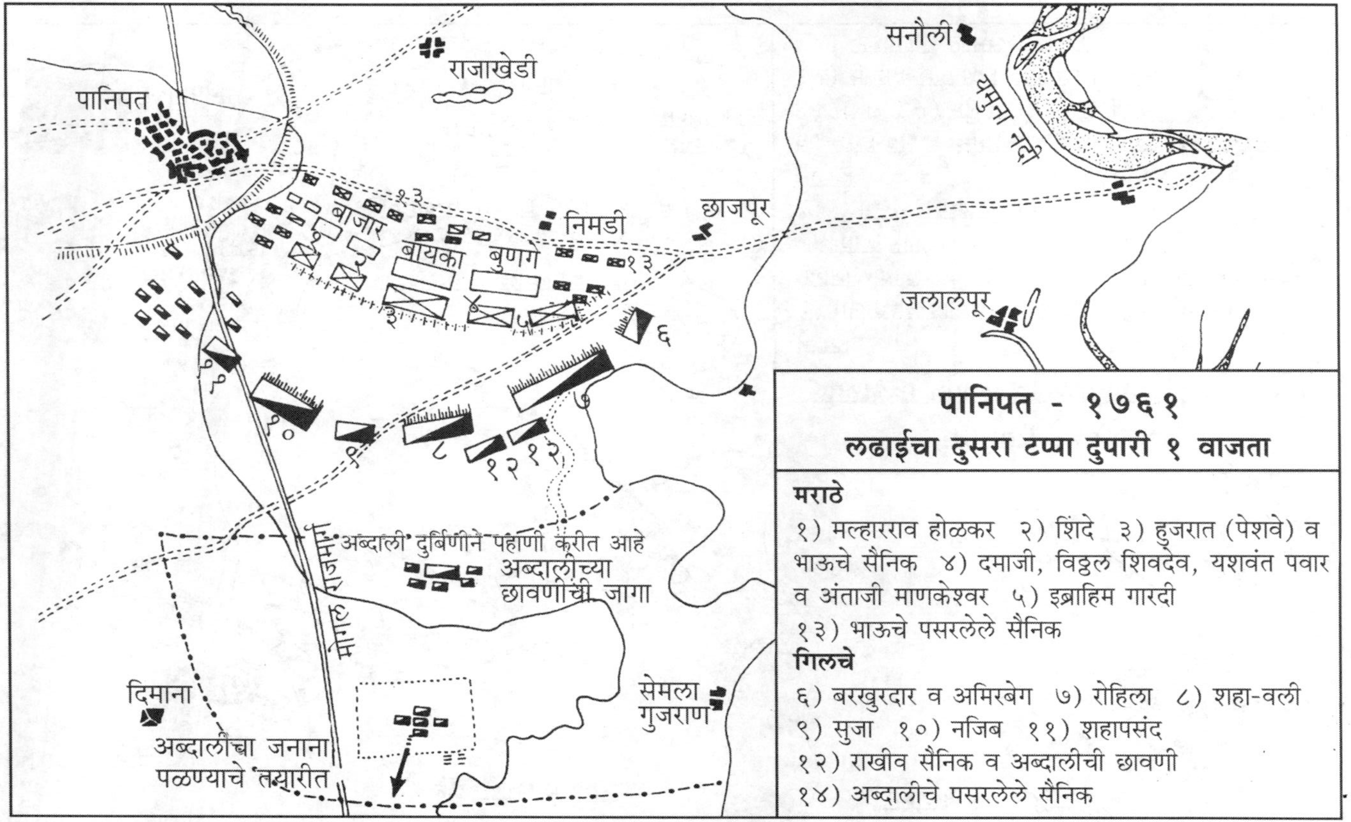
पानिपत
राजाखेडी
सनौली
यमुना नदी
छाजपूर
निमडी
जलालपूर
बाजार
बायका
बुणगे
अब्दाली दुर्बिणीने पहाणी करीत आहे
अब्दालीच्या
छावणीची जागा
दिमाना
सेमला
गुजराण
अब्दालीचा जनाना
पळण्याचे तयारीत
पानिपत - १७६१
लढाईचा दुसरा टप्पा दुपारी १ वाजता
मराठे
१) मल्हारराव होळकर २) शिंदे ३) हुजरात (पेशवे) व भाऊचे सैनिक ४) दमाजी, विठ्ठल शिवदेव, यशवंत पवार व अंताजी माणकेश्वर ५) इब्राहिम गारदी
१३) भाऊचे पसरलेले सैनिक
गिलचे
६) बरखुरदार व अमिरबेग ७) रोहिला ८) शहा-वली
९) सुजा १०) नजिब ११) शहापसंद
१२) राखीव सैनिक व अब्दालीची छावणी
१४) अब्दालीचे पसरलेले सैनिक

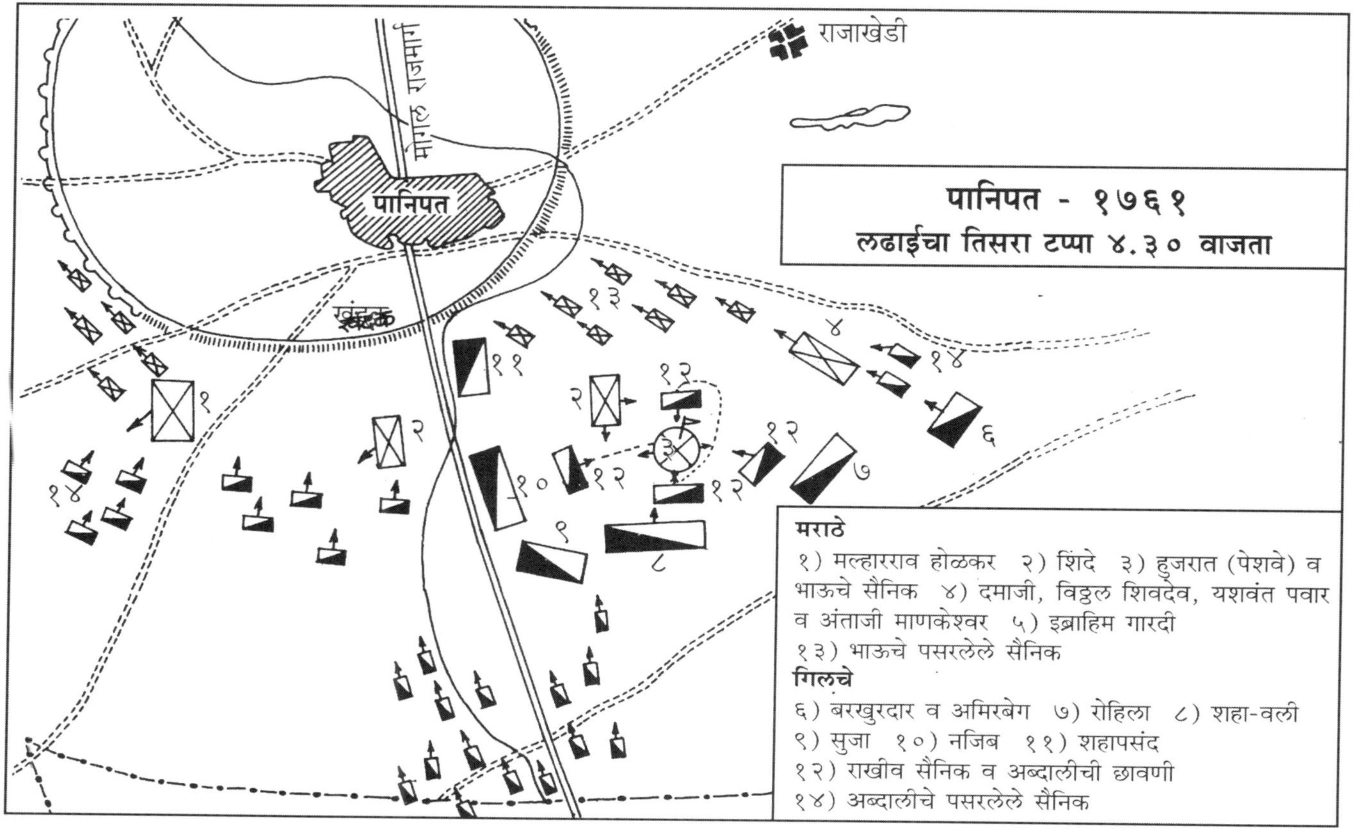
पानिपत - १७६१
लढाईचा तिसरा टप्पा ४.३० वाजता
राजाखेडी
पानिपत
खंदक
मराठे
१) मल्हारराव होळकर २) शिंदे ३) हुजरात (पेशवे) व भाऊचे सैनिक ४) दमाजी, विठ्ठल शिवदेव, यशवंत पवार व अंताजी माणकेश्वर ५) इब्राहिम गारदी
१३) भाऊचे पसरलेले सैनिक
गिलचे
६) बरखुरदार व अमिरबेग ७) रोहिला ८) शहा-वली
९) सुजा १०) नजिब ११) शहापसंद
१२) राखीव सैनिक व अब्दालीची छावणी
१४) अब्दालीचे पसरलेले सैनिक

एक संस्मरणीय कलाकृती

प्रथमत: एक उत्तम आणि भव्य कलाकृती मराठी वाचकांना दिल्याबद्दल मी आपल्याला मन:पूर्वक धन्यवाद देतो. विषयाचा व्याप खूप मोठा. तो सूत्रबद्ध करून व्यवस्थित मांडणं म्हणजे तुफानाला गवसणी घालण्यासारखं आहे. हा ग्रंथ लिहिण्यासाठी आपण किती अभ्यास केला असेल, चिंतन केलं असेल आणि तो सर्व इतिहास कसा मनात मुरवून घेतला असेल, याची कल्पना येते. मोठा पसारा असूनही वाचनीयता कोठे कमी होत नाही. अभ्यास करताना तुम्ही त्या काळाचे रहिवासी आणि त्या घटनांचे साक्षीदार झाला आहात. विशेष कौतुक आपल्या भाषाशैलीचं आणि वर्णनशक्तीचं वाटतं... आपण जो अन्वय गृहीत धरला आहे, त्या पायावर एक संस्मरणीय कलाकृती आपण निर्माण केली आहे, यात शंकाच नाही. कलम आपल्यावर प्रसन्न आहे. खूप लिहा.

वि. वा. शिरवाडकर
विश्वास पाटील यांना लिहिलेल्या पत्रातून
(२३-९-१९९०)

विश्वास पाटील

श्री. विश्वास पाटील यांनी दहाव्या इयत्तेत शिकत असताना तेव्हाच्या पुण्याच्या 'तरुण भारत' दैनिकाने वासंतिक अंकासाठी जाहीर केलेल्या कथास्पर्धेमध्ये भाग घेतला. तेव्हा त्यांच्या 'कायदा' या नावाच्या स्त्रीधन या विषयावर लिहिलेल्या कथेला राज्यस्तरावरचे तृतीय क्रमांकाचे पारितोषिक मिळाले होते. तेव्हा स्पर्धेचे परीक्षक 'आनंदी गोपाळकार' श्री. ज. जोशी यांनी त्यांच्या सुप्त लेखनगुणांची प्रथम वाहवा केली. 'आंबी' नावाची स्त्री-प्रधान कादंबरी त्यांनी वयाच्या सतराव्या वर्षी लिहिली. तेव्हाच ती महाराष्ट्र शासनाच्या नवलेखक अनुदान योजनेत प्रकाशितसुद्धा झाली होती.

राजहंस प्रकाशनाने प्रकाशित केलेल्या 'पानिपत' आणि 'झाडाझडती' या दोन महत्त्वाच्या कलाकृतींनी त्यांना मराठी वाचकांमधे सर्वदूर पोचवले. १९९२चा साहित्य अकादमीचा मुख्य पुरस्कार त्यांना 'झाडाझडती' या कादंबरीसाठी मिळाला.

अलीकडेच श्री. पाटील यांना अत्यंत प्रतिष्ठेच्या समजल्या जाणाऱ्या इंदिरा गोस्वामी राष्ट्रीय साहित्य पुरस्काराने सन्मानित करण्यात आले आहे. त्यासाठी विशेषत: 'झाडाझडती' आणि अलीकडच्या 'नागकेशर' या दोन कादंबऱ्यांचा प्रामुख्याने विचार करण्यात आला आहे. नोव्हेंबर २०१९मध्ये पासीघाट (अरुणाचल प्रदेश) येथे झालेल्या तेवीस भारतीय भाषांच्या बहुभाषिक संमेलनाचे अध्यक्षपद त्यांनी भूषविले आहे.

श्री. पाटील यांच्या कादंबऱ्यांची अनेक भारतीय भाषांमध्ये भाषांतरे होऊन त्या जनप्रिय ठरल्या आहेत. त्यांच्या 'पानिपत', 'संभाजी' आणि 'महानायक' या कादंबऱ्या इंग्रजीमध्ये वेस्टलँड ॲमेझॉन कंपनीने तर 'झाडाझडती'

(A Dirge for the Damned) ही कादंबरी हॅचेट या कंपनीने प्रकाशित केली आहे. त्यांना प्रियदर्शनी नॅशनल ॲवॉर्ड, गोव्याचा नाथमाधव पुरस्कार, कोलकात्याचा भारतीय भाषा परिषदेचा साहित्य पुरस्कार असे सत्तरहून अधिक साहित्य पुरस्कार गेल्या तीन दशकांत प्राप्त झाले आहेत.

श्री. पाटील यांच्या साहित्यगुणांचा गौरव श्री. सुनील गंगोपाध्याय, श्री. अमिताव घोष, इंदिरा गोस्वामी अशा राष्ट्रीय व आंतरराष्ट्रीय कीर्तीच्या साहित्यकांनी जाहीरपणे केला आहे. राज्य शासनाच्या सेवेत असताना आय. ए. एस. अधिकारी या नात्याने त्यांनी शिर्डी येथील आंतरराष्ट्रीय विमानतळाचे अनेक वर्षे रखडलेले बांधकाम चौदा महिन्यांच्या अवधीत अग्रक्रमाने पार पाडले.

ऐतिहासिक कादंबऱ्यांबरोबरच अनेक सामाजिक विषयांनाही त्यांनी हात घातला आहे. शेतीच्या व पिण्याच्या पाण्याचे ढिसाळ नियोजन व त्यातून येणारा अवर्षणाचा धोका ('पांगिरा'), मुंबईच्या गिरणगावातील साठभर कापडगिरण्यांची विक्री व गिरणीकामगारांचे हाल ('लस्ट फॉर लालबाग'), साखरधंद्यातील सुंदोपसुंदी ('नागकेशर'), लोककलावंतांची हरपत जाणारी दुनिया व परवड ('गाभुळलेल्या चंद्रबनात' व 'चंद्रमुखी'), धरणग्रस्तांचे जगणे व मरणे ('झाडाझडती') असे सामाजिक विषय व त्या पार्श्वभूमीवर पाटलांनी लिहिलेल्या त्यांच्या कादंबऱ्यांना मराठीसोबतच अनेक भारतीय भाषांमध्ये मोठी लोकप्रियता लाभली आहे.